என் பெயர் சிவப்பு

ஜி. குப்புசாமியின் மொழிபெயர்ப்பில் வெளிவந்திருக்கும் பிற நூல்கள்

- சேகுவேராவின் தென்அமெரிக்க பயணக் குறிப்புகள் – அல்பர்டோ கிரனாடோ (2003)
- பேர் லாகர்க்விஸ்ட் சிறுகதைகள் (2005)
- நூறு சதவீதப் பொருத்தமான ஒரு யுவதியை ஓர் அழகிய ஏப்ரல் காலையில் பார்த்தபோது – ஹாருகி முரகாமி (2006)
- நாளை வெகுதூரம் (2007)
- கடல் – ஜான் பான்வில் (2010)
- அயல்மகரந்தச்சேர்க்கை (2011)
- கனவுகளுடன் பகடையாடுபவர் (2011)
- சின்ன விஷயங்களின் கடவுள் – அருந்ததி ராய் (2012)
- பனி – ஓரான் பாமுக் (2013)
- இஸ்தான்புல் – ஓரான் பாமுக் (2014)
- வெண்ணிறக் கோட்டை – ஓரான் பாமுக் (2015)
- உடைந்த குடை – தாக் ஸூல்ஸ்தாத் (2017)
- பெருமகிழ்வின் பேரவை – அருந்ததி ராய் (2021)

என் பெயர் சிவப்பு

ஜி. குப்புசாமி (பி. 1962)
மொழிபெயர்ப்பாளர்

அயல் மொழி இலக்கிய மொழிபெயர்ப்பில் ஈடுபட்டுவரும் இவர் முக்கியமான சமகால எழுத்தாளர்கள் பலரின் எழுத்துக்களைத் தொடர்ந்து தமிழாக்கம் செய்துவருகிறார்.

'என் பெயர் சிவப்பு' மொழிபெயர்ப்புக்காகக் கனடா இலக்கியத் தோட்டம் விருதும், SRM பல்கலைக்கழகத்தின் தமிழ்ப்பேராய விருதும் (2012) இவர் பெற்றுள்ளார். மேலும் 'கடல்' நாவல் மொழிபெயர்ப்புக்காக அயர்லாந்து அரசின் இலக்கிய நல்கையும் 2018ஆம் ஆண்டிற்கான தமிழக அரசின் சிறந்த மொழிபெயர்ப்பாளர் விருதையும் பெற்றுள்ளார்.

முகவரி   : 74/26, பிள்ளையார் கோவில் தெரு,
              ஆரணிப் பாளையம், ஆரணி
              திருவண்ணாமலை மாவட்டம் 632 301

தொலைபேசி : 9443305456; 9791561654.

மின்னஞ்சல் : gkuppuswamy62@yahoo.com

“நீங்கள் ஒரு மனிதரைக் கொன்ற(தாக வாதித்து)
பின்னர் அது குறித்துக் கருத்து வேறுபாடு
கொண்ட நேரத்தை எண்ணிப்பாருங்கள்.
ஆனால் அல்லாஹுவோ நீங்கள் மறைத்து
வைத்ததை வெளிப்படுத்தக் கூடியவனாவான்”

– திருக்குர்ஆன், அதிகாரம் 2 அல்பக்கரா, 72

“குருடரும் பார்வையுடையவரும் சமமானவரல்ல”

– திருக்குர் ஆன், அதிகாரம் 35 அல்ஃபா(த்)திர், 19

“கிழக்கும் மேற்கும் அல்லாஹ்விற்கே உரியன.”

– திருக்குர் ஆன், அதிகாரம் 2 அல்பக்கரா, 115

ஓரான் பாமுக்

என் பெயர் சிவப்பு

தமிழில்
ஜி. குப்புசாமி

காலச்சுவடு பதிப்பகம்

அன்பார்ந்த வாசகருக்கு,

வணக்கம்.

காலச்சுவடு நூலை வாங்கியமைக்கு நன்றி.

நூலின் உள்ளடக்கம், உருவாக்கம், அட்டைப்படம் இன்ன பிற அம்சங்கள் பற்றிய உங்கள் கருத்துகளையும் ஆலோசனைகளையும் காலச்சுவடு வரவேற்கிறது. தகவல், எழுத்து, வாக்கியப் பிழைகள் தென்பட்டால் கட்டாயம் தெரிவித்து உதவுங்கள். நூல் தயாரிப்பில் கடும் குறைபாடு இருப்பின் மாற்றுப் பிரதி உங்களுக்குக் கிடைக்கக் காலச்சுவடு ஏற்பாடு செய்யும்.

மின்னஞ்சல்: *publisher@kalachuvadu.com*

காலச்சுவடு நாகர்கோவில் தலைமையகத்துக்கும் கடிதம் அனுப்பலாம்.

தங்கள்
எஸ்.ஆர். சுந்தரம் (கண்ணன்)
பதிப்பாளர் — நிர்வாக இயக்குநர்

BENIM ADIM KIRMIZI
Copyright © Iletisim Yayincilik A.S., 1998
All rights reserved

என் பெயர் சிவப்பு • நாவல் • ஆசிரியர்: ஓரான் பாமுக் • தமிழில்: ஜி. குப்புசாமி • முதல் பதிப்பு: டிசம்பர் 2009, எட்டாம் (குறும்) பதிப்பு: டிசம்பர் 2021, ஒன்பதாம் (குறும்) பதிப்பு: டிசம்பர் 2022 • வெளியீடு: காலச்சுவடு பப்ளிகேஷன்ஸ் (பி) லிட்., 669, கே. பி. சாலை, நாகர்கோவில் 629001

en peyar civappu • Novel • Author: Orhan Pamuk • Tamil Translation: G. Kuppuswamy • Language: Tamil • First Edition: December 2009, Eighth (Short) Edition: December 2021, Ninth (Short) Edition: December 2022 • Size: Royal • Paper: 18.6 kg maplitho • Pages: 664

Published by Kalachuvadu Publications Pvt.Ltd., 669, K.P. Road, Nagercoil 629 001, India • Phone: 91-4652-278525 • e-mail: publications@kalachuvadu.com • Printed at Clicto Print, Jaleel Towers, 42 KB Dasan Road, Teynampet Chennai 600018

ISBN: 978-81-89359-92-8

12/2022/S.No. 337, kcp. 3981, 18.6 (9) rss

ரூயாவுக்கு

அத்தியாயம் 1

நான் ஒரு பிரேதம்

நான் இப்போது ஒரு பிரேதம் மட்டும்தான். கிணற்றின் ஆழத்தில் கிடக்கும் ஓர் உடல். வெகு நேரத்திற்கு முன்பே என் கடைசி மூச்சை நான் விட்டிருந்தாலும் என் இதயம் துடிப்பதை நிறுத்திவிட்டிருந்தாலும் எனக்கு நிகழ்ந்திருப்பது என்னவென்று அந்தக் கொலைகார இழிஞனைத் தவிர வேறு யாருக்குமே தெரியாது. அந்த ஈனப்பயல் என் நாடித் துடிப்பை சோதித்துப்பார்த்தான், மூச்சு விடுகிறேனா என்று பரிசோதித் தான். நிச்சயமாக நான் இறந்துவிட்டேனென்பதை உறுதிசெய்து என் நடுமார்பில் எட்டி உதைத்துவிட்டு அந்தக் கிணற்றின் விளிம்பு வரை என்னை இழுத்துச் சென்று மேலே தூக்கி உள்ளே போட்டான். ஏற்கனவே ஒரு கல்லால் அவன் உடைத் திருந்த என் தலை கிணற்றில் விழும்போது மோதிச் சிதறியது; என்முகம், என் நெற்றி, கன்னங்கள் எல்லாம் நசுங்கின; என் எலும்புகள் முறிந்தன; என் வாய்க்குள் ரத்தம் நிரம்பியது.

நான்கு நாட்களாக நான் காணாமற்போயிருக்கிறேன். என் மனைவியும் குழந்தையும் என்னைத் தேடிக்கொண்டிருப் பார்கள்; என் மகள் அழுது ஓய்ந்துவிட்டு வாசற்கதவை பதட்டத்தோடு பார்த்துக்கொண்டிருப்பாள். ஆம், அவர்கள் எல்லோருமே என்னை எதிர்பார்த்துக்கொண்டு சன்னலருகில் இருப்பார்களென்று எனக்குத் தெரியும்.

ஆனால் அவர்கள் உண்மையாகவே எதிர்பார்த்துக் காத் திருக்கிறார்களா? அது எனக்கு நிச்சயமாகத் தெரியவில்லை. நாட்கணக்காக நான் வீட்டுக்கு வராமலிருப்பது அவர்களுக்குப் பழகிப்போயிருக்கும் – எவ்வளவு பரிதாபம்! இங்கே, மறுபக்கத் தில் இருக்கும்போது, ஒருவரின் முந்தைய வாழ்க்கை நிரந்தர மாக இருப்பது போலத்தான் தோன்றுகிறது. நான் பிறப்பதற்கு முன்பு காலம் முடிவற்றதாக இருந்தது. இப்போது என் மரண த்திற்குப் பிறகு காலம் வற்றித் தீராததாக இருக்கிறது. இதனை

இதற்கு முன்பாக நான் நினைத்துப்பார்த்ததில்லை: இருண்மையின் இரண்டு சாஸ்வதங்களுக்கு நடுவே ஒளிவீச வாழ்ந்திருக்கின்றேன் நான்.

நான் மகிழ்ச்சியாக இருந்தேன். இப்போது எனக்குத் தெரிகிறது நான் மகிழ்ச்சியாக இருந்திருக்கிறேன் என்பது. எங்கள் சுல்தானின் ஓவியக்கூடத்திற்காக மிகச்சிறந்த நூலலங்காரங்களை நான் செய்தேன். என் மேதமைக்கு யாராலும் போட்டியாக வரமுடியாது. தனிப்பட்ட முறையில் செய்த வேலைகளுக்காக நான் மாதத்திற்கு தொள்ளாயிரம் வெள்ளிக்காசுகள் ஈட்டிவந்தேன். அதை இப்போது நினைத்தால் தாங்கிக்கொள்ள முடியாமலிருக்கிறது.

புத்தகங்களில் ஓவியம் வரைவதும் ஒப்பனை செய்வதும் எனது பொறுப்பாக இருந்தன. பக்கங்களின் ஓரங்களில் அலங்கார மெரு கேற்றினேன். இலைகள், கிளைகள், ரோஜாக்கள், மலர்கள், பறவைகள் என்று மிகவும் உயிரோட்டமான உருவரைகளோடு விளிம்புகளில் வண்ணம் தீட்டினேன். வரிச்சோழி போன்ற சீனர் பாணி மேகங் களையும் ஒன்றின் மேலொன்று ஏறும் கொத்துக்கொத்தான கொடிகளையும், அரபிய மான்கள், படகுகள், சுல்தான்கள், மரங்கள், குதிரைகள், வேட்டைக்காரர்கள் ஆகியவற்றை ஒளித்துவைத்த வர்ணத் தீற்றல்களை வரைந்தேன். என் இளமையில் தட்டு அல்லது முகம் பார்க்கும் கண்ணாடியின் பின்புறம் அல்லது பணப்பெட்டகம் அல்லது சில நேரங்களில் மாளிகைகளின் அல்லது ஒரு பாஸ்போரஸ் பண்ணை வீட்டின் உத்திரம் அல்லது மரக்கரண்டிகளில் கூட அலங்கார ஓவியங்கள் தீட்டுவேன். ஆனால் பிந்தைய வருடங்களில் எமது சுல்தான் நன்றாகவே ஊதியம் வழங்குகிறார் என்பதற்காக சித்திரப்படிகளில் மட்டும் தீட்டி வந்தேன். இவையெல்லாம் தற் போது அற்பமாகத் தோன்றுவதாக என்னால் கூற முடியாது. நீங்கள் இறந்து போயிருக்கும்போதுகூட பணத்தின் மதிப்பு உங்க ளுக்குத் தெரியும்தானே?

என் குரலின் அருஞ்செய்தியைக் கேட்ட பிறகு நீங்கள் நினைக்க லாம், "நீ உயிரோடு இருந்தபோது என்ன சம்பாதித்தாய் என்பதைப் பற்றி யாருக்கு அக்கறை? நீ இப்போது பார்ப்பது என்ன என்பதைப் பற்றி எங்களுக்குச் சொல். மரணத்திற்குப் பிறகு வாழ்வு உண்டா? எங்கே உனது ஆன்மா? சொர்க்கம், நரகம் இதெல்லாம் இருக்கிறதா? மரணம் என்பது எப்படியிருக்கிறது? உனக்கு வலி இருக்கிறதா?" நீங்கள் நினைப்பது சரிதான். உயிருள்ளவர்களுக்கு மரணத்துக்குப் பிந்தைய வாழ்வைப் பற்றி ரொம்பவும்தான் ஆர்வம். இந்த ஆர்வத்தில் உந்தப்பட்டு போர்க்களத்தில் காயமுற்று வீழ்ந்திருந்த வீரர்கள் மத்தியில் அலைந்து கொண்டிருந்த ஒருவனைப் பற்றிய கதையை நீங்கள் கேட்டிருக்கக்கூடும். முதலில் இறந்து, பின் உயிர் பிழைத் திருக்கக்கூடிய யாராவது இருக்கலாமென்று ரத்த வெள்ளத்தில்

துடித்துக்கொண்டிருந்தவர்களிடம் அந்த மறுவுலகத்தின் ரகசியங்களைச் சொல்லக்கூடிய ஒருவனைத் தேடிக்கொண்டிருந்தான். ஆனால் தாமெர்லேனின் வீரர்களில் ஒருவன் அவனை எதிரியென்று கருதி தனது கொடுவாளால் சரிபாதியாக வெட்டிப் பிளந்துவிட, இறந்தபிறகு மனிதன் இரண்டாகப் பிளந்துவிடுகிறான் என்பது அவனுக்குப் புரிந்து போனதாம்.

அபத்தம்! உயிரோடிருந்தபோது பிளவுண்டிருந்த ஆன்மாக்கள் கூட மறுவுலகில் இணைந்துவிடுகின்றன என்றுதான் நான் கூறுவேன். பிசாசின் கவர்ச்சியில் வீழ்ந்துவிட்ட, பாவம்புரிந்த மிலேச்சர்களின் வாதங்களை மறுதலிக்கும்படியாக மற்றோர் உலகம் உண்மையிலேயே இருக்கிறது. அதற்கான சாட்சி இங்கிருந்து நான் உங்களிடம் பேசிக்கொண்டிருப்பது. இறைவனே! நன்றி. நான் இறந்துவிட்டேன், ஆனால் அழிந்து போய்விடவில்லையென்பதை உங்களால் தெளிவாகவே கூறமுடியும். ஆனால் ஒன்றை நான் ஒப்புக்கொள்ளவேண்டும். “அஸ்ஸாஃப்ஃபாத்” என்ற அதிகாரத்தில் குறிப்பிடப்படும் அகன்ற – விழி ஹுருல் ஈன்களை எவ்வளவு முறை ஆர்வமாக நான் வரைந்திருக்கிறேன் என்பது இப்போது மிக நன்றாகவே நினைவிலிருந்தாலும் திருக்குர் ஆனில் குறிப்பிடப்படுகிறாற் போல சொர்க்கத்தின் வெள்ளி, தங்க கூடாரங்களுக்குப் பக்கத்தில் பெருகியோடும் ஆறுகள், பழுத்துத் திரண்ட கனிகளைக் கொண்ட அகன்றயிலை மரங்கள், அழகிய கன்னிகள் போன்றவை எனக்கு எதிர்ப்படவேயில்லை. குர்ஆனில் அல்ல, இபின் அராபி போன்ற தீர்க்கதரிசனமிக்க சொப்பனாவாதிகளால் அந்தளவுக்கு பகட்டோடு வர்ணிக்கப்படுகிற அந்தப் பாலாறு, மதுவாறு, நன்னீராறு, தேனாறு போன்றவற்றின் ஒரு சுவடுகூடத் தென்படவில்லை. ஆனால் மறு உலகத்தைப் பற்றிய நம்பிக்கைகளையும் தரிசனங்களையும் தத்தம் வாழ்நாள் முழுக்க ஏந்தி வந்திருப்பவர்களின் பற்றுறுதியை நான் ஏய்க்க விரும்பவில்லை. எனவே நான் பார்த்ததெல்லாம் எனக்கே எனக்காக சொந்தமாயிருந்த சந்தர்ப்பங்களோடு மட்டுமே தொடர்புடையனவாக இருந்தனவென்று உறுதியாகக் கூறுவேன். மரணத்திற்குப் பின்பான வாழ்க்கையைப் பற்றிய மிகக்குறைச்சலான அறிவைக் கொண்டிருப்பவருக்கும்கூட, என் வாக்கு மூலத்தினால் மனக்குறை அடைந்தவர்கள் சொர்க்கத்தின் நதிகளைக் காண்பதற்கு இக்கட்டுகளுக்கு ஆளாவாரென்று அறிந்திருப்பர்.

சுருக்கமாகச் சொன்னால், நுண்ணோவியன் வசீகரன் எஃபெண்டி என்றழைக்கப்படும் நான் இறந்து போயிருக்கிறேன். ஆனால் இன்னும் புதைக்கப்படவில்லையென்பதால் என் ஆன்மா என் உடலைவிட்டு முழுமையாக வெளியேறிச் சென்றுவிடவில்லை. இந்த அசாதாரணமான நிலைமை, என் விவகாரம்தான் முதல் என்றில்லாவிட்டாலும், என் சாசுவதப்பகுதியின் மீது பயங்கரமான வேதனையைச் சுமத்தியிருக்கிறது. என் நொறுக்கப்பட்ட கபாலத்தையோ, காயங்கள்

நிறைந்து, உடைந்த எலும்புகளோடு அழுகிக்கொண்டிருக்கும் என் உடலையோ, அது உறைநிலைத் தண்ணீரில் பாதி மூழ்கிய நிலையில் இருப்பதையோ என்னால் உணர முடியாவிட்டாலும், அதன் மாள்வுக்குரிய திருகுச் சுருளிலிருந்து தப்பிக்க என் ஆன்மா போராடும் வேதனையை என்னால் ஆழமாக உணர முடிந்தது. மொத்த உலகமும், என் உடலோடு சேர்த்து சுருங்கி கடும் துயரார்ந்த ஓர் உருண்டை யாவது போலிருந்தது.

இந்தச் சுருங்கலை ஒப்பிலியான என் மரண கணத்தின்போது, வியப்பூட்டும்படி நான் உணர்ந்த விடுதலையுணர்ச்சியோடு மட்டுமே என்னால் ஒப்பிடமுடியும். ஆம், எதிர்பாராமல் அந்த ஈனன் ஒரு கல்லால் என்னை அடித்து என் கபால எலும்பை உடைத்தபோது, அவன் என்னைக் கொல்லத்தான் விரும்புகிறானென்பதை நான் உடனடியாகப் புரிந்து கொண்டாலும், அவன் தொடர்ந்து விடாமல் என்னை அடித்துக் கொண்டிருப்பானென்று நினைக்கவில்லை. திடீரென்று நான் ஒரு நம்பிக்கை வாய்ந்த மனிதனென்று உணர்ந் தேன். ஓவியப்பட்டறைக்கும் என் வீட்டிற்குமிடையே நிழல்களில் வாழ்ந்து வந்தபோதுகூட நான் அறிந்திராதது அது. என் நகத்தோடும் என் விரல்களோடும் அவனை அழுத்திக் கடித்த என் பற்களோடும் என் உயிரை விடாப்பிடியாக பற்றிக்கொண்டு இருந்தேன். அதன் பிறகு என்மீது விழுந்த அடிகளின் வலிமிகுந்த விவரங்களைச் சொல்லி உங்களை நான் சோர்வடைய வைக்கமாட்டேன்.

இந்த வேதனை தொடரும்போது, நான் இறந்துவிடுவேன் என்பதை உணர்ந்த நேரத்தில் ஒரு மகத்தான விடுதலையுணர்வு எனக்குள் நிரம்பியது. என் உயிர் பிரியும் கணத்தில் இந்த விடுதலையை நான் உணர்ந்தேன்; மறுபக்கத்தை நான் அடைந்தது இதமானதாக, நான் தூங்குவதை நானே கனவு காண்பதைப்போல இருந்தது. பனியும் சேறும் மூடிய என் கொலையாளியின் காலணிகள்தான் நான் கடைசியாகப் பார்த்தவை. தூங்கப் போவதைப்போல என் கண்களை மூடினேன். நான் இதமாக உயிரிழந்தேன்.

என் தற்போதைய மனக்குறை, என் பற்கள் கொட்டைகளைப் போல ரத்தம் நிரம்பிய என் வாய்க்குள் உதிர்ந்துவிட்டதோ அல்லது என் முகம் அடையாளம் காணமுடியாதபடிக்கு சேதப்படுத்தப் பட்டதோ அல்லது ஒரு கிணற்றின் ஆழத்தில் நான் கைவிடப்பட் டிருப்பதோ அல்ல – நான் இன்னமும் உயிரோடுதான் இருப்பதாக எல்லோரும் நினைத்திருப்பதுதான். என் குடும்பத்தினரும் எனக்கு நெருக்கமானவர்களும் ஆம், என்னை அடிக்கடி நினைத்துக் கொண் டிருப்பவர்களைச் சொல்கிறேன், நான் இஸ்தான்புல்லில் ஏதோ ஓரிடத்தில் அற்பமான பேரம் எதிலேயோ ஈடுபட்டிருப்பதாகவோ அல்லது எவளாவது ஒருத்தியைத் துரத்திக் கொண்டிருப்பதாகவோ நினைத்துக்கொண்டிருப்பர். போதும்! மேலும் தாமதமின்றி என்

என் பெயர் சிவப்பு

உடலைக் கண்டுபிடியுங்கள், எனக்காக பிரார்த்தியுங்கள், என்னை அடக்கம் செய்யுங்கள். எல்லாவற்றுக்கும் மேலாக என்னைக் கொலை செய்தவனைக் கண்டு பிடியுங்கள்! இருப்பவற்றிலேயே மிக உயர்ந்த கல்லறையில் என்னை அடக்கம் செய்தாலும் அந்த ஈனப்பிறவி சுதந்திரமாக வெளியே சுற்றிக்கொண்டிருக்கும் வரையிலும் என் புதைகுழியில் அமைதியின்றி வேதனையோடு நெளிந்துகொண்டு உங்களை நம்பிக்கையின்மை பீடிக்கும்படி சபித்துக்கொண்டிருப்பேன். அந்த வேசிக்குப் பிறந்த கொலைகாரனை கண்டுபிடியுங்கள். அப்புறம் இந்த பின் வாழ்க்கையில் நான் பார்க்கும் விஷயங்களை விளக்கமாக உங்களுக்குச் சொல்கிறேன். ஆனால் இதை மட்டும் தெரிந்து கொள்ளுங்கள். அவன் பிடிபட்ட பிறகு அவனுடைய எலும்புகள் எட்டையோ அல்லது பத்தையோ – அவை அவன் மார்பெலும்புகளாக இருந்தால் நலம் – சிம்பு சிம்பாகத் தெறிக்கவைத்து, குறட்டை வைத்து நிதானமாக, ஒவ்வொன்றாக வெளியே உடலைக்கிழித்து எடுக்க வேண்டும். சித்ரவதையாளர்கள் பயன்படுத்தும் கௌவுகோல் களால் அவன் தலைமயிர்களை ஒவ்வொன்றாகப் பிடுங்கியெடுக்க வேண்டும், ஒவ்வொருமுறையும் அவன் வீறிடவேண்டும்.

என்னை இந்தளவுக்கு வெறியேற்றும் இந்த கொலையாளி யார்? ஏன் அவன் என்னை எதிர்பார்த்திராத வகையில் கொன் றிருக்கிறான்? இத்தகைய விஷயங்களில் கவனமாகவும் அக்கறை யாகவும் இருங்கள். அற்பமான, பயனற்ற குற்றவாளிகளால் இவ் வுலகம் நிரம்பியிருப்பதாகச் சொல்பவரா நீங்கள்? இவன் இப்படிச் செய்தான், அவன் அப்படிச்செய்தான் என்பவரா? அப்படியானால் உங்களை எச்சரிக்கிறேன்: என் மரணத்தில் நம் மதத்திற்கும் நம் மரபுகளுக்கும் இவ்வுலகை நாம் பார்க்கும் விதத்திற்கும் எதிராக அமைக்கப்பட்ட ஒரு திகைக்கவைக்கும் சதி ஒளிந்திருக்கிறது. உங்கள் கண்களைத் திறவுங்கள். நீங்கள் நம்புகிற வாழ்க்கையின், நீங்கள் வாழ்கிற வாழ்க்கையின், இஸ்லாமின் எதிரிகள் ஏன் என்னை அழித்திருக்கிறார்களென்று கண்டுபிடியுங்கள். இதையே அவர்கள் ஒருநாள் உங்களுக்கும் செய்வார்களென்பதை அறிந்துகொள்ளுங்கள். நான் கண்ணீர் மல்க செவிமடுக்கும் மாபெரும் போதகரான எர்ஸுரும்மைச் சேர்ந்த நுஸ்ரத் ஹோஜா அனுமானித்த எல்லாமும் ஒன்றன்பின் ஒன்றாக நடந்து வருகின்றன. எங்களுக்கேற்பட்டிருக்கும் நிலைமை ஒரு புத்தகத்தில் விவரிக்கப்பட்டிருந்தால் மிகத்திறமை யான நுண்ணோவியர்கள் கூட அதனைக் காட்சிப்படுத்த முடியாமற் போயிருப்பர் என்பதையும் கூறிவிடுகிறேன். நான் தவறாகப் புரிந்து கொள்ளப்பட்டால் இறைவன் மன்னிக்கட்டும் – குர்ஆனைப் பொறுத் தவரை, அத்தகைய ஒரு புத்தகத்தின் மலைப்பூட்டும் சக்தி, அதனை காட்சிப்படுத்த இயலாதிருப்பதிலிருந்துதான் எழுகிறது. இந்த உண்மையை நீங்கள் முழுமையாக உள்வாங்கிக் கொண்டிருப்பீர் களாவென்று நான் ஐயுறுகிறேன்.

நான் சொல்வதைக் கேளுங்கள். ஒரு பயிற்சியாளனாக இருந்த போது, நானும்கூட அச்சமுற்று உள்ளார்ந்த உண்மைகளையும் மேலுலகிலிருந்து வரும் குரல்களையும் இவ்வாறு பொருட்படுத்தா திருந்திருக்கிறேன். அத்தகைய விஷயங்களைப்பற்றி வேடிக்கை செய்திருக்கிறேன். ஆனால் கடைசியில் இந்த அசிங்கமான கிணற்றின் ஆழத்திற்கு வந்து சேர்ந்திருக்கிறேன்! இது உங்களுக்கும் நேரலாம், ஜாக்கிரதையாக இருங்கள். இப்போது வேறு எதுவும் நான் செய்வ தற்கு இல்லை. என் உடல் முழுமையாக அழுகிவிட்டால் அந்த நாற்றத்தைக்கொண்டு அவர்கள் என்னைக் கண்டுபிடிப்பார்கள் என்று நம்புகிறேன். அந்த மிருகத்தனமான கொலையாளி பிடிக்கப் பட்டதும் எவனோ ஓர் உதார குணமிக்க மனிதன் அவனைச் சித்ரவதைப்படுத்துவதை கற்பனை செய்வதையோ அதற்கு நம்பிக்கை கொள்வதையோ தவிர நான் செய்வதற்கு வேறெதுவுமில்லை.

•

அத்தியாயம் 2

நான் கருப்பு என்று அழைக்கப்படுகிறேன்

பனிரெண்டு வருட இடைவெளிக்குப்பிறகு நான் இஸ்தான்புல்லிற்குள் தூக்கத்தில் நடப்பவனைப்போல நுழைந்தேன். மரணமுறும் தறுவாயில் இருப்பவர்களை "நிலம் அவனை அழைத்துவிட்டது" என்பார்கள். என் விஷயத்தில் மரணம்தான் நான் பிறந்து வளர்ந்த நகரத்திற்கு என்னை அழைத்து வந்திருக்கிறது. நான் திரும்பி வந்தவுடன் மரணம் மட்டும்தான் இருந்ததென்று நினைத்தேன்; பிற்பாடு நான் காதலையும் எதிர்கொள்ளப்போகிறேன். ஆனாலும் காதல் தொலைவிலிருந்த மறந்துபோன விஷயம், இந்த நகரத்தில் நான் வாழ்ந்திருந்த ஞாபகங்களைப் போல. இஸ்தான்புல்லில்தான் பனிரெண்டு வருடங்களுக்கு முன்பு என் இளம் மாமன் மகளோடு அநாதரவாக காதலில் விழுந்தேன்.

இஸ்தான்புல்லை விட்டுச் சென்று நான்கு வருடங்கள் கழித்து, முடிவேயில்லாத ஸ்டெப்பிக்கள், பனி மூடிய மலைகள், பாரசீகத்தின் துயரார்ந்த நகரங்கள் ஊடாக, கடிதங்களைச் சுமந்துகொண்டு, வரி வசூல் செய்துகொண்டு பயணம் செல்லும் போது, நான் பிரிந்துவந்த என் பால்யகாலக் காதலியின் முகத்தை மெதுவாக மறந்துவருகிறேன் என்பது எனக்குப் புரிந்தது. அதிகரிக்கும் பீதியோடு அவளை ஞாபகப்படுத்திக் கொள்ள மூர்க்கமாக நான் முயன்றபோது, காதல் இருந்தாலும் கூட வெகுகாலமாக பார்த்திராத முகம் இறுதியில் மங்கித் தேய்ந்துவிடுமென்று தெரிந்துகொண்டேன். கிழக்கில் நான் கழித்த ஆறாவது வருடத்தில் பாஷாக்களின் பணியில் செயலாளனாக பயணித்துக்கொண்டோ பணியாற்றிக்கொண்டோ இருந்தபோது, நான் கற்பனை செய்து வைத்திருந்த முகம் என் காதலியின் முகமல்லவென்று என்னால் அறிந்துகொள்ள முடிந்தது. எட்டாவது வருடத்தில் அதற்கு முன்பு ஆறாம்

வருடத்தில் தவறுதலாக நான் கற்பனை செய்து வைத்திருந்த முகத்தை மறந்துபோய் முற்றிலும் மாறுபட்ட வேறொரு முகத்தோற்றத்தை உருவகப்படுத்திக்கொண்டேன். இப்படியாக பனிரெண்டாவது வருடம், எனது ஊருக்கு முப்பத்தியாறு வயதில் திரும்பிவந்தபோது, என் பிரேமைக்குரியவளின் முகம் வெகுகாலத்திற்கு முன்பே என்னிட மிருந்து தப்பிச்சென்றுவிட்டது என்பதை வலியோடு உணர்ந்திருந் தேன்.

பெரும்பாலான என் நண்பர்களும் உறவினர்களும் எனது பனிரெண்டு வருட தேச பிரஷ்டத்தின்போது இறந்துவிட்டிருந்தனர். பொற்கொம்பை நோக்கியபடியிருந்த கல்லறைத்தோட்டத்திற்குச் சென்று நான் இல்லாதபோது காலமாகிவிட்டிருந்த என் அம்மாவுக் காகவும் என் மாமாக்களுக்காகவும் தொழுதேன். ஈரமண்ணின் வாசம் என் ஞாபகங்களோடு ஒன்றுகலந்தது. என் அம்மாவின் கல்லறைக்குப் பக்கத்தில் யாரோ மண் சட்டி ஒன்றை உடைத்துப் போட்டுவிட்டுச் சென்றிருந்தனர். அந்த உடைந்த சில்லுகளைப் பார்த்துக்கொண்டிருக்கையில் ஏதோ காரணத்திற்காக அழத்தொடங் கினேன். இறந்தவர்களுக்காக அழுகிறேனா அல்லது இத்தனை வருடங்கள் கழித்தும் வினோதமாக என் வாழ்க்கையின் தொடக்கத்தி லேயே இருந்துவருகிற அவலத்திற்காக அழுகிறேனா? அல்லது என் வாழ்க்கை யாத்திரையின் இறுதிக்கு வந்துவிட்டதற்காகவா? லேசாகப் பனி பெய்தது. அங்குமிங்கும் மிதந்தலைபடும் பனித் துணுக்குகளில் மெய்மறந்து என் வாழ்க்கையின் தடுமாற்றங்களை நினைத்து அழுகைக்குள் என்னைத் தொலைத்திருந்ததில், கல்லறைத் தோட்டத்தின் இருட்டு மூலையொன்றிலிருந்த ஒரு கருப்பு நாய் என்னை முறைத்தபடியிருந்ததை நான் கவனிக்கவில்லை.

என் கண்ணீர் அடங்கியது. என் நாசியைத் துடைத்துக்கொண் டேன். கல்லறைத் தோட்டத்திலிருந்து நான் வெளியேறும்போது அந்த கருப்பு நாய் சினேகமாக வாலாட்டியது. சிறிது நேரம் கழித்து என் அணிமையில், முன்பு என் தந்தையின் உறவினர்களில் ஒருவர் வசித்துவந்த வீட்டை வாடகைக்கு எடுத்துக்கொண்டேன். அந்த வீட்டின் சொந்தக்காரிக்கு என்னைப் பார்த்தால் ஸபாவிதிய *பாரசீக வீரர்களால் போர்க்களத்தில் கொல்லப்பட்ட அவளது மகனின் ஞாபகம் வந்தது போலிருக்கிறது, என்னை ஏற்றுக்கொண்டு வீட்டை சுத்தப்படுத்தவும் எனக்கு சமைத்துத்தரவும் ஒப்புக்கொண்டாள்.

இஸ்தான்புல்லில் குடியேறாமல் உலகின் எதிர்முனையிலிருந்த அரபு நகரங்கள் ஒன்றில் தற்காலிகமாக வசிப்பதைப்போல அந்தத் தெருக்களில் நெடுந்தூரம் திருப்தியாக நடந்தேன். தெருக்கள் குறுக லாகிவிட்டிருந்தன அல்லது அப்படித் தோன்றியது எனக்கு. சில

---

* பாரசீக ஷியா சாம்ராஜ்ஜியம் 1501 – 1736.

இடங்களில் தெருக்கள் ஒன்றை நோக்கி ஒன்று சாய்ந்திருந்த வீடு களுக்கு நடுவே நெருக்கிக்கொண்டிருந்தன. எதிரில் வரும் பொதிக் குதிரைகள் மீது மோதிவிடாதிருப்பதற்காக சுவர்களோடும் கதவுக ளோடும் ஒட்டித் தேய்த்துக்கொண்டு சென்றேன். முன்பைவிட செல்வந்தர்கள் அதிகமாகியிருந்தனர் அல்லது அப்படித்தான் எனக்குத் தெரிந்தது. எனக்கெதிரே வந்த பெருமிதமிக்க புரவிகள் இழுத்துச் செல்லும் அணியலங்கார கூண்டுவண்டியை அரேபியாவிலோ பாரசீகத்திலோ பார்த்திருக்கமுடியாது. “எரிந்த ஸ்தூபி”க்கருகே கோழி அங்காடியிலிருந்து ஊழ்த்த இறைச்சி நாற்றம் பரவிக்கொண் டிருந்த இடத்தில் சில கந்தலுடை பிச்சைக்காரர்கள் கும்பலாக நெருக்கி உட்கார்ந்திருந்தனர். அவர்களில் பார்வையற்றவனாக இருந்த ஒருவன் வீழ்ந்துகொண்டிருந்த பனியை உணர்ந்து புன் னகைத்துக் கொண்டிருந்தான்.

இஸ்தான்புல் ஓர் ஏழ்மையான, சிறிய, மகிழ்ச்சிகரமான நகரமாக ஒருகாலத்தில் இருந்திருக்கிறதென்று என்னிடம் சொல்லியிருந்தால் நான் அதை நம்பியிருக்கமாட்டேன், ஆனால் அதைத்தான் என் இதயம் சொன்னது. என் பிரியமானவளின் வீடு எப்போதும்போலவே எலுமிச்சை, செஸ்ட்நட் மரங்களுக்கிடையே இருந்தாலும் அதில் வேறுயாரோ இப்போது வசித்துவருவதை வாசலில் நின்று கேட்ட போது தெரிந்துகொண்டேன். என் பிரியத்திற்குகந்தவளின் அம்மா, என் தாய்வழி அத்தை, காலமாகிவிட்டாளென்றும் அவளது கணவர், என் எனிஷ்டே, அவருடைய மகளோடு வேறு இடத்திற்கு குடி பெயர்ந்துவிட்டதாகவும் அறிந்தேன். அந்நியர்களின் கதவைத்தட்டி விசாரிக்கும்போதுதான் அந்தத் தகப்பனுக்கும் மகளுக்கும் நேர்ந் திருந்த அசம்பாவிதங்கள் வெளிப்பட்டன. கேட்டுக்கொண்டிருந்த என் இதயத்தை எப்படி கருணையேயின்றி உடைத்து, கனவுகளை அழித்துக்கொண்டிருக்கிறோமென்ற பிரக்ஞையேயின்றி அவர்கள் சங்கோபாங்கமாக விவரித்தனர். அவையெல்லாவற்றையும் இப்போது உங்களுக்கு நான் விவரிக்கப்போவதில்லை. ஆனால் அந்தப் பழைய தோட்டத்தின் கதகதப்பான, பசும்புல்லார்ந்த, வெயில் வீசும் கோடை தினங்களை நான் நினைவு கூர்ந்துகொண்டிருந்தபோது, அந்த எலுமிச்சம் மரக்கிளைகளிலிருந்து என் சுண்டுவிரல் அளவுக்கு உறைபனிக்கட்டிகள் தொங்கிக்கொண்டு அந்த இடத்தின் அவலமும் உறைபனியும் புறக்கணிப்பும் இப்போது, சாவைத்தவிர வேறெதனை யும் வருவித்துக்கொண்டிருக்கவில்லையென்பதை மட்டும் எனக்கு உணர்த்திக் கொண்டிருந்தன என்பதைச் சொல்ல வேண்டும்.

தாப்ரீஸ்ஸிலிருந்த எனக்கு என் எனிஷ்டே எழுதியிருந்த கடிதத் தின் மூலம் என் உறவினர்கள் சிலருக்கு நேர்ந்தவை பற்றி ஏற்கனவே அறிந்திருந்தேன். அந்தக் கடிதத்தில் அவர் எம்முடைய சுல்தானுக் காக ரகசியச் சுவடி ஒன்றை தயாரித்துக் கொண்டிருப்பதாகவும் அதற்கு என் உதவி அவருக்கு வேண்டியிருக்கிறதென்றும் எழுதி

என்னை இஸ்தான்புல்லுக்கு மீண்டும் வருமாறு அழைத்திருந்தார். தாப்ரீஸ்ஸில் நான் இருந்தபோது ஆட்டமன் பாஷாக்களுக்காகவும் மாகாண ஆளுநர்களுக்காகவும் இஸ்தான்புல்வாசிகளுக்காகவும் நூல்கள் தயாரித்துத் தந்திருப்பதை அவர் அறிந்திருந்தார். நான் அப்போது செய்ததென்னவென்றால், வாடிக்கையாளர்கள் இஸ்தான் புல்லில் கையெழுத்துப்படிகள் தயாரிக்க செயலாணை கொடுத்து வழங்கியிருந்த முன்பணத்தொகையை வைத்து, போர்களால் விரக்தி யுற்று எங்கும் நீக்கமற நிறைந்திருந்த ஆட்டமன் ராணுவ வீரர்களால் வெறுப்புற்று காஸ்வின்னுக்கோ அல்லது வேறெந்த பாரசீக நகரத் துக்கோ சென்றுவிட்டிருக்காத நுண்ணோவியர்களையும் எழுத் தோவியர்களையும் கண்டுபிடித்து, ஏழ்மையிலும் புறக்கணிப்பிலும் சோர்ந்திருந்த அவர்களை உற்சாகமூட்டி, கையெழுத்துச்சுவடிகளை எழுதவும் உருவரைகளால் ஒப்பனை செய்யவும் பக்கங்களைத் தைக்கவும் வைத்து அவற்றை இஸ்தான்புல்லுக்கு திரும்ப அனுப்பி வைத்தது மட்டும்தான். என் பால்ய காலத்தில் சித்திரங்கள் மீதும், நூல்களுக்கு அழகொப்பனை செய்வதிலும் ஆர்வத்தை என்னுடைய எனிஷ்டே எனக்குள் ஊட்டியிருக்காவிட்டால் இத்தகைய முயற்சி களில் எப்போதுமே என்னை ஈடுபடுத்திக்கொண்டிருக்க முடியாது.

சாலையின் அங்காடி முனையில், முன்பொருகாலத்தில் என் எனிஷ்டே வசித்த இடத்தில் என்னுடைய பழைய முடிதிருத்துபவரைக் கண்டேன். அவரது தொழிலில் அவர் ஒரு மேதை. அவரது கடையில் இப்போதும் அதே கண்ணாடிகள், சவரக் கத்திகள், தண்ணீர் ஜாடிகள், சோப்பு பிரஷ்கள். அவர் என்னைப் பார்த்தார். என்னை அடையாளம் கண்டுகொண்டதாகத் தெரியவில்லை. தலையை அலசும் அந்தக் கிண்ணி இப்போதும் உத்தரத்திலிருந்து தொங்கும் அதே சங்கிலியில் கட்டப்பட்டு, அவர் சுடுதண்ணீரை அதில் ஊற்ற அதே பழைய வில் தடத்தில் இப்போதும் ஊசலாடுவதைப் பார்க்கச் சந்தோஷமாக இருந்தது.

என் இளவயதில் சுற்றித்திரிந்த அண்டைப்புறங்களும் தெருக்களும் சாம்பலிலும் புகையிலும் மறைந்துபோய், எரிந்து மிச்சமாகிக்கிடந்த சிதிலங்கள் தெரு நாய்கள் கூடுமிடமாகவும் குழந்தைகளை பயமுறுத்தும் நாடோடி பைத்தியக்காரர்கள் புழங்குமிடமாகவும் மாறியிருந்தன. தீக்கிரையாகியிருந்த மற்ற இடங்களில் மிகப்பெரிய பணக்கார வீடுகள் கட்டப்பட்டிருந்தன. அவற்றின் பகட்டைப் பார்க்க எனக்கு பிரமிப்பாக இருந்தது. மிகவும் விலைமதிப்பு மிக்க வெனீஸிய புகைக் கண்ணாடிகளிட்ட சன்னல்கள், உயரமான சுவர்களில் துருத்திக்கொண்டு தொங்கும் பலகணி சன்னல்களோடு இரண்டு மாடிக் கட்டிடங்கள்.

வேறுபல நகரங்களைப் போலவே இஸ்தான்புல்லிலும் பணத் திற்கு மதிப்பில்லாமல் போய்விட்டிருந்தது. கிழக்கிலிருந்து நான் திரும்பி வந்தபோது, முன்பு ஒரு வெள்ளிக்காசிற்கு விற்கப்பட்ட

என் பெயர் சிவப்பு

நூறு திராக்மா ரொட்டி இப்போது அதன் பாதி அளவில் அதே விலைக்கு விற்கப்பட்டு வந்தது. அவற்றிற்கு என் சிறுவயதில் இருந்த சுவையும் இப்போது இல்லை. காலமாகிவிட்டிருந்த என் அம்மாவின் காலத்தில் இப்போது போல மூன்று வெள்ளிக்காசுகளுக்கு ஒரு டஜன் முட்டைகள் விற்கப்பட்டிருந்தால், “இந்தத் திமிர்பிடித்த கோழிகள் தரைக்கு பதிலாக நம்மீது பீ கழிக்கத் தொடங்குவதற்கு முன் இந்த இடத்தைவிட்டுப் போய்விட வேண்டும்” என்றிருப்பாள். பணமதிப்புக்குறைப்பு பிரச்சனை எல்லா இடங்களிலும் ஒன்றாகவே இருக்கிறதென்று எனக்குத் தெரியும். பிளமீசிய, வெனீஸிய வர்த்தகக் கப்பல்கள் போலி நாணயங்கள் நிறைந்த பெட்டகங்களால் நிரப்பப் பட்டுவருகின்றனவென்று வதந்தி இருந்தது. முடியரசின் நாணயச் சாலையில் முன்பு நூறு திராக்மா வெள்ளிக்கு ஐநூறு காசுகள் வார்க்கப்பட்ட நிலையில், இப்போது பாரசீகர்களுடன் முடிவேயின்றி தொடரும் யுத்தத்தினால் அதே அளவுக்கு எண்ணூறு காசுகள் வார்க்கப்படுகின்றன. தமக்கு வழங்கப்பட்ட காசுகள் காய்கறிக்காரரின் மூட்டையிலிருந்து விழுந்த உலர்ந்த அவரைக் கொட்டைகள்போல தங்கக் கொம்பு நீரில் மிதப்பதைக் கண்ட ஜேனிஸரிகள்*, கலவரத்தில் இறங்கி எமது சுல்தானின் மாளிகையை எதிரிகளின் கோட்டையை முற்றுகையிடுவது போலச் சூழ்ந்துகொண்டனர்.

நுஸ்ரத் என்ற தீர்க்கதரிசி பயாஸித் மசூதியில் போதிப்பவர். நம் புனித இறைத்தூதர் முகம்மதுவின் வாரிசென்று அறிவித்துக் கொண்டு, இந்த நெறிகெட்ட, பஞ்சமும் குற்றங்களும் களவுகளும் நிறைந்த காலகட்டத்தில் அவர் தனக்கென்று ஒரு பெயர் பெற்றிருந்தார். எர்ஸுரும் என்ற சிறிய நகரத்தைச் சேர்ந்த இந்த ஹோஜா கடந்த பத்து வருடங்களில் இஸ்தான்புல்லைப் பீடித்த எல்லா சீரழிவுகளுக்கும் – பாச்செகாபி, கஸன்ஜிலர் மாவட்டங்களில் நிகழ்ந்த தீ விபத்துகள், பல்லாயிரக்கணக்கானோரை பலிகொண்ட பிளேக், கணக்கற்ற உயிர்களை பலிகொடுத்தபடி முடிவேயில்லாமல் தொடர்ந்துகொண் டிருக்கும் பாரசீகர்களுக்கெதிரான போர், மேற்குப்பகுதியிலிருந்த சிறிய ஆட்டமன் கோட்டையை கலவரத்தில் ஈடுபட்ட கிறித்தவர் களிடம் இழந்தது – காரணம் இறைத்தூதரின் பாதையிலிருந்து நாம் விலகியதும், புனித குர்ஆன் கண்டனம் தெரிவிப்பவற்றை அலட்சியம் செய்வதும் கிறித்தவர்களை சகித்துக்கொள்வதும் வெளிப்படையாக மது விற்பனை செய்வதும் துறவிகளின் இல்லங்களில் சங்கீதக்கருவிகள் இசைப்பதும்தான் என்று கற்பித்துக் கூறினார்.

எர்ஸுரும் தீர்க்கதரிசியைப்பற்றி உணர்ச்சி ததும்ப என்னிடம் விவரித்த அந்த ஊறுகாய் வியாபாரி, புதிய டகெட்டுகளும் சிங்க இலச்சினை கொண்ட போலி புளோரின் காசுகளும் வெள்ளியின்

---

* ஜேனிஸரி: துருக்கி சுல்தானின் மெய்க்காப்புக் குழுவினர்.

அளவு குறைந்துகொண்டே வருகிற ஆட்டமன் நாணயங்களும் அங்காடிகளிலும் கடைவீதிகளிலும் – இப்போது எங்கு பார்த்தாலும் காணக்கிடைக்கிற சர்கேஷியர்கள், அப்கேஸியர்கள், மிங்கேரியர்கள், பாஸ்னியர்கள், ஜியார்ஜியர்கள், ஆர்மீனியர்களைப்போல – நிரம்பி இனி, மீண்டெழமுடியாதளவுக்கு சீர்குலைவைக் கொண்டுவந்திருப்ப தாகக் கூறினான். கயவர்களும் கலகக்காரர்களும் காபி அருந்தகங் களில் கூடி விடியும்வரை மதமாற்றக் கொண்டாட்டங்களில் ஈடுபட் டிருக்கின்றனர் என்று என்னிடம் கூறப்பட்டது. சந்தேகத்திற்குரிய இயல்புடைய ஆதரவற்ற ஆட்கள், ஓப்பிய போதையிலிருக்கும் பித்தர்கள், அல்லாஹூவின் பாதையில் செல்வதாக கூறிக்கொள்ளும் தடைசெய்யப்பட்ட காலெந்தெரி துறவறப் பிரிவை பின்பற்றுவோர் ஆகியோர் துறவிகளின் இல்லங்களில் இரவு முழுக்க சங்கீதத்திற்கு நடனமாடிக்கொண்டு, கௌவுகோல்களால் தம்மையே துளைத்துக் கொண்டு, எல்லாவிதமான நடத்தைக்கேடுகளிலும் ஈடுபட்டுக்கொண்டு, இறுதியில் ஒருவருடன் ஒருவரும், அகப்படுகிற சிறுவர்களோடும் கலவியில் ஈடுபடுவார்களாம்.

அப்போது, திடீரென எழுந்த இனிமையான புல்லாங்குழலின் ஓசை என்னை அதைப் பின்தொடர்ந்து செல்ல என் பாதங்களைச் செலுத்தியதோ அல்லது என் ஞாபகங்களும் வேட்கைகளும் குழம்பி யிருந்ததில் அந்த எரிச்சலூட்டும் நச்சுப் பேர்வழியான ஊறுகாய் விற்பவனின் தொணதொணப்பை இதற்கு மேலும் பொறுக்கமுடி யாமல் அந்த சங்கீதத்தை ஒரு சாக்காக வைத்துக்கொண்டு அங்கிருந்து வெளியேறிச் சென்றேனோ எனக்குத் தெரியவில்லை. இருந்தாலும், இது மட்டும் எனக்குத் தெரியும்:

நீங்கள் நேசிக்கும் ஒரு நகரத்தில் கால்நடையாகவே அடிக்கடி சுற்றி ஆராய்ந்து வந்தவராக இருந்தால், உங்கள் ஆன்மாவைவிட உங்கள் கால்களுக்கு அந்தத் தெருக்கள் மிக அதிகமாக பரிச்சய மாகி, நிரந்தர சோகமாக ஒரு லேசான பனிப்பொழிவில் துயரம் கவிய உங்கள் கால்கள் அதனுடைய சொந்த இசைவில் உங்களது அபிமான நிலத்துருத்தல்கள் ஒன்றை நோக்கி இட்டுச்சென்று விடுகின்றனவென்பதை நீங்கள் அறிந்துகொள்வீர்கள்.

இவ்வாறாகத்தான் ஃபேரியர் அங்காடியிலிருந்து வெளியேறி சுலைமான் மசூதிக்குப் பக்கத்தில் ஓரிடத்திலிருந்து பொற்கொம்புவில் பனி பெய்துகொண்டிருப்பதை பார்த்தபடி நின்றிருக்கலாயிற்று. வடக்கு நோக்கிய வீட்டுக் கூரைகளிலும், வடகிழக்கு காற்றலைக்கு வெளிப்பட்டிருந்த கவிகைமாடங்களின் பகுதிகளிலும் உறைபனி ஏற்கனவே சேகரமாகத் தொடங்கியிருந்தது. பாய்களை இறக்கிவிட்டு வந்துகொண்டிருந்த கப்பல் படுதாத்துணிகள் படபடக்க என்னை வரவேற்றது. அந்தக் கப்பற் பாய்களின் நிறம் பொற்கொம்பின் ஈயம்கலந்த மூடுபனி நிறத்து மேற்பரப்போடு இசைந்திருந்தது.

சைப்ரஸ், ப்ளேன் மரங்களும் கூரையுச்சிகளும் மாலை நேரத்து மனவேதனையும் அண்டையிலிருந்து எழும் ஒலிகளும் விற்பவர்கள் கூச்சலும் மசூதி மைதானங்களில் விளையாடும் சிறுவர்களின் கூச்சலும் என் தலைக்குள் ஒன்று கலந்து, இதற்குப்பிறகு என்னால் இவர்களது நகரத்திலன்றி வேறெங்கும் வசித்திட முடியப்போவதில்லை யென்று ஒரு தீர்மானமான அறிவிப்பு கேட்டது. இவ்வளவு வருடங் களாக என்னிடமிருந்து தப்பிவரும் என் காதலியின் முகம் திடீரென்று எனக்கு முன்னால் பிரசன்னமாகும் என்று உள்ளுணர்வு உணர்த்துவது எனக்குத் தெரிந்தது.

மேட்டிலிருந்து இறங்கத் தொடங்கி ஜனத்திரளில் கலந்தேன். மாலைநேரத் தொழுகை முடிந்ததும் ஓர் உணவகத்தில் என் வயிற்றை நிரப்பினேன். அந்த காலியான கடையில் நான் ஒவ்வொரு கவளமாக எடுத்துண்பதை தன் வீட்டு பூனைக்குட்டிக்கு ஊட்டும்போது பார்ப் பதைப்போல அக்கடைக்காரன் என்னை வாஞ்சையோடு கவனித்தபடி பேசிக்கொண்டிருந்தான். அவன் குறிப்புகளை எடுத்துக்கொண்டு, அவனது வழிகாட்டலின்படி அடிமை அங்காடிக்குப் பின்னாலிருந்த ஒரு குறுகலான சந்திற்குள் – தெருக்களில் நன்றாக இருட்டு கவிந் ததற்குப்பிறகு – திரும்பி அந்த காபி இல்லத்தைக் கண்டுபிடித்தேன்.

உள்ளே ஜன நெரிசலாகவும் கதகதப்பாகவும் இருந்தது. நான் தாப்ரீஸ்ஸிலும் பாரசீக நகரங்களிலும் ஏற்கனவே பார்த்திருந்ததைப் போன்ற கதைசொல்லி (அங்கெல்லாம் அவர்களை “படுதா – பேசி” என்பார்கள்.) விறகு அடுப்புக்குப் பக்கத்தில் உயர்த்திக்கட்டப்பட் டிருந்த மேடையில் நின்றிருந்தான். சுருட்டி வைத்திருந்த படுதா ஒன்றை விரித்து அங்கிருந்தவர்களுக்கு முன்பு மாட்டினான். ஒரு தடிமனான காகிதத்தில் அவசர கோலத்தில், ஆனால் ஒருவித நளினத்தோடு வரையப்பட்டிருந்த நாயின் சித்திரம் அத்திரையில் ஒட்டப்பட்டிருந்தது. நாயின் குரலாக அவ்வப்போது அந்த சித்திரத்தை சுட்டிக்காட்டியபடி அவன் பேசத் தொடங்கினான்.

●

அத்தியாயம் 3

நான் ஒரு நாய்

அருமை நண்பர்களே, என் கோரைப்பற்கள் வெகு நீளமாகவும் கூர்மையாகவும் இருப்பதால் என் வாய்க்குள்ளாக அடங்காமல் வெளியே நீட்டிக்கொண்டிருக்கின்றன வென்று நீங்கள் சந்தேகமில்லாமல் சொல்லலாம். இது, எனக்கொரு அச்சுறுத்தும் தோற்றத்தைக் கொடுக்கிறதென்று எனக்குத் தெரியும், ஆனால் இது என்னை சந்தோஷப்படுத்துகிறது. என் பற்களின் அளவைப்பார்த்துவிட்டு முன்பு ஒரு இறைச்சிக் கடைக்காரன் கைப்போடு, "கடவுளே, இது நாயே அல்ல, காட்டுப்பன்றி!" என்றான்.

அவன் காலை நான் மிக அழுத்தமாகக் கடித்தபோது, என் கோரைப்பற்கள் அவனுடைய கொழுப்பு தசைக்குள் ஆழமாக இறங்கி கெட்டியான தொடை எலும்பு வரை சென்றது. பாருங்கள், ஒரு நாய்க்கு திடீரென்று வந்த வெறியில் அதனுடைய பரிதாபமான எதிரியின் உடம்பிற்குள் தன் பல்லை அழுத்தமாகக் கடிப்பதில் இருக்கிற திருப்தி வேறெதிலும் கிடைப்பதில்லை. அப்படிப்பட்ட ஒரு சந்தர்ப்பம் தானாக வரும்போது, கடிப்பதற்குத் தகுதியான ஒருவன் முட்டாள்தனமாக, நடக்கப்போவதையறியாமல் கடந்து செல்லும்போது என் பற்கள் தினவெடுத்து, எதிர்பார்ப்பில் வலியெடுக்கும், என் தலை ஏக்கத்தில் சுழன்று, என்னையும் அறியாமல் மயிர்கூச்செறியும்படி ஓர் உறுமலை வெளிப்படுத்துவேன்.

நான் ஒரு நாய். என்னைவிட பகுத்தறிவில் குறைந்த மிருகங்களாகிய மனிதர்கள் நீங்கள் என்பதால் உங்களுக்கு நீங்களே, "நாய்கள் பேசுவதில்லை" என்று சொல்லிக்கொள்கிறீர்கள். எனினும் பிரேதங்கள் பேசுகின்ற, அவர்கள் அறிந்திருக்க வாய்ப்பேயில்லாத வார்த்தைகளை பயன்படுத்திப் பேசும் பாத்திரங்கள் வருகின்ற கதையை மட்டும் நீங்கள் நம்புவீர்கள். நாய்கள் பேசும், ஆனால் கேட்பது எப்படி என்று தெரிந்தவர்களிடம் மட்டும்.

முன்பொரு காலத்தில், பற்பல ஆண்டுகளுக்கு முன்பு, ஒரு தூரதேசத்தில், ஒரு மாகாண நகரிலிருந்து ஒரு முரட்டு மதகுரு தலைநகரிலிருந்த மிகப்பெரிய மசூதிகளில் ஒன்றுக்கு வந்து சேர்ந்தார்; சரி, அதை பயாஸித் மசூதி என்று அழைப்போம். அவர் பெயரைக் குறிப்பிடாதிருப்பது பொருத்தமானது. எனவே, அவரை "ஹஸ்ரத் ஹோஜா" எனலாம். வேறு எதனையும் நான் ஏன் மறைக்க வேண்டும். இந்த மனிதர் ஒரு மரமண்டை மதகுரு. அவருடைய குறைச்சலான அறிவை ஈடுகட்டுகிற மாதிரி நல்ல நாவன்மை உண்டு அவருக்கு; இறைவன் அதை ஆசீர்வதிக்கட்டும். ஒவ்வொரு வெள்ளிக்கிழமையும் கூட்டத்தினரை வெகுவாக உணர்ச்சிவசப்பட வைத்து, மனமுருகி கண்ணீர்விட வைத்து, சிலரை கடைசியில் மயங்கி விழும் வரை அல்லது கண்ணீர் வற்றி ஸ்தம்பித்துப்போகும் வரை தேம்பித்தேம்பி அழ வைத்துவிடுவார். ஆனால் ஒன்றை மட்டும் கூறவேண்டும், உணர்ச்சிமயமாக சொற்பொழிவாற்றும் வல்லமைபடைத்த மற்ற சில மதகுருக்களைப்போல தானே அழுவது மட்டும் செய்வதில்லை.

அதற்கு நேர்மாறாக, மற்றெல்லோரும் அழும்போது, அக்கூட்டத் தினரை கண்டிப்பதைப் போல கண்ணிமைக்கும் நேரத்தில் தன் உரையினை தீவிரமாக்கிக் கொள்வார். அவரது ஏச்சுகளில் மகிழ்வுற்று அநேகமாக அந்த தோட்டக்காரர்கள், அரசாங்க சேவகர்கள், ஹல்வா செய்பவர்கள், குப்பை பொறுக்குபவர்கள், அவரைப்போன்ற மத குருக்கள் அனைவருமே அவருடைய குற்றேவலர்களாகிவிடுவர். இந்த மனிதரை ஒரு நாய் என்று சொல்ல முடியாது. இல்லை ஐயா, அவர் மனிதர் தாம் – மனிதரென்றால் தவறு செய்பவர்தானே – அந்த மெய்மறந்த கூட்டத்தினரெதிரே நிற்கும்போது, அச்சுறுத்தும்படி அலைமோதும் அந்த மக்களைப் பார்ப்பது எவ்வளவு சுகமோ அதேபோல அவர்களை அழ வைத்துப்பார்ப்பதும் பெரும் சுகமாக மாறி தன்னையே அதில் தொலைத்துக்கொண்டார். இப்புதிய முயற்சியில் நன்றாக சம்பாதிக்க வாய்ப்பிருப்பது தெரிந்ததும் தன்னிலை மறந்து கீழ்க்கண்டவாறு பேசுவதற்கும் அவருக்கு துணிச்சல் வந்தது:

"விலைவாசியேற்றத்திற்கும் ப்ளேக்கிற்கும் நமது இராணுவத் தோல்விகளுக்கும் ஒரே காரணம், நம்முடைய புனித இறைத்தூதரின் காலத்து இஸ்லாமை மறந்து போலி விஷயங்களின் பக்கம் நாம் சாய ஆரம்பித்துவிட்டதுதான். இறைத்தூதரின் பிறப்புக்காவியம் இறந்தவர்களின் நினைவாக அப்போது வாசிக்கப்பட்டதா? இறந்தவர் களை கௌரவிக்கும் முகமாக ஹல்வா, பொரி, மாவுருண்டை போன்ற இனிப்புகள் அப்போது நாற்பதாவது நாள் சடங்கின்போது வழங்கப்பட்டதா? முகம்மது வாழ்ந்தபோது புனிதக்குர் ஆன் ஒரு பாடலைப் போல இசைக்கப்பட்டதா? ஓர் அராபியனுக்கு அரபு மொழி எத்தனை நெருக்கமானது! ஒருவரது அரபி ஓர் அராபியருடை யதைப் போல என்பதைக் காட்டுவதற்கு தொழுகைக் கூட்டங்கள்

இறுமாப்போடும் ஆடம்பரத்தோடும் அப்போது நிகழ்த்தப்பட்டனவா? தொழுகைக்கான அழைப்புகளை பெண்வேடமிட்டவனைப்போல கூச்சத்தோடு பாராயணம் செய்வது அப்போது இருந்ததா? இன்று மக்கள் கல்லறைகளுக்கு முன்பு பிரார்த்தனை நிறைவேற இறைஞ்சுகின்றனர். அவர்களுக்கு சாதகமாக இறந்தவர்கள் தலையிட்டு உதவுவார்களென்று எதிர்பார்க்கின்றனர். புறச்சமயத்தினர் கற்களின் முன்பு வணங்குவதைப்போல, இவர்கள் துறவிகளின் சமாதிகளுக்கும் கல்லறைகளுக்கும் சென்று வணங்குகின்றனர். படையல் செய்யப்பட்ட துணிகளை எல்லாவிடங்களிலும் கட்டிவிட்டு பிரார்த்தனை நிறைவேறிவிட்டால் நேர்த்திக்கடன் செலுத்துவதாக வேண்டிக்கொள்கின்றனர். முகம்மதுவின் காலத்தில் இத்தகைய நம்பிக்கைகளை பரப்பிய துறவியர் குழுவினர் இருந்தார்களா? இந்த கிளைப்பிரிவினர்களின் அறிவார்ந்த குருவான இபின் அராபி, மிலேச்சனான ஃபேரோ ஓர் ஆத்திகனாகத்தான் இறந்தானென்று சத்தியம் செய்ததற்காகவே பாவியாகிப்போனார். இந்த தெர்விஷ்கள், மெவ்லெவிக்கள், ஹல்வெதிக்கள், காலெந்தெரிக்கள், குர் ஆனை வாத்தியக்கருவிகளோடு பாடிக்கொண்டும், குழந்தைகளோடும் இளைஞர்களோடும் சேர்ந்து நடனமாடிக்கொண்டு, 'நாங்களெல்லோரும் கூட்டாக தொழுகை செய்கிறோம், செய்யக்கூடாதா என்ன'வென்று கேட்பவர்களும் காஃபிர்களே. துறவியர் மடங்கள் இடித்துத்தள்ளப்படவேண்டும், அவற்றின் அஸ்திவாரங்கள் ஏழு எல்கள்* ஆழத்திற்குத் தோண்டப்பட்டு அந்த மண் கடலுக்குள் வீசப்படவேண்டும். அப்போதுதான் சம்பிரதாயமான தொழுகைகள் மீண்டும் அங்கே நிகழ்த்தப்படும்."

இந்த ஹஸ்ரத் ஹோஜா வாயிலிருந்து எச்சில் தெறிக்க இதற்கு மேலும் அளந்துகொண்டிருந்ததை நான் கேட்டேன்: "ஆ, என் பக்திமிக்க நம்பிக்கையாளர்களே! காபி அருந்துவது பெரும் பாவம்! நம் புனித இறைத்தூதர் காபியைத் தீண்டியதேயில்லையென்றால் அதற்குக் காரணம், அது அறிவை மழுங்கடிக்கிறது, வயிற்றுப்புண், குடலிறக்கம், ஆண்மைக்குறைவு போன்றவற்றை உண்டாக்குகிறது என்று அவர் அறிந்திருந்தார். காபி என்பது பிசாசின் சூழ்ச்சிவலை என்று அவருக்குப் புரிந்திருந்தது. கேளிக்கைவிரும்பிகளும் பணக்காரப் பொறுக்கிகளும் முட்டியோடு முட்டி ஒட்டி உட்கார்ந்துகொண்டு எல்லாவிதமான ஆபாசங்களிலும் ஈடுபடுகிற இடங்கள் தாம் இந்த காபி இல்லங்கள். சொல்லப்போனால் துறவியர் மடங்களை மூடுவதற்குமுன்பாக காபி இல்லங்கள் தடைசெய்யப்படவேண்டும். ஏழைகளுக்கு காபி அருந்தப் போதுமான பணம் இருக்கிறதா? இந்த இடங்களுக்கு அடிக்கடி வருகின்றவர்கள் காபியின் மோகத்தில் சிக்கி தம் மனதின் கட்டுப்பாடுகளையெல்லாம் இழந்து,

* எல்: 45 செ.மீ.

கண்ட நாய்கள் கூறுபவற்றையெல்லாம் கேட்டும் நம்பியும் விடு கின்றனர். என்னையும் நமது மதத்தையும் சபிப்பவர்கள்தாம் உண்மை யான நாய்கள்."

உங்கள் அனுமதியோடு இம்மதிப்பிற்குரிய மதகுருவின் கடைசி வசனத்துக்கு மட்டும் பதிலளிக்க விரும்புகிறேன். எங்களை நாய்க ளென்று இழிவாக ஹாஜிக்களும், ஹோஜாக்களும், மதகுருக்களும், மத போதகர்களும் குறிப்பிடுகின்றனர் என்பது எல்லோருக்கும் தெரிந்த உண்மையே. என் அபிப்பிராயத்தில் இந்த விஷயமே நம் முடைய போற்றுதற்குரிய இறைத்தூதர் முகம்மது அவர்கள் சம்மந்தப் பட்டது என்று கருதுகிறேன். தனது அங்கியின் மீது படுத்துறங்கிக் கொண்டிருந்த பூனை ஒன்றை எழுப்பிவிடக்கூடாதென்பதற்காக அத்துணியையே வெட்டிவிட்டு சென்ற அவரது பூனை மீதிருந்த அன்பைக் குறிப்பிட்டு, நாய்கள் மீது அத்தகைய அன்பை அவர் காட்டவில்லையென்றும், எங்களுக்கு காலம் காலமாக எப்போதுமே இந்தப் பூனைகளோடு விரோதம் இருந்து வருவதால் – இந்தப் பூனைகள் எந்தளவுக்கு நன்றிகெட்டவையென்பது மிகப்பெரிய மூடர்களுக்கும் தெரியும் – இறைத்தூதருக்கே நாய்கள் மீது வெறுப்பு இருந்ததென்றும் மனிதர்கள் கற்பிதம் செய்துகொள்கின்றனர். மேனியலம்பும் புனிதச் சடங்கான ஒஸூவை முடித்துவிட்டு வருபவர்கள் மீது களங்கப்படுத்து விடுவேனென்று இந்தத் தவறான அவதூறின் காரணமாக பல நூற்றாண்டுகளாக எங்களுக்கு மசூதிக்குள் நுழைவதற்கு தடைவிதிக்கப் பட்டு, அவர்களது முற்றங்களில் காவலர்களின் துடைப்பங்களால் அடிவாங்கிக்கொண்டு வந்திருக்கிறோம்.

குர்ஆனின் மிக அழகான அத்தியாயமான அல் கஹ்ஃப்பை உங்களுக்கு நினைவூட்ட அனுமதியுங்கள். இந்த நல்ல காபி இல்லத் தில் நம்மிடையே குர்ஆனை எப்போதுமே வாசித்திருக்காத சிலரும் இருக்கக்கூடுமென்று நான் சந்தேகப்படுவதால் அல்ல, உங்கள் ஞாபகங்களை புத்துலக்கம் செய்வதற்காக உங்களுக்கு நினைவூட்டு கிறேன். இந்த அத்தியாயம் புறச்சமயத்தினர் மத்தியில் வாழ்ந்து களைத்துப்போன ஏழு இளைஞர்கள் குகை ஒன்றைத்தேடி வந்தடைந்து அங்கே படுத்துறங்கிவிட்ட கதையை விவரிக்கிறது. அல்லாஹ் அவர் களின் செவிகளை அடைத்து, சரியாக முன்னூற்றி ஒன்பது வருடங் கள் தூங்குமாறு செய்துவிடுகிறார். அவர்கள் விழித்தெழுந்ததும் எவ்வளவு வருடங்கள் கடந்திருக்கின்றனவென்பது அவர்களில் ஒருவன் வெளியுலகிற்குச் சென்று காலாவதியான ஒரு வெள்ளி நாணயத்தை செலவழிக்க முற்படும்போதுதான் தெரிகிறது. இந்த அத்தியாயம் அல்லாஹ்விடம் மனிதன் கொண்டுள்ள பற்றுதலை, அவரது அற்புதங்களை, காலத்தின் நிலையாமையை, ஆழ்ந்த உறக்கத் தின் இன்பத்தை சூட்சமமாக விவரிப்பதோடு, இது எனக்கான இடமில்லையென்றாலும் பதினெட்டாவது வசனத்தில் அந்த ஏழு இளைஞர்களும் உறக்கத்தில் ஆழ்ந்த குகையின் வாசலில் நாய்

ஒன்று படுத்திருந்தது என்று குறிப்பிடப்படுவதை உங்களுக்கு நினைவூட்ட அனுமதியுங்கள். குர்ஆனில் இடம் பெறுவது யாருக்குமே பெருமிதமாகத்தானிருக்கும். ஒரு நாயாக, இந்த அத்தியாயத்தால் நான் பெருமையடைகிறேன். இதன் மூலம், தமது எதிரிகளை அசிங்கமான நாய்களென்று குறிப்பிட்டுவரும் எர்ஸூருமிக்களை மடமையிலிருந்து திருப்ப விரும்புகிறேன்.

அப்படியானால் நாய்களின் மீதிருக்கும் இந்த வெறுப்பிற்கு உண்மையான காரணம் என்ன? நாய்கள் தூய்மையற்றவையென்றும், வீட்டிற்குள் ஒரு நாய் உள்ளே நுழைந்துவிட்டால் கூரையிலிருந்து தரைவரை வீட்டை கழுவி சுத்தப்படுத்த வேண்டுமென்றும் ஏன் வற்புறுத்திக் கூறிக்கொண்டிருக்கிறீர்கள்? என்னைத் தொட்டுவிட்டவர்கள் அவர்களது ஒஸூவை கறைப்படுத்திக்கொள்கின்றனர் என்று ஏன் நம்புகிறீர்கள்? என் ஈரமான ரோமத்தில் உங்கள் அங்கி உராய்ந்துவிட்டால், அந்த அங்கியை எதற்காக ஒரு பைத்தியக்காரியைப்போல ஏழுமுறை துவைக்கவேண்டுமென்று வற்புறுத்துகிறீர்கள். நாய் வாய்வைத்துவிட்ட பாத்திரத்தை தூக்கியெறிந்துவிட வேண்டும் அல்லது உடைத்து, உருக்கி மீண்டும் செய்ய வேண்டுமென்று ஓர் அபத்தத்தை ஏற்படுத்தியவன் ஒரு பாத்திரக்கடைக்காரனாகத்தான் இருக்கவேண்டும் அல்லது ஒருவேளை, ஆம், பூனைகள் . . .

மனிதர்கள் கிராமங்களை விட்டு வெளியேறி நகரத்தின் இடம் பெயராத வாழ்க்கைமுறைக்கு மாறிவிட்டபோது மேய்ப்பு நாய்கள் கிராமங்களிலேயே விடப்பட்டன. நாய்களின் அசுத்தத்தனம் பற்றிய வதந்திகள் அப்போதுதான் பரவத்தொடங்கின. இருந்தாலும், இஸ்லாமியம் துவங்கப்படுவதற்கு முன்பு வருடத்தின் இரண்டு மாதங்கள் “நாய் மாதங்களாக“ இருந்தன. ஆனால் இப்போது நாய் ஒரு துர்ச்சகுனமாக கருதப்படுகிறது. சரி, ஏதோவொரு கதையைக் கேட்டு அதனால் அறியப்படும் நீதியைப்பற்றி சிந்திக்க வந்திருக்கும் உங்களிடம் எனது சொந்தக் கவலைகளை அடுக்கி சுமையேற்ற நான் விரும்பவில்லை – உண்மையைச் சொன்னால், இந்த மதிப்பிற்குரிய மதகுரு நமது காபி இல்லங்களின் மீது தொடுக்கின்ற தாக்குதல்களால்தான் எனக்கு கோபமே வருகிறது.

எர்ஸூரத்தைச் சேர்ந்த இந்த ஹூஸ்ரத், முறை தவறிப்பிறந்தவர் என்று நான் சொன்னால் நீங்கள் என்ன நினைப்பீர்கள்? ஆனால் அவர்கள் என்னைப்பற்றி இப்படியும் சொல்லியிருக்கின்றனர்: “என்ன மாதிரியான நாய் என்று உன்னை நீ நினைத்துக்கொண்டிருக்கிறாய்? காபி இல்லத்தில் படத்தை மாட்டிவிட்டு கதைசொல்லிக்கொண்டிருக்கும் உன் எஜமானனைப் பாதுகாக்க விரும்புவதால் போற்றுதற்குரிய சமயகுருவை நீ தாக்கிக்கொண்டிருக்கிறாய். இங்கிருந்து ஓடிப்போ!” கடவுள் தடுத்துக் காப்பாராக! நான் யாருடைய பெருமையை

யும் குலைக்கவில்லை. ஆனால் நான் நமது காபி இல்லங்களின் பெரும் ரசிகன். என் உருவப்படத்தை இப்படிப்பட்ட மட்டமான காகிதம் ஒன்றில் வரைந்திருப்பதிலோ அல்லது நான் ஒரு நான்கு கால் பிராணி என்பதிலோ எனக்குக் கவலையில்லை. ஆனால் ஒரு மனிதனைப்போல உங்களோடு உட்கார்ந்து என்னால் ஒரு காபி அருந்த முடியவில்லையே என்பதற்காகத்தான் வருத்தப்படு கிறேன். எங்கள் காபிக்காகவும் எங்கள் காபி இல்லங்களுக்காகவும் உயிரையே கொடுப்போம் – என்ன இது? பாருங்கள், என் எஜமானர் எனக்காக ஒரு சிறிய காபிக் குவளையில் காபியை ஊற்றுகிறார். ஒரு படத்தால் காபி அருந்த முடியாது என்கிறீர்கள்? தயவுசெய்து நீங்களே பாருங்கள்! இந்த நாய் சந்தோஷமாக சப்புக் கொட்டிக் குடிக்கிறது.

ஆஹா, என் உணர்வுகள் சிலிர்த்துக்கொண்டன. என் பார்வை தீட்டப்பட்டு, நினைவுகள் வேகமாகத் தூண்டப்பட்டு என்னைக் கதகதப்பாக்கிவிட்டது இந்தப்பானம். இப்போது நான் சொல்லவிருப் பதைக் கேளுங்கள்: நம் மதிப்பிற்குரிய சுல்தானின் பெருமைமிக்க புதல்வி நூர்ஹயாத் சுல்தானுக்கு வெனீஸிய டோஜே* பரிசளித்த சீனப்பட்டுச் சுருளைகளும் நீல மலர்கள் அலங்கரித்த சீன மண் பாண்டங்களும் தவிர வேறென்ன இருந்தது? பட்டும் கீரி ரோமமும் சேர்ந்து நெய்த மேற்சட்டையணிந்த ஒரு மென்மையான வெனீஸிய பெண் நாய்க்குட்டி. இந்தத் திமிர்பிடித்த நாய்க்கு சிவப்புப்பட்டில் கூட ஓர் உடை இருப்பதாகக் கேள்விப்பட்டேன். என் நண்பர்களில் ஒருவன் அதனோடு கலவி கொண்டான், அதனால்தான் இதெல்லாம் எனக்குத் தெரியும். அந்தப் பெட்டை நாய் கலவியின்போதுகூட தன் சட்டையை கழற்றிக்கொள்வதில்லையாம். அந்த நாயின் பிராங்கிய தேசத்தில் எல்லா நாய்களும் அதுபோலத்தான் உடையணிந்திருக்கு மாம். மிக அழகிய, பெரிய இடத்து வெனீஸிய சீமாட்டி ஒருத்தி இங்கே நிர்வாணமான ஒரு நாயைப் பார்த்துவிட்டு – அல்லது அதனுடைய அந்த பாகத்தைப் பார்த்துவிட்டாள் என்று நினைக் கிறேன், எனக்கு நிச்சயமாகத் தெரியாது – துணுக்குற்று, "கடவுளே, இந்த நாய் அம்மணமாக இருக்கிறது!" என்று அலறிவிட்டு மயங்கி விழுந்துவிட்டாள் என்று கேள்விப்பட்டேன்.

ஐரோப்பிய நாடுகளென்று அழைக்கப்படும் மிலேச்ச பிராங்கிய தேசங்களில் ஒவ்வொரு நாய்க்கும் ஓர் எஜமானன் உண்டு. இந்த பரிதாபத்திற்குரிய விலங்குகளுக்கு கழுத்தில் சங்கிலிமாட்டி, மிகவும் கேடுகெட்ட அடிமைகளைப்போல கால் விலங்கிட்டு, தெருவில் இழுத்துச் செல்கிறார்கள். இந்த பிராங்கியர்கள் இப்பரிதாபத்திற் குரிய பிராணிகளை அவற்றின் கூண்டு வீடுகளுக்குள்ளும் அவற்றிற்

* டோஜே: முற்கால வெனிஸ் நகரக் குடியரசின் தலைவர்.

கென்று போடப்பட்ட படுக்கைக்கும் சென்று ஓய்வெடுக்குமாறு கட்டாயப்படுத்துகின்றனர். நாய்கள் ஒன்றோடொன்று சேர்ந்து செல்லவே அனுமதிக்கப்படாதபோது அவை எங்கே முகர்ந்து குலாவி ஒன்றாகக் கும்மாளமிடுவது? இப்படிப்பட்ட இழிவான நிலையில் சங்கிலியிடப்பட்டிருக்கும் அவற்றிற்கு தெருவில் ஒன்றை யொன்று கடந்துசெல்லும்போது, சோகமாக தூரத்திலிருந்தே பார்த்துக் கொள்வதைத்தவிர வேறெதுவும் முடிவதில்லை. எங்களைப்போல, இஸ்தான்புல்லின் தெருக்களில் ஜோடிகளாகவும் கும்பலாகவும் அலைந்துதிரியும் நாய்கள், தேவையேற்படும்போது மனிதர்களை அச்சுறுத்திக்கொண்டு ஒரு கதகதப்பான மூலையில் சுருண்டுகொண்டு, அல்லது நிழலில் நீட்டிக்கிடந்துகொண்டு, சுகமாகத்தூங்கிக்கொண்டு, விரும்பிய இடத்தில் கழிந்துகொண்டு, விரும்பிய மனிதரைக் கடித்துக் கொண்டு இருக்கும் சுதந்திரமான நாய்கள், இம்மிலேச்சர்களின் கருத்தாற்றலுக்கு அப்பாற்பட்டவை. இதனால்தான் எர்ஸூருமியின் சீடர்கள், நாய்களுக்காக பிரார்த்தனை செய்வதையும் தெய்வீகப் பலன்கள் கிடைப்பதற்காக இஸ்தான்புல் தெருக்களில் நாய்களுக்கு இறைச்சி வாங்கிப்போடுவதையும் இத்தகைய சேவைகளைச் செய்யும் தரும ஸ்தாபனங்களையும் எதிர்க்கிறார்களோவென்று எனக்குத் தோன்றாமலில்லை. எங்களை ஒரே நேரத்தில் எதிரிகளாகப் பாவித்துக் கொண்டும் மிலேச்சர்களென்றும் காட்டிவந்தால் அவர்களுக்கு ஒன்றே ஒன்றை நினைவுபடுத்துகிறேன். நாய்களுக்கு எதிரியாக இருப்பதும் மிலேச்சர்களாக இருப்பதும் ஒன்றேதான். இங்கே அருகாமையிலேயே இப்படிப்பட்ட வெட்கக்கேடானவர்களுக்கு மரண தண்டனையளிக்கும்போது, அதை நிறைவேற்றும் நம் நண்பர் கள் எங்களுக்கும் அழைப்பு விடுத்து, சிலசமயங்களில் அச்சமூட்டும் உதாரணத்திற்காக செய்வதைப்போல, எங்களையும் கொல்லப்பட்ட அவர்களது மாமிசத்தை கடித்து எடுத்துக்கொள்ள அனுமதிக்க வேண்டுமென்று வேண்டிக்கொள்கிறேன்.

முடிப்பதற்கு முன் இதை மட்டும் சொல்லிக்கொள்கிறேன். இதற்கு முன்பு என் எஜமானராக இருந்தவர் ஒரு நியாயவான். இரவுகளில் திருடுவதற்கு நாங்கள் செல்லும்போது ஒருவருக்கொருவர் உதவியாக இருப்போம். அவர் எதிராளியின் கழுத்தை வெட்டும் சமயத்தில் நான் உரக்கக் குரைப்பேன். அவன் அலறல் என் குரைப்பு சத்தத்தில் அமிழ்ந்துவிடும். என் உதவிக்குப் பரிசாக, அவர் தண்டித்த அம்மனிதனை வெட்டித் துண்டாக்கி, வேகவைத்து எனக்கு உணவாகப் போடுவார். எனக்கு பச்சை மாமிசம் பிடிப்பதில்லை. கடவுள் அருளிருந்தால், எர்ஸூரும்மைச் சேர்ந்த அச்சமய குருவைக் கொன்று போடுபவர் நான் கூறியதை ஞாபகத்தில் வைத்து, அந்த அயோக்கிய னின் பச்சை மாமிசத்தை எனக்களித்து என் வயிற்றை கெடுத்துவிடா திருக்கட்டும்.

●

அத்தியாயம் 4

நான் "கொலைகாரன்" என்று அழைக்கப்படுவேன்

இல்லை. அந்த முட்டாளை நான் கொல்வதற்குச் சில கணங்கள் முன்பு, யாருடைய உயிரையாவது நான் எடுப்பேனென்று என்னிடம் சொல்லியிருந்தால் கூட நான் நம்பியிருக்க மாட்டேன். அதனாலேயே நான் புரிந்த குற்றம் சில நேரங்களில் ஒரு வெளிநாட்டுக் கப்பல் தொடுவானத்தில் மறைவதுபோல என்னிடமிருந்து விலகிவிடுகிறது. எந்தக் குற்றமும் நான் செய்திருக்காததுபோலவே அவ்வப்போது உணர்கிறேன். என் சகோதரன் போன்ற அந்த துரதிருஷ்டன் வசீகரனை நான் வேறுவழியின்றி கட்டாயத்தால் கொன்று நான்கு நாட்கள் ஆகிவிட்டன. இப்போதுதான் ஓரளவுக்கு என் ஸ்திதியை நான் ஒப்புக்கொண்டிருக்கிறேன்.

இந்த எதிர்பாராத, சகிக்கமுடியாத சங்கடத்தை எவரையும் கொன்றழிக்காமல் தீர்க்கவே நான் விரும்பியிருப்பேன், ஆனால் வேறு எந்தத் தெரிவும் இல்லை என்பது எனக்குத் தெரிந்திருந்தது. பொறுப்பின் பாரத்தை ஏற்றுக்கொண்டு விஷயத்தை அப்போதே அங்கேயே கையாண்டுவிட்டேன். ஒரு முட்டாளின் போலியான புகார்கள் நுண்ணோவியர்களின் மொத்த சமூகத்தையும் அழித்துவிட நான் அனுமதிக்க முடியாது.

இருந்தபோதிலும் ஒரு கொலைகாரனாக இருப்பது கொஞ்சம் பழகிக்கொள்ள வேண்டியதாக இருக்கிறது. என்னால் வீட்டில் தனியாக இருக்க முடியாமல் தெருவுக்கு வந்தேன். என் தெருவில் இருக்க முடியாமல் வேறொரு தெருவுக்கும் அங்கிருந்து மற்றொன்றிற்கும் சென்றேன். எதிரில் வருபவர்களின் முகத்தைப் பார்க்கையில், அவர்களுக்கு இதுவரை ஓர் உயிரைக் கொல்வதற்கான சந்தர்ப்பம் அமையாதிருப்பதாலேயே அவர்கள் தம்மை குற்றமற்றவர்களென்று நம்பிக் கொண்டிருக்கிறார்களென்று தோன்றியது. விதியின் ஒரு சின்ன

திருப்பத்தால்தான் பெரும்பாலான மனிதர்கள் என்னைவிட நெறியாளர்களாக, நல்லவர்களாக இருந்துவருகின்றனர் என்பதை நினைக்கவே சகிக்க முடியாமலிருந்தது. எந்தக் கொலையும் செய்யாதிருப்பதால் ஒருவித அசட்டுத்தனமான முகபாவத்தோடு, எல்லா முட்டாள்களைப் போலவும் நல்ல நோக்கங்கள் கொண்டிருப்பவர்களாகத் தோன்றினர். அப்பரிதாபத்திற்குரியவனின் கதையை முடித்துவிட்டு, இஸ்தான்புல்லின் தெருக்களில் நான்கு நாட்களாக அலைந்துகொண்டிருந்ததில் குற்றவுணர்ச்சியை கெட்டிக்காரத்தனமாக மறைத்து கண்களில் கெட்டிக்காரத்தனம் பிரகாசிக்க, முகத்தின்மேல் ஆன்மாவின் நிழலை போர்த்திக்கொண்டு திரியும் ஒவ்வொருவனும் ஒளிந்திருக்கும் கொலைகாரன்தான் என்று எனக்கு உறுதியாகிவிட்டிருந்தது. சித்த சுவாதீனம் இல்லாதவர்கள்தான் அப்பாவிகள்.

உதாரணத்துக்கு, இன்றிரவு அடிமை சந்தைக்குப் பின்னாலிருந்த தெருக்கள் ஒன்றிலிருந்த காபி இல்லத்தில் சூடான காபியை அருந்திக்கொண்டு பின் சுவற்றில் மாட்டியிருந்த ஒரு நாயின் சித்திரத்தை வெறித்தபடி, கொஞ்சம் கொஞ்சமாக என் கவலையை மறந்து நாயின் பின்னணிக்குரலில் சொல்லப்படும் எல்லாவற்றுக்கும் விழுந்து விழுந்து சிரித்துக்கொண்டிருப்பவர்களோடு சேர்ந்து நானும் சிரித்துக் கொண்டிருந்தேன். அப்போது எனக்குப் பக்கத்திலிருந்த ஒருவன் என்னைப் போலவே ஒரு கொலைகாரன் என்று எனக்கு ஓர் எண்ணம் பளிச்சிட்டது. என்னைப் போலவே அவனும் கதை சொல்லியைக் கேட்டு சாதாரணமாகச் சிரித்துக்கொண்டிருந்தாலும் அவன் கை எனக்குப் பக்கத்தில் ஊன்றியிருந்த விதத்தினாலோ அல்லது அவனது கோப்பையின் மீது பொறுமையின்றி விரல்களால் தட்டிக்கொண்டிருந்த விதத்தினாலோ என் உள்ளுணர்வில் பொறி தட்டியது. எனக்கு எப்படித் தெரிந்தது என்று உறுதியாகச் சொல்ல முடியவில்லை, ஆனால் திடீரெனத் திரும்பி அவன் கண்களை நேராகப்பார்த்தேன். அவன் சுதாரித்து முகம் கோணலானான். கூட்டம் கலைய அவனோடு வந்திருந்தவன் அவன் கையைப்பற்றி, “நுஸ்ரத் ஹோஜாவின் ஆட்கள் நிச்சயமாக இந்த இடத்தை சூறையாடப் போகிறார்கள்” என்றான்.

புருவத்தை உயர்த்தி அவனை பேசாமலிருக்கும்படி சமிக்ஞை செய்தான். அவர்களின் பயம் என்னையும் தொற்றியது. யாரும் யாரையும் நம்புவதில்லை. எந்த நேரத்திலும் பக்கத்தில் இருப்பவனால் கொல்லப்படுவோம் என்ற பயம் எல்லோருக்கும் இருக்கிறது.

குளிர் மேலும் அதிகமாகியிருந்தது. தெரு மூலைகளிலும் சுவர்களின் அடியிலும் பனி சேகரமாகியிருந்தது. இரவின் குருட்டுத்தனத்தில் குறுகலான தெருக்களினூடே என் கையை நீட்டித் துழாவியபடிதான் வழிகண்டுபிடித்துச் செல்லவேண்டியிருந்தது. எப்போதாவது, மரவீடுகளுக்குள்ளே இன்னமும் எரிந்துகொண்டிருக்கும்

எண்ணெய் விளக்கின் மங்கலான வெளிச்சம், கருமையேற்றப்பட்ட சன்னல்கள், இழுத்துவிடப்பட்டிருந்த திரைச் சீலைகளை ஊடுருவிக் கொண்டு உறைபனியில் பிரதிபலித்துக்கொண்டிருந்ததைத் தவிர வேறெதுவும் புலப்படவில்லை. இரவுக்காவலர்கள் தமது கழிகளால் தரையை அடித்து சத்தமெழுப்பிக் கொண்டு செல்வதையும் நாய் களின் ஊளைச் சத்தங்களையும் வீடுகளிலிருந்து வெளிவரும் ஓசை களையும் வைத்து வழிகண்டுபிடித்தபடி சென்றேன். அவ்வப்போது நகரத்தின் குறுகலானதும் பயங்கரமானதுமாக இருந்த தெருக்கள், தரையில் உறைந்திருக்கும் பனியிலிருந்தே வெளிப்படுவது போன்ற தொரு மாய வெளிச்சத்தில் ஒளிர்ந்தன. இருட்டில், பாழடைந்த கட்டிடங்களுக்கும் மரங்களுக்கும் இடையில் ஆயிரம் வருடங்களாக இஸ்தான்புல்லை துர்க்குறியான நகரமாக ஆக்கிவைத்திருக்கும் பிசாசுகளில் ஒன்றைக்கூடப் பார்த்ததாக நினைத்தேன். வீடுகளுக் குள்ளிருந்து பாவப்பட்டவர்களின் கக்குவான் இருமல்களும் குறட்டைகளும் கனவில் அழுகின்ற ஒலிகளும் கணவன் மனைவியின் கழுத்து நெரிப்பு சண்டைகளும் அவர்கள் காலடியில் அழுகின்ற குழந்தைகளின் தேம்பல்களும் அவ்வப்போது கேட்டன.

கொலைகாரனாக மாறுவதற்கு முன்பு என்னிடம் இருந்த சந்தோஷத்தை உயிர்ப்பிக்கவும் என்னை உற்சாகப்படுத்திக்கொண்டு கதைசொல்லியைக் கேட்பதற்காகவும் தொடர்ந்து இரண்டு ராத்திரி களாக இந்த காபி இல்லத்திற்கு வந்துகொண்டிருக்கிறேன். என் வாழ்நாள் முழுதும் ஒன்றாகக் கழித்த என் சகோதரர்கள், நுண் ணோவியர்களில் பெரும்பாலானோர் இங்கே ஒவ்வோரிரவும் வந்தனர். என் பிள்ளைப் பிராயத்திலிருந்தே உடன் ஒன்றாக ஓவியங்களும் சித்திரங்களும் வரைந்துகொண்டிருந்த அந்த மடையனின் வாயை அடைத்தபிறகு அவர்களில் யாரையும் பார்க்க நான் விரும்பவில்லை. வம்பு பேசுவதைத்தவிர வேறெதுவும் தெரியாத என் சகோதரர்களும், இந்த இடத்தின் அவமானகரமான குதூகலச்சூழலும் என்னைப் பெரிதும் சங்கடத்துக்குள்ளாக்கின. தற்செருக்குக் கொண்டவனென்று என்னை அவர்கள் குற்றம் சாட்டக்கூடாதென்பதற்காக கதை சொல்லிக்காக சில படங்கள்கூட வரைந்து தந்தேன், ஆனாலும் அவர்களின் பொறாமை மட்டும் தீரவில்லை.

அவர்கள் பொறாமைப்படுவதில் நியாயம் இருக்கிறது. வண்ணங் களைக் கலப்பதிலும் ஓரங்கள் வரைந்து நுணுக்கமாக ஒப்பனை செய்வதிலும் பக்கங்களை அமைப்பதிலும் பொருட்களை தேர்ந் தெடுப்பதிலும் முகங்களை வரைவதிலும் ஆரவாரமான போர் மற்றும் வேட்டைக்காட்சிகளை ஏற்பாடு செய்வதிலும், மிருகங்கள், சுல்தான்கள், கப்பல்கள், புரவிகள், போர் வீரர்கள், காதலர்களை சித்தரிப்பதிலும் அவர்களில் எவரும் என்னை விஞ்சமுடியாது. ஆன்மாவின் கவிதையை சித்திரங்களில் மட்டுமல்ல மெருகிடுவதிலும் கூட உட்கொள்ள வைப்பதில் என் மேதமையை யாராலும் நெருங்க

முடியாது. நான் தற்பெருமை பேசவில்லை. என்னை முழுதாகப் புரிந்துகொள்ள வேண்டுமென்பதற்காக உங்களிடம் இவற்றை விவரமாகக் கூறுகிறேன். காலம் செல்லச்செல்ல, ஓவிய மேதையின் வாழ்க்கையில் வண்ணம்போல பொறாமையும் நீக்கமுடியாத ஓர் அங்கமாகிவிடுகிறது.

என் அமைதியின்மையின் காரணமாக நடந்து செல்வதின் தூரம் அதிகரித்துக்கொண்டே செல்ல, எப்போதாவது நமது தேசத்தவர்களில் மிகப்பரிசுத்தமான, குற்றமற்ற மனிதர்களில் யாராவது ஒருவரை நேருக்கு நேர் பார்க்க நேரும்போது, ஒரு விசித்திரமான எண்ணம் தலைக்குள் திடீரென நுழைகிறது. நான் ஒரு கொலைகாரன் என்ற உண்மை என் எண்ணத்தில் வந்தால், என்னெதிரில் உள்ள அம்மனிதன் அதனை என் முகத்தில் படித்துவிடுவான். எனவே, வலுக்கட்டாயமாக மற்ற விஷயங்களை நினைக்க முயற்சி செய்கிறேன். என் இளம்பருவத்தில் தொழுகை நடத்தும்போது பெண்களின் நினைவு குறுக்கிட்டு, சங்கடத்தில் நெளிந்தபடி என் எண்ணங்களை திசைதிருப்ப முயற்சித்ததைப்போல. சம்போகத்தை என் எண்ணங்களிலிருந்து அப்புறப்படுத்தவே முடியாத அந்த இளமை நாட்களைப் போலன்றி, இப்போது நான் புரிந்திருந்த கொலையை என்னால் மறக்க முடிந்தது.

இவ்வெல்லா விஷயங்களையும் அவை என் இக்கட்டான நிலைமையோடு தொடர்பு கொண்டிருப்பதால்தான் உங்களிடம் விவரித்துக்கொண்டிருக்கிறேன் என்பதை நீங்கள் புரிந்துகொண்டிருப்பீர்கள். அந்தக் கொலையோடு சம்பந்தப்பட்ட ஒரேயொரு சின்ன விவரத்தை நான் வெளியிட்டுவிட்டால்கூட நான் யாரென்பதை நீங்கள் அறிந்துகொண்டு, உங்களுக்கு நடுவில் ஓர் ஆவியுருவம் போல திரிந்துகொண்டிருக்கும் ஒரு பெயரற்ற, முகமற்ற கொலைகாரன் என்பதிலிருந்து என்னை விடுவித்து ஒரு சாதாரண, குற்றத்தை ஒப்புக்கொண்ட குற்றவாளியென்ற நிலைக்கு கீழிறக்கி, தானாக வந்து சரணடைந்து தலைகொய்யப்பட காத்திருப்பவனாக என்னை ஆக்கிவிடுவீர்களென்பது எனக்குத்தெரியும். எல்லா விவரங்களையும் வெளிப்படுத்திவிடாமலிருப்பதற்கு என்னை அனுமதியுங்கள். சில தடயங்களை என்னுடனேயே வைத்திருக்க அனுமதியுங்கள். உங்களைப் போன்ற கவனமிக்க மனிதர்கள் காலடித் தடங்களை ஆராய்ந்து ஒரு திருடனைக் கண்டுபிடிப்பதைப்போல என் வார்த்தைத் தேர்வுகளையும் வண்ணங்களையும் வைத்து நான் யாரென்பதை கண்டுபிடிக்க முயலுங்கள். இது, தற்போது பரவலான விவாதத்தையும் ஆர்வத்தையும் கிளப்பியிருக்கும் "பாணி" என்ற விஷயத்தைக் கொண்டு வருகிறது. ஒரு நுண்ணோவியன், முக்கியமாக ஒரு நுண்ணோவியன், தனிப்பட்ட கலைப்பாணி என்றவொன்றைக் கொண்டிருப்பானா? அவனுக்கென்று தனிப்பட்டதாக ஒரு வண்ணம், ஒரு குரல்?

மேதைகளுக்கெல்லாம் மேதையும், அனைத்து நுண்ணோவியர்களுக்கும் புனித அருட்காவலருமான பிஹ்ஸாதின் ஒரு படைப்பை எடுத்துக்கொள்வோம். இம்மகத்தான படைப்பும் என் தற்போதைய நிலையை அற்புதமாக ஒத்திருக்கிறது, ஏனென்றால் அது கொலை ஒன்றை சித்தரிப்பது. இவ்வோவியத்தை ஹெராத் பள்ளியின் தொண்ணூறு வருடப் பழமையான ஒரு பழுதற்ற சுவடியின் ஏடுகளின் ஒன்றில் பார்த்தேன். அச்சுவடி, ஈவிரக்கமற்ற வாரிசுச்சண்டையில் இறந்துபோன ஒரு பாரசீக இளவரசனின் நூலகத்திலிருந்து கண்டெடுக்கப்பட்டது. இது ஹுஸ்ரேவ், ஷிரின் ஆகியோரின் கதையை விவரிக்கிறது. உங்களுக்கு ஹுஸ்ரேவிற்கும் ஷிரினுக்கும் நேர்ந்த கதி தெரியும்தானே, நான் நிஸாமியின் பாடபேதத்தைக் குறிப்பிடுகிறேன், ஃபிர்தூஸியினுடையதையல்ல.

அந்தக் காதலர்கள் இருவரும் பற்பல சோதனைகளுக்கும் இன்னல்களுக்கும் பிறகு மணந்துகொள்கின்றனர். ஆனாலும் ஹுஸ்ரேவின் முந்தைய மனைவிக்குப் பிறந்த மகனான தீக்குணம் கொண்ட ஷிரூயே அவர்களை நிம்மதியாக இருக்க விடுவதில்லை. இளவரசனுக்கு அவன் தந்தையின் அரியணையின் மீது மட்டுமல்ல, அவருடைய இளம் மனைவி ஷிரின் மீதும் ஒரு கண். "அவன் மூச்சில் ஒரு சிங்கத்தின் வாயில் அடிப்பதைப்போன்ற முடை நாற்றம்" என்று நிஸாமி குறிப்பிடும் ஷிரூயே, என்னென்னவோ தகிடுதித்தங்கள் செய்து அவன் தந்தையின் அரியணையைக் கைப்பற்றி, அவரை சிறையிலடைக்கிறான். ஒரு நாளிரவு, அவன் தந்தையும் ஷிரினும் உறங்கும் அறைக்குள் நுழைந்த அவன் படுக்கையில் இருந்த அவர்களிடம் இருட்டில் தட்டுத்தடுமாறிச்சென்று அவனது உடைவாளால் அவனுடைய தந்தையின் நெஞ்சில் குத்துகிறான். ஹுஸ்ரேவின் ரத்தம் பொழுது புலரும்வரை பெருகி வழிந்து கொண்டிருக்கிறது. அவன் பேரழகியான ஷிரினுடன் பகிர்ந்து கொண்டிருந்த படுக்கையிலேயே மெதுவாக உயிரிழந்து போகிறான். ஷிரின் நடந்ததறியாமல் அவனுக்குப் பக்கத்திலேயே அமைதியாக படுத்துறங்கிக்கொண்டிருக்கிறாள்.

மாமேதை பிஹ்ஸாதின் இந்த ஓவியம், அந்தக் கதையைப் போலவே, மரணபயத்தை எனக்குள் பலவருடங்களாக ஏற்படுத்தி வந்தது. நள்ளிரவின் கும்மிருட்டில் உங்கள் அறைக்குள் மெல்லிய ஓசைகளை ஏற்படுத்தியபடி அறையின் இருட்டில் எவனோ ஓர் அந்நியன் ஊர்ந்து வருகிறான் என்ற பயங்கரம்! ஒரு கையில் உடைவாளை வைத்துக்கொண்டு மறுகையால் உங்கள் கழுத்தை நெரிப்பதை கற்பனை செய்து பாருங்கள். நுட்பமாக ஒப்பனை செய்யப்பட்ட சுவர், சன்னல், அதன் சட்டங்களின் அலங்காரங்கள், சிவப்புக்கம்பளியின் வளைவும் வட்டமுமான பூவேலைப்பாடுகள், நெரிக்கப்பட்ட உங்கள் தொண்டையிலிருந்து வெளிவரும் மௌனமான ஓலம், இரக்கமேயின்றி உங்களைக் கொன்றுகொண்டிருக்கும்

அக்கொலைகாரன் தனது வெற்றுக்காலைத் தூக்கி, பிடிப்பிற்காக ஊன்றியிருந்த அம்மகத்தான மெத்தை, அதில் நுணுக்கமாகப் பின்னப் பட்டிருந்த மஞ்சள், ஊதா நிறப் பூத்தையல் வேலைப்பாடுகள், இவ்வோவியத்தில் இருக்கும் இவ்வெல்லா அம்சங்களுமே ஒரே உத்தேசத்தில்தான் இருக்கின்றன; ஓவியத்தின் அழகை மேலும் செறிவூட்டும்போது, நீங்கள் விட்டுச்செல்லும் இந்த அறையும் இந்த உலகமும் எவ்வளவு எழிலார்ந்ததாக இருக்கின்றனவென்பதை உங்களுக்கு நினைவூட்டுகின்றன. உங்கள் மரணத்தைப் பற்றி ஓவியத் தின் அழகிற்கும் உலகத்தின் வனப்பிற்கும் இருக்கும் அக்கறையின்மை தான் உங்களைத் தாக்குகின்ற தப்பிச்செல்லாத அர்த்தம்.

"இதுதான் பிஹ்ஸாத்" இருபதுவருடங்களுக்கு முன்பு அச்சித்திரப் பனுவலை நடுங்கும் கரங்களால் பற்றியபடி கூர்ந்து கவனித்துக் கொண்டிருந்த என்னிடம் வயதான குருநாதர் கூறினார். அவரது முகம் அருகிலிருந்த மெழுகுவர்த்தியாலில்லாமல் அவ்வோவியத்தை ரசித்து லயிப்பதினால் ஒளிர்ந்தது. "இது பரிபூரணமான பிஹ்ஸாத். எனவே கையெழுத்திற்கு அவசியமில்லை."

இந்த உண்மையை வெகு நன்றாக பிஹ்ஸாத் அறிந்திருந்ததால் ஓவியத்தில் எங்கேயும் தனது கையெழுத்தை ஒளித்து வைத்திருக்க வில்லை. அம்முதிய குருநாதரைப் பொறுத்தவரை அவரது இம் முடிவில் சங்கடவுணர்வும் அவமானவுணர்ச்சியும் இருந்திருக்கிறது. எங்கே உண்மையான கலையும் களங்கமின்மையும் இருக்கிறதோ அங்கே ஒரு கலைஞன் தனது அடையாளத்தின் சிறிய சுவடைக்கூட விட்டுச்செல்லாமல் ஓர் ஒப்பிடவியலா மகத்தான படைப்பைத் தீட்டமுடியும்.

என் உயிருக்கு பயந்துதான் அந்த அதிருஷ்டங்கெட்டவனை ஒரு சாதாரணமான, குரூரமான விதத்தில் கொன்றேன். தீக்கிரை யாகியிருந்த இந்த இடத்திற்கு ஒவ்வோரிரவும் திரும்பத் திரும்ப வந்து என்னைக் காட்டிக்கொடுத்துவிடக்கூடிய தடயங்கள் எதனையா வது விட்டுச் சென்றிருப்பேனோவென்று உறுதி செய்துகொண் டிருக்கும்போது இந்தக் 'கலைப்பாணி' குறித்த கேள்விகள்தான் தலையில் அதிகமாக எழுந்துகொண்டிருந்தன. தனிபாணி என்று போற்றப்படுவதெல்லாம் குற்றம் கொண்ட கரத்தை வெளிப்படுத்தும் ஒரு குறைபாடு அல்லது பழுது என்றுதான் கூறவேண்டும்.

பனிப்பொழிவின் பிறங்கொளி இல்லாமலேகூட இந்த இடத்தை என்னால் கண்டடைந்திருக்க முடியும். தீக்கிரையாக்கப் பட்டிருந்த இந்த இடத்தில்தான் எனது இருபத்தி ஐந்து வருடகால நண்பனின் வாழ்க்கையை முடித்துவைத்தேன். என் கையெழுத்தாக பொருள்படுத்திக்கொள்ளக்கூடிய எல்லா தடயங்களையும் இப்போது பனி மூடி அழித்திருப்பது, கலைப்பாணி, கையெழுத்து பற்றிய வாதத்தில் பிஹ்ஸாத்தையும் என்னையும் அல்லாஹ் ஆசீர்வதித்

திருக்கிறார் என்பதை நிரூபிக்கிறது. அச்சித்திரப்பனுவலை நாங்கள் தீட்டியிருப்பதன் மூலம் மன்னிக்க முடியாத ஒரு பாவத்தை உண்மையிலேயே செய்திருந்தால் – அந்த அரைவேக்காடு அப்படித் தான் நான்கு நாட்களுக்கு முன் வாதிட்டான் – நாங்கள் செய்வதறியாமல் அப்பாவத்தைப் புரிந்திருந்தாலும், நுண்ணோவியர்களான எங்களுக்கு இந்த அனுகூலத்தை அல்லாஹ் வழங்கியிருக்கமாட்டார்.

அன்றிரவு வசீகரன் எஃபெண்டியும் நானும் இங்கே வந்தபோது பனி பொழிய ஆரம்பித்திருக்கவில்லை. தூரத்தில் நாய்களின் குரைப்பு எதிரொலிப்பதைக் கேட்க முடிந்தது.

“எதற்காக நாம் இங்கே வந்திருக்கிறோம்?” அந்த துரதிருஷ்டசாலி கேட்டான். “இந்த வேளை கெட்ட வேளையில் என்னத்தை எனக்கு காட்டலாமென்று நீ திட்டமிட்டிருக்கிறாய்?”

“இங்கிருந்து எதிரே ஒரு கிணறு இருக்கிறது. அதிலிருந்து பனிரெண்டு தப்படிகள் சென்றால் நான் இவ்வளவு வருடங்களாக சேர்த்து வைத்திருந்த பணத்தை அங்கே புதைத்து வைத்திருக்கிறேன்.” என்றேன். “நான் உன்னிடம் விளக்கமாகச் சொன்ன எல்லாவற்றையும் நீ ரகசியமாக வைத்திருந்தால், எனிஷ்டே எஃபெண்டியும் நானும் நீ சந்தோஷப்படுமளவுக்கு வெகுமதி கிடைப்பதற்கு பார்த்துக் கொள்வோம்.”

“ஆரம்பத்திலிருந்தே நீ செய்து கொண்டிருப்பது என்னவென்று உனக்குத் தெரிந்திருந்தது என்று நீ ஒப்புக்கொள்வதாக நான் எடுத்துக் கொள்ளலாமா?” அவன் பதட்டத்தோடு கேட்டான்.

“நான் ஒப்புக்கொள்கிறேன்” சாதகமான வகையில் நான் பொய் சொன்னேன்.

“நீ வரைந்த ஓவியம் உண்மையில் ஒரு தெய்வக்குற்றம் என்பதை ஒப்புக்கொள்கிறாய், இல்லையா?” அவன் அப்பாவித்தனமாக பேசினான். “இது புனிதக்கேடு. ஒழுக்கமுள்ள எந்த மனிதனும் செய்யத் துணியாத தெய்வ நிந்தனை. நீ நரகத்தின் பாதாளத்தில் பற்றியெரியப் போகிறாய். உனது வேதனையும் வலியும் எப்போதும் குறையப்போவதில்லை – நீ என்னையும் ஒரு கூட்டாளியாக்கியிருக்கிறாய்.”

அவன் பேசுவதைக் கேட்கும்போது, அவனது வார்த்தைகளிலிருந்த வலிமையும் ஈர்ப்பும் எனக்குள் பேரச்சத்தை ஏற்படுத்தின. கேட்பவர்கள் தன்னிச்சையாகவோ, அல்லாமலோ அவற்றை சிரத்தையோடு உள்ளீர்த்துக்கொண்டு, தம்மைத்தவிர்த்த பிற அற்பஜீவிகளுக்கு அவை உண்மையாக நிறைவேறிவிடுமென்று நம்பத்தொடங்கிவிடுவர். எனிஷ்டே எஃபெண்டியைப் பற்றிய இதைப்போன்ற பல வதந்திகள் அவர் தயாரித்துக்கொண்டிருக்கும் ஓவியமலரின் ரகசியம் காரணமாகவும், அதற்காக அவர் செலவழிக்கத் தயாராக இருக்கும் பணத்தின் காரணமாகவும், தலைமை மெருகோவியரான குருநாதர் ஒஸ்மான்

அவரை வெறுக்கின்றார் என்பதாலும் எழத்தொடங்கிவிட்டன. என் சகோதர மெருகாளன், வசீகரன், அவனது பொய்க்குற்றச்சாட்டு களுக்கு முட்டுக்கொடுப்பதற்காக இந்த உண்மைகளை கள்ளநோக்கத் தோடு பயன்படுத்திக்கொண்டானோ என்று எனக்குத் தோன்றியது. அவனும்கூட எந்த அளவுக்கு நேர்மையானவனாக இருந்தான்?

எங்களிருவரையும் எதிரெதிராக நிற்கவைத்திருப்பதற்கான வாதங் களை அவனைத் திருப்பிச் சொல்ல வைத்தேன். பேசும்போது தயக்கமின்றி, வார்த்தைகளை மெல்லாமல் அவன் பேசினான். எங்களது இளம் பிராயத்து தொழிற்பயிற்சி வருடங்களில் குருநாதர் ஒஸ்மானிடமிருந்து அடிவாங்குவதிலிருந்து தப்பிப்பது மட்டுமே குறிக்கோளாக இருந்த காலங்களில், தப்பை மூடிமறைக்க முயல் வதைப்போலவே இப்போதும் என்னை செய்யத்தூண்டுவது போலிருந் தது. அப்போதெல்லாம் அவனது சிரத்தை நிஜமானதாக இருந்ததைக் கண்டிருக்கிறேன். இப்போதைப்போலவே பயிற்சியாளனாக இருக்கும் போது அவன் கண்கள் விரியும், ஆனால் நுட்பமாக ஒப்பனை செய்வதின் கடுமுயற்சியில் அவன் கண்கள் மங்கிப்போகாமலிருந்தன. இறுதியில் என் இதயத்தைக் கல்லாக்கிக்கொண்டேன்: அவன் எல்லாவற்றையும் எல்லோரிடமும் வெளிப்படையாகத் தெரிவித்து விட தயாராகிவிட்டிருந்தான்.

“நான் சொல்வதைக்கேள்” என்றேன் வலிந்து உருவாக்கப்பட்ட எரிச்சலோடு. “நாம் உருவரைகள் செய்கிறோம், ஏடுகளில் கட்டம் கட்டி அலங்கரிக்கிறோம், பக்கங்களில் சட்டங்களை வரைகிறோம். பக்கம் பக்கமாக அழகான தங்க நிறத்தொனியில் பிரகாசமாக அணி செய்கிறோம், மகத்தான ஓவியங்களை வரைகிறோம், பெரும் நிலையடுக்குகளுக்கும் பெட்டிகளுக்கும் ஒப்பனை செய்கிறோம். வருடக்கணக்காக வேறெதையும் நாம் செய்யவில்லை. இதுதான் நமது இறையருட்தொண்டு. ஓவியங்களின் பொறுப்பை நம்மிடம் ஒப்படைத்து விடுகின்றனர். ஒரு குறிப்பிட்ட சட்டகத்தின் எல்லைக் குள் ஒரு கப்பல், ஒரு மறிமான் அல்லது ஒரு சுல்தான் என்று அமைக்க உத்தரவிடுகின்றனர். குறிப்பிட்டவிதமான ஒரு பறவை, குறிப்பிட்ட விதமான ஓர் உருவம், கதையிலிருந்து இக்குறிப்பிட்ட காட்சி, மற்றவற்றை ஒதுக்கிவிடு என்று வற்புறுத்துகின்றனர். அவர்கள் உத்தரவிடும் இவையனைத்தையும் நாமும் செய்கிறோம். எனிஷ்டே எஃபெண்டி என்னிடம் சொன்னார்: “இங்கே கவனி. இந்த இடத்தில், இதே இடத்தில் உன் சொந்தக்கற்பனையில் குதிரை ஒன்றை வரை” என்றார். மூன்று நாட்களுக்கு, முக்காலத்தைய ஓவிய மேதைகளைப் போல நூற்றுக்கணக்கான குதிரைகளை வரைந்தேன், ‘என் சொந்தக் கற்பனையில் ஒரு குதிரை’ எப்படியிருக்கும் என்பதை சரியாகத் தெரிந்துகொள்ள வேண்டுமென்பதற்காகவே. என் கையைப் பழக்கு வதற்காக கரடுமுரடான சாமர்கண்ட் காகிதத்தில் வரிசையாக குதிரைகள் வரைந்தேன்.”

இச்சித்திரங்களை வெளியே எடுத்து வசீகரனிடம் காட்டினேன். அவன் ஆர்வத்துடன், அந்தக் காகிதங்களை நோக்கிக் குனிந்து, அக்கருப்பு வெளுப்பு குதிரைகளை மென்நிலா வெளிச்சத்தில் ஊன்றி கவனிக்கத் தொடங்கினான். "அல்லாஹ் மனக்கண்ணில் கண்டு விழைந்த புரவியை தத்ரூபமாக சித்தரிக்க வேண்டுமானால் ஒரு நுண்ணோவியன் ஐம்பது வருடங்கள் இடைவிடாது குதிரை களை வரைந்துகொண்டிருக்க வேண்டுமென்று ஷிராஸ், ஹெராத் ஆகியவற்றின் பழம்பெரும் மேதைகள் கூறுவர்." "ஒரு குதிரையின் மிகச்சிறந்த சித்திரத்தை இருட்டில்தான் வரையவேண்டும்" என்பர். ஏனென்றால் ஓர் உண்மையான நுண்ணோவியன் அந்த ஐம்பது வருட காலகட்டத்தில் நுண்ணோவியங்கள் வரைந்து வரைந்து குருடாகிப் போய்விடுவான், ஆனால் அவன் கை குதிரையை மனப்பாடமாக பழக்கியிருக்கும்" என்றேன்.

அவன் முகத்தில் பல வருடங்களுக்கு முன் நான் பார்த்திருந்த அதே அப்பாவித்தனமான பாவம், அவன் எனது குதிரைகளில் முழுமையாக மூழ்கிப்போயிருக்கிறான் என்பதைக் காட்டியது.

"அவர்கள் நம்மை வேலைக்கு அமர்த்துகின்றனர். மிகவும் மர்ம மான, மிகவும் எட்டவே முடியாத குதிரையை முற்கால மேதை களைப்போலவே நாமும் உருவாக்க முயல்கிறோம். அதற்குமேல் இதில் வேறெதுவுமில்லை. சித்திரத்தைத்தாண்டி வேறெதற்காகவும் நம்மை அவர்கள் பொறுப்பாக்குவது அநியாயமானது."

"இது சரியானதாவென்று எனக்கு உறுதியாகத் தெரியவில்லை" என்றான். "நமக்கும்கூட பொறுப்புகள் இருக்கின்றன, நமக்கென்று சொந்த விருப்பம் இருக்கிறது, அல்லாஹ்வைத் தவிர வேறு யாருக்கும் நான் பயப்படுவதில்லை. தீமையிலிருந்து நன்மையை வேறுபடுத்திப் பார்ப்பதற்கு நமக்கு பகுத்தறிவைக் கொடுத்திருப்பது அவர்தான்."

இது ஒரு பொருத்தமான பதில்.

"அல்லாஹ் அனைவரையும் காண்கிறார் அனைவரையும் அறிந்திருக்கிறார் . . ." என்றேன் அரபியில். "அவருக்கு உன்னையும் தெரியும், என்னையும் தெரியும். நாம் என்ன செய்துகொண்டிருக் கிறோம் என்பதைப்பற்றி அறியாமலேயே இப்பணியை நாம் செய்து கொண்டிருக்கிறோம் என்பது அவருக்குத் தெரியும். எனிஷ்டே எஃபெண்டியைப் பற்றி யாரிடம் போய் நீ எச்சரிப்பாய்? இந்தத் திட்டத்திற்குப் பின்னால் இருப்பது நமது மாட்சிமைதாங்கிய சுல்தா னின் உத்தரவு என்பது உனக்குத் தெரியுமா, தெரியாதா?"

அமைதி.

அவன் உண்மையிலேயே இத்தகைய கோமாளிதானா அல்லது அவனது நிதானக்குலைவும் புலம்பலும் அல்லாஹ் மீதான உண்மை யான பயத்தால் ஏற்பட்டதாவென்று யோசித்தேன்.

கிணற்றுக்கு அருகில் வந்து நின்றோம். இருட்டில் அவனுடைய விழிகள் மங்கலாகத் தெரிந்தன. அவன் பயந்திருக்கிறான் என்பதைப் பார்க்க முடிந்தது. அவன்மேல் பரிதாபப்பட்டேன். ஆனால் அதற்கெல்லாம் காலம் கடந்துவிட்டது. என்னெதிரே நின்றுகொண்டிருப்பவன் மந்தபுத்தியுள்ள கோழை மட்டுமல்ல, பரிகாரமற்ற ஓர் அவமானம் என்பதற்கு மேலும் ஒரேயொரு சமிக்ஞையை எனக்களிக்குமாறு இறைவனை வேண்டினேன்.

“பனிரெண்டு தப்படிகள் எண்ணி நடந்து, தோண்டு” என்றேன்.

“அப்புறம் நீ என்ன செய்வாய்?”

“எனிஷ்டே எஃபெண்டிக்கு எல்லாவற்றையும் விவரிப்பேன். அவர் சித்திரங்களை எரித்துவிடுவார். வேறுவழி என்ன இருக்கிறது? நுஸ்ரத் ஹோஜாவின் சீடர்களில் யாராவது இப்படிப்பட்ட குற்றச்சாட்டைக் கேட்டானென்றால் புத்தக – ஓவியப்பட்டறை மட்டுமல்ல நம்மெல்லோருடைய மிச்சம் மீதி கூட பாக்கியிருக்காது. எர்ஸூரூமிக்களில் யாரையாவது பற்றி உனக்குப் பரிச்சயம் உண்டா? இந்தப் பணத்தை ஏற்றுக்கொள், அப்போதுதான் நம்மைப்பற்றி யாரிடமும் தெரிவிக்கமாட்டாய் என்று எங்களுக்கு நிம்மதியாகும்.”

“எவ்வளவு பணம் அங்கிருக்கிறது?”

“ஊறுகாய் போடும் ஒரு பழைய மண்ஜாடிக்குள் எழுபத்தைந்து வெனீசிய தங்கக்காசுகள் இருக்கின்றன.”

வெனீசிய தங்கக்காசுகள், சரி. ஊறுகாய் ஜாடி எங்கிருந்து எனக்குத்தோன்றியது? இவ்வளவு முட்டாள்தனமானது நம்பக்கூடியதாக இருக்கிறது பாருங்கள். இதிலிருந்தே இறைவன் என்னோடு இருக்கிறான், எனக்கு சமிக்ஞை காட்டிவிட்டான் என்று திரும்ப உறுதியானது. வருடங்கள் கழியக்கழிய மென்மேலும் பேராசையை வளர்த்துக்கொண்டே வந்திருந்த என் பழைய பயிற்சியாள சிநேகிதன், நான் காட்டிய திசையில் ஏற்கனவே பனிரெண்டு தப்படிகளை எண்ணிக் கொண்டு நடக்க ஆரம்பித்துவிட்டிருந்தான்.

அக்கணத்தில் என் மனதில் இரண்டு விஷயங்கள் இருந்தன. முதலில், வெனீசிய காசுகளோ அல்லது அதைப்போன்ற எதுவுமோ அங்கே புதைத்து வைக்கப்படவில்லை! ஏதாவது பணத்தோடு நான் வரவில்லையானால் இந்தக் கோமாளி எங்களனைவரையும் அழித்துவிடுவான். திடீரென்று, நாங்கள் பயிற்சியாளர்களாக இருந்தபோது சிலநேரங்களில் நான் செய்ததைப்போல அந்த மூடனைக் கட்டியணைத்து, கன்னங்களில் முத்தமிடவேண்டும்போல உணர்ந்தேன், ஆனால் வருடங்கள் எங்களுக்கிடையே வந்துவிட்டிருக்கின்றன! இரண்டாவதாக, அங்கே எப்படித் தோண்டப்போகிறோமென்று யோசனை ஆக்கிரமித்திருந்தது. எங்கள் நகங்களாலா? ஆனால்

இந்த யோசனை, இதை அப்படி நீங்கள் கேட்பதாக இருந்தால், கண்ணிமைக்கும் நேரமே நீடித்தது.

பதற்றப்பட்டு, கிணற்றுக்குப் பக்கத்தில் கிடந்த ஒரு கல்லை கையிலெடுத்தேன். அவன் தனது ஏழாவதோ அல்லது எட்டாவதோ தப்படியில் இருந்தபோது, அவனருகே பாய்ந்து அவன் தலையின் பின்னால் முழு வலுவோடு அடித்தேன். திடுமென்று மிருகத்தனமாக அவனை அடித்ததில் கணநேரத்திற்கு அந்த அடி என் தலையிலேயே இறங்கியதைப்போல நானே திடுக்கிட்டுப் போனேன். ஐயோ, அவன் வலியை நான் உணர்ந்தேன்.

நான் செய்த காரியத்தைப்பற்றி விசனப்பட்டுக்கொண்டிருப் பதற்குப் பதில், வேலையை வேகமாக முடிக்க விரும்பினேன். கீழே விழுந்த அவன் தரையை அறையத்தொடங்கினான். என் பயம் மேலும் ஆழமாக இறங்கியது.

அவனை கிணற்றுக்குள் தூக்கிப்போட்டு, வெகுநேரம் கழிந்த பின்பு எப்படி என் செயலின் முரட்டுத்தனம் ஒரு நுண்ணோவியனின் நளினத்தோடு சற்றும் பொருந்தாமலாகிவிட்டது என்று யோசித்துக்கொண்டிருந்தேன்.

●

அத்தியாயம் 5

நான் உங்கள் அன்பிற்குரிய மாமா

நான் கருப்பின் தாய் வழி மாமா, அவனுடைய எனிஷ்டே. ஆனால் மற்றவர்கள்கூட என்னை “எனிஷ்டே” என்றுதான் அழைக்கின்றனர். அந்த காலத்தில் கருப்பின் அம்மா என்னை “எனிஷ்டே எஃபெண்டி” என்று அழைக்க வேண்டுமென்று அவனுக்குச் சொல்லிக்கொடுத்திருந்தாள். ஆனால் எல்லோருமே என்னை அப்படியே அழைக்கத் தொடங்கிவிட்டனர். முப்பது வருடங்களுக்கு முன்பு அக்ஸாரே வட்டத்தைத் தாண்டி செஸ்ட்நட், எலுமிச்சை மரங்களின் நிழல் பாவிய இருட்டும் ஈரமும் கொண்ட தெருவிற்கு நாங்கள் குடியேறியபோது, கருப்பு எங்கள் வீட்டிற்கு அடிக்கடி வருவான். இப்போது இருப்பதற்கு முன்பு எங்கள் வீடு அதுதான். மஹமூத் பாஷாவுடன் சேர்ந்து கோடைப்பருவ யாத்திரைக்கு நான் சென்றுவிட்டால், இலையுதிர்காலத்தில் திரும்பிவந்து பார்க்கும் போது கருப்பும் அவனுடைய அம்மாவும் என் வீட்டில் தஞ்சமடைந்துவிட்டிருப்பார்கள். கருப்பின் அம்மா, அவள் ஆன்மா சாந்தியடையட்டும், காலம் சென்ற என் அன்பிற்குரிய மனைவியின் அக்கா. பல குளிர்கால இரவுகளில், நான் வீட்டிற்குத்திரும்பும்போது, என் மனைவியும் அவன் அம்மாவும் கட்டிப் பிடித்துக்கொண்டு கண்ணீரோடு ஒருவரை யொருவர் தேற்றிக்கொண்டிருப்பர். தொலைக்கோடி மதப் பள்ளிகளில் போதகராக இருந்த கருப்பின் அப்பாவால் தொடர்ந்து ஒரு இடத்தில் வேலையில் இருக்க முடிந்ததில்லை. அவன் ஒரு முசுடு, முன்கோபி, குடிப்பழக்கமும் உண்டு. அப்போது கருப்புக்கு ஆறுவயது. அவன் அம்மா அழும்போது அவனும் அழுவான், அவள் அமைதியாகும்போது இவனும் அடங்கி விடுவான். அவனுடைய எனிஷ்டேமீது, என்மீது அவனுக்கு பயம்கலந்த மதிப்பு உண்டு.

இப்போது அவனை மனவுறுதியும் முதிர்ச்சியும் மரியாதை யும்மிக்க மருமகனாகக் காணும்போது, எனக்கு மகிழ்ச்சியாக

இருக்கிறது. அவன் என்னிடம் காட்டும் மரியாதை, பரிவோடு என் கையை எடுத்து முத்தமிட்டு அதனை அவன் நெற்றியில் வைத்துக் கொள்ளும் விதம், மங்கோலிய மைக்குடுவையை எனக்குப் பரிசளித்துவிட்டு அவன், "சுத்தமாக சிவப்புக்காக" என்று சொன்ன விதம், என் முன்னால் பணிவும் அடக்கமுமாக கால்முட்டிகளை கவனமாக சேர்த்து வைத்துக்கொண்டு உட்காரும் விதம், இவை யெல்லாமே அவன் விரும்பியபடியே ஒரு விவேகமான மனிதனாக வளர்ந்திருக்கிறான் என்பதை மட்டும் காட்டவில்லை, நான் விரும்பிய படியே ஒரு மரியாதைக்குரிய பெரியவராக நானும் ஆகியிருக்கிறேன் என்பதையும் காட்டுகிறது.

நான் ஓரிருமுறை பார்த்திருக்கிற அவன் அப்பாவின் ஜாடையில் தான் இருந்தான். உயரமும் ஒல்லியுமாக இருந்த அவன் கையசை விலும் உடல்மொழியிலும் கொஞ்சம் பதட்டம் இருந்தாலும் ஒருவித இசைவு தெரிந்தது. ஏதாவது முக்கியமானதாக அவனிடம் பேசும் போது அவன் கைகளை முட்டிகளின்மீது பதித்து வைத்திருக்கும் விதமும், "எனக்குப் புரிகிறது, நீங்கள் சொல்வதை மரியாதையோடு செவிசாய்த்துக்கொண்டிருக்கிறேன்" என்பதுபோல என் கண்களுக்குள் ஆழமாகவும் தீர்க்கமாகவும் பார்ப்பதும், என் வார்த்தைகளின் தன்மைக்கேற்றபடியான தாளகதியில் அவன் தலையசைத்துக் கேட்பதும் பொருத்தமானதாக, அவன்மீது மனநிறைவை ஏற்படுத்து வதாக இருந்தன. இந்த எனது வயதில் உண்மையான மரியாதை இதயத்திலிருந்து வருவதல்ல, தனித்த விதிகளிலிருந்தும் பணிவிணக் கத்திலிருந்துமே வருகிறது என்று அறிந்திருந்தேன்.

கருப்பின் அம்மா எங்கள் வீட்டிற்கு அவனை அடிக்கடி கூட்டி வந்ததற்கு காரணம், இங்கு அவனுக்கு ஓர் எதிர்காலம் இருக்கு மென்று அவள் நம்பியிருந்ததுதான். அப்போது அவனுக்கு புத்தகங் கள் மீது நாட்டம் இருப்பதைக் கண்டுகொண்டேன். அது எங்களுக்குள் நெருக்கத்தை ஏற்படுத்தியது. வீட்டிலிருந்தவர்கள் சொல்லிக்கொண் டிருந்ததைப் போல அவன் என்னுடைய "பயிற்சி மாணவனாக" இருந்தான்: ஷிராஸிலுள்ள நுண்ணோவியர்கள் எவ்வாறு தொடு வானக் கோட்டினை சட்டகத்தின் உச்சிக்குக் கொண்டு சென்று ஒரு புதிய பாணியை உருவாக்கினர் என்றும், லைலாவின் மீதான காதல் பித்தில் மஜ்னு பாலைவனத்தின் நடுவே துயரமிக்க பரிதாப மான நிலையில் உழன்றுகொண்டிருப்பதைப் போலவே மற்றெல் லோரும் வரைந்துகொண்டிருக்கும் போது, எவ்வாறு பிஹ்ஸாத் மட்டும் மஜ்னுவின் தனிமையை அடிக்கோடிட்டு காட்டும் வகையில் அவனை, கும்பலாக பெண்கள் அமர்ந்து சமையல் செய்துகொண்டு, புகையும் விறகுக்கட்டைகளை ஊதிக்கொண்டு, முகாம்களிடையே நடந்து செல்பவர்களுக்கு நடுவில் காட்டியிருப்பதையும் அவனுக்கு விவரித்தேன். நள்ளிரவில் நிலா வெளிச்சத்தில் ஏரியில் ஷிரின் நிர்வாணமாகக் குளித்துக்கொண்டிருப்பதை ஹுஸ்ரேவ் ரகசிய மாகப் பார்க்கும் காட்சியை வரைகிறவர்களில் பெரும்பாலானோர்

எவ்வாறு நிஸாமியின் கவிதையைப் படிக்காமல் காதலர்களின் குதிரைகளுக்கும் துணிகளுக்கும் அபத்தமாக வண்ணம் தீட்டிக்கொண் டிருக்கின்றனர் என்று குறிப்பிட்டேன். என்னைப் பொறுத்தவரை, தான் வரைகிற நுண்ணோவியத்திற்கான சொற்சித்திரத்தை வாசித்துப் பார்க்கும் அக்கறையில்லாமல் ஒருவன் தூரிகையை எடுத்தால் அது பேராசையின் உந்துதலேயில்லாமல் வேறில்லை.

கருப்பு மற்றொரு அத்தியாவசியமான நற்குணத்தையும் இப்போது பெற்றிருக்கிறான் என்பதைப் பார்க்க எனக்கு மகிழ்வாக இருந்தது. கலையில் ஏமாற்றத்தைத் தவிர்க்கவேண்டுமானால், அதனைத் தொழிலாக ஒருவர் ஏற்றுக்கொள்ளக்கூடாது. ஒருவன் எவ்வளவுதான் மகத்தான கலையுணர்வும் திறமையும் பெற்றிருந்தாலும் செல்வத்தையும் அதி காரத்தையும் வேறெங்கிருந்தாவது ஈட்டுவதற்கு முயன்றால் மட்டுமே அவனது திறமைக்கும் உழைப்பிற்கும் உரிய பலன் அவனது கலையால் ஈட்டித்தர முடியாமற்போகும்போது அக்கலையை அவன் கைவிடா திருக்க முடியும்.

தாப்ரீஸ்ஸிலிருந்த ஓவிய மேதைகள், எழுத்தோவியர்கள் ஒவ் வொருவரையும் பாஷாக்களுக்காகவும் இஸ்தான்புல்லின் செல்வந்தர் களுக்காகவும் மாகாணங்களில் உள்ள புரவலர்களுக்காகவும் சித்திரச் சுவடிகள் தயாரிப்பதற்காகச் சந்தித்ததை கருப்பு நினைவுகூர்ந்தான். இவ்வெல்லாக் கலைஞர்களும் தமது கலைஞானத்திற்குரிய அங்கீகாரம் கிடைக்காமல் விரக்தியுற்று வறியவர்களாயிருந்தனர் என்று அறிந்து கொண்டேன். தாப்ரீஸில் மட்டுமல்ல மஷ்ஹாத்திலும் அலெப்போ விலுமிருந்த பல நுண்ணோவியர்கள் சித்திரச் சுவடிகளுக்காக ஓவியம் தீட்டுவதை விடுத்து தனி ஏடுகளில் சித்திரங்கள் வரையத் தொடங்கி விட்டிருக்கின்றனர். இப்படிப்பட்ட ஒற்றை ஏட்டுச் சித்திரங்கள் (பெரும்பாலும் ஆபாசச் சித்திரங்கள்) ஐரோப்பிய சுற்றுலாப் பயணி களிடம் நல்ல வரவேற்பைப் பெற்றிருந்தனவாம். ஷா அப்பாஸ் நமது சுல்தானுக்கு தாப்ரீஸ் அமைதி ஒப்பந்தத்தின்போது பரிசளித்த ஓவியச்சுவடிகூட தனித்தனிப் பக்கங்களாக பிரித்தெடுக்கப்பட்டு வேறொரு புத்தகத்தில் சேர்த்துக்கொள்ள எடுத்துவைக்கப்பட்டிருப்ப தாகவும் பேசிக்கொள்கிறார்களாம். ஹிந்துஸ்தானின் சக்கரவர்த்தி, அக்பர் புதிதாக ஒரு மாபெரும் ஓவியச்சுவடி தயாரிப்பதற்காக தாப்ரீஸையும் காஸ்வின்னையும் சேர்ந்த அபூர்வத்திறமை கொண்ட ஓவியர்கள் பெரும்பாலானோருக்கு அளவற்ற பணத்தை வீசியெறிந்து, அவர்கள் செய்துகொண்டிருக்கும் வேலைகள் எல்லாவற்றையும் அப்படியே போட்டுவிட்டு அவரது மாளிகைக்கு படையெடுக்க வைத்திருப்பதாகவும் செய்தி இருந்தது.

இவற்றையெல்லாம் எனக்கு அவன் சொல்லும்போது இடை யிடையே வேறுபல கதைகளையும் அழகான இடைச்செருகல்களாகச் சேர்த்து சொல்லிவந்தான். உதாரணத்துக்கு, ஒரு மெஹ்தி போலிப்

பத்திர மோசடியின் சுவாரஸ்யமான கதையையும் அமைதிப் பேச்சு வார்த்தைக்காக ஸஃபாவீதுகள் அனுப்பி வைத்திருந்த அந்த முட்டாள் இளவரசன் வந்து இறங்கிய மூன்றுநாட்களுக்குள்ளாகவே உடல் நலம் குன்றி செத்துப்போனபோது, உஸ்பெக்குகளுக்கு மத்தியில் உண்டான கொந்தளிப்பையும் புன்னகையோடு வர்ணித்தான். இவை எல்லாவற்றிற்குமிடையில், நாங்களிருவருமே இதுவரை பேச்சை எடுத்திருக்காத, எங்களிருவரையுமே துன்புறுத்திக்கொண்டிருந்த, ஒரு சங்கடம் ஏற்படுத்தியிருந்த நிழல் அவன் முகத்தில் படர்ந்திருந்ததி லிருந்து இன்னும் அது தீர்வுகாண முடியாததாகவேயிருக்கிறது என்பதை என்னால் சொல்லமுடிந்தது.

எங்கள் வீட்டிற்கு அடிக்கடி வந்துசெல்கிற எல்லா இளைஞர் களைப்போலவும் மற்றவர்கள் எங்களைப் பற்றிச் சொல்வதைக் கேட்பவர்களைப் போலவும் அல்லது என் மிக அழகிய மகள் ஷெகூரேவைப் பற்றி வாய்வார்த்தையாக கேள்விப்பட்டிருந்தவர்கள் போலவும், கருப்பும் இயல்பாகவே அவள் மீது காதல் கொண்டிருந் தான். அதனை அவ்வளவு அபாயகரமானதென்று நான் அப்போது பொருட்படுத்தாதிருந்திருக்கலாம், ஆனால் எல்லோருமே – அவளை எப்போதுமே பார்த்திருக்காதவர்கள்கூட – பேரழகியான என் மகள் மீது – காதல் வசப்பட்டிருந்த காலம் அது. கருப்பின் வேதனைக்குக் காரணம், அவன் எங்கள் வீட்டிற்குள் சுதந்திரமாக வருவதற்கு அனுமதிக்கப்பட்டிருந்ததும் எங்கள் எல்லோராலும் நேசிக்கப்பட் டிருந்ததும் நேருக்கு நேராகவே ஷெகூரேவைப் பார்க்க நேர்வதும் அந்தப் பரிதாபமான இளைஞனின் மனதில் அடக்கமுடியாத காதல் கனலை மூட்டிவிட்டிருந்தது. அவன் தன் காதலை வெளிப் படுத்தமாட்டான் என்று நம்பியிருந்தேன், ஆனால் என் மகளிடமே அவனது தீவிரமான பிரேமையை வெளிப்படுத்திய தவறை செய்து விட்டான். இதன் விளைவாக எங்கள் வீட்டைவிட்டு ஒரேடியாக அவன் வெளியேறவேண்டி வந்துவிட்டது.

அவன் இஸ்தான்புல்லை விட்டுச்சென்ற மூன்றாண்டுகளுக்குப் பிறகு அழகின் உச்சத்திலிருந்த என் மகள் ஒரு ஸ்பாஹி குதிரைப் படை வீரனை மணமுடித்துக்கொண்டாள் என்பதையும் அவர்களுக்கு இரண்டு குழந்தைகள் பிறந்த பின்பும்கூட அடிப்படை அறிவின்றி அவன் ஏதோ ஒரு போருக்குச் சென்று இன்றுவரை திரும்பி வரா திருப்பதையும் கருப்பு அறிந்திருப்பான் என்று ஊகித்தேன். இந்த நான்கு வருடங்களில் அந்த குதிரைப்படை வீரனைப்பற்றி எந்தத் தகவலும் இல்லை. அவன் இதையும் அறிந்திருப்பான் என்று நினைத் தேன். இஸ்தான்புல்லில் இத்தகைய செய்திகள் வேகமாகப் பரவும் என்பதால் மட்டுமல்ல, எங்களுக்கிடையே அவ்வப்போது உண்டான அர்த்தம் பொதிந்த மௌனத்தருணங்களில், அவன் என் கண்களுக் குள் ஆழமாக பார்வையைச் செலுத்திய விதத்திலிருந்தே எல்லா விஷயங்களையும் அவன் முன்பே அறிந்திருக்கிறான் என்பதை

என்னால் உணர முடிந்தது. இந்தக் கணத்தில்கூட, புத்தக மடக்குத் தாங்கியில் பிரித்து வைக்கப்பட்டிருந்த 'ஆன்மாக்களின் நூல்' இன் மேல் பார்வையை அவன் பதித்திருந்தாலும், வீட்டிற்குள்ளே அவ ளுடைய குழந்தைகள் ஓடிக்கொண்டிருக்கும் சத்தத்தில்தான் கவன மாக இருக்கிறான் என்று எனக்குத் தெரியும். என் மகள் அவளுடைய இரண்டு மகன்களோடும் தனது தகப்பன் வீட்டுக்குத் திரும்பி வந்துவிட்டாள் என்பதும் அவனுக்குத் தெரிந்திருக்கும் என்றறிவேன்.

கருப்பு இல்லாதபோது நான் கட்டியிருந்த புதிய வீட்டைப் பற்றி குறிப்பிட மறந்துவிட்டேன். பொருளும் புகழும் ஈட்ட ஆசைப் படும் கருப்பைப்போன்ற எந்த இளைஞனுக்கும் இத்தகைய விஷயத் திற்குள் நுழைவது அநாகரிகமானதாகவே பட்டிருக்கும். இருந்தும் நாங்கள் உள்ளே நுழைந்து படியில் ஏறும்போது, இரண்டாவது மாடியில் புழுக்கம் குறைவாக இருக்குமென்றும் படியேறுவது என் முட்டிவலியைக் குறைத்திருக்கிறது என்றும் அவனிடம் சொன் னேன். 'இரண்டாவது மாடி' என்று சொன்னபோது விநோதமான வகையில் எனக்கு சங்கடமாக இருந்தது; ஆனால் ஒன்றை மட்டும் உங்களிடம் சொல்லிக்கொள்கிறேன்: என்னைவிட வசதி குறைந்தவர் களும், ஏன் சொற்பமான ராணுவ மானியத்தொகையில் ஜீவிக்கும் குதிரைப்படை வீரர்கள் கூட விரைவில் இரண்டு மாடி வீடுகள் கட்டத் தொடங்கிவிடுகிறார்கள்.

குளிர்காலத்தில் ஓவிய அறையாக நான் பயன்படுத்தும் நீல நிறக் கதவு கொண்ட அறையில் இருந்தோம். பக்கத்து அறையில்தான் ஷெகூரே இருக்கிறாள் என்பதை கருப்பு உணர்ந்துவிட்டான் என் பதைத் தெரிந்துகொண்டேன். உடனே அவனிடம் இஸ்தான்புல் லுக்கு வரச்சொல்லி தாப்ரீஸ்ஸிற்கு நான் கடிதம் எழுதியதற்கான காரணத்தைப் பற்றி பேசத்தொடங்கினேன்.

"தாப்ரீஸ்ஸிலிருந்த எழுத்தோவியர்களையும் நுண்ணோவியர் களையும் சேர்த்துக்கொண்டு நீ செய்ததைப்போலவே நானும் ஓவியச்சுவடி ஒன்றை தயாரித்துக்கொண்டிருக்கிறேன்" என்றேன். "எனது தயாரிப்பாளர் வேறுயாருமல்ல, இப்பூவுலகின் ஆதாரமான நமது மேதகு சுல்தான் அவர்கள்தாம். இம்மாபெரும் ஓவிய மலர் மிகவும் ரகசியமானது என்பதால் நமது சுல்தான் தொகை பட்டு வாடா செய்வதை தலைமை கருவூலரின் பெயரிலேயே வழங்கி விடுகிறார். நமது சுல்தானின் ஓவியப் பணிமனையின் மிகத் திறமை வாய்ந்த, தேர்ந்த கலைஞர்கள் ஒவ்வொருவருடனும் நான் ஓர் ஒப்பந்தத்தை ஏற்படுத்தியிருக்கிறேன். ஒருவரிடம் நாய் ஒன்றின் ஓவியம் தீட்ட, மற்றவரிடம் ஒரு மரத்தை வரைய, மூன்றாமவரிடம் கரை கட்டம் கட்டி ஒப்பனை செய்ய வானத்தில் மேகங்களைத் தீட்ட, வேறு ஒருவரிடம் குதிரைகளை வரைய என்று ஒவ்வொரு வரிடம் ஒவ்வொரு பொறுப்பை வழங்கியிருக்கிறேன். நான் சித்தரிக்கும் விஷயங்கள் நமது சுல்தானின் முழுவுலகையும் பிரதிநிதித்துவிப்ப

தாக, வெனீஸிய ஓவிய மேதைகளின் ஓவியங்களில் இருப்பதைப் போலவே இருக்கவேண்டுமெனச் சித்தம் கொண்டிருக்கிறேன். ஆனால் வெனீஸியர்கள் போலன்றி எனது படைப்பு வெறும் ஜடப்பொருட் களை மட்டும் சித்தரிப்பதாக அமையாது. அகச்செழிப்பு, நமது சுல்தானின் அதிகாரயெல்லையின் சந்தோஷங்கள், அவரது ஆட்சியின் வல்லமை போன்றவையே இடம்பெறும். நான் ஒரு தங்கச் சித் திரத்தை சேர்த்திருக்கிறேனென்றால் அது பணத்தின் செருக்கை குறைப்பதற்காக. மரணத்தையும் சாத்தானையும் நான் சேர்த்திருப்பது ஏனென்றால் அவற்றைக் கண்டு நாம் அஞ்சுவதால். எதற்காக வதந்திகள் எழுகின்றனவென்று எனக்குத் தெரியாது. ஒரு மரத்தின் சாசுவதத்தையும் ஒரு குதிரையின் களைப்பையும் ஒரு நாயின் ஆபாசத்தையும் நமது மேதகு சுல்தானின் பூவுலக சாம்ராஜ்யத்தின் பகுதிகளாகக்காட்ட விரும்புகிறேன். மேலும் நான் அமர்த்தியிருக்கும் ஓவியர்களுக்கு ‘நாரை’, ‘ஆலிவ்’, ‘வசீகரன்’, ‘வண்ணத்துப்பூச்சி’ என்று புனைப்பெயரிட்டு, அவர்களுக்கு விருப்பமான பொருட்களை தேர்ந்தெடுக்க வைத்திருக்கிறேன். வெளியே தலைகாட்டமுடியா தளவுக்கு குளிராக இருக்கும் பனிக்கால மாலை நேரங்களில்கூட சுல்தானின் ஓவியர்களில் ஒருவர் ரகசியமாக என்னை வந்து சந்தித்து இந்நூலுக்காக அவர் தீட்டியிருப்பதை காட்டிவிட்டுச் செல்வார். எம்மாதிரியான ஓவியங்கள் நாங்கள் தீட்டிக்கொண்டிருக் கிறோம்? ஏன் அவற்றை அந்த விதத்தில் வரைந்துகொண்டிருக் கிறோம்? தற்போது என்னால் பதிலளிக்க முடியாது. ஏதோ ரகசி யத்தை உன்னிடம் மறைப்பதற்காக அல்ல, எப்போதுமே உன்னிடம் சொல்லமாட்டேன் என்றல்ல. அந்த ஓவியங்கள் எதைக் குறிக்கின்றன வென்பதை நானே முழுதாக அறிந்திருக்கவில்லை எனலாம். அவை எப்படிப்பட்ட ஓவியங்களாக இருக்க வேண்டும் என்பது மட்டும் எனக்குத் தெரியும்.”

கடிதத்தை அனுப்பி நான்கு மாதங்கள் கழித்து கருப்பு, இஸ்தான் புல்லுக்கு திரும்பிவிட்டான் என்பதை நாங்கள் முன்பு குடியிருந்த தெருவில் இருந்த நாவிதன் மூலம் தெரிந்துகொண்டேன். அவனை என் வீட்டிற்கு அழைத்தேன். என்னுடைய கதையில் துயரத்திற்கும் பேரின்பத்திற்கும் சாத்தியம் இருக்கிறதென்றும் அதுவே எங்களிரு வரையும் ஒன்றிணைக்குமென்றும் எனக்கு நன்றாகத் தெரிந்திருந்தது.

“ஒவ்வொரு ஓவியமும் ஒரு கதையைச் சொல்லப் பயன்படு கிறது” என்றேன். “நாம் வாசிக்கும் பிரதியினை அழகூட்டுவதற்காக மிகமுக்கியமான காட்சிகளை நுண்ணோவியன் தீட்டுகிறான்: முதன் முறையாக காதலர்கள் ஒருவரையொருவர் வைத்த கண் வாங்காமல் பார்ப்பது; ஒரு ராட்சத அரக்கனின் தலையை ருஸ்தம் வெட்டி யெறிவது: தான் கொல்ல நேர்ந்த அந்நியன் தன் மகன்தான் என்றறிந்து ருஸ்தம் படும் துயரம்; காதலில் பேதலித்த மஜ்னு, தனியாக ஒரு காட்டில் சிங்கங்கள், புலிகள், மான்கள், நரிகளுக்கு

மத்தியில் அலைவது; அலெக்ஸாண்டர் போருக்கு புறப்படுவதற்கு முன்பு அடர்ந்த வனம் ஒன்றில் வேட்டையாடி பசியாற்றிவிட்டுச் செல்லலாம் என்றிருக்கும்போது, அவரது வேட்டைப் பறவையை ஒரு மாபெரும் வல்லூறு குத்திக்கிழிப்பதைப் பார்த்து திகைத்து நிற்பது. இக்கதைகளை வாசித்து அயர்ச்சியுற்ற நமது கண்கள் இச் சித்திரங்களின் மீது பதிந்து இளைப்பாறுகின்றன. வாசிக்கப்படும் பிரதியின் உள்ளே பொதிந்திருக்கும் ஏதோவொன்று நம் அறிவுக்கும் கற்பனைக்கும் சிக்காமல், மனக்கண்ணில் புலப்படாமல் இருக்கு மானால், இச்சித்திரங்கள் உடனடியாக நம் உதவிக்கு வருகின்றன. இந்தப் பிம்பங்கள் என்பவை வண்ணங்களில் மலர்கின்ற கதைகள் தாம். ஆனால் இணைந்து வரும் கதையில்லாமல் ஓவியம் வரைவது அசாத்தியமானது.”

“அல்லது அப்படித்தான் எண்ணிக்கொண்டிருந்தேன்” வருத்தத் தோடு கூறுவதைப்போல சேர்த்துச் சொன்னேன். “ஆனால் உண்மை யில் அது சாத்தியம்தான். இரண்டு வருடங்களுக்கு முன்பு நமது சுல்தானின் தூதுவராக மறுபடியும் வெனிஸுக்குச் சென்றேன். வெனீஸிய மேதைகள் உருவாக்கியிருந்த உருவச்சித்திரங்களை ஆழ்ந்து கவனிக்கும் வாய்ப்பு எனக்குக் கிடைத்தது. அந்தச் சித்திரங்கள் எந்தக் காட்சியை விவரிக்கின்றன, எந்தக் கதையோடு சம்பந்தப் பட்டது என்று எதையும் அறியாமல் அந்த பிம்பங்களிலிருந்து கதையை பிரித்தெடுக்கத் திணறிக்கொண்டிருந்தேன். ஒருநாள் மாளிகைச் சுவர் ஒன்றில் மாட்டப்பட்டிருந்த ஓவியம் ஒன்றைக் காணநேர்ந்து நான் விக்கித்துப் போனேன்.

“எல்லாவற்றுக்கும் மேலாக அந்தப்படம் ஒரு தனி மனிதனுடையது. என்னைப் போன்ற எவனோ ஒருவனுடையது. அவன் ஒரு மிலேச்சன் தான், ஆனால் நம்மில் ஒருவனல்ல. அவனை நான் உற்றுப் பார்க்கும் போது, நான் அவன் ஜாடையில் இருப்பதாக உணர்ந்தேன். இருந் தாலும் அவன் என்னை எந்த விதத்திலும் ஒத்திருக்கவில்லை. அவனுக்கு கன்னத்தெலும்புகளே இல்லாததுபோல உருண்டையான முகம். மேலும் எனது அற்புதமான முகவாயின் சுவடுகூட அவனிடம் இல்லை. என்னைப்போல எந்த விதத்திலும் அவன் இல்லாவிட்டாலும் கூட, அந்தப் படத்தை நான் பார்த்துக்கொண்டிருக்கும்போது ஏதோ காரணத்தால் அது என் உருவப்படமென்பது போல என் இதயம் படபடத்தது.

“தனது மாளிகையை எனக்குச் சுற்றிக்காட்டிக்கொண்டிருந்த அந்த வெனிஸ் நகர கனவான், அந்த உருவப்படம் அவரைப்போன்றே தனவந்தராக உள்ள அவருடைய நண்பருடையது என்றார். அவரது வாழ்க்கையின் குறிப்பிடத்தகுந்த எல்லாவற்றையும் அவ்வுருவப் படத்தில் அவர் சேர்த்துள்ளார்: திறந்திருந்த சாளரத்தின் வழியே தெரிந்த பின்னணி நிலப்பரப்பில் ஒரு பண்ணையும் ஒரு கிராமமும்

வண்ணங்கள் குழைந்து உருவாக்கியிருந்த அசல்போன்றே தோற்ற மளிக்கும் ஓர் அடர்ந்த வனமும் இருந்தன. அந்தப் பெருமகனின் முன்னாலிருந்த மேசையில் ஒரு கடிகாரமும் புத்தகங்களும் ஓர் எழுத்தோவியப் பேனாவும் ஒரு வரைபடமும் ஒரு திசைகாட்டியும் தங்கக்காசுகள் கொண்ட பெட்டிகளும் தட்டுமுட்டுச் சாமான்களும் வேறு இன்னதென்று தெரியாத, ஆனால் தெளிவான பொருட்கள் வேறுபல ஓவியங்களில் இருப்பதைப்போலவே இருப்பதோடு ஜின்கள், பிசாசுகளின் நிழல்களும் அம்மனிதரின் அயரவைக்கும் அழகுடைய மகள் அவள் அப்பாவுக்குப் பக்கத்தில் நின்றிருப்பதும் தீட்டப்பட்டிருந்தது.

“இந்தச் சித்தரிப்பில் நுட்பமாக ஒப்பனை செய்யப்பட்டிருப்பவை யும், முழுமையாக்கப்பட்டிருப்பதும் எந்தக் கதையைக் குறிப்பிடு வதாக இருக்கிறது? அந்த ஓவியத்தை ஆழ்ந்து கவனிக்கையில் இதில் உள்ளடங்கியிருக்கும் கதை அந்த ஓவியமேதான் என்பதை மெதுவாக உணர்ந்தேன். ஓவியம் என்பது கதையின் நீட்சியல்ல, அதனளவில் அதுவே ஏதோவொரு தனிப்பொருளாக இருக்கிறது.

“என்னை இந்த அளவுக்கு திகைக்கவைத்த அவ்வோவியத்தை நான் மறக்கவேயில்லை. அம்மாளிகையிலிருந்து நான் விருந்தாளியாக தங்கியிருந்த வீட்டிற்குத் திரும்பி வந்து இரவு முழுவதும் அவ்வோவி யத்தைப் பற்றியே சிந்தித்துக்கொண்டிருந்தேன். இதே விதத்தில் என் உருவப்படமும் வரையப்படவேண்டுமென்று விரும்பினேன். இல்லை, அது பொருத்தமாக இருக்காது. இந்தப்பாணியில் நமது சுல்தானின் திருவுருவம்தான் தீட்டப்படவேண்டும்! நமது சுல்தான், அவருக்குச் சொந்தமான எல்லாவற்றோடும், அவரது ஆதிக்கத்தில் அடங்கியுள்ள, அடையாளமாகவுள்ள அனைத்து அம்சங்களோடும் வரையப்படவேண்டும். இத்திட்டத்திற்கு உகந்ததாக ஒரு சொற் சொத்திரம் அமைக்கப்பட்டு அதற்கு ஓவியங்கள் வரையப்பட வேண்டுமென்று முடிவெடுத்தேன்.

“அந்த வெனீசிய வித்தகன் அந்தக் கனவானின் உருவத்தை வரைந்திருந்த விதத்தில், எந்தக் குறிப்பிட்ட கனவான் வரையப் பட்டிருக்கிறார் என்பதை நம்மால் உடனே தெரிந்துகொள்ள முடியும். அந்த மனிதரை நீங்கள் இதற்குமுன்பு பார்த்தேயிருக்கா விட்டாலும்கூட ஆயிரம் பேர் கொண்ட கூட்டத்திலிருந்து அவரை கண்டுபிடிக்கச் சொன்னால் அந்த உருவப்படத்தின் துணையால் சரியான நபரை உங்களால் சுட்டிக்காட்டிவிட முடியும். ஒரு மனிதரை மற்றவரிடமிருந்து வேறுபடுத்திக்காட்ட, அவரது உடை அல்லது பதக்கங்களை சார்ந்திராமல், அவரது முகத்தின் தனிப்பட்ட வடி வத்தை தத்ரூபமாக ஓவியத்தில் கொண்டுவந்துவிடும் ஓவியக்கலை நுட்பங்களை அந்த வெனீசிய ஓவிய வல்லுனர்கள் கண்டுபிடித் திருக்கின்றனர். ‘உருவப்படவிய’லின் சாரம் அதுதான்.

“உன்னுடைய முகம் ஒரே ஒருமுறை இந்தப் பாணியில் தீட்டப் பட்டுவிட்டால், யாராலும் எப்போதுமே உன்னை மறக்க இயலாது. நீ தொலைதூரத்தில் இருந்தால், உன் உருவப்படத்தின் மீது பார்வையைப் பதிக்கும் யாருக்கும் உண்மையிலேயே நீ அருகாமை யில் இருப்பதாகத் தோன்றும். உன் மரணத்துக்குப் பல வருடங்கள் கழித்து, உன்னை உயிரோடு எப்போதுமே பார்த்திராதவர்களுக்குக் கூட, உன் படத்தின் எதிரே நிற்பவருக்கு நீ எதிரே முகத்திற்கு முகம் பார்த்தபடி நின்றுகொண்டிருப்பது போலத்தான் தெரியும்.”

நாங்கள் நெடுநேரம் அமைதியாக இருந்தோம். வெளியிலிருந்த பனித்தன்மையின் நிறத்தில் சில்லென்ற வெளிச்சம் கூடத்தின் சிறிய சன்னலின் மேற்பாதியிலிருந்து கசிந்து வந்தது. இதன் கீழ்ப் பாதி எப்போதுமே திறக்கப்படாதது, அதனை சமீபத்தில்தான் தேன்மெழுகில் தோய்த்தெடுத்த துணியால் சுற்றிக்கட்டியிருந்தேன்.

“ஒரு நுண்ணோவியன் இருந்தான்” என்றேன். “நமது சுல்தானின் ரகசியச்சுவடிக்காக மற்ற கலைஞர்களைப் போலவே அவனும் இங்கே வருவான். விடியும் வரை நாங்கள் பணிபுரிவோம். பொற்பூச்சு செய்து அற்புதமாக மெருகிடுவான். அந்த துரதிருஷ்ட வசீகரன் எஃபெண்டி இங்கிருந்து ஒருநாள் இரவு கிளம்பிச் சென்றவன் அவன் வீட்டிற்கே சென்று சேரவில்லை. என்னுடைய மகத்தான மெருகாளனை அவர்கள் தீர்த்துக்கட்டி விட்டிருப்பார்களோவென்று அஞ்சுகிறேன்.”

●

அத்தியாயம் 6

நான், ஓரான்

"அவர்கள் உண்மையாகவே அவனைக் கொன்றுவிட் டிருப்பார்களா?" அந்த கருப்பு என்பவன் கேட்டான்.

இந்தக் கருப்பு உயரமாக, ஒல்லியாக, பார்க்க கொஞ்சம் பயமாக இருந்தான். அவர்கள் நீல நிறக் கதவு கொண்ட இரண்டாம் தளத்தின் பயிலரங்கில் அமர்ந்து பேசிக்கொண் டிருக்க, அவர்களை நோக்கி நான் செல்லும்போதுதான் என் தாத்தா, "அவனை அவர்கள் தீர்த்துக்கட்டிவிட்டிருக்கலாம்" என்றார். பின் என்னை நோக்கித் திரும்பி, "நீ இங்கே என்ன செய்துகொண்டிருக்கிறாய்?" என்றார்.

அவர் என்னைப் பார்த்த விதத்தில் ஊக்கம் பெற்று, அவருக்கு பதிலேதும் சொல்லாமல் அவர் மடியில் ஏறி உட்கார்ந்துகொண்டேன். அவர் உடனே என்னை இறக்கி விட்டார்.

"கருப்பின் கையை முத்தமிடு" என்றார்.

அவன் கையின் பின்புறத்தை முத்தமிட்டு அதை என் நெற்றியில் தொட்டுக்கொண்டேன். அவன் கையில் வாசனையே இல்லை.

"மிகவும் சூட்டிகையான பையன்" என்றபடி கருப்பு என் கன்னத்தில் முத்தமிட்டான். "ஒருநாள் தைரியமான இளைஞனாக வருவான்."

"இது ஓரான். ஆறு வயதாகிறது. இவனுக்கு அண்ணன் ஒருவன் இருக்கிறான், ஷெவ்கெத். அவனுக்கு ஏழுவயது. மிகவும் பிடிவாதம் பிடித்த பயல்."

"நான் அக்ஸாரேவிலிருந்த பழைய தெருவிற்குப் போய் விட்டேன்." என்றான் கருப்பு. "ஒரே குளிர். எல்லாமே உறை பனியிலும் பனிக்கட்டியிலும் மூடப்பட்டிருந்தன. ஆனால் எதுவுமே மாறாதிருப்பது போலிருக்கிறது."

"ஐயோ! எல்லாமே மாறிவிட்டது, எல்லாமே மோசமாக ஆகிவிட்டது." தாத்தா சொன்னார். "படுமோசமாக". என் பக்கம் திரும்பினார். "உன் அண்ணன் எங்கே?"

"அவன் புத்தகம் தைப்பவரிடம் பாடம் படித்துக்கொண்டு இருக்கிறான்."

"சரி, நீ என்ன இங்கே செய்துகொண்டிருக்கிறாய்?"

"ஆசிரியர், 'நன்றாகச் செய்திருக்கிறாய். நீ போகலாம்' என்று சொன்னார்."

"நீ இங்கே தனியாகவா வந்தாய்? உன் அண்ணன் உன்னோடு வந்திருக்க வேண்டும்." பின் அவர் கருப்பைப் பார்த்து, "எனக்குப் புத்தகம் தைக்கும் நண்பன் ஒருவன் உண்டு. அவனிடம் வாரத்திற்கு இரண்டு நாட்கள் அவர்களது குர்ஆன் வகுப்பு முடிந்ததும் வேலை செய்வார்கள். புத்தகம் தைக்கும் கலையை பழகுநர்களாக கற்றுக் கொள்கின்றனர்."

"உனக்கும் உன் தாத்தாவைப் போலவே ஓவியம் வரைய விருப்பமா?" என்றான் கருப்பு.

நான் அவனுக்கு பதிலளிக்கவில்லை.

"சரி, நீ கிளம்பு இப்போது" என்றார் தாத்தா என்னிடம். திறந்த நெருப்புக்கலத்திலிருந்து வெளிப்பட்ட வெப்பம் அறையை மிக சுகமாக கதகதப்பாக்கியிருந்ததில் அங்கிருந்து வெளியேறவே எனக்குப்பிடிக்கவில்லை. சாயங்களும் பசையும் கலந்த வாசனையை முகர்ந்தபடி ஒரு கணம் அசையாது நின்றேன். காபியின் வாசனை கூட இருந்தது.

"இருந்தாலும், ஒரு புதிய வழியில் ஓவியம் வரைவது என்பது ஒரு புதிய வழியில் காண்பதை குறிக்குமா?" என் தாத்தா ஆரம்பித்தார். "இந்தக் காரணத்தால்தான் அவர்கள் அந்தப் பரிதாபமான மெருகாளனைக் கொன்றிருக்கின்றனர். இத்தனைக்கும் அவன் பழைய பாணியிலேயே செயல்பட்டவன்தான். அவன் கொல்லப் பட்டிருக்கிறானாவென்று எனக்கு நிச்சயமாகத் தெரியவில்லை. அவன் காணாமற்போயிருக்கிறான், அவ்வளவுதான். நமது சுல்தானுக் காக தலைமை ஓவியரான குருநாதர் ஒஸ்மானின் ஆணைப்படி 'திருவிழா மலர்' என்ற செய்யுள்வடிவ ஞாபகார்த்த கதையாடலுக்கு அவர்கள் ஓவியங்கள் தீட்டிக்கொண்டிருந்தனர். ஒவ்வொரு நுண் ணோவியரும் அவரவர் இல்லங்களிலேயே பணியாற்றுகின்றனர். முதலில் நீ அங்கே சென்று அனைத்தையும் உற்றறிந்துகொள். மற்ற நுண்ணோவியர்களுக்கிடையிலும் கருத்து வேறுபாடுகளும் சச்சரவுகளும் ஏற்பட்டு ஒருவரையொருவர் வெட்டிச் சாய்த்துக் கொள்வார்களோவென்று எனக்குக் கவலையாக இருக்கிறது. தலைமை

ஓவியர் குருநாதர் ஒஸ்மான் அவர்களுக்கு பணியிடப் பெயர்களாக பலவருடங்களுக்கு முன் வைத்த புனைப்பெயர்களாலேயே அவர்கள் அழைக்கப்படுகின்றனர். 'வண்ணத்துப் பூச்சி', 'ஆலிவ்', 'நாரை' ... நீ அவர்கள் வீட்டில் வேலை செய்வதைச் சென்று பார்க்கவேண்டும்."

கீழே இறங்குவதற்குப் பதிலாகத் திரும்பி நடந்தேன். ஹேரியே வழக்கமாகத் தூங்குகிற உள்ளறையைக் கொண்ட பக்கத்து அறையி லிருந்து ஏதோ சத்தம் வந்துகொண்டிருந்தது. நான் உள்ளே சென்றேன். உள்ளே இருந்தது ஹேரியே அல்ல, என் அம்மாதான். அவளுக்கு என்னைப் பார்த்து சங்கடமாக இருந்தது. உள்ளறையின் வழியிலேயே நின்றாள்.

"எங்கே போயிருந்தாய்?" என்று கேட்டாள்.

ஆனால் நான் எங்கே போயிருந்தேன் என்று அவளுக்குத்தெரியும். உள்ளறைக்குப் பின்னால் சுவரில் ஒரு பார்வைத் துவாரம் இருக்கும். அதன் வழியாகப் பார்த்தால் தாத்தாவின் பட்டறையும் அதன் கதவுகள் திறந்திருந்தால் அகன்ற ரேழியும் அவரது படுக்கையறைக் கதவும் திறந்திருந்தால் கூடமும் மாடிப்படியும் கூடத் தெரியும்.

"நான் தாத்தாவுடன் இருந்தேன். நீ இங்கே என்ன செய்துகொண் டிருக்கிறாய், அம்மா?"

"தாத்தாவைப் பார்க்க ஒரு விருந்தினர் வந்துள்ளார், நீ அவர் களைத் தொந்தரவு செய்யக்கூடாது என்று சொன்னேனா இல்லையா?" அவள் விருந்தினர் காதில் விழுந்துவிடக்கூடாதென்று சத்தமில்லாமல் என்னைத் திட்டினாள். பின் "அவர்கள் என்ன செய்துகொண்டிருக் கின்றனர்?" என்றாள் இனிமையான குரலில்.

"அவர்கள் உட்கார்ந்திருக்கின்றனர், சாயம் தீட்டிக்கொண்டல்ல. தாத்தா பேசினார். இன்னொருத்தர் கேட்டுக்கொண்டிருந்தார்."

"அவர் எந்த மாதிரி உட்கார்ந்திருந்தார்?"

நான் உடனடியாக தரையில் சரிந்து அந்த விருந்தினர்போலவே உட்கார்ந்து காட்டினேன். "நான் இப்போது அவர் மாதிரியே பெரிய ஆள், அம்மா, பாருங்கள். நான் தாத்தா பேசுவதை ஜனன காப்பியம் ஓதுவதைக் கேட்பதுபோல புருவங்களை சுருக்கிக்கொண்டு கவனமாக கேட்டுக்கொண்டிருக்கிறேன். அந்த விருந்தினர் போலவே இப்போது தீவிரமாக என் தலையை ஆட்டிக்கொண்டிருக்கிறேன்."

"கீழே போய் ஹேரியேவை உடனே கூப்பிடு" என்றாள் அம்மா.

எழுதுபலகையை எடுத்து வைத்துக்கொண்டு உட்கார்ந்து அவள் எதையோ எழுதத்தொடங்கினாள்

"அம்மா, நீங்கள் என்ன எழுதுகிறீர்கள்?"

“சீக்கிரம் போ. உன்னைக் கீழே போய் ஹேரியேவை கூப்பிடச் சொல்லவில்லை?”

நான் கீழே சமையலறைக்குச் சென்றேன். என் அண்ணன் ஷெவ்கெத் வந்துவிட்டிருந்தான். விருந்தினருக்காக வைத்திருந்த பிலாஃப்பை ஹேரியே ஒரு தட்டில் வைத்து அவனுக்கு முன்னால் வைத்தாள்.

“துரோகி” என்றான் என் அண்ணன். “ஆசானிடம் என்னை மட்டும் விட்டுவிட்டு நீ ஓடிவந்துவிட்டாய். புத்தகம் தைக்க எல்லா மடிப்புகளையும் நானே செய்தேன். என் விரல்கள் எப்படி நீலமாகக் கன்றிப் போயிருக்கின்றன, பார்.”

“ஹேரியே, அம்மா உன்னைக் கூப்பிட்டார்கள்.”

“சாப்பிட்டுவிட்டு வருகிறேன், இரு. உன் சோம்பலுக்காகவும் துரோகத்திற்காகவும் என்னிடம் செமத்தியாக அடிவாங்கப் போகிறாய்.” என்றான்.

ஹேரியே சென்றதும், அவனது பிலாஃப்பை முடிப்பதற்கு முன்பே எழுந்து என்னை நோக்கி அச்சுறுத்தும்படியாக வந்தான். என்னால் உரிய நேரத்தில் தப்பிச் சென்றுவிட முடியவில்லை. என் கைமணிக் கட்டைப் பிடித்து முறுக்கத்தொடங்கினான்.

“டேய், விடுடா, ஷெவ்கெத், எனக்கு வலிக்கிறது.”

“இனிமேல் உன் வேலைகளைச் செய்யாமல் ஓடுவாயா?”

“மாட்டேன், இனிமேல் போகமாட்டேன்.”

“சத்தியம் செய்.”

“சத்தியம்.”

“குர்ஆனின் மீது சத்தியம் செய்.”

“குர்ஆன் மீது . . .”

அவன் என் கையை விடவில்லை. நாங்கள் சாப்பிடுவதற்கு மேஜையாகப் பயன்படுத்தும் ஒரு பெரிய தாமிரப் பலகைக்கு என்னை இழுத்துச் சென்று அதன்மேல் என்னை முட்டிபோட வைத்தான். அவனுக்கிருந்த பலத்தில் என் கையை முறுக்கி வைத்துக் கொண்டே அவனால் பிலாஃபை விடாமல் சாப்பிடவும் முடிந்தது.

“டேய் முரடா, உன் தம்பியை சித்ரவதை செய்யாதே” என்றாள் ஹேரியே. அவள் பர்தா அணிந்து வெளியே சென்றுகொண்டிருந்தாள். “அவனை விடு.”

“உன் வேலையைப் பார், அடிமைப்பெண்ணே” என்றான் அண்ணன். அவன் இன்னமும் என் கையை முறுக்கிக்கொண்டிருந் தான். “நீ எங்கே கிளம்பிவிட்டாய்?”

“எலுமிச்சம் பழங்கள் வாங்க” என்றாள் ஹேரியே.

“பொய்சொல்கிறாய். அலமாரி நிறைய எலுமிச்சம்பழங்கள் இருக்கின்றன.”

அவன் என் கையை தளர்த்திய நேரத்தில் என்னை சடுதியில் விடுவித்துக்கொண்டேன். அவனை எட்டி உதைத்துவிட்டு மெழுகு வர்த்தித் தாங்கியை எடுத்துக்கொண்டேன். ஆனால் அவன் என்மீது பாய்ந்து மேலே ஏறி உட்கார்ந்து கொண்டான். எனக்கு மூச்சு முட்டியது. மெழுகுவர்த்தித் தாங்கியை தட்டிவிட்டான். தாமிரப் பலகை கீழே விழுந்தது.

“உங்கள் இருவரையும் இறைவன் சாட்டையால் அடிக்கட்டும்.” என்றாள் அம்மா. அவள் விருந்தாளிக்குக் கேட்கக்கூடாதென்று குரலை மட்டுப்படுத்தியிருந்தாள். அவள் கருப்பின் கண்ணில்படாமல் பட்டறையின் வெளிக்கதவை திறந்து, கூடத்தின் வழியாக வந்து, படிக்கட்டில் இறங்கி எப்படி வர முடிந்தது?

அவள் எங்களைப் பிரித்துவிட்டாள். “ஏன் நீங்கள் இருவரும் என் மானத்தை வாங்குகிறீர்கள்?”

“ஓரான் ஆசானிடம் பொய் சொன்னான். எல்லா வேலைகளை யும் என்னையே செய்யவைத்துவிட்டு வந்துவிட்டான்.”

“உஷ்ஷ்!” என்றபடி அம்மா அவனை அடித்தாள்.

அவள் அவனை மென்மையாகத்தான் அடித்தாள். அண்ணன் அழவில்லை. “எனக்கு என் அப்பா வேண்டும்” என்றான். “அவர் வந்தவுடன் ஹஸன் மாமாவின் மாணிக்கக் கைப்பிடி கத்தியை எடுத்துக்கொள்ளப் போகிறார், நாம் ஹஸன் மாமாவின் வீட்டிற்குத் திரும்ப போகப்போகிறோம்.”

“வாயை மூடு!” என்றாள் அம்மா. திடீரென்று அவள் கோப முற்று ஷெவ்கெத்தின் கையைப் பிடித்து சமையலறைக்கு இழுத்துச் சென்று, படியிறங்கி முற்றத்தை நோக்கியபடியிருந்த அறைக்குள் அவனைத்தள்ளி கதவை அடைத்தாள். நான் அவர்கள் பின்னாலேயே ஓடிவந்தேன். அம்மா கதவைத் திறந்தாள். என்னைப் பார்த்ததும், “நீயும் உள்ளே போ” என்றாள்.

“ஆனால் நான் எதுவும் செய்யவில்லை” என்றேன். இருந்தாலும் உள்ளே சென்றேன். அம்மா எங்களிருவரை வைத்து கதவை மூடினாள். உள்ளே ஒன்றும் கும்மிருட்டாக இல்லாவிட்டாலும் – முற்றத்திலிருந்த மாதுளை மரத்தைப் பார்த்தபடியிருந்த சன்னலின் பிளவு வழியாக மெலிதான வெளிச்சம் விழுந்துகொண்டிருந்தது – நான் பயந்திருந்தேன்.

“கதவைத்திற அம்மா” என்றேன். “எனக்குக் குளிராக இருக்கிறது.”

“சிணுங்குவதை நிறுத்து, கோழைப்பயலே. அம்மா சீக்கிரம் வந்து திறப்பார்கள்” என்றான் ஷெவ்கெத்.

அம்மா கதவைத் திறந்தாள். "விருந்தாளி கிளம்பும்வரை ஒழுங்காக நடந்துகொள்வீர்களா?" என்றாள். "அப்படியானால் சரி, கருப்பு வீட்டைவிட்டுக் கிளம்பும்வரை சமையலறையில் அடுப்பிற்குப் பக்கத் திலேயே உட்கார்ந்திருக்க வேண்டும். மாடிக்குப் போகக்கூடாது, புரிகிறதா?"

"இங்கே எங்களுக்கு பொழுதுபோகாது" என்றான் ஷெவ்கெத். "ஹேரியே எங்கே போயிருக்கிறாள்?"

"எல்லாருடைய விஷயங்களிலும் மூக்கை நுழைப்பதை நிறுத்து" என்றாள் அம்மா.

லாயத்திலிருந்த குதிரைகளில் ஒன்று மென்மையாக கனைப் பதைக் கேட்டோம். அந்த குதிரை மீண்டும் கனைத்தது. அது எங்கள் தாத்தாவினுடையதல்ல, கருப்பினுடையது. எங்களுக்கு சந்தோஷ தினம் போல உவகைமுட்டியது. அம்மா புன்னகைத்தாள். நாங்களும் புன்னகைக்க வேண்டும் என்று எதிர்பார்த்தாள். இரண்டு அடி முன்னால் சென்று சமையலறைக்கு வெளியே மாடிப்படியை ஒட்டியிருந்த லாயத்தின் கதவைத் திறந்தாள்.

லாயத்திற்குள் தலையை நீட்டி, "ட்ர்ர்ர்ஸ்ஸ்" என்றாள்.

திரும்பி வந்து எங்களை ஹேரியேவின் எண்ணெய் பிசுபிசுக்கும், சுண்டெலிகள் ஓடும் சமையலறைக்கு இட்டுச்சென்று எங்களை உட்கார வைத்தாள். "விருந்தாளி போகும்வரை எழுந்துகூட நிற்கக் கூடாது. சண்டை போட்டுக்கொள்ளாதீர்கள், எல்லோரும் உங்களை கெட்ட பையன்கள் என்று நினைத்துக்கொள்வார்கள்."

"அம்மா" அவள் சமையலறைக் கதவை சார்த்திக்கொண்டு செல்வதற்குமுன் கூப்பிட்டேன். "ஒன்று சொல்லவேண்டும், அம்மா. நம்ம தாத்தாவோட மெருகாளரை தீர்த்துக்கட்டிவிட்டார்கள்."

•

அத்தியாயம் 7

நான் கருப்பு என்று அழைக்கப்படுகிறேன்

அவளுடைய பையன் மீது என் முதல் பார்வைபட்ட வுடனேயே இவ்வளவு காலமாக தவறாக ஞாபகம் வைத் திருந்த ஷெகூரேவின் முகம் சட்டென்று துலங்கியது. ஓரானைப் போலவே அவளுக்கும் சின்னமுகம், ஆனால் நான் ஞாபகத்தில் வைத்திருந்ததைவிட நீண்ட முகவாய். அதேபோல என் நினைவிலிருந்த ஷெகூரேவின் வாயைவிட உண்மையில் சிறிய தாகவும் குறுகியதாகவும் இருக்கும். பனிரெண்டு வருடங்களாக ஊர் விட்டு ஊர் அலைந்துகொண்டிருந்தபோது, எனது வேட்கையின் காரணமாக அவளது வாயை அகலப்படுத்தி, அவளது இதழ்களை துடுக்காக, சதைப்பற்றோடு, அடக்க முடியாமல் கவ்விப்பற்றுவதற்கேற்ற பெரிய பளபளப்பான செர்ரிப்பழம்போல கற்பனை செய்துவைத்திருந்தேன்.

வெனீசிய ஓவியர்களின் பாணியில் வரையப்பட்டிருந்த ஷெகூரேவின் உருவப்படம் மட்டும் என்னோடு இருந்திருந்தால், எனது நீண்ட பயணங்களில், என் பிரேமைக்குரியவளின் முகத்தை கிஞ்சித்தும் நினைவுகூர முடியாமல், எனக்குப் பின்னால் எங்கேயோ அம்முகத்தை தொலைத்துவிட்டு வந்து விட்டதைப்போல பரிதவித்துப் போயிருக்கமாட்டேன். உங்கள் காதலியின் முகம் உங்கள் இதயத்தில் அழியாமல் தீட்டப்பட் டிருக்கும்போது உலகமே உங்களுக்குச் சொந்த வீடுதான்.

ஷெகூரேவின் இளைய மகனைப் பார்த்ததும் அவனுடன் பேசியதும் முகத்தை கிட்டத்தில் கொண்டுவந்து முத்தமிட்டதும் எனக்குள் ஒரு பதற்றத்தை எழுப்பியிருந்தது. துரதிருஷ்டசாலி களுக்கும் கொலைகாரர்களுக்கும் பாவகாரியர்களுக்குமே உரிய ஒருவித அமைதியின்மை. ஓர் உட்குரல் என்னை வற் புறுத்தியது: “சீக்கிரம், இப்போதே போய் அவளைப் பார்.”

கொஞ்ச நேரத்திற்கு என் எனிஷ்டேவிடமிருந்து சத்தமில்லாமல் எழுந்துபோய், அந்த அகன்ற ரேழியில் திறக்கின்ற ஒவ்வொரு கதவாக – அவற்றை ஓரக்கண்ணால் ஏற்கனவே எண்ணிவிட்டிருந் தேன். ஐந்து கரிய கதவுகள், அவற்றில் ஒன்று மாடிப்படிக்குச் செல்வது – திறந்து ஷெகூரேவைக் கண்டுபிடிக்க உத்தேசித்தேன். ஆனால் அவசரகுடுக்கையாக என் இதயத்தில் இருப்பதைச் சொல்லி விட்டு அதனால் என் பிரியத்திற்குரியவளிடமிருந்து பனிரெண்டு வருடங்களாக நான் பிரித்து வைக்கப்பட்டிருந்தேன். எனவே, அதற் குரிய சமயம் கனியும்வரை ஷெகூரே கைபட்டிருக்கக்கூடிய சுற்றிலு மிருந்த பொருட்களை ரசித்துக்கொண்டு, அங்கிருந்த மிகப்பெரிய தலையணையில் அவள் எத்தனை முறை சாய்ந்திருப்பாள் என்று யோசித்துக்கொண்டு, என் எனிஷ்டே பேசுவதைக் கேட்டுக்கொண்டு காத்திருப்பதென்று முடிவு செய்தேன்.

அந்த ஓவியமலரை ஹிஜிரா ஆயிரமாவது ஆண்டுவிழாவிற்குள் முடிக்கப்படவேண்டுமென சுல்தான் விரும்புவதாகச் சொன்னார். உலகத்தின் உறைவிடமான நமது சுல்தான், முஸ்லீம் வருடத்தின் ஆயிரமாவது ஆண்டு நிறைவின்போது, அவரும் அவரது சாம் ராஜ்யமும் பிராங்கியர்களையும் பிராங்கிய பாணிகளையும் பயன் படுத்திக்கொள்ள முடியுமென்று பறைசாற்றுவதற்கு விரும்புகிறார். மற்ற பணிகளோடு சேர்த்து 'திருவிழா மலர்' தயாரிப்பு வேலைகளும் சுல்தானுக்கு இருந்ததால், கடும் வேலைப்பளுமிக்க அந்த நுண் ணோவியர்கள் தத்தமது இல்லங்களிலேயே அமைதியான சூழலில் அவரவருக்கு ஒதுக்கீடு செய்யப்பட்ட ஓவியங்களைத் தீட்ட அனுமதி யளித்திருந்தார். மேலும் அவர்கள் யாருக்கும் தெரியாமல் என் எனிஷ்டேவை ரகசியமாக வந்து அவ்வப்போது சந்தித்துவிட்டுச் செல்லவும் உத்தரவிட்டிருந்தார்.

"தலைமை நுண்ணோவியர், குருநாதர் ஒஸ்மானை நீ சென்று சந்திக்க வேண்டும்" என்றார் என் எனிஷ்டே. "சிலர் சொல்கின்றனர் அவருக்கு கண் குருடாகிவிட்டதென்று. அவருக்கு சித்தம் கலங்கி விட்டதாகச் சிலர் சொல்கின்றனர். எனக்கென்னவோ அவருக்கு பார்வையும் போய், மூப்பினால் கிறுக்கு பிடித்திருப்பதாகவும் தோன்றுகிறது."

தலைமை குருநாதருக்குள்ள திறமைக்கு அருகில்கூட என் எனிஷ்டேவால் வரமுடியாது. அவருடைய ஓவியத்திறமை சொல்லிக் கொள்ளும் அளவுக்கு இல்லாவிட்டாலும்கூட இந்தச் சித்திரப் பெருஞ்சுவடியைத் தயாரிக்கும் பொறுப்பு என் எனிஷ்டேவிடம் சுல்தான் அவர்களால் தரப்பட்டிருக்கிறது. இந்த நிலைமையால்தான் அவருக்கும் வயதான குருநாதர் ஒஸ்மானுக்கும் இடையேயிருந்த உறவு சீர்கெட்டிருக்கிறது.

என் இளவயது ஞாபகங்களில் மீண்டும் நழுவ, அந்த வீட்டிற்குள்ளிருந்த மரச்சாமான்களிலும் பொருட்களிலும் என் கவனம் பரவியது. பனிரெண்டு வருடங்களுக்குமுன் நான் பார்த்திருந்த தரைவிரிப்பான கூலாவிலிருந்து வந்த நீலநிற கிலிம், செம்பு ஜாடி, காபி கோப்பைகளும் தட்டும், செம்பு வாளியும், சீனாவிலிருந்து போர்ச்சுகல் வழியாக வந்ததாக என் அத்தை கணக்கற்ற தடவைகள் பெருமையடித்துக்கொண்ட நளினமான காபி கோப்பைகள், முத்துப் பளபளப்பில் இழைக்கப்பட்ட புத்தக மடக்குத்தாங்கி, சுவற்றில் ஆணியடித்து பொருத்தியிருந்த தலைப்பாகை மாட்டும் நிலைச்சட்டம், தொட்டவுடனேயே அதன் மென்மை ஞாபகத்திற்கு வந்துவிட்ட சிவப்பு வெல்வெட் தலையணை இவையெல்லாமே என் சிறுவயதில் அக்ஸாரே வீட்டில் ஷெகூரேவுடன் கழித்த தருணங்கள், அந்த வீட்டில் எனது ஓவிய தினங்களின் அதிஇன்பத்தின் மிச்சங்களோடு எனக்குள் இறங்கின.

ஓவியம் வரைதலும் சந்தோஷமும். எனது கதையையும் எனது விதியையும் அறிந்துகொள்ள முழுக்கவனத்தையும் செலுத்தி கேட்டுக் கொண்டிருக்கும் என் அன்பான வாசகர்கள் என் உலகத்தின் மூலங்களே இவ்விரு விஷயங்களாகத்தான் இருந்தன என்பதை தெரிந்துகொள்ள வேண்டும். இங்கே புத்தகங்களுக்கும் எழுத்தோவிய தூரிகைகளுக்கும் ஓவியங்களுக்கும் மத்தியில் முழுமையான மனநிறைவோடு இருந்த காலம் அது. அப்புறம்தான் நான் காதலில் விழுந்தேன், இந்த சொர்க்கத்திலிருந்து அப்புறப்படுத்தப்பட்டேன். தேசப்பிரஷ்டம் செய்யப்பட்ட மோக வருடங்களை சகித்துக்கொண்டு காலம் தள்ளியபோது, ஷெகூரேவும் அவள் மீதிருந்த என் காதலும் இவ்வாழ்க்கையையும் உலகத்தையும் நம்பிக்கையோடு ஏற்று தக வமைத்துக்கொள்ள எந்தளவுக்கு உதவியிருக்கிறது என்பதை அவ்வப் போது நினைத்துப்பார்த்துக்கொண்டேன். என் காதல் ஏற்றுக்கொள்ளப் படும் என்ற குழந்தைத்தனமான அப்பாவித்தனத்தில் அளவற்ற தன்னம்பிக்கையோடு இவ்வுலகம் என்பது புனிதமான இடந்தா னென்று கருதிவந்தேன். இதே மனப்பூர்வ ஆர்வத்துடன் புத்தகங் களோடு என்னை உள்ளடக்கிக்கொண்டு, அவற்றை நேசிக்கவும் அப்போது என் எனிஷ்டே என்னை வாசிக்கச் சொல்வதையும் என் மதப் பாடங்களையும் சித்திரங்களையும் ஓவியம் வரைவதையும் நேசித்து வந்தேன். என் கல்வியின் முதல்பாதி மகிழ்ச்சியாகவும் கொண்டாட்டமாகவும் செறிவாகவும் அமைந்திருந்ததற்கு ஷெகூரே வின் மீது எனக்கிருந்த காதல்தான் காரணம் என்பது எவ்வளவு உண்மையோ, அதேயளவு உண்மை அதன்பின் பாதியை சீரழித்து விஷமாக்கிய தீயறிவுக்கும் பனி இரவுகளில் வேட்கை கசிய, வணிகர் சத்திர இரும்பு அடுப்புகளின் க்ஷீணமான ஜ்வாலைகளைப்போல வெந்தடங்கவும் பக்கத்தில் எவளொருத்தி படுத்தாலும் தனிமையின்

புதைகுழியில் பாய்ந்து என்னை ஓர் அற்பப் பதரென்று விரக்தியுற வைத்ததற்கும் ஷெகூரேவின் நிராகரிப்புதான் காரணமென்பதையும் சொல்லவேண்டும்.

பின்பு வெகுநேரம் கழித்து என் எனிஷ்டே கேட்டார்: "மரணத் துக்குப் பிறகு நமது ஆத்மாக்களுக்கு இவ்வுலகில் தத்தமது படுக்கை களில் அமைதியாக உறங்கிக்கொண்டிருக்கும் ஆண், பெண்களின் ஆன்மாக்களை சந்திக்க முடியுமென்பது உனக்குத் தெரியுமா?"

"இல்லை, தெரியாது"

"மரணத்திற்குப் பிறகு நாம் வெகுதொலைவு பயணிக்கிறோம். எனவே சாவதைப்பற்றி நான் அஞ்சவில்லை. ஆனால் என் பய மெல்லாம் நமது சுல்தானின் சித்திரப் பெருஞ்சுவடியை முடித்துக் கொடுப்பதற்கு முன்பே இறந்துவிடுவேனோவென்றுதான்."

எனது ஒரு பகுதி, என் எனிஷ்டேவைவிட நான் வலிமைமிக்கவ னாக, விவேகமிக்கவனாக, நம்பக்கூடியவனாக இருக்கிறேன் என்று உணர்ந்தது. அடுத்த பகுதி, தன் மகளின் கரத்தை என்னிடம் ஒப் படைக்க மறுத்த இம்மனிதனைச் சந்திப்பதற்காக நான் வாங்கிய கப்தானின் விலையைப் பற்றியும் இப்போது பேசிமுடித்ததும் கீழே இறங்கி லாயத்திலிருந்து நான் ஓட்டிச்செல்லப்போகிற என் குதிரைக்கான வெள்ளி கடிவாளத்தையும் கைவேலை செய்யப்பட்ட சேணத்தையும் பற்றி யோசித்துக்கொண்டிருந்தது.

அவர் குறிப்பிட்ட நுண்ணோவியர்கள் அனைவரையும் சந்தித்து விட்டு நான் அறிந்துகொண்ட எல்லாவற்றையும் அவரிடம் தெரிவிப்ப தாக உறுதியளித்தேன். அவர் கரத்தில் முத்தமிட்டு அதனை என் நெற்றியில் வைத்தேன்.

படியிறங்கி, முற்றத்தையடைந்ததும் பனிக்காற்று என்மேல் பரவ, நான் குழந்தையோ அல்லது முதியவனோ அல்லவென்பதை ஒப்புக்கொண்டேன். என் சருமத்தில் உலகத்தை குதூகலமாக அனுமதித்தேன். லாயத்தின் கதவை மூடியதும் ஒரு திடீர் காற்று சுழன்றது. என் வெண்புரவியை சேணத்தைப்பற்றி வெளியே கல் பாவிய நடைவழிக்கு செலுத்தி வந்து முற்றத்தின் மணற்பகுதிக்கு வந்ததும் நாங்களிருவரும் சிலிர்த்துக்கொண்டோம். என் புரவியின் வலிமைமிக்க நரம்புகள் பின்னிய கால்களும் அதன் பொறுமை யின்மையும் உறுதியும் என்னுடையதாகவே உணர்ந்தேன். தெரு விற்கு நாங்கள் வந்தவுடனேயே, தேவதைக் கதைகளில் வரும் குதிரை வீரர்களைப்போல என் புரவியின் மீது தாவியமர்ந்து திரும்பிப் பார்க்காமல் இந்தக் குறுகலான தெருக்களில் புயலெனக் கடுகிச் செல்ல உத்தேசிக்குமுன் மிகப்பெரிய சரீரத்துடன், முழுக்கவும் இளஞ்சிவப்பில் உடையணிந்து, துணிமூட்டை ஒன்றை தூக்கிக் கொண்டு வந்த ஒரு யூதப் பெண்மணி வழிமறித்தாள். ஓர் அலமாரி

அளவுக்கு அகலமாகவும் பெரியதாகவும் இருந்த அவள் தொண தொணவென்று, துடிப்போடு ஏறக்குறைய மேனாமினுக்கித்தனமாக பேசத் தொடங்கினாள்:

"என் தைரியபுருஷனே, இளம் நாயகனே, மற்றவர்களெல்லோரும் சொல்கிறாற்போல நீ உண்மையிலேயே பேரழகனாகத்தான் இருக் கிறாய்" என்றாள். "உனக்கு கல்யாணமாகிவிட்டதோ? இல்லையா? இஸ்தான்புல்லின் தலைசிறந்த அற்புதமான துணி விற்பவள் எஸ்தரிட மிருந்து உன் ரகசியக் காதலிக்கு ஒரு பட்டு கைக்குட்டை வாங்கிப் போவாயா?"

"வேண்டாம்."

"அட்லஸ் பட்டில் இடுப்புப்பட்டி?"

"வேண்டாம்."

"இதே மாதிரி 'வேண்டாம்' 'வேண்டாம்' என்று ஒத்து ஊதிக் கொண்டிருக்காதே! உன்னைப் போன்ற ஒரு தைரியசாலிக்கு துணைவியோ அல்லது காதலியோ எப்படி இல்லாமலிருப்பாள்? உனக்காக எத்தனைக் கன்னிப்பெண்கள் காதலில் கசிந்துருகி அழுது கொண்டிருக்கிறார்களோ, யாருக்குத்தெரியும்?"

கழைக்கூத்தாடி போல அவளுடல் ஒருகணம் உள்ளடங்கி நீண்டு, என் முன்னால் நளினமாகச் சாய்ந்தாள். அதே நேரத்தில் காற்றிலிருந்து பொருட்களை பறித்தெடுக்கிற மந்திரவாதிபோல அவள் கையில் கடிதம் ஒன்று தோன்றியது. இந்தக் கணத்திற்காக வருடக்கணக்காக பயிற்சியெடுத்தவன் போல கள்ளத்தனமாக அதைப் பிடுங்கிக்கொண்டு இடுப்புப் பட்டிக்குள் அவசரமாக, கலைநயத்துடன் செருகிக்கொண்டேன். அது ஒரு கனமான கடிதம். அது என் இடுப்பின் சில்லிட்ட சருமத்தின் மேல் நெருப்பு போல எரிந்தது.

"சாவகாசமாக ஓட்டிக்கொண்டு போ" என்றாள் எஸ்தர் எனப் பட்ட அந்தத் துணி விற்பவள். "தெரு முனையில் வலதுபுறம் திரும்பு. நிற்காமல் சுவரையொட்டியே போய்க்கொண்டிரு. மாதுளை மரம் வந்ததும் திரும்பி உன் வலதுபுறம் தெரிகிற ஜன்னலைப்பார்."

அவள் தன்போக்கில் சென்று கணத்தில் மறைந்து போனாள்.

கற்றுக்குட்டி ஒருவன் முதல் முறையாக ஏறுவதுபோல் குதிரை மீதேறினேன். என் இதயம் படுவேகமாக அடித்துக்கொண்டிருந்தது. எதிர்பார்ப்பில் என் மனம் ஸ்தம்பித்திருக்க, கைகள் கடிவாளத்தை எப்படிப் பற்றுவது என்பதை மறந்திருந்தன. ஆனால் கால்கள் மட்டும் குதிரையின் உடலை இறுக்கமாக பின்னிக்கொள்ள, விவேக மும் திறமையும் குதிரைக்குள்ளும் எனக்குள்ளும் வியாபித்து, எஸ்தர் கூறியதைப்போலவே என் புத்திசாலிப்புரவி நிதானமாக கெச்சை

நடைபோட்டது. சாலை வளைவில் வலதுபுறம் எவ்வளவு அழகாகத் திரும்பினோம்!

அந்தப் பொழுதில், உண்மையிலேயே நான் அழகாகத்தான் இருக்கிறேன் போல என்று தோன்றியது. தேவதைக்கதைகளில் வருவதைப் போலவே எல்லா சன்னல்களிலும் திரையிட்ட சாளரங் களிலும் பெண்கள் வெட்கத்தோடு என்னை வேடிக்கைபார்த்துக் கொண்டிருக்க, முன்பு என்னைத் தின்றுகொண்டிருந்த அதே நெருப்பில் மீண்டும் நான் எரியப் போகிறேனோவென்று உணர்ந்தேன். இதற்குத் தானா நான் வேட்கையுற்றேன்? பல வருடங்களாக நான் அவதி யுற்றிருந்த நோய்மையில் மறுபடியும் பீடிக்கப்படுகிறேனோ? மேகங்களி லிருந்து சூரியன் திடீரென வெடித்துக்கொண்டு வெளிவந்து என்னை திடுக்குற வைத்தது.

எங்கே அந்த மாதுளை மரம்? மெல்லிசாக துயரத்தோடு இங்கே நின்றிருக்கிறதே, அதுவா? ஆம்! என் சேணத்திலிருந்து வலப்புறம் இலேசாகத் திரும்பினேன். மரத்திற்குப்பின்னால் ஒரு சன்னலைப் பார்த்தேன், ஆனால் அங்கே யாருமில்லை. அந்தச் சிறுக்கி எஸ்தரால் நான் ஏமாற்றப்பட்டிருக்கிறேன்!

இந்த எண்ணங்கள் என்னைக் கடந்துகொண்டிருக்கும்போதே அந்தச் சன்னலின் உறைபனி அப்பிய கதவுகள் பெரும் ஓசையோடு, வெடித்தது போல திறந்தன. பனிரெண்டு வருடங்கள் கழித்து என் அன்பிற்குரியவளின் பிரமிக்கவைக்கும் முகத்தை பனிகோர்த்த மரக்கிளைகளின் ஊடாக, அச்சன்னலின் உறைபனிச்செதிள்கள் வழிந்து வெயிலில் பிரகாசமாக பளபளக்கும் நிலைச்சட்டத்தின் நடுவே பார்த்தேன்.

என் பிரியத்திற்குரிய கருவிழியாள் என்னைப் பார்த்துக்கொண் டிருக்கிறாளா அல்லது என்னைத்தாண்டி வேறொரு வாழ்க்கையை பார்த்துக்கொண்டிருக்கிறாளா? அவள் சோகமாக இருக்கிறாளா அல்லது புன்னகைத்துக் கொண்டிருக்கிறாளா அல்லது சோகமாக புன்னகைத்துக் கொண்டிருக்கிறாளாவென்பதை என்னால் கணிக்க முடியவில்லை. முட்டாள்க் குதிரையே, என் இதயத்தை உணர மாட்டாயா, மெதுவாகப்போ! எனது சேணத்திலிருந்து மெதுவாகத் திரும்பி, அவளது மெலிந்த, வசீகரமான, மர்மமான முகம் மரக்கிளை களுக்குப் பின்னால் மறையும் வரை எவ்வளவு நேரம் முடியுமோ அந்தளவுக்கு அந்த முகத்தின்மேல் பார்வையை பதித்திருந்தேன்.

அதன் பின்னர், நெடுநேரம் கழித்து அவளது கடிதத்தைத் திறந்து, அதற்குள்ளிருந்த சித்திரத்தைப் பார்த்தபோதுதான் அந்த ஓவியத்தில் சித்தரிக்கப்பட்டிருந்த – இதுவரை ஆயிரம் முறைகளுக்கு மேல் வரையப்பட்டிருக்கக்கூடிய – ஷிரீனை அவளது சாளரத் திற்குக் கீழே ஹுஸ்ரேவ் சந்திக்கின்ற காட்சி, குதிரைமீதமர்ந்தபடி

அவளை சன்னலில் நான் பார்த்த தருணத்தோடு எந்தளவுக்கு ஒத்திருக்கிறது என்று வியந்தேன். எங்கள் விஷயத்தில் எங்களுக் கிடையில் அந்தத் துயரார்ந்த மரம் மட்டும் இருந்தது. இந்த ஒற்றுமையை நான் கண்டுகொண்டபோது, நாம் ரசித்து, போற்றிக் கொண்டிருந்த அந்தப் புத்தகங்களில் வர்ணிக்கப்படுவதுபோலவே நானும் காதல் நெருப்பில் வெந்துகொண்டிருப்பதை என்னால் உணர முடிந்தது.

•

அத்தியாயம் 8

நான், எஸ்தர்

நான் கருப்பிடம் கொடுத்த கடிதத்தில் ஷெகூரே என்ன எழுதியிருந்தாள் என்பதை அறிந்துகொள்வதில் நீங்கள் எல் லோருமே ஆர்வமாக இருப்பீர்கள், எனக்குத்தெரியும். அடுத்தவர் விஷயத்தை அறிந்துகொள்ளும் ஆர்வம் எனக்கும் உண்டென் பதால் ஏகப்பட்ட விஷயங்கள் தெரிந்துவைத்திருக்கிறேன். எனவே கதையின் பக்கங்களை நீங்கள் புரட்டுவதாக பாசாங்கு செய்யும்போது, அந்தக் கடிதத்தை சேர்ப்பதற்குமுன் நடந்த தென்னவென்பதைச் சொல்லிவிடுகிறேன்.

மாலை நெருங்கிக்கொண்டிருக்கிறது. பொற்கொம்பின் ஜலதுவாரத்தில் அமைந்திருந்த அச்சிறிய, பழுங்கவர்ச்சிகொண்ட யூதப்பகுதியில் இருந்த எங்கள் வீட்டில் இரு வயதான ஜீவன் களான நானும் என் கணவர் நெஸிம்மும் மூச்சிறைக்க கணப் பிற்குள் விறகுகளை செருகிக் குளிர்காய்ந்துகொண்டிருந்தோம். எங்களை 'வயதானவர்கள்' என்று குறிப்பிட்டுக்கொள்வதைக் கண்டுகொள்ளாதீர்கள். பெண்களை உறுதியாகக் கவர்ந்திழுக்கக் கூடிய, மலிவானதும் விலையுயர்ந்ததுமாக மோதிரங்கள், காதுவளையங்கள், கழுத்தணிகள், இன்னும் பலவித பகட்டு அணிகலன்களை போர்ச்சுகீசிய கப்பல்களிலிருந்து இறக்கப் பட்ட பட்டு கைக்குட்டைகள், கையுறைகள், விரிப்புகள், வண்ண மயமான சட்டைத் துணிகள் ஆகியவற்றோடு சேர்த்து மூட்டை யாகக் கட்டிக்கொண்டு கிளம்பினால், இஸ்தான்புல் ஒரு கெட்டிலென்றால் எஸ்தராகிய நான் ஒரு கரண்டி என்பதாக, என் கால்படாத தெருவே இந்நகரில் இருக்காது. ஒரு வாசலி லிருந்து இன்னொரு வாசலுக்கு நான் கொண்டுசென்று சேர்க் காத வதந்தியோ கடிதமோ இருந்ததில்லை. இஸ்தான்புல் பெண்களில் பாதிப்பேருக்கு நான்தான் துணை சேர்த்து வைத்திருக்கிறேன். இதையெல்லாம் என்னைப் பற்றி பீற்றிக் கொள்வதற்காக சொல்லத் தொடங்கவில்லை. நான் சொல்லிக் கொண்டிருந்ததைப்போல, என் கணவரும் நானும் மாலை

நேரத்தில் வீட்டில் இளைப்பாறிக்கொண்டிருந்த போதுதான் 'தட், தட்', யாரோ கதவைத்தட்டுகிறார்கள். நான் போய் கதவைத்திறந்தால் அந்த முட்டாள் அடிமைப்பெண் ஹேரியே நின்றுகொண்டிருக்கிறாள். கையில் கடிதம் ஒன்று வைத்திருந்தாள். குளிரினாலோ அல்லது பதற்றத்தாலோ நடுநடுங்கிக்கொண்டே ஷெகூரே சொல்லச் சொன்னதை விவரித்தாள்.

முதலில் அந்தக் கடிதத்தை ஹஸனுக்கு கொண்டு செல்லவேண்டு மென்று அனுமானித்தேன். அதனால்தான் எனக்கு மிகவும் அதிர்ச்சி யாக இருந்தது. அழகுப்பெண் ஷெகூரேவின் கணவன் போருக்குச் சென்று இன்றுவரை திரும்பாமலிருப்பது உங்களுக்குத் தெரியுமல்லவா – என்னைக்கேட்டால் அவன் எப்போதோ செத்துப்போய் உடம்பெல் லாம் புழு துளைத்துவிட்டிருக்கும் என்பேன் – அந்த போருக்குப் போய் திரும்பாத வீரபுருஷனுக்கு ஹஸன் என்றொரு காதல்பித்து சகோதரனும் இருக்கிறான். அதனால் ஷெகூரேவின் கடிதம் ஹஸ னுக்கு இல்லை, வேறுயாருக்கோ என்பது தெரிந்ததும் எனக்கேற் பட்ட ஆச்சரியத்தை நினைத்துப்பாருங்கள். அந்த கடிதம் என்ன சொல்கிறது? எஸ்தருக்கு ஆர்வத்தில் பைத்தியமே பிடிக்கும்போலிருந் தது. கடைசியில் அதைப் படித்தும் விட்டேன்.

ஆனால் நாம் ஒருவருக்கொருவர் அந்தளவுக்கு பழக்கமானவர் கள் இல்லை அல்லவா? உண்மையைச் சொன்னால் சங்கடமும் கவலையும் என்னை ஆக்கிரமித்திருந்தன. அந்தக் கடிதத்தை நான் எப்படிப்படித்தேன் என்பது எப்போதுமே உங்களுக்குத் தெரியாமல் போகலாம். நீங்களே கூட நாவிதர்களைப் போல மற்றவர் விஷயத் தில் மூக்கை நுழைக்காமலிருப்பவர்கள் போல பாசாங்கு செய்து கொண்டு, அவளது கடிதத்தை நான் பிரித்துப் படித்ததற்காக என்னை அவமானமாகவும் கேவலமாகவும் நினைக்கலாம். அந்தக் கடிதத்தி லிருந்து நான் தெரிந்துகொண்டதை மட்டும் உங்களுக்குச் சொல் கிறேன். அந்த இனிமையான பெண் ஷெகூரே இதுதான் எழுதி யிருந்தாள்:

கருப்பு எஃபெண்டி, என் தந்தையோடு உங்களுக்கு நெருக்க மான உறவு இருப்பதால் என் வீட்டிற்கு வருகை புரிந்திருக் கிறீர்கள். ஆனால் என் சம்மதம் மட்டும் கிடைத்துவிடும் என்று எதிர்பார்க்க வேண்டாம். நீங்கள் சென்றதிற்குப் பிறகு எவ்வளவோ நிகழ்ந்துவிட்டன. எனக்கு மணமாகிவிட்டது. சுறுசுறுப்பும் சக்தியுமாக இரண்டு மகன்கள் இருக்கின்றனர். அவர்களில் ஒருவன் ஓரானைத்தான் இப்போது நீங்கள் பட்டறையில் பார்த்தீர்கள். என் கணவர் திரும்பிவருவதற்காக நான் காத்திருக்கும் இந்த நான்கு வருடங்களில் எதுவுமே என் மனதிற்குள் நுழையவில்லை. நான் இரண்டு குழந்தை களோடும் வயதான தகப்பனோடும் தனியாக, அவநம்பிக்கை யோடு, சக்தியற்று வாழ்ந்து கொண்டிருக்கலாம். ஆண்

ஒருவனின் பலமும் துணையும் எனக்கு இல்லாமலிருக்கலாம், ஆனால் என் நிலைமையை யாரும் சாதகமாக பயன்படுத்திக் கொள்ள நினைத்தால் அது நடக்காது. எனவே, எங்களை வந்து சந்திப்பதை நீங்கள் நிறுத்திக்கொண்டால் அது என்னை சந்தோஷப்படுத்தும். இதற்கு முன் ஒருமுறை என்னை சங்கடப் படுத்தி சிக்கல் அளித்தீர்கள். அதற்குப் பிறகு என் அப்பாவின் பார்வையில் என் கௌரவத்தை மீட்டெடுப்பதற்காக நான் எவ்வளவோ துன்புற்றாகிவிட்டது! இந்தக் கடிதத்தோடு நீங்கள் உணர்ச்சிவயப்பட்ட, தன்னிலை மறந்த இளைஞனாக இருந்த போது, வரைந்து எனக்களித்த ஓவியத்தையும் சேர்த்து திருப்பி அளித்திருக்கிறேன். நீங்கள் பொய்யான நம்பிக்கைகளை வளர்த்துக்கொள்ளக் கூடாதென்பதற்காகவும் என் செய்கை களை தவறாகப் புரிந்துகொள்ளக் கூடாதென்பதற்காகவும் நான் இதைச் செய்கிறேன். ஒரு சித்திரத்தைப் பார்த்துவிட்டு ஒருத்தி காதலில் விழுந்துவிடுவாள் என்று நம்புவது தவறு. எங்கள் வீட்டிற்கு வருவதை நீங்கள் முற்றிலுமாக நிறுத்தி விட்டால் நல்லது.

என் பரிதாபத்திற்குரிய ஷெகூரே, நீ ஓர் உயர்குடிப் பிரஜை யாகவோ அல்லது ஒரு பாஷாவாகவோ இருந்திருந்தால் உன் கடிதத்தை ஒட்டி பிரிக்க முடியாதபடி அழகாக முத்திரையிட்டிருப் பாய்! பக்கத்தின் அடியில், பயத்தில் நடுங்கும் ஒரு சின்ன பறவையைப் போல தன் பெயரின் முதலெழுத்தை மட்டும் ஒப்பமாக இட்டிருந் தாள். வேறெதுவுமில்லை.

"முத்திரை" என்று சொன்னேன். மெழுகில் முத்திரையிடப்பட்ட இந்தக் கடிதங்களை நான் எப்படி உடைத்து மூடுகிறேன் என்று நீங்கள் ஆச்சரியப்பட்டுக்கொண்டிருக்கலாம். ஆனால் கடிதங்கள் முத்திரையிடப்படுவதேயில்லை என்பதுதான் விஷயம். "அந்த எஸ்தர் ஒரு படிக்கத்தெரியாத யூதப்பெண்" என்று என் அன்பிற்குரிய ஷெகூரேவும் மற்றவர்களைப் போலவே நினைத்திருப்பாள். "நான் எழுதுவதை அவளால் எங்கே படிக்க முடியப்போகிறது?" உண்மை. என்ன எழுதப்பட்டிருக்கிறதோ, என்னால் படிக்க முடியாது, ஆனால் வேறு யாரையாவது விட்டு படிக்கச் சொல்வேன் அல்லவா? எழுதப்பட்டிருக்காதவற்றை என்னாலேயே "படித்து"க்கொள்ள முடியும். குழப்பமாக இருக்கிறது, இல்லையா?

சரி, அதை இப்படிச்சொல்லுகிறேன். உங்களில் மந்த புத்திக் காரர்களுக்குக்கூட புரிகிறார்போல:

ஒரு கடிதம் என்பது வார்த்தைகளால் மட்டும் வெளிப்படுத்தப் படுவதல்ல. ஒரு புத்தகத்தைப் போலவே ஒரு கடிதத்தையும் முகர்ந்து பார்த்து, அதைத் தொட்டுப் பார்த்து, தடவிப் பார்த்து படிக்க முடியும். அதனால்தான் புத்திசாலிகள், "சரி, அந்தக் கடிதம் உன்

னிடம் என்ன சொல்கிறதென்பதைப் படி!" என்பார்கள், ஆனால் மந்த புத்தியாளர்களோ, "சரி, அவன் என்ன எழுதியிருக்கிறானென்பதைப் படி!" என்பார்கள். ஷெகூரே வேறு என்னவெல்லாம் சொல்லியிருக்கிறாள் என்பதை இப்போது கேளுங்கள்.

1) இந்தக் கடிதத்தை, கடிதங்கள் பட்டுவாடா செய்வதை ஒரு தொழிலாகவும் வழக்கமாகவும் கொண்டுள்ள எஸ்தரை நம்பி ரகசியமாகக் கொடுத்தனுப்பினாலும், அதனை ஒரே யடியாக மறைத்துவைக்கவும் நான் விரும்பவில்லை என்பதைக் குறித்துக் காட்டுகிறேன்.

2) ஒரு பிரெஞ்சு அப்பம்போல இதனை நான் மடித்திருப்பது ரகசியத்தையும் மர்மத்தையும் உள்ளடக்கியிருக்கிறது என்பதைக் காட்டுவதற்காக. ஆனால் கடிதம் முத்திரை யிடப்படவில்லை. மேலும் மிகப்பெரிய சித்திரம் ஒன்றும் இணைக்கப்பட்டிருந்தது. இதன் வெளிப்படையான தாத்பரியம், "தயவுசெய்து எங்கள் ரகசியத்தை எந்த நிலையிலும் காத்திருங்கள்" என்பது. இது காதலுக்கான அழைப்பாக இருக்கிறதேயொழிய கண்டனக் கடிதமாக இருப்பதில்லை.

3) மேலும் கடிதத்தின் வாசனை இக்கருத்தை உறுதி செய்கிறது. மெலிதான இந்நறுமணமே பலவித ஐயங்களை எழுப்புகிறது – அவள் வேண்டுமென்றே கடிதத்தில் வாசனை தெளித்திருக்கிறாளா? – இருந்தபோதிலும் வாசிப்பவரின் ஆர்வத்தைத்தூண்டும் கவர்ச்சியும் அதில் இருக்கிறது – இது அத்தரின் மணமா அல்லது அவள் கையின் மணமா? இந்தக் கடிதத்தை எனக்கு வாசித்துக்காட்டிய அந்தப் பரிதாப மனிதனுக்கே இந்த நறுமணம் மருட்சியை ஏற்படுத்தியதென்றால், கருப்பிற்கும் அதே நிலைமைதான் ஏற்படும்.

4) நான் படிக்கவோ எழுதவோ அறியாத எஸ்தர். ஆனால் இது மட்டும் எனக்குத் தெரியும். கடிதத்தின் நடையிலும் கையெழுத்திலும் "நான் அவசரத்தில் எழுதுகிறேன், கவனம் செலுத்தாமல் அலட்சியமாக எழுதுகிறேன்" என்ற குரல் கேட்பதுபோலிருந்தாலும், மென்காற்றில் கலகலக்கும் பறவையொலி போன்றிருக்கும் இவ்வெழுத்துக்கள் அதற்கு நேரெதிரான கருத்தை வெளிப்படுத்துகின்றன. ஓரானை "இப்போது நீங்கள் பட்டறையில் பார்த்தீர்கள்" என்று குறிப்பிடும் சொற்றொடர், அந்தக் கணத்தில்தான் கடிதம் எழுதப்பட்டது என்பதையும் அவசரம், அலட்சியம் என்பவையெல்லாமின்றி ஒவ்வொரு வரியிலும் போதிய கவனம் எடுத்துக்கொண்டதையும் காட்டுகிறது.

5) கடிதத்தோடு அனுப்பியிருந்த ஓவியத்தில் ஆணழகனான ஹூஸ்ரேவின் சித்திரத்தைப் பார்த்து அழகான ஷிரின் காதல் வயப்படுவது சித்தரிக்கப்பட்டிருந்தது. இந்தக் கதையை யூதப் பெண்ணான எஸ்தர் என்கிற நானே அறிவேன். காதல் வயப்பட்ட எல்லா இஸ்தான்புல் பெண்களும் இக்கதையை நெக்குருகி ரசிப்பார்கள். ஆனால் இதை சித்திரமாக்கி யாராவது அனுப்பி வைப்பார்களாவென்று எனக்குத் தெரியவில்லை.

உங்களைப் போன்ற படித்த அதிருஷ்டசாலிகளுக்கு இது எப்போதுமே நிகழ்கிறது. படிக்கத்தெரியாத பெண்ணொருத்தி தனக்கு வந்த கடிதத்தை வாசித்துக் காட்டச் சொல்லி உங்களை வேண்டு வாள். அந்தக் கடிதம் பெரிதும் ஆச்சரியமூட்டுவதாக, கிளர்ச்சியூட்டு வதாக, சமநிலையைக் குலைப்பதாக இருக்கும். கடிதத்தின் சொந்தக் காரிக்கு அவளது உள்ளார்ந்த சொந்த விஷயங்களெல்லாம் உங்களுக்கு அம்பலமாகிறதே என்ற சங்கடம் இருந்தாலும், பெரும் கூச்சத்தோடும் கலக்கத்தோடும் அக்கடிதத்தை மீண்டும் ஒருமுறை வாசித்துக்காட்டச் சொல்வாள். நீங்களும் மறுபடியும் படித்துக்காட்டுவீர்கள். கடைசியில் அக்கடிதத்தை பலமுறை படித்துக்காட்டி உங்கள் இருவருக்குமே அது மனப்பாடமாகிவிட்டிருக்கும். கிளம்புவதற்கு முன் அக்கடிதத்தை கையில் வாங்கிக்கொண்டு, "அதைப்போல அவர் சொல்லியிருக்கும் இடம் இதுவா?" "அதை அவர் சொன்னது இங்கேதானா?" என்று கடிதத்தின்மேல் விரலைப்பதித்துக் கேட்பாள். அந்த வாக்கியங்கள் இருக்கும் சரியான இடத்தை நீங்கள் சுட்டிக்காட்டியபின் அந்தப் பகுதியையே அவள் உற்று உற்றுப் பார்த்துக்கொண்டிருப்பாள், அந்த எழுத்துகளின் வரிசை அவளுக்கு எந்தப் புரிதலையும் ஏற்படுத்தா விட்டாலும். அந்த வார்த்தைகளின் எழுத்து வளைவுகளை அவள் வெறித்துக்கொண்டிருக்கும்போது, சில நேரங்களில் நான் நெகிழ்ச்சி யடைந்து எனக்கே படிக்கவோ எழுதவோ தெரியாது என்பதை மறந்து, கடிதங்களின் மேல் கண்ணீர் உகுக்கும் அந்தப் படிப்பறி வில்லாத பெண்களை ஆரத் தழுவிக்கொள்ளவேண்டுமென்று உத் வேகம் வரும்.

வேறுசில அசிங்கம் பிடித்த கடித வாசிப்பாளர்களும் உண்டு. உங்களில் யாரும் அப்படியிருக்கமாட்டீர்களென்று நம்புகிறேன். கடிதத்தைக் கொண்டுவந்த பெண் அதை மீண்டும் தொட்டுப்பார்க்க வும் எந்த வார்த்தை எங்கே அமைந்திருக்கிறது என்பது புரியாவிட் டாலும் பார்க்கவும் கடிதத்தை வாசித்துக் காட்டியவளிடமிருந்து வாங்க முற்படும்போது அந்த மிருகம், "நீ என்ன செய்து கிழிக்கப் போகிறாய்? உனக்குப் படிக்கவும் தெரியாது, எதற்கு வெட்டியாக அதைப்பார்க்கப்போகிறாய்?" என்பான். சிலர் அந்தக் கடிதமே அவர்களுக்குச் சொந்தமாகிவிட்டதைப்போல திருப்பிக்கூடத்

தரமாட்டார்கள். சில நேரங்களில் அவர்களைத் தாஜா செய்து கடிதத்தைத் திருப்பி வாங்கும் பொறுப்பு எஸ்தர், என்மேல் விழும். அப்படிப்பட்ட நல்ல பெண்மணி நான். எஸ்தருக்கு உங்களைப் பிடித்துப்போய்விட்டால் உங்கள் உதவிக்கு எப்போதும் வருவாள்.

●

அத்தியாயம் 9

நான், ஷெகூரே

ஓ, கருப்பு அவனது வெண்புரவியில் கடந்துசெல்லும் போது எதற்காக சன்னலில் நான் நின்றிருந்தேன்? அந்தச் சரியான கணத்தில் சன்னலைத் திறந்து மாதுளை மரத்தின் பனிபடர்ந்த கிளைகளுக்குப் பின்னாலிருந்து எதற்காக அவனை அவ்வளவு நேரம் பார்த்துக்கொண்டேயிருந்தேன்? என்னால் நிச்சயமாக சொல்ல இயலவில்லை. ஹேரியே மூலம் எஸ்தருக்கு தகவல் சொல்லி அனுப்பியிருந்தேன். கருப்பும் அந்த வழியாகத் தான் திரும்பிச் செல்வான் என்று எனக்குத் தெரியும். இழுப்பறைப் பேழையிலிருந்த படுக்கை விரிப்புகளை எடுப்பதற்காக நான் மட்டும் தனியாக அந்த மாதுளை மரத்தை எதிர்நோக்கியபடி சன்னல் கொண்டிருந்த உள்ளறைக்குச் சென்றிருந்தேன். முழு பலத்தையும் கொண்டு அச்சாளரத் திறப்பைத் தள்ளித் திறந்ததும் வெயில் வெள்ளமாக அறைக்குள் பாய்ந்தது. சன்னலில் நின்றிருந்த என் முகத்துக்கு நேராக அந்தச் சூரியனைப் போலவே தகதகத்துக் கொண்டு கருப்பு என் கண்களைக் கூசவைத்தபடியிருந்தான். ஓ, எவ்வளவு அழகான தருணம் அது!

அவன் இப்போது வளர்ந்து, முதிர்ச்சியுற்று முன்பிருந்த விடலைப் பருவத்தின் வதங்கிய தோரணை போய் வடிவான ஆண்மகனாகியிருக்கிறான். என் இதயம் உடனே என்னை அழைத்தது. ஷெகூரே, இதைக் கவனி. அவன் அழகனாக மட்டும் தோன்றவில்லை, அவன் கண்களுக்குள் பார். ஒரு குழந்தையைப் போல மிகப் புனிதமான, மிகத்தனியான இதயத்தைக் கொண்டிருக்கிறான்: அவனை மணந்துகொள். ஆனால் அவனுக்கு அனுப்பிய கடிதத்தில் அதற்கு நேரெதிரான செய்தியைத் தெரிவித்திருந்தேன்.

அவன் என்னைவிட பனிரெண்டு வயது மூத்தவனாக இருந்தாலும் என் பனிரெண்டு வயதில் அவனைவிட அறிவில் நான் முதிர்ச்சியுற்றிருந்தேன். அப்போதெல்லாம் அவன்

எனக்கு முன்னால் இருக்கும்போது, ஒரு பெரியமனிதனைப் போல நிமிர்ந்து நின்று, நான் இதைச் செய்யப்போகிறேன், அதைச் செய்யப்போகிறேனென்று பீற்றிக்கொள்ளமாட்டான். இருந்த இடத்திலிருந்து குதித்தெழுந்து போகமாட்டான். அங்கேயும் இங்கேயும் தாவியேறிச் செல்லமாட்டான். சுற்றியுள்ள எல்லா விஷயங்களும் அவனைச் சங்கடப்படுத்துவதுபோல ஏதாவது புத்தகத்திலோ அல்லது சித்திரத்திலோ தன் முகத்தைப் புதைத்துக் கொண்டிருப்பான். கொஞ்ச நாளிலேயே அவன் என் மீது காதல் வயப்பட்டுவிட்டான். அவனது காதலை அறிவிக்கும்படி ஓர் ஓவியம் வரைந்தான். அதற்குள் நாங்கள் இருவருமே முதிர்ச்சியடைந் திருந்தோம். எனக்கு பனிரெண்டு வயதாகியிருக்கும்போது கருப்பால் என் கண்களை நேராகப் பார்க்க முடியவில்லை யென்பதை உணர்ந்தேன். அவன் என்னைக் காதலிக்கிறான் என்பதை நான் கண்டுபிடித்துவிடுவேன் என்று பயப்படுவதுபோலிருந் தான். “அந்த தந்தக் கைப்பிடி கத்தியை எடுத்துக்கொடு” என்று என்னைப் பார்க்க முடியாமல் கத்தியை பார்த்தபடி சொல்வான். “செர்ரி சர்பத் உனக்குப் பிடித்திருக்கிறதா?” என்று நான் அவனைக் கேட்டால், பதிலுக்கு வாய்முழுக்க வைத்திருப்பவர்கள் செய்வதைப் போல இலேசாக புன்னகைக்கவோ அல்லது தலையாட்டவோ செய்யாமல், ஏதோ செவிடனுக்கு பதில் சொல்வதைப்போல முழுத் தொண்டையில், “ஓ, நன்றாக இருந்ததே!” என்று கத்துவான். அவனுக்கு என் முகத்தைப் பார்க்கவே பயம். அப்போது பிரமிக்க வைக்கும் அழகிய நங்கையாக இருந்தேன் என்னை தொலைவி லிருந்தோ விலகியிருந்த திரைச்சீலை வழியாகவோ திறந்திருந்த கதவு வழியாகவோ நான் அரைகுறையாக போர்த்தியிருந்த முக்காடின் ஊடாகவோ ஒரேயொரு முறை பார்த்தவர்கூட என்னிடம் மயங்கிப் போவர். நான் ஒன்றும் பீற்றிக்கொள்ளவில்லை. இவையெல்லா வற்றையும் உங்களிடம் விவரிப்பது எதற்கென்றால் என் கதையைப் புரிந்துகொண்டு என் துக்கத்தை பகிர்ந்துகொள்வீர்களென்றுதான்.

ஹுஸ்ரேவ், ஷிரினின் பிரசித்திபெற்ற கதையில் ஓர் இடத்தை கருப்பும் நானும் விரிவாக விவாதித்திருக்கிறோம். ஹுஸ்ரேவின் நண்பன் ஷபுர், ஹுஸ்ரேவுக்கும் ஷிருனுக்குமிடையே காதல் மலர வேண்டுமென விரும்புகிறான். ஒருநாள் ஷிரின் தன்னுடைய அரண் மனைத் தோழிகளோடு ஒரு கிராமப்பகுதியின் வனத்தில் உலாச் செல்கிறாள். அங்கே அவர்கள் ஒரு மரத்தடியில் ஓய்வெடுக்க வரும்போது, அங்கே ஷபுர் ரகசியமாக வந்து மரக்கிளையில் மாட்டி விட்டுச் சென்றிருந்த ஹுஸ்ரேவின் படத்தை ஷிரின் பார்க்கிறாள். அந்த அழகான வனத்தில் ஹுஸ்ரேவின் அழகான படத்தைப் பார்த்ததும் ஷிரின் காதலால் பீடிக்கப்படுகிறாள். ஷெரின் ஹுஸ்ரே வின் படத்தைப் பார்த்து மயங்கி நிற்கும் இந்தக் காட்சி எண்ணற்ற நுண்ணோவியங்களில் இடம் பெற்றிருக்கிறது. கருப்பு என் அப்பாவின்

கீழ் பணியாற்றிக் கொண்டிருக்கும்போது இந்தப் படத்தை பலமுறை பார்த்திருந்ததால், அந்த அசல் சித்திரத்தை இரண்டுமுறை அச்சாக அப்படியே படியெடுத்திருக்கிறான். என்மீது காதல் வயப்பட்ட திற்குப் பிறகு அவனுக்காக ஒரு பிரதி வரைந்துகொண்டான். ஆனால் ஹுஸ்ரேவ், ஷிரின் ஆகியோரின் இடங்களில் அவனையும் என்னையும் வரைந்துவிட்டான். இதற்குமுன் பலமுறை விளையாட் டாக என்னை முழு நீலத்திலும் அவனை முழு சிவப்பிலுமாக வரைந்து காட்டியிருப்பதால் அந்த ஓவியத்தில் இருப்பவர்கள் யாரென்பது எனக்கு மட்டுமே தெரிந்திருந்தது. அதுமட்டும் போதா தென்று அவ்வுருவங்களுக்குக் கீழே கருப்பு, ஷெகூரே என்று எங்களது பெயர்களையும் எழுதிவிட்டிருந்தான். நான் பார்க்கக்கூடிய இடத்தில் அதை வைத்துவிட்டு ஓடிவிட்டான். அவன் வரைந்ததை நான் பார்க்கும்போது என் எதிர்வினை என்னவாக இருக்குமென ஒளிந் திருந்து கவனித்தான்.

ஒரு ஷிரினைப்போல அவனை என்னால் காதலிக்க முடியா தென்று நன்றாகவே நான் அறிந்திருந்ததால் எதுவும் தெரியாதது போல் பாசாங்கு செய்தேன். கருப்பு அந்த ஓவியத்தை எனக்களித்த அந்தக் கோடைதினத்தின் பொழுதுசாய்ந்த நேரத்தில் உலுமலைச் சிகரத்திலிருந்து தருவிக்கப்பட்டதாகச் சொல்லப்பட்ட பனிக்கட்டி களைச் சேர்த்து தயாரித்த செர்ரி சர்பத்தை நாங்கள் பருகிக்கொண் டிருந்த போது என் அப்பாவிடம் அவன் காதலைத் தெரிவித்த விஷயத்தைக் கூறினேன். அந்த நேரத்தில் கருப்பு மதப்பள்ளி படிப்பை அப்போதுதான் முடித்திருந்தான். எங்கெங்கோ மூலை முடுக்குகளி லிருந்த மதப்பள்ளிகளில் பாடம் நடத்தினான். தனக்கு ஆர்வமில்லா விட்டாலும் என் அப்பாவின் வற்புறுத்தலுக்காக பெரும் செல்வாக்கும் அதிகாரமுமிக்க நயீம் பாஷாவின் கீழ் வேலைபார்க்க முயற்சிசெய்து கொண்டிருந்தான். என் அப்பா மட்டும் கருப்பிற்கு சாமர்த்தியம் போதாது என்று சொல்லிக்கொண்டிருப்பார். நயீப் பாஷாவிடம் குறைந்தபட்சம் ஒரு குமாஸ்தாவாக கருப்பை சேர்த்துவிடலாமென்று அப்பா எவ்வளவோ முயற்சிசெய்துகொண்டிருந்தாலும் அவன் அக்கறையேயில்லாமல் அலைந்து கொண்டிருப்பதாகவும் அவன் ஓர் அறிவிலி என்றும் புகார் செய்துகொண்டிருந்தார். அன்றிரவு கருப்பையும் என்னையும் பற்றி பேச்சு வந்தபோது, “இந்தப் பரதேசிப் பயலுக்கு இவ்வளவு பெரிய இடத்திற்கு ஆசையா?” என்றார். என் அம்மா இருப்பதையும் பொருட்படுத்தாமல், “நாம் நினைத் திருந்ததைவிட அவன் பெரிய கில்லாடியாகத்தான் இருக்கிறான்” என்றார்.

அடுத்த சில தினங்களில் அப்பா என்னென்னவெல்லாம் செய்தார் என்பதையும் எப்படி நான் கருப்பிடமிருந்து விலகியே இருந்தேன் என்பதையும் அவன் எப்படி எங்கள் வீட்டிற்கு வருவதை நிறுத்தினான் என்பதையும் நான் விவரிக்கப்போவதில்லை. அப்புறம்

என்னையும் அப்பாவையும் நீங்கள் வெறுக்கத்தொடங்கிவிடுவீர்கள் என்ற பயம் எனக்கிருக்கிறது. சத்தியமாகச் சொல்கிறேன், எங்களுக்கு வேறு வழியே இல்லை. இம்மாதிரியான சந்தர்ப்பங்களில் விவேக மிக்க மனிதர்கள், சாத்தியமில்லாத காதல் என்பது முன்னெடுத்துச் செல்வதற்கு பலனில்லாமல் இருப்பது என்று உடனடியாக உணர்ந்து கொண்டு, இதயத்தின் தருக்கமுரணான ஆசைகளின் எல்லைகள் எவ்வளவு குறுகியது என்ற புரிதலோடு, “அவர்களுக்கு நாங்கள் பொருத்தமானவர்களாகப் படவில்லை, என்ன செய்வது? அவ்வளவு தான்” என்று எப்படி நாகரிகமாக பூசி மெழுகிவிடுவார்களென்று உங்களுக்குத் தெரியும். ஆனால் என் அம்மா மட்டும், “பாவம், அந்தப் பையனின் மனசை உடைத்துவிடாதீர்கள்” என்று பலமுறை சொல்லியிருக்கிறாள். என் அம்மா “பையன்” என்று விளிக்கும் கருப்பிற்கு வயது இருபத்திநான்கு. எனக்கு அதில் பாதி. கருப்பு தன் காதலை வெளிப்படுத்தியது துடுக்குத்தனமானது என்று அப்பா கருதிவந்ததால் அம்மாவின் சிபாரிசு எடுபடாமல் போயிற்று.

அவன் இஸ்தான்புல்லைவிட்டுச் சென்றுவிட்டான் என்ற செய்தி கிடைத்ததற்குப்பிறகு அவனை முழுதாக நாங்கள் மறந்துவிடவில்லை யென்றாலும் எங்களின் உறவும் தொடர்புகளும் முற்றிலுமாக அறுந்து போய்விட்டிருந்தது. அவனைப்பற்றி எந்தத் தகவலும் எந்த ஊரி லிருந்தும் பல வருடங்களாக எங்களுக்கு வராததால், சிறுவயது ஞாபகங்கள், நட்பின் ஞாபகமாக அவன் வரைந்து என்னிடம் காட்டிய அந்த ஓவியத்தை பத்திரப்படுத்தி வைத்துக்கொண்டேன். என் அப்பாவோ, அதன் பின்னர் என் போர்வீர கணவனோ இந்த ஓவியத்தைப் பார்க்க நேர்ந்து கோபத்திற்கோ பொறாமைக்கோ ஆளாகிவிடக்கூடாதென்பதற்காக ‘ஷெகூரே’ ‘கருப்பு’ என்ற பெயர் களை அப்பாவின் ஹஸன் பாஷா மசியை தவறுதலாக மலர்களின் படங்களை யாரோ சிந்திவிட்டதுபோல் தோற்றத்தை ஏற்படுத்தி மறைத்துவிட்டேன். இன்று அந்த ஓவியத்தை அவனிடமே நான் திருப்பி அனுப்பிவிட்டதால் அவனை சன்னலில் நின்று நான் பார்த்ததை வைத்து என்னைப் பற்றி உங்களில் யாராவது தவறாக எண்ணியிருந்தால் அதற்காக இப்போது கொஞ்சம் வெட்கப்பட்டு என்னைப் பற்றிய முன் முடிவுகளை மாற்றிக்கொள்வீர்களென்று நம்புகிறேன்.

அவனுக்கு என் முகத்தை வெளிக்காட்டிவிட்டபின் அங்கேயே சன்னலில், மாலைச்சூரியனின் திண்சிவப்புச் சாயத்தில் நனைந்த படி, சிவப்பும் செம்மஞ்சளும் கலந்த வெளிச்சத்தில் எதிரிலிருந்த தோட்டம் குளித்துக்கொண்டிருப்பதை மாலைக்காற்றின் குளிர் என்மீது உறைக்கும்வரை வெறித்தபடி நின்றிருந்தேன். காற்று வீச வில்லை. திறந்த சன்னலில் நான் நின்றிருப்பதை பார்க்கும் தெருவில் செல்வோர் என்ன சொல்வார்களென்பதைப்பற்றி அக்கறையற்றிருந் தேன். ஸைவர் பாஷாவின் புதல்விகளில் ஒருத்தியான மெஸ்ரூரே

ஒவ்வொரு வாரமும் பொதுக்குளியலறைக்கு நாங்கள் செல்லும் போது, சமயசந்தர்ப்பம் தெரியாமல் திடுக்கிட வைக்கிறாற்போல் எதிர்பார்க்காத விஷயங்களைச் சொல்வதும் எப்போதும் வாய் விட்டுச் சிரிப்பதுமாக இருப்பாள். அவள் ஒருமுறை பேசும்போது, ஒரு பெண் தன் மனதிற்குள் என்ன நினைத்துக்கொண்டிருக்கிறாள் என்பதை ஒரு மனிதனால் எப்போதும் அறியமுடியாது என்றாள். இது மட்டும் எனக்குத் தெரியும். சில நேரங்களில் எதையோ நான் சொல்வேன், அதைச் சொல்லும்போதே அது என் சொந்த சிந்தனையிலிருந்தே எழுகிறது என்று எனக்குத் தோன்றும். ஆனால் இப்படித்தோன்றும் அதே கணத்தில் இதற்கு நேரெதிரானதுதான் உண்மை என்று எனக்கு தெளிவாகிவிடும்.

என் அப்பா வீட்டிற்கு அழைக்கும் நுண்ணோவியர்களில் ஒருவரான வசீகரன் எஃபெண்டி – அவர்கள் ஒவ்வொருவர் வரும் போதும் என்ன பேசுகிறார்கள் என்பதை நான் ஒட்டுக்கேட்பதில்லை யென்று நான் பாசாங்கு செய்யமாட்டேன் – என் பரிதாபத்திற்குரிய கணவனைப் போலவே காணாமற்போயிருப்பது எனக்கு வருத்தமாக இருந்தது. "வசீகரன்" தான் அந்த நுண்ணோவியர்களிலேயே மிகவும் அசிங்கமானவன். இருப்பவர்களிலே மிகவும் தரித்திர சுபாவியும் கூட.

நான் சன்னல் கதவுகளை மூடிவிட்டு கீழே சமையலறைக்குச் சென்றேன்.

"அம்மா, ஷெவ்கெத் நீ சொன்னபடி நடக்கவில்லை" என்றான் ஓரான். "கருப்பு லாயத்திலிருந்து குதிரையை அவிழ்த்துச் செல்லும் போது ஷெவ்கெத் சமையலறையிலிருந்து வெளியே போய் அந்த துவாரம் வழியாகப் பார்த்தான்."

"அதற்கென்ன!" ஷெவ்கெத் கையை காற்றில் வீசினான். "அம்மா உள்ளறையிலிருந்து அவனை பார்த்துக்கொண்டிருந்தார்கள்."

"ஹேரியே, கொஞ்சம் வெண்ணெய் விட்டு ரொட்டி சுட்டு வாதுமைப்பண்ணியமும் சர்க்கரையும் வைத்து இவர்களுக்குக் கொடு" என்றேன்.

ஓரான் சந்தோஷத்தில் மேலும் கீழும் குதித்தாலும் ஷெவ்கெத் அமைதியாக இருந்தான். ஆனால் நான் மாடியேறத் தொடங்கியதும் இருவரும் போட்டி போட்டுக்கொண்டு, கத்தியபடி என்னை இடித்துத் தள்ளிக்கொண்டு முன்னால் ஓடினர். "மெள்ள, மெள்ளப் போங்கள்" என்று சிரித்தேன். "வால் பசங்களா!" அவர்கள் மென்மையான பிருஷ்டங்களில் தட்டினேன்.

மாலை நெருங்கும்போது வீட்டில் குழந்தைகளோடு இருப்பது எவ்வளவு ஆனந்தம்! அப்பா ஏதோவொரு புத்தகத்தில் அமைதியாக ஆழ்ந்திருந்தார்.

"உங்களைப் பார்க்க வந்தவர் போய்விட்டாரா?" என்றேன். "உங்களுக்கு அதிகம் தொல்லை கொடுக்கவில்லையே?"

"அதுதான் இல்லை" என்றார். "அவனோடு இருந்தது சுவாரஸ்யமாக இருந்தது. அவனுடைய எனிஷ்டேவின் மீது அதே பழைய மரியாதை இப்போதும் இருக்கிறது."

"சந்தோஷம்."

"இப்போது அவன் ஒழுங்குபட்டு முன்யோசனை மிக்கவனாக இருக்கிறான்."

கருப்பை ஒரு பொருட்டாக மதிக்காமல் அவர் பதில்சொன்ன விதம், இந்த விஷயத்தை அதோடு முடிக்கும் தோரணையில் இல்லாமல் என் எதிர்வினையை நோட்டமிடுவதைப் போலிருந்தது. வேறு சமயங்களில் வழக்கம்போல அவருக்கு சூடாக பதிலளித்திருப்பேன். இந்த முறை என் நினைவில் கருப்பு அவனது வெள்ளைக்குதிரையின் மீதேறி விரைவது குறுக்கிட்டு உடம்பை உதறிக்கொண்டேன்.

அதன்பிறகு, அது எப்படி நிகழ்ந்ததென்றே எனக்குத்தெரியாமல் உள்ளறை இருந்த அந்த அறையில் ஓரானும் நானும் ஒருவரை யொருவர் கட்டிப்பிடித்தபடி படுத்திருந்ததை உணர்ந்தேன். ஷெவ் கெத்தும் வந்து சேர்ந்துகொண்டான்; அவர்களுக்குள் ஒரு சின்ன சச்சரவு ஏற்பட்டது. அவர்கள் கட்டிப்புரள நாங்களனைவரும் உருண்டு தரையில் விழுந்தோம். அவர்களின் பின்னங்கழுத்துகளிலும் தலைமுடியிலும் முத்தமிட்டேன். நெஞ்சோடு சேர்த்து அவர்களை அழுத்திக்கொண்டபோது என் மார்பகங்களில் அவர்களின் எடையை உணர்ந்தேன்.

"ஆ... உன் முடி நாற்றமடிக்கிறது. நாளைக்கு ஹேரியேவுடன் உன்னை குளிக்க அனுப்பப்போகிறேன்."

"நான் இனிமேல் ஹேரியேவுடன் குளிக்கப் போகமாட்டேன்" என்றான் ஷெவ்கெத்.

"ஏன்? நீ பெரியவனாகி விட்டாயோ?"

"அம்மா ஏன் உன்னுடைய நல்ல ஊதா சட்டை போட்டிருக்கிறாய்?" என்றான் ஷெவ்கெத்.

நான் அடுத்த அறைக்குச் சென்று என் ஊதாச்சாட்டையைக் கழற்றினேன். வழக்கமாக அணிந்துகொள்ளும் சாயம்போன பச்சை சட்டையை எடுத்து அணிந்துகொண்டேன். உடை மாற்றும்போது குளிரில் என் உடல் நடுங்கியது.

ஆனால் என் சருமம் தீப்பற்றியெறிவது போலும், என் உடல் துடிப்பும், உயிர்ப்பு மிக்கதாகிவிட்டதாகவும் உணர்ந்தேன். என் கன்னங்களில் செவ்வண்ணச்சாயம் பூசியிருந்தேன், அது குழந்தை

ஓரான் பாமுக்   73

களோடு கட்டிப் புரண்டபோது ஈஷிக்கொண்டதுபோல. உள்ளங் கையில் எச்சிலிட்டு கன்னத்தைத் துடைத்து சமமாக்கிக்கொண்டேன். என் உறவினர்கள், குளிக்கச் செல்லும்போது உடன் வரும் பெண்கள், ஏன், என்னைப் பார்க்கும் அனைவருமே நான் இரண்டு குழந்தை களை பெற்ற இருபத்திநான்கு வயது பெண்ணைப்போல இல்லாமல் பதினாறுவயது நங்கையைப் போலத்தான் தோற்றமளிக்கிறேன் என்று என்னிடம் சொல்வது உங்களுக்குத் தெரியுமா? அவர்கள் சொல்வதை நம்புங்கள், உண்மையிலேயே நம்புங்கள். இல்லா விட்டால் நான் மேலே எதுவும் உங்களிடம் சொல்லமாட்டேன்.

உங்களிடம் பேசிக்கொண்டிருக்கிறேன் என்பதற்காக ஆச்சரியப் படாதீர்கள். பல வருடங்களாக அப்பாவின் புத்தகங்களில் பெண் களும் பேரழகிகளும் உள்ள படங்களை தேடித்தேடி பார்த்திருக் கிறேன். அவ்வப்போது அவை தென்பட்டாலும் அதிலிருப்பவர்கள் எப்போதுமே வெட்கத்தோடு, அசௌகரியமாக, ஒருவரையொருவர் தப்புக்கு மன்னிப்பு கேட்கிறவர்கள்போல் பார்த்துக்கொண்டிருப்பர். எப்போதுமே அவர்கள் தலையை உயர்த்தி, நேராக நின்று போர் வீரர்களும் சுல்தான்களும் உலகத்தோரை பார்ப்பதுபோல பார்ப்ப தில்லை. மலிவான, அலட்சியகதியில் அக்கறையற்ற ஓவியர்களால் வரையப்பட்ட நூல்களில் மட்டுமே பெண்கள் தரையையோ அல்லது படத்திலுள்ள மற்ற விஷயங்களையோ – அது காதலனோ, கிண்ணமோ அல்லது வேறெதுவோ – பார்த்துக்கொண்டிராமல் நேராக வாசிப் பவரை நோக்குவதாக இருக்கும். அந்த வாசகரைப் பற்றி பலகால மாக யோசித்துவந்திருக்கிறேன்.

புராதன கலைச்சின்னங்கள் சேகரிக்கும் புறச்சமயர்கள் தமது தேசங்களிலிருந்து சுமந்து வந்துள்ள தங்கக்கட்டிகளை உவப்போடு அளித்து வாங்கிச்செல்ல தயாராக இருக்கும் தாமர்லேன் காலத்து இருநூறு வருடப்பழமை வாய்ந்த நூல்களைப் பற்றி நினைக்கும் போது எனக்கு சந்தோஷத்தில் சிலிர்ப்பெடுக்கும். ஏதோவொரு நாள் தொலைதூர தேசத்திலிருந்து யாரோ ஒருவர் எனது இந்தக் கதையை கேட்கக்கூடும். தமது சரித்திரம் ஒரு புத்தகத்தின் பக்கங் களில் பொறிக்கப்படவேண்டுமென்பதற்காக ஒருவர் துடிக்கும் வேட்கைக்குப் பின்னால் அமைந்திருப்பது இதுதானே? இந்த சந்தோஷத்திற்காகத்தானே சுல்தான்களும் அமைச்சர்களும் மூட்டைமூட்டையாக தங்கத்தைக் கொடுத்து தமது சரித்திரத்தை எழுதிக்கொள்கின்றனர்? புத்தகத்திற்குள்ளிருக்கும் வாழ்க்கையின் மீது ஒரு கண்ணையும் வெளியிலிருக்கும் வாழ்க்கையின் மீது ஒரு கண்ணையும் பதித்திருக்கும் அந்த அழகிய பெண்களைப்போல, இந்தப் பரவசத்தை எனக்குள் அனுபவிக்க நேரும்போது என்னை கவனித்துக்கொண்டு வருகிற, எந்தவொரு காலத்தையோ எந்தவொரு தேசத்தையோ சேர்ந்த உங்களுடன் உரையாடுவதற்கு நானும்கூட அவாவுறுகிறேன். நான் ஒரு கவர்ச்சிகரமான, அறிவார்ந்த பெண்.

நான் கவனித்து வரப்படுகிறேன் என்பது என்னை சந்தோஷப்படுத்துகிறது. நான் அவ்வப்போது ஓரிரு பொய்கள் சொல்ல நேர்ந்தால், அது நீங்கள் என்னைப் பற்றி எந்தத் தவறான முடிவுக்கும் வந்துவிடக் கூடாதென்பதற்காகத்தான்.

என்மேல் அப்பா எவ்வளவு பாசம் வைத்திருக்கிறார் என்பதை நீங்கள் கவனித்திருக்கலாம். எனக்கு முன் அவருக்கு மூன்று ஆண் குழந்தைகள் பிறந்து, கடவுள் அவர்களை ஒவ்வொருவராக எடுத்துக் கொண்டு, மகளான என்னை மட்டும் மிச்சம் விட்டுவைத்தார். அப்பாவுக்கு விருப்பமில்லாத ஒருவரை நான் தேர்ந்தெடுத்து மணந்து கொண்டாலும் அவர் என்மீது உயிராகத்தான் இருக்கிறார். ஒரு ஸ்பாஹி குதிரைப்படை வீரனைக் கண்டதும் காதல் கொண்டு சென்றுவிட்டேன். என் அப்பாவைமட்டும் தேர்ந்தெடுக்கவிட்டிருந்தால், என் கணவர் மிகப்பெரிய கல்விமானாக மட்டுமின்றி ஓவியத்திலும் கலைகளிலும் நாட்டம் கொண்டிருப்பவராக, பலமும் அதிகாரமுமிக்கவராக, குர்ஆனில் வரும் மிகப்பெரிய செல்வந்தனான காருண்போல இருந்திருப்பார். அப்படிப்பட்ட ஒரு மனிதனை அப்பா வைத்திருக்கும் புத்தகங்களில் கூட காணமுடியாது. எனவே, நான் வீட்டிலேயேதான் வதங்கிக்கொண்டிருந்திருக்க வேண்டும்.

என் கணவரின் அழகு பிரசித்தமானது. என் ஒப்புதலை இடையீட்டாளர்கள் மூலம் தெரிவித்தேன். நான் பொதுக் குளியலறையிலிருந்து வரும்போது எப்படியாவது என்னெதிரில் பிரசன்னமாகிவிடுவார். அவர் கண்கள் தீ போல ஜ்வலிக்கும். நான் உடனடியாக காதலில் விழுந்தேன். கரும் கேசமும் வெண்சருமமும் பச்சைநிறக் கண்களும் வலுவான கரங்களும் கொண்ட அவர் மனதளவில் கபடமற்று, தூங்கும் குழந்தைபோல அமைதியானவர். இருந்தபோதிலும் எனக்கு மட்டும் அவரிடம் ரத்தவாடை இருப்பதுபோலத் தோன்றுவதற்குக் காரணம், வீட்டில் இருக்கும்போது ஒரு பெண்ணைப் போல மென்மையாகவும் அமைதியாகவும் இருந்தாலும் போர்க்களங்களில் மனிதர்களை வெட்டி வீழ்த்துவதிலும் செல்வங்களைக் கொள்ளையடித்து வருவதிலுமே தனது எல்லா சக்தியையும் செலவழித்து வந்ததாகக்கூட இருக்கலாம். கையில் ஒரு காசுகூட இல்லாத போர் வீரன் என்று முதலில் அலட்சியமாக ஒதுக்கிவிட்ட அவரை கடைசியில் என்னை மணந்துகொள்ள அப்பா சம்மதித்ததற்குக் காரணம், இல்லாவிட்டால் நான் தற்கொலை செய்து கொள்வேன் என்று மிரட்டியதுதான். அதன் பின்னர் ஒவ்வொரு போரிலும் அவர் நிகழ்த்திய சாதனைகளுக்காக பத்தாயிரம் வெள்ளிக் காசுகள் பெறுமானமுள்ள ராணுவ நிலமானியம் அவருக்கு வழங்கப்பட்டபோது உண்மையாகவே எல்லோரும் எங்களைக்கண்டு பொறாமைப்பட்டனர்.

நான்கு வருடங்களுக்கு முன்னர் ஸஃபாவிதுகளுக்கெதிராக போர்தொடுத்துச் சென்றுவிட்டு மற்ற ராணுவத்தினரோடு அவர்

திரும்பாதபோது, முதலில் நான் கவலைப்படவில்லை. போர்க்களத் தில் அவர் பெற்றிருந்த பெரும் அனுபவம் அவருக்கான சந்தர்ப்பங் களை உருவாக்கிக்கொள்ளும் அவரது சாமர்த்தியம், மேலும் மேலும் அதிகமான ராணுவமானியங்களை அவர் வென்று வருவது, அவர் கொண்டுவரும் கொள்ளைப்பொருட்கள் அதிகரித்து வருவது, அவரது சொந்த முயற்சியிலேயே போர்வீரர்களை நியமித்து வருவது – இவை தந்த நம்பிக்கை. இவருடைய படைப்பிரிவிலிருந்து பிரிந்துவிட நேர்ந்ததால், தனக்கு உதவியாக சில வீரர்களை சேர்த்துக்கொண்டு மலைப்பகுதிக்கு தப்பிச் சென்றுவிட்டதாக கூறிய நேரில் பார்த்த சிலரும் இருந்தனர். இதில் ஏதோ சூழ்ச்சி இருக்கிறதென்று சந்தேகப் பட்டேன். அவர் எப்படியும் திரும்பி வந்து விடுவாரென்று நம்பியிருந் தேன். ஆனால் இரண்டு வருடங்களுக்குப்பிறகு அவருடைய இல்லாமை எனக்குப் பழகிப்போய், என்னைப் போல காணாமற் போன கணவர்களைக்கொண்ட பெண்கள் இஸ்தான்புல்லில் எத்தனையோபேர் இருக்கின்றனர் என்று விதியை நொந்துகொண்டு என்னை நானே சமாதானப்படுத்திக்கொண்டேன்.

இரவு நேரங்களில், எங்கள் படுக்கைகளில், எங்கள் குழந்தை களை கட்டியணைத்துக்கொண்டு அழுவோம். அவர்கள் கண்ணீரை நிறுத்த நம்புகிறார்போல பொய்கள் சொல்வேன். உதாரணத்துக்கு இன்னாருடைய அப்பா அடுத்த வசந்த காலத்திற்கு முன் திரும்பப் போகிறாராம் என்று உறுதியான செய்தி கிடைத்திருக்கிறது என்பது போல. அதன்பின் என் பொய் சுற்றிச்சுற்றி வந்து, உருமாற்றிக்கொண்டு, பரவி, எனக்கே வந்து சேரும்போது அந்த நற்செய்தியை நம்புகின்ற முதல் ஆளாக நான்தான் இருப்பேன்.

வீட்டு வருமானத்தின் ஆதாரமானவர் மறைந்துவிட்ட பிறகு எங்களுக்கு கஷ்டம் அதிகரித்துவிட்டது. சார்ஷிகாபியில் ஒரு வாடகை வீட்டில் என் கணவரின் அப்பாவோடு வசித்து வந்தோம். அப்கேஸிய ரான அவர் நாகரிகமிக்க பண்பாளர். கடினமாக உழைத்து வந்தவர். கூடவே என் கணவரின் தம்பியும் இருந்தான். அவனுக்கும் அவரைப் போலவே பச்சைக்கண்கள். கண்ணாடி தயாரிக்கும் வேலையை செய்துகொண்டிருந்த என் மாமனார், அவருடைய மூத்த மகன் ராணுவத்தில் நன்றாக பொருளீட்டத் தொடங்கியதும் தொழிலை விட்டுவிட்டிருந்தார். அதை இவ்வளவு காலம் கழித்து தன் முதிய வயதில் மீண்டும் ஆரம்பித்திருந்தார். என் மச்சினன் ஹசனுக்கு திருமணமாகவில்லை. அவன் சுங்கத்துறையில் வேலை பார்த்து வந்தான். அவனும் கொஞ்சம் சம்பாதிக்கத் தொடங்கியதும் "குடும்பத் தலைவர்" பதவியை ஏற்றுக்கொள்ள திட்டமிட்டான். ஒரு மழைக் காலத்தில், அவர்களால் வீட்டு வாடகை தரமுடியாமல் போகுமென்று பயந்துகொண்டு, அதுவரை வீட்டு வேலைகளை பார்த்துக்கொண்டு அந்த வீட்டிலிருந்த அடிமைப்பெண்ணை அடிமை அங்காடிக்குக் கொண்டுபோய் அவசர அவசரமாக விற்றுவிட்டு வந்து, அதன்பின்

சமையல் வேலையையும் துணி தோய்ப்பதையும் அவளைப் போலவே கடைவீதிக்குச் சென்று மளிகை, காய்கறி வாங்கிவருவதையும் என் தலைமீது கட்டினான். “இந்த அடிமை வேலையையெல்லாம் செய்வதற்கு நான்தான் ஆளா?” என்றெல்லாம் நான் எதிர்ப்பு தெரிவிக்கவில்லை. என் கௌரவத்தை விழுங்கிவிட்டு வேலையைச் செய்து கொண்டிருந்தேன். ஆனால் என் மச்சினன் ஹஸனுக்கு ராத்திரி படுக்கைக்கு கூட்டிச்செல்ல அவனது அடிமைப் பெண் இல்லாததால் என் கதவைத் திறக்க ஆரம்பித்தபோது எனக்கு என்ன செய்வதென்று தெரியவில்லை.

நான் உடனே என் அப்பா வீட்டிற்கு திரும்ப வந்திருக்கலாம். ஆனால் காதி நீதிபதியைப் பொறுத்த மட்டில் என் கணவர் சட்டப் படி உயிரோடுதான் இருக்கிறார். அதனால் என் கணவரின் பெற்றோர்களை மதிக்காமல் அவர்களை விட்டு வந்துவிட்டால், நானும் என் குழந்தைகளும் வலுக்கட்டாயமாக அவர்களது வீட்டிற்குத் திரும்ப அனுப்பப்படுவோம் என்பது மட்டுமல்ல, என்னையும் என்னை அனுப்பவிடாமல் தடுத்து வைத்திருந்த அப்பாவையும் மேலும் அவமானப்படுத்தும்படி தண்டனையும் அளிப்பார்கள். உண்மையைச் சொல்லப்போனால் நான் ஹஸனை நேசித்திருக்க முடியும். என் கணவனைவிட அவன் மனிதாபிமானமும் விவேகமும் மிக்கவன். அவனும் என்மீது காதலாக இருக்கிறான். ஆனால் இந்த விஷயத்தில் நான் தீர யோசிக்காமல் உடன்பட்டுவிட்டால் – இறைவன் தடுத்துக் காப்பாராக – நான் அவனுக்கு மனைவியாக இல்லாமல் அடிமையாகத்தான் கழிக்கவேண்டிவரும். எது எப்படியோ, நான் சொத்தில் எனக்குரிய பங்கைக் கேட்பேனென்றும் அதன்பின் அவர்களை உதறித்தள்ளிவிட்டு என் குழந்தைகளோடு என் அப்பாவிடம் வந்துவிடுவேனென்றும் அவர்கள் பயந்து கொண்டு என் கணவர் இறந்துவிட்டிருக்கக்கூடுமென்று நீதிபதியிடமிருந்து தீர்ப்பைப் பெறுவதில் ஆர்வம் காட்டாதிருக்கின்றனர். நீதிபதியின் அபிப்பிராயத்தில் என் கணவர் இறந்திருக்காவிட்டால் நான் ஹஸனையோ அல்லது வேறு யாரையோகூட மணமுடிக்க முடியாது. இந்தச் சிக்கல் என்னை இந்த வீட்டோடும் இந்தத் திருமணத்தோடும் கட்டிப்போட்டிருப்பதால், என் புகுந்த வீட்டாருக்கு என் கணவர் “காணாமற்போயிருப்பது” உசிதமாக இருக்கிறது. இந்தத் தெளிவற்ற நிலை தொடர்ந்துகொண்டிருக்கிறது. மறந்துவிடப் போகிறீர்கள், அவர்கள் வீட்டின் எல்லா வேலைகளையும், சமைப்பதிலிருந்து, துணிதோய்ப்பதுவரை, நான்தான் கவனித்துக்கொண்டு வந்தேன். அதுமட்டுமில்லாமல் என்னை வெறியோடு மோகித்துக்கொண்டிருந்த ஒருவன் வாழ்கின்ற இடத்திலேயே நானும் இருக்க வேண்டியிருந்திருக்கிறது.

என் மாமனாரும் ஹஸனும் இந்த ஏற்பாட்டில் அதிருப்தியுற்றவர்களாக ஹஸனை நான் மணமுடித்துக்கொள்ள வேண்டிய நேரம்

வந்துவிட்டதென்று முடிவெடுத்து என் கணவர் இறந்துவிட்டா ரென்று நீதிபதியை ஒப்புக்கொள்ள வைக்கக்கூடிய சாட்சியை தேடத்தொடங்கினர். எனவே, என் காணாமற்போன கணவரின் அப்பாவும் தம்பியுமே அவர் இறந்துவிட்டிருப்பார் என்று ஏற்றுக் கொண்டிருப்பதால், வேறு நெருங்கிய உறவினர்கள் யாரும்கூட அதற்கு ஆட்சேபித்திருக்கப் போவதில்லை. அதன்பிறகு, என் கணவ ரின் இறந்த உடலை போர்க்களத்தில் கண்ணால் பார்த்ததாக (சில வெள்ளிக்காசுகளுக்காக) யாராவது வந்து சாட்சி சொன்னால், நீதிபதியும் அதை ஏற்றுக்கொள்வார். நான் ஒரு விதவை என்று தீர்ப்பளிக்கப்பட்டுவிட்ட பின், அதற்கப்புறம் அந்த வீட்டை விட்டு வெளியேறமாட்டேன், என் சொத்துரிமையை கோரமாட்டேன் அல்லது அவனை மணந்துகொள்ள பணம் கேட்கமாட்டேன்; மேலும் அவனை என் சுய விருப்பத்துடன்தான் மணம் செய்து கொள்வேனென்றும் ஹஸனை நம்பவைப்பது மிகமிகக் கடினம். அதனால் இந்த விஷயத்தில் அவனது நம்பிக்கையைப் பெறவேண்டு மானால் அவனிடம் என்னை முற்றாகத் தந்துவிட்டேனென்று அவன் திருப்தியுறும் வகையில் அவனோடு நான் படுக்க வேண்டும். அவனை நான் மனப்பூர்வமாக காதலிப்பதால் என் கணவரே வந்துவிட்டாலும் அவரை விவாகரத்து செய்ய அவனது அனுமதியை நான் கேட்கமாட்டேனென்று அவன் நம்ப வேண்டும்.

கொஞ்சம் பிரயத்தனப்பட்டு ஹஸனோடு என்னால் காதல் வயப்பட்டிருக்க முடியும். காணாமற்போயிருக்கும் என் கணவரை விட அவன் எட்டுவயது இளையவன். என் கணவர் வீட்டில் இருந்தபோது, ஹஸன் என் சின்னத்தம்பியைப் போலத்தான் இருந்தான். இந்தப்பாசம் அவனை என் பிரியத்திற்குரியவனாக்கி யிருந்தது. அவனது பணிவும் அடக்கமுமான நடத்தையும் என் குழந்தைகளோடு விளையாடுவதில் அவனுக்கிருக்கும் சந்தோஷத்தை யும் எனக்கு மிகவும் பிடிக்கும். கடும் தாகத்தில் துவளுபவன்போலவும் நான் குளிர்ந்த புளிப்பு – செர்ரி சர்பத் போலவும் அவன் என்னை வேட்கையோடு பார்ப்பதுகூட எனக்குப் பிடித்திருந்தது. ஆனால் என்னை ஒரு சாதாரண அடிமையைப்போல துணி துவைக்க வைத்து, அங்காடிக்கும் கடைவீதிக்கும் வீட்டுச்சாமான்கள் வாங்க விரட்டிய ஒருத்தனை நான் காதலிப்பதற்கு பெரிதும் சிரமப்பட வேண்டியிருக்கும் என்பதும் எனக்குத் தெரிந்திருந்தது. அந்த நாட் களில் என் அப்பா வீட்டிற்கு நான் போகும்போதெல்லாம் அங் கிருக்கும் பானைகளையும் தட்டுகளையும் கிண்ணங்களையும் கோப்பைகளையும் வெறித்தபடி முடிவில்லாமல் அழுகின்றபோதும், இரவுகளில் என் குழந்தைகளை கட்டியணைத்தபடி தனிமையில் தூங்கும்போதும் என்மனம் மாறுவதற்கான எந்த காரணத்தையும் ஹஸன் எனக்கு அளிக்கவில்லை. நான் அவனை காதலிப்பேன் என்றோ, எங்கள் திருமணம் நடப்பதற்கான இந்த முன் நிபந்தனை

தானாகக் கனியுமென்றோ அவனுக்கு நம்பிக்கையில்லாதது மட்டு மல்ல, தன்மீதும் அவனுக்கு நம்பிக்கை கிடையாதென்பதால் அவன் தகாதமுறையில் நடக்கத் தொடங்கினான். என்னைத் தனியாக மடக்கி, முத்தமிட, கட்டியணைக்க முயற்சி செய்தான். என் கணவர் எப்போதுமே திரும்பி வரமாட்டாரென்றும் மறுத்தால் என்னைக் கொன்றுவிடுவேன் என்றும் மிரட்டினான். குழந்தை போல அழுதான். அவனது அவசரத்திலும் படபடப்பிலும் ஒரு உண்மையான, உன்னத மான காதல் பிறந்து மலர்வதற்கு அவன் சந்தர்ப்பமே அளிக்கவில்லை. அவனை நான் எப்போதுமே மணமுடிக்க முடியாதென்பது எனக்குத் தெரியும்.

ஒருநாள் இரவு என் குழந்தைகளோடு நான் தூங்கிக்கொண் டிருந்த அறையின் கதவைத் தள்ளி திறப்பதற்கு அவன் முயன்ற போது வெடுக்கென்று எனக்கு விழிப்பு வந்தது. குழந்தைகளை பயமுறுத்திவிடுவோமேயென்ற நினைப்பேயில்லாமல் என் உச்சக் குரலில் வீட்டுக்குள் பொல்லாத ஜின்கள் நுழைந்துவிட்டதாக அலறினேன். இந்த ஜின் – அலறலில் விழித்துக்கொண்ட என் மாம னாருக்கு ஹஸன் மிகையாக பதற்றமுற்று ஜின்களை விரட்டுகின்ற பாவனையைப் பார்த்ததுமே உண்மை தெரிந்து போயிற்று. எனது அபத்தமான ஊளையிடல்களுக்கும் ஜின்கள் பற்றிய புலம்பல்களுக் கும் மத்தியில் அந்த நிதான குணம் கொண்ட கிழவர், இரண்டு குழந்தைகளுக்குத் தாயான தன் அண்ணன் மனைவி மீது அவருடைய மகன் மோகம் கொண்டு அணுகியிருக்கிறான் என்பது புரிந்த சங் கடத்தில் அவமானப்பட்டு நின்றார். என் குழந்தைகளை “ஜின்களிட மிருந்து” பாதுகாப்பதற்காக விடியும் வரை கண்மூடவே போவ தில்லை என்றபோது என் மாமனார் பதிலேதும் கூறவில்லை. அடுத்த நாள் உடல் நலமில்லாமலிருக்கும் என் அப்பாவை கவனித்துக் கொள்வதற்காக குழந்தைகளோடு அப்பா வீட்டிற்குச் சென்று தங்கப் போகிறேன் என்று அறிவித்தேன். இவ்வாறாக ஹஸன் தோல்வியை ஒப்புக்கொள்ள வேண்டியதாகியது. நான் அப்பா வீட்டிற்கு என் திருமண வாழ்க்கையின் நினைவுச் சின்னங்களாக, என் கணவர் ஹங்கேரியப் பகுதியிலிருந்து சூறையாடிக்கொண்டு வந்த மணியடிக்கும் கடிகாரம் (அதை மட்டும் விற்பதற்கு அவருக்கு மனம் வரவில்லை), துடிப்பு மிக்க அராபியக் குதிரைகளின் தசைநார் களிலிருந்து செய்த ஒரு சவுக்கு, என் பிள்ளைகள் போர் விளை யாட்டு விளையாடும் தாப்ரீஸில் செய்த தந்தத்திலான சதுரங்கப் பலகையும் காய்களும், வெள்ளியாலான மெழுகுவர்த்தித்தாங்கிகள் (நாஜிவான் போரிலிருந்து சூறையாடி வந்தவை) போன்ற பண நெருக்கடி நேரங்களில் விற்பதற்குத் தராமல் போராடி பாதுகாத்த பொருட்களை எடுத்து வந்தேன்.

நான் எதிர்பார்த்ததைப் போலவே, காணாமற்போன என் கணவரின் வீட்டிலிருந்து நான் வெளியேறியது ஹஸனின் வெறி

பிடித்த, அவமதிப்பான காதலை நம்பிக்கையற்ற எரிகுழிக்குள் தள்ளியது. அவனுடைய அப்பா அவனுக்குப் பின்னால் நிற்கமாட்டார் என்பதை நன்றாகத் தெரிந்துகொண்டதால், என்னை பய முறுத்துவதற்கு பதில், என் இரக்கத்தைச் சம்பாதிக்கும்விதமாக காதல் கடிதங்கள் அனுப்பத் தொடங்கினான். அக்கடிதங்களின் ஓரங்களில் துணையற்று துயரார்ந்திருக்கும் பறவைகளையும் கண்ணீர் ததும்பும் விழிகளோடு சிங்கங்களையும் சோகமான மான்களையும் அவன் வரைந்தனுப்பினான். ஹஸனின் செறிவான கற்பனையை வெளிப்படுத்தும் இக்கடிதங்களை புதிதாக எடுத்துப் படிக்கத் தொடங்கி விட்டேன் என்ற உண்மையை உங்களிடம் மறைக்க விரும்பவில்லை. நாங்கள் ஒரே கூரையின் கீழ் வசித்து வந்தபோது அவனுக்குள் இப்படிப்பட்ட திறமைகள் இருக்குமென்ற விஷயமே எனக்குத் தெரியாது – இப்போதுகூட ஓவியம் வரையும், கவிதை எழுதும் அவனுடைய நண்பர்களை வைத்து இக்கடிதங்களை அவன் எழுத வில்லையென்றே நம்புகிறேன். அவனது கடைசி கடிதத்தில் நான் இனி அடிமைபோல வீட்டு வேலைகள் செய்யத் தேவையில்லை யென்றும் அவன் ஏராளமாக பொருளீட்டிவிட்டதாகவும் சத்தியம் செய்து எழுதியிருந்தான்.

அவனது இனிமையான, மரியாதைமிக்க, நகைச்சுவை ததும்பும் நடையில் சொல்லப்பட்டிருந்த வாக்குமூலமும் என் பிள்ளைகளின் ஓய்வு ஒழிச்சலற்ற சண்டைகளும் விசாரணைகளும் என் அப்பா வின் அதிகரித்து வரும் புகார்களும் என் தலையை உண்மையாகவே ஒரு கொதிகலனாக்கி வைத்திருந்தன. ஒரு நிம்மதிப்பெருமூச்சை இழுத்து விடுவதற்காகவே அந்த சன்னலின் கதவுகளைத் திறந்து உலகத்தை உள்ளே வரவிட்டேன்.

ஹேரியே சாப்பாட்டு மேஜையை அமைப்பதற்கு முன் மிகச் சிறந்த அராபிய பனம்பேரீச்சை பூக்களிலிருந்து செய்யப்படும் கசப்புக் கூட்டு ஒன்றை சமைத்தேன். தேன் ஒரு கரண்டியும் கொஞ்சம் எலுமிச்சை சாறும் கலந்து வைத்தேன். 'ஆன்மாவின் புத்தகம்' என்ற நூலை வாசித்துக்கொண்டிருந்த அப்பாவிடம் மெதுவாகச் சென்றேன். அவர் எதிர்பார்ப்பதுபோலவே எந்த சத்தத்தையும் எழுப்பாமல், நானே ஓர் ஆவியுருபோல நடந்து அவர்முன் வைத்தேன்.

"பனி பொழிந்துகொண்டிருக்கிறதா?" என்ற அவரது ஹீனமான துயரம்கவிந்த குரலைக் கேட்டபோது, எனக்கு சட்டென்று என் பரிதாபமிக்க அப்பா பார்க்கப்போகின்ற கடைசி பனிப்பொழிவு இதுவாகத்தான் இருக்கப்போகிறது என்று பட்டது.

●

அத்தியாயம் 10

நான் ஒரு மரம்

நான் ஒரு மரம். மிகவும் தனியாக இருக்கிறேன். நான் மழையில் அழுகிறேன். அல்லாஹ்வின் பொருட்டு நான் சொல்லவேண்டியதைக் கேளுங்கள். உங்கள் காபியை அருந்துங் கள், அதனால் உங்கள் தூக்கம் விலகி கண்கள் விரியத் திறக்கட்டும். ஜின்களை நீங்கள் வெறிப்பதுபோல் என்னை உற்றுப்பாருங்கள். நான் ஏன் தனியாக இருக்கிறேன் என்பதை உங்களுக்கு விவரிக்கிறேன்.

1) கதை சொல்லி ஆசானுக்குப் பின்னால் ஒரு மரத்தின் சித்திரம் தொங்கவேண்டுமென்பதற்காக நான் எந்த அளவிலும் அடங்காத முரட்டுத்தாளில் அவசர கதியில் வரையப்பட்டிருக்கிறேன் என்று அவர்கள் குற்றம் சுமத்துகின்றனர். உண்மைதான். இந்தக் கணம் எனக்குப் பக்கத்தில் மெல்லியதாக வேறு எந்த மரமும் இல்லை. ஏழு – இலை ஸ்டெப்பி தாவரங் களோ, சாத்தானையோ அல்லது மனிதன் ஒரு வனையோ சில நேரங்களில் ஞாபகப்படுத்தும் அலை பாயும் பாறை வடிவங்களோ, சுருள் சுருளாக சீன மேகங்களோ இல்லை. வெறும் நிலம், வானம், நான் மற்றும் தொடுவானம். ஆனால் என் கதையோ பெரிதும் சிக்கலானது.

2) ஒரு மரமாக, நான் ஒரு புத்தகத்தின் ஒரு பகுதியாக இருக்க வேண்டியதில்லை. ஆனாலும் ஒரு மரத்தின் சித்திரமாக, ஏதோ ஒரு கையேட்டிற்குள்ளே இருக்கும் ஒரு பக்கத்தின்மேல் நான் இருக்கவில்லையென் பதில் கலக்கமுற்றிருக்கிறேன். புத்தகத்தில் இருக்கும் எதையோ குறிப்பதாக நான் இல்லையென்பதால், என் மனதிற்குத் தோன்றுவது என்னவென்றால் என் படம் ஏதோ ஒரு சுவரில் ஆணியடித்து மாட்டப் படும், புறச்சமயர்களும் மிலேச்சர்களும் என்முன்னே

மண்டியிட்டு வணங்குவார்கள். இந்த நினைப்பு வந்தவுடனேயே நான் ரகசியமாக அதில் பெருமிதம் கொள்வதை எர்ஸூரூமி ஹோஜாவின் சீடர்கள் கேள்விப்படாதிருக்கட்டும் – ஆனாலும் அதிகபட்ச பயத்தாலும் சங்கடத்தாலும் நான் ஆட்கொள்ளப்பட்டுள்ளேன்.

3) என் தனிமைக்கான முக்கியக் காரணம் எதுவென்றால், எந்த இடத்திற்கு நான் சொந்தம் என்றுகூட எனக்குத் தெரியாததுதான். நான் ஏதோ ஒரு கதையின் ஒரு பகுதியாக இருந்திருக்க வேண்டும், ஆனால் இலையுதிர் கால இலைபோல கீழே விழுந்துவிட்டிருக்கிறேன். அதைப்பற்றி உங்களிடம் சொல்ல அனுமதியுங்கள்.

இலையுதிர் காலத்தில் உதிரும் இலைபோல என் கதையிலிருந்து வீழ்தல்

நாற்பது வருடங்களுக்கு முன்பு, ஆட்டமன்களின் பரம எதிரியும், உலகிலேயே ஓவியக்கலையின் மிகப்பெரும் புரவலருமான பாரசீகத்தின் ஷா தமாஸ்ப் முதுமை நலிவெய்தி, மதுரசம், சங்கீதம், கவிதை, ஓவியம் எல்லாவற்றின்மீதும் ஆர்வமிழக்கத் தொடங்கிவிட்டார். மேலும் அவர் காபி அருந்துவதையும் நிறுத்திவிட்டதால் அவரது மூளையும் செயல்படுவதை நிறுத்திவிட்டது. துயரம் கவிந்து, உற்சாகம் கருகிப்போன கிழட்டு ஜீவியாகி, அப்போது பாரசீகப் பகுதியிலிருந்த தாப்ரீஸிலிருந்து அவரது தலைநகரத்தை ஆட்டமன் ராணுவத்திலிருந்து தூர இருக்கவேண்டுமென்று காஸ்வின்னுக்கு மாற்றினார். அவருக்கு மேலும் வயதானபின் ஒருநாள் ஜின் ஒன்றால் பீடிக்கப்பட்டு, சித்தம் பேதலித்து, இறைவனிடம் மன்னிப்புக்கோரி இறைஞ்சி மதுரசத்தையும் அழகிய இளம் சிறுவர்களையும் ஓவியத்தையும் முற்றிலுமாக துறப்பதாக சத்தியம் செய்தார். காபியின் மேலிருந்த ருசியை இழந்தவுடனேயே இம்மாபெரும் ஷாவிற்கு பித்தம் பிடித்துவிட்டது என்பதற்கு இந்த சாட்சியே போதும்.

ஓர் இருபதாண்டு காலத்தில் உலகத்தின் மகத்தான, காலத்தால் அழியாத ஓவியங்களைத் தீட்டியிருந்த, சொர்க்கத்தால் ஆசீர்வதிக்கப்பட்ட புத்தகம் தைப்பவர்களும் எழுத்தோவியர்களும் மெருகாளர்களும் நுண்ணோவியர்களும் கலைக்கப்பட்ட கௌதாரிக்கூட்டம்போல மற்ற நகரங்களுக்கு சிதறிவிட்டதற்கு அதுவே காரணம். மஷ்ஷாத் மாகாண ஆளுநராக பணிபுரிந்து வந்த ஷா தமாஸ்ப்பின் மருமானும் மருமகனுமான சுல்தான் இப்ராஹிம் மீர்ஸா, அவர்களில் மிகவும் திறமைமிக்கவர்களை வரவழைத்து அவனது நுண்ணோவியப் பயிலரங்கில் தங்கவைத்து தாமெர்லேனின் ஆட்சிக்காலத்தில், ஹெராத்திலிருந்த மகத்தான கவிஞரான ஜாமியின், 'ஏழு அரியணைக'ளின் ஏழு நீதிக்கதைகளையும் படியெடுத்து வர்ணமயமாக ஒப்பனை

செய்து மெருகூட்டி ஓவியங்கள் தீட்டுவதற்குப் பணித்தான். அந்த அறிவும் அழகும் ஒருங்கிணைந்திருந்த மருமானின்மீது ஷா தமாஸ்ப் புக்கு பெருமிதமும் பொறாமையும் கலந்தே இருந்தது. தன் மகளை ஏன்தான் அவனுக்குக் கொடுத்தோமோவென்ற வெறுப்பும் காழ்ப் புணர்ச்சியும் அப்பிரமாண்டமான ஓவியத்தொகுதியைப் பற்றிக் கேள்விப்பட்டதும் கொழுந்துவிட்டெரிந்து அவனை மஷ்ஷாத்தின் ஆளுநர் பதவியிலிருந்து தூக்கியெறிந்து கெய்ன் நகரத்திற்கு விரட்டி யடித்தார். அதற்குப் பிறகும் கோபம் அடங்காமல் ஸெப்ஸிவார் என்ற சிறிய நகரத்திற்கு அவனைத் துரத்தினார். அதன்பிறகு மஷ்ஷா தின் எழுத்தோவியர்களும் மெருகோவியர்களும் மற்ற நகரங்களுக்கும் பகுதிகளுக்கும் மற்ற சுல்தான்கள், இளவரசர்களின் புத்தக ஓவிய பட்டறைகளுக்கும் தஞ்சம் புகுந்தனர்.

அதிருஷ்டவசமாக சுல்தான் இப்ராஹிம் மீர்ஸாவின் அற்புதமான ஓவியத்தொகுப்பு, அவருக்குக் கீழ் பணிபுரிந்து வந்த சிரத்தைமிக்க நூலகரின் காரணமாக முடிக்கப்படாமல் போவதிலிருந்து தப்பித்தது. இந்த மனிதர் குதிரை மீதேறி மிகச்சிறந்த மெருகிடும் மேதைகள் வாழ்ந்து வந்த ஷிராஸ்ஸுக்குச் செல்வார்; அங்கிருந்து ஒன்றிரண்டு ஏடுகளை எடுத்துக்கொண்டு நெஸ்தாலிக்கிய எழுத்துருக்களின் எழுத்தோவியர்கள் இருக்கும் இஸ்ஃபஹானுக்குச் செல்வார்; அதன் பிறகு நெடிதுயர்ந்த மாமலைத் தொடர்களைத்தாண்டி உஸ்பெக்கா னிற்குக் கீழ் தலைமை ஓவியராக பணிபுரிந்தவரிடம் சென்று ஓவியங் களின் கூட்டமைவை சீரமைத்து ஓவியங்கள் தீட்டிக்கொள்வார்; அடுத்ததாக ஹெராத்திற்குச் சென்று அங்கு பாதி குருடான நிலையில் தன் ஞாபகத்திலிருந்தே ஓவியம் தீட்டும் ஓவிய மேதைகளிடம் வளைந்து நெளிந்து பின்னிக்கொள்ளும் தாவரங்களையும் இலை வடிவங்களையும் வரைந்து கொள்வார்; ஹெராத்திலுள்ள மற்றொரு எழுத்தோவியரிடம் சென்று பொன்முலாமிட்ட ரைகா எழுத்துருவில் அவ்வோவியத்திற்குள் கட்டமிட்ட அடையாளமிட்டுக்கொள்வார்; இறுதியாக மீண்டும் தெற்கு நோக்கி பயணித்து கெய்ன் நகரை யடைந்து அவரது ஆறுமாத பயணத்தில் வரையப்பட்டிருந்த அந்த பாதி முடிந்த நிலையிலிருக்கும் ஓவியங்களை சுல்தான் இப்ராஹிம் பாஷாவிடம் காட்டி பாராட்டுகளை பெற்றுக்கொள்வார்.

இந்த வேகத்தில் சென்றால் அந்த ஓவியத் தொகுப்பு எப்போதுமே முடிக்கப்படமாட்டாது என்பது தெளிவானதும் தார்த்தாரிய அஞ்சற் சேவகர்கள் நியமிக்கப்பட்டனர். ஓவியமும் எழுத்து வரைவுகளும் பதியப்படவேண்டிய ஏடுகளோடு அந்த குதிரைவீரர்களிடம் வரைய வேண்டிய ஓவியத்தை விவரித்து அந்த ஓவியருக்கு எழுதப்பட்ட ஒரு கடிதமும் தரப்பட்டது. இவ்வாறாக ஓவிய ஏடுகளைச் சுமந்த செய்தித் தூதர்கள் பாரசீகம், கொராஸான், உஸ்பெக்கிய பிரதேசம், டிரான்ஸாக்ஸேனியாவின் சாலைகளைத் தாண்டி சென்றுகொண் டிருந்தன. இந்த விரைவு போக்குவரத்தின் உதவியால் புத்தகத்

தயாரிப்பும் விரைவாக நடந்துகொண்டிருந்தது. சில நேரங்களில், உதாரணமாக 59ஆம் பக்கத்தையும் 162ஆம் பக்கத்தையும் கொண்டு செல்லும் இருவர் பனி பொழியும் இரவொன்றில் பயணத்தின் போது யதேச்சையாக எதிர்ப்பட்டு, ஓநாய்களின் ஊளை கேட்கும் சத்திரத்தில் தங்கி உரையாடிக் கொண்டிருக்கும்போதுதான் அவர்களிருவருக்குமே தாம் ஒரே புத்தகத்திற்காகத்தான் பணிபுரிந்துகொண்டிருக்கிறோம் என்பது புரிந்து எந்தக் கதையின், எங்கே இருக்கும் காட்சிக்காக அக்குறிப்பிட்ட ஓவிய ஏடுகள் வரையப்படுகின்றன, அவை எங்கே பொருத்தப்படவேண்டும் என்றெல்லாம் தமக்குள் அலசி ஆராய்ந்து அனுமானித்துக்கொள்ள முயல்வார்கள்.

இன்று நிறைவடைந்திருப்பதாக நான் கேள்விப்பட்ட இந்த சித்திரச்சுவடியின் பக்கங்களில் நான் இடம்பெறுவதற்காக இருந்தேன். துரதிருஷ்டவசமாக என்னைச் சுமந்து வந்த தார்தாரிய தூதன் ஒரு குளிர் மழைநாளில் ஒரு மலைத் தொடரின் கணவாயைக் கடக்கும்போது கள்வர்களால் வழிமறிக்கப்பட்டு கொல்லப்பட்டான். முதலில் அந்தப் பரிதாபத்திற்குரிய தார்தாரியனை அவர்கள் அடித்தனர். அதன்பின் திருடர்களின் வழக்கப்படி அவனை பாலியல் பலாத்காரம் செய்து கருணையேயின்றி கொன்றனர். இதனால் எந்தப் பக்கத்திலிருந்து விழுந்தேன் என்பதைப் பற்றி எதுவும் எனக்குத் தெரியவில்லை. உங்களிடம் எனது கோரிக்கை என்னவென்றால், என்னைப் பார்த்து, “கூடாரத்தில் இருந்த லைலாவைப் பார்ப்பதற்காக மேய்ப்பன்போல வேடமணிந்து வந்த மஜ்னுவிற்கு நிழல் பாவுவதற்காக நீ இருந்தாயோ?” என்றோ, “சீரழிந்து, நம்பிக்கையற்றுப்போனவர்களின் ஆன்மாவின் இருண்மையைக் குறிப்பதற்காக இருட்டில் நீ மங்கிக் கொண்டுவருவதுபோல வரைந்திருப்பார்களோ?” என்றோ கேட்க வேண்டுமென்று விரும்புகிறேன். உலகின் எல்லா பந்தங்களிலிருந்தும் தப்பித்து, பெருங்கடல்கள் தாண்டி, புள்ளினங்களும் பழங்களும் நிறைந்திருக்கும் தீவொன்றில் அடைக்கலம் புகுந்திருக்கும் இரண்டு காதலர்களின் சந்தோஷத்திற்கு துணைநிற்க நான் எவ்வளவு விரும்பியிருப்பேன்! ஹிந்துஸ்தானை வெற்றி கொள்ள மேற்கொண்டிருந்த படையெடுப்பில் வெப்பத்தாக்குதலில் பாதிப்புற்று நாசியில் தொடர்ந்து ரத்தம் வழிய அலெக்ஸாண்டர் தன் இறுதி கணங்களை கழித்தபோது, அவருக்கு நிழல் பாவ நான் விழைந்திருப்பேன். அல்லது ஒருவேளை அன்பையும் வாழ்க்கையையும் பற்றி தன் மகனுக்கு அறிவுரை கூறுகின்ற ஒரு தந்தையின் வலிமைக்கும் ஞானத்திற்கும் குறியீடாக நான் இருந்திருப்பேனோ? ஆ, எந்தக் கதைக்கு அர்த்தத்தையும் அழகையும் சேர்ப்பதற்காக நான் இருந்திருந்தேன்?

அந்தத் தூதனைக் கொன்றுவிட்டு, மலைவிட்டு மலைதாண்டி, நகரம் விட்டு நகரம் தாண்டி என்னைத் தலையைப்பிடித்து இழுத்துக் கொண்டு சென்ற அந்தக் கள்வர்களில் ஒருவனுக்கு மட்டும் எனது மதிப்பு புரிந்திருந்தது. உண்மையான மரத்தை பார்ப்பதைவிட

ஒரு மரத்தின் ஓவியத்தைப் பார்ப்பதில் இருக்கும் பரவசத்தை உணரக்கூடிய ரசனையும் இருந்தது. ஆனால் நான் எந்தக் கதையில் இடம்பெற்றிருக்கிறேன் என்பது தெரியாததால் அவன் வெகுவிரைவி லேயே என்னிடம் சலிப்புற்றுவிட்டான். ஒவ்வோர் ஊராக என்னை இழுத்துச் சென்ற அந்தக் கயவன், நான் பயந்ததுபோல என்னை கிழித்து எறிந்துவிடாமல் தங்கும் சந்திரம் ஒன்றில் ஒரு நாகரீகமான வரிடம் ஒரு ஜாடி மதுவிற்கு என்னை விற்றுவிட்டான். சில நேரங் களில் இந்த துரதிருஷ்டம் பிடித்த, மென்மையான சுபாவமுள்ள கனவான், இரவு நேரங்களில் மெழுகுவர்த்தி ஒளியில் என்னை வெறித்துப் பார்த்தபடி அழுவான். கொஞ்ச நாட்களிலேயே அவன் சோகத்தில் இறந்துபோக, அவர்கள் அவனது உடைமைகளை விற்றனர். என்னை வாங்கிய இந்தக் கதைசொல்லியின் உதவியால் நான் இஸ்தான்புல் வரை வந்திருக்கிறேன். இன்றிரவு, ஆட்டமன் சுல்தா னின் அபாரமான திறமைகொண்ட, கூர்ந்த பார்வையும் இரும்பு போல் திடசித்தமும் நளினமான கைகளும் நுண்ணிய உணர்வுகளும் கொண்ட நுண்ணோவியர்களுக்கும் எழுத்தோவியர்களுக்கும் நடுவில் இருப்பதற்காக சந்தோஷமும் பெருமிதமும் கொள்கிறேன்.

நான் சுவரொட்டி ஓவியமாக முரட்டுக் காகிதத்தில் ஏதோவொரு நுண்ணோவியரால் அவசரகோலமாக, அலட்சியமாக வரையப் பட்டிருக்கிறேன் என்று யாராவது சொன்னால் தயவுசெய்து, தயவு செய்து அதை நம்பிவிடாதீர்கள் என்று கெஞ்சிக் கேட்டுக்கொள் கிறேன்.

ஆனால் வேறென்னென்ன பொய்களும் அவதூறுகளும் பச்சைப் பொய்களும் பரப்பப்பட்டு வருகின்றன என்பதைக் கேளுங்கள்! நேற்றிரவு என் குருநாதர் இங்கே சுவரில் ஒரு நாயின் படத்தை மாட்டிவிட்டு அந்த அறிவற்ற விலங்கின் சாகசங்களைப் பற்றிச் சொன்னது உங்களுக்கு ஞாபகமிருக்கிறதுதானே? அதே நேரத்தில் எர்ஸூரும்மைச் சேர்ந்த ஹூஸ்ரத் ஹோஜாவின் சாகசங்களைப் பற்றியும் சொன்னாரல்லவா? ஆனால் இப்போது மாண்புமிகு நுஸ்ரத் ஹோஜா அவர்களின் சீடர்கள் இந்தக் கதையை முற்றிலும் தவறாகப் புரிந்துகொண்டு அவரை இலக்காக்கித்தான் நாம் பேசினோம் என்று நினைக்கின்றனர். அம்மகத்தான போதகரை, பெருமதிப்புகொண்ட அம்மாமனிதரை, தவறான உறவில் பிறந்தவ ரென்று நாம் சொல்லியிருப்போமா? இறைவன் மன்னிக்கட்டும்! அதுபோல ஓர் எண்ணம் எங்கள் மனதைக் கடந்து சென்றிருக்குமா? என்னவொரு பொல்லாங்கு, என்னவொரு ஆபாசமான பொய்! எர்ஸூரும்மின் ஹூஸ்ரத்தை, எர்ஸூரும்மின் நுஸ்ரத்தோடு குழப்பிக் கொண்டிருக்கிறார்கள். எனவே, இப்போது சிவாஸைத் சேர்ந்த ஒன்றரைக் கண் நெத்ரத் ஹோஜாவைப்பற்றியும் மரம் ஒன்றைப் பற்றியும் நான் சொல்லும் கதையைக் கேட்கலாம்.

அழகிய இளைஞர்களின் கவர்ச்சியையும், ஓவியக் கலையையும் நிராகரித்ததுமில்லாமல் ஒன்றரைக்கண் சிவாஸின் நெத்ரத் ஹோஜா, காபி என்பது பிசாசின் கைங்கரியம் என்றும் காபி அருந்துபவர்கள் நரகத்திற்குத்தான் செல்வார்களென்றும் கூறினார். ஹேய், சிவாஸி லிருந்து வந்தவரே, எனது இம் மாபெரும் கிளை எப்படி வளைந்தது என்பதை மறந்துவிட்டீரா? அதை உங்களுக்குச் சொல்கிறேன், ஆனால் வேறு யாரிடமும் நீங்கள் சொல்லமாட்டேனென்று சத்தியம் செய்ய வேண்டும். அல்லாஹ் உங்களை ஆதாரமற்ற அவதூறுகளிலிருந்து காப்பாற்றுவார். ஒருநாள் காலை நான் விழித்துப் பார்த்தபோது மிகப்பெரிய அரக்கன் போல ஒருவன் – இறைவன் அவனை காக் கட்டும், அவன் பள்ளி வாசல் தூபியளவுக்கு உயரமாகவும் சிங்கத் தின் நகங்கள்போல கைகளுமாக இருந்தான் – இந்த எனது கிளையின் மீதேறி, எனது அடர்ந்த இலைகளுக்குப் பின்னால் முன்பு குறிப்பிட்ட ஹோஜாவோடு ஒளிந்துகொண்டு, (என் பிரயோகத்திற்காக மன்னிக் கவும்) வெயிலில் நாய்களைப்போல இயங்கினர். அந்த அரக்கன், (பிற்பாடு அவன்தான் பிசாசு என்பதை அறிந்துகொண்டேன்) நம் கதாநாயகனோடு நாராசமான வேலையில் ஈடுபட்டுக்கொண் டிருந்தபோது அவனது அழகிய செவிகளை முத்தமிட்டு "காபி ஒரு பாவம், காபி ஒரு தீயொழுக்கம்..." என்று கிசுகிசுத்தான். ஆதலால், காபியின் தீயவிளைவுகளைப் பற்றி நம்புகிறவர்கள், நமது புனிதமான மதத்தின் கட்டளைகளை நம்பாதீர்கள், மாறாக பிசாசின் மேல் நம்பிக்கை வையுங்கள்.

இறுதியாக, பிராங்கிய ஓவியர்களைப் பற்றி நான் குறிப்பிட்டாக வேண்டும். எனவே உங்களில் அவர்களைப்போல பாசாங்கு செய்து கொள்ளும் தரங்கெட்டவர்கள் இருப்பீர்களேயானால், என் எச்சரிக் கைக்கு கீழ்ப்படிந்து அதை நிறுத்திவிடுங்கள். இப்போது இந்த பிராங்கிய ஓவியர்கள், அரசர்களின், மதகுருமார்களின், உயர் குடிமக்களின், ஏன் பெண்களின் முகங்களைக்கூட அவர்கள் வரையும் விதத்தில், அந்த உருவோவியத்தைப் பார்த்த பிறகு அந்த மனிதரை தெருவில் செல்லும்போது உங்களால் அடையாளம் கண்டுகொள்ள முடியும். அவர்களுடைய மனைவியரே தெருக்களில் சுதந்திரமாக திரிந்துகொண்டிருக்கின்றனர், அப்போது மற்றவர்களை நினைத்துப் பாருங்கள். இதுமட்டும் போதாதென்று அவர்கள் மேலும் அதிகமாக முன்னேறியிருக்கின்றனர். விபச்சாரத்தைப் பற்றி நான் சொல்ல வில்லை, ஓவியத்தைப்பற்றிச் சொல்கிறேன்.

ஒரு மாபெரும் ஐரோப்பிய நுண்ணோவிய மேதையும் மற்றொரு மகத்தான ஓவியரும் ஒரு பிராங்கிய புல்வெளியில் நடந்து சென்றபடி கலை விற்பத்தியைப் பற்றியும் ஓவியத்தைப் பற்றியும் விவாதித்துக் கொண்டிருந்தனர். அப்போது அவர்களுக்கெதிரே ஒரு கானகம் எதிர்ப்பட்டது. அவ்விருவரில் திறமைமிக்கவரான ஒருவர் மற்றவ ரிடம் கூறுகிறார்: "புதிய பாணியில் ஓவியம் தீட்டுவதற்கு எப்படிப்

பட்ட திறமை வேண்டுமென்றால், இந்தக் காட்டில் உள்ள மரங்களில் ஒன்றைத் தேர்ந்தெடுத்து நீங்கள் வரைந்தால், அந்த ஓவியத்தைப் பார்த்த ஒருவன் இங்கு வந்து, அவன் விரும்பினால், மற்ற மரங்களி லிருந்து அந்த குறிப்பிட்ட மரத்தை சரியாக சுட்டிக் காண்பிப்பான்."

உங்கள்முன் இருக்கும் எளிய மரமாகிய நான் அதைப் போன்ற நோக்கத்தோடு வரையப்படவில்லை என்பதற்காக அல்லாஹ்வுக்கு நன்றி கூறிக்கொள்கிறேன். அவ்வாறாக நான் வரையப்பட்டிருந்தால் இஸ்தான்புல்லில் இருக்கும் எல்லா நாய்களும் என்னை உண்மை யான மரமென்று கருதி என்மேல் சிறுநீர் கழித்துவிடுமென்ற பயத்தில் கூறவில்லை: நான் ஒரு மரமாக இருக்க விரும்பவில்லை. அதன் பொருளாக இருக்க விரும்புகிறேன்.

●

அத்தியாயம் 11

நான் கருப்பு என்று அழைக்கப்படுகிறேன்

நள்ளிரவுக்கு முன் ஆரம்பித்த பனிப்பொழிவு விடியும் வரை நீடித்தது. இரவு முழுக்க ஷெகூரேவின் கடிதத்தை திரும்பத் திரும்ப படித்துக்கொண்டேயிருந்தேன். காலியான வீட்டின் காலியான அறையில் சுற்றிச்சுற்றி நடை பழகிக்கொண் டிருந்தேன். மெழுகுவர்த்தியை நோக்கிக் குனியும்போது, அந்த மங்கலான வெளிச்சத்தில் என் இனியவளின் கோபமான எழுத்துகள் இறுக்கத்தோடு நடுங்குவதை, என்னை ஏய்ப்பதற் காக அவை குட்டிக்கரணம் போடுவதை, வலமிருந்து இடமாக இடுப்பையொடித்து நெளிந்து நடப்பதை கவனித்தேன். திடு மென்று அந்தச் சன்னல்கள் என் கண்முன் திறக்கும், என் இனியவளின் முகமும் அவளது சோகமான புன்னகையும் பிரசன்னமாகும். அவளது நிஜமான முகத்தைப் பார்த்தவுடன் என் கற்பனையில் முதிர்ந்து கனிந்துகொண்டிருந்த மற்ற முகங்களின் செர்ரிக்காய் இதழ்கள் அனைத்தையும் மறந்தேன்.

நட்ட நடு ராத்திரியில் திருமணக்கனவுகளில் என்னைத் தொலைத்தேன்: என் காதலைப்பற்றியோ, அது ஏற்றுக்கொள்ளப் படுவதைப்பற்றியோ எனக்கு எந்த ஐயமும் இருக்கவில்லை – வெகுதிருப்தியான சூழ்நிலையில் நாங்கள் மணமுடித்திருந் தோம் – ஆனால் மாடிப்படியுடனிருந்த ஒரு வீட்டில் அமைந் திருந்த என் கற்பனை மகிழ்ச்சி, என்னால் பொருத்தமாக ஒரு வேலையைத் தேடிக்கொள்ள முடியாமல் என் பேச்சை கேட்காமல் நடக்கும் என் மனைவியோடு வாதம் செய்யத் தொடங்கியபோது சிதைந்தது.

அரேபியாவில் விடலையாக கழித்த என் இரவுகளில் நான் படித்துக்கொண்டிருந்த கஸ்ஸாலியின் 'மத அறிவியலின் மீட்டுயிர்ப்பு' நூலின் ஒரு பகுதியில் குறிப்பிடப்பட்டிருக்கும் திருமண வாழ்க்கையின் தொல்லைகளிலிருந்தே இந்த

முன்னறிகுறி படிமங்களை நான் உருவாக்கியிருக்கிறேன் என்று எனக்குத் தெரியும்; அதே நேரத்தில் திருமணத்தால் உண்டாகும் பலன்களைப் பற்றியும் அதே அத்தியாயத்தில் சில அறிவுரைகள் இருப்பதை நினைவுகூர்ந்தேன்: முதலில் வீட்டுப்பொருட்கள் ஒழுங்காக அடுக்கிவைக்கப்படும் (என் கற்பனை வீட்டில் அத்தகைய ஒழுங்கே இல்லை) இரண்டாவதாக சுயநாசத்தின் குற்றவுணர்விலிருந்து தப்பிக்க லாம், அடுத்ததாக அதைவிட ஆழமான குற்றவுணர்வுக்கு காரண மாக விபச்சாரத் தரகர்கள் பின்னால் இருட்டுச் சந்துகளில் ஓட வேண்டியதில்லை.

இந்தப் பின்னிரவில் ஏற்பட்ட மீட்சி பற்றிய எண்ணம் சுயமை துனத்தை ஞாபகத்துக்கு இட்டுவந்தது. ஒருமனதான தீர்க்கத்துடன், இந்த அடக்கமுடியாத இச்சையை மனதிலிருந்து தள்ளுவதற்காக என் வழக்கம்போல அறையின் ஒரு மூலைக்கு ஒடுங்கினேன். சிறிது நேரத்திலேயே என்றால் விறைப்பேற்படுத்த முடியவில்லை யென்பதை உணர்ந்தேன் – பனிரெண்டு வருடங்களுக்குப்பிறகு நான் காதலில் வீழ்ந்திருக்கிறேன் என்பதற்கு போதுமான சாட்சி!

இது என் இதயத்தில் அப்படிப்பட்ட கிளர்ச்சியையும் அச்சத்தை யும் ஏற்படுத்த, மெழுகுவர்த்திச்சுடர்போல ஏறக்குறைய நடுங்கியபடி அறைக்குள் நடந்தேன். ஷெகூரே சன்னலில் வந்து நிற்பதற்கு ஏங்கி யிருந்தால், பின் எதற்காக அதற்கு எதிர்மறையாக நடிக்கும்படி இந்தக் கடிதம்? அவள் தந்தை எதற்காக என்னை அழைத்தார்? நான் மெதுவாக நடக்க நடக்க, அந்தக் கதவும் சுவரும் கிறீச்சிடும் தரையும் என்னைப்போலவே முனகிக்கொண்டு, என் எல்லாக் கேள்விகளுக்கும் பதில் சொல்வதுபோலத் தோன்றியது.

நான் பலவருடங்களுக்கு முன் வரைந்திருந்த அந்தப் படததில் மரக்கிளையில் கட்டித் தொங்கவிட்டிருந்த ஹூஸ்ரேவின் சித் திரத்தை கூர்ந்து பார்த்தபடி காதலில் திளைத்திருக்கும் ஷிரினைப் பார்த்தபடி இருந்தேன். அடுத்தடுத்த வருடங்களில் இந்தப் படம் என் ஞாபகத்தில் வரும்போதெல்லாம் எனக்கேற்படுவதுபோல இப்போது சங்கடமாகவும் இல்லை, எனது சந்தோஷமான இள வயது ஞாபகங்களைக் கொண்டுவரவுமில்லை. காலை நெருங்கும் போது என் மனம் இந்த நிலவரத்தை முற்றிலுமாக கைவரப்பெற்றுக் கொண்டது: என்னை சாதுரியத்தோடு உள்ளே ஈர்த்துக்கொண்டிருக் கும் அவளுடைய காதல் சதுரங்க விளையாட்டில், இந்தச் சித் திரத்தை திருப்பியனுப்பியிருப்பதன் மூலம் ஷெகூரே ஒரு காயை நகர்த்தி வைத்திருக்கிறாள். நான் மெழுகுவர்த்தி வெளிச்சத்தில் உட்கார்ந்து அவளுக்குப் பதில் கடிதம் எழுதினேன்.

காலை கொஞ்சநேரம் தூங்கியெழுந்துவிட்டு, கடிதத்தை என் மார்பிலும், எனது பேனாவையும் மைக்குடுவையையும் வழக்கம் போல இடுப்பு வாரிலும் செருகிக்கொண்டு தெருவிலிறங்கி வெகு

நேரம் நடந்தேன். பனி ஜனத்திரளிலிருந்து நகரத்தை விடுவித்து இஸ்தான்புல்லின் குறுகலான தெருக்களை அகலப்படுத்தியிருந்தது. என் பிள்ளைப்பருவத்தின் நகரம்போலவே எல்லாமே அமைதியாக நிதானமாக இருந்தது. என் இளமை நாட்களில் பனிபொழியும் மழைக்காலங்களில் இருப்பதுபோலவே இப்போதும் காக்கைகள் இஸ்தான்புல்லின் கூரைகளை, கவிகை மாடங்களை, தோட்டங்களை ஆக்கிரமித்திருந்தன. பனியில் என் காலடி ஓசையைக் கேட்டபடி, என் மூச்சுக்காற்றில் புகைமூட்டத்தை கவனித்தபடி வேகமாக நடந்தேன். என் எனிஷ்டே என்னைச் சென்று பார்க்கச்சொன்ன அரண்மனை ஓவியக்கூடமும் இத்தெருக்களைப் போலவே நிசப்தமாக இருக்குமென்ற எதிர்பார்ப்பில் என் பதற்றம் கூடியது. யூதர்களின் பகுதிக்குள் நுழைவதற்குமுன், என் கடிதத்தை ஷெகூரேவிடம் சேர்ப்பிப்பதற்காக எஸ்தரை நண்பகல் தொழுகைக்குமுன் என்னை எங்கே வந்து சந்திக்கவேண்டுமென்று தெருவில் ஆடிக்கொண்டிருந்த ஒரு சிறுவனிடம் சொல்லியனுப்பினேன்.

ஹஜியா ஸோஃபியாவிற்குப் பின்னால் அமைந்திருந்த அரசவை ஓவியர்களின் ஓவியக்கூடத்திற்கு சீக்கிரமாகவே வந்துசேர்ந்தேன். இறவாணத்திலிருந்து தொங்கிக்கொண்டிருக்கும் உறைபனிச் செதிள்களைத் தவிர நான் முன்பு என் எனிஷ்டேவை வந்து பார்த்துக் கொண்டிருந்த, கொஞ்ச நாட்களுக்கு என் பால்யத்தில் பயிற்சி மாணவனாக இருந்த கட்டிடத்தில் வேறெந்த மாற்றமும் இல்லை.

ஓர் அழகான இளம் பயிற்சியாளன் வழிகாட்ட, கோந்தும் புத்தகம் தைப்பதற்கான பசையும் உண்டாக்கியிருந்த நெடியில் ஸ்தம்பித்திருந்த வயதான புத்தகம் தைப்பவர்களை, சிறுவயதிலிருந்தே முதுகில் கூன் விழுந்துவிட்ட நுண்ணோவிய வல்லுனர்களை, அடுப்பின் ஜ்வாலைகளிலேயே தம்மை மறந்து மூழ்கி தமது கால் முட்டிகளில் தொற்றியிருக்கும் பாத்திரங்களுக்குள் பார்வையை செலுத்தாமலேயே துயரத்தோடு வர்ணங்களை கலந்துகொண்டிருந்த இளைஞர்களைக் கடந்து சென்றேன். ஒரு மூலையில் நெருப்புக் கோழியின் முட்டையை மடிமீது வைத்துக்கொண்டு ஒரு முதியவர் உன்னிப்பாக ஓவியம் தீட்டிக்கொண்டிருந்தார். பக்கத்திலேயே மற்றொரு பெரியவர் மரச்சாமான் ஒன்றிற்கு நுணுக்கமாக ஒப்பனை செய்துகொண்டிருக்க, ஓர் இளம் பயிற்சியாளன் இவ்விரண்டையுமே லயிப்போடு கவனித்துக்கொண்டிருந்தான். சில இளம் மாணவர்களுக்கு முன் தரையில் அவர்கள் வரைந்த ஓவியங்கள் வைக்கப்பட்டு, அவற்றில் அவர்கள் செய்திருந்த தவறுகளை புரிந்துகொள்வதற்காக ஓவியத்தாளில் அவர்களின் மூக்குநுனி ஏறக்குறைய படும்படி குனியவைத்து முகம் சிவக்க தண்டனை தந்துகொண்டிருப்பது திறந்திருந்த கதவு வழியாகத் தெரிந்தது. மற்றோர் அறையில் எதிரிலிருக்கும் வண்ணங்களை, காகிதங்களை, ஓவியங்களையெல்லாம் மறந்தவனாக ஒரு பயிற்சி இளைஞன் சன்னலுக்கு வெளியே

இப்போது நான் ஆர்வத்துடன் நடந்துவந்த தெருவை துயரத்தோடு வெறித்தபடி அமர்ந்திருந்தான்.

சில்லிட்டிருந்த மாடிப்படிகளில் ஏறினோம். கட்டிடத்தின் இரண்டாவது தளத்தின் உட்புறமாக சுற்றி வந்திருந்த தாழ்வாரத்தில் நடந்தோம். கீழே பனி போர்த்தியிருந்த முன்வாசலில் இரண்டு இளம் மாணவர்கள் கெட்டியான முரட்டுக்கம்பளிச் சட்டைகளிலும் நடுங்கியபடி காத்துக்கொண்டிருந்தனர் – அடிவாங்குவதற்காக இருக்கும். எனது ஆரம்ப இளமைக்காலம் ஞாபகத்திற்கு வந்தது. சோம்பேறித்தனமாக இருப்பதற்கும் விலைமதிப்புள்ள சாயங்களை வீணாக்குவதற்கும் உள்ளங்கால்களில் ரத்தம் வரும்வரை தரப்பட்ட பிரம்படிகள்.

கதகதப்பான ஓர் அறைக்குள் நுழைந்தோம். சமீபத்தில் பயிற்சிக் காலத்தை முடித்த இரண்டு கற்றுக்குட்டி இளைஞர்கள் இருந்தனர். குருநாதர் ஒஸ்மானால் தொழிலரங்கப் பெயர்கள் இடப்பட்டிருந்த அந்த நுண்ணோவிய மேதைகள் இப்போது அவரவர் வீடுகளிலேயே தங்கி வரைவதால், முன்பு மிதமிஞ்சிய மரியாதையையும் பக்தியையும் பரவசத்தையும் எனக்குள் எழுப்பிவந்த இந்த அறை இப்போது ஒரு மகத்தான, செல்வச் சிறப்புடைய சுல்தானின் பயிலரங்கம் போலில்லாமல் கிழக்கு மலைப்பிரதேசத்தில் எங்கோ ஒரு வனாந்தர சத்திரத்தின் ஒடுக்கமான அறைபோல காணப்பட்டது.

திரும்பியவுடனேயே ஒரு நீண்ட மேஜைக்குப்பின்னால் பதினைந்து வருடங்களுக்குப் பின் முதன்முறையாக தலைமை ஓவியரைக் கண்டேன்; பார்ப்பதற்கு ஆவியுரு போலிருந்தார். எனது யாத்திரைகளின்போது, சித்திரம் வரைவதையும் ஓவியத்தையும் எப்போது நினைத்தாலும் இம்மகத்தான குருநாதர் என் மனதின் விழிகளில் சாட்சாத் பிஹ்ஸாத் போலவே பிரசன்னமாவார். இப்போது அவரது வெண்ணுடையில், ஹஜியா ஸோஃபியாவை எதிர்நோக்கியிருந்த சன்னல்வழியாக நுழையும் பனிபோல் வெள்ளிய ஒளியில் அவர் எப்போதோ மறுவுலகத்தின் ஆவிகளில் ஒன்றாக ஆகிவிட்டிருந்தது போலிருந்தது. வயோதிகம் புள்ளியிட்டிருந்த அவர் கரத்தை எடுத்து முத்தமிட்டு, என்னை அறிமுகப்படுத்திக்கொண்டேன். நான் இளைஞனாக இருந்தபோது, என் எனிஷ்டே இங்கே என்னைச் சேர்த்துவிட்டதையும் ஆனால் நான் அரசாங்கப் பணியை தேர்ந்தெடுத்து விலகிவிட்டதையும் ஞாபகப்படுத்தினேன். என் பயண காலங்களை, பாஷாக்களின் சேவையில் குமாஸ்தாவாக, கருவூலகரின் செயலாளராக நான் கீழை நகரங்களில் பணியாற்றியதை நினைவு கூர்ந்தேன். ஸெர்ஹாத் பாஷாவிற்கும் மற்றவர்களுக்கும் நான் பணியாற்றிக் கொண்டிருந்தபோது தாப்ரீஸில் உள்ள எழுத்தோவியர்களையும் சித்திரக்காரர்களையும் சந்தித்ததையும், ஓவியத்தொகுப்புகள் தயாரித்ததையும், பாக்தாத், அலெப்போவிலும் வான், டிஃப்பிளிஸ்

ஸிலும் நான் கழித்த நாட்களையும், நான் கண்ணுற்ற பற்பல யுத்தங் களையும் அவரிடம் கூறினேன்.

“ஆ, டிஃபிளிஸ்!” என்றார் குருநாதர், சன்னலின் திரைச்சீலை வழியாக பனிமூடிய தோட்டத்திலிருந்து நுழையும் வெளிச்சக்கீற்றை வெறித்தபடி. “இப்போது அங்கே பனி பொழிகிறதோ?”

அவரது தோற்றம், தமது கலைத்திறனை மேம்படுத்தி பரிபூரண மாக்கிக்கொள்ளும் முயற்சியில் பார்வையிழந்து, ஒரு குறிப்பிட்ட வயது கடந்ததும் பாதி – துறவியாக, பாதி – சித்தம் கலங்கியவராக வாழ்க்கையை கடத்தும் பாரசீகத்தின் முதுபெரும் கலைஞர்களை ஒத்திருந்தது. இவர்களைப் பற்றி கணக்கற்ற கதைகள் சொல்லப்படுவ துண்டு. அவரது ஜின்களைப் போன்ற கண்களில் என் எனிஷ்டேவை அவர் உக்கிரமாக வெறுப்பது உடனே எனக்குத் தெரிந்தது. என்னையே சந்தேகத்தோடுதான் அணுகினார். இருந்தாலும் அவரிடம் நான் அராபிய பாலைவனங்களில் பனிப்பொழிவைப் பற்றி பேசிக்கொண் டிருந்தேன். இங்கே ஹஜியா ஸோஃபியாவில் இப்போது பனி வீழ்வது போல அராபியப் பாலைவனங்களில் பனி பொழியும்போது தரையில் மட்டும் வீழ்வதில்லை, ஞாபகங்களிலும் பொழிகிறது என்றேன். நான் மெதுவாக ஒரு வலையைப் பின்னத்தொடங்கினேன்: டிஃபிளிஸ் ஸின் கோட்டையில் பனி பொழியும்போது துணி தோய்க்கும் பெண்கள் பூக்களின் நிறங்கள் பற்றி பாடல்கள் பாடுவர். சிறுவர்கள் கோடைக்காலத்திற்காக தமது தலையணைக்கடியில் ஐஸ்க்ரீம்களை ஒளித்து வைப்பர்.

“நீ சென்றிருந்த நாடுகளில் அந்த சித்திரக்காரர்களும் ஓவியர் களும் என்ன வரைகின்றனர் என்பதைப்பற்றிச்சொல்” என்றார். “அவர்கள் எதனைச் சித்தரிக்கின்றனர்?”

மூலையில் அமர்ந்து பக்கங்களுக்கு கோடிழுத்தபடி சிந்தனை யோட்டத்தில் தொலைந்திருந்த சொப்பன விழிகள் கொண்ட ஓர் இளம் ஓவியன், அறையிலிருந்த மற்றவர்களோடு சேர்ந்து தலையை யுயர்த்தி, “இது உனது நேர்மையான பதிலாக இருக்கட்டும்” என்பது போல பார்த்தான்.

இந்தக் கலைஞர்களில் பெரும்பாலோருக்கு தமது தெருவின் மூலையிலிருக்கும் மளிகைக் கடையோ அல்லது ஓர் ஒக்* ரொட்டி யின் விலை என்னவென்றோ தெரியாது. ஆனால் கிழக்கு பாரசீகத் தின் சமீபத்திய வதந்தியைத் தெரிந்துகொள்வதில் அலாதி ஆர்வம். அங்கே படைகள் மோதிக்கொண்டு, இளவரசர்கள் ஒருவரையொருவர் நெரித்துக்கொன்று, நகரங்களைச் சூறையாடி தீக்கிரையாக்கிக் கொண்டு இருந்தபோதிலும் போரும் அமைதியும் தினமும் போட்டி

* ஒக்: துருக்கிய எடையளவு; 1.3கி.கி.

யிட்டுக்கொண்டு பலநூறாண்டுகளுக்கு சாசுவதமாக நிலைத்திருக்கக் கூடிய பல உன்னதமான கவிதைகள் எழுதப்படுகிற, மிக அற்புதமான சித்திரங்களும் ஓவியங்களும் வரையப்படுகிற பிரதேசமாக அது இருந்து வந்தது.

“ஷா தமாஸ்ப் ஐம்பத்திரெண்டு வருடங்கள் அரசாண்டார். அவரது வாழ்க்கையின் கடைசி வருடங்களில் புத்தகங்கள், சித்திரங் கள், ஓவியங்கள் எல்லாவற்றின்மீதும் அவருக்கிருந்த ஆர்வத்தை கைவிட்டதும், கவிஞர்கள், ஓவியர்கள், எழுத்தோவியர்கள் அனை வரையும் விரட்டிவிட்டு தொழுகையில் மட்டும் ஆழ்ந்திருந்து கால மானதும், அதன்பின் அவருடைய மகன் இஸ்மாயில் அரியணை யேறியதும் உங்களுக்குத் தெரிந்ததுதானே” என்றேன். “ஷா தமாஸ்ப் புக்கு தன் மகனின் விரும்பத்தகாத பகைமைக் குணங்கள் பற்றி நன்றாகவே தெரியுமென்பதால், வருங்கால ஷாவை இருபது வருடங் களாக அறைக்குள்ளேயே அடைத்துவைத்திருந்தார். இஸ்மாயில் பதவியேற்றவுடனேயே, ஒரு பைத்தியக்கார வெறியில் அவரது தம்பிகளை கழுத்தை நெரித்துக்கொன்றார் – அவர்களில் சிலரை அதற்கு முன்பாகவே குருடாக்கி வைத்திருந்தார். இறுதியில் இஸ்மாயி லின் எதிரிகள் அவரை ஓப்பியத்திற்கு அடிமையாக்கி, விஷம் வைத்துக்கொன்றனர். அவரை இவ்வுலகத்தைவிட்டு அனுப்பியபிறகு அவரது அரைக்கிறுக்கு அண்ணன் முகமது கோதாபந்தேஹ்ஹை அரசராக்கினர். இவரது ஆட்சியில் எல்லா இளவரசர்களும் சகோதரர் களும் மாகாண ஆளுநர்களும் உஸ்பெக்குகளும் சுருக்கமாக ஒருவர் விடாமல் எல்லோருமே கிளர்ச்சியில் ஈடுபடத் தொடங்கினர். அவர்கள் எல்லோரும் ஒருவரையொருவர் தாக்கிக்கொள்ள, நமது ஸெர்ஹாத் பாஷா பெரும் ராணுவ பலத்தோடும் உக்கிரத்தோடும் படையெடுத்து வந்து பாரசீகம் முழுவதையும் புகையும் தூள் தூளுமாக உருத்தெரியாமலாக்கிவிட்டார். தற்போதைய ஷாவுக்கு போதிய பணமும் கிடையாது, அறிவும் கிடையாது, பாதி குருடரும் கூட. சித்திரச்சுவடிகள் எழுதுவதற்கும் வரைவதற்கும் புரவலராக இருக்கும் தகுதி அவருக்குக் கிடையாது. இப்படியாக காஸ்வின், ஹெராத்தைச் சேர்ந்த இப்புகழ்பெற்ற ஓவியர்கள், முதுபெரும் கலைஞர்கள், அவர்களின் பயிற்சியாளர்கள், ஷா தமாஸ்ப்பின் பட்டறைகளில் காலத்தால் அழியாத மகத்தான படைப்புகளை உருவாக்கிய கலைஞர்கள், தமது தூரிகைகளால் குதிரைகளை முழு வேகத்தில் பாய்ந்தோட வைத்த, பக்கங்களிலிருந்து பட்டாம் பூச்சி களை படபடத்து எழவைத்த ஓவியர்கள், வண்ணக்கலைஞர்கள், நூல்கட்டுநர்கள், எழுத்தோவியர்கள் ஒவ்வொருவரும் வேலையிழந்து, சல்லிக்காசில்லாமல், கைவிடப்பட்டு, வீடற்று கையறுநிலைக்குத் தள்ளப்பட்டனர். சிலர் உஸ்பெக்குகளோடு வடக்கேயும் சிலர் கிழக்கே இந்தியாவிற்கும் இடம் பெயர்ந்தனர். மற்றவர்கள் வெவ்வேறு விதமான வேலைகளுக்குச்சென்று, தம்மையும் தமது கௌரவத்தையும்

சீரழித்துக்கொண்டனர். இன்னும் சிலர் முக்கியத்துவமற்ற இளவரசர்கள், மாகாண ஆளுநர்கள் – அவர்களெல்லோருமே ஒருவருக்கொருவர் பரம எதிரிகள் – ஆகியோரிடம் வேலைக்குச் சேர்ந்து உள்ளங்கை அளவிலான, ஒரு சில பக்கங்களே உள்ள நூல்களுக்கு ஓவியம் வரையத்தொடங்கினர். அவசர அவசரமாக எழுதப்பட்டு, அலட்சியமாக ஓவியம் தீட்டப்பட்ட இம்மலிவான புத்தகங்கள் சாதாரண படைவீரர்கள், காட்டாள்தனமான பாஷாக்கள், கெட்டுச் சீரழிந்த இளவரசர்கள் ஆகியோரின் மட்டமான ரசனைக்கேற்றபடி தயாரிக்கப்பட்டு எங்கெங்கும் காணப்பட்டன.”

“அவையெல்லாம் எவ்வளவுக்கு விற்கும்?” என்றார் குருநாதர் ஒஸ்மான்.

“புகழ்பெற்ற ஓவியர் சடீகி பேய், ஒரு உஸ்பெக்கிய ஸ்பாஹி குதிரைப்படைவீரனுக்காக வெறும் நாற்பது தங்கத்துண்டுகளுக்கு “வினோத ஜந்துக்கள்” ஒரு பிரதி வரைந்து கொடுத்தார் என்று கேள்விப்பட்டேன். கிழக்கு படையெடுப்பிலிருந்து எர்ஸுரும்மிற்கு திரும்பிக்கொண்டிருந்த ஓர் அநாகரிகமான பாஷாவின் கூடாரத்தில் விற்பன்னர் ஸியாவுஷ்ஷின் ஓவியங்கள் உட்பட பல ஆபாசமான சித்திரங்கள் கொண்ட தொகுப்பு ஒன்றைப் பார்த்தேன். சில அற்புதமான ஓவியக்கலைஞர்கள் வரைவதை நிறுத்திவிடாமல் தனிப்பட்ட முறையில், எந்தக் கதையிலும் இடம்பெறாத தனித்தனியான படங்களை வரைந்து விற்றுக்கொண்டிருக்கின்றனர். இதைப்போன்ற ஒற்றை ஏடுகளை ஆராய்ந்து பார்க்கும்போது, அது எந்தக் காட்சியை அல்லது எந்தக் கதையை சித்தரிக்கிறது என்று சொல்ல முடியாவிட்டாலும் அதை எதனோடும் சம்மந்தப்படுத்தாமல் அதன் அழகிற்காகவே உங்களால் ரசிக்க முடியும். உதாரணமாக, “குதிரையென்றால் இப்படித்தான் இருக்கவேண்டும், எவ்வளவு அழகு”, என்று கூறி அந்தக் கலைஞனுக்கு அதன் அடிப்படையில் பணம் தருவீர்கள். போர்க்களக் காட்சிகளும் உடலுறவுக் காட்சிகளும் பரவலாக இருக்கின்றன. ஒரு பரபரப்பான யுத்தக்காட்சி முன்னூறு வெள்ளிக்காசுகளுக்கு சரிந்து போயிருந்தாலும் ஒருத்தரும் வந்து வாங்கவில்லை. மலிவாக ஓவியங்களை விற்கவும் வாங்குபவர்களைக் கவரவும் அவர்கள் தாறுமாறாக வெட்டப்பட்ட, மெருகேற்றப்படாத முரட்டுக் காகிதங்களில் ஒரேயொரு வண்ணத்தூரிகையின் தீற்றல்கூட இல்லாமல் கருப்பு மசியில் எளிமையாக எதையோ வரைந்து விற்கப் பார்க்கின்றனர்.”

“என்னிடம் ஒரு மெருகாளன் இருந்தான்” என்றார் குருநாதர் ஒஸ்மான். “மனநிறைவு என்பது எப்படியிருக்க வேண்டுமோ அந்த அளவு மன நிறைவோடும், திறமை என்பது எந்த அளவுக்கு இருக்க வேண்டுமோ அந்த அளவுக்குத் திறமையும் கொண்டிருந்தவன். அவன் வேலைகளில் அப்படியொரு வசீகரம் இருக்கும். எனவே,

அவனை நாங்கள் 'வசீகரன் எஃபெண்டி' என்போம். ஆனால் அவன் எங்களைத் துறந்துவிட்டுச் சென்றுவிட்டான். ஆறுநாட்களாகி விட்டன, அவனை எங்கேயும் காணவில்லை. சுத்தமாக மறைந்து போய்விட்டான்."

"இப்படிப்பட்ட ஓர் ஓவியக்கூடத்தை, இவ்வளவு சந்தோஷமான குடும்பச் சூழலைவிட்டு ஒருவரால் எப்படிப் போகமுடியும்?" என்றேன்.

"வண்ணத்துப்பூச்சி, ஆலிவ், நாரை, வசீகரன் இந்நான்கு இளம் நுண்ணோவியர்களையும் அவர்கள் பயிற்சி மாணவர்களாக இருந்ததி லிருந்து பயிற்றுவித்து வளர்த்து வந்திருக்கிறேன். இப்போது அவர்கள் நமது சுல்தான் அவர்களின் கட்டளைப்படி அவரவர்களின் இல்லங் களிலேயே தங்கி தமக்கிடப்பட்ட பணிகளைச் செய்து வருகின்றனர்" என்றார் குருநாதர் ஒஸ்மான்.

இம்மொத்த ஓவியக்கூடமுமே 'திருவிழா மலரை' ஓர் இணக்க மான சூழ்நிலையில் தயாரித்து முடிக்க ஏதுவாக இருக்க வேண்டு மென்பதற்காகத்தான் இத்தகைய ஏற்பாடு செய்யப்பட்டிருக்கிறது என்பது தெளிவு. இம்முறை அவரது நுண்ணோவியக் கலைஞர்களுக் காக தனது அரசவைக்கூடத்தில் தனியிடம் சுல்தான் ஏற்பாடு செய்திருக்கவில்லை. பதிலாக இந்த விசேஷமான ஓவியமலரை அவர்கள் வீட்டிலேயே தங்கி உருவாக்கவேண்டுமென கட்டளையிட் டிருக்கிறார். இந்தக் கட்டளையே என் எனிஷ்டேவின் புத்தகத்தின் சார்பாகத்தான் வெளியிடப்பட்டிருக்குமோ என்று எனக்குப் பட்ட போது நான் மௌனத்தில் ஆழ்ந்தேன். இவ்வளவு பூடகமாக குருநாதர் ஒஸ்மான் பேசுவது எதற்காக இருக்கும்?

"நூரி எஃபெண்டி" என்று கூன்விழுந்து, வெளுத்துப்போயிருந்த ஓவியரை அவர் அழைத்தார், "நமது கலைஞர் கருப்பிற்கு ஓவியக் கூடத்தைச் சுற்றிக்காட்டு."

இந்த 'சுற்றிக்காட்டல்' என்பது, மேதகு சுல்தான் அவர்கள் ஓவியக்கூடத்தில் நடப்பவற்றை கூர்ந்து கவனித்து அக்கறையோடு ஆதரவளித்து வந்த காலங்களில் நுண்ணோவியர்களின் பணிமனைக்கு மாதமிருமுறை வருகை புரியும்போது நிகழ்த்தப்படுகின்ற வழக்கமான சடங்கு. தலைமை கருவூலர் ஹஸிம், தலைமை செய்யுட் தொகுப் பாளர் லோக்மான், தலைமை ஓவியக் கலைஞர் குருநாதர் ஒஸ்மான் ஆகியோர் முன்னிலையில் நமது சுல்தான் அவர்களுக்கு, அக்கணத் தில் எந்தெந்த நூல்களிலிருந்து எந்தெந்த பக்கங்களை கலைஞர்கள் உருவாக்கிக்கொண்டிருக்கின்றனர், மெருகேற்றுவது யார், எந்தப் படத்திற்கு யார் வண்ணம் தீட்டியது, எவ்வாறு நிறமேற்றுவோர், பக்க அளவையாளர்கள், மெருகாளர்கள், தம் திறமையால் அற்புதங் களை படைத்துருவாக்கும் நுண்ணோவியர்கள் ஆகியோர் ஒருவர் பின் ஒருவராக இப்பணியில் ஈடுபடுத்தப்படுகின்றனர் என்ற விவரங் கள் தொகுத்துக் கூறப்படும். ஆனால் அத்தகைய சுற்றாய்வுகள்

தற்போது நிகழ்த்தப்படுவது நின்றுவிட்ட நிலையில் இதுபோன்ற போலியான மேற்பார்வை சடங்குகளை செய்து காட்டிக்கொண் டிருப்பது என்னைத் துயரப்படுத்தியது. ஓவியம் தீட்டப்படும் பெரும் பாலான நூல்களை இயற்றிய தலைமை செய்யுட் தொகுப்பாளர் லோக்மான் எஃபெண்டி மூப்படைந்து, உடல்நலம் குன்றி வீட்டோடு அடைபட்டிருக்கிறார்; சீற்றமும் உள்ளக்கொதிப்பும் அடைந்து அவ்வப் போது குருநாதர் ஒஸ்மான் காணாமற் போய்விடுகிறார்; வண்ணத்துப் பூச்சி, ஆலிவ், நாரை, வசீகரன் என்றழைக்கப்படும் நான்கு கலைஞர் களும் அவர்தம் இல்லங்களிலேயே பணிபுரியத் தொடங்கிவிட்டனர்; நமது சுல்தான் அவர்களும் இந்தப் பயிலரங்கத்தின்மேல் வழக்கமாகக் காட்டும் அவரது சிறுகுழந்தை போன்ற ஆர்வத்தையும் உற்சாகத்தை யும் நிறுத்திக்கொண்டிருக்கிறார். பல நுண்ணோவியர்களுக்கு நிகழ்ந்ததைப் போலவே நூரி எஃபெண்டியும் வாழ்க்கையை முழுமை யாக அனுபவிக்காமலும் அவரது கலையிலும் உச்சநிலையை எட்ட முடியாமலும் எதையும் சாதிக்காமல் வீணாக முதுமையெய்தியிருக் கிறார். இத்தனை வருடங்களாக அவரது ஓவியமேஜையில் குனிந் தமர்ந்து ஓய்வு ஒழிச்சலின்றி பணியாற்றி வந்ததில் கூன் விழுந்து போனதற்கு முற்றிலும் பலனில்லாமலில்லை. ஓவியக்கூடத்தில் என்னென்ன நடந்துவந்தது என்பதையும் எழிலார்ந்த பக்கங்கள் எவ்வெவற்றை யார் தீட்டியது என்பதையும் வெகுநுட்பமாக மேற் பார்வையிட்டு வந்திருக்கிறார்.

நமது சுல்தான் அவர்களின் இளவலுக்கு செய்யப்பட்ட சுன்னத்து சடங்கை சித்தரித்திருந்த அவ்வரலாற்று சிறப்புமிக்க பக்கங்களை முதன்முறையாக 'திருவிழா மலரி'ல் ஆர்வத்துடன் கண்ணுற்றேன். பாரசீகத்தில் இருந்தபோதே ஐம்பத்திரெண்டு நாட்கள் நிகழ்த்தப் பட்ட இந்தச் சடங்கைப்பற்றியும் எல்லாப் பணியில் இருப்பவர் களும் எல்லா சங்கங்களிலிருந்தும் மக்கள் திரண்டு மொத்த இஸ்தான் புல் நகரமே பங்கெடுத்துக்கொண்டதைப் பற்றியும் கதைகதையாக கேள்விப்பட்டிருக்கிறேன். இம்மகத்தான விழாவை ஞாபகார்த்த ஆவணமாக்கிய நூல் அப்போது தயாரிக்கப்பட தொடங்கவேயில்லை.

என் முன்னால் வைக்கப்பட்டிருந்த படத்தில், மறைந்த இப்ராஹிம் பாஷா மாளிகையின் ராஜாங்கக் கூடத்தின் உப்பரிகையில் அமர்ந் திருக்கும் இப்பேருலகின் பாதுகாவலர் நமது சுல்தான் அவர்கள் கீழே நடக்கும் விழா நிகழ்ச்சிகளை திருப்தியோடு பார்த்துக்கொண் டிருந்தார். அவரைச் சுற்றிலும் வரையப்பட்டிருந்த மற்றவர்களின் முகங்களிலிருந்து வேறுபடுத்திக்காட்டாதவகையில் அவரது முகத்தின் விவரங்கள் வரையப்பட்டிருந்தாலும் மரியாதையை எழுப்பும் வகை யில் திறமையான நுட்பத்துடன் தீட்டப்பட்டிருந்தது. இரட்டைப் பக்கங்களில் வரையப்பட்டிருந்த அச்சித்திரத்தில் இடப்பக்கத்தில் நமது சுல்தான் அவர்களும் வலப்பக்கத்தில் அமைச்சர்களும் பாஷாக் களும் பாரசீக, தார்தாரிய, பிராங்கிய, வெனீசிய தூதுவர்கள் வளைவுத்

தூண்களுக்குக் கீழும் சன்னல்களிலும் நின்றுகொண்டிருந்தனர். அவர்கள் சுல்தான்களல்லவென்பதால் அவர்களின் விழிகள் அவசர கோலத்தில் அக்கறையின்றி வரையப்பட்டு பார்வைகள் குறிப்பிட்ட எதன்மீதும் குவிக்கப்படாமல் கீழே சதுக்கத்தில் காணப்படும் பொது வான பரபரப்பில் நிலைகுத்தப்பட்டிருந்தன. பின்னர், அடுத்துவந்த படங்களிலும் இதேபோன்ற ஒழுங்கில் பக்க அமைப்புகள் திரும்பத் திரும்ப வந்தாலும் சுவர் அலங்காரங்களும் மரங்களும் சுடுமண் ஓடுகளும் வெவ்வேறு பாணிகளிலும் நிறங்களிலும் தீட்டப்பட்டிருந்தன. உரை வாசகங்கள் எழுத்தோவியர்களால் எழுதப்பட்டு, சித்திரங்கள் வரைந்து முடிக்கப்பட்டு, நூல் தைக்கப்பட்டதும் பக்கங்களைப் புரட்டும் வாசகருக்கு ஒவ்வொரு பக்கத்திலும் சுல்தானும் அவருடைய விருந்தினர் பரிவாரங்களும் ஒரேவிதமாக நின்றபடி கீழே ஒரே இடத்தை கவனித்தபடியிருந்தாலும், சதுக்கத்தில் முற்றிலும் வெவ் வேறு வகையான நிகழ்ச்சிகள் முற்றிலும் மாறுபட்ட நிறங்களில் வரையப்பட்டிருப்பது தெரியும்.

எனக்கு முன் இருந்த படத்தில் மக்கள் கூட்டம் வட்டரங்கத்தில் வைக்கப்பட்டிருந்த நூற்றுக்கணக்கான பிலாஃப் தட்டுகளுக்காக அலைமோதிக்கொண்டிருந்ததைப் பார்த்தேன். கசாப்புக்கு கொண்டு வரப்பட்ட உயிருள்ள முயல்களும் பறவைகளும் திரண்டிருந்த மக்களைப் பார்த்து கலவரத்தோடு தப்பிக்க முயன்றன. சக்கரவண்டி யில் இருந்த செம்புக்கொல்லர் வெற்றுமார்பில் பட்டடைக்கல்லைத் தாங்கி, அதன்மேல் செம்புத்துண்டுகளை வைத்து எதிரிலிருப்பவர் சம்மட்டியால் கீழிருப்பவரின் உடம்பில் படாமல் ஓங்கியடித்து சுல்தான் அவர்களின் முன் பாத்திரம் வனைந்து காட்டிக்கொண் டிருந்தனர். ஆடி மெருகிடுவோர் சுல்தானின் முன் கண்ணாடிகளில் ஜோடிப் பூக்களையும் சைப்ரஸ்களையும் ஒப்பனை செய்து காட்டிய படி ஒரு வண்டியில் சென்றனர். மிட்டாய் விற்பவர்கள் இனிமை யாக பாடிக்கொண்டு சர்க்கரை மூட்டைகள் ஏற்றப்பட்ட ஒட்டகங் களில் சென்றபடி சர்க்கரைப்பாகில் வனையப்பட்ட கூண்டுக்கிளி இனிப்பு பொம்மைகளை சுல்தான் அவர்களுக்கு காட்டினர். பூட்டு சாவி தயாரிப்போர் புதியவகை பூட்டுகளையும் புதியவகை கதவு களையும் எள்ளி நகையாடி, பழம்பெரும் தொங்கும்பூட்டுகளையும் கதவுப் பூட்டுகளையும் தாழ்ப்பாள்களையும் பற்சக்கரப் பூட்டுகளை யும் உயர்த்திக்காட்டியபடி ஊர்வலத்தில் சென்றனர். வண்ணத்துப் பூச்சியும் நாரையும் ஆலிவ்வும் உருவாக்கியிருந்த சித்திரத்தில் மந்திர வாதிகள் காணப்பட்டனர். அவர்களில் ஒருவன், சுற்றியொலிக்கும் கஞ்சிராவின் தாளத்திற்கேற்ப முட்டைகளை கோல் ஒன்றின்மேல் வரிசையாக அடுக்கி ஒன்றுகூட கீழே விழாமல் பளிங்குத்தரையில் நடப்பதுபோல நடக்க வைத்துக்கொண்டிருந்தான். மற்றொரு வண்டி யில் கடற்படை தளபதி கிளிச் அலி பாஷா நடுக்கடலில் வைத்து கைது செய்த மிலேச்சர்களைப் பணியவைத்து அவர்களைக்கொண்டு களிமண்ணால் ஒரு ‘மிலேச்சர்கள் மலை’யை உருவாக்கிக்கொண்

டிருப்பது சித்தரிக்கப்பட்டிருந்தது. அதன்பின் எல்லா அடிமைகளை யும் வண்டியில் ஏற்றிவிட்டு, சுல்தானுக்கு நேரெதிரே வந்து கடக்கும் போது அந்த 'மலை'க்குள் நிரப்பப்பட்டிருந்த வெடிமருந்தை வெடிக்க வைத்து, இப்படித்தான் அந்தத் தளபதி அம்மிலேச்சர்களின் பூமியை பீரங்கி வெடிகளால் அதிரவைத்து தவிடுபொடியாக்கினான் என்று நடத்திக்காட்டிக்கொண்டிருந்தான். சுத்தமாக சவரம் செய்துகொண்டு, வெட்டுக்கத்திகளோடு, இளஞ்சிவப்பு – ஊதா நிற சீருடை, எதிரே யணிந்த கசாப்புக்காரர்கள் தோலுரித்து கொக்கியில் மாட்டி தொங்க விடப்பட்டிருந்த ஆட்டிறைச்சியை புன்னகையுடன் பார்த்துக்கொண் டிருந்தனர். வேட்டைக்காரர்கள் குழு ஒன்று சங்கிலியில் பிணைக்கப் பட்ட சிங்கம் ஒன்றை சுல்தான் அவர்கள் முன் கொண்டுவந்து நிறுத்தி, அதற்கு கோபமேற்படுத்தி கண்கள் சிவக்க உறுமவைக்க, சுற்றியிருந்த பார்வையாளர்கள் கைதட்டி குதூகலமுற்றிருந்தனர். அடுத்த பக்கத்தில் இஸ்லாமை குறிக்கும் வகையில் சிங்கம் ஒன்று, கிறித்தவ மிலேச்சரைக் குறிக்கும் சாம்பலும் இளஞ்சிவப்பு நிறமும் கொண்ட பன்றி ஒன்றை விரட்டியடிக்கும் சித்திரம் இருந்தது. அடுத்திருந்த சித்திரத்திலிருந்து என் கண்களை அகற்ற இயலவில்லை. ஒரு கடையின் உத்திரத்திலிருந்து தலைகீழாக கட்டித் தொங்கவிடப் பட்டிருந்த நாவிதன் ஒருவன், வாடிக்கையாளர் ஒருவனுக்கு சவரம் செய்துகொண்டிருக்க, பக்கத்தில் சிவப்புநிற உடையில் கையில் கண்ணாடியும் வாசனை சோப்பு வைத்த வெள்ளிக் கிண்ணத்தையும் வைத்துக்கொண்டு உதவியாளர் பக்ஷீஸை எதிர்பார்த்து நின்றிருந் தான். இச்சித்திரத்தை வரைந்த அந்த அற்புதமான நுண்ணோவியன் யாரென்று விசாரித்தேன்.

"ஓர் ஓவியம் அதன் அழகின் மூலமாக நம்மை வாழ்க்கையின் முழுமையை நோக்கி, பரிவுணர்வை நோக்கி, இறைவன் உருவாக்கிய ஆட்சியிலுள்ள பல்வேறு நிறங்கள்மீது மதிப்பை நோக்கி, பிரதி பலிப்பையும் நம்பிக்கையையும் நோக்கி நம்மை செலுத்துவதுதான் முக்கியம். வரைந்த நுண்ணோவியனின் அடையாளம் முக்கியமல்ல."

நான் நினைத்ததைவிட இந்த நுண்ணோவியர் நூரி, நுட்பமான உணர்வு கொண்டவர்தானா அல்லது என் எனிஷ்டே என்னை இங்கே வேவு பார்க்க அனுப்பியிருக்கிறாரென்று அடக்கி வாசிக் கிறாரா அல்லது தலைமை ஓவியர் குருநாதர் ஒஸ்மானின் வார்த்தை களை வெறுமனே கிளிப்பிள்ளைபோல ஒப்பிக்கிறாரா?

"இந்த பொற்பூச்சுக்கு வசீகரன்தான் காரணமா? அவருக்கு பதில் மெருகிடுவதை இப்போது யார் செய்கின்றனர்?" என்று கேட்டேன்.

அந்தச் சிறுவர்களின் கத்தல்களும் கூக்குரல்களும் உள்நடையை எதிர்நோக்கித் திறந்திருந்த கதவு வழியாக இப்போது கேட்கமுடிந்தது. துறைத்தலைவர்களில் ஒருவர் அந்தப் பயிற்சி மாணவர்களுக்கு

உள்ளங்கால்களில் பிரம்படி கொடுக்கத் தொடங்கியிருந்தார். அந்தப் பையன்கள் அநேகமாக சிவப்பு மைத்தூளை அவர்களுடைய சட்டைப் பையிலேயோ அல்லது தங்க பொற்தகடுகளை ஒரு காகிதத்தில் மடித்தோ எடுத்துச்செல்ல முயன்று பிடிபட்டவர்களாக இருக்கலாம். நான் இங்கே வரும்போது குளிரில் நடுங்கிக்கொண்டு நின்றிருந்தார்களே, அதே சிறுவர்கள்தான். சகமாணவர்கள் அவர்களை கேலி செய்வதற்கு சந்தர்ப்பம் கிடைத்ததென்று வேடிக்கை பார்க்க கத வருகே ஓடினர்.

“இங்கேயிருக்கும் வட்டரங்கத்தின் தரைக்கு குருநாதர் ஓஸ்மான் அறிவுறுத்தியபடி இப்பயிற்சியாளர்கள் இளஞ்சிவப்பு நிறம் தீட்டி முடிக்கும்போது, இறைவன் அருளால் நம் சகோதரர் வசீகரன் எஃபெண்டி எந்த இடத்திற்குப் போயிருக்கிறாரோ அங்கிருந்து திரும்பி வந்து இந்த இரண்டு பக்கங்களுக்கும் பொற்பூச்சிடுவார்” என்றார் நூரி எஃபெண்டி ஜாக்கிரதையுணர்வுடன். “நமது தலைமை நுண்ணோவியர், குருநாதர் ஓஸ்மான் வட்டரங்கத்தின் மண்தரையை ஒவ்வொரு காட்சியிலும் வெவ்வேறு நிறத்தில் பூச்சிட வசீகரன் எஃபெண்டியிடம் கூறியிருந்தார். இளம் ரோஜாச்சிவப்பு, இந்தியப் பச்சை, காவி மஞ்சள் அல்லது வாத்துச்சாண நிறத்தில். அந்தப் படத்தை முதல்முறையாக யார் பார்த்தாலும் இது புழுதி மண்டிய ஒரு சதுக்கம், இதன் தரைக்கு மண்ணின் நிறம்தான் இருக்கவேண்டும் என்று புரிந்துகொள்வார்கள். ஆனால் இரண்டாவது, மூன்றாவது படங்களில் அவனுக்கே வெவ்வேறு நிறங்கள் இருந்தால்தான் சுவாரஸியமாக இருக்கும். பொற்பூச்சு என்பது பக்கத்திற்கு குதூகலம் சேர்ப்பதாக இருக்கவேண்டும்.“

ஒரு காகிததாளில் சில படங்கள் வரைந்து ஒரு பயிற்சி மாணவன் ஒரு மூலையில் வைத்துவிட்டுச் சென்றிருந்ததைப் பார்த்தேன். ‘வெற்றிமலர்’ நாவலுக்காக கப்பற்படை ஒன்று போருக்கு புறப்படுவதை ஒற்றைப் பக்கச் சித்திரங்களாக அவன் வரைந்துகொண்டிருந்தான். ஆனால் உள்ளங்கால்களில் அடிவாங்கி அழுகின்ற அவன் நண்பர்களின் ஓலம் அந்த இளம் ஓவியனை படம்வரைவதை விட்டு ஓடிப்போய் பார்க்கவைத்திருக்கிறது. அவன் வரைந்திருந்த கப்பற்படையில் இடம்பெற்றிருந்த கப்பல்கள் அச்சில் வார்த்தது போல ஒரேமாதிரியாக, தண்ணீரில் மிதப்பது போலக்கூட தோற்றமளிக்காமலிருந்தன. இந்த செயற்கைத்தனம், காற்றில் அலைபாயாத கப்பற்பாய்கள், இவையெல்லாம் மூலப்படியிலிருந்த குறைகள் என்பதைவிட அந்த இளம் ஓவியனின் திறமைக்குறைவு என்றுதான் சொல்லவேண்டும். இந்தப் படத்தின் மூலப்படி என்னால் அடையாளம் காணமுடியாத ஏதோ ஒரு பழைய புத்தகத்திலிருந்து, (அது ஒரு கல்லூரி மலராக இருக்கலாம்) கண்மூடித்தனமாக வெட்டியெடுக்கப் பட்டிருந்தது. குருநாதர் ஓஸ்மான் பலவிஷயங்களை கண்காணிக்காமல் புறக்கணித்துவிடுகிறார் என்பது தெளிவாகத் தெரிந்தது.

அவரது பணிமேஜைக்கு வந்தபோது நூரி எஃபெண்டி, சுல்தான் அவர்களுக்காக மூன்று வாரங்களாக செய்து முடித்திருந்து பொற்பூச் சிட்ட ராஜ விருதுச்சின்னங்களை பெருமிதத்தோடு எடுத்துக்காட்டினார். நூரி எஃபெண்டியின் தங்கப் பதிப்பையும் விருதுச் சின்னங்களையும் மரியாதையோடு ரசித்து கவனித்தேன். யாருக்கு அனுப்பப் படுகிறது என்பதை ரகசியமாக வைத்திருக்கும் பொருட்டு அவற்றை காலியாக விரிப்பின்மீது தீட்டியிருந்தார். சுல்தானின் ராஜவிருது களின் கம்பீரமும் வீரியமும்மிக்க பகட்டொளி வீசும் ஒப்பனைகளைக் கண்டே கிழக்கே சலசலப்பையும் எதிர்ப்பையும் காட்டிக்கொண் டிருந்த பாஷாக்கள் அடங்கியிருக்கின்றனர் என்பதை நன்கறிவேன்.

அடுத்ததாக எழுத்தோவியர் ஜெமால் வரிவடிவாக்கம் செய்து முடித்து விட்டுச்சென்றுவிட்ட தலைசிறந்த இறுதிப் படைப்புகளைக் கண்டோம். உண்மையான கலை என்பது எழுத்தோவியம் மட்டுமே, அலங்கரித்த சித்திரங்கள் என்பவை அழுத்தம் கொடுப்பதற்காக இரண்டாம் பட்சமாக உருவாக்கப்படுபவையே என்று வலியுறுத்தி, நிறங்களுக்கும் அலங்கரிப்புக்கும் எதிரிகளாக இருப்பவர்களுக்கு ஊக்கமளித்து விடக்கூடாதென்பதற்காக அவசரமாக அவற்றைக் கடந்துச் சென்றோம்.

நீர்ம வண்ண ஓவியர் நஸிர், தாமெர்லேனின் புதல்வர்கள் காலத்திய நிஸாமியின் 'ஐந்தன் தொகுதி'யின் பாடபேதம் ஒன்றை செப்பனிடுவதற்காக ஓர் ஓவியப்பலகையை குழப்பிக்கொண்டிருந் தார்: அப்படத்தில் நிர்வாணமாக குளித்துக்கொண்டிருக்கும் ஷிரினை ஹுஸ்ரேவ் பார்த்துக்கொண்டிருந்தான்.

தற்போது பாதி குருடாகி விட்டிருந்த தொண்ணூற்றிரெண்டு வயதான முன்னாள் ஓவியர் ஒருவர், அறுபது வருடங்களுக்கு முன்பு ஓவியமேதை பிஹ்ஸாதின் கரங்களை தாப்ரீஸ் நகரில் தான் முத்தமிட்டிருப்பதாகவும் அம்மேதை அப்போது முற்றிலுமாக பார்வையிழந்து மதுபோதையில் இருந்ததாகவும் சொல்லியபடியே நடுங்கும் கரங்களில் அலங்கரித்த எழுதுகோல்பெட்டி ஒன்றை எடுத்துக்காட்டி, அதனை சுல்தான் அவர்களுக்கு மூன்றுமாதங்கள் முடிந்ததும் விடுமுறை பரிசாக அளிக்கப்போவதாகக் கூறினார்.

கீழ்த்தளத்தின் சின்னஞ்சிறு அறைகளில் இருக்கும் பயிற்சி மாணவர்கள், சீடர்கள், ஓவியர்கள் என்று சுமார் எண்பது பேரிருக் கும் அந்த பட்டறை முழுவதிலும் ஒரு நிசப்தம் கவிந்தது. அது ஒரு போர்முரசறையும் நிசப்தம். இதைப் போன்ற நிசப்தத்தை பல தடவை நான் அனுபவித்திருக்கிறேன்: சிலமுறை துணுக்குறவைக்கும் ஓர் எள்ளல் சிரிப்போ அல்லது ஒரு கிண்டல் பேச்சோ, சிலமுறை ஒருசில கேவல்களோ அல்லது நுண்ணோவியக் கலைஞர்களுக்கு அவர்களது பயிற்சிக் காலத்தில் பெற்ற அடிகளை ஞாபகப்படுத்து கின்றாற்போல எழுகின்ற அடிவாங்கிய சிறுவன் ஒருவனின் அடங்கிய

தேம்பலோ அந்த நிசப்தத்தை முறிக்கும். ஆனால் அந்த பாதி குருடான தொண்ணூற்றிரெண்டு வயது ஓவியர் ஒரு கணம் எல்லா போர்களிலிருந்தும் கலவரத்திலிருந்தும் விலகி இங்கிருந்த ஆழமான ஏதோ ஒன்றை எனக்கு உணர வைத்தார்: எல்லாமே ஒரு முடிவுக்கு வந்துகொண்டிருக்கிறதென்ற உணர்வு. உலகின் முடிவிற்கு சற்று முன்பாக இதைப் போன்ற நிசப்தம்தான் இருக்கும்.

ஓவியம் என்பது எண்ணத்தின் மௌனம், பார்வையின் சங்கீதம்.

குருநாதர் ஒஸ்மானின் கரத்தை முத்தமிட்டு விடைபெறுகையில், அவர்மீது எழுகின்ற பெரும் மரியாதை மட்டுமின்றி என் ஆன்மாவை சூறாவளிக்குள் புதையவைக்கும் ஒரு மெய்ப்பாட்டுணர்வையும் உணர்ந்தேன்: ஒரு மகான் மீதேற்படும் வந்தனையோடு பச்சாதாபமும் கலந்த ஒரு குற்றவுணர்வு. இதற்குக் காரணம், பிராங்கிய ஓவியர் களின் பாணியை பின்பற்றி வரையுமாறு நுண்ணோவியர்களை நேரடியாகவோ அல்லது மறைமுகமாகவோ வற்புறுத்துகின்ற என் எனிஷ்டே இவருக்கு எதிராளி என்பதாகக்கூட இருக்கலாம்.

திடீரென்று இம்மகத்தான ஓவியமேதையை உயிரோடு கடைசி முறையாக பார்த்துக்கொண்டிருக்கிறேனோவென்று தோன்றியது. அவரை சந்தோஷப்படுத்தவும் ஆறுதலாக்கவும் அவரிடம் ஒரு கேள்வி கேட்டேன்:

“அன்பான ஐயா, நீங்கள் ஒரு மாபெரும் ஓவியக் கலைஞர். ஓர் அசலான நுண்ணோவியரை சாதாரண நுண்ணோவியர்களிட மிருந்து வேறுபடுத்துவது எதுவென்று நீங்கள் சொல்வீர்கள்?” இத்தகைய இச்சகக் கேள்விகளுக்கு குருநாதர் பழகிப்போயிருக்கக் கூடுமென்பதால் அலட்சியமாக ஏதோ ஒரு பதிலைக் கூறப்போகிறா ரென்றும் நான் இங்கிருந்து சென்றவுடனேயே என்னை முற்றிலுமாக மறந்துவிடப்போகிறாரென்றும் அனுமானித்தேன்.

“மகத்தான நுண்ணோவியனை திறமையற்ற நம்பிக்கையற்றவ னிடமிருந்து வேறுபடுத்திக்காட்டுவதற்கு ஒரேயொரு வரையறை யென்று எதுவுமில்லை” என்றார் மிகத்தீவிரமான பாவத்துடன். “இது காலந்தோறும் மாறுகிறது. இருந்தாலும் நமது கலையை அச் சுறுத்தும் தீச்சக்திகளை அவனது நுண்திறத்தாலும் அறப்பண்பாலும் எதிர்கொள்ளும் விதம்தான் இன்றியமையாததாக இருக்கிறது. இன்று ஓர் இளம் ஓவியன் எந்தளவுக்கு மெய்ந்நிலையானவன் என்பதை அறுதியிட்டுக்கொள்ள நான் மூன்று கேள்விகளைக் கேட்பேன்.”

“அவை என்னவாக இருக்கக்கூடும்?”

“தற்போது உண்டாகியுள்ள வழக்கத்தாலும், சீன மற்றும் பிராங்கிய கலைஞர்கள் ஏற்படுத்தியிருக்கும் பாதிப்பின் காரணத் தாலும், அவனுக்கென்று தனிப்பட்ட ஓவியத் தொழில் நுட்பமும் அவனுக்கென்று தனிப்பாணியும் இருக்கவேண்டுமென்று அவன்

கருதத் தொடங்கியிருக்கிறானா? ஓர் ஓவியன் என்ற முறையில் அவனுக்கென்று ஒரு பாங்கு, மற்றவர்களிடமிருந்து வேறுபட்ட ஒரு கூறு இருக்கவேண்டுமென்று அவன் விரும்புகிறானா? இதனை நிரூபிப்பதற்காக அவனது ஓவியங்களில் பிராங்கிய கலைஞர்களைப் போல ஏதோவோரிடத்தில் தனது கையொப்பத்தை இடுவதற்கு முயல்வானா? இவ்விஷயங்களைத் துல்லியமாக அறுதியிட்டுக்கொள்வதற்காக முதலில் அவனிடம் 'தனிப்பாணி'யைப்பற்றியும் 'கை யொப்பம்'பற்றியும் ஒரு கேள்வி கேட்பேன்."

"அதன்பிறகு?" என்றேன் மரியாதையாக.

"அதன்பிறகு இந்த ஓவியனிடம், ஓவியத்தொகுப்புகளை தயாரிக்கச் செய்த ஷாக்களும் பாஷாக்களும் இறந்தபிறகு, இத்தொகுப்புகள் கைமாறுவதைப்பற்றி, தைக்கப்பட்ட நூல்கள் பிரித்தெடுக்கப்பட்டு நமது ஓவியங்களை வேறு நூல்களுடன் சேர்த்துவிடுவதைப்பற்றி, மற்றொரு காலகட்டத்தில் பயன்படுத்துவதைப்பற்றி கேட்க விரும்புவேன். இவ்விஷயத்தில் வெறுமனே மனம் தளர்ந்து போவதையோ அல்லது சந்தோஷப்படுவதையோ தாண்டி ஓர் எதிர்வினையைக் கோருகின்ற சூட்சுமமான விஷயம் இருக்கிறது. இதனால் அவ்வோவியனிடம் 'காலம்' குறித்து ஒரு கேள்வி கேட்பேன் – ஓர் ஓவியனின் காலமும் அல்லாஹ்வின் காலமும். நான் கூறுவது புரிகிறதா குழந்தாய்?"

புரியவில்லை. ஆனால் அதைச்சொல்லாமல், பதிலாக "மூன்றாவது கேள்வி?" என்றேன்.

"'குருட்டுத்தனம்'தான் மூன்றாவது!" அம்மாபெரும் ஓவியக் கலைஞர் குருநாதர் ஒஸ்மான் கூறிவிட்டு, இதற்கு விளக்கம் அவசியமில்லையென்பது போல மௌனமானார்.

நான் சங்கடத்துடன், "குருட்டுத்தனமா?" என்றேன்.

"குருட்டுத்தனம் என்பது நிசப்தம். இப்போது நான் சொன்னவற்றை, முதலாவது கேள்வியையும் இரண்டாவது கேள்வியையும் இணைத்தால் 'குருட்டுத்தனம்' வெளியாகும். ஓவியத்தின்மூலம் ஒருவன் செல்லக்கூடிய அதிகபட்ச தூரம் அதுதான்; அல்லாஹ் விற்கு உரித்தான கருமையிலிருந்து வெளிப்படுபவற்றைக் காண்பது அது."

நான் அதற்குமேல் பேசவில்லை. வெளியே நடந்தேன். பனியில் சில்லிட்ட படிகளில் அவசரமின்றி இறங்கினேன். இம்முதுபெரும் குருநாதரின் மூன்று கேள்விகளையும் வெறும் விவாதத்திற்காகவல்லாமல் இன்று என் சமகாலத்தில் வாழ்ந்துவரும் மகத்தான கலைஞர்களான பட்டாம்பூச்சி, ஆலிவ், நாரை ஆகியோரிடம் அவர்களை முழுமையாக புரிந்துகொள்வதற்காக நான் கேட்டே ஆகவேண்டுமென்று முடிவெடுத்தேன்.

இருந்தாலும் இக்கலைஞர்களின் இல்லங்களுக்கு உடனே நான் சென்றுவிடவில்லை. பொற்கொம்பும் பாஸ்ஃபரஸ்ஸும்* ஒன்றிணைவதை மேட்டிலிருந்து காணும்வகையில் அமைந்த புதிய அங்காடியின் யூதப்பகுதியில் எஸ்தரை சந்தித்தேன். இளஞ்சிவப் புடையை யூத முறையில் அணிந்திருந்த எஸ்தர், அவளது பருத்த, சுறுசுறுப்பான சரீரத்தோடு, வாய் தொணதொணப்பதை நிறுத்தாமல் உற்சாகக்குவியலாக என்னைப் பார்த்து புருவத்தையும் கண்களையும் நெரித்து சைகை காட்டியழைத்தாள். சுற்றிலும் அடிமைப்பெண்களும் ஏழ்மைப் பகுதிகளைச் சேர்ந்த, சாயம்போன தொளதொளப்பான கஃப்தான்கள் அணிந்த பெண்களும் கேரட்டுகளும் திண்ணிய கனிகளும் வெங்காய மூட்டைகளும் டர்னிப்புகளும் குவிந்திருந்த சந்தையில் நிறைந்திருந்தனர்.

மொத்த அங்காடியுமே எங்களை உளவு பார்ப்பதைப்போல என்னைப் பார்த்து மர்மமாக கையசைத்து மிகத்திறமையாக என்னிடமிருந்து கடிதத்தைக் கவர்ந்து அவளது சல்வார் கால்சராயுக்குள் திணித்துக்கொண்டாள். அவளது பக்ஷீஸை வாங்கிக் கொண்டு ஷெகூரே என்னையே நினைத்துக்கொண்டிருப்பதாகக் கூறினாள். நான் “சீக்கிரம் கொண்டுபோய் கொடு. வேறெங்கும் போகாதே” என்றதும் அவளுடைய துணி மூட்டையைக்காட்டி, அவளுக்கு ஏராளமான வேலைகள் இருப்பதாக சைகைகாட்டிவிட்டு மதியம் போலத்தான் அவளால் ஷெகூரேவைப் பார்த்துத் தரமுடியும் என்றாள். நான் அந்த மூன்று இளம் நுண்ணோவியக் கலைஞர்களைச் சென்று பார்க்கப் போகிறேன் என்பதை அவளிடம் கூறிவிடும்படி சொன்னேன்.

●

* இஸ்தான்புல் நகரத்து நதி

அத்தியாயம் 12

நான் "வண்ணத்துப்பூச்சி" என்று அழைக்கப்படுகிறேன்

மதிய நேரத்துத் தொழுகைக்கு இன்னும் அழைக்கப்பட வில்லை. கதவு தட்டப்பட்டது: திறந்தபோது எங்களோடு பயிற்சிக் காலத்தில் சிறிது காலம் இருந்த கருப்பு எஃபெண்டி இருந்தான். நாங்கள் தழுவிக்கொண்டு கன்னங்களில் முத்த மிட்டோம். அவனுடைய எனிஷ்டேவிடமிருந்து ஏதோ தகவல் கொண்டு வந்திருக்கிறானோவென்று நான் யோசித்துக்கொண் டிருந்தபோது, நான் வரைந்து கொண்டிருந்த சித்திரப் பக்கங் களையும் எனது ஓவியங்களையும் பார்க்க விரும்புவதாகச் சொன்னான். நட்பு முறையில் சந்திக்க வந்ததாகச் சொன்னான். சுல்தான் அவர்களின் பெயரால் கேள்வி ஒன்றை என்னிடம் கேட்கப் போவதாகச் சொன்னான். "மிகவும் நல்லது" என்றேன். "நான் உனக்கு பதிலளிக்கவேண்டிய கேள்வி என்ன?"

அவன் சொன்னான். அப்படியா, மிகவும் நல்லது!

பாணியும் அடையாளமும்

"காட்சி ரசனையாலும் தமது கலைத்திறன் மீதிருக்கும் நம்பிக்கையாலும் உந்தப்படாமல், பணத்தையும் புகழையும் நோக்கமாகக் கொண்டு செயல்படும் அற்ப ஓவியர்களின் எண்ணிக்கை அதிகரித்துக்கொண்டிருக்கும்வரை மென்மேலும் ஆபாசத்தையும் இந்த 'பாணி', 'அடையாளம்' போன்றவற்றில் முற்சார்புகொண்ட பேராசையையும்தான் நாம் தொடர்ந்து கண்டுகொண்டிருப்போம்." என்றேன். இப்படி அறிமுகம் செய்ததற்குக் காரணம், இந்த வகையில்தான் இது செய்யப் பட்டு வருகிறது என்பதே தவிர, நான் கூறியவற்றில் நான் நம்பிக்கைகொண்டிருக்கிறேன் என்பதாலல்ல. "உண்மையான ஆற்றலும் செயல்திறமும் பொருளாசையாலோ, புகழாசை யாலோ அசுத்தப்படாது. மேலும் உண்மையைக் கூறவேண்டு

மானால் பொருளும் புகழும் என்னைப் போன்ற மேதாவிலாசம் வாய்ந்தவர்களின் பராதீனப்படுத்தமுடியாத உரிமைகள். இவை மென்மேலும் மகத்தான சாதனைகளைச் செய்யத்தான் எங்களை ஊக்குவிக்கும். ஆனால் இதை நான் வெளிப்படையாகச் சொன்னால், நுண்ணோவியத் துறையிலுள்ள இரண்டாந்தர, சாதாரண ஓவியர்கள் பொறாமையால் பீடிக்கப்பட்டு என்மீது பாய்வார்கள். எனவே, அவர்களைவிட என் தொழிலை நான் அதிகமாக நேசிக்கிறேன் என்பதை நிரூபிப்பதற்காக ஒரு மரத்தின் சித்திரத்தை அரிசிமணியில் வரைந்து காட்டுவேன். இந்த 'பாணி' 'அடையாளம்' 'குணம்' போன்றவற்றின் மீதான இச்சை என்பது, ஜெஸுவிட் பாதிரிகள் மேற்கிலிருந்து வந்தபோது கொண்டுவந்திருந்த ஓவியங்களால் கவரப் பட்டு அந்த ஐரோப்பியர்களின் பாதிப்பில் வழிமாறிச் சென்றுவிட்ட பச்சாதாபத்திற்குரிய கீழைத்தேய சீனக்கலைஞர்கள் சிலரிடமிருந்து இங்கு வந்த விஷயம் என்பதை நான் நன்கறிவேன். இருந்தபோதிலும் இந்தத் தலைப்போடு சம்பந்தப்பட்ட மூன்று குட்டிக்கதைகளைச் சொல்கிறேன்."

பாணியும் அடையாளமும் குறித்து மூன்று குட்டிக்கதைகள்

ஆலிஃப்

முன்னொரு காலத்தில் ஹெராத்திற்கு வடக்கே மலைக்கோட்டை ஒன்றில், சித்திரங்களிலும் ஓவியங்களிலும் பெரும் ஈடுபாடு கொண் டிருந்த ஓர் இளம் கான் வசித்து வந்தான். அவனுடைய அந்தப் புரத்திலிருந்த ஒரேயொரு பெண்ணை மட்டும் அவன் உயிருக்குயி ராக காதலித்து வந்தான். அந்த தாத்தாரிய பேரழகியும் அவன் மேல் காதலாக இருந்தாள். அவர்கள் புரிகின்ற காதல் வியர்க்க, விறுவிறுக்க காலை வரை தொடர, அத்தகைய பேரின்பத்தில் திளைத்திருந்த அவர்களின் ஒரே அவா, இதே இன்பத்துடன் கால மெல்லாம் சாசுவதமாக வாழ வேண்டுமென்பதாக இருந்தது. அவர் களின் ஆசையை நிறைவேற்றிக்கொள்ள இருந்த சிறந்த வழி பழம் பெரும் ஓவிய மேதைகளின் பிரமிக்கவைக்கும், பழுதற்ற ஓவியங்கள் கொண்ட புத்தகங்களை விரித்து மணிக்கணக்காக, நாட்கணக்காக வைத்த கண் வாங்காமல் பார்த்துக்கொண்டிருப்பதுதான் என்று அவர்கள் கண்டுபிடித்தனர். இந்த பரிபூரணமான, சின்னஞ்சிறு பழுதுமின்றி மறுஉருவாக்கப்பட்ட படைப்புகளை அவர்கள் கண் ணிமைக்காமல் பார்த்துக்கொண்டிருக்கும்போது காலம் உறைந்து அப்படியே நின்றுவிடுவதாகவும், அக்கதைகளில் சித்தரிக்கப்பட்ட பொற்காலத்தின் பேரின்பத்தோடு அவர்களின் கழிபேருவகையும் கலந்துவிடுமென்றும் அவர்கள் நம்பினர். அரசவையின் நூற்தயாரிப்புப் பட்டறையில் ஒரு மாபெரும் மேதை, ஒரு நுண்ணோவியன், அந்தப் பழுதற்ற சித்திரங்களை, அதே புத்தகங்களின் அதே பக்கங்களுக்காக திரும்பத்திரும்ப வரைந்துகொண்டிருந்தான். அவனது வழக்கப்படி,

ஷிரின்மீது மோகம் கொண்ட ஃபர்ஹாதின் வேதனை, லைலாவிற்கும் மஜ்னுவிற்கும் நடுவே பரிமாறிக்கொள்ளப்படும் ஆவலும் காதலும் கனிந்த பார்வைகள், அந்தப் புராணிகத் தோட்டத்தில் ஹுஸ்ரேவும் ஷிரினும் பரிமாறிக்கொள்ளும் வஞ்சகமும் சூசனையும் மிக்க ஓரப்பார்வைகள் என வரைந்துகொண்டிருந்தான் – ஒரேயொரு சிறிய மாற்றத்துடன். அந்தக் கதை மாந்தர்களின் இடத்தில் அந்த ஓவியன் கானையும் அவனுடைய தாத்தாரிய பேரழகியையும் தீட்டினான். அந்த ஓவியப் பக்கங்களைக் கண்ட கானும் அவனுடைய காதலியும் அவர்களது ஆனந்தப் பரவசநிலை எப்போதுமே முடியப்போவதில்லையென்று தீர்மானமாக நம்பி, நுண்ணோவியனுக்கு பாராட்டும் பரிசுமாக பொழிந்தனர். இறுதியில் இந்த இச்சகம் நுண்ணோவியனை நல்லெண்ணங்களிலிருந்து விலக வைத்து, தனது ஓவியங்களின் அப்பழுக்கற்ற பரிபூரணத்தினால் மட்டுமே பழம்பெரும் ஓவியர்களுக்கிணையாக பாராட்டு கிடைத்து வந்தது என்ற உண்மையை பிசாசின் தூண்டுதலால் புறக்கணித்து, தனது மேதமையை படைப்புகளில் தனித்துவமாக கோடி காண்பித்து வரைந்தால், இன்னும் அதிகமாக பாராட்டப்படுவோமென்று இறுமாப்புடன் பாவித்துக்கொண்டான். ஆனால் இந்த ஓவியக் கலைஞனின் தனித்துவ பாணியில் அமைந்த இப்புதுமைகள் குறைபாடேயன்றி வேறில்லையென்று கானுக்கும் அவனுடைய காதலிக்கும் தோன்றி, அவற்றால் ஆழமாக பாதிக்கப்பட்டனர். கான் வெகுநேரம் அவ்வோவியங்களைப் பார்த்துவிட்டு, அவன் முன்பு அனுபவித்த உன்னதமான பேரின்பம் இப்போது பற்பல விதங்களில் சிதைக்கப்பட்டிருப்பதாக உணர்ந்தான். அவ்வோவியன் தனது தனித்துவ முத்திரையோடு வரைந்திருந்த தாத்தாரிய பேரழகியின் ஓவியத்தைக் கண்டு கானுக்கு பொறாமை அதிகரித்தது. எனவே, அவனுடைய அழகிய காதலிக்கும் அவன்மீது பொறாமை ஏற்பட வேண்டுமென்று நினைத்து வேறொரு வேசிப்பெண்ணுடன் அவன் காதல் கொண்டான். அந்தப்புர வதந்தியாளர்களிடமிருந்து இத்துரோகத்தை அறிந்துகொண்ட அவன் காதலி மனமுடைந்து அந்தப்புர முற்றத்தில் இருந்த தேவதாரு மரத்தில் தூக்கிட்டு தற்கொலை செய்துகொண்டாள். தான் புரிந்த தவற்றை உணர்ந்துகொண்ட கான், இப்பயங்கர சம்பவத்திற்குக் காரணம் அந்த நுண்ணோவியன் தனக்கென்று ஒரு தனி பாணி ஏற்படுத்த விழைந்ததே என்றுணர்ந்து, பிசாசினால் மயக்கப்பட்டிருந்த அந்நுண்ணோவியனின் கண்களை உடனே குருடாக்கினான்.

பே

முன்னொரு காலத்தில் கிழக்கில் இருந்த ஒரு தேசத்தில் சித்திரங்களிலும் மெருகோவியங்களிலும் நுண்ணோவியங்களிலும் ஆர்வம் கொண்டிருந்த ஒரு வயதான சுல்தான், சீனதேசத்தைச் சேர்ந்த

ஈடில்லா அழகுகொண்ட தன் மனைவியுடன் மகிழ்ச்சியாக வாழ்ந்து வந்தார். ஆனால் என்ன பரிதாபம், சுல்தானின் முந்தைய திருமணத்தில் பிறந்திருந்த அவரது மகனுக்கும் சுல்தானின் இளம் மனைவிக்கும் இடையே காதல் உண்டாகியது. தன் தந்தைக்கு தான் இழைக்கும் நம்பிக்கை துரோகத்தாலும், அவனது முறைதவறிய இச்சையின் கீழ்மையாலும் குற்றவுணர்ச்சி மேலிட, வெளித் தொடர்புகளிலிருந்து முற்றிலுமாக ஒதுங்கி சித்திரச்சுவடி பயிலரங்கில் தன்னை அடைத்துக் கொண்டு ஓவியம் வரைவதில் மூழ்கத் தொடங்கினான். காதலின் துயரத்தாலும் அதன் வலிமையாலும் உந்தப்பட்டு அவன் வரைவதால், அவனது ஓவியங்கள் அற்புதப் படைப்புகளாகி முற்காலத்திய ஓவிய மேதைகளின் கைவண்ணங்களிலிருந்து எள்ளளவும் வேறுபடுத்திக் காணமுடியாததாக இருந்தன. சுல்தானுக்கு அவருடைய மகனைப்பற்றி பெருமையாக இருக்க, அவருடைய இளம் சீன மனைவி, "ஆம், அற்புதமாகத்தான் இருக்கிறது! ஆனால் காலம் கடந்துகொண்டே இருக்கிறது. ஓவியங்களில் இவனுக்கான அடையாளமாக தன் கையொப்பத்தை இடாவிட்டால் இவ்வீறு பெற்ற ஓவியத்தை இவன்தான் வரைந்தான் என்று எதிர்காலத்தில் யாருக்குமே தெரியாதே!" என்றாள். சுல்தான் பதிலுறுத்தார்: "என் மகன் அவனது ஓவியங்களில் பெயர்க்குறியிட்டால், அவன் பார்த்து படியெடுத்த பழங்கால ஓவியப் பிதாமகர்கள் பயன்படுத்திய தொழில்நுட்பங்களுக்கும் பாணிக்கும் நியாயமேயின்றி இவன் உரிமை கொண்டாடுவதாக ஆகிவிடாதா? மேலும் அவன் ஓவியங்களில் கையொப்பமிட்டால் 'என் ஓவியங்கள் எனது குறைபாடுகளை சுமந்திருக்கின்றன' என அவன் ஒப்புதலளிப்பதாகாதா?" தன் வயதான கணவனை இவ்விஷயத்தில் உடன்படவைக்க முடியாது என்றறிந்து எப்போதும்போல் ஓவியப்பயிலரங்கில் அடைபட்டுக்கிடந்த அவரது இளம் புதல்வனிடம் சென்று தன் அபிப்பிராயத்தை வெற்றிகரமாக நிறைவேற்றினாள். காதலை ஒளித்து வைத்திருக்க வேண்டிய அவலத்தினாலும் அவனுடைய கவர்ச்சிகரமான மாற்றாந்தாயின் ஊக்கத்தினாலும் பிசாசின் கட்டாயப்படுத்தலாலும் அவன் தன் பெயரை ஓவியத்தின் ஒரு மூலையில், சுவருக்கும் புல்லுக்கும் இடையில் யாரும் சுலபத்தில் கண்டுபிடிக்க முடியாது என்று நினைத்து கையொப்பமிட்டான். அவன் முதலில் கையெழுத்திட்ட ஓவியம் 'ஹுஸ்ரேவும் ஷிரினும்' கதையிலிருந்து எடுக்கப்பட்ட காட்சி. அது உனக்குத் தெரிந்ததுதான்: ஹுஸ்ரேவும் ஷிரினும் மணமுடித்துக் கொண்ட பிறகு, ஹுஸ்ரேவின் மகன் ஷிருயே, ஷிரின் மீது காதல் வயப்படுகிறான். ஒருநாளிரவு, அவர்களின் படுக்கையறைக்குள் நுழைந்த ஷிருயே அவன் தந்தையின் நெஞ்சில் கட்டாரியைப் பாய்ச்சுகிறான். இக்காட்சியை அவருடைய மகன் தீட்டியிருப்பதைப் பார்த்தவுடனேயே சுல்தானுக்கு அந்த ஓவியத்தில் ஏதோ பிழையிருப்பதாக ஓர் எண்ணம் உதித்து அவரை ஆக்கிரமித்தது. அவர் அந்த கையொப்பத்தைப் பார்த்திருந்தாலும் அதனை பிரக்ஞைபூர்வ

மாகக் கவனித்திருக்கவில்லை. அப்படத்தைப் பார்த்தவுடனேயே ‘இந்த ஓவியத்தில் ஒரு பிழை இருக்கின்றது’ என்ற எண்ணம் மட்டுமே வந்தது. முற்காலத்திய ஓவியர்களிடம் இதுபோன்ற குறை பாடுகள் தென்படுவதற்கு வாய்ப்பில்லையென்பதால், சுல்தானுக்கு ஒரு புதுவிதமான திகிலுணர்வு பரவியது. இவர் கையில் வைத்திருக்கும் இந்த சித்திரச்சுவடி ஒரு கதையையோ அல்லது ஒரு பழங்கதை யையோ கூறவில்லை. பதிலாக ஒரு புத்தகத்தின் தகுதிக்கு அடுக்காத ஒரு விஷயத்தைத்தான் கொண்டிருக்கிறது: மெய்ம்மை. கற்பனையற்ற ஒரு சத்தியம். அம்முதியவர் இதை உணர்ந்ததும் அளவு கடந்த பயத்தில் உறைந்து போனார். அந்தப் படத்தில் போலவே, அவ ருடைய ஓவியம் வரையும் புதல்வன் ஜன்னல் வழியாக நுழைந்து விட்டான். அவன் தந்தையின் அச்சத்தில் பிதுங்கும் கண்களை இன்னொருமுறை பார்க்காமல் அவனது கட்டாரியை எடுத்து – அதுவும் அப்படத்திலிருப்பதைப் போலவே மிகப்பெரிதாக இருந்து – அவன் தந்தையின் நெஞ்சிற்குள் செருகினான்.

ஜிம்

காஸ்வினைச் சேர்ந்த ரஷீதுதீன் தனது ‘வரலாறு’ நூலில் 250 வருடங்களுக்குமுன் எழுத்துப்பிரதி மெருகோவியங்களும் எழுத் தோவியங்களும் சித்திரங்களுமே பெரிதும் மதிக்கப்பட்ட, விருப்பத் திற்குரிய கலைகளாக காஸ்வினில் இருந்தனவென்று குதூகலத்துடன் எழுதுகிறார். அச்சமயத்தில் காஸ்வினை அரசாண்டு வந்த ஷா, பைஸாண்டியத்திலிருந்து சீனா வரை நாற்பது நாடுகளை தனது குடையின்கீழ் வைத்திருந்தார். புத்தகக் கலைகள்மீது அவருக்கிருந்த ஈடுபாடே இப்பேரதிகாரத்தின் ரகசியமாக இருக்கக்கூடும் ஆனால் பரிதாபம், அவருக்கு ஆண்வாரிசு இல்லை. அவர் வென்றெடுத்திருந்த தேசங்கள் அவரது மரணத்திற்குப்பின் சிதறிப்போவதைத் தடுக்க அவருடைய அழகான மகளுக்கு ஓர் அறிவார்ந்த நுண்ணோவியனை கணவனாக மணமுடிக்க முடிவெடுத்தார். அவரது அரசவையிலேயே இருந்த மணமாகாத மூன்று நுண்ணோவியர்களை அழைத்து அவர் களுக்கு போட்டி ஒன்றை ஏற்பாடு செய்தார். போட்டி எளிமையானது. மிகவும் குறிப்பிடத்தக்க ஓவியத்தை வரைபவனே வெற்றி பெற்றவன்! இதற்குப் பொருள், பழம்பெரும் ஓவியக்கலைஞர்களின் பாணியிலேயே வரையவேண்டுமென்பதுதான் என்று ரஷீதுதீனைப் போலவே அந்த இளம் நுண்ணோவியர்களும் அறிந்திருந்தனர். எனவே, அம் மூவரும் மிகவும் பரவலாக ரசிக்கப்பட்ட காட்சி ஒன்றையே வரைந் தனர். சொர்க்கத்தை ஒத்திருந்த ஒரு தோட்டத்தில், சைப்ரஸ், தேவதாரு மரங்களினடியில் ஓர் அழகிய இளம்பெண் பயந்து ஒடுங்கும் முயல்கள், கவலை ததும்பும் தூக்கணாங்குருவிகள் சூழ, காதல் ஏக்கத்தில் துயருற்று தரையை நோக்கியபடி நின்றிருந்தாள். ஒருவரையொருவர் அறியாமல் அம்மூன்று நுண்ணோவியர்களுமே

ஒரே காட்சியை முற்கால ஓவியக் கலைஞர்களைப் போலவே அச்செடுத்தாற்போல் தீட்டியிருந்தனர்; இருப்பினும் ஒருவன் மட்டும் தன்னை தனிப்படுத்திக் காட்டிக்கொண்டு, அதன்மூலம் ஓவியத்தின் அழகிற்கு காரணமானவனென்று பெயரெடுத்துக்கொள்ளும் நோக்கத் தோடு தோட்டத்தில் மண்டியிருந்த நார்ஸிஸ பூக்களுக்கு மத்தியில், இருப்பதிலேயே மிகவும் ஒடுக்கமான ஓரிடத்தில் தன் கையொப் பத்தை ஒளித்து வைத்தான். இம்முறையற்ற செய்கையால் பழம் பெரும் நெறிகளை இவ்வோவியன் மீறிவிட்டதால், தண்டிக்கப்பட்டு உடனடியாக சீனாவிற்கு தேச பிரஷ்டம் செய்யப்பட்டான். எனவே, மீண்டும் போட்டி புதியதாக மிச்சமிருந்த இரு ஓவியர்களுக்கிடையே தொடங்கப்பட்டது. இம்முறை அவ்விருவரும் கவிதை போன்ற அழகியதோர் ஓவியத்தைத் தீட்டினர். எழிலார்ந்த பூங்காவனம் ஒன்றில் புரவி ஒன்றின் மீதமர்ந்திருக்கும் ஓர் அழகிய யுவதி. ஆனால் அந்நுண்ணோவியர்களில் ஒருவன் – அவனது தூரிகை தவறியதாலோ அல்லது வேண்டுமென்றோ, யாருக்கும் தெரியாது – சீனக் கண்களும் எடுப்பான கன்னங்களும்கொண்ட அப்பெண் அமர்ந்திருக்கும் குதிரையின் நாசித்துவாரங்களை சற்று விநோதமாக வரைந்துவிட்டான். இச்சிறிய விலகல் ஒரு குறைபாடு என்றே ஷாவாலும் அவருடைய மகளாலும் உணரப்பட்டது. இந்த நுண் ணோவியன் அவன் பெயரை எங்கேயும் குறிக்கவில்லைதான். ஆனால் அவனது அற்புதமான ஓவியத்தில் தன் படைப்பை வேறு படுத்திக்காட்ட குதிரையின் நாசித்துவாரங்களில் தேர்ச்சியாக ஓர் உறழ்வை புகுத்திவிட்டான். ஷா, "முழுமையின்மைதான் தனி பாணிக்குத்தாய்", என்று அறிவித்துவிட்டு இவ்வோவியனை பைஸாண் டியத்துக்கு நாடு கடத்தினார். ஆனால் காஸ்வினின் ரஷீதுதீன் இயற்றிய தடிமனான நூலான 'வரலாறு' இவ்விஷயத்தில் முக்கியத் திருப்பமாக கடைசியில் நடந்த நிகழ்வு ஒன்றுண்டு என்கிறது. இது ஷாவின் மகளுக்கும் பழம்பெரும் ஓவியர்களைப்போலவே அச்சாக வரைந்து, கையெழுத்தோ அல்லது எவ்வொரு விலகலோ ஏற்படுத்தாத அத்திறமைமிக்க நுண்ணோவியனுக்கும் திருமணம் செய்ய ஏற்பாடுகள் நடந்துகொண்டிருந்தபோது நிகழ்ந்தது. திருமணத் தன்று முந்தைய நாள் முழுவதும் ஷாவின் மகள் அந்த அழகிய இளம் ஓவியன் வரைந்திருந்த ஓவியத்தை சோகத்தோடு பார்த்தபடி அமர்ந்திருந்தாள். இருட்டத் தொடங்கியபோது அவள் அப்பாவின் எதிரில் நின்றாள்: "பழம்பெரும் ஓவியக்கலைஞர்கள் தமது கலை நுணுக்கமான ஓவியங்களில் அழகழகான பெண்களை சீனர்களாக வரைவர் என்பது உண்மைதான். மாற்றவே முடியாத இந்த விதி நமக்கு கீழைத்திசையிலிருந்து வந்த ஒன்று" என்று தொடங்கினாள். "ஆனால் ஓவியர்கள் யாரையாவது காதலிப்பவர்களாக இருந்தால், அவர்கள் தீட்டும் ஓவியத்தில் அவர்களின் மனதிற்குகந்தவளின் புருவத்தையோ, விழிகளையோ, இதழையோ, கூந்தலையோ, புன்னகை யையோ அல்லது கண்ணிமைகளையோ வரைந்துவிடுவர். ஓவியத்தி

லிருந்த இந்த ரகசியமான உறழ்வு, மாறுபாடு, காதலர்களால், காதலர்களால் மட்டுமே கண்டறிந்துகொள்ள முடியும். குதிரையின் மீது அமர்ந்திருக்கும் இவ்வழகிய பெண்ணை இன்று முழுக்க நான் பார்த்துக்கொண்டிருந்தேன். என் அன்புள்ள தந்தையே, இவளிடம் என் ஜாடை ஒரு துளிகூட காணப்படவில்லை! இந்த நுண்ணோவியன் ஒரு மாபெரும் கலைஞனாக இருக்கக்கூடும். இவன் இளைஞன், அழகானவன், ஆனால் என்னைக் காதலிப்பவன் அல்ல." அதன்பிறகு ஷா அத்திருமணத்தை உடனடியாக ரத்து செய்தார். தந்தையும் மகளும் தமது வாழ்க்கையின் மிச்சநாட்களை ஒன்றாகவே கழித்தனர்.

"எனவே இந்த மூன்றாவது குட்டிக் கதையின் படி, பூரணக் குறைவென்பது 'பாணி' என்று நாம் கூறுவதை உண்டாக்குகிறது" என்றான் கருப்பு பணிவாகவும் மரியாதையாகவும். "நுண்ணோவியன் காதல்வயப்பட்டிருக்கும் உண்மை, அந்தப் பெண்ணோவியத்தின் முகத்தில், கண்ணில் அல்லது புன்னகையில் ஒளிந்திருக்கும் 'குறியீடு'களால் வெளிப்பட்டுவிடுமா?"

"கிடையாது". என் தன்னம்பிக்கையையும் பெருமிதத்தையும் பறைசாற்றும் விதத்தில் கூறினேன். "நுண்ணோவியக் கலைஞனின் காதலியிடமிருந்து ஓவியத்திற்கு பெயர்ச்சியாகும் அம்சங்கள் இறுதியில் குறைபாடுகளென்றோ அல்லது பூரணக் குறைவென்றோ ஆகிவிடுவதில்லை; அவை ஒரு புதிய கலைக் கோட்பாடாகிவிடுகின்றன. ஏனென்றால் ஒரு காலத்திற்குப் பிறகு அவ்வோவியத்தை நகல் எடுத்தெடுத்து எல்லோருமே அந்த அழகிய பெண்ணின் முகத்தைப் போலவே தமது ஓவியங்களில் வரையத்தொடங்கிவிடுவர்."

நாங்கள் மௌனத்தில் ஆழ்ந்தோம். நான் கூறிய மூன்று குட்டிக் கதைகளையும் உன்னிப்பாகக் கேட்டுக்கொண்டிருந்த கருப்பு, இப்போது அடுத்த அறையிலும் கூடத்திலும் நடமாடிக்கொண்டிருந்த என் அழகான மனைவி ஏற்படுத்திக்கொண்டிருந்த ஒலிகளில் கவனமாக இருப்பதைக் கண்டேன், அவனை அச்சுறுத்தும்படி முறைத்தேன்.

"முதல் கதை 'பாணி' என்பது பூரணக்குறைவு என்பதை நிறுவியது என்றேன். இரண்டாவது கதை ஒரு பரிபூரணமான ஓவியத்திற்கு கையொப்பம் என்ற அடையாளம் தேவைப்படுவதில்லை என்பதை நிறுவியது. முதல் மற்றும் இரண்டாம் கதைகளின் தாத்பரியத்தை மூன்றாவது கதை இணைத்து, பழுதுபட்ட ஒரு படைப்பிற்கு ஆணவத்தோடும் பேதமையோடும் சூட்டிக்கொள்ளும் சுய பாராட்டுதல்கள்தான் 'அடையாள'மும் 'பாணி'யும் என்று விளக்குகிறது."

இப்படிப்பட்ட விலை மதிப்பற்ற ஒரு பாடத்தை இவனுக்கு இப்போது தந்திருக்கிறேனே, இந்த மனிதன் எந்த அளவுக்கு ஓவியத்தை புரிந்துகொள்ளக் கூடியவன்? நான் கேட்டேன்: "எனது கதைகளி லிருந்து நான் யாரென்று புரிந்துகொண்டாயா?"

"நிச்சயமாக" என்றான் தீர்மானமில்லாமல்.

எனவே, நான் யாரென்பதை அவன் பார்வையையும் புரிதலை யும் வைத்து எடை போடாதீர்கள். உங்களிடம் நேரடியாகவே சொல்கிறேன். என்னால் எதையும் செய்யமுடியும். காஸ்வினின் பழம்பெரும் கலைஞர்களைப்போல் என்னால் உவப்போடும் களிப் போடும் வரையவும் வண்ணம் தீட்டவும் முடியும். இதை நான் புன்னகையுடன் கூறுகிறேன்: நான் மற்றெல்லோரையும்விட உயர்ந் தவன். கருப்பின் வருகைக்கு என்ன காரணமோ, அதைப்பற்றி எனக்கு அக்கறையில்லை. என் உள்ளுணர்வு சரியானதென்றால், மெருகாளன் வசீகரன் எஃபெண்டி காணாமற் போயிருப்பதைப் பற்றித்தானிருக்கும்.

திருமணத்தையும் கலையையும் இணைத்துக்கொள்வதைப் பற்றி கருப்பு வினவினான்.

நான் கடுமையாகவும் உழைக்கிறேன், என் வேலையையும் நேசிக்கிறேன். எங்கள் ஊரின் மிக அழகான பெண்ணை சமீபத்தில் நான் மணமுடித்திருக்கிறேன். நான் வரையாதபோது உன்மத்தம் பிடித்தவர்கள்போல உறவு கொள்கிறோம். பின், மீண்டும் வேலைக்குத் திரும்புகிறேன். இவ்வாறுதான் நான் பதிலளித்தேன். "இது ஒரு தீவிரமான விஷயம்" என்றேன். "மகத்தான படைப்புகள் நுண் ணோவியனின் தூரிகையிலிருந்து வழங்கப்படுகிறதென்றால், அவன் மனைவிக்கு வழங்கும் விஷயத்தில் அதேயளவு இன்பத்தை எழுச்சி கொள்ள வைக்க அவனால் இயலுவதில்லை" என்றேன். "இதற்கு நேரெதிரானதிலும் உண்மை இருக்கிறது: ஒரு மனிதனின் அச்சுக் கோல் அவன் மனைவியை திருப்தி செய்தால், அவனது கலைத் திறனின் அச்சுக்கோல் ஒப்புகையில் மங்கிப்போகும்." நுண்ணோவிய னின் திறமையைக் கண்டு பொறாமைப்படும் எல்லோரைப்போலவும் கருப்பும் இந்தப்பொய்களை நம்பி ஆறுதலடைந்தான்.

நான் கடைசியாக வரைந்த சித்திர ஏடுகளைப் பார்க்க விரும் பினான். வண்ணங்களும் மசிக்கூடுகளும் மெருகுக்கற்களும் தூரிகை களும் எழுதுகோல்களும் தாள் வெட்டுப்பலகைகளும் மண்டியிருந்த என் ஓவிய மேஜையில் அவனை அமர வைத்தேன். 'திருவிழா மலர்' தொகுப்பில் நம் இளவரசரின் சுன்னத் சடங்கை சித்தரிக்கும் இரட்டைப் பக்க ஓவியத்தை கருப்பு ஆர்வமாக ஆராய்ந்துகொண் டிருந்தான். அவனுக்குப் பக்கத்திலிருந்த சிவப்புமெத்தையில் அமர்ந்

தேன். அதன் கதகதப்பு, சமீபத்தில் அதில் அமர்ந்திருந்த என் அழகிய மனைவியின் அமோகமான தொடைகளை நினைவூட்டியது. நமது சுல்தான் அவர்களின் முன் நிறுத்திவைக்கப்பட்ட பரிதாபமிக்க கைதிகளின் துயரத்தை என் எழுதுகோலால் அப்போது வரைந்து கொண்டிருந்தபோது அவள் என் ஆண்மையின் அச்சுக்கோலை பற்றிக்கொண்டிருந்தாள்.

நான் தீட்டிக்கொண்டிருந்த இரட்டைப் பக்க காட்சி, குற்றம் புரிந்து சிறைத்தண்டனை அனுபவித்துக் கொண்டிருந்த கடனாளி கள் நமது சுல்தான் அவர்களின் கருணையால் விடுதலை செய்யப் படுவதை சித்தரித்தது. இத்தகைய விழாக்களை நானே நேரிடையாக பார்த்திருப்பதால் அதேபோல சுல்தான் அவர்களை வெள்ளிக் காசுகள் நிறைந்த மூட்டைகள் அடுக்கப்பட்டிருக்கும் ஒரு கம்பளத்தின் மூலையில் அமர்ந்திருக்கும்படி வரைந்திருந்தேன். அவருக்குப் பின்னால் கடன் பேரேடை கையில் ஏந்தியபடி உரக்கப்படிக்கும் தலைமை கருவூலரை அமைத்திருந்தேன். கடனைத் திருப்பியளிக் காமல் கைதிகளாகியிருப்பவர்கள் கழுத்தில் இரும்பு வளையங்களோடு ஒருவரோடொருவர் சங்கிலியால் பிணைக்கப்பட்டு அவமானத் திலும் வலியிலும் புருவங்கள் சுருங்க, தொங்கிய முகமும் கண்ணீர் விழிகளுமாக இருந்தனர். கைதிகளை விடுதலை செய்கின்ற சுல்தான் அவர்களின் கருணை உள்ளத்தைப் பாராட்டி சந்தோஷப் பிரார்த் தனைகளும் பாடல்களுமாகச் செல்லும் கொம்பிசைப்பாளர்களை தெய்வீக முகங்களோடு செந்நிறத்திண்மையில் தீட்டியிருந்தேன். கடன்பட்ட அவமானத்திலிருந்தும் வலியிலிருந்தும் அடைகின்ற விடுதலைக்கு அழுத்தம்தரும் வகையில் – முதலில் அத்தகைய திட்டம் எதுவும் எனக்கில்லாவிட்டாலும் – அந்தப் பரிதாபகரமான கைதி களின் வரிசையில் கடைசியாக வருபவனுக்குப் பக்கத்தில் நிராதர வான பாவனையில் ஊதா நிற ஆடையணிந்து வரும் அவனுடைய மனைவியையும் செங்கல் நிற மூடாக்கணிந்து நீண்ட கூந்தல்கொண்ட துயரார்ந்த, ஆனால் அழகான மகளையும் சேர்த்து வரைந்திருந்தேன். எனவே, கருப்பு என்ற இம்மனிதன் எவ்வாறு ஓவியக்கலை மானுட நேசிப்பை சமமாக்கியுள்ளதென்பதை புருவம் நெரித்து யோசித்து புரிந்துகொள்ளட்டும். சங்கிலியில் பிணைத்த கடனாளிக் கைதிகளை இரண்டு ஏடுகளில் எதற்காக சேர்த்து வரைந்திருக்கிறேன் என்பதை அவனுக்கு விளக்க இருந்தேன்; அவ்வோவியத்திற்குள்ளிருந்த செந் நிறத்தில் பொதிந்திருந்த தர்க்கத்தை அவனிடம் சொல்லவிருந்தேன்; இவ்வோவியத்தின் நுட்பங்களை – முற்கால ஓவியர்கள்கூட எப் போதும் செய்திராத வகையில் அற்புதமாக எப்படி நான் வண்ணம் தீட்டியிருந்தேன் என்பதை, ஓரத்தில் தூங்கிக் கொண்டிருந்த நாயை சுல்தான் அவர்களின் அட்லஸ் பட்டு கஃப்தானின் நிறத்திலேயே தீட்டியிருந்ததை, நானும் என் மனைவியும் எப்படியெல்லாம் ரசித்து சிரித்து விவாதித்திருக்கிறோம் என்பதை அவனிடம் கூறவிருந்தேன்;

ஆனால் அவன் என்னிடம் மிகவும் நயமேயற்ற, அவமரியாதையான தொரு கேள்வியைக் கேட்டான்:

துரதிருஷ்டம் பிடித்த வசீகரன் எஃபெண்டி எங்கே போயிருக்கக் கூடுமென்று எனக்கு ஏதாவது தெரியுமா?

அது என்ன 'துரதிருஷ்டம் பிடித்த!' வசீகரன் எஃபெண்டி ஓர் அற்பமான கருத்துக் கள்வன், ஒரு துளி ஈடுபாடோ, லயிப்போ, ஊக்கமோ இன்றி வெறும் பணத்துக்காக மட்டும் பொற்பூச்சிட்டுக் கொண்டிருந்த ஒரு மூடன் என்பதை நான் சொல்லவில்லை. "இல்லை, எனக்குத்தெரியாது", என்றேன்.

எர்ஸுரும்மைச் சேர்ந்த மதப்பிரச்சாரகரின் முரட்டுத்தனமான மதவெறியாளர்கள் வசீகரன் எஃபெண்டிக்கு ஏதாவது தீங்கிழைத் திருப்பார்களென்று எனக்குத் தோன்றுகிறதா?

நான் என்னைக் கட்டுப்படுத்திக்கொண்டு, வசீகரன் எஃபெண் டியே அந்தக் கும்பலில் ஒருவன்தான் என்று கூறாமல், "இல்லை", என்றேன். "ஏன்?"

"ஏழ்மை, பிளேக், ஒழுக்கக்கேடு, நாம் இந்த இஸ்தான்புல்லில் அடிமையாகியிருக்கும் குலைவுகள் போன்ற அனைத்திற்கும் காரணம் நம்முடைய இறைத்தூதர் முகமது நபிகள் நாயகம் அவர்களின் காலத்திலிருந்த இஸ்லாமிலிருந்து விலகி, புதிய இழிந்த வழக்கங்களை கைக்கொண்டதும், நமக்கு மத்தியில் பிராங்கிய, ஐரோப்பிய குணாம்சங்களை தழைக்கவிட்டதும்தான். எர்ஸுருமி மதபோதகர் அதைத்தான் கூறுகிறார், ஆனால் எர்ஸுருமிகள் சங்கீதம் இசைக் கப்படும் தெர்விஷ் இல்லங்களைத் தாக்குவதாகவும், மகான்களின் சமாதிகளை சிதைப்பதாகவும் அவருடைய எதிரிகள் சுல்தான் அவர்களிடம் கலகமூட்டி வருகின்றனர். மேன்மை தங்கிய எர்ஸுருமியின்மீது அவர்களுக்கிருக்கும் பகைமை எனக்குக் கிடையாது என்பது அவர்களுக்கு தெரியுமாதலால் நைச்சியமாக பசப்புகிறார்கள்: "எங்கள் சோதரர் வசீகரன் எஃபெண்டியை தீர்த்துக் கட்டியது நீவிர்தானா?"

இந்த வதந்திகள் நுண்ணோவியர்களின் மத்தியில் வெகுநாட் களாக உலவிவருவது திடீரென்று என் ஞாபகத்தில் பளிச்சிட்டது. கலையுணர்ச்சியற்ற, திறமையற்ற, ஆற்றலற்ற அக்குழுவினர் நான் ஒரு மிருகத்தனமான கொலைகாரன் என்று சந்தோஷத்துடன் பழிகூறிக்கொண்டு வருகின்றனர். இப்பொறாமை பிடித்த நுண் ணோவியர்களின் அவதூற்றை உண்மையாக எடுத்துக்கொண்டிருக் கிற இந்தக் கோமாளி கருப்பின் சர்கேசிய மண்டையின் மேல் ஒரு மைக்கூட்டை எடுத்து அடிக்கவேண்டும் போலிருந்தது.

கருப்பு என் பயிலரங்கை கூர்மையாக கவனித்தபடி, கண்ணில் படும் அனைத்தையும் ஞாபகத்தில் பதித்துவைத்துக்கொண்டிருந்

தான். எனது நீண்ட காகித கத்தரிக்கோல்கள், மஞ்சள் சாயப்பொடி நிரம்பிய மண்சாடிகள், வண்ணக் கலவைகள்கொண்ட கிண்ணங்கள், வேலை பார்த்துக்கொண்டே யதேச்சையாக நான் கடித்து வைத் திருந்த ஆப்பிள், பின்னால் அடுப்பின் விளிம்பில் வைக்கப்பட்டிருந்த காபிக்குடுவை, எனது குட்டிக்குட்டியான காபிக்கோப்பைகள், மெத்தைகள், பாதி திறந்த சன்னல் வழியாக வடிகட்டி வருகின்ற வெளிச்சம், ஏடுகளின் அமைப்பை சோதிக்க நான் உபயோகிக்கும் கண்ணாடி, என் சட்டைகள், அதன்பிறகு கருப்பு முன்கதவைத் தட்டிய சத்தம் கேட்டு என் மனைவி அவசரமாக போட்டுச் சென்று அங்கே மூலையில் ஒரு பாவம்போல மாட்டிக்கொண் டிருந்த என் மனைவியின் சிவப்பு இடைக்கச்சையை.

என் எண்ணங்களை அவனிடமிருந்து ஒளித்து வைத்திருந்தாலும் நான் வரைந்திருந்த எல்லா ஓவியங்களையும் என் அறையையும் கூர்ந்து கவனிக்கும் அவனது நோட்டத்திற்கு விட்டுக் கொடுத்திருந் தேன். எனது தற்பெருமை உங்களுக்கெல்லாம் அதிர்ச்சியாக இருக்கு மென்று எனக்குத் தெரியும், ஆனால் எல்லா நுண்ணோவியர் களைவிடவும் நான்தானே அதிகமாகப் பொருள் ஈட்டுபவன், உயர்ந்தவன்! ஆம், உலகம் என்பது உண்மையாகப் பார்ப்பவர் களுக்கு எவ்வளவு பேரின்பமிக்கதானதென்று அவர் நிரூபிக்க வேண்டு மென்பதற்காகவே நுண்ணோவியக் கலை என்பது பேரின்பமூட்டுவ தாக இருக்கவேண்டுமென்று இறைவன் விரும்பியிருக்க வேண்டும்.

●

அத்தியாயம் 13

நான் "நாரை" என்று அழைக்கப்படுகிறேன்

மதிய நேர தொழுகைக்கு சற்று முன் கதவு தட்டப் படும் சத்தம் கேட்டேன். பலகாலத்திற்கு முன்பு, எங்கள் பால்யகாலத்தில் பார்த்த கருப்புதான். நாங்கள் தழுவிக் கொண்டோம். அவன் சில்லிட்டிருந்தான். உள்ளே அழைத் தேன். எப்படி வீட்டைக் கண்டுபிடித்தான் என்பதைக்கூட அவனிடம் கேட்கவில்லை. வசீகரன் எஃபெண்டியைப்பற்றி, அவன் எங்கே போயிருப்பான் என்பதைப்பற்றி என்னிடம் விசாரிப்பதற்காக அவனுடைய எனிஷ்டே அனுப்பியிருப்பார். அது மட்டுமன்றி குருநாதர் ஓஸ்மானிடமிருந்து தகவல் கொண்டுவந்திருப்பதாகக் கூறினான். "உங்களிடம் ஒரு கேள்வி கேட்க அனுமதியுங்கள்" என்றான். "ஓர் உண்மையான நுண்ணோவியனை மற்றவர்களிடமிருந்து பிரிப்பது 'காலம்' தான் என்று குருநாதர் ஓஸ்மான் கூறுகிறார்: ஓவியத்தின் காலம்". இதைப்பற்றி என் அபிப்பிராயம் என்ன? கூர்ந்து கவனியுங்கள்.

ஓவியமும் காலமும்

வெகு காலத்திற்கு முன்பு, பழம்பெரும் அராபிய ஓவியக் கலைஞர்கள் உட்பட, நமது இஸ்லாமிய அரசாட்சியின் ஓவியர்கள், இன்று பிராங்கிய மிலேச்சர்கள் பார்க்கின்ற அதே கண்ணோட்டத்தில்தான் உலகத்தை பார்த்து வந்தனர். ஒரு நாடோடியின், ஒரு தெரு நாயின் அல்லது கடையிலிருக் கும் ஒரு குமாஸ்தாவின் தரத்திலேயே எல்லாவற்றையும் மதித்து, சித்தரித்து வந்தனர். பிராங்கிய கலைஞர்கள் செருக் கோடு தற்பெருமையடித்துக் கொண்டிருக்கும் இன்றைய காட்சிக்கோண தொழில் நுட்பங்களைப் பற்றி அறியாமல் அவர்கள் உலகம் மந்தமானதாகவும், தெரு நாய், கடைகுமாஸ்

தாக்களின் எளிமையான தகவு நோக்கிற்குள் வரையறுக்கப்பட்டும் இருந்தது. அதன் பின்னர் ஒரு மகத்தான சம்பவம் நிகழ்ந்தது, நமது ஓவிய உலகமே மாறிப்போனது. இங்கிருந்து தொடங்குகிறேன்.

ஓவியத்தையும் காலத்தையும் பற்றி மூன்று கதைகள்

ஆலிஃப்

முன்னூற்றைம்பது வருடங்களுக்கு முன் பாக்தாத் மங்கோலியர்களிடம் வீழ்ந்து, ஸஃபர் மாதத்தின் ஒரு குளிர்தினத்தில் இரக்கமேயின்றி துவம்சம் செய்யப்பட்டபோது அங்கிருந்த மிகப்புகழ்பெற்ற, கணக்கற்ற படைப்புகள் தீட்டிய எழுத்தோவியர்தான் இபின் ஷகிர். அராபிய உலகில் மட்டுமல்ல, இஸ்லாமிய சாம்ராஜ்யம் முழுவதிலுமே பெரும்புகழ்பெற்று முதன்மையாக விளங்கி வந்தார். இளைஞராக இருந்தபோது இருபத்தி இரண்டு தொகுப்புகள், பெரும்பாலும் குர்ஆனிலிருந்து, தீட்டியிருந்தார். பாக்தாத்தின் உலகப் புகழ்பெற்ற நூலகங்களில் அவற்றைக் காண முடிந்தது. இபின் ஷகிருக்கு இந்நூல்கள் உலகம் அழியும்வரை நிலைத்திருக்குமென்ற நம்பிக்கை இருந்ததால் காலத்தைப் பற்றிய ஓர் ஆழமும் அனந்தமுமான எண்ணத்தில் வாழ்ந்து வந்தார். ராத்திரி முழுவதும் நடுங்கும் மெழுகுவர்த்தி வெளிச்சத்தில் அவர் தீட்டிய அப்புகழ்பெற்ற நூற் தொகுப்புகள் எதுவுமே இப்போது நமக்கு கிடைக்காதிருப்பதற்குக் காரணம், அவையனைத்துமே ஒருசில நாட்களில் ஒன்றன்பின் ஒன்றாகக் கிழிக்கப்பட்டு, எரிக்கப்பட்டு, டைக்ரிஸ் நதியில் மங்கோலிய கான் ஹுலாகுவின் வீரர்களால் எறியப்பட்டன. மரபு வழிகளிலிருந்து சிறிதும் வழுவாமல், முடிவேயின்றி நூல்களைத் தீட்டிக் கொண்டிருந்த அராபிய எழுத்தோவியர்கள் தமது கண்களை பார்வையிழப்பிலிருந்து காப்பாற்றிக் கொள்வதற்காக ஐந்து நூற்றாண்டுகளாக உறுதியாக நம்பி கடைப்பிடித்த நம்பிக்கை சூரியனை ஏறெடுத்து பார்க்காதிருப்பது. அவ்வழக்கத்தின்படி சூரியன் உதிக்கும்போது, அதற்கு முதுகைத் திருப்பி மேற்கு நோக்கி தொடுவானத்தைப் பார்த்தபடி நிற்பதற்காக இபின் ஷகிர், காலிஃபெட் மசூதியின் தூபியின் மீது ஒரு குளிர்ந்த விடியற்காலைப் போதில் ஏறி, மூவெஸின் தொழுகைக்கு அழைக்கும் உப்பரிகையில் நின்று பார்த்தபோது ஐந்து நூற்றாண்டுகளாக நிலவிவந்த எழுத்துக் கலையை முடிவிற்கு கொண்டு வருகின்ற கோரத்தாண்டவத்தைக் கண்ணால் கண்டார். முதலில் ஹுலாகுவின் இரக்கமற்ற வீரர்கள் பாக்தாத்துக்குள் நுழைவதைக் கண்டார். இருந்தும் அத்தூபியிலிருந்து இறங்காமல் நடப்பவற்றை மௌன காட்சியாகப் பார்த்தபடியிருந்தார். மொத்த நகரமும் துவம்சம் செய்யப்பட்டு நொறுக்கப்படுவதையும், பல்லாயிரக்கணக்கானோர் வெட்டிச் சாய்க்கப்படுவதையும், ஐநூறு வருடங்களாக பாக்தாத்தை கோலோச்சிவந்த இஸ்லாமின் காலிப்பு

களில் கடைசியானவர் கொல்லப்படுவதையும் பெண்கள் பலாத்காரம் செய்யப்படுவதையும் நூலகங்கள் எரிக்கப்படுவதையும் பல்லாயிரக்கணக்கான நூல்கள் அழிக்கப்பட்டு டைக்ரிஸில் வீசியெறியப்படுவதையும் கண்டார். இரண்டு நாட்கள் கழித்து, அழுகும் பிணங்களின் வீச்சத்திற்கும் மரண ஓலங்களுக்கும் நடுவே டைக்ரிஸில் பாய்ந்து செல்லும் வெள்ளம், அவற்றில் எறியப்பட்ட புத்தகங்களிலிருந்து கசிந்து வெளியேறும் மசியினால் ரத்தச் சிவப்பாக மாறுவதைப் பார்த்தபோதுதான் அழகழகான எழுத்தலங்காரத்தால் வடித்தெடுத்த இப்புத்தகங்கள் கண்ணெதிரிலேயே சிதைக்கப்படுவதையும் சாசுவதமென்று அவர் நினைத்திருந்த அப்புத்தகங்கள் இந்தக் கொடுமையான படுகொலைகளையும் அழித்தொழிப்புகளையும் தடுத்து நிறுத்தும் திராணியில்லாதிருந்ததையும் உணர்ந்து, இனி ஒருபோதும் சித்திர எழுத்துகள் எழுதுவதில்லையென்று சத்தியமேற்றுக் கொண்டார். ஓவியம் தீட்டுவதையே இதுநாள்வரை அல்லாஹ்வுக்கு இழைக்கும் அவமதிப்பாகக் கருதிவந்த அவர், தான் கண்ணுற்ற வேதனைகளையும் பேரழிவுகளையும் இனி ஓவியமாகத் தீட்டுவதென்று முடிவெடுத்தார். தன்னோடு எப்போதும் கொண்டு செல்லும் ஓவியத்தாள்களில் பள்ளிவாசல் தூபியின் உச்சியிலிருந்து அவர் பார்த்தவற்றை அதே கோணத்தில் வரையலானார். மங்கோலிய படையெடுப்பிற்கு அடுத்த முன்னூறு வருட இஸ்லாமிய ஓவிய மறுமலர்ச்சிக்கும் அது, புறச்சமயர்களும் கிருத்துவர்களும் சித்தரித்து வந்த கலைக் கோட்பாட்டிலிருந்து முற்றிலும் மாறுபட்டதாக வளர்ந்து தழைத்ததற்கும் வேதனை மண்டிய உலகத்தை இறைவனின் பார்வையிலிருந்து காட்டும்படி தொடுவானக் கோணத்தை இஸ்லாமிய ஓவியக் கோட்பாட்டிற்கு கொண்டு வந்ததற்கும் மேற்கண்ட சம்பவத்திற்கு நாம் கடமைப் பட்டிருக்கிறோம். இம்மறுமலர்ச்சிக்கு தொடுவானக் கண்ணோட்டத்திற்காக மட்டுமல்ல, அப்படுகொலைகளைக் கண்ணுற்ற பின்பு மங்கோலியப் படைகள் வந்த வடதிசைநோக்கி கையில் ஓவியங்களையும் இதயத்தில் ஓவிய உந்துதலையும் சுமந்து சென்ற இபின் ஷகிருக்கும் நாம் கடமைப்பட்டிருக்கிறோம். சீனக் கலைஞர்களின் ஓவியத் தொழில் நுட்பத்தை அவர் கற்றுத் தேர்ந்ததற்காகவும் பெரிதும் நாம் கடமைப் பட்டிருக்கிறோம். இதிலிருந்து தெரிவது என்னவென்றால், ஐநூறு வருடங்களாக அராபிய எழுத்தோவியர்களின் இதயங்களில் பதிந்து போயிருந்த காலத்தின் சாசுவதம் எழுதுவதில் அல்ல ஓவியத்தில்தான் என்பது இறுதியில் வெளிப்படுகிறது என்பதுதான். இதற்கு சாட்சி, எழுத்துப்படிகளிலும் தொகுப்புகளிலும் இடம்பெற்றிருந்த ஓவியங்கள், அந்நூல்கள் ஏடு ஏடாக கிழிக்கப்பட்டாலும் வீசியெறியப்பட்டாலும் மற்ற நூல்களோடும் தொகுப்புகளோடும் சேர்த்திணைக்கப்பட்டு அல்லாஹ்வின் உலகளாவிய ஆளுகையின் வெளிப்பாடாக என்றென்றைக்கும் தப்பிப் பிழைத்து நிலைத்திருப்பதுதான்.

பா

இது நடந்தது வெகுகாலத்திற்கு முன்பு. பன்னெடுங்காலத்திற்கு முந்தியோ அல்லது சமீபத்திலோ அல்ல. அப்போது எல்லாமே எல்லாவற்றையும் நகலெடுக்கப்பட்டு வந்தன. அதனால் மூப்பும் மரணமும் மட்டும் இல்லாதிருந்தால் மனிதனுக்கு காலம் உருண் டோடுவது பற்றிய ஞானமே எப்போதும் வந்திருக்காது. காலமே ஓடாது உறைந்திருப்பதுபோல அதே கதைகள், அதே சித்திரங்கள் மூலமாக உலகாட்சி வல்லமையை திரும்பத்திரும்ப சித்தரித்துக் கொண்டிருந்தபோது, ஃபாஹிர் ஷாவின் சிறிய படை ஸெலாஹத் தின் கானின் வீரர்களை முறியடித்ததாக சாமர்கண்டின் சலீம் இயற்றிய சுருக்கமான 'சரித்திரம்' ஆவணப்படுத்துகிறது. ஃபாஹிர் ஷா, ஸெலாஹத்தின் கானை சிறைப்பிடித்து சித்ரவதை செய்து சாகடித்தபின், அவனுக்கு முதல் கடமையாக இருந்தது தொன்று தொட்ட வழக்கத்தின்படி, அவன் அதிகாரத்தை நிலை நிறுத்திக் கொள்வதற்காக அரசவை நூலகத்திற்கும் ஹேரம் எனப்படும் தோற் கடிக்கப்பட்ட கானின் அந்தப்புரத்திற்கும் வருகை புரிவது. நூலகத்தில், காலமான ஸெலாஹத்தின் கான் நியமித்திருந்த அனுபவமிக்க நூற்கட்டுநர் அம்மரணமடைந்த ஷாவின் நூல்களின் பக்கங்களைப் பிய்த்தெடுத்து புதிய தொகுப்புகளை சேர்க்கத் தொடங்கினார். அவருடைய எழுத்தோவியர்கள் 'எப்போதும் வெற்றிவாகை சூடும் ஸெலாஹத்தின் கான்' என்ற பட்டப் பெயரை அழித்து 'வெற்றி வாகை சூடும் ஃபாஹிர் ஷா' என்றெழுதினர். மக்களின் மனங்களி லிருந்து அப்போது மங்கத் தொடங்கிவிட்டிருந்த, காலம் சென்ற ஸெலாஹத்தின் கானின் உருவத்தை வரைந்திருந்த மிக அழகிய சித்திரச்சுவடிகளிலிருந்து அவருடைய நுண்ணோவியர்கள் நீக்கி, அந்த இடங்களில் ஃபாஹிர் ஷாவின் இளம் உருவத்தை வரைய ஆரம்பித்தனர். ஹேரத்திற்குள் நுழைந்தவுடனேயே அங்கிருந்த மிக அழகிய யுவதியைக் கண்டுபிடிக்க ஃபாஹிர் ஷாவிற்கு அதிக நேரம் ஆகவில்லை. ஆனாலும் அவளை உடனே வலுக்கட்டாயமாக ஆக்கிரமிக்காமல், அவன் நூல்களும் கலைகளும் கற்றுத்தேர்ந்த நாகரிகன் என்பதால், அவள் இதயத்தை இயல்பாகக் கவர வேண்டு மென்று, அவளுடன் சகஜமாக உரையாடத் தொடங்கினான். நாளடைவில், காலமான ஸெலாஹத்தின் கானின் அழகிகளில் பேரழகியும் கண்ணீர் மல்கும் விழிகள் கொண்ட மனைவியுமான நெரிமான் சுல்தான் அவன்பால் ஈர்க்கப்பட்டு, ஒரேயொரு வரத்தை மட்டும் ஃபாஹிர் ஷாவிடம் கேட்டாள்: நூலகத்தில் இருந்த 'லைலா – மஜ்னுன்' சித்திரப்பனுவலில் நெரிமான் சுல்தானை லைலாவாகவும் ஸெலாஹத்தின் கானை மஜ்னுன்னாகவும் சித்தரித்து வரைந்திருந்த லைலா மஜ்னுன்னின் காதல் ஓவியத்தை மட்டும் திருத்தம் செய்யக் கூடாது. இந்த ஒரேயொரு பக்கத்தில் மட்டும் அவள் கணவன் அடைய முயற்சித்த, அவன் பெரிதும் விழைந்த சாசுவதத்தை மறுக்க

வேண்டாமென்று வேண்டிக்கொண்டாள். வெற்றியரசன் ஃபாஹிர் ஷா இந்த எளிய வேண்டுகோளை மிக்கத்துணிச்சலோடு ஏற்றுக் கொண்டு ஓவியமேதைகளிடம் அந்த ஒரு சித்திரத்தை மட்டும் அப்படியே விட்டுவைக்குமாறு உத்தரவிட்டான். அதன்பிறகு நெரி மானும் ஃபாஹிரும் நாளடைவில் ஒருவருக்கொருவர் நேசிக்கத் தொடங்கி, வெகுவிரைவிலேயே கடந்தகால பயங்கரங்களை மறந்து உண்மையாகவே காதலில் திளைக்கத் தொடங்கினர். ஆனாலும் ஃபாஹிர்ஷாவினால் அந்த லைலா மஜ்னுன் படத்தை மறக்கவே முடியவில்லை. அவனை நிம்மதியிழக்கச் செய்தது பொறாமையோ, அல்லது அவன் மனைவி அவளுடைய பழைய கணவனுடன் சித்தரிக்கப்பட்டிருப்பதோ அல்ல. அவன் மனதை அரித்துக்கொண் டிருந்தது இதுதான்: அந்த அற்புதமான புத்தகத்தின் புராதனக் கதைச்சித்திரத்தில் அவன் ஓவியம் தீட்டப்படாதிருப்பதால் அவ னுடைய மனைவியோடு சேர்ந்து நிலைபேறடைய அவனால் முடியாது. இச் சந்தேகப்புழு ஃபாஹிர்ஷாவை ஐந்து வருடங்களாகத் தின்று வந்தது. ஒரு நாளிரவு நெரிமானுடன் அபரிமிதமாக சம்போகித்த பேரின்பத்திற்குப்பின், கையில் மெழுகுவர்த்தியுடன், ஒரு சாதாரணத் திருடனைப்போல நூலகத்திற்குள் நுழைந்து, ‘லைலா – மஜ்னுன்’ தொகுப்பைத் திறந்து நெரிமானின் முன்னாள் கணவனின் முகம் இருந்த இடத்தில் தன் முகத்தை வரைந்தான். சித்திரம் வரைவதிலும் ஓவியம் தீட்டுவதிலும் ஆர்வம் கொண்டிருந்த பல கான்களைப் போலவே அவனும் இருந்தாலும் அவன் ஓர் ஆரம்பநிலை ஓவியன் என்பதால் தன்னை நன்றாக வரைந்துகொள்ள அவனால் முடிய வில்லை. மறுநாள் காலை அறையைத் திறந்த நூலகருக்கு அந்த நூல் தொகுப்பை யாரோ கலைத்திருக்கிறார்களென்ற சந்தேகத்தில் பிரித்துப் பார்த்தபோது ஸெலாஹத்தின் கானின் இடத்தில், நெரிமான் முகம் கொண்ட லைலாவிற்குப் பக்கத்தில் வேறு எந்த முகமோ வரையப்பட்டிருப்பது கண்டு அதிர்ச்சியுற்றார். அது ஃபாஹிர்ஷா என்று அடையாளம் காண்பதற்குப் பதிலாக, அது ஃபாஹிர்ஷா வின் பரம வைரியான அழகும் இளமையும்கொண்ட அப்துல்லா ஷா என்றெண்ணி அறிவித்துவிட்டார். இவ்வதந்தி ஃபாஹிர்ஷாவின் போர் வீரர்களை உசுப்ப, அடுத்த நாட்டின் இளம் வீரஞ்செறிந்த அரசனாக இருந்த அப்துல்லா ஷாவின் கோபம் கிளறப்பட்டு இவர்களது தேசத்தின்மீது படையெடுத்து ஃபாஹிர் ஷாவைத் தோற் கடித்து, கைது செய்து கொன்று தீர்த்தான். அவனது ஆளுமையை ஸ்தாபிக்க நூலகத்திற்கும் ஹேரம்மிற்குள்ளும் பிரவேசித்தபோது, நிரந்தரப் பேரழகியான நெரிமான் சுல்தானின் புதிய கணவனாக அவன் ஆகிப்போனான்.

ஜிம்

இஸ்தான்புல் நுண்ணோவியர்கள் பாரசீகத்தின் முகமது கொரஸானி என்ற நெட்டை முகமதுவின் கதையை நீண்ட

ஆயுளுக்காகவும் குருட்டுத்தன்மைக்காகவும் பிரஸ்தாபிப்பதுண்டு. ஆனால் நெட்டை முகமதுவின் கதை பிரதானமாக ஓவியத்தையும் காலத்தையும் பற்றிய குட்டிக்கதையே. இவ்வோவியக் கலைஞரின் முதன்மையான சிறப்பம்சம், தனது ஒன்பதாவது வயதில் பயிற்சி ஓவியராகத் தொடங்கி, சற்றேறத்தாழ 110 வருடங்களுக்கு பார்வை குருடாகாமல் வரைந்துகொண்டிருந்தவர் தனக்கென்று ஒரு தனித்தன்மையற்றிருந்ததுதான். நான் கிண்டலாகச் சொல்லவில்லை, என் உண்மையான பாராட்டுணர்வைத்தான் வெளிப்படுத்துகிறேன். பண்டைக்கால ஓவியக்கலைஞர்களின் பாணியிலேயே, மற்றெல்லோரைப் போலவும் நெட்டைமுகமது தன் ஓவியங்கள் அனைத்தையும் வரைந்து வந்தார். இருப்பினும், இந்தக் காரணத்திற்காகவே மற்றெல்லா ஓவியர்களைவிடவும் இவரே தலைசிறந்தவராக இருந்தார். அவரது அடக்கமும் சித்திரம் வரைதலிலும் ஓவியம் தீட்டுதலிலும் அவருக்கிருந்த முழு அர்ப்பணிப்பும் ஓவியப் பணியை அல்லாஹ்வுக்குச் செய்யும் சேவையாகவே கருதி வந்த அவரது மனோபாவமும் அவர் பணியாற்றி வந்த புத்தக – கலை பயிலரங்கத்திற்குள் நிலவிவந்த பூசல்களுக்கும் தகுதியான வயதும் திறமையும் இருந்து தலைமை நுண்ணோவியராக ஆவதற்கான வேட்கைக்கும் அப்பாற்பட்டவராகவே வைத்திருந்தன. ஒரு நுண்ணோவியராக 110 வருடங்களுக்கு அற்பமான விவரங்களைக்கூட பொறுமையாக அவர் தீட்டி வந்தார்: பக்கத்தின் விளிம்புகள் வரை வரையப்பட்டிருக்கும் புற்கள், ஆயிரக்கணக்கான இலைகள், சுருளும் மேகத்திரள்கள், சிறிய அடுத்தடுத்தத் தீற்றல்களில் குதிரைகளின் பிடரி ரோமங்கள், செங்கற் சுவர்கள், முடியவே முடியாத சுவரலங்காரங்கள், சாய்ந்த விழிகளும் மெல்லிய முகவாய்களும் கொண்ட ஒரே போன்ற பல்லாயிரக்கணக்கான முகங்கள். நெட்டை முகமது ஆழ்ந்த மன நிறைவும் அடக்கமும் உடையவர். தன்னை தனிப்படுத்திக் காட்டிக் கொள்ளவோ, பாணி, தனித்தன்மை குறித்து வலியுறுத்தவோ எப்போதும் முனையாதவர். அவர் எந்தவொரு கானின் அல்லது இளவரசனின் பயிலரங்கில் பணியாற்றி வருகிறாரோ, அதனை அவரது இல்லமாகவும் தன்னை அந்த இல்லத்தின் ஒரு பொருளாவும் கருதிக்கொள்வார். கான்களும் ஷாக்களும் ஒருவருக்கொருவர் சண்டையிட்டு மடிந்துகொண்டிருந்தபோது, அவர்களின் நுண்ணோவியர்களும் புதிய எஜமானர்களாகிவிடும் வெற்றிகண்ட மன்னனின் அரண்மனைக்கு அந்தப்புரத்துப் பெண்களைப்போல ஊர் விட்டு ஊர் கொண்டுசெல்லப்படுவர். புதிய புத்தக – கலைப் பயிலரங்கத்தின் பாணி, நெட்டை முகமது வரைகின்ற இலைகளிலும் புற்களிலும் பாறைகளின் வளைவுகளிலும் அவரது பொறுமையின் உள்ளே பொதிந்திருந்த உருவரைகளிலுமே முதலில் நிர்ணயிக்கப்பட்டு வந்தது. அவருக்கு எண்பது வயதாகும்போது, அனைவருக்கும் அவரும் சாதாரண மனிதன்தான் என்பது மறந்து, அவர் வரையும் ஓவியங்களின் வரலாற்றுப் பாத்திரங்களுக்கு உள்ளேயே அவரும்

வாழ்ந்துவருவதாக நம்பத்தொடங்கினர். இதே காரணத்திற்காகவே அவர் காலத்திற்கு வெளியே ஜீவித்திருப்பதாகவும் அவருக்கு மூப்பும் மரணமும் கிடையாதென்றும் சிலர் கூறிவந்தனர். தனக் கென்று ஒரு வீடே இல்லாமல், நுண்ணோவியர்களின் பயிலரங் கங்களின் அறைகளிலும் கூடாரங்களிலும் பெரும்பான்மையான நேரத்தை எழுத்துச் சுவடிகளையே உற்றுப்பார்த்தபடி செலவழித்துக் கொண்டிருந்தும் அவருக்கு கண்பார்வை குருடாகாமல் இருந்த தற்குக் காரணம் அவருக்காக காலம் கடந்து போகாமல் உறைந்து நின்றுவிட்ட அதிசயமே என்றும் சிலர் கருதிவந்தனர். சிலரோ, அவர் உண்மையில் பார்வையிழந்துவிட்டவரென்றும் தனது நினை விலிருந்தே ஓவியம் தீட்டுவதால் பார்ப்பதற்கான அவசியம் இல்லாமற் போய்விட்டிருப்பதாகப் பேசிவந்தனர்.

119 வயது வரை யாரையும் மணந்திராத, ஒருபோதும் காதல் உறவு கொண்டிராத இம் மாபெரும் கலைஞர், ஒரு நூற்றாண்டு காலமாக வரைந்து வந்திருந்த அழகான சாய்ந்த விழிகளும் கூர்மை யான முகவாயும் சந்திர முகமும் கொண்ட ஓர் உன்னத உருவத்தை ரத்தமும் சதையுமாக நேரிலேயே பார்க்க நேர்ந்தது: சீன — குர வேஷிய கலப்பின பதினாறு வயதான பயிற்சி மாணவன். ஷா தமாஸ்ப்பின் நுண்ணோவியப் பயிலரங்கிலிருந்த அவன்மீது அவர் உடனடியாக காதல் வயப்பட்டார். கற்பனைக்கெட்டா அழகுடன் திகழ்ந்த இச்சிறுவனை கவர்ந்திழுப்பதற்காக ஓர் உண்மையான காதலன் எப்படி நடந்துகொள்வானோ அதேபோல சூழ்ச்சிகளில் ஈடுபடத்தொடங்கினார். நுண்ணோவியர்களுக்கு மத்தியில் இருந்த அதிகாரப் போட்டியில் அவரும் சேர்ந்துகொண்டார், பொய் சொல்லத் தொடங்கினார், மோசடிகளிலும் ஏமாற்றல்களிலும் ஈடுபட்டார். நூறு வருடங்களாக அவர் வெற்றிகரமாக தவிர்த்து வந்திருந்த கலைப்புதுமைகளை இப்போது புதிதாக முயற்சி செய்யத் தொடங்கியபோது, கொராஸானின் தலைமை நுண்ணோவியர் அவற்றால் பெரிதும் மனவெழுச்சியுற்றார். ஆனால் இம்முயற்சிகள் அவரை இதுநாள்வரை ஸ்திரமாக ஊன்றியிருந்த கடந்தகால நாட் களிலிருந்து துண்டித்துவிட்டன. ஒருநாள் பிற்பகல் முடியும் நேரத்தில் திறந்திருந்த சன்னல் வழியாக அவ்வழகிய சிறுவனை கனவு ததும்ப காதலுடன் பார்த்துக்கொண்டிருந்தபே, தாப்ரீஸின் பனிக்காற்றில் அவருக்கு ஜலதோஷம் பீடித்தது. அடுத்த நாள் அவர் தொடர்ந்து தும்மிக்கொண்டிருந்தபோது அவரது பார்வை முற்றிலுமாகப் பறிபோனது. இரண்டு நாட்கள் கழித்து பயிலரங்கத்தின் மேல்மாடி கற்படிக்கட்டுகளில் கால்தவறி விழுந்து இறந்து போனார்.

“கொரஸானின் நெட்டை முகமதுவின் பெயரை கேள்விப்பட் டிருக்கிறேன், ஆனால் இந்தக் கதையை இதற்கு முன் கேட்டதில்லை” என்றான் கருப்பு.

அவன் மென்மையாக இதைச் சொன்னது, கதை முடிந்து விட்டது என்பதை அவன் அறிந்துகொண்டான் என்பதையும் நான் தொடர்புபடுத்திச் சொன்னது அவன் மனதை ஆக்கிரமித் திருக்கிறது என்பதையும் காட்டுவதற்காக. அவன் மனதிற்கு திருப்தி யேற்படும்வரை என்னை அவன் உற்றுப்பார்த்து அமர்ந்திருக்க நான் மௌனமானேன். இரண்டாவது கதையை ஆரம்பித்ததிலிருந்தே, என் கைகளுக்கு எந்த வேலையும் இல்லாவிட்டால் பரபரக்கத் தொடங்கிவிடுமென்பதால் கருப்பு கதவைத் தட்டியபோது நிறுத்தி வைத்திருந்த இடத்திலிருந்து ஓவியம் தீட்டத் தொடங்கினேன். எப்போதும் என் காலடியில் அமர்ந்து வண்ணங்களைக் குழைத்துக் கொண்டு, என் தூரிகை வரைகோலை தீட்டிக்கொண்டு, சில நேரங்கள் என் தவறுகளை அழித்துக்கொண்டு இருக்கும் என் கண்ணுக்கினிய உதவியாளன் மஹமூத் இப்போது என் பக்கத்தில் அமைதியாக உட்கார்ந்து கவனித்துக் கொண்டிருந்தான்; வீட்டிற் குள்ளிருந்து என் மனைவியின் சலனங்கள் கேட்க முடிந்தது.

"ஆஹா, சுல்தான் எழுந்துவிட்டார்" என்றான் கருப்பு.

அவன் அந்த ஓவியத்தை பிரமிப்போடு பார்த்துக்கொண்டிருந் தான். அவனது திகைப்பிற்கான காரணம் அற்பமானது என்பதைப் போல நான் பாசாங்கு செய்துகொண்டிருந்தாலும் அதை நேர்மை யோடு உங்களிடம் சொல்கிறேன்.

'திருவிழா மலர்' தொகுப்பின் சுன்னத்து விழாவின் இருநூறு ஓவியங்கள் எல்லாவற்றிலும் மேன்மைதங்கிய சுல்தான் அவர்கள் ஐம்பத்தி இரண்டு நாட்களும் உட்கார்ந்தபடியே, இதற்கென்று எழுப்பப்பட்ட ராஜ மேடையின் சன்னலிலிருந்து, வர்த்தகர்களும் தொழிற்சங்கத்தினரும் பார்வையாளர்களும் படைவீரர்களும் கைதி களும் அணிவகுத்துச் செல்வதை பார்த்திருந்தார். என் படங்களில் ஒன்றே ஒன்றில் மட்டும் அவர் எழுந்து நின்று ஃபுளோரின் தங்கக் காசுகள் நிரம்பிய பைகளிலிருந்து நாணயங்களை சதுக்கத்தில் குழுமியிருக்கும் மக்களை நோக்கி வீசிக்கொண்டிருந்தார். ஒருவரை யொருவர் இடித்துத் தள்ளி, உதைத்து, நெருக்கியடித்துக்கொண்டு தங்க நாணயங்களை தரையிலிருந்து குனிந்து பொறுக்கிக்கொண் டிருந்த அக்கூட்டத்தின் வியப்பையும் பரபரப்பையும் வானத்தை நோக்கி துருத்திக்கொண்டிருந்த அவர்களின் பிருஷ்டங்களின் மூலம் சித்தரிப்பதே என் நோக்கமாக இருந்தது.

"ஓவியத்திற்கு எடுத்துக்கொண்ட பொருள் காதலாக இருந்தால், அப்படைப்பு காதலோடு வழங்கப்படவேண்டும்" என்றேன். "வலியை வரைவதாக இருந்தால், அவ்வோவியத்திலிருந்து வலி கசிய வேண்டும். ஆனாலும் அந்த வலி என்பது அவ்வோவியத்திலிருக்கும் உருவங்களி லிருந்தோ அல்லது அவர்கள் கண்ணீரிலிருந்தோ வெளிப்படாமல் முதன்முறை பார்க்கும்போதே கண்ணிற்குத் தெரியாத ஆனால்

அவ்வோவியத்தின் உள்ளொழுங்கின் மூலம் அதன் ஒத்திசைவின் மூலம் வெளிப்படவேண்டும். வியப்பு என்பதை இவ்வளவு நூற்றாண்டு களாக நுண்ணோவியக்கலைஞர்கள் சித்தரித்து வந்ததைப்போல வட்டமான வாய்க்குள் ஆட்காட்டி விரலை வைத்துக்கொண்டிருக்கும் உருவத்தை வரைந்து காட்டவில்லை. பதிலாக அம்மொத்த ஓவியமுமே வியப்பை உள்ளடக்கியதாகச் செய்திருக்கிறேன். மாட்சிமை தங்கிய அரசர் எழுந்து நிற்பதைக் காட்டியதன் மூலம் இதனை நான் நிறைவேற்றியிருக்கிறேன்."

எனது உடைமைகளையும் வரை கருவிகளையும் அவன் இப்படி நுட்பமாக துப்பறிகிறாற்போல ஆராய்வது என்னை புலனாய்வு செய்வதுபோல, என் மொத்த வாழ்க்கையையும் அலசி ஏதோ ஒரு தடயத்தை தேடியெடுக்க முயல்பவன்போல என்னை அசௌ கரியப்படுத்தியது. அதன்பிறகு என் வீட்டையே அவனது பார்வை யின் மூலம் பார்க்கத் தொடங்கினேன்.

இப்போது சிலகாலமாக தாப்ரீஸிலும் ஷிராஸிலும் உருவாக்கப் படும் இந்த அரண்மனை, ஹம்மாம் எனப்படும் குளியலறைகள், கோட்டைகளின் சித்திரங்களை நீங்கள் அறிந்திருப்பீர்கள்; அனைத்தை யும் காண்கின்ற, அனைத்தையும் அறிந்துகொள்கிற ஒப்புயர்வில்லா அல்லாஹுவின் பார்வையை அந்தச் சித்திரம் படியெடுத்திருக்க வேண்டுமென்பதற்காக, நுண்ணோவியன் அந்த அரண்மனையின் குறுக்கு வெட்டுத்தோற்றத்தை, ஏதோ ஒரு மாபெரும் மாயமந்திரக் கத்தி ஒன்றினால் அரண்மனையை பாதிக்குப் பாதியாக வெட்டி யெடுத்துவிட்டதைப்போல, அதன் உட்புற விவரங்கள் – வெளியி லிருந்து பார்ப்பதற்கு எப்போதுமே தெரிந்திராத – அனைத்தையும் வரைந்திருப்பான. பாயைகளும் தட்டுகளும் அருந்தும் குவளைகளும் சுவரலங்காரங்களும் திரைச்சீலைகளும் கூண்டுக்கிளிகளும் ரகசிய மூலைகளும் ஒரு மிக அழகிய யுவதி சாய்ந்து படுத்திருக்கும் மெத்தைகளும் எப்போதுமே வெளியே தெரிந்திருக்கப் போவதில்லை. மெய்மறந்து ரசிக்கும் ஓர் ஆய்வாளன்போல கருப்பு எனது ஓவியங் களை, காகிதங்களை, என் புத்தகங்களை, என் இனிய உதவியாளனை, உடையலங்கார நூலின் பக்கங்களை, ஒரு பிராங்கிய யாத்ரீகனுக்காக நான் உருவாக்கியிருந்த ஒட்டுச்சித்திர வெள்ளேடை, ஒரு பாஷா விற்காக ரகசியமாக நான் வரைந்து வைத்திருந்த உடலுறவு மற்றும் இதர அநாகரிக ஓவியங்களை, வெவ்வேறு நிறங்களிலிருந்த எனது கண்ணாடி, வெண்கல, மண்ணாலான மசிக்குடுவைகளை, எனது தந்தம் வைத்த பேனாக்கத்திகளை, எனது தங்கக் கைப்பிடி தூரிகை களை, ஆம், என்னுடைய அழகான உதவியாளனை கூர்ந்து பார்த்துக் கொண்டிருந்தான்.

"பழங்கால கலைஞர்களைப் போலன்றி, ஏராளமான யுத்தங் களை நான் நேரிலேயே கண்டிருக்கிறேன்" மௌனத்தை என் இருப்பினால் நிரப்புவதற்குப் பேசினேன். "போர் இயந்திரங்கள்,

பீரங்கி குண்டுகள், ராணுவங்கள், பிணங்கள்; நம்முடைய சுல்தான், நம்முடைய ராணுவத் தளபதிகள் ஆகியோரின் கூடாரங்களின் விதானங்களை சித்திரங்களால் அலங்கரித்திருப்பது வேறு யாருமல்ல, நான்தான். ஒரு படையெடுப்பிற்குப்பின் இஸ்தான்புல்லிற்குத் திரும்பியதும், போர்க்களக் காட்சிகளை சித்திரங்களாக நான்தான் தீட்டினேன். இவ்வோவியங்கள் உருவாக்கப்படாதிருந்தால் இரண்டாக வெட்டப்பட்டிருக்கும் உடல்களையும், படைகள் எதிரெதிராக நின்று போரிடுவதையும் மிலேச்சர்களின் பரிதாபமான வீரர்கள் நமது பீரங்கிகளுக்குமுன் நடுங்கிக்கொண்டு நிற்பதையும் முற்றுகை யிடப்பட்ட கோட்டைகளின் அரண் மதில் கோபுரங்களைப் பாது காக்கும் படைகளையும் கலகக்காரர்கள் சிரச்சேதம் செய்யப்படுவதையும் நாலுகால் பாய்ச்சலில் வெறியோடு குதிரைகள் தாக்கச் செல்வதையும் யாரும் அறிந்திருக்கவே மாட்டார்கள், எல்லோரும் அச்சம்பவங்களை மறந்தே போயிருப்பர். நான் காண்பவை அனைத்தையும் ஞாபகத்திற்குள் பதிந்து கொள்கிறேன்: ஒரு புதிய காபி அரவை இயந்திரம், நான் இதற்குமுன் பார்த்திராத புதியவகை சன்னல் கிராதி, பீரங்கி, புதிய பாணியிலமைந்த பிராங்கிய துப்பாக்கி விசை, ஒரு விருந்தின்போது யார் எந்த நிறத்தில் உடையணிந்திருந்தனர், யார் எதைச் சாப்பிட்டது, யார் அவர்களது கையை எங்கே எப்படி வைத்தார்கள் ..."

"நீங்கள் இப்போது கூறிய மூன்று கதைகளின் நீதி என்ன?", கருப்பு என்னை எல்லாவற்றையும் தொகுத்துச் சொல்ல வேண்டுகிற பாவத்தில் கேட்டான்.

"ஆலிஃப். பள்ளிவாசல் தூபியைப் பற்றிய முதல் கதை புலப்படுத்துவது என்னவென்றால், ஒரு நுண்ணோவியன் எவ்வளவு திறமைமிக்கவனாக இருந்தாலும் ஓவியத்தை 'பரிபூரணம்' ஆக்குவது காலம்தான். 'பே'. ஹேரம்மும் நூலகமும் வருகிற இரண்டாவது கதை, காலத்திலிருந்து தப்பிப்பதற்கான ஒரே வழி திறமையும் வரைதலும் மூலமாகத்தான் என்பதை வெளிப்படுத்துகிறது. மூன்றாவது கதையைப் பொறுத்தவரை, அதை நீயேதான் சொல்லேன்."

"ஜிம்!" என்றான் கருப்பு தன்னம்பிக்கையோடு. "நூற்றுப்பத் தொன்பது வயதான நுண்ணோவியரைப் பற்றிய மூன்றாவது கதை 'ஆலிஃப்'பையும் 'பே'வையும் இணைத்து, பரிபூரணமான வாழ்க்கையையும் பரிபூரணமான ஓவிய வரைதலையும் கைவிடுகின்ற ஒரு வருக்கு, எப்படி காலம் என்பது முடிந்து மரணத்தை மட்டுமே விட்டுவைக்கிறது என்பதை விளக்குகிறது. இதைத்தான் அது நிரந்தர உண்மையாகவே உறுதிப்படுத்துகிறது."

●

அத்தியாயம் 14

நான் "ஆலிவ்" என்று அழைக்கப்படுகிறேன்

மதியவேளைத் தொழுகைக்குப் பிறகு, எப்போதும்போல சிறுவர்களின் இனிய முகங்களை வெகு துரிதமாகவும் அதே சமயத்தில் சந்தோஷத்தோடும் வரைந்துகொண்டிருந்தபோது கதவு தட்டப்படுவதைக் கேட்டேன். என் கரம் ஆச்சரியத்தில் உதறியது. தூரிகையை கீழே வைத்தேன். என் மடிமீது வைத் திருந்த வரைபலகையை ஜாக்கிரதையாக எடுத்து பக்கத்தில் வைத்தேன். காற்றைப்போல எழுந்து கதவைத் திறப்பதற்குமுன் ஓர் இறைவணக்கம் உச்சரித்தேன். உங்களிடமிருந்து எதையும் நான் மறைக்க மாட்டேன். ஏனென்றால் இந்த அழுக்குப் பிடித்த, கேவலமான உலகத்தில் இருக்கும் எங்களைவிட, இப்புத்தகத்திற்குள்ளிருந்து நான் சொல்வதைக் கேட்டுக்கொண் டிருக்கும் நீங்கள் அல்லாஹ்வுக்கு நெருக்கமானவர்கள். ஹிந்துஸ்தானின் பேரரசரும் உலகத்தின் மிகச் செல்வந்தரான ஷாவுமான அக்பர் கான் மகத்தான சித்திரப்பனுவல் ஒன்றை தயாரித்துக் கொண்டிருக்கிறார். இத்திட்டத்தை நிறைவேற்று வதற்காக இஸ்லாமிய சாம்ராஜ்யத்தின் நான்கு திசைகளுக்கும் உலகின் உன்னதக் கலைஞர்கள் அனைவரையும் தம்மோடு சேர்ந்துகொள்ள வரவேற்று செய்தியனுப்பியிருக்கிறார். இஸ்தான் புல்லுக்கு அவர் அனுப்பியிருந்த ஆட்கள் நேற்று வந்து என்னை சந்தித்து ஹிந்துஸ்தானுக்கு வரும்படி அழைப்பு விடுத்தனர். இம்முறை கதவை நான் திறந்தபோது, அவர்கள் நேற்று நின்றிருந்த இடத்தில் என்னுடைய பால்யகால தோழனும் இதுநாள்வரை நான் மறந்தே போயிருந்தவனுமான கருப்பு இருந்தான். அப்போதெல்லாம் எங்கள் குழுவினரோடு அவன் சேரவேமாட்டான், எங்கள்மீது அந்தளவுக்குப் பொறாமை. "என்ன விஷயம்?"

அவன் என்னோடு நட்புரீதியில் அளவளாவுவதற்கும் என் ஓவியங்களைப் பார்க்கவும் வந்திருப்பதாகக் கூறினான். தாராளமாக பார்க்கலாம் என்று அவனை வரவேற்று உபசரித்தேன். தலைமை நுண்ணோவியர் குருநாதர் ஒஸ்மானை இன்றுதான் அவன் சந்தித்து விட்டு வந்திருப்பதாகவும் அவரது கரத்தை அவன் முத்தமிட்டிருப்ப தாகவும் அறிந்துகொண்டேன். அம்மாபெரும் கலைஞர் அவன் சிந்திப்பதற்காக ஞானவாசகங்கள் கூறியிருப்பதாகச் சொன்னான். "ஓவியன் ஒருவனின் தரம், குருட்டுத்தன்மை மற்றும் ஞாபகம் பற்றி அவன் விவாதிக்கும்போது வெளிப்பட்டுவிடும்" என்றாராம். எனவே வெளிப்படட்டும்:

குருட்டுத்தன்மையும் ஞாபகமும்

ஓவியக்கலைக்கு முன்பு இருண்மைதான் இருந்தது. அதற்குப் பின்பும் இருண்மைதான் இருக்கும். நம்முடைய நிறங்கள், சாயங்கள், கலை, காதல் முதலியவற்றின்மூலம் அல்லாஹ் நம்மைக் "காண் பதற்கு" கட்டளையிட்டிருக்கிறார் என்பதை நாம் அறிந்துகொள் கிறோம். அறிவது என்பது நீங்கள் பார்த்ததை நினைவு கொள்வது. பார்ப்பது என்பது நினைவுகொள்ளாமல் அறிந்துகொள்வது. எனவே, ஓவியம் என்பது இருண்மையை நினைவுகொள்வது. ஓவியம் வரை வதை உயிர் மூச்சாகக்கொண்டு, நிறமும் பார்வையும் இருண்மை யிலிருந்தே எழுகின்றனவென்பதை உணர்ந்திருந்த பண்டைய ஓவிய மேதைகள் நிறங்களின் மூலம் அல்லாஹ்வின் இருண்மைக்கு தாம் திரும்பிச் செல்வதற்கு ஏங்கினர். ஞாபகத்தை தம்மில் வைத் திராத கலைஞர்கள் அல்லாஹ்வையோ அவரது இருண்மையையோ நினைவு கொள்வதில்லை. மகத்தான கலைஞர்கள் அனைவரும் நிறங்களுக்குள்ளும் காலத்திற்கு வெளியிலுமாக அமைந்திருக்கும் அந்த ஆழ் வெறுமையை தமது படைப்புகளில் தேடுவர். இந்த இருண்மையை நினைவு கொள்வது என்பதற்கு பொருள் என்ன வென்பதை பண்டைக்கால மாபெரும் ஓவியர்கள் ஹெராத்தில் வெளிப்படுத்தியிருப்பதை உங்களுக்கு விவரிக்கிறேன்.

குருட்டுத்தன்மையையும் நினைவாற்றலையும் குறித்து மூன்று கதைகள்

லாமியி செலீபி துருக்கியில் மொழிபெயர்த்த பாரசீகக் கவி ஜாமியின் 'நெருக்கத்தின் பரிசுகள்' என்ற புனிதர்களின் கதைகளில், கருப்பு ஆட்டுத்தேசத்தின் அரசர் ஜிஹான் ஷாவின் புத்தகத் தயாரிப்பு பயிலரங்கத்தில் புகழ்பெற்ற ஓவியரான ஷேக் அலி தாப்ரீஸி, 'ஹூஸ்ரேவும் ஷிரினும்' நூலுக்கு வரைந்த மாபெரும் சித்திரப் பனுவல் பற்றி குறிப்பிடப்பட்டிருக்கிறது. நான் கேள்விப்பட்ட வரையில் இச்சரித்திரப் புகழ்பெற்ற ஓவியச்சுவடியில் அம்மாமேதை,

நுண்ணோவியர்களுக்கெல்லாம் நுண்ணோவியரான ஷேக் அலி ஏழாண்டு காலம் தனது தேர்ச்சி, திறமை அனைத்தையும் காட்டி வரைந்திருந்த அவ்வற்புதமான ஓவியங்களுக்கு பிஹ்ஸாத்தின் பண்டைக்கால மேதைகளின் படைப்புகள் மட்டுமே ஈடாகக்கூடும் என்பர். அச்சித்திரப்பனுவல் பாதி நிறைவடைவதற்கு முன்பாகவே, இவ்வுலகத்தில் ஈடுகாண முடியாத அளவிற்கான ஓர் அதிஅற்புத சித்திரச்சுவடியை கூடிய விரைவில் தான் உடைமை கொள்ளப்போகிறோம் என்பதை ஜிஹான் ஷா உணர்ந்துகொண்டான். அதனால் வெள்ளை ஆட்டுத் தேசத்தின் இளம் மன்னன் நெட்டை ஹஸன்மீது பயமும் பொறாமையும் ஏற்பட்டு அவனை தனது பரம வைரி என்று அறிவித்தான். மேலும் இந்த நூல் நிறைவடைந்ததும் தனது கௌரவம் பன்மடங்கு அதிகரிக்குமென்றாலும், நெட்டை ஹஸனுக்காக இதைவிடச் சிறந்ததாக ஒரு சித்திரப்பனுவல் தயாரிக்கப்படலாமென்ற சஞ்சலம் அவனுக்கு உண்டானது. தன் சுயதிருப்தியையே 'இத்தகைய பேரின்ப நிலையை மற்றவர் அறிந்துகொண்டால் என்னாவது?' என்ற நினைப்பின்மூலம் நச்சாக்கிக்கொள்ளும் அசல் பொறாமைக்காரனான ஜிஹான் ஷா, இந்த நுண்ணோவிய விற்பன்னன் இதேபோன்று மற்றொரு பிரதியோ அல்லது இதைவிடச் சிறந்ததாக வேறொரு பிரதியோ உருவாக்கினால் அது அவனது பரம வைரியான நெட்டை ஹஸனுக்காகத்தான் இருக்குமென்று உணர்ந்துகொண்டான். எனவே, அத்தகைய மகத்தான புத்தகத்தை தன்னையன்றி வேறுயாரும் சொந்தம் கொள்ளக்கூடாதென்பதற்காக ஜிஹான் ஷா, அந்த நுண்ணோவியக் கலைஞன் ஷேக் அலி அந்நூலை நிறைவு செய்தவுடனேயே கொல்லப்படவேண்டுமென முடிவெடுத்தான். ஆனால் அவனது அந்தப்புரத்திலிருந்த நல்ல மனம் படைத்த ஒரு சர்கேசிய அழகி அவ்வோவியக் கலைஞனை கொல்வதைவிட கண்களைக் குருடாக்கிவிட்டால் போதுமானது என்று அறிவுறுத்தினாள். இந்த புத்திசாலித்தனமான திட்டத்தை உடனே ஏற்றுக்கொண்ட ஜிஹான் ஷா, அதனை தன்னை அண்டியிருந்த முகத்துதி கும்பலிடம் சொல்ல, அது இறுதியில் ஷேக் அலியின் செவிகளையும் எட்டியது. இருந்தபோதிலும் மற்ற சாதாரண ஓவியர்கள் செய்திருக்கக்கூடியதைப்போல ஷேக் அலி அந்நூலை பாதியிலேயே கைவிட்டு விலகவோ, அல்லது தாப்ரீஸைவிட்டு தப்பியோடவோ செய்யவில்லை. ஓவியநூல் தயாரிப்பு வேலையின் வேகத்தை வேண்டுமென்றே குறைத்தோ அல்லது தரக்குறைவாக சித்திரங்களை வரைந்து 'பரிபூரணம்' அல்லாத ஒரு படைப்பை உருவாக்குவதன்மூலம் தன் கண்ணை குருடாக்குவதை நிறுத்திவிடுவார்களென்று நினைத்தோ எந்தத் தந்திர முயற்சிகளிலும் அவர் ஈடுபடவில்லை. வாஸ்தவத்தில் அவர் கூடுதலான தாபத்தோடும் பற்றுக்கோளோடும் பணியாற்றி வந்தார். அவர் தனியாக வசித்து வந்த வீட்டில், காலைத் தொழுகை முடிந்தவுடனேயே தனது ஓவியப்

பணியை துவக்கி அதே குதிரைகளை, சைப்ரஸ்களை, காதலர்களை, டிராகன்களை, அழகிய இளவரசர்களை மெழுகுவர்த்தி வெளிச் சத்தில் நள்ளிரவு வரை திரும்பத்திரும்ப, கண்கள் எரிந்து கண்ணீர் அருவியாகக் கொட்டும்வரை வரைவார். பெரும்பான்மையான நேரங்களில் ஹெராத்தின் பண்டைய ஓவிய மேதைகளில் ஒருவர் வரைந்திருந்த ஓவியத்தை கூர்ந்து கவனித்தபடி அதனை அச்சாக படியெடுத்துக்கொண்டிருப்பார். இறுதியில் அந்தக் கருப்பு ஆடு ஜிஹான் ஷாவிற்காக அந்த நூலையும் அவர் நிறைவு செய்தார். அந்த நுண்ணோவியக் கலைஞன் எதிர்பார்த்ததைப் போலவே முதலில் பாராட்டப்பட்டார், தங்க ஆபரணங்கள் சொரியப்பட்டார், அதன்பின் தலைப்பாகை சிறகுகளைக் குத்துகின்ற கூரான ஊசியைக் கொண்டு குருடாக்கப்பட்டார். அவரது வலி அடங்குவதற்கு முன்பாகவே ஷேக் அலி ஹெராத்தைவிட்டு வெளியேறி வெள்ளை ஆடு நெட்டை ஹஸனிடம் சென்று சேர்ந்தார். “ஆம், நான் குருடன் என்பது உண்மைதான்” அவர் நெட்டை ஹஸனிடம் விவரித்தார். “இருந்தாலும் கடந்த பதினோரு ஆண்டுகளாக நான் தீட்டிக்கொண் டிருந்த சித்திரப்பனுவலின் ஒவ்வொரு சீர்மைகளையும் பிறங்கொளி யையும் எழுதுகோலின் ஒவ்வொரு தீற்றலும் தூரிகையின் ஒவ்வொரு அசைவும் உட்பட நினைவில் பதித்துவைத்திருக்கிறேன். என் கரம் அதனை என் ஞாபகத்திலிருந்தே மீண்டும் வரையும். மாட்சிமை மிக்கவரே, எக்காலத்திற்கும் சிறந்ததான சித்திரப்பனுவலை என்னால் வரைய முடியும். என் விழிகள் இவ்வுலகின் அசுத்தங்களால் இனி ஒருபோதும் கவனம் கலையப் போவதில்லையாதலால், அல்லாஹ் வின் மகத்துவங்கள் எல்லாவற்றையும் அவற்றின் தூய்மையான வடிவில் என்னால் சித்தரிக்க முடியும்” நெட்டை ஹஸன் அம் மாபெரும் நுண்ணோவிய மேதையை நம்பினான். அந்நுண்ணோ வியக் கலைஞனும் தன் வாக்கை நிறைவேற்றும் வகையில், இதுவரை இவ்வுலகில் எக்காலத்திலும் யாராலும் வரைந்திராத அளவிற்கு ஒரு மிக உன்னதமான சித்திரச்சுவடியை வெள்ளையாட்டு தேசத்தின் மன்னருக்கு தன் நினைவிலிருந்தே வரைந்து முடித்தார். அப்புதிய நூல் வழங்கிய ஆன்மீக சக்தியால்தான் அதன்பிற்பாடு நெட்டை ஹஸன் கருப்பு ஆட்டுத் தேசத்தை வெற்றிகொண்டதும் பிங்கோலின் அருகே கைப்பற்றப்பட்ட ஜிஹான் ஷா அவனால் கொல்லப்பட்ட தும் நிகழ்ந்தேறின என்று அனைவருக்குமே தெரிந்திருந்தது. இந்த அற்புதமான நூலும் ஷேக் அலி தாப்ரீஸி, காலம்சென்ற ஜிஹான் ஷாவிற்காக வரைந்த முந்தைய நூலும் சுல்தான் மெஹ்மத் கான் என்ற வெற்றிவாகையாளர் – அவர் ஆன்மா சாந்தியடையட்டும் – ஒத்லுக்பெலி யுத்தத்தில் அதுவரை வெற்றி மட்டுமே கண்டுவந்திருந்த நெட்டை ஹஸனை தோற்கடித்தபோது, இஸ்தான்புல்லில் நமது சுல்தானின் கருவூலகத்தை வந்தடைந்தது. எனவே, உண்மையாகப் பார்க்கத் தெரிந்தவர்கள், அறிவார்கள்.

பே

சொர்க்கவாசியும் கொற்றவனுமான சுல்தான் சுலைமான்கான் ஓவியர்களைவிட சித்திர எழுத்துகள் தீட்டும் எழுத்தோவியர்களை உயர்வாக மதித்துவந்ததால், பரிதாபமிக்க நுண்ணோவியர்கள் ஓவியம் என்பது சித்திர எழுத்துக்கலையைவிட எப்படி மேம்பட்டிருக்கிறது என்பதற்கு உதாரணமாக இந்தக் கதையைச் சொல்வர். ஆனால் இக்கதையை கூர்ந்து கேட்கும் எவருக்கும் இது உண்மையில் குருட்டுத்தன்மையும் நினைவாற்றலும் குறித்தது என்று உணர்ந்து கொள்வர். இப்பூலோகத்துக்கே பேரரசராயிருந்த தாமெர்லேனின் மரணத்திற்குப்பின் அவருடைய புதல்வர்களும் பேரர்களும் ஒருவரோடொருவர் இரக்கமின்றி தாக்கிக்கொள்ளத் தொடங்கினர். ஒருவரின் நகரத்தை அவர்களில் யாராவது ஒருவர் கைப்பற்றிவிட்டால் முதல் காரியமாக தன் உருவம் பதித்த நாணயங்களை அச்சிட்டு மசூதியில் ஒரு பிரசங்கத்தை ஏற்பாடு செய்துகொள்வர். வெற்றி வீரர்களாக அவர்கள் செய்கின்ற இரண்டாவது காரியம், அவருக்கு உடமையாக வந்து சேருகின்ற நூல்களை பக்கம் பக்கமாகப் பிய்த்து ஒரு புதிய சமர்ப்பணத்தை எழுதி அந்த வெற்றி வீரனை “உலகத்தையாளும் பேரரசன்” என்று பட்டமளித்து முகப்புப் பக்கத்தில் அலங்காரக் கோலங்களோடு ஒரு புதிய பொறிப்புச்சின்னத்தோடு பதித்துக் கொள்வது. அதன்பின் அவை மீண்டும் சேர்த்து தைக்கப்பட்டதும் அந்த நூலைப் பார்ப்பவர் எவருக்கும் அந்த வெற்றிபெற்ற அரசன் தான் உண்மையிலேயே இவ்வுலகின் பேரரசனென்று நம்பிவிடுவர். தாமெர்லேனின் பேரனான உலூஹ் பே – யின் மகன் அப்துல் லத்தீப் ஹெராத்தை கைப்பற்றியபோது, அவனுடைய அதிகாரத்திற்குக் கீழிருந்த நுண்ணோவியர்கள், எழுத்தோவியர்கள், நூல் கட்டுநர்கள் அனைவரையும் அவசர அவசரமாக அழைத்து, புத்தகக் கலை ரசிகரான தன் தந்தையின் நினைவாக ஒரு தொகுப்பை உடனடியாக தயாரிக்க வேண்டுமென்று கட்டளையிட்டான். பழைய தொகுப்புகள் எல்லாம் பக்கம் பக்கமாகக் கிழிக்கப்பட்டு கலைக்கப்பட்டிருந்ததாலும் எழுதப்பட்ட பக்கங்களெல்லாம் அழிக்கப்பட்டும் எரிக்கப்பட்டும் இருந்ததாலும் சித்திரங்கள் வரிசைப்படுத்த முடியாமல் எல்லாமும் கலந்து போயிருந்தன. எந்தச் சித்திரம் எந்தக் கதையோடு தொடர்புடையது என்ற அக்கறையின்றி ஒரு நூல் தொகுக்கப்பட்டால் அது உலூஹ் பேயின் கௌரவத்திற்கு பங்கம் விளைவிப்பதாக இருக்குமென்றெண்ணி அவன் ஹெராத்தில் இருந்த எல்லா நுண்ணோவியர்களையும் கூட்டி ஓவியங்களை வரிசைப் படுத்துவதற்காக அவற்றிற்குரிய கதைகளைச் சொல்லும்படி கேட்டுக் கொண்டான். ஆனால் ஒவ்வொரு நுண்ணோவியனின் வாயிலிருந்தும் ஒவ்வொரு விதமான கதைகள் வந்து ஓவிய வரிசையில் மேலும் குழப்பம்தான் அதிகரித்தது. அதன் பிறகு நுண்ணோவியர்களில்

வயதில் மூத்த தலைமை ஓவியரை அழைத்து பிரச்சனையைத் தீர்க்க வேண்டிக்கொண்டான். அந்த மனிதர் ஹெராத்தை கடந்த ஐம்பது வருடங்களாக ஆண்டுவந்த எல்லா ஷாக்களுக்கும் பாஷாக் களுக்கும் ஓய்வு ஒழிச்சலின்றி நுண்ணோவிய நூல்களை வரைந்து வரைந்து கண்ணொளி இழந்து போயிருந்தவர். ஓவியங்களை சோதிக்க வந்திருக்கும் இம்முதுபெரும் கலைஞர் உண்மையில் குருடர் என் பதை அறிந்ததும் அங்கிருந்தவரிடையே பெரும் அமளி உண்டாயிற்று. சிலர் சிரித்தனர். அம்முதியவர் அவையோரிடம் ஏழுவயதை எட்டி யிராத, எழுதவோ படிக்கவோ கற்றிராத ஒரு புத்திசாலிப்பையனை கூட்டிவருமாறு பணித்தார். அத்தகைய குழந்தை கண்டுபிடிக்கப்பட்டு அழைத்து வரப்பட்டான். அவன் முன்பு அம்முதிய நுண்ணோவியர் பற்பல சித்திரங்களை வைத்தார். “நீ என்ன பார்க்கின்றாயோ அதை வர்ணித்து வா” என்றார். அச்சிறுவன் அவ்வோவியங்களை வர்ணிக்கத்தொடங்க அம்முதிய நுண்ணோவியர் தனது குருட்டுக் கண்களை வானத்திற்கு உயர்த்தியபடி அவற்றை கவனமாகக் கேட்டு பதிலிறுக்கலானார்: “ஃபிர்தூஸியின் ‘பேரரசர்கள் நிகண்டு’விலிருந்து அலெக்ஸாண்டர் இறந்துகொண்டிருக்கும் டேரியஸை சீராட்டுதல்... ஸாதியின் ‘ரோஜாத் தோட்ட’த்திலிருந்து ஆசிரியர் ஒருவர் தன் னுடைய அழகான சீடனின் மேல் காதல் வயப்பட்ட கதை... நிஸாமியின் ‘ரகசியச் சுரங்கம்’மிலிருந்து மருத்துவர்களிடையே நடை பெறும் போட்டி ...” இம்முதிய, பார்வையற்ற ஓவியரால் அவமான முற்ற மற்ற நுண்ணோவியர்கள், “இவற்றை நாங்கள்கூடத்தான் சொல்லியிருப்போம். மிகவும் புகழ்பெற்ற கதைகளில் வருகின்ற பிரசித்திபெற்ற காட்சிகள் தாமே இவை?” என்றனர். உடனே அம்முதிய குருட்டு ஓவியர் சிறுவனின் முன்பு மிகக் கடினமான படங்களை வைத்துவிட்டு மீண்டும் கவனமாகக் கேட்கலானார். “ஃபிர்தூஸியின் ‘பேரரசர்கள் நிகண்டு’விலிருந்து ஹஸர்மூஸ் சித்திர எழுத்துக்காரர்களை ஒவ்வொருவராக நஞ்சூட்டுதல்” என்றார் மீண்டும் ஆகாயத்தை நோக்கியவாறு. “நடத்தை கெட்ட ஒருத்தியின் கணவன், அவனுடைய மனைவியையும் அவளுடைய காதலனையும் ஒரு பேரிக்காய் மரத்திற்கருகே கையும் களவுமாகப் பிடித்த காட்சி, ரூமியின் ‘மஸ்னவி’யிலிருந்து எடுக்கப்பட்டு தரமற்று சித்தரிக்கப்பட் டிருக்கிறது” என்றார். இதே ரீதியில் அச்சிறுவனின் வர்ணனையை வைத்தே அவரால் பார்க்கவேமுடியாத எல்லா சித்திரங்களையும் அடையாளம் கண்டுகொண்டார். இதனால் அந்நூல்கள் வரிசைக் கிரமமாக பக்கங்கள் அடுக்கப்பட்டு மீண்டும் தைக்கப்பட்டன. உலூஹ் பே, தனது படைகளோடு ஹெராத்தை அடைந்தபோது அம்முதிய கலைஞரை வரவழைத்து, இதர நுண்ணோவியர்கள் கண்களால் பார்த்தும் அடையாளம் கண்டுகொள்ள முடியாத ஓவியங்களை குருடரான அவரால் எங்ஙனம் சரியாகக் கண்டறிய முடிந்தது, என்று வினவினார். அதற்கு அம்முதியர், “எல்லோரும் நினைப்பதுபோல என் நினைவாற்றல் என் குருட்டுத்தனத்தை

ஈடுகட்டுவதல்ல இது" என்றார். "கதைகள் என்பவை பிம்பங்களால் மட்டுமல்ல, வார்த்தைகள் மூலமாகவும் நினைவுபடுத்திக் கொள்ளப் படுகின்றன என்பதை நான் எப்போதுமே மறந்ததில்லை." அதற்கு உலூஹ் பே, அவருடைய நுண்ணோவியர்களுக்கும் அதே வார்த்தை களும் கதைகளும்தான் தெரியுமே. இருந்தும் அவர்களால் ஏன் அச்சித்திரங்களை வரிசைப்படுத்த இயலவில்லை, என்று கேட்டார். "ஏனென்றால் அவர்களின் திறமையாகவும் அல்லது அவர்களின் கலையாகவும் இருக்கின்ற ஓவியத்திற்கு வரும்போது அவர்கள் மிக நன்றாகவே சிந்திக்கின்றனர். ஆனால் இச்சித்திரங்களை பண்டைய ஓவியர்கள் அல்லாஹ் அவர்களின் நினைவுகளிலிருந்தே எடுத்து வரைந்திருக்கின்றனர் என்பதை அவர்கள் புரிந்துகொள்வ தில்லை." உலூஹ் பே, எப்படி ஒரு சிறுவனுக்கு அத்தகைய விஷயங்கள் தெரியும் என்று கேட்டார். "சிறுவனுக்குத் தெரியாது" என்றார் முதிய நுண்ணோவியர். "ஆனால் வயதான குருட்டு நுண்ணோவிய னான எனக்கு, ஒரு புத்திசாலியான ஏழுவயதுச்சிறுவன் இவ்வுலகச் சாம்ராஜ்யத்தை எப்படிக் காண்பானோ, அப்படியேதான் அல்லாஹ் உருவாக்கியிருக்கிறார் என்பது தெரியும். அது மட்டுமல்ல, எல்லா வற்றிற்கும் மேலாக இவ்வுலகச் சாம்ராஜ்யம் காணப்படக் கடவது என்பதற்காகவே அல்லாஹ் இதனை படைத்திருக்கிறார். அதற்குப் பிறகு, நாம் எவ்வெவற்றைக் கண்டோமோ, அவற்றை நாம் ஒருவருக் கொருவர் விவாதித்து வர்ணித்துக்கொள்வதற்காகவே நமக்கு வார்த்தை களை அவர் வழங்கினர். ஆனால் இந்தக் கதைகள் எல்லாமே வார்த்தைகளிலிருந்தே எழுந்தனவென்றும் இக்கதைகளுக்குத் துணை செய்வதற்காக சித்திரங்கள் வரையப்பட்டனவென்றும் நாம் தவறாக கருதிக்கொண்டிருக்கிறோம். ஆனால் இதற்கு நேரெதிராக ஓவியம் என்பது அல்லாஹுவின் நினைவுகளின் நீட்சிகளே என்பதும் அவர் இவ்வுலகை எப்படிக் காண்பாரோ அவ்வகையிலேயே காண வைப்பதுதான் என்பதுமே சத்தியமாகும்."

ஜிம்

இருநூற்றைம்பது வருடங்களுக்கு முன்பு எல்லா நுண்ணோவியர் களிடமும் கண்ணொளி அணைந்து விடுமோவென்று நியாயமாக வும் நிரந்தரமாகவும் நிலைபெற்றிருந்த கவலையுணர்வை மட்டுப் படுத்துவதற்காக அராபிய நுண்ணோவியர்களிடம் பொழுது புலரும் போது, மேற்குத் திசையில் தொடுவானத்தை வெறித்துப் பார்த் திருப்பது வழக்கமாக இருந்தது. அதேபோல ஒரு நூற்றாண்டு கழிந்து, ஷிராஸில் இருந்த பல நுண்ணோவியர்கள் காலை நேரங் களில் ரோஜா இதழ்கள் போட்டு அரைத்த வாதுமைக் கொட்டை களை வெறும் வயிற்றில் உண்டுவந்தனர். மேலும் அதே காலகட்டத் தில் இஸ்ஃபஹானிலிருந்த வயதுமுதிர்ந்த நுண்ணோவியர்கள் தம் மிடையே கொள்ளை நோய்போல பரவி வருகின்ற குருட்டுத் தன்மைக்கு சூரிய வெளிச்சம்தான் காரணமென்று நம்பி, தமது

வரை பலகைகளின்மீது வெயில் நேரடியாக விழுந்து விடுவதைத் தவிர்ப்பதற்காக அறையின் பாதி இருட்டு மூலைகளில், பெரும்பாலும் மெழுகுவர்த்தி வெளிச்சத்தில் பணியாற்றி வந்தனர். புகாராவின் உஸ்பெக்கிய கலைஞர்களின் பணியரங்குகளில் ஒவ்வொரு நாளின் முடிவிலும் நுண்ணோவிய கலைஞர்கள் தமது கண்களை ஷேக்கு களால் ஆசீர்வதிக்கப்பட்ட தீர்த்தத்தால் அலம்புவர். ஆனால் இவ் வெல்லா முன்னெச்சரிக்கைகளைவிடவும் குருட்டுத்தன்மைக்கு தூய்மையான அணுகுமுறையை மாபெரும் கலைஞர் பிஹ்ஸாத்தின் குருநாதரான செய்யது மிரெக்கால் ஹெராத்தில் கண்டுபிடிக்கப் பட்டது. நுண்ணோவியக் கலைஞர் மிரெக்கின் கூற்றுப்படி, குருட்டுத் தன்மை என்பது தெய்வ தண்டனையல்ல; அல்லாஹ்ுவின் மாட் சிமைகளுக்கு தன் வாழ்நாள் முழுவதையும் அர்ப்பணித்திருந்த நுண்ணோவியருக்கு அவர் அளிக்கும் தலையாய வெகுமதி. நில வுலகின் இறை ராஜ்ஜியத்தை அல்லாஹ்ுவின் பார்வையில் நுண் ணோவியன் தேடுவதே ஓவியமென்பதாகும். ஒரு கலைஞன்மீது குருட்டுத்தன்மை சரிந்ததற்குப் பிறகுதான், வாழ்நாள் முழுதான கடும் உழைப்பிற்குப் பிறகுதான், நுண்ணோவியனின் விழிகள் சோர்ந்து தன்னை அவன் முற்றிலுமாக பயன்படுத்தித் தீர்த்துக் கொண்ட பிறகுதான் தனித்துவமான காட்சிக்கோணத்தை அடைய முடியும். இவ்வாறாக அவர் உலகத்தின் அல்லாஹ்ுவின் பார்வை, பார்வையற்ற நுண்ணோவியர்களின் நினைவுகளின் ஊடாகவே உருப்படுத்திக் காட்டிக்கொள்கிறது. இவ்வுலகத்தை அல்லாஹ் காண்பதைப் போலவே வயதான நுண்ணோவியன் தனது நினைவின் இருண்மை, குருட்டுத்தன்மை மூலமாகக் காணும்போது இந்தப் பிம்பம் அவனை அடைகையில், வாழ்நாள் முழுக்க பயிற்சியளிக் கப்பட்டிருந்த அவ்வோவியனின் கரம் இவ்வற்புதமான வெளிப் பாட்டை ஓவியத்தாளுக்கு மாற்றுகிறது. ஓவியம் குறித்த மேற்கண்ட கருத்தியலை ஓவியக் கலைஞர் செய்யது மிரெக் விரித்துரைக்கும் போது. குதிரை ஒன்றை வரைய விரும்பிய ஓவியனின் உதாரணத்தை எடுத்தாள்வது வழக்கமென்று ஹெராத்தின் நுண்ணோவியர்களைப் பற்றிய கதைகளை விரிவாக எழுதிய சரித்திரவியலாளர் மீர்ஸா முகம்மெத் ஹைதர் துக்லத் கூறுகிறார். சற்றும் திறமையற்ற ஓவியன் கூட – இன்றைய வெனீசிய ஓவியர்களின் தலையைப்போல காலி யாக இருக்கும் தலையை கொண்டிருந்தாலும் – ஒரு குதிரையைப் பார்த்து வரையும்போது, அப்பிம்பத்தை நினைவாற்றலிலிருந்தே உருவாக்குகிறான்; ஏனென்றால் குதிரையையும் அக்குதிரையின் பிம்பம் உருவாகும் பக்கத்தையும் ஒரே நேரத்தில் பார்ப்பது சாத்திய மில்லை அல்லவா? முதலில் ஓவியன் குதிரையைப் பார்க்கிறான், பின் அவனது மனதில் என்னென்னவெல்லாம் பதிந்ததோ அவற்றை ஓவியத்தாளுக்கு உடனடியாக மாற்றுகிறான். இந்த இடைப்பட்ட பொழுதில், அது வெறும் கண்ணிமைக்கும் நேரமாக இருந்தாலும், ஓவியத்தாளில் அவ்வோவியன் பதித்தது அவன் பார்த்த குதிரையை

யல்ல, அவன் பார்த்திருந்த குதிரையின் நினைவையே. பெரிதும் இரங்கத்தக்க ஓவியனுக்குக்கூட ஓவியம் என்பது நினைவாற்றலின் மூலமே சாத்தியம் என்பதற்கு இதுவே அத்தாட்சி. இக்கருத்தின் தர்க்கவியலான நீட்சி என்பது, வரப்போகும் குருட்டுத்தன்மை, குருட்டு நினைவாற்றல் என்ற பேரின்பத்திற்காக தன்னை தயார்ப் படுத்திக்கொள்ளும் நுண்ணோவியனின் செயல்திறன்மிக்க அன்றாடப் பணி நியமத்தை புத்தக ஆர்வலர்களான ஷாக்களுக்கும் இளவரசர் களுக்கும் ஓவியங்கள் உருவாக்கித் தந்துகொண்டிருந்த அந்த ஹெராத் தின் ஓவியர்கள் தம் கைகளுக்கு வழங்குகின்ற பயிற்சியாகவே – ஓர் உடற்பயிற்சியைப்போல – கருதிவந்தனர் என்பதேயாகும். நுண் ணோவியர்களுக்கு குருட்டுத்தன்மையைக் கொண்டுவருகின்ற ஒரு சந்தோஷமான வேலையாக, அந்தப் பணியை, முடிவேயின்றி ஓவியம் தீட்டிக்கொண்டிருப்பதை, மெழுகுவர்த்தி வெளிச்சத்தில் பக்கங்களை நாட்கணக்காக இடைவேளையின்றி உற்றுப்பார்த்துக்கொண்டிருப் பதை மதித்துவந்தனர். தன் வாழ்நாள் முழுக்க தவிர்க்கவே முடியாமல் ஆசீர்வாதம்போல் வந்தடையும் இப்பொருத்தமான தருணத்திற்காக நுண்ணோவியக் கலைஞர் மிரெக் காத்துக்கொண்டிருந்தார். அது விரைவில் வந்தடைய வேண்டுமென்பதற்காக விரல் நகங்களில், அரிசி மணிகளில், மயிர் கற்றைகளில்கூட மரங்களை அவற்றின் எல்லா இலைகளோடும் வரைவது அல்லது பொருத்தமற்ற நேரத்தில் குருட்டுத்தனம் வந்துவிடக்கூடாதென்பதற்காக அதை ஜாக்கிரதை யாக தள்ளிப்போடுவதற்கு அதிகப்பிரயத்தனமில்லாத அழகிய, வெளிச்சத்தில் பிரகாசிக்கும் தோட்டங்களை வரைவது என்று ஈடு பட்டிருந்தார். அவருக்கு எழுபது வயதாகும்போது, இந்த மகத்தான கலைஞனை கௌரவிப்பதற்காக சுல்தான் ஹுசைன் பைகாரா சுல்தான் சேகரித்து பாதுகாத்து வைத்திருந்த ஆயிரக்கணக்கான எழுத்துப்படிகளை அவர் கண்ணாரக் காண்பதற்காக அரண்மனை பொக்கிஷத்தைத் திறந்து அவரை உள்ளே அனுமதித்தார். ஆயுதங் களும் தங்கமும் எண்ணற்ற பட்டு, வெல்வெட் துணிகளும் கொட்டிக் கிடந்த அந்தப் பொக்கிஷத்தில் ஹெராத்தின் பண்டைய மாபெரும் ஓவிய மேதைகள் வரைந்திருந்த நூல்களை மெழுகுவர்த்தி வெளிச் சத்தில் பிரித்து பிரமிப்பேற்படுத்தும் அதன் அற்புதமான பக்கங்களை மூன்றுநாட்கள் இரவும் பகலும் தொடர்ச்சியாக புரட்டிப் புரட்டிப் பார்த்தபடியேயிருந்தார். இத்தொடர்ச்சியான நுண்ணாய்வின் முடிவில் அவர் குருடானார். அல்லாஹுவின் தேவதைகளை ஒருவர் எவ்வாறு வரவேற்பாரோ அதே போன்ற முதிர்ச்சியோடும் தன்னடக் கத்தோடும் இந்நிலையை அவர் ஏற்றுக்கொண்டு, அதன்பின் ஒரு வார்த்தையும் யாரிடமும் பேசாமல், ஓவியம் தீட்டுவதையே நிறுத்திக் கொண்டார். 'ரஷீதின் வரலாறு' எழுதிய ஹைதர் துக்லத் இச்சம்பவங் களை பின்வருமாறு வர்ணிக்கிறார்: "அல்லாஹுவின் சாசுவத காலத்தின் பார்வையோடும் நிலப்பரப்போடும் ஒன்றிணைந்துவிட்ட நுண்ணோவியன் ஒருவனால் சாமானிய மனிதருக்கான வரைகலை

பக்கங்களுக்கு ஒருபோதும் திரும்ப முடியாது.” அவர் மேலும் எழுதுகிறார்:

“எங்கெல்லாம் குருட்டு நுண்ணோவியனின் நினைவுகள் அல்லாஹ்வை அடைகிறதோ அங்கெல்லாம் ஓர் அலாதியான நிசப்தமும் ஆசீர்வதிக்கப்பட்ட இருண்மையும் ஒரு வெற்றுப் பக்கத்தின் அனந்தமும் கோலோச்சுகிறது.”

❍

குருநாதர் ஒஸ்மானின் குருட்டுத்தன்மையை நினைவாற்றலையும் பற்றிய கேள்விக்கு என் பதிலை அறிந்துகொள்ளும் ஆர்வத்தைவிடவும் தன்னை சகஜமாக்கிக்கொள்வதற்காக எனது உடைமைகளை, எனது அறையை, எனது படங்களை ஆராய்ந்தபடி கருப்பு என்னிடம் அக்கேள்வியைக் கேட்டான். நான் கூறிய கதைகள் அவனை பாதித்திருக்கின்றன என்பதையறிந்து மகிழ்ந்தேன். “குருட்டுத்தன்மை என்பது பேரின்பத்தின் ஆட்சி. அதற்குள் பிசாசும் குற்றப்பழியும் தடைசெய்யப்பட்டவை.” என்றேன் அவனிடம்.

“தாப்ரீஸில், ஓவியமேதை மிரெக்கின் பாதிப்பினால் பழைய பாணி நுண்ணோவியர்களில் சிலர் குருட்டுத்தன்மைதான் அல்லாஹ் அளிக்கும் மகத்தான நற்பரிசென்று இப்போதும் கருதிக்கொண்டு, தாம் வயதடைந்துவிட்டபின்பும் குருடாகாமல் இருப்பதையெண்ணி சங்கடப்பட்டுக் கொண்டிருக்கின்றனர். இன்றும்கூட, இது திறமையற்று ஆற்றலற்று இருப்பதன் சாட்சியென்று கருதிக்கொண்டு, அவர்கள் குருடர்களைப்போல நடிக்கின்றனர். காஸ்வினின் ஜெமாலெத்தீனின் பாதிப்பில் அமைந்த இந்த அறத்தீர்ப்பின் விளைவாக இவர்களில் சிலர் வாரக்கணக்காக இருட்டில், கண்ணாடிகள் சூழ்ந்த, எண்ணெய் விளக்கின் மங்கிய வெளிச்சத்தில், உண்ணாமல் அருந்தாமல் ஹெராத்தின் பண்டைய ஓவியர்கள் வரைந்த பக்கங்களை உற்றுப்பார்த்தபடி குருடாக இல்லாத நிலையில் உலகத்தை ஒரு குருடன் எப்படிப் புலனுணர்வான் என்று அறிந்துகொள்ள முயற்சிக்கின்றனர்.”

யாரோ கதவைத்தட்டினர். நான் கதவைத் திறந்தபோது, பணியரங்கைச் சேர்ந்த ஓர் அழகிய பயிற்சி மாணவன் அவனது இனிய வாதுமை கண்கள் விரிய நின்றிருந்தான். எமது சகோதரனும் மெருகாளனுமான வசீகரன் எஃபெண்டியின் உடல் ஒரு பாழடைந்த கிணற்றில் கண்டுபிடிக்கப்பட்டிருப்பதாகவும் அவனது இறுதி ஊர்வலம் பிற்பகல் தொழுகையின்போது மிஹ்ரிமாஹ் மசூதியிலிருந்து தொடங்கும் என்றும் கூறினான். பின்பு மற்றவர்களிடம் தகவலைக் கூறுவதற்காக ஓடினான். அல்லாஹ், எங்கள் அனைவரையும் காப்பீராக.

●

அத்தியாயம் 15

நான், எஸ்தர்

சரி, சொல்லுங்கள். காதல் ஒரு மனிதனை முட்டாளாக்கு கிறதா அல்லது முட்டாள்கள் மட்டுமே காதலில் விழுகிறார்களா? இவ் வளவு வருடங்களாக துணிமூட்டையை சுமந்து அலைந்து திரிந்து விற்றுக்கொண்டும் ஜோடிகளை சேர்த்துவைத்துக்கொண்டும் இருக்கிறேனே, இதைப் பற்றிய ஞானம் கிஞ்சித்தும் எனக்குக் கிடை யாது. காதலில் விழுந்த ஆண்கள் அல்லது ஜோடிகள் திடீரென்று படுசூட்டிகை மிக்கவர்களாகவும் வஞ்சகமும் சம்மந்தமேயின்றி நடந்துகொள்பவர்களாகவும் எப்படி ஆகிவிடுகின்றனர் என்று எனக்கு வியப்பாக இருக்கும். ஆனால் இது மட்டும் எனக்குத் தெரியும்: ஒருவன் தந்திரம், கபடம், அற்ப வஞ்சனை போன்றவற்றில் ஈடுபட்டா னென்றால் காதல் என்பது அவனுக்கு லவலேசமும் கிடையாது என்று அர்த்தம். கருப்பு எஃபெண்டியைப் பொறுத்தவரை ஏற்கனவே அவன் நிதானமிழுந்துவிட்டிருக்கிறான் என்பது வெளிப்படை. ஷெகூரேவைப்பற்றிப் பேசும்போதுகூட சுயகட்டுப்பாட்டை இழந்து போகிறான் அவன்.

கடைவீதியில் நான் மற்ற எல்லோரிடமும் சொல்கின்ற, நன்கு ஒத்திகை பார்க்கப்பட்ட பல்லவிகள் எல்லாவற்றையும் கண்ணை மூடிக்கொண்டு அவனிடம் ஒப்பித்தேன்: ஷெகூரே எப்போதும் உன் நினைவாகவே இருக்கிறாள், அவள் கடிதத்திற்கு உன்னுடைய மறுமொழி என்னவென்று கேட்டாள், அவளை இதுபோல நான் பார்த்ததேயில்லை, இத்தியாதி. அவன் என்னைப் பார்த்த பார்வை எனக்குப் பாவமாக இருந்தது. ஷெகூரேவிடம் விரைவாகச் சென்று கடிதத்தைத் தரவேண்டுமென்றான். ஒவ்வொரு முட்டாளும் அவன் காதலுக்கு நெருக்கடியான கட்டம் ஏற்பட்டுவிட்டதாக ஒரு தனியான பதற்றத்தை பாவனை செய்துகொண்டு தன் காதலின் தீவிரத்தை பகிரங்கப்படுத்திக்கொள்வதினால் தெரிந்தோ தெரியாமலோ அவ னுடைய பிரியமானவளிடம் ஆயுதம் ஒன்றை வழங்கிவிடுகிறான். அவன் காதலி சாமர்த்தியமாக இருந்தால் பதிலை ஒத்திப்போடுவாள். நீதி: பரபரப்பு காதலின் கனிகளை தள்ளிப்போடுகிறது.

அவன் 'விரைவாகச் சென்று' கொடுக்கச் சொன்ன கடிதத்தை நான் சுற்றுவழியில் கொண்டு சென்றதை காதல்வயப்பட்டிருந்த கருப்பு அறிந்திருந்தானென்றால் எனக்கு நன்றி தெரிவித்திருப்பான். அவன் சென்றபிறகு எனக்கு என் 'மகள்களில்' ஒருத்தியைப் பார்த்து விட்டுச் செல்லலாமென்று தோன்றியது. அவர்கள் தரும் கடிதங் களை பரிமாற்றம் செய்து, என் நெற்றி வியர்வையைச் சிந்தி திருமணம் நடத்திவைத்த பெண்களை என் 'மகள்கள்' என்று அழைப்பேன். என்னுடைய இந்த அவலட்சணமான பெண்ணின் வீட்டிற்கு ஒவ் வொருமுறை நான் போகும்போதும் என்னிடம் பெரும் நன்றி விசுவாசத்துடன் நடந்துகொள்வாள். விட்டிலைப்போல அங்குமிங்கும் பரபரத்துக்கொண்டு என்னை விழுந்து விழுந்து கவனிப்பதோடு நான் கிளம்பும்போது, என் உள்ளங்கையில் சில வெள்ளிக்காசுகளை வைத்து அழுத்துவாள். இப்போது அவள் கர்ப்பமாக இருக்கிறாள். முகம் மலர என்னை வரவேற்று எலுமிச்சம் தேநீர் தயாரித்துக் கொடுத்தாள். ரசித்துப் பருகினேன். என்னைத் தனியாக விட்டு அவள் அகன்றதும் கருப்பு எஃபெண்டி எனக்களித்த காசுகளை எண்ணிப்பார்த்தேன். இருபது வெள்ளிக்காசுகள்.

நான் என் நடையைத் தொடர்ந்தேன். குறுகிய தெருக்கள், உறைந்து, சேறும் சகதியுமாக கடந்துசெல்லவே முடியாத சந்துகள் வழியாகச் சென்றேன். கதவைத் தட்டும்போது உற்சாகம் தொற்றிக் கொண்டு கத்தத் தொடங்கினேன்.

"துணி வாங்கலையோ, துணி! சுல்தான்கள் அணிகிறார்போல மஸ்லின் குஞ்சங்களைப் பார்! காஷ்மீரிலிருந்து வந்திருக்கும் பிரமிப் பூட்டும் சால்வைகளைப் பார்! பர்ஸா வெல்வெட் பட்டிகை! எகிப்திய பட்டுச் சட்டைத் துணி! கைவேலை செய்த மஸ்லின் மேஜை விரிப்பு! மெத்தை, போர்வை, வண்ண வண்ண கைக்குட்டை வாங்கலியோ, துணி வாங்கலையோ!"

கதவு திறந்தது. உள்ளே நுழைந்தேன். வழக்கம்போல அழுக்குப் படுக்கை, தூக்கம், சுட்ட எண்ணெய், ஈரப்பதம் எல்லாம் கலந்த, வயதாகிவரும் கல்யாணமாகாதவர்களின் அறைகளுக்கேயுரிய வாடை அடித்தது.

"கிழட்டுப் பிசாசே, ஏன் கத்துகிறாய்?" என்றான்.

நான் எதுவும் பேசாமல் கடிதத்தை எடுத்து அவனிடம் நீட்டி னேன். அந்த பாதி – இருட்டு அறையில் அவன் திருட்டுத்தனமான நடையில் சத்தமின்றி அணுகி என் கையிலிருந்து பிடுங்கினான். எண்ணெய் விளக்கு எப்போதும் எரிந்துகொண்டிருக்கும் அடுத்த அறைக்குச் சென்றான். நான் வாசற்படியிலேயே காத்திருந்தேன்.

"உங்கள் அப்பா வீட்டில் இல்லையா?"

அவன் பதிலளிக்கவில்லை. கடிதத்தில் மூழ்கிப் போயிருந்தான். அவன் படிக்கட்டுமென்று தனியாக விட்டு நகர்ந்தேன்.

அவன் விளக்கிற்குப் பின்னால் நின்றிருந்ததால் அவன் முகத்தை என்னால் பார்க்க முடியவில்லை. கடிதத்தைப் படித்து முடித்ததும் மீண்டும் புதுசாகப் படிக்கத் தொடங்கினான்.

"சரி, என்னதான் அவன் எழுதியிருக்கிறான்?" ஹஸன் படித்தான்:

என் அன்புமிக்க ஷெகூரே, இத்தனை வருடங்களாக நானும் ஒரே ஒரு ஜீவனைப் பற்றிய கனவுகளால் மட்டுமே ஜீவித்திருந்தவனென்பதால், உன் கணவனுக்காக வேறுயாரையும் மனதால் கூட நினையாமல் காத்துக்கொண்டிருப்பதை மதித்துப் புரிந்து கொள்கிறேன். உன்னைப் போன்ற நற்குடிப் பெண்களிடம் இத்தகைய நேர்மையையும் தூய்மையையும் தவிர வேறெதனை எதிர்பார்க்க முடியும்? (ஹஸன் கெக்கலித்தான்!) ஓவியத்தின் பொருட்டு நான் வந்து உன் தந்தையைச் சந்தித்தது உன்னைத் தொந்தரவு செய்வதற்காக அல்ல. இதைப்போன்ற எண்ணம் எப்போதுமே என் மனதிற்குள் நுழையாது. உன்னிடமிருந்து எந்த ஒரு சமிக்ஞையையோ அல்லது தூண்டுதலையோ நான் பெற்றுக்கொண்டதாக நினைக்கவுமில்லை. ஒரு தெய்வீக ஒளியைப்போல உன் முகம் அந்தச் சாளரத்தில் தோன்றிய போது, அது கடவுளின் அருட்செய்கையைத் தவிர வேறில்லை என்று கருதினேன். எனக்குத் தேவையெல்லாம் உன் முகத்தைக் காணும் சந்தோஷம்தான். ("இதை நிஜாமியிடமிருந்து எடுத்திருக்கிறான்" என்று ஹஸன் எரிச்சலோடு குறுக்கிட்டான்) என்னை அருகில் நெருங்காமல் தொலைவில் இருக்கச் சொல்கிறாய். சரி, நீ என்ன தேவதையா, உன்னை நெருங்குவதே திகிலடைய வைப்பதாக இருப்பதற்கு? நான் ஒன்று சொல்ல வேண்டும், கவனி: சந்திரக் கிரணங்கள் பசுமையற்ற மலைகள் மீது விழுவதை மிகச்சேய்மையான, ஆளரவமற்ற இடங்களிலிருக்கும் யாத்ரீகர் சத்திரங்களிலிருந்து, அருகில் விரக்தியுற்ற சீனக்காவலாளியையும், தூக்குமரங்களிலிருந்து தப்பி பதுங்கிக் கொண்டிருக்கும் கயவர்களையும் தவிர யாருமற்ற தனிமையான நள்ளிரவுப் பொழுதில் ஏகாந்தத்தை அடிக்கோடிட்டுக் காட்டும் என்னைவிட அவப்பட்ட ஓநாய்கள் எழுப்பும் ஊளைச் சத்தங்களுக்கிடையில், உன் முகத்தை கற்பனை செய்தபடி ஒருநாள் என் முன்னால், நீ அந்த சன்னலில் தோன்றியதைப் போலவே, திடீரெனப் பிரசன்னமாவாய் என்று கற்பனை செய்து வந்திருக்கிறேன். கவனமாகப் படி: ஓவியமலரின் பொருட்டு உன் தந்தையிடம் நான் திரும்பி வந்திருக்கும்போது, என் இளம்பிராயத்தில் வரைந்த சித்திரத்தை நீ திருப்பியனுப்பியிருக்கிறாய். இது உன் மரணத்திற்கான குறியீடல்ல, உன்னை

ஓரான் பாமுக் 137

மீண்டும் நான் கண்டடைந்ததற்கான குறியீடு என்பதை நானறி வேன். உன் பிள்ளைகளில் ஒருவனை, ஓரான், பார்த்தேன். தந்தையற்ற பரிதாபமான சிறுவன். ஒருநாள் நான் அவனுடைய தந்தையாவேன்!

"இறைவன் இவனை காக்கட்டும். நன்றாகத்தான் எழுதியிருக் கிறான். இவன் ஒரு கவிஞனாகத்தான் ஆகியிருக்கிறான்", என்றேன்.

"நீ என்ன தேவதையா, உன்னை நெருங்குவதே திகலடைய வைப்பதாக இருப்பதற்கு?" அவன் திரும்பவும் சொன்னான். "அந்த வரியை இபின் ஸெர்ஹானியிடமிருந்து திருடியிருக்கிறான். நான் இதைவிட நன்றாகச் செய்வேன்." அவன் பையிலிருந்து அவனது கடிதத்தை எடுத்தான். "இதைக்கொண்டுபோய் ஷெகூரேவிடம் சேர்த்துவிடு."

முதன்முறையாக, கடிதத்தோடு சேர்த்து அவன் கொடுத்த பணத்தை வாங்கிக்கொள்வது என்னைத் தொந்தரவு செய்தது. இந்த மனிதன்மீதும் இவனது உன்மத்த வெறியின்மீதும் கைம்மாறாக நிறைவேற்ற முடியாத இவனது காதல்மீதும் ஏதோ அருவருப்பாக உணர்ந்தேன். என் உள்ளுணர்வை உறுதிப்படுத்துவது போல் இவ் வளவு காலமாக இல்லாத வழக்கமாக பண்பட்ட நடத்தையை ஒதுக்கிவிட்டு முரட்டுத்தனமாகப் பேசினான்:

"அவளிடம் சொல். நாங்கள் நினைத்தால் நீதிபதி ஒருவரின் உத்தரவோடு வலுக்கட்டாயமாக அவளை இங்கே இழுத்துக்கொண்டு வந்துவிட முடியும்."

"உண்மையாகவே நான் அப்படிச் சொல்ல வேண்டுமா?"

அமைதி. "வேண்டாம்.", என்றான். எண்ணெய் விளக்கின் வெளிச்சம் அவன் முகத்தில் படர்ந்து, குற்றம்செய்த குழந்தையைப் போல அவன் தலையைக் குனிந்து கொள்வது தெரிந்தது. ஹஸனின் குணத்திற்கு இருக்கும் இந்த இன்னொரு பக்கத்தை நான் அறிவேன். அதனாலேதான் அவன் உணர்வுகளுக்கு மதிப்பளித்து அவன் கடிதங் களை சேர்ப்பிக்கின்றேன். நீங்கள் நினைப்பதைப்போல வெறும் பணத்திற்காக அல்ல.

நான் அவ்வீட்டைவிட்டுக் கிளம்பும்போது வாசலில் தடுத்து நிறுத்தினான்.

"நான் எந்த அளவுக்கு அவளைக் காதலிக்கிறேனென்று ஷெகூரே விடம் நீ சொல்லியிருக்கிறாயா?" அவன் துடிப்போடும் முட்டாள்த் தனமாகவும் கேட்டான்.

"அதை உன் கடிதங்களில் நீ சொல்லவில்லையா?"

"அவளையும் அவள் அப்பாவையும் நான் எப்படி வழிக்குக் கொண்டுவருவதென்று சொல். அவர்களை நான் எப்படி இசையச் செய்வது?"

"நல்ல மனிதனாக இருந்து காட்டுவதன்மூலம்" நான் சொல்லி விட்டு கதவுக்கு நகர்ந்தேன்.

"இந்த வயதிலா, ரொம்பவும் தாமதமாகிவிட்டது ..." உண்மை யான வேதனையுடன் சொன்னான்.

"ஏராளமாக பணம் சம்பாதிக்கத் தொடங்கிவிட்டீர்கள், சுங்க அதிகாரி ஹஸன் அவர்களே. இதுவே ஒருத்தனை நல்ல மனிதனாக உருவாக்கும் ..." நான் சொல்லிவிட்டுப் பறந்தேன்.

அந்த வீட்டிற்குள் இருட்டும் துயரமும் கவிந்திருந்ததால் வெளியே காற்று கதகதப்பாக இருப்பதைப்போலிருந்தது. வெயில் என் முகத்தில் அறைந்தது. ஷெகூரேவின் சந்தோஷத்திற்காக நான் பிரார்த்தித்தேன். ஆனால் அந்த ஈரமான, குளிரில் விறைத்த, இருட்டு வீட்டிற்குள் இருக்கும் அப்பரிதாபமான மனிதனுக்காகவும் இரக்கப்பட்டேன். ஏதோ தோன்றியவளாக லாலேலியிலிருக்கும் நறுமணப்பொருளங் காடிக்குள் திரும்பினேன். இலவங்கம், குங்குமப்பூ, மிளகின் நறுமணம் என்னை உற்சாகப்படுத்துமென்று நினைத்தேன். நான் நினைத்தது தவறு.

ஷெகூரேவின் வீட்டில் கடிதங்களை அவள் வாங்கிக்கொண்ட வுடனேயே கருப்பைப் பற்றி விசாரித்தாள். அவன் காதலின் நெருப்பு இரக்கமேயின்றி அவனை முற்றிலுமாக விழுங்கியிருப்பதாகக் கூறி னேன். இச்செய்தி அவளை சந்தோஷப்படுத்தியது.

"துணி பின்னிக்கொண்டிருக்கும் தனியான இளம்பெண்கள் கூட வசீகரன் எஃபெண்டி எதற்காகக் கொல்லப்பட்டிருப்பாரென்று பேசிக் கொண்டிருக்கின்றனர்" நான் பேச்சை மாற்றினேன்.

"ஹேரியே, வசீகரன் எஃபெண்டியின் விதவை கல்பியேவிற்கு நம் இரங்கலைத் தெரிவிக்க கொஞ்சம் ஹல்வா தயார் செய்" என்றாள் ஷெகூரே.

"எர்ஸுரூமிக்கள் எல்லோரும், ஏராளமான மற்றவர்களும் அவரது இறுதிச் சடங்கில் கலந்துகொள்ளப் போகின்றனர்" என்றேன். "அவர் சிந்திய ரத்தத்துக்காக பழிவாங்கப் போவதாக அவருடைய உறவினர்கள் சபதம் செய்திருக்கின்றனர்."

ஷெகூரே அதற்குள் கருப்பின் கடிதத்தைப் படிக்கத் தொடங்கி யிருந்தாள். அவள் முகத்தைக் கோபமாக உற்றுப் பார்த்தேன். இந்தப் பெண் சரியான குள்ளநரி. முகத்தில் வெளிப்பட்டுவிடாதபடி அவள் உணர்ச்சிகளை கட்டுப்படுத்திக்கொள்ள தெரிந்திருக்கிறாள். அவள்

அக்கடிதத்தை வாசிக்கையில் என் மௌனம் அவளை சந்தோஷப் படுத்தியிருப்பதை உணர்ந்துகொண்டேன். கருப்பின் கடிதத்திற்கு அவள் தருகின்ற விசேஷமான முக்கியத்துவத்தை நான் அங்கீகரித் திருக்கிறேனென்று கருதுகிறாள். ஷெகூரே கடிதத்தை முடித்துவிட்டு என்னைப் பார்த்துப் புன்னகைத்தாள். அவள் திருப்திக்காக கேட்க வேண்டியிருந்தது: "என்ன எழுதியிருக்கிறான்?"

"அவனுடைய சிறுவயதில் இருந்ததைப்போலவே ... அவன் என்னைக் காதலிக்கிறான்."

"நீ என்ன நினைக்கிறாய்?"

"நான் ஒரு கல்யாணமான பெண். என் கணவனுக்காக காத்துக் கொண்டிருக்கிறேன்."

நீங்கள் எதிர்பார்த்ததற்கு மாறாக, இவ்வளவு தூரம் அவளுடைய விவகாரங்களில் என்னை சம்மந்தப்படுத்திவிட்டு இப்போது முகத்திற் கெதிரே பொய் சொல்வது எனக்கு கோபமேற்படுத்தவில்லை. உண்மையில், இந்த பதிலைக் கேட்க நிம்மதியாக இருந்தது. நான் கடிதம் கொண்டுபோய் கொடுக்கிற, உலக நடைமுறைக்கேற்றபடி நான் கூறும் அறிவுரைகளைக் கேட்கிற இளம் யுவதிகளும் பெண் களும் ஷெகூரேவின் அளவுக்கு நுட்பமாக, ஜாக்கிரதையாக அவர்க ளுடைய விஷயங்களை அணுகியிருப்பார்களானால் எங்கள் இரு வருக்குமே பாதி வேலை குறைந்திருக்கும். அதைவிட முக்கியமாக, அவர்களுக்கும் ஒழுங்கான கல்யாண வாழ்க்கை லபித்திருக்கும்.

"இன்னொருத்தன் என்ன எழுதியிருக்கிறான்?" நான் அதையும் கேட்க வேண்டியதாயிற்று.

"ஹஸனின் கடிதத்தை இப்போதே படிப்பதற்கு எனக்கு ஆர்வ மில்லை" என்றாள். கருப்பு "இஸ்தான்புல்லுக்கு திரும்பிவிட்டது ஹஸனுக்குத் தெரியுமா?"

"அவன் உயிரோடுதான் இருக்கிறான் என்பதுகூட அவனுக்குத் தெரியாது."

"நீ ஹஸனோடு பேசினாயா?" அவளுடைய அழகான கரிய விழிகளை அகலமாக விரித்தபடி கேட்டாள்.

"நீதான் கேட்கச் சொன்னாயே!"

"என்னவாம்?"

"அவன் வேதனையில் இருக்கிறானாம். உன்மீது ஆழமான காதல் கொண்டிருக்கிறானாம். உன் இதயம் வேறொருவருக்கு சொந்தமாக இருந்தாலும்கூட அவனிடமிருந்து இப்போது விடுதலை பெறுவது கடினமாக இருக்கும். அவன் கடிதத்தை நீ வாங்கிக்கொண்ட

தால் அவனை நன்றாக ஊக்குவித்திருக்கிறாய். எப்படியோ, அவனிடம் எச்சரிக்கையாக இரு. உங்களை அங்கே திரும்ப வர வழைப்பதற்கு மட்டுமல்ல, அவனுடைய அண்ணன் இறந்துவிட்டான் என்று நீதிமன்றத்தில் நிரூபித்துவிட்டு உன்னை மணம் செய்து கொள்ளவும் தயார் செய்துகொண்டு வருகிறான்." இந்த வார்த்தை களின் கனத்தைக் குறைத்துக்காட்டவும் ஏதோ கலகம் செய்பவளின் வார்த்தைகளாக கீழிறங்கிவிடக்கூடாதென்பதற்காகவும் கூடவே புன்னகைத்தேன்.

"அப்புறம் அந்த இன்னொருத்தன் என்ன சொன்னான்?"

"நுண்ணோவியனா?"

அவள் திடீரென, அவளுடைய சிந்தனைகளால் அவளுக்கே பயமேற்பட்டதுபோல, "என் மனம் குழம்பிக்கிடக்கிறது" என்றாள். "எல்லாமே இன்னும் அதிகமாக குழம்பிவிடும் போலிருக்கிறது. என் அப்பாவுக்கு வயதாகிக்கொண்டு வருகிறது. எங்களுக்கும் இந்த அப்பா இல்லாத குழந்தைகளுக்கும் என்ன ஆகும்? துர்ச்சகுனங்கள் ஏதோ கெட்டது நடக்கப்போவதாக உணர்த்துகின்றன. எங்கள்மீது பிசாசு ஏதோ குறும்புகள் செய்யத் தயாராகி வருவதுபோல் உணர் கிறேன். எஸ்தர், ஆறுதல் படுத்துகிற மாதிரி எதையாவது சொல்லேன்."

"தேவையில்லாமல் அலட்டிக்கொள்ளாதே ஷெகூரே கண்ணே." எனக்குள் உணர்ச்சிகள் ததும்பின. "நீ ரொம்பவும் புத்திசாலி, ரொம்பவும் அழகானவள். ஒருநாள் உன் அழகான கணவனோடு ஒரே கட்டிலில் படுத்துத் துயிலப்போகிறாய், அவனை கட்டித் தழுவிக்கொண்டு உன் எல்லாக் கவலைகளையும் மறந்து சந்தோஷ மாக இருக்கப்போகிறாய். இவையெல்லாவற்றையும் உன் கண்களில் நான் பார்க்கிறேன்."

அப்படிப்பட்ட அன்பு எனக்குள் எழும்பி என் கண்களை கண்ணீரால் நிரப்பியது.

"சரி, என் கணவனாக வரப்போவது யார்?"

"ஏன், உன் அறிவார்ந்த இதயம் இதற்கான பதிலைச் சொல்ல வில்லையா?"

"என் இதயம் சொல்வது என்னவென்பதை புரிந்துகொள்ள முடியாதபடிக்கு நான் சோர்ந்து போயிருக்கிறேன்."

ஒரு கணம், ஷெகூரே என்மீது முழுமையாக நம்பிக்கை வைக்க வில்லையோவென்று தோன்றியது. என்மீதுள்ள அவநம்பிக்கையை ஒளித்து வைத்துக்கொண்டு தன்மீது இரக்கத்தை ஏற்படுத்தி எனக்குத் தெரிந்திருப்பவற்றை என்வாயிலிருந்து பிடுங்கிக்கொள்ள நாடக மாடுகிறாளோ? அந்தக் கடிதங்களுக்கு இப்போது அவள் பதிலெழுதித்

ஓரான் பாமுக் 141

தரப்போவதில்லையென்று தெரிந்ததும் என் மூட்டையைத் தூக்கிக் கொண்டு முற்றத்திற்கு வந்து வெளியேறினேன். அதற்குமுன் என்னுடைய பெண்கள் எல்லோரிடமும், அவர்கள் ஒன்றரைக் கண்ணாளர்களாக இருந்தாலும், சொல்வதையே அவளுக்கும் சொல்லிவிட்டு வந்தேன்:

"பயப்படாதே அன்பே. உன் அழகான கண்களை நன்றாகத் திறந்து வைத்துக்கொண்டிருந்தாலே போதும். எந்த அபாயமும், அது எந்த அபாயமாக இருந்தாலும் உன்னை வந்து தாக்காது."

●

அத்தியாயம் 16

நான், ஷெகூரே

உண்மையைக் கூறவேண்டுமென்றால் இந்தத் துணி வியாபாரி எஸ்தர் ஒவ்வொருமுறை வருகை புரியும்போதும், யாரோ ஒருவன் காதலில் பீடிக்கப்பட்டு என்னைப்போன்ற அறிவார்ந்த, அழகான, நன்கு வளர்க்கப்பட்ட, கணவனை இழந்திருக்கும் பெண்ணின் இதயத்தைத் தூண்டுமாறும் அதே நேரத்தில் அவளது கௌரவத்திற்கு பங்கம் விளைவிக்காமல் அவளை மோகத்தில் துடிதுடிக்க வைக்கும்படியாகவும் கடிதம் ஒன்றை எழுதி அனுப்புவான் என்று கற்பனை செய்துகொள்வேன். ஆனால் வழக்கமாக என்னைக் கைப்பிடிக்க இறைஞ்சும் ஒருவரிடமிருந்துதான் கடிதம் வந்திருக்கிறதென்று அறிந்தால், என் கணவரின் வருகைக்காக காத்திருக்கும் என் மனவுறுதியும் பொறுமையும் மேலும் வலிமை பெற்றுவிடும். ஆனால் இப்போதெல்லாம் எஸ்தர் ஒவ்வொருமுறை வந்துசெல்லும்போதும் நான் குழப்படைந்து சின்னாபின்னமாகப் போகின்றேன்.

என் உலகத்தின் சத்தங்களை செவிமடுத்தேன். சமையலறையிலிருந்து கொதிக்கும் நீரின் நுரைக்கும் ஒலியும் எலுமிச்சம், வெங்காயத்தின் வாசனையும் வந்தன. ஹேரியே காய்கறிகளை வேக விட்டுக்கொண்டிருக்கிறாள். மாதுளை மரத்திற்குக்கீழே முற்றத்தில் ஷெவ்கெத்தும் ஓரானும் கும்மாளமிட்டபடி “வாள் வீரன்” விளையாடுகிற கூச்சல் கேட்டது. அடுத்த அறையில் அப்பா அமைதியாக அமர்ந்திருக்கிறார். ஹஸனின் கடிதத்தை பிரித்துப்படித்தேன். பயப்படுவதற்கு எந்த அபாய அறிகுறியும் இல்லையென்று உணர்ந்தேன். இருந்தும் அவனைப்பற்றிக் கொஞ்சம் பயமாகத்தான் இருந்தது. ஒரே வீட்டில் இருந்தபோது என்னோடு உறவுகொள்ள அவன் எடுத்த முயற்சிகளை நான் சமாளித்து தப்பிவிட்டதற்காக என்னை நானே பாராட்டிக்கொண்டேன். அடுத்ததாக கருப்பின் கடிதத்தை, அது ஏதோவொரு மென்மையான, கூச்சமிக்க சிறிய பறவையைப்போல இலேசாகப் பிடித்துப் படித்தேன். என் எண்ணங்கள் குழம்பின.

அந்தக்கடிதங்களை மறுபடியும் எடுத்துப் படிக்கவில்லை. சூரியன் மேகங்களை உடைத்துக்கொண்டு வெளியேவர, ஹஸனின் படுக்கை யறைக்குள் ஒருநாள் இரவு நான் நுழைந்து அவனோடு உறவுகொண் டிருந்தால் அது யாருக்குமே, அல்லாஹ்வைத் தவிர, வேறு யாருக் குமே தெரிந்திருக்கப் போவதில்லை என்று தோன்றியது. காணாமற் போன என் கணவனின் ஜாடையில்தான் அவனும் இருப்பான். எந்த வித்தியாசமும் இருந்திருக்கப் போவதில்லை. சில நேரங்களில் இதுபோலத்தான் வினோதமான எண்ணங்கள் என்தலைக்குள் நுழைந்து விடுகின்றன. வெயில் என்னை விரைவாக சூடாக்க, என் உடலை என்னால் உணரமுடிந்தது: என் சருமம், என் கழுத்து, என் மார்புக்காம்புகள்கூட. திறந்திருந்த சன்னல் கதவு வழியாக வெயில் என்மீது ஏற, ஓரான் உள்ளே நுழைந்தான்.

“அம்மா, என்ன படித்துக்கொண்டிருக்கிறாய்?” என்றான்.

சரி, சரி. எஸ்தர் இப்போது தந்துவிட்டுச்சென்ற கடிதங்களை மீண்டும் எடுத்துப்படிக்கவில்லை என்று நான் சொன்னது ஞாபக மிருக்கிறதா? நான் பொய் சொன்னேன். அவற்றை மீண்டும் மீண்டும் வாசித்துக்கொண்டேதான் இருந்தேன். இந்தமுறை உண்மையாகவே அவற்றை மடித்து என் மேடைக்குள் செருகிக்கொண்டேன்.

“இங்கே வா, என் மடிமேல் ஏறிக்கொள்” என்றேன் ஓரானிடம். வந்து ஏறிக்கொண்டான். “ஓ, நீ கனமாகிவிட்டாய். கடவுள் உன்னைக் காப்பாற்றட்டும், நீ ரொம்பவும் பெரியவனாகிவிட்டாய்” என்று அவனை முத்தமிட்டேன். “ஏன் பனிக்கட்டியைப்போல சில்லென் றிருக்கிறாய்?”

“நீ சூடாக இருக்கிறாய் அம்மா” என்று என் மார்பிற்குள் புதைந்துகொண்டான்.

ஒருவரையொருவர் இறுகக்கட்டியணைத்தபடியே எதுவும் பேசாமல் உட்கார்ந்திருந்தோம். அவன் பின்னங்கழுத்தை முகர்ந்து முத்தமிட்டேன். அவனை மேலும் இறுக்கமாக கட்டிக்கொண்டேன். நாங்கள் அசையாதிருந்தோம்.

“எனக்குக் கூச்சமாக இருக்கிறது” என்றான்.

“சரி, சொல்லு” எனது தீவிரமான குரலில் பேசினேன். “ஜின்களின் சுல்தான் வந்து உனக்கு ஒரு வரம் தருவதாகச் சொன்னால் முதலில் நீ எதைக் கேட்பாய்?”

“ஷெவ்கெத் எங்கேயாவது போய்த்தொலைய வேண்டும் என்பேன்.”

“அதைத்தவிர? உனக்கு ஒரு அப்பா வேண்டாமா?”

“வேண்டாம், நான் பெரியவனானதும் நானே உன்னை கல்யாணம் செய்துகொள்கிறேன்.”

துன்பங்களில் பெருந்துன்பம் வயது மூப்படைவதோ, நம் அழகை இழப்பதோ அல்லது கணவனையும் செல்வங்களையும் இழப்பதோ அல்ல. உண்மையிலேயே பயங்கரமானது உங்கள்மேல் பொறாமை கொள்வதற்கு யாருமே இல்லாதிருப்பது. வெதுவெதுப்பாகிவிட்டிருந்த ஓரானை என் மடியிலிருந்து இறக்கிவிட்டேன். என்னைப்போன்ற ஒரு துஷ்டப்பெண், நல்ல ஆன்மாவைக்கொண்டுள்ள ஒருவனைத் தான் மணமுடிக்க வேண்டுமென்று நினைத்தபடியே அப்பாவைப் பார்க்கச்சென்றேன்.

“மேன்மைதங்கிய நமது சுல்தான் அவர்கள், அவரது பெருஞ் சித்திரத் தொகுதியான ‘ஓவியமலர்’ நிறைவடைந்ததைக் கண்டபிறகு உங்களுக்கு விருதளித்து கௌரவிக்கப் போகின்றார்” என்றேன். “நீங்கள் மீண்டும் வெனிஸுக்குச் செல்வீர்கள்.”

“அப்படி உறுதியாக என்னால் சொல்ல முடியவில்லை” என்றார் என் அப்பா. “இந்தக்கொலை என்னைக் கலவரப்படுத்தியிருக்கிறது. நமது எதிரிகள் பெரும் பலமிக்கவர்களாக இருக்கின்றனர் என்பது தெளிவாகிறது.”

“என் சொந்த நிலைமையும் தவறான எண்ணங்களையும் ஆதார மில்லாத நம்பிக்கைகளையும் உண்டாக்கி, அவர்களுக்கு தைரியமளித் திருப்பதாக நினைக்கிறேன்.”

“எப்படிச் சொல்கிறாய்?”

“எவ்வளவு சீக்கிரம் முடியுமோ அவ்வளவு சீக்கிரம் நான் திருமணம் செய்துகொள்ள வேண்டும்.”

“என்ன?” என்றார் அப்பா. “யாரோடு? உனக்குத்தான் ஏற்கனவே மணமாகிவிட்டதே? இப்படிப்பட்ட எண்ணம் உனக்கு எங்கிருந்து வந்தது?” என்றார். “உன்னை மணம் செய்துகொள்வதாகச் சொன் னவன் யார்? நல்ல ஒழுக்கமான ஒருவனை நாம் பார்த்தாலும்கூட அவனோடு சம்மந்தம் வைத்துக்கொள்வதற்கு நம்மால் முடியுமா என்று யோசி” என்றார் என் விவேகமான தந்தை. எனது நிராதர வான நிலைமையை எடுத்துக்காட்டினார்: “நீ மறுபடியும் திருமணம் செய்துகொள்வதற்கு முன் பெரும் சிக்கலான விஷயங்கள் பலவற்றை நாம் தீர்க்கவேண்டுமென்பது உனக்குத் தெரியும்.” ஒரு நீண்ட மௌனத்திற்குப்பின், “என்னை விட்டுப்போகவேண்டுமென்பதற் காகச் சொல்கிறாயா என்னருமை மகளே?” என்றார்.

“நேற்றிரவு என் கணவர் இறந்துவிட்டதாக கனவு கண்டேன்” என்றேன். அப்படிப்பட்ட ஒரு கனவை உண்மையிலேயே கண்ட பெண்கள் அழுவதைப்போல நான் அழவில்லை.

“ஓவியம் ஒன்றை எப்படி நுணுகி ஆய்வது என்று அறிந்திருப் பதைப்போல, ஒரு கனவையும் நுணுகி ஆராய்ந்தறியத் தெரிந்திருக்க வேண்டும்.”

“என் கனவை நுட்பமாக நான் வர்ணிக்க வேண்டுமென்று கூற வருகிறீர்களா?”

அமைதி. பின் ஒருவரையொருவர் பார்த்து புன்னகைத்துக் கொண்டோம், பேசும் விஷயத்தின் எல்லா சாத்தியமுடிவுகளையும் சீர்தூக்கிப் பார்த்துவிட்டு அறிவாளிகள் புன்னகைப்பதைப்போல.

“நீ கண்டிருக்கும் கனவின் பொருளை ஆராய்ந்து நான் வேண்டுமானால் அவனது மரணத்தை உறுதிசெய்து கொள்வேன். ஆனால் உன் மாமனார், உன் கொழுந்தன், அந்த நீதிபதி, அவர்களெல்லோரும் ஆதாரங்கள் கேட்பார்களே?”

“நான் குழந்தைகளோடு இங்கே வந்து இரண்டு வருடங்கள் ஆகிவிட்டன. என் மாமனார் வீட்டிலிருந்து யாரும் வந்து என்னை அங்கே இழுத்துக் கொண்டு செல்லமுடியவில்லை . . .”

“அது ஏனென்றால் அவர்களிடமே ஏதேதோ தப்புகள் இருப்பதால். ஆனால் அதற்காக நீ விவாகரத்துக்கு மனுப்போட்டால் அவர்கள்விட்டு வைப்பார்கள் என்று இல்லை.”

“நாம் மட்டும் மலீகி அல்லது ஹான்பெலி பிரிவைச் சேர்ந்தவர்களாக இருந்திருந்தால், நான்கு வருடங்கள் கழிந்துவிட்டன வென்று அறிவித்து எனக்கு ஜீவனாம்சமும் அளிக்க நீதிபதி உத்தரவிடுவார். ஆனால் நாம் ஹனீபிகள் என்பதால், அல்லாவுக்கு நன்றி, அந்த வழியும் நமக்கு இல்லை.”

“உஸ்குதார் நீதிபதியின் ஷஃபியித் சார்பைப்பற்றி என்னிடம் பேசாதே. அது நல்லதல்ல.”

“போர்க்களத்தில் கணவர்களைத் தொலைத்த இஸ்தான்புல் பெண்கள் எல்லோரும் அவர்களுடைய சாட்சிகளோடு அவரிடம் போய்த்தான் விவாகரத்து பெற்றிருக்கின்றனர். அவர் ஒரு ஷஃபியித் என்பதால் வெறுமனே, ‘உன் கணவர் வீடு திரும்பவில்லையா?’ ‘எவ்வளவு காலமாக அவரைக் காணவில்லை?’ ‘சிரமதசையில் இருக்கிறாயா?’ ‘இவர்கள்தான் உன் சாட்சிகளா?’ என்றுமட்டும் தான் கேட்கிறார். உடனே விவாகரத்து அளித்துவிடுகிறார்.”

“என் அன்பான ஷெகூரே, இப்படியான திட்டங்களையெல்லாம் உன் தலைக்குள் விதைத்தது யார்?” என்றார். “விவேகத்தை உன்னிடமிருந்து பிடுங்கியது யார்?”

“எனக்கு ஒரேயடியாக விவாகரத்து கிடைத்தபிறகு உண்மையாகவே என் விவேகத்தை அறுத்தெறியக்கூடியவன் எவனாவது இருந்தால் அது யாராக இருக்கக்கூடுமென்று சொல்லுங்கள், என் கணவனைப்பற்றிய உங்கள் முடிவை நான் எப்போதுமே கேள்வி கேட்காதிருப்பேன்.”

சாதுர்யமிக்க என் அப்பாவிற்கு தன்னைப்போலவே தன் மகளும் சாதுர்யமிக்கவள் என்பது புரிந்ததும் வேகமாக கண்ணிமைக்கத் தொடங்கினார். என் அப்பா இதைப்போல வேகமாக கண்ணிமைப்பது மூன்று காரணங்களுக்காக: 1) சங்கடமான இருக்கையில் அதிலிருந்து வேகமாகத் தப்பிக்க ஒருவழியை அவர் தேடும்போது; 2) அவநம்பிக்கை யிலும் துயரத்திலும் கண்ணீர் சேகரமாவதற்குச் சற்று முன்பு 3) ஒரு சங்கடமான நிலையில் இருக்கும்போது காரணங்கள் 1ஐயும் 2ஐயும் கபடமாக இணைத்து துயரம் தாங்காமல் அவர் அழப்போகிறார் என்ற அபிப்பிராயத்தை ஏற்படுத்துவதற்காக.

"குழந்தைகளைக் கூட்டிக்கொண்டு, உன் வயதான தகப்பனைத் தனியாகத் தவிக்கவிட்டுவிட்டு நீ போகப்போகிறாயா? உனக்குத் தெரியுமா, நமது ஓவியமலரின் காரணமாக" – ஆம், அவர் 'நமது ஓவியமலர்' என்றார் – "நான் கொல்லப்படலாம் என்று நான் அச்சப் படுகிறேன். ஆனால் நீ குழந்தைகளை கூட்டிக்கொண்டு போய்விடு கிறேன் என்கிறாய். நான் மரணத்தை வரவேற்கிறேன்."

"என் அன்புள்ள அப்பா, விவாகரத்து ஒன்று மட்டுமே அந்த ஒன்றிற்கும் உதவாத கொழுந்தனிடமிருந்து என்னைக் காப்பாற்றும் என்று நீங்கள்தானே எப்போதும் சொல்லிக்கொண்டிருப்பீர்கள்?"

"நீ என்னைத் தனியாக கைவிட்டுச் சென்றுவிடக்கூடாது, அவ்வளவுதான். ஒருநாள் உன் கணவன் திரும்பி வருவான். அவன் வராமற்போனாலும்கூட நீ மறுமணம் செய்துகொள்வதில் எந்தத் தவறும் இல்லை – நீ இந்த வீட்டிலேயே உன் அப்பாவோடு வாழும் வரை."

"உங்களோடு இந்த வீட்டில் வசிப்பதைத்தவிர வேறு எதுவும் எனக்குத் தேவையிலலை."

"அன்பே, இப்போதுதானே நீ எவ்வளவு விரைவாக முடியுமோ அவ்வளவு விரைவில் திருமணம் செய்துகொள்ளவேண்டு மென்றாய்?"

இதுதான் அப்பாவோடு விவாதிக்கும்போது வந்து முடிந்து விடுகிற முட்டுச்சந்து. சீக்கிரத்திலேயே நீங்கள் சொல்வது தவறு என்று நீங்களே உடன்பட்டு விடுவீர்கள்.

"ஆமாம், நான்தான் சொன்னேன்" என்றேன் கீழே தரையை வெறித்தபடி. கண்ணீரை அடக்கிக்கொண்டு மனதில்பட்ட உண்மையை மறைக்கமுடியாமல் கேட்டேன்.

"சரி அப்படியானால் நான் திருமணமே செய்துகொள்ளக் கூடாதா?"

"உன்னை என்னிடமிருந்து வெகுதூரம் கூட்டிச்சென்றுவிடாத ஒரு மருமகனுக்காக என் இதயத்தில் ஒரு விசேஷ இடம் உண்டு. இந்த வீட்டில் நம்முடனேயே சேர்ந்து குடும்பம் நடத்தக்கூடியவ னாக உன்னைக் கைப்பிடிப்பவன் வருவானா?"

ஓரான் பாமுக் 147

நான் மௌனமானேன். இங்கேயே எங்களோடு சேர்ந்துவாழ உடன்படுகிற ஒரு மருமகனை அப்பா எப்போதுமே மதிக்கமாட்டார் என்பதும் அவனை கொஞ்சம்கொஞ்சமாக அவமானப்படுத்தத் தொடங்கி அடக்கி வைத்துவிடுவாரென்பதும் எங்களிருவருக்குமே தெரிந்த விஷயம்தான். மணமகளின் குடும்பத்தோடு சேர்ந்து வாழ வந்தவனை அப்பா மறைமுகமாகவும் சூட்சுமமாகவும் கீழ்மைப் படுத்திக் கொண்டிருந்தால் அப்படிப்பட்ட மனைவியாக இருப்பதை நான் விரும்பவே மாட்டேன்.

"நீ இருக்கும் நிலைமையில் தந்தையின் அங்கீகாரம் இல்லாமல் திருமணம் செய்துகொள்வது நடைமுறைச் சாத்தியமில்லை என்பது உனக்குத் தெரியும்தானே? நீ திருமணம் செய்துகொள்வதை நான் விரும்பவில்லை, அதற்கு அனுமதி வழங்கவும் நான் மறுக்கிறேன்; எதற்காகச் சொல்கிறேனென்றால்–"

"நான் திருமணம் செய்துகொள்ள ஆசைப்படவில்லை, எனக்குத் தேவை விவாகரத்து."

"–எதற்காகச் சொல்கிறேனென்றால், உன்மேல் கிஞ்சித்தும் அக்கறையில்லாத சுயநல மிருகம் எவனாவது உன்னை மணம் செய்துகொண்டு துன்புறுத்தத் தொடங்கினால்? நான் எந்த அளவுக்கு உன்னை நேசிக்கிறேன் என்பது தெரியும்தானே, என் அன்பான ஷெகூரே.? அதைத் தவிரவும் நாம் இந்தப் புத்தகத்தை முடித்தாக வேண்டும்."

நான் எதுவும் பேசவில்லை. நான் ஏதாவது பேச நேரிட்டால் – என் கோபத்தை அறிந்த பிசாசு என்னைத் தூண்டிவிட்டு – என் அப்பாவின் முகத்திற்கெதிராகவே அவர் ராத்திரிகளில் ஹேரியே வுடன் படுத்துத் தூங்குவது தெரியும் என்று சொன்னாலும் சொல்லி விடுவேன். ஆனால் என்னைப்போன்ற ஒரு நற்குடிப்பெண்ணுக்கு அவளுடைய வயதான அப்பா அடிமைப்பெண் ஒருத்தியோடு படுத்துக்கொள்ளுவது தெரியுமென்று ஒப்புக்கொள்வது அடுக்குமா?

"உன்னை திருமணம் செய்துகொள்ள விரும்புபவன் யார்?"

எதிரே தரையை, சங்கடத்தால் அல்ல, கோபத்தால் வெறித்தபடி மௌனமாக இருந்தேன். என் கோபத்தின் அளவை புரிந்துகொண்ட பின்பும் என்னால் அதை எந்த விதத்திலும் காட்டமுடியாதிருப்பது எனக்கு மேலும் வெறியேற்றியது. இந்தத் தருணத்தில் என் அப்பாவும் ஹேரியேவும் அந்தக் கட்டிலில் கேவலமான, குமட்டலெடுக்கும் விதத்தில் கிடந்தது ஞாபகத்தில் வந்தது. நான் பேசும்போது கண்ணீர் விளிம்புவரை வந்திருந்தது:

"அடுப்பில் காய்கறி வெந்து கொண்டிருக்கிறது. அது தீய்ந்து போவதற்குள் இறக்க வேண்டும்."

வெளியே வந்து மாடிப்படிக்குப் பக்கத்தில், வெளியே கிணற் றடிக்கெதிரே எப்போதுமே மூடியிருக்கும் சன்லைக்கொண்ட அறைக் குள் புகுந்தேன். இருட்டில் சுருட்டி வைக்கப்பட்டிருந்த பாயை சட்டென கண்டுபிடித்து அதை தரையில் விரித்துப் படுத்துக்கொண் டேன். ஆ, இது எவ்வளவு சுகமானது, தவறுதலாக தண்டிக்கப்பட்டு விட்ட குழந்தையைப்போல அழுதுகொண்டே படுத்துத் தூங்கி விடுவது! இந்த உலகத்திலேயே என்னை நேசிக்கும் ஒரே ஜீவன் நான்தான் என்பதை அறிந்து கொள்வது எவ்வளவு துயரமானது! தனிமையில் கண்ணீர்விட்டு கரைந்துகொண்டிருக்கையில் என் கேவல் களையும் முனகல்களையும் கேட்டுக்கொண்டிருக்கும் நீங்கள் மட்டும் தான் என் உதவிக்கு வரமுடியும்.

சிறிதுநேரம் கழித்து ஓரான் என் படுக்கையின்மேல் ஊர்ந்து வருவதை உணர்ந்தேன். என் மார்புகளுக்கிடையில் தன் முகத்தை புதைத்துக் கொண்டான். அவன் வேகமாக மூச்சுவாங்குவதைக் கண்டேன். அவனும் அழுதுகொண்டிருந்தான். அருகில் அவனை இழுத்துப் பிடித்துக்கொண்டேன்.

"அழாதே அம்மா" என்றான் சிறிதுநேரம் கழித்து. "அப்பா போரிலிருந்து சீக்கிரம் வந்துவிடுவார்."

"உனக்கு எப்படித் தெரியும்?"

அவன் பதிலளிக்கவில்லை. அவன்மேல் அன்பும் பாசமும் திடீரென உலகளவுக்கு விரிந்து என் மார்போடு அவனை சேர்த் தணைத்துக்கொண்டேன். என் கவலைகளை முற்றிலுமாக மறந்து போனேன். என் மிருதுவான ஓரானைக் கட்டிக்கொண்டு தூங்கப் போவதற்கு முன் என் மனதை அரித்துக் கொண்டிருந்த ஒரே ஒரு விஷயத்தை மட்டும் உங்களிடம் சொல்கிறேன்: அளவு கடந்த கோபத்தில் என் வாய் தவறி என் அப்பாவையும் ஹேரியேவையும் பற்றி உங்களிடம் சொன்னதற்காக வெட்கப்படுகிறேன். இல்லை, நான் பொய் சொல்லவில்லை ஆனால் அதை நீங்கள் சுத்தமாக மறந்துவிட்டால் என் சங்கடம் தீர்ந்துபோகும். நான் எதுவுமே உங்களிடம் குறிப்பிடவில்லை, என் அப்பாவிற்கும் ஹேரியேவுக்கும் எந்தத் தொடர்பும் கிடையாது. சரியா? தயவு செய்து?

●

அத்தியாயம் 17

நான் உங்கள் அன்பிற்குரிய மாமா

அய்யோ, ஒரு பெண்ணை வைத்திருப்பது கஷ்டம், கஷ்டம். அடுத்த அறையில் அவள் அழுதுகொண்டிருக்கும் போது அவளது கேவல்களை என்னால் கேட்கமுடிந்தது, ஆனால் எதுவும் என்னால் செய்யமுடியாமல் கையிலிருந்த புத்தகத்தின் பக்கங்களை வெறித்துக்கொண்டிருந்தேன். நான் வாசிக்க முயற்சி செய்துகொண்டிருந்த 'இறைஅருள் வெளிப் பாடு' நூலின் பக்கத்தில், மரணத்திற்குப்பின் மூன்று நாட்கள் கழித்து அல்லாஹ்விடம் அனுமதி வாங்கிக்கொண்டு ஒருவ னின் ஆன்மா, இதற்கு முன் உயிரோடிருந்தபோது வசித்திருந்த உடலைப் பார்ப்பதற்காக வருகை தரும் என்று குறிப்பிடப் பட்டிருந்தது. கல்லறையில் புதைக்கப்பட்டு, பரிதாபத்திற்குரிய நிலையில், ரத்தமும் உடல் அழுகி நீரும் கசிய இருப்பதைப் பார்த்து ஆன்மா வருத்தத்துடன், கண்ணீருடன், துக்கத்துடன், "அய்யோ என் பரிதாபத்திற்குரிய மாயும் பிண்டமே, என் னருமையான இரங்கத்தக்க பழைய உடம்பே" என்று புலம்புமாம். உடனே எனக்கு அந்த பாழுங்கிணற்றின் அடியில் கண் டெடுக்கப்பட்ட வசீகரன் எஃபெண்டியின் சோக முடிவு ஞாபகத்துக்கு வந்தது. அவன் உடலை அவனது கல்லறையில் இல்லாமல் ஒரு கிணற்றில் பார்த்ததும் அந்த ஆன்மா எந்த அளவுக்கு குலைந்து போயிருக்கும் என்று யோசித்தேன்.

ஷெகூரேவின் கேவல்கள் அடங்கியதும் மரணம் குறித்த அந்நூலை மடித்து வைத்தேன். கூடுதலாக ஒரு கம்பளிச்சட் டையை அணிந்துகொண்டு, எனது கனமான கம்பளிச்சால் வையை வயிற்றில் குளிரெடுக்காமலிருக்க இடுப்பைச் சுற்றி கட்டிக்கொண்டேன். முயல் ரோமம் வைத்துத் தைத்த என் சல்வார் காலுடையை அணிந்துகொண்டு வீட்டைவிட்டுக் கிளம்புகையில் வாசலில் ஷெவ்கெத் வழிமறித்தான்.

"தாத்தா, எங்கே போகிறீர்கள்?"

“இறுதிச் சடங்கிற்கு. நீ உள்ளே போ.”

பனி மூடிய தெருக்களில், அந்தப் பக்கமும் இந்தப் பக்கமுமாக சாய்ந்து சிதிலமடைந்து நிற்கமுடியாமல் நிற்கும் வறிய வீடுகளுக் கிடையில் புகுந்து தீக்கிரையாகி தீய்ந்திருந்த பகுதியைத் தாண்டி, கிழவன் கால் தவறி பனியில் வழுக்கி விழுந்துவிடக் கூடாதென்ற எச்சரிக்கையுடன் வெகுநேரம் நடந்தேன். ஒதுக்குப்புற குடியிருப்பு களையும் தோட்டங்களையும் வயல்களையும் கடந்து சென்றேன். சுமை வண்டிகளையும் சக்கரங்களையும் தயாரிக்கும் கடைகளை, கருமாரப் பட்டறைகளை, குதிரைத் தளவாட வணிகர்களை, கலணை செய்வோரை, லாடமடிப்போரைத் தாண்டி நகரின் மதிற்சுவர் நோக்கிச் சென்றேன்.

நகரத்தின் எதிர்னே நுழைவாயிலுக்கு அருகிலிருக்கும் மிஹ்ரிமா மசூதியிலிருந்து இறுதி ஊர்வலத்தைத் துவங்க எதற்காக முடிவெடுத் தார்களென்று எனக்கு விளங்கவில்லை. மரணமடைந்தவனின் தற் செருக்கான சகோதரர்கள் தடுமாறி, கோபமும் மூர்க்கமுமாக காணப்பட்டனர். நுண்ணோவியர்களும் எழுத்தோவியர்களும் ஒருவரையொருவர் தழுவிக்கொண்டு அழுதோம். மண்டியிட்டு தொழுகையை நிகழ்த்திக்கொண்டிருந்தபோது, திடீரென்று ஈயப்புகை போல் கவிந்த மூடுபனி அனைத்தையும் விழுங்க, மசூதியின் ஈமச் சடங்கு கல்மேடையின்மீது கிடத்தப்பட்டிருந்த சடலத்தின்மீது என் பார்வை பட்டதும் இந்தப் படுபாதகக் குற்றத்தைப் புரிந்த கயவனை நினைத்து எனக்குள் எழுந்த ஆத்திரத்தில் அல்லாஹூம்மே பாரிக் தொழுகையே என் மனதில் குழம்பிப்போயிருந்தது.

பிரார்த்தனை முடிந்ததும் சவப்பெட்டியை சுமந்துகொண்டு கூட்டம் கிளம்ப, நான் இன்னமும் நுண்ணோவியர்களோடும் எழுத்தோவியர்களோடுமே இருந்தேன். நாரையும் நானும் சில இரவு நேரங்களில் எண்ணெய் விளக்குகளின் மங்கிய வெளிச்சத்தில் விடியும்வரை என் நூலுக்காக வரைந்துகொண்டிருக்கும்போது, வசீகரன் எஃபெண்டியின் மெருகு வேலைகள் எவ்வளவு தரமற்ற தாக இருக்கிறதென்றும் அவன் தேர்ந்தெடுக்கும் நிறம் – அவன் எல்லாவற்றிற்கும் கருநீலப் பூச்சு கொடுத்து பளிச்சென்று தோற்ற மளிக்க வைத்து விடுவான் – எப்படி சமநிலையின்றி காணப்படுகிற தென்றும் நாரை என்னிடம் புகார் சொல்வதை நாங்கள் இருவருமே மறந்திருந்தோம். நான் அவனைவிட்டுக் கொடுக்காமல் “வசீகரன் அளவிற்கு இந்த வேலையைச் செய்யும் தகுதி யாருக்கு இருக்கிறது!” என்று அவனுக்கு துணை நிற்பதையும் மறந்திருந்தோம். இருவரும் தழுவிக்கொண்டு மீண்டும் விசும்பினோம். பிறகு வந்த ஆலிவ், என்னைத் தழுவிக்கொள்வதற்கு முன் நட்பும் மரியாதையும் கலந்த ஒரு பார்வை பார்த்தது – எப்படித் தழுவுவது என்று தெரிந்திருப் பவன் ஒரு நல்ல மனிதன் – என்னை மகிழ்வடையச் செய்து, பனி

யரங்கில் இருக்கும் மற்றெல்லா நுண்ணோவியர்களிலும் என் நூலின் மேல் அதிகப்படியான நம்பிக்கை வைத்திருப்பவன் இவன்தானென்று தோன்றியது.

வாசல் முற்றத்தின் படிக்கட்டுகளில் ஏறும்போது என்னருகில் தலைமை நுண்ணோவியர் குருநாதர் ஒஸ்மான் இருப்பதைப் பார்த்தேன். இருவராலும் எதுவும் பேசமுடியாமல் ஒரு விநோதமான இறுக்கமான சூழல். இறந்தவனின் சகோதரர்களில் ஒருவன் பெருங்குரலில் கதறி அழுதான். யாரோ "இறைவன் மகத்தானவன்" என்று குரலெழுப்பினான்.

ஏதோ கேட்கவேண்டுமே என்பதற்காக, "எந்தக் கல்லறைக்கு?" என்றார்.

"தெரியாது" என்று சொல்வது ஏதோ ஒரு விதத்தில் விரோதமாகப் படக்கூடும். எதுவும் யோசிக்காமல் பதட்டத்தோடு அதே கேள்வியை எனக்கு அடுத்ததாக படியில் நின்றிருந்தவனிடம் கேட்டேன்: "எந்தக் கல்லறைக்கு? எதிர்னே வாயிலுக்கருகே இருப்பதற்கா?"

"எயூப்" என்று எரிச்சலோடு சொன்னான் அந்த தாடிக்கார இளம் மடையன்.

"எயூப்" குருநாதரிடம் திரும்பிச் சொன்னேன். ஆனால் அந்த எரிச்சல்பிடித்த மடையன் சொன்னதை அவரும் கேட்டிருந்தார். "தெரிந்து கொண்டேன்" என்பதுபோல் என்னைப்பார்த்து எங்களின் இச்சந்திப்பு இதற்குமேல் ஒரு கணம் கூட நீடிக்க அவர் விரும்பவில்லையென்பதை உணர்த்தினார்.

பிராங்கிய பாணி ஓவியங்களில் நமது சுல்தான் அவர்களுக்கு ஆர்வம் வளர்ந்ததற்குக் காரணம் நான்தான் என்பதை வாய்விட்டுக் கூறாமல் அவரது கனவுத் திட்டமான 'ஓவியமலர்' என்ற சித்திரப் பெருஞ்சுவடியை எழுதி, நுணுக்கமாக ஒப்பனையிட்டு, சித்திரங்கள் வரைந்து நிறைவு செய்யும்வரை எனது மேற்பார்வையில் ரகசியமாக நடைபெற நமது சுல்தான் உத்தரவிட்டிருந்ததில் குருநாதருக்கு பெரும் எரிச்சல் இருந்தது. ஒருமுறை, வெனீசிய ஓவியன் ஒருவனிடமிருந்து வரைந்து பெற்றிருந்த சக்கரவர்த்தி அவர்களின் உருவ ஓவியத்தைப் பார்த்து அதை அப்படியே படியெடுத்துக்கொடுக்கும்படி குருநாதர் ஒஸ்மானை சுல்தான் கட்டாயப்படுத்தினார். அந்த அனுபவத்தை ஒரு 'சித்ரவதை' என்று குறிப்பிட்ட குருநாதர் ஒஸ்மான், அந்த விநோதமான ஓவியத்தை சகிக்க முடியாமல் தான் வரைந்து தொலைத்ததற்கும் அந்த வெனீசிய ஓவியனை படியெடுக்க நேர்ந்ததற்கும் நான்தான் காரணமென்று என்மீது கடும் சீற்றத்துடன் இருந்தார். அவரது சீற்றம் நியாயப்படுத்தப்பட்டது.

படிக்கட்டுகளின் நடுவில் நின்றபடி ஆகாயத்தை அண்ணாந்து பார்த்தேன். என்னைவிட்டு கூட்டம் முன்பாகச் சென்றுவிட்டதை

உறுதிப்படுத்திக்கொண்டு பனியைப்போல் சில்லிட்டிருந்த படிகளில் இறங்கினேன். வழக்கம்போல் மெதுவாக இரண்டு படிகள்கூட இறங்கி யிருக்கமாட்டேன், யாரோ என் கையைப்பற்றி இழுத்து அணைத்துக் கொண்டனர்: கருப்பு.

"உறைபனிக்காற்று உங்களுக்குத்தாளாது" என்றான். "சில்லிட்டு விட்டிருப்பீர்கள்."

ஷெகூரேவின் உள்ளத்தைக் குழப்பிவிட்டவன் இவனாகத்தா னிருக்கும் என்பதில் எள்ளளவும் சந்தேகமில்லை எனக்கு. என் கையை தன்னம்பிக்கையோடு பற்றி இழுத்தது இதற்கு அத்தாட்சி. அவனுடைய தோற்றத்திலேயே "நான் பனிரெண்டு வருடங்கள் பணியாற்றியிருக்கிறேன், நான் உண்மையிலேயே வளர்ந்திருக்கிறேன்" என்ற அறிவிப்பு தென்பட்டது. படிக்கட்டுகளில் இறங்கி கீழே வந்ததும் அவனிடம் ஓவியக்கூடத்தில் அவன் அறிந்துகொண்ட விஷயங்களைப்பற்றி பிற்பாடு கேட்டுக்கொள்கிறேன் என்றேன்.

"நீ போகலாம் மகனே. போ, போய் அந்தக் கூட்டத்தோடு ஊர்வலத்தில் சேர்ந்துகொள்."

அவன் திகைப்படைந்தான். ஆனால் கையை விடவில்லை. பின் தயக்கத்தோடு விடுவித்து முன்னால் நடந்து சென்றது எனக்கு சந்தோஷமளிக்கக்கூடச் செய்தது. இவனிடம் ஷெகூரேவை ஒப் படைத்தால் எங்களோடு ஒரே வீட்டில் இருக்க சம்மதிப்பானா?

எதிர்னே வாயில் வழியாக நகரத்தை விட்டகன்றோம். நுண் ணோவியர்களும் சித்திர எழுத்தாளர்களும் பயிற்சி மாணவர்களும் கொண்ட கூட்டம் சவப்பெட்டியைச் சுமந்தபடி மூட்டமாக கவியும் பனிக்குள் மறைந்து 'பொற்கொம்'பை நோக்கி இறங்கிச்சென்றனர். அவர்கள் செல்லும் வேகத்தில் பனிமூடிய பள்ளத்தாக்கின் வழியாக எயூப்பிற்குச் செல்லும் சேற்றுப்பாதையின் பாதியைக் கடந்துவிட் டிருந்தனர். இந்த மௌனமான மூடுபனியில் இடதுபக்கம் ஹனிம் சுல்தான் தருமஸ்தாபனத்தின் மெழுகுப்பொருட்கள் தொழிற்சாலை சந்தோஷமாக அதன் புகைச்சுருள்களை அனுப்பிக்கொண்டிருந்தது. சுவர்களின் நிழலில் தோல் பதனிடுவோரும் சுறுசுறுப்பான கால்நடைத் தொட்டிகளில் எயூப்பின் கிரேக்க இறைச்சி வெட்டுவோரும் ஒன்றி யிருந்தனர். ஊழ்த்த இறைச்சி வாடை பள்ளத்தாக்கின்மேல் மிதந் திருந்தது. தூரத்தில் எயூப் மசூதியின் பிரத்தியேக தூபிகளும் அதன் கல்லறையின் சைப்ரஸ் மரவரிசைகளும் மங்கலாகத் தெரிந்தன. கொஞ்சதூரம் நடந்ததும் பலாத்திலிருந்த புதிய யூதகுடியிருப்பி லிருந்து விளையாடும் சிறுவர்களின் கூச்சல் கீழிருந்து கேட்டது.

எயூப் அமைந்திருக்கும் சமவெளியை அடைந்ததும் வண்ணத்துப் பூச்சி அவனது வழக்கமான சீற்றத்துடன் என்னை அணுகி, நேரடியாக விஷத்திற்கு வந்தான்:

"இந்தக் கொடூரத்திற்குப்பின்னால் இருப்பது ஆலிவ்வும் நாரையும் தான்" என்றான். "இறந்து போனவனோடு எனக்கு நல்ல உறவு இருந்ததில்லையென்று எல்லோரையும்போலவே அவர்களுக்கும் தெரியும். எங்களுக்கிடையே பொறாமை இருந்தது. குருநாதர் ஒஸ்மானுக்குப்பிறகு ஓவியச்சாலைக்கு தலைமையேற்பது யார் என்பதில் எங்களிடையே விரோதமும் எதிர்ப்பும்கூட இருந்தது. இப்போது இந்தப்பழி என்மீது விழவேண்டுமென்று அவர்கள் எதிர் பார்க்கின்றனர். அல்லது தலைமை கருவூலரோ அவரது கருத்தைக் கேட்டு நமது சுல்தானோ என்னை, இல்லையில்லை, நம்மை ஒதுக்கி வைத்து விடுவார்களென்பது அவர்கள் எண்ணம்."

"நீ சொல்கிற இந்த 'நாம்' என்பது யார்?"

"ஓவியக்கூடங்களில் பழமைவாய்ந்த நெறிகள் பேணப்பட வேண்டும் என்று நம்புகின்ற நம்மைப் போன்றோர், பாரசீகக் கலைஞர்கள் வகுத்த பாதையான வெறும் பணத்திற்காக மட்டும் எந்தக் காட்சியையும் வரைந்து தரக்கூடாது என்பதை கடைப்பிடிப் போர். நமது நூல்களில் ஆயுதங்கள், ராணுவங்கள், அடிமைகள், கைப்பற்றல்கள் ஆகியவற்றின் இடங்களில் பழம்பெரும் தொன்மங்கள், பெருங்கதைகள் போன்றவை அறிமுகப்படுத்தப்பட வேண்டும். நமது பழம்முறைகளை நாம் கைவிடலாகாது. மாபெரும் நுண் ணோவியர்கள் அங்காடிக்கடைகளில் சில கூடுதல் குருஷ்களுக்காக அநாகரிக, ஆபாசமான விஷயங்களை வரைந்து தரக்கூடாது. நாம் சொல்வது நியாயம் என்று மேன்மைதங்கிய சுல்தான் அவர்கள் ஒப்புக்கொள்வார்."

"அர்த்தமேயில்லாமல் உன்னை நீயே குற்றம் சாட்டிக்கொண் டிருக்கிறாய்" என்றேன், அதனாலாவது அவன் புலம்பலை நிறுத்து வான் என்று. "நமது கலைக்கூடம் இத்தகையதொரு குற்றம் செய் பவனை சுமந்திருக்காது என்று நிச்சயமாக எனக்குத்தெரியும். நீங்க ளனைவரும் சொந்தச் சகோதரர்கள். ஏற்கனவே வரையப்பட்டிராத ஒன்றை வரைவது ஒன்றும் பெரும் குற்றமல்ல. பகைமையை உண் டாக்கிக் கொள்வதைவிட வேறெதுவும் குற்றமல்ல."

இந்த பயங்கரச் செய்தியைக் கேட்டபோது, என் மனதில் தோன்றியதைப் போலவே இப்போதும் ஒரு காட்சி பிரசன்னமானது. வசீகரன் எஃபெண்டியின் கொலைகாரன் அரண்மனை ஓவியக் கூடத்தின் முக்கியமான ஓவியர்களில் ஒருவன்தான். என் முன்னால் கல்லறைக்கு மேடேறிச்சென்று கொண்டிருக்கும் இந்தக் கூட்டத்தில் ஒருவனாக அவனும் இருக்கின்றான். அந்தக் கொலைகாரன் தனது பேயாட்டத்தையும் ராஜ துரோகத்தையும் தொடர்வானென்றே நான் நம்புகிறேன். நான் உருவாக்கும் நூலுக்கும் அவன் ஓர் எதிரி யாகத்தான் இருக்கவேண்டும். அநேகமாக என் வீட்டிற்குகூட அவன் வந்திருந்து சித்திரமும் ஓவியமும் வரைந்து சென்றிருக்கக்கூடும்.

என் வீட்டிற்கு அடிக்கடி வருகின்ற பலரைப்போல வண்ணத்துப் பூச்சியும் ஷெகூரேவின்மீது காதல்வயப்பட்டிருப்பானோ? இப்போது அவன் பிரசங்கித்துக் கொண்டிருந்தபோது, அவன் கூறுகின்ற கொள்கைகளுக்கு மாறான படங்களை நான் வரையச் சொன்னதை யும் அவன் வரைந்ததையும் மறந்துவிட்டானா அல்லது என்னை சாமர்த்தியமாக ஆழம் பார்க்கின்றானா?

இருக்காது என்று கொஞ்சநேரம் கழித்து நினைத்தேன். அவனால் என்னை ஆழம்பார்க்க முடியாது. மற்ற நுண்ணோவியக்கலைஞர் களைப் போலவே வண்ணத்துப்பூச்சியும் எனக்கு நன்றிக்கடன் பட்டிருக்கிறான். யுத்தங்களாலும் எமது சுல்தானின் ஆர்வம் குறைந்து வருவதாலும் நுண்ணோவியர்களுக்குக் கிடைக்கும் பணமும் பரிசுகளும் வெகுவாகக் குறைந்து, எனக்காக அவர்கள் பணியாற்றித் தருவதன்மூலம்தான் கூடுதலாகக் கொஞ்சம் பொருளீட்ட முடிகிறது. நான் அவர்களுக்கு தருகிற முக்கியத்துவத்திற்காக ஒருவர்மீது மற்ற வருக்கு பொறாமை இருப்பது தெரியுமென்பதாலேயே அவர்களை தனித்தனியாக வீட்டில் வைத்து சந்திப்பேன். யாருக்கும் முன்னுரிமை, சலுகையெல்லாம் கிடையாது. என் நுண்ணோவியர்கள் அனை வருமே அறிவார்ந்த வகையில் நடந்துகொள்ளும் முதிர்ச்சி கொண் டவர்கள். அவர்களது சொந்த ஆதாயத்திற்காக உதவும் ஒரு மனித னிடம் அவர்கள் நன்றிக்கடன் பட்டிருப்பார்கள்.

மௌனத்தை உடைப்பதற்காகவும் பேசிக்கொண்டிருந்த விஷயத் திற்கு மீண்டும் செல்லாதிருப்பதற்காகவும் "ஓ, இறைவனின் அதிசயங் கள் ஓயவே ஓயாதோ! மேட்டிலிருந்து இறங்குகின்ற வேகத்தில் சவப்பட்டியை சுமந்துகொண்டு உச்சிக்குப் போய்விட்டார்கள் பாரேன்!" என்றேன்

வண்ணத்துப்பூச்சி பற்கள் தெரிய இனிமையாக சிரித்து, "குளிர் காரணமாக" என்றான்.

இப்படிப்பட்ட ஒருவன், பொறாமையின் காரணமாக ஒரு மனிதனைக் கொல்வானா? ஒருவேளை என்னைக் கொல்வானா? அதற்கு இப்படியும் ஒரு காரணம் இருக்கலாம்: இம்மனிதன் என் மதத்தை இழிவுபடுத்துகிறான். சேச்சே, இவன் ஒரு மகத்தான ஓவியன். பிறப்பிலேயே குடிகொண்டிருந்த ஞானம். இவன் ஏன் கொலை செய்யுமளவுக்குத் தாழப்போகிறான்? வயதாவது என்பது உடலை வருத்தி மலையேறுவது மட்டுமல்ல, மரணத்தை நினைத்து பயப் படாமலும் இருப்பது. அடிமைப்பெண் ஒருத்தியின் படுக்கையறைக் குள் உணர்ச்சி மேலீட்டில் அல்ல, பழக்கதோஷத்தில் நுழைவதுபோல ஓர் ஆர்வக்குறைவு. திடீரென எழுந்த உள்ளுணர்வில் நான் மேற் கொண்டிருந்த முடிவை அவன் முகத்திற்கெதிராக அறிவித்தேன்:

"இந்தப் புத்தகத்தை நான் இனி தொடர்வதாக இல்லை."

"என்ன?" வண்ணத்துப்பூச்சியின் முகபாவம் மாறியது.

"இதில் ஏதோவொருவித துரதிருஷ்டம் சேர்ந்திருக்கிறது. நமது சுல்தான் அவர்கள் மானியத்தை நிறுத்திவிட்டார். நீ ஆலிவ்விடமும் நாரையிடமும் சொல்லிவிடு."

அவன் மேலும் அதிகமாக விசாரித்திருப்பான், ஆனால் நெடிதுயர்ந்த சைப்ரஸ்களும் பீறிட்டு வளர்ந்த பெரணிகளும் மண்டியிருந்த இடுகாட்டின் சரிவிற்கு வந்துவிட்டிருந்தோம். சுற்றிலும் எங்கெங்கும் சமாதிகள். புதையிடத்தைச் சுற்றி பெரிய கூட்டம் கூடியிருந்தது. இடுகுழிக்குள் சடலம் இறக்குகிறார்களென்பது அழுகை ஒலிகளும் கேவல்களும் அதிகரிப்பதிலிருந்தும் 'பிஸ்மில்லாஹி' என்றும் 'அலா மில்லெதி ரெசூலுல்லா'வென்றும் கூவுவதிலிருந்தும் தெரிந்தது.

"அவர் முகத்தை முழுதாகத் திறந்து காட்டுங்கள்" என்றனர் யாரோ.

அவர்கள் இப்போது வெண்ணிற சவத்துணியை விலக்குகின்றனர். அவர்கள் அந்த சடலத்தை கண்ணோடு கண்ணாக – அந்த சிதைக்கப்பட்ட முகத்தில் கண் என்ற ஒன்று இருக்குமானால் – இப்போது பார்த்திருப்பார்கள். நான் பின்னால் இருந்ததால் எதையும் பார்க்க முடியவில்லை. நான் ஒருமுறை மரணத்தின் கண்களை நேருக்கு நேராக பார்த்திருக்கிறேன். இடுகாட்டில் அல்ல, முற்றிலும் வேறான ஓரிடத்தில் . . .

ஒரு ஞாபகம்: முப்பது வருடங்களுக்கு முன் நமது சுல்தான் அவர்களின் பாட்டனார், சொர்க்கத்தின் குடிவாழ்நர், வெனீஸியர்களிடமிருந்து சைப்ரஸ் தீவை மீட்க முடிவெடுத்தார். ஷேக்குலிஸ்லாம் எபூஸ்யூத் எஃபெண்டி, இந்தத்தீவு முன்பு மெக்காவிற்கும் மதினாவிற்கும் ராணுவ உணவு விநியோகஸ்தலமாக நியமிக்கப்பட்டிருந்ததென்பதை நினைவுபடுத்தி, இவ்வாறு எமது புனிதஸ்தலங்களுக்கு சேவையாற்றிக்கொண்டிருந்த தீவு இப்போது கிறித்தவ மிலேச்சர்களின் அதிகாரத்தில் இருப்பது முறையல்லவென்று ஒரு ஃபத்வா வெளியிட்டார். இதையடுத்து, யாரும் எதிர்பார்த்திராத இம்முடிவை வெனீஸியர்களுக்கு தெரிவிக்கும் கடினமான பொறுப்பு என்மீது விழுந்தது. இதன் விளைவாக வெனிஸ் நகரின் கதீட்ரல்களுக்கு நான் சுற்றுப்பயணம் செல்வது சாத்தியமானது. அவர்களது பாலங்களையும் மாளிகைகளையும் கண்டு நான் பிரமித்துப்போனாலும் நான் பெரிதும் கவரப்பட்டது வெனீஸிய வீடுகளில் தொங்கிக் கொண்டிருந்த ஓவியங்களைப் பார்த்துதான். ஆயினும், இந்த பிரமிப்பிற்கு மத்தியில், வெனீஸியர்களின் விருந்தோம்பலில் நம்பிக்கை வைத்து எங்கள் சுல்தான் சைப்ரஸ்ஸை கேட்கிறார் என்பதை ஒரு மேட்டிமையும் இறுமாப்பும் கலந்த தொனியில் தெரிவிக்கும் அந்த அபாயகரமான கடிதத்தை அவர்களிடம் அளித்தேன். வெனீஸியர்

களுக்கு கோபம் தலைக்கேறி, அவசரமாக கூட்டப்பட்ட அவர்களின் காங்கிரஸில் இப்படிப்பட்ட கடிதத்தை விவாதிப்பதுகூட ஏற்கமுடியாதது என்று முடிவெடுக்கப்பட்டது. சீற்றத்துடன் துரத்திய கும்பல் என்னை தோகேவின் அரண்மனைக்குள் தஞ்சம் புகவைத்தது. முரடர்கள் சிலர் காவலர்களையும் வாயில் காப்போர்களையும் தாண்டி உள்ளே நுழைந்து என்னை நெரித்துக்கொல்ல தயாரான போது, தோகேவின் மெய்க்காப்பாளர் இருவர் என்னைக் காப்பாற்றி, கால்வாய் ஒன்றோடு இணைக்கப்பட்டிருந்த ரகசிய சுரங்கப்பாதை வழியாக தப்பிக்க வைத்தனர். அங்கே இதைப் போன்றதொரு பனிமூட்டத்தில், என் கையைப்பற்றிய அந்த வெள்ளுடையணிந்த உயரமான, வெளுத்த தோணியோட்டி ஒருகணம் மரணம் என்றே நினைத்தேன். அவன் கண்களில் என் பிரதிபலிப்பைக் கண்டேன்.

எனது புத்தகத்தை ரகசியமாக முடித்துவிட்டு வெனீஸுக்குத் திரும்ப ஏக்கத்துடன் கனவு கண்டேன். புதைகுழியை நெருங்கிய போது அது நேர்த்தியாக மண்ணால் மூடப்பட்டிருந்தது. மேலே இதே கணத்தில் தேவதைகள் அவனை விசாரணை செய்துகொண்டிருக்கும். அவன் ஆணா பெண்ணா, அவன் மதம், அவன் யாரை தீர்க்கதரிசியாக அடையாளம் காண்கிறான் என்றெல்லாம் அவை கேட்கும். எனக்கான மரணத்தின் சாத்தியம் என் மனதில் வந்தது.

எனக்குப் பக்கத்தில் காகம் ஒன்று வந்தமர்ந்தது. கருப்பின் கண்களுக்குள் அன்பாகப் பார்த்து என் கையைப் பிடித்து திரும்பி அழைத்துச் செல்லச் சொன்னேன். அடுத்த நாள் காலை சீக்கிரமே என் வீட்டிற்கு வந்து புத்தகத்திற்கான வேலையை தொடர்ந்து செய்யச் சொன்னேன். என் மரணத்தை கற்பனை செய்துகொண்டேன். எப்பாடுபட்டாகிலும் இந்தப் புத்தகத்தை உருவாக்கி முடிக்கவேண்டும் என்று மீண்டும் ஒருமுறை உறுதி மேற்கொண்டேன்.

●

அத்தியாயம் 18

நான் "கொலைகாரன்" என்று அழைக்கப்படுவேன்

நையப்புடைக்கப்பட்டு சிதைக்கப்பட்ட அப்பரிதாபமிக்க வசீகரன் எஃபெண்டியின் சடலத்தின்மீது அவர்கள் குளிர்ந்த சேற்று மண்ணை வீசினர். அவர்கள் எல்லோரையும்விட அதிகமாக நான் அழுதேன். "நானும் இவனுடனேயே செத்துப் போகிறேன்!" என்றேன். "இவனுடைய சவக்குழியிலேயே என்னையும் தள்ளி மூடுங்கள்!" என்று கத்தினேன். அவர்கள், துள்ளிக்கொண்டிருந்த என்னை உள்ளே விழுந்துவிடாமல் என் இடுப்பைப் பிடித்துக் கொண்டனர். நான் மூச்சுக்குத் திணறினேன். அவர்கள் உள்ளங்கைகளை என் நெற்றியில் அழுத்தி மூச்சுவிட தலையை பின்னுக்கு சாய்த்தனர். இறந்தவனின் உறவினர்கள் என்னை ஓரக்கண்ணால் பார்ப்பதை உணர்ந்தேன். என் பிலாக்கணமும் ஒப்பாரியும் மிகையாக இருக்கிறதுபோல; கொஞ்சம் அடக்கிக்கொண்டேன். என் மிதமிஞ்சிய சோகத்தைப்பார்த்து எனக்கும் வசீகரன் எஃபெண்டிக்கும் காதல் இருந்ததென்றே ஓவியக்கூடத்திலிருந்து வதந்திகள் கிளம்பிவிடலாம்.

ஈமச்சடங்கு முடியும்வரை மற்றவர் கவனத்தை மேலும் ஈர்க்காமல் இருக்க ஒரு மரத்தின் பின்னால் மறைந்து நின்றிருந்தேன். நரகத்திற்கு நான் அனுப்பியிருந்த மூடனின் உறவினர்களில் ஒருவன் –இறந்துபோனவனைவிடப் பெரிய மூடன் – மரத்துக்குப் பின்னால் என்னைக் கண்டுபிடித்து, அர்த்த புஷ்டியோடுதான் பார்ப்பதாக நினைத்துக்கொண்டு என் கண்களுக்குள் உற்றுப்பார்த்தான். என்னை ஆரத்தழுவி சிறிதுநேரம் அப்படியே பிடித்திருந்தான். பின் அந்த அறிவிலி இப்படிக்கேட்டான்: "நீ 'சனிக்கிழமை'யா அல்லது 'புதன் கிழமை'யா?"

“புதன்கிழமை என்பது காலமான நம் அன்பிற்குரியவருக்கு முன்பு வைக்கப்பட்டிருந்த ஓவியப்பணிக்கூடப் பெயர்” என்றேன். அவன் மௌனமானான்.

இந்த ஓவியப்பணிமனைப் பெயர்களின்மூலம் எங்களை ஒருவரோ டொருவர் ரகசிய ஒப்பந்தம்போல பிணைத்திருந்தமைக்குப் பின்னால் இருந்த கதை எளிமையானது; எங்களது பயிற்சிக் காலத்தின்போது தான் நுண்ணோவியர் ஒஸ்மான் உதவி குருநாதர் என்ற பதவியிலிருந்து குருநாதர் நிலைக்கு பட்டவுயர்வு பெற்றிருந்தார். அவர்மீது எங்களுக் கெல்லாம் பெரும் மரியாதையும் மதிப்பும் அன்பும் இருந்தது. இறைவன் அவருக்களித்திருக்கும் மதிமயக்கும் ஓவியத்திறனையும் ஜின்னைப் போன்ற கூர்ந்த மதியையும் கொண்டு அம்மாமேதை எங்களுக்கு அனைத்தையும் கற்றுத்தந்தார். ஒவ்வொரு நாளும் விடியற்காலையில் பயிற்சி மாணவர்களாகிய எங்களுக்கிடப்பட்டிருந்த கட்டளையின் படி யாராவது ஒருவர் குருநாதரின் வீட்டிற்குச்சென்று, அவர் ஓவியப் பயிலரங்கிற்கு வரும்போது அவரது எழுதுகோல்கள், தூரிகைப் பெட்டி, அவரது பை, வரைதாட்கள் நிரம்பிய கோப்பு ஆகியவற்றை சுமந்துகொண்டு வரவேண்டும். அதற்கு போட்டி போட்டுக்கொண்டு யார் என்றைக்கு அவரோடு போவது என்று எங்களுக்குள் விவாதம், சண்டை எல்லாம் நடப்பதுண்டு.

குருநாதர் ஒஸ்மானுக்கு செல்லம் ஒருவன் இருந்தான். எப் போதுமே அவன் கூடச்செல்வானென்றால் ஓவியக்கூடத்தில் வதந்தி களும் ரசக்குறைவான நகைச்சுவை வம்புகளும் பரவுமென்பதால் வாரத்தில் ஒவ்வொரு நாளுக்கும் ஒருவனென்று குருநாதர் குறிப்பிட்டு வைத்துவிட்டார். அவர் வெள்ளிக்கிழமைகளில் பணியாற்றிவிட்டு சனிக்கிழமைகளில் வீட்டில் தங்கிக்கொள்வார். அவர் மிகவும் நேசித்த தன் மகனை – பிற்பாடு அவன் அவரையும் எங்களையும் வஞ்சித்து விட்டு வேறுபணிக்குச் சென்றுவிட்டான் – திங்கட்கிழமைகளில் ஒரு சாதாரண பயிற்சி மாணவனைப்போல கூட்டிவருவார். எங்க ளெல்லோரையும்விட மிகத்திறமையான மாணவன் ஒருவன் இருந் தான். ஒல்லியாக உயரமாக இருந்த அவன் ‘வியாழக்கிழமை’ என்றழைக்கப்பட்டான். ஏதோ ஒரு மர்மமான வியாதியில் பீடிக்கப் பட்டு அந்தக் காய்ச்சலில் அற்பாயுளில் இறந்து போய்விட்டான். வசீகரன் எஃபெண்டி – அவன் ஆத்மா சாந்தி அடைக –புதன்கிழமை களில் செல்வதால் ‘புதன்கிழமை’ என்றழைக்கப்பட்டான். இதுபோல எங்களுக்கு சூடப்பட்ட பெயர்களை எங்கள் குருநாதர் ஆசைததும்ப ‘செவ்வாய்கிழமை’யை “ஆலிவ்” என்றும் ‘வெள்ளிக்கிழமை’யை “நாரை” என்றும் ‘ஞாயிற்றுக்கிழமை’யை “வண்ணத்துப்பூச்சி”யென்றும் கால மாகிவிட்ட எங்களருமை சகோதரனுக்கு அவனுடைய மெருகிடும் திறமையைக் குறிக்கும் வகையில் “வசீகரன்” என்றும் பெயரிட்டார். எங்களையெல்லாம் வரவேற்பதைப் போலவே காலமான வசீகரனை

யும் "நல்வரவாகுக 'புதன்கிழமை', எப்படி இருக்கிறாய்?" என்று வரவேற்றிருக்கக்கூடும்.

அவர் என்னை எப்படி அழைப்பாரென்று எண்ணிப் பார்த்த போது என் கண்கள் கண்ணீரில் நிரம்பக்கூடுமென்று நினைத்தேன். குருநாதர் ஒஸ்மான் எங்களை மனம்விட்டுப் பாராட்டுவார், எங்கள் வேலைகளின் அழகைப்பார்த்து அவர் கண்கள் விரியும், எங்கள் கரங்களிலும் விரல்களிலும் முத்தமிடுவார். எவ்வளவுதான் அடி வாங்கினாலும் பயிற்சி மாணவர்களாக இருந்தபோது, எங்களுக்கு சொர்க்கத்தில் இருப்பதைப் போலத்தான் இருந்தது. அவரது அன் போடு எங்கள் திறமைகளும் மலர்ந்தன. அந்த சந்தோஷமான வருடங்களில் தனது நிழலை பரப்பியிருந்த பொறாமையுணர்வுக்குக் கூட அப்போது வேறு நிறமிருந்தது.

இப்போது தலையையும் கைகளையும் ஓர் ஓவியர் வரைந்து வண்ணம்தீட்ட, உடல்களையும் துணிகளையும் மற்றோர் ஓவியர் வரைகின்ற சித்திரங்களைப்போல நான் முற்றிலுமாக பிளவுபட் டிருந்தேன். என்னைப்போன்ற, கடவுளுக்கு பயப்படும் ஒரு மனிதன் எதிர்பாராமல் கொலைகாரனாகிவிடும்போது, அதை ஈடுகட்டிக் கொள்ள கொஞ்சம் நேரம் பிடிக்கிறது. கொலைகாரன் ஒருவனுக்கு பொருந்தக்கூடிய ஓர் இரண்டாவது குரலை நான் வரித்துக்கொண் டிருப்பதால் எனது பழைய வாழ்க்கையையும் அதன் போக்கில் செலுத்திக்கொண்டு செல்லலாம். நான் இப்போது பேசிக்கொண் டிருக்கிற இந்த ஏளனமும் பிறழ்வுமான இரண்டாவது குரலை எனது பிரதான வாழ்க்கையிலிருந்து விலக்கியே வைத்திருக்கிறேன். அவ்வப்போது எனது பழக்கமான, பிரதான குரலை நீங்கள் கேட் பீர்கள். நான் மட்டும் கொலைகாரனாக ஆகாதிருந்தால் அதுமட்டுமே எனது ஒரே குரலாக இருந்திருக்கும். எனது பணியிடப்பெயரின் கீழ் நான் பேசும்போது, நான் ஒரு 'கொலைகாரனாக' இருந்திருக் கிறேன் என்பதை ஒருபோதும் ஒப்புக்கொள்ள மாட்டேன். ஒளிந்திருக் கும் என் ஆளுமையை வஞ்சித்து காட்டிக்கொடுக்க எனது கலைத்திற னில் எனக்கென்று தனித்த பாணியோ பழுதுகளோ இல்லையென்ப தால் இவ்விரண்டு குரல்களையும் யாரும் இணைத்து எண்ணிக் கொள்ள வேண்டாம். வாஸ்தவத்தில் பாணியோ அல்லது ஒரு கலைஞனை மற்றொரு கலைஞனிடமிருந்து வேறுபடுத்திக் காட்டுகிற எந்தவொன்றோ, அதை ஒரு குறைபாடு என்றே சொல்வேன்; சிலர் கர்வத்தோடு பறைசாற்றிக் கொள்வதைப்போல தனிப்பட்ட குணாம்ச மாக அல்ல.

நான் இருக்கும் சூழ்நிலையில் இது ஒரு பிரச்சனையை எழுப்பு கிறது என்பதை ஒப்புக்கொள்கிறேன். குருநாதர் ஒஸ்மானால் வழங்கப் பட்டு எனிஷ்டே எஃபெண்டியால் ரசனையோடு அழைக்கப்பட்ட எனது பணியிடப்பெயரின் மூலம் நான் பேசினாலும், நான் வண்ணத்து

என் பெயர் சிவப்பு

பூச்சியா, ஆலிவ்வா அல்லது நாரையா என்று நீங்கள் கண்டறிந்து கொள்ளக்கூடாது என்பதில் கவனமாக இருக்கிறேன். உங்களுக்குத் தெரிந்துவிட்டால் முதல் காரியமாக சுல்தான் அவர்களின் ராஜாங்கப் படைப்பிரிவின் தலைவரிடம் என்னை ஒப்படைத்து சித்ரவதைக் கூடத்திற்குள் என்னை தள்ளச் செய்வீர்களென்பது எனக்குத் தெரியும்.

நான் நினைப்பதையும் சொல்வதையும் கவனமாகச் செய்ய வேண்டியிருக்கிறது. எனக்கு நானே தனியாக சில விஷயங்களைப் பற்றி புலம்பிக் கொள்வதைக்கூட நீங்கள் கேட்டுக் கொண்டிருக் கிறீர்கள் என்பதை அறிவேன். எனது விரக்திகளையோ, என் வாழ்க்கை குறித்த குற்றச்சாட்டு விவரங்களையோ அஜாக்கிரதையாக என் எண்ணங்களுக்குள் விட்டுவிடக் கூடாது. 'ஆலிஃப்' 'பா' 'ஜிம்' கதைகளைச் சொல்லும்போதுகூட எப்போதும் என்மீது நீங்கள் நோட்டம் வைத்திருக்கிறீர்கள் என்பது தெரியும்.

பல்லாயிரக்கணக்கானமுறை நான் தீட்டியிருந்த போர்வீரர் கள், காதலர்கள், இளவரசர்கள், சரித்திர நாயகர்கள் ஆகியோரின் ஒரு பக்கம் அவர்கள் போரிடும் எதிரிகள் அல்லது அவர்கள் வெட்டிச்சாய்க்கும் டிராகன்கள், யாருக்காக அவர்கள் அழுகின்றார் களோ அந்த அழகான பெண்கள், அவற்றையே நேர்பார்வையில் பார்த்துக்கொண்டிருக்கும் ஆனால் வேறொரு பார்வையில், அவர்கள் உடல்களின் மற்றொரு பக்கம் அந்த மகத்தான ஓவியத்தைக் காண நேர்ந்த கலாரசிகனை எதிர்நோக்கியிருக்கும். எனக்கென்று ஒரு பாணியும் குணாம்சமும் இருந்தால் அது என் கலைப்படைப்பில் மட்டும் பொதிந்திருக்கவில்லை, நான் புரிந்த குற்றத்திலும் நான் உச்சரிக்கும் வார்த்தைகளிலும் இருக்கின்றன! ஆம், நான் யாரென்பதை என் வார்த்தைகளின் நிறத்தை வைத்து கண்டுபிடிக்க முயலுங்கள்!

நீங்கள் என்னை பிடித்துவிட்டால் அது அந்த துரதிருஷ்டம் பிடித்த வசீகரன் எஃபெண்டியின் பரிதாபமிக்க ஆன்மாவிற்கு ஆறுதலை தேடித்தரும் என்பது எனக்கும் தெரியும். நான் இங்கே மரங்களுக்கடியில், கிறீச்சிடும் பறவைகளுக்கு மத்தியில் நின்றுகொண்டு பொற்கொம்பின் ஜரிகையிட்ட நீர்ப்பரப்பையும் இஸ்தான்புல்லின் அசையாது நிற்கும் கவிகை மாடங்களையும் பார்த்துக்கொண்டு, உயிரோடு இருப்பது எவ்வளவு அற்புதமானது என புத்தம் புதிதாக வியந்தபடி நின்றிருக்க, அவன்மீது மண்ணைத்தோண்டியெடுத்து தள்ளி மூடிக்கொண்டிருந்தனர். பாவம், இந்த வசீகரன் எஃபெண்டி. எர்ஸுரும்மின் நெரித்த புருவங்கள் கொண்ட போதகரின் வட்டத்தில் சேர்ந்தபிறகு என்னை அவனுக்கு சுத்தமாகப் பிடிக்காமல் போய் விட்டது; இருந்தாலும் நமது சுல்தானுக்காக புத்தகங்களுக்கு சித்திரங் கள் வரைந்து கொண்டிருந்த இருபத்தைந்து வருடங்களில் நாங்கள் மிகவும் நெருக்கமாக உணர்ந்த காலங்களும் உண்டு. இருபது வருடங் களுக்கு முன் இன்றைய சுல்தானின் காலம்சென்ற தகப்பனாருக்காக

செய்யுள் வடிவ ராஜ வரலாற்றிற்கு ஓவியங்கள் தீட்டிக்கொண்டிருந்த போது நாங்கள் நண்பர்களானோம். ஆனால் ஃபுஸூலியின் செய்யுட் தொகுப்பிற்கு உடனாக வரவிருந்த எட்டு சித்திரத்தாட்களில் பணி யாற்றிக் கொண்டிருந்தபோது, நெருக்கமாக இருந்ததைப்போல வேறெப்போதும் இருந்ததில்லை. அப்போது ஒரு கோடைக்கால மாலை நேரத்தில் அவனுடைய புரிந்துகொள்ளக்கூடிய, ஆனால் தருக்க முரணான ஆசைகளுக்கு சலுகையளித்து – ஒரு நுண்ணோவி யன் தான் வரையும் மூலபாடத்தை அவன் ஆன்மாவில் உணர்ந் திருக்க வேண்டும் – தலைக்குமேல் தூக்கணாங்குருவிக்கூட்டம் அவசர மாகப் பறந்துசெல்ல, அவன் ஃபுஸூலியின் தொகுப்பிலிருந்து வரிகளை மனப்பாடமாக ஒப்பிப்பதை பொறுமையாக பாசாங் குடன் கேட்டுக்கொண்டிருந்தேன். அவன் அன்று மாலை ஒப்பித்த ஒரு வரி எனக்கு இன்னமும் நினைவிலிருக்கிறது: "நான் என்பது நானல்ல; என்றென்றும் நீதான்." இந்த வரியை ஒருவன் எப்படி சித்திரமாக்க முடியுமென்று எப்போதுமே வியந்து வந்திருக்கிறேன்.

அவனது உடல் கண்டெடுக்கப்பட்ட விஷயம் எனக்குத்தெரிந்த உடனே அவன் வீட்டிற்கு ஓடினேன். முன்பு நாங்கள் அமர்ந்து கவிதை ஒப்பித்த அந்தச்சிறிய தோட்டம், பல வருடங்களுக்குப்பிறகு பார்க்கிற எந்தவொரு தோட்டத்தைப்போலவும் மேலும் சுருங்கிக் காணப்பட்டது. அவனது வீடும் அப்படியே தெரிந்தது. அடுத்த அறையிலிருந்து பெண்களின் அழுகுரல்கள் கேட்டன. அவர்க ளுடைய மிகையான ஒப்பாரி, அவர்களுக்குள் போட்டிபோல உயர்ந்துகொண்டிருந்தது. அவனுடைய அண்ணன் பேசியபோது நான் உன்னிப்பாகக் கேட்டேன்: அனாதரவாகிப் போய்விட்ட நம் சகோதரனுடைய முகம் அநேகமாக முற்றிலும் சேதப்பட்டு விட்டிருந்தது. அவன் தலையே நசுங்கிவிட்டிருந்தது. நான்கு நாட்கள் கிணற்றிலேயே இருந்தபின்பு வெளியே எடுக்கப்பட்ட அவனது உடலை அவனுடைய சகோதரர்களால் கொஞ்சமும் அடையாளம் கண்டுபிடிக்க முடியவில்லை. அதன்பிறகு, பாவம், அவன் மனைவி கல்பியேவை வீட்டிலிருந்து கூட்டிவந்து அந்த அடையாளம் காண முடியாத உடலை ராத்திரி இருட்டில், கிழிந்து நார்நாராகிப் போயிருந்த உடைகளை வைத்து அடையாளம் காண வைத்தனர். மிதியன் வணிகர்கள், பொறாமை பிடித்த சகோதரர்களால் பள்ளத்தில் வீசியெறியப்பட்ட ஜோசப்பை வெளியே இழுக்கின்ற சித்திரம் என் ஞாபகத்திற்கு வந்தது. 'ஜோசப்பும் ஜுலைஹாவும்' – இலிருந்து இந்தக் காட்சியை நான் மிகவும் ரசித்து வரைவேன், பொறாமை தான் வாழ்க்கையின் ஆதி உணர்ச்சி என்பதை நமக்கு இது நினை வூட்டுவதால்.

திடீரென அமைதி சூழ்ந்தது. அவர்கள் கண்களை என்மேல் உணர்ந்தேன். நான் அழவேண்டுமோ? கருப்பின் பார்வையை சந்தித்தேன். அந்தப் பயனற்ற போக்கிரி, உண்மையைக் கண்டுபிடிக்க

எனிஷ்டே எஃபெண்டியால் அனுப்பப்பட்டவன்போல எங்களனை வரையும் துருவித்துருவி பார்த்துக் கொண்டிருந்தான்.

"இந்த மாதிரியான படுபயங்கரச் செயலை யார் செய்திருப்பார் கள்?" என்று அழுதான் மூத்த சகோதரன். "ஒரு எறும்பைக்கூட கொல்லமாட்டானே, அவனை எந்த இதயமில்லாத மிருகம் இப்படி அடித்துப்போட்டான்?"

அவனுடைய கேள்விக்கு அவனது கண்ணீராலேயே பதில் சொல்லிக் கொண்டான். நானும் போலித்தனமான துக்கத்தோடு அவனுடன் சேர்ந்துகொண்டு என் சொந்த பதிலைத் தேடினேன். வசீகரனுக்கு யார் எதிரிகள்? நான் இல்லாவிட்டால் வேறு யார் அவனை கொன்றிருக்கக்கூடும்? சிறிது காலத்திற்கு முன்பு – நாங்கள் 'திறமை மலர்' புத்தகத்தை தயாரித்துக் கொண்டிருந்தபோது என்று நினைக்கிறேன் – முற்கால ஓவியர்களின் வரைநுட்பங்களை ஏற்க மறுத்து நுண்ணோவியர்களாகிய நாங்கள் மெய்வருத்தம் பாராது கடுமையாக உழைத்து உருவாக்கிய ஓவியத்தாள்களை கெடுத்து, ஓரச்சட்டங்களுக்கு மலிவாகவும் விரைவாகவும் ஒப்பனை செய் வதற்கு பயன்படும் அருவருப்பான நிறங்களைத்தீட்டி சீரழித்துக் கொண்டிருந்த குறிப்பிட்ட சில கலைஞர்களோடு கடுமையான வாக்குவாதத்தில் ஈடுபடுவான். யார் அவர்கள்? அதற்குப் பிறகு, விரோதம் எழுந்தது இந்த காரணத்துக்காக அல்ல, தரைத்தளத்தில் பணியாற்றிக் கொண்டிருந்த ஒரு அழகான நூல் கட்டுநர் உதவி யாளனின் அன்புக்காக உண்டான போட்டி என்று ஒரு வதந்தி கிளம்பியது; ஆனால் அது ஒரு பழைய கதை. வசீகரனின் கௌரவம், அவனது நாகரிகம், அவனது அறிவாழம் கொண்ட பெண்மை மிளிரும் நளினம் ஆகியவற்றால் எரிச்சலுற்றிருந்தவர்கள் உண்டு. ஆனால் அது முற்றிலும் வேறொரு விஷயம்: வசீகரன் பழைய பாணியில் அடிமைபோல் கட்டுண்டு இருந்தவன். மெருகிடலுக்கும் வரைதலுக்குமிடையே நிறங்களின் ஒருங்கிணைப்பில் அவன் ஒரு வெறியன். குருநாதர் ஓஸ்மான் அவர்களின் முன்னிலையில் மற்ற நுண்ணோவியர்கள் – குறிப்பாக நான் – வரைந்த ஓவியங்களில் இல்லவே இல்லாத குறைபாடுகளை கண்டுபிடித்து நைச்சியமான இறுமாப்புடன் சுட்டிக்காண்பிப்பான். கடைசியாக வந்த சச்சரவு, சமீபகாலங்களில் குருநாதர் ஓஸ்மான் அவர்கள் மிகவும் பதட்ட மடைந்து கண்டிக்கிற ஒரு விஷயத்தைப் பற்றியது: அரசவை நுண் ணோவியர்கள் இரவு நேரங்களில் திருட்டுத்தனமாக வெளியில் சென்று அரண்மனைக்கு வெளியே அற்பமான கூலித்தொகைகளை பெற்றுக்கொண்டு வெளிவேலைகள் செய்து தருவது. சமீப வருடங் களில் நமது சுல்தான் அவர்களின் ஆர்வமும் குறையத் தொடங்கி, அதனோடு தலைமை கருவூலரிடமிருந்து வரும் மானியத்தொகை யிலும் வெட்டு விழுந்தபிறகு நுண்ணோவியர்கள் மூளைமழுங்கிய இளம் பாஷாக்களின் இரண்டடுக்கு மாடி வீடுகளுக்குச் செல்லத்

தொடங்கினர். தேர்ந்த ஓவியக் கலைஞர்கள் எனிஷ்டே அவர்களை பின்னிரவில் சென்று சந்திப்பர்.

துர்ச்சகுனம் கொண்டதாக இருக்கிறதென்று எனிஷ்டே அவருடைய – எங்களுடைய – புத்தகத்தை தயாரிக்கும் பணியை நிறுத்திவிட முடிவெடுத்திருப்பதில் நானொன்றும் கவலைப்படவில்லை. அந்த மூளையற்ற வசீகரன் எஃபெண்டியைத் தீர்த்துக் கட்டியது அவரது புத்தகத்திற்கு ஓவிய அலங்காரங்கள் செய்யும் எங்களில் ஒருவன்தான் என்பதை அவர் ஊகித்திருக்க வேண்டும். அவரது நிலையில் உங்களை வைத்துப்பாருங்கள்: ஒவ்வொரு வாரமும் இருட்டியதற்குப்பிறகு உங்கள் வீட்டுக்கு ஒரு கொலைகாரனை வரவேற்று ஓவியம் வரையச் சொல்வீர்களா? நுண்ணோவியர்களி லேயே மிகவும் திறமைசாலி யார், நிறங்களைத் தேர்ந்தெடுப்பதில், மெருகிடுவதில், பக்க அளவிடுதலில், சித்திரங்கள், முகங்கள் வரை வதில், பக்கம் அமைப்பதில் பெரும் வல்லமை பெற்றவன் யார் என்பதை விரைவிலேயே உய்த்துணர்ந்து, அதன்பின் என்னோடு மட்டும் தனியாக அவர் வேலையைத் தொடர்வார். என்னை வெறும் ஒரு சாதாரண கொலைகாரன் என்று நினைக்காமல் அசலான திறமைகொண்ட ஒரு நுண்ணோவிய மேதையென்றுதான் மதிப்பா ரென்று நம்புகிறேன்.

எனிஷ்டே தன்னோடு கூட்டி வந்திருக்கும் அந்த முட்டாள் கருப்பு எஃபெண்டியை ஓரக்கண்ணால் கவனித்துக் கொண்டிருந் தேன். அவர்களிருவரும் கல்லறையிலிருந்து கலைந்து செல்லும் கூட்டத்திலிருந்து விலகி எயுப் படகுத்துறையை நோக்கி நடக்க, அவர்களைப் பின் தொடர்ந்தேன். அவர்கள் நான்கு – துடுப்புகள் கொண்ட நீண்ட படகில் ஏறிக்கொள்ள, பின்னர் ஆறு – துடுப்புகள் கொண்ட படகில், கொல்லப்பட்டவனையும் ஈமச்சடங்கையும் மறந்து குதூகலமாக கிண்டலும் சிரிப்புமாக வந்த இளம் ஓவிய மாணவர்களோடு ஏறிக்கொண்டேன். ஃபாணர் வாயிலுக்கருகில் எங்கள் படகுகளின் துடுப்புகள் ஒன்றோடொன்று பின்னிக்கொள்வது போல் மிக நெருங்கி வந்தபோது, எனிஷ்டேவிடம் கருப்பு எதையோ சிரத்தையாக கிசுகிசுத்துக்கொண்டிருப்பதை தெளிவாகப் பார்க்க முடிந்தது. உடனே ஓர் உயிரை முடித்துவைப்பது எவ்வளவு எளி தானது என்று நினைத்துக்கொண்டேன். எனதருமை இறைவா, எங்கள் ஒவ்வொருவரிடமும் இந்த நம்பமுடியாத வலிமையை நீ தந்திருக்கிறாய், ஆனால் அதனை பயன்படுத்த பயப்படுகிறவர் களாகவும் எங்களை ஆக்கி வைத்திருக்கிறாய்.

இருந்தும், இந்த பயத்தை ஒருமுறை முறியடித்து ஒருவன் செயல்பட்டுவிட்டால் அவன் உடனடியாக முற்றிலும் மாறுபட்ட மனிதனாக ஆகிவிடுகிறான். பிசாசுகளின்மீது மட்டுமல்ல, எனக் குள்ளிருக்கும் துர்ச்சாயல்களுக்குக்கூட நான் பயந்து கொண்டிருந்த காலம் உண்டு. ஆனால் இப்போது துர்மனம் என்பது ஏற்றமைவுற

வேண்டியதென்பதையும், அது ஒரு கலைஞனுக்கு தவிர்க்க முடியாத தென்பதையும் நான் புரிந்திருக்கிறேன். மனிதரில் ஓர் அவமானச் சின்னமான அவனைக் கொன்றபிறகு சில நாட்களுக்கு என் கையில் நடுக்கம் இருந்தாலும் என்னால் முன்னைவிட சிறப்பாக வரையமுடிந்தது. பிரகாசமான துணிச்சல்மிக்க நிறங்களை பயன் படுத்தினேன் என்பதும் எல்லாவற்றையும்விட முக்கியமாக, என் கற்பனையைக் கொண்டு அற்புதங்களை உருவாக்க முடிகிறதென் பதையும் கண்டுகொண்டேன். ஆனால் இது ஒரு கேள்வியை எழுப்பு கிறது: இஸ்தான்புல்லில் இருப்பவர்களில் எத்தனை பேரால் என் சித்திரங்களின் மகத்துவத்தை உண்மையிலேயே புரிந்து பாராட்ட முடியும்?

ஜிபாலி நீர்த்தேக்கத்துக்கருகே பொற்கொம்பின் மத்தியில் இருந்த போது இஸ்தான்புல்லை வன்மத்துடன் வெறித்தேன். பனிமூடிய கவிகை மாடங்கள் திடீரென மேகங்களைப் பிளந்துகொண்டு வந்த வெயிலில் பிரகாசமாக பளபளத்தன. ஒரு நகரம் எந்த அளவுக்கு பெரியதாகவும் வண்ணமயமாகவும் இருக்கிறதோ அந்த அளவுக்கு ஒருவரின் குற்றத்தையும் பாவத்தையும் ஒளித்து வைத்துக்கொள்ள இடங்கள் இருக்கும். எந்த அளவுக்கு ஜனநெரிசல் மிக்கதாயிருக் கிறதோ அந்த அளவுக்கு அதிகமானபேர் பின்னால் ஒளிந்துகொள்ள இருப்பார்கள். ஒரு நகரின் அறிவாற்றல் என்பது அதன் கல்விமான்கள், நூலகங்கள், நுண்ணோவியர்கள், எழுத்தோவியர்கள், கல்விக்கூடங் கள் ஆகியவற்றால் அளவிடப்படுவதில்லை; ஆயிரம் வருடங்களுக்கு மேலாக அதன் இருட்டுத் தெருக்களில் நயவஞ்சகமாக புரியப்பட்ட குற்றங்களின் எண்ணிக்கையை வைத்தே தீர்மானிக்கப்படுகிறது. இந்த தருக்கத்தின்படி, சந்தேகமின்றி, இஸ்தான்புல்தான் உலகத்தி லேயே மிகவும் அறிவாற்றல் மிகுந்த நகரம்.

உங்காபானி படகுத்துறையில் கருப்பும் அவனுடைய எனிஷ்டே வும் இறங்கிச்சென்ற கொஞ்சநேரம் கழித்து எனது படகிலிருந்து வெளிவந்தேன். அவர்கள் ஒருவர்மீது ஒருவர் சாய்ந்துகொண்டு மேட்டின்மேல் ஏறிச்செல்ல அவர்களுக்கு பின்னால் நடந்தேன். சுல்தான் மெஹ்மத் மசூதிக்கருகே சமீபத்தில் தீக்கிரையாகியிருந்த இடத்தில் அவர்கள் நின்று விடை சொல்லிக்கொண்டனர். எனிஷ்டே எஃபெண்டி தனியாக இருந்தார். ஒரு கணம், உதவியற்ற ஒரு கிழவனைப்போலத் தோற்றமளித்தார். எனக்கு அவரிடம் ஓடிச் சென்று, யாருடைய இறுதிச்சடங்கில் கலந்துவிட்டு வருகிறோமோ அந்தக் காட்டுமிராண்டி என்னிடம் ரகசியமாக பழிசொன்ன விஷயங்களைச் சொல்லிவிடலாமா என்றிருந்தது; நம்மைப் பாது காத்துக்கொள்வதற்காக நான் என்ன செய்தேன் என்பதைக் கூறிவிட்டு அவரிடம் கேட்கவேண்டும்: "வசீகரன் எஃபெண்டி கூறியது உண்மை தானா? நம்மீது நமது சுல்தான் அவர்கள் வைத்திருக்கும் நம் பிக்கையை நாம் உருவாக்கும் ஓவியங்களின் மூலம் துஷ்பிரயோகம்

செய்கிறோமா? நமது ஓவியத் தொழில் நுட்பங்கள், நமது மதத்திற்கு துரோகமும் அவமதிப்பும் செய்வதாக இருக்கின்றனவா? அந்த கடைசி மாபெரும் ஓவியத்தை நீங்கள் முடித்துவிட்டீர்களா?"

மாலை கவிந்துகொண்டிருக்க, பனி பாவிய அந்தத் தெருவின் மத்தியில் நின்று அங்கே இருட்டில் என்னோடு சேர்ந்தலையும் ஜின்கள், தேவதைகள், கொள்ளையர், கள்வர்களை, சோகத்தோடு வீடு திரும்பும் அப்பா, பிள்ளைகளை, துயரத்தோனி பனி போர்த்தி நின்றிருக்கும் மரங்களை வெறித்துக்கொண்டிருந்தேன். சாலையின் முடிவில் எனிஷ்டே எஃபெண்டியின் பிரமாண்டமான இரண்டடுக்கு மாடிவீட்டினுள்ளே இவ்வுலகிலேயே அழகான பெண் வாழ்ந்து வருவதை கஷ்கொட்டை மரக்கிளையினூடாக என்னால் பார்க்க முடிகிறது. வேண்டாம், தேவையில்லை. எதற்காக என்னை நானே பைத்தியமாக அடித்துக்கொள்ள வேண்டும்?

●

அத்தியாயம் 19

நான் ஒரு தங்கக்காசு

நன்றாகப் பாருங்கள்! நான் ஓர் இருபத்தி இரண்டு காரட் ஆட்டமன் சுல்தானி தங்கக்காசு. இவ்வுலகின் பாது காவலரான நமது மேன்மைதங்கிய சுல்தான் அவர்களின் இலச்சினையை நான் தாங்கியிருக்கிறேன். ஈமச் சடங்கின் துயரத்தால் ஆட்கொள்ளப்பட்டிருந்த இந்த இனிமையான காபி இல்லத்தில், நள்ளிரவு நேரத்தில் நமது சுல்தான் அவர் களின் மகத்தான நுண்ணோவியர்களில் ஒருவரான நாரை, என் சித்திரத்தை இப்போதுதான் வரைந்து முடித்திருக்கிறார். இன்னமும் பொற்பூச்சு அளிக்கவில்லையென்றாலும் அதை உங்கள் கற்பனைக்கே விட்டுவிடுகிறேன். எனது பிம்பம் இங்கே உங்கள் முன்பு இருக்கிறது. இருந்தாலும் என்னை உங்கள் அன்புச் சகோதரன் நாரை என்ற அப்புகழ்பெற்ற நுண்ணோவி யரின் பணப்பைக்குள் காணமுடியும். அவர் இப்போது எழுந் திருக்கிறார், எழுந்து அவரது பணப்பையிலிருந்து என்னை வெளியே எடுத்து உங்கள் ஒவ்வொருவரிடமும் காட்டுகிறார். வணக்கம், வணக்கம், இங்கே குழுமியிருக்கும் எல்லா ஓவியக் கலைஞர்களுக்கும் விருந்தினர்களுக்கும் வாழ்த்துக்கள். எனது பிரகாசிப்பைக் கண்டதும் உங்கள் கண்கள் அகல விரிகின்றன, எண்ணெய் விளக்கின் ஒளியில் நான் ஜொலிப்பதைக் கண்டு உங்களுக்கு சிலிர்க்கிறது, என் உடைமையாளர் ஓவியக் கலைஞர் நாரையின்மீது உங்களுக்கு பொறாமை துளைக்கிறது. இப்படி நீங்கள் நடந்துகொள்வது நியாயமே. ஓர் ஓவியனின் திறமைக்கு என்னைவிட மேலான அளவீடு வேறெதுவுமில்லை.

கடந்த மூன்றாண்டுகளில் என்னைப்போலவே நாற்பத்தி யேழு தங்கக்காசுகளை ஓவியக்கலைஞர் நாரை ஈட்டியிருக்கிறார். நாங்களெல்லோரும் நாரை அவர்களின் பணப்பையில்தான் இருக்கிறோம்; நீங்களே பார்க்கலாம், அவர் யாரிடமிருந்தும் எங்களை ஒளித்து வைத்திருக்கவில்லை. இஸ்தான்புல்லில் உள்ள நுண்ணோவியர்களில் அவரைவிட அதிகமாக ஈட்டு

பவர்கள் யாருமில்லை என்பதை அறிந்திருக்கிறார். கலைஞர்களுக் கிடையே திறமைக்கான அளவீடாக என்னை அங்கீகரித்து, தேவை யற்ற கருத்து வேறுபாடுகளை முடிவுக்கு கொண்டு வந்திருப்பதில் பெருமிதம் கொள்கிறேன். கடந்த காலங்களில், காபிக்கு பழக்கமாகி நம் புத்தியைத் தீட்டிக்கொள்வதற்கு முன்பு, இந்த மந்தபுத்தி நுண் ணோவியர்கள் தம்மில் மிகச்சிறந்த திறமையாளர் யார், நிறங்கள் குறித்த நுண்ணுணர்வு யாருக்கு உயர்வாக இருக்கிறது, மிகச்சிறந்த மரத்தை வரையக்கூடியவர் யார், மேகங்களை திறம்பட சித்தரிப் பதில் வல்லவர் யார் என்றெல்லாம் மாலைவேளைகளில் வாதம் செய்வதோடு திருப்தியடையாமல் இவ்விஷயங்களுக்காக அடிதடி யிலும் இறங்கி, ஒருவரின் பல்லை மற்றவர் உடைத்துக் கொள்வார்கள். இப்போது எனது பகுத்துணர்வு அனைத்தையும் முடிவு செய்கிறது, ஓவியக்கூடத்தில் ஓர் இனிமையான ஒத்திசைவு காணப்படுகிறது, எல்லாவற்றையும்விட ஹெராத்தின் பண்டைய ஓவியர்களுக்கு உகந்ததான சூழலும் இருக்கின்றது.

எனது பகுத்துணர்வால் வந்திருந்த ஒத்திசைவையும் சூழலை யும் குறிப்பிடுவதோடு என்னை வைத்து வாங்கக்கூடிய பல்வேறு விஷயங்களை பட்டியலிட முயற்சிக்கிறேன்: ஓர் அழகான இளம் அடிமைப்பெண்ணின் பாதத்தை வாங்கலாம். அதாவது அவள் உடம்பில் பதினைந்தில் ஒரு பாகத்தை; விளிம்புகளில் தந்தம் பதித்த, நல்ல தரமான வால்நட் கைப்பிடியோடு முடிதிருத்தக் கண்ணாடி; நன்கு வர்ணமடித்து, சூர்யோதய அலங்காரங்களோடு தொண்ணூறு வெள்ளிக்காசுகள் மதிப்புள்ள வெள்ளித்தகடு பதித்த இழுப்பறை, புத்தம் புதிய ரொட்டித்துண்டுகள் 120; மூன்று பேருக்குண்டான சவக்குழியும் சவப்பெட்டிகளும்; ஒரு வெள்ளி கைக்காப்பு; ஒரு குதிரையின் பத்தில் ஒரு பாகம்; ஒரு வயதான தடிமனான காமக் கிழத்தியின் கால்கள், ஓர் எருமைக்கன்று; மிகத்தரம் வாய்ந்த சீனப் பீங்கான் தொகுதிகள் இரண்டு; பாரசீக நுண்ணோவியரும் தாப்ரீஸ் துறவியுமான மெஹ்மெத்திற்கும் நமது சுல்தான் அவர்களின் ஓவியக் கூடத்தில் பணியாற்றும் அவரைப்போன்ற பெரும்பான்மையினருக்கும் ஒரு மாத ஊதியம்; கூண்டோடு ஒரு நல்ல வேட்டை வல்லூறு; பனாயத் ஒயின் பத்து ஜாடிகள்; உலகப்பிரசித்திபெற்ற அழகுள்ள இளைஞர்களில் ஒருவனான மஹமூத்துடன் சொர்க்க போகமாக ஒரு மணிநேரம் மற்றும் குறிப்பிட்டுச்சொல்லமுடியாதபடி பல்வேறு சாத்தியங்கள்.

இங்கே வருவதற்குமுன், நான் செருப்புத் தைக்கும் ஓர் ஏழைச் செம்மாரின் உதவியாளனின் அழுக்குக் கோணிக்குள் பத்து நாட்கள் கழித்தேன். ஒவ்வோர் இரவும் அப்பரிதாப மனிதன் என்னைக்கொண்டு அவன் வாங்கப்போகும் பொருட்களை முடிவேயின்றி அடுக்கிக் கொண்டே தூங்கிப் போவான். இந்த காவியச்செய்யுளின் வரிகள்

ஒரு நாணயத்தால் செல்லமுடியாத இடம் இவ்வுலகிலேயே எங்கு மில்லையென்பதை ஒரு இனிய தாலாட்டுபோல என்னிடம் கூறும்.

இதைச்சொல்லும்போது எனக்கு ஞாபகம் வருகிறது. இங்கே வருவதற்குமுன் நடந்தவையெல்லாவற்றையும் நான் ஒப்பித்தால் பக்கம் பக்கமாக நிரம்பி விடும். நமக்குள் யாரும் அந்நியர்கள் இல்லை, நாமெல்லோருமே நணபர்கள்தாம்; நீங்கள் யாரிடமும் சொல்வதில்லையென்று சத்தியம் செய்தால், நாரை எஃபெண்டி தவறாக நினைத்துக்கொள்ளாவிட்டால், உங்களிடம் ஒரு ரகசியம் சொல்கிறேன். வெளியே சொல்வதில்லையென்று சத்தியம் செய்கிறீர்களா?

அப்படியானால் சரி, ஒப்புக்கொள்கிறேன். நான் செம்பர்லித் தாஷ் தங்கச்சாலையில் நாணயமடிக்கப்பட்ட அசல் இருபத்தி இரண்டு காரட் ஆட்டமன் சுல்தானி தங்கக்காசு அல்ல. நான் போலி. அவர்கள் வெனிஸ் நகரில் கலப்படத்தங்கத்தில் என்னைச் செய்து இருபத்தி இரண்டு காரட் ஆட்டமன் தங்கமாக என்னை கலந்துவிட்டனர். இதைப்புரிந்துகொண்டு இரக்கப்படும் உங்களுக்கு வந்தனம்.

வெனீஸின் தங்கச்சாலையில் இருந்து நான் கற்றுக்கொண்டதைப் பார்த்தால் இந்த மோசடி பல வருடங்களாக நடந்து வருகிறது போலிருக்கிறது. சமீப காலம்வரை அந்த வெனீஸிய மிலேச்சர்கள் கீழைத்தேசங்களுக்கு கொண்டுவந்து செலவழித்த தரமற்ற தங்கக் காசுகள் எல்லாமே இதே தங்கச்சாலையில் நாணயமடிக்கப்பட்ட வெனீஸிய தக்கட்டுகள் மட்டுமே. நாணயத்தில் என்ன பொறிக்கப் பட்டிருக்கிறதோ அதை அப்படியே நம்பி விடுகிற ஆட்டமன்களாகிய நாம் ஒவ்வொரு தக்கட்டிலும் இருக்கும் தங்கத்தின் அளவைப்பற்றி கவனமின்றியிருந்துவிட்டதால் இந்தப்போலி வெனீஸிய தங்கக்காசு கள் இஸ்தான்புல்லுக்குள் வெள்ளமாக நுழைந்து புழங்கத் தொடங்கி விட்டன. அதன் பின்னர், தங்கம் குறைவாகவும் செம்பு அதிகமாகவும் கலந்த நாணயங்கள் கடினமாக இருப்பதை அறிந்துகொண்டு இந்தக் காசுகளை கடித்துப்பார்த்து தரம் காண ஆரம்பித்தோம். உதாரண மாக, மோகத்தீயில் துவண்டிருக்கும் நீங்கள், விஞ்சமுடியாத அழகு கொண்ட இளைஞன் மஹமூத்திடம் ஓடிச்சென்றால் எல்லோரா லும் காதலிக்கப்படும் அவன் தன் வாய்க்குள் முதலில் அந்த நாண யத்தை எடுத்து வைத்து – வேறு எதையும் அல்ல – கடித்துப்பார்த்து, அது ஒரு போலி என்று அறிவித்து விடுவான். இதன் விளைவாக முழு ஒரு மணி நேரத்திற்குப் பதிலாக வெறும் அரைமணி நேரத் திற்கு மட்டுமே உங்களை சொர்க்கத்திற்கு அழைத்துச்செல்வான். அவர்களுடைய போலி நாணயங்கள் இத்தகைய பாதகமான விளைவு களை ஏற்படுத்துவதை உணர்ந்துகொண்டு, ஆட்டமன்கள் சுலபத்தில் ஏமாந்துவிடுவார்களென்று அந்த வெனீஸிய மிலேச்சர்கள் போலி ஆட்டமன் நாணயங்களையே செய்யத்தொடங்கினர்.

ஆனால் வேறொரு விசித்திரமான விஷயத்தின்பால் உங்கள் கவனத்தை ஈர்க்க விரும்புகிறேன்; இந்த வெனீஸிய மிலேச்சர்கள் ஓவியம் தீட்டும்போது அதை வரைவது போலில்லாமல், அவர்கள் ஓவியம் தீட்டுகின்ற பொருளையே உருவாக்கி விடுவதைப்போல தீட்டுகின்றனர். ஆனால் பணம் என்று வந்துவிட்டால் அசலை உருவாக்குவதற்கு பதில் போலியைத்தான் உருவாக்குகின்றனர்.

எங்களை இரும்புப்பெட்டிகளில் நிரப்பி, கப்பலில் ஏற்றி, அது அங்குமிங்கும் சென்று, வெனீஸிலிருந்து ஒருவழியாக இஸ்தான்புல் வந்தடைந்தோம். இங்கே நாணயமாற்றுக்காரன் ஒருவனின் பூண்டு நாற்றமடிக்கும் வாய்க்குள் நான் இருந்ததிலிருந்து என் பயணம் தொடங்கியது. நாங்கள் சிறிதுநேரம் காத்திருந்தபோது, ஓர் அப்பாவி நாட்டுப்புறத்தான் சில தங்க நாணயங்களை மாற்றலாமென்று வந்தான். இந்த நாணயமாற்றுக்காரன் ஒரு பலே மோசடிக்காரன். அந்த தங்கக்காசை போலியா என்றறிய கடித்துப் பார்க்க வேண்டு மென்றான். ஆகவே, அந்த கிராமத்தானின் காசை வாங்கி வாய்க்குள் போட்டான்.

அவன் வாய்க்குள் நாங்கள் சந்தித்தோம். அந்த கிராமத்தானின் நாணயம் ஓர் அசல் ஆட்டமன் சுல்தானி தங்கக்காசு என்பதை உணர்ந்தேன். பூண்டின் நெடியில் என்னைப்பார்த்த அவன், "நீ ஒரு போலி" என்றான். அவன் சொன்னது சரிதான். ஆனால் அவனது அகங்காரம் எனது கௌரவத்தைச் சீண்டியது. அவனிடம் நான் புளுகினேன்: "சகோதரா, உண்மையில் நீதான் போலி."

இதற்கிடையில் அந்த நாட்டுப்புறத்தான் வீறாப்போடு சத்தம் போட்டுக்கொண்டிருந்தான்; "அது எப்படி எனது தங்கக்காசு போலியாக இருக்கமுடியும்? இருபது வருடங்களுக்கு முன் இதை நான் பூமிக்குள் புதைத்து வைத்தேன். இம்மாதிரியான போலி சமாச்சாரங்கள் அப்போது இருந்தனவா?"

இது எப்படித்தான் முடியப்போகிறதோவென்று நான் வியந்து கொண்டிருக்கும்போதே நாணயமாற்றுக்காரன் அந்த கிராமத்தானின் தங்கக் காசிற்குப்பதில் என்னை வெளியே எடுத்தான். "இந்தா உன்னுடைய தங்கக்காசு. எனக்கு எந்த வெனீஸிய மிலேச்சனின் போலிக் காசும் வேண்டாம்" என்றான். அந்த கிராமத்தான் பதிலுக்கு நன்கு தேர்ந்தெடுத்த வார்த்தைகளில் திட்டிவிட்டு என்னை எடுத்துக் கொண்டு வெளியேறினான். மற்ற நாணயமாற்றுக்காரர்களிடமும் இதே வார்த்தைகளைக் கேட்டபின்பு அக் கிராமத்தான் மனமுடைந்து என்னை ஒரு கலப்பட நாணயமாக வெறும் தொண்ணூறு வெள்ளிக் காசுகளுக்கு மாற்றிக்கொண்டான். இப்படித்தான் கைவிட்டு கைமாறி எனது ஏழுவருட முடிவில்லா யாத்திரை தொடங்கியது.

இஸ்தான்புல்லில் நானிருந்த காலத்தில் பெரும்பான்மையான நேரத்தை ஒரு கெட்டிக்கார நாணயத்தின் தகுதிக்கேற்றபடி ஒரு

பணப்பையிலிருந்து மற்றொரு பணப்பைக்கும் ஓர் இடுப்புக் கச்சையி லிருந்து வேறொரு சட்டைப்பைக்கும் இடம் பெயர்ந்தபடியேதான் இருந்திருக்கிறேன் என்பதை பெருமையோடு அறிவித்துக்கொள் கிறேன். எனது மோசமான பயம் எதுவென்றால், என்னை ஒரு ஜாடியில் போட்டுமூடி அதை ஏதோவொரு தோட்டத்தில் அடையாள மாக பாறை ஒன்றுக்குப்பின்னால் புதைத்து வைத்து வருடக்கணக் காக கேட்பாரற்றுக் கிடந்துவிடுவது. அப்படியும் எனக்கு நடக்காம லில்லை. ஆனால் எந்த காரணத்தாலோ வெகுநாட்கள் நான் விட்டுவைக்கப்படவில்லை. நான் ஒரு போலி என்பதைக் கண்டு பிடித்தவுடனேயே என்னை வைத்திருப்பவர்களில் பலரும் எவ்வளவு விரைவில் முடியுமோ அவ்வளவு விரைவில் என்னைத் தள்ளி விடப் பார்ப்பார்கள். இருந்தபோதிலும் என்மேல் சந்தேகப்படாமல் வாங்கமுனையும் அப்பாவிகளிடம் இதுவரை யாரும் நான் போலியாக இருக்கக்கூடுமென்று எச்சரிக்கை செய்ததை பார்த்தது கிடையாது. என்னை ஒரு போலி என்று உணர்ந்து கொள்ளாமல் 120 வெள்ளிக் காசுகளை எண்ணி எடுத்துக்கொடுத்து என்னை வாங்கிக்கொண்ட ஒரு தரகர், தான் ஏமாற்றப்பட்டுவிட்டோமென்று தெரிந்ததும், கோபத்திலும் துயரத்திலும் பொறுமையிழந்து தன்னைத்தானே திட்டி சபித்துக்கொள்கின்ற வெறி வேறு ஒருவனை ஏமாற்றி என்னை அவனிடம் தள்ளிவிடும்வரை அடங்காது.

அவனது ஆத்திரத்திலும் அவசரத்திலும் மற்றவர்களை ஏமாற்றும் போது தோற்றுவிடுகின்ற சந்தர்ப்பங்களில் அவனை முதலில் ஏய்த்த அந்த 'வேசிமகனை' மீண்டும் சபிக்கத் தொடங்குவான்.

கடந்த ஏழு வருடங்களில், இஸ்தான்புல்லில் 560 முறை நான் கைமாறியிருக்கிறேன். நான் நுழைய ஒரு வீடோ, கடையோ, அங்காடியோ, கடைவீதியோ, தேவாலயமோ, யூதர்களின் சினகாகோ கிடையாது. நான் அங்குமிங்கும் அலைந்து கொண்டிருந்தபோது, நான் சந்தேகப்பட்டதைவிட அதிகமாக என்னைப் பற்றி வதந்தி களும் கட்டுக்கதைகளும் பொய்களும் பரப்பப்பட்டிருப்பதை அறிந்து கொண்டேன். என்பேரில் தொடர்ச்சியாக அவப்பெயர் சுமத்தப் பட்டே வந்திருக்கிறது : என்னைத்தவிர வேறு எதற்கும் இங்கே மதிப்பு கிடையாது. நான் கருணையற்றவன், நான் குருடன், மென் மேலும் செல்வத்தை குவித்துக்கொள்வதற்கு நானே ஆலாய்ப்பறப் பவன், இப்பரிதாபமான உலகம் கடவுளையல்ல, என்னைத்தான் சுற்றிவருகிறது, என்னால் வாங்கமுடியாதது எதுவுமில்லை – இவை யெல்லாமே எனது அசிங்கமான, ஆபாசமான, கீழ்த்தரமான இயல்பைக் கூறும்போது சேர்த்து கூறப்படுபவை. நான் ஒரு போலி என்பதை அறிந்து கொண்டவர்கள் இதைவிட கடுமையான அர்ச்சனைகளைத் தருவர். எனது அசல் மதிப்பு சரியும்போது எனது உருவக மதிப்பு கூடுகிறது. கவிதை, வாழ்க்கையின் துயர்களுக்கு ஆறுதலாக இருப்பதற் கான சாட்சி இது. இத்தகைய இதயமற்ற ஒப்பீடுகளையும் வாய்

கூசாத அபாண்டங்களையும் தாண்டி மிகப்பெரும்பாலானோர் என்னை உண்மையாகவே நேசிக்கின்றனர் என்பதையும் நான் அறிந்திருக்கிறேன். வெறுப்புமண்டிய இக்காலத்தில் – உணர்ச்சிவசப் பட்டதாக இருந்தாலும் – இத்தகைய இதயபூர்வமான நேசிப்பு எங்கள் எல்லோருக்கும் உவப்பூட்டியே தீரவேண்டும்.

இஸ்தான்புல்லின் தெருத்தெருவாக, மாவட்டம் மாவட்டமாக, ஒவ்வொரு சதுர அங்குலத்தையும் நான் பார்த்திருக்கிறேன். யூதர் களிலிருந்து அப்காஸியர்கள் வரை, அராபியர்களிலிருந்து மிங்கீரியர்கள் வரை எல்லோருடைய கரங்களையும் அறிவேன். ஒருமுறை எதிர்னேவி லிருந்து மனீஸாவிற்குச் சென்றுகொண்டிருந்த மதபோதகர் ஒருவரின் பணப்பையில் இஸ்தான்புல்லை விட்டு வெளியே சென்றேன். வழியில் எங்களை கள்வர்கள் வழிமறித்துத் தாக்கினர். அவர்களில் ஒருவன், “பணம் இல்லாவிட்டால் உன் உயிர்!” என்று இரைந்தான். பயந்துபோய் அந்த மதபோதகர் என்னை அவரது மலப்புழைக் குள்ளே ஒளித்து வைத்துவிட்டார். மிகவும் பத்திரமானது என்று அவர் கருதிய இடம், பூண்டு விரும்பியின் வாயைவிட மோசமாக நாற்றமடிப்பதாகவும் பெரும் அசௌகரியமானதாகவும் இருந்தது. ஆனால், “உங்களுடைய பணம் அல்லது உங்கள் உயிர்!” என்று கத்திக் கொண்டிருந்த திருடர்கள், எல்லோருடைய உடைகளையும் அவிழ்க்கும்படி, “மானமா, உயிரா எது முக்கியம்?” என்று கத்தத் தொடங்கியபோது நிலைமை மோசமாகியது. ஒருவர்பின் ஒருவராக வரிசையில் நிற்கவைத்து அவரை அவர்கள் பிடித்து, வேண்டாம், அந்த இண்டு இடுக்கான புழையில் நாங்கள் அனுபவித்த வேத னையை நான் விவரிக்கப் போவதில்லை. இந்த காரணத்திற்காகத் தான் இஸ்தான்புல்லைவிட்டு வெளியே செல்ல நான் விரும்புவ தில்லை.

இஸ்தான்புல்லில் நான் மிக நன்றாகவே வரவேற்கப்பட்டிருக் கிறேன். இளம்பெண்கள் என்னை அவர்கள் சொப்பனங்களின் தலைவன்போல முத்தமிடுகின்றனர்; அவர்களது தலையணைகளுக் கடியில், அவர்களின் பருத்த மார்பகங்களுக்கிடையில், உள்ளாடை களுக்குள் என்னை ஒளித்து வைக்கின்றனர். தூக்கத்தில்கூட நான் இருக்கிறேனா என்று தடவிப் பார்த்துக் கொள்கின்றனர். பொதுக் குளியலறையில் அடுப்பிற்குப் பக்கத்திலும் ஒரு காலணியிலும் அற்புதமான வாசனாதி திரவியங்கள்விற்கும் கடையொன்றில் ஒரு சிறிய குப்பிக்குள்ளும் சமையல்காரர் ஒருவர் சட்டையின் ரகசிய பைக்குள்ளும் நான் வைக்கப்பட்டிருக்கிறேன். ஒட்டகத் தோலில் செய்த இடுப்புவாரிலும் மேற்சட்டையின் எகிப்திய துணியில் தைக்கப்பட்ட உள்வரிப்பூச்சிலும் காலணியின் உள்விரிப்பிலும் பல வண்ண சல்வார்களின் ரகசிய மூலைகளிலும் பொதிந்துகொண்டு இஸ்தான்புல் முழுக்க சுற்றியிருக்கிறேன். கடிகாரத் தயாரிப்பில் விற்பன்னரான பெட்ரோ என்னை பாட்டனார் கடிகாரத்தின்

ரகசிய அறைக்குள் ஒளித்து வைத்தார். ஒரு கிரேக்க பலசரக்கு வணிகர் கஷாரி பாலாடைக்கட்டி சக்கரத்தில் நேராக ஒட்டிவைத்து காட்சிப்படுத்தியிருந்தார். நகைகளோடும் முத்திரைகளோடும் சாவி களோடும் என்னையும் சேர்த்து கெட்டித்துணியில் சுற்றி, புகைக் கூண்டுகளிலும் அடுப்புகளிலும் சன்னல் சட்டகத்தின் அடியிலும் வைக்கோல் நிரம்பிய மெத்தைகளுக்குள்ளும் பாதாள அறைகளிலும் இரும்புப்பெட்டிகளிலும் நான் ஒளித்து வைக்கப்பட்டிருக்கிறேன். சாப்பாட்டு மேஜையிலிருந்து திடீரென்று எழுந்து நான் இருக்கிறேனா என்று சோதித்துப் பார்த்துக்கொள்ளும் அப்பாக்களையும் என்னை ஒரு மிட்டாயைப்போல காரணமின்றி சப்பிக்கொள்ளும் பெண் களையும் நாசித்துவாரத்தில் வைத்து மூச்சை உள்ளிழுத்து விளையாடும் சிறுவர்களையும் ஒரு நாளைக்கு குறைந்தபட்சம் ஏழுமுறை தமது ஆட்டுத்தோல் பையிலிருந்து என்னை எடுத்துப்பார்த்து நிம்மதி யடைகின்ற, கல்லறைக்குச்செல்ல தயார்நிலையிலிருக்கும் முதியவர் களையும் எனக்குத் தெரியும். சிரத்தைமிக்க சர்கேசிய பெண்ஒருத்தி இருந்தாள். நாள்முழுக்க வீட்டுவேலைகளைச் செய்து வீட்டைக் கழுவிவிட்டபிறகு அவளுடைய பணப்பையிலிருந்து நாணயங்கள் எங்களை வெளியிலெடுத்து முரட்டு வாருகோலால் தேய்த்து சுத்தப் படுத்துவாள். எங்களை கோபுரங்களாக ஒன்றின்மேல் ஒன்றாக அடுக்கி அழகுபார்த்துக் கொண்டிருந்த ஒற்றைக்கண் நாணயமாற்றுக் காரன் ஒருவனை எனக்கு ஞாபகமிருக்கிறது. ஓட்டப்பந்தய குதிரை போல் நாற்றமெடுக்கும் சுமையாள் ஒருவன் அவன் குடும்பத்தோடு இயற்கை அழகு மிளிரும் நிலப்பரப்பை பார்த்து ரசிப்பதைப்போல எங்களை பரப்பி வைத்து பார்த்துக்கொண்டிருப்பான். இப்போது நம்மிடம் இல்லாத மெருகாளர் ஒருவர் – பெயர்களை குறிப்பிட வேண்டிய தேவையில்லை – மாலை நேரங்களில் எங்களை பல்வேறு வடிவங்களில் அடுக்கி வைப்பார். மஹாகனி பரிசலில் நான் பயணித் திருக்கிறேன்; சுல்தானின் அரண்மனைக்கு வருகை புரிந்திருக்கிறேன். ஹெராத்தில் செய்யப்பட்ட நூற்கட்டுகளுக்குள்ளும் ரோஜா மணம் வீசும் காலணிகளின் குதிகாலிகளிலும் பொதிக்குதிரை சேணங்களுக் கடியிலும் ஒளித்து வைக்கப்பட்டிருக்கிறேன். அழுக்கான, மயிரடர்ந்த, பருத்த, எண்ணெய் பிசுபிசுக்கும், நடுங்கும், வயதான கைகள் என நூற்றுக்கணக்கான கைகளை எனக்குத் தெரியும். எல்லா ஓப்பிய கிடங்குகள், மெழுகு தயாரிப்பு சாலைகள், கருவாட்டு கடைகளின் சகல மணங்களும், இஸ்தான்புல்லின் சகலவிதமான வியர்வை நாற்றங்களும் எனக்குப் பரிச்சயம். இப்படிப்பட்ட கிளர்ச்சிகளையும் உற்சாகக் கொண்டாட்டங்களையும் அனுபவித்தபிறகு என்னை மிகக் கீழ்மையாக உணர்ந்த தருணங்களும் உண்டு. ராத்திரி நேர இருட்டில் அப்பாவி ஒருவனின் கழுத்தைத் துண்டித்து என்னைக் களவாடிக்கொண்ட திருடன் ஒருவன் அசிங்கம் பிடித்த அவனது வீட்டிற்கு வந்ததும் என்மீது காறித்துப்பி, “நாசம் பிடித்த உன்னால் தான் இப்படியெல்லாம் செய்யவேண்டி வருகிறது” என்று உறுமிய

போது நான் மிகவும் கேவலப்பட்டு, மிகவும் புண்பட்டு, அந்தக் கணமே காற்றோடு காற்றாக மறைந்துவிடக்கூடாதாவென்று தோன் றியது.

ஆனால் நான் மட்டும் இல்லாவிட்டால் ஒரு சிறந்த ஓவியனை ஒரு மட்டமான ஓவியனிடமிருந்து வேறுபடுத்திப்பார்த்திருக்க முடியாது. இதனால் நுண்ணோவியர்களிடையே கலவரம் எழுந்து ஒருவர் கழுத்தை மற்றவர் வெட்டிக் கொண்டிருப்பார்கள். எனவே, நான் மறைந்து போகவில்லை. ஆகவே, நுண்ணோவியர்களில் மிகத் திறமையாளரும் அறிவாளருமான ஒருவரின் பணப்பைக்கு நான் சென்றிருக்கிறேன். நாரையைவிட நீங்கள் சிறந்தவரென்று கருதினால் எவ்விதத்திலாவது என்னை கைப்பற்றிக்கொள்ளுங்கள்.

●

அத்தியாயம் 20

நான் கருப்பு என்று அழைக்கப்படுகிறேன்

நாங்கள் பரிமாறிக்கொண்ட கடிதங்களைப்பற்றி ஷெகூரே வின் அப்பாவுக்குத் தெரியுமா என்று யோசித்தேன். அப்பா வுக்கு மிகவும் பயந்த கோழைப்பெண்ணைப் போலிருந்த அவளது தொனியைப் பார்த்தால் அவர்களுக்கிடையே என்னைப்பற்றி ஒரேயொரு வார்த்தைகூட பேசப்படவில்லை யென்று நான் முடிவெடுக்க வேண்டிவரும். ஆனால் அது உண்மையல்லவென்று பட்டது. எஸ்தரின் பார்வையிலிருந்த திருட்டுத்தனம், வசியப்படுத்துகிறாற்போல ஷெகூரே ஜன்னலில் தோன்றியது, அவருடைய ஓவியர்களிடம் என் எனிஷ்டே என்னை அனுப்பிய விதத்திலிருந்த தீர்மானிக்கப்பட்ட தன்மை, இன்று காலை என்னை வரும்படி உத்தரவிட்டதில் இருந்த அவரது நம்பிக்கை வறட்சி – இவையெல்லாமே என்னைப் பெரிதும் சஞ்சலப்படுத்தின.

காலையில் என் எனிஷ்டே அவர் முன்னால் என்னை உட்காரச் சொன்னவுடனேயே வெனிஸ் நகரில் அவர் கண் டிருந்த உருவச்சித்திரங்களை வர்ணிக்கத் தொடங்கிவிட்டார். இவ்வுலகின் பாதுகாவலராம் நமது சுல்தான் அவர்களின் தூதராக எண்ணற்ற மாளிகைகளுக்கும் தேவாலயங்களுக்கும் செல்வந்தர்களின் வீடுகளுக்கும் அவர் வருகை புரிந்திருக்கிறார். ஆயிரக்கணக்கான உருவச்சித்திரங்களின் முன் பலநாட்கள் நின்றிருக்கிறார். இழுத்துக்கட்டப்பட்ட துணியில் அல்லது பலகையில் வரைந்து சட்டமிடப்பட்ட முகங்களை, நேரடி யாக சுவரில் வரையப்பட்ட ஓவியங்களை ஆயிரக்கணக்கில் பார்த்திருக்கிறார். "ஒவ்வொன்றும் அடுத்ததிலிருந்து வேறு பட்டதாக இருந்தது. தனித்தன்மையோடு அலாதியாக இருந்த மனித முகங்கள் அவை!" என்றார். அவற்றின் பல்வேறு விதங்களாலும் அவற்றின் நிறங்களாலும் அவற்றின்மீது பாய்வது

போலிருந்த மென்னொளியின் இனிமையாலும் – கடுமையாலும்கூட – அவர்களின் விழிகளிலிருந்து வெளிப்படும் அர்த்தங்களாலும் அவர் மதிமயங்கிப்போயிருந்தார்.

"ஏதோவொரு விஷக்காய்ச்சல் வந்திருப்பதுபோல எல்லோரும் தமது உருவச்சித்திரங்களை வரைந்து கொள்கின்றனர்" என்றார். "வெனிஸ் நகரம் முழுவதிலுமுள்ள எல்லா செல்வந்தர்களும் அதிகார மிக்கவர்களும் தமது உருவச்சித்திரங்களை, ஓர் அடையாளமாக, தமது வாழ்க்கையின் ஒரு நினைவுக்குறிப்பாக, தமது செல்வங்களுக்கும் அதிகாரத்திற்கும் செல்வாக்கிற்கும் ஒரு சின்னமாக, வரைந்துகொள்ள வேண்டுமென விரும்புகின்றனர். இதன் மூலம் அவர்கள் அங்கே நிரந்தரமாக நம்மெதிரே நின்றுகொண்டு தமது இருப்பை – இல்லை யில்லை – தமது தனித்துவத்தையும் சிறப்பம்சத்தையும் வெளிப்படுத்திக் கொண்டிருக்கலாமென்ற நம்பிக்கை அவர்களுக்கு."

அவரது வார்த்தைகள் சிறுமைப்படுத்துவதுபோல, பொறாமை யால், பேராவலால் அல்லது பேராசையால் அவர் பேசுவதைப்போலத் தோன்றியது. ஆனாலும் சிற்சில சமயங்களில் அவர் வெனீஸில் பார்த்த உருவச்சித்திரங்களைப் பற்றிப் பேசும்போது, அவருடைய முகம் சட்டென்று ஒரு குழந்தையினுடையதைப்போலப் பிரகாச மாக ஜொலிக்கும்.

உருவப்படவியல் என்பது செல்வந்தர்கள், இளவரசர்கள், கலைப் புரவலர்களாயிருந்த உயர்குடிமக்கள் போன்றோரிடையே ஒரு தொற்று நோயைப்போல பரவியிருந்தது. தேவாலயச்சுவர்களில் விவிலியக் காட்சிகளையும் பழங்கதைச் சித்திரங்களையும் சுவரோவியங்களாக தீட்டச்சொல்லும்போதுகூட தமது சொந்த உருவங்கள் அவ்வோ வியத்தில் எந்த இடத்திலாவது இடம்பெறவேண்டுமென கட்டாயப் படுத்துவர். உதாரணத்திற்கு, செயின்ட் ஸ்டீபனின் நல்லடக்கத்தைச் சித்தரிக்கும் ஓவியத்தில், கண்ணீரோடு அஞ்சலி செலுத்துவோரின் மத்தியில், உங்களை தமது மாளிகைச் சுவர்களில் மாட்டப்பட்டிருக்கும் ஓவியங்களைக்காண அழைத்துச்சென்றிருக்கும் அதே இளவரசர் – அசந்தர்ப்பமான மகிழ்ச்சி பொங்க, தற்செருக்கோடு – இடம் பெற்றிருப்பார். அடுத்ததாக, செயின்ட் பீட்டர் நோயுற்றவரை குணப்படுத்தும் சுவரோவியத்தில் வலியில் துடித்தபடியிருக்கும் பரிதாப ஜீவன் யாரென்று பார்த்தால் உங்களுக்கு விருந்தளிப்பவரின் எருதைப்போன்ற ஆஜானுபாகுவான சகோதரனாக இருப்பான். அடுத்த நாள் இறந்தோரை புத்துயிர்ப்பிக்கும் ஓவியத்தில் உங்களுக்குப் பக்கத்தில் அமர்ந்து விருந்துண்ட நபரைக் காண்பீர்கள்.

"ஓவியம் ஒன்றில் இடம்பெறுவதற்காக சிலர் எந்த அளவுக்கும் சென்றுவிடுகின்றனர்" என்றார் என் எனிஷ்டே, ஏதோ சாத்தானின் கவர்ச்சியைப்பற்றி பேசுவதைப்போன்ற பயத்துடன். "கூட்டத்தில் நின்று கிண்ணங்களை நிரப்பிக்கொண்டிருக்கும் வேலையாட்களாகவும்

நெறி தவறிச் சென்றவளை கல்லால் அடிக்கும் இரக்கமற்ற மனித னாகவும் கையெல்லாம் ரத்தம் தோய்ந்த கொலைகாரனாகவும்கூட தம்மை வரைய ஒப்புக்கொடுத்துக் கொள்கின்றனர்."

புரியாததைப்போல பாசாங்கு செய்தபடியே கேட்டேன்: "சித்திரக் கதைப் புத்தகங்களில் வரும் பண்டைய பாரசீகக் கதைகளில் ஷா இஸ்மாயில் சிம்மாசனத்தில் ஏறுவதை நாம் பார்ப்பதைப்போல; அல்லது ஹுஸ்ரேவ், ஷிரின் கதையில் அவர்களுக்கு பிற்பட்ட காலத்தில் அரசாண்ட தாமெர்லேனை சித்தரிப்பதைப்போல, அப்படித் தானே?"

வீட்டுக்குள் எங்கேயோ ஏதோ ஒரு சத்தம் கேட்கிறதோ?

"நம்மை பயமுறுத்துவதற்காகவே இந்த வெனீஸிய ஓவியங்கள் தீட்டப்படுகின்றன போலிருக்கிறது" என்றார் என் எனிஷ்டே சிறிது நேரம் கழித்து. "இச்சித்திரங்களைத் தீட்ட ஆதரவளிக்கும் புரவலர் களின் அதிகாரத்தையும் செல்வத்தையும் கண்டு நாம் பிரமித்திருந்தால் மட்டும் போதாது, இவ்வுலகில் வெறுமனே ஜீவித்திருப்பதே மிகவும் விசேஷமான, மிகவும் மர்மமான ஒரு நிகழ்வென்று நாம் உணர்ந்து கொள்ளவேண்டுமென அவர்கள் விரும்புகின்றனர். அவர்களது தனித்துவமான முகங்களையும் கண்களையும் கோலத்தையும் வைத்து நம்மை பயமுறுத்த முனைகின்றனர். அவர்கள் உடைகளின் ஒவ்வொரு மடிப்பும் நிழலால் வரையறுக்கப்பட்டிருக்கிறது. மர்மத்தை படைப் பவர்களாக அவர்கள் நம்மை பயமுறுத்த முனைகின்றனர்."

கோமோ ஏரிக்கரையில் அமைந்திருந்த ஒரு செழுமையான தோட்டத்தின் உரிமையாளரான ஒரு கிறுக்குப்பிடித்த ஓவிய சேமிப் பாளரின் உருவப்படக்கூடத்தில் தான் ஒருமுறை தொலைந்துபோனதை அவர் விவரித்தார். அச்செல்வந்தர் பிராங்கிய சரித்திரத்தில் இடம் பெற்றிருந்த மாபெரும் ஆளுமைகள் எல்லோருடைய உருவப்படங் களையும் – அரசர்களிலிருந்து கார்டினல்கள்வரை; போர்வீரர்களி லிருந்து கவிஞர்கள் வரை – சேகரித்து வைத்திருந்தார். "அவரது மாளிகையின் கலைக்கூடத்தில் என்னை சுதந்திரமாக சுற்றிப்பார்க்க பெருமிதத்தோடு அனுமதித்திருந்தார். அவ்வோவியங்களைப் பார்க்கும் போது, அதிமுக்கியமானவர்களென்று கருதப்படுகின்ற இந்த மிலேச்சர்கள் – அவர்களில் பெரும்பாலோர் மிக உண்மையானவர் களாகவும் சிலர் என் கண்களை நேராகப் பார்ப்பவர்களாகவும் இருந்தனர் – இவ்வுலகத்தில் முக்கியத்துவத்தை அடைந்ததே அவர்களது உருவப்படங்களை வரைந்துகொண்டதால்தான் என்று எனக்குத் தோன்றியது. அவர்களது தத்ரூபம் அவர்களுக்கு அத்தகைய மாய வுணர்வைக் கொடுத்து அவர்களை தனித்துவமிக்கவர்களாக ஆக்கி, அவ்வோவியங்கள் ஒரு கணம் என்னை பழுதுள்ளவனாகவும் வீரிய மற்றவனாகவும் உணர வைத்தன. இந்த விதத்தில் என் உருவப் படத்தை வரைந்திருந்தால் இவ்வுலகத்தில் நான் ஏன் ஜீவித்திருந் தேன் என்பதை சரியாகப் புரிந்துகொள்வேன் என்றுபட்டது."

அவர் பயந்ததற்குக் காரணம், ஹெராத்தின் பண்டைய மேதைகளால் பூரணமடையப்பட்டு, நிலையாக நிறுவப்பட்டிருந்த இஸ்லாமிய ஓவியக்கலை, உருவச்சித்திரங்களின் கவர்ச்சியால் ஒரு முடிவுக்கு வந்துவிடுமென்று அவருக்கு திடீரெனத் தோன்றியதுதான். அதைத் தான் அவரும் விரும்பினாரோ? "நானும்கூட அசாதாரணமானவனாக, வித்தியாசமானவனாக, தனித்துவமிக்கவனாக உணர விரும்பினேன்போல" என்றார். பிசாசால் தூண்டப்பட்டவரைப்போல அவர் பயந்ததை நோக்கியே வலுவாக ஈர்க்கப்பட்டுக் கொண்டிருந்தார். "நான் எப்படி அதைச்சொல்ல முடியும்? இது, இச்சையுறுவதன் பாவத்தைப்போல, இறைவன்முன் கர்வமுற்று நிற்பதைப்போல, அதிகபட்ச முக்கியத்துவம் கொண்டவனென்று தன்னைத்தானே கருதிக்கொள்வதைப்போல, உலகத்தின் மையத்தில் தன்னை ஸ்தாபித்துக் கொள்வதைப்போல."

அதன்பிறகு இந்த எண்ணம் அவருக்கு உதித்தது: பெருமையடித்துக்கொள்ளும் ஒரு குழந்தையின் விளையாட்டை விளையாடுவதைப்போல பிராங்கிய கலைஞர்கள் பயன்படுத்தும் இந்த முறைமைகள் நமது மேதகு சுல்தான் அவர்களை மாயம்போல நிச்சயம் மயக்கிவிடும். பார்ப்போர் அனைவரையும் அதன் ஆதிக்கத்திற்குட்படுத்தி நமது மதத்திற்கு சேவை செய்யும் ஒரு சக்தியாக அவை ஆகிவிடக்கூடும்.

சித்திரப் பெருஞ்சுவடி ஒன்றை தயாரிக்கும் எண்ணம் அப்போதுதான் அவருக்கு உதித்ததென்று அறிந்துகொண்டேன். வெனீஸிலிருந்து இஸ்தான்புல்லிற்குத் திரும்பிய என் எனிஷ்டே, பிராங்கிய பாணியில் நமது சுல்தான் அவர்களை மையப்பொருளாக வைத்து ஓவிய வரிசை ஒன்றை தயாரித்தால் அற்புதமாக இருக்குமென்று கருத்துத் தெரிவித்தார். ஆனால் மேன்மைதங்கிய சுல்தான் அவர்கள் அதற்கு மறுப்பு தெரிவித்ததும் நமது சுல்தானையும் அவரை பிரதிநிதித்துவப்படுத்தும் அம்சங்களையும் ஓவியங்களாகத் தீட்டி புத்தகமாகத் தொகுப்பதென்று முடிவு செய்யப்பட்டது.

"இதில் இன்றியமையாதது இதிலிருக்கும் கதைதான்" என்றார் ஞானமும் கீர்த்தியுமிக்க சுல்தான். "அழகுறத் தீட்டப்பட்ட ஓர் ஓவியம் அந்தக் கதையை வசீகரத்துடன் முழுமையாக்குகிறது. கதை ஒன்றுடன் இணைந்து செல்லாத ஒரு சித்திரம் ஒரு போலித்தெய்வப் படிமமாக இறுதியில் உருவாகிவிடும். இல்லவே இல்லாத ஒரு கதையை நம்புவது நம்மால் இயலாதென்பதால் அந்த ஓவியத்தையே இயல்பாக நம்பத்தொடங்கிவிடுவோம். நம் இறைத்தூதர் – அமைதியும் அருளும் அவர் மீதிருக்கட்டும் – தோன்றி அவற்றை அழிப்பதற்கு முன்பு காபாவில் வழிபாடு செய்யப்பட்டு வந்த விக்கிரகங்களுக்கும் இதற்கும் எந்த வித்தியாசமும் இல்லை. கதையின் ஒரு பகுதியாக ஓவியம் இல்லாவிட்டால், உதாரணத்திற்கு இச்சிவந்த

178 என் பெயர் சிவப்பு

கார்னேஷன் பூக்களை அல்லது அங்கேயிருக்கும் அந்தத் திமிர் பிடித்த குள்ளனை எப்படி சித்தரிக்க முடியுமென்று நினைக்கிறீர்கள்?"

"கார்னேஷன்களின் அழகையும் தனித்துவத்தையும் வெளிப்படுத்து வதன் மூலம்."

"அப்படியானால், அத்தகைய காட்சி ஒன்றை அமைக்கும்போது, அந்த மலரை பக்கத்தின் நடுமையத்தில் அமைத்து வரைவீர்களா?"

"நான் பயந்துபோனேன்" என்றார் என் எனிஷ்டே. "நமது சுல்தான் அவர்களின் எண்ணங்கள் என்னை எதற்கு இட்டுச்செல் கிறது என்பதை உணர்ந்தபோது ஒரு கணம் திகிலுற்றுப்போனேன்."

என் எனிஷ்டேவை அச்சத்தில் நிரப்பிய எண்ணம் எதுவென் றால், பக்கத்தின் நடுமையத்தில் – அதாவது இவ்வுலகத்தின் மையத் தில் – இறைவனைத்தவிர வேறு எதையாவது சித்தரிப்பது.

"அதன்பிறகு குள்ளன் ஒருவனை ஓவியத்தின் நடு மையத்தில் அமைத்து அச்சித்திரத்தை காட்சிக்கு வைக்க கேட்டுக்கொள்வீர்கள்" என்றார் சுல்தான். நான் நினைத்ததைப் போலத்தான் ஆகியிருக்கிறது. "ஆனால் இந்தச் சித்திரத்தை எப்போதுமே காட்சிப்படுத்த முடியாது: சிறிது காலம் கழித்து, சுவரில் மாட்டியிருந்த படத்தை, அதன் உண்மையான நோக்கங்களை பொருட்படுத்தாமல், நாம் வழிபடத் தொடங்கிவிடுவோம். இந்த மிலேச்சர்கள் நம்புவதைப்போல இயேசு கிறிஸ்துவும் ஒரு கடவுளே என்று – இறையுலகு மன்னிக்கட்டும் – நானும் நம்பிவிட்டால், இந்த உலகத்தில் நேரடியாகக் கடவுளைக் கண்டுணர முடியுமென்றும் அவர் மனித உருவத்தில் அவதாரம் எடுத்து வருவாரென்றும்கூட நான் வலியுறுத்தத் தொடங்கிவிடலாம்; அப்போதுதான் மானுட உருவை முழு விவரணங்களோடு சித்தரிக் கவும் அத்தகைய படிமங்களை காட்சிப்படுத்தவும் நான் ஒப்புக் கொள்ள முடியும். கடைசியில் சுவரில் மாட்டப்பட்டிருக்கும் எந்தப் படத்தையும் யோசனையேயின்றி வழிபடத் தொடங்கிவிடுவோம் என்பதை நீர் புரிந்துகொள்ளவேண்டும், தெரிகிறதா?"

"எனக்கு மிக நன்றாகவே புரிகிறது, அதனால்தான் நாமிருவரும் சிந்தித்துக்கொண்டிருக்கும் விஷயத்தைப்பற்றி எனக்கு பயமாக இருக்கிறது" என்றார் என் எனிஷ்டே.

"இந்த காரணத்திற்காகத்தான் என் உருவப்படம் காட்சிப்படுத்தப் படுவதற்கு ஒருபோதும் என்னால் அனுமதிக்க இயலாது" என்றார் சுல்தான்.

"ஆனால் அவர் விரும்பியதென்னவோ அதைத்தான்" என் எனிஷ்டே பிசாசுத்தனமாக நமட்டுச்சிரிப்பு சிரித்தபடி முணுமுணுத் தார்.

இப்போது பயப்படவேண்டியது என் முறையாயிற்று.

"இருந்தபோதிலும், பிராங்கிய கலைஞர்களின் பாணியில் என் உருவச்சித்திரம் வரையப்பட வேண்டுமென்பதுதான் என் விருப்பம்" சுல்தான் தொடர்ந்தார். "ஆயினும் அத்தகைய உருவச் சித்திரம் புத்தகம் ஒன்றின் பக்கங்களுக்குள் ஒளித்து வைக்கப்பட வேண்டும். அந்தப்புத்தகம் எப்படியிருக்க வேண்டுமோ, அதை நீங்கள்தான் என்னிடம் சொல்ல வேண்டும்."

"வியப்பும் மலைப்புமாக ஒரு கணம் அவர் சொன்னவற்றை யோசித்துப் பார்த்தேன்" என்றார் என் எனிஷ்டே. பின் முன்பை விட அதிகமான கொடூரத்துடன் இளிக்கும்போது, திடீரென்று அவர் வேறு யாரோவாக ஆவது போலிருந்தார்.

"மேன்மைதங்கிய நமது சுல்தான் அவர்கள் அவரது புத்தகத்தை தயாரிக்கும் வேலையில் என்னை உடனே இறங்கச் சொன்னார். என் தலை சந்தோஷத்தில் சுழன்றது. மேலும் வெனீஸிய டோகே அவர்களுக்கான பரிசாக அதை உருவாக்க வேண்டுமென்றார். எனவே, அவரை மீண்டும் ஒருமுறை நான் சென்று பார்க்கவேண்டும். அப்புத்தகம் நிறைவடைந்த பிறகு அது இஸ்லாமிய காலிப்பான நமது மேன்மைதங்கிய சுல்தான் அவர்களின் பராக்கிரமத்துக்கான சின்னமாக, ஹிஜராவின் ஆயிரமாவது ஆண்டில் உருவாகும். வெனீஸியர்களிடம் சமாதான முயற்சி மேற்கொள்ளும் நோக்கத்தை மறைப்பதற்காக மட்டுமல்லாமல் ஓவியப் பயிலரங்கின் பொறாமை களை தவிர்ப்பதற்காகவும் இந்த ஓவியமலரை நான் படுரகசியமாக உருவாக்கவேண்டும் என்று கேட்டுக்கொண்டார். வர்ணிக்கமுடியாத சந்தோஷத்துடன் சத்தியப்பிரமாணம் மேற்கொண்டுவிட்டு இம் முயற்சியில் இறங்கிவிட்டேன்."

●

அத்தியாயம் 21

நான் உங்கள் அன்பிற்குரிய மாமா

எனவே, அந்த வெள்ளிக்கிழமை காலை, வெனீஸிய பாணியில் வரையப்பட்ட நமது சுல்தான் அவர்களின் உருவச் சித்திரங்களை உள்ளடக்கிய ஓவியமலரைப் பற்றி விளக்கத் தொடங்கினேன். இந்த விஷயத்தை நமது சுல்தான் அவர்களிடம் எப்படி நான் எடுத்துச்சொல்லி அவரது சம்மதத்தையும் இந் நூலை தயாரிப்பதற்கு நிதியுதவி செய்வதற்கான ஒப்புதலையும் பெற்றுக்கொண்டேன் என்பதிலிருந்து ஆரம்பித்துச் சொன்னேன். இதில் புதைந்திருந்த எனது நோக்கம், அச்சித்திரங்களுக்கு இணையாக வரக்கூடிய கதைகளை கருப்பைவிட்டு எழுதச் சொல்வது. இதைப்பற்றி நான் இன்னும் ஆரம்பிக்கவில்லை.

ஓவியமலரின் பெரும்பாலான படங்களை நான் முடித்துவிட்டேன் என்றும் கடைசிச் சித்திரம் முடியும் தறுவாயில் இருப்பதாகவும் அவனிடம் சொன்னேன். "மரணத்தை சித்தரிக்கும் ஓவியம் ஒன்று இருக்கிறது" என்றேன். "நுண்ணோவியர்களிடம் மிகவும் அறிவுக்கூர்மை வாய்ந்தவனான நாரையை நமது சுல்தான் அவர்களின் புவியரசின் அமைதியை குறிக்கும் வகையில் மரம் ஒன்றைத் தீட்ட வைத்திருக்கிறேன். சாத்தான் மற்றும் புரவியின் படம் ஒன்று நம்மை வெகுதூரத்திற்குச் செலுத்திச்செல்லும் நோக்கத்திற்காக இருக்கிறது. எப்போதும் தந்திரமும் கபடமுமிக்க நாய் ஒன்றின் படமும் தங்கக்காசு ஒன்றின் படமும் இருக்கின்றன... நுண்ணோவியக் கலைஞர்களை அப்படிப்பட்ட அழகோடு இவ்விஷயங்களை வரைய வைத்திருக்கிறேன். நீ அவற்றை ஒருமுறை பார்த்தாலே அவற்றோடு ஒத்திருக்கும் மூலப்பாடம் என்னவாக இருக்குமென்று உடனே உனக்குத் தெரிந்துபோகும். கவிதையும் ஓவியமும்; சொற்களும் நிறங்களும்; இவ்விஷயங்கள் ஒன்றிற்கொன்று சகோதரர்கள் என்பது உனக்குத் தெரியும்தானே?"

என் மகளை அவனுக்கு மணமுடித்து வைத்தாலும் வைப்பேன் என்பதை அவனிடம் சொல்லிவிடலாமாவென்று கொஞ்சநேரம் யோசித்தேன். அவன் எங்களோடு எங்கள் வீட்டிலேயே ஒன்றாக வசிப்பானா? இவனது அதீதமான அக்கறையையும் குழந்தையைப் போல ஆர்வம் காட்டி ஊக்குவிப்பதையும் பார்த்து மயங்கிவிடக் கூடாதென்று எனக்கு நானே கூறிக்கொண்டேன். என் ஷெகூரே வோடு ஓடிப்போவதற்காக திட்டம்தீட்டிக் கொண்டிருக்கிறான் என்று எனக்குத் தெரியும். இருந்தாலும் என் நூலை முடிப்பதற்கு வேறு யாரையும் என்னால் நம்பமுடியாதிருக்கிறது.

வெள்ளிக்கிழமை தொழுகையை முடித்துவிட்டு ஒன்றாகத் திரும்பி வரும்போது, வெனீஸியக் கலைஞர்களின் மகத்தான புதுமை யாக்கமான 'நிழலை' விவாதித்தோம். "தெருவில் நின்றபடி அளவளா விக் கொண்டிருக்கும் பாதசாரிகளின் காட்சிக்கோணத்திலிருந்து அவர்களின் உலகத்தைப் பற்றி நாம் ஓவியம் வரைய விரும்பினால் – அதாவது தெருவைக் களமாக வைத்து அங்கிருந்து சித்திரம் வரைய விரும்பினால் – அங்கே அதிகமும் பரவிக் கிடக்கும் விஷயமான நிழல்களை பிராங்கியர்கள் எப்படி சித்தரிக்கின்றனர் என்பதை நாம் கற்றுக்கொண்டாக வேண்டும்."

"நிழல்களை எப்படி ஒருவர் சித்தரிக்க முடியும்?" என்று கேட்டான் கருப்பு.

நேரம் செல்லச்செல்ல, செவிமடுத்துக் கொண்டிருந்த என் மருமான் பொறுமையிழந்து கொண்டு வருவதை என்னால் உணர முடிந்தது. அவன் எனக்குப் பரிசாகக் கொடுத்திருந்த மங்கோலிய மசிக் குடுவையை கையிலெடுத்து உருட்டத் தொடங்கினான். சில நேரங்களில் இரும்பு தீக்கோலை எடுத்து அடுப்புத் தீயை கிளறினான். அவ்வப்போது அவன் அந்தத் தீக்கோலை என் தலைமேல் ஓங்கி யடித்து கொல்லப்போவதாக எனக்கு ஒரு கற்பனை வந்துகொண் டிருந்தது. அல்லாஹ்வின் பார்வைக் கோணத்திலிருந்து சித்திரக் கலையை விலக்கிக் கொண்டுசெல்லும் எனது அடாத செயலுக் காகவோ, ஹெராத்தின் முன்னோர்கள் கண்ட கனவுகளுக்கும் அவர்களின் மொத்த ஓவியப் பாரம்பரியத்திற்கும் நான் இழைக் கின்ற துரோகத்திற்காகவோ, நமது சுல்தான் அவர்களை ஏய்த்து இதில் ஈடுபடுத்திவிட்டதற்காகவோ அவன் என்னைக் கொல்லக் கூடும். எப்போதாவது ஆடாமல் அசையாமல் நெடுநேரம் உட்கார்ந்து அவன் கண்களை என்மேல் ஆழமாகப் பதித்திருப்பான். அவன் என்ன யோசித்துக்கொண்டிருக்கிறான் என்று என்னால் ஊகிக்க முடியும்: "உங்கள் மகளை நான் அடையும்வரை உங்களின் அடிமை யாகத்தான் இருப்பேன்." அவன் சிறுவனாக இருந்தபோது கூட்டிச் சென்றதைப்போல இப்போது ஒருமுறை அவனை முற்றத்திற்கு அழைத்துச்சென்று ஒரு தகப்பனார் விளக்குவதைப்போல அவனுக்கு மரங்களைப்பற்றி, இலைகளின்மேல் விழும் வெளிச்சத்தைப் பற்றி,

உருகும் பனியைப்பற்றி, தூரச் செல்லச்செல்ல வீடுகள் ஏன் சுருங்கிக் கொண்டே போவதைப்போலத் தெரிகின்றன என்பதைப் பற்றியெல் லாம் அவனிடம் விளக்கினேன். ஆனால் இது தவறாகப்போனது. எங்களது முந்தைய மகவுரிமை சார்ந்த உறவு வெகுநாட்களுக்கு முன்பே சரிந்து போயிருப்பது நிரூபணமாகியது. கருப்பின் இளவயது ஆர்வமும் அறிவுத்தேடலும் இருந்த இடத்தில் இப்போது மூப்படைந்து மூளை குழம்பிய கிழவன் ஒருவனின் உளறல்களை பொறுமையோடு கேட்கும் சகிப்புத்தன்மை வந்துவிட்டது. கருப்பு காதலிக்கும் பெண்ணின் கிழட்டுத் தகப்பன்தான் நான். என் மருமான் பனி ரெண்டு வருடங்கள் பயணம் செய்திருந்த தேசங்கள், நகரங்கள் வழங்கிய அனுபவங்களின் தாக்கம் அவனுள் ஆழமாகப் பதிந்திருக் கிறது. அவனுக்கு என்னைப் பார்த்தால் சலிப்பாக இருக்கிறது. எனக்கு அவனைப் பார்த்தால் பரிதாபமாக இருக்கிறது. அவன் கோபமாக இருக்கிறான். பனிரெண்டு வருடங்களுக்கு முன் அவன் ஷெகூரேவை மணமுடிக்க அனுமதிக்காததால் மட்டுமல்ல – அப் போது வேறுவழி எதுவுமிருக்கவில்லை – ஹெராத்தின் பாரம்பரிய ஓவியர்களின் கட்டளைகளுக்கு மாறான பாணிகளைக் கொண்ட ஓவியங்களை நான் பரிந்துரைக்கிறேன் என்பதாலும் அவன் கோப மாக இருக்கக்கூடுமென்று ஊகிக்கிறேன். மேலும் இந்த அபத்தத்தைப் பற்றி மிக ஆர்வமாகவும் உறுதிப்பாட்டோடும் பிதற்றிக் கொண் டிருப்பதால் எனது மரணம் அவன் கைகளில்தான் என்று என் மனதில் எண்ணம் வளர்ந்தது.

உண்மையில் அவனைப் பார்த்து நான் பயந்துகொண்டிருக்க வில்லை. மாறாக, அவனை அச்சுறுத்த நான் முயன்றுகொண்டிருந் தேன் அவனை நான் எழுதச்சொன்ன மூலப்பாடங்களுக்கு அந்த அச்சம் அத்தியாவசியமென்று நம்பினேன். "அந்த ஓவியங்களில் இருப்பதைப்போல ஒருவன் தன்னை உலகத்தின் மையத்தில் பொருத்திப் பார்த்துக்கொள்ள முடியவேண்டும். என் ஓவியர்களில் ஒருவன் மரணத்தை எனக்காக மிக அற்புதமாகத் தீட்டியிருக்கிறான், பார்."

இவ்வாறாக, கடந்த ஒரு வருடத்தில் நுண்ணோவியக் கலைஞர் களிடம் நான் ரகசியமாக பொறுப்பளித்து வரைந்த ஓவியங்களை அவனுக்குக் காட்டத் தொடங்கினேன். முதலில் அவன் கொஞ்சம் கூச்சப்பட்டான், பயந்துகூட போனான். மரணத்தை சித்தரித்த ஓவியம் 'பேரரசர்கள் நிகண்டு' தொகுப்பிலிருந்து பிரசித்திபெற்ற காட்சிகளால் – உதாரணத்திற்கு, சியாவுஷ்ஷை அஃப்ராஸியாபு சிரச்சேதம் செய்வது, அல்லது தன் மகன் என்றே அறிந்து கொள் ளாமல் சுஹ்ராபை ருஸ்தம் கொலை செய்வது போன்ற காட்சிகள் – உந்தப்பட்டு வரைந்தது என்பதை புரிந்துகொண்டதும் அவனுக்கு ஆர்வம் அதிகரித்தது. காலம்சென்ற சுல்தான் சுலைமான் அவர் களின் ஈமச்சடங்கை சித்தரிக்கும் ஓவியங்களில் ஒன்றில் மட்டும் பிரகாசமான ஆனால் துயரம் தோய்ந்த நிறங்களை, பிராங்கியர்களின்

இணைப்பாக்க நுண்ணுணர்வோடு, நிழலீடுகளில் என் சொந்த கைவண்ணத்தையும் கலந்து பயன்படுத்தியிருந்தேன். அந்த ஓவியத்தில் மேகத்திற்கும் தொடுவானத்திற்குமான இடையாட்டத் தால் வருவிக்கப்பட்டிருந்த கொடூரமான ஆழத்தை சுட்டிக்காட்டி னேன். மரணம் என்பது வெனீஸிய மாளிகைகளில் தொங்கிக்கொண் டிருக்கும் நான் பார்த்த மிலேச்சர்களின் உருவப்படங்களைப்போல தனித்துவமிக்கது என்பதை அவனுக்கு நினைவூட்டினேன்; அவர்கள் அனைவருக்குமே தமது உருவச்சித்திரங்கள் தனித்துத் தெரிவதாக இருக்கவேண்டுமென்ற ஏக்கம் இருக்கிறது. "மிகவும் தனித்துவர்களாக, மாறுபட்டவர்களாக இருக்கவேண்டும். அதில்தான் அவர்களுக்குப் பேரார்வம்" என்றேன். "பார், மரணத்தின் கண்களுக்குள் பார். எப்படி மனிதர்கள் மரணத்திற்கு பயப்படுவதில்லை என்பதைப்பார். மற்றவர்களிடமிருந்து மாறுபட்டு, தனித்துவத்தோடு, வித்தியாசப் பட்டு இருப்பதற்கான வேட்கையில் உள்ளடங்கியிருக்கும் வன்முறை தான் பெரிதும் அச்சப்படத்தக்கது. மரணத்திற்கு ஒரு குரலைக்கொடு. இதோ தாள்களும் எழுதுகோலும் இருக்கின்றன. நீ எழுதித் தருவதை சித்திர எழுத்துக்காரர்களிடம் அப்படியே தந்துவிடுவேன்."

அவன் அந்தச் சித்திரத்தை மௌனமாக உற்றுப்பார்த்தான். "இதை யார் வரைந்தது?" என்றான் சிறிது நேரம் கழித்து.

"வண்ணத்துப்பூச்சி. அனைவரிலும் பெரும் திறமைசாலி அவன் தான். அவன்மீது குருநாதர் ஒஸ்மான் பல வருடங்களுக்கு காதலும் பிரமிப்பும் கொண்டிருந்தார்."

"என்னுடைய நுண்ணோவியர்களில் பெரும்பான்மையினர் குருநாதர் ஒஸ்மானோடும் ஓவியப் பயிலரங்கத்தோடும் உணர்வுரீதி யாக கட்டுப்பட்டிருப்பவர்கள். அவர்களுக்கு என் புத்தகத்திற்காக செய்கிற வேலையின்மேல் இளக்காரம்தான் இருக்கிறது. இரவு நேரங்களில் இங்கே வேலையை முடித்துவிட்டுச் செல்லும்போது, பணத்துக்காக அவர்கள் வரைகின்ற இந்த ஓவியங்களைப்பற்றி ஆபாசமாக கிண்டலடித்துக்கொண்டு செல்வார்கள் என்பதும் காபி இல்லத்தில் அமர்ந்து என்னை எள்ளி நகையாடுவார்களென்பதும் எனக்குத்தெரியும். முன்பு ஒருமுறை தூதரகத்திலிருந்து வெனீஸிய ஓவியர் ஒருவரை நான் வேண்டிக் கொண்டதற்கிணங்க நமது சுல்தான் அவர்கள் அழைத்து தனது உருவச்சித்திரத்தை தீட்டிக் கொண்டார். அதன்பிறகு, அந்த தைல ஓவியத்தைப் படியெடுத்துத் தருமாறு குருநாதர் ஒஸ்மானிடம் அவர் ஆணையிட, அந்த வெனீஸிய ஓவியனை போலிசெய்யும்படி தனக்கு நேர்ந்துவிட்டதே என்ற கோபத்தில் இந்த ஒவ்வாத கட்டாயப்படுத்தலுக்கும் அதன் விளைவாக தன்னால் வரையப்பட்ட அந்த அவமானத்திற்குரிய உருவச்சித்திரத் திற்கும் நான்தான் காரணமென்று வஞ்சம் கொண்டுவிட்டார். அது நியாயம்தான்."

அன்று நாள் முழுக்க அவனுக்கு எல்லா ஓவியங்களையும் காட்டினேன் (என்ன காரணத்திற்காகவோ என்னால் முடிக்கவே முடியாத அந்த இறுதி சித்திரத்தைத்தவிர). அவனை எழுதச் சொல்லித் தூண்டினேன். நுண்ணோவியர்களின் மனப்பான்மைகளையும் அவர்களுக்கு நான் வழங்கிய பண விவரங்களையும் எடுத்துக் கூறினேன். 'இயலுருத்தோற்றக்காட்சி'யைப் பற்றியும் வெனீஸிய ஓவியங்களின் பின்னணியில் இருக்கும் சின்னஞ்சிறிய பொருட்கள் தெய்வ நிந்தனைக் குரியவைகளா என்பதைப் பற்றியும் அதேபோல வசீகரன் எஃபெண்டி கொலை செய்யப்பட்டதற்கு அவனது அளவுகடந்த பேராசையும் அவன் சேர்த்துவைத்த செல்வத்தின்மீதான பொறாமையும்தான் காரணமோவென்றும் நாங்கள் விவாதித்தோம்.

அன்றிரவு கருப்பு வீட்டிற்குக் கிளம்ப, அடுத்தநாள் வாக்களித்த படியே அவன் மீண்டும் வருவானென்றும் என் புத்தகத்தில் இடம் பெறும் கதைகளை நான் சொல்லக் கேட்பானென்றும் உறுதியாக நம்பினேன். திறந்த கதவைத்தாண்டி அவனது காலடி ஓசைகள் தேய்வதைக் கேட்டுக்கொண்டிருந்தேன்: இந்தக் குளிர் இரவிலிருந்த ஏதோவொன்று தூக்கமற்ற சஞ்சலம் கொண்ட எனது கொலையாளியை மேலும் பலமிக்கவனாகவும் என்னையும் என் புத்தகத்தையும்விட அதிகமான பேய்த்தனம் கொண்டவனாகவும் ஆக்குவது போலிருந்தது.

அவன் திறந்துசென்ற முற்றத்துக்கதவை இறுக்கமாக சார்த்தினேன். பேஸில் செடிக்கன்றை வளர்த்துவரும் மண்ஜாடியை எல்லா இரவையும்போல மூடப்பட்ட கதவுக்குப்பின்னால் வைத்தேன். அடுப்பை அணைத்து, சாம்பலைக் குளிர்வித்துவிட்டு படுக்கைக்குச் செல்லுமுன் இருட்டில் வெண்ணுடை அணிந்த ஆவிபோல ஷெகூரே நின்றிருப்பதைப் பார்த்தேன்.

"அவனைத் திருமணம் செய்துகொள்வது என்பதில் தீர்மானமாக இருக்கிறாயா?" என்று கேட்டேன்.

"இல்லை அப்பா. கல்யாணத்தைப்பற்றி எப்போதோ மறந்துவிட்டேன். தவிரவும், நான் மணமானவள்."

"அவனைத்தான் கல்யாணம் செய்துகொள்ள வேண்டுமென்று நீ நினைத்தால் உனக்கு என் ஆசீர்வாதங்களை இப்போதே தருகிறேன்."

"அவனைக் கல்யாணம் செய்துகொள்ள வேண்டாமென்றுதான் விரும்புகிறேன்."

"ஏன்?"

"ஏனென்றால் அது உங்கள் விருப்பத்திற்கு மாறானது என்பதால். உண்மையாகச் சொல்லப்போனால் உங்களுக்கு விருப்பமில்லாத யார்மீதும் எனக்கு இஷ்டமில்லை."

அடுப்பிலிருந்த நெருப்புத் துண்டங்கள் ஒருகணம் அவள் கண்களில் தெரிந்ததை கவனித்தேன். துயரத்தால் அல்ல, கோபத்தால் அவள் கண்கள் முதுமையுற்றிருந்தன. ஆனால் குரலில் விரோதத்தின் சாயல் இல்லை.

"கருப்பு உன்மேல் மையல் கொண்டிருக்கிறான்" என்றேன், ஏதோ ரகசியத்தை வெளியிடுவதைப்போல.

"எனக்குத் தெரியும்."

"இன்று நான் பேசியது எல்லாவற்றையும் பொறுமையாக அவன் கேட்டுக்கொண்டிருந்தது ஓவியத்தின் மீதிருக்கும் ஆர்வத்தால் அல்ல, உன்மீது இருக்கும் காதலால்தான்."

"உங்கள் நூலை அவன் முடித்துக் கொடுத்துவிடுவான். அதுதான் முக்கியம்."

"உன் கணவன் ஒருநாள் திரும்பி வருவான்" என்றேன்.

"எதனால் என்று எனக்குத் தெரியவில்லை, ஒருவேளை இந்த நிசப்தத்தின் காரணமாக இருக்கலாம். ஆனால் இன்றிரவு எனக்கு நிச்சயமாக மனதில் தோன்றுவது என்னவென்றால் என் கணவர் எப்போதும் திரும்பி வரப்போவதேயில்லை என்றுதான். நான் கண்ட கனவு உண்மையாகத்தான் இருக்கும் போலிருக்கிறது: அவர்கள் அவரைக் கொன்றிருப்பார்கள். அவர் எப்போதோ மண்ணோடு மண்ணாகப் போயிருப்பார்." கடைசி வாக்கியத்தை தூங்கும் குழந்தைகள் கேட்டுவிடக்கூடாதென்பதற்காக கிசுகிசுத்தாள். அசாதாரணமான கோபத்தின் சாயலோடு அதைச் சொன்னாள்.

"அவர்கள் என்னைக் கொன்றுவிடும் பட்சத்தில், என்னை முழுதாக அர்ப்பணித்திருக்கும் இந்நூலை முடித்துக்கொண்டுவர நீதான் பொறுப்பு ஏற்க வேண்டும். சம்மதம் என்று சத்தியம் செய்து கொடு" என்றேன்.

"அப்படியே வாக்களிக்கிறேன். உங்கள் புத்தகத்தை யார் முடித்துத் தருவார்கள்?"

"கருப்பு. அவன் செய்து முடிப்பதை நீதான் கண்காணித்துக் கொள்ள வேண்டும்."

"அவன் முடித்துத் தருவானென்று இப்போதே நீங்கள் உறுதியாகக் கூறுகிறீர்கள். நான் செய்ய வேண்டியது எதுவுமில்லை" என்றாள்.

"ஒப்புக்கொள்கிறேன். எனக்கு அவன் உடன்படுவதே உன் பொருட்டுதான். அவர்கள் என்னைக் கொன்றுவிட்டால், இப்பணியை தொடர்வதற்கு அவன் பயப்படுவான்."

“அப்படி நடக்கும்பட்சத்தில் என்னை அவனால் மணந்துகொள்ள முடியாது” என்றாள் என் புத்திசாலி மகள் புன்னகையுடன்.

அவள் புன்னகையைப் பற்றிய வர்ணனையை எங்கே நான் பார்த்தேன்? இந்த உரையாடல் முழுக்கவும் அவளிடம் கணநேரம் தோன்றிய ஜ்வலிப்பு ஒன்றைத்தவிர வேறு எந்தச் சலனத்தையும் கவனிக்கவில்லை. அறையில் மத்தியில் ஒருவரையொருவர் இறுக்கமாகப் பார்த்தபடி நின்றிருந்தோம்.

“நீங்கள் ஒருவரோடொருவர் பேசிக்கொண்டு கடிதங்கள் பரிமாறிக் கொள்வதுண்டா?” என்னைக் கட்டுப்படுத்திக்கொள்ள முடியாமல் கேட்டேன்.

“எப்படி உங்களால் இந்தமாதிரி நினைத்துக்கூட பார்க்க முடிகிறது?”

நெடுநேரத்திற்கு அசௌகரியமான மௌனம் நீடித்தது. தூரத்தில் நாய் ஒன்று குரைத்தது. லேசான குளிரில் எனக்கு சிலிர்த்தது. இப்போது ஒருவரையொருவர் பார்க்க முடியாதபடி அறை இருண்டு, மற்றவர் அருகாமை உணரும்படிதான் இருந்தது. திடீரென ஒருவரை யொருவர் ஆரத்தழுவிக் கொண்டோம். அவள் அழத் தொடங்கினாள். தனக்கு அம்மா இல்லாத குறை இப்போது தெரிவதாகச் சொன்னாள். அவளுக்கு முத்தமிட்டு தலையைத் தட்டிக் கொடுத்தேன். அவளுடைய கூந்தலின் வாசனை அவள் அம்மாவினுடையதைப் போலவே இருந்தது. அவளது படுக்கையறைக்கு ஆதுரத்தோடு அழைத்துச் சென்று தூங்கிக்கொண்டிருந்த குழந்தைகளுக்குப் பக்கத்தில் அவளை படுக்கவைத்தேன். கடந்த இரண்டு நாட்களாக யோசித்துப் பார்க்கும் போது, ஷெகூரே கருப்போடு கடிதத் தொடர்பு வைத்திருக்கிறா ளென்றே தோன்றியது.

●

அத்தியாயம் 22

நான் கருப்பு என்று அழைக்கப்படுகிறேன்

அன்றிரவு வீட்டுக்குத் திரும்பியதும், சாமர்த்தியமாக என் வீட்டுச் சொந்தக்கார அம்மாளை தவிர்த்துவிட்டு – இப்போது அவள் என் அம்மாவைப்போலவே நடந்துகொள்ளத் தொடங்கியிருந்தாள் – என் அறைக்குள் புகுந்துகொண்டு படுக்கையை விரித்துப்படுத்து ஷெகூரேவின் எண்ணங்களில் மூழ்கினேன்.

எனிஷ்டேவின் வீட்டில் நான் கேட்ட ஒலிகளை வர்ணிக்கும் பரவசத்தை எனக்கு அனுமதியுங்கள். பனிரெண்டு வருடங்கள் கழித்து இரண்டாம் முறையாக வருகை புரிந்தபோது அவள் தன்னை வெளிக்காட்டிக் கொள்ளவேயில்லை. ஆனால் தனது இருப்பை எந்தவிதத்திலோ மாயம்போல எனக்கு உணர்த்திக்கொண்டு, நான் அவளது பார்வையிலேயே தொடர்ந்து இருந்து வருகிறேன் என்ற நிச்சயத்தை எனக்குள் ஏற்படுத்தியபடி, என்னை எதிர்காலக் கணவனாக ஏற்றுக்கொள்வதின் சாதகபாதகங்களை தனக்குள் தருக்கவாதம் புரிந்து சீர்தூக்கிப் பார்த்துக்கொண்டிருந்தாள். இதைத் தெரிந்துகொண்டதால் நானும் அவளை தொடர்ந்து பார்த்தபடியேயிருக்கிறேன் என்று கற்பனை செய்துகொண்டேன். கண்ணிற்கு புலப்படாததை புலப்படும்படியும் பலர் நடுவே இருக்கும்போதும் புலப்படாதிருக்கும்படியும் உணரச்செய்வது காதல் என்ற இபின் அரபியின் கருத்தை என்னால் புரிந்துகொள்ள முடிந்தது.

ஷெகூரே கண்கொட்டாமல் என்னை கவனித்துக் கொண்டிருக்கிறாள் என்று அனுமானித்தது, வீட்டிற்குள்ளிருந்து என்னென்னமோ இனங்காணமுடியாத சத்தங்களும் மரக்கதவுகள் கிறீச்சிடும் ஒலிகளும் தொடர்ந்து கேட்டுக்கொண்டேயிருந்ததால்தான். ஒரு கட்டத்தில், அவள் தன் குழந்தைகளோடு கூடத்தையும் முன்னறையையும் ஒட்டியுள்ள பக்கத்து அறையில்

தான் இருக்கிறாள் என்று உறுதியாக எனக்குத் தோன்றியது: குழந்தை கள் இருவரும் ஒருவரையொருவர் தள்ளிக்கொண்டு, அடித்துக்கொண்டு விளையாடும் சத்தத்தையும், யாரோ, அநேகமாக அவர்களுடைய அம்மாவாகத்தான் இருக்க வேண்டும், அவர்களை சாடையாலோ, பயமுறுத்தும் முறைப்புகளாலோ, முகச்சுளிப்பாலோ அடக்கும் முயற்சியையும் என்னால் கேட்கவும் உணரவும் முடிந்தது. அவ்வப் போது அவர்கள் செயற்கையாக கிசுகிசுப்பதையும் கேட்டேன். அந்தக் கிசுகிசுப்பு யாரோ தொழுகையில் இருக்கும்போது அவர்களை கலைக்காமலிருக்க கிசுகிசுப்பதைப் போலில்லாமல், பெரிதாக வெடித்துச் சிரிப்பதற்கு முன் ஆயத்தம் செய்கிறதைப் போலிருந்தது.

வேறொரு சமயம், அவர்களுடைய தாத்தா என்னிடம் வெளிச்ச மும் நிழலும் புரியும் அற்புதங்களைப்பற்றி விளக்கிக்கொண்டிருக்கும் போது, ஷெவ்கெத்தும் ஓரானும் கவனமாக ஒத்திகை செய்யப்பட்ட பாவனையில் ஒரு தட்டில் ஜாக்கிரதையாக அமைக்கப்பட்ட காபிக் கோப்பைகளோடு அறைக்குள் வந்தனர். இந்தச் சடங்கு வழக்கமாக ஹேரியே செய்ய வேண்டியது. தமக்கு அப்பாவாக விரைவில் ஆகப்போகும் ஒருவரை அவர்கள் சரியாகப் பார்க்கட்டுமென்றுதான் ஷெகூரே இதை ஏற்பாடு செய்திருப்பாள். எனவே, ஷெவ்கெத்தை குஷிப்படுத்த, "எவ்வளவு அழகான கண்கள் உனக்கு!" என்றேன். உடனே அவன் தம்பி ஓரானிடம் திரும்பி – அவனுக்கு பொறாமை யாக இருக்குமென்பதால் – "உனக்குக்கூட அழகான கண்கள்" என் றேன். எனது சட்டை மடிப்பிலிருந்து ஒரு கார்னேஷன் மலரை கண்ணிமைக்கும் நேரத்தில் எடுத்து அத்தட்டின்மீது வைத்துவிட்டு அந்த சிறுவர்கள் இருவரின் கன்னங்களிலும் முத்தமிட்டேன். அதற்குப் பின்பும் உள்ளேயிருந்து சிரிப்புச்சத்தம் கேட்டுக் கொண்டேயிருந்தது.

சுவர்களிலா, மூடிய கதவுகளிலா அல்லது கூரையிலா எந்த இடத்தில் இருக்கிற ஓட்டை வழியாக எந்தக் கோணத்திலிருந்து என்னை கவனித்துக் கொண்டிருக்கிறாள் என்பது தெரியாமல் பதற்றமுற்றேன். அங்கே தெரிவது என்ன, விரிசலா, பிளவா அல்லது துவாரமா, அதன் பின்னால்தான் ஷெகூரே இருக்கிறாள் என்று கற்பனை செய்துகொண்டேன். திடீரென்று வேறு ஒரு கருப்புப்புள்ளி கண்ணில்பட்டு சந்தேகத்தை உண்டாக்கியது. அதை உறுதி செய்து கொள்ள, என் எனிஷ்டே அவரது முடிவேயற்ற பிரசங்கத்தை முழங்கிக்கொண்டிருக்க, அவருக்கு அவமரியாதை செய்வதுபோல தோன்றிவிடக்கூடாதென்று இயல்பாக எழுந்து, ஆழ்ந்த சிந்தனையில் ஆட்பட்ட சீடனைப்போல, என் எனிஷ்டேவின் சொற்பொழிவில் ஆழ்ந்து கிடப்பவன்போல, அந்த அறைக்கு குறுக்கும் மறுக்குமாக நிதான நடைபோட்டு, சுவரிலிருந்த அந்தக் கருப்புப்புள்ளிக்கருகில் சென்று பார்த்தேன்.

சுவரிலிருந்தது துவாரமென்றும் அதற்குப்பின்னால் ஷெகூரேவின் கண்கள் இருக்குமென்றும் நினைத்து ஏமாந்துபோனதில் திடீரென

ஒரு வினோதமான தனிமையுணர்வு கவிந்து எங்கு திரும்புவதென்று விளங்காத பொறுமையிழந்த மனிதன் போலுணர்ந்தேன்.

ஷெகூரே என்னை கவனித்தபடியிருக்கிறாள் என்ற பிரக்ஞையில் எனக்குள் அவ்வப்போது உக்கிரமான உணர்ச்சிகள் பிரவகிக்க, காதலிக்கும் பெண் முன்னால் தன்னை அறிவார்ந்தவனாக, பலமிக்கவனாக, உண்மையில் இருப்பதைவிட திறமைமிக்கவனாகக் காட்டிக் கொள்ளும் முனைப்போடு பாவனை செய்யத் தொடங்கினேன். அதன்பின், ஷெகூரே அவளது கணவனோடும் அக்குழந்தைகள் அவர்களது இல்லாத அப்பாவோடும் என்னை ஒப்பிட்டுப் பார்த்துக் கொண்டிருக்கிறார்களென்று கற்பனை செய்து கொள்வேன். எதிரே என் எனிஷ்டே பல்வேறு வெனீஸிய ஓவியர்களைப்பற்றியும் பிரசித்தி பெற்ற அவர்களது வரைநுட்பங்களைப் பற்றியும் தத்துவார்த்தமாக வளர்த்துக்கொண்டிருக்க, அவற்றில் மீண்டும் என் மனம் குவியும். புதிதாக புகழ்பெற்றிருந்த இந்த ஓவியர்களைப் போலவே நானும் ஆகவேண்டுமென்ற ஆசை எனக்கு வந்ததே ஷெகூரே, அவள் அப்பாவிடமிருந்து இவர்களைப்பற்றி ஏராளமாகக் கேள்விப்பட்டிருந்தாள் என்பதற்காகத்தான்; சிறையில் அடைபட்டு உயிர்த் தியாகம் செய்த புனிதர்களைப் போலவோ, காணாமற் போயிருக்கும் கணவனைப்போல பலமிக்க கைகளும் கொடுவாளும் கொண்டு எதிரி நாட்டு வீரர்களின் தலையைக் கொய்தோ இவ்வோவியர்கள் இத்தகு புகழை எய்திருக்கவில்லை. அவர்கள் இயற்றிய மூலபாடங்களாலும் தீட்டிய ஓவியங்களாலும்தான் புகழடைந்திருக்கின்றனர். உலகத்தின் மர்மங்களாலும் புலப்படக்கூடிய அதன் இருண்மையாலும் உந்தப்பட்டு இந்தப் புகழ்பெற்ற ஓவியர்கள் மகத்தான ஓவியங்களைப் படைத்திருப்பதாக என் எனிஷ்டே விளக்கியதிலிருந்தே அவை எப்படித் தோற்றமளிக்குமென்று மிகவும் சிரமப்பட்டு கற்பனை செய்து வந்தேன். என் எனிஷ்டே தன் கண்ணால் கண்டு, அவற்றைப் பார்க்கவே பார்த்திராதவர்களிடம் விளக்கி வரைய வைத்துக்கொண்டிருக்கும் அந்த அற்புதங்களை எவ்வளவுதான் கற்பனை செய்தும் அகக்காட்சியில் உருவகித்துக்கொள்ளமுடியாதபோது பெரும் விரக்தியும் சோர்வும் ஏற்பட்டது.

நிமிர்ந்து பார்த்தபோது எதிரே ஷெவ்கெத் மீண்டும் வருவதைக் கண்டேன். அவன் தயக்கமின்றி தீர்மானத்துடன் நடந்து வருவதைப் பார்த்தபோது, டிரான்ஸோக்ஸியானாவிலிருக்கும் அராபிய பழங்குடிகளிடமும் ககாஸஸ் மலைகளிலிருக்கும் சர்கேசிய குடிகளிடமும் உள்ள பழக்கத்தைப்போல வீட்டிலுள்ள மூத்த பிள்ளை விருந்தினரின் கரத்தை அவர் வந்தவுடனேயோ, அல்லது கிளம்பும்போதோ முத்தமிடுவதுபோல என்னிடம் வருகிறானோ என்றெண்ணி அவன் முத்தமிடுவதற்காக என் கரத்தை நீட்டினேன். அதே நேரத்தில் பக்கத்தில் எங்கிருந்தோ அவள் சிரிப்பதைக் கேட்டேன். அவள் என்னைப் பார்த்தா சிரிக்கிறாள்? நான் பதட்டமடைந்து நிலைமையை

சீராக்குவதற்காக ஷெவ்கெத்தை பற்றியிழுத்து அவன் இரண்டு கன்னங்களிலும் நானே எதிர்பார்க்காததாக மாறிமாறி முத்தமிட்டேன். எனிஷ்டேவைப் பார்த்து குறுக்கீட்டிற்கு மன்னிப்பு கோருவது போலவும் அவமதிப்பாக நடந்துகொள்வதாக நினைக்கவேண்டாம் என்று கேட்டுக்கொள்வது போலவும் புன்னகைத்துவிட்டு, அவன் அம்மாவின் வாசனை அவனிடம் இருக்கிறதாவென்று சோதிக்க குழந்தையை நெருக்கமாகக் கட்டிக்கொண்டேன். அந்தச் சிறுவன் ஒரு கசங்கியத் தாளை என் உள்ளங்கையில் அழுத்தியிருப்பதை கடைசியில் உணர்ந்தபோது அவன் கதவு வரைக்கும் சென்றுவிட்டிருந்தான்.

அந்தக் காகிதத்துண்டை என் முஷ்டிக்குள் ஏதோ ஆபரணம் போல இறுக்கமாகப் பற்றிக்கொண்டேன். அது ஷெகூரேவிடமிருந்து வந்திருக்கும் ஒரு கடிதம் என்ற நினைப்பு என்னைத் தீண்டியதுமே என் எதிரிலிருந்த எனிஷ்டேவைப் பார்த்தபடி அசட்டுத்தனமாக சிரிக்கத் தொடங்குவதை என்னால் அடக்க முடியாததாயிருந்தது. ஷெகூரே என்மீது அளப்பரிய காதல்கொண்டிருக்கிறாள் என்பதற்கு இந்த அத்தாட்சி போதாதா? திடீரென்று ஏற்பட்ட என் கற்பனையில் நாங்களிருவரும் உன்மத்தத்தோடு காதல் உறவு புரிந்துகொண்டிருந்தோம். என் மனதில் உருவான இந்த நம்பமுடியாத கற்பனை நிகழ்ச்சியை மிக ஆழமாக நான் நம்பிவிட்டதில் என் ஆண்மை அசந்தர்ப்பமாக எழத் தொடங்கியது – அதுவும் என் எனிஷ்டேவின் முன்னிலையில். ஷெகூரே இதைக் கூடப் பார்த்துவிட்டிருப்பாளோ? என் கவனத்தை திசை திருப்ப என் எனிஷ்டே என்ன சொல்கிறார் என்பதை உற்றுக்கேட்கத் தொடங்கினேன்.

கொஞ்சநேரம் கழித்து அவரது நூலிலிருந்து வேறொரு சித்திரத்தை எடுத்துக்காட்ட நெருங்கியபோது, நான் திருட்டுத்தனமாக அந்தச் சீட்டைப் பிரித்தேன். தேன்பூவைப்போல வாசனையடித்த அந்தக் காகிதத்தில் அவள் எதுவுமே எழுதியிருக்கவில்லை. என் கண்களை நம்பமுடியாமல் அந்தக் காகிதத்தை அர்த்தமின்றி திருப்பித் திருப்பிப் பார்த்துக்கொண்டிருந்தேன்.

“ஒரு சன்னல்” என்றார் என் எனிஷ்டே. “காட்சிக் கோண வரைநுட்பங்களைப் பயன்படுத்துவது உலகத்தை ஒரு சன்னலிலிருந்து பார்ப்பதைப்போல – உன் கையில் என்ன வைத்திருக்கிறாய்?”

“இது ஒன்றுமில்லை, எனிஷ்டே எஃபெண்டி” என்றேன். அவர் வேறு பக்கம் பார்வையைத் திருப்பியபோது, அதை என் நாசிக்கு கொண்டுவந்து அதன் வாசனையை ஆழமாக இழுத்தேன்.

பிற்பகல் உணவிற்குப்பின், என் எனிஷ்டேவின் சிறுநீர்க்கலத்தை நான் உபயோகிக்க விரும்பாததால் வெளியே வந்து முற்றத்தில் இருந்த சிற்றில்லத்திற்குச் சென்றேன். குளிர் கடுமையாக இருந்தது. பிட்டங்களை அதிகமும் உறையவைக்காமல் விரைவாக என் கடனை

ஆற்றிவிட்டு வெளியேறும்போது, ஷெவ்கெத் சத்தமேயின்றி கள்ளத்தனமாக என்னெதிரே வழியை கொள்ளைக்காரனைப்போல அடைத்துக்கொண்டு நின்றான். அவன் தாத்தாவின் முழுதும் நிரம்பிய சிறுநீர்க்கலத்தை கையில் வைத்துக்கொண்டிருந்தான். உள்ளே வந்து அதனை கொட்டிவிட்டு என்மேல் வைத்த கண்ணை நகர்த்தாமல் கன்னங்களை உப்பிக்கொண்டு, காலியான கலத்தோடு வெளியே வந்தான்.

"செத்துப்போன பூனையை எப்போதாவது பார்த்திருக்கிறீர்களா?" என்று கேட்டான். அவன் மூக்கு அப்படியே அவனுடைய அம்மாவி னுடையதைப் போலவே இருந்தது. அவள் எங்களை கவனித்துக்கொண் டிருக்கிறாளோ? சுற்றுமுற்றும் பார்த்தேன். பல வருடங்களுக்குப் பிறகு ஷெகூரேவைப் பார்த்த அந்த வசியப்படுத்தும் இரண்டாம் மாடி சன்னல் மூடியிருந்தது.

"பார்த்ததில்லை."

"தூக்கிலிடப்பட்ட யூதனின் வீட்டில் செத்துப்போன பூனையை உங்களுக்கு காட்டட்டுமா?"

என் பதிலுக்குக் காத்திராமல் தெருவில் இறங்கி நடந்தான். அவனைப் பின்தொடர்ந்தேன். சேறும் பனியுமாக இருந்த பாதையில் நாற்பது, ஐம்பது தப்படிகள் சென்றதும் பராமரிக்கப்படாத ஒரு தோட்டத்திற்குள் நுழைந்தோம். ஈரமான அழுகும் இலைகளின் நாற்றமும் இலேசான பாசி மணமும் கலந்திருந்தது. அந்த இடத்திற்கு நன்கு பரிச்சயமானவனாக உறுதியான, சீரான நடையில் எங்களுக் கெதிரே ஒரு சோர்வான அத்திமரத்திற்கும் வாதுமை மரத்திற்கும் பின்னால் ஏறக்குறைய ஒளிந்திருந்த ஒரு மஞ்சள் நிற வீட்டின் வாசலுக்குள் நுழைந்தான்.

அந்த வீடு முற்றிலும் காலியாக இருந்தது. ஆனாலும் யாரோ இங்கே வசிப்பதைப்போல கதகதப்பாக இருந்தது.

"இது யார் வீடு" என்று கேட்டேன்.

"'யூதர்கள்'. அந்த ஆள் இறந்ததும் அவனுடைய குழந்தைகளும் பழ அங்காடிக்குப் பக்கத்தில் யூதர்கள் குடியிருப்புக்குச் சென்றுவிட் டனர். துணி விற்பாளே எஸ்தர், அவளிடம் சொல்லி இந்த வீட்டை விற்க இருக்கின்றனர்." அறையின் மூலைக்குச் சென்று பார்த்துவிட்டு திரும்பினான். "பூனையைக் காணோம். மறைந்துவிட்டிருக்கிறது" என்றான்.

"செத்துப்போன பூனை எங்கே போகும்?"

"செத்துப்போனவர்கள் அலைவார்கள் என்று என் தாத்தா சொல்கிறார்கள்."

“செத்துப்போனவர்கள் அல்ல, அவர்களுடைய ஆவிகள் அலையும்.”

“உங்களுக்கு எப்படித் தெரியும்?” என்றான். கலத்தை மடியின் மீது அழுத்திப்பிடித்துக்கொண்டு தீவிரமான பாவத்தில் கேட்டான்.

“சும்மா தெரியும். நீ எப்போதுமே இங்கு வருவாயா?”

“என் அம்மா எஸ்தரோடு இங்கே வருவார்கள். ராத்திரியில் சமாதிகளிலிருந்து உயிரோடிருக்கும் செத்துப்போனவர்கள் எழுந்து இங்கே வருவார்கள். ஆனால் எனக்கு இந்த இடத்தில் பயம் கிடையாது. நீங்கள் இதுவரை எந்த ஆளையாவது கொன்றிருக்கிறீர்களா?”

“ஆம்.”

“எத்தனை பேரை?”

“நிறைய இல்லை. இரண்டு பேரை.”

“கத்தியாலா?”

“கத்தியால்தான்.”

“அவர்களுடைய ஆவிகள் அலையுமா?”

“எனக்குத் தெரியாது. புத்தகங்களில் எழுதியிருப்பதன்படி அவை அலையலாம்.”

“ஹஸன் சித்தப்பா ஒரு சிவப்புநிற கத்தி வைத்திருக்கிறார். மிகவும் கூரானது. அதை நீங்கள் இலேசாகத் தொட்டாலே வெட்டி விடும். அவரிடம் கைப்பிடியில் மாணிக்கம் பதித்த பட்டாக்கத்தி ஒன்றும் இருக்கிறது. நீங்கள்தானா என் அப்பாவைக் கொன்றது?”

‘ஆமாம்’ என்றோ ‘இல்லை’ என்றோ இல்லாமல் மையமாகத் தலையாட்டினேன். “உன் அப்பா இறந்துவிட்டார் என்று எப்படி உனக்குத் தெரியும்?”

“என் அம்மா நேற்று சொன்னார்கள். அவர் திரும்பி வரமாட்டாராம். என் அம்மா கனவில் அவரை பார்த்தார்களாம்.”

சந்தர்ப்பம் கிடைத்தால், நாம் ஏற்கனவே செய்யத் தயாராகி விட்ட எந்தவொரு மோசமான விஷயத்தையும் நமது அற்ப ஆதாயங்களுக்காக, நமக்குள் எரியும் காமத்திற்காக அல்லது நம் இதயத்தை நொறுக்கும் காதலுக்காக, ஓர் உயர்ந்த லட்சியத்திற்காக என்ற பெயரில் செய்வதற்கு முடிவெடுத்து விடுவோம். எனவே, இந்த கைவிடப்பட்ட சிறுவர்களுக்குத் தந்தையாக மாறுவதற்கு என்னை மீண்டும் ஒருமுறை தீர்மானம் செய்துகொண்டேன். வீட்டிற்குத் திரும்பியதும் ஷெவ்கெத்தின் பாட்டனார் அவரது நூலில் நான்

முடிக்கவேண்டிய மூலபாடங்களையும் சித்திரங்களையும் பற்றி விவரிக்க நான் மேலும் கவனத்துடன் செவிமடுத்து கேட்டுக்கொண்டிருந்தேன்.

என் எனிஷ்டே எனக்குக் காண்பித்த சித்திரங்களோடு, உதாரணத்திற்கு அந்தக் குதிரையின் சித்திரத்தோடு தொடங்குகிறேன். இந்தப் பக்கத்தில் மனித உருவங்கள் எதுவுமே இல்லை, குதிரையைச் சுற்றியிருந்த இடம் காலியாக இருந்தது. இருந்தபோதிலும் இது ஒரு குதிரையின் ஓவியம்தான் என்பதை நிச்சயமாக என்னால் சொல்ல முடியாதிருந்தது. ஆம், குதிரை அங்கே இருந்தாலும் சவாரி செய்பவன் இறங்கி ஒதுக்கமாக நிற்கிறான் என்றோ அல்லது காஸ்வின் பாணியில் பின்னணியில் வரையப்படும் புதரிலிருந்து வெளியே வருகிறான் என்றோ இதன் பிறகு வரையப்படக்கூடும். குதிரையின் சேணம் பகட்டுடன் அலங்கரிக்கப்பட்டு ராஜவம்சத்தினரின் குதிரையைப்போல காணப்பட்டது. உருவிய வாளோடு ஒருவன் அக்குதிரைக்குப்பக்கத்தில் நிற்பதுபோல வரையப்படலாம்.

ஓவியக்கூடத்திலிருந்து ரகசியமாக வரவழைக்கப்பட்ட ஒரு நுண்ணோவிய மேதையிடம் இந்தக்குதிரையை எனிஷ்டே வரையச் சொல்லியிருப்பது தெளிவு. ஏனென்றால் நள்ளிரவில் யாருக்கும் தெரியாமல் வந்து சேர்ந்த அவ்வோவியன் அவன் மனதில் அச்சாக பதிந்து போயிருக்கும் குதிரை உருவத்தை, அது ஏதோ ஒரு கதையின் நீட்சி என்பதைப் போலவே பொருளுணரா மனப்பாடமாக வரைந்திருக்கிறான். பல்லாயிரக்கணக்கான முறை காதல் காட்சிகளிலும் யுத்தக்காட்சிகளிலும் அவர் பார்த்திருந்த குதிரை உருவத்தை அவன் வரைய, வெனீஸிய கலைஞர்களால் தூண்டப்பட்டிருந்த என் எனிஷ்டே அந்த ஓவியனை இவ்வாறாகக்கூட கட்டளையிட்டிருக்கலாம்: "குதிரை வீரனைப்பற்றி கவலைப்படாதே, இங்கே ஒரு மரத்தை வரை. ஆனால் அதனை பின்னணியில், சிறிய அளவில் வரை."

நள்ளிரவில் வந்த ஓவியன் என் எனிஷ்டேவுடன் வரைமேஜையில் அமர்ந்து மெழுகுவர்த்தி வெளிச்சத்தில், அவனுக்குப் பழக்கமான, மனதில் பதிந்த வழக்கமான காட்சிகள் எதனோடும் ஒத்திருக்காத விநோதமான வழக்கத்திற்கு மாறான சித்திரங்களை வரைவான். அவனுக்கு என் எனிஷ்டே கணிசமாக ஊதியம் வழங்கியிருக்கிறார். வெளிப்படையாகச் சொன்னால் இவ்வகை ஓவியங்களில் ஒரு கவர்ச்சி இருக்கவே செய்கிறது. இருப்பினும் அந்த ஓவியனுக்கு சில நாட்கள் கழித்து என் எனிஷ்டேவைப் போலவே, குறிப்பிட்ட சித்திரம் எந்தக் கதைக்கு தொடர்பாக வரையப்பட்டிருக்கிறது, எதை வலியுறுத்தி சித்தரிக்கப்பட்டிருக்கிறது என்றெல்லாம் அறுதியிடமுடியாமற் போய்விடும். என்னிடம் என் எனிஷ்டே எதிர்பார்த்தது என்னவென்றால் இந்த பாதி – வெனீஸிய, பாதி – பாரசீக

பாணியில் அமைந்த ஓவியங்களை ஆராய்ந்து, அவற்றிற்குப் பொருத்தமான ஒரு கதையை எதிர்பக்கத்தில் எழுத வேண்டும். ஷெகூரேவை நான் அடையவேண்டுமானால் இந்தக் கதைகளை நிச்சயமாக நான் எழுதியாக வேண்டும். ஆனால் என் மனதில் தோன்றிய கதைகளெல்லாமே அந்த காபி இல்லத்தில் கதைசொல்லி சொன்ன கதைகளாகத்தான் இருந்தன.

●

அத்தியாயம் 23

நான் "கொலைகாரன்" என்று அழைக்கப்படுவேன்

என்னுடைய சாவி கொடுக்கும் கடிகாரம் துடித்துக் கொண்டே அது மாலைநேரம் என்று சொன்னது. மாலை நேரத் தொழுகைக்கு இன்னமும் அழைக்கப்படவில்லை. எனினும் அதற்கு முன்பாகவே எனது மடக்கு எழுதுமேஜைக் குப் பக்கத்தில் மெழுகுவர்த்தியை ஏற்றிவைத்துக் கொண்டேன். ஓப்பியம் பழக்கத்திற்கு அடிமையானவன் ஒருவனின் படத்தை நன்கு மெருகிட்டு, அழகான அளவில் வெட்டப்பட்டிருந்த தாளில் என் தூரிகையை ஹஸன் பாஷா மையில் தோய்த் தெடுத்து என் நினைவிலிருந்து விரைவாக வரைந்து முடித் தேன். ஒவ்வோர் இரவிலும் என்னை வெளியே அழைக்கும் குரலைக்கேட்டேன். எதிர்த்தேன். வெளியே செல்லக்கூடா தென்று உறுதியாக இருந்தேன். வீட்டிலேயே இருந்து வேலையை முடிக்க வேண்டுமென்று கதவை அறைந்து சாத்தித் தாழிட்டேன்.

இன்று காலை யாரும் எழுந்திருப்பதற்கு முன் என் கதவைத் தட்டிய, கலடாவிலிருந்து வந்திருந்த ஆர்மீனியன் என்னைத் தயாரித்துத் தரச்சொன்ன நூலைத்தான் இப்போது அவசரஅவசரமாக முடித்துக்கொண்டிருக்கிறேன். இவனுக்கு திக்கு வாயாக இருந்தாலும் சுற்றுப்பயணிகளுக்கு மொழிபெயர்ப் பாளனாகவும் வழிகாட்டியாகவும் இருந்தான். பிராங்கிய, வெனீஸிய பயணிகள் எப்போதாவது "ஆடையலங்கார"ங் களைப்பற்றிய சித்திர நூல்களைக் கேட்கும்போது, என்னை எங்கிருந்தாலும் தேடிக்கண்டுபிடித்து ஆக்ரோஷமாக பேரம் பேசி படியவைப்பான். சாதாரண தரத்தில் ஒரு ஆடையலங் காரப் புத்தகத்தை இருபது வெள்ளிக்காசுகளுக்காக செய்து கொடுக்க இன்று காலை ஒப்புக்கொண்டதால் மாலை நேரத் தொழுகைக்கு முன்னால் உட்கார்ந்து இருந்த இடத்தைவிட்டு எழாமல் பனிரெண்டு இஸ்தான்புல் நகரவாசிகள் படங்களை

வரைந்து முடித்தேன். அவர்கள் அணிந்திருந்த உடைகளை நுட்பமாக சித்தரித்தபடி ஒரு ஷேக்குலிஸ்லாம், ஓர் அரண்மனை சேவகன், ஒரு மதபோதகர், ஒரு மெய்க்காப்புவீரன், ஒரு நீதிபதி, இறைச்சி விற்பவன், மரணதண்டனை நிறைவேற்றுபவன் – சித்ரவதைக்கூடங்களில் தலையைக் கொய்பவர்களின் சித்திரங்கள் அமோகமாக விற்றன – ஒரு பிச்சைக்காரன், குளியலறைக்குச் செல்லும் ஒரு பெண், ஓப்பியத்திற்கு அடிமையானவன் ஆகியோரை வரைந்திருந்தேன். கூடுதலாக சில வெள்ளிக்காசுகளை ஈட்டுவதற்கு இப்படிப்பட்ட புத்தகங்களை ஏராளமாக நான் தயாரித்துக் கொடுத்திருக்கிறேன். இந்த வேலையில் சலிப்பேற்பட்டு விடாதிருப்பதற்காக சிற்சில விளையாட்டுகளை நானே கண்டுபிடித்திருந்தேன். உதாரணத்திற்கு, தாளிலிருந்து எழுதுகோலை எடுக்காமல் நீதிபதி ஒருவரின் படத்தையோ, கண்களை மூடிக்கொண்டு பிச்சைக்காரன் ஒருவனின் படத்தையோ வரைவேன்.

மாலை நேரத்தொழுகை அழைக்கப்படும்போது, எல்லா கொள்ளையர்களுக்கும் கவிஞர்களுக்கும் தீராத்துயரில் ஆட்பட்டிருக்கும் எல்லா மனிதர்களுக்கும் அவர்களுக்குள்ளிருக்கும் ஜின்களும் பிசாசுகளும் எதிராகக் கிளர்ந்தெழுந்து “வெளியே போ! வெளியே போ!” என்று நச்சரிக்கும் என்பது தெரியும். அமைதியிழந்த இந்த அகக்குரல், “மற்றவர் துணையைத்தேடு. இருட்டைத்தேடிப்போ, துயரத்தைத் தேடிப்போ, அவமதிப்பைத் தேடிப்போ!” என்று கட்டளையிடுகிறது. இந்த ஜின்களையும் பிசாசுகளையும் சமாதானப்படுத்துவதிலேயே எனது காலத்தைக் கழித்துவிட்டேன். என் கைகளிலிருந்து உதித்த அற்புதங்களாக மற்றவர் புகழும் ஓவியங்களை இத்தகு துர்சக்திகளின் உதவியால்தான் வரைந்திருக்கிறேன். ஆனால் இப்போது அந்த ஈனனைக் கொன்ற ஏழு நாட்களாக இரவு கவிந்ததும் எனக்குள்ளிருக்கும் ஜின்களையும் பிசாசுகளையும் என்னால் கட்டுப்படுத்த இயலவில்லை. கொஞ்சநேரம் நான் வெளியே சென்றுவந்தாலே அவற்றின் வெறியாட்டம் அடங்கலாம் என்று எனக்குள் சொல்லிக் கொள்கிறேன்.

இப்படிச் சொல்லிக்கொண்டதற்குப்பிறகு எப்படியென்று தெரியாமல் வெளியே வந்து இரவில் அலையத்துவங்கியிருந்தேன். பனி கவிந்த தெருக்கள், சேறும் சகதியுமான சந்துகள், சில்லிட்ட சரிவுகள், வெறிச்சோடிய நடைபாதைகள் வழியாக வேகமாக நடந்தேன். இரவின் இருட்டிற்குள் புகுந்து, நகரத்தின் அனாதரவான ஆளரவமற்ற மூலைமுடுக்குகளின் வழியே என் ஆன்மாவை படிப்படியாகக் கழற்றி பின்னால் விட்டு விலகி, குறுகலான தெருக்களில் நடந்துபோகும்போது என் காலடிச்சத்தம் கல்வீடுகள், பள்ளிகள், மசூதிகளில் பட்டு எதிரொலிக்க, என் அச்சங்கள் தணிந்து போகும்.

தன்னிச்சையாக என் கால்கள், நகரத்தின் வெளியே அமைந்த இந்த வெறிச்சோடிய பகுதிக்குக் கொண்டு வந்து என்னை சேர்த்தன. பேய்களும் ஜின்களும்கூட நடமாட அச்சமுறும் இந்த இடத்திற்கு ஒவ்வோரிரவும் நான் வந்துகொண்டிருந்தேன். இப்பகுதியில் வசித் திருந்தவர்களில் பாதிப்பேர் பாரசீகத்துடனான யுத்தங்களில் மாய்ந்து போனதாகவும் மீதிப்பேர் இவ்விடத்தை துரதிருஷ்டம் பிடித்ததாக அஞ்சி வெளியேறிவிட்டதாகவும் சொல்லக்கேட்டிருக்கிறேன். ஆனால் இத்தகைய மூடநம்பிக்கைகளில் எனக்கு நம்பிக்கையில்லை, இந்த அழகான இடத்திற்கு ஸஃபாவித் போர்களால் நிகழ்ந்த ஒரு மாபெரும் துயரம் என்னவென்றால் எதிரிகள் பதுங்கியிருந்ததாக சந்தேகப்பட்டு கலேந்திரி துறவியர் மடத்தை நாற்பது வருடங்களுக்கு முன்பு மூடிவிட்டதுதான்.

மல்பெர்ரி புதர்களுக்கும் செவ்விலை மரங்களுக்கும் பின்னால் புகுந்து நடக்க, இந்தக் கடுங்குளிரிலும் இத்தாவரங்களின் ரம்மிய மான நறுமணம் என்னைச்சூழ்ந்தது. எனது வழக்கமான தீராத ஆர்வத்துடன் சிதைந்து வீழ்ந்திருந்த புகைப்போக்கிகளின் பலகை களையும் ஒடிந்த கதவோடு சன்னல் சட்டங்களையும் விலக்கித் தள்ளிவிட்டு நுழைந்தேன். கவிந்திருந்த நூறுவருட வாசனையை, பாசி மணத்தை ஆழமாக மூச்சிழுத்தேன். இங்கே வந்திருப்பது பரமசுகத்தை அளிப்பதாயிருந்தது. கண்ணீர் தளும்பப்போகிறதென்று நினைத்தேன்.

ஏற்கனவே, நான் உங்களிடம் சொல்லியிருக்காவிட்டால் இப் போது சொல்கிறேன்: அல்லாஹுவைத்தவிர வேறு எதற்கும் நான் பயப்படுவதில்லை. இந்த உலகத்தில் அளிக்கப்படும் தண்டனைகள் எதுவும் என் அபிப்பிராயத்தில் முக்கியமில்லை. நான் பயப்படுவ தெல்லாம் புனித குர் ஆனின் அத்தியாயத்தில் என்னைப்போன்ற கொலைகாரர்களுக்கு தீர்ப்பு தினத்தில் வழங்கப்போகும் பல்வேறு சித்ரவதைகளைப்பற்றி குறிப்பிடப்பட்டுள்ளதே, அந்தத் தண்டனை களைப் பற்றித்தான். பழங்கால நூல்களை அரிதாகவே எடுத்துப்பார்ப் பேன். பண்டைய அராபிய நுண்ணோவியர்கள் எல்லா நிறங்களை யும் பயன்படுத்தி எளிமையான, சிறுபிள்ளைத்தனமாக ஆனால் அச்சுறுத்தக்கூடிய வகையில் கொடூரமான நரகக்காட்சிகளை மாட்டுத் தோலில் ஓவியமாகத் தீட்டியிருப்பதையும் சீன மற்றும் மங்கோலிய ஓவியர்கள் வரைந்திருக்கும் பிசாசுகள் புரியும் சித்ரவதைகளையும் பார்க்கும்போது, இந்த ஒற்றுமையை உணர்ந்து அதன் தர்க்கநியா யத்தை கவனத்தில் கொள்ளாதிருப்பதில்லை: ‘இரவுப்பயணம்’ என்ற ஸூரத்து பனீஇஸ்ராயீல் அத்தியாயத்தின் முப்பத்தி மூன்றாவது வாசகம் என்ன சொல்கிறது? அல்லாஹ் ஹராமாக்கியுள்ள ஓர் ஆத்மாவை நியாயமான காரணமின்றி நீங்கள் கொலை செய்யவேண் டாம், என்று எழுதியில்லையா? அப்படியென்றால் சரி: நரகத்திற்கு நான் அனுப்பியிருக்கும் இந்த துஷ்டன் இறை நம்பிக்கையாளன்

அல்ல. இவன் கொலை செய்யப்படுவதை இறைவன் ஹராமாக்க வில்லை. மேலும் அவனது மண்டையோட்டை நான் சிதைத்ததற்கு மிகச்சிறப்பான நியாயம் என்னிடம் இருக்கிறது.

நமது சுல்தான் அவர்கள் ரகசியமாக தயாரிக்க கட்டளையிட்ட அந்த நூலை வரைந்துகொண்டிருந்த எங்கள் எல்லோரின்மீதும் இம்மனிதன் அவதூறு செய்திருந்தான். நான் மட்டும் அவனை மௌனமாக்கியிருக்காவிட்டால் எனிஷ்டே எஃபெண்டியையும் நுண்ணோவியர்கள் எல்லோரையும் குருநாதர் ஒஸ்மானையும்கூட காபிர்கள் என்று பலரறிய பழித்துரைத்திருப்பான். எர்ஸுரூம் ஹோஜாவின் சீடர்கள் அவர்களுடைய வேலையைக் காட்டியிருப் பார்கள். நுண்ணோவியர்கள் தெய்வநிந்தனை புரிகின்றனர் என்று மட்டும் யாராவது அறிவித்திருந்தால் இந்த எஸுரூமி சீடர்கள் – அவர்களது பலத்தை பிரயோகித்துக்காட்ட எந்த சந்தர்ப்பமாவது கிடைக்காதாவென்று எதிர்பார்த்திருப்பவர்கள்தானே – நுண் ணோவியர்கள் அனைவரையும் கொன்று குவிப்பதோடு திருப்தியடை யாமல் மொத்த ஓவியக்கூடத்தையுமே அழித்து விட்டிருப்பார்கள். நமது சுல்தான் அவர்களும் தடுத்து நிறுத்தத் திராணியின்றி வேடிக்கை தான் பார்த்துக் கொண்டிருந்திருப்பார்.

ஒவ்வொருமுறை இங்கு வரும்போதும் செய்வதைப்போல இப் போதும் ஒரு துடைப்பத்தை எடுத்து இடத்தை பெருக்கி, கந்தல் துணிகளை மூலையில் ஒளித்து வைத்தேன். பெருக்கி சுத்தம் செய்யும் போது, மனம் ஆறுதல் அடைந்து அல்லாஹ்வின் கடமை தவறாத ஊழியன்போல மீண்டும் உணர்ந்தேன். இப்படிப்பட்ட ஆசீர்வதிக்கப் பட்ட உணர்விலிருந்து விடுபட்டு விடக்கூடாதென்பதற்காக நெடு நேரம் தொழுகை செய்தேன். உறைய வைக்கும் குளிர் என் எலும்புக் குள் நுழைந்தது. என் தொண்டைக்குப்பின்னால் அந்தக் கபடமான வலியை உணரத் தொடங்கினேன். வெளியே வந்தேன்.

சிறிதுநேரம் கழித்து, அதே விநோதமான மனநிலையில் நான் முற்றிலும் வேறோர் இடத்தில் நின்றிருப்பதை உணர்ந்தேன். என்ன நிகழ்ந்ததென்று தெரியவில்லை. ஆளரவமற்ற அந்தத் துறவியர் மட பகுதியிலிருந்து சைப்ரஸ் மரங்கள் வரிசையிட்ட இந்தச் சாலைக்கு நான் எப்படி வந்தேனென்று எனக்குத் தெரியவில்லை. அங்கிருந்து இங்கு வரும்வரை நான் என்ன யோசித்துக்கொண்டு வந்தேன் என்பதும் பிடிபடவில்லை.

எவ்வளவுதான் நடையாக நடந்து போனாலும் ஒரு நச்சரிக்கும் எண்ணம் மட்டும் என்னைவிட்டு அகலாமல் ஒரு புழுவைப்போல என்னை அரித்துக் கொண்டிருந்தது. உங்களிடம் சொன்னால் ஒரு வேளை பாரம் குறையலாம்: அவனை “இழிவான பழிகாரன்” அல்லது “பரிதாபமிக்க வசீகரன் எஃபெண்டி” என்று எப்படி வேண்டுமானாலும் அழைத்துக் கொள்ளுங்கள்; இரண்டும் ஒன்று

தான். அந்த அன்பான மெருகாளன் இவ்வுலகைவிட்டு மறைவதற்கு கொஞ்சநாட்களுக்கு முன்பு நமது எனிஷ்டே அவர்கள்மீது ஆவேச மாக குற்றம்சாட்டத் தொடங்கியிருந்தான். மிலேச்சர்களின் பார்வைக் கோணத்தை எனிஷ்டே எஃபெண்டி வரைநுட்பங்களில் பயன்படுத்து கிறார் என்ற அவனது குற்றச்சாட்டை நான் பெரிதாக எடுத்துக் கொள்ளாததால் அந்த மிருகம் இவ்வாறு கூறத்தொடங்கினான்: "கடைசி ஓவியம் ஒன்று இருக்கிறது. அந்த ஓவியத்தில் நாம் நம்பிக்கை கொண்டுள்ள புனிதங்கள் எல்லாவற்றையும் எனிஷ்டே அவமதிக் கிறார். அவர் புரிகின்ற விஷயங்கள் வெறும் மதஅவமதிப்பு மட்டு மல்ல, பச்சையான தெய்வநிந்தனை." மேலும் இந்தக் குற்றச்சாட்டை அந்த அயோக்கியன் சுமத்திய மூன்று வாரங்கள் கழித்து எனிஷ்டே எஃபெண்டி என்னை ஒரு குதிரை, ஒரு நாணயம், மரணம் என்று ஒன்றிற்கொன்று தொடர்பேயில்லாத பல்வேறு பொருட்களை ஒரு பக்கத்தில் அங்கொன்றும் இங்கொன்றுமாக, அதிர்ச்சியளிக்கும் வகையில் உடன்பாடில்லாத அளவுகளில் வரையச் சொல்லி கேட்டுக் கொண்டார். பிராங்கிய ஓவியங்களின் பாணி இவ்வாறாகத்தான் இருக்குமென்று எதிர்பார்க்கலாம். என்னிடம் வரையத்தருகிற ஓவியத் தாட்களில் வரிசையிட்ட பெரும்பான்மையான பகுதியையும் வசீகரன் எஃபெண்டி மெருகிட்டிருந்த பகுதிகளையும் மூடி மறைத்துத்தான் என்னிடம் தருவார். என்னிடமிருந்தும் மற்ற நுண்ணோவியர்களிட மிருந்தும் எதையோ மறைக்க விரும்புகிறார் என்பது தெளிவாகப் புரிந்தது.

அவர் இம்மாபெரும் இறுதி ஓவியத்தில் என்ன வரைந்துகொண் டிருக்கிறார் என்று எனக்குக் கேட்கத்தோன்றும், ஆனால் அதற்குள் எதுவோ என்னைத்தடுத்து நிறுத்திவிடும். நான் அவரைக் கேட்டால், வசீகரன் எஃபெண்டியைக் கொன்றது நான்தானோவென்று சந் தேகம் வந்து அதை எல்லோரிடமும் கூறவும் செய்துவிடுவார். ஆனால் என்னை வேறொன்றும் நிலைகுலைய வைத்துக்கொண் டிருந்தது. நான் அவரைக் கேட்டால் வசீகரன் எஃபெண்டியின் நம்பிக்கைகள் நியாயமானவையேயென்று எனிஷ்டே சொன்னாலும் சொல்லிவிடுவார். இந்தச் சந்தேகம் வசீகரன் எஃபெண்டியிடமிருந்து வந்ததாகக் காட்டிக்கொள்ளாமல் எனக்கே தோன்றியதைப்போல அவரிடம் கேட்கவேண்டுமென்று அவ்வப்போது தோன்றும். முடி வாக எந்த வழியிலும் நிம்மதியில்லை.

என் தலையைவிட விரைவாகச் செயல்படும் என் கால்கள் தன்னிச்சையாக எனிஷ்டே எஃபெண்டியின் தெருவிற்கு என்னை இட்டுச் சென்றுவிட்டன. ஒதுக்கமான ஓரிடத்தில் பதுங்கிக்கொண்டு அந்த வீட்டை இருட்டில் நெடுநேரம் கவனித்துக்கொண்டிருந்தேன்: மரங்களுக்கு நடுவில் அமைந்திருந்தது ஒரு பணக்கார மனிதனின் மாபெரும் இரண்டடுக்கு வீடு! ஷெகூரேவின் அறை எந்தப்பகுதி யில் அமைந்திருக்கிறது என்பதை என்னால் கூறமுடியவில்லை.

ஷா தாஹ்மஸ்ப்பின் ஆட்சியில் தாப்ரீஸில் வரையப்பட்ட சில படங்களில்போல அவ்வீட்டை குறுக்குவெட்டுத் தோற்றத்தில் – ஒரு கத்தியால் பாதியாக வெட்டியதைப்போல – கற்பனை செய்து, எந்த கதவுக்குப்பின்னால் என் ஷெகூரேவைப் பார்க்க முடியுமென்று என் மனக்கண்ணில் வரைய முயற்சித்தேன்.

கதவு திறந்தது. கருப்பு வீட்டிலிருந்து இருட்டில் வெளியே வருவதைப் பார்த்தேன். முற்றத்துக் கதவின் பின்னாலிருந்து எனிஷ்டே அவனை அன்போடு பார்த்துக்கொண்டிருந்துவிட்டு கதவை மூடினார்.

என் மனது முட்டாள்தனமான கற்பனைகளில் விரைவாகவும் மிகுந்த வலியோடும் மூன்று முடிவுகளுக்கு நான் பார்த்ததிலிருந்து வந்தது.

ஒன்று: கருப்பை உபயோகித்துக்கொள்வது மலிவாகவும் அபாயம் குறைவாகவும் இருப்பதால் அவனை வைத்து எனிஷ்டே எஃபெண்டி எமது புத்தகத்தை முடித்துக்கொள்வார்.

இரண்டு: பேரழகி ஷெகூரே கருப்பை மணம்செய்து கொள்வாள்.

மூன்று: அந்தப் பரிதாபகரமான வசீகரன் எஃபெண்டி சொன்னது உண்மை. எனவே, நான் அவனை வீணாகக் கொன்றிருக்கிறேன்.

இப்படிப்பட்ட நேரங்களில் நமது இரக்கமற்ற அறிவு கசப்பான முடிவை எடுக்கும்போது இதயம் அதை மறுக்கும். மொத்த உடம்பும் மனதிற்கெதிராக போராடும். முதலில் என் மனதில் சரிபாதி நான் இழிவான கொலைகாரர்களில் ஒருவன் என்பதன்றி வேறில்லை என சுட்டிக்காட்டிய மூன்றாவது முடிவை உக்கிரமாக எதிர்த்தது. என் கால்கள், மீண்டும் ஒருமுறை என் தலையைவிட விரைவாகவும் பகுத்தறிவோடும் செயல்பட்டு ஏற்கனவே கருப்பு எஃபெண்டியை பின்தொடர ஆரம்பித்துவிட்டிருந்தன.

சில குறுக்குத்தெருக்களைத் தாண்டிச் செல்லும்போது, எனக்கு முன்னால் மிகவும் மனத்திருப்தியோடும் தன்னம்பிக்கையோடும் நடந்து சென்றுகொண்டிருக்கும் அவனைக் கொல்வதென்பது எவ்வளவு எளிதான விஷயமென்றும் அப்படிப்பட்ட குற்றம் என்னை எவ்வாறு அந்த எரிச்சலூட்டும் முதலிரண்டு முடிவுகளிலிருந்து என்னைக் காப்பாற்றுமென்றும் எனக்குத்தோன்றியது. மேலும் வசீகரன் எஃபெண்டியின் மண்டையை காரணமில்லாமல் ஒன்றும் நான் உடைத்திருக்க மாட்டேன். இப்போது எட்டு அல்லது பத்து தப்படிகள் முன்னால் ஓடிச்சென்று கருப்பை அடைந்து என் முழுபலத்தையும் பிரயோகித்து அவன் தலையில் ஒரு மரணஅடி அடித்தால், எல்லாமே வழக்கம்போல நடந்தேறும். எனிஷ்டே எஃபெண்டி என்னை அழைத்து புத்தகத்தை முடித்துத்தரச் சொல்வார். ஆனால் இதற்கிடையில் நேர்மையும் (நேர்மையா அல்லது பயமா?) விவேகமும் மிக்க எனது பக்கம், நான் கொலைசெய்து கிணற்றில்

வீசியெறிந்த அந்த அரக்கன் உண்மையிலேயே ஒரு பழிகாரன்தான் என்று கூறிக்கொண்டிருந்தது. அப்படியென்றால் அவனை வீணாக நான் கொன்றிருக்கவில்லை. என் எனிஷ்டே தயாரித்துக்கொண்டிருக்கும் நூலில் இனிமேலும் மறைப்பதற்கு எதுவுமில்லையென்பதால் என்னை நிச்சயமாக அவரது வீட்டிற்குத் திரும்ப அழைப்பார்.

என் முன்னால் கருப்பு நடந்து செல்வதைப் பார்த்துக் கொண்டிருந்தபோது, இவற்றில் எதுவுமே நிச்சயமாக நடக்கப்போவதில்லையென்று எனக்குப்பட்டது. இவை எல்லாமே மாயை. கருப்பு எஃபெண்டி என்னைவிட அதிக நிஜமானவனாக இருந்தான். இது நம்மெல்லோருக்குமே நடக்கிறது: மிகையான தருக்கநியதிக்கு எதிர்வினையாக, வாரக்கணக்காக, வருடக்கணக்காக முடிவேயின்றி கற்பனைகளை வளர்த்து வருகிறோம். ஒருநாள் ஏதோ ஒரு முகத்தையோ, ஒரு குழுவையோ, ஒரு சந்தோஷமான மனிதனையோ பார்க்கிறோம். உடனே, நமது கனவுகள் எப்போதுமே நிறைவேறப்போவதில்லையென்று நமக்குத் தோன்றுகிறது. இப்படியாக, குறிப்பிட்ட ஒரு பெண்ணுக்கு நம்மை மணந்துகொள்ள அனுமதி கிடைக்காது அல்லது இப்படியானதொரு அந்தஸ்தை வாழ்க்கையில் அடையமுடியாது என்று உணர்ந்துகொள்கிறோம்.

கருப்பின் தோள்கள், அவனது தலை, அவனது கழுத்து எல்லாமே ஒருங்கிணைந்து எழும்பித்தாழ்வதை என் இதயத்தைக் கவ்வியிருந்த வெறுப்போடு கவனித்தபடி நடந்தேன். ஏதோ அவனது ஒவ்வோரடியும் இவ்வுலகத்திற்களிக்கும் கொடை என்பதைப்போல மிகவும் எரிச்சலூட்டும் விதமான நடை. கருப்பைப் போன்ற மனசாட்சி உறுத்தாத, நம்பிக்கையளிக்கும் எதிர்காலத்தை முன்னால் கொண்டுள்ள மனிதர்கள் மொத்த உலகத்தையுமே அவர்களின் வீடாக கருதிக்கொண்டிருக்கின்றனர். ஒவ்வொரு கதவையும் ஒரு சுல்தான் தனது அந்தரங்க அறைக்குள் நுழைவதைப்போல திறக்கின்றனர். உள்ளே ஒண்டியிருக்கும் நம்மெல்லோரையும் அவமானப்படுத்துகின்றனர். ஒரு கல்லை பெயர்த்தெடுத்துக்கொண்டு அவனுக்குப் பின்னால் ஓடிச்சென்று ஒரே போடாகப் போடுவதற்கு எனக்குள் எழுகின்ற இச்சையை அடக்க முடியாமலிருந்தது.

ஒரே பெண் மீது மையல் கொண்டிருக்கும் இரண்டு ஆண்கள் நாங்கள்; நான் பின்னால் வருவது தெரியாமல் இஸ்தான்புல்லின் வளைந்து நெளிந்து போகும் தெருக்களில் எனக்கு முன்னால் சென்றுகொண்டிருந்தான், சாலைகளின் மேட்டிலும் சரிவிலும், சகோதரர்களைப்போல வெறியோடு சண்டை போட்டுக்கொண்டிருக்கும் தெருநாய்கள் மட்டுமே உலவும் வெறிச்சோடிய தெருக்கள், ஜின்கள் அலையும் தீயில் அழிந்த சிதிலங்கள், தேவதைகள் சாய்ந்துறங்கும் மசூதிகளின் முற்றங்கள், மரித்தவர் ஆன்மாக்களோடு முனகிக்கொண்டிருக்கும் சைப்ரஸ் மரங்கள், பிசாசுகள் நிறைந்த பனிமூடிய கல்லறை

கள், பார்வைக்குப்படாத வழிப்பறிக்கொள்ளையர்கள், முடிவேயற்ற கடைகள், தொழுவங்கள், துறவியர் மடங்கள், மெழுகுவர்த்தி ஆலைகள், தோல் விற்பனை நிலையங்கள், கற்சுவர்கள் ஆகியவற்றைத் தாண்டி நாங்கள் நடந்து நடந்து சென்றுகொண்டேயிருக்க, நான் அவனைப் பின்தொடர்ந்து சென்றுகொண்டிருக்கவில்லை; அவனை நான் போலி செய்து கொண்டிருக்கிறேன் என்று உணர்ந்தேன்.

●

அத்தியாயம் 24

நான் மரணம்

நான் மரணம். நீங்கள் நன்றாகவே என்னைப் பார்க்கலாம். ஆனால் நீங்கள் பயப்பட அவசியமில்லை. நான் வெறும் சித்திரம்தான். அப்படியிருந்தாலும் உங்கள் கண்களில் பீதியைக் காண்கிறேன். நான் நிஜமல்ல என்று உங்களுக்கு நன்றாகவே தெரிந்திருப்பினும் – விளையாட்டில் தங்களை மறந்துவிடுகிற குழந்தைகளைப்போல – உண்மையிலேயே மரணத்தை சந்தித்ததைப்போல நீங்கள் அச்சத்தால் இன்னமும் பீடிக்கப்பட்டிருக்கிறீர்கள். இது என்னை சந்தோஷப்படுத்துகிறது. நீங்கள் என்னைப் பார்க்கும்போது, அந்தத் தவிர்க்கமுடியாத கணம் உங்களை அடையும்போது பதற்றமோ, பயமோ இன்றி அதை எதிர்கொள்வீர்களென்று நினைத்துக் கொள்கிறீர்கள். இது வேடிக்கை அல்ல. மரணம் வந்து சேரும்போது, மனிதர்களுக்கு அவர்களின் உடல்ரீதியான இயக்கங்கள் கட்டுப்பாட்டிலிருந்து அகன்றுவிடுகின்றன. மிகவும் தைரியசாலிகள் என்று பெயரெடுத்தவர்களில் பெரும்பாலோருக்கும் அவ்வாறாகத்தான் நிகழ்கிறது. இந்த காரணத்திற்காகவே, ஆயிரக்கணக்கான முறை நீங்கள் சித்தரித்த சடலங்கள் குவிந்த போர்க்களங்களிலிருந்து வீசும் வாடை ரத்தத்தினுடையதோ, துப்பாக்கி மருந்தினுடையதோ, நெருப்பிலிட்டுத்தீட்டும் ஆயுதங்களுடையதோ அல்ல. நரகலுடையதும் அழுகும் சதைப்பிண்டங்களுடையதும்தான்.

மரணத்தை சித்தரித்திருப்பதை நீங்கள் இப்போதுதான் முதல்முறையாகப் பார்க்கிறீர்களென்று எனக்குத் தெரியும்.

என்னை வரையப்போகின்ற ஓர் இளம் நுண்ணோவியனை ஒரு வருடம் முன்பு உயரமான, ஒல்லியான, பார்ப்பதற்கு மர்மமான தோரணையிலிருந்த கிழவர் ஒருவர் தனது வீட்டிற்கு அழைத்து வந்திருந்தார். அந்த இரண்டடுக்கு மாடிவீட்டின் பாதிஇருட்டான ஓவிய அறையில் இளம் ஓவியனுக்கு அம்பர் மணம் வீசும் அற்புதமான காபி வழங்கினார். அது அவன் மனதைத் தெளிவாக்கியது. அடுத்ததாக நீலநிறக் கதவு ஒன்றைத்

திறந்து நிழலான அறைக்குள் அவனை அழைத்துச் சென்றார். ஹிந்துஸ்தானிலிருந்து தருவிக்கப்பட்ட மிக உன்னதமான ஓவியத் தாள்கள், அணில் ரோமத்தில் செய்த தூரிகைகள், பலவகையான பொற்தகடுகள், எல்லாவிதமான கோரைப்புல் எழுதுகோல்கள், பவழத்தில் கைப்பிடி அமைத்த சிறுகத்திகள் என எல்லாவற்றையும் அவன்முன் கடைபரப்பிவிட்டு அவனுக்கு பெரும் ஊதியம் வழங்கத் தன்னால் முடியும் என்பதை சூட்சுமமாக உணர்த்தினார்.

"சரி, இப்போது எனக்காக மரணத்தை வரைந்து காட்டு" என்றார் கிழவர்.

"மரணத்தின் ஓவியத்தை இதுவரை ஒருமுறைகூட என் வாழ் நாளில் பார்த்திருக்காமல் என்னால் மரணத்தை ஓவியமாகத் தீட்ட முடியாது" என்றான் அந்தத் துணிச்சலான நுண்ணோவியன். உண்மை யில் அவன்தான் வெகுவிரைவில் வரையப்போகிறான்.

"ஒரு விஷயத்தை ஏற்கனவே பார்த்திருந்தால்தான் அதன் சித் திரத்தை வரையமுடியும் என்பதில்லை" என்று மறுத்தார் அந்த பண்பட்ட, உற்சாகமிக்க முதியவர்.

"ஆம், அவ்வாறு இல்லைதான்" என்றான் நுண்ணோவியன். "இருந்தாலும் பண்டைய ஓவிய மாமேதைகள் தீட்டியதைப்போல ஓவியம் பரிபூரணமாக இருக்க வேண்டுமானால், அதை நான் வரைவதற்கு முன் குறைந்தது ஓராயிரம் முறையாவது வரைந்திருக்க வேண்டும். ஒரு நுண்ணோவியன் எவ்வளவுதான் மேதமையுள்ளவ னாக இருப்பினும் ஒரு பொருளை அவன் முதன்முறையாக வரையும் போது ஒரு கற்றுக்குட்டியைப்போலத்தான் வரைவான். அவ்வாறு என்னால் ஒருபோதும் செய்யமுடியாது. மரணத்தை வரையும்போது, என் ஆளுமைத்திறத்தை ஒதுக்கி வைத்துவிட்டு வரையமுடியாது: இது நானே மரணமுறுவதற்கு இணையானது."

"அத்தகையதொரு மரணம் ஓவியத்தின் கருப்பொருளோடு உனக்கு பரிச்சயத்தை ஏற்படுத்தித் தரலாம்" அக்கிழவர் பரிகசித்தார்.

"கருப்பொருளின் அனுபவம் எங்களை கலைஞர்களாக்குவதில்லை. அதை எப்போதும் அனுபவித்திருக்காததுதான் எங்களை கலைஞர் களாக்குகிறது."

"அப்படியானால் அத்தகைய ஆளுமைத்திறத்தை மரணத்தோடு பொருத்திப் பார்க்க வேண்டும்."

இந்தப் பாணியில் அவர்களின் உரையாடல் ஓர் உயர்ந்த தளத்தில் இரட்டை அர்த்தப் பேச்சுக்கள், மறைகுறிப்புகள், சிலேடை கள், புதிரான குறிப்பீடுகள், குத்தல் பேச்சுக்கள் ஆகியவற்றோடு, பழம்பெரும் ஓவியமேதைகளை மதிப்பதுபோலவே தமது சுயத்திறமை களையும் மதிக்கின்ற நுண்ணோவியர்களுக்கு ஏற்புடைய வகையில்

சென்றுகொண்டிருந்தது. எனது இருப்பைப்பற்றிய விவாதம் என்ப தால் நான் அந்த உரையாடலைக் கூர்ந்து கவனித்துக் கொண்டிருந் தேன். அதை முழுமையாக இப்போது நான் சொல்லப் புகுந்தால் இந்தக் காபி இல்லத்திலுள்ள பெருமைமிக்க நுண்ணோவியர்களுக்கு சலிப்பாக இருக்கும். அந்த உரையாடலில் வந்த ஒரு முக்கியமான கட்டத்தை மட்டும் இப்போது சொல்கிறேன்:

“ஒரு நுண்ணோவியனின் திறமை என்பது முற்கால ஓவிய மேதைகள் சித்தரித்த அதே முழுநிறைவுடன் அனைத்தையும் வரை கின்ற ஆற்றலா அல்லது ஓவியத்தின் கருப்பொருளுக்குள் யாராலும் காணமுடியாதனவற்றை புகுத்துகின்ற ஆற்றலா?” என்றான் தன் னம்பிக்கையும் தீட்சண்யமான கண்களும் கொண்ட அந்த மிடுக்கான ஓவியன். இந்தக் கேள்விக்கு அவனுக்கே பதில் தெரிந் திருந்தாலும் அடக்கமாகவே இருந்தான்.

“புதுமையான கருப்பொருட்களையும் இதுவரை யாரும் பயன் படுத்தியிராத வரைநுட்பங்களையும் கண்டுபிடிக்கும் ஆற்றலை வைத்துத்தான் வெனீஸியர்கள் ஒரு நுண்ணோவியனின் திறமையை மதிப்பிடுகின்றனர்” அம்முதியவர் இறுமாப்புடன் ஆணித்தரமாகக் கூறினார்.

கூடிய விரைவில் என்னை வரையப்போகின்ற அவ்வோவியன், “வெனீஸியர்கள், வெனீஸியர்களைப்போலவே இறக்கின்றனர்” என்றான்.

“எல்லா மரணங்களும் ஒன்றையொன்று ஒத்திருக்கின்றன” என்றார் கிழவர்.

“பழங்கதைகளும் ஓவியங்களும் வெளிப்படுத்துவது மனிதர்கள் எவ்வாறு ஒருவரிடமிருந்து மற்றவர் வேறுபட்டிருக்கின்றனர் என்பதைத் தான்; எவ்வாறு அனைவரும் ஒருவருக்கொருவர் ஒத்திருக்கின்றனர் என்பதையல்ல” என்றான் அந்த அறிவுசான்ற ஓவியன். “தனித்துவம் கொண்ட பழங்கதைகளை நமக்கு ஏற்கனவே பரிச்சயமாகியிருப் பதைப்போலவே சித்தரிப்பதன்மூலம்தான் நுண்ணோவியக்கலைஞன் தனது ஆதிக்கத்தை ஈட்டுகிறான்.”

இதேரீதியில் அந்த உரையாடல் வெனீஸியர்களின் மரணங் களுக்கும் ஆட்டமன்களின் மரணங்களுக்குமிடையேயுள்ள வித்தியா சங்கள், மரணதேவதைக்கும் அல்லாஹ்வின் இதர தேவதைகளுக்கு மிடையேயுள்ள வேறுபாடுகள், எப்படி இவற்றையெல்லாம் மிலேச்சர் களின் கலைத்திறனால் எப்போதுமே வெளிப்படுத்த முடியாது என்பதை நோக்கித் திரும்பியது. தற்சமயம் நமக்குப் பிரியமான காபி இல்லத்தில் அமர்ந்து தனது அழகான கண்களால் என்னை வெறித்துப் பார்த்துக் கொண்டிருக்கும் இளம் ஓவியன் இந்த கனமான

வார்த்தைகளால் பாதிக்கப்பட்டான். அவன் கைகள் பொறுமை யிழந்தன. என்னை வரைவதற்குத் துடித்தான். இருந்தும் எப்படிப் பட்ட வஸ்து நான் என்பதைப்பற்றி அவனுக்கு எந்த ஞானமும் இல்லை.

அந்த இளம் ஓவியனை வசியப்படுத்த பிரயத்தனப்பட்டுக் கொண்டிருந்த கபடமும் சூழ்ச்சியுமிக்க அக்கிழவர் அவ்விளைஞ னின் சபலத்தை மோப்பம் பிடித்துவிட்டார். அந்த நிழலான அறைக் குள் நிச்சலனமாக எரிந்து கொண்டிருக்கும் எண்ணெய் விளக்கின் ஒளியில் ஜொலிக்கின்ற தன் கண்களால் அந்த அற்புதத்திறன் கொண்ட இளம் ஓவியனைத் துளைப்பதுபோல நோக்கினார்.

“மரணத்தை மானுட உருவில் வெனீஸியர்கள் சித்தரிக்கின்றனர். ஆனால் நமக்கு அது அஸ்ரேலைப்போல ஒரு தேவதை” என்றார். “ஆம், ஒரு மனிதனின் வடிவத்தில் நமது இறைத்தூதரிடம் புனித வாக்கியத்தை வழங்குவதற்காக மனித உருவில் வந்த கேப்ரியலைப் போல. உனக்கு நான் சொல்வது புரிகிறதா?”

அல்லாஹுவின் அருட்கொடையாக மலைப்பூட்டும் ஓவியத் திறனை தனக்குள் கொண்டிருந்த அவ்விளம் ஓவியன் பொறுமை யிழந்து என்னை வரைவதற்கு துடிக்கத்தொடங்கிவிட்டான் என் பதைப் புரிந்து கொண்டேன். இந்த துர்யோசனையை அவனுக்குள் வெற்றிகரமாக தூண்டிவிட்டுவிட்டார் அந்தப் பிசாசுக்கிழவர்: “முக்கிய மாக நாம் வரைய விரும்புவது என்னவென்றால், நிழலுக்குள் புதைந்திருக்கும் நமக்குப் புலப்படாத ஏதோவொன்றைத்தான்; பிரகா சித்துக் கொண்டிருக்கும் நமக்குப் பரிச்சயமான ஏதோவொன்றை யல்ல.”

“எனக்கொன்றும் மரணத்தோடு பரிச்சயம் கிடையாது” என் றான் நுண்ணோவியன்.

“நம்மெல்லோருக்கும் மரணத்தைத் தெரியும்” என்றார் கிழவர்.

“நமக்கெல்லாம் அதன்மீது பயம்தான்; அதை நாம் அறிந்திருக்க மாட்டோம்.”

“அப்படியானால் அந்த பயத்தை வரைகின்ற பொறுப்பு உன்மீது விழுகின்றது” என்றார் அக்கிழவர்.

என்னை சிருஷ்டிக்க அவன் அக்கணத்தில் தயாராகிவிட்டிருந் தான். அம்மகத்தான நுண்ணோவியனின் பிடரி அரிக்கத் தொடங் கியது; அவன் கையின் தசை நார்கள் முறுக்கேறி அவனுடைய விரல்கள் தூரிகைக்காக ஏங்கின. இருந்தும், நுண்ணோவியர்களில் மிகவும் அசலானவன் அவன்தானென்பதால், இந்த உளைச்சல் அவன் ஆன்மாவிலிருக்கும் ஓவியக்காதலை மேலும் ஆழமாக்கிவிடு மென்று தன்னை அடக்கிக்கொண்டான்.

அந்த வஞ்சகக்கிழவனுக்கு என்ன நிகழ்ந்துகொண்டிருக்கிறதென்று புரிந்து, என்னை வெகுவிரைவிலேயே வரையத்தொடங்கிவிடுவான் என்று நிச்சயமானதால் அவனைத் தூண்டியெழுப்புவதற்காக அவருக்கு முன்னாலிருந்த எல் – ஜெவ்ஸியேவின் 'ஆன்மாக்களின் நூல்' கஜ்ஜாலியின் அபோகாலிப்ஸ், சுயுதி போன்ற புத்தகங்களில் என்னைப்பற்றி எழுதப்பட்டிருக்கும் வாசகங்களை படித்துக்காட்டத்தொடங்கினார்.

இப்போது நீங்கள் அச்சத்துடன் பார்த்துக்கொண்டிருக்கும் இவ்வுருவச்சித்திரத்தை மாயத்திறமையும் மந்திரத்தொடுகையும் கொண்ட இந்த நுண்ணோவியன் வரைந்துகொண்டிருக்கும்போது, மரணதேவதைக்கு எப்படி ஆயிரக்கணக்கான சிறகுகள் இருக்கு மென்றும் அவை சொர்க்கத்தையும் பூமியையும் சேர்த்து மூடும்படி கிழக்கே கடைக்கோடியிலிருந்து மேற்கே கடைக்கோடி வரை பரவியிருக்குமென்றும் கூறப்படுவதைக் கேட்டுக்கொண்டிருந்தான். இச்சிறகுகள் நம்பிக்கை கொண்டோருக்கு சுகமான மெத்தைபோன்றும் பாவிகளுக்கும் காபிர்களுக்கும் முட்களைப்போல தசைகளை குத்திக் கிழிக்கும்படியிருக்குமென்றும் அவன் கேட்டான். நுண்ணோவியர்கள் உங்களில் பெரும்பாலோர் நரகத்திற்குச் செல்லத்தான் விதிக்கப் பட்டவர்களென்பதால் அவன் என்னை முட்களால் நிறைந்ததாகத் தீட்டினான். உங்கள் உயிரை எடுப்பதற்காக அல்லாஹ்வினால் அனுப்பப்பட்ட தேவதை ஒரு பேரேடை சுமந்துவருமென்றும் அதில் உங்கள் எல்லோருடைய பெயர்களும் இருக்குமென்றும் உங்களில் சில பெயர்களை கருப்பில் சுற்றப்பட்டிருக்குமென்றும் அக்கிழவர் படித்ததைக் கேட்டான். அல்லாஹ்வுக்கு மட்டும்தான் மரணம் நிகழப்போகும் சரியான நேரம் தெரியும்: இந்தத் தருணம் வந்ததும் அவரது அரியாசனத்தின் அடியிலிருக்கும் மரத்திலிருந்து ஓர் இலை உதிரும். யார் அந்த இலையைப் பிடிக்கிறார்களோ, அவர்கள் யாருக்காக மரணம் வந்திருக்கிறது என்பதை படித்துக்கொள்ளலாம். இந்தக் காரணங்கள் எல்லாவற்றிற்காகவும் அந்த நுண்ணோவியன் என்னை பயங்கரமாகத் தீட்டினான். ஆனால் கணக்கு வழக்கு பராமரிப்பவனுக்குத் தேவையான அறிவுக்களையையும் அதில் புகுத்தி வரைந்தான். அந்தப் பைத்தியக்காரக்கிழவர் தொடர்ந்து படித்தார்: மனித உருவில் தோன்றிய மரணதேவதை, பூமியில் வாழும் காலம் முடிந்துவிட்ட மனிதனின் ஆன்மாவை பறித்துக் கொள்ள அதன் கையை நீட்டியபோது, சூரியனைப்போல அனைத்தையும் சூழ்ந்து கொள்ளும்படி ஓர் ஒளி பிரகாசிக்கும் என்பதால் நுண்ணோவியன் என்னை ஒளியில் குளிக்கும்படி வரைந்தான். இறந்து கொண்டிருப்பவனது பக்கத்தில் இருப்பவர்களின் கண்ணிற்கு இந்த ஒளி புலப்படாது என்பதையும் அவன் அறிந்திருந்தான். உணர்ச்சி ததும்ப அக்கிழவர் 'ஆன்மாக்களின் நூலி'லிருந்து பண்டைய பிணக்குழி கள்வர்களின் கூற்றை வாசித்தார். முட்களால் தைக்கப் பட்ட உடல்கள் நெருப்பில் தீய்ந்து, மண்டையோட்டிற்குள் உருக்கிய

ஈயம் நிரப்பப்பட்டிருப்பதை அவர்கள் கண்டிருக்கின்றனர். எனவே, அந்த அற்புதக் கலைஞன் இத்தகைய சித்தரிப்புகளை உன்னிப்பாகக் கேட்டுவிட்டு, என்னைப்பார்ப்பவர் அனைவருக்கும் குலை நடுங்கும் படி என்னை ஓவியமாகத் தீட்டினான்.

பிற்பாடு, தான் செய்ததிற்காக பெரிதும் வருந்தினான். அவன் வரைந்த சித்திரத்தில் புகுத்திய பயங்கரத்திற்காக அல்ல, அந்த சித்திரத்தை துணிச்சலோடு வரைந்ததற்காக. என்னைப்பொறுத்த வரை, பெற்றெடுத்த தகப்பனே என்னைப்பார்த்து சங்கடப்படுவதைப் போலவும் என்னைப் பெற்றதற்கு வருத்தப்படுவதைப்போலவும் உணர்கிறேன். அவ்வளவு திறமைமிக்க கரங்களையுடைய நுண் ணோவியன் என்னை வரைந்ததற்காக எதற்கு வருந்துகிறான்?

1) ஏனென்றால், மரணச்சித்திரமான நான் போதிய தேர்ச் சித்திறத்தோடு வரையப்படவில்லை. மகத்தான வெனிஸ் நகர ஓவியமேதைகள், ஹெராத்தின் பண்டைய ஓவியர்கள் வரைந்ததைப்போல முழுநிறைவோடு நான் இல்லாதிருப் பதை நீங்களே காணலாம். எனது அலங்கோலத்தைப் பார்க்க எனக்கே சங்கடமாகத்தான் இருக்கிறது. இந்த தலைசிறந்த ஓவியன், மரணம் என்பதன் மேன்மைக்கு தகுதியான விதத்தில் என்னைச் சித்தரிக்கவில்லை.

2) அந்தக் கிழவனால் நயவஞ்சகமாக ஏமாற்றப்பட்டு என்னை வரைய நேர்ந்த அக்கலைஞன் தனக்கே தெரியாமல் பிராங்கிய ஓவியமேதைகளின் முறைமைகளை, காட்சிக் கோணங்களை தான் போலிசெய்து என் உருவத்தை வரைந் திருப்பதை திடீரென்றுதான் கண்டுகொண்டான். அது அவனது ஆன்மாவைத் தொந்தரவு செய்தது. முதன் முறை யாக அவனுக்கு தான் பண்டைய ஓவிய மேதைகளை அவமதித்திருப்பதாக, இகழ்ந்திருப்பதாகத் தோன்றியது.

3) என்னைப்பற்றி சலிப்புற்று, சிரித்துக்கொண்டு இப்போது திரிந்துகொண்டிருக்கிற சில பித்தர்களைப்போல அவனுக் கும்கூட தோன்றியிருக்கக்கூடும்: மரணம் என்பது சிரிப்புக் குரிய விஷயமல்ல.

என்னை உருவாக்கிய அம்மாபெரும் நுண்ணோவியன் இப்போது ஒவ்வோரிரவுகளிலும் வருத்தத்தில் வெறிகொண்டு முடிவேயில்லாமல் தெருக்களில் அலைந்து கொண்டிருக்கிறான். சில சீன ஓவியர்களைப் போல அவன் எதை வரைந்தானோ, அதுவாகவே அவன் மாறி விட்டதாக நம்புகிறான்.

●

அத்தியாயம் 25

நான், எஸ்தர்

சிவப்புமினாரெட், கரும்பூனை பகுதிகளைச் சேர்ந்த பெண்கள் பிலேஜிக் நகரிலிருந்து ஊதாவும் சிவப்பும் சேர்ந்த மெத்தைகளைக் கேட்டிருந்தார்கள். எனவே அதிகாலையிலேயே என் துணிப்பையைக் கட்டத்தொடங்கிவிட்டேன். வழக்கமாக மூட்டை கட்டும் அந்தப் பெரிய துணியை எடுத்து விரித்தேன். போர்ச்சுகீசிய வியாபாரி கொண்டுவந்த பச்சைநிற சீனப்பட்டு விலைபோகவே மாட்டேனென்கிறது, அதை வெளியே எடுத்து வைத்துவிட்டு பதிலாக கவர்ச்சிகரமான நீலப்பட்டை வைத்தேன். இந்தத் தீராத பனிக்காலத்திற்காகவும் தொடர்ந்து பெய்துகொண்டிருக்கிற பனிக்காகவும் பலவண்ணக் காலுறைகளையும் தடிமனான இடைக் கச்சைகளையும் கனமான மார்புச்சட்டைகளையும் நிறையவே எடுத்து கவனமாக மடித்து மூட்டையின் மத்தியில் வைத்து அடுக்கினேன். இவையெல்லாமே கம்பளியால் ஆனவை. துணி விற்கும் இடத்தில் மூட்டையை இறக்கி வைத்து பிரித்தவுடனேயே பல வர்ணக்கலவையில் என் சரக்குகள் பூ மலர்வதைப்போல விரிவதைப் பார்த்தால் வாங்குவதற்கு விருப்பமில்லாத பெண்ணின் இதயம்கூட துள்ளத் தொடங்கிவிடும். அடுத்ததாக, துணி வாங்குவதற்காக அல்ல – என்னிடம் ஊர்வம்பு கேட்பதற்காகவே என்னைக் கூப்பிடும் பெண்களுக்காக இலேசான, ஆனால் அதிக விலை கொண்ட பட்டு கைக்குட்டைகளையும் பணப்பைகளையும் பூத்தையல் வேலை செய்யப்பட்ட துவாலைகளையும் அடுக்கினேன். துணிச்சுமையை முதுகில் ஏற்றினேன். கடவுளே, எவ்வளவு கனம்! என் முதுகையே முறித்துவிடும். மூட்டையை கீழிறக்கித் திறந்தேன். எவற்றையெல்லாம் வெளியே எடுக்கலாம் என்று பார்த்துக் கொண்டிருந்தபோது கதவைத்தட்டும் சத்தம் கேட்டது. நெஸிம் கதவைத் திறந்தார். என்னைக் கூப்பிட்டார்.

வந்திருப்பது அந்த வைப்பாட்டி ஹேரியே. வெட்கமும் மலர்ச்சியும் பொங்க கையிலிருந்த கடிதத்தை நீட்டினாள்.

"ஷெகூரே கொடுத்தனுப்பினாள்" என்று கிசுகிசுத்தாள். அந்த அடிமையைப்பார்த்தால் அவள்தான் காதலில் விழுந்து கல்யாணத் திற்கு காத்திருப்பவள் போலிருந்தது.

கடுமையான முகத்தோடு அக்கடிதத்தை வாங்கிக் கொண்டேன். யாராவது பார்ப்பதற்குமுன் வீட்டுக்குத் திரும்பிச் செல்லுமாறு அந்த முட்டாளிடம் எச்சரித்தேன். அவள் கிளம்பினாள். நெஸிம் என்னைக் கேள்விக்குறியோடு பார்த்தார். கடிதங்களைத் தரப்போகும் போது நான் தூக்கிச் செல்கிற பெரிய, ஆனால் கனம் குறைவான துணிமூட்டையை எடுத்தேன்.

"குருநாதர் எனிஷ்டேவின் பெண் ஷெகூரே காதலில் தவித்துக் கொண்டிருக்கிறாள்" என்றேன். "அவளுக்கு புத்தியே கலங்கிவிட்டிருக் கிறது. பாவம்."

வெற்றாக நகைத்துவிட்டு வெளியே வந்தேன். ஆனாலும் சங்கட மாக இருந்தது. உண்மையைச் சொல்ல வேண்டுமானால் அவளது ஊசலாட்டங்களை, சஞ்சலங்களை கேலி செய்யாமல் ஷெகூரேவின் துன்பங்களுக்காக கண்ணீர் விடுவதற்காகவே நான் ஏங்கினேன். இந்தக் கரிய விழிகளும் துயரம்தோய்ந்த முகமும் கொண்ட இவள், என் செல்லம், எவ்வளவு அழகான பெண்!

எங்களது யூதக் குடியிருப்பின் சிதிலமடைந்த வீடுகள் இந்தக் காலைக்குளிரில் வழக்கத்தைவிட அதிகமாகப் பாழடைந்து பரிதாப கரமாகத் தெரிந்தன. வழக்கம்போலவே அவற்றை வேகமாகக் கடந்து சென்றேன். ஹஸனின் தெருமுனையில் வழக்கமாக உட்கார்ந்திருக்கும் குருட்டுப் பிச்சைக்காரனைப் பார்த்ததுமே என்னால் எவ்வளவு முடியுமோ அவ்வளவு உரக்க, "துணி வாங்கலியோ, துணி!" என்று கத்தினேன்.

"குண்டுப்பிசாசே! நீ இப்படிக் கத்தாவிட்டால்கூட நீதான் வருகிறாய் என்று உன் காலடிச் சத்தத்திலிருந்தே கண்டுபிடித்து விட்டிருப்பேன்" என்றான்.

"ஒன்றுக்கும் லாயக்கில்லாத குருட்டுப்பயலே, தத்தாரியப் போக்கிரி! உன்னைப்போன்ற குருடர்கள் எல்லாம் அல்லாஹ்வி னால் கைவிடப்பட்ட பாவச்சின்னங்கள். உனக்குச் சரியான தண் டனையை அல்லாஹ் வழங்கட்டும்."

முன்பெல்லாம் இத்தகைய சம்பாஷணைகள் என்னைக் கோபப் படுத்தாது. அவற்றை பொருட்படுத்தியிருக்கமாட்டேன். ஹஸனின் அப்பா கதவைத்திறந்தார். அவர் ஒரு கௌரவமான, அடக்கம் நிறைந்த அப்காஸியர்.

"இந்தமுறை என்னவெல்லாம் கொண்டுவந்திருக்கிறாய் என்று பார்ப்போம். காட்டு" என்றார்.

“உங்கள் சோம்பேறிப்பிள்ளை இன்னும் தூங்கிக்கொண்டிருக் கிறதா?”

“அவன் எப்படி தூங்கிக்கொண்டிருப்பான்? உன்னிடமிருந்து செய்தியை எதிர்பார்த்துக் கொண்டு காத்திருக்கிறான்.”

சரியான இருட்டு வீடு இது. ஒவ்வொருமுறை நான் வரும்போதும் ஏதோ கல்லறைக்குள் நுழைந்துவிட்டாற்போலிருக்கும். இவர்கள் என்ன செய்து கொண்டிருக்கிறார்கள் என்றெல்லாம் ஷெகூரே எப்போதுமே கேட்பதில்லை. ஆனாலும் இந்த பாதாள அறைக்கு திரும்பி வருவதைப்பற்றி அவள் எப்போதுமே நினைக்கக்கூடாதென் பதற்காக இந்த இடத்தைப்பற்றி அருவருப்பாகவே எப்போதும் பேசுவேன். ஒரு காலத்தில் இந்த வீட்டுக்கு அந்த இனிமைவாய்ந்த ஷெகூரே தன் அரட்டைப் பையன்களோடு குடும்பத்தலைவியாக இருந்திருக்கிறாள் என்பதை நினைக்கவே முடியவில்லை. வீட்டிற்குள் தூக்கமும் மரணமும் சேர்ந்த வாடை வீசியது. அங்கிருந்து அதைவிட இருட்டாக இருந்த அடுத்த அறைக்குச் சென்றேன்.

உங்கள் முகத்திற்கு முன்னால் கையை வைத்துக்கொண்டால் கூட கண்ணுக்குத் தெரியாது. ஹஸனிடம் அக்கடிதத்தைத் தருவதற்கு வாய்ப்பேற்படுவதற்குமுன்பே இருட்டிலிருந்து வெளியே வந்து என் கையிலிருந்து பிடுங்கினான். அவன் ஆர்வத்தைக் கெடுக்கக்கூடா தென்று எப்போதும் போலவே தனியாகச் சென்று படிக்கவிட்டேன். கடிதத்திலிருந்து தலையை நிமிர்த்தினான்.

“அவ்வளவுதானா?” என்றான். வேறு எதுவுமில்லை என்பது அவனுக்குத் தெரியும். “சுருக்கமான கடிதம்” என்றான். படித்தான்.

> *கருப்பு எஃபெண்டி, நீங்கள் எங்கள் வீட்டிற்கு வாருங்கள், இங்கே உங்கள் தினங்களை கழியுங்கள். இருந்தாலும் என் தந்தையின் ஓவிய மலருக்காக நீங்கள் ஒரு வரி கூட எழுத வில்லையென்று கேள்விப்பட்டேன். அந்தக் கைப்பிரதியை முதலில் முடிக்காமல் உங்கள் நம்பிக்கைகளை வளர்த்துக்கொண் டிருக்காதீர்கள்.*

கடிதத்தை கையில் வைத்துக்கொண்டு இதற்கு நான்தான் காரண மென்பதுபோல என்னை முறைத்துப்பார்த்தான். இப்படிப்பட்ட மௌனங்கள் இந்த வீட்டில் எனக்குப் பிடித்தமானவையல்ல.

“தனக்கு திருமணம் ஆகிவிட்டதென்றோ, தன் கணவன் போர் முனையிலிருந்து வந்துகொண்டிருக்கிறானென்றோ ஒரு வார்த்தை கூட இல்லையே, ஏன்?” என்றான்.

“ஏன் என்று எனக்கு எப்படித்தெரியும்?” என்றேன். “கடிதத்தை எழுதுவது நானில்லையே.”

"சில நேரங்களில் அப்படிக்கூட எனக்கு சந்தேகம் வருகிறது" என்றபடி பதினைந்து வெள்ளிக்காசுடன் கடிதத்தைத் திருப்பிக் கொடுத்தான்.

"சிலர் அதிகமாக சம்பாதிக்கத் தொடங்கியதும் கருமியாகி விடுவார்கள். நீங்கள் அப்படியல்ல" என்றேன்.

இவனுக்கு என்னதான் தீக்குணங்களும் மோசமான புத்தியும் இருந்தாலும், கவர்ச்சியும் அறிவுக்கூர்மையும் மிக்க ஒரு பக்கமும் இருக்கிறது. அதனால்தான் ஷெகூரே இவன் அனுப்பும் கடிதங்களை இன்னமும் வாங்கிக்கொண்டிருக்கிறாள்.

"அது என்ன ஷெகூரேவின் அப்பாவினுடைய புத்தகம்?"

"உங்களுக்குத் தெரியாதா! அந்தத் திட்டம் மொத்தத்திற்கும் நமது சுல்தான் 'தான் நிதி வழங்கி வருகிறாரென்று பேசிக்கொள் கிறார்கள்."

"அந்தப் புத்தகத்திலுள்ள சித்திரங்களுக்காக நுண்ணோவியர்கள் ஒருவரையொருவர் கொன்று கொண்டிருக்கின்றனர்" என்றான். "அது பணத்திற்காகவா அல்லது – இறைவன் மன்னிக்கட்டும் – நமது மதத்தை அந்தப் புத்தகம் இழிவு செய்கிறது என்பதற்காகவா? அதன் பக்கங்களை லேசாக ஒருமுறை பார்த்தாலே கண்கள் குருடாகி விடுமென்று சொல்கிறார்கள்."

இது எதையும் நான் தீவிரமாக எடுத்துக்கொள்ளக் கூடாதென்று எனக்குத் தெரியும்விதமாக அவன் சிரித்துக்கொண்டே இவையெல்லா வற்றையும் சொன்னான். அது கவலைப்பட வேண்டிய விஷயமாகவே இருந்தாலும்கூட, அதை தீவிரமாக எடுத்துக்கொண்டு என்னைப்பற்றி தீவிரமாக எடுத்துக்கொள்ள அவனுக்கு எந்த முகாந்திரமும் இல்லை. கடிதப்பட்டுவாடா செய்பவள் என்ற முறையிலும் தூது போகின்றவள் என்ற முறையிலும் என் சேவையை எதிர்பார்த்திருக்கின்ற பல ஆண்களைப்போலவே ஹஸனும் அவனது கௌரவம் புண்பட்ட போது என்னிடம் புலம்பியிருக்கிறான். எனது பணியின் ஒரு பகுதியாக அவனுக்கு ஆறுதல் அளிக்கும் வகையில் அதற்காக வருத்தமுற்றிருப்பதைப்போல நடித்தேன். ஆனால் இதற்கு மாறாக பெண்கள் தமது உள்ளம் புண்பட்டால் என்னைக் கட்டித்தழுவிக் கொண்டு அழுதனர்.

"நீ ஒரு புத்திசாலிப்பெண்" என்னை அவன் புண்படுத்திவிட்டதாக நினைத்து சமாதானப்படுத்தும் குரலில் சொன்னான். "இதை உடனே போய்க் கொடு. அந்த முட்டாள் என்ன பதில் தருகிறான் என்று தெரியவேண்டும்."

ஒரு கணம், "கருப்பு ஒன்றும் முட்டாளில்லை" என்று கூற வேண்டும் போலிருந்தது. இத்தகைய சந்தர்ப்பங்களில் ஒரு பெண்ணுக் காக போட்டியிடுபவர்களுக்கிடையே பொறாமையை மூட்டிவிட்டால்

ஜோடிசேர்க்கும் இந்த எஸ்தருக்கு மேலும் அதிகப்பணம் கிடைக்கும். ஆனால் திடீரென்று கோபத்தில் வெடிப்பான் என்று பயந்தேன்.

"இந்தத் தெருக்கோடியில் ஒரு தத்தாரிய பிச்சைக்காரன் இருப் பானே, தெரியுமா?" என்றேன். "ரொம்பவும் ஆபாசமாகப் பேசுகிறான்."

அந்தக் குருடனோடு காலையிலேயே வம்பு வளர்க்க வேண்டா மென்று சாலையின் எதிர்சாரிக்குக் கடந்து கோழி அங்காடியைத் தாண்டி நடந்தேன். முஸ்லீம்கள் ஏன் கோழியின் தலைகளையும் கால்களையும் உண்பதில்லை? ஏனென்றால் அவை மிகவும் வினோத மாக இருப்பதால்! போர்ச்சுகல்லிலிருந்து தன் குடும்பத்தோடு என் பாட்டி – அவள் ஆத்மா சாந்தியடையட்டும் – இங்கே வந்தபோது, கோழிக்கால்கள் எவ்வளவு மலிவாகக் கிடைத்தனவென்பதையும் அவற்றை மட்டுமே வாங்கி சமையல் செய்ததையும் என்னிடம் கூறுவாள்.

கெமீராரலிக்கில் அடிமைகள் புடைசூழ ஓர் ஆணைப்போல குதிரையின்மீது விறைப்பாக உட்கார்ந்து சென்று கொண்டிருக்கும் ஒரு பெண்ணைப் பார்த்தேன். பெருமிதம் பொங்கச் செல்லும் அவள் ஏதோ ஒரு பாஷாவின் மனைவியாகவோ அல்லது பணக்கார மகளாகவோ இருக்கவேண்டும். நான் பெருமூச்செறிந்தேன். ஷெகூரே வின் தந்தை மட்டும் புத்தகங்களையே கட்டிக்கொண்டு அழாமலிருந் திருந்தால், அவளுடைய கணவன் மட்டும் ஸஃபாவித் போரிலிருந்து செல்வங்களோடு திரும்பியிருந்தால் ஷெகூரேவும் இந்த மேட்டிமை கொண்ட பெண்மணியைப்போல வாழ்ந்திருப்பாள். வேறு எவரையும் விட அதற்குத் தகுதியானவள்தான் அவள்.

கருப்பின் தெருவிற்குள் நுழைந்ததும் என் இதயம் படபடக்கத் தொடங்கியது. ஷெகூரே இந்த மனிதனை திருமணம் செய்துகொள் வதை நான் விரும்புகிறேனா? ஷெகூரேவிற்கும் ஹஸனுக்கும் தொடர்பை உண்டாக்கிக்கொண்டே அவர்களை விலகி இருக்கவும் செய்திருப்பதில் இதுவரை வெற்றிபெற்றிருக்கிறேன். ஆனால் இந்த கருப்பு? இவன் எல்லா விஷயங்களிலும் நிதானபுத்தி கொண்டவ னாகத்தான் இருக்கிறான், ஷெகூரேவின் மீது வைத்திருக்கும் காதலைத் தவிர.

"துணி வாங்கலையோ, துணி!"

தனிமையில் வாடிக்கொண்டிருப்பவர்களுக்கும் மனைவியோ கணவனோ இல்லாமல் தவித்துக்கொண்டிருப்பவர்களுக்கும் கடிதங் களைப் பட்டுவாடா செய்கின்ற சந்தோஷத்திற்கு ஈடாக எதையும் பரிமாறிக்கொள்ளமாட்டேன். மோசமான செய்திதான் வந்திருக்கும் என்று நிச்சயமாக இருப்பவர்களுக்குக்கூட கடிதத்தை வாங்கி வாசிப் பதற்குமுன் ஒரு நம்பிக்கை அதிர்வு அவர்களை ஆட்கொள்கிறது.

அவளுடைய கணவன் திரும்பி வருவதைப்பற்றி எதையும் குறிப் பிடாதிருந்ததிலும் "உங்கள் நம்பிக்கைகளை வளர்த்துக்கொண்டிருக்கா

தீர்கள்" என்ற அவளது எச்சரிக்கையை ஒரே ஒரு நிபந்தனையோடு மட்டும் சேர்த்துக் கட்டியிருப்பதிலிருந்தும் கருப்பு நம்பிக்கை கொள்வதற்குக் கூடுதல் காரணத்தை ஷெகூரே அளித்திருக்கிறாள். அவன் கடிதத்தைப் படிப்பதை பெரும் மகிழ்ச்சியுடன் கவனித்தேன். அவனுக்கேற்பட்ட சந்தோஷத்தில் குழப்பமடைந்து பயந்துகூட போயிருந்தான். அவளது பதிலை எழுத அவன் உள்ளே சென்றதும் விவேகமுள்ள துணிவிற்பவளான நான் எனது 'தூண்டில்' மூட்டையை அவிழ்த்து அதிலிருந்து ஒரு கருப்புநிற பணப்பையை எடுத்து சந்தேகப் பிராணியான கருப்பின் வீட்டுச் சொந்தக்காரியிடம் விற்க முயற்சி செய்தேன்.

"இது மிக உயர்ந்த பாரசீக வெல்வெட்டால் தைக்கப்பட்டது" என்றேன்.

"என் மகன் பாரசீகத்தில் நடந்த போரில் இறந்துவிட்டான்" என்றாள். "யாருடைய கடிதங்களை கருப்பிற்கு கொண்டுவந்து தருகிறாய்?"

அவளுடைய ஒல்லிப்பிச்சான் மகளை கருப்பின் தலையில் கட்டிவைக்க அவள் திட்டமிடுகிறாளென்பது அவள் முகஜாடையிலிருந்தே எனக்குத் தெரிந்தது. "யாருடையதும் இல்லை. இவனுடைய ஏழை உறவினர் ஒருவர் பேராம்பாஷா நோயாளிகள் இல்லத்தில் இருக்கிறார். அவருக்குப் பணஉதவி தேவைப்படுகிறது."

"அட, அப்படியா?" என்றாள் சமாதானமாகாமல். "யார் அந்த துரதிருஷ்டசாலி?"

"உங்கள் மகன் போரில் எப்படி இறந்தான்?" என்றேன் விடாப்பிடியாக.

நாங்கள் இருவரும் ஒருவரையொருவர் முறைத்துக் கொண்டிருந்த பார்வைகளில் வெறுப்பு இருந்தது. அவள் ஒரு விதவை. தனியாக வாழ்ந்து வருகிறாள். வாழ்க்கையை நடத்துவது அவளுக்கு மிகக் கடினமாகத்தான் இருக்கவேண்டும். எஸ்தரைப்போல துணி விற்பவளாகவும் தகவலாளியாகவும் இருந்தால்தான் வெறும் செல்வமும் அதிகாரமும் மகத்தான காதல்களும்தான் மக்களின் ஆர்வத்தைக் கிளறுபவையென்பது உங்களுக்குப் புரியும். மற்ற எல்லாமுமே கவலையும், பிரிவும், பொறாமையும், தனிமையும், காழ்ப்பும், கண்ணீரும், வதந்தியும், முடியவே முடியாத வறுமையுமாகத்தான் இருக்கின்றன. இத்தகைய விஷயங்கள் எப்போதுமே மாறுவதில்லை, வீட்டில் உள்ள சாயம்போன கம்பளிப் போர்வையைப்போல, காலிப் பிரிமனை மீது வைக்கப்பட்டிருக்கும் சட்டுவமும் செப்புவாணலியும்போல, அடுப்பிற்குப் பக்கத்தில் இருக்கும் பற்றுக்குறடும் சாம்பல் பெட்டியும் போல, சின்னதும் பெரிசுமாக உடைந்த அலமாரிகளைப்போல, விதவையின் தனியான வாழ்க்கையை மறைப்பதற்காக வைக்கப்பட்டிருக்கும் தலைப்பாகை சட்டத்தையும், திருடர்களை அச்சுறுத்த பழங்கத்தியையும் மாட்டி வைத்திருப்பதைப்போல.

கருப்பு அவனது பணப்பையோடு அவசரமாக திரும்பிவந்தான். அனாவசியமாக மூக்கை நுழைக்கும் வீட்டுக்காரிக்கு கேட்கும் படியாக, “துணிக்காரி” என்று கூப்பிட்டான். “இதைக் கொண்டுபோய் அந்த நோயாளியிடம் கொடு. அவர் என்னிடம் ஏதாவது சொல்வதாக இருந்தால் காத்திருக்கிறேன். நான் இன்று முழுக்க குருநாதர் எனிஷ்டே வின் வீட்டில்தான் இருப்பேன்.”

இம்மாதிரியான விளையாட்டுகளுக்கெல்லாம் அவசியமே இல்லை. கருப்பைப் போன்ற ஒரு துணிச்சல்மிக்க இளைஞனுக்கு அவனது காதல் யத்தனிப்புகளையும் அவன் பெறுகின்ற சைகை களையும் ஒரு பெண்ணை அடைவதற்காக அவன் அனுப்புகின்ற கைக்குட்டைகளையும் கடிதங்களையும் மறைக்கவேண்டிய தேவையே இல்லை. இல்லை, அவனுடைய வீட்டுக்காரியின் மகள்மீது ஒரு கண் வைத்திருக்கிறானோ? சில நேரங்களில் நான் கருப்பை நம்புவதே இல்லை. அவன் ஷெகூரேவை பயங்கரமாக ஏமாற்றிக்கொண்டிருக் கிறான் என்று பயமாக இருக்கும். ஒரு நாள் முழுக்க ஷெகூரே இருக்கும் அதே வீட்டில் இருப்பவனுக்கு அவளிடம் ஒரு சைகை கூட கொடுக்கமுடியாமல் இருப்பது எப்படி?

வெளியே வந்ததும் பணப்பையைத் திறந்தேன். அதில் பனி ரெண்டு வெள்ளிக்காசுகளும் ஒரு கடிதமும் இருந்தன. அக்கடிதத்தில் என்ன எழுதப்பட்டிருக்கும் என்ற ஆர்வத்தில் ஹஸனிடம் ஏறக்குறைய ஓடினேன். காய்கறி விற்பவர்கள் முட்டைகோஸ்களையும் கேரட்டு களையும் இன்னபிற காய்களையும் தமது கடைகளின்முன் விரித் திருந்தனர். என்னை அள்ளிக்கொள்ள அழைக்கும் வாளிப்பான லீக் வெங்காயங்களைக்கூட நின்று தீண்டவில்லை.

குறுக்குச்சந்தில் திரும்பியதும் என்னைக்கிண்டல் செய்ய அந்தக் குருட்டு தத்தாரியன் தெருமுனையில் உட்கார்ந்திருப்பது தெரிந்தது. அவன் திசையை நோக்கி “தத்”தென்று துப்பினேன், அவ்வளவுதான் முடிந்தது. இந்த உறையவைக்கும் குளிர் இந்தப் பொறுக்கியை ஏன் சாகடிக்க மாட்டேனென்கிறது?

ஹஸன் மௌனமாக கடிதத்தை வாசிக்க, என்னால் பொறுமை காக்க முடியவில்லை. முடிவில் அடக்க முடியாமல், “என்னவாம்?” என்றேன். அவன் உரக்க படிக்கத் தொடங்கினான்:

> *என் அன்பிற்கினிய ஷெகூரே, உன் தந்தையின் நூலை நான் முடித்தாக வேண்டுமென்று கேட்டுக்கொண்டிருக்கிறாய். எனக்கு இதைவிட வேறு எந்த இலக்கும் கிடையாது என்று நீ உறுதி யாக நம்பலாம். இந்தக் காரணத்திற்காகத்தான் நான் உங்கள் வீட்டிற்கு வருகை புரிகிறேன். நீ முன்பு குறிப்பிட்டதைப்போல உன்னைத் தொந்தரவு செய்வதற்காக அல்ல. உன் மீதிருக்கும் எனது காதல் என்பது எனக்குமட்டும் உரித்தான என் சொந்தக் கவலை என்பதை நன்றாகவே அறிவேன். இருந்தாலும், இந்தக் காதலின் காரணமாகவே என்னால் பேனாவை எடுத்து உன்*

தந்தை – என் அன்பிற்குரிய மாமா – அவரது புத்தகத்திற்கு எழுதச் சொன்னதை என்னால் சரிவர எழுத முடியாமலிருக்கிறது. அந்த வீட்டில் நீ இருக்கிறாய் என்பதை எப்போதெல்லாம் நான் உணர்கிறேனோ அப்போதே நான் உறைந்துபோய் உன் தந்தைக்கு எந்த உதவியும் செய்யமுடியாமற்போகிறேன். நான் இதைப்பற்றி விரிவாகவே ஆராய்ந்து பார்த்துவிட்டேன். ஒரே ஒரு காரணம்தான் அதற்கு இருக்க முடியும்: பனிரெண்டு வருடங்கள் கழித்து உன் முகத்தை நீ அந்த சன்னலைத்திறந்து காட்டியபோது பார்த்தேன். இப்போது அந்த பிம்பத்தை என் மனக்கண்ணிலிருந்து இழந்து வருகிறேனோவென்று அச்சமாக இருக்கிறது. இன்னும் ஒரேயொருமுறை உன்னை அருகாமையில் பார்த்துவிட்டேனென்றால், உன்னை இழந்து போகும் அச்சவுணர்வே என்னை எட்டாது, நானும் உன் தந்தையின் நூலை எளிதாக முடித்து விடுவேன். நேற்று ஷெவ்கெத் என்னை தூக்கிலிடப்பட்ட யூதனின் பாழடைந்த வீட்டுக்குக் கூட்டிச்சென்றான். நம்மை அங்கே யாருமே பார்க்கமாட்டார்கள். இன்று உனக்கு உகந்த நேரம் எதுவென்று சொன்னால் அப்போது நான் அங்கே சென்று உனக்காகக் காத்திருப்பேன். உன் கணவன் இறந்துவிட்டதாக நீ கனவு கண்டிருப்பதாக நேற்று ஷெவ்கெத் சொன்னான்.

ஹஸன் அந்தக்கடிதத்தை கிண்டலோடு உரக்கப் படித்தான். அவனது கீச்சுக்குரலை மேலும் உயர்த்தி சில இடங்களில் பெண்ணைப் போலவும் சில இடங்களில் புத்தி பேதலித்துப்போன காதலனின் கெஞ்சலைப்போல நடுக்கத்தோடும் வாசித்தான். கருப்பு 'உன்னை ஒரே ஒருமுறை அருகாமையில் பார்த்துவிட்டால்' என்பதை பாரசீகத்தில் எழுதியிருப்பதை எள்ளி நகையாடினான். "தனக்கு கொஞ்சம் நம்பிக்கையை ஷெகூரே கொடுத்துவிட்டாள் என்பதை தெரிந்து கொண்டவுடனேயே பேரம் பேசத் தொடங்கிவிட்டான். இப்படிப் பட்ட அருவருப்பான காரியங்களில் ஓர் உண்மையான காதலன் ஈடுபடமாட்டான்" என்றான்.

நான் அப்பாவித்தனமாக, "அவன் ஷெகூரேவின் மேல் உண்மையான காதலோடுதான் இருக்கிறான்" என்றேன்.

"நீ இப்படிச் சொல்வது கருப்பின் கட்சியில் நீ சேர்ந்துவிட்டாய் என்பதைக் காட்டுகிறது" என்றான். "என் அண்ணன் இறந்துவிட்டதாக கனவு கண்டதாக ஷெகூரே எழுதியிருந்தால், அவள் கணவனின் மரணத்தை ஏற்றுக்கொள்கிறாள் என்று அர்த்தம்."

நான் ஒரு முட்டாளைப்போல, "அது ஒரு கனவுதானே" என்றேன்.

"ஷெவ்கெத் எவ்வளவு சாமர்த்தியசாலி என்று எனக்குத் தெரியும். நாங்கள் பல வருடங்கள் ஒன்றாக வாழ்ந்திருக்கிறோம்! அவன்

அம்மாவின் அனுமதியும் தூண்டுதலும் இல்லாமல் அவன் கருப்பை தூக்குமாட்டிக்கொண்ட யூதனின் வீட்டிற்கு கூட்டிச்சென்றிருக்க மாட்டான். என் அண்ணனையும் எங்களையும் அவள் கைகழுவி விட்டதாக ஷெகூரே நினைத்தால் அது மிகப்பெரிய தவறு! என் அண்ணன் இன்னமும் உயிரோடுதான் இருக்கிறான், போரிலிருந்து அவன் திரும்பிவரத்தான் போகிறான்."

அவன் பேசிக்கொண்டே மெழுகுவர்த்தியை ஏற்ற அடுத்த அறைக்குச் சென்றான். தீக்குச்சியை பற்ற வைத்து மெழுகுவர்த்திக்குப் பதிலாக விரலை சுட்டுக்கொண்டு 'வீல்' என்று அலறினான். காயத்தை வாயில் வைத்துச் சப்பிக்கொண்டே ஒருவழியாக வர்த்தியை ஏற்றி மடக்கு மேஜையின் மீது வைத்தான். தூரிகைப் பேனாவை அதன் பெட்டியிலிருந்து எடுத்து மைக்கூட்டில் தோய்த்து ஒரு துண்டுக்காகிதத்தில் மும்முரமாக எழுதத்தொடங்கினான். நான் அவனை கவனித்துக்கொண்டிருப்பது அவனுக்கு உவப்பாக இருக்கிறதென்பதை உணர்ந்து எனக்கொன்றும் பயமில்லையென்று காட்டிக் கொள்வதைப்போல மிகையாக புன்னகைத்தேன்.

"இந்த தூக்கிலிடப்பட்ட யூதன் யார், உனக்குத் தெரிந்திருக்குமே?" என்று கேட்டான்.

"இந்த வீடுகளுக்குப் பின்னால் ஒரு மஞ்சள் வீடு இருக்கிறதே, அதுதான். இதற்கு முந்தைய சுல்தானின் அன்பிற்குரிய மருத்துவனாகவும் பெரும் செல்வந்தனாகவும் இருந்த மோஷி ஹாமோன் என்பவன் அமாஸ்யாவிலிருந்து அழைத்து வந்திருந்த ஒரு யூதப் பெண்ணை வைப்பாட்டியாக அவன் வீட்டிற்குள்ளே அவளுடைய சகோதரனோடு யாருக்கும் தெரியாமல் அடைத்து வைத்திருந்தானாம். பல வருடங்களுக்கு முன்பு, யூதப்பெருவிழாவான பாஸ்ஓவருக்கு சற்றுமுன்பு அமாஸ்யாவில் யூதர் வாழும் பகுதி ஒன்றில் கிரேக்கன் ஒருவன் 'காணாமற்' போய்விட்டானாம். உடனே, அவன் ரத்தத்தைத் தடவி புளிக்கவைக்கப்படாத ரொட்டியைத் தயாரிப்பதற்காகத்தான் அவனை பலியாக்கி விட்டதாக ஒரு வதந்தி கிளம்பியது. பொய்சாட்சிகளும் கிளம்பி அதை உறுதிப்படுத்தவே யூதர்வேட்டை தொடங்கியது. ஆனால் சுல்தானின் அனுமதியைப் பெற்ற அவரது அன்பிற்குரிய மருத்துவன் அந்த அழகான பெண்ணையும் அவளுடைய சகோதரனையும் தப்பிக்கவைத்து, அந்த மஞ்சள் வீட்டில் ஒளித்து வைத்தானாம். சுல்தான் இறந்த பிறகு அவரது எதிரிகள் அந்த வீட்டிற்குள் புகுந்து – அந்த அழகான பெண்ணை அவர்களால் கண்டுபிடிக்க முடியாமல் – அங்கே தனியாக வாழ்ந்து வந்த அவளுடைய சகோதரனை அங்கே தூக்கிலிட்டார்களாம்.

"என் சகோதரன் போர்முனையிலிருந்து திரும்புவதற்காக ஷெகூரே காத்திருக்காவிட்டால் அவர்கள் அவளைத் தண்டிப்பார்கள்" என்றபடி கடிதங்களைக் கொடுத்தான்.

அவன் முகத்தில் கோபமோ சீற்றமோ தெரியவில்லை. காதலில் வாடுபவர்களுக்கு மட்டுமேயுரிய வருத்தமும் இயலாமையும்தான் தெரிந்தது. காதல் எவ்வளவு வேகமாக அவனை முதுமையாக்கி விட்டதென்று திடீரென அவன் கண்களில் தெரிந்தது. சுங்கத்துறை யில் அவன் ஈட்டத்தொடங்கியிருந்த பணம் அவன் வயதை குறைத் திருக்கவில்லை. அவனது அடிபட்ட முகபாவத்தையும் பயமுறுத்தல் களையும் பார்க்கும்போது, அவன் என்னிடம் ஷெகூரேவை எந்த விதத்தில் அடையலாம் என்று கேட்கப்போகிறானென்று தோன்றியது. ஆனால் அதைக்கூட கேட்கமுடியாதபடிக்கு அவனிடம் தீவெறி அதிகமாகிவிட்டிருந்தது.

தீவினையை ஒருமுறை ஒருவன் அனுமதித்துவிட்டானென்றால் – காதலில் மறுக்கப்படுவது முக்கியமான காரணம் – அதன்பிறகு வக்கிரம் பின்னாலேயே வந்துவிடுகிறது. என் எண்ணங்களால் எனக்கே பயமாக இருந்தது. சிறுவர்கள் எப்போதும் பேசிக்கொண் டிருக்கும் அந்த பயங்கரமான சிவப்பு வாள்! தொட்டாலே வெட்டி விடுகிற அந்த வாள்; அங்கிருந்து அவசரமாக வெளியேவரும் பதட்டத்தில் வாசலைத் தாண்டி தெருவில் கால்வைக்கும்போது தடுமாறியது.

இப்படித்தான் என்னையும் அறியாமல் அந்த தத்தாரிய பிச்சைக் காரனின் திட்டுக்கு ஆளாகிவிட்டேன். என்னை சமாளித்துக்கொண்டு, நிதானமடைந்தேன். தரையிலிருந்து சின்னதாக ஒரு கல்லை பொறுக்கி யெடுத்து அவன் முன்னால் விரித்துவைத்திருந்த துணியின்மீது போட்டேன். “இதை எடுத்துக்கொண்டு ஓழி, தத்தாரிய நாயே!”

சிரிப்பை அடக்கிக்கொண்டு, அவன் கைகள் காசை எடுக்கும் நம்பிக்கையோடு துழாவுவதை கவனித்தேன். அவனது சாபங்களை சிரிப்போடு அலட்சியப்படுத்திவிட்டு நான் ஒரு நல்ல கணவனை தேடிக்கொடுத்த என் “மகள்”களில் ஒருத்தியின் வீட்டை நோக்கிச் சென்றேன்.

அந்த இனிமையான “மகள்” எனக்கு ஒரு ஸ்பினாஷ் அப்பம் பரிமாறினாள். மிச்சம் மீந்ததுதான், ஆனால் மொரமொரப்பாகத் தான் இருந்தது. மதிய உணவுக்கு அவள் ஆட்டுக்கறிக்குழம்பில் முட்டைகளை அடித்துக் கலந்து மிளகும் புளியும் சேர்த்து செய் திருந்தாள், எனக்குப் பிடித்த மாதிரியே. அவள் திருப்திக்காக இரண்டு தட்டு நிறைய புதிய ரொட்டிகளை வைத்துச் சாப்பிட்டேன். திராட்சைகளைப் போட்டு அருமையாக ஒரு ரசம் தயாரித்திருந் தாள். தயங்காமல் கொஞ்சம் ரோஜா இதழ் பழப்பாகு ஒரு கரண்டி கேட்டு வாங்கி சாப்பாட்டில் கலந்து உண்டேன். பின்னர் துயரத்தில் வாடும் என் ஷெகூரேவிடம் கடிதங்களைச் சேர்க்கச் சென்றேன்.

●

அத்தியாயம் 26

நான், ஷெகூரே

துவைத்து உலர்த்தியிருந்த துணிகளை எடுத்து மடித்து வைத்துக்கொண்டிருந்தபோது எஸ்தர் வந்திருப்பதாக ஹேரியே சொன்னாள்... இல்லை, நான் உங்களிடம் சொல்ல திட்டமிட்டிருந்தது இப்படித்தான். ஆனால் நான் ஏன் பொய் சொல்ல வேண்டும்? சரி, எஸ்தர் வந்தபோது உண்மையில் சுவர்அலமாரியின் துவாரம் வழியாக என் அப்பாவும் கருப்பும் பேசிக்கொண்டிருப்பதை வேவு பார்த்துக்கொண்டிருந்தேன். கருப்பிடமிருந்தும் ஹஸனிடமிருந்தும் கடிதங்கள் வருமென்று பொறுமையின்றி காத்துக்கொண்டிருந்ததால் அவள்தான் என் மனம் முழுக்க நிரம்பியிருந்தாள். என் அப்பாவின் மரணபயம் நியாயமானதே என்று நான் உணரத்தொடங்கிய அதே நேரத்தில், என்மீது கருப்பிற்கு இருக்கும் ஆர்வம் சாஸ்வதமானதல்ல என்பதும் எனக்குத் தெரிந்திருந்தது. இப்போது அவன் காதல் வயப்பட்டிருப்பதே அவனுக்கு திருமண ஆசை வந்துவிட்டதால்தான்; தனக்கு கல்யாணமாகவேண்டுமென்று அவன் ஏங்கிக்கொண்டிருப்பதால்தான் அவன் சுலபமாக காதலில் விழுந்திருக்கிறான். நான் இல்லாவிட்டாலும் அவன் காதலித்திருப்பான். என்னை இல்லாவிட்டாலும் வேறு யாரையாவது தேர்ந்தெடுத்து அவர்களை கொஞ்சகாலம் காதலித்துவிட்டு பின்பு மணம்செய்துகொண்டிருப்பான்.

சமையலறையில் எஸ்தரை ஒருமூலையில் உட்காரவைத்து ஹேரியே ஒரு கண்ணாடிக் குவளையில் பன்னீர் சர்பத் கொடுத்தாள். கொடுத்துவிட்டு என்னை குற்றவுணர்வோடு ஒரு பார்வை பார்த்தாள். என் அப்பாவின் வைப்பாட்டியாக இவள் இருப்பதால் அவரிடம் எல்லாவற்றையும் சொல்வாளென்று அனுமானித்தேன். இப்போது நடப்பதையும் அவள் அவரிடம் சொல்லக்கூடும்.

"என் கருப்புக் கண்ணழகியே, என் துரதிருஷ்டம் பீடித்த அழகியே, அழகிகளுக்கெல்லாம் பேரழகியே, நான் வரத்

தாமதமானதற்குக் காரணம் என் புருஷப்பன்றி, நெஸிம் ஒரு வேலை மாற்றி ஒரு வேலையை வைத்துக்கொண்டே இருந்தான்" என்றாள் எஸ்தர். "இதுபோல அர்த்தமில்லாமல் தொந்தரவு செய்கிற புருஷன் உனக்கு இல்லை, இது எவ்வளவு நல்ல விஷயம் என்று தெரிந்து கொள்."

அவள் கடிதங்களை வெளியில் எடுத்தாள்; அவள் கையிலிருந்து அவற்றைப் பிடுங்கினேன். குறுக்கே வராமல் ஹேரியே ஒரு மூலைக்குச் சென்றாள். ஆனால் அங்கிருந்தும் எங்களுக்கிடையே நடப்பது எல்லாமும் அவளுக்குக் கேட்கும். என் முகபாவம் எஸ்தருக்கு தெரியக்கூடாதென்பதற்காக முதுகைத் திருப்பிக்கொண்டு கருப்பின் கடிதத்தை முதலில் படித்தேன். தூக்கிலிடப்பட்ட யூதனின் வீட்டை நினைத்தபோது ஒருகணம் உடல் நடுங்கியது. "பயப்படாதே ஷெகூரே, எந்த நிலைமையையும் நீ சமாளித்துவிடுவாய்" என்று எனக்கே தைரியம் சொல்லிக்கொண்டு, ஹஸனின் கடிதத்தை படிக்கத்தொடங்கினேன். பித்தேறிய நிலையில் அவன் இருக்கிறான்:

ஷெகூரே, நான் தாபத்தில் எரிந்துகொண்டிருக்கிறேன், ஆனாலும் நீ சிறிதளவும் அக்கறை காட்டாமல் இருக்கிறாய் என்றறிவேன். என் கனவுகளில் ஆளரவமற்ற மலையுச்சிகளில் உனக்குப்பின்னால் நான் ஓடிவந்துகொண்டிருப்பதைக் காண்கிறேன். ஒவ்வொருமுறையும் எனது கடிதங்களை – நீ அவற்றைப் படிக்கிறாய் என்பது தெரியும் – பதிலளிக்காமல் அலட்சியப்படுத்தும்போது ஓர் அம்பு என் இதயத்தைத் தைக்கிறது. இம்முறையாவது நீ பதிலளிப்பாய் என்ற நம்பிக்கையில் எழுதுகிறேன். விஷயம் வெளியே வந்துவிட்டது, எல்லோருமே இச்செய்தியை பரப்பிக்கொண்டிருக்கின்றனர், உன் குழந்தைகள்கூட அதனை பரப்பிவருகின்றனர். உன் கணவன் இறந்துவிட்டதாக நீ கனவு கண்டிருப்பதாகவும் இப்போது நீ சுதந்திரமாகிவிட்டதாக பறைசாற்றிக் கொள்வதாகவும். இது உண்மையா இல்லையா என்பதை என்னால் கூறமுடியாது. எனக்குத்தெரிந்ததெல்லாம், நீ இன்னமும் என் அண்ணனின் மனைவிதான் என்பதும் இந்த வீட்டிற்குக் கட்டுப்பட்டவள் என்பதும்தான். நான் சொல்வதில் உள்ள நியாயத்தை என் தந்தை இப்போது உணர்கிறார். நாங்கள் இருவரும் நீதிபதியிடம் சென்று உன்னை இங்கே திரும்பிவரச் செய்யப்போகிறோம். எங்கள் ஆட்கள் பெரும்கும்பலாக அங்கே வரப்போகிறோம், உன் அப்பாவை எச்சரித்து வை. உனது பொருட்களை சேகரித்துக்கொண்டு இந்த வீட்டிற்கு நீ வந்துதான் ஆகவேண்டும். உன் பதிலை உடனே எஸ்தரிடம் கொடுத்தனுப்பு.

கடிதத்தை இரண்டாவது முறையாக படித்துவிட்டு என்னை நிதானப்படுத்திக்கொண்டு எஸ்தரை கேள்வியோடு நோக்கினேன்.

ஆனால் அவள் ஹஸனைப்பற்றியும் கருப்பைப்பற்றியும் சொன்ன எதுவும் புதிய விஷயங்களல்ல.

சமையலறையின் ஒரு மூலையில் ஒளித்துவைத்திருந்த தூரிகைப் பேனாவை வெளியில் எடுத்து, ரொட்டி திரட்டும் பலகையின்மேல் ஒரு காகிதத்தை விரித்து கருப்பிற்கு பதில் எழுத யத்தனித்தபோது சட்டென்று உறைந்தேன்.

ஏதோ மனதில் பளிச்சிட்டது, எஸ்தரை நோக்கி திரும்பினேன் ஒரு சின்னக்குழந்தையின் பரவசத்தோடு அந்தப் பன்னீர் ஷெர்பத்தை சுவைத்துக் கொண்டிருந்தவளுக்கு என் மனதில் ஓடிய எண்ணங்கள் தெரிந்திருக்குமா என்ன? அபத்தம்.

“எவ்வளவு இனிமையாக புன்னகைக்கிறாய், என் அன்பே” என்றாள். “கவலைப்படாதே. கடைசியில் எல்லாம் சரியாகிவிடும். உன்னைப்போன்ற பற்பல திறமைகள் கொண்ட பிரமிக்கவைக்கும் பேரழகிக்காக தம் உயிரையே கொடுக்கத்தயாராக இருக்கும் பணக்கார கனவான்களும் பாஷாக்களும் இஸ்தான்புல் முழுக்க இருக்கிறார்கள்.”

நான் சொல்வது உங்களுக்குப் புரியுமென்று நினைக்கிறேன். சிலநேரங்களில் நீங்கள் முற்றிலும் நம்புகின்ற ஏதோவொன்றைப் பற்றிச் சொல்வீர்கள். ஆனால் அந்த வார்த்தைகள் உங்கள் உதடுகளைத் தாண்டிச்சென்ற பிறகுதான் உங்களை நீங்களே கேட்டுக்கொள்வீர்கள். “இதனை முழுக்கமுழுக்க நான் நம்பினால்கூட, ஏன் இதைச்சொல்லும் போது அரைமனதாகச் சொன்னேன்?” இதேதான் நடந்தது பின் வருமாறு நான் சொன்னபோது.

“ஆனால் இரண்டு குழந்தைகளோடு இருக்கிற ஒரு விதவையை யார் மணம் செய்துகொள்ள விரும்புவார்கள், எஸ்தர்?”

“உன்னைப்போன்ற விதவைக்கா? ஏராளமானோர், கணக்கில் லாமல் எவ்வளவோபேர் வருவார்கள்” கைகளை விரித்து அபிநயம் செய்தபடி கூறினாள்.

அவள் கண்களுக்குள் பார்த்தேன். அவளை எனக்குப் பிடிக்க வில்லை என்று உணர்ந்தேன். அவளிடம் பதில் கடிதம் தரப்போவ தில்லை என்றும் அவள் அங்கிருந்து உடனே கிளம்பினால் நல்லது என்றும் அவளுக்கு உணரவைப்பதுபோல மௌனமாக நின்றிருந் தேன். எஸ்தர் சென்றதும் வீட்டில் எனக்கான அந்த மூலைக்குச் சென்று என் மௌனத்தை – அதை எப்படிச்சொல்வது – என் உயிருக் குள் உணரமுடிவதைப்போல, ஒடுங்கிக்கொண்டேன்.

சுவரில் சாய்ந்தபடி இருட்டில் அசையாமல் நின்றிருந்தேன். என்னைப்பற்றி, நான் என்ன செய்யவேண்டும் என்பதைப்பற்றி, எனக்குள் அதிகரித்து வரும் பயத்தைப்பற்றி யோசித்தேன். மாடியில் ஷெவ்கெத்தும் ஓரானும் வளவளத்துக்கொண்டிருப்பது கேட்டது.

"நீ ஒரு பெண்ணைப்போல கோழையாக இருக்கிறாய்" என்றான் ஷெவ்கெத். "பின்னாலிருந்துதான் நீ தாக்குகிறாய்."

"என் பல் ஆடுகிறது" என்றான் ஓரான்.

அதே நேரத்தில் என் மனதின் மற்றொரு பகுதி என் அப்பாவும் கருப்பும் என்ன பேசிக்கொண்டிருக்கிறார்கள் என்பதை கவனித்துக் கொண்டிருந்தது.

பயிலரங்கின் நீலநிறக்கதவு திறந்திருந்ததால் அவர்களைத் தெளிவாகக்கேட்க முடிந்தது. "வெனீசியக் கலைஞர்களின் உருவரை ஓவியங்களைப் பார்த்தபிறகு நமக்கு புரியத்தொடங்கும் விஷயங்கள் பயங்கரமானவை" என்றார் அப்பா. "உதாரணத்திற்கு, ஓவியங்களில் கண்கள் என்பவை இனிமேலும் வெறுமனே முகத்தில் இருக்கும் ஓட்டைகளாக இருக்கப்போவதில்லை, பதிலாக நமது கண்களைப் போலவே ஒளியை பிரதிபலிக்கும் கண்ணாடியைப்போல, உறிஞ்சிக் கொள்ளும் கிணற்றைப்போல இருக்கவேண்டும். உதடுகள் என்பவை முகத்தின் மத்தியிலிருக்கும் ஒரு கீறலைப்போல, ஒரு காகிதத்தைப் போல தட்டையாக இனிமேலும் வரையப்படப்போவதில்லை, பதிலாக உணர்ச்சிகளின் மையப்புள்ளிகளாக – ஒவ்வொன்றும் சிவப்பின் ஒவ்வொரு சாயலில் – நமது சந்தோஷங்களையும் துயரங்களையும் மிக இலேசான சுருக்கத்திலும் விரிதலிலும் பாவங்களை வேறுபடுத்திக் காட்டக்கூடியதாக இருக்கவேண்டும். நமது நாசிகள் இனிமேலும் முகத்தை நடுவிலே பிரிக்கின்ற ஒருவகை சுவர்களாக இருக்காமல் உயிர்ப்போடு, ஒவ்வொருவருக்கும் தனித்துவ வடிவங்களில் அமைந்த அங்கங்களாக இருக்கவேண்டும்."

அப்பா தனது பேச்சின்போது, தமது உருவப்படங்களை வரைந்து கொண்ட அந்த மிலேச்சர்களை 'நம்மை' என்று குறிப்பிட்டதற்கு நான் ஆச்சரியப்பட்ட அளவுக்கு கருப்பு ஆச்சரியப்பட்டானா? அந்த துவாரத்தின் வழியே கருப்பின் முகத்தைப் பார்த்தபோது அது மிகவும் வெளுத்துப் போயிருந்ததைப்பார்க்க ஒரு கணம் திகைத்துப்போனேன். என் அன்பிற்கினிய காதலனே, என்னையே நினைத்துக்கொண்டு துன்பத்தில் உழன்றபடி இரவெல்லாம் உறங்கா திருந்தாயா? அதனால்தான் உன்முகத்தின் பொலிவே வாடிவிட்டிருக் கிறதா?

கருப்பு ஓர் உயரமான, மெலிந்த, அழகான ஆண்மகன் என்பதை நீங்கள் அறியாதிருக்கலாம். அவன் அகன்ற நெற்றியும், வாதுமைக் கொட்டை போன்ற கண்களும் வலிமையான நேரான அழகான நாசியும் கொண்டவன். சிறுவயதில் இருந்ததைப்போலவே அவன் கைகள் நீண்டும் மெலிந்தும் இருந்தன. விரல்கள் எப்போதும் துறுதுறு வென்றிருக்கும். தண்ணீர் சுமப்பவன் அளவுக்கு இல்லாவிட்டாலும் கம்பீரமாக அகன்ற தோள்களோடு அவன் நிமிர்ந்து உயரமாக நிற்பான். இளம்வயதாக இருக்கும்போது அவனது உடம்பும் முகமும்

நிலைபெற்றிருக்கவில்லை. பனிரெண்டு வருடங்கள் கழித்து எனது ரகசிய இருட்டறையான இங்கிருந்து அவனை முதன்முறையாக பார்த்தபோது, அவன் வடிவமைப்பில் பூரணத்துவம் பெற்றிருக் கிறான் என்பதுதான் உடனடியாக தெரிந்தது.

இப்போது அந்த துவாரத்தில் கண்ணை வைத்துப் பார்க்கும் போது, அவன் முகத்தில் அவனைப் பீடித்திருக்கும் கவலையைத் தான் பார்த்தேன். குற்றஉணர்வாகவும் அதே நேரத்தில் எனக்காக உருகித் தவித்துக் கொண்டிருக்கிறான் என்று பெருமிதமாகவும் இருந்தது. அப்பா பேசுவதை உன்னிப்பாகக் கேட்டபடி அந்த நூலுக்காக வரையப்பட்டிருந்த ஓவியம் ஒன்றை அப்பழுக்கில்லாமல் அப்பாவித்தனமாக ஒரு குழந்தையைப்போல ஆர்வத்துடன் கவனித்துக் கொண்டிருந்தான். ஒரு குழந்தையைப்போல அவனது இளஞ்சிவப்பு வாயை லேசாகத்திறந்துகொண்டு இருப்பதைப் பார்த்தபோது கொஞ்ச மும் எதிர்பாராமல் எனக்குள் ஓர் உணர்வு, அவன் இதழ்களுக்குள் என் மார்புக்காம்பை துருத்தவேண்டும்போலத் தோன்றியது. அவன் பின்னங்கழுத்தை கைகளில் ஏந்தி என் விரல்களால் அவன் சிகையைக் கோதி விடவேண்டும். என் குழந்தைகள் செய்வதைப்போல கருப்பு தன் முகத்தை என் மார்பகங்களுக்கு நடுவில் புதைத்துக்கொண்டு, இன்பத்தில் கண்கள் செருக என் மார்புக்காம்புகளை சுவைப்பான். என் மீதிருக்கும் மோகத்தினால் மட்டுமே அவனுக்கு அமைதிகிட்டும் என்று புரிந்தபிறகு முற்றிலுமாக என்னிடம் கட்டுண்டிருப்பான்.

என் தந்தை அவனுக்குக் காட்டிக்கொண்டிருக்கும் பிசாசின் சித்திரத்தை அவன் ஆராய்ந்துகொண்டிருப்பதற்கு பதிலாக கருப்பு என் மார்பகங்களின் அளவைக்கண்டு ஆச்சரியமும் ஆர்வமுமாக ரசிப்பதாக கற்பனை செய்து இலேசாக வியர்த்தேன். என் மார்பு களை மட்டுமல்ல, என் உருவத்தைக்கண்ட போதையில் என் கூந்தலை, என் கழுத்தை, என் ஒவ்வொரு அங்கங்களையும் பிரமித்துப் பார்த்துக் கொண்டிருக்கிறான். அவனது இளம் வயதில் சொல்லத் துணியாத எல்லா காதல் பிதற்றல்களையும் இப்போது என் கவர்ச்சி யில் மயங்கி உளறிக்கொண்டிருக்கிறான். அவன் பார்வையிலிருந்தே எனது கம்பீரத்திலும் என் நடத்தையிலும் என் கணவன் திரும்பிவரு வதற்காக பொறுமையோடும் துணிவோடும் காத்திருக்கும் என் நேர்மையிலும் அவனுக்கு அழகுற நான் எழுதிய கடிதத்திலும் அவன் எந்தளவிற்கு மலைத்துப் போயிருக்கிறான் என்பதைக் கண்டு கொண்டேன்.

அவனை நான் மறுமணம் செய்துகொள்ள இயலாதபடிக்கு சூழ்ச்சி வேலைகள் செய்துகொண்டிருக்கும் என் அப்பாவின்மீது கோபம் வந்தது. பிராங்கிய கலைஞர்களைப் போலிசெய்து நுண் ணோவியர்களை வரைய கட்டாயப்படுத்துகின்ற அந்தச் சித்திரங் களின்மீது கோபம் வந்தது. வெனிஸ் நகர அனுபவங்களை அவர் ரசித்துச் சொல்லிக்கொண்டிருப்பதும் எனக்கு எரிச்சலாக இருந்தது.

மீண்டும் என் கண்களை மூடியபோது – அல்லாஹ்வே, இதெல்லாம் என் சொந்த விருப்பங்கள் அல்ல – என் கற்பனையில் கருப்பு அந்த இருட்டில் மென்மையாக நழுவி வந்து என்னை அணுகுகிறான். என் பின்னால் அவன் நிற்பதை உணர்கிறேன். திடீரென்று பின்னாலிருந்து வந்து என்னைத்தழுவி என் பின்னங்கழுத்தில், என் செவிகளுக்குப் பின்னால் முத்தமிடுகிறான். அவன் எவ்வளவு வலிமையானவனாக இருக்கிறான் என்பதை உணர்கிறேன். அவன் திடமானவனாக, விரிந்த தோள்களுடன் பெரும்பலமிக்கவனாக இருக்கிறான். அவன்மேல் நான் சாய்ந்துகொள்ளலாம். நான் பாதுகாப்பாக உணர்கிறேன். என் பின்னங்கழுத்தில் குறுகுறுத்தது, என் முலைக்காம்புகள் விறைக்கத்தொடங்கின. அந்த இருட்டில், என் கண்கள் மூடியிருக்க, அவனது விறைத்த குறி எனக்கு மிக அருகில், எனக்குப் பின்னால் உரசிக்கொண்டிருப்பதை என்னால் உணர முடிந்தது. என் தலை சுழன்றது, கருப்பினுடையது எப்படி இருக்கும்? நான் வியப்புடன் யோசித்துப்பார்த்தேன்.

சில நேரங்களில் என் கனவுகளில் என் கணவன் வேதனையோடு தன்னுடையதை எடுத்து எனக்குக்காட்டுவான், பாரசீகர்களின் அம்புகளால் தைக்கப்பட்டு குருதி வழிய என் கணவன் தனது உடம்பை நிமிர்த்தி நேராக நடக்கத் திண்டாடுகிறான் என்பதைப் புரிந்து கொள்வேன். தடுமாற்றத்துடன் என்னை நோக்கி வருகிறான். ஆனால் சோதனையாக எங்களுக்கிடையே ஆறு ஒன்று ஓடுகிறது. மறுகரையிலிருந்து ரத்தம்தோய்ந்த உடலோடு கடுமையான வேதனையில் அவன் என்னை அழைக்கும்போது, அவனுடைய குறி விறைத்திருப்பதை கவனிக்கிறேன். பொதுக்குளியலறையில் அந்த ஜார்ஜிய பெண் கூறியது உண்மையானால், வயதான சிறுக்கிகள் வழக்கமாக கூறுகின்ற "ஆமாம், அது இவ்வளவு பெரிசாக ஆகும்" என்ற கூற்றில் உண்மையிருந்தால், என் கணவனுடையது அத்தனை பெரிசு அல்ல. நேற்று ஷெவ்கெத்திடம் நான் கொடுத்தனுப்பிய துண்டுக்காகிதத்தை வாங்கி அவனது இடுப்புவாரின் உள்ளே அவன் வைத்தபோது, அதற்குக்கீழே நான் பார்த்த அந்த பிரம்மாண்டமான விஷயம்தான் உண்மையில் கருப்பினுடையது என்றால் – நிச்சயம் அதுதான் – நான் தாங்கமுடியாத வலியை அனுபவிக்கப்போகிறேன், அது எனக்குள் முழுவதுமாக நுழைந்து பொருந்திக்கொள்ள முடியும் பட்சத்தில்.

"அம்மா, ஷெவ்கெத் என்னை கிண்டல் செய்கிறான்"

உள்அறையின் இருட்டு மூலையிலிருந்து எழுந்து கூடத்தைக் கடந்து அந்த அறைக்குள் நுழைந்து அலமாரியிலிருந்து கையில்லாத சிவப்பு கம்பளிச்சட்டையை எடுத்து அணிந்துகொண்டேன். அவர்கள் என் மெத்தையை விரித்து அதன்மேல் குதியாட்டம் போட்டுக்கொண்டிருந்தனர்.

"கருப்பு வந்திருக்கும்போது நீங்கள் சத்தம்போடக்கூடாது என்று நான் எச்சரித்திருக்கிறேனா இல்லையா?"

"அம்மா, அந்த சிவப்புச் சட்டையை ஏன் போட்டுக்கொண்டிருக்கிறாய்?" ஷெவ்கெத் கேட்டான்.

"அம்மா, ஷெவ்கெத் என்னை கிண்டல் செய்தான்" என்றான் ஓரான்.

"அவனை கிண்டல் செய்யாதே என்று உன்னிடம் நான் சொல்லவில்லையா? சரி, அங்கே நாற்றமடித்தபடி இருப்பது என்ன?" அங்கே விலங்கின் தோல் ஒன்று மூலையில் இருந்தது.

"அது ஒரு செத்த விலங்கு" என்றான் ஓரான். "ஷெவ்கெத் அதை தெருவிலிருந்து எடுத்துவந்தான்."

"அதை எடுத்துக்கொண்டு போய், எங்கேயிருந்து எடுத்துவந்தாயோ அங்கேயே எறிந்துவிட்டுவா, சீக்கிரம், இப்போதே."

"ஷெவ்கெத் செய்யட்டும்."

"இப்போதே, என்று சொன்னேன்."

அவர்களை அறைவதற்கு முன்பு செய்வதைப்போல என் கீழுதட்டை கோபத்துடன் கடித்தேன். நான் கோபத்துடன் இருப்பதைக் கண்டு அவர்கள் அந்த இடத்தைவிட்டு பயத்துடன் ஓடினர். ஜலதோஷம் பிடித்துக்கொள்ளாதிருக்க அவர்கள் சீக்கிரமே திரும்பி வந்துவிடவேண்டும்.

நுண்ணோவியர்கள் எல்லாரையும்விட கருப்பை எனக்கு மிகவும் பிடிக்கும். மற்றவர்களைவிட என்னை அவனுக்கு மிகவும் பிடிக்கும். அவன் ஆன்மாவை நான் அறிந்திருந்தேன். காகிதத்தையும் எழுது கோலையும் எடுத்துக்கொண்டு ஒரே அமர்வில், யோசிக்க அவசிய மின்றி கீழ்வருமாறு எழுதினேன்.

சரி ஆகட்டும். மாலை நேரத்தொழுகை அழைக்கப்படுவதற்கு முன், தூக்கிலிடப்பட்ட யூதனின் வீட்டில் உன்னைச் சந்திக்கிறேன். என் அப்பாவின் புத்தகத்தை எவ்வளவு சீக்கிரம் முடியுமோ முடித்துக்கொடு.

நான் ஹஸனுக்கு பதிலளிக்கவில்லை. நீதிபதியிடம் அவன் இன்றைக்கே போவதாக இருந்தாலும்கூட, அவனும் அவன் அப்பா வும் சேர்த்துக்கொண்டு வருகிற ஆட்கள் ஒன்றும் எங்கள் வீட்டை உடனடியாக சூறையாடப்போவதில்லை, அப்படிப்பட்ட நடவடிக்கை யில் அவன் ஈடுபடப்போவதாக இருந்தால் எனக்கு ஒரு கடிதம் எழுதிவிட்டு பதிலுக்காக காத்திருக்கப்போவதில்லை. என் பதிலுக் காக நிச்சயம் காத்துக்கொண்டிருக்கிறான், அது வராமல் போனதும் தான் அவனுக்கு வெறியேறப்போகிறது. அப்போதுதான் ஆட்களை

என் பெயர் சிவப்பு

சேர்த்துக்கொண்டுவந்து என்னைக் கடத்திப்போக முயற்சிப்பான். அவனைக் கண்டு நான் பயப்படுகிறேனென்று நினைத்துக்கொள்ளா தீர்கள். கருப்பு வந்து என்னைக் காப்பாற்றுவானென்ற நம்பிக்கை எனக்கிருக்கிறது. இருந்தாலும் இப்போது என் இதயத்தில் ஓடுகின்ற எண்ணத்தை உங்களிடம் சொல்கின்றேன். ஹஸனிடம் அதிகமும் நான் பயப்படாததற்குக் காரணம் அவனையும் நான் நேசிப்பதுதான் என்று எனக்குத் தோன்றுகிறது.

இதை நீங்கள் ஆட்சேபித்து 'இது என்ன புது காதல்?' என்று நினைத்தால் அது நியாயமே. என் கணவனுக்காகக் காத்துக்கொண்டு ஒரே கூரையின்கீழ் நாங்கள் வாழ்ந்துவந்த அவ்வருடங்களில் இவன் எந்தளவுக்கு பரிதாபமானவன், பலகீனமானவன், சுயநலவாதி என் றெல்லாம் நான் அறியாமலில்லை. ஆனால் அவன் இப்போது நிறைய சம்பாதிக்கிறான் என்று எஸ்தர் கூறுகிறாள் – புருவத்தை தூக்கிக்கொண்டு. அவள் சொன்னால் அது உண்மையாகத்தான் இருக்கும் – இப்போது பணத்தோடு தன்னம்பிக்கையும் அவனுக்கு சேர்ந்து அந்தப்பழைய வீறாப்பான ஹஸன் நிச்சயம் மறைந்துவிட்டிருப் பான். என்னை அவனிடம் ஈர்க்கின்ற அந்த இருட்டான, ஜின்னைப் போன்ற கவர்ச்சி இப்போது வெளிப்படையாகவே புலப்படும். எனக்கு விடாமல் அனுப்பிவருகின்ற அவன் கடிதங்களில் அவனது இந்தப்பக்கம் எனக்குத்தெரிகிறது.

கருப்பு, ஹஸன் இருவருமே என்மீதிருக்கும் காதலால் துன்பம் அனுபவித்திருக்கின்றனர். கருப்பு காணாமற்சென்று பனிரெண்டு வருடங்கள் அலைந்து திரிந்தான். ஹஸன் ஒவ்வொருநாளும் தன் கடிதங்களின் ஓரங்களில் பறவைகளையும் மான்களையும் வரைந்து அனுப்பிக்கொண்டிருநதான். முதலில் அவன்மீது எனக்குப் பயமாக இருந்தது, பின்னர் அவன் கடிதங்களை திரும்பத்திரும்ப வாசிப்பதில் ஆர்வம் உண்டானது.

என்னைப்பற்றிய எல்லா விஷயங்களையும் அத்துபடியாகத் தெரிந்துவைத்திருப்பவன் என்றாலும் என் கணவனின் பிணத்தை என் கனவில் பார்த்தேன் என்பது அவனுக்கும் தெரிந்துபோயிருப்பது எனக்கு ஆச்சரியத்தை உண்டாக்கவில்லை. கருப்பிற்கு நான் அனுப் பும் கடிதங்களை எஸ்தர், ஹஸனிடம் படிக்கக் கொடுக்கிறாள் என்று நான் சந்தேகப்பட்டதால்தான் கருப்பிற்கு இப்போது எஸ்தர் மூலமாக பதில் கொடுத்தனுப்பவில்லை. என் சந்தேகம் நியாயமானதா வென்பது உங்களுக்குத்தான் தெரியும்.

குழந்தைகள் திரும்பிவந்ததும், "எங்கே போயிருந்தீர்கள்?" என்றேன்.

நான் கோபமாக இல்லையென்பதை அவர்கள் உடனே புரிந்து கொண்டனர். ஷெவ்கெத்தை ரகசியமாக இருட்டு உள்அறையோரத்

திற்கு இழுத்துச்சென்றேன். என் மடிமீது தூக்கிவைத்துக்கொண்டேன். அவன் நெற்றியிலும் பின்னங்கழுத்திலும் முத்தமிட்டேன்.

"எப்படி சில்லிட்டுப்போயிருக்கிறாய் பார்" என்றேன். "உன் அழகான கைகளைக்காட்டு, அம்மா தேய்த்து சூடாக்குகிறேன் ..."

அவன் கை துர்நாற்றமடித்தது, இருந்தும் குறைசொல்லவில்லை. அவன் தலையை என் மார்போடு சேர்த்து நெடுநேரம் அணைத்துக் கொண்டிருந்தேன். கொஞ்சநேரத்திலேயே கதகதப்படைந்து பூனைக் குட்டிபோல சந்தோஷத்தில் முனகினான்.

"உன் அம்மாமீது உனக்கு ரொம்ப ஆசையா இல்லையா?"

"உம்ம்ம்ஹ்ம்ம்."

"இது என்ன, ஆமாமா?"

"ஆமாம்."

"வேறு யாரையும் விடவா?"

"ஆமாம்."

"அப்படியென்றால் ஒரு விஷயம் உன்னிடம் சொல்லப்போகி றேன்" என்றேன் ஏதோ ரகசியம் ஒன்றை உடைப்பதைப்போல. "ஆனால் நீ யாரிடமும் சொல்லக்கூடாது, சரியா?" அவன் செவிக்குள் கிசுகிசுத்தேன். "எல்லாரையும்விட உன்னைத்தான் எனக்குப்பிடிக்கும், தெரியுமா?"

"ஓரானை விடவா?"

"ஓரானை விட. ஓரான் சின்னவன், ஒரு குட்டிப்பறவையைப் போல. அவனுக்கு எதுவும் புரியாது. நீ கெட்டிக்காரன், உனக்குப் புரியும்." முத்தமிட்டு அவன் கேசத்தை முகர்ந்தேன். "அதனால் உன்னிடம் ஒரு உதவி கேட்கப்போகிறேன். நேற்று எப்படி ஒரு காகிதத்துண்டை கருப்பிடம் ரகசியமாய் கொண்டுபோய் கொடுத் தாய், ஞாபகமிருக்கிறதா? அதேபோல இன்றும் செய்யவேண்டும், சரியா?"

"அவன்தான் அப்பாவைக்கொன்றவன்."

"என்ன?"

"என் அப்பாவை அவன்தான் கொன்றான். தூக்கிலிடப்பட்ட யூதனின் வீட்டில் நேற்று அவனே என்னிடம் சொன்னான்."

"அவன் என்ன சொன்னான்?"

"உன் அப்பாவை நான்தான் கொன்றேன் என்றான். 'நிறையப் பேரை நான் கொன்றிருக்கிறேன்' என்றான்."

திடீரென்று ஏதோ நிகழ்ந்தது. ஷெவ்கெத் என் மடியிலிருந்து இறங்கி அழத்தொடங்கினான். இந்தப்பையன் இப்போது ஏன் அழுகிறான்? சரி, ஒப்புக்கொள்கிறேன். அந்தக்கணம் என்னையே நான் கட்டுப்படுத்திக்கொள்ள முடியாததால் அவனை நான் அறைந்தேன். இதயமற்ற கல்நெஞ்சக்காரி என்று யாரும் என்னை எண்ணிக்கொள்ளவேண்டாம். நான் திருமணம் செய்துகொள்ள ஏற்பாடுகள் செய்துகொண்டிருக்கும் ஒருவனைப்பற்றி இப்படிப்பட்ட அபத்தத்தை அவன் எப்படிச் சொல்லலாம் – அதுவும் இந்தப் பையன் களின் நன்மையை உத்தேசித்து இப்படி நான் முடிவெடுத்திருக்கும் போது?

அப்பா இல்லாத பரிதாபமிக்க என் செல்ல மகன் இன்னும் அழுதுகொண்டே இருந்தது என்னை சித்ரவதை செய்தது. நானும் அழுகையின் விளிம்பில்தான் இருந்தேன். இருவரும் கட்டித்தழுவிக் கொண்டோம். அவன் அவ்வப்போது தேம்பினான். நான் அடித்த ஒரு சின்ன அடிக்கு இவ்வளவு அழுகையா? அவன் கேசத்தைக் கோதினேன்.

இது ஆரம்பித்தது இப்படித்தான். இதற்கு முந்தினதினம் என் அப்பாவிடம் போகிறபோக்கில் என் கணவன் இறந்துவிட்டதாக கனவு கண்டதைச் சொன்னது உங்களுக்குத்தெரியும். பாரசீகர்களோடு போருக்குச்சென்று என் கணவன் திரும்பிவராத இந்த நான்கு வருடங்களில் அடிக்கடி என் கனவுகளில் அவர் கணநேரம் தோன்றி மறைவதுபோல வருவதுண்டு. கூடவே, ஒரு பிணம் ஒன்றும் தோன்றும். அந்தப்பிணம் அவரா? இது எனக்குப் புரியாத மர்மம்தான்.

கனவுகள் வேறுசில தீர்வுகளைக் காணவும் பயன்படுத்தப்படு கின்றன. எஸ்தரின் பாட்டி போர்ச்சுகல்லிலிருந்து குடியேறியவள். அங்கே சமயபேதமுள்ளவர்கள் பிசாசை சந்தித்து அவற்றோடு கலவி கொண்டனர் என்று நிரூபிக்க கனவுகள் பயன்படுத்தப்படு கின்றன போலிருக்கிறது. உதாரணத்திற்கு, எஸ்தரின் முன்னோர்கள் போர்ச்சுகீசிய தேவாலயத்தின் ஜெஸூவிட் சித்ரவதையாளர்களிடம் யூதமதத்தை விட்டு தாம் விலகி "உங்களைப்போல நாங்களும் கத்தோலிக்கர்களாகிவிட்டோம்" என்று சத்தியம் செய்தாலும்கூட அவர்கள் அதை நம்பாமல் சித்ரவதைசெய்து, அவர்கள் கனவுகளில் கண்ட ஜின்களையும் பூதங்களையும் விவரிக்கச்சொல்லி கட்டாயப் படுத்தி, அவர்கள் கண்டிருக்காத கனவுகளையும் அவர்களின்மேல் சுமத்துவார்களாம். பின், இந்தக் கனவுகளை கண்டதாக ஒப்புக்கொள்ள வலியுறுத்தி இறுதியில் அவர்களை தீக்கிரையாக்கிவிடுவார்களாம். இந்த விதத்தில் கனவுகள் அங்கே சாதுர்யமாக திசைதிருப்பப்பட்டு, பிசாசுடன் கலவி கொள்கின்றனர் என்று குற்றம் சுமத்தி யூதர்களைக் கொன்றுவந்திருக்கின்றனர்.

கனவுகள் மூன்று விஷயங்களுக்காக நல்லவை:

அலிஃப்: உங்களுக்கு ஒன்று தேவைப்படுகிறது, ஆனால் உங்களால் அதைக்கேட்க முடியாது. எனவே, அதைப்பற்றி நீங்கள் கனவு கண்டதாகச் சொல்வீர்கள். இந்த விதத்தில் உங்களுக்கு வேண்டியதை வெளிப்படையாகக் கேட்காமலேயே உங்களால் கோரமுடியும்.

ப்பே: யாரோ ஒருவரைத் துன்புறுத்த விரும்புகிறீர்கள். உதாரணத் திற்கு, ஒரு பெண்ணை அவதூறு செய்ய விரும்புகிறீர்கள். எனவே, அக்குறிப்பிட்ட பெண் சோரம் போவதாக கனவில் கண்டேன் அல்லது அந்தக் குறிப்பிட்ட பாஷா ஒயின் விற்கும் போது, அளவு குறைத்து திருடுகிறான் என்று கனவுகண்டேன் என்று சொல்வீர்கள். இந்த விதத்தில், அவர்கள் உங்களை நம்பாவிட்டாலும்கூட இப்படிப்பட்ட பாவச் செயல்களைக் குறிப்பிட்டது எப்போதுமே மறக்காது.

ஜிம்: உங்களுக்கு ஏதோ தேவைப்படுகிறது, ஆனால் அது என்னவென்று உங்களுக்கே தெரியவில்லை. எனவே குழப்ப மான ஒரு கனவு கண்டதாகச்சொல்லி அதை விவரிப்பீர்கள். உடனே, உங்கள் நண்பர்களும் குடும்பத்தினரும் அந்தக் கனவுக்கு பொருள் என்னவென்று அனுமானித்து உங்களுக்குத் தேவைப் படுவது என்ன என்றும் அவர்கள் உங்களுக்காக என்ன செய்யப்போகிறார்களென்றும் கூறுவர். உதாரணத்திற்கு, உனக்கு ஒரு கணவன் அல்லது ஒரு குழந்தை அல்லது ஒரு வீடு தேவைப்படுகிறது என்பர்...

நாம் ஞாபகப்படுத்திச் சொல்கிற கனவுகள் எல்லாமே உண்மை யில் நாம் தூங்கும்போது கண்டவையே அல்ல. கனவு "கண்டதாக" மனிதர்கள் கூறுவது பகல்நேரத்தில் "கனவுகண்டவற்றைத்"தான். இரவில் தூக்கத்தில் வந்த உண்மையான கனவுகளை உள்ளது உள்ளபடியே ஒரு முட்டாள்தான் விவரிப்பான். அப்படி நீங்கள் செய்வீர்களென்றால் எல்லோரும் உங்களைக் கிண்டல் செய்வார் கள் அல்லது அத்தகையதொரு கனவு ஒரு துர்ச்சகுனம் என்று அர்த்தப்படுத்துவார்கள். உண்மையான கனவுகளை யாரும் பொருட் படுத்துவதில்லை, அவற்றை கனவுகண்டவர்கள் உட்பட. அல்லது நீங்கள்தான் சொல்லுங்களேன், நீங்கள் எப்படி?

என் கணவன் உண்மையாகவே இறந்துவிட்டிருக்கக்கூடும் என்ற பொருள்தொனிக்க அந்தக்கனவை அரைகுறையாக அப்பாவிடம் சொன்னபோது, முதலில் அதை உண்மைக்கான அறிகுறி என்பதை ஏற்றுக்கொள்ள மறுத்தார். ஆனால் அந்த சவஊர்வலத்திலிருந்து திரும்பியதும் அந்தக்கனவு ஓர் உண்மையான சாட்சிதான் என்று எப்படியோ வலுவான எண்ணமாக ஊன்றிவிட என் கணவன் இறந்துதான் போயிருக்கவேண்டுமென்று முடிவுசெய்துவிட்டார். கடந்த நான்கு ஆண்டுகளாக சாசுவதமாக இருந்த என் கணவன்

என் பெயர் சிவப்பு

இப்போது கனவு ஒன்றில் இறந்துவிட்டது ஓர் அதிகாரப்பூர்வமான மரண அறிவிப்பு போலவே எல்லோரும் ஏற்றுக்கொள்ளும் விஷய மாகிவிட்டது. இந்த நிலையில்தான் இந்தச்சிறுவர்கள் தாம் உண்மை யிலேயே தங்களுக்கு அப்பா இல்லையென்பதை உணர்ந்திருக்கிறார் கள். அப்போதுதான் அவர்கள் உண்மையிலேயே துக்கப்படத் தொடங்கியிருக்கின்றனர்.

"உனக்கு கனவுகள் வருவதுண்டா?" என்று ஷெவ்கெத்திடம் கேட்டேன்.

அவன் புன்னகையுடன், "ஆம்" என்றான். "என் அப்பா வீடு திரும்பாவிட்டால் நானே உன்னைக் கல்யாணம் செய்துகொள் கிறேன்."

அவனது நீண்ட நாசியும் கரியவிழிகளும் அகன்ற தோள்களும் அவன் அப்பாவைவிட என்னைத்தான் நினைவூட்டுகின்றன. அவன் அப்பாவின் அகன்ற நெற்றியை என் புதல்வர்களுக்கு என்னால் வழங்கமுடியவில்லையேவென்று அவ்வப்போது எனக்கு குற்ற உணர்ச்சியாக இருக்கும்.

"சரி, உன் தம்பியுடன் கத்திச்சண்டை விளையாடு."

"அப்பாவின் பழைய கத்தியை நாங்கள் எடுத்துக்கொள்ளலாமா?"

"சரி."

கொஞ்சநேரத்திற்கு கூரையை வெறித்தபடி, என் பையன்களின் கத்திகள் ஒன்றையொன்று அடித்துக்கொள்ளும் சத்தத்தைக் கேட்டுக் கொண்டு எனக்குள் கொதித்துக்கொண்டிருந்த பயத்தையும் கவலையை யும் அடக்கப் போராடிக் கொண்டிருந்தேன். சமையலறைக்குச்சென்று ஹேரியேவிடம், "அப்பா கொஞ்சநாட்களாகவே மீன் சூப் கேட்டுக் கொண்டிருக்கிறார். கேலியன் துறைமுகத்திற்கு உன்னை அனுப்ப வேண்டுமென்று நினைத்துக்கொண்டிருந்தேன். பையன்களின் கண் களில் படாமல் ஒளித்து வைத்திருக்கிறோமே அந்த உலர்ந்த பழக் கீற்றை கொஞ்சம் எடுத்து அவர்களுக்குக் கொடு" என்றேன்.

ஷெவ்கெத் சமையலறையில் சாப்பிட்டுக் கொண்டிருக்கும்போது ஓரானும் நானும் மாடிக்குச்சென்றோம். அவனைத் தூக்கி மடியில் வைத்துக்கொண்டு அவன் கழுத்தில் முத்தமிட்டேன்.

"ஏன் இப்படி வியர்த்திருக்கிறது? என்ன ஆயிற்று இந்த இடத்தில்?"

"ஷெவ்கெத் என்னை மாமாவின் சிவப்புக் கத்தியால் அடித்து விட்டான்."

"கன்றிப்போயிருக்கிறதே" என்று அந்த இடத்தைத் தொட்டேன். "வலிக்கிறதா? இந்த ஷெவ்கெத் அறிவுகெட்டவன். நான் சொல்வதைக் கேள். நீ கெட்டிக்காரன், புத்திசாலி. உன்னிடம் ஒன்று கேட்கப்

போகிறேன். நான் சொல்வதை நீ செய்தால் உனக்கு மட்டும் ரகசியம் ஒன்று சொல்வேன். ஷெவ்கெத்துக்கோ வேறு யாருக்கோ சொல்லமாட்டேன்."

"என்னது?"

"இந்தத் துண்டு காகிதத்தைப் பார்த்தாயா? நீ தாத்தாவிடம் போகவேண்டும். அவர் கண்ணில்படாமல் கருப்பு எஃபெண்டியின் கையில் இதை வைத்துவிடவேண்டும். புரிகிறதா?"

"புரிகிறது."

"அப்படியே செய்கிறாயா?"

"அந்த ரகசியம் என்ன?"

"நீ முதலில் இந்த காகிதத்தைக் கொண்டுபோ" என்றேன். அவன் கழுத்தில் மீண்டும் முத்தமிட்டேன். அவன் கழுத்து லேசாக நாற்றமடித்தது. ஹேரியே இந்தப் பையன்களை பொதுக்குளியலறைக்கு அழைத்துச்சென்று வெகுகாலமாகிவிட்டது. ஷெவ்கெத்தின் குறி அங்கிருந்த பெண்களுக்கு முன்னால் விறைக்கத்தொடங்கிய பின்பு அவர்களைக்கூட்டிச்செல்வது நின்றுபோய்விட்டது. "ரகசியத்தை அப்புறம் சொல்கிறேன்" என்று முத்தமிட்டேன். "நீ ரொம்பக் கெட்டிக்காரன், ரொம்ப அழகானவன். ஷெவ்கெத் ஒரு தொல்லை. அவன் அம்மாவை நோக்கியே அடிக்க கையை உயர்த்துகிறான்."

"நான் இதைக்கொண்டுபோய் தரமாட்டேன்" என்றான். "கருப்பு எஃபெண்டியைப் பார்த்தால் எனக்குப் பயமாக இருக்கிறது. என் அப்பாவைக் கொன்றது அவன்தான்."

"ஷெவ்கெத்தான் இதை உனக்குச்சொன்னான், இல்லையா?" என்றேன். "சீக்கிரம், கீழேபோய் அவனை இங்கே வரச்சொல்லு."

என் முகத்திலிருந்த உக்கிரத்தை ஓரானால் பார்க்கமுடிந்தது. பயந்து, என் மடியிலிருந்து இறங்கி அறையைவிட்டு வெளியே ஓடினான். ஷெவ்கெத் பிரச்சினையில் மாட்டிக்கொண்டான் என்பதில் அவன் கொஞ்சம் சந்தோஷப்பட்டிருக்கலாம். கொஞ்சநேரம் கழித்து இருவரும் வியர்க்க விறுவிறுக்க, திருதிருவென்று விழித்தபடி வந்தனர். ஷெவ்கெத் ஒரு கையில் உலர்ந்த பழக்கீற்று ஒன்றையும் மற்றதில் ஒரு கத்தியையும் வைத்திருந்தான்.

"உன் தம்பியிடம் கருப்புதான் உன் அப்பாவைக் கொன்றவன் என்று நீ சொல்லியிருக்கிறாய்" என்றேன். "இன்னொருமுறை இந்த மாதிரி ஒரு வார்த்தையை இந்த வீட்டில் பேசக்கூடாது, தெரிகிறதா? நீங்கள் இரண்டுபேரும் கருப்பிடம் அன்போடும் மரியாதையோடும் நடந்துகொள்ளவேண்டும். நான் சொல்வது புரிகிறதா? உங்கள் வாழ்க்கை முழுக்க அப்பா இல்லாத பிள்ளைகளாக நீங்கள் வளர்வதை நான் விரும்பவில்லை."

"எனக்கு அவன் வேண்டாம். நம்முடைய வீட்டில் ஹஸன் மாமா இருக்கிறாரே, அந்த வீட்டிற்கே போய்விடலாம். அப்பா வந்துவிடுவார்." ஷெவ்கெத் உறுதியாக எதிர்த்துப்பேசினான்.

எனக்குள் எரிச்சல் எல்லை மீறியது. அவன் கன்னத்தில் பளா ரென்று அறைந்தேன். கையிலிருந்த கத்தியை அவன் கீழே வைக்க வில்லை; அது அவன் கையிலிருந்து விழுந்தது.

அவன் கண்ணீருக்கிடையே, "எனக்கு என் அப்பா வேண்டும்" என்றான்.

ஆனால் அவனைவிட நான்தான் அதிகம் அழுதுகொண்டிருந் தேன்.

"உங்களுக்கு அப்பா கிடையாது, திரும்பி வரவும் மாட்டார்" என்றேன் கண்ணீருடன். "நீங்கள் அப்பா இல்லாவர்கள்தான், வேசிப் பயல்களே, புரிகிறதா?" எனது அழுகை அவர்களுக்குக் கேட்குமோ என்று பயந்தேன்.

"நாங்கள் வேசிப்பயல்கள் இல்லை" என்றான் ஷெவ்கெத், அழுதுகொண்டே.

நாங்கள் வெகுநேரம் அழுதுகொண்டிருந்தோம். அழுகை என் இதயத்தை மிருதுவாக்கியிருந்தது. அழுகை என்னை முன்னிலும் மேலான மனுஷியாக ஆக்குகிறது என்பதற்காகவே அழுதிருக்கிறேன் என்று தோன்றியது. எங்களின் கூட்டு அழுகையில் ஒருவரையொரு வர் கட்டியணைத்துக்கொண்டு விரித்துவைத்த மெத்தையில் சாய்ந் திருந்தோம். ஷெவ்கெத் தலையை என் மார்புகளுக்கிடையில் திணித்து தூங்கப்போவது போலிருந்தான். சில நேரங்களில் அவன் இப்படித் தான் என்மேல் ஒட்டிக்கொண்டதுபோல சுருண்டுகொள்வான். ஆனால் அவன் இன்னும் தூங்கவில்லையென்று தெரிந்தது. அவர் களோடு சேர்ந்து நானும் தூங்கிவிட்டிருப்பேன், ஆனால் கீழே நடப்பவற்றிலேயே என்மனம் சுற்றிக்கொண்டிருந்தது. ஆரஞ்சுகள் வேகவைக்கப்படும் இனிய மணம் நாவை எட்டியது. திடுமென நான் எழுந்து படுக்கையில் உட்கார்ந்ததில் சிறுவர்கள் விழித்துக் கொண்டனர்.

"கீழே போய் ஹேரியேவிடம் சாப்பாடு போடச் சொல்லுங்கள்."

அறையில் தனியாக இருந்தேன். வெளியே பனி பொழியத் தொடங்கியிருந்தது. அல்லாஹ்வின் உதவிக்காக நான் இறைஞ்சி னேன். குர்-ஆனைத் திறந்து, மீண்டும் ஒருமுறை 'இம்ரானின் சந்ததிகள்' அதிகாரத்தில் போரில் கொல்லப்பட்டவர்களும் அல்லாஹ்வின் பாதையில் கொல்லப்பட்டவர்களும் அவரோடு சேர்ந்து கொள்வர் என்று அறிவிக்கின்ற பகுதியை வாசித்தேன். இறந்துபோன என் கணவரை நினைத்து மனம் சாந்தியடைந்தது.

இன்னமும் வரைந்து முடிக்கப்படாத நமது சுல்தான் அவர்களின் உருவஓவியத்தை அப்பா கருப்பிடம் காட்டினாரா? இந்த உருவஓவியம் மிகத் தத்ரூபமாக, பார்ப்பவர்கள் நமது மாவேந்தர் சுல்தான் அவர் களின் கண்களையே நேரில் பார்த்ததுபோல பயந்து நடுநடுங்கி பார்வையைத் திருப்பிக்கொள்வர் என்று என் அப்பா கூறியிருந்தார்.

ஓரானைக் கூப்பிட்டேன். வந்தவனைத் தூக்கி மடியில் உட்கார வைத்துக்கொள்ளாமல் அவன் நெற்றியிலும் கன்னங்களிலும் தலையி லும் முத்தமிட்டேன். “இதோபார், வீணாக பயப்படாதே. உன் தாத்தாவிற்குத் தெரியாமல் இந்த காகிதத்தைக் கொண்டுபோய் கருப்பிடம் தரவேண்டும் புரிகிறதா?”

“என் பல் ஆடுகிறது.”

“நீ கொடுத்துவிட்டு வந்ததும் நீ இஷ்டப்பட்டால் அதைப் பிடுங்கி விடுகிறேன். நீ போய் அவர்மீது ஒட்டிக்கொள்ளவேண்டும். அவர் என்ன செய்வதென்று தெரியாமல் உன்னைக் கட்டிப்பிடிப்பார். அப்போது இந்த காகிதத்தை ரகசியமாக அவர் கையில் வைத்து அழுத்திவிடவேண்டும். நான் சொல்வது புரிகிறதா?”

“பயமாக இருக்கிறது.”

“பயப்படுவதற்கு எதுவுமில்லை. கருப்பு இல்லாவிட்டால் உன் அப்பாவாக வருவதற்கு யார் ஆசைப்படுகிறார்கள் தெரியுமா? ஹஸன் மாமா! உனக்கு ஹஸன் மாமா அப்பாவாக வரலாமா?”

“வேண்டாம்.”

“அப்படியானால் சரி, என் அழகுக்குட்டி, செல்லம், ஓரான் கெட்டிக்காரப்பையன், போ, போ, பார்க்கலாம்” என்றேன். “இல்லா விட்டால்தான் எனக்கு உண்மையிலேயே கோபம்வரும்... நீ அழுதா யென்றால் இன்னும் அதிகமாக கோபம் வரும்.”

அந்தக் கடிதத்தை பலதடவைகள் மடித்து, வேறுவழியில்லாமல் பரிதாபமாக நீட்டிக்கொண்டிருந்த ஓரானின் சின்னக்கையில் நம்பிக்கையில்லாமல், வைத்து அழுத்தினேன். அல்லாஹ்வே, அப்பா இல்லாத இச்சிறுவர்கள் ஆதரவில்லாமல் வாழநேரும்படி வைக்காமல் என் உதவிக்கு வாருங்கள். அவனை கையைப்பிடித்து கதவுவரை கூட்டிச்சென்றேன். வாசலைத் தாண்டியதும் பயத்தோடு என்னைத் திரும்பிப் பார்த்தான்.

அலமாரியின் துவாரம் வழியாக அவன் தீர்மானமின்றி நடந்து செல்வதை கவனித்தேன். சோபாவில் உட்கார்ந்திருந்த அப்பாவையும் கருப்பையும் நோக்கி மெதுவாக நடந்து, ஒரு கணம் என்ன செய்வ தென்றறியாமல் தயங்கி நின்றான். தலையைத்திருப்பி சுவற்றிலிருந்த துவாரத்தின் பக்கம் பார்த்து என்னைத் தேடினான். அழத்தொடங் கினான். கடைசிமுயற்சியாக கருப்பின் மடிக்குத் தாவிச்சென்றான்.

கருப்பு அறிவாளி. என் பிள்ளைகளுக்கு தகப்பனாகும் தகுதி, உரிமை அவனுக்குத்தான் இருக்கிறது. அவன் பதட்டப்படாமல், அழுது கொண்டிருந்த ஓரானை மடியில் அமர்த்தி, அவன் கைகளில் எதை யாவது வைத்திருக்கிறானாவென்று அப்பாவின் கவனத்தை ஈர்க்காமல் திறமையாக சோதித்துப்பார்ப்பது தெரிந்தது.

ஓரான் அவன் மடியிலிருந்து இறங்கி என்னை நோக்கி ஓடிவர, என் அப்பா ஒன்றும் விளங்காமல் விழிக்க, அவனை வாசற்படியில் அள்ளித் தூக்கிக்கொண்டு முத்தமாரி பொழிந்து கொண்டே சமைய லறைக்கு இறங்கி வந்தேன். அவனுக்குப்பிடித்த உலர்ந்த திராட்சை களை வாய்நிறைய திணித்தேன்.

"ஹேரியே, பையன்களை கேலியன் துறைமுகத்துக்கு அழைத்துச் சென்று கோஸ்டா அங்காடியில் சாம்பல் முல்லட் போன்ற குழம்பு மீன்கள் ஏதாவது வாங்கி வா. இந்த வெள்ளிக்காசுகளை எடுத்துச்செல். மீன் வாங்கிய மீதிப் பணத்தில் ஓரானுக்கு உலர்ந்த அத்தி, செர்ரிப் பழங்கள் வாங்கித்தந்து அழைத்துவா. ஷெவ்கெத்துக்கு வறுத்த காரா மணியும் இனிப்புப்பாகும் வால்நட்டும் வாங்கு. சாயங்கால தொழுகை அழைப்பு வரை எங்கே வேண்டுமானாலும் கூட்டிச்செல். ஜாக்கிரதை, அவர்களுக்கு ஜலதோஷம் பிடிக்காமல் பார்த்துக்கொள்ளவேண்டும்."

அவர்கள் உற்சாகமாகக் கிளம்பியதற்குப்பின் வீட்டில் கவிந் திருந்த அமைதி என்னை பரவசப்படுத்தியது. மாடிக்குச்சென்று, என் மாமனார் தன் கையால் செய்து என் கணவர் எனக்குப் பரிசாகத் தந்த அச்சிறிய முகம் பார்க்கும் கண்ணாடியை வெளியில் எடுத்தேன். அதனை தலையணை குவியல்களுக்கு நடுவில் ஒளித்து வைத்திருந்தேன். லாவண்டர் மணம் வீசிக்கொண்டிருந்த அக்கண்ணா டியை சுவற்றில் மாட்டினேன். குறிப்பிட்ட தூரத்தில் நின்று மிகமெது வாக திருப்பிப்பார்த்தால் என் முழு உடம்பும் அக்கண்ணாடியில் தெரியும். கையில்லாத சிவப்புக்கம்பளிச்சட்டை எனக்குப் பொருந்தித் தான் இருந்தது, ஆனாலும் என் அம்மாவின் திருமண உடைகளில் ஒன்றான ஊதா மார்புச்சட்டையையும் அணிந்து கொள்ள விரும்பி னேன். என் பாட்டி பூப்பூவாக எம்பிராய்டரி செய்திருந்த பசுங் கொட்டை நிறச்சட்டையை வெளியே எடுத்து போட்டுப்பார்த்தேன், ஆனால் திருப்தியாக இல்லை. அதனை ஊதாச்சட்டைக்கு உள்ளே அணிந்து பார்த்தபோது சில்லிட்டது. என் உடல் ஒருமுறை வெட வெடக்க, மெழுகுவர்த்தியும் கூடவே நடுங்கியது. இவை எல்லாவற்றிற் கும் மேலாக நரி ரோமத்தில் பின்னிய மேற்சட்டையை அணிந்து கொள்ள முடிவெடுத்து கடைசி நிமிடத்தில் மனம் மாறி, கூடத்தை மௌனமாகக் கடந்து, என் அம்மா எனக்குத் தந்திருந்த நீண்ட தொளதொளப்பான ஆகாயநீல அங்கியை எடுத்து அணிந்து கொண்டேன். அப்போது வாசலில் ஏதோ சத்தம் கேட்க எனக்கு திடுக்கிட்டது; கருப்பு கிளம்புகிறான்! என் அம்மாவின் பழைய

உடையைக் களைந்துவிட்டு அச்சிவப்புநிற மென்மயிராடையை வேகவேகமாக போட்டுக்கொண்டேன். அது அக்குளில் இறுக்கமாக இருந்தாலும் எனக்கு பிடித்திருந்தது. என் முகத்திரைகளில் மிக மென்மையானதும் மிக வெண்மையானதுமான ஒன்றை எடுத்து என் முகத்தின்மேல் அணிந்துகொண்டேன்.

கருப்பு எஃபெண்டி இன்னும் கிளம்பியிருக்கவில்லை; என் பதட்டத்தில் நான்தான் தப்பாக கற்பனை செய்துகொண்டிருக்கிறேன். இப்போது, நான் வெளியே சென்றால் குழந்தைகளோடு மீன் வாங்கச் செல்வதாக அப்பாவிடம் கூறமுடியும். பூனையைப் போல் படிக்கட்டில் இறங்கி வந்தேன்.

ஆவியைப்போல் கதவை – க்ளிக் – மூடினேன். முற்றத்தை சத்தமில்லாமல் கடந்து தெருவுக்கு வந்ததும் சற்றுத்தயங்கி திரும்பி வீட்டைப் பார்த்தேன். என் முகத்திரைக்குப் பின்னாலிருந்து பார்க்கையில் அது எங்கள் வீட்டைப் போலவே இல்லை.

தெருவில் யாரையுமே காணவில்லை, பூனைகள் கூடத் தென்படவில்லை. பனிச்சருகுகள் காற்றில் நடனமாடிக்கொண்டிருந்தன. எப்போதுமே வெயில் நுழையாத அந்தக் கைவிடப்பட்ட தோட்டத்தில் நுழைந்தேன். அழுகிய இலைகளும் ஈரமும் மரணமும் கலந்த வாடை இருந்தது; ஆனாலும் தூக்கிலிடப்பட்ட யூதனின் வீட்டுக்குள் நுழைந்ததும் என் சொந்த வீட்டில் இருப்பதுபோலவே உணர்ச்சி ஏற்பட்டது. இங்கே, இரவில் ஜின்கள் வருவதாகவும் அடுப்பை பற்றவைத்துவிட்டு ஆட்டம் போடுவதாகவும் சொல்கிறார்கள். அந்த காலியான வீட்டில் என் காலடிகளைக் கேட்பதே என்னைத் துணுக்குற வைப்பதாக இருந்தது. சற்றும் அசையாமல் காத்திருந்தேன். தோட்டத்தில் ஏதோ சத்தம் கேட்டது. பின் அனைத்தும் அமைதி. பக்கத்தில் ஒரு நாய் குரைத்தது. அந்தப் பகுதியில் ஒவ்வொரு நாயையும் அதன் குரைப்பை வைத்தே நான் அடையாளம் கண்டுவிடுவேன், ஆனால் இது எந்த நாயென்று தெரியவில்லை.

அடுத்த நிசப்தத்தின்போது யாரோ இந்த வீட்டில் இருப்பதை உணர்ந்தேன். என் காலடிகளைக் கேட்கக்கூடாதென்பதற்காக அசையாமல் உறைந்து நின்றேன். தெருவில் யாரோ பேசிக்கொண்டே கடந்து சென்றனர். ஹேரியே, குழந்தைகள் ஞாபகம் வந்தது. அவர்களுக்கு ஜலதோஷம் பிடிக்கக்கூடாதென்று கடவுளிடம் வேண்டிக்கொண்டேன். நிசப்தம் மீண்டும் சூழ, மெதுவாக எனக்குள் ஏமாற்றம் அதிகரித்தது. கருப்பு வரப்போவதில்லை, என் மானம் போவதற்குள் நான் வீடு திரும்பவேண்டும். ஹஸன் என்னை கவனித்தவாறு இருக்கிறான் என்ற நினைப்பு தீண்டியதும் திடுக்கிட்டேன். தோட்டத்தில் ஏதோ அசைவு கேட்டது. கதவு திறந்தது.

சட்டென்று நகர்ந்து நின்றுகொண்டேன். ஏன் அப்படிச் செய்தேன் என்று தெரியவில்லை. ஆனால் தோட்டத்திலிருந்து

இலேசான ஒளிக்கீற்று கசிந்துவருகிற அந்த சன்னலுக்கு இடப்புறத்தில் நின்றால், என் அப்பாவிடமிருந்து ஒரு சொற்றொடரை வாங்கிச் சொல்வதென்றால், "நிழலின் மர்மங்களுக்கு உள்ளே" நான் இருப்பதை கருப்பால் பார்க்க முடியும் என்று நினைத்தேன். என் முகத்தின்மேல் மூடாக்கை இழுத்துவிட்டுக்கொண்டு, அவன் காலடிச்சத்தத்தை கேட்டுக்கொண்டு காத்திருந்தேன்.

கருப்பு வாசலைக்கடந்து, என்னை கவனித்துவிட்டு இன்னும் சில அடிகள் எடுத்து வைத்துவிட்டு நின்றான். ஐந்து அடி இடைவெளியில் ஒருவரையொருவர் பார்த்தபடி நின்றோம். துவாரத்தின் வழியாகத் தெரிந்ததைவிட நேரில் மிகவும் ஆரோக்கியமானவனாக, பலசாலியாகத் தெரிந்தான். அமைதி.

"உன் முகத்திரையை விலக்கு" அவன் கிசுகிசுத்தான், "தயவுசெய்து."

"எனக்கு மணமாகிவிட்டது. என் கணவன் திரும்பிவருவதற்குக் காத்திருக்கிறேன்."

"உன் முகத்திரையை விலக்கு" அதே குரலில் சொன்னான். "உன் கணவன் இனி திரும்பிவரப்போவதில்லை."

"இந்த இடத்தில் என்னை வந்து சந்திக்கவந்தது இதைச் சொல்வதற்காகத்தானா?"

"இல்லை. உன்னைக் காணவேண்டும் என்பதற்காகத்தான் வந்தேன். பனிரெண்டு வருடங்களாக உன்னையே நினைத்துக்கொண்டிருந்திருக்கிறேன். என் அன்பே, முகத்திரையை நீக்கு. ஒரே ஒருமுறை உன் முகத்தைப் பார்க்கவேண்டும்."

நான் அதனை விலக்கினேன். முகத்தின்மேல் நிதானமாக பார்வையை ஓட்டினான். என் கண்களின் ஆழத்திற்குள் பார்க்க, எனக்கு புல்லரித்தது.

"திருமணமும் திருமணவாழ்க்கையும் உன்னை மேலும் அழகாக்கியிருக்கின்றன. என் ஞாபகத்தில் வைத்திருந்த முகத்திலிருந்து முற்றிலும் வேறாக மாறிவிட்டிருக்கிறது."

"என்னை எப்படி ஞாபகத்தில் வைத்திருந்தீர்கள்?"

"வேதனையோடு. உன்னைப்பற்றி நினைக்கும்போது, என் ஞாபகத்தில் வருவது நீயல்ல, ஒரு கற்பனைதான் என்ற நினைப்பும் கூடவே வரும். நம் சிறுவயதில் ஹூஸ்ரேவும் ஷிரினும் ஒருவர் படத்தை ஒருவர் பார்த்தே காதலில் விழுந்ததைப்பற்றி விவாதித்திருக்கிறோம், நினைவிருக்கிறதா? மரக்கிளையில் மாட்டப்பட்டிருந்த அவன் உருவச் சித்திரத்தை முதன்முதலாக அவள் பார்த்தபோதே ஹூஸ்ரேவின் மீது ஷிரின் ஏன் காதல் வயப்படவில்லை? அவள் காதலில் விழுவதற்கு ஏன் மூன்றுமுறை அச்சித்திரத்தை அவள் பார்க்க வேண்டியிருந்தது?

தேவதைக் கதைகளில் எதுவுமே மூன்றுமுறை நிகழவேண்டுமென்று நீ கூறுவாய். முதன்முறை அந்தச்சித்திரத்தைப் பார்த்தபோதே அவளுக்கு காதல் மலர்ந்துவிட்டிருக்கும் என்று நான் வாதிப்பேன். ஆனால் அவள் நேரில் பார்த்தவுடனேயே ஹுஸ்ரேவை அடையாளம் கண்டு கொள்ளும்படியாக அவன் உருவத்தை அவ்வளவு தத்ரூபமாக வரைந்தது யாராக இருக்கக்கூடுமென்று நாம் பேசியதே இல்லை. உன் நிகரற்ற முகத்தை அவ்வளவு தத்ரூபமாக ஒரு சித்திரத்தில் வரைந்து நான் வைத்திருந்திருந்தால் இந்தப் பனிரெண்டு வருடங்களில் நான் இந்தளவிற்கு வேதனை அனுபவித்திருக்கமாட்டேன்."

இதே ரீதியில் இன்னும் சில இனிமையான விஷயங்களை பேசிக் கொண்டிருந்தான். சித்திரத்தைப்பார்த்து காதல்வயப்படும் கதைகள், என்னை நினைத்து அவன் வாடிக்கொண்டிருந்தது . . . அவன் மெதுவாக நெருங்குவதை உணர்ந்தேன்; அவனுடைய ஒவ்வொரு வார்த்தையும் என் பிரக்ஞைக்குள் பெயர்ந்து வந்து என் ஞாபக அடுக்குகளில் எங்கெங்கோ இறங்கிப்படிந்தன. பிற்பாடு இந்த வார்த்தைகளை ஒவ்வொன்றாக நினைவுபடுத்தி அசைபோடப் போகிறேன். ஆனால் அந்தச் சமயத்தில் அவன் கூறிய வார்த்தைகளின் மாயக்கவர்ச்சி என் மூளையோடு மட்டும் நின்றுவிட்டிருந்தது. பனிரெண்டு வருடங்கள் அவனை இப்படி கஷ்டப்படுத்தியதற்காக குற்றவுணர்ச்சி ஏற்பட்டது. எவ்வளவு இனிமையாகப் பேசுகிறான்! இந்த கருப்பு எவ்வளவு நல்ல மனிதன்! ஓர் அப்பாவிக் குழந்தையைப் போல! இவை எல்லாவற்றையும் அவன் கண்களிலிருந்தே என்னால் பார்க்கமுடிந்தது. என்னை மிக ஆழமாகக் காதலிக்கிறான் என்பதே அவனை எனக்கு நம்ப வைத்தது.

நாங்கள் தழுவிக்கொண்டோம். குற்றவுணர்ச்சியின்றி எனக்கு இன்பமாகவே இருந்தது. என் இனிய உணர்ச்சிகள் கரைமீறிச்செல்ல அனுமதித்தேன். அவனை மேலும் இறுக்கமாக அணைத்துக்கொண்டேன். அவன் என்னை முத்தமிட அனுமதித்தேன். பதிலுக்கு நானும் முத்தமிட்டேன். நாங்கள் முத்தத்தில் பிணைந்திருக்கும்போது, இம்மொத்த உலகமுமே ஒரு மென்மையான மருள்மாலையொளியில் மூழ்கிப்போயிருப்பது போலிருந்தது. நாங்கள் இப்போது கட்டியணைத்துக்கொண்டிருப்பதுபோலவே எல்லோரும் ஒருவரையொருவர் அணைத்துக்கொள்ள வேண்டுமென்று விரும்பினேன். காதல் என்பது இதுபோலத்தான் இருக்கவேண்டுமென பாதிமயக்கத்தில் நினைத்துக் கொண்டேன். அவன் தனது நாவினை என் வாய்க்குள் செலுத்தினான். நான் செய்துகொண்டிருக்கும் காரியத்தில் எனக்கு முழு மனநிறைவு இருந்தது. மொத்த உலகமும் இன்ப லயிப்பென்னும் ஒளிப்பிரவாகத்தில் மூழ்கியிருப்பதைப்போல. என்னால் தீமையான எதையும் எண்ணிப் பார்க்க முடியவில்லை.

எனது சோகக்கதை என்றாவது ஒருநாள் புத்தகம் ஒன்றில் பதியப்படுமானால் ஹெராத்தின் நுண்ணோவியக்கலைஞர்கள்

எங்களின் ஆலிங்கனத்தை எவ்வாறு சித்தரித்திருப்பார்களென்று விளக்குகிறேன். என் அப்பா என்னிடம் காட்டிய சில அபாரமான சித்திரங்களில் கதைப்பிரதியின் ஓட்டம், பக்கங்களின் பாய்ச்சலோடு பொருந்திப்போவதாக இருக்கும். சுவர் அலங்காரங்கள், பக்கங்களின் ஓர மெருகிடல்களில் எதிரொலிக்கும். தூக்கணாங்குருவிகளின் சிறகுகள் சந்தோஷ விரிப்பில் சித்திரத்தின் எல்லையோரங்களைத் துளைத்துக் கொண்டு நீள்வது காதலர்களின் குதூகலத்திற்கு அடையாளமாக இருக்கும். தொலைவிலிருந்து பார்வைகளை பரிமாறிக்கொண்டு, சூசகமான சொற்றொடர்களால் ஒருவரையொருவர் வதைத்துக் கொள்ளும் காதலர்கள் மிகவும் சிறிய அளவில், எங்கோ தொலைவில் வரையப்பட்டிருப்பார்கள். அச்சித்திரத்தைப் பார்க்கும்போது ஒரு கணத்திற்கு, கதை அவர்களைப் பற்றியதே அல்லவென்பதைப்போல வும், அந்த நட்சத்திரங்கள் நிறைந்த இரவைப்பற்றியதோ அல்லது அந்த கரிய மரங்கள், அவர்கள் சந்திக்கும் அந்த ரம்மியமான அரண்மனை, அதன் முற்றம், விருட்சங்களில் ஒவ்வோர் இலையையும் நுட்பமாக அழகாக வரையப்பட்டிருக்கும் அந்த அற்புதமான தோட்டம், இவற்றைப்பற்றியதோ என்று எண்ணத்தோன்றும். ஆயினும் அவ்வோவியங்களைத் தீட்டிய நுண்ணோவியன் தன்னுடைய கலையில் முற்றிலுமாகச் சரணடைந்திருந்தால் மட்டுமே வெளிப் படுத்தியிருக்கக்கூடிய வண்ணங்களின் ரகசிய ஒருங்கமைதியையும் அவ்வோவியம் முழுவதிலும் ஊடுருவி நிற்கும் மர்மமான ஒளிக் கலவையையும் ஒரு நுட்பமான பார்வையாளன் கூர்ந்து கவனித்தால் இவ்வோவியங்களுக்குப் பின்னால் இருக்கும் ரகசியம், அவை காதலால் உருவாக்கப் பட்டிருப்பதுதானென்பதை உடனடியாகக் கண்டு கொள்வான். ஓர் ஒளிக்கதிர் அக்காதலர்களிடமிருந்து, அவ்வோவியத் தின் அடியாழத்திலிருந்து வெளிப்படுவதுபோல. கருப்பும நானும் ஆலிங்கனத்தில் ஒன்றுகலந்து நின்றிருக்கும்போது இந்தவிதத்தில்தான் இவ்வுலகம் மூழ்கிக்கிடந்தது.

கடவுளின் அருளால் வாழ்க்கையில் போதியளவுக்கு அனுபவப் பட்டிருந்ததால் இத்தகைய இனியதருணங்கள் வெகுநேரம் நீடித்திருப்ப தில்லை என்பதை அறிந்திருந்தேன். கருப்பு என் தட முலைகளை தன் கைகளில் இனிமையாக ஏந்திக்கொண்டான். பரவசத்தில் மெய் மறந்து அவன் எனது காம்புகளைப்பற்றி உறிஞ்சமாட்டானா வென்று ஏங்கினேன். அவனால் பதற்றத்தில் எதையும் சரிவரச் செய்ய இயலவில்லை. என்ன செய்கிறோமென்ற நிச்சயமில்லாமல் அவன் தடுமாறிக்கொண்டிருந்தது அவனை மேலும் மேலும் வேண்டச் செய்வதிலிருந்து தடுக்கவில்லை. எங்களின் அணைப்பு நீண்டு செல்லச் செல்ல, பயமும் சங்கடமும் மெதுவாக எங்களிடையே அதிகரித்தது. என் தொடைகளைப்பற்றி தன்னருகே அவன் இழுத்துக் கொண்ட போது, கெட்டியாக இறுகியிருந்த அவனது ஆண்மை என் வயிற்றில் அழுந்த, முதலில் எனக்கு கிளர்ச்சியாகத்தான் இருந்தது; ஆர்வமாகவும்

இருந்தது. நான் சங்கடப்படவில்லை. இத்தகையதொரு அணைப்பு இப்படியான அடுத்த கட்டத்திற்குத்தான் இயல்பாகவே கொண்டு செல்லும் என்று எனக்கு நானே கூறிக்கொண்டேன். என் தலையைத் திருப்பிக்கொண்டாலும், அதன் அளவைக் கண்டதும் விரியத் தொடங்கிய என் கண்களை அகற்ற இயலவில்லை.

சிறிதுநேரம் கழித்து அவன் திடீரென அந்த ஆபாசமான செய்கையை என்மேல் வலுக்கட்டாயமாகத் திணிக்க, அதிர்ச்சியில் செய்வதறியாது உறைந்து போனேன். பொது குளியலறையில் ஆபாசக் கதைகள் பேசும் கிப்ஷாக் பெண்களும், காமக்கிழத்திகளும்கூட இத்தகைய செய்கைகளைச் செய்யமாட்டார்கள்.

"முகத்தைச் சுளிக்காதே, என் அன்பே" அவன் கெஞ்சினான்.

அவனைத் தூரத்தள்ளிவிட்டு நான் விருட்டென்று எழுந்தேன். அவனது ஏமாற்றத்தை லட்சியம் செய்யாமல் அவனை நோக்கிக் கத்தத்தொடங்கினேன்.

●

அத்தியாயம் 27

நான் கருப்பு என்று அழைக்கப்படுகிறேன்

தூக்கிலிடப்பட்ட யூதனின் வீட்டுக்குள் இருட்டில் ஷெகூரே தன் முகத்தைச் சுளித்துக்கொண்டு, வெறிபிடித்தவள் போல கத்தத் தொடங்கினாள். என் கையில் பிடித்திருந்த அசிங்கமான சமாச்சாரத்தை டிஃப்ளிஸ்ஸில் நான் சந்தித்த சர்கேஷியப் பெண்கள், கிப்ஷாக் வேசிகள், வழிப்போக்கர் விடுதிகளில் வாடகைக்குக் கிடைக்கிற பிச்சைக்காரப் பெண்கள், துருக்கிய பாரசீக விதவைகள், இஸ்தான்புல் முழுக்க சுற்றிக் கொண்டிருக்கும் பரத்தைகள், காமவெறிபிடித்த மிஞ்சீரியர்கள், அப்காசிய மேனாமினுக்கிகள், ஆர்மீனிய அடங்காப்பிடாரிகள், ஜெனோசிய சிரிய சூனியக்காரிகள், பெண் வேஷம்போட்டு அலைபவர்கள், காமப்பசி தீராத சின்னப்பையன்கள் வாய்களுக்குள்ளே வேண்டுமானால் நான் விட்டுக் கொள்ளலாம், அவளைப்போன்ற கௌரவமான பெண்களிடம் நடக்காது என்றாள். பாரசீகத்திலிருந்து பாக்தாத் வரை, அராபிய நகரங்களின் சந்துபொந்துகளிலிருந்து காஸ்பிய கடற்கரை வரை மலிவாகக் கிடைக்கிற எல்லாவிதமான வேசிகளோடும் படுத்துப் படுத்து எனக்கு ஒழுக்கம், நாகரிகம், சுயகட்டுப்பாடு எல்லாமே மழுங்கி, இன்னமும் கூட சில பெண்கள் எவ்வளவு கஷ்டங்கள் வந்தாலும் கௌரவத்தை விட்டுக்கொடுக்காமல் வாழ்ந்து வருகிறார்களென்பதே மறந்து போய்விட்டது என்று கோபத்துடன் அரற்றினாள். என் காதல் வார்த்தைகள் எல்லாமே பொய்யென்று குற்றம் சாட்டினாள்.

என் காதலியின் குமுறலை மரியாதையுடன் கேட்டுக்கொண்டிருந்தபோது, இவையத்தனைக்கும் காரணகர்த்தாவாக இருந்தது என் கையில் துவண்டது. நடந்தவற்றால் அவமானமும், என்னை அவள் தூக்கியெறிந்து பேசிவிட்டதால் வேதனையும் அடைந்து மருகிக்கொண்டிருக்கையில் இரண்டு விஷயங்கள் என்னை

மகிழ்வித்தன: 1) பிற பெண்களோடு இப்படிப்பட்ட சந்தர்ப்பம் நிகழ்ந்திருந்தால் அந்தப்பெண் எந்தளவுக்கு கீழே இறங்கி வெறிக் கூச்சல் போடுகிறாளோ அதேயளவுக்கு நானும் இறங்கிவிட்டிருப்பேன்; ஆனால் ஷெகூரேவிடம் நான் அடக்கத்தோடு நடந்துகொண்டிருக் கிறேன். 2) நான் சென்றிருந்த யாத்திரைகளைப்பற்றி ஷெகூரே விவரமாகவே தெரிந்து வைத்திருக்கிறாள்; நான் நினைத்திருந்ததை விட அதிகமாகவே என்னைப்பற்றி யோசித்திருந்திருக்கிறாள்.

என் இச்சைகளை தீர்த்துக்கொள்ளமுடியாமல் போய்விட்டதில் எந்தளவுக்கு நான் மனமொடிந்து போயிருக்கிறேன் என்பதை உணர்ந்து என்மேல் பரிதாபம் கொள்ளத் தொடங்கியிருக்கிறாள்.

தனக்குத்தானே சமாதானம் சொல்லிக்கொள்வதைப்போல, "என்னை நீ உண்மையிலேயே உயிருக்குயிராக நேசிப்பதாக இருந்தால், ஒரு கண்ணியமானவனைப்போல உன்னையே நீ கட்டுப்படுத்திக் கொண்டிருப்பாய். உன் எதிர்கால வாழ்க்கையை யாருக்காக அர்ப் பணிக்க உத்தேசித்திருக்கிறாயோ அந்தப்பெண்ணின் கௌரவத்தை குலைக்குமாறு நடந்துகொள்ளமாட்டாய். என்னைத் திருமணம் செய்துகொள்ள நீ மட்டும்தான் முயற்சிசெய்துகொண்டிருப்பதாக நினைக்கிறாயா? நீ இங்கே வந்ததை யாராவது பார்த்தார்களா?"

"இல்லை."

பனி போர்த்திய அந்த இருட்டுத்தோட்டத்தில் யாரோ நடந்து செல்வதைக் கேட்டவள்போல தன் அழகான முகத்தை – பனிரெண்டு வருடங்களாக என்னால் ஞாபகத்திற்கு கொண்டுவர முடியாமற் போயிருந்த முகத்தை – கதவின் பக்கம் திருப்பினாள். அவளைப் பக்கவாட்டில் பார்த்து ரசிக்கும் பாக்கியத்தைப் பெற்றேன். கொஞ்ச நேரத்திற்கு ஏதோ சலசலப்பு கேட்டபோது நாங்கள் இருவரும் மௌனித்து காத்திருந்தோம். யாரும் உள்ளே நுழையவில்லை. ஷெகூரே விற்கு பனிரெண்டு வயதாக இருக்கும்போதே என்னைவிட அதிகம் விஷயம் தெரிந்தவளைப்போல எனக்குள் ஓர் அபிப்பிராயத்தை ஏற்படுத்தி வந்ததை நினைவுபடுத்திப்பார்த்தேன்.

"தூக்கிலிடப்பட்ட யூதனின் ஆவி இந்த இடத்தில் சுற்றிக் கொண்டிருக்கிறது" என்றாள்.

"நீ இதற்கு முன்பு இங்கே வந்திருக்கிறாயா?"

"ஜின்னுகள், பேய்கள், செத்தவர்களின் ஆவிகள் ... இவையெல் லாம் காற்றோடு காற்றாக வந்து பொருட்களை பீடித்துக்கொண்டு நிசப்தத்திலிருந்தே சத்தமெழுப்புகின்றன. உயிரில்லாத ஜடங்களெல் லாம் பேசுகின்றன. இவ்வளவு தூரம் நான் இங்கே வரவேண்டிய தில்லை. என்னால் அவற்றை கேட்கமுடியும்."

"செத்துப்போன பூனையைக் காட்டுவதற்காக ஷெவ்கெத் என்னை இங்கே கூட்டிவந்தான். ஆனால் அதைக் காணவில்லை."

"அவன் அப்பாவைக்கொன்றது நீதான் என்று அவனிடம் சொல்லியிருந்தாய் போலிருக்கிறது."

"அப்படியில்லை. நான் சொன்னது அந்த விதத்திலா மாற்றப்பட்டிருக்கிறது? அவனுடைய அப்பாவைக் கொன்றதாக அல்ல, அவனுக்கு அப்பாவாக விரும்புகிறேன் என்பதைத்தான்..."

"அவன் அப்பாவை நீதான் கொன்றாய் என்று ஏன் சொன்னாய்?"

"அவன் முதலில் நான் எந்த மனிதனையாவது கொன்றிருக்கிறேனாவென்று கேட்டான். நான் உண்மையைச் சொன்னேன், இரண்டுபேரை கொன்றிருப்பதாக."

"பெருமையடித்துக் கொள்வதற்காகவா?"

"பெருமையடித்துக்கொள்வதற்காகவும் நான் காதலிக்கும் தாயின் மகனை வசீகரிப்பதற்காகவும். இந்தத்தாய் அந்த இரண்டு குட்டிப் பையன்களிடமும் அவர்களுடைய அப்பா போர்க்களத்தில் புரிந்த வீரதீரச்செயல்களையும், சூறையாடிக்கொண்டுவந்த பொருட்களையும் மிகையாகச் சொல்லி அவர்களை உருவேற்றி வைத்திருப்பாள் என்று தெரியும்."

"அப்படியானால் பெருமையடித்துக்கொண்டே இரு! அவர்களுக்கு உன்னைப் பிடிக்கவில்லை."

"ஷெவ்கெத்திற்குத்தான் என்னைப் பிடிக்கவில்லை, ஆனால் ஓரான் ஆசையாக இருக்கிறான்" என் அன்பிற்குரியவளின் தவற்றை சுட்டிக்காட்டும் பெருமிதத்தோடு சொன்னேன். "இருந்தாலும் அந்த இருவருக்கும் ஒரு நல்ல தகப்பனாகப் போகிறேன்."

இல்லாத ஏதோவொன்றின் நிழல் அந்தப் பாதிவெளிச்சத்தில் எங்களுக்கிடையே கடந்து போனதைப்போல எங்களுக்கு ஓர் இனந் தெரியாத உதறல் ஏற்பட்டது. நான் சமாளித்துக்கொண்டு நிமிர்ந்து பார்க்க, ஷெகூரே சின்னதாக விசும்பிக் கொண்டிருந்தாள்.

"என்னை நிர்க்கதியாக விட்டுச்சென்ற என் புருஷனுக்கு ஹஸன் என்று ஒரு தம்பி உண்டு. என் கணவர் திரும்பி வருவாரென்று நான் இரண்டு வருடங்கள் அவனோடும் என் மாமனாரோடும் ஒரே வீட்டில் வாழ்ந்து வந்திருக்கிறேன். அவனுக்கு என்மீது மோகம். இப்போது நான் என்ன செய்யப்போகிறேனென்று சந்தேகப்பட்டுக் கொண்டிருக்கிறான். நான் யாரையாவது கல்யாணம் செய்துகொள் வேனோ என்று கோபமாக இருக்கிறான். அவனுக்கு உன் மீதுதான் சந்தேகம். என் வீட்டிலிருந்து என்னை வலுக்கட்டாயமாக இழுத்துக் கொண்டு போய்விடமுடியுமென்று மிரட்டலாகக் கடிதம் எழுதியிருக்

கிறான். நீதிபதிகளின் பார்வையில் நான் ஒரு விதவை இல்லை யென்பதால், என் கணவரின் பெயரால் அந்த வீட்டுக்கு என்னை இழுத்துச்சொல்லப்போவதாகச் சொல்கிறார்கள். அவர்கள் என் வீட்டிற்கு எப்போது வேண்டுமானாலும் வரலாம். என் அப்பாவிற்கு நான் ஒரு விதவை என்று நீதிபதிகளால் அறிவிக்கப்பட இஷ்டம் இல்லை. எனக்கு விவாகரத்து அளிக்கப்பட்டால் எங்கே வேறுயாரை யாவது கல்யாணம் செய்துகொண்டு அவரைத்தனியாக விட்டுவிட்டுப் போய்விடுவேனோ என்று அவருக்கு பயம். என் அம்மா இறந்தபிறகு தனிமையில் கஷ்டப்பட்டுக்கொண்டிருந்த அவருக்கு நானும் என் குழந்தைகளும் திரும்பி வந்தபிறகுதான் சந்தோஷம் ஏற்பட்டிருக்கிறது. நமக்கு திருமணமானால் நீ எங்களோடு சேர்ந்து ஒன்றாக இருக்க ஒப்புக்கொள்வாயா?"

"என்ன சொல்கிறாய்?"

"நாமிருவரும் திருமணம் செய்துகொண்டால், என் அப்பாவோடு நாமெல்லோரும் ஒரே வீட்டில் வாழ உனக்குச் சம்மதமா?"

"எனக்குத் தெரியவில்லை"

"சீக்கிரம் முடிவெடுத்துச்சொல். உனக்கு அதிகம் நேரமில்லை, நம்பு. ஏதோ கேடு வரப்போவதாக அப்பா உணர்கிறார், எனக்கும் அவர் நினைப்பது சரிதான் என்று தோன்றுகிறது. ஹஸனும் அவனது ஆட்களும் காவலர்களோடு என் வீட்டை சோதனையிட வந்தால், நீ வந்து என் கணவரின் பிணத்தை கண்ணால் பார்த்ததாக சாட்சி சொல்வாயா? சமீபத்தில் பாரசீகத்திலிருந்து நீ வந்திருப்பதால் உன்னை அவர்கள் நம்புவார்கள்."

"நான் சாட்சி சொல்கிறேன், ஆனால் அவரைக் கொன்றது நான் அல்ல."

"அப்படியானால் சரி. நான் விதவை என்று அறிவிக்கப்படுவதற்காக நீதிபதியின் முன்னால் வேறொரு சாட்சியோடு வந்து பாரசீகத்தின் போர்க்களத்தில் என் கணவரின் ரத்தம் தோய்ந்த சடலத்தைக் கண்டதாகச் சொல்வாயா?"

"நான் அப்படியெதையும் பார்க்கவில்லை என் அன்பே, ஆனாலும் உன் நன்மைக்காக அதுபோல பொய் சாட்சி நான் சொல்வேன்."

"என் குழந்தைகளை உனக்குப் பிடித்திருக்கிறதா?"

"நிச்சயமாக."

"சரி, அவர்களிடம் உனக்குப் பிடித்தது என்ன?"

"எனக்கு ஷெவ்கெத்தின் பலம், மனஉறுதி, நேர்மை, புத்திசாலித் தனம், பிடிவாதம் இவையெல்லாம் பிடித்திருக்கிறது" என்றேன். "ஓரானின் நுண்ணுணர்வும் மென்மையுமான நடத்தையும் கூர்மதியும்

பிடிக்கும். அவர்கள் உன் குழந்தைகள் என்ற விஷயமே எனக்குப் பிடிக்கும்."

கரியவிழிகள் கொண்ட என் காதலி இலேசாகப் புன்னகைத்து கண்ணீர் உகுத்தாள். அதன்பின், குறைவான நேரத்தில் ஏராளமான வற்றை சாதிக்க நினைக்கும் ஒரு பெண்ணின் தீர்மானிக்கப்பட்ட படபடப்போடு பேச்சை மாற்றினாள்.

"என் அப்பாவின் நூல் முடிக்கப்பட்டு நமது சுல்தான் அவர்களிடம் அளிக்கப்பட வேண்டும். நம்மைச் சூழ்ந்திருக்கும் துரதிருஷ்டத்தின் ஊற்றுக்கண்ணே இந்தப்புத்தகம்தான்."

"வசீகரன் எஃபெண்டியின் மரணத்தைத்தவிர வேறு எந்த துர்ச்சம்பவம் நமக்கு நிகழ்ந்திருக்கிறது?"

இந்தக்கேள்வி அவளுக்குப் பிடிக்காமல் இருந்தது. இதற்கு உண்மையாகப் பதில் சொல்ல நினைத்து போலியாக பேசினாள்:

"நுஸ்ரத் ஹோஜாவின் சீடர்கள் என் அப்பாவின் நூல் ஒரு தூய்மைக்கேடு என்றும் பிராங்கிய மிலேச்சத்தன்மைகளை கொண்டிருப்பதாகவும் வதந்திகளைப்பரப்பிக் கொண்டிருக்கின்றனர். எங்கள் வீட்டிற்கு வந்துச்செல்கிற நுண்ணோவியர்கள் ஒருவர் மீது ஒருவர் பொறாமை கொண்டு சதித்திட்டங்கள் தீட்டிக்கொண்டிருக்கிறார்களே? நீ அவர்களோடுதானே இருக்கிறாய், உனக்குத்தெரியுமே!"

"காலமான உன் கணவரின் தம்பி, அவனுக்கு இந்த நுண்ணோவியர்களுடனோ, உன் அப்பாவின் புத்தகத்துடனோ அல்லது நுஸ்ரத் ஹோஜாவின் சீடர்களுடனோ எந்தத் தொடர்பாவது உண்டா, அல்லது தானுண்டு தன் வேலையுண்டு என்றிருக்கிறானா?"

"இவை எதனோடும் அவனுக்குத் தொடர்பு இல்லை. ஆனால் தானுண்டு தன் வேலையுண்டு என்று இருப்பவனில்லை."

ஒரு மர்மமான, விநோதமான அமைதி கடந்தது.

"ஹஸனோடு ஒரே வீட்டில் நீ இருந்தபோது, அவனிடம் சிக்கிக் கொள்ளமுடியாமல் இருந்ததா?"

"இரண்டே அறைகள் கொண்ட வீட்டில் எவ்வளவு முடியுமோ, அந்தளவுக்கு."

எதற்காகவோ போட்டியிட்டுக்கொண்டு சில நாய்கள் வெறித்தனமாக குலைப்பது அருகிலேயே கேட்டது.

எத்தனையோ போர்களிலிருந்து வெற்றிவாகை சூடி வந்தவனும், ஏராளமான நிலமானியங்களை உரிமையாகப் பெற்றிருந்தவனுமான ஷெகூரேவின் காலம்சென்ற கணவன், தன் மனைவியை தன்னுடைய தம்பியோடு ஓர் இரண்டு அறை உள்ள வீட்டிலேயே ஒன்றாகத்

தங்குவதற்கு ஏன் அனுமதித்திருந்தான் என்று என்னால் கேட்கமுடிய வில்லை. தயங்கித் தயங்கி, பயத்தோடு என் இளம்பிராயத்துக் காதலி யிடம் கேட்டேன்:

“அவனைப்போய் கல்யாணம் செய்துகொள்ள ஏன் சம்மதித்தாய்?”

“யாரையாவது ஒருவரை கல்யாணம் செய்துகொள்ளத்தானே வேண்டும்?” என்றாள். உண்மைதான். அவளது கணவனைப்பற்றி புகழ்ந்து பேசி என்னைக் கடுப்பேற்றாமல், ரத்தினச்சுருக்கமாகவும் புத்திசாலித்தனமாகவும் தனது திருமணத்திற்கு விளக்கம் கூறிவிட்டாள். “நீயும் ஓடிப்போய்விட்டாய், திரும்பி வருவாயா என்றுகூட தெரிய வில்லை. விரக்தியில் காணாமற்போவது காதலுக்கான அறிகுறியாக இருக்கலாம், ஆனால் விரக்தியுற்ற ஒரு காதலன் சலிப்பேற்படுத்துபவன், எதிர்காலத்திற்கு எந்த உத்திரவாதமும் தராதவன்.” இதுவும் உண்மை தான், ஆனால் அந்தக் கயவனை கல்யாணம் செய்து கொள்வதற்கு போதுமான காரணமல்ல. நான் இஸ்தான்புல்லை விட்டுச்சென்ற கொஞ்சநாட்களிலேயே மற்ற எல்லோரையும்போல ஷெகூரேவும் என்னைப்பற்றி மறந்துவிட்டிருக்கிறாள் என்பது அவளது இந்த ஒடுக்கமான பேச்சை வைத்தே ஊகித்துக்கொள்ள முடிவது ஒன்றும் கடினமான காரியமாக இல்லை. என் உடைந்த உள்ளத்திற்கு ஆறுதல் தருவதற்காகவே இந்த அப்பட்டமான பொய்யை, அது மிகச்சிறிய பொய்யாக இருந்தாலும், சொல்லியிருக்கிறாள் என்பது அவளது நல்லியல்பைத்தான் காட்டுகிறது. அதற்காக அவளுக்கு நான் நன்றி சொல்ல வேண்டும். எனது நாடோடி யாத்திரைகளின்போது, அவள் நினைவுகளை எப்படி அகற்றவே முடியாதிருந்தது என்றும் அவள் பிம்பம் இரவுகளில் எப்படி ஓர் ஆவியுருவைப்போல என்னை வாட்டிக்கொண்டிருந்ததென்றும் விளக்க ஆரம்பித்தேன். நான் அனுப வித்த மிக அந்தரங்கமான, மிக உக்கிரமான வேதனை இதுதான். இதனை வேறு யாரோடும் என்னால் எப்போதும் பகிர்ந்துகொள்ள முடியவே போவதில்லை என்று எண்ணியிருந்தேன். அந்த வேதனை மிகமிக உண்மையானது, ஆனால் அந்தக் கணம் அதைப்பற்றி யோசிக்கும்போது, ஆச்சரியப்படும் விதமாக அதுவொன்றும் அவ்வளவு நேர்மையாக இருக்கவில்லையென்று பட்டது.

என் உணர்வுகளையும் வேட்கைகளையும் சரியான முறையில் புரிந்துகொள்வதற்காக நான் இப்போது உண்மைக்கும் நேர்மைக்கும் இடையேயுள்ள இவ் வேறுபாட்டின் அர்த்தத்தை முதன்முறையாக நான் அறிந்திருக்கும் விதத்திலேயே வெளிப்படையாகச் சொல்ல வேண்டும்: ஒருவரின் மெய்ம்மையை வார்த்தைகளில் வெளிப்படுத்து வது, அது எவ்வளவுதான் உண்மையாக இருந்தாலும், அது கபடத் தன்மைக்குத்தான் இட்டுச்சென்று விடுகிறது. இதற்குச் சிறந்த உதாரண மாக, எங்களுக்கிடையே ஒரு கொலைகாரன் இருப்பதை அறிந்து கொண்டபின்பு பதற்றத்தில் நிலைகுலைந்து போயிருக்கும் நுண்

ணோவியர்களைச் சொல்லலாம். ஒரு பரிபூரணமான ஓவியத்தை எடுத்துக்கொள்ளலாம். உதாரணத்திற்கு, குதிரை ஒன்றின் உருவப் படமாக இருக்கட்டும். அது எவ்வளவுதான் தத்ரூபமாக ஒரு நிஜ மான குதிரையை, அல்லாஹ் அவர்களால் சிரத்தையோடு சிருஷ்டிக் கப்பட்ட குதிரையை அல்லது மாபெரும் நுண்ணோவிய மேதைகள் சித்தரித்த குதிரைகளை ஒத்திருந்தாலும், அது அச்சித்திரத்தை வரைந்த திறமைமிக்க நுண்ணோவியனின் நேர்மைக்கு நிகராகாமல் தோற்றுப்போகலாம். நுண்ணோவியனின் நேர்மை அல்லது அல்லாஹ் அவர்களின் எளிய சேவகர்களான நம்மைப்போன்றவர் களின் நேர்மை என்பதெல்லாம் திறமையும் கலைப்பூரணத்துவமும் ஒருங்கிணையும் தருணங்களில் வெளிப்படுபவையல்ல. மாறாக, வாய்தவறி பேசப்பட்டுவிடும் வார்த்தைகளில், தவறுகளில், அயர்ச்சி களில், விரக்திகளில்தான் வெளிப்படுகிறது. அந்தக் கணத்தில் ஷெகூரே வின்மீது நான் கொண்டிருந்த ஆழமான நேசத்திற்கும் (அவளுக்கே அது தெரியும்) நான் அலைந்து திரிந்துகொண்டிருந்த எனது நாடோடி தினங்களில் கவர்ச்சியான உடற்கட்டோடு, தாமிரநிறத்தில், பர்கண்டி இதழ்கள் கொண்ட காஸ்வின் நகர அழகியின்மீது நான் கொண் டிருந்த அடக்கமுடியாத வேட்கைக்கும் எந்த வித்தியாசமும் இல்லை என்று நான் சொன்னால் இளம் யுவதிகள் பலபேருக்கு மனம் உடைந்து போய்விடும். அவர்களுடைய நலனுக்காகவே இதை நான் சொல்கிறேன். அவளுக்கு கடவுள் அருளியிருந்த சாதுரியத் தாலும் ஜின்களுக்கிருப்பது போன்ற உள்ளுணர்வாலும் நான் பனி ரெண்டு வருடங்கள் காதலுக்காக சித்ரவதை அனுபவித்து வந்திருக் கிறேன் என்பதையும் நாங்கள் இருவரும் முதன்முதலாக தனிமையில் சந்திக்க நேர்ந்தபோது வேறு எதனையும் பற்றிச்சிந்திக்காமல் காம வெறியை தீர்த்துக்கொள்ளும் முகமாக என் இருண்ட பகுதியை வெளிப்படுத்திவிட்டேன் என்பதையும் அவள் புரிந்துகொண்டிருக் கிறாள். அழகிகளுக்கெல்லாம் அழகியான ஷிரினின் வாயை முத்துக் கள் நிரப்பிவைத்த மைக்குடுவையோடு நிஸாமி ஒப்பிட்டிருக்கிறார்.

தெருநாய்கள் மறுபடியும் வெறியோடு குலைக்கத் தொடங்கி யதும் அமைதியிழந்த ஷெகூரே, "நான் கிளம்பவேண்டும்" என்றாள். இரவு சரிவதற்கு இன்னும் நேரமிருந்தாலும் அந்த தூக்கிலிடப்பட்ட யூதனின் பேய்வீடு நன்றாகவே இருட்டிவிட்டிருப்பதை அப்போது தான் நாங்கள் இருவருமே உணர்ந்தோம். அவளை மீண்டும் ஒரு முறை தழுவிக்கொள்ள என் உடல் தன்னிச்சையாகத் துடித்து முன்னுக்குவர, அடிபட்ட பறவைபோல அவள் துள்ளி நகர்ந்து கொண்டாள்.

"நான் இன்னும்கூடவா அழகாக இருக்கிறேன்? சீக்கிரம் சொல்."

நான் சொன்னேன். நான் சொன்னதை எவ்வளவு அழகாக கவனித்து, முழுவதும் நம்பி, ஏற்றுக்கொண்டு நிற்கிறாள்!

“சரி, என் உடைகள்?”

நான் சொன்னேன்.

“என் தேகத்திற்கு இனிமையான மணம் இருக்கிறதா?”

நிஸாமி ‘காதல் சதுரங்கம்’ என்று குறிப்பிடும் இந்த விளையாட்டில் இத்தகைய பகட்டாரவாரங்கள் கிடையாது, காதலர்களுக்கிடையே புதைந்திருக்கும் உணர்ச்சிப் பரிவர்த்தனைகள்தான் உண்டு என்பது ஷெகூரேவிற்கு நன்றாகவே தெரியும்.

“எந்தளவுக்கு உன்னால் சம்பாதிக்க முடியுமென்று எதிர்பார்க்கிறாய்?” என்று கேட்டாள். “அப்பா இல்லாத என் குழந்தைகளை உன்னால் அக்கறையோடு பார்த்துக்கொள்ள முடியுமா?”

பனிரெண்டு வருடங்களாக நான் மேற்கொண்டிருந்த அரசாங்க மற்றும் செயலக அனுபவங்களையும் போர்களையும் மரணங்களையும் நேரடியாகப்பார்த்து நான் பெற்றிருந்த பரந்த அறிவையும் எனக்குக் காத்திருக்கும் ஒளிமயமான எதிர்கால சாத்தியக்கூறுகளையும் பற்றி பேசிக்கொண்டே அவளை அணுகி ஆரத்தழுவிக்கொண்டேன்.

“எவ்வளவு அழகாக இப்போது நாம் கட்டியணைத்துக் கொண்டோம்” என்றாள். “எல்லாவற்றிற்கும் அதனதன் ஆதார மர்மங்கள் தொலைந்துபோய்விட்டன”

நான் எவ்வளவு நேர்மையானவன் என்பதை நிரூபிக்க அவளை மேலும் இறுக்கமாக அணைத்தேன். அவளுக்காக நான் வரைந்து அளித்திருந்த ஓவியத்தை பனிரெண்டு வருடங்கள் வைத்துக்கொண்டிருந்துவிட்டு இப்போது எஸ்தரிடம் ஏன் திருப்பிக்கொடுத்துவிட்டிருக்கிறாள் என்று கேட்டேன். என் சோர்வைக்கண்டு அவள் கண்களில் வியப்பையும் அவளுக்குள் பொங்கும் அன்பையும் உணர்ந்தேன். முத்தமிட்டுக்கொண்டோம். இம்முறை காமவெறியால் நான் கட்டிழந்து போகவில்லை; புறாக்கூட்டம் போல எங்கள் இதயத்திற்குள், நெஞ்சுக்குள், வயிற்றிற்குள் புகுந்து சிறகடிக்கும் ஒரு பலத்த சக்திகொண்ட காதலால் நாங்கள் ஸ்தம்பித்துப்போயிருந்தோம். காதலுக்கு அருமருந்து கலவி சுகம்தானே?

அவளது பருத்த மார்புகளை நான் பற்றியபோது, அவள் முன்னைவிட அதிகத் தீர்மானத்தோடும் அழகோடும் என்னைத் தள்ளிவிட்டாள். ஒரு நம்பகமான மணவாழ்க்கையை கொடுக்கின்ற அளவுக்கு முதிர்ச்சிகொண்ட ஆணாக அவள் என்னைக் கருதவில்லையென்பதை உணர்த்தினாள். நான் ஏற்கனவே அந்தப் பெண்ணை இழந்த சோகத்தில் முகத்தைத் தொங்கப் போட்டுக்கொண்டு ஓடிவிட்டவன். பிசாசு காரியங்களைக் கெடுத்து குலைத்துப் போட்டுவிடும் என்பது தெரியாத பொறுப்பற்றவன் நான். ஒரு மகிழ்ச்சியான இல்வாழ்க்கைக்கு எவ்வளவு பொறுமையும் சகிப்புத்

தன்மையும் தேவை என்பதை அறியா அனுபவமில்லாதவன். என் கரங்களிலிருந்து தப்பித்து, கழுத்தில் சுற்றப்பட்டிருந்த அவளது நார்மடி முகத்திரை கீழே சரிய, கதவை நோக்கி நடந்தாள். இருட்டிற்கு முதலில் ஆட்பட்டுவிடும் தெருக்களில் பனிபொழிந்து கொண்டிருப்பது தெரிந்தது. இவ்வளவு நேரம் இங்கே தூக்கிலிடப்பட்ட யூதனின் ஆன்மாவை தொந்தரவு செய்யக்கூடாது என்பதைப்போல கிசுகிசுப்பாக பேசிக்கொண்டிருந்ததை மறந்து உரக்கக் கூவினேன்.

"இப்போது நாம் செய்யவேண்டியது என்ன?"

'காதல் சதுரங்கத்தின்' விதிகளை அறிந்தவளாக, "எனக்குத் தெரியாது" என்றாள். அந்தப் பழைய தோட்டத்தில், பனியில், மெல்லிய காலடிச்சுவடுகளை பதித்தபடி – நிச்சயமாக வெண்மையில் அழியப்போகின்றன – மௌனமாக மறைந்துபோனாள்.

●

அத்தியாயம் 28

நான் "கொலைகாரன்" என்று அழைக்கப்படுவேன்

நான் சொல்லப்போவதை நிச்சயம் நீங்களும் அனுபவித்திருப்பீர்கள்: சில நேரங்களில் இஸ்தான்புல்லின் முடிவேயின்றி வளைந்து நெளிந்து செல்லும் தெருக்களில் நடந்து செல்லும்போது, பொது உணவகங்களில் காய்கறி வதக்கல்களை வாயில் மெல்லும்போது, இழை – பாணியிலமைந்த ஓரச்சட்டக அலங்காரங்களை கண்ணைச்சுருக்கிப் பார்க்கும்போது, கடந்த காலம் ஒன்றில் நிகழ்ந்ததைப்போலவே நிகழ்காலத்தில் நான் வாழ்வதுபோல உணர்வேன். அதாவது, பனியால் வெள்ளையடிக்கப்பட்டிருந்த ஒரு தெருவில் நடந்து செல்லும்போது, அதில் ஏற்கனவே நான் நடந்து போயிருக்கிறேன் என்று சொல்வதற்கு பெரும் உந்துதல் ஏற்படும்.

நான் குறிப்பிடப்போகும் அசாதாரண நிகழ்வுகள் ஒரே நேரத்தில் நிகழ்காலத்திலும் கடந்த காலத்திலும் ஒருசேர நிகழ்ந்தன. அது மாலை, அந்திவெளிச்சம் இருட்டிற்கு வழிவிட்டுக்கொண்டிருக்க, எனிஷ்டே எஃபெண்டி வசிக்கும் தெருவில் நான் நடந்து சென்றுகொண்டிருந்தேன். மெல்லிய பனி விழுந்துகொண்டிருந்தது.

மற்ற மாலைநேரங்களைப்போலல்லாமல், எனக்குத் தேவைப்படுவது என்ன என்பதைத் தெளிவாகத் தெரிந்துகொண்டு இங்கே வந்திருந்தேன். மற்ற மாலைநேரங்களில் நான் வேறு ஏதோ சிந்தனையில் – என் அம்மாவிடம் நான் ஒரு புத்தகத்திற்கு எழுநூறு வெள்ளித்துண்டுகள் ஈட்டுவதாக சொன்னதைப்பற்றி, தாமெர்லேன் காலத்திய ஹெராத் தொகுப்புகளின் அட்டைகளில் காணப்படும் முலாமிடாத தங்கப்பூ அலங்காரங்களைப்பற்றி, இன்னும்கூட சிலர் என் பெயரைப் போட்டு ஓவியம் தீட்டிக்கொண்டிருப்பதை அறிந்த அதிர்ச்சியைப் பற்றி அல்லது எனது கோமாளிக்கூத்துகளையும் வரம்பு மீறல்

களையும் பற்றி யோசனையில் – ஆழ்ந்திருக்கும்போது, என் கால்கள் என்னை இங்கே கொண்டுவந்து சேர்த்துவிடும். ஆனால் இம்முறை முன்தீர்மானத்தோடும் தெளிவான நோக்கத்தோடும் இங்கே வந்திருக் கிறேன்.

எனக்காக யாரும் திறந்து விடப்போவதில்லையென்று நான் நினைத்திருந்த அந்த மிகப்பெரிய முற்றத்துக்கதவு, நான் தட்டியவுட னேயே தானாகத்திறந்து அல்லாஹ் என்னுடன்தான் இருக்கிறார் என்பதை உணர்த்தியது. எனிஷ்டே எஃபெண்டியின் அற்புதமான நூலுக்காக புதிய சித்திரங்களை வரைந்து சேர்ப்பதற்காக வருகின்ற அந்த இரவுகளில் நான் நடந்துசெல்லும் வழவழப்பான கற்கள்பாவிய தாழ்வாரம் காலியாக இருந்தது. வலதுபுறம் ஒரு வாளியின்மேல் குளிரை அசட்டைசெய்தபடி ஒரு குருவி உட்கார்ந்திருந்தது. இன்னும் கொஞ்சதூரம் தள்ளியிருந்த திறந்தவெளி கல்அடுப்பு எந்த காரணத் தாலோ இவ்வளவுநேரம் கழித்துகூட ஏற்றப்படாதிருந்தது. இடது புறத்தில் பார்வையாளர்களின் குதிரைகளைக் கட்டும் லாயம் தரைத் தளத்தின் ஒரு பகுதியோடு சேர்ந்திருந்தது. எல்லாமே நான் எதிர் பார்த்திருந்தபடியே காணப்பட்டன. லாயத்திற்கு அடுத்திருந்த பூட்டப்படாத கதவின்வழியே உள்ளே நுழைந்தேன். அழையா விருந்தாளி ஒருவன் அசந்தர்ப்பமான வேளையில் நுழைந்துவிடக் கூடாதென்பதற்காக செய்வதைப்போல வசிப்பறைக்குச் செல்லும் படிக்கட்டுகளில் ஏறும்போது பலமாக பாதத்தை அறைந்து நடந்த படி இருமிக்கொண்டே சென்றேன்.

என் இருமல்கள் எந்த மறுமொழியையும் எழுப்பவில்லை. முகப்பு அறையாகவும் பயன்பட்டுக்கொண்டிருந்த அந்த அகன்ற கூடத்தின் வாசலில் வரிசையாக இருந்த காலணிகளுக்கு மத்தியில் எனது சேறுபடிந்த காலணிகளை சத்தமாக கழற்றிப்போட்டதற்கும் பதிலே இல்லை. நான் இங்கே வரும்போதெல்லாம் வழக்கமாக தேடுவதைப்போல ஷெகூரேவின் அழகான பச்சைநிற செருப்புகள் அங்கே இருக்கிறதாவென்று தேடிப்பார்த்தேன். இல்லை. வீட்டில் யாருமே இருக்கவில்லை என்ற சாத்தியம் என் மனதைக் கடந்து சென்றது.

வலப்புறம் திரும்பி அறைக்குள் நுழைந்தேன். இரண்டாம் தளத்தில் இரண்டு மூலைகளிலும் அறைகள் இருக்கும். ஷெகூரே தன் குழந்தைகளை கட்டியணைத்துக்கொண்டு அங்கே தூங்கிக் கொண்டிருப்பதை கற்பனை செய்தேன். மெத்தைகளையும் படுக்கை களையும் இருட்டில் தடவித்தடவி மூலையில் இருந்த ஓர் அலமாரியை யும் இலேசான கதவு பொருத்தப்பட்டிருந்த ஓர் உயரமான நிலை யடுக்கையும் திறந்து பார்த்தேன். அறையில் பரவியிருந்த மென்மை யான வாதுமை நறுமணம் ஷெகூரேவின் சருமத்தின் வாசனையாகத் தான் இருக்குமென்று நினைத்துக்கொண்டிருந்தபோது, அந்த நிலை யடுக்கின் மேல் திணித்து வைக்கப்பட்டிருந்த தலையணை ஒன்று

என் மந்தபுத்தி தலையின் மீது விழுந்து, பின் தாமிர பாத்திரங்கள், கோப்பைகள் மீது பெருத்த ஓசையை எழுப்பியபடி உருண்டது. அந்தச் சத்தத்தின்போதுதான் அறை இருட்டாக இருப்பதையே உணரமுடிந்தது. குளிராக இருந்தது.

"ஹேரியே?" எனிஷ்டே எஃபெண்டி மற்றொரு அறையிலிருந்து கூப்பிட்டார். "ஷெகூரே? யாரங்கே?"

நான் வேகமாக அறையைவிட்டு வெளியேறி, கூடத்தை குறுக்காகக் கடந்து, கடந்த குளிர்பருவம் முழுவதும் எனிஷ்டே எஃபெண்டியோடு அமர்ந்து அவரது புத்தகத்தை தயாரித்துக் கொண்டிருந்த நீலநிறக்கதவு கொண்ட அறைக்குள் நுழைந்தேன்.

"நான்தான் எனிஷ்டே எஃபெண்டி. நான்தான்" என்றேன்.

"நான்தான் என்றால் யார்?"

அந்தக் கணத்தில், எனிஷ்டே எஃபெண்டி எங்களுக்குத் தேர்ந்தெடுத்து வழங்கியிருந்த பயிலரங்குப் பெயர்கள் ரகசியத்திற்காக அல்ல; மாறாக எங்களை மறைமுகமாகக் கிண்டல் செய்வதற்காகத்தான் என்று தோன்றியது. மிக அற்புதமாக அலங்கரிக்கப்பட்ட ஒரு சித்திரச் சுவடியின் கடைசி ஏட்டில் செருக்குமிகுந்த எழுத்தாளன் ஒருவன் எழுதும் புறஅணியுரையைப்போல எனது முழுப்பெயரையும், என் அப்பாவின் பெயர், நான் பிறந்த இடம், 'தங்களின் பணிவான சேவகன்' எனும் சொற்றொடர் உட்பட, எழுத்தெழுத்தாக மெதுவாக உச்சரித்தேன்.

கேட்டவுடன் முதலில், "ஹா?" என்றார். பின் மீண்டும், "ஹா!" என்று சேர்த்துக்கொண்டார்.

சிறுவயதில் நான் கேட்ட அஸ்ஸிரியன் கட்டுக்கதையில் மரணத்தை சந்திக்கும் கிழவனைப்போலவே எனிஷ்டே எஃபெண்டியும் எப்போதும் நிலைத்திருக்கும்படியான ஒரு குறுகிய மௌனத்தில் ஆழ்ந்தார். "மரணம்" என்பதை நான் இப்போது குறிப்பிட்டுவிட்டதால் அத்தகைய விஷயம் ஒன்றோடு சம்மந்தப்படுத்திக் கொள்வதற்காகத்தான் நான் இங்கே வந்திருக்கிறேன் என்று உங்களில் யாராவது நம்புகிறவர்களாக இருந்தால், நீங்கள் ஏந்திக்கொண்டிருக்கும் புத்தகத்தை முற்றிலும் தவறாகப் புரிந்து கொண்டிருக்கிறீர்கள் என்பேன். அத்தகைய திட்டத்தோடு வருகின்ற ஒருவன் கதவைத் தட்டுவானா? காலணிகளை கழற்றுவானா? ஒரு கத்தி கூட இல்லாமல் வருவானா?

கட்டுக்கதையில் வரும் கிழவனைப்போலவே "எனவே நீ வந்திருக்கிறாய்" என்றார். ஆனால் உடனே முற்றிலும் மாறுபட்ட ஒரு தொனியில், "நல்வரவு மகனே. என்ன வேண்டும் சொல்" என்றார்.

இப்போது மிகவும் இருட்டிவிட்டிருந்தது. போதுமான வெளிச்சம் தேன்மெழுகிட்ட திரைச்சீலை மூடியிருந்த குறுகலான சன்னலின் ஊடாக நுழைந்தது. இளவேனிற் பருவத்தில் அதை விலக்கினால் ஒரு மாதுளை மரமும் பிளேன் மரமும் தெரியும். இப்போது அந்தச் சன்னமான ஒளியில் அறையிலிருந்த பொருட்களின் விளிம்புகள் புலப்பட்டன. இந்த வெளிச்சம் ஓர் எளிய சீன ஓவியனை சந்தோஷப் படுத்த போதுமான வெளிச்சம். ஒரு தாழ்வான மடக்கு மேஜைக்கு முன்னால் வழக்கம்போல அவர் அமர்ந்தபோது, வெளிச்சம் அவரது இடதுபக்கத்திலிருந்து விழுவதால் எனிஷ்டே எஃபெண்டியின் முகத்தை முழுதாக என்னால் பார்க்கமுடியவில்லை. நாங்கள் ஒன்றாக அமர்ந்து நுண்ணோவியங்களை ஒன்றாக வரைந்துகொண்டே இரவு முழுவதும் மெழுகுவர்த்தி வெளிச்சத்தில் மென்மையாக, மெதுவாக விவாதித்துக்கொண்டு, இந்த மெருகேற்றும் கற்களுக்கும் தூரிகைப்பேனாக்களுக்கும், மைக்கூடுகளுக்கும் தூரிகைகளுக்கு மிடையில் கழித்த நெருக்கத்தை வலிய நினைவூட்டிக்கொள்ள முயற்சித் தேன். இந்த அந்நிய உணர்வினாலா அல்லது சங்கடத்தின் விளைவி னாலா என்று தெரியாமல் என் அவநம்பிக்கைகளை வெளிப்படையாக ஒப்புக்கொள்ள அவமானப்பட்டு, அக்கணத்தில் ஒரு கதையின் மூலம் என்னை வெளிப்படுத்திக்கொள்ள முடிவெடுத்தேன்.

இஸ்ஃபஹானைச்சேர்ந்த ஓவியர் ஷேக் முகம்மதுவைப் பற்றி நீங்களும் கேள்விப்பட்டிருக்கிறீர்கள்தானே? வண்ணங்களைத் தேர்ந் தெடுப்பதிலும், அவரது சமச்சீர் உணர்விலும் மனித உடல்களையும் விலங்குகளையும் முகங்களையும் சித்தரிப்பதிலும், பொங்கிவரும் கவிதையைப்போல பீறிட்டுக்கொண்டு வரைவதிலும் வடிவியலுக்கு உரித்தான ஓர் இரகசிய தருக்கத்தைப் பயன்படுத்துவதிலும் அவரை விஞ்சும் ஓர் ஓவியன் கிடையாது. இளம் வயதிலேயே ஓவியமாமேதை என்று பெயரெடுத்துவிட்ட பின்பு, தெய்வீகத்திறமை கொண்டிருந்த இக்கலைஞன் கருப்பொருட்களிலும் உருவாக்கங்களிலும் பாணியிலும் முப்பது வருடங்கள் முழுமூச்சாக பற்பல புதுமைகளை அச்சமின்றி முயற்சி செய்து வந்தார்.

மங்கோலியர்களால் நமக்கு அறிமுகப்படுத்தப்பட்ட சீன கருப்பு மை பாணியில் திறமையோடும் வசீகரமான சமச்சீருணர்வோடும் அவர்தான் அதிபயங்கரப்பேய்களையும் கொம்புள்ள ஜின்களையும் மிகப்பெரிய விரைகள் கொண்ட புரவிகளையும் பாதி மனித அரக்கர்களையும் நுண்ணயமும் கூருணர்வும் கொண்ட ஹெராத் பாணி ஓவியங்களில் அறிமுகப்படுத்தியவர். போர்ச்சுகல்லிலிருந்தும் பிளாண்டெர்ஸிலிருந்தும் மேற்கத்திய கப்பல்களில் வந்த உருவப் படங்களால் தாக்கம் பெற்று அவற்றில் முதன்முதலில் ஆர்வம் காட்டத்தொடங்கியதும் அவர்தான். பண்டைய தொகுப்புகளில் புதைந்து அழுகிக்கொண்டிருந்த கெங்கிஸ்கான் காலத்தைச்சேர்ந்த மறந்துபோன வரைநுட்பங்களை மறுஅறிமுகம் செய்து வைத்தார்.

பெண்கள் தீவில் நிர்வாணமாக அழகிகள் நீந்திக்கொண்டிருப்பதை அலெக்ஸாண்டர் ஒளிந்திருந்து பார்ப்பது, நிலவொளியில் ஷிரின் குளிப்பது போன்ற குறியை நிமிர்த்தும் காட்சிகளை துணிச்சலாக வரைந்தது அவருக்கு முன்பு யாருமில்லை. நமது மகத்தான இறைத் தூதர் அவரது பறக்கும் புரவியான புராக்கில் ஏறுவதையும் உடலைச் சொறிந்துவிட்டுக்கொள்ளும் ஷாக்களையும் கலவியில் ஈடுபடும் நாய்களையும் மதுரசம் அருந்திய ஷேக்குகளையும் கலாரசிகர்கள் அனைவரும் ஏற்றுக்கொள்ளும்படி வரைந்து குவித்தார். அவரே பல நேரங்களில் ரகசியமாக, சில நேரங்களில் வெளிப்படையாக அளவில்லாமல் மதுவருந்துவதையும் ஓப்பியம் எடுத்துக் கொள்வதை யும் முப்பது வருடங்கள் வழக்கமாகக் கொண்டிருந்தார். பின்னர் வயதான காலத்தில் பக்திமானான ஷேக் ஒருவரின் சீடராகி, குறுகிய காலத்திலேயே முற்றிலுமாக மாறிப்போனார். அதற்கு முந்தைய முப்பது வருடங்களில் அவர் தீட்டிய எல்லா ஓவியங்களும் அபசாரமென்றும் தெய்வநிந்தனையென்றும் முடிவிற்குவந்து அவை யனைத்தையும் புறந்தள்ளினார். அதுமட்டுமின்றி, அவரது வாழ்நாளின் எஞ்சிய முப்பது வருடங்களில் அரண்மனை அரண்மனையாக, ஊர்ஊராகச் சென்று சுல்தான்கள், அரசர்களின் நூலகங்களிலும் கருவூலங்களிலும் அவர் வரைந்த சித்திரச்சுவடிகளையும் ஓவியங் களையும் தேடித்தேடி அழித்தார். ஷாக்கள், இளவரசர்கள், கனவான்கள் என யாருடைய நூலகங்களிலும் முந்தைய வருடங்களில் அவர் வரைந்திருந்த ஓவியங்களைக் கண்டாலும் தவறாமல் அவற்றை அழித்துவிட்டுத்தான் மறுவேலை பார்த்தார். நூலக உரிமையாளர் களை பசப்பு வார்த்தைகளால் மயக்கியோ, ஏமாற்றியோ தந்திரோ பாயங்கள் செய்து உள்ளே சென்று யாரும் கவனிக்காத நேரத்தில் அவர் வரைந்த சித்திரம் உள்ள பக்கத்தைக் கிழித்தெறிந்துவிடுவார் அல்லது சந்தர்ப்பத்திற்காக காத்திருந்து அவ்வோவியத்தின்மீது தண்ணீரை ஊற்றிவிடுவார். கலைமயக்கத்தில் தன்னறிவின்றி செய்து விட்ட அபசாரங்கள் எப்படி ஒரு நுண்ணோவியனை தீராத வேதனை யில் தள்ளிவிடும் என்பதற்கு ஓர் உதாரணமாக இந்தக்கதையை எடுத்துச் சொன்னேன். இதனால்தான் இளவரசர் இஸ்மாயில் மிர்ஸாவின் மாபெரும் நூலகத்தில் ஷேக் முகம்மது, தான் வரைந்த ஓவியங்கள் அடங்கிய நூற்றுக்கணக்கான நூல்கள் இருக்கின்றன வென்பதை அறிந்து மற்ற நூல்களிலிருந்து தம்முடையதை எடுத்துப் பிரிக்க சமயமில்லாததால் அந்த மொத்த நூலகத்தையுமே எரித்து விட்டார் என்பதையும் குறிப்பிட்டுச்சொன்னேன். ஏதோ இவை யெல்லாவற்றையும் நானே அனுபவித்ததுபோல மிகையான பாவத் துடன் அந்த ஓவியரே மிதமிஞ்சிய வருத்தத்திலும் துயரத்திலும் அம்மாபெரும் தீயில் தானும் சிக்கி மாண்டார் என்பதை வர்ணித் தேன்.

எனிஷ்டே எஃபெண்டி ஆதரவாகப்பார்த்து, “நாம் வரைந்த ஓவியங்களை எண்ணி பயப்படுகிறாயா, மகனே?” என்றார்.

அறை இப்போது முழுதாக இருட்டிவிட்டிருந்தது. என்னையே என்னால் பார்க்கமுடியாவிட்டாலும் இதனை அவர் ஒரு புன்னகை யோடுதான் சொன்னார் என்பதை உணர்ந்தேன்.

“நமது புத்தகம் இனியும் ஒரு ரகசியமாக இருப்பதற்கு வாய்ப் பில்லை” என்று பதிலிறுத்தேன். “ஒருவேளை இதுகூட முக்கியமில்லாம லிருக்கலாம். ஆனால் வதந்திகள் பரவிக்கொண்டிருக்கின்றன. நாம் மறைமுகமாக தெய்வநிந்தனை செய்துவருவதாக அவர்கள் கூறுகின் றனர். நமது சுல்தான் அவர்கள் ஆணையிட்டது போலவோ, எதிர் பார்த்தது போலவோ இல்லாமல் நமது சொந்த சபலத்திற்கு ஆட்பட்டு புத்தகத்தை உருவாக்கியிருப்பதாகவும் அதில் நமது மகத்தான இறைத் தூதர் அவர்களையே கிண்டல் செய்து மிலேச்ச ஓவியர்களின் பாணியில் வரைந்திருப்பதாகவும் கூறுகின்றனர். சாத்தானைக்கூட நேசிக்கத்தக்க வகையில் சித்தரித்திருப்பதாக நம்புகிறவர்கள் இருக் கிறார்கள். மன்னிக்க முடியாத பாவமாக, ஒரு தெருநாயின் காட்சிக் கோணத்திலிருந்து ஒரு ஈயையும் ஒரு மசூதியையும் அவை ஒரே அளவில் இருப்பதைப்போல – மசூதி பின்னணியில் இருக்கிறது என்ற சமாதானத்தோடு – நாம் வரைந்திருப்பதாகவும் தொழுகைக்குச் செல்லும் பக்தர்களை இதன்மூலம் எள்ளிநகையாடுவதாகவும் அவர்கள் கூறுகின்றனர். இவற்றையெல்லாம் நினைத்தால் என்னால் தூங்க முடியவில்லை.”

“ஓவியங்களை நாம் கூட்டாகத்தானே வரைந்தோம்” என்றார் எனிஷ்டே எஃபெண்டி. “அத்தகைய பாவத்தை செய்வதல்ல, அத் தகைய எண்ணங்களைக்கூட நாம் எண்ணிப்பார்த்திருப்போமா?”

“அப்படியல்ல” என்றேன் கனிவுடன். “ஆனால் அவர்கள் எப்படியோ கேள்விப்பட்டிருக்கிறார்கள். இன்னும் கடைசியாக ஓர் ஓவியம் இருக்கிறதாம். அதில், நமது மதத்தையும் நாம் புனித மாகக் கருதும் எல்லாவற்றையும் வெளிப்படையாக இழிவுபடுத்து கிறோமாம்; அவர்கள் பேசுகின்றனர்.”

“இறுதி ஓவியத்தை நீயே பார்த்திருக்கிறாய்”

“இல்லை. ஒரு பெரிய தாளில் வெவ்வேறு இடங்களில் நீங்கள் எவ்வெவற்றையெல்லாம் வரையச் சொன்னீர்களோ, அவற்றின் சித்திரங்களை நான் வரைந்தேன். அது ஓர் இரட்டை ஏடுகளில் வரையப்பட்ட ஓவியமல்லவா?” என்றேன் எனிஷ்டே எஃபெண்டியை மகிழ்விக்கும் ஜாக்கிரதையுணர்வோடும் துல்லியத்தோடும். “ஆனால் வரைந்து முடிக்கப்பட்ட ஓவியத்தை நான் பார்க்கவில்லை. முழு ஓவியத்தையும் நான் பார்த்திருந்தால் இத்தகைய பழிச்சொற்கள் எல்லாவற்றையும் தெளிந்த மனசாட்சியோடு மறுத்துப் பேசியிருப் பேன்.”

“எதற்காக உன் மனம் உறுத்துகிறது?” என்று கேட்டார். “எது உன் ஆன்மாவை அரித்துக்கொண்டிருக்கிறது? உன்னையே நீ சந்தே கிக்கும்படிச் செய்தது யார்?”

“...புனிதமானது என்று தான் அறிந்திருந்த ஒன்றை இழிவு படுத்தியிருக்கிறோம் என்று விசனப்படுவது, மாதக்கணக்கில் சந்தோஷ மாக ஒரு புத்தகத்தை வரைந்துகொண்டிருந்ததற்குப் பின்பு... வாழும் போதே நரகத்தின் சித்ரவதைகளை அனுபவிப்பது... அந்தக் கடைசி ஓவியத்தை மட்டும் முழுமையாக என்னால் பார்க்க முடிந்தால்.”

“இதுதான் உன்னைத்தொந்தரவு செய்கிறதா?” என்றார். “இதற் காகத்தான் நீ வந்திருக்கிறாயா?”

திடீரென்று என்னை பீதி கவ்வியது. பயங்கரமாக எதையோ, அந்தச்சண்டாளன் வசீகரன் எஃபெண்டியைக் கொன்றது நான்தான் என்பதைப்போல, அவர் நினைத்துக் கொண்டிருக்கிறாரோ?

“நமது சுல்தான் அவர்களை அரியணையிலிருந்து தூக்கியெறிந்து விட்டு இளவரசரை உட்காரவைக்க திட்டம் தீட்டிக்கொண்டிருப்பவர் கள் இதைப்போன்ற விஷமத்தனமான வதந்திகளை பரப்பி இப்புத்தகத் திற்கு அவர் ரகசியமாக ஆதரவளிக்கிறார் என்றும் கூறிக்கொண்டிருக் கின்றனர்” என்றேன்.

அவர் அயர்ச்சியுடன், “எத்தனைபேர் இதையெல்லாம் உண்மையி லேயே நம்புகின்றனர்?” என்று கேட்டார். “புகழார்வம் கொண்ட, ஏதோ ஆதாயம் கண்ட, அதனால் தலை வீங்கிப்பெருத்த ஒவ்வொரு மதகுருவும் மதம் உதாசீனப்படுத்தப்படுகிறது, அவமதிக்கப்படுகிறது என்று பிரச்சாரம் செய்வார். பிழைப்பை ஸ்திரப்படுத்திக்கொள்ள இதுதான் மிகவும் உத்திரவாதமான வழி.”

நான் இங்கு வந்ததே ஒரு வதந்தியைப்பற்றி தகவல் கொடுத்து விட்டுப்போகத்தானென்று கருதிக்கொள்வாரோ?

“பாவம், அந்த வசீகரன் எஃபெண்டியின் ஆன்மாவை இறைவன் சாந்திப்படுத்தட்டும்” என்றேன் குரல் நடுங்கியபடி. “அந்தக் கடைசி ஓவியத்தை அவன் முழுதாகப் பார்த்துவிட்டு அது நம் நம்பிக்கை களை இழிவுபடுத்துகிறது என்று தீர்மானித்துவிட்டதால்தான் அவனை நாம் கொன்றிருக்கிறோம். இப்படித்தான் எனக்குத்தெரிந்த அரண் மனை ஓவியக்கூடத்தின் துறைத்தலைவர் ஒருவர் என்னிடம் கூறினார். பயிற்சி மாணவர்களைப்பற்றி உங்களுக்குத் தெரியும்தானே, இளையவர் களிலிருந்து மூத்தவர்கள் வரை எல்லோரும் வம்பு பேசுகிறவர்கள்.”

இதே தருக்க முறையைப்பின்பற்றி, பெருகிவரும் உணர்ச்சி வெள்ளத்தில் ததும்பியபடி இன்னும் கொஞ்சநேரம் பேசிக்கொண் டிருந்தேன். நான் பேசியவற்றில் எந்த அளவு உண்மையிலேயே கேட்டது அல்லது அந்தப் பழிகார நீசனைக் கொன்றதற்குப் பிறகு உண்டான பயத்தில் நானே இட்டுக்கட்டிக்கொண்டது என்பதெல் லாம் எனக்கே தெரியாது. பேசியதில் பெரும்பகுதி அவரை திகட்டத் திகட்டப் புகழ்ந்ததிலேயே இருந்ததால் எனிஷ்டே எஃபெண்டி அந்த இரட்டை–ஏடு ஓவியத்தை எடுத்துவந்து எனக்குக்காட்டி

என்னை சாந்தப்படுத்துவார் என்று எதிர்பார்த்துக் கொண்டிருந்தேன். பாவத்தில் களங்கப்பட்டுவிடுவேனோ என்ற என் பயத்திலிருந்து நான் மீளுவதற்கு இதுமட்டும்தான் ஒரே வழி என்பதை அவர் ஏன் புரிந்துகொள்ள மறுக்கிறார்?

அவரை திடுக்கிடவைக்கும் உத்தேசத்துடன் எதிர்ப்பாக, "தனது கலைப்படைப்பு தெய்வநிந்தனை செய்கின்றது என்ற பிரக்ஞையே இல்லாமல் ஒருவரால் அதனை உருவாக்க முடியுமா?" என்றேன்.

பதில் சொல்லாமல், அடுத்த அறையில் குழந்தை தூங்கிக்கொண் டிருக்கிறது என்று எச்சரிப்பதைப்போல கைகளால் நளினமாகவும் நாசூக்காகவும் சைகை செய்ய நான் மௌனமானேன். ஏறக்குறைய கிசுகிசுப்பாக, "மிகவும் இருட்டிவிட்டது, மெழுகுவர்த்தியை ஏற்றலாம்" என்றார்.

அறையைச் சூடாக்கிக்கொண்டிருந்த நெருப்புக்கலத்தின் கங்கு களிலிருந்து மெழுகுவர்த்தியை ஏற்றியபின் அவர் முகத்தில் எனக்குப் பரிச்சயமான ஒருவித பெருமிதவுணர்வைக் கண்டேன். இது என்னை வெகுவாக வெறுப்பேற்றியது. அல்லது இது பரிதாபத்தைக்காட்டும் பாவமா? இவர் எல்லாவற்றையும் ஊகித்துக் கண்டறிந்துவிட்டாரோ? என்னை ஒரு கீழ்த்தரமான கொலைகாரன் என்று நினைத்துக்கொண்டு என்னைப்பார்த்து பயந்திருக்கிறாரா? என் சிந்தனைகள் எப்படி என் கட்டுப்பாட்டிலிருந்து கழன்று விலகி, வேறு யாரோ யோசித்துக் கொண்டிருப்பதைப்போல நான் நினைத்ததையே முட்டாள்தனமாக கேட்டுக்கொண்டிருந்தது என்று எனக்கு ஞாபகம் இருக்கிறது. உதாரணத்திற்கு எனக்கு அடியில் இருந்த தரைவிரிப்பு: அதன் ஒரு மூலையில் ஒநாய் மாதிரியான ஒருவித வேலைப்பாடு இருந்தது. இதற்கு முன் அதை ஏன் நான் கவனித்திருக்கவில்லை?

"ஓவியங்கள், சித்திரங்கள், அருமையான நூல்கள் போன்றவற்றின் மீது எல்லா கான்களுக்கும் ஷாக்களுக்கும் சுல்தான்களுக்கும் இருக்கும் ஆர்வத்தை மூன்று பருவங்களாகப் பிரிக்கலாம்" என்றார் எனிஷ்டே எஃபெண்டி. "முதலில் அவர்களுக்கு தைரியமும் ஆர்வமும் ஈடுபாடும் இருக்கும். ஓவியங்கள் என்பவை அவர்கள் மீது மரியாதையை ஏற்படுத்துவதற்காக, மற்றவர்கள் அவர்களை மதிப்புடன் பார்க்க வைப்பதற்காக இருக்க வேண்டுமென அரசாள்வோர் விரும்புகின்றனர். இந்தக்காலகட்டத்தில் அவர்கள் தமக்கு கலையறிவை கற்றறிந்துகொள் கின்றனர். இரண்டாவது கட்டத்தில் அவர்கள் தமது ரசனைக்கேற்ற வாறு நூல்களை உருவாக்க உத்தரவிடுகின்றனர். ஓவியத்தை உண்மை யாக ரசிக்க அவர்கள் கற்றுக்கொண்டதால் தமக்கு கௌரவத்தை சேர்த்துக்கொள்ளும் அதே நேரத்தில் புத்தகங்களையும் சேகரித்துக் கொள்கின்றனர். தமது மறைவிற்குப்பின் தம் புகழை அவை நிலைநிறுத்தி வைத்திருக்கும் என்று அவர்களுக்கு நம்பிக்கை. ஆனால் ஒரு சுல்தா னின் அந்திமக் காலத்தில் அவரது உலகாதய சாசுவதத்தில் அக்கறை

இல்லாமல் போய்விடுகிறது. ‘உலகாதய சாசுவதம்’ என்று நான் குறிப்பிடுவது, எதிர்காலச்சந்ததியினரால், நமது பேரப்பிள்ளைகளால் நினைவுகூறப்பட வேண்டுமென்ற வேட்கையை. நுண்ணோவியங் களையும் நூல்களையும் மதிக்கின்ற அரசர்களுக்காக நாம் உருவாக்கித் தந்த கலைப்படைப்புகளில் அவர்களின் பெயர்களும் சில சமயங்களில் அவர்களது சரித்திரங்களும் புகுத்தப்பட்டிருப்பதால் அவற்றின் மூலம் அவர்கள் ஏற்கனவே சாசுவதத்தை அடைந்துவிடுகின்றனர். பிற்காலத்தில் அவர்கள் ஒவ்வொருவரும் மறுஉலகத்தில் இடம் பெறுவதற்கு ஓவியம் தடையாக இருக்கிறதென்று முடிவுக்கு வந்து விடுகின்றனர். என்னை பெரிதும் பாதிப்படையச் செய்வதும் பய முறுத்துவதும் இதுதான். தன் இளவயதில் ஒரு மகத்தான நுண்ணோவிய னாக, தனது ஓவியக்கூடத்திலேயே எல்லா நேரத்தையும் செலவழித்த ஷா தமாஸ்ப், அவரது மரணம் நெருங்கும் தருவாயில் அம்மகத்தான கலைக்கூடத்தை மூடிவிட்டு, தாப்ரீஸிலிருந்து வந்திருந்த தெய்வீகத் திறன் கொண்ட ஓவியர்களை விரட்டியடித்து, அவர் உருவாக்கிய நூல்கள் அனைத்தையும் அழித்து தீராவேதனையில் துவண்டிருந்தார். சொர்க்கத்தின் வாசலைக் கடப்பதற்கு ஓவியம் தடையாக இருக்கு மென்று ஏன் இவர்களெல்லோரும் நினைக்கின்றனர்?”

“ஏன் என்று உங்களுக்கு நன்றாகவே தெரியும்! தீர்ப்பு தினத் தன்று ஓவியர்களை அல்லாஹ் கடுமையாக தண்டிப்பார் என்று நமது இறைத்தூதர் எச்சரித்திருப்பதை அவர்கள் அறிவர்.”

“ஓவியர்களை அல்ல” என்று திருத்தினார் எனிஷ்டே எஃபெண்டி. “பிரதிமைகளைச் செய்பவர்களை. மேலும் இது குர்ஆனில் இருப்ப தல்ல; புக்காரியில் இருப்பது.”

“தீர்ப்பு தினத்தன்று தெய்வ உருவச்சிலைகள் செய்தவர்களை அவர்கள் உருவாக்கிய பிரதிமைகளுக்கு உயிர்கொடுத்து எழுப்ப கட்டளையிடப்படுவார்கள்” நான் எச்சரிக்கையாக பேசினேன். “அவர்களால் அது முடியாமற்போகும்போது, அந்தக்கூட்டமே நரகத்தில் சித்ரவதைப்படுத்த தள்ளப்படும். தெய்வீக மகத்துவம் கொண்ட குர்ஆனில் ‘படைப்பாளி’ என்பது அல்லாஹ் அவர்களின் அடைமொழிகளில் ஒன்று என்பதை நாம் மறக்கக்கூடாது. அல்லாஹ்ூ தான் படைப்பவர். இல்லாத ஒன்றை இருக்கச்செய்பவரும் உயிரற்ற பொருட்களுக்கு உயிர்கொடுத்து எழுப்புவதும் அவர் மட்டுமே. அவரோடு வேறு யாரும் போட்டியிட நினைக்கக்கூடாது. ஓவியர்கள் புரிந்த மாபெரும் பாவம் என்னவென்றால், அல்லாஹ் அவர்களின் வேலையை அவர்கள் செய்ய நினைப்பது; அவரைப்போலவே தம்மையும் படைப்பாளிகள் என்று கூறிக்கொள்வது.”

அவர்மீதே குற்றம் சுமத்துவதைப்போல எனது கூற்றை அழுத்தம் திருத்தமாக உறுதிபடக்கூறினேன். அவர் என் கண்களுக்குள் நிலை குத்தி உற்றுப் பார்த்தார்.

“நாம் இதைத்தான் செய்துகொண்டிருக்கிறோம் என்று நீ நினைக் கிறாயா?”

“ஒருபோதும் இல்லை” என்றேன் புன்னகையுடன். “ஆனால் அந்தக்கடைசி ஓவியத்தை பார்த்ததற்குப்பிறகு இப்படித்தான் வசீகரன் எஃபெண்டி, அவன் ஆன்மா சாந்தியடைக, நினைக்கத் தொடங்கி விட்டான். காட்சிக் கோணங்களின் அறிவியலை நீங்கள் பயன்படுத்து வதும், வெனீஸிய ஓவியர்களின் வரைநுட்பங்களை நீங்கள் கடைப் பிடிப்பதும் சாத்தானின் கவர்ச்சியேயல்லாமல் வேறெதுவுமில்லை என்று அவன் கூறிக்கொண்டிருந்தான். அந்தக் கடைசி ஓவியத்தில் பிராங்கிய வரைநுட்பங்களைப் பயன்படுத்தி ஒரு சாதாரண, மாளும் தன்மையுடைய மனிதன் ஒருவனின் முகத்தை நீங்கள் வரைந்திருக் கிறீர்களாம். அதைக் காண்பவர்களுக்கு அது ஓர் ஓவியம் என்றே தோன்றாமல் உண்மைபோலவே கண்களுக்குத் தெரியுமாம். தேவால யங்களில் பிரதிமைகளுக்கு முன்னால் மிலேச்சர்கள் விழுந்துபணி வதைப்போல இவ்வோவியத்தின் முன்பும் மண்டியிட்டு வணங்க உந்தப்படுகிறார்களாம். அதனால் இது சாத்தானின் கைங்கரியம் தான் என்று அவன் கூறிக்கொண்டிருந்தான். காட்சிக்கோணத்தி லிருந்து உருவாக்கப்படும் கலை, கடவுளின் காட்சிக்கோணத்திலிருந்து வரையப்படும் ஓவியத்தை புறந்தள்ளிவிட்டு ஒரு தெருநாயின் பார்வைக் கோணத்திற்கு தாழ்த்திவிடுகின்றது. இதனால் மட்டுமல்ல, வெனீஸிய ஓவியர்களின் வரைநுட்பங்களையே நீங்கள் சார்ந்திருப்பதாலும் காலம்காலமாக அங்கீகரிக்கப்பட்ட நமது மரபுகளை வெனீஸியர் களோடு கலப்படம் செய்வதாலும் நமது புனிதத்தன்மை சீரழந்து அவர்களுடைய அடிமைகளாக நம்மைத் தாழ்த்திவிடும் என்று அவன் கருதினான்.”

“எதுவுமே புனிதமானதல்ல” என்றார் எனிஷ்டே எஃபெண்டி. “புத்தகக் கலையுலகில் ஒரு மாபெரும் படைப்பு உருவாக்கப்படும் போதும் ஓர் அற்புதமான ஓவியம் என் கண்களில் ஆனந்தக்கண்ணீரை துளிர்க்கவைத்து என் நாடிநரம்புகளில் ஒரு குளிர்ச்சியை ஓடச் செய்யும்போதும் எனக்கு ஒரு விஷயம் சர்வநிச்சயமாகத் தோன்றும்; முன்னாட்களில் எப்போதும் ஒன்றாகக் கொண்டுவரப்படாத இரண்டு பாணிகள் இப்போது ஒரு புதுமையை உருவாக்க ஒன்றிணைந் திருக்கின்றன. அராபிய சித்திர நுண்ணுணர்வுகளையும் மங்கோலிய – சீன ஓவியங்களையும் ஓரிடத்தில் சந்திக்க வைத்ததற்காக பிஹ்ஸாத் திற்கும் பாரசீக ஓவியத்தின் சீர்மைக்கும் நாம் கடமைப்பட்டிருக் கிறோம். ஷா தமாஸ்ப்பின் மிகச்சிறந்த ஓவியங்கள் பாரசீக பாணியை யும் துருக்கிய நுட்பங்களையும் ஒருங்கிணைத்திருப்பவை. இன்று ஹிந்துஸ்தானத்தில் அக்பர்கானின் நூலக – ஓவிய கலைக்கூடங்களை பலரால் ரசிக்க முடியவில்லையென்றால் அதற்குக் காரணம் அவ ருடைய நுண்ணோவியர்களை பிராங்கிய கலைஞர்களின் பாணியை பின்பற்றச் சொல்லியிருந்ததுதான். கிழக்கும் மேற்கும் இறைவனுக்குச்

சொந்தம். புனிதமும் களங்கமற்றதுமானவைகளின் இச்சையிலிருந்து அவர் நம்மைக் காப்பாராக."

மெழுகுவர்த்தி ஒளியில் அவரது முகம் என்னதான் மென்மையாகவும் பிரகாசமாகவும் தோன்றினாலும் சுவற்றில் படர்ந்திருந்த அவரது நிழல் அதேயளவு கருமையாகவும் அச்சமூட்டுவதாகவும் இருந்தது.

அவர் சொன்னது என்னதான் நியாயமாகவும் பொருத்தமாகவும் பட்டாலும் நான் அவரை நம்பவில்லை. என்மீது அவர் சந்தேகப்பட்டிருப்பதுபோலத் தோன்றியது, அதனால் நானும் அவர்மீது சந்தேகப்பட்டேன். கீழே வாசற்கதவை திறக்கும் ஒலிக்காக, யாராவது வந்து என்னிடமிருந்து அவரை எழுப்பிச்சென்றுவிடமாட்டார்களாவென்று அவர் காத்திருப்பதைப்போலத் தெரிந்தது.

"இஸ்ஃபஹானின் மாமேதை ஷேக் முகம்மது, அவர் துறந்து விட்ட ஓவியங்கள் இடம்பெற்றிருந்த மாபெரும் நூலகத்தை தீக்கிரையாக்கிவிட்டதையும் குற்றவுணர்ச்சியில் அந்நெருப்பில் தானே தீக் குளித்துக்கொண்டதையும் நீ சொன்னாய்" என்றார். "அம்மாமேதையைப் பற்றிய உனக்குத்தெரியாத மற்றொரு கதையை நான் இப்போது சொல்கிறேன், கேள். அவரது வாழ்நாளின் கடைசி முப்பது வருடங்களை தனது சொந்தப்படைப்புகளைத் தேடித்தேடி அழித்துவந்தார் என்பது உண்மைதான். ஆனால் அவர் தேடிச்சென்று கண்ட நூல்களில் அவரது அசலான படைப்புகளைவிட அவரால் அகத்தூண்டல் பெற்று அவரது பாணியிலேயே வரையப்பட்ட போலிகளைத் தான் அதிகமும் அவரால் காணமுடிந்தது. அவரது இறுதி வருடங்களில் அவர் கண்டுகொண்டது என்னவென்றால், அவர் கைவிட்டு விட்ட ஓவியமாதிரிகளின் வடிவத்தை இரண்டு தலைமுறைகளைச் சேர்ந்த ஓவியர்கள் வரித்துக்கொண்டிருக்கின்றனர் என்பதும் அவரது ஓவியங்களை அவர்கள் தமது உள்ளங்களில் ஆழமாகப் பதித்து வைத்திருக்கின்றனர், இன்னும் சரியாகச் சொன்னால் தமது ஆன்மாக்களின் ஒரு பகுதியாக்கி வைத்திருக்கின்றனர் என்பதும்தான். அவர் வரைந்த ஓவியங்களைக் கண்டுபிடித்து அழிக்க முற்பட்டபோது, இளம் நுண்ணோவியர்கள் அவற்றைப் பெருமதிப்போடு கணக்கற்ற நூல்களில் படியெடுத்து வைத்திருக்கின்றனர் என்பதையும் மற்ற கதைகளுக்கு அதே பாணியில் அவற்றை போலிசெய்து வரைந்திருக்கின்றனர் என்பதையும் மற்ற ஓவியர்களையும் இவ்வகையான ஓவியங்களால் பாதிப்புறவைத்து, இவரது ஓவியங்களை மனப்பாடமாக்கி உலகெங்கிலும் அவற்றை படியெடுத்து பரப்பியிருக்கின்றனர் என்பதையும் அறிந்துகொண்டார். பன்னெடுங்காலமாக, இத்தனை வருடங்களில் ஒவ்வொரு நூலையும் ஒவ்வொரு சித்திரத்தையும் பார்த்துவரும்போது, இதைத்தான் நாம் அறிந்துகொள்ள முடிகிறது: ஒரு மகத்தான ஓவியன் தனது தலைசிறந்த படைப்புகளால் மட்டும் நம்மை பாதிப்பதில்லை; இறுதியில் நம் மனவெளிகளின் அமைப்பை

யும் அவன் முற்றிலுமாக மாற்றிவிடுகிறான். ஒரு நுண்ணோவியனின் கலைத்தன்மை இந்த வகையில் நம் ஆன்மாக்களுக்குள் நுழைந்து விட்டபிறகு, நமது உலகத்தின் அழகுக்கான அளவைக்கட்டளை யாக அது ஆகிவிடுகிறது. இஸ்ஃபஹானின் மகாகலைஞன் தான் வரைந்த ஓவியங்களையே தனது அந்திமக்காலத்தில் தீயிலிட்டு எரித்துக் கொண்டிருந்தபோது, அவை மறைந்து ஒழிந்து போவதற்குப் பதிலாக உண்மையில் பல்கிப் பெருகிவருவதை கண்டுகொண்டார். அவர் இவ்வுலகத்தைப் பார்த்து வந்ததைப்போலவே இப்போது ஒவ்வொருவரும் பார்த்து வருவதை அவர் புரிந்துகொண்டார். அவரது இளமைப் பருவத்தில் தீட்டிய ஓவியங்களை ஒத்திருக்காத விஷயங்கள் இப்போது அவலட்சணமாக கருதப்பட்டன."

எனக்குள் பொங்கியெழும் மலைப்பையும் எனிஷ்டே எஃபெண் டியை சந்தோஷப்படுத்த முனையும் என் ஆவலையும் கட்டுப்படுத்த வியலாமல் அவரது காலடியில் விழுந்தேன். அவரது கரங்களை நான் முத்தமிட்டபோது என் கண்கள் நிரம்பின. குருநாதர் ஓஸ்மானுக் காக எப்போதும் என் ஆன்மாவில் ஒதுக்கிவைத்திருந்த இடத்தை அவருக்கு நான் அளித்துவிட்டதைப்போல உணர்ந்தேன்.

சுயதிருப்தியுற்ற ஒரு மனிதனின் தொனியில் எனிஷ்டே எஃபெண்டி, "ஒரு நுண்ணோவியன், தன் மனசாட்சிக்குக் கட்டுப்பட்டும் தான் நம்புகின்ற கொள்கைகளுக்குக் கீழ்ப்படிந்தும் எதற்கும் பயப்படாமலும் தனது கலையை படைக்கின்றான். அவனது எதிரிகளும் உணர்ச்சி வெறியர்களும் அவன் மீது பொறாமை கொண்டிருப்பவர்களும் என்ன கூறுகிறார்கள் என்பதை அவன் லட்சியப்படுத்துவதில்லை" என்றார்.

முதிர்ந்து, சுருக்கங்களும் சருமத்தில் சிவந்த புள்ளிகளுமாக இருந்த எனிஷ்டே எஃபெண்டியின் கரத்தை என் கண்ணீரின் ஊடே முத்தமிட்டபோது, அவர் ஒரு நுண்ணோவியர்கூட கிடையாது என்பது உறைத்தது. மனதில் தோன்றிய இவ்வெண்ணத்தால் எனக்கே சங்கடமாக இருந்தது. இந்த துர்எண்ணத்தை, வெட்கமற்ற எண்ணத்தை வேறு ஏதோ ஒரு சக்தி என் தலைக்குள் புகுத்திவிட்டதைப் போலிருந்தது. இருந்தாலும்கூட இந்த வாக்கியம் எவ்வளவு உண்மை என்பது உங்களுக்கே தெரியும்.

"அவர்களைக் கண்டு எனக்கு பயமில்லை" என்றார் எனிஷ்டே. "ஏனென்றால் எனக்கு மரணத்தைக்கண்டு பயமில்லை."

யார் அந்த 'அவர்கள்'? புரிந்ததுபோல தலையாட்டினேன். இருந்தாலும் எரிச்சல் எனக்குள் நிரம்பிக்கொண்டு வந்தது. எனிஷ்டே விற்கு பக்கத்தில் இருந்த பழைய நூல் எல் – ஜெவ்ஸியேவின் 'ஆன்மாவின் புத்தகம்' என்பதை கவனித்தேன். மரணத்தை எதிர்நோக்கி யிருக்கும் எல்லாக் கிழடுகளுக்கும் இறந்தபின் ஆன்மாவிற்கு காத்துக் கொண்டிருக்கும் சாகசங்களை விவரிக்கின்ற இந்தப் புத்தகத்தின்

ஓரான் பாமுக்

மேல் பெரும் ஆர்வம் இருக்கும். சென்றமுறை நான் இங்கே வந்திருந்த போது இருந்த தாம்பாளங்களிலும் அலமாரிகளிலும் அடுக்கப்பட் டிருந்த பொருட்கள், எழுதுகோல் பேழைகள், பேனாக்கத்திகள், பேனா அலகுகளைத் தீட்டும் மனைகள், மைக்கூடுகள், தூரிகைகள் இவற்றோடு இப்போது ஒரு புதிய பொருளும் இருப்பதைப் பார்த் தேன்: ஒரு வெண்கல மைக்குடுவை.

“சரி, நாம் அவர்களைக் கண்டு பயப்படவில்லை என்பதை பட்டவர்த்தனமாக நிரூபித்துக்கொள்வோம்” என்றேன் துணிச்சலை வரவழைத்துக்கொண்டு. “அந்தக் கடைசி ஓவியத்தை வெளியே எடுத்து வாருங்கள். அதனை அவர்களுக்குக் காட்டுவோம்.”

“அப்படிச்செய்வது அவர்கள் கூறிவந்த பொய்ப்பழியை பொருட் படுத்துவதாக, அவற்றைப்பற்றி கவலைப்படுவதாக காட்டிவிடாதா? நாம் பயப்படவேண்டிய அளவிற்கு எந்தத்தவறையும் செய்யவில்லை. நீ இந்தளவிற்கு பயப்படுவதற்கு என்ன முகாந்திரம் இருக்கிறது?”

அவர் என் சிகையை ஒரு தந்தையைப்போல கோதிவிட்டார். மீண்டும் அழுகை வெடித்துவிடுமென்று பயந்தேன்; அவரை கட்டித் தழுவிக்கொண்டேன்.

திடீரென ஊக்கம்பெற்று, “அந்த துரதிருஷ்டம் பிடித்த மெருகா ளன் வசீகரன் எஃபெண்டி ஏன் கொல்லப்பட்டான் என்பது எனக்குத்தெரியும்” என்றேன். உங்களையும் உங்கள் நூலையும் நம் மெல்லோரையும் பழிசொல்வதின்மூலம் எர்ஸுரும்மின் நுஸ்ரத் ஹோஜாவை நம்மீது ஏவிவிடுவதற்குத்தான் வசீகரன் எஃபெண்டி திட்டமிட்டிருந்தான். நாமெல்லாம் பிசாசுக்கு வசியமாகிவிட்டோம் என்று திடமாக நம்பத் தொடங்கிவிட்டிருந்தான். இப்படிப்பட்ட வதந்திகளைப் பரப்பி, உங்கள் நூலை உருவாக்கிக்கொண்டிருந்த மற்ற நுண்ணோவியர்களை உங்களுக்கு எதிராகத் தூண்டிவிட முயன்றுகொண்டிருந்தான். எதற்காக திடீரென்று இப்படியெல்லாம் செய்யத்தொடங்கிவிட்டான் என்று எனக்குத் தெரியவில்லை. ஒரு வேளை பொறாமையால் இருக்கலாம். ஒருவேளை சாத்தானின் ஆதிக்கத்தின்கீழ் வந்துவிட்டிருக்கலாம். நம்மை அழிப்பதற்காக வசீகரன் எஃபெண்டி எவ்வளவு தீர்மானமாக இருந்தான் என்பதை மற்ற நுண்ணோவியர்களும் கேள்விப்பட்டிருந்தார்கள். என்னைப் போலவே அவர்கள் ஒவ்வொருவரும் எப்படி பயந்து சஞ்சலத்தில் ஆழ்ந்து போயிருப்பார்களென்பதை நீங்களே ஊகித்துக் கொள்ளலாம். அவர்களில் ஒருவரை அந்த நள்ளிரவில் வசீகரன் எஃபெண்டி மடக்கிப்பிடித்து உங்களுக்கு எதிராகவும் உங்கள் நூலுக்கு எதிராகவும், ஓவியம், சித்திரம், நாம் நம்புகின்ற அனைத்திற்கெதிராகவும் அவனைத் தூண்டிவிட்டுக் கொண்டிருக்கும்போது, அந்தக் கலைஞன் பீதியுற்று, அந்த அயோக்கியனைக் கொன்று கிணற்றுக்குள் வீசிவிட்டிருக்கிறான்.”

“அயோக்கியனா?”

“வசீகரன் எஃபெண்டி ஒரு தீயியல்பு கொண்ட, துர்சக்தியாக வளர்ந்த துரோகி. பாதகன்!” அவன் அந்த அறையில் கண்முன்னால் இருப்பதைப்போல நான் உரக்கக் கத்தினேன்.

அமைதி. என்னைக் கண்டு பயப்படுகிறாரோ? என்மீதே எனக்கு பயமாக இருந்தது. வேறு எவருடைய ஆளுமைக்கும் சிந்தனைகளுக்கும் நான் வசியப்பட்டிருப்பதைப்போலத் தோன்றியது, இருந்தும் இது வொன்றும் முற்றிலும் விரும்பத்தகாததாக இருக்கவில்லை.

“உன்னைப்போலவும் இஸ்ஃபஹானைச் சேர்ந்த அந்த ஓவியனைப் போலவும் பீதிக்கு ஆட்பட்ட இந்த நுண்ணோவியன் யார்? அவனைக் கொன்றது யார்?”

“நான் அறியேன்” என்றேன்.

இருந்தாலும் எனது முகபாவத்திலிருந்து நான் பொய் சொல்கிறேன் என்பதை அவர் அனுமானித்துக்கொள்ளவேண்டுமென விரும்பினேன். நான் இங்கே வந்ததே மிகப்பெரிய பிழை என்பதை உணர்ந்தேன். ஆனால் அதற்காக வருத்தப்படவோ குற்றவுணர்ச்சிக் குள்ளாகப் போவதோ இல்லை. எனிஷ்டே எஃபெண்டிக்கு என்மீது சந்தேகம் அதிகரிக்கிறது என்பதே என்னை சந்தோஷப்படுத்தியது, பலப்படுத்தியது. நான் ஒரு கொலைகாரன் என்பது அவருக்குத் தெரியத்தொடங்கிவிட்டால், அந்த நினைப்பே அவரது உயிர்முழுக்க பயத்தை நிரப்பி, அந்தக் கடைசி ஓவியத்தை எனக்குக்காட்ட மறுப்பதற்கு அவருக்கு துணிச்சல் இருக்காது. அந்தப்படத்தைப்பற்றி எனக்குப் பெரிதும் ஆர்வமாக இருந்தது. அதன்பொருட்டு எந்தப் பாவத்தையோ நான் செய்துவிட்டேனோ என்றல்ல – அது எப்படித்தான் வரையப் பட்டிருக்கிறது என்பதை உண்மையிலேயே அறிந்துகொள்ள விரும்பினேன்.

“அந்தப்போக்கிரியைக் கொன்றது யார் என்பது அவ்வளவு முக்கியமா?” என்றேன். “நம்மிடமிருந்து அவனை ஒழித்துக் கட்டியவன் யாராக இருந்தாலும் அவன் ஒரு நல்ல காரியத்தைத்தான் செய்திருக்க வேண்டும், இல்லையா?”

அவரால் இப்போது என் கண்களை நேராகச் சந்திக்க முடியவில்லை என்பதைக் கண்டதும் எனக்குத் துணிச்சல் ஏற்பட்டது. தம்மை உத்தமர்களாகவும் மற்றவர்களைவிட அறநெறிகளில் உயர்ந்தவர்களாகவும் கருதிக்கொள்கிற பெருந்தகையாளர்கள், நீங்கள் செய்த காரியத்தால் சங்கடப்பட்டிருந்தால் உங்கள் கண்களை நேராகப் பார்க்கமாட்டார்கள். உங்களை புகார் கொடுத்து சித்ரவதை, மரணக் கூடங்களில் தள்ளுவதற்கு அவர்கள் யோசிக்கக்கூடும்.

வெளியே, முற்றத்து வாசலுக்கெதிரில் நாய்கள் வெறியோடு ஊளையிடத்தொடங்கின.

"மீண்டும் பனிபொழியத் தொடங்கிவிட்டது. இந்த அகால நேரத்தில் எல்லோரும் எங்கே போயிருக்கிறார்கள்? ஏன் உங்களை மட்டும் தனியாக விட்டுச்சென்றிருக்கிறார்கள்? உங்களுக்காக ஒரு மெழுகுவர்த்தியைக் கூட ஏற்றியிருக்கவில்லை"

"விநோதமாகத்தான் இருக்கிறது" என்றார். "எனக்குக்கூட புரிய வில்லை."

அவரது நேர்மை, என்னை முற்றிலுமாக அவரை நம்ப வைத்தது. இதர நுண்ணோவியர்களைப் போலவே நானும் அவரைக் கேலி செய்து வந்திருந்தாலும், உண்மையில் அவரை நான் வெகுவாக நேசிக்கிறேன் என்பதை மீண்டும் உணர்ந்தேன். ஆனால் அவர் எப்படி எனது திடீர் அன்பையும் மரியாதையையும் சட்டென்று ஏற்றுக்கொண்டு, ஒரு தந்தையின் கரிசனத்தோடு என் கேசத்தைக் கோதத்தொடங்கினார்? குருநாதர் ஒஸ்மானின் ஓவியபாணிக்கும் ஹெராத்தின் பண்டைய ஓவியக்கலைஞர்களின் பாரம்பரியத்திற்கும் எதிர்காலம் இல்லை என்பது எனக்குப் புரியத்தொடங்கிவிட்டது. இந்த வெறுப்பேற்றும் எண்ணம் என்னை மீண்டும் அச்சத்திற்குள்ளாக்கியது. ஒரு துக்கத்திற்குப் பிறகு நாமெல்லோருமே இப்படித்தான் உணர்வோம். ஒரு கடைசி நம்பிக்கையில், எவ்வளவுதான் கோமாளித் தனமாகவும் முட்டாள்தனமாகவும் தோன்றினாலும், எல்லாம் வழக்கம்போல நல்லவிதமாக தொடர்வதற்காக பிரார்த்திப்போம்.

"நமது புத்தகத்திற்காக தொடர்ந்து வரைவோம்" என்றேன். "எப்போதும்போல எல்லாம் தொடரட்டும்."

"நுண்ணோவியர்களிடையே ஒரு கொலைகாரன் இருக்கிறான். எனது பணியை கருப்பு எஃபெண்டியை வைத்துத் தொடர்கிறேன்."

அவரைக் கொல்வதற்கு என்னைத் தூண்டுகிறாரா?

"இப்போது கருப்பு எங்கே?" என்று கேட்டேன். "உங்கள் மகளும் அவள் குழந்தைகளும் எங்கே?"

இந்த வார்த்தைகளை என் வாய்க்குள் வேறு ஏதோவொரு சக்தி வைத்துவிட்டதென்று உணர்ந்தேன், இருந்தும் என்னை கட்டுப் படுத்திக்கொள்ள முடியவில்லை. இனிமேலும் மகிழ்ச்சியோடும் நம்பிக்கையோடும் இருக்க எந்தவழியும் எனக்கு இல்லை. சாமர்த்தியத் தோடும் கேலியோடும்தான் நான் இருப்பேன். இந்த அறிவு – கேலி என்கிற இரண்டு சுவாரஸ்யமிக்க ஜின்களுக்குப்பின்னே அவற்றைக் கட்டுப்படுத்தும் பிசாசின் இருப்பையும் அது என்னை ஆக்கிரமித்து வருவதையும் உணர்ந்தேன். அதே நேரத்தில் வாயிலுக்கு வெளியே யிருந்த சபிக்கப்பட்ட நாய்கள், ரத்தவாடையை மோப்பம் பிடித்து விட்டதைப்போல வெறியோடு ஊளையிடத்தொடங்கின.

இந்தக்கணத்தை வெகுநாட்களுக்குமுன் நான் வாழ்ந்து கழித்திருக் கிறேனோ? ஒரு தொலைதூர நகரத்தில், இப்போது என்னிடமிருந்து

வெகுதூரம் கடந்துசென்றுவிட்ட ஒரு காலத்தில், என் கண்ணுக்குத் தெரியாத பனி வெளியே பொழிய, மெழுகுவர்த்தி வெளிச்சத்தில், ஒரு கிறுக்குப்பிடித்த கிழவனுக்கு முன்னால் கண்ணீரோடு, ஓவியம் வரைய வைத்திருந்த வர்ணங்களைத் திருடியது நான் இல்லையென்று விளக்க முயற்சித்துக்கொண்டிருக்கிறேன். அப்போதும், இப்போதைப் போலவே நாய்கள் ரத்த மோப்பம் பிடித்துவிட்டதைப்போல குரைக்கத் தொடங்கின. துர்க்குணம் பிடித்த ஒரு கிழவனுக்கு இருப்பதைப்போன்ற அவரது மிகநீண்ட முகவாயிலிருந்தும் என் மீது இரக்கமின்றி பதிந்திருந்த கண்களிலிருந்தும் அவர் என்னை அடித்துத் துவம்சம் செய்ய உத்தேசித்திருக்கிறார் என்பது புரிந்தது. வெளிக்கோடுகள் மட்டும் தெளிவாக இருக்க, வண்ணங்கள் வெளுத்துப்போன ஓவியத்தைப்போல இந்த ஞாபகக்கீற்று நான் பத்து வயது நுண்ணோவிய பயிற்சி மாணவனாக இருந்த காலத்திலிருந்து பெயர்ந்து வந்து எனக்கு நினைவூட்டிக்கொண்டிருந்தது. இவ்வாறாக, நிகழ் காலத்தைத் தெளிவான ஆனால் சாயம்போன ஞாபகத்தைப்போல வாழ்ந்து கொண்டிருக்கிறேன்.

நான் எழுந்து, வரைமேஜையின் மேலிருந்த எனக்குப் பரிச்சயமான கண்ணாடி, பீங்கான், பளிங்கு மைக்குடுவைகளுக்கு நடுவிலிருந்த அந்தப் புதிய, பெரிய, கனமான வெண்கல மைக்குடுவையை கையில் எடுத்துக்கொண்டு எனிஷ்டே எஃபெண்டிக்குப் பின்னால் நகர்ந்து சென்று அறைக்குள் மெதுவாக நடைபழகத் தொடங்க, எனக்குள்ளிருந்த கடுமையாக உழைக்கும் நுண்ணோவியன் – குருநாதர் ஒஸ்மான் எங்கள் எல்லோருக்குள்ளும் இத்தகைய உழைப்பாளிகளை உருவேற்றி வைத்திருக்கிறார் – நான் என்ன செய்தேன் என்பதையும் நான் எதைப் பார்த்தேன் என்பதையும் தற்போது பட்டறிந்து கொண்டிருப்பதைப் போலில்லாமல், வெகுகாலத்திற்கு முந்தைய ஒரு நினைவைப்போல, தெளிவான ஆனால் சாயம்போன வண்ணங்களில் தீட்டிக்கொண்டிருந்தான். வெளியிலிருந்து பார்ப்பதைப்போல, கனவில் நம்மை நாமே பார்க்கும்போது, நமக்கு எவ்வளவு நடுக்கமாக இருக்கும் என்று உங்களுக்குத் தெரியும்தானே, அதே உணர்ச்சியில் அந்த வாயகன்ற, பெரிய வெண்கல மைக்குடுவையை இறுக்கமாக பிடித்துக்கொண்டு, “நான் பத்து வயது மாணவனாக இருந்தபோது இப்படிப்பட்ட ஒரு மைக்குடுவையை பார்த்திருக்கிறேன்” என்றேன்.

“இது முன்னூறு ஆண்டுகள் பழைமையான மங்கோலிய மைக்குடுவை” என்றார் எனிஷ்டே எஃபெண்டி. “தாப்ரீஸிலிருந்து கருப்பு வாங்கி வந்திருக்கிறான். இது சிவப்பு வர்ணத்திற்கானது.”

அந்தக்கணத்தில் அந்த மைக்குடுவையை இந்த இறுமாப்பு பிடித்த கிழவனின் கிறுக்கு மண்டையின் மீது ஒரே போடாக ஓங்கி அடிக்கவேண்டுமென்று எனக்குள்ளிருந்த பிசாசு என்னைத் தூண்ட, அதற்கு இணங்காமல் ஒரு பொய்யான நம்பிக்கையோடு

அவரிடம் சொன்னேன்: "அது நான்தான். வசீகரன் எஃபெண்டியைக் கொன்றது நான்தான்."

நான் எதற்காக இப்படி நம்பிக்கையோடு சொன்னேன் என்பது உங்களுக்குப் புரிகிறதுதானே? எனிஷ்டே புரிந்து கொள்வார், என்னை மன்னித்து ஏற்றுக்கொள்வார் என்று நம்பினேன். அவருக்கு என்மீது பயமும் ஏற்பட்டு எனக்கு உதவுவார் என்றும் நம்பினேன்.

●

அத்தியாயம் 29

நான் உங்கள் பிரியத்திற்குரிய மாமா

வசீகரன் எஃபெண்டியை கொலைசெய்தது தானே என்பதை அவன் ஒப்புக்கொண்டபோது, அறைக்குள் ஒரு நிசப்தம் நிரம்பியது. அவன் என்னையும் கொல்லப்போகிறானோ வென்று தோன்றியது. என் இதயம் படபடத்தது. அவன் இங்கே வந்திருப்பது என் உயிரை முடிப்பதற்காகவா அல்லது குற்றத்தை ஒப்புக்கொண்டு என்னை பயமுறுத்துவதற்காகவா? அவனுக்குத் தேவைப்படுவது என்னவென்பதை அவனே அறிவானா? இந்த மகத்தான ஓவியக்கலைஞனின் அற்புதமான கோடுகளையும் மாயவித்தைபோல இவன் பயன்படுத்தும் வர்ணக் கலவைகளையும் பல வருடங்களாகப் பார்த்து பரிச்சயப்பட்டிருந்த எனக்கு, இவனது உள்மன உலகம் சிறிதளவுகூட அறிமுகமாகாமலிருந்ததை உணர்ந்ததும் எனக்குப் பயமாக இருந்தது. சிவப்புக்காக ஒதுக்கப் பட்டிருந்த அப்பெரிய மைக்குடுவையை பிடித்துக்கொண்டு எனக்குப்பின்னால் அவன் இறுக்கமாக நின்றிருப்பதை என்னால் உணர முடிந்தது. ஆனால் அவன்பக்கமாகத் திரும்பவில்லை. எனது மௌனம் அவனை நிதானமிழக்கச் செய்யும் என்பது தெரியும். "இந்த நாய்கள் குரைப்பதை நிறுத்தமாட்டேனென் கிறதே" என்றேன்.

மீண்டும் மௌனத்தில் ஆழ்ந்தோம். எனது மரணமோ அல்லது இந்த துரதிருஷ்டத்திலிருந்து எப்படியோ தப்பித்துக் கொள்வதோ நான் அவனிடம் சொன்னதைத்தான் சார்ந்திருக்கிற தென்று இம்முறை எனக்குத் தெரிந்தது. அவனது ஓவிய வேலை களைத் தவிர்த்து அவனைப்பற்றி எனக்குத் தெரிந்ததெல்லாம் அவன் மிகவும் அறிவாளி என்பதுமட்டும்தான். ஓர் ஓவியன் தனது ஆன்மாவை தனது ஓவியங்களில் எப்போதும் வெளிக் காட்டிவிடக்கூடாது என்பதை ஏற்றுக்கொண்டால் அறிவு என்பது ஒரு சொத்துதான். யாரும் இல்லாத நேரம் பார்த்து எப்படி இவன் என் வீட்டில் என்னை மடக்கிவிட்டான்? என் வயோதிக மனம் இந்தக்கேள்வியில் தீவிரமாக உழன்று

கொண்டிருக்க, இந்த விளையாட்டிலிருந்து எப்படி தப்பிப்பது என்று புரியாமல் பெரும் குழப்பத்திலிருந்தேன். ஷெகூரே எங்கே?

"நான்தான் என்று முன்பே உங்களுக்குத்தெரியும், அப்படித் தானே?" அவன் கேட்டான்.

இவனாகச் சொல்லும்வரை எனக்குத் தெரியவே தெரியாது. என் அடிமனதில், வசீகரன் எஃபெண்டியை இவன் கொன்றது நல்லதற்காகத்தானோ என்றுகூட ஓடியது. அந்த நுண்ணோவியன் தனது சஞ்சலங்களுக்கும் கவலைகளுக்கும் பணிந்து எங்களெல்லோருக்கும் தொல்லைதரத் தொடங்கிவிட்டிருப்பான்.

அந்த காலியான அறையில் என்னோடு தனியாக இருந்த அக்கொலைகாரனின் மீது இலேசாக நன்றியுணர்ச்சிகூட எழுந்தது.

"அவனை நீ கொன்றதில் நான் ஆச்சரியம் அடையவில்லை" என்றேன். புத்தகங்களோடு வாழ்ந்து கொண்டு அவற்றின் பக்கங்களிலேயே எப்போதும் கனவு கண்டுகொண்டிருக்கிற என் போன்றவர்களுக்கு உலகத்தில் ஒரே ஒரு விஷயத்தின் மீதுதான் பயம். தடைசெய்யப்பட்டதாகவும் அபாயகரமானதாகவும் இருக்கும் ஒன்றோடு நாங்கள் போராடிக் கொண்டிருக்கிறோம்; அதாவது ஒரு முஸ்லிம் நகரத்தில் சித்திரங்கள் வரைவதற்கு போராடிக் கொண்டிருக்கிறோம். இஸ்ஃபஹானின் ஷேக் முகம்மதுவைப்போலவே நுண்ணோவியர்களாகிய நாங்களும் குற்றவுணர்விலும் வருத்தத்திலும்தான் உழன்று கொண்டிருக்கிறோம். மற்றவர்கள் நம்மைக் குறைகூறுவதற்குமுன் நம்மை நாமே குறைகூறிக்கொண்டு, அவமானமுற்று, கடவுளிடமும் சமூகத்திடமும் மன்னிப்பு கோருகிறோம். இழிவு கொண்ட பாவிகள் போல ரகசியமாக நமது நூல்களை உருவாக்குகிறோம். மதத்தை இழிவுசெய்வதாக முடிவேயின்றி நம் மீது தாக்குதல்கள் நடத்திக்கொண்டிருக்கும் ஹோஜாக்களுக்கும் மதப்பிரச்சாரகர்களுக்கும் நீதிபதிகளுக்கும் மறைஞானிகளுக்கும் எந்தளவுக்கு அடிபணிகிறோம் என்பதையும், ஓயாத குற்றவுணர்ச்சி ஒரு கலைஞனின் கற்பனையை எப்படி ஒளிமழுக்குகின்றதோடு உயிர்ப்பிக்கவும் செய்கிறதென்பதையும் நான் நன்றாகவே அறிவேன்."

"அப்படியானால் அந்த மூட நுண்ணோவியனைக் கொன்றதற்காக என்னைக் குற்றம் சொல்லமாட்டீர்கள் இல்லையா?"

"எழுதவும் வரையவும் ஓவியம் தீட்டவும் எது நம்மைக் கவர்கிறதோ, அது இந்த பழிக்குப்பழி அச்சத்தில் கட்டுண்டுவிடுகிறது. காலை முதல் மாலை வரை நமது வேலைக்குமுன் மண்டியிட்டுப் பணியாற்றிவிட்டு, பின் மெழுகுவர்த்தி வெளிச்சத்தில் இரவு முழுக்க வேலையைத் தொடர்ந்து, கண் பார்வையை இழந்து, சித்திரங்களுக்காகவும் நூல்களுக்காகவும் நம்மையே தியாகம் செய்து கொள்வதெல்லாம் பணத்திற்காகவும் புகழுக்காகவும் மட்டுமல்ல; அது

மற்றவர் பிதற்றல்களிலிருந்து தப்பிக்க; இச்சமூகத்திலிருந்து தப்பிக்க. இப்படைப்பெழுச்சிக்கு நேரெதிராக, நாம் ஏறெடுத்தும் பார்க்கக் கூடாதென்று வெறுத்தொதுக்கி வைத்திருப்பவர்கள்கூட நாம் உள்ளூக் கத்துடன் படைத்த ஓவியங்களைப் பார்த்து பாராட்ட வேண்டு மென்று விரும்புகிறோம் – ஒருவேளை அவர்கள் நம்மை பாவிகள் என்று சொல்லிவிட்டால்? ஓ, ஓர் உண்மையான திறன்கொண்ட கலைஞனுக்கு உண்டாக்கும் இந்தத் துன்பம்தான் எத்தகையது! இருப்பினும், உண்மையான ஓவியம் யாரும் பார்க்காத, யாரும் உருவாக்காத வேதனையில் ஒளிந்திருக்கிறது. முதல் பார்வையிலேயே இது மோசமானதென்றும் முழுமையற்றதென்றும் தெய்வ நிந்தனை யென்றும் சமயபேதமென்றும் அவர்கள் கூறுகின்ற ஓவியத்திலேதான் இது அடங்கியிருக்கிறது. ஓர் உண்மையான நுண்ணோவியன் தான் அந்த நிலையை அடைந்தாக வேண்டுமென்பதை அறிந்திருக்கிறான், அதே நேரத்தில் அவனை அங்கே எதிர்நோக்கியிருக்கும் தனிமையைக் கண்டு பயப்படவும் செய்கிறான். இத்தகைய அச்சந்தரத்தக்க, மனக் குலைவுண்டாக்கும் சூழலுக்கு யார்தான் இணங்குவார்கள்? வேறெ வரும் குறைசொல்வதற்கு முன் தன்னைத்தானே குறைகூறிக்கொண்டு தான் வருடக்கணக்காக பயந்து வந்ததிலிருந்து தண்டிக்காமல் விடப் பட்டுவிடுவோம் என்று கலைஞன் நம்புகிறான். அவன் தன் குற்றத்தை ஒப்புக்கொள்ளும்போது மட்டும் மற்றவர்கள் அவனை செவிசாய்த்துக் கேட்டு நம்புகின்றனர். அத்தவற்றுக்காக அவன், அதன்பிறகு நரகத்தில் எரியூட்டப்படுவதற்குத் தள்ளப்பட்டு விடுகிறான் – இஸ்ஃபஹானின் ஓவியர் இந்த நரகத்தீயை தானே மூட்டிக்கொண்டதைப்போல.

"ஆனால் நீங்கள் ஒரு நுண்ணோவியர் இல்லையே" என்றான் அவன். "அவனை நான் பயத்தின் காரணமாகக் கொல்லவில்லை."

"நீ அவனைக் கொன்றதற்குக் காரணம், நீ விரும்பும்படி அச்ச மின்றி ஓவியம் தீட்டுவதற்காக."

என்னைக் கொலைசெய்ய காத்திருக்கும் அந்த நுண்ணோவியன் இவ்வளவுநேரம் கழித்து முதன்முறையாக கெட்டிக்காரத்தனமாக ஒன்று சொன்னான்: "இப்படியெல்லாம் நீங்கள் விளக்கமளித்துக் கொண்டிருப்பது எனது கவனத்தைக் கலைக்க, என்னை ஏமாற்ற, இந்தச்சூழலிலிருந்து தப்பித்துக்கொள்ள என்பது எனக்குத் தெரியும். ஆனால் நீங்கள் இப்போது சொன்னது உண்மைதான். நீங்கள் புரிந்துகொள்ளவேண்டும், நான் சொல்வதை கவனியுங்கள்."

அவன் என் கண்களுக்குள் பார்த்தான். பேசும்போது, வழக்கமாக பின்பற்றக்கூடிய மரியாதைகளைக்கூட முற்றிலும் மறந்துவிட்டிருந் தான். அவனது சிந்தனைகள் அவனை அடித்துக்கொண்டு சென்று விட்டன. ஆனால் எங்கே?

"பயப்படாதீர்கள், உங்கள் கௌரவத்தை குலைக்கமாட்டேன்" என்றான். கசப்போடு சிரித்துக்கொண்டே சுற்றிவந்து என்னெதிரே

நின்றான். "இப்போதுகூட இதைச்செய்வதெல்லாம் நான்தானா என்பது தெரியவில்லை. எனக்குள்ளிருக்கும் ஏதோவொன்று அதன் துர்எண்ணங்களை என்மூலம் நிறைவேற்றிக்கொள்ள துடித்துக் கொண்டிருக்கிறது. இருந்தபோதிலும் அந்த விஷயம் எனக்குத் தேவைப்படுகிறது. ஓவியத்திலும் கூட அதே வழிதான்."

"பிசாசைப்பற்றி பாட்டிகள் கூறும் கதைகள் உண்டு."

"அப்படியானால் நான் பொய்சொல்வதாக நினைக்கிறீர்களா?"

அவனுக்கு என்னைக் கொல்லத்தேவையான தைரியம் இல்லை. எனவே, நான் அவனுக்கு வெறியேற்றவேண்டுமென விரும்புகிறான். "இல்லை, நீ பொய் சொல்லவில்லை. ஆனால் நீ என்ன நினைக் கிறாய் என்பதை ஒப்புக்கொள்ளவும் இல்லை."

"நான் என்ன நினைக்கிறேனோ அதை வெளிப்படையாகவே ஒப்புக்கொள்கிறேன். கல்லறைக்கடியில் படும் வேதனையை நான் இறந்து போகாமலேயே அனுபவித்துக்கொண்டிருக்கிறேன். தன் விழிப்பற்ற நிலையில் காலிடறி கழுத்தளவு பாவத்தில் நாமனைவரும் மூழ்கியிருக்கிறோம். அது உங்களால்தான். ஆனால் இப்போது 'கூடுதல் தைரியம்' வேண்டுமென நீங்கள் போதனை செய்கிறீர்கள். என்னைக் கொலைகாரனாக்கியது நீங்கள்தான். நுஸ்ரத் ஹோஜாவின் வெறிபிடித்த அடியாட்கள் நம்மெல்லோரையும் கொல்லப்போ கின்றனர்."

அவனுக்கு நம்பிக்கை தளரத்தளர, அவனது குரல் உயர்ந்து அந்த மைக்குடுவையை வெறியோடு மேலும் இறுக்கினான். இவனது கத்தல் பனிமூடிய தெருவில் நடந்துசெல்லும் யாருக்காவது கேட்டு வீட்டிற்குள் வரமாட்டார்களா?

தெரிந்துகொள்ளும் ஆர்வமின்றி, நேரத்தைக் கடத்துவதற்காக "அவனை எப்படிக் கொன்றாய்?" என்று கேட்டேன். "அந்தக் கிணற்றடியில் எப்படி வந்து சந்தித்தாய்?"

"அன்றிரவு வசீகரன் எஃபெண்டி உங்கள் வீட்டை விட்டுக் கிளம்பியதும் என்னிடம் வந்தான்" எதிர்பாராத ஆர்வத்துடன் ஒப்புக்கொள்ளத் தொடங்கினான். "இரண்டு ஏடுகளில் வரையப் பட்ட கடைசி ஓவியத்தை அவன் பார்த்துவிட்டதாகச் சொன்னான். இதை வைத்துக்கொண்டு எந்தப் பிரச்சினையையும் எழுப்பவேண்டா மென்று நெடுநேரம் அவனிடம் வாதிட்டேன். தீக்கிரையாகி விட் டிருந்த பகுதியின் வழியாக அவனைக் கூட்டிச்சென்றேன். கிணற்றுக் கருகே பணத்தைப் புதைத்து வைத்திருப்பதாகச் சொன்னேன். அதைக் கேட்டதும் அவன் என்னை நம்பினான்... ஓவியர்கள் பேராசைக் காரர்கள் என்பதற்கு இதைவிடச் சான்று வேண்டுமா? நான் வருத்தப்படாததற்கு அதுவும் ஒரு காரணம். அவனுக்குத் திறமை

உண்டு, ஆனால் அவன் ஒரு மிகமிகச் சாதாரணமான ஓவியன். அந்தப் பேராசை பிடித்த மூடன் உறைந்திருந்த தரையை அவன் நகங்களாலேயே தோண்டத்தயாராக இருந்தான். நான் உண்மையிலேயே தங்கக்காசுகளை அந்தக்கிணற்றடியில் புதைத்து வைத்திருந்தால் அவனுக்கு ஏன் கொடுக்கப் போகிறேன்? மெருகு வேலைகள் செய்வதற்கு ஒரு கழிசடைப்பயலை நீங்கள் அமர்த்தி வைத்திருந்தீர்கள். செத்துப்போன அந்தப்பயலிடம் ஒரு நேர்த்தி உண்டுதான், ஆனால் அவனது வண்ணங்களின் தேர்வும் பயன்முறையும் சாதாரணமானவை. அவனது சித்திரங்கள் அகத்தூண்டலற்றவை. எந்தவொரு தடயத்தையும் நான் விட்டுச் செல்லவில்லை... நீங்கள்தான் சொல்லுங்களேன், 'பாணி' என்பதன் சாரம் என்ன? இன்று பிராங்கியர்களும் சீனர்களும் ஓவியனின் திறமைக்கான குணாம்சம்தான் 'பாணி' என்று சொல்கின்றனர். ஒரு நல்ல கலைஞனை 'பாணி' என்பது மற்றவர்களிடமிருந்து வேறுபடுத்திக்காட்டவேண்டுமா, வேண்டாமா?"

"பயப்படவேண்டாம். ஒரு புதிய பாணி என்பது நுண்ணோவியனின் சொந்த ஆசையிலிருந்து கிளம்பி வந்துவிடுவதல்ல. ஓர் இளவரசர் இறக்கிறார், ஒரு ஷா போரில் தோற்கிறார், முடியவே முடியப்போவதில்லையென்று நினைத்திருந்த ஒரு காலப்பகுதி முடிந்துபோகிறது, ஓர் ஓவியக்கூடம் மூடப்பட்டு அதன் அங்கத்தினர்கள் வேறு இல்லங்களையும் தமக்கு புரவலர்களாக இருக்கக்கூடிய கலாரசிகப் பிரபுக்களையும் தேடிக்கொண்டு கலைந்து போகின்றனர். ஒருநாள் ரசனைமிக்க ஒரு சுல்தான் இந்த அனாதைக் கலைஞர்களை, திக்குத்தெரியாது தவித்திருந்த பெரும்திறமை கொண்ட நுண்ணோவியர்களை, எழுத்தோவியர்களை தனது கூடாரத்திற்கோ, அரண்மனைக்கோ அழைத்துச் சென்று தனக்கென்று ஒரு நூலக – கலைக்கூடத்தை நிறுவுகிறார். இக்கலைஞர்கள் ஒருவருக்கொருவர் பழக்கமில்லாவிட்டாலும் முதலில் அவர்களுடைய சொந்த பாணியிலேயே வரையத் தொடங்குகின்றனர். நாளாக ஆக, குழந்தைகள் அவர்கள் தெருவிலுள்ள மற்ற குழந்தைகளோடு சகஜமாகி நண்பர்களாகி விடுவதைப்போல, அவர்கள் சண்டையிட்டு, கூடி, போராடி, சமாதானமாகி விடுகின்றனர். ஒரு புதிய பாணி பிறப்பதென்பது வருடக்கணக்கான கருத்து மோதல்கள், பொறாமைகள், போட்டிகள், வண்ணங்களையும் ஓவியங்களையும் கொண்டு நடத்திய ஆராய்ச்சிகள் போன்றவற்றின் விளைவு. பொதுவாக, ஓவியக் கூடத்திலிருக்கும் கலைஞர்களிலேயே அதி உன்னதத் திறமைகொண்ட ஒருவனே இந்த வடிவத்தை உருவாக்குபவனாக இருக்கிறான். அவனை நாம் மிகுந்த அதிருஷ்டசாலியென்றும் நாம் அழைக்கலாம். மீதமுள்ள நுண்ணோவியர்களுக்கு இந்தப் பாணியை தொடர்ந்து இடைவிடாது படியெடுத்து, முழுமையாக்கி, மெருகேற்றவேண்டியது மட்டுமே ஒரே கடமையாக இருக்கிறது"

கண்ணுக்கு நேராக என்னைப் பார்க்கமுடியாமல், ஓர் எதிர்பாராத நாசூக்கான தோரணையை வரவழைத்துக்கொண்டு, எனது

கருணையையும் நேர்மையையும் கோரியபடி ஒரு பெண்ணுக்குண்டான நடுக்கத்துடன் கேட்டான்:

"எனக்கென்று ஒரு தனி பாணி இருக்கிறதா?"

என் கண்களிலிருந்து கண்ணீர் உருண்டுவந்துவிடுமென்று தோன்றியது. என்னால் முடிந்தளவுக்கு மென்மையோடும் ஆதரவோடும் கருணையோடும் நான் உண்மையென்று நம்பியதை அவசர அவசரமாகச் சொன்னேன்:

"நீதான் எல்லோரையும்விட அதிகமான திறமையும் தெய்வீக அருளும் கொண்ட ஓவியன். உனது ஓவியங்களின் வசியவைக்கும் சாயலையும் கூர்மையான பார்வையையும் எனது அறுபது வருடங்களில் வேறு யாரிடமும் கண்டதில்லை. ஆயிரம் நுண்ணோவியர்கள் கூட்டாக வரைந்த ஓர் ஓவியத்தை என்முன்னால் வைத்தால், கடவுள் உனக்கு அருளிக்கொடுத்த தூரிகையின் பேரழகை உடனடியாக என்னால் அடையாளம் கண்டுவிடமுடியும்."

"ஒப்புக்கொள்கிறேன், ஆனால் என் திறமையின் மர்மத்தை முழுமையாக பாராட்டுமளவுக்கு உங்களுக்குப் போதிய ஞானம் இல்லை" என்றான். "என்னிடம் மிரண்டுபோயிருப்பதால் நீங்கள் இப்போது பொய் சொல்கிறீர்கள். சரி, மீண்டும் ஒருமுறை எனது முறைமைகளின் இயல்பை விவரியுங்கள்."

"உனது வரைகோல் உன்னுடைய கட்டுப்பாட்டிலேயே இல்லாதது போல் தனது சொந்த விருப்பத்தின்படி சரியான கோடுகளை தேர்ந்தெடுத்துக்கொள்வதுபோலத் தெரிகிறது. உனது எழுதுகோல் எதை வரைகிறதோ அது உண்மை சார்ந்ததாகவோ அல்லது அற்பப்பொழுது போக்காகவோ இருப்பதில்லை! ஒரு ஜனத்திரளை நீ வரையும்போது, அவ்வுருவங்கள் பரிமாறிக்கொள்ளும் பார்வைகளிலிருந்து எழுகின்ற இறுக்கம், ஓவியஏட்டில் அமைக்கின்ற அவர்களின் இருப்பு, தலைப்பு வரியாக எழுதப்படுவதின் பொருள் போன்றவை ஓர் அழகிய, சாஸ்வதமான கிசுகிசுப்பிற்கு உருமாற்றம் பெறுகின்றன. இக் கிசு கிசுப்பைக் கேட்பதற்காக திரும்பத்திரும்ப உனது சித்திரங்களுக்கு வரும்போது, ஒவ்வொருமுறையும் அதன் அர்த்தம் மாறிவிட்டிருப்பதை – அதை எப்படிச்சொல்ல – அவ்வோவியத்தைப் புதிதாக நான் பார்க்க முடிவதை ஒரு புன்னகையோடு உணர்ந்து கொள்கிறேன். இந்தப் பொருட்களின் படிமங்கள் அனைத்தையும் ஒன்றாகத் திரட்டிப் பார்க்கும்போது, அதில் ஐரோப்பிய ஓவியமேதைகளின் காட்சிக் கோணவியலையும் தாண்டிச் செல்வதுபோல ஓர் ஆழம் வெளிப்படுகிறது."

"மிகவும் நல்லது. ஐரோப்பிய ஓவியர்களை மறவுங்கள். முதலிலிருந்து தொடங்குங்கள்."

"உன்னிடம் உண்மையிலேயே செறிவும் வலிமையும் மிக்க கோடுகளை வரையும் திறன் இருக்கிறது. காண்பவர்கள் உண்மையை விட நீ வரைந்ததைத்தான் நம்புகிறார்கள். உன் திறமையில் உருவான ஓர் ஓவியம் ஆழ்ந்தபக்தி கொண்ட ஒருவனைக்கூட அந்நம்பிக்கையை துறக்கச்செய்துவிடும் என்பதைப்போலவே, சிறிதும் நம்பிக்கையற்ற பச்சாதாபமற்ற நாத்திகனைக்கூட அல்லாஹ்வின் பாதைக்குக் கொண்டு வந்துவிடும் என்பதைச் சொல்லவேண்டும்."

"உண்மை, ஆனால் இது புகழ்ச்சியாகத் தெரியவில்லையே. மீண்டும் முயற்சி செய்யுங்கள்."

"ஓவிய வண்ணங்களின் திண்மையையும் அதன் ரகசியங்களை யும் உன்னளவுக்குத் தெரிந்து வைத்திருக்கும் நுண்ணோவியன் யாரு மில்லை. நீ எப்போதுமே மிகமிக பளபளப்பான, உடல் சிலிர்க்கச் செய்யும் கலவைகளை மிக உண்மையான வண்ணங்களில் உருவாக்கு கிறாய்."

"சரி, பிறகு?"

"பிஹ்ஸாத்திற்கும் மீர் செய்யது அலிக்கும் பிறகு நீதான் மகத் தான ஓவியன் என்பது உனக்குத் தெரியும்."

"உண்மைதான், அது எனக்குத்தெரியும். உங்களுக்கும் அது தெரியுமென்றால் எதற்காக கருப்பு எஃபெண்டியைப் போன்ற ஒரு மட்டமான பயலை வைத்துக்கொண்டு உங்கள் நூலை உருவாக்கிக் கொண்டிருக்கிறீர்கள்?"

"முதல் காரணம், அவனிடம் ஒப்படைக்கப்பட்டிருக்கும் பணிக்கு ஒரு நுண்ணோவியனின் திறமை தேவையில்லை" என்றேன். "இரண் டாவது, உன்னைப்போல அவன் ஒரு கொலைகாரன் அல்ல."

என் நகைச்சுவையின் தாக்கத்தில் அவன் இனிமையாகப் புன் னகைத்தான். இந்தச்சொல் 'பாணி' என்பதற்கு அளித்த புதிய விளக்கத்தை வைத்து இந்தப் பயங்கரச் சூழ்நிலையிலிருந்து ஒரு வழியாக என்னால் தப்பித்துவிட முடியுமென்று நினைத்தேன். விஷயத்தை மாற்றி பேச்சை நான் தொடங்க, இருவரும் அந்த வெண்கல மங்கோலிய மைக்குடுவையைப்பற்றி அப்பாவும் பிள்ளையும் போலல்லாமல் ஆர்வமிக்க இரண்டு முதியவர்கள் போல ஒரு சந்தோஷமான உரையாடலுக்குள் நுழைந்தோம். வெண்கலத்தின் கனம், மைக்குடுவையின் சமச்சீர்மை, அதன் கழுத்தின் ஆழம், பழைய எழுத்தோவிய தூரிகைப்பேனாக்களின் நீளம், சிவப்பு மையின் மர்மங்கள், அந்த மைக்குடுவையை எனக்கு முன்னால் வைத்து மெதுவாக ஆட்டினாலே அவனால் உணர்ந்து கொள்ள முடிகிற சிவப்புமையின் திண்மை ... சீன ஓவியர்களிடமிருந்து கற்றுக்கொண்ட சிவப்பு வண்ணத்தின் ரகசியங்களை மங்கோலியர்கள், கொராஸா

னுக்கும் புக்காராவுக்கும் ஹெராத்திற்கும் கொண்டுவந்திராவிட்டால், இஸ்தான்புல்லில் உள்ள நாம் இந்த ஓவியங்களைத் தீட்டியிருக்கவே முடியாது என்பதை இருவருமே ஒப்புக்கொண்டோம். நாங்கள் தொடர்ந்து பேசிக்கொண்டிருக்க, வண்ணத்தைப்போலவே காலத்தின் திண்மையும் மாறுவதைப்போல, வழக்கத்தைவிட வேகமாக ஓடுவதைப்போலத் தோன்றியது. ஏன் இன்னும் யாரும் திரும்பி வரவில்லையென்று மனதின் மூலையில் யோசித்துக் கொண்டிருந்தேன். அந்தக் கனமான சமாச்சாரத்தை அவன் கீழே வைத்தாலென்ன?

எங்களின் வழக்கமான பணிநேரத்து சகஜத்தோடு, அவன் கேட்டான்: "உங்கள் நூல் நிறைவடைந்ததும் என் ஓவியங்களைப் பார்ப்பவர்கள் என் திறமையை பாராட்டுவார்களா?"

"இன்ஷா அல்லாஹ், இந்த நூலை தடையேதுமின்றி நாம் முடித்துவிட்டால் நமது சுல்தான் அதற்குப்பின் பொறுப்பேற்றுக் கொண்டு முதலில் போதிய அளவில் பொன்னிதழ்களை பொறுத்தமான இடங்களில் பயன்படுத்தியிருக்கிறோமாவென்று சோதிப்பார். அதன்பின் சுல்தான்களுக்கே உரித்தான வகையில் தன்னைப்பற்றிய வர்ணனையை படிப்பதுபோல தனது உருவச்சித்திரத்தை உற்றுப் பார்த்து, நமது பகட்டான அலங்கார வேலைப்பாடுகளையல்ல, அவரது முகச்சாயல், உருவஒற்றுமை போன்றவற்றை கூர்மையாகக் கவனிப்பார். அதன்பின், நாம் இரவென்றும் பகலென்றும் பாராமல், மெய்வருத்தம் அடையாமல், நம் கண்ணொளியை தியாகம் செய்து வரைந்த ஓவியங்களைக்காண அவர் நேரம் எடுத்துக்கொண்டால் அது நமது அதிருஷ்டம். ஏதாவது அதிசயம் நிகழ்ந்தாலன்றி, அவர் அந்நூலைக் கையிலெடுத்துக்கொண்டு, ஓவியங்களின் சட்டகங்களைச் செய்தது யார், மெருகு வேலைப்பாடுகளை யார் செய்தது, இந்த மனிதனை அல்லது இந்தக்குதிரையை வரைந்தது யார் என்றெல்லாம் கேட்காமல், கருவூலகத்திற்குச் சென்று பெட்டகத்தில் வைத்துப் பூட்டிவிடுவார் என்று உனக்கும் எனக்கும் நன்றாகவே தெரியும். நாமும் மற்றெல்லாக் கலைஞர்களைப் போலவும் ஓவியம்தீட்டும் பணிக்கு திரும்பிவிடுவோம், என்றாவது ஒருநாள் அதிசயமாக நமது உழைப்பிற்கான ஒப்புதலும் பாராட்டும் கிடைக்கத்தான் போகிறது என்ற நம்பிக்கையோடு."

எதற்காகவோ பொறுமையாகக் காத்திருப்பதுபோல இருவரும் மௌனத்தில் ஆழ்ந்தோம்.

"அந்த அதிசயம் எப்போது நடக்கும்?" என்று கேட்டான். "நம் கண்களை நேராக நிமிர்த்த முடியாமற் போகும்வரை உழைத்து உருவாக்கிய ஓவியங்கள் எப்போதுதான் உண்மையாக பாராட்டப் பெறும்? எப்போதுதான் அவர்கள் எனக்கு, நமக்கு, தகுதிவாய்ந்த மரியாதையை வழங்குவார்கள்?"

"ஒருபோதுமில்லை!"

"எப்படிச் சொல்கிறீர்கள்?"

"உனக்கு என்ன தேவையோ, அதை அவர்கள் எப்போதும் தரப்போவதல்லை" என்றேன். "எதிர்காலத்தில் மேலும் குறைவாகத் தான் நீ மதிக்கப்படுவாய்."

"நூல்கள் நூற்றாண்டுகளுக்கு நிலைத்து நிற்கக் கூடியவை" என்றான் பெருமையோடு, ஆனால் நம்பிக்கையில்லாமல்.

"நான் சொல்வதை நம்பு. வெனீஸிய ஓவியர்களில் ஒருவரிடம்கூட உன்னிடமிருக்கும் கவித்துவ நுண்ணுணர்வோ, பற்றுறுதியோ, கூருணர்வோ, உனது வண்ணங்களின் தூய்மையோ பிரகாசமோ கிடையாது. இருந்தாலும் வாழ்க்கையோடு நெருக்கமாக ஒத்திருப்பதால் அவர்களது ஓவியங்கள் வசீகரக் கவர்ச்சியோடு இருக்கின்றன. அவர்கள் தூபி ஒன்றின் மேல்மாடியிலிருந்து பார்க்கின்ற கோணத்தில் உலகத்தை வரைவதில்லை. அவர்களுடைய காட்சிக்கோணம் தெருவில் நின்றபடி பார்க்கின்ற கோணமாகத்தான் இருக்கிறது. தரைமட்டத்தி லிருந்து அவர்கள் பார்ப்பதைத்தான் வரைகின்றனர் அல்லது ஓர் இளவரசனின் அறைக்குள்ளே, அவனது கட்டில், மெத்தை, சாய்வு மேஜை, கண்ணாடி, அவனது புலி, அவனுடைய மகள், அவன் நாணயங்கள் என இருக்கும் எல்லாவற்றையும் அவர்கள் இணைக் கின்றனர். அவர்கள் செய்கின்ற எல்லாவற்றையும் நான் ஏற்றுக் கொள்ளவில்லை. உலகத்தை ஓவியங்களின் வழியாக நேரடியாக நகலெடுப்பது ஓர் அகௌவரவமான விஷயமாக எனக்குப்படுகிறது. அதை நான் வெறுக்கிறேன். ஆனால் இப்புதிய முறையில் அவர்கள் உருவாக்குகின்ற ஓவியங்களுக்கு ஒரு மறுக்கமுடியாத வசியம் இருக் கிறது. கண்கள் எதைப்பார்க்கின்றதோ அதை அப்படியே சித்தரிக் கின்றனர். உண்மையில் சொல்லப்போனால், அவர்கள் எதைப் பார்க்கிறார்களோ அதை வரைகின்றனர். ஆனால் நாம் எதை நோக்குகின்றோமோ அதை வரைகிறோம். அவர்களது ஓவியங்களைப் பார்க்கும்போது, ஒருவருடைய முகத்தை சாசுவதப்படுத்துவதற்கு ஒரே வழி பிராங்கிய பாணியின் வழியாகத்தான் என்பதை ஒருவர் உணர்ந்து கொள்வார். வெனிஸ் நகரவாசிகள் மட்டும்தான் இந்தக் கருத்திற்கு ஆட்பட்டிருக்கிறார்கள் என்றில்லை, பிராங்கிய நாடுகள் எல்லாவற்றிலுமுள்ள தையல்காரர்கள், இறைச்சிக்கடைக்காரர்கள், படைவீரர்கள், சமயகுருக்கள், மளிகைக்கடைக்காரர்கள்... இவர்கள் எல்லோருமே தமது உருவச்சித்திரங்களை இந்தப் பாணியில் செய்து மாட்டிவைத்திருக்கின்றனர். அந்த ஓவியங்களை ஒரேயொருமுறை இலேசாகப் பார்த்தாலும்போதும், உன்னையும் அதைப்போல வரைந்து பார்த்துக்கொள்ளவேண்டுமென்று தோன்றும். மற்றவர்களிடமிருந்து நீ வேறுபட்டவன், தனித்துவமானவன், விசேஷமானவன், குறிப்பிடத் தக்க மனிதப்பிறவி என்ற எண்ணம் எல்லோருக்குள்ளும் இருக்கிறது. மனிதர்களை வரைவது, மனத்தால் உணர்வது போலல்ல, கண்களால்

உண்மையில் பார்ப்பதுபோலவே இப்புதிய பாணியில் வரைவது இந்தச் சாத்தியத்தை அனுமதிக்கிறது. ஒருநாள் அவர்கள் ஓவியம் தீட்டும்முறையிலேயே மற்ற எல்லோரும் வரையத்தொடங்கப் போகின் றனர். 'ஓவியம்' என்று குறிப்பிட்டாலே அவர்களுடைய ஓவியங்களைத் தான் உலகம் நினைக்கப்போகிறது! ஓவியத்தைப்பற்றி எதையுமே புரிந்துகொண்டிராத ஓர் ஏழை, முட்டாள் தையல்காரன்கூட தன் உருவத்தை இந்த விதத்தில் வரைந்துகொள்ள, வித்தியாசமாக வளைந்திருக்கும் அவன் மூக்கை தத்ரூபமாக வரைந்திருப்பதைப் பார்த்து தான் ஒரு சாதாரண எளியோன் அல்ல, ஒரு அசாதாரண மனிதன் என்று நினைத்துக்கொள்ள விரும்புவான்."

"எனவே? நாமும் அத்தகைய உருவச்சித்திரங்களையும் வரைய லாம்" என்று நக்கலாகச் சொன்னான் அந்தக் கொலைகாரன்.

"நாம் வரையமாட்டோம்!" என்றேன். "பிராங்கியர்களை போலி செய்கிறோம் என்று நம்மீது முத்திரை குத்தப்பட்டுவிடுமோவென நாம் எந்தளவுக்கு பயப்படுகிறோம் என்பதை நீ கொலை செய்தாயே, அந்த வசீகரன் எஃபெண்டியிடமிருந்து நீ கற்றுக்கொள்ளவில்லையா? அவர்களைப்போலவே ஓவியம்தீட்ட துணிச்சலோடு நாம் புறப்பட்டா லும் இதே விஷயத்தில்தான் முடியும். முடிவில் நமது பாணிகள் மறைந்துபோகும், நமது வண்ணங்கள் மங்கிப்போகும். நமது புத்தகங் களையும் நமது ஓவியங்களையும் பற்றி ஒருவரும் அக்கறை கொள்ளப் போவதில்லை. ஆர்வத்தோடு கேட்கிறவர்கள்கூட, எந்தவிதப்புரிதலு மின்றி, ஏன் பரிமாணப்பிரக்ஞையே இல்லையென்று ஏளனத்தோடு கேட்பார்கள், இல்லாவிட்டால் அவர்களுக்கு சுவடிகள் கிடைக்கவே கிடைக்காது. அலட்சியம், காலம், பேரழிவுகள் போன்றவை நமது கலையை நிர்மூலமாக்கும். நமது நூல்களைத் தைக்க பயன்படுத்தும் அராபிய கோந்தில் மீன், தேன், எலும்பு எல்லாம் கலந்திருக்கின்றன. பக்கங்களுக்கு மெருகேற்ற, பளபளப்பாக்க வெள்ளை முட்டையும் கஞ்சியும் பயன்படுத்தப்படுகின்றன. அடங்காப் பசிகொண்ட, வெட்கங் கெட்ட சுண்டெலிகள் இந்தப் பக்கங்களை காலப்போக்கில் கொரித்துத் தின்றுவிடப்போகின்றன; கரையான்களும் புழுக்களும் இன்னும் ஆயிரக்கணக்கான பூச்சிகளும் நமது சுவடிகளை அரைத்துத்தின்று இல்லாமலாக்கப் போகின்றன. ஏடுகளின் தையல்கள் பிரிந்து பக்கங் கள் தனித்தனியாக விழப்போகின்றன. பெண்கள் அவர்கள் அடுப்பைப் பற்றவைக்கப்போகின்றனர். திருடர்களும் அலட்சியமிகுந்த வேலைக் காரர்களும் குழந்தைகளும் பக்கங்களையும் சித்திரங்களையும் யோசனையில்லாமல் கிழித்தெறியப்போகின்றனர். இளவரசச் சிறுவர்கள் சித்திரங்களின்மேல் தமது விளையாட்டுப் பேனாக்களால் கிறுக்கப்போகின்றனர். படங்களின் கண்களின் கருப்பு பூசப்போகின் றனர், ஒழுகும் மூக்கை அந்தப் பக்கங்களில் துடைக்கப்போகின்றனர், பக்க ஓரங்களில் கருப்பு மசியில் கிறுக்கப்போகின்றனர். மிச்சம் மீதி இருப்பனவற்றையும் மதத்தணிக்கையாளர்கள் கருப்பு பூசிவிடப்

போகின்றனர். நமது படங்களை அவர்கள் கிழித்து, வெட்டி, வேறு படங்களை உருவாக்குவதற்காகவோ அல்லது பொழுதுபோக்காக விளையாட்டுக்காகவோ பயன்படுத்தப்போகின்றனர். ஆபாசம் என்று அவர்கள் கருதும் படங்களை அம்மாக்கள் அழிக்க, அப்பாக் களும் அண்ணன்களும் பெண்களின் படங்களை பிய்த்து எடுத்துக் கொள்ள, சேறும் தண்ணீரும் மட்டமான கோந்தும் எச்சிலும் இன்னும் எல்லாவிதமான அழுக்கும் உணவுமிச்சங்களும் பக்கங் களில் பூசி ஒன்றோடொன்று ஒட்டிக்கொள்ளும். ஒட்டிக்கொண்ட பக்கங்களில் பூஞ்சைக்காளானும் அழுக்குக்கறைகளும் பூக்கள்போல பூத்திருக்கும். மழையும் ஒழுகும் கூரைகளும் வெள்ளமும் புழுதியும் நம் நூல்களை அழிக்கும். தண்ணீரும் ஈரமும் பூச்சிகளும் அலட்சியமும் பக்கங்களைக் கிழித்து, மங்கிப்போக வைத்து, படிக்க முடியாமல் ஆக்கியபின்பு, இவற்றால் தீண்டப்படாத பெட்டகம் ஒன்றுக்குள் ளிருந்து கடைசியாக ஒரு நூல் அதிசயமாக வெளிப்பட்டாலும் அது ஒருநாள் இரக்கமற்ற நெருப்பின் ஜ்வாலைகளில் எரிந்து அழிந்துபோய்விடும். ஒவ்வொரு இருபது வருடங்களிலும் ஒரு தடவை இஸ்தான்புல்லின் எந்தவொரு பகுதியாவது இப்படிப்பட்ட தீவிபத்தில் எரிந்து சாம்பலாகாமல் இருந்திருக்கிறதா, நமது புத்தகம் மட்டும் தப்பிப்பிழைக்கும் என்று நம்பிக்கை வைப்பதற்கு? மங்கோலியர்கள் பாக்தாத்தில் எரித்து அழித்ததைவிட அதிகமான நூல்களும் நூலகங் களும் ஒவ்வொரு மூன்றாண்டுகளிலும் அழிக்கப்பட்டுவருகிற இந்த நகரத்தில், தனது ஆகச்சிறந்த ஓவியம் ஒரு நூற்றாண்டுக்குமேல் நிலைத்து நிற்கும், பிஹ்ஸாத்தைப்போல தானும் மதிக்கப்படுவோம் என்று எந்த ஓவியனால் கற்பனை செய்துகொள்ள இயலும்? நம் முடைய ஓவியங்கள் மட்டுமல்ல, இவ்வளவு காலமாக இவ்வுலகில் தீட்டப்பட்ட எல்லா ஓவியங்களும் நெருப்பில் அழியப் போகின்றன, புழுக்களால் அரிக்கப்படப்போகின்றன அல்லது அலட்சியத்தால் தொலைந்து போகப்போகின்றன:

ஷிரின் ஒரு சன்னலிலிருந்து ஹுஸ்ரேவை பெருமிதத்தோடு பார்த்துக்கொண்டிருப்பது; ஹுஸ்ரேவ், நிலவொளியில் குளித்துக் கொண்டிருக்கும் ஷிரினை ரசிப்பது; காதலர்கள் ஒருவரையொருவர் லயிப்போடு ஒன்றி பார்த்திருப்பது; கிணற்றடியில் ஒரு வெள்ளை அரக்கனோடு மல்யுத்தம் புரியும் ருஸ்தம்; காதல் ஏக்கத்தில் பாலை வனத்தில் அலையும் மஜ்னு வெள்ளைப்புலியையும் மலைஆட்டை யும் நட்பாக்கிக்கொள்வது; தான் காவல் காக்கும் ஆட்டு மந்தையி லிருந்து தினமும் ஓர் ஆட்டை எடுத்து பெண் ஓநாய்க்கு இரையாகக் கொடுத்து, அந்த ஓநாயோடு ஒவ்வோரிரவும் கலவி கொள்கின்ற திருட்டு நாயைப்பிடித்து தூக்கில் போடுகிற சித்திரம்; ஓரச்சட்டங் களின் பூக்கள், தேவதைகள், மரக்கிளைகள், கண்ணீர்த்துளிகள் கொண்ட வேலைப்பாடுகள்; ஹஃபீஸின் புதிரான கவிதைகளுக்கு மெருகேற்றும் குழலூதும் கலைஞர்கள்; ஆயிரக்கணக்கிலல்ல,

பல்லாயிரக்கணக்கான நுண்ணோவியப் பயிற்சி மாணவர்களின் கண்களை அழித்த சுவர் அலங்காரங்கள்; கதவுகளுக்கு மேலேயும் சுவர்களிலும் தொங்கவிடப்பட்டிருக்கும் சிறிய பெயர்ப்பொறி கற்கள்; சித்திரங்களின் ஓரச்சட்டங்களில் இடையில் ரகசியமாக எழுதப்பட்டிருக்கும் ஈரடிச் செய்யுட்கள்; சுவர்களின் அடியிலும் மூலைகளிலும் முகப்பு ஒப்பனைகளிலும் குதிகால்களுக்கடியிலும் புதர்ச்செடிகளுக்கு அடியிலும் பாறைகளுக்கு இடையிலும் ஒளித்துவைக்கப்பட்டிருக்கும் எளிய கையெழுத்துகள்; பூக்கள் மூடிய மெத்தைகளின் மேலிருக்கும் காதலர்கள்; எதிரியின் கோட்டையில் வெற்றி வீரராகப் பிரவேசிக்கும் நமது சுல்தான் அவர்களின் காலம்சென்ற பாட்டனாருக்காக பொறுமையாகக் காத்துக்கொண்டிருக்கும் வெட்டப்பட்ட சிரங்கள்; மிலேச்சர்களின் தூதுவன் நமது சுல்தான் அவர்களின் முப்பாட்டனாரின் பாதங்களை முத்தமிட, பின்னணியில் காணப்படுகிற, உன் இளமைக் காலத்தில் வரைவதற்கு உதவிய பீரங்கிகள், துப்பாக்கிகள், கூடாரங்கள்; கொம்புகளோடும் கொம்புகள் இல்லாமலும் வால்களோடும் வால்களில்லாமலும் கூர்மையான பற்களோடும் கூர்மையான நகங்களோடும் இருக்கிற பிசாசுகள்; சாலமனின் ஞானமிக்க ஹீபோ பறவை, குதிக்கும் தூக்கணாங்குருவி, டோடோ, வானம்பாடி உள்ளிட்ட ஆயிரக்கணக்கான பறவை வகைகள்; சாந்தமான பூனைகளும் படபடப்பான நாய்களும்; வேகமாய்ப்போகும் மேகங்கள்; ஆயிரக்கணக்கான படங்களில் திரும்பத்திரும்ப வரையப்பட்ட மெல்லிதழ் புற்கள்; யோபுவின் பொறுமையோடு ஒவ்வோர் இலையாக வரையப்பட்ட பிளேன், மாதுளை மரங்களுக்கும் பாறைகளுக்கும் பல்லாயிரக்கணக்கான சைப்ரஸ் மரங்களுக்கும் குறுக்காக சரிந்திருப்பதைப்போல தேர்ச்சியற்று வரையப்பட்ட நிழல்கள்; தாமெர்லேன், ஷா தமாஸ்ப் காலத்திய மாளிகைகளை மாதிரியாகக் கொண்டு, ஆனால் அவர்களுக்கு முந்தைய காலகட்டங்களைச் சேர்ந்த கதைகளோடு இணைத்து வரையப்பட்ட மாளிகைகள், அவற்றின் இலட்சக்கணக்கான செங்கற்கள்; பூந்தோட்டங்களிலும் பூமரங்களுக்கடியிலும் விரிக்கப்பட்ட மிக அழகிய தரைவிரிப்புகளின் மீதமர்ந்து அழகான பெண்களும் பையன்களும் பாடிக்கொண்டிருக்க, அந்த கீதத்தை சோகத்தோடு ரசித்துக் கேட்டுக்கொண்டிருக்கும் பல்லாயிரக்கணக்கான இளவரசர்கள்; கடந்த நூற்றைம்பது வருடங்களாக கண்ணீர்வர அடித்துத் துவைத்தெடுத்து வரைதிறனை செப்பனிட வைத்த சாமர்கண்டிலிருந்து இஸ்லாம்போல் வரையிருக்கும் ஆயிரக்கணக்கான பயிற்சி மாணவர்களால் நுட்பமாக வரையப்பட்ட மண்பாண்ட, தரைவிடுப்பு ஓவியங்கள்; உனது பழைய உற்சாகத்தோடு நீ இன்னமும் வரைந்து கொண்டிருக்கிற நேர்த்தியான தோட்டங்கள், உயரப்பறக்கும் கருப்பு பட்டங்கள், போரையும் மரணத்தையும் பற்றிய உனது திகைப்பூட்டும் ஓவியங்கள், உனது கம்பீரமான வேட்டையாடும் சுல்தான்கள், அதே நேர்த்தியோடு உடன் வரையப்பட்ட துள்ளியோடும் மான்கள், உனது இறந்து

கொண்டிருக்கும் ஷாக்கள், உனது போர்க்கைதிகள், உனது மிலேச்சர்களின் போர்க்கப்பல்களும் உனது எதிரி நகரங்களும் உனது தூரிகையிலிருந்தே மலர்ந்து இறங்கியதைப்போல ஒளிர்கின்ற கரும் இரவுகள், உனது நட்சத்திரங்கள், பிசாசைப்போன்ற உனது சைப்ரஸ் விருட்சங்கள், செந்நிறத்தில் வடித்த உனது காதல் மற்றும் மரண ஓவியங்கள், இன்னும் உன்னுடைய, மற்றெல்லோருடைய ஓவியங்களும் எல்லா ஓவியங்களும் அழிந்துபோகும் . . .”

மைக்குடுவையை உயர்த்தி அவன் பலம் கொண்டவரைக்கும் என் தலைமீது ஓங்கி அடித்தான்.

அந்த அடியின் வேகத்தில் நான் முன்னால் சரிந்தேன். எப்போதும் என்னால் விவரிக்கக்கூட முடியாத அளவிற்கு ஒரு பயங்கரமான வலியை உணர்ந்தேன். மொத்த உலகமும் என் வலியால் போர்த்தப்பட்டு மஞ்சளாக மங்கியது. என் மனதின் பெரும்பகுதி, இந்தத் தாக்குதல் வேண்டுமென்றே திட்டமிட்டு நிகழ்த்தப்பட்டிருக்கிறது என்று ஊகித்தாலும், வலியோடு சேர்ந்து – அல்லது அதன் காரணமாக – மனதின் தடுமாறும் மற்றொரு பகுதி, ஒரு நல்லெண்ண முயற்சியாக அந்தக்கொலைகாரனிடம் சோகத்துடன் சொல்ல விரும்பியது; “இரக்கம் காட்டு, என்னைத் தவறாகக் கருதி தாக்கிவிட்டாய்.”

அவன் மைக்குடுவையை மறுபடியும் ஓங்கி என் தலையில் அடித்தான்.

இம்முறை என் மனதின் தடுமாறும் பகுதிகூட இது தவறுதலாக நிகழ்த்தப்பட்டதில்லை என்பதையும் இதற்குக் காரணமான பைத்தியக்காரத்தனமும் வெறியும் என் உயிரை நிச்சயம் முடித்துவைக்கப் போகிறதென்பதையும் உணர்ந்துகொண்டது. இந்த விவகாரத்தால பெரிதும் திகிலுற்று என் குரலை உயர்த்தி, என் பலம் முழுவதையும் பிரயோகித்து தாங்கமுடியாத வலியோடு அலறினேன். இந்த அலறலின் நிறம் தாமிரத்துரு நிறமாக இருக்கலாம். வெறிச்சோடிய மாலைநேரத் தெருக்களின் கருமையில் இதன் நிறத்தை யாராலும் கேட்டிருக்க முடியாது. நான் தனியாக இருக்கிறேன் என்றுணர்ந்தேன்.

என் கதறலால் அவன் திகைப்படைந்து தயங்கினான். கணநேரத்திற்கு எங்கள் கண்கள் நேருக்குநேராக சந்தித்தன. அவனது நடுக்கத்தையும் தயக்கத்தையும் மீறி, இப்போதைய செய்கைகளுக்காக அவன் செலுத்தப்பட்டிருக்கிறான் என்று அவனுடைய விழிப் பாவைகளிலிருந்து சொல்லமுடிந்தது. இவன் நானறிந்த நுண்ணோவியக்கலைஞன் அல்ல; பரிச்சயமற்ற, துர்க்குணங்கள் கொண்ட, என் மொழியைப் பேசாத ஓர் அந்நியன். இந்தப்பிரக்ஞை எனது கணநேரத்தனிமையை பன்னூறாண்டுகளுக்கு நீட்டித்தது. இந்த உலகத்தைத் தழுவிக் கொள்வதைப்போல அவன் கைகளை பற்றிக்கொள்ள விரும்பினேன்; ஆனால் அதற்குப் பலனில்லை. அவனிடம் கெஞ்சினேன், அல்லது

கெஞ்சியதாகத்தான் நினைக்கிறேன்: "மகனே, என்னருமை குழந்தாய், தயவுசெய்து என்னைக் கொன்றுவிடாதே." கனவில் இருப்பவனைப் போல நான் சொல்வது கேட்காதது போலிருந்தான்.

அந்த மைக்குடுவையை மீண்டும் என் தலைமீது அடித்தான்.

என் எண்ணங்கள், நான் பார்த்தது, என் ஞாபகங்கள், என் கண்கள், எல்லாமே ஒன்றாகக் கலந்து அச்சமாக மாறின. தனியாக எந்தவொரு நிறமும் தெரியாமல் எல்லா நிறங்களும் சிவப்பாக மாறிவிட்டதுபோல் உணர்ந்தேன். என் ரத்தம் என்று நான் நினைத்திருந்தது சிவப்புமை; என் கைகளில் இருக்கும் மை என்று நான் நினைத்திருந்தது எனது பெருக்கெடுத்தோடும் ரத்தம்.

அந்தத்தருணத்தில் இறந்துபோவது என்பது எவ்வளவு அநியாயமானது, கொடூரமானது, இரக்கமற்றது என்பதைக் கண்டுகொண்டேன். இருந்தாலும் இதுதான் எனது வயதான, ரத்தம் வழியும் தலையால் முடிவெடுத்த ஒன்று. பின் அதை நான் பார்த்தேன். எனது நினைவுகள் வெளியே தூவிக்கொண்டிருந்த பனியைப்போல வெள்ளைவெளேரென்றிருந்தன. இதயம் என் வாய்க்குள் வந்து விட்டதைப்போல துடிக்கும்போது வலித்தது.

என் மரணம் இப்படித்தான் இருந்தது. இதை ஒருவேளை நீங்கள் வெகுகாலத்திற்கு முன்பே புரிந்துகொண்டிருக்கலாம். மரணம் இறுதியானதல்ல, இதுமட்டும் நிச்சயம். இருப்பினும், புத்தகங்கள் எங்கிலும் எழுதியிருப்பதைப்போல, மரணம் என்பது புரிதலுக்கப்பாற்பட்ட வலிமிகுந்தவொன்று. எனது சிதைந்த கபாலமும் மூளையும் மட்டுமல்ல, என்னுடைய ஒவ்வொரு பகுதியும் ஒருங்கிணைந்து வேதனையில் கொழுந்துவிட்டு எரிந்து துடித்தது. இந்த எல்லையற்ற வேதனை தாங்கமுடியாமலாகி, என் மனதின் ஒரு பகுதி – இதுதான் ஒரே தீர்வு என்பதைப்போல – இந்த வலியை மறந்து, மென்மையான உறக்கத்தில் அமிழ விழைந்தது.

நான் இறந்துபோவதற்கு முன், இளம் வயதில் நான் கேட்டிருந்த அஸ்ஸிரியன் பழங்கதை ஒன்று நினைவிற்கு வந்தது. தனியாக வசித்துக்கொண்டிருந்த கிழவன் ஒருவன் நள்ளிரவில் படுக்கையிலிருந்து எழுந்து தண்ணீர் அருந்துகிறான். மேஜையின் முனையில் குவளையை வைக்கும்போது, அங்கிருந்த மெழுகுவர்த்தி காணாமற்போயிருப்பதை அறிகிறான். எங்கே போயிருக்கும்? உள்ளேயிருந்து ஒரு மெல்லிய இழையாக வெளிச்சம் கசிகிறது. அந்த வெளிச்சத்தின் வழியில் படுக்கையறைக்கு மெதுவாக அடியெடுத்துச்செல்ல, அங்கே மெழுகு வர்த்தியை பிடித்துக்கொண்டு யாரோ படுத்திருப்பது தெரிகிறது. "யார் நீ?" என்று அவன் கேட்கிறான். "நான்தான் மரணம்" என்கிறான் அந்த அந்நியன். அந்தக் கிழவனிடம் ஒரு மர்மமான மௌனம் கவிகிறது. "எனவே, நீ வந்துவிட்டாய்?" என்கிறான். மரணம் இறுமாப்புடன் "ஆம்" என்கிறது. கிழவன் உறுதியான குரலில், "கிடையாது,

என் முடிவுபெறாத கனவுதான் நீ" என்று கூறிவிட்டு, அந்நியனின் கையிலிருந்த மெழுகுவர்த்தியை சட்டென்று ஊதி அணைத்து விடுகிறான். அனைத்தும் இருட்டில் மறைந்துபோகின்றன. கிழவன் தனது காலியான கட்டிலுக்கு உறங்கச்செல்கிறான். மேலும் இருபது வருடங்கள் அவன் வாழ்ந்து முடிக்கிறான்.

ஆனால் என்விதி இப்படி இருக்கப்போவதில்லை என்று எனக்குத் தெரிந்தது. அவன் மீண்டும் ஒருமுறை மைக்குடுவையால் என் தலையில் அடித்தான். அளவுகடந்த வேதனையில் இருந்ததால் அந்த அடியின் வேகத்தைக்கூட தெளிவாக உய்த்துணர முடியவில்லை. அவனும் அந்த மைக்குடுவையும் மெழுகுவர்த்தியின் மெலிதான வெளிச்சத்திலிருந்த அறையும் ஏற்கனவே மங்கத் தொடங்கிவிட்டிருந்தன.

இருப்பினும், நான் இன்னமும் உயிரோடுதான் இருந்தேன். இந்த உலகத்தோடு ஒட்டிக்கொண்டிருப்பதற்கான என் இச்சையில், அவனிடமிருந்து தப்பியோடிவிட, என் முகத்தையும் ரத்தம் தோய்ந்த தலையையும் காத்துக்கொள்ளும் பதட்டத்தில் என் கையை வீசி வீசி தடுமாறி, தள்ளாடி, ஒருமுறை அவன் மணிக்கட்டைக்கூட கடித்துவிட்டேன் என்று நினைக்கிறேன். என் முகத்தில் அடிக்கப் பட்ட மைக்குடுவை இதனை உணரச்செய்தது.

கொஞ்சநேரம் நாங்கள் போராடினோம், அதை போராட்டம் என்று உங்களால் சொல்லமுடிந்தால். அவன் மிகவும் வலுவாக, மிகவும் வெறியோடு இருந்தான். என்னை மல்லாந்து விழவைத்தான். என் தோள்களின்மீது அவன் முட்டிகளை வைத்து என்னைத்தரை யோடு தரையாக அழுத்திக்கொண்டு, செத்துக்கொண்டிருக்கும் ஒரு வயோதிகனான என்னிடம் மிகவும் அவமரியாதையான தொனி யில் என்னென்னவோ பிதற்றிக் கொண்டிருந்தான். அவன் சொல்வது எனக்குப் புரியாததாலோ அல்லது சரியாகக் கேட்காததாலோ, அவனது ரத்தமாகச்சிவந்த கண்களை உற்றுப்பார்ப்பதில் எனக்கு விருப்பமில்லாததாலோ, அவன் என் தலையில் மீண்டும் ஒருமுறை அடித்தான். மைக்குடுவையிலிருந்து சிதறிய வர்ணத்தாலும் என்னிட மிருந்து தெறித்த ரத்தத்தாலும் அவன் முகமும் மொத்த உடம்பும் செக்கச் செவேலென்று ஆகிவிட்டிருந்தது.

இந்த உலகத்தில் நான் பார்க்கிற கடைசி விஷயம் என் கொலை காரனின் முகமாக இருக்கப்போகிறதே என்ற துக்கத்தில் என் கண்களை மூடிக்கொண்டேன். மூடியவுடன் ஒரு மென்மையான, இதமான வெளிச்சம் தெரிந்தது. என் வலிகளை மட்டுப்படுத்தப் போவதாக நான் நினைத்திருந்த தூக்கத்தைப்போலவே அந்த ஒளியும் இனிமையாக, கவர்ச்சியூட்டியிழுப்பதாக இருந்தது. அந்த ஒளியின் நடுவில் ஓர் உருவத்தைக் கண்டேன். குழந்தையைப்போல நான் கேட்டேன், "நீ யார்?"

“நான்தான் அஸ்ரேல், மரணதேவதை” என்றான் அவன். “இவ் வுலகத்தில் மனிதனின் பயணத்தை முடித்துவைப்பவன் நான்தான். குழந்தைகளை அவர்களுடைய தாய்மார்களிடமிருந்தும் மனைவி களை அவர்தம் கணவர்களிடமிருந்தும் காதலர்கள் ஒருவரை மற்ற வரிடமிருந்தும் அப்பாக்களை அவர்களுடைய புதல்விகளிடமிருந்தும் பிரித்துச் செல்பவன் நான்தான். இவ்வுலகில் மானிடராய் பிறந்த எவரொருவரும் என்னைத் தவிர்க்க முடியாது.”

மரணம் என்பது தவிர்க்கமுடியாதது என்று தெரிந்ததும், நான் அழுதேன்.

என் கண்ணீர் எனக்கு அடங்காத தாகத்தை ஏற்படுத்தியது. என் முகத்தின் மழுங்கடிக்கும் வேதனையும் ரத்தத்தில் நனைந்த என் கண்களும் ஒருபுறமிருக்க, மறுபுறத்தில் வெறியும் இரக்கமின்மை யும் காணப்படாத ஓர் இடமும் இருந்தாலும் அந்த இடம் வினோத மாகவும் அச்சமூட்டுவதாகவும் இருந்தது. அந்த ஒளியூட்டப்பட்ட ராஜ்ஜியம்தான் அஸ்ரேல் என்னை வரும்படி அழைத்த மரணபூமி என்பதை அறிந்தேன், பயத்தில் உறைந்துபோனேன். இருந்தாலும் என்னை வலியில் துடிக்கவைத்து வேதனையில் ஓலமிடவைக்கின்ற இவ்வுலகத்தில் வெகுநேரம் இருக்கமுடியாது என்பதை அறிந்தேன். இந்த அச்சமூட்டும் வலியும் சித்ரவதையும் மண்டிய பூமியில் எனக்கு ஆறுதல் அளிக்கும் இடம் என்று ஒன்றில்லை. இங்கேயே நான் நீடித்திருக்க வேண்டுமானால் இந்தத் தாங்கமுடியாத சித்ரவதையில் தொடர்ந்து இருக்க நான் பழகிக்கொள்ளவேண்டும். அது எனது முதிய நிலைமையில் சாத்தியமில்லை.

இறந்துபோவதற்கு சற்றுமுன்னதாக, நான் உண்மையிலேயே மரணத்திற்காக ஏங்கினேன், அதே நேரத்தில் வாழ்நாள் முழுக்க யோசித்துக்கொண்டிருந்த, எந்தப் புத்தகங்களிலும் விடைகாணப் படாத கேள்விக்கான பதில் எனக்குப்புரிந்தது: இறந்து போவதில் மட்டும் ஒருவர் தவறாமல் எல்லோரும் வெற்றியடைந்துவிடுவது எப்படி? கடந்து போய்விட வேண்டுமென்ற இந்த எளிய இச்சையின் மூலமாகத்தான். மேலும், மரணம் என்னை ஞானவான் ஆக்கிவிடு மென்றும் நான் அறிந்திருந்தேன்.

இருந்தபோதிலும், நெடுந்தொலைவு பயணப்படப்போகின்ற ஒருவனுக்கு தனது அறையையும் உடமைகளையும் அவனது வீட்டை யும் கடைசியாக ஒருமுறை பார்த்துவிட்டுச் செல்ல முடியாத ஆற்றாமை என்னை ஆட்கொண்டது. பீதியுற்று, என் மகளை கடைசி முறையாக பார்த்துவிடவேண்டுமென்று மிகமிக விரும்பினேன். பார்த்தே ஆகவேண்டுமென்ற வெறியில், என் வலியையும் அதிகரித்துக் கொண்டுவரும் தாகத்தையும் பொறுத்துக்கொண்டு, பற்களை இறுக்க கடித்தபடி ஷெகூரே திரும்பிவருவதற்குக் காத்திருந்தேன்.

இதனால் மரணத்தின் மென்னொளி என்முன்னால் சற்றுத் தணிந்தது. கீழே விழுந்து என் உயிரை விட்டுக்கொண்டிருந்த இந்த மண்ணுலகத்தின் சத்தங்களும் ஒலிகளும் என் மனதிற்கு உறைக்கத் தொடங்கின. என்னைக் கொலை செய்தவன் அறைக்குள் இங்கு மங்கும் நடந்து செல்வதையும் அலமாரியைத் திறப்பதையும் காகிதங் களைக் கலைத்துப்போட்டு அந்த கடைசி ஓவியத்தை தேடுவதையும் கேட்க முடிந்தது. வெறும் கையோடு திரும்பியவன் எனது வர்ணக் குழம்புகள் பேழையைத் திறப்பதும் இழுப்பறைகளை, பெட்டிகளை, மைக்கூடுகளை, மடக்குமேஜையை எட்டி உதைத்துத் தள்ளுவதும் கேட்டது. என் வயதான கைகளும் தளர்ச்சியுற்ற கால்களும் அவ்வப் போது துடித்து வெட்டி இழுப்பதை, அவ்வப்போது என்னிடமிருந்து முனகல்கள் கிளம்புவதை உணரமுடிந்தது. காத்திருந்தேன்.

என் வலி சிறிதளவும் குறைவதாக இல்லை. இப்போது என் பல்லை கெட்டித்துக்கொண்டிருப்பதுகூட இயலாமல் அமைதியாக, விடாப்பிடியாக காத்திருந்தேன்.

பிறகுதான் எனக்குத்தோன்றியது; ஷெகூரே இப்போது வந்தால், என்னை இரக்கமற்று கொன்றிருக்கும் இக்கொலைகாரனை நேருக்கு நேராக சந்திக்க நேரலாம். இதைப்பற்றி மேலும் சிந்திக்கவே நான் விரும்பவில்லை. இப்போது கொலைகாரன் அறையைவிட்டு வெளி யேறுவதை உணர்ந்தேன். அந்த கடைசி ஓவியத்தை அவன் கண்டு பிடித்து விட்டிருக்கவேண்டும்.

எனது தாகம் அளவின்றி அதிகரித்துக்கொண்டே வந்தது, ஆனால் நான் இன்னமும் காத்திருந்தேன். என்னருமை மகளே, ஷெகூரே, சீக்கிரம் வா.

அவள் வரவில்லை.

இதற்குமேலும் என்னால் வலியைத்தாங்கிக் கொண்டிருக்க முடியவில்லை. அவளைப் பார்க்காமலேயே செத்துப்போகப் போகிறேன் என்று தெரிந்தது. இப்படி அவலத்தோடு செத்துப்போவது மிகக் கசப்பான ஒன்று. பிறகு, நான் இதற்குமுன் ஒருபோதும் பார்த்திராத ஒருமுகம் என் இடதுபுறத்தில் தோன்றி புன்னகைத்துக் கொண்டே ஒரு தண்ணீர் குவளையை நீட்டியது.

எல்லாவற்றையும் மறந்து பேராவலுடன் தண்ணீருக்குக் கையை நீட்டினேன்.

அவன் குவளையை இழுத்துக்கொண்டான். "இறைத்தூதர் முகம்மது ஒரு பொய்யர் என்று வாய்விட்டுச்சொல்" என்றான். "அவர் சொன்ன எல்லாவற்றையும் மறு."

இது சாத்தான். நான் அவனுக்கு பதில் சொல்லவில்லை, அவனைக் கண்டு பயப்படவுமில்லை. ஓவியத்தைக்கொண்டு அவனால் ஏமாற்றி

விடமுடியுமென்று நான் ஒருபோதும் எண்ணியிராததால், நம்பிக்கை யோடு காத்திருந்தேன். எனக்காகக் காத்திருக்கும் முடிவற்ற பயணத்தை யும் எனது எதிர்காலத்தையும் கனவுகண்டிருந்தேன்.

இதற்கிடையே முதலில் என் கண்ணுக்குத் தெரிந்த ஒளிரும் தேவதை என்னை நெருங்கியதால் சாத்தான் மறைந்தான். சாத்தானை ஓடச்செய்த இந்தப் பிரகாச தேவதைதான் அஸ்ரேல் என்று என் மனதின் ஒரு பகுதி அறிந்தது. மனதின் மற்றோர் எதிர்ப்புப்பகுதி 'அபோகாலிப்ஸ்' நூலில் அஸ்ரேல், கிழக்கையும் மேற்கையும் தழுவும் படியான ஆயிரம் சிறகுகளை உடையவனென்றும் மொத்த உலகத்தை யும் அவன் கைகளில் தாங்கக்கூடியவனென்றும் குறிப்பிடப்பட்டிருக் கிறதே என்று யோசித்தது.

எனக்குக் குழப்பம் அதிகரித்தபோது, அந்த ஜ்வலிக்கும் தேவதை எனக்கு உதவுவதைப்போல நெருங்கி, 'மகத்தான முத்துக்க'ளில் கஸ்ஸாலி சொல்லியிருப்பதைப்போல இனிமையாகப்பேசினான்:

"உன் ஆன்மா வெளியேறட்டும், வாயைத்திற."

"பிஸ்மில்லா தொழுகையைத்தவிர எதுவும் என் வாயைவிட்டு வெளியேறாது" என்று பதிலளித்தேன்.

ஆனால் இது கடைசியாக முயற்சித்துப்பார்க்கும் ஒரு சமா தானம். என்னால் இனிமேலும் தாக்குப்பிடிக்கமுடியாது, எனக்கு நேரம் நெருங்கிவிட்டது என்று அறிந்தேன். ஒரு கணம், இனி என்னால் பார்க்கவே முடியாமற்போகின்ற என் மகளுக்காக இப்படி ரத்த விளாறியாக சிதைந்திருக்கும் என் அசிங்கமான உடலை விட்டுச் செல்கிறேனே என்று சங்கடமாக இருந்தது. ஆனாலும் இறுக்கமாகி உடம்பை உறுத்துகின்ற ஏதோ ஓர் உடையை கழற்றியெறிவதைப்போல இவ்வுலகை விட்டுச்செல்ல விரும்பினேன்.

என் வாயைத்திறந்தேன். இறைத்தூதர் சொர்க்கத்திற்கு வருகை புரிந்த மிராஜ் யாத்திரையை சித்தரிக்கும் ஓவியங்களில் காணப்படு வதைப்போலவே உடனே அனைத்தும் வண்ணமயமாக மாறின. தாராளமாக தங்கமுலாம் பூசியதைப்போல ஒவ்வொன்றும் கண் கவரும் பிரகாசத்தில் மின்னின. என் கண்களிலிருந்து வலியோடு கண்ணீர் வழிந்தது. பெரும் பிரயாசையுடன் என் நுரையீரல்களி லிருந்து சுவாசம் வாய்வழியே வெளியேறியது. எல்லாமே ஓர் அற்புத நிசப்தத்தில் கட்டுண்டன.

இப்போது என் ஆன்மா என் உடம்பிலிருந்து வெளியேறிவிட்டது என்பதையும் அஸ்ரேலின் கரங்களில் நான் ஏந்தப்பட்டிருக்கிறேன் என்பதையும் என்னால் காணமுடிந்தது. என் ஆன்மா ஒரு தேனீயின் அளவில், ஒளியில் குளித்தபடி, அஸ்ரேலின் உள்ளங்கையில் ஒரு பாதரசத்துளிபோல நடுங்கிக்கொண்டிருந்தது. ஆனால் என் எண்ணங்

கள் இது குறித்தனவாக இல்லை; நான் இப்போது புதிதாகப் பிறந் திருக்கும் பரிச்சயமில்லாத புதிய உலகத்தைப் பற்றியதாக இருந்தது.

பெரும் வேதனைக்குப்பிறகு ஓர் அமைதி என்னை ஆட்கொண்டது. நான் பயந்ததைப்போல மரணம் வலிதரக்கூடியதாக இல்லை. மாறாக, எனது தற்போதைய நிலைதான் நிரந்தரமான ஒன்று என்றும் வாழ்க்கையில் நான் அனுபவித்த நிர்ப்பந்தங்கள் தற்காலிகமானவையேயென்றும் உணர்ந்து கொண்டேன். இப்போது முதல், பன்னூறாண்டுகளுக்கு, பிரபஞ்சத்தின் அழிவு வரை இவ்வாறாகத்தான் இருக்கப்போகிறது. இது என்னை துக்கப்படுத்தவோ, சந்தோஷப்படுத்தவோ இல்லை. முன்பு, நான் வேகமாகவும் வரிசைக் கிரமமாகவும் புரிந்த நிகழ்ச்சிகள் இப்போது முடிவற்ற வெளியில் பரந்து, ஒரே நேரத்தில் இருப்பனவாக இருந்தன. பெரியதோர் இரட்டை ஏட்டு ஓவியத்தில் ஒரு வேடிக்கையான நுண்ணோவியன் தொடர்பில்லாத பற்பல விஷயங்களை ஒவ்வொரு பக்கத்திலும் வரைந்திருப்பதைப்போல – ஒரே நேரத்தில் பற்பல விஷயங்கள் நிகழ்ந்துகொண்டிருக்கின்றன.

●

அத்தியாயம் 30

நான், ஷெகூரே

கனமாகப் பொழிந்துகொண்டிருந்த பனியில், என் முகத்திரைக்குள்ளும் சில பனிச்செதில்கள் புகுந்து கண்களுக்குள் விழுந்தன. பட்டுப்போன புற்களும் சேறும் முறிந்த கிளைகளும் மூடியிருந்த தோட்டத்தின் ஊடே புகுந்து சாலைக்கு வந்ததும் வேகத்தை அதிகப்படுத்தினேன். நான் என்ன நினைத்துக்கொண் டிருக்கிறேனென்று நீங்களெல்லோரும் யோசித்துக் கொண் டிருப்பீர்களென்று எனக்குத்தெரியும். கருப்பை எந்த அளவுக்கு நான் நம்புகிறேன்? சரி, உங்களிடம் வெளிப்படையாகவே சொல்கிறேன். என்ன நினைப்பது என்று எனக்கே தெரிய வில்லை. உங்களுக்கு நான் சொல்வது புரிகிறது, இல்லையா? நான் குழம்பிப்போயிருக்கிறேன். ஆனாலும் இதுமட்டும் எனக்குத் தெரியும்: சாப்பாடு, குழந்தைகள், என் அப்பா, வேலையாட்கள் என்று வழக்கமான நடைமுறைக்குள் புகுந்தபிறகு கொஞ்சநேரம் கழித்து நான் கேட்காமலேயே என் இதயம் அது கண்டடைந்த உண்மையை என்னிடம் கிசுகிசுக்கும். நாளை மதியத்திற்குமுன் நான் யாரை மணம் செய்துகொள்வதென்று எனக்குத் தெரிந்து விடும்.

நான் வீட்டை அடைவதற்குமுன் சில விஷயங்களை உங்களோடு பகிர்ந்து கொள்ளவேண்டுமென்று விரும்புகிறேன். சேச்சே! நீங்கள் நினைப்பதைப்போல கருப்பு என்னிடம் காட்டிய ஆண்மையின் அளவைப் பற்றியல்ல. நீங்கள் விரும்பி னால் பிற்பாடு அதைப்பற்றிப் பேசலாம். நான் கூறவிரும்பியது கருப்பின் அவசரத்தைப்பற்றி. தன் இச்சையை தீர்த்துக்கொள் வதில் மட்டும் அவன் முனைப்பாக இருந்தான் என்றில்லை; உண்மையைச் சொன்னால் அவன் செய்திருந்தாலும் எந்த வித்தியாசத்தையும் ஏற்படுத்தியிருக்கப்போவதில்லை. என்னை ஆச்சரியப்படுத்தியது அவனது மடத்தனம்! தனது செய்கை எனக்கு அருவருப்பையும் விலகலையும் ஏற்படுத்திவிடுமோ என்ற பயமோ, என் கௌரவத்தை குலைக்கிறோமென்ற

உணர்வோ அல்லது இச்செய்கை மேலும் அபாயகரமான விளைவு களுக்கு கொண்டு சென்று விடுமோ என்ற எச்சரிக்கையோகூட அவனுக்கு ஏற்படவில்லை. அவனது அப்பாவித்தனமான பாவங்களி லிருந்து எந்தளவுக்கு அவன் என்னை நேசிக்கிறான், என்னை அடையத்துடிக்கிறான் என்பதை என்னால் சொல்லமுடியும். ஆனால் பனிரெண்டு வருடங்கள் காத்திருந்தவன் முறையாக நடந்துகொண்டு இன்னும் பனிரெண்டு நாட்கள் காத்திருக்க முடியாதா?

ஆனால் அவனது அசட்டுத்தனத்தாலும் சோகமான குழந்தையைப்போல அவன் பார்க்கும் பரிதாபப் பார்வைகளாலும் அவன்மீது எனக்கு காதல் சுரந்திருக்கிறதென்றே எனக்குத் தோன்று கிறது, அது உங்களுக்கு தெரியுமா? அவனைப்பற்றி எரிச்சலடைவது தான் பொருத்தமாக இருக்குமென்றாலும் 'பாவம், என் சின்னக் குழந்தை' என்று அவன்மேல் பாசம்தான் தோன்றுகிறது; "இவ்வளவு வேதனைகளை அனுபவித்திருக்கிறாய், ஆனால் இன்னமும் சாமர்த்தி யமே போதவில்லையே!" என்று எனக்குள் ஒரு குரல் அவனிடம் சொல்கிறது. மானசீகமாக அவனிடம் செல்லம் கொஞ்சக்கொஞ்ச, நான் ஏதோ தவறுகூட செய்திருக்கலாம், அந்தப் பாவம்புரிந்த சின்னப்பையனிடம் என்னையேகூட ஒப்படைத்து விட்டிருக்கலாம், என்று தோன்றுகிறது.

திடீரென, என் பிள்ளைகளின் பரிதாபமான முகங்கள் ஞாபகத் திற்கு வந்து நடையை துரிதப்படுத்தினேன். அந்தப் பாதி இருட்டி லும் பார்வையை மறைக்கும் பனிப்பொழிவிலும் எதிரே பூதம்போல ஓடிவந்துகொண்டிருந்த ஆள் என்னை மோதித்தள்ளிவிட்டுச் சென்று விடுவான் போலிருந்தது. தலையைக்குனிந்து கொண்டு அவனைக் கடந்து சென்றேன்.

முற்றத்து வாயிலைக் கடக்கும்போது ஹேரியேவும் குழந்தை களும் இன்னும் திரும்பவில்லையென்றறிந்தேன். அப்பாடா, நல்லது தான். இன்னமும் சாயங்காலத் தொழுகை அழைப்பும் வரவில்லை, சரியான நேரத்தில்தான் வந்திருக்கிறேன். படிக்கட்டில் ஏறும்போது வீட்டிற்குள்ளிருந்து ஆரஞ்சு பழக்கூழ் வாசனையடித்தது. அப்பா நீலக்கதவுள்ள இருட்டறைக்குள் இருந்தார்; என் பாதங்கள் உறைந்து போயிருந்தன. விளக்கு பொருத்தப்பட்டிருந்த படிக்கட்டுகளுக்கு வலப்புறமிருந்த என் அறைக்குள் நுழைந்தேன். அலமாரி திறக்கப் பட்டு, மெத்தைகள் கீழே விழுந்து சிதறி, அறையே அலங்கோலமாக இருப்பதைப் பார்த்ததும் ஷெவ்கெத்தும் ஓரானும் செய்திருக்கும் குறும்பு வேலை என்று நினைத்துக்கொண்டேன். வீட்டிலிருந்த நிசப்தம் அசாதாரணமாக இல்லை, ஆனால் சாதாரண நிசப்தம் போலவும் இல்லை. வீட்டு உடைகளுக்கு மாறிக்கொண்டு, இருட்டில் தனியாக அமர்ந்து கணநேர பகற்கனவில் அமிழ்ந்தபோது எனக்கு கீழேயிருந்து, எனக்கு நேர்கீழேயிருந்து ஒரு சத்தம் வந்ததை மனம் பதிவுசெய்தது. சமையலறையிலிருந்து அல்ல, தொழுவத்திற்குப்

பக்கத்தில், கோடைக்காலத்தில் ஓவியஅறையாக உபயோகப்படுத்தப் படும் பெரிய அறையிலிருந்து. இந்தக் குளிரில் அப்பா அங்கே போயிருக்கிறாரா, என்ன? அங்கே எண்ணெய் விளக்கு வெளிச்சத்தைக் கூட வரும்போது பார்த்ததாக நினைவில்லை; திடீரென்று முன் கதவு – கருங்கல் பாதைக்கும் முற்றத்திற்கும் இடையில் இருப்பது – கிறீச்சிடும் ஒலியும் அதைத்தொடர்ந்து முற்றத்து வாசலுக்கு வெளியே திரிந்து கொண்டிருக்கும் வெறிநாய்களின் பயங்கர குலைப்பும் கேட்டது. நான் கலவரமடைந்தேன் என்று சொல்வது குறைத்துக் கூறுவது.

"ஹேரியே" நான் கத்தினேன். "ஷெவ்கெத், ஓரான்..."

என்மீது ஒரு சில்லிப்பு நெளிந்தோடியது. அப்பாவின் நெருப்புக் கலம் எரிந்து கொண்டிருக்கவேண்டும்; நான் அவரோடு சேர்ந்து உட்கார்ந்திருக்க வேண்டும். விளக்கை தூக்கிப்பிடித்துக்கொண்டு அவரைத் தேடிச்செல்லும்போது என் எண்ணங்கள் கருப்பின்மீது இல்லை; குழந்தைகள் மீதுதான் இருந்தன.

மல்லட் மீன்குழம்பிற்கு கீழேபோய் தண்ணீர் சுடவைக்கலாமா என்று யோசித்துக்கொண்டே கூடத்தை குறுக்காகக் கடந்து நீலக் கதவுள்ள அறைக்குள் நுழைந்தேன். எல்லாமே கலைத்துப்போடப் பட்டு கூளமாக இருந்தது. எதையும் யோசிக்காமல், "அப்பா என்ன தான் செய்திருக்கிறார்?" என்று ஏறக்குறைய வாயிலிருந்து வந்து விட்டது.

அவரை தரையில் பார்த்தேன்.

திகிலில் வீறிட்டேன். மீண்டும் வீறிட்டேன். அப்பாவின் உடல் பார்வையில் நன்றாகப் பதிந்ததும் என் வாய் அடைத்துக்கொண்டது.

நீங்கள் வாய்பேசாமல் இறுக்கமாக இருப்பதைப் பார்த்தால் இந்த அறையில் என்ன நடந்ததென்று கொஞ்சநேரத்திற்கு முன் பாகவே உங்களுக்குத் தெரிந்திருக்கிறது போல. முழுசாகத் தெரிந் திருக்காவிட்டாலும் ஓரளவுக்கு. நானாகப் பார்த்துவிட்டு எப்படி எதிர்வினையாற்றுகிறேன் என்பதைப் பார்க்கலாமென்று இருந்திருக் கிறீர்கள். ஒரு சித்திரத்தை வாசிக்கின்ற வாசகர்கள் சிலநேரங்களில் கதாநாயகனின் வலியை உய்த்தறிந்து கொள்ளவும், இந்த வேதனை யான தருணத்திற்கு கொண்டுவந்து சேர்த்த கதைச்சம்பவங்களை சிந்தித்துப்பார்க்கவும் செய்வதைப்போல. பிறகு, என் எதிர்வினையை கவனித்துவிட்டு, என் இடத்தில் நீங்கள் இருந்து, உங்கள் அப்பா கொலைசெய்யப்பட்டிருந்தால் நீங்கள் எப்படி உணர்ந்திருக்கக்கூடு மென்று கற்பனை செய்து பார்ப்பதில் உங்களுக்கு விருப்பம் இருந்திருக் கலாம். இப்படிச்செய்யத்தான் நீங்கள் முயற்சி செய்து கொண்டிருந்தீர் களென்று எனக்குத் தெரியும்.

என் பெயர் சிவப்பு

ஆம், மாலை வீட்டுக்குத் திரும்பியபோது, யாரோ என் அப்பாவைக் கொன்று சாய்த்திருக்கிறார்கள் என்பதைக் கண்டேன் உண்மைதான். ஆம், நான் என் தலைமுடியை பிய்த்துக்கொண்டேன் – உண்மைதான். ஆம், என் இளம்வயதில்போல என் பலம் கொண்ட வரைக்கும் அவரை இறுகக் கட்டிக்கொண்டு வாசனை பார்த்தேன் – உண்மைதான். ஆம், நான் நடுங்கினேன், மூச்சுவிடவே முடியவில்லை – உண்மைதான். ஆம், நான் அல்லாஹுவிடம் என் அப்பாவை எழுப்பி வழக்கம்போல அவரது மூலையில் புத்தகங்களோடு உட்கார வைக்க இறைஞ்சி பிரார்த்தித்தேன் – உண்மைதான். எழுந்திருங்கள், அப்பா, எழுந்திருங்கள், செத்துப்போகாதீர்கள். ரத்தப்பூச்சாக இருந்த அவரது தலை நொறுக்கப்பட்டிருந்தது. கிழித்துப் போடப்பட்டிருந்த புத்தகங்களையும் காகிதங்களையும்விட, உடைத்து தூக்கியெறியப்பட்டிருந்த மேஜைகளையும் வர்ணக்குழம்புகளையும் மைக்கூடுகளையும் விட, முரட்டுத்தனமாக கிழித்து, உடைத்தெறியப்பட்டிருந்த மெத்தைகளையும் எழுது மேஜைகளையும் எழுது பலகைகளையும்விட, கண்ணில்பட்ட எல்லாவற்றையும் சின்னாபின்னமாக்கியிருந்ததையும் விட, என் அப்பாவைக் கொன்றுபோட்டிருந்த கோபத்தைவிட அந்த அறையையும் அந்த அறைக்குள்ளிருந்தவற்றையும் துவம்சம் செய்து தீர்த்திருந்த அந்த அதீத வெறுப்புதான் எனக்கு அதிகபயத்தைத் தந்தது. இப்போது நான் அழுதுகொண்டிருக்கவில்லை. வெளியே தெருவில் ஒரு ஜோடி உரக்க சிரித்தபடி பேசிக்கொண்டு இருட்டில் கடந்து சென்றனர், இதன் நடுவே இவ்வுலகத்தின் முடிவற்ற மௌனத்தை என் மனதிற்குள் கேட்க முடிந்தது. என் ஒழுகும் நாசியையும் கன்னங்களில் வழியும் கண்ணீரையும் துடைத்தேன். என குழந்தைகளையும் எங்கள் வாழ்க்கையைப் பற்றியும் நெடுநேரம் யோசித்துக் கொண்டிருந்தேன்.

நிதப்தத்தை உற்றுக்கேட்டுக்கொண்டிருந்தேன். ஓடிச்சென்று அப்பாவின் கணுக்கால்களைப்பற்றி தாழ்வாரத்திற்கு இழுத்து வந்தேன். எதனாலோ, வழக்கத்தைவிட கனமாக இருந்தார். ஆனால் அதில் கவனம் செலுத்தாமல் படிக்கட்டுகளில் அவரை இறக்கிக்கொண்டு வந்தேன். பாதிவழியில் என் பலம் தீர்ந்துபோய் ஒருபடியில் உட்கார்ந்து கொண்டேன். மீண்டும் அழுகை துளிர்த்தபோது ஹேரியேவும் குழந்தைகளும் வருகிறார்போல சத்தம் கேட்டது. அவரது கணுக்கால்களை என் அக்குள்களில் வைத்து இறுக்கிக்கொண்டு இம்முறை வேகமாகப் படியிறங்கினேன். என் அப்பாவின் தலை மிகமோசமாக நசுக்கப்பட்டு, மிக அதிகமாக ரத்தத்தில் தோய்ந்திருந்ததால் ஒவ்வொரு படியிலும் அது இடிக்கும்போது ஈரத்துணியை அடிப்பதுபோல கேட்டது. படிகளின்முடிவில் அவரது உடலை திருப்பினேன். இப்போது அது கொஞ்சம் இலேசாகிவிட்டதைப்போலத் தோன்ற, தம் பிடித்து அவரை கல்தரைக்கு குறுக்கே இழுத்துச்சென்று கோடைக் கால ஓவிய அறைக்குள் கொண்டுசென்றேன். அந்த கும்மிருட்டு

அறைக்குள் வெளிச்சத்திற்காக வேகமாக சமையலறைக்கு ஓடிச்சென்று அடுப்பிலிருந்து மெழுகுவர்த்தியை பற்றவைத்துக்கொண்டு திரும்ப, என் அப்பாவை இழுத்துக்கொண்டு வந்திருக்கும் அறை எவ்வளவு துப்புரவாக சூறையாடப்பட்டிருக்கிறது என்பதைக் கண்டேன். வாயடைத்துப்போனேன்.

கடவுளே, இது யார்? அவர்களில் எவன் செய்தது?

என் மனம் கடைந்தெடுத்தது. அப்பாவை அந்த சிதைக்கப்பட்ட அறைக்குள் வைத்து கதவை இறுக்கமாக மூடினேன். சமையலறையிலிருந்து ஒரு வாளியை எடுத்துச்சென்று கிணற்றிலிருந்து நீர் நிரப்பிக் கொண்டேன். படியேறி வந்து, எண்ணெய் விளக்கொளியில் தாழ்வாரத்திலும் படிகளிலும் மற்ற எல்லா இடங்களிலும் இருந்த ரத்தத்தைக் கழுவினேன். மாடிக்கு என் அறைக்குச் சென்று ரத்தம்பட்டிருந்த உடைகளை கழற்றிவிட்டு சுத்தமான உடைகளை அணிந்துகொண்டேன். வாளியையும் கந்தல் துணியையும் எடுத்துக்கொண்டு நீலக் கதவுள்ள அறைக்குள் நுழையும்போது முற்றத்துக்கதவு திறக்கும் சத்தம் கேட்டது. சாயங்கால தொழுகைக்கான அழைப்பு தொடங்கி விட்டது. என் பலம் மொத்தத்தையும் திரட்டிக்கொண்டு, கையில் விளக்கை பற்றியபடி, மேல்படியில் நின்றுகொண்டு அவர்களுக்காக காத்திருந்தேன்.

“அம்மா, நாங்கள் வந்துவிட்டோம்” என்றான் ஓரான்.

“ஹேரியே! எங்கே போயிருந்தாய்?” என்றேன் அழுத்தமாக. ஆனால் சத்தம்போடுவது போலில்லாமல் கிசுகிசுப்பதைப்போல.

“ஆனால் சாயங்கால தொழுகை அழைப்பு வரை நாங்கள் வெளியே இல்லை அம்மா...” ஷெவ்கெத் ஆரம்பித்தான்.

“சும்மாயிரு! உங்கள் தாத்தாவிற்கு உடல்நலமில்லை, தூங்குகிறார்.”

“உடல்நலமில்லையா?” ஹேரியே கீழிருந்து கேட்டாள். என் மௌனத்திலிருந்தே நான் கோபமாயிருக்கிறேன் என்பதை அவளால் சொல்ல முடியும். “ஷெகூரே, நாங்கள் கோஸ்டாவுக்காக காத்திருந்தோம். சாம்பல் மல்லட் வந்ததும் நேரம் கடத்தாமல் கீரை வாங்கிக் கொண்டு, குழந்தைகளுக்கு உலர் அத்தியும் செர்ரிக்களும் வாங்கினேன்.”

கீழே சென்று ஹேரியேவை ரகசியமாக எச்சரிக்கலாமென்று இருந்தது. ஆனால் கையில் விளக்கை வைத்துக்கொண்டு கீழே இறங்கும் போது, படிகள் ஈரமாக இருப்பதும் அவசரத்தில் நான் சுத்தப்படுத்தாமல் விட்ட ரத்தத்துளிகளும் தெரிந்துவிடலாம். பிள்ளைகள் இரைச்சலாக மாடியேறினர், காலணிகளை கழற்றினர்.

“ஆ–ஆ–ஆ, இந்த வழியாக வேண்டாம். தாத்தா தூங்கிக்கொண்டிருக்கிறார், அங்கே போகவேண்டாம்.” அவர்களை எங்கள் படுக்கையறைக்குச் செலுத்தினேன்.

“நான் நீலக்கதவு அறைக்குத்தான் போகிறேன். கணப்புக்கு பக்கத்தில் உட்காரவேண்டும். தாத்தா அறைக்கு அல்ல” என்றான் ஷெவ்கெத்.

“உங்கள் தாத்தா அந்த அறையில்தான் தூங்குகிறார்” நான் கிசுகிசுத்தேன்.

அவர்கள் ஒருகணம் தயங்குவதை கவனித்தேன். “உங்கள் தாத்தாவைப் பீடித்திருக்கும் துர்ஜின்கள் உங்கள் இருவரையும் நெருங்காதிருக்கட்டும்” என்றேன். “உங்கள் அறைக்குச் செல்லுங்கள்.” அவர்கள் இருவரின் கைகளையும் பிடித்து இழுத்துக்கொண்டு நாங்கள் உறங்கும் அறைக்குள் சென்றேன். “சரி, இவ்வளவுநேரம் தெருக்களில் என்ன செய்துகொண்டிருந்தீர்கள்?” “நாங்கள் கருப்பு பிச்சைக்காரர்களைப் பார்த்தோம்” என்றான் ஷெவ்கெத். “எந்த இடத்தில்? அவர்கள் கொடிகளை பிடித்திருந்தார்களா?” என்றேன். “நாங்கள் மலையேறும்போது. அவர்கள் ஹேரியேவுக்கு ஒரு எலுமிச்சம் பழம் தந்தார்கள். ஹேரியே அவர்களுக்கு காசு போட்டாள். அவர்கள் மேலே பனிமூடியிருந்தது.” “அப்புறம் வேறென்ன?” “அவர்கள் சதுக்கத்தில் இலக்கை நோக்கி அம்புவிட்டுக்கொண்டிருந்தார்கள்.” “இந்தப்பனியிலா?” என்றேன். “அம்மா, எனக்குக் குளிராக இருக்கிறது” என்றான் ஷெவ்கெத். “நீலக்கதவு அறைக்குப் போகிறேன்.” “நீ இந்த அறையைவிட்டு போகக்கூடாது” என்றேன். “போனால் செத்துவிடுவீர் கள். நான்போய் நெருப்புக் கலத்தை எடுத்து வருகிறேன்.” “ஏன் செத்துவிடுவோம் என்று சொல்கிறாய்?” என்றான் ஷெவ்கெத். “உங்களுக்கு ஒன்று சொல்கிறேன், ஆனால் நீங்கள் யாரிடமும் சொல்லக்கூடாது; புரிகிறதா?” அவர்கள் சொல்லமாட்டோம் என்று சத்தியம் செய்தனர். “நீங்கள் வெளியே போயிருந்தபோது வெள்ளை வெளேரென்று ஒருத்தன் வந்தான். அவன் எப்போதோ செத்துப்போய் நிறத்தையிழந்து வெளுத்துப்போயிருக்கிறான். எங்கோ தூரதேசத்தி லிருந்து வந்து உன் தாத்தாவிடம் பேசினான். அப்புறம் பார்த்தால் அவன் ஒரு ஜின்.” அவர்கள் அந்த ஜின் எங்கிருந்து வந்ததென்று கேட்டனர். “ஆற்றின் மறுகரையிலிருந்து” என்றேன். “எங்கள் அப்பா இருக்கிறாரே, அங்கிருந்தா?” என்று கேட்டான் ஷெவ்கெத். “ஆமாம், அங்கிருந்துதான்” என்றேன். “அந்த ஜின் உங்கள் தாத்தாவின் புத்தகங்களிலிருக்கும் படங்களைப்பார்க்க வந்திருக்கிறது. அந்தப் படங்களை பாவம் செய்தவன் பார்த்தால் உடனே செத்துப்போவான் என்று சொல்கிறார்கள்.”

அமைதி.

“கேளுங்கள், நான் ஹேரியேவுடன் கீழே போகிறேன். நெருப்புக் கலத்தையும் சாப்பாட்டுத் தட்டையும் இங்கே எடுத்துவருகிறேன். இந்த அறையைவிட்டு வெளியே போக நினைக்காதீர்கள், இல்லையேல் செத்துப்போவீர்கள். அந்த ஜின் இன்னும் வீட்டில்தான் இருக்கிறது.”

"அம்மா, அம்மா, போகாதே" என்றான் ஓரான்.

ஷெவ்கெத் எதிரே குனிந்தேன். "உன் தம்பிக்கு நீதான் பொறுப்பு" என்றேன். "அறையை விட்டு வெளியே வந்தால் ஜின் அல்ல, நானே உங்களைக் கொன்றுவிடுவேன்." பயமுறுத்துகிற முகபாவனையை வரவழைத்துக்கொண்டு அவர்களை இலேசாக அடித்தேன். "உங்கள் தாத்தா செத்துப்போகக்கூடாதென்று பிரார்த்தனை செய்யுங்கள். நீங்கள் நல்ல பிள்ளைகளாக இருந்தால் இறைவன் உங்கள் பிரார்த்தனையை நிறைவேற்றுவார், யாரும் உங்களுக்கு தீங்கிழைக்க முடியாது" அவர்கள் அதற்குமேல் எதுவும் கேட்காமல் பிரார்த்திக்கத் தொடங்கினர். நான் கீழே சென்றேன்.

"யாரோ ஆரஞ்சு பழக்கூழை கீழே தள்ளிவிட்டிருக்கிறார்கள்" என்றாள் ஹேரியே. "பூனையால் தள்ளமுடியாது, அதற்கு அவ்வளவு பலம் கிடையாது. வீட்டுக்குள் நாய் வந்திருக்கமுடியாது..."

என் முகத்திலிருந்த கலவரத்தைப் பார்த்ததும் பேச்சை நிறுத்தினாள். "என்ன விஷயம்? என்ன ஆயிற்று? உன் அப்பாவுக்கு ஏதாவது நடந்துவிட்டதா?"

"இறந்துவிட்டார்."

அவள் கிறீச்சிட்டாள். அவள் கையில் வைத்திருந்த கத்தியும் வெங்காயமும் வெட்டுப்பலகையின்மீது விழுந்து அவள் சுத்தப்படுத்திக் கொண்டிருந்த மீன்கள் சிதறின. அவள் மீண்டும் கிறீச்சிட்டாள். அவள் இடதுகையிலிருந்து வருகிற ரத்தம் மீனினுடையதல்ல, அவளது ஆட்காட்டி விரலை வெட்டிக்கொண்டிருக்கிறாள் என்று தெரிந்தது. மாடிக்கு ஓடிச்சென்று குழந்தைகள் இருந்த அறைக்கு எதிர் அறையில் மஸ்லின் துணித்துண்டை தேடிக்கொண்டிருந்தபோது அவர்களின் சத்தங்களும் கத்தல்களும் கேட்டன. கிழித்தெடுத்த துணியோடு அறைக்குள் நுழைந்தால் ஷெவ்கெத் அவன் தம்பியின்மீது ஏறி உட்கார்ந்து அவன் தோள்களை முட்டியால் அழுத்திக் கொண்டிருந்தான். அவனுக்கு மூச்சு திணறிக்கொண்டிருந்தது.

"நீங்கள் இரண்டு பேரும் என்ன செய்து கொண்டிருக்கிறீர்கள்?" என்று உச்சஸ்தாயியில் கத்தினேன்.

"ஓரான் அறையைவிட்டு வெளியே போனான்" என்றான் ஷெவ்கெத்.

"பொய் சொல்கிறான்" என்றான் ஓரான். "ஷெவ்கெத்தான் கதவைத்திறந்தான். நான் போகவேண்டாமென்றேன்" அவன் அழத் தொடங்கினான்.

"நீங்கள் இங்கே அமைதியாக உட்காராவிட்டால் உங்கள் இரண்டு பேரையும் கொன்றுவிடுவேன்."

"அம்மா, போகாதே" என்றான் ஓரான்.

கீழே வந்து ஹேரியேவின் விரலை ரத்தம் நிற்கும்படி இறுக்கிக் கட்டினேன். அவளிடம் என் அப்பா இயற்கையாக சாகவில்லை என்றதும், பீதியுற்று அல்லாஹ்ஹ்வின் பாதுகாப்புக்காக சில பிரார்த் தனைகள் ஜெபித்தாள். அவளது காயமுற்ற விரலை வெறித்துக்கொண்டு அழத்தொடங்கினாள். என் அப்பாவின் மீதிருக்கும் அவளது நேசம் இப்படி மடைதிறந்தாற்போல் அழவைக்குமா? அவள் மேலே சென்று அவரைப் பார்க்க விரும்பினாள்.

"அவர் மாடியில் இல்லை. பின் அறையில் உள்ளார்."

அவள் என்னை சந்தேகத்துடன் வெறித்தாள். அவரை இன்னொரு முறை பார்க்க என்னால் ஒவ்வாது என்பதைத் தெரிந்துகொண்டதும் அவளுக்கு ஆர்வம் மேலோங்கியது. விளக்கை எடுத்துக்கொண்டு கிளம்பினாள். நான் நின்றிருந்த சமையலறை வாசலைத்தாண்டி நான்கைந்து அடி சென்றுவிட்டு, மரியாதையோடும் சந்தேகத்தோடும் அறைக்கதவை தள்ளித்திறந்து கையில் வைத்திருந்த விளக்கின் வெளிச்சத்தில் உள்ளே பார்த்தாள். முதலில் அப்பா கண்ணிற்குத் தெரியாததால் விளக்கை உயர்த்திப்பிடிக்க, அந்த பெரிய செவ்வக அறையின் ஒவ்வொரு மூலையிலும் வெளிச்சம் நிரம்பியது.

"ஆ . . . !" அவள் அலறினாள். நான் கதவுக்கு பக்கத்திலேயேதான் அப்பாவை கிடத்திவிட்டு வந்திருந்தேன். அவரைப் பார்த்து உறைந்து நின்றாள். தரையிலும் சுவரிலும் பரவியிருந்த அவளது நிழல் அசை வற்றிருந்தது. அவள் தலையைக் குனிந்து அப்பாவைப் பார்த்துக் கொண்டிருப்பதை அமைதியாக கவனித்தேன். அவள் திரும்பி வரும்போது அழுதுகொண்டிருக்கவில்லை. நான் அவளிடம் சொல் வதற்குத் தயாராகியிருந்தவற்றை முழுதாக உள்வாங்கிக்கொள்ளும் அளவுக்கு அவள் தன்னை சமாளித்துக்கொண்டு நிதானமாக இருப்பது எனக்கு ஆறுதலாக இருந்தது.

"சொல்வதைக்கேள், ஹேரியே" என்றேன். மீன் வெட்டும் கத்தியை தன்னிச்சையாக என் கை எடுத்துக்கொள்ள, அதை ஆட்டிக்கொண்டே பேசினேன். "மாடியில்கூட எல்லாம் சூறையாடப்பட்டிருக்கிறது. இந்தக்கொலையை செய்த அரக்கன் எல்லாவற்றையும் துவம்சம் செய்துவிட்டுச் சென்றிருக்கிறான். மாடியில் வைத்துத்தான் அப்பாவின் முகத்தைச் சிதைத்து, மண்டையை அடித்து நொறுக்கி கொன்றிருக் கிறான். குழந்தைகள் கண்ணில் அப்பா பட்டுவிடக்கூடாதே என்பதற் காக அப்பாவை இங்கே தூக்கிக்கொண்டு வந்துவிட்டேன். வரும் போதே உன்னையும் எச்சரித்துவிடலாம் என்றிருந்தேன். நீங்கள் மூவரும் போனபிறகு நானும் வெளியே போய் விட்டேன். அப்பா தனியாகத்தான் இருந்திருக்கிறார்."

"எனக்குத்தெரியாதே! நீ எங்கே போயிருந்தாய்?" அவள் கேள்வி யில் மரியாதையற்ற துடுக்குத்தனம் தென்பட்டது.

அவள் என் மௌனத்தைக் கவனத்துடன் பதிவுசெய்துகொள்ள வேண்டுமென்று விரும்பினேன். பிறகு சொன்னேன்: "கருப்போடு இருந்தேன். தூக்கிலடப்பட்ட யூதனின் வீட்டில் கருப்பைச்சென்று சந்தித்தேன். நீ இதைப்பற்றி யாரிடமும் மூச்சுவிடக்கூடாது. தற்போதைக்கு. என் அப்பா கொல்லப்பட்டிருக்கிறார் என்பதையும் யாரிடமும் சொல்லக்கூடாது."

"யார் அவரைக் கொலை செய்தது?"

இவள் உண்மையிலேயே முட்டாளா, அல்லது என்னை மடக்கு கிறாளா?

"எனக்குத் தெரிந்திருந்தால் அவர் இறந்துவிட்டார் என்ற உண்மையை நான் மறைக்கமாட்டேனே" என்றேன். "எனக்குத்தெரிய வில்லை. உனக்கு?"

"எனக்கு எப்படித்தெரியும்?" என்றாள். "இப்போது நாம் என்ன செய்யப்போகிறோம்?"

"எதுவுமே நடக்காததுபோல நடந்துகொள்ளப்போகிறாய்" என்றேன். எனக்கு உடனே வெடித்து, கதறிக்கதறி அழவேண்டும் போலிருந்தது. அடக்கிக்கொண்டேன். இருவரும் அமைதியாக இருந்தோம்.

கொஞ்சநேரம் கழித்து, "இப்போது மீனை எதுவும் செய்ய வேண்டாம். குழந்தைகளுக்கு தட்டு எடுத்து வை."

அவள் மறுத்து, அழத்தொடங்கினாள். அவளை அணைத்துக் கொண்டேன். இருவரும் இறுக்கமாக கட்டிக்கொண்டோம். அப்போது அவளை நான் நேசித்தேன், கணநேர பச்சாதாபம். என்மீதும் என் குழந்தைகள் மீதும் மட்டுமல்ல, எங்கள் எல்லோரின்மீதும். அவளை நான் கட்டிக்கொண்டிருக்கும்போதே ஒரு சந்தேகப்புழு என்னை அரித்துக் கொண்டிருந்தது. என் அப்பா கொலைசெய்யப்பட்ட போது நான் எங்கே இருந்தேன் என்பது உங்களுக்குத்தெரியும். என் திட்டத்தை நிறைவேற்றுவதற்காக ஹேரியேவையும் குழந்தைகளையும் வீட்டிலிருந்து அனுப்பிவிட்டேன். அப்பாவை தனியாக வீட்டில் விட்டுச்சென்றது ஓர் எதிர்பார்த்திராத ஒற்றுமை . . . ஆனால் ஹேரியேவிற்கு தெரியுமா? அவளுக்கு நான் விளக்கியதை புரிந்து கொண்டிருக்கிறாளா, அவளுக்குப்புரியுமா? நிச்சயம், ஆம், அவள் உடனே புரிந்துகொண்டது மட்டுமல்ல, சந்தேகமும் படுகிறாள். அவளை மேலும் இறுக்கமாக அணைத்துக்கொண்டேன்; ஒரு அடிமைப் பெண்ணின் புத்திக்கு, நான் இப்படியெல்லாம் நடந்துகொள்வதே எனது வஞ்சகங்களை மூடிமறைப்பதற்காகத்தான் என்று கூடத் தோன்றலாம், கொஞ்சநாட்கள் கழித்து நானும்கூட அவளை ஏமாற்றித்தான் வருகிறேன் என்று நம்பத்தொடங்கிவிடலாம். என் அப்பா இங்கே கொலைசெய்யப்படும்போது, நான் கருப்போடு

காதலில் ஈடுபட்டிருந்திருக்கிறேன். இது ஹேரியேவுக்கு மட்டும் தெரிந்திருக்குமென்றால் எனக்கு குற்றவுணர்ச்சி ஏற்படாது, ஆனால் இதைவைத்து நீங்கள் ஏதாவது கிளப்பிவிடுவீர்களென்று எனக்கு சந்தேகம் இருக்கிறது. சரி, சொல்லுங்கள். நான் எதையாவது மறைக் கின்றேனா? அடக்கடவுளே, பாவம் பெண்கள்! என் விதி எப்படி இருக்கப்போகிறதோ? நான் அழத்தொடங்கினேன், ஹேரியேவும் அழுதாள். நாங்கள் மீண்டும் தழுவிக்கொண்டோம்.

மாடியில் நாங்கள் அமைத்த மேஜையில் சாப்பிடுவதாக நடித்தேன். அவ்வப்போது எழுந்து 'தாத்தாவை பார்த்துவிட்டு வருவதாக' சொல்லிவிட்டு அடுத்த அறைக்குச்சென்று அழுகையில் உடைந்து கொண்டிருந்தேன். குழந்தைகள் மிரண்டு, பதற்றத்தில் இருந்தனர். படுக்கையில் என்னை இறுகக்கட்டிக்கொண்டு சிணுங்கிக்கொண் டிருந்தனர். வெகுநேரத்திற்கு ஜின்களின் பயத்தில் தூக்கம் வராமல் புரண்டுபுரண்டு படுத்துக்கொண்டு, "எனக்கு ஏதோ சத்தம் கேட்டதே, உனக்குக்கேட்டதா?" என்று கேட்டுக்கொண்டிருந்தனர். அவர்களைத் தூங்க வைக்க, ஒரு காதல் கதை சொல்வதாக வாக்களித்தேன். இருட்டில் வார்த்தைகளுக்கு எப்படி இறக்கை முளைத்துவிடுகிறதென்று உங்களுக்குத் தெரியும்தானே.

"அம்மா நீ கல்யாணம் செய்துகொள்ளப் போவதில்லைதானே?" என்றான் ஷெவ்கெத்.

"நான் சொல்வதைக் கேளுங்கள்" என்றேன். "தொலைதூரத்து தேசத்திலிருந்த ஓர் இளவரசனுக்கு ஒரு மிக அழகான பெண்மீது காதல் பிறந்துவிட்டது. இது எப்படி நடந்தது? எப்படியென்று நான் சொல்கிறேன். அந்த அழகான பெண்ணைப் பார்ப்பதற்கு முன்னால் அவளுடைய உருவப்படத்தை அவன் பார்த்துவிட்டான்."

நான் மனக்கஷ்டத்திலோ, பிரச்சினையிலோ இருக்கும்போது, வழக்கமாக நான் சொல்கின்ற கதைகள் ஞாபகத்திலிருந்து சொல்லப் படுபவையாக அமைவதில்லை. அந்த நேரத்தில் எந்த மனநிலையில் இருக்கிறேனோ அதை அப்படியே கொஞ்சம் மாற்றி, என் சொந்த ஞாபகங்கள், கவலைகளின் வண்ணக்கலவைகளைச் சேர்த்து நான் சொல்லும்போது, அது எனக்கு நிகழ்ந்த எல்லாவற்றிற்கும் இணையாக வருகின்ற ஒரு துயரார்ந்த சித்தரிப்பாகிவிடும்.

பிள்ளைகள் இருவரும் தூங்கியபிறகு, கதகதப்பான படுக்கையி லிருந்து எழுந்து ஹேரியேவும் நானும் அந்தக் கொலைகாரப்பாவி சிதறடித்துச் சென்றிருந்த எல்லாவற்றையும் சுத்தப்படுத்தினோம். உடைத்து, கிழித்து, தள்ளி, நொறுக்கி எறியப்பட்டிருந்த அலமாரிகள், புத்தகங்கள், துணிகள், பீங்கான் கோப்பைகள், மண்ஜாடிகள், தட்டுகள், மைக்கூடுகள் எல்லாவற்றையும் பொறுக்கியெடுத்தோம். உடைத்து நொறுக்கப்பட்டிருந்த வரைமேஜையையும் வர்ணப்பெட்டி களையும் வெறியும் வெறுப்புமாக கிழித்தெறியப்பட்டிருந்த காகிதங்

களையும் சுத்தப்படுத்தினோம். சுத்தப்படுத்திக் கொண்டிருக்கும் போதே அவ்வப்போது நிறுத்திவிட்டு அழுகையில் உடைவோம். என் அப்பாவின் மரணத்தைவிட எங்கள் வீட்டின் அறைகளையும் அங்கிருந்த பொருட்களையும் சேதப்படுத்தித் தகர்த்திருப்பதற்காகவும் எங்களின் அந்தரங்கத்திற்குள் முரட்டுத்தனமாக புகுந்திருப்பதற்காகவும் நாங்கள் அதிகமும் கலங்கிப்போயிருப்பதைப் போலிருந்தது. அனுப வத்திலிருந்து சொல்கிறேன், கேளுங்கள். தம் அன்பிற்குரியவர்களை இழந்துவிட்ட துரதிருஷ்டசாலிகளுக்கு ஆறுதலாக இருப்பவை அவர்கள் வீட்டில் இடம்மாறாமல் இருக்கும் பொருட்கள்தான்; அதே வாசற்திரைகளும் அதே கம்பளங்களும் எப்போதும்போல் விழுகின்ற பகல்வெளிச்சமும் அவர்களை தணியச்செய்கின்றன; கொஞ்சநேரத்திற்கு அவர்களுக்கு பிரியமானவரை அஸ்ரேல் தூக்கிச் சென்றுவிட்டது என்பதை மறக்கச்செய்கின்றன. அப்பா சிரத்தை யோடும் விருப்பத்தோடும் முலாமிட்டு, அலங்கரித்து வைத்திருந்த அறைமூலைகளும் கதவுகளும் இரக்கமின்றி சிதைத்து நாசம் செய்யப் பட்டிருக்கின்றன; இதனால் எங்களுக்கு ஆறுதலும் இனிய நினைவு களும் மட்டும் மறுக்கப்படவில்லை, அந்தக் கொலைகாரனின் கோர ஆன்மாவின் இரக்கமின்மைதான் நினைவூட்டப்படுகிறது, அதனால் எங்களுக்கு குலைநடுக்கம் ஏற்படுகிறது.

உதாரணமாக, நான் வற்புறுத்தியதன்பேரில் இருவரும் கீழே சென்றோம். கிணற்றிலிருந்து நீரிறைத்து, மேனியலம்பி, என் அப்பா போற்றிப்பாதுகாத்து வந்திருந்த, ஹெராத்தில் தைக்கப்பட்ட குர் – ஆனிலிருந்து ‘இம்ரானின் சந்ததியினர்’ அத்தியாயத்திலிருந்து – நம்பிக்கையையும் மரணத்தையும் பற்றி குறிப்பிட்டிருப்பதால் என் அப்பாவிற்கு மிகமிகப் பிடித்தமான அத்தியாயம் இது – வசனங் களை ஜெபிக்கும்போது, முற்றத்து வாசற்கதவு கிறீச்சிடுவதைக்கேட்டு கதிகலங்கிப்போனோம். அது ஒன்றுமில்லை. தாழ்ப்பாளை பரிசோதித்த போது அது பூட்டித்தான் இருந்தது. தளிர்ப்புப் பருவத்தின் காலை வேளைகளில் கிணற்றிலிருந்து புதிதாக இறைத்த நீரை ஊற்றி அப்பா அன்புடன் வளர்த்த பேஸில் செடித்தொட்டியை இருவரும் சேர்ந்து தூக்கிவந்து அக்கதவுக்கு முட்டுக்கொடுத்தோம். வீட்டுக்குள் மீண்டும் நுழைந்தபோது நள்ளிரவாகிவிட்டிருந்தது. எண்ணெய் விளக்கின் வெளிச்சத்தில் நாங்கள் ஏற்படுத்திய நீளமான நிழல்கள் வேறு யாருக்கோ சொந்தமானவைபோல திடீரெனத்தோன்றியது. நம்மீது மௌனமாக ஆக்கிரமிக்கும் இறைப்பற்றைப்போல எல்லாவற்றையும் விட அதிகமாக எங்களை பயமுறுத்திய பேரச்சம், அவரது ரத்தம் தோய்ந்த முகத்தை பயபக்தியோடு கழுவி, என் அப்பா அவருக்கு குறிக்கப்பட்ட நேரத்தில் இயற்கையாகவே மரணமுற்றார் என்று என்னை நானே நம்பவைத்துக்கொள்ள அவரது உடைகளை மாற்றும் போது ஏற்பட்டது. “அவர் சட்டைக்கையை அடியிலிருந்து எடுத்துக் கொடு” ஹேரியே என்னிடம் கிசுகிசுத்தாள்.

அவரது ரத்தத்தில் தோய்ந்த உடைகளையும் உள்ளாடைகளை யும் நாங்கள் கழற்றும்போது எங்களுக்கு திகைப்பும் பிரமிப்பும் ஏற்படுத்திய விஷயம், மெழுகுவர்த்தி ஒளியில் என் அப்பாவின் சருமத்தில் காணப்பட்ட உயிர்ப்பும் அதன் மிகவெண்மையான நிறமும்தான். எங்களை பயமுறுத்த பல்வேறு விஷயங்கள் இருந்த தால், எங்களிருவருக்கும் மச்சங்களும் வடுக்களும் நிறைந்த என் அப்பாவின் மகத்தான நிர்வாண உடலை பார்ப்பது வெட்கந்தரக் கூடியதாக இல்லை. சுத்தமான உள்ளாடைகளையும் அவரது பச்சை நிறப்பட்டுச்சட்டையையும் எடுத்துவர ஹேரியே மாடிக்குச் சென்ற போது, என்னை கட்டுப்படுத்திக்கொள்ள முடியாமல் பார்வையை இறக்கி அங்கே பார்த்தேன். உடனே என் செய்கைக்காக கூசினேன். என் அப்பாவுக்கு புதிய உடைகளை மாட்டி, அவர் கழுத்திலும் முகத்திலும் கேசத்திலும் இருந்த ரத்தத்தை கவனமாகத் துடைத்து விட்டு, என் பலம் கொண்டவரைக்கும் அவரை இறுக்கமாக அணைத்துக்கொண்டு, அவர் தாடியில் என் நாசியைப்புதைத்து அவர் வாசனையை ஆழமாக உள்ளிழுத்துக்கொண்டு அடக்க முடியாமல் 'கோ'வென்று வெகுநேரம் அழுதுதீர்த்தேன்.

இரக்கமோ குற்றவுணர்ச்சியோ என்னிடம் இல்லவே இல்லை யென்று என்மீது உங்களில் யாராவது குற்றம் சுமத்தினால், அவர் களிடம் நான் கதறியழுத மேலும் இரண்டு சந்தர்ப்பங்களைச் சொல்கிறேன்.

1. குழந்தைகள் நடந்தவற்றை கண்டுபிடித்துவிடப் போகிறார் களே என்று மாடி அறையை சுத்தப்படுத்திக்கொண்டிருந்தபோது, என் அப்பா, காகிதத்திற்கு பளபளப்பேற்படுத்துவதற்காக பயன்படுத்திய கடல்சங்கை எடுத்து நான் சிறுமியாக இருக்கையில் செய்ததைப் போல காதில் வைத்து கேட்டபோது கடலின் ஓசை குறைந்துவிட் டிருப்பதை அறிந்தபோது. 2. கடந்த இருபது வருடங்களாக என் அப்பா ஆசையோடு உட்கார்ந்து – அவருடைய பிருஷ்ட பாகத்தின் ஒரு பகுதியாகவே ஆகிவிட்டிருந்த – அந்த சிவப்பு வெல்வெட் மெத்தையை நார்நாராக கிழித்துப்போட்டிருந்ததை பார்த்தபோது.

சரிப்படுத்த முடியாதவற்றைத்தவிர வீட்டிலிருந்த எல்லாவற்றை யும் ஒழுங்குபடுத்திய பிறகு, எங்கள் அறையிலேயே அவளுடைய பாயைப் போட்டு படுத்துக்கொள்ளலாமா என்ற ஹேரியேவின் வேண்டலை இரக்கமின்றி மறுத்தேன். "காலையில் குழந்தைகளுக்கு சந்தேகம் வந்துவிடக்கூடாது" என்று விளக்கினேன். ஆனால் உண்மை யில் குழந்தைகளோடு நான் தனியாக இருக்க விரும்பிய அளவுக்கு அவளை தண்டிக்கவும் விரும்பினேன். படுக்கையில் படுத்த பிறகும் வெகுநேரத்திற்குத் தூங்க முடியாமலிருந்தது. நடந்த பயங்கரத்தை நினைத்துக் கொண்டிருந்ததால் அல்ல; இனி என்னவெல்லாம் நடக்க இருக்குமென்று யோசித்துக் கொண்டிருந்ததால்.

அத்தியாயம் 31

நான் சிவப்பு

'பேரரசர்களின் நிகண்டு' நூலை இயற்றிய கவிஞர் ஃபிர்தூஸி, தன்னை நாட்டுப்புறத்தான் என்று கிண்டல் செய்த ஷா மஹமதுவின் அரசவைப் புலவர்களைச் செறிவும் சிக்கல்களும் நிறைந்த நுட்பமான செய்யுட்களால் தோற்கடித்த ஒரு நாலடிப்பாவின் இறுதிவரியில், காஸ்னியில் நான் தோன்ற லுற்றேன். 'பேரரசர்கள் நிகண்டு'வின் நாயகன் ருஸ்தம், தனது காணாமற்போன புரவியை நாலாபக்கமும் தேடியலைந்தபோது அவனது அம்பறாத்தூணியில் இருந்தேன். அவனது அற்புதமான வாளால் அந்தக் கொடூரமான நரபட்சகனை பாதியாக வெட்டியெறிந்தபோது பீறிட்ட ரத்தமாக நானிருந்தேன்; அவனை விருந்தினராக வரவேற்று உபசரித்த அரசனின் அழகிய மகளோடு உக்கிரமாக காதல்புரிந்த மெத்தையின் மடிப்புகளாக இருந்தேன். உண்மையும் நிச்சயமுமாக நான் எங்குமிருந்தேன், எங்குமிருக்கிறேன். தூர் அவனது சகோதரன் இராஜ்ஜை வஞ்சகமாக சிரச்சேதம் செய்தபோது நான் தோன்றி னேன்; பராக்கிரமமிக்க ராணுவங்கள் ஸ்டெப்பிகளில் ஒரு காட்சிப்பகட்டாக மோதிக்கொண்டபோது நான் தோன்றி னேன்; வெப்பத்தாக்கு நோயால் அலெக்ஸாண்டரின் அழகான நாசியிலிருந்து பிரகாசமாக மினுமினுத்தபடி நான் தோன்றி னேன். ஆம், வாரத்தின் ஒவ்வோரிரவையும் ஷா பெஹ்ரம் கூர் வெவ்வேறு வண்ணங்கள்கொண்ட தூரதேச கவிகை மாடங்களுக்கடியில் ஒவ்வொரு அழகியோடும், அவள் கூறும் கதையைக் கேட்டபடி செலவழித்து வந்திருக்கிறான். ஒரு பேரழகியின் சித்திரத்தைப்பார்த்து அவள்மீது காதல்வயப்பட்டு ஒரு செவ்வாய்க்கிழமையன்று அவளை அவன் சந்தித்தபோது, ஷிரினின் சித்திரத்தைப்பார்த்து காதலில் விழுந்த ஹுஸ்ரேவின் மகுடத்திலிருந்து கஃப்தான் வரையிலும் நான் இடம் பெற்றிருந் ததைப்போலவே அப்பேரழகியின் உடையிலும் நான் இடம் பெற்றிருந்தேன். கோட்டைகளை முற்றுகையிட்ட ராணுவங் களின் பதாகைகளிலும் விருந்திற்காக அமைக்கப்பட்ட மேஜை

களின்மீது போர்த்தியிருந்த மேஜைவிரிப்புகளிலும் சுல்தான்களின் பாதங்களை முத்தமிடும் அயல்நாட்டுத் தூதர்களின் வெல்வெட் கஃப்தான்களிலும் குழந்தைகள் விரும்பிக்கேட்கும் கதைகளில் எங்கெல்லாம் வாட்கள் சித்தரிக்கப்பட்டிருக்கின்றனவோ அங்கெல்லாமும் நிச்சயமாக நான் புலப்படுவேன். ஆம், அழகான வாதுமைக் கண்கள் கொண்ட ஓவிய மாணவர்கள் என்னை நேர்த்தியான தூரிகைகளில் தோய்த்து ஹிந்துஸ்தானிலிருந்தும் புகாராவிலிருந்தும் தருவிக்கப்பட்ட கெட்டியான காகிதங்களில் தீட்டினர்; நான் உஷாக் தரைவிரிப்புகளையும் சுவரலங்காரங்களையும் சண்டைக்கோழிகளின் கொண்டைகளையும் மாதுளம் பழங்களையும் கட்டுக்கதை தேசங்களின் கனிகளையும் சாத்தானின் வாயையும் சித்திரங்களின் ஓரச் சட்டங்களுக்குள் பொதிந்திருக்கும் வரிகளையும் கூடாரங்களின் மேல் வளைவு நெளிவான பூவேலைகளையும் கலைஞனின் சுய விருப்பத்திற்காக வரையப்பட்ட, பார்ப்போரின் கண்ணுக்கு எளிதில் புலப்படாத நுட்பமான பூக்களையும், திறந்திருக்கும் சன்னல்களில் நின்றபடி கழுத்தை நீட்டி தெருவை வேடிக்கை பார்த்துக் கொண்டிருக்கும் அழகிய மாதர்களின் ரவிக்கைகளையும் சர்க்கரையில் செய்யப்பட்ட குருவி பொம்மைகளின் கண்களையும் மாடுமேய்ப்பவர்களின் காலுறைகளையும் பெருங்கதைகளில் வர்ணிக்கும் சூர்யோதயங்களையும் பிணங்களையும் ஆயிரக்கணக்கான அல்ல – பல்லாயிரக்கணக்கான காதலர்களின், போர்வீரர்களின், ஷாக்களின் காயங்களையும் நானே ஒப்பனை செய்கிறேன். அபின் பூப்பதுபோல குருதி கொப்பளிக்கும் போர்க்காட்சிகளில் இடம்பெறுவதும் கிராம வெளிகளில் அழகிய சிறார்களுடன் மதுரசம் அருந்திக்கொண்டு கீதம் இசைக்கும் பாணர்களின் கஃப்தான்களில் இடம்பிடிப்பதும் எனக்குப் பிடித்தமானவை; தேவதைகளின் சிறகுகளையும் பெண்களின் உதடுகளையும் பிணங்களின் மரணக்காயங்களையும் ரத்தத்தில் தோய்ந்த, துண்டிக்கப்பட்ட தலைகளையும் ஒளியூட்டுவது எனக்கு விருப்பமானவை.

உங்கள் உதடுகள் உச்சரிக்கும் கேள்வி எனக்குக் கேட்கிறது: நிறமாக இருப்பது என்றால் என்ன?

நிறம் என்பது கண்ணின் தொடுகை, செவிடனுக்கு இசை, இருட்டிலிருந்து வெளிப்படும் ஒரு வார்த்தை. பல்லாயிரக்கணக்கான ஆண்டுகளாக ஒவ்வொரு புத்தகத்திலும்ள ஒவ்வொரு பொருளிலும் ஆன்மாக்கள் – காற்றின் முணுமுணுப்பைப்போல – கிசுகிசுப்பதை நான் கேட்டிருப்பதால், என் தொடுகை, தேவதைகளின் தீண்டலை ஒத்திருக்கிறது எனச்சொல்வேன். என்னில் ஒருபகுதி, தீவிரப்பகுதி, உங்கள் பார்வையை சுண்டியிழுக்கிறது. என் அடுத்த உற்சாகப்பகுதி, உங்கள் கணநேரப்பார்வைகளோடு காற்றின் ஊடாக மேலெழும்பிப் பாய்கிறது.

சிவப்பாக இருப்பது என் அதிருஷ்டம்! நான் மூர்க்கமானவன். நான் வலிமையானவன். எவ்விடத்திலிருந்தாலும் மனிதர்கள் என்னை கவனிப்பார்களென்று எனக்குத் தெரியும். நான் கட்டுப்படுத்த முடியாதவன்.

என்னை நான் ஒளித்துக்கொள்வதில்லை: என்னைப் பொறுத்த வரை, நுண்ணயம் என்பது பலவீனங்களிலோ, நுட்பங்களிலோ தன்னை வெளிப்படுத்திக்கொள்வதல்ல. மனத்திடத்திலும் உறுதியிலும் தான். எனவே, என்மீதே நான் கவனத்தை ஈர்த்துக் கொள்கிறேன். பிற நிறங்களை, நிழல்களை, கூட்டங்களை அல்லது தனிமையைக்கூட கண்டு நான் பயப்படுவதில்லை. எனது வெற்றிகரமான இருப்பை தன்மீது வைத்துக்கொண்டு எனக்காகக் காத்துக்கொண்டிருக்கும் ஒரு பரப்பை என்னை வைத்து மூடுவது எவ்வளவு அற்புதமான விஷயம்! எங்கெல்லாம் நான் தீட்டப்படுகிறேனோ, அங்கே கண்கள் ஒளிர்வதையும் உணர்ச்சிகள் மேலோங்குவதையும் புருவங்கள் உயர்வதையும் இதயத்துடிப்புகள் வேகமடைவதையும் காண்கிறேன். வாழ்வதென்பது எவ்வளவு அற்புதமானது என்பதை அறியுங்கள்! கண்ணால் காண்பதென்பது எவ்வளவு அற்புதமானது என்பதை அறியுங்கள்! அறிந்துகொள்ளுங்கள்: வாழ்வதென்பது பார்ப்பது. நான் எங்குமிருக்கிறேன். வாழ்க்கை என்னோடு தொடங்கி என்னிடம் திரும்புகிறது. நான் உங்களிடம் சொல்வதில் நம்பிக்கை கொள் ளுங்கள்.

இத்தகைய வீறார்ந்த செவ்வண்ணநயத்தை எப்படிக் கொணர்ந் தேன் என்பதை மௌனமாக கவனித்துக்கேளுங்கள். வர்ணக் குழம்பு களில் வல்லவரான ஒரு நுண்ணோவிய மேதை, ஹிந்துஸ்தானின் மிகவெப்பமான பிரதேசங்களில் தேடிக்கண்டுபிடித்த மிக உன்னத இனத்தைச் சேர்ந்த செந்நிற வண்டுகளை உலர்த்தி மிக நுண்மையாக அவரது அம்மிக்குழவியில் அரைந்து மாவாக்கினார். ஐந்து திராக்மா சிவப்பு மாவும் ஒரு திராக்மா சோப்வார்ட்டும் அரை திராக்மா லோத்தோரும் தயாரித்து வைத்தார். ஒரு பானையில் மூன்று ஒக்காக்கள் தண்ணீரையும் சோப்வார்ட்டையும் ஊற்றி கொதிக்க வைத்தார். அடுத்து, லோத்தோரை தண்ணீரில் நன்கு கரைத்தார். ஓர் அற்புதமான காபியை தயாரித்து முடிக்கும் நேரம் வரை அதை நன்கு கொதிக்கவிட்டார். அவர் காபியை ரசித்து அருந்த, பிறக்கத்தயாராக இருக்கும் குழந்தையைப்போல நான் பொறுமை யிழந்தேன். காபி அவர் மனதைத் தெளிவாக்கி ஒரு ஜின்னின் கண்களைக் கொடுத்தது. அந்த சிவப்பு மாவை பாத்திரத்தில் கொட்டி அக்கலவையை கவனமாக இதற்கென்று வைத்திருந்த ஒரு சுத்தமான குச்சியால் கலக்கினார். சுத்தமான சிவப்பு நிறத்தை அடைய நான் தயாராக இருந்தேன். நான் அடையப்போகும் பதம்தான் முக்கிய மான விஷயம். திரவத்தை வெறுமனே கொதித்துக்கொண்டே இருக்க விட்டுவிடக்கூடாது. கலக்கும் குச்சியை வெளியிலெடுத்து

அதன் முனையை அவருடைய கட்டைவிரல் நகத்தின்மேல் தொட்டார் (வேறு எந்த விரலையும் நிச்சயம் பயன்படுத்தக்கூடாது) ஓ, சிவப்பாக இருப்பது எவ்வளவு ஒய்யாரமாக உள்ளது! அந்தக் கட்டைவிரல் நகத்தை, அதன் ஓரங்களில் நீர்த்துப்போய் வழிந்துவிடாமல் நேர்த்தியாக வர்ணமடித்தேன். சுருக்கமாகச் சொன்னால் நான் சரியான பதத்தில் இருந்தேன், ஆனால் என்னிடம் இன்னமும் வண்டல் சேர்ந்திருக்கிறது. அடுப்பிலிருந்து பானையை எடுத்து, ஒரு சுத்தமான பாலாடைத்துணியால் வடிகட்டி என்னை மேலும் தூய்மையாக்கினார். அடுத்து என்னை மீண்டும் சூடுபடுத்தி இரண்டு மடங்கு அதிகமாக நுரைக்க வைத்தார். ஒரு சிட்டிகை படிகாரத் தூளை சேர்த்தபிறகு என்னைக் குளிரவைத்தார்.

சில நாட்கள் கடந்தன. அந்த வாணலியில் அமைதியாக உட்கார்ந் திருந்தேன். பக்கங்களின் மேல் தீட்டப்படுகிற, எங்கெங்கும், எல்லா வற்றிலும் வர்ணம் அடிக்கப்போகிற எதிர்பார்ப்பில், அசையாமல் உட்கார்ந்திருப்பது என் இதயத்தையும் உற்சாகத்தையும் சிதைத்தது. இந்த அமைதியான தருணத்தில், சிவப்பாக இருக்கப்படுவதன் பொருளைப்பற்றி யோசித்தேன்.

முன்னொரு காலத்தில் பாரசீக நகரம் ஒன்றில் ஓர் ஓவியப் பயிற்சியாளர் என்னைத் தூரிகையில் தோய்த்து, ஒரு குருட்டு நுண்ணோவியர் மனப்பாடமாக வரைந்திருந்த ஒரு குதிரை சேணத் துணியின் பூவேலைகளுக்கு வண்ணம் தீட்டிக்கொண்டிருந்தார். அப்போது இரண்டு குருட்டு ஓவியர்கள் ஒரு விவாதத்தில் ஈடுபட் டிருந்ததைக் கேட்டேன்.

"நாமிருவரும் ஓவியர்களாகவே மிகச்சிரத்தையோடும் நம்பிக்கை யோடும் நமது வாழ்நாள் முழுக்க கழித்து இப்போது பார்வையிழந்து போயிருக்கிறோம். ஆனாலும் சிவப்பு என்பது எந்தத் தன்மையுடைய நிறம் என்பதையும் அது என்ன உணர்வைக்கொண்டிருக்கிறது என்பதையும் நாமறிவோம்" என்றார், அந்த குதிரை ஓவியத்தை தன் ஞாபகத்திலிருந்தே வரைந்தவர். "ஆனால் நாம் பிறவிக் குருடர் களாக இருந்திருந்தால்? நமது அழகான ஓவியப்பயிற்சியாளர் பயன்படுத்துகின்ற இந்த சிவப்பை நம்மால் எப்படி புரிந்துகொண் டிருக்க முடியும்?"

"பிரமாதமான விவகாரம்" என்றார் மற்றவர். "ஆனால் வண்ணங ்கள் தெரியப்படுவதல்ல, உணரப்படுவது என்பதை மறந்துவிடாதே."

"என் அன்புள்ள ஓவியமேதையே, இதுவரை சிவப்பு என்பதையே தெரிந்திராத ஒருவனுக்கு சிவப்பு என்பதை விளக்கு."

"நாம் அதை விரல் நுனியால் தொட்டால், அது இரும்பிற்கும் தாமிரத்திற்கும் இடைப்பட்டதாக உணரப்படும். நம் உள்ளங்கையில் அதனை ஏந்தினால் அது சுட்டெரிக்கும். அதை நாம் சுவைத்துப்

பார்த்தால் அது திட்பமாக, இறைச்சியைப்போல் கரிப்பதாக இருக்கும். அதனை நம் உதடுகளுக்கிடையில் கொண்டுசென்றால் அது நம் வாயை நிரப்பும். அதை நாம் முகர்ந்து பார்த்தால், அதற்கு குதிரையைப் போன்ற மணம் இருக்கும். அது ஒரு பூவாக இருந்தால், அது டெய்ஸியைப்போல வாசம்வீசும், ஒரு சிவப்பு ரோஜாவைப் போலல்ல."

நூற்றுப்பத்து வருடங்களுக்கு முன் வெனீசிய ஓவியக்கலையை ஓர் அச்சுறுத்தலாக நமது அரசர்கள் கருதாத நிலை இருந்தது. நமது புகழ்பெற்ற கலைஞர்கள் அல்லாஹுவின் மீது எந்த அளவுக்கு நம்பிக்கை வைத்திருந்தார்களோ அந்த அளவுக்கு அவர்கள் விடாப் பிடியாக பயன்படுத்தி வந்த முறைமைகள் மீதும் வைத்திருந்தனர்; எனவே, வெனீசிய முறையில் ஒவ்வொரு கத்தி காயத்துக்கும், கேவலம் மிகச்சாதாரணமான முரட்டு சணல் துணிக்கும்கூட வெவ்வேறு சிவப்பு வண்ணத்தொனிகளை பயன்படுத்துவது ஒருவித அவமரியாதை, ஓர் எள்ளல் சிரிப்பைத் தூண்டுகின்ற ஆபாசம் என்றே கருதி வந்தனர். ஒரு பலவீனமான, தயக்கமிக்க நுண்ணோவியன்தான் ஒரு கஃப்தானின் சிவப்பைத் தீட்டுவதற்கு பல்வேறு சிவப்புத்தொனிகளை பயன்படுத்துவான் என்றனர் – நிழல்கள் என்பது ஒரு சமாதானமாகாது. மேலும் நாம் ஒரே ஒரு சிவப்பில்தான் நம்பிக்கைக் கொண்டுள்ளோம்.

தன் நினைவிலிருந்தே குதிரையை வரைந்த நுண்ணோவியர் மீண்டும் கேட்டார்: "சிவப்பின் பொருள் என்ன?"

"நிறத்தின் பொருள் அது நமக்கு முன்னால் இருக்கிறது, அதனை நாம் காண்கிறோம் என்பதே" என்றார் அடுத்தவர். "சிவப்பைக் காணமுடியாதவருக்கு அதனை வர்ணிக்க இயலாது."

"இறைவனின் இருப்பை மறுப்பதற்காக சாத்தானால் ஆக்கிரமிக்கப்பட்டவர்கள் இறைவன் நம் கண்ணுக்குப் புலப்படுவதில்லை என்று வலியுறுத்துவர்" என்றார் குதிரையை வரைந்த குருட்டு நுண்ணோவியர்.

"இருப்பினும், காணமுடிந்தவர்களுக்கு அவர் காட்சியளிக்கிறார்" என்றார் மற்றவர். "இந்தக் காரணத்திற்காகத்தான் பார்க்க முடியாததும் பார்க்க முடிவதும் சமமானவையல்லவென்று குர்–ஆன் கூறுகிறது."

அந்த அழகான ஓவியப் பயிற்சியாளர் என்னை மென்மையாகக் குதிரையின் சேணத்துணியில் தட்டினார். மிக நன்றாக வரையப்பட்ட ஒரு கருப்பு வெள்ளைச் சித்திரத்தில் என் முழுமையை, வலிமையை, வீரியத்தை பதிப்பதென்பது எப்பேர்ப்பட்ட அற்புத உணர்வு! எனக்காகக் காத்திருக்கும் தாளின்மேல் அந்தப் பூனை மயிர் தூரிகை என்னைத் தொட்டுத் தீட்டும்போது எனக்கு சந்தோஷ

மாக அக்குளுப்புண்டாகிறது. அதன்விளைவாக, அந்த வரைதாளின் மேல் என் நிறத்தை நான் கொண்டுவரும்போது இவ்வுலகத்தை "உண்டாகுக!" என்று நான் உத்தரவிடுவதுபோல் தோன்றுகிறது. ஆம், காணமுடியாதவர்கள் இதனை மறுப்பர். ஆனால் உண்மை யென்னவென்றால் நான் எங்கெங்கும் காணப்படுவேன்.

●

அத்தியாயம் 32

நான், ஷெகூரே

குழந்தைகள் விழிப்பதற்குமுன், தூக்கிலடப்பட்ட யூதனின் வீட்டிற்கு உடனே கருப்பை வரச்சொல்லி ஒரு சுருக்கமான குறிப்பை எழுதி ஹேரியேவின் கையில் திணித்து உடனே எஸ்தரிடம் போகச்சொன்னேன். அக்கடிதத்தை ஹேரியே வாங்கும்போது, எங்களுக்கு என்ன ஆகுமோ என்ற கவலை இருந்தாலும் என் கண்களை வழக்கத்திற்கு மாறாக பயமின்றி உற்றுப்பார்த்தாள். பயப்படுவதற்கு இப்போது அப்பாவும் இல்லாததால் புதிதாக வந்தடைந்த ஒரு மடத் துணிச்சலோடு அவளைத் திருப்பி முறைத்தேன். இந்தப் பார்வைப் பரிமாற்றம் எதிர்காலத்தில் எங்கள் உறவின் தொனியை நிர்ணயிக்கக்கூடும். கடந்த இரண்டு வருடங் களாகவே என் அப்பாவின் மூலம் அவளுக்கு ஒரு குழந்தை உண்டாகி, தான் ஒரு அடிமை என்ற அவளது தகுதியை மறந்து இந்த வீட்டின் எஜமானியாகிவிடத் திட்டமிட்டிருக் கிறாளோ என்று சந்தேகப்பட்டுக்கொண்டிருந்தேன். அப்பா விடம் சென்று, இப்போது விரைத்துவிட்டிருந்த அவரது கையை மரியாதையுடன் முத்தமிட்டேன். விநோதமாக அவரது கை மிருதுத்தன்மையை இழந்துவிட்டிருக்கவில்லை. அப்பாவின் காலணிகளையும் பஞ்சு பொதித்த தலைப்பாகையையும் கருஞ் சிவப்பு மேலங்கியையும் ஒளித்து வைத்தேன். குழந்தைகள் எழுந்ததும் அவர்களுடைய தாத்தாவிற்கு உடல்நலம் தேறிவிட்ட தாகவும் முஸ்தஃபா பாஷா மாவட்டத்திற்கு விடியற்காலையி லேயே எழுந்து சென்றுவிட்டதாகவும் விளக்கினேன்.

ஹேரியே தனக்கிடப்பட்டிருந்த பணியை முடித்துவிட்டு வந்துவிட்டாள். காலை உணவுக்கு அவள் தாழ்வான உணவு மேஜையை தயார்செய்ய, அதன் மத்தியில் ஆரஞ்சு பழக் கூழை ஊற்றி வைக்கும்போது, இப்போது எஸ்தர் கருப்பின் வீட்டுக்கதவை தட்டுவாள் என்று கற்பனை செய்துகொண்டிருந் தேன். பனிப்பொழிவு நின்று சூரியன் பிரகாசிக்கத் தொடங்கி விட்டிருந்தது.

தூக்கிலிடப்பட்ட யூதனின் தோட்டத்தில் ஒரு பரிச்சயமான காட்சியை சந்தித்தேன். இறவாரத்திலும் சன்னல் சட்டங்களிலும் உறைந்து தொங்கிக்கொண்டிருந்த பனிஊசிகள் வேகமாக சுருங்கிக்கொண்டிருந்தன. பாசியும் மட்கும் இலைகளுமாக வாசம் வீசிக்கொண்டிருந்த தோட்டம் வெயிலை ஆர்வத்தோடு உறிஞ்சிக் கொண்டிருந்தது. நேற்றிரவு கருப்பு காத்து நின்றிருந்த அதே இடத்தில் இப்போதும் இருந்தான். நேற்றையதினம் என்பது வெகுநாட்களுக்கு, பலவாரங்கள் கடந்திருப்பது போலத்தோன்றியது. நான் என் முகத் திரையை விலக்கினேன்.

"உன்னால் பொறுத்திருக்க முடியவில்லையென்றால் அதற்காக நீ சந்தோஷப்படலாம். என் அப்பாவின் மறுப்பும் சந்தேகங்களும் நமக்கிடையே இனி வராது. நேற்றிரவு நீ சாமர்த்தியமாக என்னை மயக்கி உன்வயப்படுத்த முயன்றுகொண்டிருந்தபோது, எவனோ ஒரு அரக்கப்பயல் என் வீட்டுக்குள் நுழைந்து என் அப்பாவை கொலை செய்திருக்கிறான்."

இதற்கு கருப்பின் எதிர்வினையை கவனிப்பதற்குப் பதில், நான் ஏன் இவ்வளவு இரக்கமில்லாமல், ஏதோ சிரத்தையில்லாமல் பேசினேன் என்றுதான் நீங்கள் யோசித்துக்கொண்டிருப்பீர்கள், இல்லையா? இதற்கு பதில் எனக்கே தெரியவில்லை. நான் அழுதால் அவன் என்னை கட்டித்தழுவி ஆறுதல் சொல்வான், பின் உணர்ச்சி மேலீட்டால் அவனோடு நான் நெருக்கமாகிவிடலாம்; அது இவ்வளவு சீக்கிரம் நிகழ நான் விரும்பவில்லை.

"அவன் எங்கள் வீட்டை சூறையாடியிருப்பதைப் பார்க்கும் போது கோபமும் வெறுப்பும்தான் தெரிகிறது. அவனது வேலை முடிந்துவிட்டதாக நான் நினைக்கவில்லை. அந்தப்பிசாசு ஏதோ ஒரு மூலையில் இப்போது அமைதியாக ஒடுங்கிவிட்டிருப்பானென்று நான் நம்பவில்லை. அந்தக் கடைசி ஓவியத்தை அவன் திருடிச்சென்றிருக்கிறான். நான் உன்னைக் கூப்பிடுவது என்னைக் காப்பாற்ற, எங்களைக் காப்பாற்ற, அவனிடமிருந்து என் அப்பாவின் புத்தகத்தைக் காப்பாற்ற. என்ன ஏற்பாடு செய்து, எப்படி எங்களை பத்திரமாகக் காப்பாற்றப் போகிறாய்? சொல். நாம் அதைத்தான் முடிவுசெய்ய வேண்டும்."

அவன் ஏதோ சொல்வதற்கு வாயெடுத்தான். ஆனால் ஏதோ இதற்குமுன் கணக்கற்றமுறை செய்திருப்பதைப்போன்ற ஒரு பார்வை யால் அவனை சுலபமாக அடக்கினேன்.

"நீதிபதிகளின் பார்வையில் என் தந்தைக்கு அடுத்ததாக வருகின்ற பாதுகாவலர்கள் என் கணவரும் அவருடைய குடும்பமும்தான். அவரது மரணத்திற்கு முன்பாகவேகூட இதுதான் நிலைமை. ஏனென் றால் நீதிபதியைப் பொறுத்தவரை என் கணவர் இன்னமும் உயிரோடு தான் இருக்கிறார். அண்ணன் இல்லாத தைரியத்தில் ஹஸன்

என்னிடம் முறைகேடாக நடக்க முயன்று அதில் என் மாமனாருக்கு பெருத்த அவமானம் ஏற்பட்டதால்தான், விதவையென்று அதிகாரப் பூர்வமாக அறிவிக்கப்படாவிட்டாலும், என் அப்பா வீட்டிற்கு நான் திரும்ப முடிந்தது. ஆனால் இப்போது எனக்கு அப்பாவும் இறந்துவிட்டார், கூடப்பிறந்த சகோதரரும் யாரும் கிடையாது என்னும்போது, எனக்கு இருக்கக்கூடிய ஒரே காப்பாளர்கள் என் கணவரின் தம்பியும் என் மாமனாரும் மட்டுமே. அவர்கள் ஏற்கனவே என்னை அவர்கள் வீட்டிற்குத் திருப்பி அனுப்பச்சொல்லி என் அப்பாவை நச்சரித்துக் கொண்டும் என்னை மிரட்டிக்கொண்டும் இருந்தனர். அப்பா இறந்துவிட்டது தெரிந்தால், உடனே என்மேல் அதிகாரப்பூர்வமாக நடவடிக்கை எடுக்க தயங்கமாட்டார்கள். இதைத் தடுப்பதற்கு எனக்கிருக்கும் ஒரே நம்பிக்கை அப்பாவின் மரணத்தை மறைப்பது. இதுவேகூட பயனற்ற முயற்சியாக இருக்கக்கூடும், ஏனென்றால் அவர்களேகூட இந்தக் காரியத்தை செய்திருக்கலாம்."

அதே நேரத்தில், உடைந்த சன்னல் சட்டங்களுக்கு ஊடாக ஒரு மெல்லிய ஒளிக்கற்றை அழகாக ஊடுருவி கருப்பிற்கும் எனக்கும் இடையில் விழுந்து அறையின் புராதனப் புழுதியை ஜொலிக்கவிட்டது.

"என் அப்பாவின் சாவை மறைப்பதற்கு இது ஒன்று மட்டும் காரணமல்ல" என்றேன் கருப்பின் விழிகளை உன்னிப்பாக பார்த்த படி. அதில் காதலுக்கு பதில் கூர்ந்த கவனம் இருப்பதைக்காண சந்தோஷமாக இருந்தது. "அப்பா கொலைசெய்யப்பட்ட நேரத்தில் நான் எங்கே இருந்தேன் என்பதை என்னால் நிரூபிக்க முடியாது. ஹேரியே ஒரு அடிமையாக இருந்தாலும், அவளது சாட்சியை ஏற்றுக்கொள்ளமாட்டார்களென்றாலும், அவள் இந்த சூழ்ச்சியில் சம்மந்தப்பட்டிருப்பாளோ என்று பயப்படுகிறேன், எனக்கு எதிராக இல்லாவிட்டாலும் அப்பாவின் புத்தகத்திற்கு எதிராக. எனக்கென்று ஒரு காப்பாளர் இல்லாமல் இருக்கும்வரை அப்பாவின் கொலையை அறிவிப்பதென்பது, வீட்டு விஷயங்களை சுலபமாக்கிவிடுமென்றாலும், நான் இப்போது சொன்ன காரணங்களுக்காக அவளிடமிருந்து எனக்கு பெரிய பிரச்சனைகளைக் கொண்டு வந்துவிடும். உதாரணத் திற்கு, நான் உன்னைத் திருமணம் செய்துகொள்ள அப்பா விரும்ப வில்லையென்பது ஹேரியேவுக்குத் தெரிந்திருந்தால்?"

"என்னை நீ திருமணம் செய்துகொள்வதை உன் அப்பா விரும்ப வில்லையா?" என்று கேட்டான் கருப்பு.

"இல்லை, நீ என்னை அவரிடமிருந்து பிரித்துச்சென்று விடுவாய் என்று அவர் கவலையுற்றிருந்தார். இனிமேல் அப்படிப்பட்ட கஷ்டம் எதுவும் நடக்க வாய்ப்பில்லாததால், துரதிருஷ்டம் பிடித்த என் அப்பாவிற்கு மேலும் எந்த ஆட்சேபணையும் இருக்காதென்று நினைத்துக்கொள்வோம். உனக்கு ஏதாவது பிரச்சனை இருக்கிறதா?"

“ஒன்றுமேயில்லை, என் அன்பே.”

“அப்படியானால் நல்லது. உன்னிடமிருந்து பொன்னோ பொருளோ என் காப்பாளர் கோரமாட்டார். எனக்காக நானே கல்யாண சம்பந்தம் பேசுகின்ற ஒழுங்கின்மைக்காக தயவுசெய்து மன்னித்துக்கொள், ஆனால் துரதிருஷ்டவசமாக சில முன்நிபந்தனை களை உன்னிடம் விளக்க வேண்டியிருக்கிறது.”

ஒரு கணம் நான் மௌனமாக, அவனது தயக்கத்திற்கு மன்னிப்பைப்போல “சரி” என்றான்.

“முதலில், நாம் குடும்பம் நடத்தும்போது என்னிடம் நீ மோசமாக, என்னால் பொறுத்துக்கொள்ள முடியாதபடிக்கு, நீ நடந்துகொண் டாலும் அல்லது நீ இரண்டாவதாக ஒரு மனைவியை திருமணம் செய்துகொண்டாலும் நீ எனக்கு ஜீவனாம்சத்தோடு கூடிய விவாக ரத்து வழங்குவாய் என்று இரண்டு சாட்சிகளுக்கு முன்னால் சத்தியம் செய்யவேண்டும். இரண்டாவதாக, எந்த காரணத்திற்காகவோ நீ வீட்டைவிட்டு ஆறுமாத காலம் சென்றுவிட்டால் எனக்கு ஜீவனாம்சத்தோடு விவாகரத்து தருவாய் என்று அந்த இரண்டு சாட்சிகளிடம் சத்தியம் செய்யவேண்டும். மூன்றாவதாக, நமக்கு திருமணம் ஆனதும் நீ எங்கள் வீட்டிற்கு குடிவந்துவிட வேண்டும். என் அப்பாவைக் கொன்ற அந்தப்பாவி அகப்படும்வரை அல்லது நீ அவனை கண்டுபிடிக்கும்வரை – அவனை நானே என் கையால் கிழித்துப்போடவேண்டுமென்று வெறியாக இருக்கிறது! – நமது சுல்தான் அவர்களின் புத்தகம் உன் திறமையாலும் முயற்சியாலும் சிறப்பாக முடிக்கப்பட்டு அவரிடம் அதை பெருமையோடு நாம் சமர்ப்பிக்கும்வரை என்னோடு நீ படுக்கையை பகிர்ந்துகொள்ளக் கூடாது. நான்காவதாக, என் பிள்ளைகள் என்னோடுதான் படுத்துக் கொள்வார்கள், அவர்களை உனக்குப்பிறந்த பிள்ளைகளைப்போல நீ நேசிக்க வேண்டும்.”

“ஒப்புக்கொள்கிறேன்.”

“நல்லது. நம்முன் இருக்கும் எல்லாத்தடைகளும் இதுபோலவே மறைந்துவிட்டால் நாம் விரைவில் மணந்துகொள்ளலாம்.”

“ஆம், மணந்துகொள்வோம், ஆனால் ஒரே படுக்கை மட்டும் கிடையாது.”

“கல்யாணம்தான் முதல்படி” என்றேன். “அதை முதலில் நடத்து வோம். கல்யாணத்திற்குப் பிறகு வருவது காதல். இதை மறக்க வேண்டாம். திருமணம் காதலின் தீயை அணைத்து, வெறும் தரிசான இருட்டுத்துயரத்தை மட்டும் விட்டுவைக்கிறது. எப்படி யிருந்தாலும் திருமணத்திற்குப் பிறகு காதல் மறைந்துவிடப்போகிறது, ஆனால் அந்த வெற்றிடத்தை மகிழ்ச்சி நிரப்பிவிடுகிறது. இப்போதும்

திருமணத்திற்கு முன் காதலில் விழுந்து, உணர்ச்சியில் எரிந்து, எல்லா உணர்வுகளையும் காலிசெய்து, காதல்தான் வாழ்க்கையின் உச்சஇலக்கு என்று நம்பிக்கொண்டு திரிகிற ஆத்திரக்கார முட்டாள் கள் இருக்கின்றனர்."

"அப்படியானால் எதுதான் நிஜம்?"

"திருப்திதான் நிஜம். காதலும் திருமணமும் அதை அடைவதற் கான வழிகள். ஒரு கணவன், ஒரு வீடு, குழந்தைகள், ஒரு புத்தகம். காணாமற்போயிருக்கும் கணவன், இறந்துபோன அப்பா என்றிருக்கும் எனது இந்த நிலையிலும்கூட, தனிமையில் இருக்கும் உன்னைவிட நான் நல்ல நிலையில் இருப்பதை பார்க்க முடிகிறதா? நாள்பூராவும் என் பிள்ளைகளோடு சிரித்துக்கொண்டு, கட்டிப்புரண்டுகொண்டு, கொஞ்சிக்கொண்டு இருக்கிறேன், அவர்களில்லாவிட்டால் நான் செத்தே போய்விடுவேன். எனது இப்போதைய இக்கட்டான நிலை யிலும்கூட எனக்காக நீ ஏங்கிக்கொண்டிருப்பதால் ஒரே படுக்கை யில் இல்லாவிட்டாலும்கூட ஒரே கூரையின்கீழ், என் அப்பாவின் உடலோடும் என் அரட்டைப்பிள்ளைகளோடும் என்னோடு இரவைக் கழிக்க ரகசியமாகத் தவிப்பதால், நான் இப்போது சொல்லவேண்டிய வற்றை முழு மனதோடு கேட்க கட்டாயப்படுத்தப்பட்டுள்ளாய்."

"நான் கேட்டுக்கொண்டுதானிருக்கிறேன்."

"நான் விவாகரத்து வாங்கிக்கொள்ள பல்வேறு வழிகள் இருக் கின்றன. என் கணவர் போரிலிருந்து இரண்டுவருடங்களுக்குள் திரும்பி வராவிட்டால், எனக்கு விடுதலை அளித்துவிடவேண்டும் என்று ஒரு நிபந்தனை விவாகரத்தை என் கணவர் போருக்குச் செல்வதற்குமுன் எனக்கு வழங்கினார் என்று பொய் சாட்சிகள் சத்தியம் செய்ய வேண்டும். அல்லது அதைவிடச்சுலபமாக, என் கணவரின் சடலத்தை போர்க்களத்தில் நேரில் கண்டதாக நம்பும் படியான விவரணங்களோடு அவர்கள் சாட்சியளிக்க வேண்டும். ஆனால் என் அப்பாவின் உடலையும் என் மாமனார் வீட்டு ஆட்சேபணைகளையும் கணக்கில் எடுத்துக்கொண்டு பார்த்தால் பொய்சாட்சிகளை நம்பித் தொடர்வது கோளாறில்தான் முடியும். கொஞ்சம் புத்திசாலித்தனமும் எச்சரிக்கையுணர்வும் கொண்ட எந்த நீதிபதியும் இவற்றால் மசியப்போவதில்லை. என் கணவர் எனக்கு ஜீவனாம்சம் எதுவும் வழங்காமல் போயிருக்கிறார், நான்கு வருடங்களாகத் திரும்பவில்லை என்பதையெல்லாம் கருத்தில் எடுத்துக்கொண்டாலும் எங்கள் ஹனீஃபி சமூகத்தைச் சேர்ந்த நீதிபதிகள் எனக்கு விவாகரத்து வழங்கமாட்டார்கள். என்னைப் போன்ற நிலையில் உள்ள பெண்கள் அதிகரித்து வருவதை உணர்ந்த உஸ்குதார் நீதிபதிகள் வேண்டுமானால் கொஞ்சம் கருணையோடு – நமது மேன்மைதங்கிய சுல்தான் மற்றும் ஷேக்குலிஸ்லாம் ஒப்புத லோடு – அவரது ஷஃபி மாற்றாள்களுக்கு அதிகாரமளித்து என்னைப்

போன்ற பெண்கள் அனைவருக்கும் ஜீவனாம்சத்தோடு விவாகரத்து அளிக்க உத்தரவிடுவதுண்டு. இப்போது எனக்கு ஆதரவாக சாட்சி சொல்ல இரண்டு நம்பிக்கையான ஆட்களை நீ கண்டுபிடித்தால், அவர்களுக்கு பணம் கொடுத்து, பாஸ்ஃபரஸ்ஸைக் கடந்து, உஸ்குதார் பகுதிக்கு அவர்களை அழைத்துச்சென்று நீதிபதிக்கு ஏற்பாடு செய்யலாம். அவர் தனது மாற்றாளைத்தான் அமரவைப்பார் என்பதை உறுதிசெய்து கொள். சாட்சிகளின் அடிப்படையில் விவாகரத்து கிடைத்து, அது நீதிபதியின் பதிவேட்டில் பதியப்பட்டு செயல்முறை ஆணையையும் என் மறுமணத்திற்கான அனுமதியையும் எழுத்துப்பூர்வமாக பெற்றுக்கொள்ள வேண்டும். இவை எல்லாவற்றையும் முடித்துவிட்டு பாஸ்ஃபரஸ்ஸின் இக்கரைக்கு பிற்பகலுக்குள் நீ வந்துவிட முடிந்தால், அதன்பின் – இன்று மாலை நம் திருமணத்தை நடத்திவைக்க ஒரு மதபோதகர் கிடைப்பதில் சிரமம் இருக்காதென்றால் – அதன்பின், என்னோடும் என் பிள்ளைகளோடும் என் கணவனாக இன்றிரவைக் கழிக்கலாம். எங்களுக்கும் வீட்டில் கேட்கும் ஒவ்வொரு கிரீச்சிடும் சத்தத்திற்கும் அந்தக் கொலைகாரப் பாவிதான் வந்துவிட்டானோ என்று பயந்து தூங்காமல் ராத்திரியை கழிக்க வேண்டியிருக்காது. மேலும் நாளை காலை என் அப்பாவின் மரணத்தை உலகத்திற்கு அறிவிக்கும்போது ஒரு பாதுகாப்பில்லாத, பரிதாபமிக்க, அநாதரவான பெண்ணாக நான் காட்சியளிக்க வேண்டியதில்லை.”

“சரி” என்றான் இசைவாகவும் கொஞ்சம் குழந்தைத்தனமாகவும். “உன்னை என்னவளாக்கிக்கொள்ளச் சம்மதிக்கிறேன்.”

கொஞ்ச நேரத்திற்கு முன்புதான் எதற்காக இப்படி அதிகாரத் தொனியில் வஞ்சகமாக கருப்பிடம் பேசிக்கொண்டிருக்கிறேன் என்பது விளங்கவில்லையென்று உங்களிடம் சொல்லிக்கொண்டிருந்தேன். இப்போது எனக்குப்புரிகிறது. அத்தகையதொரு தொனியை வரவழைத்துக் கொண்டால்தான் இன்னும் அவனது குழந்தைப் பருவ மந்தத்தனத்திலிருந்து வெளிவந்திராத கருப்பை சம்மதிக்க வைக்கமுடியும்; எப்போது நடக்குமென்று எனக்கே நம்பிக்கையில்லாத சம்பவங்களின் சாத்தியத்தை அவனுக்குப் புரியவைக்க முடியும்.

“என் அப்பாவின் புத்தகம் முடிக்கப்படுவதை தடுக்க முயல்பவர்கள், எனக்கு விவாகரத்து வழங்கப்படுவதை எதிர்ப்பவர்கள், இறைவன் அருளால் இன்றிரவு நடக்கவிருக்கும் நமது கல்யாணத்தை நடக்கவிடாமல் செய்பவர்கள் என நம் எதிரிகள் பலபேரோடு நாம் போராடவேண்டியிருக்கிறது. சரி, உன்னை மேலும் பேசி குழப்பக்கூடாது. ஏற்கனவே, நீ என்னைவிட அதிகமாகக் குழம்பிப் போயிருக்கிறாய்.”

“நீ குழம்பியிருக்கவேயில்லை” என்றான் கருப்பு.

"இருக்கலாம், ஆனால் அதற்குக் காரணம் இவையெல்லாம் என் சொந்தக் கருத்துகளல்ல. இவ்வளவு வருடங்களில் என் அப்பா விடமிருந்து கற்றுக்கொண்டவை." நான் இப்படிச்சொன்னதற்கு காரணம், இந்தத் திட்டங்கள் எல்லாம் என் பெண்புத்தியிலிருந்து உதித்தவையென்று எண்ணி அவற்றை அவன் நிராகரித்துவிடாதிருக்க வேண்டும் என்பதற்காக.

அடுத்து, என்னை அறிவாளி என்று ஒப்புக்கொள்வதில் பயப் படாத ஒவ்வொரு ஆணிடமிருந்தும் நான் கேட்டிருந்ததை கருப்பு சொன்னான்.

"நீ மிகவும் அழகாக இருக்கிறாய்."

"சரி, என் அறிவுக்கூர்மைக்காக நான் பாராட்டப்படுவதுதான் என்னை சந்தோஷப்படுத்துகிறது" என்றேன். "நான் குழந்தையாக இருக்கும்போது என் அப்பா அடிக்கடி சொல்வார்."

நான் வளர்ந்தபிறகு என் அப்பா என் அறிவை புகழ்வதை நிறுத்திவிட்டார் என்று சொல்ல வாயெடுத்தேன், ஆனால் எனக்கு அழுகை வெடித்தது. அழும்போது என்னிடமிருந்து நானே விலகி வேறொருத்தியாக, முற்றிலும் மாறுபட்ட இன்னொரு பெண்ணாக மாறிவிட்டதுபோலத் தோன்றியது. புத்தகத்தில் இருக்கும் ஒரு சோக மான சித்திரத்தைப் பார்த்துவிட்டு வாசகன் ஒருவன் துயரத்திலாழ் வதைப்போல என் வாழ்க்கையை வெளியிலிருந்து பார்த்து, பார்த்த தில் மனமுடைந்து போனவளாகியிருந்தேன். ஒருவரின் பிரச்சினை களுக்காக, அவை வேறு யாரோ ஒருவருடையதைப்போல பாவித்து அழுவதென்பதில் ஏதோ ஒருவகை கள்ளமற்ற பேதைத்தனம் இருக் கிறது. எனவே, கருப்பு என்னை ஆரத்தழுவிக்கொண்டபோது எங்க ளிருவருக்குள்ளும் ஒரு பரிவுணர்வு நிரம்பியது. இருப்பினும், இந்த முறை எங்கள் ஆலிங்கனத்தில் இந்தச் சுகவுணர்வு, எங்களைச் சூழ்ந்திருக்கும் எதிரிகளால் பாதிக்கப்படாமல், தொடர்ந்து ஆக்கிர மித்திருந்தது.

●

அத்தியாயம் 33

நான் கருப்பு என்று அழைக்கப்படுகிறேன்

முதலில் விதவையாகி, இப்போது அனாதையாகியிருக்கின்ற என்னருமை ஷெகூரே மெல்லிய காலடிகளில் விரைந்தோட, தூக்கிலிடப்பட்ட யூதன் வீட்டின் ஏகாந்தத்தில், வாதுமைக் கனிகளும் அவள் எழுப்பிவிட்டுச்சென்ற திருமணக் கனவுகளும் சுற்றிலும் வாசனை பரப்ப, நான் ஸ்தம்பித்ததுபோல நின்றிருந்தேன். நான் குழம்பிப்போயிருந்தேன். என் மனம் கடையப்படும் வேகத்தில் ஏறக்குறைய வலியெடுத்தது. என் எனிஷ்டேவின் மரணத்திற்காகக்கூட ஒழுங்காக துக்கப்பட நேரமில்லாமல் வீட்டிற்கு வேகமாகத் திரும்பினேன். மனதின் ஒரு பக்கத்தில் ஒரு சந்தேகப்புழு என்னை அரித்துக்கொண்டிருந்தது. ஏதோ ஒரு மாபெரும் சதியில் என்னை பகடைக் காயாக ஷெகூரே பயன்படுத்திக் கொண்டிருக்கிறாளோ? என்னை ஏமாற்றிக்கொண்டிருக்கிறாளோ? மறுபக்கத்தில் ஒரு சுகமான மணவாழ்க்கைக்கனவுகள் கண்முன் எழுந்தாடிக் கொண்டிருந்தன.

என் வீட்டுக்கார அம்மாள் என்னை வாசலிலேயே நிறுத்தி எங்கே போயிருந்தேன், இந்த நேரத்தில் எங்கிருந்து வருகிறேன் என்றெல்லாம் விசாரணை செய்தபிறகு, என் அறைக்குச்சென்று என் மெத்தையின் பட்டிகைக்குள் ஒளித்து வைத்திருந்த இருபத்தி இரண்டு வெனீஸிய பொற்காசுகளை வெளியிலெடுத்து, நடுங்கும் விரல்களால் பணப்பைக்குள் வைத்தேன். தெருவில் கால்வைத்தவுடனேயே அன்று முழுக்க, ஷெகூரேவின் கரிய, கண்ணீர் துளிர்த்த, சஞ்சலமிக்க விழிகள் எனக்குத் தெரிந்துகொண்டேயிருக்குமென உணர்ந்தேன்.

ஐந்து வெனீஸிய சிங்க இலச்சினை நாணயங்களை எடுத்து, எப்போதும் புன்னகைத்துக் கொண்டிருக்கும் யூத நாணய மாற்றுக்காரனிடம் மாற்றிக்கொண்டேன். அடுத்து, சிந்தனை

யில் ஆழ்ந்தபடி, காலமான என் எனிஷ்டேவும் குழந்தைகளோடு ஷெகூரேவும் எனக்காகக் காத்துக்கொண்டிருக்கும் அவர்களின் வீடு இருக்கும் பகுதிக்குள் நுழைந்தேன். இந்தப் பகுதியின் பெயர் எனக்குப்பிடிக்காதது என்பதால் இதுவரை உங்களிடம் குறிப்பிட்ட தில்லை. யாகுத்லார் தெருக்களில் ஏறக்குறைய நான் ஓட்டமும் நடையுமாக சென்று கொண்டிருந்தபோது, நெடிதுயர்ந்திருந்த ஒரு பிளேன் மரம் என்னைப்பார்த்து என் எனிஷ்டே இறந்து ஒரு நாள்கூட ஆகியிருக்காத நிலையில் கனவுகளிலும் கல்யாண ஏற்பாடு களிலும் நான் இறங்கிவிட்டிருப்பதைக் கண்டித்தது. கெட்டிப்பனி உருக, ஒரு தெருவோர நீரூற்று என் செவிகளில் கிசுகிசுத்தது: "ரொம்ப வேகமாக காரியங்களில் இறங்கிவிடாதே. உன் சொந்தப் பிரச்சினைகளையும் உன் சந்தோஷத்தையும் கணக்கில் வைத்துக் கொண்டு முடிவெடு" "அதெல்லாம் பரவாயில்லை, நல்லதுதான்" என்றது தெருமூலையிலிருந்து தன்னையே நக்கிக்கொண்டு வந்த ஒரு கருப்புப்பூனை. "ஆனால் நீ உட்பட, எல்லோருக்குமே உன் மாமாவின் மரணத்தில் உனக்கும் ஏதோ ஒரு பங்கிருக்கிறது என்று சந்தேகம் இருக்கிறது." அதன் மருட்சியூட்டும் சூனிய விழிகள் மின்ன, அது தன்னை நக்கிக்கொண்டே மறைந்தது. இந்த இஸ்தான் புல் பூனைகளை உள்ளூர்வாசிகள் எப்படிக்கெடுத்து, திமிர்பிடித்தவை களாக மாற்றி வைத்திருக்கின்றனர், பாருங்கள்.

பெரிய கருப்பு விழிகளின்மேல் சரிந்திருக்கும் இமைகளோடு எப்போதும் தூங்கிக்கொண்டேயிருப்பதைப் போன்ற தோற்றத்தை யுடைய இமாம் எஃபெண்டி வீட்டில் இல்லை. பக்கத்திலுள்ள மசூதியில் இருப்பார் என்றனர். அங்கே முற்றத்திலிருந்தவரிடம் ஓர் அற்பமான சட்ட சந்தேகத்தைக் கேட்டேன். "நீதிமன்றத்தில் சாட்சி சொல்லியாக வேண்டியது எப்போது ஒருவருக்கு கட்டாயம் ஆகின்றது?" இந்தத் தகவலை இப்போதுதான் முதன்முறையாகக் கேட்பதைப்போல என் புருவத்தை உயர்த்தி, அவரது செருக்கான பதிலை செவிமடுத்துக் கேட்டுக்கொண்டேன். "மற்ற சாட்சிகள் வருகை தந்திருக்கும்போது சாட்சிக்குட்படுத்துவது கட்டாயமல்ல. ஆனால் ஒரே ஒரு சாட்சி மட்டும் வந்திருந்தால், ஒருவர் சாட்சிக் குட்படுத்தப்படுவது இறைவனின் விருப்பம்" என்று விவரித்தார்.

"எனது தர்மசங்கடமே இப்போது அதுதான்" என்றபடி உரை யாடலைத் துவக்கினேன். "எல்லோரும் அறிந்திருக்கும் ஒரு விவகா ரத்தில் எல்லா சாட்சிகளும் அவர்கள் பொறுப்புகளிலிருந்து ஒதுங்கிக் கொண்டு, 'சாட்சி சொல்வது விருப்பத்தின் பேரில்தான்; கட்டாய மல்ல,' என்று நீதிமன்றத்திற்கு வராமல் இருந்துவிடுகின்றனர். இதனால் என்னிடம் உதவிகேட்டு வந்திருப்பவர்களுடைய நெருக்கடி அதிகமாகி, நிர்க்கதியாக நின்றுகொண்டிருக்கின்றனர்."

"அப்படியா" என்றார் இமாம் எஃபெண்டி. "உன் பணப்பையின் சுருக்கை கொஞ்சம் அவிழ்த்தால்தான் என்ன?"

என் சுருக்குப்பையை வெளியிலெடுத்து உள்ளே கலகலத்துக் கொண்டிருந்த வெனீஸிய தங்க நாணயங்களைக் காட்டினேன். அந்த மசூதியின் பரந்த முற்றவெளி, மதபோதகரின் முகம், எல்லாமும் தங்கத்தின் பிரகாசத்தில் திடீரென்று ஜொலித்தன. என் பிரச்சனை என்னவென்று கேட்டார்.

நான் யாரென்பதை விளக்கினேன். “எனிஷ்டே எஃபெண்டி கவலைக்கிடமாக உள்ளார்” என்றேன். “அவர் இறந்துபோவதற்குமுன், அவருடைய மகளுக்கு விதவை என்று சான்றளித்து, ஜீவனாம்சம் நிறுவப்படவேண்டுமென விரும்புகிறார்.”

உஸ்குதார் நீதிபதியின் மாற்றாளைப்பற்றி பேச்சைக்கூட எடுக்க வில்லை, இமாம் எஃபெண்டி உடனே புரிந்துகொண்டு, இப்படி நிர்க்கதியாக விடப்பட்டிருக்கும் ஷெகூரேவிற்காக இங்கே எல்லோரும் ரொம்பவும் கஷ்டப்படுவதாகவும், இந்த விஷயத்தை தீர்த்துவைக் காமல் வெகுகாலமாக நீட்டித்துக்கொண்டு இருந்து விட்டதாகவும் விசனப்பட்டார். சட்டபூர்வமான மணமுறிவுக்காக ஓர் இரண்டாவது சாட்சியை உஸ்குதார் நீதிபதியின் வாசலில் தேடிக்கொண்டிருப் பதற்கு பதிலாக இமாம் எஃபெண்டி தன்னுடைய சகோதரனை பயன்படுத்திக்கொள்ளலாம் என்று ஆலோசனை கூறினார். இங்கே பக்கத்தில்தான் அவருடைய சகோதரன் வசித்து வருகிறான். அவனுக்கு ஷெகூரேவின் நிலைமையும் அவள் குழந்தைகள் நிலைமையும் நன்றாகத்தெரியும். கூடுதலாக ஒரு தங்கக்காசை அவனுக்கு நான் கொடுத்தால் அது எவ்வளவோ நல்ல காரியத்துக்குப் பயன்படும். சொல்லப்போனால் இரண்டே இரண்டு தங்கக்காசுகளுக்காக இமாம் எஃபெண்டி ஒரு இரண்டாவது சாட்சியை ஏற்பாடு செய்து தருகிறார். நாங்கள் உடனே ஒப்புக்கொண்டோம். இமாம் எஃபெண்டி அவருடைய சகோதரனை அழைத்துவரச் சென்றார்.

அன்றைய தினத்தில் அடுத்து நிகழ்ந்த சம்பவங்கள் அலெப்போ காபி இல்லங்களில் கதைசொல்லிகள் நடித்துக்காட்டும் ‘பூனையும் எலியும்’ கதைகளை ஒத்திருந்தன. ஏனென்றால் இந்தக்கதைகள் என்னதான் வீரதீர சாகசங்களையும் குறும்புத்தனங்களையும் கொண் டிருந்தாலும் வசன கவிதைகளாக எழுதி, அழகான ஓவிய எழுத்து களில் எழுதி, நேர்த்தியாக தைக்கப்பட்டு இருந்தாலும் அவை சித்திரங்களாக வரையப்படாததால் யாராலும் அக்கறையோடு ஏற்கப்படுவதில்லை. ஆனால் நானோ, எங்கள் ஒருநாளைய சாகசங் களை நான்கு காட்சிகளாகப்பிரித்து என் மனதின் சித்திரப்பக்கங் களில் அவற்றைப் பொருத்தி கற்பனை செய்துகொள்வதில் உவப்படை கிறேன்.

முதல் காட்சியில் எங்களை மீசைவைத்த கட்டுமஸ்தான பட கோட்டிகளுக்கு மத்தியில் அமர்த்தி உன்காபானியிலிருந்து புறப்பட்ட செந்நிற நாற்துடுப்பு படகில் பாஸ்ஃபரஸ்ஸின் நீல நீர்பரப்பில்

பயணம் செய்வதுபோல நுண்ணோவியன் வரைந்தாக வேண்டும். இந்த திடீர் பயணத்தால் சந்தோஷம் கொண்டிருந்த மதபோதகரும் ஒல்லியாகவும் கருப்பாகவும் இருந்த அவருடைய சகோதரனும் படகோட்டிகளோடு அரட்டையடித்துக் கொண்டிருக்கின்றனர். இதன்நடுவே, திருமணக்கனவுகள் கண்முன்னே ஓய்வின்றி மலர்ந்து கொண்டிருக்க, இக்குளிர்காலத்தின் காலைவெயிலில் வழக்கத்தை விட தெளிவாகப் பாய்கின்ற பாஸ்ஃபரஸ்ஸின் நீர்ப்பரப்பிற்குள் ஓடும் நீரோடைகளில் ஏதாவது முன்னறிகுறி தெரிகிறதாவென உற்றுநோக்கிக் கொண்டிருக்கிறேன்; கடற்கொள்ளையர் கப்பலின் இடிபாடுகள் ஏதேனும் தெரியலாம் என்று தேடுவதைப்போல. எனவே, கடலையும் மேகங்களையும் அந்த நுண்ணோவியன் எவ் வளவுதான் பிரகாசமான வண்ணங்களில் தீட்டினாலும், என் பயங் களின் இருண்மையை உணர்த்த, என் சந்தோஷக் கனவுகளுக்கிணை யாக உக்கிரத்தோடு, நீரின் ஆழத்தில் ஒரு பயங்கரத்தோற்றம் கொண்ட ராட்சச மீனைப்போல ஒன்றை அவன் வரைந்து என் சாகசப்பயணம் வெறும் இன்பச் சுற்றுலாவாக அமைந்திருக்கவில்லை யென்பதை பார்வையாளனுக்கு உணர்த்தும்படி காட்டவேண்டும்.

இரண்டாவது ஓவியம் சுல்தான்களின் அரண்மனைகளை, உள்அலங்காரங்களை மாநிலத்தின் திவான் சபைக்கூட்டங்களை, ஐரோப்பிய நாட்டுத் தூதுவர்களை வரவேற்பதை ஒரு பிஹ்ஸாத்தின் கலைநுட்பத்தோடு காட்டவேண்டும். அதாவது, அந்தச்சித்திரத்தில் விளையாட்டான குசும்பும் நக்கலும் இடம்பெற்றிருக்க வேண்டும். நான் தரவிருக்கிற லஞ்சத்தை வாங்க மறுப்பதைப்போல ஒரு கையை விரித்து 'வேண்டாம்' என்பதுபோல காட்டிக்கொண்டிருந்தாலும் அந்த காடி எஃபெண்டி தனது மறுகையை நீட்டி என் வெனீஸிய தங்கக்காசுகளை வாங்குவதுபோல சித்தரிக்க வேண்டும். இந்த லஞ்சத்தைப் பெற்றுக்கொண்டதன் விளைவு அதே படத்தில் வந்திருக்க வேண்டும். உஸ்குதார் நீதிபதியின் இடத்தில் மாற்றாளாக அந்த ஷகாப் எஃபெண்டி என்ற ஷஃபி தலைமையேற்றிருக்க வேண்டும். வரிசைக்கிரமமான சம்பவங்கள் நுண்ணோவியனின் சாமர்த்தியமான பக்க அமைப்புகளில் ஒரே நேரத்தில் நிகழ்வதுபோல அமைக்கப் படலாம். எனவே, நான் லஞ்சம் கொடுக்கும் காட்சியை முதலில் பார்க்கின்ற பார்வையாளன் ஓவியத்தின் வேறோரிடத்தில் நீதிபதி யின் சொகுசாசனத்தில் கால்களைப் பின்னிக்கொண்டு உட்கார்ந் திருப்பது ஒரு மாற்றாள் என்பதையும் இவன் ஷெகூரேவிற்கு விவாகரத்து வழங்கிவிடுவானென்றும் அவனால் ஊகிக்க முடியும். கதையை படிக்காவிட்டாலும், மேன்மைதங்கிய நீதிபதி தற்காலிகமாக தனது பதவியை விட்டுக்கொடுத்திருப்பதன் காரணத்தை அவன் அறிந்து கொள்வான்.

மூன்றாவது சித்திரம் இதே காட்சியைத்தான் காட்ட வேண்டும். ஆனால் இம்முறை சுவரலங்காரங்கள் அதிகக் கருமையாக, சீனப்

பாணியில், சிக்கலாகப் பின்னிக்கொண்டிருக்கும் செடிகொடி ஓவியங்களோடு நீதிபதியின் மாற்றாள் தலைக்குமேலே வண்ணமயமான மேகங்கள் கதையில் பின்வரப்போகும் வாதப்புரட்டுகளுக்கு கட்டியம் கூறுவதுபோல அமைந்திருக்க வேண்டும். இமாம் எஃபெண்டியும் அவருடைய சகோதரரும் உண்மையில் நீதிபதியின் மாற்றாளின் முன்பு தனித்தனியாக சாட்சியளித்திருந்தாலும், இந்தச் சித்திரத்தில் அவர்கள் ஒன்றாக நின்று, ஷெகூரேவின் கணவன் போரிலிருந்து எப்படி வருடக்கணக்காக திரும்பி வராதிருக்கிறான், ஆதரவாக கணவனின் துணையில்லாமல் எப்படி அவள் நிர்க்கதியாக இருக்கிறாள், தந்தையில்லாத அவளுடைய குழந்தைகள் எப்படி எந்நேரமும் பசியிலும் அழுகையிலுமாக இருக்கின்றன, அவளுக்கு விதவை ஸ்தானம் வழங்கப்படாததால் எப்படி அவளுக்கு மறுமணம் செய்து கொள்ளக்கூட வாய்ப்பின்றி இருக்கிறது, இந்த நிலையில் எப்படி அவளது கணவனின் அனுமதியில்லாமல் கடன் வாங்கக்கூட முடியாத நிலையில் இருக்கிறாள் என்றெல்லாம் விவரிப்பதாக வரையப்பட்டிருக்கிறது. அவர்கள் எந்த அளவுக்கு உருக்கமாக இவற்றையெல்லாம் சொல்கிறார்களென்றால், ஒரு டமாரச்செவிடன் கூட தாரைதாரையாக கண்ணீர்விட்டு அவளுக்கு மணமுறிவுச் சான்றிதழ் வழங்கிவிட்டிருப்பான். ஆனால் அந்த இதயமற்ற மாற்றாள் இதையெல்லாம் பொருட்படுத்தாமல் ஷெகூரேவின் சட்டபூர்வமான காப்பாளர் யார் என்று கேட்கிறான். ஒரு கணம் தயங்கி, நான் உடனே குறுக்கிட்டு, நமது சுல்தான் அவர்களின் தூதராக பணியாற்றிய அவளுடைய மேன்மைதங்கிய தந்தையார் இன்னமும் உயிரோடு தானிருக்கிறார் என்கிறேன்.

“அவர் இங்கே நீதிமன்றத்திற்கு வந்து சாட்சியளிக்கும்வரை, நான் விவாகரத்து ஆணை வழங்கமாட்டேன்” என்கிறார் அந்த மாற்றாள்.

நான் பெரிதும் பதற்றமடைந்து, என் எனிஷ்டே எஃபெண்டி உடல் நலிவுற்று, படுத்தபடுக்கையாக, உயிருக்குப் போராடிக்கொண்டிருக்கிறார் என்றும் இறைவனிடம் அவரது கடைசி பிரார்த்தனை அவர் மகளுக்கு விவாகரத்து வழங்கப்படவேண்டும் என்பது தானென்றும் நான் அவருடைய பிரதிநிதியென்றும் விளக்குகிறேன்.

“அவள் விவாகரத்து பெற்றுக்கொண்டு என்ன செய்யப்போகிறாள்?” என்கிறார் அந்த மாற்றாள். “எப்போதோ காணாமற்போய்விட்ட அவள் கணவனிடமிருந்து அவருடைய மகள் மணமுறிவு பெறவேண்டுமென்று மரணப்படுக்கையில் இருக்கும் ஒருவர் ஏன் விரும்பவேண்டும்? இதோ பார், அவருக்கு மருமகனாவதற்கு ஒரு நல்ல, நம்பிக்கையான பையன் யாராவது இருந்தால் அது புரிந்து கொள்ளக்கூடியது, நானும் அவர் விருப்பத்தை நிறைவேற்றி விடுவேன்.”

“ஒருவன் இருக்கிறான் ஐயா” என்கிறேன்.

“யாரது?”

“நான்தான்!”

“சரிதான்! நீ காப்பாளருடைய பிரதிநிதி அல்லவா!” என்கிறார் நீதிபதியின் மாற்றாள். “நீ என்ன வேலை பார்த்துக்கொண்டிருக் கிறாய்–”

“கிழக்கு மாகாணங்களில் பல்வேறு பாஷாக்களுக்கு செயலாள ராக, தலைமைச் செயலாளராக, உதவிப்பொருளாளராக பணிபுரிந் திருக்கிறேன். பாரசீகப் போர்களின் வரலாற்றை எழுதி முடித்திருக் கிறேன், அதனை நமது சுல்தான் அவர்களிடம் சமர்ப்பிக்க உத்தேசித் திருக்கிறேன். ஓவியங்களிலும் அலங்காரக்கலைகளிலும் எனக்கு நாட்டமுண்டு. நான் இந்தப்பெண் மீது இருபது வருடங்களாக தீராக்காதல் கொண்டிருக்கிறேன்.”

“நீ அவளுக்கு உறவா?”

நீதிபதியின் மாற்றாளுக்கு முன் திடீரென எதிர்பாராமல் மானங் கெட்டு கோழைத்தனமாக விழுந்துவிட்டதில், என் வாழ்க்கையை அந்தரங்கமின்றி வெட்டவெளிச்சமாக்கி சமர்ப்பித்துவிட்டதில் கூனிக் குறுகி மௌனித்துப்போகிறேன்.

“இளைஞனே, அக்காரக்கிழங்கைப்போல முகம் சிவப்பதற்கு பதிலாக, ஏதாவது பேசு. இல்லாவிட்டால் அவளுக்கு மணமுறிவு வழங்கமாட்டேன்.”

“அவள் என் அம்மா வழி அத்தை மகள்”

“ஹ்ம்ம்ம், அப்படியா. நீ அவளை சந்தோஷமாக வைத்துக்கொள் வாயா?”

அவர் இதைக்கேட்கும்போது, கையால் ஆபாசமான சைகை ஒன்றைச்செய்தார். இந்த அநாகரிகத்தை நுண்ணோவியன் தவிர்த்து விடவேண்டும். நான் எந்த அளவுக்கு வெட்கப்பட்டேன் என்பதை மட்டும் காட்டினால் போதுமானது.

“போதிய அளவுக்கு சம்பாதிக்கிறேன்.”

“நான் ஷஃபி பிரிவைச்சேர்ந்தவனென்பதால், இந்தப் பரிதாப மிக்க ஷெகூரேவிற்கு மணமுறிவு வழங்குவதில் புனித நூலுக்கோ அல்லது எனது இனத்திற்கோ முரண்பாடாக எதுவுமில்லை. போருக்குச்சென்று நான்கு வருடங்களாக அவள் கணவன் திரும்ப வில்லையென்பதால் அவளுக்கு விவாகரத்து வழங்குகிறேன். அவள் கணவன் திரும்பி வரும்பட்சத்தில் அவனுக்கு அவள்மீது எந்த உரிமையும் மீட்டெடுத்துத்தர இயலாது.”

இதற்கடுத்த சித்திரம், அதாவது நான்காவது, அந்த மாற்றாள் மணமுறிவு ஆணையை அதற்குரிய பதிவேட்டில், ஒழுங்கான அணிவரிசையில் செல்லும் படைவீரர்களைப்போல கருப்பு மசியில் எழுதப்பட்ட வாசகங்களாக பதிவுசெய்வதை சித்தரிக்கவேண்டும். இப்போது ஷெகூரே ஒரு விதவை என்றும் அவள் உடனடியாக மறுமணம் செய்துகொள்வதில் தடையேதுமில்லையென்றும் அறிவிக்கின்ற அந்த ஆணை வெளியிடப்பட்ட கணத்தில் எனக்குள் எழுந்த அந்த சுகமான அகவயப்பட்ட பிரகாசிப்பை அந்த நீதிமன்றச் சுவர்களை சிவப்பாக வண்ணம் தீட்டியோ அல்லது அச்சித்திரத்தை ரத்தச்சிவப்பு ஓரச்சட்டங்களுக்குள் பொருத்திவைத்தோ உணர்த்த முடியாது. நீதிபதியின் வாசலுக்கு முன்னால் அவர்களின் சகோதரிகளுக்காகவும் புதல்விகளுக்காகவும் ஏன் அத்தைகளுக்காகவும்கூட மணமுறிவு பெறுவதற்காக கூடியிருந்தவர்களையும் பொய்சாட்சிக்காரர்களையும் விலக்கிக்கொண்டு வேகவேகமாக திரும்பி ஓடினேன்.

பாஸ்ஃபரஸ்ஸைக்கடந்து யாகுத்லார் பகுதிக்கு நேராக விரைந்தபோது, வழியில் இமாம் எஃபெண்டியும் அவரது சகோதரனும் எங்கள் திருமணத்தை அவர்களே நடத்திவைப்பதாக அன்போடு கேட்டுக்கொண்டனர். எனக்கு தெருவில் எதிர்ப்படுகின்ற எல்லோருமே ஏதோ ஒருவித காழ்ப்பினாலும் பொறாமையாலும் என் சந்தோஷத்தைக் குலைக்க சதி செய்து கொண்டிருப்பதைப்போல தோன்றிக் கொண்டிருந்ததால் அவர்களை நிராகரித்துவிட்டு நேராக ஷெகூரேவின் தெருவிற்கு ஓடினேன். வீட்டுக்குள் ஒரு சவம் கிடப்பதை எப்படி இந்தத் தீக்குறி காட்டும் காக்கைகள் மோப்பம் பிடித்து அறிந்துகொண்டு இப்படி சுடுமண் ஓடுகள் மீது குதியாட்டம் போட்டுக்கொண்டிருக்கின்றன? என் எனிஷ்டேவிற்காக ஒரு கணம்கூட நின்று அஞ்சலி செலுத்தவோ, ஒரு சொட்டு கணணீர் விடவோகூட இல்லையென்பது உறைத்தபோது குற்றவுணர்ச்சி என்னை வலுவாகத் தாக்கியது. ஆனாலும் வீட்டின் எல்லாச் சன்னல்களும் கதவுகளும் இறுக்கமாக சார்த்தப்பட்டு ஆழமான அமைதி ஒன்று கவிந்திருப்பதைப் பார்க்கும்போதும் வெளியிலிருக்கும் அந்த மாதுளை மரம் நின்றிருக்கும் விதத்தைப் பார்க்கும்போதும் எல்லாம் திட்டமிட்டபடியேதான் நடந்து கொண்டிருக்கின்றன என்று எனக்குப்பட்டது.

என் உள்ளுணர்வு உந்த பெரும் அவசரத்தோடு செயல்பட்டேன். கல் ஒன்றை பொறுக்கியெடுத்து முற்றத்து கதவை குறிபார்த்து எறிந்தேன்/ தவறியது! அடுத்த கல்லை வீட்டின் மீது எறிந்தேன். அது கூரையின் மேல் விழுந்தது. எரிச்சலுற்று வீட்டின்மேல் கற்களை மாறிமாறி எறிந்து கொண்டேயிருந்தேன். ஒரு சன்னல் திறந்தது. அது இரண்டாம் மாடியிலிருந்த சன்னல். நான்கு நாட்களுக்கு முன்னால், புதன்கிழமை, ஷெகூரேவை மாதுளை மரக்கிளைகளின் ஊடாக முதன்முறையாக நான் பார்த்த சன்னல். ஓரான் எட்டிப்

பார்த்தான். சன்னல் தடுப்புகளின் இடைவெளிகளில் ஷெகூரே அவனைத் திட்டுவது கேட்டது. பின் அவளைப் பார்த்தேன். ஒரு கணம் இருவரும் நம்பிக்கை பொங்க ஒருவரையொருவர் பார்த்துக் கொண்டோம். என் காதலியும் நானும். அவள் மிக அழகாக, மிக உன்னதமாக இருந்தாள். அவள் காட்டிய சைகைக்கு அர்த்தம் 'இரு' என்பதாக எடுத்துக் கொண்டேன். சன்னல் மூடியது.

மாலைப் பொழுதுக்கு இன்னும் நிறைய நேரமிருந்தது. சுற்றி யுள்ள உலகம், மரங்கள், மண்சாலைகளின் அழகில் மெய்மறந்து அந்த காலியான தோட்டத்தில் நம்பிக்கையோடு காத்திருந்தேன். கொஞ்ச நேரத்திலேயே ஹேரியே, ஒரு வேலைக்காரி போலில்லாமல் வீட்டின் எஜமானியைப்போல உடையணிந்துகொண்டு வந்தாள். இருவரும் அருகில் நெருங்குவதற்குமுன் அத்தி மரங்களின் நிழலுக்குள் பதுங்கினோம்.

"எல்லாம் திட்டமிட்டபடி நடந்துகொண்டிருக்கிறது" என்றேன். அந்த நீதிபதியின் பதிலியிடமிருந்து பெற்ற ஆவணத்தை அவளிடம் காட்டினேன். "ஷெகூரேவிற்கு மணமுறிவு வழங்கப்பட்டுவிட்டது. பக்கத்தில் இருக்கும் மதகுருவை ..." நான் அதைப்பார்த்துக் கொள் கிறேன் என்று சொல்லவந்ததைச், சொல்லாமல், "அவர் வந்து கொண்டேயிருக்கிறார். ஷெகூரே தயாராக இருக்கவேண்டும்" என்று மழுப்பினேன்.

"எவ்வளவு சிறியதாக இருந்தாலும் ஒரு மணமகள் ஊர்வலம் வேண்டுமென்று ஷெகூரே விரும்புகிறாள். அதற்கப்புறம் ஒரு மண மக்கள் வரவேற்பும் கல்யாண ஊர்வலமும் நடத்தப்படவேண்டு மாம். வாதுமை, உலர்ந்த பாதாம்கொட்டை சேர்த்து ஒரு அண்டா நிறைய பிலாஃப் தயார்செய்துவிட்டோம்."

ஆர்வத்தோடு, அவள் சமைத்து வைத்திருந்த எல்லாவற்றையும் ஒன்றுவிடாமல் கூறத்தொடங்க, அவளை நிறுத்தி "இதோபார், கல்யாணத்தை இப்படி விஸ்தாரமாக தடபுடலோடு நடத்தினால் ஹஸனும் அவன் ஆட்களும் கேள்விப்பட்டு, வீட்டிற்குள் புகுந்து நம்மை அவமானப்படுத்தி கல்யாணத்தையே நிறுத்தினாலும் நிறுத்தி விடுவார்கள், நம்மால் ஒன்றும் செய்யமுடியாமற்போய்விடும். நம் முயற்சி எல்லாமே வீணாகப்போகும். ஹஸனிடமிருந்தும் அவ னுடைய அப்பாவிடமிருந்தும் மட்டுமல்ல, எனிஷ்டே எஃபெண் டியைக்கொன்ற படுபாவியிடமிருந்தும் நம்மைக் காத்துக்கொள்ள வேண்டியிருக்கிறது. உனக்குப் பயமாக இல்லையா?"

"எப்படி நாங்கள் பயமில்லாமல் இருக்க முடியும்?" என்றபடி அழத்தொடங்கினாள்.

"யாரிடமும் நீ மூச்சுவிடக்கூடாது" என்றேன். "எனிஷ்டேவுக்கு அவருடைய இரவு உடையை அணிவித்து, அவருடைய படுக்கையை

விரித்து அதன்மேல் படுக்கவையுங்கள். செத்துப்போனவர் மாதிரி தெரியக்கூடாது, நோய்வாய்பட்டவர்போல தோற்றமளிக்க வேண்டும். அவர் அறையில் விளக்கு எதுவும் எரிய வேண்டாம். கல்யாணம் நடக்கும்போது அவர் ஷெகூரேவின் பாதுகாவலராக, மரணப் படுக்கையில் இருக்கும் அவளுடைய அப்பாவாக மட்டும்தான் மற்றவர்களுக்குத் தோன்றவேண்டும். அவர் தலைமாட்டில் மருந்து சீசாக்களையும் கண்ணாடிக்குவளைகளையும் வைத்துவிட்டு திரைச் சீலைகளை இழுத்து மூடுங்கள். இப்போது மணமகள் ஊர்வலத்திற் கெல்லாம் சமயமில்லை. அக்கம்பக்கத்தில் உள்ளவர்கள் சிலரை மட்டும் அழைத்துக்கொள்ளலாம், அவ்வளவுதான். அவர்களை அழைக்கும்போது, இது எனிஷ்டே எஃபெண்டியின் கடைசி ஆசை என்று சொல்லிக்கூப்பிடுங்கள் ... இது ஒரு குதூகலமான கல்யாணமாக இருக்கப்போவதில்லை, துக்ககரமான ஒன்றாகத்தான் இருக்கப் போகிறது. இதை நாம் ஜாக்கிரதையாக நடத்திமுடிக்காவிட்டால், அவர்கள் எங்களை அழித்தே விடுவார்கள்; உன்னையும் தண்டிக் காமல் விடமாட்டார்கள், நான் சொல்வது புரிகிறதா?"

அவள் விசும்பிக்கொண்டே தலையாட்டினாள். எனது வெள்ளைக் குதிரையின் மீதேறி அவளிடம் சாட்சி ஒன்றை தயார் செய்துகொண்டு சீக்கிரத்திலேயே வந்துவிடுவேன், ஷெகூரே தயாராக இருக்கவேண்டும் என்றேன். இனிமேல் இந்த வீட்டின் தலைவன் நான்தான்; இப்போது நாவிதனிடம் சென்றுகொண்டிருக்கிறேன் என்றேன். இவையெதையும் முன்னதாக யோசித்திருக்கவில்லை. பேசும்போது விவரங்கள் தானாக வந்துவிட்டன. யுத்தங்களின்போது அவ்வப்போது எனக்குத் தோன்றுவதைப்போல, நான் இறைவனின் செல்லப்பிள்ளை என்றும் அவர் என்னை போற்றிப் பாதுகாத்து வருகிறாரென்றும் எனக்கு எல்லாமே நல்லதாகத்தான் நடக்குமென்றும் தோன்றியது. இந்த நம்பிக்கை உங்களுக்கு வரும்போது, மனதிற்குள் எது வருகிறதோ அதைச் செய்யுங்கள், உங்கள் உள்ளுணர்வின்படி நடவுங்கள், நீங்கள் செய்வது எல்லாமே சரியாக அமைந்துபோகும்.

யாகுல்தார் பகுதியிலிருந்து பொற்கொம்பை நோக்கி நான்கு தெருக்கள் தாண்டிச்சென்றதும் பக்கத்து மசூதியின் மதபோதகர் கன்னங்கரேலென்ற தாடியும் பிரகாசிக்கும் முகமுமாக கையில் ஒரு துடைப்பத்தை வைத்துக்கொண்டு முற்றத்திற்குள் புகுந்துவிட்ட நாய்களை விரட்டியபடி எதிர்ப்பட்டார். அவரிடம் என் சங்க டத்தைச் சொன்னேன். என் எனிஷ்டேவின் காலம் இறைவனின் சித்தத்தால் முடிவுக்கு வரத்தலைப்பட்டுவிட்டது என்றேன். அவரது கடைசி ஆசைப்படி நான் அவருடைய மகளை மணம் செய்து கொள்ளப்போகிறேன்; போரில் மறைந்துபோன அவளுடைய கணவ னிடமிருந்து அவளுக்கு இப்போதுதான் உஸ்குதார் நீதிபதியின் மூலம் மணமுறிவு கிடைத்திருக்கிறது என்று விவரித்தேன். அந்த மதபோதகர், இஸ்லாமிய விதிகளின் ஆணைகளின்படி மணமுறிவு

பெற்ற ஒரு பெண் மறுமணம் செய்துகொள்வதற்கு ஒரு மாதம் காத்திருக்க வேண்டுமென்று ஆட்சேபித்தார். நான் உடனே, ஷெகூரே வின் முன்னாள் கணவன் காணாமற்போய் நான்கு வருடங்கள் ஆகிவிட்டதென்று விளக்கி, அவன் மூலம் அவள் கர்ப்பம் உண்டாகி யிருக்க வாய்ப்பு எதுவுமில்லையென்றேன். உஸ்குதார் நீதிபதி இன்று காலை ஷெகூரே மறுமணம் செய்துகொள்ள அனுமதியளித்திருப் பதைச் சொல்லி அந்த சான்றிதழைக்காட்டினேன். “மதிப்பிற்குரிய இமாம் எஃபெண்டி அவர்களே, இந்தத்திருமணத்திற்கு தடை எதுவும் இல்லையென்பதை நீங்கள் நிச்சயமாக நம்பலாம்” என்றேன். உண்மை தான், அவளும் ரத்த உறவாகத்தான் இருக்கிறாள், ஆனால் தாய்வழி மைத்துனன் என்பது ஒரு தடையல்ல; அவளுடைய முந்தைய திருமண மும் ரத்து செய்யப்பட்டுவிட்டது; எங்களுக்கு இடையே எவ்விதமான மத, சமூக, பொருளாதார வேறுபாடுகளும் இல்லை. நான் அவர் முன்னே நீட்டும் தங்கக்காசுகளை ஏற்றுக்கொண்டு, அந்தப் பகுதி யிலேயே திருமணத்தை அவர் நடத்தி வைத்தாரென்றால் ஒரு விதவையின் தகப்பன் இல்லாத குழந்தைகளுக்காக ஒரு தெய்வீகத் தொண்டை அவர் ஆற்றியதாக இருக்கும். இமாம் எஃபெண்டி அவர்களுக்கு வாதுமைகளும் உலர்ந்த பாதாம் கொட்டைகளும் போட்டுச்செய்த பிலாஃப் விருப்பமா?

அவருக்கு விருப்பமிருந்தது. ஆனாலும் வாசலருகே நின்றுகொண் டிருந்த நாய்களிலேயே இன்னமும் கவனமாக இருந்தார். தங்கக்காசு களை வாங்கிக்கொண்டார். அவரது திருமணச்சடங்கு உடைகளை தரித்துக்கொண்டு, தலைப்பாகையோடு நன்கு ஒப்பனை செய்து கொண்டு சரியான நேரத்தில் திருமணத்தை நடத்திவைக்க வந்து விடுவதாக வாக்களித்தார். வீட்டிற்கு வழி கேட்டார். சொன்னேன்.

ஒரு கல்யாணத்தை எவ்வளவுதான் அவசரஅவசரமாக நடத்தி னாலும் – அந்த கல்யாணத்தை பனிரெண்டு வருடங்களாக மண மகன் கனவுகண்டுகொண்டிருந்ததாக இருந்தாலும் – தன் கவலைகள், பிரச்சினைகள் எல்லாவற்றையும் மறந்து திருமணத்திற்கு முன் செய்ய வேண்டிய முகச்சவரத்தையும் முடிவெட்டலையும் செய்கின்ற நாவித னின் அன்பான கைகளிடமும் நாசூக்கான கிண்டல்களிடமும் தன்னை ஒப்புவித்துக் கொள்வதைவிட இயல்பான விஷயம் வேறெது வாக இருக்க முடியும்? என் கால்கள் என்னைக் கூட்டிச்சென்ற நாவிதனின் கடை, முன்பு எங்கள் சிறுவயதில் காலம் சென்ற என் எனிஷ்டேவும் என் அத்தையும், பேரழகு ஷெகூரேவும் வசித்துவந்த, இப்போது பாழடைந்து போயிருக்கிற வீடு இருக்கின்ற தெருவில் இருந்தது. இந்த நாவிதனைத்தான் ஐந்து நாட்களுக்கு முன் நான் திரும்பிவந்த முதல் நாளன்று பார்த்தது. நான் நுழைந்தபோது, இஸ்தான்புலின் நல்ல நாவிதர்கள் எல்லோரைப்போலவும் அவன் என்னை ஆரத்தழுவிவிட்டு, கடந்த பனிரெண்டு வருடங்கள் எப்படிப் போனது என்று கேட்காமல், அக்கம்பக்கத்தின் சமீபத்திய வம்பு

சமாச்சாரங்களை பேசத்தொடங்கி, கடைசியில் வாழ்க்கை என்னும் இந்த அர்த்தமிக்க யாத்திரையின் முடிவில் நாமனைவரும் எங்கு செல்லப்போகிறோமென்ற குறிப்பீட்டுடன் உரையாடலை முடித்தான்.

இந்த நாவிதனுக்கு வயதாகிவிட்டிருக்கிறது. சுருக்கம் விழுந்த அவன் கைகளில் அந்த நேர்விளிம்பு கொண்ட சவரக்கத்தியை பிடித்து என் கன்னங்களில் நடனமாட விட்டபோது அது நடுங்கியது. இப்போது இவனுக்கு குடிப்பழக்கம் அதிகமாகிவிட்டிருக்கிறது. இளஞ்சிவப்பு நிறத்தில், முழுமையான உதடுகளோடு, பச்சை நிறக் கண்கள் கொண்ட ஒரு பையனை உதவியாளனாக வைத்துக்கொண் டிருக்கிறான். அவனும் தன் எஜமானனை தாசானுதாசனைப்போலப் பார்த்துக்கொண்டிருக்கிறான். பனிரெண்டு வருடங்களுக்கு முன் பிருந்ததைவிட இப்போது கடை சுத்தமாகவும் ஒழுங்காகவும் இருந்தது. கூரையிலிருந்து ஒரு புதிய சங்கிலி மாட்டி தொங்கவிடப்பட்டிருந்த வட்டிலில் வெந்நீரை நிரப்பிவிட்டு, அதன் கீழ்ப்பாகத்திலிருந்த வெண்கலக்குழாயைத் திறந்து என் கேசத்தையும் முகத்தையும் கவன மாகக் கழுவினான். பழைய அகன்ற வட்டில்கள் புதிதாக முலாம் பூசப்பட்டு துருவின்றி பளபளத்தன. சுடவைக்கும் நெருப்புக்கலங்கள் சுத்தமாகவும் கைப்பிடியில் வைடூரியங்கள் பதித்த சவரக்கத்திகள் கூர்மையாகவும் இருந்தன. இப்போது அவன் அணிந்திருக்கிற நேர்த்தி யான பட்டு இடுப்புச் சட்டையை பனிரெண்டு வருடங்களுக்குமுன் அவன் அணியத்துணிந்ததில்லை. இதற்கெல்லாம் காரணம் வயதுக்கு மீறிய உயரமும், மெல்லிய உடல்வாகும் கொண்ட அந்த அழகிய உதவியாளன் இந்தக்கடைக்கு ஒரு நளினத் தோற்றத்தை கொண்டு வந்திருக்கிறான் என்று ஊகித்தேன். கடையை மட்டுமல்லாமல் அதன் உரிமையாளனையும் மாற்றியிருக்கிறான். பன்னீர் நறுமணத்தில் நீராவி பறக்க என் முகமெங்கும் சவர நுரை பொங்க, திருமணம் என்பது ஒரு புதிய சக்தியையும் புது வளத்தையும் ஒரு திருமணமாகா தவனின் வீட்டில் மட்டுமன்றி அவன் வேலையிலும் கடையிலும் உண்டாக்கிவிடுவதை கண்மூடி லயிப்புடன் சிந்தித்திருந்தேன்.

எவ்வளவு நேரம் சென்றதென்று தெரியவில்லை. நெருப்புக்கலம் அச்சிறிய கடையை கதகதப்பாக்கியதில் உருகி கண்விழித்தபோது நாவிதனின் நளினமான விரல்களை உணர்ந்தேன். எண்ணற்ற துன்பங்களுக்குப்பிறகு, இன்று ஒரு திடீர் இலவசமாக ஒரு மாபெரும் வெகுமதியை இந்த வாழ்க்கை எனக்குத் தந்திருப்பதற்காக அல்லாஹூ வுக்கு மனமார நன்றி கூறவேண்டுமென உணர்ந்தேன். இறைவனின் இந்த உலகத்தில் என்னவொரு பூடகமான சமநிலை எய்யப்பட்டு விடுகிறதென்று ஆழ்ந்து யோசித்தேன். இன்னும் கொஞ்ச நேரத்தில் குடும்பத்தலைவனாக நான் பொறுப்பேற்கவிருக்கும் வீட்டில் பிரேத மாக சாய்ந்துகிடக்கும் எனிஷ்டேவிற்காக துக்கமும் பரிதாபமும் எனக்குள் நிரம்பியது. இருக்கையிலிருந்து எழ யத்தனித்த அதே

நேரத்தில் அக்கடையின் எப்போதும் திறந்திருக்கும் கதவருகே ஒரு சந்தடி: ஷெவ்கெத்!

படபடப்போடு, ஆனால் அவனுக்கேயுரிய தன்னம்பிக்கையோடு ஒரு துண்டுக்காகிதத்தை நீட்டினான். எதுவும் பேசமுடியாமல், மிகமோசமாக எதையோ எதிர்பார்த்தபடி, என் உடலுக்குள்ளே பனிக்கட்டியை தேய்த்து எல்லா பாகங்களையும் உறைய வைத்தாற் போலிருக்க, அக்கடிதத்தை வாசித்தேன்:

மணமகள் ஊர்வலம் இல்லையென்றால் நான்
திருமணம் செய்துகொள்ளப்போவதில்லை –

ஷெகூரே.

ஷெவ்கெத்தை தூக்கி மடியில் அமர்த்திக் கொண்டேன். "நீ விரும்பும் வகையிலேயே ஆகட்டும், என் அன்பே!" என்றுதான் என்னருமை ஷெகூரேவுக்கு பதில் எழுதித்தர விருப்பப்பட்டேன். ஆனால் படிப்பறிவில்லாத ஒரு நாவிதனின் கடையில் காகிதமும் பேனாவும் எங்கே இருக்கப்போகிறது? எனவே நன்கு யோசித்து, என் பதிலை அச்சிறுவனின் செவிகளில் கிசுகிசுத்தேன். "அப்படியே ஆகட்டும்." தொடர்ந்து கிசுகிசுப்பாகவே அவனுடைய தாத்தா என்ன செய்கிறாரென்று கேட்டேன்.

"தூங்குகிறார்."

ஷெவ்கெத், நாவிதன், ஏன் நீங்கள்கூட என்னைப்பற்றியும் என் எனிஷ்டேவின் மரணத்தைப்பற்றியும் சந்தேகப்படுகிறீர்கள் என்று இப்போது உணர்கிறேன் (ஷெவ்கெத்திற்கு சந்தேகப்பட வேறு விஷயங்களும் இருக்கின்றன). என்ன ஒரு பரிதாபம்! அவன் மேல் ஒரு முத்தம் பதித்தேன். அதை ரசிக்காமல் வேகமாகக் கிளம்பிச் சென்றான். கல்யாணத்தின்போது அவனது விடுமுறை உடையில் தூரத்திலிருந்து என்னை முறைத்துக்கொண்டே இருந்தான்.

ஷெகூரே, பிறந்தவீட்டை விட்டு என் வீட்டுக்கு ஒன்றும் வரப்போவதில்லையென்பதாலும் நான்தான் வீட்டோடு மாப்பிள்ளையாக மாமனாரின் வீட்டுக்குப் போகப்போகிறேன் என்பதாலும் மணமகள் ஊர்வலம் இருந்தாக வேண்டியதுதான். மற்றவர்களைப் போல நானும் என்னுடைய செல்வந்த நண்பர்களையும் உறவினர்களையும் அவர்களின் குதிரைகளின் மேலேற்றி ஷெகூரேவின் முன்வாசல் எதிரே அலங்காரமாக நிற்கவைப்பதற்கான ஸ்திதி எனக்கிருக்கவில்லை. இருந்தாலும் ஆறு நாட்களுக்கு முன் இஸ்தான்புல்லிற்கு நான் வந்தபோது சந்தித்த என் பால்ய நண்பர்கள் இருவரையும் (அவர்களில் ஒருவன் என்னைப் போலவே ஓர் அரசாங்க குமாஸ்தாவாக இருந்தான், மற்றவன் ஒரு குளியலறை நடத்தி வந்தான்) என் அன்பிற்குரிய நாவிதனையும் அழைத்திருந்தேன். அவன் எனக்கு சவரமும் முடிவெட்டும் செய்துகொண்டிருந்த

போது இதை நான் சொன்னவுடன் அவன் கண்கலங்கி மனமார வாழ்த்தினான். முதல் நாளிலிருந்தே நான் சவாரி செய்துவருகின்ற என் வெள்ளைப் புரவியின் மீதேறி, ஷெகூரேவின் வீட்டை அடைந்து அவளை வேறொரு வீட்டிற்கு வேறொரு வாழ்க்கைக்கு அழைத்துச்செல்ல வந்திருப்பவன்போல கதவைத்தட்டினேன்.

கதவைத்திறந்த ஹேரியேவிற்கு தாராளமாக காசளித்தேன். ஷெகூரே, செக்கச்செவேலென்ற திருமண அங்கியும், அதில் இளஞ் சிவப்பில் தலையிலிருந்து கால்வரை பாய்கின்ற துகிற்கொடிகளுமாக, அங்கே கூடியிருந்த கும்பலின் ஓலங்கள், அழுகைகள் (ஒரு பெண் குழந்தைகளை திட்டிக்கொண்டிருந்தாள்.) கூச்சல்கள், 'இறைவன் அவளை காக்கட்டும்' கத்தல்கள், இவற்றிற்கு மத்தியில் நடந்துவந்து, எங்களோடு கூட்டி வந்திருந்த இரண்டாவது வெண்புரவியின் மீது நளினமாக ஏறியமர்ந்தாள். நல்லவேளையாக கடைசி நிமிடத்தில் நாவிதனால் ஏற்பாடு செய்யப்பட்ட தலை – மேளம், ஸுர்னா குழல் கோஷ்டியினர் மெதுவான மணமகள் இன்னிசையை இசைக்கத் தொடங்க எங்கள் ஊர்வலம் துக்கத்தோடு, ஆனால் பெருமிதத் தோடு நகர ஆரம்பித்தது.

எங்கள் குதிரைகள் ஊர்வலப்பாதையில் நிதானமாக சுற்றிவர, இந்த ஏற்பாட்டையே கல்யாணத்தை ஸ்திரப்படுத்திக் கொள்வதற் காகத்தான் ஷெகூரே செய்திருக்கிறாள் என்று புரிந்துகொண்டேன். கடைசி நிமிடத்தில் இந்த ஊருக்கு எங்கள் திருமணத்தை அறிவித் திருந்தாலும், எல்லோருடைய ஒப்புதலையும் பெற்றுவிட்டதால் எங்கள் திருமணத்திற்கு எதிர்காலத்தில் எந்த ஆட்சேபணை வந்தாலும் அது செல்லுபடியாகாது. இருந்தபோதிலும் எங்கள் எதிரிகளுக்கு – ஷெகூரேவின் முன்னாள் கணவன், அவன் குடும்பத்தினர் – சவால் விடுவதைப்போல இப்படி பொதுவில் வைத்து விமரிசையாக திருமணத்தை நடத்திக்கொள்வது அபாயகரமான செயலாகவே எனக்குத் தோன்றி வந்தது. என்னிடம் பொறுப்பை விட்டிருந்தால், ஒரேயொரு ஜீவனுக்குக்கூட தெரிவிக்காமல், கல்யாண ஊர்வலம் இல்லாமல் ரகசியமாக திருமணத்தை முடித்திருப்பேன்; கவனமாக செயல்படுவதுதான் முதல் காரியம், கல்யாணத்தை பாதுகாப்பது அடுத்து வருவது.

தேவதைக்கதைகளில் வருவது போன்ற என் மெலிந்த வெண் புரவியின் இருபுறங்களிலும் காலைத் தொங்கப் போட்டுக்கொண்டு எங்கள் ஊர்வலத்தை வழிநடத்திக்கொண்டு நகரப்பகுதிகளில் ஊர்ந்து செல்லும்போது, எந்தவொரு சந்திலிருந்தோ அல்லது நிழல் மறைத்த கட்டிடத்திலிருந்து ஹஸனும் அவனது போக்கிரி சகாக்களும் எங்கள் மீது தாக்குதல் நடத்தப் போகின்றார்களோவென இருமருங்கும் உற்றுப்பார்த்தபடியே வந்தேன். வழியில் இளைஞர்களும் முதியோர் களும் அந்நியர்களும் வாசல்களில் நின்று என்ன நடக்கிறதென்று

சரிவரப் புரியாமலேயே கையசைத்து மகிழ்ச்சியை தெரிவித்துக் கொண்டனர். முன்தீர்மானம் எதுவுமின்றி அந்தச்சிறிய அங்காடிக் குள் நுழைந்தபோதுதான் ஷெகூரே எந்தளவுக்கு யோசித்து தன் மீதுள்ள அவதூறைக்களைந்து, அவளது விவாகரத்தையும் திருமணத் தையும் ஒரே நேரத்தில் நடத்திக்காட்டி அக்கம்பக்கத்தினரின் உடன்பாட்டை வென்றெடுத்திருக்கிறாள் என்பது உறைத்தது. காய்கறி விற்பவன் தனக்கு முன்னிருந்த வண்ணக் குவியலான பழங்களை யும் கேரட்டுகளையும் தாண்டி எங்களோடு சில தப்படிகள் நடந்த படி "எல்லா புகழும் இறைவனுக்கே. உங்களிருவரையும் அவர் காப்பாராக" என்ற கோஷத்தில் கலந்து கொண்டதையும் ஒரு பஞ்சப்பராரியான வியாபாரியின் புன்னகையையும் ரொட்டிக்கடைக் காரன் தன் கடைப்பையனை வாணலியிலிருந்த காய்ந்த துணுக்கு களை சுரண்டி சுத்தப்படுத்த வைத்துக்கொண்டே எங்களையும் பார்த்து உற்சாகமாக வாழ்த்தியதையும் பார்க்கும்போது இது புலப் பட்டது. இருந்தாலும் திடீரென்று ஏதாவது ஒரு கும்பல் எங்கள்மீது பாயுமோ அல்லது ஆபாசமாக யாராவது கிண்டல் செய்வார்களோ என்று கவனித்தபடியே வந்தேன். இதன் காரணமாகவே எங்கள் ஊர்வலத்தின் கடைசியில் அங்காடியைவிட்டுச் செல்கையில் காசு களைப் பொறுக்கும் சிறார்களின் இரைச்சலால் என் கவனம் கலையவில்லை. இந்தக் கூச்சலிட்டு கும்மாளமிடும் சிறுவர் கூட்டம் தான் எங்களை பாதுகாத்து, ஆதரவளித்து வருகிறது என்பதை சன்னல்களுக்கும் கம்பி கிராதிகளுக்கும் திரைச்சீலைகளுக்கும் பின்னா லிருந்து பார்த்து புன்னகைக்கும் பெண்களின் முகங்களிலிருந்து அறிந்துகொண்டேன்.

இதுவரை வந்து இப்போது அடைந்திருக்கும் வீதியைப் பார்த்த போது, கடவுளுக்கு நன்றி, கடைசியில் வீட்டுக்கு திரும்பவேண்டிய வழியில் நுழைந்தாயிற்று என்று ஆறுதலாக இருந்தது. என் இதயம் ஷெகூரேவோடும் அவள் சோகத்தோடும் மட்டுமே இருந்தது. உண்மை யில், அவள் தந்தை கொல்லப்பட்டு ஒருநாள் ஆவதற்குள் திருமணம் செய்துகொள்ளவேண்டிய துர்பாக்கியத்தை நினைத்து நான் வருந்த வில்லை; இந்தக் கல்யாணம் அலங்காரங்களில்லாமல் அற்பத்தனமாக நடப்பதுதான் என்னைத் துக்கப்படுத்தியது. என்னருமை ஷெகூரே விற்கு வெள்ளிக்கடிவாளமும் ஆபரண சேணங்களும் கொண்ட குதிரைகளும் பட்டும் பொன்னும் அணிந்த குதிரையேற்றர்களும் பொன்னும் பொருளும் நிறைந்துவழியும் நூற்றுக்கணக்கான வண்டி களும் சூழ, பாஷாக்களின் மகள்களும் சுல்தான்களும் கூண்டு வண்டிகளில் கடந்தகால பெருமைகளை பாடிக்கொண்டுவரும் வயதான அந்தப்புர மகளிரும் பின்தொடர அவள் ஊர்வலமாகச் சென்று மணமுடித்திருக்க வேண்டும். கண்திருஷ்டி படாதிருக்க செல்வந்தர் குடும்பப் பெண்களுக்குமேல் நான்கு கொம்புகளில் கட்டப்பட்ட ஒரு துணிக் கூடாரத்தை சுமந்தபடி வரும் கொடிசுமப்

போர்கள்கூட ஷெகூரேவின் திருமணத்தில் இல்லை. அதுமட்டுமா, ஊர்வலத்துக்கு முன்னால் பெரிய கல்யாண மெழுகுவர்த்திகளையும் கனிகளாலும், பொன், வெள்ளித்தகடுகளாலும் அலங்கரிக்கப்பட்ட மரவடிவிலான அலங்காரங்களையும் சுமந்துசெல்லும் சேவகன் ஒருவன்கூட இல்லை. சந்தைக்குச் செல்வோரின் கூட்டம் ஊர்வலத்தை விழுங்கும்போதும் தெருக்குழாயிலிருந்து தண்ணீர் குடங்களை சுமந்துகொண்டு வேலைக்காரர்கள் ஊர்வலத்திற்கு குறுக்காகக் கடந்து செல்லும்போதும் "மணமகள் வருகிறாள்" என்று அறிவித்தபடி கூட்டத்தைவிலக்கி வழி உண்டுபண்ணும் சேவகன் ஒருவன் இல்லாததால் அந்த கை–மேள, ஸூர்ணா வாத்தியக்காரர்கள் தமது அவலட்சணமான வாசிப்பை நிறுத்திவிடும்போது, எனக்கு சங்கடத்தைவிட கண்கள் கலங்கி துக்கம்தான் அடைத்தது. வீட்டை நெருங்கும்போது தைரியத்தை வரவழைத்துக்கொண்டு என் சேணத்திலிருந்து திரும்பி அவளை நோக்கினேன். அவளது இளஞ்சிவப்புநிற நெற்றியலங்காரத்திற்கும், செந்நிற முகத்திரைக்கும் அடியில் இந்த அசௌகரிய, சங்கடங்களையெல்லாம் மீறி, எவ்விதப் பிரச்சனையுமின்றி ஊர்வலம் முடிவுக்கு வருவதில் அந்த அழகிய முகத்தில் ஒரு திருப்தி தெரிந்ததைப்பார்க்க எனக்கு நிம்மதியாக இருந்தது. எனவே எல்லா மணமகன்களைப்போலவும், நான் இப்போது மணம் செய்துகொள்ளப்போகும் என் அழகிய மணமகளை அவள் புரவியிலிருந்து கையைப்பற்றி இறக்கிவிட்டு அவள் சிரத்தின் மேல் வெள்ளிக்காசுகளைச் சொரிந்தேன். குழுமியிருந்தோர் ஆர்ப்பரித்தனர். எங்களின் சொற்பமான ஊர்வலத்தை பின் தொடர்ந்து வந்திருந்த சிறுவர்கள் அந்தக் காசுகளுக்காக உருண்டு புரண்டு அடித்துப்பிடித்து பொறுக்கினர். ஷெகூரேவும் நானும் வெளிமுற்றத்தில் நுழைந்து, கருங்கல் பாவிய நடைபாதையைக் கடந்து வீட்டிற்குள் நுழைந்தபோது, அங்கிருந்த வெப்பத்தைவிடவும், ஒரு கனமான அழுகிய நாற்றத்தின் பயங்கரம்தான் எங்களைத்தாக்கியது.

ஊர்வலத்தில் வந்த ஜனத்திரள் வீட்டில் சௌகரியமாக அமர்ந்துகொள்ள, ஷெகூரேவும் கூடவந்த வயசாளிகளும் பெண்களும் குழந்தைகளும் (ஓரான் ஒரு மூலையிலிருந்து சந்தேகமாக வெறித்துப் பார்த்துக்கொண்டிருந்தான்) எந்தவொரு அசூயையும் உணராமல் சகஜமாக உலவுவதைப் பார்த்தபோது என் நாசியுணர்வின் மீது எனக்கே சந்தேகம் வந்தது. போருக்குப்பிறகு வெயிலில், உடைகள் கந்தல் கந்தலாகக் கிழிந்து, காலணிகளும் இடைவார்களும் திருடப்பட்டு, முகங்களும் கண்களும் உதடுகளும் ஓநாய்களாலும் பறவைகளாலும் கொத்திக் கிழிக்கப்பட்டு கிடக்கும்போது அந்தப் பிணங்கள் எப்படி நாற்றமடிக்குமென்பது எனக்கு நன்றாகவே தெரியும். அந்த முடைநாற்றம் அடிக்கடி என் வாயையும் நுரையீரல்களையும் நிரப்பி என் மூச்சையடைக்கும். அதை என்னால் அடையாளம் கண்டுகொள்ள முடியாமற் போகாது.

படியிறங்கி, கீழே சமையலறையில் ஹேரியேவிடம் எனிஷ்டே எஃபெண்டியின் உடலைப்பற்றிக் கேட்டேன். இந்த வீட்டின் தலைவனாக அவளிடம் முதன்முறையாகப் பேசுகிறேன் என்றுணர்ந் தேன்.

“நீங்கள் சொன்னது போலவே அவர் படுக்கையைப் போட்டு அவருக்கு இரவு உடைகளை அணிவித்து, நன்றாகப் போர்த்திவிட் டோம். மருந்து சீசாக்களை பக்கத்தில் வைத்துவிட்டோம். அவரிட மிருந்து துர்நாற்றம் வீசுகிறதென்றால் அதற்குக் காரணம் அறையி லிருக்கிற நெருப்புக்கலத்திலிருந்து வருகிற சூட்டினால் இருக்கலாம்” என்றாள் கண்ணீருக்கிடையே.

ஒன்றிரண்டு கண்ணீர்த் துளிகள் அவள் மாமிசம் வறுக்க வைத்திருந்த வாணலிக்குள் விழுந்தன. அவள் அழுவதைப் பார்த்தால் எனிஷ்டே எஃபெண்டி அவளை இரவில் படுக்கைக்கு அழைத்துச் செல்வார் போலிருந்தது. சமையலறையின் ஒரு மூலையில் எஸ்தர் அதிகாரமாக உட்கார்ந்துகொண்டு எதையோ மென்று விழுங்கிக் கொண்டிருந்தாள்.

“அவளுடைய சந்தோஷம்தான் உன் முதல் அக்கறையாக இருக்க வேண்டும்” என்றாள். “அவள் எப்பேர்ப்பட்ட ரத்தினம் என்பதைத் தெரிந்துகொள்.”

இஸ்தான்புல்லுக்கு நான் வந்த முதல்நாளில் கேட்ட புல்லாங் குழலை என் எண்ணங்களில் கேட்டேன். சோகத்தைவிட அதன் ராகத்தில் ஒரு சக்தி இருந்தது. மீண்டும் ஒருமுறை அந்த ராகத்தின் இன்னிசையை என் எனிஷ்டேவை படுக்கவைத்திருந்த பாதி இருட்டான அறையில், இமாம் எஃபெண்டி எங்களுக்கு மண முடித்து வைக்கும்போது கேட்டேன்.

முன்னேற்பாடாக அந்த அறையை ஹேரியே ஏற்கனவே காற் றோட்டமாக்கி சுத்தப்படுத்தி, மூலையில் ஒரு மங்கலான எண்ணெய் விளக்கையும் வைத்துவிட்டிருந்ததால் பார்ப்பவர்களுக்கு எனிஷ்டே உடல் நலிவுற்று படுத்திருப்பதாகத்தான் தெரியும். இப்படியாகவே அவர் ஷெகூரேவின் சட்டபூர்வமான பாதுகாவலராகவும் திருமணத் தின்போது இருந்து விட்டார். என் நட்பிற்குரிய நாவிதனும் அவன் கூடவே அப்பகுதியைச் சேர்ந்த எல்லாம் தெரிந்த மேதாவி ஒருவ னும் சாட்சிகளாக செயல்பட்டனர். மதகுருவின் ஆசிகளோடும் அறிவுரைகளோடும் வந்திருந்த அனைவரின் பிரார்த்தனையோடும் கல்யாண வைபவம் முடியும் தருவாயில் எல்லாவற்றிலும் மூக்கை நுழைக்கிற ஒரு கிழவன் என் எனிஷ்டேவின் உடல்நலத்தை சோதிப் பதற்காக அவர் சடலத்தை நெருங்கி தலையைக் குனிவதற்கு இருக்க, அதே நேரத்தில் போதகரும் நிகழ்ச்சியை நிறைவு செய்ததால் என் இருக்கையிலிருந்து துள்ளியெழுந்து என் எனிஷ்டேவின் விறைத்துப் போன வலதுகையைப்பற்றி, குரலுயர்த்திச் சொன்னேன்:

"என் அருமை எனிஷ்டே அவர்களே, என் ஐயா, உங்கள் கவலைகளை ஒதுக்கித்தள்ளுங்கள். என் சக்திக்கு உட்பட்ட எல்லா வற்றையும் செய்து ஷெகூரேவையும் அவள் குழந்தைகளையும் காப்பாற்றுவேன். அவர்களுக்கு நல்ல உடையும் நல்ல உணவும் வழங்கி, அன்போடு, எந்தக் கவலையும் அவர்களைத் தீண்டாமல் பார்த்துக்கொள்வேன்."

என் எனிஷ்டே தனது மரணப்படுக்கையிலிருந்து ஏதோ என் னிடம் கிசுகிசுப்பாக கூறுகிறார்போல நான் ஜாக்கிரதையாக அவர் முகத்தருகே குனிந்து என் செவியை அவர் வாயின்மேல் அழுத்தி னேன். இளைஞர்கள் அவர்கள் பெரிதும் மதிக்கின்ற முதியவர்கள் தமது நீண்ட வாழ்வனுபவத்திலிருந்து வடித்தெடுத்த ஒன்றிரண்டு அறிவுரை வார்த்தைகளை உச்சரிப்பதை, ஒரு மந்திர வாசகம்போல உள்வாங்கிக்கொள்ளும் சிரத்தையைப்போல நானும் நடித்தேன். இமாம் எஃபெண்டியும் அவருடனிருந்த பக்கத்துத்தெரு கிழவரும், நான் என் மாமனாரிடம் காட்டும் பயபக்தியையும் மரியாதையை யும் பாராட்டினர். அவரது கொலையில் எனக்கு ஒரு பங்கிருப்பதாக இனி யாரும் நினைக்க மாட்டீர்களென்று நம்புகிறேன்.

அறையில் இன்னமும் இருந்த கல்யாண விருந்தினர்களிடம் நோய்வாய்ப்பட்டவர் தனியாக இருக்க விரும்புவதாக அறிவித்தேன். அவர்கள் உடனே எழுந்து, அடுத்த அறையில் ஹேரியே சமைத்து வைத்திருந்த பிலாஃப்பையும் இறைச்சியையும் சாப்பிட ஏற்கனவே கூடியிருந்தவர்களோடு சேர்ந்துகொள்ளச் சென்றனர் (இந்த நேரத்தில் பிணத்தின் வாடைக்கும் கறியிலை, சீரகம், வறுக்கப்படும் மாமிசத்தின் வாசனைக்கும் எந்த வித்தியாசமும் எனக்குத் தெரியாதிருந்தது). அந்த விசாலமான கூட்டத்திற்கு வந்து, கடுகடுப்பான முகத்தோடு ஒரு குடும்பத்தலைவன் ஏதோ சிந்தனையில் சொந்த வீட்டுக்குள்ளேயே நடைபோடுவதைப்போல ஹேரியேவின் அறைக்கதவைத் திறந்தேன். உள்ளே குழுமியிருந்த அத்தனைப் பெண்களும் தங்களுக்கு மத்தியில் ஆண் ஒருவன் வந்ததற்காக திடுக்கிட்டு நெளிய, அவர்களைப் பொருட்படுத்தாமல் என்னைக்கண்டதும் கண்களில் காதல் பொங்கப் பார்த்த ஷெகூரேவை அன்புடன் நோக்கிச் சொன்னேன்:

"உன் அப்பா உன்னைக் கூப்பிடுகிறார், ஷெகூரே. நமக்கு கல்யாணம் ஆகிவிட்டது, நீ இப்போது அவர் கையை முத்தமிட வேண்டும்."

ஷெகூரே கடைசி நிமிடத்தில் அழைப்பு விடுத்திருந்த இந்த அக்கம்பக்கத்துப் பெண்களும், யுவதிகளும் உறவினர்களாக இருக்கலா மென்று ஊகித்தேன். அவர்களனைவரும் என்னை ஆதியோடந்த மாக விழுங்கிவிடுகிறார்போல பார்த்துக்கொண்டே உடம்பை மட்டும் அசைத்து தமது முகத்திரையை இழுத்துவிட்டுக் கொண்டனர்.

மாலைநேரத்தொழுகைக்கு அழைப்பு வந்த சிறிதுநேரத்தில் திருமண விருந்தினர் தாராளமாக வாதுமை, பாதாம், உலர்கனிகள், இனிப்புகள், இலவங்க மிட்டாய்களை எடுத்துக்கொண்டு கலைந்தனர். பெண்கள் பகுதியில் ஷெகூரேவின் இடைவிடாத விசும்பலும் அடங்காத சிறுவர்களின் நச்சரிப்பும் கொண்டாட்டச்சூழலை குறைத்து வைத்திருந்தன. ஆண்களிடையே, திருமண இரவு குறித்த அக்கம்பக்கத்தாரின் கிண்டல்களுக்கு நான் இறுகிய முகத்தோடு வளைய வருவதை என் மாமனாரின் உடல்நலக்குறைவிற்காக கவலைப்படுவதாக அர்த்தப்படுத்திக் கொண்டிருந்தனர். இந்த எல்லா வேதனைகளுக்கும் நடுவே, என் ஞாபகத்தில் தெளிவாகப் பதிந்துவிட்ட ஒரு காட்சி, இரவு உணவுக்குமுன் நான் ஷெகூரேவை எனிஷ்டேவின் அறைக்குக் கூட்டிச் சென்றதுதான். ஒருவழியாக நாங்கள் இருவரும் தனியாக விடப்பட்டிருக்கிறோம். இறந்தவரின் சில்லென்று விரைத்த கையை உண்மையான மரியாதையோடு இருவரும் முத்தமிட்ட பின்பு, அறையின் ஓர் இருட்டுமூலைக்கு நகர்ந்து சென்று ஒரு மகத்தான தாகத்தைத் தீர்த்துக் கொள்வதைப் போல முத்தமிட்டுக்கொண்டோம். என் வாய்க்குள் வெற்றிகரமாக செலுத்திக்கொண்ட என் மனைவியின் சீற்றமிக்க நாவின்மேல் சிறுவர்கள் பேராசையோடு தின்றுதீர்க்கிற கெட்டியான மிட்டாய்களின் சுவையை உணரமுடிந்தது.

●

அத்தியாயம் 34

நான், ஷெகூரே

எங்களின் துயரார்ந்த திருமணத்தின் கடைசி விருந்தாளிகளும் முகத்திரையை இழுத்துவிட்டு முழுவதுமாக மறைத்துக்கொண்டு, காலணிகளை அணிந்துகொண்டு, இனிப்புகளின் கடைசித் துண்டுகளை வாய்க்குள் போட்டுக்கொண்டிருந்த அவர்களின் குழந்தைகளை இழுத்துக்கொண்டு, எங்களை கூர்மையாகக் குத்திக்கிழிக்கும் ஓர் அமைதியில் விட்டுவிட்டு அகன்றனர். நாங்களனைவரும் முற்றத்தில் இருந்ததால் ஒரு சிட்டுக்குருவி பாதி நிரம்பியிருந்த கிணற்றுவாளியிலிருந்த தண்ணீரை மெல்லமெல்லக் குடிக்கின்ற சன்னமான ஒலியைத் தவிர வேறெதையும் கேட்கமுடியவில்லை. கணப்பு அடுப்பிலிருந்து பரவிய வெளிச்சத்தில் இந்தச் சிட்டுக்குருவியின் குட்டிச் சிறகுகள் பளபளக்க, அது திடீரென எழும்பி இருட்டில் மறைந்துபோனது. இப்போது இரவினால் விழுங்கப்பட்டுள்ள எங்கள் காலியான வீட்டிற்குள் என் அப்பாவின் படுக்கையில கிடத்தப்பட்டிருக்கும் பிணத்தின் இருப்பை நான் உடனடியாக உணர்ந்தேன்.

“குழந்தைகளே” என்று எதையோ முக்கியமாக அறிவிக்கப் போகிறேன் என்ற தொனியில் ஓரானையும் ஷெவ்கெத்தையும் அழைத்தேன். “இருவரும் இங்கே வாருங்கள்.”

அவர்கள் வந்தனர்.

“கருப்புதான் இப்போது உங்கள் அப்பா. அவர் கரத்தை நீங்கள் முத்தமிடுங்கள், பார்க்கலாம்.”

அவர்கள் அப்படியே செய்தனர், பணிவாக, அமைதியாக. “என்னுடைய துரதிருஷ்டம் பிடித்த பிள்ளைகள் ஒரு அப்பா இல்லாமலேயே வளர்ந்துவிட்டதால், கீழ்ப்படிந்து நடப்பதையோ, பார்வைக் குறிப்பை மதித்து சொல்படி நடப்பதையோ அறிந்திருக்கவில்லை” என்றேன் கருப்பிடம். “அதனால் இவர்கள்

உங்களிடம் மரியாதைக் குறைவாகவோ, துடுக்காகவோ, முதிர்ச்சி யற்றோ அல்லது குழந்தைத்தனமாகவோ நடந்து கொண்டால், முதலில் அவர்களிடம் சகிப்புத்தன்மையோடு நீங்கள் நடந்துகொள்ள வேண்டு மென்பது என் விருப்பம். அவர்கள் இதற்குமுன் தந்தையின் சொல்லை மதித்து நடக்க வேண்டுமென்பதையே அறிந்திராதவர்கள். அவர்களுக்கு அவருடைய ஞாபகம்கூட இல்லை."

"எனக்கு என் அப்பாவின் ஞாபகம் இருக்கிறது" என்றான் ஷெவ்கெத்.

"உஷ் . . . சொல்வதைக் கவனி" என்றேன். "இப்போது முதல் என் வார்த்தையைவிட கருப்பின் வார்த்தைக்குத்தான் அதிக முக்கியத் துவம் தரவேண்டும்." கருப்பை நோக்கித் திரும்பினேன். "இவர்கள் உங்கள் பேச்சைக்கேட்க மறுத்தாலோ, துடுக்குத்தனமாகவோ, துஷ்டத் தனமாக நடந்துகொண்டாலோ, அவர்களை முதலில் எச்சரிக்கை செய்யுங்கள், ஆனால் மன்னித்து விடுங்கள்" என் நாவின் நுனிவரை வந்த 'அடி' என்ற வார்த்தையைத் தவிர்த்தேன். "உங்கள் இதயத்தில் எனக்கு எந்த இடம் இருக்கிறதோ, இவர்களும் அந்த இடத்தைப் பகிர்ந்து கொள்வார்கள்."

கருப்பு, "உனக்கு கணவனாக இருப்பதற்கு மட்டும் உன்னை நான் திருமணம் செய்துகொள்ளவில்லை" என்றான். "இந்த அன்புக் குரிய குழந்தைகளுக்கு தகப்பனாக இருப்பதற்கும்தான்"

"இவர் சொன்னதை நீங்கள் இருவரும் கேட்டீர்களா?"

"ஓ, என் இறைவரே, தங்களின் அருளொளியை எங்களின்மேல் பாய்ச்சாமல் ஒருபோதும் நீவிர் இருக்கக்கூடாதென்று வேண்டுதல் செய்கின்றேன்" என்றபடி ஹேரியே ஒரு மூலையிலிருந்து குறுக்கிட்டாள். "போற்றுதற்குரிய என் தெய்வமே, எங்களைக் காத்தருளும்படி வேண்டுதல் செய்கின்றேன் இறைவா."

"சொன்னதை நீங்கள் இருவரும் கேட்டீர்களில்லையா?" என்றேன். "என் செல்லக்குட்டிகளே, உங்களுக்கு நல்லதே நடக்கும். உங்கள் அப்பா இவர். உங்களை மிகவும் நேசிக்கிறார். அதனால் நீங்கள் கட்டுக்கடங்காமல் அவர் வார்த்தையை மதிக்காவிட்டால் முதல் முறை உங்களை மன்னிப்பார்."

"அதற்கு அப்புறமும் அவர்களை மன்னித்து விடுவேன்" என்றான் கருப்பு.

"ஆனால் அவரது எச்சரிக்கையை மூன்றாவது முறையாக நீங்கள் மீறினால் . . . அப்புறம் உங்களுக்கு அடிதான் கிடைக்கும்" என்றேன். "புரிந்ததா? உங்களுடைய புதிய அப்பாவான கருப்பு மிக பயங்கர மான, மோசமான போர்களைப்புரிந்துவிட்டு இங்கே வந்திருக்கிறார். கடவுளின் உக்கிரமான சீற்றத்தில் உண்டான அந்தப் போர்களிலிருந்து

உங்களுடைய காலம்சென்ற அப்பாவே திரும்பவில்லை என்பதை ஞாபகத்தில் கொள்ளுங்கள். ஆமாம், மிகவும் முரட்டுத்தனமான மனிதர் இவர். உங்கள் தாத்தா செல்லம் கொடுத்து உங்களைக் கெடுத்து வைத்திருக்கிறார். அதனால்தான் பிடிவாதம் அதிகமாக இருக்கிறது. இப்போது உங்கள் தாத்தாவின் உடல்நிலை மிகவும் மோசமாக இருக்கிறது."

"நான் போய் அவருடன் இருக்கிறேன்" என்றான் ஷெவ்கெத்.

"சொல்வதைக் கேட்காவிட்டால் நரகத்தில் எப்படி அடி கொடுப்பார்கள் என்பதை கருப்பு உனக்கு காண்பிப்பார். என்னிட மிருந்து உன்னை உன் தாத்தா காப்பாற்றுவதைப்போல கருப்பிட மிருந்து அவரால் காப்பாற்றமுடியாது. உன் அப்பாவின் கோபத் திற்கு நீ உள்ளாகக்கூடாதென்றால், இனிமேல் நீ சண்டை போடக் கூடாது, எல்லாவற்றையும் பகிர்ந்துகொள்ள வேண்டும், பொய் சொல்லக்கூடாது, தவறாமல் பிரார்த்தனை செய்யவேண்டும், உன் பாடங்களை மனப்பாடம் செய்யாமல் படுக்கைக்குப் போகக்கூடாது, ஹேரியேவிடம் மரியாதைக் குறைவாகவும் கிண்டலாகவும் பேசக் கூடாது . . . சொன்னது புரிகிறதா?"

கருப்பு சட்டென்று குனிந்து ஓரானைத்தூக்கி கைகளில் ஏந்திக் கொண்டான். ஷெவ்கெத் தள்ளியே இருந்தான். அவனை இழுத்து அணைத்துக்கொண்டு தேம்பித்தேம்பி அழவேண்டும்போல ஓர் உந்துதல் எனக்கேற்பட்டது. துணையற்ற, தந்தையற்ற என் மகனே, ஷெவ்கெத், நீ இந்தப் பரந்த உலகத்தில் தனியாக, ஒற்றையாக நின்றுகொண்டிருக் கிறாய். ஷெவ்கெத்தைப்போல சிறு குழந்தையாக நான் இவ்வுலகில் தனியாக இருந்ததை, இப்போது கருப்பால் கைகளில் ஏந்தப்பட்டி ருக்கும் ஓரானைப்போல, என் அப்பாவின் கைகளில் நான் இருந்ததை யோசித்துப்பார்த்தேன். ஆனால் நான் ஓரானைப்போல அப்பாவின் அணைப்பில் நான் அசௌகரியமாக இருந்ததில்லை, அதன் மரத்தோடு பழக்கமேற்படாமல் தொற்றிக்கொண்டிருக்கும் பழத்தைப்போல. நான் குதூகலமாயிருந்தேன்; அப்பாவும் நானும் எப்படி ஒருவர் சருமத்தை மற்றவர் மோப்பமிட்டபடி கட்டித் தழுவிக் கொள்வோம் என்பது ஞாபகத்தில் வந்தது. எனக்கு கண்ணீர் கரை தட்டியது. அடக்கிக்கொண்டேன். இதைப்போல எதையும் சொல்ல நான் திட்டமிட்டிருக்காவிட்டாலும், "சரி, இப்போது நீங்கள் இருவரும் கருப்பை 'அப்பா' என்று கூப்பிடுங்கள், கேட்கலாம்" என்றேன்.

இரவு கடும்குளிரில் இருந்தது. முற்றத்திலிருந்து சிறுசத்தம் கூட வரவில்லை. ஆழ்ந்த நிசப்தம். தூரத்தில் நாய்கள் குரைப்பதும், பரிதாப மாகவும் துயரத்தோடும் ஊளையிடுவதும் கேட்டு அடங்கியது. மேலும் சில நிமிடங்கள் கழிந்தன. நிசப்தம் ஒரு கருப்பு மலரைப்போல ரகசியமாக மலர்ந்து விரிந்தது.

"சரி குழந்தைகளா, உள்ளே போகலாம். இங்கேயிருந்தால் நம்மெல்லோருக்கும் ஜலதோஷம் பிடித்துக்கொள்ளும்" என்றேன்.

ஏதோ கருப்பும் நானும் மட்டுமே புதிதாய்க் கல்யாணமான மணமக்கள்போல கூச்சத்துடன் இருந்தோம் என்றில்லை. ஹேரியேவும் குழந்தைகளும் எங்களோடு சேர்த்து எங்கள் வீட்டுக்குள்ளே, ஏதோ ஓர் அன்னியரின் இருண்ட வீட்டுக்குள்ளே நுழைவதைப்போல தயங்கித்தயங்கி நுழைந்தோம். நுழைந்தவுடனேயே என் அப்பாவின் பிணவாடை எங்களை சந்தித்தது. ஆனால் யாரும் அதை கவனித்ததாகத் தெரியவில்லை. படிகளில் மௌனமாக ஏறினோம். எங்களது எண்ணெய் விளக்குகள் உண்டாக்கிய நிழல்கள் உத்தரத்தில் சுழன்று, பிணைந்து, பின் விரிந்து, இப்போது சுருங்கி, முதன்முறையாக இப்படி உண்டாவது போலத் தோன்றின. மாடிக்கு வந்து எங்கள் காலணிகளை கூடத்தில் கழற்றிக்கொண்டிருக்கையில் ஷெவ்கெத் கேட்டான்:

"தூங்கப்போவதற்குமுன் நான் தாத்தாவின் கையை முத்தமிட்டு விட்டு வரட்டுமா?"

ஹேரியே, "அவரை இப்போதுதான் பார்த்துவிட்டு வருகிறேன்" என்றாள். "உன் தாத்தா தாங்கமுடியாத வலியில் துடித்துக்கொண்டிருக் கிறார். பிசாசுகள் அவரை நன்றாக பீடித்துக்கொண்டிருக்கின்றன. காய்ச்சல் அவரை முழுதாக விழுங்கிவிட்டிருக்கிறது. நீ உன் அறைக்குப் போ. படுக்கையைப் போடுகிறேன்."

ஹேரியே அவர்களை அறைக்குள் ஓட்டிச் சென்றாள். பாய்களை யும் படுக்கை விரிப்புகளையும் மெத்தைகளையும் விரித்து அவள் அவர்களுக்கு படுக்கை தயாரிக்கும்போது, அவள் கையில் எடுக்கின்ற ஒவ்வொரு பொருளும் உலகில் வேறெங்கும் காணப்படாத அற்புதம் என்பதைப் போலவும் இந்த சுத்தமான மெத்தையில் கதகதப்பான போர்வைக்கடியில் இந்த அறையில் தூங்குவது என்பது எப்படி ஒரு சுல்தானின் அரண்மனையில் துயில்வதற்கு ஒப்பானது என்றும் அவள் வர்ணித்துக் கொண்டிருந்தாள்.

ஓரான் சிறுநீர் கலத்தில் உட்கார்ந்துகொண்டு, "ஹேரியே, ஒரு கதை சொல்லு" என்றான்.

"முன்பொரு காலத்தில் நீலநிறத்தில் ஒரு மனிதன் இருந்தான். அவனுடைய நெருங்கிய நண்பனாக ஜின் ஒன்று இருந்தது" என்று ஆரம்பித்தாள் ஹேரியே.

"உனக்குப் புண்ணியமாகப் போகும், ஹேரியே. இன்றிரவு மட்டுமா வது ஜின்களைப்பற்றியும் பிசாசுகளைப்பற்றியும் கதை சொல்லாமல் இரேன்" என்றேன்.

"இவள் ஏன் சொல்லக்கூடாது?" என்றான் ஷெவ்கெத். "அம்மா, நாங்கள் தூங்கிவிட்டபிறகு நீ படுக்கையிலிருந்து எழுந்து தாத்தாவைப் பார்க்கப் போய்விடுவாயா?"

என் பெயர் சிவப்பு

“உன் தாத்தா – அல்லாஹ் அவரைக் காக்கட்டும் – கடுமையாக நோய்வாய்ப்பட்டிருக்கிறார். ராத்திரியில் அவரைக் கவனித்துக்கொள்ள நான் போவேன்தான், என்றாலும் நம்முடைய படுக்கைக்கு திரும்பி வந்துவிடுவேன், சரியா?”

“தாத்தாவை ஹேரியே பார்த்துக்கொள்ளட்டும். எப்படியானாலும் ராத்திரி நேரங்களில் ஹேரியேதானே தாத்தாவை கவனித்துக் கொள்கிறாள்?” என்றான் ஷெவ்கெத்.

“போயாச்சா?” ஹேரியே ஓரானிடம் கேட்டாள். ஓரானின் பின்பக்கத்தை ஈரத்துணியால் துடைக்க, அவன் முகத்தில் ஓர் இனிய சோம்பல் படர்ந்தது. பானைக்குள் பார்த்துவிட்டு முகத்தை சுளித்தாள், நாற்றத்தினால் அல்ல, அளவு குறைவாக இருந்ததினால்.

“ஹேரியே, சிறுநீர்ப்பானையை கொட்டிவிட்டு எடுத்துவா. நடுராத்திரியில் ஷெவ்கெத் எழுந்து வெளியே போகக்கூடாது” என்றேன்.

“நான் ஏன் அறையைவிட்டு போகக்கூடாது?” என்று கேட்டான் ஷெவ்கெத். “ஜின்கள், தேவதைகள் கதைகளை ஏன் ஹேரியே சொல்லக்கூடாது?”

“ஏனென்றால் இந்த வீட்டில் ஜின்கள் இருப்பதால், முட்டாளே” என்றான் ஓரான். பயத்தினால் சொன்னதாகத் தெரியவில்லை. சிறுநீர் கழித்து முடித்ததுமே அவனிடம் ஒரு மௌனமான இன் நம்பிக்கை உண்டாவதை எப்போதுமே கவனித்திருக்கிறேன்.

“அம்மா, இங்கே ஜின்கள் இருக்கின்றனவா?”

“நீ இந்த அறையைவிட்டு வெளியே போனால், உன் தாத்தாவைப் போய்பார்க்க முயற்சித்தால், ஜின் வந்து உன்னை பிடித்துக்கொள்ளும்.”

“கருப்பு எங்கே படுக்கையை போட்டிருக்கிறார்? இன்றிரவு அவர் எங்கே தூங்குவார்?”

“தெரியவில்லை, ஹேரியே அவருக்கு எங்காவது படுக்கையை போடுவாள்.”

“அம்மா, நீ எப்போதும்போல எங்களிருவரோடு மட்டும்தானே படுத்துக்கொள்வாய்?” என்றான் ஷெவ்கெத்.

“நான் இதை எத்தனைமுறை சொல்வது? எப்போதும்போல உங்கள் இருவரோடுதான் படுத்துக்கொள்வேன்.”

“எப்போதுமே வா?”

ஹேரியே சிறுநீர்க் கலத்தை தூக்கிக்கொண்டு வெளியே சென்றாள். அந்தக் கொலைகார படுபாவி விட்டுச் சென்றிருந்த ஒன்பது ஓவியங் களை நான் ஒளித்து வைத்திருந்த நிலைப்பெட்டியிலிருந்து வெளியே

எடுத்து, படுக்கையில் உட்கார்ந்தேன். மெழுகுவர்த்தி வெளிச்சத்தில் அவற்றின் ரகசியங்களை புரிந்து கொள்வதற்காக வெகுநேரம் உற்றுப் பார்த்துக் கொண்டிருந்தேன். இந்த ஓவியங்களைப் பார்க்கும்போது உங்களின் மறந்துபோன ஞாபகங்கள் என்று நினைத்துக்கொள்ளும்படி அழகாக இருந்தன. எழுத்தைப்போலவே, அவற்றை நீங்கள் பார்த் திருக்கும்போது அவை பேசின.

அந்த ஓவியங்களில் நான் என்னை மறந்துபோனேன். என் நாசியை ஊன்றியிருந்த ஓரானின் அழகிய சிரத்திலிருந்து வந்த மணத்திலிருந்து அவனும் அந்த விநோதமான சந்தேகத்திற்கிடமான சிவப்பை பார்த்துக் கொண்டிருக்கிறான் என்பது தெரிந்தது. அவ்வப் போது எனக்குத் தோன்றுவதைப்போல அவனை அள்ளியெடுத்து என் மார்பில் அவனைப்புதைத்து அவனுக்கு பாலூட்ட வேண்டும் போல ஓர் உத்வேகம் எழுந்தது. மரணத்தைச் சித்தரிக்கும் அந்த பயங்கரமான சித்திரத்தைக் கண்டதும் அவன் சிவந்த இதழ்களின் ஊடாக பெருமூச்சு வாங்குவதை உணர்ந்ததும் அவனை அப்படியே சாப்பிட்டுவிடலாமா என்று தோன்றியது.

“உன்னை அப்படியே சாப்பிட்டுவிடப்போகிறேன், தெரிகிறதா?”

“அம்மா, எனக்கு கிச்சுகிச்சுமூட்டு” என்றபடி கவிழ்ந்துபடுத்தான்.

“இங்கிருந்து எழுந்திரு, தூரப்போ நாயே” நான் கீச்சிட்டு அவனை அடித்தேன். அவன் அந்தப் படங்களின்மீது படுத்துவிட்டான். அவற்றை எடுத்து சோதித்துப்பார்த்தேன். எந்தச் சேதாரமும் இல்லை. எல்லா வற்றிற்கும் மேலாக இருந்த படத்தில் மட்டும் குதிரையின் உருவம் மிக இலேசாக, ஆனால் தெரியாதபடிக்கு கசங்கியிருந்தது.

காலிப் பானையோடு ஹேரியே உள்ளே வந்தாள். படங்களை சேகரித்துக்கொண்டு அறையைவிட்டு நான் வெளியே செல்ல, ஷெவ்கெத் அழத்தொடங்கினான்.

“அம்மா? எங்கே போகிறாய்?”

“இதோ, உடனே வந்துவிடுவேன்.”

உறைகுளிரில் இருந்த தாழ்வாரத்தைக் கடந்துசென்றேன். அப்பாவின் திண்டு வெற்றாக இருக்க, அதற்கெதிரே நான்கு நாட்களுக்குமுன் அவருடன் ஓவியத்தையும் இயலுருத்தோற்றத்தையும் விவாதித்துக்கொண்டிருந்த அதே இருக்கையில் கருப்பு அமர்ந்திருந் தான். மடக்கு மேசையின்மீதும் திண்டிலும் அவனுக்கு முன்பாக தரையிலும் சித்திரங்களை பரப்பிவைத்தேன். அதன் வண்ணங்கள் மெழுகுவர்த்தி வெளிச்ச அறையை திடீரென ஒரு வெதுவெதுப்போடும் திகைப்பூட்டும் உயிர்ப்போடும் அனைத்தையும் இயங்கவைத்ததுபோல நிரப்பிப்படர்ந்தன.

துளியும் அசையாமல், அமைதியாகவும் மரியாதையோடும் அந்தச் சித்திரங்களை வெகுநேரம் பார்த்திருந்தோம். மிகமிக இலேசாக அசங்கினால்கூட பக்கத்து அறையிலிருந்து மரணத்தை நிரப்பிக் கொண்டு ஸ்தம்பித்திருந்த காற்று அதிர்வுற்று மெழுகுவர்த்திச் சுடரை நடுங்கவைத்து என் தந்தையின் மர்மமான சித்திரங்கள் நகர்வதைப்போல தோன்ற வைத்தது. என் தந்தையின் மரணத்திற்கு காரணமானவை என்பதால்தானா இந்த ஓவியங்கள் எனக்கு இவ்வளவு முக்கியமாகப் போய்விட்டன? ஒருவேளை இந்த ஓவியங்களி லிருந்த புரவிகளின் தனித்தன்மைகளால் அல்லது சிவப்பின் தனித்துவத்தால் அல்லது விருட்சங்களின் பரிதாபத்தால் அல்லது அலையும் மதத்துறவிகளின் துயரத்தால் நான் வசியமுற்றிருக்கிறேனா? அல்லது இந்த ஓவியங்களின் பொருட்டு என் தந்தையையும் ஒருவேளை, மற்றவர்களையும்கூட கொன்றிருக்கும் கொலைகாரனை நினைத்து நான் பயப்படுவதாலா? எனக்கும் கருப்பிற்கும் இடையே யிருந்த நிசப்தம் ஓவியங்களால் ஏற்படுத்தப்பட்டிருப்பதுபோலவே, எங்கள் திருமண இரவன்று ஒரே அறையில் தனியாக இருப்பதாலும் உண்டாகியிருக்கிறதென்பதை சிறிது நேரம் கழித்து புரிந்துகொண்டோம். இருவருமே பேசுவதற்கு விரும்பினோம்.

“நாளைக்காலை நாம் எழுந்தவுடன், என் தந்தை அவரது உறக்கத்திலேயே காலமாகிவிட்டதாக நாம் எல்லோரிடமும் சொல்ல வேண்டும்” என்றேன். நான் கூறியது சரியானதாக இருந்தாலும் நான் கபடத்தனமாக இருப்பதைப்போலத் தோன்றியது.

“காலையில் எல்லாமே சரியாகிப்போய்விடும்” என்றான் கருப்பு, அதே விதத்தில். அவன் கூறியதிலிருந்த நிஜத்தை நம்ப முடியா திருந்ததைப்போலிருந்தது.

என்னை நெருங்குவதைப்போல அவன் நுட்பமாக அசைந்துவர, குழந்தைகளைப்போல அவன் தலையை கைகளில் தாங்கி என்னோடு சேர்த்து அணைத்துக்கொள்ள உத்வேகம் எழுந்தது.

அதே நேரத்தில் என் அப்பாவின் அறைக்கதவு திறக்கப்படும் சத்தம் கேட்க, பயத்தில் துள்ளியெழுந்து வேகமாக ஓடி, கதவைத் திறந்து வெளியே பார்த்தேன்: தாழ்வாரத்தில் கசிந்திருந்த வெளிச்சத்தில் அப்பாவின் கதவு பாதி திறந்திருந்ததைக் கண்டு திடுக்கிட்டேன். சில்லிட்டிருந்த தாழ்வாரத்தில் அடியெடுத்து வைத்தேன். இப்போதும் கணப்பு சூடேற்றிக்கொண்டிருந்த என் அப்பாவின் அறையிலிருந்து அழுகிய நாற்றம் கசிந்தது. ஷெவ்கெத்தோ அல்லது வேறு யாரோ இங்கே வந்தார்களோ? இரவு அங்கியிலிருந்த அவரது உடல், கணப்பின் மென்னொளியில் அமைதியாகக் கிடந்தது. அவர் தூங்கப்போவதற்கு முன் மெழுகுவர்த்தி வெளிச்சத்தில் “ஆன்ம நூல்” படித்துக்கொண்டி ருக்கும்போது நான் வந்து “நல்லிரவு, அப்பா” சொல்ல, அவர் மெதுவாக எழுந்து நான் கொண்டுவந்த தண்ணீர்க் கோப்பையை

வாங்கிக்கொண்டு, என் கன்னத்தில் முத்தமிட்டு, நான் சின்னப் பெண்ணாக இருந்தபோது என்னை எப்படிப்பார்ப்பாரோ அதேபோல கண்ணுக்குள் பார்த்தபடி, “தண்ணீர் கொண்டுவந்தவளுக்கு எந்தக் குறையும் இல்லாதிருக்கட்டும்” என்று சொல்வதை யோசித்துப் பார்த்தேன். அப்பாவின் பயங்கரமான முகத்தோற்றம் பயத்தை அதிகரித்தது. அவரைப் பார்க்கக்கூடாது என்றாலும் எனக்குள்ளிருந்த பிசாசு அவர் எந்தளவுக்கு கோரமாக மாறியிருக்கிறார் என்பதைப் பார்க்கத் தூண்டியது.

நீலக்கதவு அறைக்கு நான் நடுக்கத்தோடு திரும்பியவுடனேயே கருப்பு என்னைத்தழுவ வந்தான். கோபத்தில் என்பதைவிட பதட்டத்தில் அவனைத் தூரத்தள்ளினேன். மெழுகுவர்த்தியின் துடிக்கும் சுடரொளியில் ஓர் உண்மையான போராட்டமாக அன்றி, ஒரு போலி போராட்டமாக நாங்கள் போராடினோம். ஒருவர்மேல் ஒருவர் மோதிக்கொண்டு, மற்றவரின் கைகளையும் கால்களையும் மார்புகளையும் தீண்டித்தீண்டி, விலகி, தழுவி, தவிப்பதில் சுகம் இருந்தது. எனக்குள்ளிருந்த உணர்ச்சிக் கொந்தளிப்பு ஹுஸ்ரேவையும் ஷிரினையும் நிஸாமி வர்ணித்திருந்ததைப் போலவே இருந்தது: “தொடர்ந்து முத்தமிடு” என்பதற்குப் பதிலாக, “இப்படி அழுத்திக் கடித்து என் உதடுகளை புண்ணாக்கிவிடாதீர்கள்” என்று சொன்னதை நிஸாமியை மிக ஆழமாக வாசித்திருந்த கருப்பு புரிந்துகொண்டிருப்பானா?

“அந்தக் கொலைகாரப்பிசாசு, என் அப்பாவைக்கொன்ற அந்தக் கொடூரன் பிடிபடும்வரை உங்களோடு படுக்கையை பகிர்ந்துகொள்ள மாட்டேன்” என்றேன்.

அறையைவிட்டு வெளியே ஓடியபோது என்னை தர்மசங்கடம் பீடித்தது. நான் கீச்சுக்குரலில் ஏறக்குறைய கத்திச் சொன்னது குழந்தைகளுக்கும் ஹேரியேவிற்கும் – ஏன், அழுகத்தொடங்கிவிட்ட என் அப்பாவுக்கும், உலகத்தின் ஏதோ ஒரு மூலையில் செத்துப்போய் அங்கே மண்ணோடு மண்ணாகிவிட்ட என் முதல் கணவனுக்கும்கூட கேட்கவேண்டும் என்பதைப் போலிருந்தது.

குழந்தைகளிடம் திரும்பி வந்தவுடனேயே ஓரான், “அம்மா, ஷெவ்கெத் வெளியே தாழ்வாரத்திற்குப் போனான்” என்றான்.

அவனை அறைவதைப்போவதைப்போல, “வெளியே போனாயா?” என்றேன்.

“ஹேரியே” என்று ஷெவ்கெத் அவளைக் கட்டிக்கொண்டான்.

“இவன் வெளியே போகவே இல்லை. அறைக்குள்ளேயேதான் இருந்தான்” என்றாள் ஹேரியே.

எனக்கு அதிர்ந்தது. அவள் கண்களுக்குள் என்னால் பார்க்க முடியவில்லை. என் அப்பாவின் மரணச்செய்தியை அறிவித்தபிறகு

என் பிள்ளைகள் ஹேரியேவிடம்தான் அடைக்கலம் புகுந்துகொள் வார்களென்று தோன்றியது. எங்கள் ரகசியங்கள் எல்லாவற்றையும் அவளிடம் சொல்வார்கள், இந்த சந்தர்ப்பத்தைப் பயன்படுத்திக் கொண்டு இந்த வேலைக்காரி என்னை அதிகாரம் செய்ய, என்னைக் கட்டுப்படுத்த முயற்சிப்பாள். அதோடு நிற்காமல் என் அப்பாவின் மரணத்திற்கே காரணம் நான்தான் என்று பழிவைப்பாள், அப்புறம் என் பிள்ளைகளை பாதுகாக்கும் உரிமை ஹஸனுக்குச் சென்றுவிட வழி வகுப்பாள். ஆம், அவள் நிச்சயம் செய்யக்கூடியவள்தான்! என் அப்பாவோடு – அவர் ஆன்மா சாந்தியடையட்டும் – படுக்கையை பகிர்ந்துகொண்டவள் என்பதால் இப்படிப்பட்ட ஈனச்செயல்களில் அவள் ஈடுபடக்கூடும். இவையெல்லாவற்றையும் இனிமேல் எதற்காக உங்களிடமிருந்து நான் மறைக்க வேண்டும்? அவள் அப்படித்தான் இருந்தாள், உண்மைதான்! நான் அவளைப் பார்த்து இனிமையாகப் புன்னகைத்தேன். ஷெவ்கெத்தைத் தூக்கி மடியில் வைத்துக்கொண்டு முத்தமிட்டேன்.

"உண்மையாகவே ஷெவ்கெத் வெளியே தாழ்வாரத்துக்குப் போனான்" என்றான் ஓரான்.

"நீங்கள் ரெண்டு பேரும் முதலில் படுங்கள். உங்கள் ரெண்டு பேருக்கும் நடுவில் படுத்துக்கொண்டு, வாலில்லாத நரியும் கருப்பு ஜின்னும் கதையைச் சொல்கிறேன்."

"ஆனால் ஜின்களைப்பற்றி ஹேரியே கதை சொல்லக்கூடாது என்றீர்களே?" என்றான் ஷெவ்கெத். "இன்றைக்கு ராத்திரியில் ஏன் ஹேரியே கதை சொல்லக்கூடாது?"

"அவை 'அனாதை நகரத்'துக்கு போகுமா?" என்று கேட்டான் ஓரான்.

"ஆமாம், போகும்!" என்றேன். "அந்த நகரத்திலிருந்த எந்தக் குழந்தைக்கும் அம்மாவோ அப்பாவோ இல்லை. ஹேரியே, கீழே போய் கதவுகளை சரிபார்த்துவிட்டுவா. பாதிக் கதையிலேயே அநேகமாக நாங்கள் தூங்கிவிடுவோம்."

"நான் தூங்கமாட்டேன்" என்றான் ஓரான்.

"கருப்பு எங்கே படுத்துத்தூங்குவார்?" என்றான் ஷெவ்கெத்.

"ஓவியக்கூடத்தில். அம்மாவை இறுக்கிக் கட்டிக்கொள். போர்வைக் கடியில் வெதுவெதுப்பாக இருக்கலாம். யாருடைய கால்கள் இப்படி பனிக்கட்டிபோல இருக்கின்றன?"

"என்னுடையது" என்றான் ஷெவ்கெத். "ஹேரியே எங்கே தூங்குவாள்?"

நான் கதையைச் சொல்லத்தொடங்கினேன். வழக்கம்போல ஓரான்தான் முதலில் தூங்கிப்போனான். அதன்பின் என் குரலைத் தழைத்தேன்.

"நான் தூங்கியதற்கு அப்புறம் நீ படுக்கையைவிட்டு எங்கேயும் போய்விடக்கூடாது, சரியா அம்மா?", என்றான் ஷெவ்கெத்.

"இல்லை, போகமாட்டேன்."

எழுந்துசெல்ல உண்மையில் எனக்கு உத்தேசமும் இல்லை. ஷெவ்கெத் தூக்கத்தில் ஆழ்ந்ததும், என் அழகான, அறிவார்ந்த, வேட்கைகொண்ட கணவன் பக்கத்து அறையில் இருக்க, என் இரண்டாம் திருமண இரவில் என் குழந்தைகளைக் கட்டிக்கொண்டு படுத்திருப்பது எந்தளவுக்கு சந்தோஷமாக இருக்கமுடியுமென்று யோசித்துக்கொண்டிருந்தேன். அரைகுறையாக நானும் தூக்கத்தில் நழுவியபோது கனவுக்கும் விழிப்புக்குமிடையில் அமைதியற்ற பிரதேசத்தில் ஊடாடிக்கொண்டிருந்ததில் என் ஞாபகத்தில் மிச்ச மிருந்தது இதுதான்: முதலில், மரித்துப்போன என் தந்தையின் கோப மிக்க ஆவியை சமாதானம் செய்தேன். பின்னர் என் தந்தையோடு சேர்த்து என்னையும் தீர்த்துக்கட்ட வந்துகொண்டிருந்த அந்தப் படுபாவியின் பேயுருவத்திலிருந்து தப்பியோடினேன். அப்பாவின் ஆவியைவிட கோரமாக இருந்த அந்தக் கொலைகாரன் என்னைத் துரத்திவரும்போது விநோதமாக 'படபட'வென ஏதோ ஒலியெழுப்பிக் கொண்டு வந்தான். என் கனவில் எங்கள் வீட்டின்மீது அவன் கற்களை எறிந்தான். அவை சன்னல்களில் மோதின, கூரையில் விழுந்தன. கதவை உடைத்துத் திறப்பதற்காக ஒரு கட்டத்தில் ஒரு மிகப்பெரிய கல்லையெடுத்து கதவைநோக்கி வீசினான். இந்த துர்ஆவி, கடவுளுக்கெதிரான ஏதோ மிருகத்தைப்போல ஊளையிட்ட போது, என் இதயம் வெடிக்கப்போவதுபோல பயத்தில் துடிக்கத் தொடங்கியது.

வியர்வை வெள்ளமாக வழிய விழித்துக்கொண்டேன். அந்த சப்தங்களை கனவில் கேட்டேனா அல்லது இந்த வீட்டுக்கு வெளியி லிருந்து எழுந்த சப்தத்தில்தான் விழித்துக் கொண்டேனா? தீர்மானிக்க முடியாமல் குழந்தைகளை சேர்த்து கட்டிக்கொண்டு, அசையாமல் காத்திருந்தேன். அந்த சப்தங்கள் கனவில் கேட்டவையாகத்தான் இருக்கும் என்று ஏறக்குறைய முடிவெடுத்த நேரத்தில் அதே ஓலத்தை இப்போது காதால் கேட்டேன். அதே நேரத்தில் முற்றத்தில் பெரிதாக ஏதோ ஒன்று வந்து விழுந்த சத்தமும் கேட்டது. இதுவும் ஒருவேளை கல் தானோ?

பயத்தில் உறைந்து போனேன். ஆனால் நிலைமை மேலும் மோசமாகியது: இப்போது வீட்டுக்குள்ளிருந்தே சப்தங்கள் கேட்டன. ஹேரியே எங்கே? எந்த அறையில் கருப்பு தூங்கிக்கொண்டிருக்கிறார்?

என் அப்பாவின் சடலம் எந்த நிலையில் இருக்கிறது? என் தெய்வமே, எங்களைக் காப்பாற்று என வேண்டினேன். குழந்தைகள் ஆழ்ந்த நித்திரையில் இருந்தனர்.

எனக்குத் திருமணமாவதற்கு முன் இப்படி நிகழ்ந்திருந்தால், படுக்கையிலிருந்து எழுந்து, பயத்தை அடக்கிக்கொண்டு ஆண்பிள்ளை போல வெளியே சென்று ஜின்களையும் ஆவிகளையும் விரட்டியிருப் பேன். தற்போதைய நிலையில் ஒடுங்கிப்போய் குழந்தைகளை சேர்த்தணைத்துக்கொண்டு, உலகில் வேறு யாருமே இல்லாததுபோல இருந்தேன். குழந்தைகளுக்கும் எனக்கும் உதவி செய்ய ஒருவரும் வரப்போவதில்லை. கெட்டதாக ஏதோ நடக்கப்போகிறதென்று எதிர் பார்த்து, அல்லாஹ்விடம் காப்பாற்ற பிரார்த்தித்தேன். என் கனவு களைப்போலவே நான் தனியாக இருந்தேன். முற்றத்துக் கதவு திறக்கும் சத்தம் கேட்டது. அது முற்றத்துக் கதவுதான், இல்லையா? ஆமாம், நிச்சயமாக.

சட்டென்று எழுந்து, என் அங்கியை எடுத்துக்கொண்டு, என்ன செய்கிறோமென்று எனக்கே தெரியாமல் அறையைவிட்டு வெளியே வந்தேன்.

மேல் படியில் நின்று, "கருப்பு!" என்று கிசுகிசுப்பாக அழைத்தேன்.

அவசர அவசரமாக செருப்புகளைப் போட்டுக்கொண்டு படிகளில் இறங்கினேன். கணப்பிலிருந்து நான் பற்ற வைத்திருந்த மெழுகுவர்த்தி முற்றத்தின் கல்பாவிய தாழ்வாரத்தில் இறங்கியவுடனேயே அணைந்து போனது. வானம் தெளிவாக இருந்தாலும் காற்று வலுவாக அடிக்கத் தொடங்கியது. கண்கள் பழகியதும், பாதி – நிலா முற்றத்தை நிலவொளி யில் நிரப்பிக் கொண்டிருப்பதைக் கண்டேன். என் தெய்வமே அல்லாஹ்! முற்றத்துக்கதவு திறந்திருந்தது. ஸ்தம்பித்து, குளிரில் நடுங்கியபடி உறைந்து நின்றேன்.

நான் ஏன் ஒரு கத்தியை கொண்டுவரவில்லை? மெழுகுவர்த்திக் கோலோ அல்லது ஒரு மரக்கட்டையோகூட என்னிடம் இல்லை. ஒரு கணம், அந்த இருட்டில் வாசற்கதவு தானாகவே அசைவது தெரிந்தது. அது அசைந்து நின்றதைப்போலத் தெரிந்த கொஞ்சநேரத்தில் அது கிறீச்சிடும் சத்தம் கேட்டது. கனவில் நிகழ்வதுபோல் இருக்கிறது என்று நான் அப்போது நினைத்தது ஞாபகத்தில் இருக்கிறது.

வீட்டுக்குள்ளிருந்து, கூரைக்கு சற்று கீழேயிருந்து வருவதைப் போல ஒரு சப்தத்தைக் கேட்டபோது அப்பாவின் துன்புறுத்தப்பட்ட ஆன்மாதான் அவரது உடலைவிட்டு வெளியேறுவதற்கு போராடிக் கொண்டிருக்கிறதென்று நினைத்தேன். என் அப்பாவின் ஆன்மா இப்படி வதை பட்டுக்கொண்டிருப்பதை நினைத்து ஒருபுறம் வேதனை யாகவும் மறுபுறம் நிம்மதியாகவும் இருந்தது. இந்த சப்தங்களுக்குக்

ஓரான் பாமுக்

காரணம் அப்பாதானென்றால், எந்தவொரு துர்சக்தியும் என்மேல் பீடிக்காது என்று நினைத்தேன். அதே நேரத்தில் அவரது வதைபட்ட ஆன்மா விட்டு விடுதலை பெற்று மேலெழும்பிச்செல்ல மூர்க்கத் தோடு போராடித் துடித்திருப்பது என்னை வேதனைக்குள்ளாக்கி, அவரை சாந்தப்படுத்துமாறு அல்லாஹ்விடம் பிரார்த்தித்தேன். என்னையும் என் பிள்ளைகளையும் அவரது ஆன்மா காத்தருளு மென்று எனக்குத் தோன்றியபோது ஒரு மகத்தான நிம்மதி என்னை மூழ்கடித்தது. வாசலுக்கு வெளியே உண்மையாகவே சில பிசாசுகள் துர்ச்செயல்கள் புரிய திட்டமிட்டு நின்றிருந்தால் அவை என் தந்தையின் அமைதியிழந்த ஆன்மாவைக்கண்டு பயந்து ஓடட்டும்.

கருப்புவால்தான் என் தந்தையின் ஆன்மா இந்தளவுக்கு கஷ்டப் படுகிறதோவென்று திடீரென அப்போது பட்டது. கருப்பின்மீது என் தந்தை ஏதேனும் சாபம் விடுப்பாரோ? எங்கே இருக்கிறான் அவன் இப்போது? அதே நேரத்தில் முற்றத்துக் கதவிற்கு வெளியே தெருவில் அவன் நிற்பதைக் கண்டு உறைந்து போனேன். அவன் யாருடனோ பேசிக்கொண்டிருந்தான்.

தெருவின் எதிர்சாரியிலிருந்த காலியிடத்தையொட்டியிருந்த மரங்களுக்குப் பின்னாலிருக்கும் ஒருவன் கருப்பிடம் பேசிக்கொண் டிருந்தான். படுத்திருந்தபோது நான் கேட்ட ஊளைச்சத்தம் இவனிட மிருந்துதான் வந்திருக்கிறது என்பதையும், ஹஸன்தான் அவன் என்பதையும் உடனே உணரமுடிந்தது. அவன் குரலில் ஓர் அவலச் சாயலும், ஒரு கேவலும் இருந்ததோடு ஒரு பயமுறுத்தல் தொனியும் இருந்தது. அவர்கள் பேசுவதை தூரத்திலிருந்தே கேட்டேன். அமைதி யான இரவில் அவர்கள் முழுவீச்சில் வாய்ச்சண்டையிட்டுக் கொண்டிருந்தனர்.

இந்த உலகத்தில் என் குழந்தைகளோடு நான் மட்டும் தனியாக இருக்கிறேன் என்பதைப் புரிந்து கொண்டேன். கருப்பை நான் காதலித்தேனென்றுதான் நினைத்துக் கொண்டிருந்தேன். ஆனால் உண்மையைச் சொல்லப்போனால், நான் ஆசைப்பட்டது கருப்பை மட்டுமே காதலிப்பது. ஹஸனின் சோகக்குரல் என் இதயத்தைத் தீய்த்தது.

“நாளைக்கு நீதிபதி, சுல்தானின் ஜானிஸரிக்கள், சாட்சிகள் எல்லோரையும் கூட்டிக் கொண்டு வருகிறேன். என் அண்ணன் இன்னும் உயிரோடுதான் இருக்கிறார், பாரசீக மலைப்பிரதேசத்தில் இப்போதும் போரிட்டுக்கொண்டுதான் இருக்கிறார் என்று அவர்கள் சத்தியசாட்சி சொல்லப்போகிறார்கள்” என்றான். “உங்கள் திருமணம் செல்லுபடி ஆகாது. நீங்கள் இருவரும் இங்கே கள்ளஉறவு கொண்டிருக் கிறீர்கள்.”

“ஷெகூரே ஒன்றும் உன் மனைவியல்ல. செத்துப்போன உன் அண்ணனின் மனைவியாக இருந்தவள்” என்றான் கருப்பு.

"என் அண்ணன் இப்போதும் உயிரோடுதான் இருக்கிறார்" என்றான் ஹஸன் தீர்மானமாக. "அவரைப் பார்த்ததற்கான சாட்சிகள் இருக்கின்றனர்."

"போருக்குச் சென்று நான்கு வருடமாகியும் அவன் திரும்பாத காரணத்தால் இன்று காலை உஸ்குதார் நீதிபதி ஷெகூரேவிற்கு மணமுறிவு அளித்திருக்கிறார். அவன் உயிரோடு இருப்பதாக இருந்தால் உன் சாட்சிகளை அவனிடம் அனுப்பி, இப்போது அவன் விவாகரத்தானவன் என்பதைச் சொல்லச்சொல்."

"ஒரு மாதம் ஆகும்வரை ஷெகூரே மறுமணம் செய்து கொள்ளக் கூடாதென்று தடைவிதிக்கப்பட்டிருக்கிறாள். மீறினால் அது குர்ஆனுக்கு இழிவு ஏற்படுத்துவது. இப்படிப்பட்ட அவமானகரமான அசிங்கத்திற்கு ஷெகூரேவின் அப்பா எப்படி ஒப்புக்கொண்டார்?"

"எனிஷ்டே எஃபெண்டி குற்றுயிரும் குறையுயிருமாக மரணப் படுக்கையில் இருக்கிறார்... எங்கள் திருமணத்தை நீதிபதி அவர்கள் ஒப்புதலளித்திருக்கிறார்."

"நீங்கள் இருவரும் ஒன்றாகச் சேர்ந்து உன் எனிஷ்டேவிற்கு விஷம் வைத்திருக்கிறீர்களா?" என்றான் ஹஸன். "உங்கள் திட்டத்தில் ஹேரியேவும் உண்டா?"

"நீ ஷெகூரேவிடம் நடந்துகொண்ட விதம் குறித்து என் மாமனார் ஆழமாக பாதிக்கப்பட்டிருக்கிறார். உன் அண்ணன் உண்மையிலேயே இப்போது உயிருடன் இருந்தால் உன் நெறிகேடுக்காக பதில்கூற வைத்திருப்பான்."

"இவையெல்லாமே அபாண்டமான பொய்கள்!" என்றான் ஹஸன். "எங்கள் வீட்டைவிட்டு ஓடிப்போவதற்காக ஷெகூரே இட்டுக்கட்டிய சாக்கு போக்குகள்."

வீட்டுக்குள்ளிருந்து அப்போது ஒரு கத்தல் கேட்டது. கத்தியது ஹேரியே. அடுத்து, ஷெவ்கெத் அலறினான். ஒருவரையொருவர் கத்திக்கொண்டிருந்தனர். செய்வதறியாது அதீத பயத்தோடு அடக்க முடியாமல் நானும் கத்திக்கொண்டே வீட்டுக்குள் ஓடினேன்.

படிகளில் தடதடவென்று இறங்கி ஓடிவந்த ஷெவ்கெத் முற்றத்தில் தலைதெறிக்க ஓடிவந்தான்.

"தாத்தா பனிக்கட்டிபோல உறைந்து போயிருக்கிறார்" என்று கத்தி அழுதான். "தாத்தா செத்துப்போய்விட்டார்."

நாங்கள் ஒருவரையொருவர் கட்டிக் கொண்டோம். அவனைத் தூக்கினேன். ஹேரியே இன்னமும் கத்திக்கொண்டிருந்தாள். கருப்பும் ஹஸனும் கத்தல்களையும் சொல்லப்பட்ட விஷயங்களையும் உற்றுக் கேட்டுவிட்டனர்.

"அம்மா, அவர்கள் தாத்தாவைக் கொன்றுவிட்டார்கள்" என்றான் இம்முறை.

இதையும் எல்லோரும் கேட்டுவிட்டனர். ஹஸனும் கேட்டிருப் பானா? ஷெவ்கெத்தை இறுக்கிப்பிடித்தபடி அமைதியாக வீட்டுக் குள் சென்றேன். படிகளின் மேலே ஹேரியே, இந்தப்பையன் எப்படி எழுந்து வெளியே போனானென்று கேட்டுக்கொண்டிருந்தாள்.

"எங்களை விட்டுப்போகமாட்டேன் என்றாய்" ஷெவ்கெத் அழத்தொடங்கினான்.

என் மனம் கருப்பைச் சூழ்ந்திருந்தது. ஹஸனோடு மல்லுக் கட்டிக் கொண்டிருந்ததில் கதவைமூட மறந்திருக்கிறான். ஷெவ்கெத் தின் இரண்டு கன்னங்களிலும் முத்தமிட்டு மேலும் இறுக்கிக்கொண்டு, அவன் கழுத்தின் வாசனையை உள்ளிழுத்துக்கொண்டே அவனை சமாதானப்படுத்தி ஹேரியேவிடம் கொடுத்தேன். "நீங்களிருவரும் மாடிக்குச் செல்லுங்கள்" என கிசுகிசுத்தேன்.

அவர்கள் மாடிக்குச் சென்றனர். நான் திரும்பிவந்து, கதவுக்கு சில அடிகள் பின்னால் தள்ளி நின்றேன். ஹஸனால் என்னைப் பார்க்க முடியாது என்று ஊகித்தேன். அந்த இருட்டுத் தோட்டத்தில் அவன் இடம்மாறி நின்றாலோ அல்லது தெருவோரத்தில் வரிசை யிட்டிருக்கும் மரங்களுக்குப் பின்னால் வந்தாலோ நான் இருப்பது தெரியுமோ? அவன் என்னைப் பார்த்துப் பேசிக்கொண்டிருப்ப தாகத்தான் தோன்றுகிறது. இருட்டில் முகம் கண்ணுக்குத் தெரியாத ஒருத்தனோடு பேசுவது கலக்கமுறச்செய்கிற விஷயம்தான், ஆனால் அதைவிடக் கொடுமையானது அவன் என்மேல் குற்றம் சுமத்தியதும் எங்களின்மேல் குற்றம் சுமத்தியதும் உள்ளுக்குள் அவன் சொல்வது நியாயம்தான் என்ற எனது குற்றவுணர்ச்சியும்தான். என் அப்பா விஷயத்தைப்போலவே அவனைப்பற்றி நினைக்கும்போதெல்லாம் எப்போதுமே தப்பு செய்திருப்பதைப்போல எனக்கு குற்றவுணர்ச்சி தான் வருகிறது. இப்போது என்னை குற்றம்சாட்டிக் கொண்டிருப் பவன் மீது நானும்கூட மையல் கொண்டிருந்திருக்கிறேன் என்ற நினைப்பு மேலும் அதிகமான துக்கத்தை மேலேற்றுகிறது. என்னருமை அல்லாஹ், எனக்கு உதவுங்கள். காதல் என்பது துன்பப்பட வேண்டும் என்பதற்காகவே துன்பப்படுவது அல்ல. தங்களை அடைவதற்கான ஒரு மார்க்கம் அல்லவா அது?

கருப்போடு சேர்ந்து என் அப்பாவை நான் கொன்றுவிட்டதாக ஹஸன் கூறுகிறான். ஷெவ்கெத் சொன்னதை அவன் கேட்டிருக்கிறான். எல்லாமே வெட்டவெளிச்சமாகிவிட்டது, நாங்கள் புரிந்திருக்கும் மன்னிக்க முடியாத பாவத்திற்கு நரகத்தின் சித்ரவதைதான் தகுதியான கூலி. விடிந்ததும் நீதிபதியிடம் சென்று எல்லாவற்றையும் அவன் விளக்கப்போகிறான். நான் நிரபராதி என்று நிரூபிக்கப்பட்டால்,

என் தந்தையின் ரத்தத்தால் என் கைகள் சிவந்திருக்காவிட்டால், அவன் என்னையும் என் பிள்ளைகளையும் அவனது வீட்டுக்கு நீதிமன்றத்தின் உத்தரவோடு மீட்டுச்சென்று அவனுடைய அண்ணன் திரும்பி வரும்வரை என் குழந்தைகளுக்கு தகப்பனாக செயல்படுவான். ஆனால், நான் குற்றவாளியென்று நிரூபிக்கப்பட்டால், மாபெரும் தியாகத்தை விரும்பி ஏற்றுக்கொண்ட ஒரு மனிதனான தன் கணவனை கருணையின்றி கைவிட்டுச் சென்றிருக்கும் என் போன்ற ஒரு பெண்ணுக்கு எந்தத் தண்டனை கொடுத்தாலும் அது கடுமையானதல்ல. அவனது வெறிக்கத்தலை பொறுமையாகக் கேட்டுக்கொண்டிருந்தோம். பின், மரங்களிடையே ஒரு திடீர் நிசப்தம் கவிந்தது.

“நீயாகவே உன் நிஜமான கணவனின் வீட்டுக்கு திரும்பி வந்துவிட்டால்” என்று முற்றிலும் வேறுபட்ட ஒரு தொனியில் ஹஸன் ஆரம்பித்தான். “உன் குழந்தைகளைக் கூட்டிக்கொண்டு, யார் கண்ணிலும்படாமல் அமைதியாக வந்துவிட்டால், இந்தப் பாசாங்குத் திருமணத்தையும் நீ செய்துள்ள குற்றங்களையும் மற்ற எல்லாவற்றையும் மறந்துவிடுகிறேன். அப்புறம் என் அண்ணன் திரும்பி வருவதற்காக நாமிருவரும் சேர்ந்து காத்திருப்போம்.”

இவன் குடித்திருக்கிறானா? அவன் குரலில் ஒருவித சிறுபிள்ளைத்தனம் இருந்தது. என் கணவனுக்கு எதிரிலேயே இப்படி என்னை ஏற்றுக்கொள்வதைப்பற்றி பேசுவது இவன் உயிரையே குடிக்கப் போகிறது என்று பயந்தேன்.

“புரிகிறதா?” என்று மரங்களுக்கிடையிலிருந்து கத்தினான்.

அவன் அந்த இருட்டில் எங்கேயிருக்கிறான் என்று தெரியவில்லை. எனதருமை தெய்வமே, உன பாவப்பட்ட ரேவகர்களான எங்களுக்குத் துணையாக வா.

“உன் அப்பாவைக் கொன்று போட்டிருக்கும் ஒரு மனிதனோடு ஒரே கூரையின்கீழ் உன்னால் வாழமுடியாது, ஷெகூரே. தெரிந்துகொள்.”

ஒருவேளை என் தந்தையைக் கொன்றதே அவன்தானோ, இப்போது எங்களை கேலி செய்து கொண்டிருக்கிறானோ என்று ஒரு கணம் நினைத்தேன். இந்த ஹஸன் ஒரு பிசாசின் மறுபிறப்பு. ஆனால் என்னால் எதையும் நிச்சயமாக கருதமுடியவில்லை.

“இதைக் கேட்டுக்கொள், ஹஸன் எஃபெண்டி” என்று இருட்டை நோக்கி கருப்பு கத்தினான். “என் மாமனார் கொலை செய்யப்பட்டிருக்கிறார், அந்தளவுக்கு மட்டும் நிஜம்தான். எவனோ ஒரு மகா பாதகன் அவரைக் கொன்றிருக்கிறான்.”

“கல்யாணத்துக்கு முன்பே அவர் கொல்லப்பட்டுவிட்டார், அப்படித்தானே?” என்றான் ஹஸன். “அவர் இந்த மோசடிக்

கல்யாணத்தை, இந்தப் போலி விவாகரத்தை, பொய்சாட்சிகளை, உங்கள் புனைசுருட்டுகளையெல்லாம் எதிர்த்ததால் நீங்கள் இருவரும் அவரைக் கொன்றிருக்கிறீர்கள். கருப்பு பொருத்தமானவன் என்றால் அவர் மகளுக்கு அவனை பல வருடங்களுக்கு முன்பாகவே கட்டிக் கொடுத்திருப்பாரே."

காலம்சென்ற என் கணவனோடு, எங்களோடு, பல வருடங்கள் சேர்ந்து வாழ்ந்ததில் எங்கள் கடந்த காலத்தைப்பற்றி எங்களுக்குத் தெரிந்தளவுக்கு ஹஸனுக்கும் தெரிந்திருந்தது. ஒரு புறக்கணிக்கப்பட்ட காதலனின் வெறியோடு, நான் என் கணவனோடு வீட்டில் பேசிக் கொண்டிருந்த, அதன்பின் மறந்துவிட்ட அல்லது இப்போது மறக்க விரும்புகிற எல்லாவற்றையும் நுணுக்கமான விவரங்களோடு ஞாபகப் படுத்திச் சொல்லிக் கொண்டிருந்தான். கடந்த வருடங்களில் அவனும், அவனுடைய சகோதரரும் நானும் பற்பல ஞாபகங்களை பகிர்ந்திருக் கிறோம்; இப்போது ஹஸன் கடந்த காலத்தை ஞாபகப்படுத்தப் போனால் எவ்வளவு வினோதமாக, புதியதாக, அன்னியத்தனமாக கருப்பு எனக்குத் தோன்றுவான் என்று எனக்குக் கவலையாக இருந்தது.

"எங்களுக்கென்னவோ நீதான் அவரை கொலை செய்திருப்பாய் என்று சந்தேகமாக இருக்கிறது" என்றான் கருப்பு.

"எனக்கு எந்த நோக்கமும் கிடையாது. நீங்கள் கல்யாணம் செய்துகொள்ள வேண்டுமென்பதற்காக அவரை நீங்கள்தான் கொன்றிருக்கிறீர்கள்."

"நாங்கள் கல்யாணம் செய்துகொள்ளக் கூடாதென்று நீ அவரைக் கொன்றிருக்கிறாய்" என்றான் கருப்பு. "ஷெகூரேவின் விவாகரத் திற்கும் எங்கள் திருமணத்திற்கும் அவர் அனுமதித்துவிட்டார் என்பதைக் கேள்விப்பட்டதுமே உனக்கு கொலைவெறி வந்துவிட்டது. அதுவுமில்லாமல் ஷெகூரே உங்கள் வீட்டைவிட்டு வெளியேறியதற்கும் அவர்தான் தூண்டிவிட்டார் என்று அவர்மீது கோபத்தில் இருந்தாய். பழிவாங்கத் துடித்துக் கொண்டிருந்தாய். அவர் உயிரோடு இருக்கும் வரை ஷெகூரேவின்மேல் உன்னால் கைவைக்க முடியாது என்பது உனக்குத் தெரியும்."

"உன் புரட்டை நிறுத்து" ஹஸன் அழுத்தமாகக் கூறினான். "உன் உளறல்களை என்னால் கேட்டுக்கொண்டிருக்க முடியாது. இங்கே குளிரில் உயிர் போகிறது. இந்த உறைபனியில் நின்றுகொண்டு உன்னை வெளியே வரவழைக்க கற்களை வீசிக்கொண்டிருந்தேன் – அதுகூடவா உன் காதில் விழவில்லை?"

"என் அப்பாவின் ஓவியங்களை மெய்மறந்து ரசித்திருந்ததில் கருப்பிற்கு காதில் விழவில்லை" என்றேன்.

இதை நான் சொன்னது தப்போ?

நான் சில நேரங்களில் கருப்பிடம் பேசுகின்ற அதே போலிக்குர லில் ஹஸனும் பேசினான்: "ஷெகூரே, நீ என் அண்ணனின் மனைவி என்பதால், குர்ஆனின் ஆணைப்படி நீ மணந்திருக்கும் ஸ்பாஹி போர் வீரனான அவரது வீட்டுக்கு உன் குழந்தைகளோடு திரும்பி வருவதுதான் நல்லது."

இரவின் இதயத்திற்குள் கிசுகிசுப்பதைப்போல, "நான் மறுக்கிறேன்" என்றேன். "என்னால் முடியவே முடியாது, ஹஸன்."

"அப்படியானால் என் அண்ணன்மீது நான் வைத்திருக்கும் பாசத்திற்காகவும் எனக்கிருக்கும் பொறுப்பிற்காகவும் நாளைக் காலை முதல் வேலையாக நீதிபதியிடம் சென்று இங்கு நான் கேட்டதை சொல்லிவிடப்போகிறேன். இல்லாவிட்டால் இதில் என்னையும் அவர்கள் உடந்தையாக்கி விடுவார்கள்."

"எப்படியும் இதில் நீ உடந்தையென்றுதான் அவர்கள் கூறப் போகிறார்கள்" என்றான் கருப்பு. "நீதிபதியிடம் நீ போனால் அந்தக்கணமே நமது சுல்தான் அவர்களின் மதிப்புமிக்க ஊழியராக எனிஷ்டே எஃபெண்டியை கொன்றிருப்பது நீதான் என்று சொல் விடுவேன். இன்று காலையே."

"தாராளமாகச் சொல்லிக்கொள்" என்றான் ஹஸன் அமைதியாக.

நான் வீறிட்டேன். "அவர்கள் உங்கள் இருவரையுமே சித்ரவதை செய்வார்கள்!" நான் கத்தினேன். "நீதிபதியிடம் போகவேண்டாம் கொஞ்சம் பொறு. எல்லாம் தெளிவாகும்."

"சித்ரவதையைப்பற்றி எனக்கு பயமில்லை" என்றான் ஹஸன். "இதற்குமுன் இரண்டுமுறை சித்ரவதை செய்யப்பட்டிருக்கிறேன். அந்த இரண்டுமுறையும், குற்றவாளிகளை நிரபராதிகளிலிருந்து பொறுக்கியெடுப்பதற்கு அதுதான் சிறந்த வழி என்பதை அறிந்திருக் கிறேன். கொலைகாரப்பாவிகள் சித்ரவதைக்கு பயப்படட்டும். நான் நீதிபதியிடமும், ஜானிஸரிக்களின் தலைமையான ஷேக்குலிஸ்லா மிடமும் இந்தப் பரிதாபமிக்க எனிஷ்டே எஃபெண்டியின் புத்தகத்தைப் பற்றியும் அதன் சித்திரங்களைப் பற்றியும் சொல்லத்தான் போகிறேன். எல்லோருமே அந்த சித்திரங்களைப் பற்றித்தான் பேசிக்கொண்டிருக் கிறார்கள். அவை எதைப்பற்றியன? அவற்றில் என்னதான் இருக்கிறது?"

"அவற்றில் ஒன்றும் இல்லை" என்றான் கருப்பு.

"அப்படியானால், முதல்வேலையாக நீ அவற்றைத்தான் ஆராய்ந் திருக்கிறாய் என்று தெரிகிறது."

"எனிஷ்டே எஃபெண்டி என்னைத்தான் அந்தப்புத்தகத்தை முடிக்கச் சொல்லியிருக்கிறார்."

"மிகவும் நல்லது. இறைவன் அருளால் நம் இருவரையுமே அவர்கள் சித்ரவதை செய்வார்கள் என்று நம்புகிறேன்."

இருவரும் அமைதியாகினர். காலியான வீதியில் காலடிச் சத்தங்கள் கருப்புக்கும் எனக்கும் கேட்டது. அவை எங்களை நோக்கி வருகிறதா, விட்டுப்போகிறதா? ஹஸனையோ, அவன் என்ன செய் கிறான் என்பதையோ எங்களால் பார்க்க முடியாதிருந்தது. தெருவின் எதிர்சாரியிலிருந்த முட்செடிகள், புதர்கள் ஆகியவற்றைத் தாண்டிக் குதித்து இந்த கும்மிருட்டில் எங்களை நோக்கி அவன் வரப்போவ தில்லை. யார் கண்ணிலும் படாமல் மரங்களைச் சுற்றிக்கொண்டு திரும்பி எங்களிடம் சுலபமாக வந்திருக்கலாம். ஆனால் எங்களை நெருங்குகிற காலடி சத்தங்கள் எதையும் நாங்கள் கேட்கவில்லை நான் தைரியமாக, "ஹஸன்!" என்று உரக்கக்கூப்பிட்டேன். பதிலில்லை.

"உஷ்" என்றான் கருப்பு.

இருவரும் குளிரில் நடுங்கிக்கொண்டிருந்தோம். மேலும் தயங் காமல் வாசலையும் கதவையும் அழுத்தித்தாளிட்டோம். என் பிள்ளை களின் படுக்கையறையின் கதகதப்புக்குப்போகும்முன் என் அப்பா இருக்குமிடத்தை மீண்டும் எட்டிப்பார்த்தேன். கருப்பு மீண்டும் அந்த ஓவியங்கள்முன் உட்கார்ந்து கொண்டான்.

●

அத்தியாயம் 35

நான் ஒரு குதிரை

அமைதியாகவும் அசைவின்றியும் நான் இங்கே நின்று கொண்டிருப்பதைப் பொருட்படுத்தாதீர்கள்; உண்மையைச் சொல்ல வேண்டுமானால் பல நூற்றாண்டுகளாக நான் நாலுகாற் பாய்ச்சலில் தாவிக் கொண்டிருந்திருக்கிறேன்; சமவெளிகளைத் தாண்டிச் சென்றிருக்கிறேன்; யுத்தங்களில் போரிட்டிருக்கிறேன்; திருமணம் செய்துகொள்ளப்போகும் சோகமே உருவான ஷாக்களின் பெண்களைச் சுமந்து சென்றிருக் கிறேன்; ஒவ்வொரு பக்கமாக, கதையிலிருந்து சரித்திரத்திற்கு, சரித்திரத்திலிருந்து புராணத்திற்கு, என்று ஒரு புத்தகத்திலிருந்து மற்றொரு புத்தகத்திற்கு சோர்வின்றி பாய்ந்து சென்றிருக்கிறேன். கணக்கற்ற கதைகளிலும் கட்டுக்கதைகளிலும் புத்தகங்களிலும் யுத்தங்களிலும் தோன்றியிருக்கிறேன்; வெல்லமுடியாத நாயகர் களோடும் புராணிகக் காதலர்களோடும் புனைவான போர்ப் படைகளோடும் நான் கூட வந்திருக்கிறேன். வெற்றிகளைத்தவிர வேறெதனையும் கண்டிராத நமது சுல்தான்களோடு ஒரு யுத்தத்திலிருந்து மறு யுத்தத்திற்குப் பாய்ந்து சென்றிருக்கிறேன். இதனால் கணக்கற்ற சித்திரங்களில் தோன்றியிருக்கிறேன்.

இப்படி அடிக்கடி ஓவியமாகத் தீட்டப்படுவதை எப்படி உணருகிறேன் என்று நீங்கள் கேட்கிறீர்கள்.

பெருமையாகத்தான் உணருகிறேன். இருந்தாலும் இவ் வெல்லா ஓவியங்களிலும் சித்தரிக்கப்பட்டிருப்பது உண்மையில் நான்தானாவென்றும் கேள்வியெழுப்புகிறேன். இந்தச் சித்திரங் களைப் பார்க்கும்போது ஒவ்வொருவராலும் நான் வெவ்வேறு விதமாக பார்க்கப்பட்டிருக்கிறேன் என்பது புலனாகிறது. இருந்தாலும் எல்லா சித்திரங்களிலும் ஒரு பொதுத்தன்மை, ஓர் ஒற்றுமை இருப்பதாகவே எனக்கு திடமாகத் தோன்றுகிறது.

சமீபத்தில் எனது நுண்ணோவிய நண்பர்கள் ஒரு கதையை சொல்லிக்கொண்டிருந்தனர். அதிலிருந்து நான் கற்றுக்கொண்

டது இதுதான்: பிராங்கிய மிலேச்சர்களின் அரசன் ஒருவன் வெனிஸ் நகர நீதியரசரின் மகளை மணம்செய்ய உத்தேசித்திருந்தான். இருந் தாலும் "இந்த வெனிஸ் நகரவாசி ஒருவேளை ஏழையாக இருந்தால்? இவனது மகளும் அவலட்சணமாக இருந்தால்?" என்ற சந்தேகங்கள் அவனை அரித்துக் கொண்டிருந்தது. இதை உறுதிப்படுத்திக்கொள்வ தற்காக அவனது ஓவியர்களில் தலைசிறந்த ஒருவனை அந்த வெனீசிய நீதியரசரின் மகளையும், அவர்களது உடைமைகள், சொத்துக்கள் போன்றவற்றை தத்ரூபமாக வரைந்துவரச்சொல்லி ஆணையிட்டான். வெனீஸியர்களுக்கு கூச்சமோ தயக்கமோ கிடையாது: ஓவியனின் உரித்துப்பார்க்கும் கண்களுக்கு தமது புதல்விகளை மட்டுமல்ல, அவர்களது குதிரைகளையும் இதர மாளிகைச் செல்வங்களையும் கடை பரப்பி பொருட்காட்சியாக்கி விடுவார்கள். அந்த அற்புதமான மிலேச்ச ஓவியன் ஒரு யுவதியையோ அல்லது ஒரு புரவியையோ வரைந்தால், ஒரு கூட்டத்திலிருந்து அவளையோ அல்லது அதனையோ நீங்கள் சுலபமாக பொறுக்கியெடுத்துவிடலாம். பிராங்கிய அரசன் தனது ராஜசபையில் வெனீஸிலிருந்து வந்த ஓவியங்களைத் தீவிரமாக கவனித்து, அந்த யுவதியை தனது மனைவியாக தேர்ந்தெடுத்துக் கொள்ளலாமாவென்று யோசித்துக்கொண்டிருக்கும்போது, அவனது பொலிகுதிரை திடீரென்று சிலிர்த்தெழுந்து, அந்த ஓவியத்திலிருந்த கவர்ச்சியான பெண்குதிரையின் மேல் ஏற முயற்சித்திருக்கிறது. குதிரையோட்டிகள் வெகுவாக சிரமப்பட்டு அந்த வெறியேறிய குதிரையை அடக்குவதற்குள் அந்த ஓவியத்தையும் அதன் சட்டத்தை யும் தனது விறைத்த குறியால் குத்திச்சீரழித்துவிட்டிருக்கிறது.

அந்த நுண்ணோவியர்கள் இதைப்பற்றி குறிப்பிடும்போது சொன்னதென்னவென்றால், அந்த பிராங்கிய பொலிகுதிரையை அந்தளவுக்கு வெறியூட்டி எழுப்பியதற்கு காரணம் அந்த வெனீஸிய பெண்குதிரையின் அழகு அல்ல. உண்மையில் அது மிக அழகான புரவியாக இருந்தாலும் ஓர் உண்மையான குதிரையை, அது எவ்வாறு தோற்றமளிக்குமோ அப்படியே தத்ரூபமாக ஓவியத்தில் தீட்டியிருந்தது தான் அந்த பொலிகுதிரையை உன்மத்தம் கொள்ளச் செய்திருக்கிறது என்றனர். இப்போது எழுகிற கேள்வி: அந்த பெண்குதிரையை அப்படியே தத்ரூபமாக, அதாவது உண்மையான குதிரையைப் போலவே வரைவது பாவகரமான செயலா? என் விஷயத்தில், நீங்களே பார்ப்பதுபோல, என் பிம்பத்திற்கும் இதர குதிரைகளின் சித்திரங்களுக்கும் மிகக்குறைந்த அளவுக்கே வித்தியாசம் இருக்கிறது.

உண்மையில், என் வயிற்றுப்பகுதியின் நேர்த்தியையும், என் கால்களின் நீளத்தையும் எனது கம்பீரத்தோற்றத்தையும் குறிப்பாக கவனிப்பவர்களுக்கு நான் தனித்துவம் கொண்டிருப்பதை உணர்ந்து கொள்வார்கள். ஆனால் இந்த அபாரமான உருவம், என்னைச் சித்தரித்த நுண்ணோவியனின் தனித்துவத்தைத்தான் காட்டுகிறதே தவிர, ஒரு குதிரையாக எனது தனித்துவத்தைக் காட்டவில்லை.

துல்லியமாக என்னைப்போல எந்தக்குதிரையும் கிடையாது என்பதை எல்லோரும் அறிவர். ஒரு நுண்ணோவியனின் கற்பனையில் இருக்கின்ற ஒரு குதிரைதான் நான்.

என்னைப்பார்ப்பவர்கள் அடிக்கடி சொல்வது: "கடவுளே, எவ்வளவு பகட்டான குதிரை!" ஆனால் உண்மையில் அவர்கள் அந்த ஓவியனைத்தான் புகழ்கின்றனர், என்னையல்ல. வாஸ்தவத்தில் எல்லாக் குதிரைகளும் ஒவ்வொரு விதமாக வேறுபட்டிருப்பவை. மற்ற எல்லோரையும்விட நுண்ணோவியனுக்கு அது தெரிந்திருக்க வேண்டும்.

உற்றுப்பாருங்கள். ஒரு குறிப்பிட்ட பொலிகுதிரையின் குறி, வேறொரு குதிரையினுடையதை ஒத்திருக்காது. பயப்படாதீர்கள், அருகில் சென்று கவனியுங்கள், கையில்கூட எடுத்துப்பாருங்கள்: கடவுள் எனக்கு வழங்கியிருக்கும் அற்புதமான அங்கம், அதற்கென்று ஒரு வடிவத்தையும் வளைவையும் கொண்டிருக்கிறது.

படைப்பவர்களில் மகத்தானவரான அல்லாஹ், எங்கள் ஒவ்வொருவரையும் தனிவேறுபாடாக படைத்திருந்தாலும் இப்போது எல்லா நுண்ணோவியர்களும் எல்லா குதிரைகளையும் தமது நினைவிலிருந்து ஒரே விதமாகத்தான் வரைகின்றனர்.

உண்மையில் நாங்கள் எவ்வாறு தோற்றமளிக்கிறோம் என்பதைப் பார்க்கவே பார்க்காமல் ஆயிரக்கணக்கில், பல்லாயிரக்கணக்கில் குதிரைகளை ஒன்றுபோலவே வரைவதில் ஏன் அவர்கள் பெருமை பட்டுக் கொள்கிறார்கள்? ஏன் என்று நான் சொல்கிறேன்: ஏனென்றால் அவர்கள் கண்ணால் காண்கின்ற உலகத்தையல்ல, கடவுள் உத்தேசித்திருக்கும் உலகத்தை அவர்கள் சித்தரிக்க முயல்கின்றனர். இது கடவுளின் மகத்துவத்தை போட்டிக்கழைப்பதாக ஆகாதா? அதாவது – அல்லாஹ் மன்னிக்கட்டும் – கடவுளின் வேலையை என்னால் செய்யமுடியும் என்று சொல்வதாகாதா? தமது கண்களால் காண்பவற்றில் திருப்திகொள்ளாதிருக்கும் ஓவியர்கள், தமது கற்பனையில் பதிந்திருப்பதுதான் கடவுளின் குதிரை என்று வலியுறுத்திக் கொண்டு, ஒரே குதிரையை ஓராயிரம்முறை வரைகின்ற ஓவியர்கள், இருப்பதிலேயே மிக உன்னதமான குதிரை என்பது குருட்டு நுண்ணோவியர்கள் நினைவிலிருந்து வரைகிற குதிரைதான் என்று வாதிடுகின்ற ஓவியர்கள், இவர்களெல்லோரும் அல்லாஹ்வோடு போட்டி போடுகின்ற பாவத்தை புரிகின்றார்கள், இல்லையா?

பிராங்கிய மேதைகளின் புதிய பாணிகள் ஒன்றும் மதத்துவேஷமானவையல்ல; உண்மையில் அதற்கெதிரானவை, நமது நம்பிக்கைக்கு பெரிதும் உடன்பட்டிருப்பவை. என் எர்ஸுரூமி சகோதரர்கள் என்னைத் தவறாக புரிந்துகொள்ளக்கூடாதென்று வேண்டுகிறேன். பிராங்கிய மிலேச்சர்கள் தமது பெண்களை அரை நிர்வாணமாக

அலையவிடுவதும் தன்னடக்கமோ கூச்சமோ இல்லாமல் திரிவதும் காபி அருந்துவதின் சுகத்தையோ அழகிய இளம் சிறுவர்களின் இன்பத்தையோ புரிந்துகொள்ளாதிருப்பதும் என்னை வெறுக்கச் செய்கிறது. மேலும் அவர்கள் சுத்தமாக சவரம் செய்துகொண்டு, ஆனால் பெண்களைப்போல தலைமயிரை மட்டும் வளர்த்துக்கொண்டு, ஏசுநாதர் கூட ஒரு பெருங்கடவுள்தான் – அல்லாஹ் எங்களைக் காப்பாற்றட்டும் – என்று நம்புகிறார்கள். இந்த பிராங்கியர்கள் என்னை மிகவும் வெறுப்பேற்றுபவர்களாக இருக்கின்றனர். அவர்களில் யாராவது ஒருவரை என்னருகில் பார்த்தால் வலுவாக எட்டி ஓர் உதை கொடுப்பேன்.

இப்போதுகூட, பெண்களைப்போல போருக்குச்செல்லாமல் வீட்டுக்குள்ளேயே உட்கார்ந்துகொண்டு என்னை தப்புத்தப்பாக சித்தரிக்கின்ற நுண்ணோவியர்களை நினைத்தாலே எரிச்சலாக இருக்கிறது. அவர்கள் எனது முன்னங்கால்கள் இரண்டையும் ஒரே நேரத்தில் நீட்டிக்கொண்டு பாய்வதைப்போல என்னை வரைகின்றனர். முயல் தாவுவதைப்போல ஓடும் குதிரை இந்த உலகத்திலேயே கிடையாது. என் முன்னங்கால்களில் ஒன்று முன்னே இருந்தால் மற்றது பின்னேதான் இருக்கும். போர்க்காட்சிகளை காட்டும் சித்திரங்களில் இருப்பதைப்போல ஒரேயொரு முன்னங்காலை மட்டும் நாய் நீட்டுவதைப்போல நீட்டிக்கொண்டு மற்றதை நிலத்தில் ஊன்றிக் கொண்டிருக்கும் குதிரை இந்த உலகத்திலேயே கிடையாது. இருபது குதிரைகள் ஒரே அச்சில் நகலெடுக்கப்பட்டு ஒன்றுபோலவே திரிந்து கொண்டிருக்கிற ஸ்பாஹி குதிரைப்படையைத் தேடினாலும் கிடைக்காது. யாரும் எங்களைப்பார்க்காதபோது குதிரைகளாக நாங்கள் எங்கள் காலடியிலிருக்கும் புற்களை மேய்வோம்.

ஓவியங்களில் நாங்கள் காட்டப்படுவதுபோல சிலைபோல நின்று, நளினமாக காத்திருக்கும் தோரணையை நாங்கள் எப்போதும் வரித்துக்கொள்வதில்லை. நாங்கள் உண்பதையும் நீரருந்துவதையும் கழிப்பதையும் தூங்குவதையும் காட்டுவதற்கு ஏன் எல்லோரும் சங்கடப்படுகின்றார்கள்? இறைவன் எனக்கு வழங்கியிருக்கும் இந்த அற்புதமான, தனித்துவமான சாதனத்தை வரைய ஏன் அவர்கள் பயப்படுகின்றார்கள்? ரகசியமாக பெண்களும் குறிப்பாக சிறியவர்களும் அதை ஆர்வத்துடன் உற்றுப்பார்க்க விரும்பலாம், இதில் என்ன தீங்கு இருக்கிறது? எர்ஸுரூம்மின் ஹோஜா இதற்குக்கூட எதிரானவரா என்ன?

முன்பொரு காலத்தில் ஷிராஸ்ஸில் பயந்தாங்கொள்ளியான ஓர் அசட்டு ஷா இருந்தானாம். அவனுக்கு தன்னுடைய எதிரிகள் எந்நேரமும் தன்னை பதவியிலிருந்து கவிழ்த்துவிட்டு, தன் மகனை சிம்மாசனத்தில் உட்கார வைத்துவிடுவார்கள் என்ற பயத்திலேயே இருந்தான். பேசாமல் இளவரசனை இஸ்ஃபஹானுக்கு மாகாண

ஆளுநராக அனுப்பிவிட்டிருக்கலாம், ஆனால் அதற்குப்பதில் அவனை அரண்மனையின் கடைக்கோடியிலிருந்த ஓர் இருட்டறையில் சிறை வைத்து விட்டான். வெளியே பார்ப்பதற்கு ஒரு முற்றமோ, தோட்டமோ கூடத் தெரியாத சிறையாக மாற்றப்பட்ட இந்த கொட்டடியில் அந்த இளவரசன் முப்பத்தியோரு வருடங்கள் இருந்தான். இவ்வுலகில் அவன் தந்தைக்கு ஒதுக்கீடு செய்யப்பட்ட காலம் முடிந்ததும், புத்தகங்களோடு மட்டுமே தனியாக வாழ்ந்திருந்த அவ்விளவரசன் முடிசூடினான். பதவியேற்ற கையோடு, "எனக்கு உடனடியாக குதிரை ஒன்றை வரவழையுங்கள். அவற்றை இதுவரை புத்தகங்களில் உள்ள படங்களில்தான் பார்த்திருக்கிறேன். அவற்றை நேரில் காண ஆர்வமாக இருக்கிறது" என்று ஆணையிட்டான். அரண்மனையில் இருந்த புரவிகளிலேயே மிக அழகான சாம்பல் நிறக் குதிரை ஒன்றை அவர்கள் கொண்டுவந்து புதிய அரசன்முன் நிறுத்தினர். ஆனால் அந்தக் குதிரைக்கு நாசித்துவாரங்கள், ஒரு வெட்கங்கெட்ட கழுதைக்கு இருப்பதைப்போல ஒரு சுரங்கப்பாதை மாதிரியும் சித்திரங்களில் காணப்படுவதைப் போலில்லாமல் அதன் உடல் ஒரு மங்கலான நிறத்திலும் ஒரு அசிங்கமான முரட்டு பிட்டத்தோடும் இருப்பதைப் பார்த்து அவன் வெகுவாக அருவருப் படைந்து அவனது ராஜ்ஜியத்தில் உள்ள எல்லாக் குதிரைகளையும் வெட்டிக்கொல்லும்படி உத்தரவிட்டான். நாற்பது நாட்கள் நடைபெற்ற இந்த மிருக வேட்டைக்குப் பின், ராஜ்ஜியத்திலிருந்த எல்லா நதிகளும் குருதிச் சிவப்பில் ஓடின. ஆனால் மேன்மைமிகு அல்லாஹ், அவரது தீர்ப்பை வழங்குவதிலிருந்து ஒதுங்கவில்லை: இப்போது குதிரைப்படைப்பிரிவு என்ற ஒன்றே இல்லாத அவன்மீது, பரமவைரியான கருப்பாட்டு குலத்தைச்சேர்ந்த துர்க்மென் பேய் படையெடுத்து வந்தபோது அவன் ராணுவம் துவம்சமாக்கப்பட்டு கடைசியில் துண்டுத்துண்டாக வெட்டிக்கொல்லப்பட்டான். எனவே, இதில் சந்தேகமே வேண்டாம். சரித்திரங்கள் புலப்படுத்துவதைப்போல, புரவிகளின் தேசம் பழி தீர்த்துக் கொண்டது.

●

அத்தியாயம் 36

நான் கருப்பு என்று அழைக்கப்படுகிறேன்

ஷெகூரே குழந்தைகளுடன் அறைக்குள் சென்று தாழிட்டுக் கொள்ள, வீட்டுக்குள்ளிருந்து கேட்கும் சத்தங்களை, தொடர்ந்த கிறீச்சிடல்களைக் கேட்டுக்கொண்டிருந்தேன். ஷெகூரேவும் ஷெவ்கெத்தும் கிசுகிசுக்கத்தொடங்கினர். திடீரென்று "உஷ் . . .!" என்று அவர்களை அடக்கினாள். கிணற்றுக் கருகிலிருந்த கல் பாவிய இடத்திலிருந்து ஒரு தடதடப்பு கேட்டு உடனே அடங்கியது. கூரைமேல் வந்தமர்ந்த கடற் பறவை ஒன்று அகாலத்தில் கரைய, என் கவனம் அதனிடம் நகர்ந்தது. பின் அதுவும் மௌனமாகிவிட பரிபூர்ண நிசப்தம் கவிந்தது. கூடத்தின் எதிர்புறத்திலிருந்து ஓர் அடங்கிய ஓலம் காதில் விழுந்தது. ஹேரியே தூக்கத்தில் அழுதுகொண்டிருக் கிறாள். அவளது கேவல்கள் இருமல்களாக கரைந்து, ஆரம்பித் ததுபோலவே திடீரென்று முடிந்து, மீண்டும் அந்த ஆழமான, பயங்கர நிசப்தம் ஆக்கிரமித்தது. கொஞ்ச நேரம் கழிந்ததும் காலமான என் எனிஷ்டேவை கிடத்தியிருக்கும் அறைக்கருகே எவனோ ஒருவன் திருட்டுத்தனமாக புகுந்து நடமாடுவதைப் போல எனக்குப்பட, என் உடல் உறைந்தது.

ஒவ்வொருமுறை நிசப்தம் கவியும்போதும், என்னெதிரி லிருந்த ஓவியங்களை ஆராய்ந்து, உணர்ச்சிக்குவியலான ஆலிவ் வும் அழகான வண்ணத்துப்பூச்சியும் காலமான மெருகாளனும் எந்தளவுக்கு வண்ணங்களை திறம்பட தாட்களில் தீட்டியிருக் கின்றனர் என்றறிந்து வியந்துகொண்டிருந்தேன். ஒவ்வொரு படமாக எடுத்துப்பார்க்கும்போது, என் எனிஷ்டேவைப் போலவே நானும் "சாத்தான்!" என்றோ "மரணம்!" என்றோ கூவவேண்டும்போல ஆவல்மிகுந்து பயத்தின் காரணமாக அடக்கிக்கொள்ள வேண்டியதாயிற்று. இதுவுமன்றி, என் எனிஷ்டேவின் வற்புறுத்தலுக்குப்பிறகும் இந்த ஓவியங்களை

யொட்டி ஒரு பொருத்தமான கதை ஒன்றை என்னால் பின்ன முடியாததால் அவற்றைப்பார்க்கையில் விரக்தியும் ஏற்பட்டது. அவரது மரணம் இந்த சித்திரங்களோடுதான் தொடர்பு கொண்டிருக்கிறது என்பதை மெதுவாக நானும் நம்பத்தொடங்கிவிட்டபின், மனக்கரிப்பும் பொறுமையின்மையும் எனக்குள் அதிகரித்தன. ஷெகூரே விற்கு அருகாமையில் இருக்கவேண்டுமென்பதற்காகவேனும் எனிஷ்டேவின் விளக்கவுரைகளை பொறுமையாகக் கேட்டுக்கொண்டு, இந்த ஓவியங்களை முடிவேயின்றி நுண்ணாய்வு செய்து வந்திருக்கிறேன். இப்போது அவளே எனக்கு சட்டபூர்வமான மனைவியாகிவிட்டபிறகும் ஏன் இவற்றைக் கட்டிக்கொண்டு அழவேண்டும்? எனக்குள்ளிருந்து ஓர் இரக்கமற்ற குரல் பதிலளித்தது: "ஏனென்றால், அவள் குழந்தைகள் தூங்கிவிட்டபின்பும் கூட ஷெகூரே கட்டிலை விட்டு இறங்கி உன்னிடம் வருவதற்கு மறுப்பதால்" என் கருவிழி யழகி என்னிடம் வருவாளென்று நம்பிக்கொண்டு வெகுநேரம் அச்சித்திரங்களை மெழுகுவர்த்தியொளியில் வெறித்துக் கொண்டிருந்தேன்.

காலையில் தூக்கத்திலிருந்து ஹேரியேவின் கூவல்களால் உலுக்கி யெழுப்பப்பட்டு, மெழுகுவர்த்தி – தாங்கியை எடுத்துக்கொண்டு வெளியே தாழ்வாரத்திற்கு விரைந்தேன். ஹஸனும் அவனுடைய ஆட்களும் வீட்டிற்குள் நுழைந்துவிட்டிருப்பார்களென்று நினைத்தேன். ஓவியங்களை எங்கே ஒளித்துவைப்பது என்று யோசித்தேன். ஆனால் எனிஷ்டே எஃபெண்டியின் மரணத்தை குழந்தைகளுக்கும் அண்டை வீட்டார்களுக்கும் தெரியப்படுத்துவதற்காக ஷெகூரேவின் கட்டளைப் படியே ஹேரியே கூச்சலிடத் தொடங்கியிருக்கிறாள் என்று உடனே புரிந்துகொண்டேன்.

ஷெகூரேவை கூடத்தில் சந்தித்தபோது நாங்கள் ஆசையுடன் தழுவிக்கொண்டோம். ஹேரியேவின் ஓலத்தைக்கேட்டு குழந்தைகள் படுக்கையிலிருந்து குதித்து ஸ்தம்பித்து நின்றிருந்தனர்.

"உங்கள் தாத்தா இறந்துவிட்டார்" ஷெகூரே அவர்களிடம் சொன்னாள். "எந்தக் காரணத்தைக்கொண்டும் அந்த அறைக்கு நீங்கள் போகக் கூடாது."

என் கைகளிலிருந்து விடுவித்துக்கொண்டு அவள் அப்பாவின் பக்கம் சென்று அழத் தொடங்கினாள்.

குழந்தைகளை அவர்களின் அறைக்கு ஓட்டிச்சென்றேன். "உங்கள் படுக்கை உடுப்புகளை மாற்றுங்கள், ஜலதோஷம் பிடித்துக்கொள்ளும்" என்றபடி படுக்கையின் ஓரத்தில் உட்கார்ந்தேன்.

"தாத்தா இன்று காலையில் ஒன்றும் சாகவில்லை. அவர் நேற்றிரவே செத்துவிட்டார்" என்றான் ஷெவ்கெத்.

ஷெகூரேவின் அமோகமான கூந்தலின் ஒரு நீண்ட தலைமயிர் அவளது தலையணையின் மீது அராபிய எழுத்து 'வாவ்' போல சுருண்டிருந்தது. அவளின் கதகதப்பு மெத்தையின் அடியிலிருந்து இன்னும் விலகாதிருந்தது. ஹேரியேவுடன் சேர்ந்து அவளது தேம்பல் களும் ஒப்பாரிகளும் எங்களை அடைந்தன. ஏதோ அவளுடைய அப்பா எதிர்பாராதவகையில் இப்போதுதான் இறந்திருப்பதைப் போல அழுகின்ற அவளது திறமை அதிர்ச்சியூட்டும்படி இரண்டக மாக இருந்தது. ஷெகூரேவை நான் முழுசாக அறிந்திருக்கவில்லை யென்று உணர்ந்தேன். விநோதமான ஜின் ஒன்றினால் பீடிக்கப் பட்டிருப்பதைப்போலத் தோன்றினாள்.

"பயமா இருக்கு" அழுவதற்கு அனுமதி கேட்பதைப்போல ஓரான் கண்களைக் கொட்டினான்.

"பயப்படாதே" என்றேன். "அக்கம்பக்கத்தில் இருப்பவர்கள் உன் தாத்தா போய்விட்டதைத் தெரிந்துகொண்டு, வந்து மரியாதை செய்யவேண்டும் என்பதற்காக உன் அம்மா அழுகிறாள்."

"அவர்கள் வருவதால் என்ன ஆகப்போகிறது?" ஷெவ்கெத் கேட்டான்.

"அவர்கள் வந்து நம்மோடு சேர்ந்து தாத்தா இறந்துவிட்டதற் காக துக்கப்பட்டு அழுதால் நமக்கு கொஞ்சம் ஆறுதலாக இருக்கும்."

"என் தாத்தாவைக் கொன்றது நீதானா?" என்று கத்தினான் ஷெவ்கெத்.

"இப்படியெல்லாம் பேசிக்கொண்டிருந்தால், என்னிடமிருந்து எந்த பிரியத்தையும் எதிர்பார்க்காதே!" நானும் திரும்பக் கத்தினேன்.

நாங்கள் ஒருவரையொருவர் பார்த்து கத்திக்கொள்வது ஒரு மாற்றாந்தகப்பனுக்கும் மறுதாரப்பிள்ளைக்கும் இடையில் போல இல்லை. பேரோசையுடன் பிரவாகித்தோடும் நதிக்கரையில் இரண்டு வளர்ந்த ஆட்கள் பேசிக்கொள்வதைப் போலிருந்தது. ஷெகூரே தாழ்வாரத்திற்கு வந்து சன்னலின் மரத்தாழ்ப்பாள்களை நீக்கி, அவள் அழுவது தெருமுழுக்க கேட்பதற்காக கதவைத்திறந்து வைக்க முயற்சித்தாள்.

அவளோடு சேர்ந்துகொள்ள வெளியே சென்றேன். இருவருமாகச் சேர்ந்து சன்னலைத்திறக்க முயற்சித்தோம். எங்களது கூட்டுமுயற்சி யில் தாழ்ப்பாள் கழன்றுவிழ சன்னல் திறந்து சூரிய வெளிச்சமும் குளிரும் ஒருசேர எங்கள் முகத்தைத்தாக்க, ஒரு கணம் ஸ்தம்பித் தோம். ஷெகூரே பெருங்குரலெடுத்து ஓலமிட்டாள்.

அவளது அழுகையால் எனிஷ்டே எஃபெண்டியின் மரணம் அறிவிக்கப்பட்டவுடன் அது மேலும் சோகமயமான, துக்ககரமான வலியாக மாறியது. உண்மையோ பாசாங்கோ, என் மனைவியின்

அழுகை என்னை வதைத்தது. எதிர்பாராமல் நானும் அழத்தொடங்கினேன். உண்மையிலேயே துக்கத்தினால் நான் அழுகிறேனா அல்லது என் எனிஷ்டேவின் மரணத்திற்கு என்னை பொறுப்பாக்கி விடுவார்களோ என்ற பயத்தினால் அழுகிறேனா என்றெல்லாம் எனக்குத் தெரியவில்லை.

“அவர் போயிட்டார், போயிட்டார், என்னருமை அப்பா போயிட்டார்!” ஷெகூரே கதறினாள்.

நான் என்ன சொல்லி அழுகிறேன் என்பது எனக்கே தெரியாவிட்டாலும், என் கேவல்களும் புலம்பல்களும் அவளைப்பார்த்து போலிசெய்வதாக இருந்தன. அக்கம்பக்கத்து வீடுகளிலிருந்தும் ஒருக்களித்த கதவுகளுக்குப் பின்னாலிருந்தும் சாளரங்களிலிருந்தும் எட்டிப் பார்க்கிற முகங்களுக்கு என் நடத்தை எந்தளவுக்கு நிஜமானதாக, பொருத்தமானதாகத் தெரியுமென்று எனக்குக் கவலையாக இருந்தது. அழும்போது, என் துக்கம் உண்மையானதுதானா, கொலைப்பழி என்மீது விழுந்துவிடுமோ, ஹஸனும் அவனுடைய ஆட்களும் வந்து விடுவார்களோ என்ற கவலைகளும் இணையாகத் தொடர்ந்தன.

ஷெகூரே எனக்குச் சொந்தமானவள். என் ஓலங்களும் கண்ணீரும் அதைக் கொண்டாடுவதைப் போலிருந்தது. அழுதுகொண்டிருக்கும் என் மனைவியை எனக்காக இழுத்து, குழந்தைகள் அழுதபடி எங்களை நோக்கி வருவதை பொருட்படுத்தாமல், அவள் கன்னங்களில் அன்புடன் முத்தமிட்டு எங்கள் இளமைக்காலத்தின் வாதுமை மரங்களின் வாசனையை முகர்ந்தேன்.

குழந்தைகளோடு, சடலம் கிடத்தப்பட்டிருக்கும் இடத்திற்குச் சென்றோம். “லா இலாஹி இல்லல்லாஹ்” என்று இறந்து கொண்டிருப்பவரிடம் சாட்சி வார்த்தைகளைச் சொல்வதைப்போல இரண்டு நாட்களாக அழுகிக்கொண்டிருக்கும் சடலத்திடம் உச்சரித்தேன்: சொர்க்கத்திற்கு அடியெடுத்துக் வைக்கும்போது என் எனிஷ்டேவின் உதடுகளில் இவ்வாசகங்கள் இருக்க விரும்பினேன். அவர் அவற்றைத் திருப்பிச் சொன்னதாகவும், ஒரு கணம் ஹீனமாக புன்முறுவல் செய்ததாகவும் அநேகமாக முற்றிலும் சிதைக்கப்பட்டிருந்த அவரது முகத்தைப்பார்த்து கற்பனை செய்துகொண்டோம். என் உள்ளங்கைகளை சொர்க்கத்திற்கு விரித்து ‘யா ஸின்’ அத்தியாயத்திலிருந்து வாசிக்க, மற்றவர்கள் அமைதியுடன் கவனித்தனர். ஷெகூரே கொண்டு வந்த ஒரு சுத்தமான துணியால் என் எனிஷ்டேவின் வாயை கவனமாகக் கட்டினோம். நாசமாக்கப்பட்டிருந்த அவரது விழிகளை மென்மையாக மூடி, மெக்காவை நோக்கியபடி முகம் இருக்குமாறு அவரை வலப்புறமாக மெதுவாக ஒருக்களித்து வைத்தோம். ஷெகூரே அவள் அப்பாவின் மீது ஒரு சுத்தமான வெள்ளைப் போர்வையை போர்த்தினாள்.

குழந்தைகள் தொலைவாக நின்றபடி எல்லாவற்றையும் உன்னிப் பாக கவனித்துக்கொண்டிருப்பதும், அழுகைக்குப்பிறகு அமைதி கவிந்திருப்பதும் எனக்கு சந்தோஷமளிப்பதாக இருந்தது. உண்மை யான மனைவியும் குழந்தைகளும் குடும்பமும் வீடும் இருப்பவனைப் போல உணர்ந்தேன்.

சித்திரங்களை ஒவ்வொன்றாகச் சேகரித்து ஒரு கைப்பைக்குள் வைத்துக்கொண்டு, எனது கனமான கஃப்தானை அணிந்துகொண்டு அவசரமாக வீட்டைவிட்டு வெளியேறினேன். அக்கப்பக்கத்திலிருப் பவர்களை கண்டும் காணாததுபோல அடுத்த தெரு மசூதிக்கு நேராக விரைந்தேன். திடீரென்று காலைநேரத்தில் ஏற்பட்டுவிட்ட இந்தப் பரபரப்பால் உற்சாகமாகிவிட்ட ஒரு மூக்கொழுகிப்பையன் அவன் பாட்டியிடம் குதித்துக் கொண்டிருந்தான். எங்கள் அழுகையைக்கேட்டு ஆர்வத்துடன் எங்கள் வலியை சந்தோஷமாக கண்டுகளிக்க எல்லோரும் வந்துவிட்டனர்.

தனது “வீடு” என்று மதபோதகர் சொல்லிக் கொள்ளும் சுவரி லுள்ள ஒரு குட்டித் துவாரம், அதற்கடுத்ததாக இருந்த மாபெரும் கவிகை மாடங்களைக்கொண்ட பிரம்மாண்டமான கட்டிடமும், விசாலமான முற்றத்தையும் கொண்ட மசூதிக்குப் பக்கத்தில் அற்ப மாக இருந்தது. இப்போதெல்லாம் மசூதிகளை இப்படித்தான் கட்டுகின்றனர். இப்போது பல இடங்களில் வழக்கமாக காணப் படுவதைப்போலவே இந்த மதபோதகரும் தனது எலிவளை “வீட்டின்” எல்லைகளை மசூதியின் பகுதிக்குள் ஆக்கிரமிக்கத் தொடங்கியிருந்தார். மொத்த மசூதியும் தன்னுடையது என்பதைப்போல அவர் மனைவி அந்த இடம் முழுக்க குறுக்குமறுக்காக கொடியில் காயப்போட் டிருந்த சாயம்போன பழந்துணிகளைப்பற்றி சிறிதும் கூச்சமில்லாமல் என்னை அழைத்துச்சென்றார். இமாம் எஃபெண்டியும் அவருடைய குடும்பத்தையும்போல அந்த முற்றத்தை ஆக்கிரமித்திருந்த இரண்டு வெறிநாய்கள் மூர்க்கமாக சண்டையிட்டுக்கொண்டிருக்க, மதபோத கரின் மகன்கள் குச்சிகளோடு விரட்டியடித்துவிட்டு எங்களிடம் மன்னிப்பு கேட்டுக்கொண்டு விலகினர். மதபோதகரும் நானும் ஓர் அமைதியான மூலைக்கு நகர்ந்தோம்.

நேற்றைய விவாகரத்து நடவடிக்கைகளுக்குப் பிறகு, திருமண நிகழ்ச்சியை நடத்திவைக்க அவரை நாங்கள் அழைத்திராததால் அவருக்கு நிச்சயமாக ஏமாற்றம் இருந்திருக்கும். ‘இப்போது எந்த காரணத்துக்காக இங்கே வந்திருக்கிறாய்?’ என்ற கேள்வியை அவர் முகத்தில் பார்க்க முடிந்தது.

“எனிஷ்டே எஃபெண்டி இன்று காலை காலமாகிவிட்டார்.”

“இறைவன் அவர் மீது கருணையை அருளட்டும். அவருக்கு சொர்க்கத்தில் ஓர் இடம் உண்டாவதாக!” என்றார் இரக்கத்தோடு.

எதற்காக 'இன்று காலை' என்ற வார்த்தையை யோசிக்காமல் சேர்த்துச் சொல்லிவிட்டேன்? நேற்று கொடுத்ததைப்போலவே இன்னொரு தங்கநாணயத்தை அவரது கையில் வைத்தேன். அஸானுக்கு முன்பு மரணப் பிரார்த்தனையை அவர் வந்து வாசிக்க வேண்டுமென்றும், அவரது சகோதரனை துக்க அறிவிப்பாளனாக நியமித்து நகரமெங்கும் அறிவித்துவிட்டு வரச்செய்யவேண்டுமென்றும் கேட்டுக்கொண்டேன்.

"என் தம்பிக்கு அரைக்குருடாக ஒரு நண்பன் உண்டு. அவனோடு சேர்ந்து இறந்துவிட்டவருக்கு இறுதி குளிப்பாட்டல் சடங்கை நல்ல விதமாக செய்து முடித்துவிடுகிறோம்" என்றார்.

எனிஷ்டே எஃபெண்டியின் உடம்பை குளிப்பாட்ட ஒரு குருடனும், ஒரு அரைக்கிறுக்கனும்! இதைவிட உத்தமம் வேறென்ன? ஈமச்சடங்கு தொழுகையை பிற்பகலில் நடத்தலாமென்றும் அரண்மனை, சங்கங்கள், இறையியல் பள்ளிகளிலிருந்து முக்கியஸ்தர்களும் மற்றவர்களும் கலந்துகொள்வார்களென்றும் அவரிடம் விளக்கினேன். எனிஷ்டே எஃபெண்டியின் முகமும் தலையும் எந்த நிலையில் இருக்கிறதென்பதை அவரிடம் விளக்க முற்படவில்லை. இந்த விஷயத்தை மேல்மட்டத்தில் வைத்து விளக்கவேண்டும் என்று முன்பே முடிவுசெய்திருந்தேன்.

என் எனிஷ்டேவிடம் நமது சுல்தான் அவர்கள் ஒப்படைத்திருந்த புத்தகத்தின் தயாரிப்பு செலவுத்தொகைக்கான பொறுப்பை தலைமை கருவூலரிடம் சுல்தான் அவர்கள் வழங்கியிருந்ததால், மற்ற யாரிடமும் விட அவரிடம் முதலில் தெரிவிக்கவேண்டும். இதற்காக என் அப்பா வழி உறவினரான திண்டுவேலை செய்பவர் ஒருவரின் உதவியை நாடினேன். குளிர் நீரூற்று வாயிலுக்கு எதிரேயிருந்த ஒரு தையலர் கடையில் நான் சிறுவனாக இருந்த காலத்திலிருந்து அவர் வேலை பார்த்து வந்தார். அவரைப் பார்த்ததும், சுருங்கி புள்ளிப்புள்ளியாக இருந்த அவரது கையை முத்தமிட்டுவிட்டு, தலைமை கருவூலரை நான் உடனே சந்தித்தாக வேண்டும் என்று மன்றாடிக் கேட்டுக் கொண்டேன். சுற்றிலும் பலவண்ணக்கலவையாக பட்டுத்துணிகளை மடித்து மடிமேல் வைத்துக்கொண்டு திரைச்சீலைகள் தைத்துக்கொண்டிருந்த அவரது வழுக்கைத்தலை உதவியாளர்களின் மத்தியில் என்னைக் கொஞ்சநேரம் காத்திருக்க வைத்துவிட்டு, பின்னர் தலைமை தையலர் ஒருவரின் உதவியாளன் ஒருவன் அரண்மனைக்கு அளவு எடுக்கச் செல்வதால் அவனோடு என்னை சேர்ந்துகொள்ளச் சொன்னார். குளிர்நீரூற்று வாயில் வழியாக அணிவகுப்பு சதுக்கத்திற்கு ஏறிச்சென்றபோது, ஹஜியா ஸோபியாவுக்கு எதிரேயிருக்கும் ஓவியப் பயிலரங்கைக் கடந்து செல்லவேண்டியதில்லையென்பதால், நுண்ணோவியர்களிடம் இந்தக் கொலையைப் பற்றி சொல்லவேண்டியதிலிருந்து தப்பித்தேன் என்று ஆறுதலாக உணர்ந்தேன்.

வழக்கமாக வெறிச்சோடி காணப்படும் அணிவகுப்பு சதுக்கம் இப்போது சந்தடி மிக்கதாகத்தோன்றியது. திவான் கூடும் தினங்களில் மனுகொடுக்க வரிசை நீளுகின்ற மனுதாரர் வாயிலிலும் தானியக்களஞ்சியப் பகுதியிலும் ஒரேயொருவர்கூட கண்ணில்படவில்லை. ஆயினும் மருத்துவமனையின் ஜன்னல்களிலிருந்தும் மரத்தச்சர் பட்டறையிலிருந்தும் அடுமனையகத்திலிருந்தும் தொழுவங்களிலிருந்தும் இரண்டாம் வாயிலின் (அதன் ஸ்தூபிகளைக் கண்டு பிரமித்தேன்) முன் திரண்டிருந்த குதிரையாட்களிடமிருந்தும் சைப்ரஸ் விருட்சங்களிலிருந்தும் தொடர்ந்தேர்த்தியாக ஓர் இரைச்சல் கேட்பது போலிருந்தது. என் பதற்றத்துக்கு காரணம் வரவேற்பு வாயில் என்று அழைக்கப்படும் இரண்டாவது வாயிலை இன்னும் சிறிது நேரத்தில் என் வாழ்க்கையிலேயே முதன்முறையாக கடந்து செல்லப் போகிறேன் என்கிற பயம்தான் என்று தோன்றியது.

வாயிலைத் தாண்டும்போது, தூக்கிலிடுபவர்கள் எப்போதும் தயாராக இருப்பதாகச் சொல்லப்படும் இடத்தைப் பார்க்கவோ, துணிமூட்டையை சுமந்துகொண்டு தையலரின் உதவியாளன்போல வந்துகொண்டிருந்த என்னை வாயிற்காப்போர்கள் கூர்ந்து நோக்கும் போது ஏற்பட்ட நடுக்கத்தை மறைக்கவோ முடியாதிருந்தது.

திவான் சதுக்கத்தில் நாங்கள் நுழைந்தவுடனேயே ஓர் ஆழ்ந்த நிசப்தம் எங்களைச் சூழ்ந்தது. என் நெற்றியிலும் கழுத்திலும்கூட இதயம் துடிப்பதை உணர்ந்தேன். என் எனிஷ்டேவும், மாளிகைக்கு முன்பு வந்துசென்ற பிறரும் அடிக்கடி வர்ணிக்கின்ற இந்தப்பகுதி ஓர் ஈடிணையற்ற அழகு மிளிரும் சொர்க்கலோகத் தோட்டம்போல என் முன்னே பரந்து விரிந்திருந்தது. இருந்தாலும் சொர்க்கத்திற்குள் அடியெடுத்து வைத்தவன் உணருகின்ற குதூகலம் இல்லாமல், வெறும் நடுநடுக்கமும், பயபக்தியும் சேர்ந்து, நமது சுல்தான் அவர்களின் ஓர் எளிமையான சேவகன் மட்டுமே நான் என்று உணர்ந்தேன். இப்பூலோக ராஜ்ஜியத்திற்கு அவர்தான் உண்மையில் அஸ்திவாரம். இது இப்போது எனக்கு பரிபூர்ணமாக புரிகிறது. அந்தப் பசும் பிரதேசத்தில் அலைந்துகொண்டிருக்கும் மயில்களை, நீரூற்றுகளைச் சுற்றி சங்கிலியிட்டிருக்கும் தங்கக்கோப்பைகளை, பட்டு வஸ்திர மணிந்து, தரையில் கால் பாவாததுபோல் விரையும் தலைமையமைச்சுப் பணியாளர்களை கண்கொட்டாமல் பார்த்தபடி நடந்தேன். அரச சேவகம் புரிகின்ற ஆர்வம் அதிகரித்தது.

என் கையிலேயே சுமந்திருக்கும் நமது சுல்தான் அவர்களின் ரகசியப்புத்தகத்தை, அவற்றின் நிறைவடையாத சித்திரங்களை நிச்சயம் நான் முழுமை செய்வேன், அதில் ஐயமில்லை. என்ன செய்கிறேன் என்பதையறியாமல், திவான் கோபுரத்தை வெறித்தபடியே என் வழிகாட்டியான தையலருக்குப் பின்னால் தயக்கத்தோடு நடந்தேன். கண்ணெதிரேயிருக்கும் பிரமிப்பைவிடவும் பயம்தான் என்னை ஆக்கிரமித்திருந்தது.

அரண்மனைச் சேவகன் ஒருவன் எங்களோடு ஒட்டி நடந்துவர, நாங்கள் ஒரு கனவில்போல் அச்சத்தோடு அமைதியாக திவான் கட்டிடத்தையும் கருவூலகத்தையும் தாண்டிச்சென்றோம். இந்த இடங்களையெல்லாம் முன்பே பார்த்திருக்கிறேன், நன்றாகவே பரிச்சயமானவை என்று எனக்குள் தோன்றியது.

திவானின் பழைய தனியறை என்று குறிப்பிடப்பட்ட ஓர் அறைக்குள் அதன் பிரமாண்டமான குவிமாடத்தின்கீழே அகன்ற வாசல் வழியாக நுழைந்தோம். பலவகை கலைஞர்கள் துணி, தோல் வேலைப்பாடுகள், வெள்ளி வாளுறைகள், ராஜமுத்து பதித்த பேழை கள் போன்றவற்றை வைத்துக்கொண்டு காத்து நிற்பதை கவனித் தேன். இவர்களெல்லோரும் நமது சுல்தான் அவர்களின் கைவினைக் கலைஞர்களாக இருக்க வேண்டும்: முத்திரைக்கோல் செய்பவர், வெள்ளிக்கம்மியர், காலணி செய்வோர், வெல்வெட் துணி நெய்வோர், தந்தச்சிற்பிகள், லூட் வாத்தியம் செய்வோர் என இவர்கள் எல் லோரும் தலைமை கருவூலரின் கதவுக்கு வெளியே பணப்பட்டு வாடா, பொருள் மானியம், சுல்தான் அவர்களின் தனியறைக்குச் சென்று அளவெடுக்க வேண்டுதல் போன்ற கோரிக்கை மனுக்க ளோடு நின்றுகொண்டிருந்தனர். இவர்களில் ஓவியர்கள் யாரும் இல்லாததற்காக மகிழ்வுற்றேன்.

ஒரு பக்கமாக ஒதுங்கி நாங்களும் காத்திருக்கத் தொடங்கி னோம். அவ்வப்போது கணக்கில் காணப்படும் குறைகள் பற்றியோ, விளக்கம் கேட்டோ கருவூல உதவியாளரின் உரத்த குரல் எழும்ப, அதற்கு பணிவான பதில்கள் அடங்கிய தொனியில் கூறப்படுவது கேட்டது. கிசுகிசுப்பிற்கு மேலே குரல் உயரவில்லை. தலைக்கு மேலே குவிமாடத்தில் எதிரொலிக்கும் புறாக்களின் சிறகடிப்பு, இந்த பவ்யமான கலைஞர்களின் அற்ப கோரிக்கை குரல்களைவிட உரக்கக்கேட்டது .

தலைமை கருவூலரின் சிறிய குவிமாடத் தனியறைக்கு என்முறை வந்ததும் நுழைந்தபோது அங்கே ஒரே ஒரு எழுத்தர் மட்டும் அமர்ந்திருந்தார். தலைமை கருவூலரிடம் முக்கியமாகத் தெரிவிக்க வேண்டிய விஷயம் ஒன்றிருப்பதாக அவரிடம் விளக்கினேன்: நமது சுல்தான் அவர்கள் ஒப்படைத்திருக்கும் ஒரு மிகப்பெரிய நூல் பற்றிய திட்டம் மிக முக்கியமான விஷயம். என் கையில் வைத் திருந்த ஓவியக்கட்டைப்பார்த்து அந்த ஊழியர் புருவங்களை உயர்த்தினார். அதைப்பிரித்து என் எனிஷ்டேவின் புத்தகச்சித்திரங் களை அவருக்குக் காட்டினேன். அந்தச் சித்திரங்களின் விசித்திரம், அவற்றின் கண்ணை உறுத்தும் வினோதம் என் மனதை சஞ்சலப் படுத்தியது. அவரிடம் அவசர அவசரமாக என் எனிஷ்டேவின் பெயரையும் அவரது புனை பெயரையும் அவரது தொழிலையும் குறிப்பிட்டுவிட்டு, இந்த ஓவியங்களின் காரணமாகவே அவர்

இறந்திருக்கிறார் என்பதையும் சேர்த்துச் சொன்னேன். நான் வேகமாகப் பேசினேன். நமது சுல்தான் அவர்களுக்கு இதைத் தெரிவிக்காமல் அரண்மனையை விட்டு நான் வெளியே வந்தால், அந்த பயங்கரமான ஸ்திதியில் எனிஷ்டேவை வைத்துவிட்ட பழி என்னைத்தான் சேரும்.

அந்த எழுத்தர் தலைமை கருவூலரிடம் தெரிவிக்கச் சென்றதும் எனக்கு வியர்வை துளிர்த்து உடல் சில்லிட்டது. என் எனிஷ்டே ஒருமுறை சொல்லியிருக்கிறார், நமது சுல்தான் அவர்களை விட்டு தலைமைக் கருவூலர் எப்போதும் நகருவதேயில்லை, அவரது தொழுகை கம்பளத்தைக்கூட இவர்தான் விரித்துப்போடுவார், அவருக்கு அந்தரங்க சகாவே அவர்தான் என்றெல்லாம் சொல்லியிருக்கிறார். அப்படிப்பட்ட அவர் அரண்மனையின் கட்டுப்பாடுமிக்க எந்தெரூன் பகுதியை விட்டு என்னைப்பார்ப்பதற்காக வருவாரா? என் பொருட்டு அரண்மனையின் இதயப்பகுதிக்கு சேவகன் ஒருவன் அனுப்பப்பட்டிருப்பதே நம்பமுடியாததாக இருந்தது. நமது மேன்மைதங்கிய சுல்தான் அவர்கள் எங்கே இருப்பார் என்று யோசித்தேன்: கடற்கரைக்கருகேயுள்ள இளைப்பாரல் விடுதிகளில் ஒன்றில் இருப்பாரா? அந்தப்புரத்தில் இருப்பாரா? தலைமைச் செயலரும் இப்போது அவருடன் இருப்பாரா?

வெகுநேரம் கழித்து நான் அழைக்கப்பட்டேன். முற்றிலும் எதிர்பாராத ஒரு தருணத்தில் அழைப்பு வந்தது. பயப்படுவதற்கு போதிய சமயம் இல்லை. இருப்பினும் கதவருகே நின்றிருந்த வெல்வெட் நெய்பவரின் முகத்தில் காணப்பட்ட மரியாதையையும் வியப்பையும் பார்த்தபோது கலவரமடைந்தேன். உள்ளே நுழைந்ததுமே பயத்தில் பேச்சிழந்தது போலானேன். அவர் தங்கச் சரிகை வேய்ந்த தலைப்பாகை அணிந்திருந்தார். அவருக்கும் தலைமை அமைச்சருக்கும் மட்டுமே உரித்தானது. ஆம், நான் நிஜமாகவே தலைமைக் கருவூலருக்கு முன் இருக்கிறேன். அவர் முன்னால் போடப்பட்டிருந்த படிக்கும் மேஜையில் அந்த எழுத்தர் பிரித்து வைத்திருந்த சித்திரங்களை பார்த்துக் கொண்டிருந்தார். அந்த ஓவியங்களை வரைந்தவனே நான்தான் என்பதுபோல உணர்ந்தேன். மண்டியிட்டு அவரது அங்கியின் ஓரமடிப்பை முத்தமிட்டேன்.

“அருமை குழந்தாய், நான் கேள்விப்பட்டது எனக்கு சரியாகப் புரியவில்லை. உன் எனிஷ்டே காலமாகிவிட்டாரா?”

அதீத பரபரப்பினாலோ அல்லது ஒருவேளை குற்றவுணர்ச்சியினாலோ என்னால் பதிலளிக்க முடியாமல் வெறுமனே தலையசைத்தேன். அதே நேரத்தில் முற்றிலும் எதிர்பாராதது நடந்தது: தலைமைக் கருவூலரின் கருணையும் வியப்பும் கலந்த பார்வைக்கெதிரே, ஒரு கண்ணீர்த்துளி திரண்டு எழுந்து என் கன்னத்தில் மெதுவாக வழிந்தது. நான் திகைத்துப்போயிருந்தேன்; அரண்மனைக்குள்

வந்திருப்பதும் என்னிடம் பேசுவதற்காக நமது சுல்தான் அவர்களிடமிருந்து தலைமைக் கருவூலர் எழுந்து வந்திருப்பதும் அவருக்கு இவ்வளவு அருகாமையில் நான் நின்றிருப்பதும் என்னை வினோதமாக பாதித்திருந்தன. கண்ணீர் அருவியாக பெருக்கெடுத்தது. ஆனாலும் கொஞ்சம்கூட கூச்சம் ஏற்படவில்லை.

“மனம்விட்டு நன்றாக அழு, மகனே” என்றார் தலைமைக் கருவூலர்.

நான் கேவிக்கேவி அழுதேன், புலம்பினேன். கடந்த பனிரெண்டு வருடங்கள் என்னை முதிர்ச்சியுறச் செய்திருக்கும் என்று நான் நினைத்திருந்தாலும், சுல்தான் அவர்களுக்கு, பேரரசின் இதயப் பகுதிக்கு, இவ்வளவு அருகில் வந்திருப்பது உறைக்கும்போது நிதானம் குலைந்துவிடுகிறது. உள்ளேயிருக்கும் குழந்தைத்தனம் எல்லோருக்கும் தெரிந்துவிடுகிறது. நான் அழுவதை பொற்கொல்லர்களும் வெல்வெட் நெசவாளர்களும் கேட்டிருப்பார்களோ என்றெல்லாம் நான் அக்கறை கொள்ளவில்லை. தலைமை கருவூலரிடம் எல்லாவற்றையும் சொல்லிவிடப்போகிறேன்.

ஆம், அவரிடம் எல்லாவற்றையும் சொல்லிவிட்டேன், நடந்தது நடந்தபடியே. இறந்துபோன என் எனிஷ்டேவும் ஷெகூரேவுடனான என் திருமணமும், ஹஸனின் பயமுறுத்தல்களும் என் எனிஷ்டேவின் புத்தகம் தொடர்பான சிக்கல்களும் அச்சித்திரங்களில் பொதிந்திருக்கும் ரகசியங்களும் மீண்டும் ஒருமுறை என் கண்ணெதிரே வந்ததும் சாந்தமடைந்தேன். நான் கால் இடறி விழுந்திருக்கும் இந்தப் பொறியிலிருந்து மீண்டெழவேண்டுமென்றால் இவ்வுலகின் இரட்சகரான நமது சுல்தான் அவர்களின் எல்லையற்ற நீதிக்கும் கருணைக்கும் அடிபணிந்திருப்பதே ஒரே வழி என்பது எனக்கு நிச்சயமாகத் தெரிந்திருந்ததால் நான் எதனையும் மறைக்கவில்லை. நான் சொன்னவையனைத்தையும் கிரகித்துக்கொண்டிருந்த தலைமைக் கருவூலர் சித்திரவதையாளர்களிடமும் தூக்கிலிடுபவர்களிடமும் என்னை ஒப்படைப்பதற்கு முன்பாக எனது கதையை நமது சுல்தான் அவர்களிடம் தெரிவித்துவிடுவாரா?

“எனிஷ்டே எஃபெண்டியின் மரணச்செய்தி ஓவியக் கூடத்திற்கு தாமதமின்றி உடனே அறிவிக்கப்படட்டும்” என்றார் தலைமைக் கருவூலர் “அவரது இறுதி ஊர்வலத்தில் ஓவியச்சமூகத்தினர் அனைவரும் கலந்துகொள்ள வேண்டும்.”

எனக்கு ஏதேனும் ஆட்சேபணை இருக்குமா என்று உறுதிப்படுத்திக்கொள்ள அவர் என்னை நோக்கினார். அவரது ஆர்வத்தால் ஊக்கமுற்று, அந்தக் கொலையாளியைப்பற்றியும் என் எனிஷ்டே, மெருகாளன் வசீகரன் எஃபெண்டி கொலைகளுக்குப் பின்னாலிருக்கக் கூடிய உத்தேசம் ஆகியவற்றைப் பற்றியும் எனது சந்தேகங்களை தெரியப்படுத்தினேன். எர்ஸுரூம் மதபோதகரின் சீடர்களும்

சங்கீதம் இசைக்கப்படுகின்ற, மக்கள் நடனமாடுகின்ற துறவி மடங் களைத் தேர்ந்தெடுத்து தாக்குகின்றவர்களும் இந்தக் கொலைகளில் சம்மந்தப்பட்டிருக்கலாம் என்றேன். தலைமைக் கருவூலரின் முகத்தில் சந்தேகக்குறி தோன்றுவதைக் கண்டதும் எனது மற்ற சந்தேகங்களை வேகமாக எடுத்துரைத்தேன்: எனிஷ்டே எஃபெண்டியின் நூலை வரையவும் மெருகிடவும் அளிக்கப்படுகின்ற அபரிமிதமான பணமும் அதில் கிடைக்கின்ற கௌரவமும் ஓவியர்களிடையே போட்டியையும் பொறாமையையும் உண்டாக்கியிருக்கலாம். இந்தத் திட்டத்தின் ரகசியமேகூட இத்தகைய வெறுப்புகளையும் உட்பகைகளையும் சதித்திட்டங்களையும் தூண்டியிருக்கலாம். இந்த வார்த்தைகள் என் வாயைவிட்டு வெளியே செல்லச்செல்ல, தலைமைக் கருவூலருக்கு எந்தவிதத்திலோ என்மீது சந்தேகம் வலுப்பட்டுவிட்டிருக்கிறது என நடுக்கத்தோடு உணர்ந்தேன். உங்களுக்கும் சந்தேகம் ஏற்பட்டிருக் கலாம். என் அருமை அல்லாஹ், நியாயம் நடக்கட்டும். இது மட்டுமே நான் கேட்பது. வேறு எதுவும் வேண்டாம்.

அடுத்து வந்த மௌனத்தில், என் வார்த்தைகளுக்காகவும் எனது தலைவிதிக்காகவும் சங்கடப்பட்டவர்போல தலைமைக்கருவூலர் பார்வையை என்னிடமிருந்து திருப்பிக்கொண்டு, மடக்கு மேஜை யின் மீதிருந்த ஓவியங்களில் தனது கவனத்தைப் பொருத்தினார்.

"இங்கே ஒன்பது ஓவியத்தட்டுகள் இருக்கின்றன" என்றார். "திட்டமிடப்பட்டது பத்து ஓவியங்கள் கொண்ட ஒரு தொகுப்பிற் காக. இங்கே பயன்படுத்தப்பட்டிருக்கும் தங்கத்தைவிட அதிகமான அளவு எனிஷ்டே எஃபெண்டி எங்களிடம் வாங்கிச் சென்றிருக்கிறார்" என்றார்.

"பெரும்பான்மையான தங்கம் பத்தாவது ஓவியத்திற்காக செல விடப்பட்டிருக்கக்கூடும். அதற்காகவே அந்தக் கொலைசெய்த வெறியன் அதனை திருடிச்சென்றிருக்கலாம்" என்றேன்.

"எழுத்தோவியங்களை வடிக்கப்போவது யாரென்றே சொல்ல வில்லையே?"

"காலம்சென்ற என் எனிஷ்டே நூலின் மூலப்பாடத்தை எழுதி முடித்திருக்கவில்லை. அதை முடிப்பதற்கு என் உதவியை அவர் எதிர்பார்த்திருந்தார்."

"என்னருமைக் குழந்தாய், இப்போதுதான் நீ இஸ்தான்புல்லுக்கு வந்து சேர்ந்திருப்பதாக கொஞ்சநேரத்துக்கு முன் சொன்னாய்."

"ஒரு வாரமாகிவிட்டது. வசீகரன் எஃபெண்டி கொலை செய்யப் பட்டதற்கு மூன்று நாட்கள் கழித்து நான் வந்து சேர்ந்தேன்."

"அதாவது உன் எனிஷ்டே எஃபெண்டி ஒரு வருடகாலமாக எழுதப்படாத – இல்லவே இல்லாத – மூலப்பாடம் ஒன்றிற்காக வரைந்துகொண்டிருந்தார் என்கிறாயா?"

“ஆம், ஐயா.”

“அப்படியென்றால் அந்தப்புத்தகம் எதைக் குறித்தானது என்பதை அவர் உன்னிடம் சொல்லியிருக்கிறாரா?”

“நமது சுல்தான் அவர்கள் என்ன விரும்பினாரோ அதை அப்படியே சொல்லியிருக்கிறார். முஸ்லிம் ஆண்டின் ஆயிரமாவது வருடத்தை சிறப்பிக்கின்ற தொகுப்பாகவும், இஸ்லாமின் ராணுவ பலத்தையும் பெருமையையும் ஒஸ்மானின் ஈடிணையற்ற அரண் மனையின் அதிகாரத்தையும் செல்வத்தையும் சேர்த்து சித்தரித்து வெனீசிய டோகேவின் உள்ளத்தில் அச்சத்தை உண்டாக்கக்கூடிய நூலாகவும் இருக்கவேண்டும். நமது ராஜ்ஜியத்தின் மிகவும் மதிப்பு வாய்ந்த இன்றியமையாத அம்சங்களை தொகுத்துக்காட்டும் நூலாக அது இருக்கவேண்டுமென்று விரும்பினார். ‘சாமுத்திரிக ஆய்வேடு’ களில் இருப்பதைப்போலவே நமது சுல்தான் அவர்களின் உருவப் படம் அந்நூலின் உயிர்நாடியாக அமைந்திருக்கும். மேலும், அவ் வோவியங்கள் பிராங்கிய பாணியில், பிராங்கிய முறைகளை பயன் படுத்தி வரையப்பட்டிருப்பதால் வெனீசிய டோகேவிற்கு பிரமிப்பை உண்டாக்கி, நேசக்கரம் நீட்டவைக்கும்.”

“அதெல்லாம் எனக்கும் தெரியும். ஆனால் இந்த நாய்களும் மரங்களும் ஒஸ்மானின் ஈடிணையற்ற அரண்மனையின் மிக மதிப்பு மிக்க இன்றியமையாத அம்சங்களா?” அச்சித்திரங்களின்மீது ஆவேச மாக கையை வீசியபடி கேட்டார்.

“என் எனிஷ்டே – அவர் ஆன்மா சாந்தியடையட்டும் – இந்தப் புத்தகம் நமது சுல்தான் அவர்களின் செல்வத்தை மட்டுமல்ல, அவரது ஆன்மீக மற்றும் அற வலிமையையும் அவரது மறைந் திருக்கும் துயரங்களையும் காட்டுவதாக இருக்கவேண்டுமென்று விரும்பினார்.”

“நமது சுல்தான் அவர்களின் உருவப்படம்?”

“நான் அதைப் பார்த்ததில்லை. அந்த கொலைகார வெறியன் அதனை எங்காவது ஒளித்து வைத்துவிட்டிருக்கலாம். யாருக்குத் தெரியும், இந்த நேரத்தில் அது அவனது வீட்டிலேயேகூட இருக்கலாம்.”

காலம்சென்ற என் எனிஷ்டே, தன்னிடம் வழங்கப்பட்ட தங்கத்திற்கு தகுதியாக ஒரு புத்தகத்தை உருவாக்கத் திராணியில் லாமல், அபத்தமான சில படங்களை ஒரு வினோதக் கலவையாக தொகுத்து வைத்திருக்கின்ற ஒரு கிறுக்கன் என்பதைப்போல மதிப் பிழந்திருக்கிறார். எனிஷ்டேவின் மகளைத்திருமணம் செய்துகொள் வதற்காக அல்லது வேறு ஏதோ காரணத்திற்காக – ஒருவேளை தங்கத்தகடுகளை திருடி விற்பதற்காக – அந்தத் திறமையற்ற, நம்பகத் தன்மையற்ற மனிதனை நான் கொலை செய்திருப்பேனென்று தலைமைக்கருவூலர் நினைக்கிறாரோ? அவர் பார்க்கும் பார்வையி

லிருந்து என் விவகாரத்தை ஒரு முடிவுக்கு கொண்டுவரப்போகிறார் என்றுணர்ந்து நடுக்கத்தோடு, என் மிச்சமிருக்கும் கடைசி சக்தியையும் பிரயோகித்து என் பெயரை இந்த கொலைப்பழியிலிருந்து விடுவித்துக்கொள்ள முயற்சித்தேன்: இந்த ராஜாங்க ஓவியப்பணிக்கு தான் அமர்த்திய நுண்ணோவியர்களில் ஒருவர்தான் வசீகரன் எஃபெண்டியை கொன்றிருக்கக்கூடும் என்று என் எனிஷ்டே என்னிடம் ரகசியமாகத் தெரிவித்திருக்கிறார் என்பதை அவரிடம் எடுத்துரைத்தேன். இந்த வாக்குமூலத்தை சுருக்கமாக வைத்துக் கொள்வதற்காக, அவரிடம் என் எனிஷ்டே எப்படி ஆலிவ், நாரை மற்றும் வண்ணத்துப்பூச்சி ஆகியோரை சந்தேகப்பட்டார் என்று சொன்னேன். என்னிடம் போதிய சான்றுகளோ, போதிய தன்னம்பிக்கையோ இருக்கவில்லை. என்னை ஒரு கீழான பழிகாரன் என்றும் புரளிபேசும் ஒரு முட்டாள் என்றும் தான் தலைமைக் கருவூலர் எடைபோட்டிருப்பார் என்று தோன்றியது.

இறுதியில் தலைமைக் கருவூலர், எனிஷ்டேவின் மர்மமான மரணம் குறித்த விவரங்களை ஓவியக்கூடத்தைச் சேர்ந்தவர்களிடமிருந்து மறைத்தே வைத்திருக்க வேண்டுமென்று கூறியபோது நான் மகிழ்ந்தேன். நான் சொன்னதை அவர் நம்புகிறார் என்று இதிலிருந்து தெரிந்தது. ஓவியங்களை தலைமைக் கருவூலரிடமே ஒப்படைத்துவிட்டு, முன்பு எனக்கு சொர்க்கவாசல் போல உணர வைத்த வரவேற்பு வாயிலைத்தாண்டி வெளியே வந்தேன். வாயிற் காவலர்களின் சோதனைக்குப்பிறகு அரண்மனையைவிட்டு வெளியே வந்தபோது, பல வருடங்கள் கழித்து வீடு திரும்புகின்ற போர் வீரனைப்போல இறுக்கம் தளர்ந்து விடுதலையுணர்வடைந்தேன்.

•

அத்தியாயம் 37

நான் உங்கள் அன்பிற்குரிய மாமா

எனது ஈமச்சடங்கு நான் விரும்பியதைப்போலவே அற்புதமாக அமைந்திருந்தது. யார்யாரெல்லாம் கலந்துகொள்ள வேண்டுமென்று நான் ஆசைப்பட்டேனோ அவர்களெல் லோரும் வந்திருந்தது பெருமையாக இருந்தது. நான் இறந்த போது இஸ்தான்புல்லில் இருந்த விஸிர்கள்*, சைப்ரஸ்ஸின் ஹாஜி ஹுசைனும் பாகி பாஷாவும் அவர்களிடம் நான் வெவ்வேறு சமயங்களில் பணியாற்றியதை விசுவாசத்துடன் குறிப்பிட்டனர். கணக்கியல் அமைச்சரான ரெத் மெலெக் பாஷா நான் இறந்த சமயத்தில் மிகவும் செல்வாக்கான பதவியில், பெரும் விமரிசனங்களுக்கும்கூட ஆளாகியிருந்தார்; அவரும்கூட வந்திருந்தது எங்கள் பகுதி மசூதியின் எளிமை யான முற்றத்தை கௌரவப்படுத்துவதாக இருந்தது. நான் உயிரோடிருந்து, அரசியல் துறையில் தீவிரமாக இயங்கியிருந் திருந்தால் சுல்தான் அவர்களின் தலைமைத்தூதர் முஸ்தபா ஆகாவின் பதவிக்கு இணையாக நானும் பதவி உயர்வு பெற்றிருந் திருப்பேன். அவரும் வந்திருப்பது என்னை மிகவும் சந்தோஷப் படுத்தியது. இறுதி மரியாதை செலுத்த வந்திருப்பவர்கள் கௌரவமிக்கவர்களாகவும் பெரும் அந்தஸ்தில் இருப்பவர் களுமாகவும் இருந்தனர். திவான் செயலர் கமாலுதீன் எஃபெண்டி, தலைமைச் செயலர் சலீம் எஃபெண்டி, திவான் தூதர் என ஒவ்வொருவரும் ஒருவருக்கொருவர் நெருங்கிய நண்பராகவோ அல்லது பரம வைரியாகவோ இருப்பவர்கள்தாம். தீவிர அரசியலிலிருந்து சீக்கிரமே ஓய்வுபெற்றுவிட்ட திவான் நகரவை உறுப்பினர்களில் ஒரு குருவினரும் என் பள்ளி நண்பர்களும் என் மரணச் செய்தியை எப்படியோ கேள்விப் பட்டு வந்திருக்கிற, பெயர் தெரியாத நபர்களும் எனது உறவினர் களும் இளைஞர்களும்கூட வந்திருந்தனர்.

---

* விஸிர்கள் – இஸ்லாமிய நாட்டு வழக்கில் அமைச்சர்

குழுமியிருந்தவர்களின் சிரத்தையும் துக்கமும் எனக்குப் பெருமை யூட்டுவதாக இருந்தன. தலைமைக் கருவூலர் ஹஸிம் ஆகாவும் பேரரசின் காவல்துறை ஆணையாளரும் வந்திருந்தது நமது மேன்மைதங்கிய சுல்தான் அவர்கள் எனது அகால மரணத்தால் எந்தளவுக்கு துக்க மடைந்திருக்கிறார் என்பதை அங்கிருந்தவர்களுக்குக் காட்டியது. எனக்கு இவற்றாலெல்லாம் சந்தோஷம்தான், ஆனால் நமது மகத்தான சுல்தான் அவர்களின் துயரம், என்னைக் கொலைசெய்த படுபாவியை கண்டுபிடிக்கவும் சித்ரவதையாளர்களை அவனிடம் உக்கிரமாக வேலைசெய்ய வைக்கவும் உதவுமாவென்று கேட்டால் எனக்குத் தெரியாது.

ஆனால் ஒன்றுமட்டும் தெரியும்: அந்தக் கொடும்பாவி இப்போது இந்த முற்றத்தில் மற்ற நுண்ணோவியர்களோடும் எழுத்தோவியர் களோடும் முகத்தை படுசோகமாக வைத்துக்கொண்டு என் சவப் பெட்டியை வேதனையான பாவத்தோடு வெறித்துக்கொண்டிருக் கிறான்.

ஆனால் நானொன்றும் அந்தக் கொலைகாரனைப் பார்த்ததும் ஆத்திரமடைந்திருப்பதாகவோ, பழிவாங்கும் வெறியில் இருப்ப தாகவோ, நம்பிக்கை துரோகமாய், மிருகத்தனமாக நான் கொலை செய்யப்பட்டிருப்பதால் என் ஆன்மா அமைதியற்று அலைவதா கவோ தயவுசெய்து நினைத்துக் கொள்ளாதீர்கள். தற்போது, நான் முற்றிலும் வேறுபட்ட ஒரு தளத்தில் இருக்கிறேன். இந்த பூமியில் இத்தனை வருடங்களாக அடைந்துவந்த துன்பங்களிலிருந்து விடுதலை பெற்று அதன் பழைய மகத்துவத்திற்கு திரும்பியிருப்பதால் என் ஆன்மா நிச்சலனமான அமைதியில் திளைத்திருக்கிறது.

மைக்கூட்டால் அடித்த அடிகளால் உண்டான ரத்தத்தில் நனைந்து வலியில் துடித்துக்கொண்டிருந்த என் உடம்பிலிருந்து என் ஆன்மா தற்காலிகமாக வெளியேறி, உக்கிரமான வெளிச்சம் ஒன்றிற்குள் சிறிது நேரத்திற்கு படபடத்துக் கொண்டிருந்தது; பின்னர் ஞாயிறைப்போன்ற பிரகாச முகம் கொண்ட இரு அழகிய புன்னகைக் கும் தேவதைகள் – 'ஆன்மாக்களின் நூலி'ல் கணக்கற்றமுறை நான் படித்திருப்பதைப்போலவே – இந்தத் தெய்வ ஆவி வடிவான ஒளிமையத் திற்குள்ளிருந்த என்னை மெதுவாக அணுகி, நான் இன்னமும் உடலாக இருப்பதைப்போல, என் கையைப்பற்றிக்கொண்டு மேலே எழும்பத் தொடங்கினர். சுகமானதொரு கனவில்போல மெல்லமைதி யாக, அதிர்வில்லாமல், மிக வேகமாக எழும்பினோம்! தீப்பற்றி யெரியும் காடுகளின் ஊடாகக் கடந்தோம், ஒளிவெள்ளம் புரளும் ஆறுகளில் நடந்தோம், கரிய கடல்களையும் பனிமலைகளையும் தாண்டினோம். ஒவ்வொன்றைக் கடக்கவும் ஆயிரமாயிரம் ஆண்டு களானாலும் கண்ணிமைக்கும் நேரத்தைவிட அதிகமாகத் தெரிய வில்லை.

நாங்கள் ஏழு சொர்க்கங்களின் வழியாக மென்மேலும் உயர்ந்து சென்று கொண்டிருந்தோம். வழியில் திரள்திரளான, விநோதமான ஜீவராசிகள்; சதுப்பு நீரகக்காற்றிலும் மேகங்களிலும் முடிவின்றி தோன்றிக்கொண்டேயிருக்கும் விதவிதமான பூச்சிகள், பறவைகள். ஒவ்வொரு சொர்க்க முகப்பிலும் எங்களை வழிநடத்திச் சென்று கொண்டிருக்கும் தேவதை கதவைத்தட்டும்; "யார் செல்வது?" என்ற கேள்வி மறுபக்கத்திலிருந்து வந்ததும் அந்தத்தேவதை எனது எல்லாப் பெயர்களையும் பட்டங்களையும் ஒன்றுவிடாமல் எடுத்துக்கூறிவிட்டு இறுதியாக, "மேன்மைதங்கிய அல்லாஹ்வின் கீழ்ப்படிந்த ஊழியன்" என்பதை சேர்த்துச் சொல்லும்போது என் கண்களில் ஆனந்தக் கண்ணீர் சுரக்கும். ஆனாலும் நரகத்திற்கென்று விதிக்கப்பட்டவர் களிலிருந்து சொர்க்கத்திற்கு விதிக்கப்பட்டவர்கள் பிரித்தெடுக்கப் படுகின்ற தீர்ப்பு தினம் வருவதற்கு இன்னும் ஆயிரமாயிரம் ஆண்டு கள் மிச்சமிருக்கின்றனவென்பதை நான் அறிந்தே இருந்தேன்.

எனது விண்ணேற்றம், வெகுசில சிறிய வித்தியாசங்களைத் தவிர, கஸ்ஸாலி, எல் ஜேவ்ஸியே போன்ற பேரறிஞர்கள் மரணத்தைப் பற்றி எழுதிய வியாசங்களில் குறிப்பிடப்பட்டிருப்பதைப்போலவே இருந்தது. இறந்தவர் மட்டுமே புரிந்துகொள்ளக்கூடிய சாசுவதமான மலைப்புகளும் ரகசியமான புதிர்களும் இப்போது புலப்பட்டு, ஒளியேற்றப்பட்டு, ஆயிரமாயிரம் வண்ணங்களில் ஒவ்வொன்றாக வெடித்துச் சிதறின.

ஆ! இந்த ஈடிணையற்ற அற்புத யாத்திரையில் கண்ட வண்ணத் திரட்சிகளை எப்படி நான் வர்ணிப்பேன்? மொத்த உலகமும் வண்ணங்களால் ஆகியிருந்தது, எல்லாமும் வண்ணங்களாகவே இருந்தன. என்னைப் பிற ஜீவராசிகளிடமிருந்தும் பொருட்களிலிருந்தும் பிரித்து வைத்திருக்கும் சக்தியே வண்ணம்தான் என்பதை உணர முடிகின்ற அதே வேளையில் என்னை, அன்போடு ஆரத்தழுவி உலகத்தோடு பிணைத்து வைத்திருப்பதும் வண்ணம்தான் என்பதை இப்போது அறிந்தேன். ஆரஞ்சு நிற ஆகாசத்தையும் அழகிய இலைப் பச்சை உடல்களையும் பழுப்பு நிற முட்டைகளையும் வான் நீல நிறத்தில் புராணிகப்புரவிகளையும் கண்டேன். இவ்வளவு வருடங் களாக நான் சிரத்தையோடு நுண்ணாய்வு செய்து வந்த சித்திரங் களையும் பழங்கதைகளையும் அச்சாக ஒத்திருந்தது நான் இன்று காணும் உலகம். இப்பேரண்டத்தை பெரும் பிரமிப்போடும் வியப் போடும் முதன்முறையாகப் பார்ப்பதைப்போலப் பார்த்தேன். அதே வேளையில் என் ஞாபகத்தில் பதிந்திருப்பதுதான் எப்படியோ என் கண்முன்னே தோன்றுகிறதோவென்றும் ஒரு நினைப்பு குறுக்கிட்டது. நான் "ஞாபகம்" என்று குறிப்பிடுவது இம்மொத்த உலகத்தையும் உள்ளடக்கியதாயிருந்தது: என்முன்னே காலம் இரு திசைகளிலும் அனந்தமாக விரிந்து கிடக்க, உலகம் என்பது ஞாபகமாக பிற்பாடு எப்படி நீடித்திருக்கும் என்பதை நான் முதன்முறையாக உணர்ந்த

சூட்சுமத்தைத் தெளிவாகப் புரிந்துகொண்டேன். இந்த வர்ணக் கோலாகலத்திற்கு மத்தியில் நான் மடிந்து போகும்போது, எதனால் ஓர் இறுக்கமான சட்டையைக் கழற்றியெறிந்ததைப்போல விடுதலையாக உணர்ந்தேன் என்பதையும் கண்டுகொண்டேன்: இப்போது முதல் எதுவும் எனக்கு கட்டுப்பாடு கிடையாது. பன்னெடும் ஊழிக் காலங்கள் அனைத்தையும் எல்லா இடங்களையும் நான் சென்றுணர அளவில்லாத காலமும் வெளியும் என்னிடம் இருக்கின்றன.

இந்தச் சுதந்திரத்தை நான் புரிந்துகொண்ட அக்கணமே, நான் பரம்பொருளுக்கு மிக அருகில் இருக்கிறேன் என்பதை அச்சத்தோடும் பேரின்பத்தோடும் உணர்ந்தேன்; அதே நேரத்தில் முற்றிலும் ஈடிணையற்ற செந்நிறம் ஒன்றின் இருப்பைத் தாழ்மையோடு உணர்ந்தேன்.

சிறிது நேரத்திலேயே சிவப்பு அனைத்திலும் ஊடுருவிப் பரவியது. இந்த வண்ணத்தின் பகட்டு என்னையும் மொத்த பிரபஞ்சத்தையும் மேற்படர்ந்து மூழ்கடித்தது. இவ்விதத்திலேயே பேருண்மைப் பொருளை நான் அணுக, சந்தோஷத்தில் வாய்விட்டுக் கத்த வேண்டும் போலத் துடித்தேன். இறைப்பொருளின் முன்னே நான் இப்போதுள்ள நிலையில் ரத்தம் சொட்டச்சொட்ட நிற்கவேண்டியதை எண்ணி திடீரென அவமானப்பட்டேன். என்னை அவர்முன்னே கொண்டுவருவதற்கு மரணம் பற்றியதான நூல்களில் நான் படித்திருப்பதைப்போல அஸ்ரேல் மற்றும் அவரது மற்ற தேவதைகளைத் தான் அவர் ஈடுபடுத்துவார் என்று என் மனதின் ஒரு பகுதிக்குத் தோன்றியது.

நான் அவரைக்காண இயலுமா? மகிழ்ச்சித்திளைப்பில் என்னால் சுவாசிக்க முடியவில்லை.

என்னை அணுகிவரும் சிவப்பு – பிரபஞ்சத்தின் எல்லா படிமங்களும் விளையாடும் எங்கும் நிறைந்த சிவப்பு – மிக அபாரமாக மிக அழகாக என் கண்களைக் கலங்க வைத்து வெகுசீக்கிரத்திலேயே, அதன் ஒரு பகுதியாக கலக்கப்போகிறேன், அவருக்கு மிக அருகில் கொண்டுசெல்லப்படப்போகிறேன் என்று எண்ணவைத்தது.

ஆனாலும் அவர் ஏற்கனவே என்னை நெருங்கி வந்ததற்கு மேலாக நெருங்கி வரப்போவதில்லையென்பதையும் அறிந்தேன். அவரது தேவதைகளிடமிருந்து என்னைப்பற்றி விசாரித்திருக்கிறார், அவர்களும் என்னைப் புகழ்ந்திருக்கின்றனர். அவரது கட்டளைகளுக்கும் தடையாணைகளுக்கும் கட்டுப்பட்ட ஒரு விசுவாசமான ஊழியன் நான் என்று அவர் கண்டிருக்கிறார். அவர் என்னை நேசிக்கிறார்.

உயர்ந்துகொண்டே வரும் என் குதூகலமும் வழியும் கண்ணீரும் ஒரு நச்சரிக்கும் சந்தேகத்தால் திடீரென நச்சாக்கப்பட்டன.

குற்றவுணர்வோடும் என் நிச்சயமற்ற தன்மையால் பொறுமையிழந்தும் பரம்பொருளான அவரிடம் கேட்டேன்:

"கடந்த இருபது வருடங்களாக, வெனிஸ் நகரத்தில் நான் கண்ணுற்ற மிலேச்சர்களின் ஓவியங்களால் நான் வெகுவாக தாக்க முற்றிருந்தேன். எனது சொந்த உருவப்படத்தைக்கூட அதே முறைமை யில் அதே பாணியில் தீட்டிக்கொள்ள விழைந்திருக்கிறேன், ஆனால் அச்சம் என்னைத் தடுத்து வந்தது. அதற்குப் பதிலாக தங்களின் உலகத்தை, தங்களின் படைப்புகளை, எங்கள் சுல்தான் அவர்களை, பூமியின் மீது தங்களின் நிழலை, மிலேச்சர்களாகிய பிராங்கியர் களின் பாணியில் தீட்ட வைத்தேன்."

அவரது குரல் என் ஞாபகத்தில் பதியவில்லை, ஆனால் என் எண்ணங்களில் அவர் அளித்த பதில் மட்டும் நினைவில் தங்கியது.

"கிழக்கும் மேற்கும் எனக்கே உரியன."

என் மனக்கிளர்ச்சியை என்னால் அடக்க முடியவில்லை.

"அப்படியானால், இவை எல்லாவற்றிற்கும், இந்த . . . இந்த உலகத்தின் அர்த்தம்தான் என்ன?"

"மர்மம்" என்று எண்ணங்களில் அவரது பதில் கேட்டது. அல்லது ஒருவேளை "கருணை" என்று கேட்டதா? இரண்டில் எதுவென உறுதியாக நினைவில்லை.

என்னை நோக்கி தேவதைகள் நெருங்கிய விதத்திலிருந்தே என்னைப்பற்றி ஏதோ ஒரு முடிவை இந்த வானுலகில் வைத்து எடுக்கப்பட்டுவிட்டது என்பதை அறிந்துகொண்டேன். ஆனால் எங்களைப்பற்றி ஓர் இறுதிமுடிவு எடுக்கப்படுகின்ற தீர்ப்புநாள் வரும்வரை என்னைப்போன்ற மரித்தோர் ஆன்மாக்களோடு நானும் பல்லாயிரமாண்டுகள் இந்தத் தெய்வீக பெர்ஸாஹ் எனும் நடுவானில் காத்திருக்க வேண்டியதுதான். ஏடுகளில் குறிப்பிடப்பட்டிருப்பதைப் போலவே அனைத்தும் நிகழ்ந்து வருவது என்னை சந்தோஷப்படுத் தியது. நான் வாசித்ததிலிருந்து, எனது நல்லடக்கத்தின்போது என் ஆன்மா கீழிறங்கி வந்து என் உடலோடு மீண்டும் சேர்ந்துகொள்ளும் என்று அனுமானித்தேன்.

ஆனால் "உயிரற்ற என் உடலுக்குள் மீண்டும் புகுவது" என்பது வெறும் வார்த்தை அலங்காரத்திற்காகத்தான் சொல்லப்படுவது என்று நல்லவேளையாக உடனே எனக்குத் தெளிவானது. எவ்வளவு தான் துக்கம் இருந்தாலும் எனக்கு பெருமையூட்டும்படியாக இருந்த அந்த கௌரவமிக்க சவஊர்வலத்தினர் ஆச்சரியப்படும் படியான ஒழுங்குணர்வுடன் என் சவப்பெட்டியை சுமந்தபடி மசூதிக்குப் பக்கத்திலிருந்த சிறுமலை இடுகாட்டிற்குள் இறங்கினர். மேலிருந்து பார்க்கும்போது ஊர்வலம் மெல்லிய கயிறு ஒன்று நெளிவதைப்போலத் தோன்றியது.

நான் இருக்கும் ஸ்திதியை தெளிவாக்க முயல்கிறேன்: நமது இறைத்தூதரின் பிரபலமான வாசகமான "நம்பிக்கையாளர்களின் ஆன்மா சொர்க்கத்தின் விருட்சங்களிலிருந்து கனிகளைப் புசிக்கும் ஒரு பறவையாகும்" என்பதிலிருந்து மரணத்திற்குப்பின் ஆன்மா வானமண்டலத்தில் சுற்றிவரும் என்பதை அறிந்துகொள்ளலாம். அபு ஓமர் பின் அப்துல்பெர் இவ்வாசகத்திற்கு விளக்கமளிக்கையில், இதற்குப்பொருள் ஆன்மா, பறவை ஒன்றின்மீது அமர்ந்துகொள் கிறது என்றோ, அல்லது பறவையாகவே மாறிவிடுகிறதென்றோ அர்த்தமல்ல என்கிறார். ஆனால் பேரறிஞர் எல்ஜெவ்ஸையா இதைப்பற்றி குறிப்பிடும்போது, பறவைகள் எங்கே குழுமுகின்றனவோ அங்கே ஆன்மாவையும் காணலாம் என்று சரியாக தெளிவுபடுத்து கிறார். எல்லாவற்றையும் மேலிருந்து நான் கவனித்துக் கொண்டிருக் கிற இந்த இடம் – காட்சிக்கோணத்தை நேசிக்கும் வெனீஸிய கலைஞர் கள் இதனை எனது 'பார்வைக் கோணம்' என்பார்கள் – எல் ஜெவ்ஸையாவின் விளக்கத்தை உறுதிப்படுத்துகிறது.

உதாரணத்திற்கு, நான் இருக்கிற இடத்திலிருந்து கயிறைப்போல நெளிந்து செல்கின்ற சவஊர்வலத்தோடு, பொற்கொம்பு பாஸ்ஃபோ ரஸ்ஸில் கலக்கின்ற அரண்மனை முனையில் ஒரு பாய்மரக் கப்பல் வேகம் பிடிப்பதையும் அதன் பாய்மரங்கள் காற்றில் படபடப்பதை யும் ஒரு சித்திரத்தில் பார்ப்பதைப்போல பார்க்க முடிந்தது. ஸ்தூபி ஒன்றின் உச்சியில் இருப்பதைப்போல மொத்த உலகத்தையும் இங் கிருந்து கீழே பார்ப்பது, அற்புதமான ஏடு ஒன்றினை பக்கம்பக்க மாகத் திருப்பிப்பார்ப்பதை ஒத்திருந்தது.

இருந்தாலும், அத்தகைய உயரத்திற்கு ஆன்மா உள்ளிருக்கும் உடம்போடு ஒருவன் மேலேறிச்சென்று பார்ப்பதில் தெரிவதைவிட என்னால் அதிகமாகப் பார்க்க முடிந்தது. மேலும் எல்லாவற்றையும் ஒரே நேரத்தில் பார்க்க முடிந்தது. பாஸ்ஃபரஸ்ஸின் மறுகரையில், உஸ்குதாரைத்தாண்டி காலியான மைதானத்தில் கல்லறைகளுக்கு நடுவே சிறுவர்கள் தவளைப்பாய்ச்சல் ஆட்டம் ஆடிக் கொண்டிருக் கிறார்கள்; பனிரெண்டு வருடங்கள், ஏழு மாதங்களுக்கு முன்பு வெனீஸிய தேசத்தூதரை அவரது கடலோர மாளிகையில் வரவேற்ப தற்காக முதன்மை அமைச்சர் பால்து ரகிப் பாஷாவோடு நாங்களும் சேர்ந்து ஏழு ஜோடி படகுத்துடுப்பாளர்கள் துடுப்பிட, ராஜாங்கப் படகு ஊர்வலமாகச் சென்று கொண்டிருக்கிறோம்; புதிய லங்கா அங்காடியில் மிகப்பருமனான பெண் ஒருத்தி தன்னுடைய குண்டுக் குழந்தையின் தலையை முட்டைக்கோஸை பிடிப்பதைப்போல பிடித்து, மார்போடு சேர்த்து பாலூட்ட யத்தனிக்கிறாள்; திவான் கட்டியர் ரமாஸான் எஃபெண்டி இறந்தபோது, எனக்குக் கிடைக்கும் பதவி உயர்வால் களிப்படைகின்றேன்; என் அம்மா முற்றத்தில் தோய்த்த துணிகளைக் காயப்போட, நான் சிவப்புச் சட்டையணிந்து என் பாட்டியின் மடியிலிருந்து எட்டிப்பார்க்கிறேன்; ஷெகூரேவின்

அம்மாவிற்கு – அவள் ஆன்மா சாந்தியடையட்டும் – பிரசவ வலி ஏற்பட்டபோது தாதியைத் தேடிக்கொண்டு எங்கெங்கோ ஓடுகிறேன்; நாற்பது வருடங்களுக்கு முன்பு நான் தொலைத்துவிட்ட சிவப்பு இடுப்புக் கச்சை இருக்குமிடம் (அதை வாஸ்ஃபி தான் திருடியிருக்கிறான் என்று இப்போது தெரிகிறது); இருபத்தோரு வருடங்களுக்கு முன்பு அல்லாஹ் ஒருநாள் சொர்க்கம் என்று உறுதிப்படுத்தவேண்டுமென்று நான் பிரார்த்தித்து வந்த, நான் கனவுகண்ட தொலைதூர அற்புதத்தோட்டம்; கோரி கோட்டையில் கலகக்காரர்களை ஒடுக்கி ஜார்ஜிய ஆளுநர் அலிபே இஸ்தான்புல்லுக்கு அனுப்பி வைத்த துண்டிக்கப்பட்ட சிரங்கள், நாசிகள், செவிகள்; துக்கம் விசாரிக்கும் சுற்றத்தார் கூட்டத்திலிருந்து விலகி எழுந்து சென்று முற்றத்திலிருக்கும் செங்கல் அடுப்பின் ஜ்வாலையை வெறித்தபடி நின்றிருக்கும் என் அழகு மகள் ஷெகூரே.

ஏடுகளில் குறிப்பிடப்பட்டு, அறிஞர்களால் உறுதிசெய்யப்பட்டிருப்பதைப்போல, ஆன்மா நான்கு துறைகளில் உறைகின்றது. 1. கருப்பை; 2. நிலவுலகம்; 3. தீர்ப்பு நாளுக்காக நான் இப்போது காத்திருக்கின்ற பெர்ஸாஹ் அல்லது தெய்வீக புறநரகு மற்றும் 4. தீர்ப்புக்குப்பின் நான் செல்லவேண்டிய சொர்க்கம் அல்லது நரகம்.

பெர்ஸாஹ் எனப்படும் இடைநிலை ஸ்திதியிலிருந்து கடந்த காலமும் நிகழ்காலமும் ஒரே நேரத்தில் தோன்றுகின்றன. ஆன்மா, தனது ஞாபகங்களுக்குள் உழலும்வரை இடங்களின் கட்டுப்பாட்டெல்லைகள் குறுக்கிடுவதில்லை. காலம், வெளி ஆகியவற்றின் சிறைக்கிடங்கிலிருந்து ஒருவன் தப்பித்து வெளியே வரும்போதுதான் வாழ்க்கை ஒரு கடிவாளமாக இருந்ததென்பது புலப்படும். உடல் இல்லாத ஓர் ஆன்மாவாக நீத்தார் ராஜ்ஜியத்தில் இருப்பது எவ்வளவு சுகமானதோ அவ்வளவு சுகமானது உயிருள்ளோர் உலகில் ஆன்மா இல்லாத ஓர் உடலாக இருப்பதும். மரணமுறுவதற்கு முன் யாரும் இதை உணராமலிருப்பது எவ்வளவு பரிதாபம்! எனவே, எனதருமை ஷெகூரே வீணாகக் கரைந்துருகி அழுது அரற்றிக்கொண்டிருப்பதை நான் பார்க்கும்போது, மேன்மைதங்கிய அல்லாஹ் அவர்களிடம் உடல்கள் – இல்லாத – ஆன்மாக்கள் – ஆன எங்களுக்கு சொர்க்கத்திலும் ஆன்மா – இல்லாத உடல்களுக்கு வாழ்க்கையிலும் இரட்சிக்க இறைஞ்சினேன்.

●

அத்தியாயம் 38

இது, குருநாதர் ஒஸ்மானாகிய நான்

கலைக்காக தமது வாழ்க்கையையே மனமுவந்து அர்ப்பணித்துவிட்ட இந்த அசட்டுக் கிழவர்களைப்பற்றி உங்களுக்குத் தெரிந்திருக்கும். அவர்களின் வழியில் யார் குறுக்கிட்டாலும் அவர்களைத் தாக்குவார்கள். அவர்கள் பெரும்பாலும் ஒற்றை நாடியாக, எலும்புகள் தூக்கிக்கொண்டு உயரமாக இருப்பார்கள். அவர்களுக்கு முன்னால் அருகிக்கொண்டுவரும் நாட்களின் எண்ணிக்கையானது, அவர்கள் கடந்துவந்த நீண்ட கால கட்டத்தின் அளவு இருக்கவேண்டுமென விரும்புவார்கள். அவர்கள் முன்கோபிகளாக, எல்லாவற்றையும் பற்றி குறை கூறுபவர்களாக இருப்பார்கள். எல்லா சந்தர்ப்பங்களிலும் அதிகாரப்பிடியை அவர்களே பற்றிக்கொண்டிருப்பவர்களாக, மற்றவர்களை விரக்தியில் நோகடிக்கச் செய்பவர்களாக இருப்பார்கள். அவர்களுக்கு யாரையும் எதையும் பிடிக்காது. இதெல்லாம் எனக்கு எப்படித் தெரியுமென்றால், நானே அப்படிப்பட்டவர்களில் ஒருவன் என்பதால்தான்.

குருநாதர்களுக்கெல்லாம் குருநாதரும், ஒரே ஓவியக்கூடத்தில் அவரோடு தோளோடு தோள் ஒட்டி ஓவியம் தீட்டுகின்ற கௌரவத்தை பதினாறு வயது மாணவனான எனக்குத் தந்தவருமான நூருல்லா சலீம் செலேபி அவர்களும் தனது எண்பது வயதில் இப்படித்தான் இருந்தார் (ஆனால் நான் இப்போது இருப்பதைப்போல அவ்வளவு சிடுசிடுப்பாக இருந்ததில்லை). முப்பது ஆண்டுகளுக்குமுன் நல்லடக்கம் செய்யப்பட்ட மகத்தான மேதைகளின் வரிசையில் கடைசிமவரான பிளாண்ட் அலி அவர்களும் இந்த விதத்தில்தான் இருந்தார் (ஆனால் அவர் என்னளவுக்கு ஒல்லியோ உயரமோ கிடையாது). ஓவியக்கூடங்களின் இயக்குநர்களாக பெரும்பணி ஆற்றியிருந்த இம்மகத்தான கலைஞர்களின்மீது வீசப்படுகின்ற விமரிசன அம்புகள் என் முதுகிலும் பாய்ந்து வருவதால், எங்கள் மீது வைக்கப் படுகின்ற இந்த பழகிப்போன குற்றச்சாட்டுகள் எவ்வளவு

ஆதாரமில்லாதவை என்பதை உங்களிடம் நான் சொல்லவேண்டும். உண்மைகளை கவனியுங்கள்:

1. புதிதாகப் புனையப்பட்ட எதனையும் நாங்கள் விரும்பாத தற்குக் காரணம், விரும்பத்தக்கதுபோல எதுவும் உண்மையில் இல்லாததே.

2. பெரும்பான்மையான மனிதர்களை மடையர்கள் என்றே நாங்கள் கருதுகிறோம். ஏனென்றால், பெரும்பான்மையான வர்கள் மடையர்களாகத்தான் இருக்கின்றனர். நாங்கள் இப்படிச்சொல்வது கோபத்தாலோ, அதிருப்தியாலோ அல்லது எங்கள் குணாம்சத்தில் உள்ள எந்தக் குளறுபடி யாலோ அல்ல. (இப்படிப்பட்ட முட்டாள்களை நாங்கள் கொஞ்சம் நல்லவிதமாக நடத்தினால் அது நாகரிகமாக வும் நயமாகவும் இருக்கும்தான், ஒப்புக்கொள்கிறேன்)

3. என்னிடம் மாணவர்களாக பயிற்சிபெற்ற என் அன்பிற் குரிய நுண்ணோவியர்கள் சிலரைத்தவிர, பெரும்பான்மை யானவர்களின் முகங்களையும் பெயர்களையும் நான் மறந்துவிடுவதற்குக் காரணம், முதுமையின் நொய்ம்மை யினால் அல்ல. ஞாபகத்தில் வைத்துக்கொள்ளத் தகுதி யில்லாதபடிக்கு அவை மட்டித்தனமான, நிறமற்று வெளிறிப் போயிருப்பதே.

தனது முட்டாள்தனத்தாலேயே உயிரை பறிகொடுக்க நேரிட்ட எனிஷ்டேவின் ஈமச்சடங்கின்போது, செத்துப்போன இவன் ஒருமுறை ஐரோப்பிய ஓவியக்கலைஞர்களைப்போல போலி செய்து என்னை ஓவியம்தீட்ட கட்டாயப்படுத்தி எனக்கு அளவில்லாத வேதனை கொடுத்ததை மறக்க முயற்சித்தேன். திரும்பி வரும்போது எனக்குத் தோன்றியது: இறைவன் நமக்களிக்கும் பரிசுகளான குருட்டுத் தன்மையும் மரணமும் இப்போது என்னிடமிருந்து தூரத்தில் இல்லை. என் ஓவியங்களும் சித்திரப்பிரதிகளும் உங்கள் விழிகளைத் துள்ளச் செய்து, பேரின்பப்பூக்களை உங்கள் இதயங்களில் பூக்கச் செய்யும் வரை மட்டுமே நான் நினைவுகூரப்படுவேன் என்பதை அறிவேன். ஆனால் வயோதிகத்தில், வாழ்வின் மிகக்கடைசி முனையில்; என்னை புன்னகைக்க வைப்பதற்கும் பல விஷயங்கள் இருந்தன என்பது என் மரணத்துக்குப்பிறகு தெரியப்படவேண்டும். உதாரணத்திற்கு:

1. குழந்தைகள் – உலகத்தின் உயிரோட்டம் எது என்பதை சுட்டிக் காட்டுபவர்கள்.

2. அழகான சிறுவர்கள், கவர்ச்சியான பெண்கள், மனத்திருப்தி யாக ஓவியம் தீட்டுவது, நட்பு ஆகியவற்றின் இனிய நினைவுகள்.

3. ஹெராத்தின் முற்கால மேதைகளின் அற்புத ஓவியங்களைக் கண்டு ரசிப்பது – இதை அஞ்ஞானிகளுக்கு புரியவைக்க முடியாது.

இவையெல்லாவற்றின் எளிய அர்த்தம் இதுதான்: நான் இயக்கி வருகின்ற நமது சுல்தான் அவர்களின் ஓவியக்கூடத்தில் ஒரு காலத்தில் உருவாக்கப்பட்டு வந்ததைப்போல அற்புதமான ஓவியப்படைப்புகள் இனி உருவாகப்போவதில்லை. இந்த நிலவரம் மேலும் மோசமாகத் தான் ஆகும். அனைத்தும் தேய்ந்து, சுருங்கி மறையத்தான் போகின்றன. எங்களின் மொத்த வாழ்க்கையையுமே இந்தப்பணிக்காக உவப்புடன் நாங்கள் அர்ப்பணித்திருந்தாலும், ஹெராத்தின் முற்கால மேதைகளின் உன்னதத் தரத்தை வெகு அரிதாகவே எங்களால் எட்டமுடிந்திருக் கிறது என்பதை வேதனையோடு உணர்கிறேன். இந்த உண்மையை அடக்கத்தோடு ஒப்புக்கொள்வது வாழ்வை எளிதாக்குகிறது. இது, வாழ்வை எளிதாக்குகிறது என்பதாலேயே அடக்கவுணர்வு என்பது உலகில் நாம் வாழும் இப்பகுதியில் தலைசிறந்த நற்குணமாக கருதப் படுகிறது.

அத்தகைய அடக்கவுணர்வோடு 'திருவிழா மலரி'ல் இடம் பெற்றுள்ள நமது இளவரசரின் சுன்னத் சடங்கு ஓவியத்தில் எகிப்திய ஆளுநர் கீழ்க்கண்ட பரிசுகளை வழங்கும் ஓவியத்தை தீட்டிக் கொண்டிருந்தேன். சிவப்பு வெல்வெட்டின் மீது வைத்த தங்கக் கைப்பிடி கொண்ட, மாணிக்கங்களும் மரகதங்களும் ரத்தினமும் பதித்த வாள்; மின்னல் வேகத்தில் துள்ளிப்பாயும் திறன்கொண்ட, மூக்கில் வெண்மைபடர்ந்த அராபியக் குதிரைகளில் ஒன்று; அக் குதிரைக்கு வெள்ளியில் பளபளக்கும் மேலங்கியும் தங்கக் கைப்பிடி பதித்த கடிவாளமும் முத்தும் பொன்வண்ணப் பச்சைநிற மணிக் கல்லும் பதித்த அடிகாளுவியும், வெள்ளியிழையில் மாணிக்கப்பூவேலை பின்னிய சிவப்பு வெல்வெட் சேணமும். தூரிகையை அங்கும் இங்கு மாக இறுதித் தீண்டலாகத் தீட்டிக்கொண்டிருந்தேன். மொத்த சித் திரத்தையும் வடிவமைத்தது நான்தான் என்றாலும், புரவியையும் வாளையும் இளவரசரையும், பார்வையாளராக வருகை புரிந்திருக்கும் அயல்நாட்டுத் தூதர்களையும் வெவ்வேறு பயிற்சிமாணவர்களின் வசம் ஒப்படைத்திருந்தேன். தேரோட்டச் சதுக்கத்தின் பிளேன் மரத்திற்கு சில இலைகளில் ஊதா வண்ணம் பதித்தேன். தத்தாரிய கானின் தூதருக்கு கஃப்தான் பொத்தான்களில் மஞ்சள் வண்ணம் தீட்டினேன். குதிரையின் கடிவாளத்திற்கு மெலிதாக பொற்பூச்சு செய்து கொண்டிருக்கும்போது யாரோ கதவைத்தட்டினர். செய்து கொண்டிருந்த பணியை நிறுத்திவிட்டு எழுந்து சென்றேன்.

வந்தது அரசவை சேவகச் சிறுவன். தலைமைக் கருவூலர் என்னை அரண்மனைக்கு அழைத்திருக்கிறார். என் கண்கள் இலேசாக வலித் தன. என் உருப்பெருக்காடியை சட்டைப்பையில் போட்டுக்கொண்டு அந்தப்பையனுடன் கிளம்பினேன்.

ஓய்வே எடுக்காமல் வெகுநேரம் பணியாற்றிய பிறகு தெருக்களில் நடந்து செல்வது எவ்வளவு இன்பமாக இருக்கிறது! இத்தகைய நேரங்களில் மொத்த உலகமும் அசலானதாகவும் செயலடங்குவிக் கிறதாகவும், நேற்றுத்தான் இதனை அல்லாஹ் படைத்திருப்பதைப் போலவும் தோன்றுகிறது.

எதிரே என் கண்ணில்பட்ட நாய், இதற்குமுன் நான் சித்திரங் களில் பார்த்திருந்த எல்லா நாய்களைவிடவும் அதிகம் அர்த்தமிக்க தாக இருந்தது. நான் பார்த்த குதிரை ஒன்று, என் ஓவிய சிஷ்யர்கள் வரைவதைவிட பெரிதும் குறைபட்டதாகவே தோன்றியது. தேரோட்ட சதுக்கத்தில் தெரிந்த பிளேன்மரம், இப்போது ஊதா நிறத்தில் இலை களைத்தீட்டிய அதே மரம்.

தேரோட்டச் சதுக்கத்தில் நிகழும் அணிவகுப்புகளை கடந்த இரண்டு வருடங்களாக திரும்பத்திரும்ப வரைந்திருந்ததில் இப்போது அந்த வட்டரங்கில் நடந்து செல்லும்போது என் ஓவியத்திற்குள் ளேயே நுழைவதைப்போலிருந்தது. ஒரு தெருவில் சென்று திரும்ப வேண்டும் என்று வைத்துக் கொள்வோம்: ஒரு பிராங்கிய ஓவியத்தில் இது நிகழுமென்றால் நாம் ஓரச்சட்டத்தையும் அந்த ஓவியத்தையும் விட்டு வெளியே காலெடுத்து வைப்பதாகத்தான் அது முடியும்; ஹெராத்தின் மகத்தான மேதைகளை பின்னொட்டி வரையப்பட்ட ஓவியங்களில், அது மேலிருந்து அல்லாஹ் நம்மைப் பார்க்கும் இடத் திற்கு கொண்டுவந்து சேர்க்கும்; ஒரு சீன ஓவியத்தில் நாம் வெளி யேவரும் வழி தெரியாது சிக்கிக்கொள்வோம். ஏனென்றால் சீனச் சித்திரங்கள் முடிவற்றவை.

அந்த சேவகச் சிறுவன் வழக்கமாக நான் தலைமை கருவூலரை சந்திக்கின்ற திவான் தனியறைக்குக் கூட்டிச் செல்லவில்லை என்பதை அறிந்தேன். தலைமைக் கருவூலர் வழக்கமாக கீழ்க்கண்ட விஷயங் களில் ஏதோவொன்றை என்னோடு விவாதிப்பதற்காகத்தான் அங்கே என்னை அழைப்பார்: நமது சுல்தான் அவர்களுக்காக என் நுண் ணோவியர்கள் தயாரித்துக்கொண்டிருக்கும் சித்திரப்பிரதிகள், வண்ணம்தீட்டி அலங்கரித்த நெருப்புக்கோழி முட்டைகள் மற்றும் இதர பரிசுப்பொருட்களைப்பற்றி; ஓவியர்களின், அல்லது தலைமைக் கருவூலரின் சொந்தப் பிரச்சினைகள், மன அமைதிக்கான உபாயங் கள்பற்றி; வர்ணங்கள், பொற்றகடுகள், இன்னபிற வரை உபகரணங் கள் வாங்குவதைப்பற்றி; வழக்கமான புகார்கள், மனுக்களைப்பற்றி; உலகின் இரட்சகரான நமது சுல்தான் அவர்களின் இச்சைகள், இன்பங்கள், விருப்பங்கள், மனநிலை பற்றி; எனது கண்பார்வை, எனது பார்க்கும் கண்ணாடி அல்லது எனது கீல்வாதநோய் இவற்றில் எதைப்பற்றியாவது; அல்லது தலைமைக் கருவூலரின் ஒன்றுக்கும் லாயக்கற்ற மருமகனைப்பற்றியோ அல்லது அவரது பெண்பூனையின் ஆரோக்கியத்தைப்பற்றி. சுல்தான் அவர்களின் தனிப்பட்ட தோட்டத் திற்குள் மௌனமாக நுழைந்தோம். ஏதோ குற்றம் புரிவதைப்போல

ஒடுங்கி, ஆனால் ஜாக்கிரதையாக காலெடுத்து வைத்து பயபக்தியோடு மரங்களுக்கிடையே கடலை நோக்கி நடந்தோம். "கடற்கரை ஓய்வு விடுதியை நெருங்குகிறோம்" என்று நினைத்தேன். "அப்படியானால் சுல்தானைப் பார்க்கப்போகிறேன். மாட்சிமை தங்கியவர் இங்கேதான் இருக்கவேண்டும்." ஆனால் நாங்கள் பாதை விலகினோம். துடுப்புப் படகு, பாய்க்கப்பல் சாவடிக்குப்பின்னால் ஒரு கருங்கல் கட்டிடத்தின் முகப்பு வளைவைத் தாண்டி சில தப்படிகள் சென்றோம். வாயிற் காவலனின் அடுமனையிலிருந்து ரொட்டி சுடுகின்ற வாசனை, சிவப்புச் சீருடையில் சாம்ராஜ்ஜிய காவலர்கள் கண்ணில் படுவதற்கு முன் என்னை வந்தடைந்தது.

தலைமைக்கருவூலரும் சாம்ராஜ்ஜியக் காவல்துறை ஆணையாளரும் ஒரே அறையில் இருந்தனர்: தேவதையும் அரக்கனும்!

நமது சுல்தான் அவர்களின் பெயரால் கைதிகளை அரண்மனை மைதானத்தில் சித்ரவதைகள் புரிந்து, விசாரணை செய்து, அடித்து, குருடாக்கி, உள்ளங்காலில் பிரம்படி கொடுத்து இறுதியில் மரண தண்டனை கொடுத்துவந்த காவல்ஆணையர் என்னைப்பார்த்து இனிமையாக புன்னகைத்தார். சின்ன வயதிலிருந்து ஒரே அறையில் தங்க நேர்ந்த தோழன் ஒருவன் ஏதோ மனதை மயக்கும் கதையைச் சொல்வதற்கு அழைப்பதைப்போலிருந்தது.

தலைமைக் கருவூலர் தயக்கத்தோடு பேச ஆரம்பித்தார்: "ஒரு வருடத்திற்கு முன்பு, நமது சுல்தான் அவர்கள் சித்திரச்சுவடி ஒன்றை வெகு ரகசியமான முறையில் தயாரிக்கும் பொறுப்பை என்னிடம் அளித்தார். அயல்நாட்டுத் தூதர் குழு ஒன்றிற்கு அளிக்கும் பரிசுகளில் ஒன்றாக அது இருக்க உத்தேசித்திருந்தார். இந்தப் பெருஞ்சுவடி மிக ரகசியமாக தயாரிக்கப்படவேண்டுமென்பதால் சித்திர விளக்கப் பிரதியை எழுதும் பணியை அரசவை வரலாற்றாளர் குருநாதர் லோக்மன் அவர்களிடம் ஒப்படைப்பது பொருத்தமல்ல என்று மேதகு மன்னர் கருதினார். இதே காரணத்திற்காகத்தான் அவர் பெரிதும் மதிக்கின்ற ஓவியமேதையான தங்களையும் இதில் ஈடுபடுத்த வேண்டாமென்று நினைத்தார். மேலும் 'திருவிழா மலர்' தயாரிப்புப் பணிகளில் நீங்கள் மும்முரமாக இருப்பீர்கள் என்பது அவருக்குத் தெரியும்."

இந்த அறைக்குள் நுழையும்போது, எனக்கு திடீரென்று ஒரு சந்தேகம் ஏற்பட்டது. நான் வரைகின்ற ஓவியம் ஒன்றில் மதத்துவேஷம் செய்திருப்பதாகவும் வேறொன்றில் சாம்ராஜ்யத்தை வசைபாடியிருப்ப தாகவும் ஈனப்பயல் எவனோ ஒருவன் பழிவைத்திருக்கிறான் போலிருக் கிறது என்று நினைத்துக்கொண்டேன். அந்தப் பொய்யன் அரசவை யினரை நம்பவைத்திருப்பதால்தான், என் வயதைக்கூடப் பொருட் படுத்தாமல் வதைக்கூடத்திற்கு நான் அழைத்துவரப்பட்டிருக்கிறேன் என்று கற்பனை செய்துகொண்டேன். அப்புறம் பார்த்தால், வேறு

யாரோ வெளிஆட்களிடம் சித்திரச்சுவடி தயாரிக்கும் பொறுப்பை நமது சுல்தான் அவர்கள் ஒப்படைத்திருப்பதற்காக தலைமை கருவூலர் சமாதானம் சொல்கிறார் என்பது தெரிந்தபோது, அந்த வார்த்தைகள் தேனைவிட அதிகமாக இனித்தன. இந்த விஷயங்களெல்லாம் எனக்கு ஏற்கனவே தெரியுமென்பதால் அவர் பேசப்பேச அமைதியாக கேட்டுக் கொண்டிருந்தேன். எர்ஸூரும்மின் நுஸ்ரத் ஹோஜாவைப்பற்றிய வதந்திகளும் ஓவியக்கூடத்துக்குள்ளிருக்கும் சூழ்ச்சிகளும்கூட எனக்குப் பரிச்சயமாகியிருந்தன.

"சித்திர விளக்கப்பிரதியை யார் தயாரிப்பது?" என்று கேட்டேன்.

"உங்களுக்குத் தெரிந்திருக்குமே, எனிஷ்டே எஃபெண்டிதான்" என்றார் தலைமைக்கருவூலர். என் கண்களுக்குள் பார்த்தபடி, "அவர் இப்போது அகால மரணமடைந்திருக்கிறார், அதாவது அவர் கொலை செய்யப்பட்டிருக்கிறார், உங்களுக்குத் தெரிந்திருக்கும் தானே?" என்றார்.

"எனக்குத் தெரியாதே" குழந்தைத்தனமாகச் சொல்லிவிட்டு மௌனமானேன்.

"நமது சுல்தான் அவர்கள் கடும் கோபத்தில் இருக்கிறார்" என்றார் தலைமைக்கருவூலர்.

அந்த எனிஷ்டே எஃபெண்டி ஒரு மடையன். எந்த ஞானமும் இல்லாமல் எல்லாம் தெரிந்தவன்போல அவன் பாசாங்கு செய் வதையும் அறிவாளியைப்போல பெரிய பெரிய விஷயங்களை பேசுவதையும் நுண்ணோவியக் கலைஞர்கள் எப்போதுமே கிண்டல் செய்து வந்திருக்கின்றனர். அந்த ஈமச்சடங்கில் ஏதோ ஒன்று இற்றுப் போயிருந்ததை என்னால் கவனிக்க முடிந்தது. கொல்லப்பட்டு விட்டானா? எப்படி?

தலைமைக் கருவூலர் எப்படி என்பதை விவரித்தார். கொடுமை. அன்புள்ள இறைவா, எங்களைக் காப்பாற்று. யார் செய்திருப்பார்கள்?

"நாம் பேசிக்கொண்டிருக்கும் இந்தப் புத்தகத்தையும் 'திருவிழா மலர்' தொகுப்பையும் எவ்வளவு விரைவில் முடியுமோ, முடிக்கப் படவேண்டுமென நமது சுல்தான் அவர்கள் ஆணையிட்டிருக்கிறார்" என்றார் தலைமைக்கருவூலர்.

"அவர் இரண்டாவதாக ஓர் ஆணையையும் இட்டிருக்கிறார்" என்றார் காவல்துறை ஆணையாளர். "சகிக்கமுடியாத இந்தக் கொலையை புரிந்தது நுண்ணோவியர்களில் ஒருவர்தானென்றால், அந்தக் கல் இதய அரக்கனை உடனே கண்டுபிடித்தாக வேண்டு மென்று விரும்புகிறார். இனி வரும் காலத்தவர் ஒருவரும் மறக்காத வகையில் அவனுக்கு தண்டனை அளிக்கப்படவேண்டுமென்பதில் உறுதியாக இருக்கிறார்."

காவலர் தலைவரின் முகத்தில், நமது சுல்தான் அவர்கள் ஆணையிட்டிருந்த அரக்கத்தனமான தண்டனை என்னவென்று ஏற்கனவே அறிந்திருப்பதைக் காட்டும் வகையில், ஒரு குரூரமான கிளர்ச்சி தெரிந்தது.

நமது சுல்தான் அவர்கள் சமீபத்தில்தான் இந்த இருவரும் ஒன்றாகச் சேர்ந்து முடிப்பதற்காக இந்தப்பணியை ஒப்படைத்திருக் கிறார் என்பதை அறிந்தேன். இருவருக்குமிடையே இருக்கும் பரஸ்பர வெறுப்புணர்வு இருவராலுமே மறைக்க முடியாததாக வெளித்தெரிந்தது. இதைக் காண்கையில் நமது சுல்தான் அவர்களின் மீது ஏற்கனவே இருந்த அன்பும் மரியாதையும் பிரமிக்கத்தக்க அளவு அதிகரித்தது. ஒரு வேலைக்காரச் சிறுவன் காபி பரிமாறினான். நாங்கள் கொஞ்ச நேரத்திற்கு அமர்ந்தோம்.

எனிஷ்டே எஃபெண்டிக்கு கருப்பு எஃபெண்டி என்று ஒரு மருமகன் இருக்கிறான், அவனை அவர் ஓவியங்களுக்கு மெருகேற்று வதிலும் நூற்கலை நுட்பங்களிலும் பயிற்சியளித்து வளர்த்திருக்கிறார் என்று என்னிடம் சொல்லப்பட்டது. நான் அவனை சந்தித்திருக் கிறேனா? நான் மௌனமாக இருந்தேன். பாரசீக பிரதேசத்தில் ஸெர்ஹத் பாஷாவிற்குக் கீழ் பணியாற்றிவந்த கருப்பு, கொஞ்ச நாட்களுக்கு முன்பு அவனுடைய எனிஷ்டேவின் அழைப்பை ஏற்று திரும்பி வந்தான் – காவல்துறை ஆணையாளர் என்மீது ஒரு சந்தேகப் பார்வையை வீசினார். இங்கே, இஸ்தான்புல்லில் அவன் எனிஷ்டே வின் நம்பிக்கையை சம்பாதித்துக்கொண்டு எனிஷ்டேவின் மேற் பார்வையில் தயாரித்து வந்த புத்தகத்தின் கதையை தெரிந்துகொண் டிருக்கிறான். வசீகரன் எஃபெண்டி கொலையுண்டபிறகு, எனிஷ்டே தன்னிடம் இரவுநேரங்களில் வந்து மேற்கண்ட பனுவலை ஓவியம் தீட்டிக்கொண்டிருந்த நுண்ணோவியர்களில் ஒருவன்தான் இந்தக் கொலையை செய்திருக்கக்கூடுமென்று சந்தேகிக்கத் தொடங்கியதாக கருப்பு கூறுகிறானாம். அந்த ஓவியக்கலைஞர்கள் தீட்டிய சித்திரங் களை அவன் பார்த்திருக்கிறானாம். பெரும்பான்மையான பொற் தகடுகளைப் பயன்படுத்தி உருவாக்கப்பட்ட சுல்தான் அவர்களின் சித்திரத்தை இப்போது களவாடிக்கொண்டு போயிருக்கும் ஓவியனும் அவர்களில் ஒருவன்தான் என்கிறான். இந்த இளைஞன் கருப்பு எஃபெண்டி, எனிஷ்டேவின் மரணத்தை அரண்மனைக்கும் தலைமை கருவூலருக்கும் உடனே தெரிவிக்காமல் இரண்டு நாட்கள் மறைத்து வைத்திருக்கிறான். இதே இரண்டு நாட்களில் எனிஷ்டேவின் மகளோடு அவசர அவசரமாக திருமணம் செய்துகொண்டு – இந்தத் திருமணமே அறநெறிப்படியும் மதநெறிப்படியும் ஐயத்திற்குரியது – எனிஷ்டேவின் வீட்டிலேயே குடியமர்ந்து கொண்டிருக்கிறான். எனவே, இப்போது என்னெதிரேயிருக்கும் இரு அதிகாரிகளும் கருப்பை சந்தேகிக்கின்றனர்.

“நுண்ணோவியர்களின் வீடுகளையும் அவர்களது ஓவியக்கூடங் களையும் இப்போது நீங்கள் சோதனையிட்டு, அந்தக் காணாமற்

போன ஓவிய ஏடு என் நுண்ணோவியர்களில் ஒருவன் வீட்டில் கண்டெடுக்கப்பட்டால் கருப்பு சொல்வது ஊர்ஜிதமாகிவிடும்" என்றேன். "ஆனால் மனம்விட்டு ஒன்றைச் சொல்கிறேன் : என் அன்புக்குழந்தைகள், தெய்வ வரம் பெற்ற என் நுண்ணோவியர்கள்... அவர்களை சிறுவர்களாக, பயிற்சிமாணவர்களாக இருந்த காலத்திலிருந்தே நன்கறிவேன். இன்னொரு மனிதனின் உயிரைப்பறிக்கும் செயலை அவர்கள் செய்திருக்கவே மாட்டார்கள்."

"ஆலிவ், நாரை, வண்ணத்துப்பூச்சி..." நான் ஆசையோடு அவர்களுக்கு வைத்திருந்த செல்லப்பெயர்களை கிண்டலாக உச்சரித்தார் காவல் ஆணையர். "அவர்களுடைய வீடுகளை, பயிலிடங்களை, அலுவலகங்களை, தேவைப்பட்டால் கடைகளைக்கூட நாங்கள் சோதனையிடத்தான் போகிறோம், ஒன்றையும் விட்டுவைக்கப்போவதில்லை; கருப்பையும் சேர்த்துத்தான் சொல்கிறேன்..." அவரது முகபாவத்தில் ஒருவித சரணாகதி தெரிந்தது. "இப்படிப்பட்ட சிக்கலான சூழலை கருத்தில்கொண்டு, நல்லவேளையாக நீதிபதி அவர்கள் விசாரணையின்போது, கருப்பு எஃபெண்டியை தேவைப்பட்டால் சித்ரவதை செய்வதற்கு எங்களுக்கு அனுமதியளித்துள்ளார்கள். இரண்டாவதாகவும் ஒரு கொலை நிகழ்ந்துவிட்டிருப்பதாலும் பயிற்சி மாணவரிலிருந்து குருநாதர் வரை நுண்ணோவியர்கள் குழு அனைவரின் பேரிலும் சந்தேகம் விழுந்திருப்பதாலும் சித்ரவதை என்பது சட்டபூர்வமாக அனுமதிக்கத்தக்க ஒன்றாகியிருக்கிறது."

அவர் சொன்னதை மௌனமாக அசைபோட்டேன்: 1. "சட்ட பூர்வமான அனுமதி" என்ற பதத்திலிருந்து சித்ரவதை செய்ய அனுமதியளித்தது நமது சுல்தான் அல்ல என்பது தெளிவாகிறது. 2. இரட்டைக்கொலையால் நுண்ணோவியர்கள் அனைவருமே சந்தேக வலையின் கீழ் வந்திருப்பதாலும் தலைமை ஓவியராக இருந்தாலும்கூட எங்கள் நடுவில் உள்ள குற்றவாளியை அடையாளம் காட்ட முடியாததாலும் நான்கூட சந்தேகத்திற்கு உட்பட்டிருக்கிறேன். 3. சமீப வருடங்களில் எனக்கு துரோகமிழைத்திருக்கும் என் பிரியத்திற்குரிய வண்ணத்துப்பூச்சி, ஆலிவ், நாரை மற்றும் பிறரையும் சித்ரவதைக்கு உட்படுத்த தெளிவான அல்லது பூடகமான அனுமதியை என்னிடமிருந்து இவர்கள் எதிர்பார்க்கிறார்கள்.

"'திருவிழா மல'ரையும் இந்தப் புத்தகத்தையும் நமது சுல்தான் அவர்கள் விரைவாகவும் நிறைவாகவும் தயாரித்து முடிக்க வேண்டும் என்று விரும்புகிறார். அதுவும் இந்தப்புத்தகம் பாதிதான் முடிந்திருக்கிறது. இந்த நிலையில் சித்ரவதை, நுண்ணோவியர்களின் கைகளையும் கண்களையும் சிதைத்து அவர்களின் சுறுசுறுப்பை அழித்துவிடும் என்று கவலைப் படுகிறோம்" என்றார் தலைமைக்கருவூலர். என்னை நேராகப்பார்த்து, "உண்மைதானே?" என்றார்.

“இதே போன்ற கவலை வேறொரு சம்பவத்திலும் சமீபத்தில் ஏற்பட்டது” என்று வெடுக்கென்று குறுக்கிட்டார் ஆணையாளர்.

“நகைகளைப் பழுதுபார்த்துக் கொண்டிருந்த பொற்கொல்லன் ஒருவனும் நகைவியாபாரி ஒருவனும் பிசாசின் கவர்ச்சியில் விழுந்து விட்டனர். நமது சுல்தான் அவர்களின் தங்கை நெஜ்மியே சுல்தானுக்கு சொந்தமான மாணிக்கக்கற்கள் கைப்பிடியில் பதித்த காபி கோப்பை ஒன்றின்மீது சிறுபிள்ளைத்தனமாக ஆசைப்பட்டு அதைத் திருடியும் விட்டனர். சுல்தான் அவர்களின் தங்கைக்கு அந்தக்கோப்பை மீது பெரும் அபிமானம். அவர் பெரும் துக்கத்தில் ஆழ்ந்துவிட்டார். உஸ்குதார் அரண்மனையிலேயே திருட்டு நிகழ்ந்திருப்பதால் விசாரணைக்கு என்னை நியமித்தது அரசாங்கம். நமது சுல்தான் அவர்களும் நெஜ்மியே சுல்தான் அவர்களும் முதலிலேயே எங்களிடம் கூறிவிட்டனர். சித்ரவதையினால் அந்த பொற்கொல்லர்களுக்கும் நகை வியாபாரிகளுக்கும் அவர்களுடைய கலைத்திறனை பாதிக்கும் வகையில் கண்களிலோ, விரல்களிலோ எந்த ஆபத்தும் வந்துவிடக் கூடாது என்று ஆணையிட்டுவிட்டனர். எனவே, அந்தப் பொற் கலைஞர்களை நிர்வாணப்படுத்தி பாதி உறைந்த குளத்தில் பனிக் கட்டிகளுக்கும் தவளைகளுக்கும் மத்தியில் நிறுத்தி வைத்தோம். அவ்வப்போது அவர்களை மேலே எழுப்பி வந்து, முகங்களிலோ கைகளிலோ அடிபடாமல் பார்த்துக்கொண்டு செம்மையாக சவுக்கடி கொடுப்போம். வெகு சீக்கிரத்திலேயே, பிசாசினால் புத்தி கெட்டுப் போன அந்த நகை வியாபாரி ஒப்புக்கொண்டு தண்டனையை ஏற்றுக்கொண்டான். பனியில் உறைந்த தண்ணீரிலும் குளிர்காற்றிலும் சவுக்கடியிலும் எவ்வளவுதான் துன்பப்பட்டாலும் மற்ற பொற் கலைஞர்களின் கண்களுக்கோ விரல்களுக்கோ நிரந்தர காயம் எதுவும் ஏற்பட்டிருக்கவில்லை. ஏனென்றால், அவர்கள் மனது சுத்தமானதாக இருந்ததுதான். சுல்தான் அவர்களும் அவருடைய தங்கையும்கூட எங்களது பணியை பாராட்டினர். பொற்கலைஞர்களும் தம்மிடமிருந்த கெட்டுப்போன ஆத்மா வெளியேறிவிட்ட மகிழ்ச்சி யில் மேலும் உற்சாகத்தோடு பணியாற்றத்தொடங்கினர்.”

பொற்கொல்லர்களுக்கு அளிக்கப்பட்டதைவிடக் கடுமையான தண்டனைகளை என் ஓவியக்கலைஞர்களுக்கு ஆணையாளர் தருவார் என்று எனக்கு நிச்சயமாகப்பட்டது. மெருகேற்றப்பட்ட சித்திரப்பிரதி களில் நமது சுல்தான் அவர்களுக்கு உள்ள ஆர்வத்தை அவர் மதித்தாலும்கூட, மற்ற பலரைப்போலவும் எழுத்தோவியம் மட்டுமே மதிப்புமிக்க கலைவடிவமென்றும், மெருகேற்றலும் ஓவியம்தீட்டலும் மதத்துவேஷம் செய்வதற்காகவே பெரிதும் பயன்படுவவை, பெண் களுக்கு மட்டுமே தகுதியானவை, பொருட்படுத்தத் தக்கவையல்ல வென்றும் கருதுபவர் அவர். என்னை வெறுப்பேற்றுவதற்காகவே, “நீங்கள் உங்கள் வேலையில் மூழ்கியிருக்கும்போது, உங்கள் அருமை யான நுண்ணோவியக் கலைஞர்கள் உங்கள் மறைவிற்குப் பிறகு

தலைமை நுண்ணோவியராக யாரை அமர்த்துவது என்று சதித் திட்டங்கள் தீட்டிக்கொண்டிருக்கிறார்கள்” என்றார்.

இது, நான் ஏற்கனவே கேட்டிருந்த வதந்திதானே? புதிதாக எதையாவது என்னிடம் தெரிவித்திருக்கிறாரா? என்னைக் கட்டுப் படுத்திக்கொண்டு பதிலளிக்காமலிருந்தேன். சித்திரச்சுவடி தயாரிக்கும் பணியை செத்துப்போன அந்த அரைக்கிறுக்கனிடம், என் முதுகிற்குப் பின்னால் ரகசியமாக ஒப்படைத்திருப்பதற்காக தன்மீதும், சில சிபாரிசுகளை பெற்றுக்கொள்வதற்காகவும் ஒருசில கூடுதல் வெள்ளிக் காசுகளுக்காகவும் ரகசியமாக இந்த ஓவியங்களை வரைந்து கொடுத்த தற்காக, நன்றிகெட்ட என் நுண்ணோவியர்கள்மீதும் நான் எவ்வளவு கோபத்தில் இருக்கிறேன் என்பதை தலைமைக்கருவூலர் நன்றாகவே அறிவார்.

என்னமாதிரியான சித்ரவதைகள் தரப்படும் என்ற யோசனையில் சிக்குண்டேன். விசாரணையின்போது சவுக்கடி தரமாட்டார்கள். ஏனென்றால், பெரும்பாலும் அது மரணத்தில் முடிந்துவிடுகிறது. கலகக்காரர்களுக்கு வழங்கப்படுவதைப்போல யாரையும் கழுவி லேற்றப் போவதில்லை. ஏனென்றால், அது ஓர் எச்சரிக்கையாகத் தான் பயன்படுத்தப்படுகிறது. நுண்ணோவியர்களின் விரல்களை, கைகளை, கால்களை உடைப்பதோ, வெட்டுவதோ கேள்விக்கு அப்பாற்பட்டது. ஆம், ஒரு கண்ணை மட்டும் பறிப்பது – இப்போது அதுதான் பிரபலமான தண்டனையாக இருந்து வருகிறது; இஸ்தான்புல் தெருக்களில் ஒற்றைக் கண்ணர்களின் எண்ணிக்கை அதிகரித்திருப்பதி லிருந்தே சொல்லலாம் – ஓவியக் கலைஞர்களுக்கு அதுதான் பொருத்த மான தண்டனையாக இருக்கும். எனவே, அரசுத் தோட்டத்தின் ஒதுக்குப்புறமான மூலையில் உறையவைக்கும் குளிர்நீர்க் குளத்தில் நீர்த்தாமரைகளுக்கு மத்தியில் உடல் வெடவெடக்க, ஒருவரையொருவர் வெறுப்போடு முறைத்தபடி என் அருமை நுண்ணோவியர்கள் நின் றிருப்பதை கற்பனை செய்துபார்க்க, எனக்கு வெடித்துச்சிரிக்க வேண்டும் போலிருந்தது. இருப்பினும், சூடான இரும்புக்கம்பியில் ஆலிவ்வின் பிருஷ்ட பாகத்தில் சூடுபோடும்போது அவன் எப்படி வீறிடுவான், கொளுவியில் மாட்டும்போது வண்ணத்துப்பூச்சியின் தேகம் எப்படி வெளுத்துப்போகும் என்றெல்லாம் நினைக்கும்போது என் மனம் வேதனைப்பட்டது. தன் மெருகோவியத் திறமையால் என் கண்களைக் கலங்கவைத்த என்னருமை வண்ணத்துப்பூச்சி, ஒரு சாதாரணத் திருடனைப்போல உள்ளங்காலில் பிரம்படி படுகின்ற காட்சியை கற்பனை செய்ய எனக்கு சகிக்கவில்லை. வாய் பேச முடியாமல் ஸ்தம்பித்து நின்றிருந்தேன்.

எனது கிழட்டு மனம் தனது அக அமைதியில் கட்டுண்டு ஊமையாகிப் போயிருந்தது. வெளியுலகை பூரணமாக மறந்து நாங்கள் ஒன்றாக ஒருங்கிணைந்து ஓவியம் தீட்டிய காலம் ஒன்று இருந்தது.

“நமது சுல்தான் அவர்களிடம் ஊழியம் செய்தவர்களில் பெரும் திறமை கொண்டவர்கள் இந்த நுண்ணோவியர்கள். இவர்களுக்கு எந்தத் தீங்கும் ஏற்படாமல் பார்த்துக்கொள்ளுங்கள்” என்றேன்.

தலைமைக்கருவூலர் சந்தோஷத்துடன் எழுந்து, அறையின் மறு கோடியிலிருந்த எழுதுமேசையிலிருந்து கொத்தாக ஓவிய ஏடுகளை எடுத்துக்கொண்டு வந்து என்முன்னே பரப்பி வைத்தார். அறை இருட்டாக இருப்பதைப்போல எனக்குப்பக்கத்தில் இரண்டு பெரிய மெழுகுவர்த்திகளை நிறுத்த, அவற்றின் தடிமனான ஜ்வாலைகள் நடுங்கி, சீறி, படபடத்து நான் ஓவியங்களை கூர்ந்து கவனிக்க ஒளி வெள்ளம் பாய்ச்சின.

எனது உருப்பெருக்காடியை அவற்றின் மேலாகப் பிடித்துப் பார்த்தேன். நான் கண்டவற்றை எப்படி நான் விவரிப்பேன்? எனக்கு வாய்விட்டு சிரிக்கவேண்டும் போலிருந்தது அவை நகைப்புக் கிடமாக இருந்ததால் அல்ல. உண்மையில் நான் கடும் சினமுற்றிருந் தேன். எனிஷ்டே எஃபெண்டி என் ஓவியக்கலைஞர்களிடம் இப்படி யாக உத்தரவிட்டிருப்பான்போல: “நீங்கள் ஓவியம் தீட்டுவதைப் போல வரையாதீர்கள். நீங்கள் வேறு யாரோ போல ஓவியம் தீட் டுங்கள்.” இருக்காத நினைவுகளை வலுக்கட்டாயமாக ஞாபகப் படுத்தி, அவர்கள் எப்போதும் வாழ விரும்பாத ஓர் எதிர்காலத்தை மனக்கண் முன் கொண்டுவந்து வரைய வைத்திருக்கிறான். இதை விட மிகக் கொடுமை என்னவென்றால், இந்த அபத்தத்தின் பொருட்டு அவர்கள் ஒருவரையொருவர் கொன்று கொண்டிருக்கின்றனர்.

“இந்த ஓவியங்களைப்பார்த்து, எந்த ஓவியத்தை யார் வரைந்தது என்று உங்களால் சொல்ல முடியுமா?” என்று கேட்டார் தலைமைக் கருவூலர்.

“ஆம்” என்றேன் கோபத்துடன். “இந்த ஓவியங்கள் எங்கிருந்து உங்களுக்குக் கிடைத்தன?”

“கருப்பு தன்னிச்சையாக இவற்றைக் கொண்டுவந்து என்னிடம் தந்துவிட்டுப்போனான்” என்றார் தலைமைக்கருவூலர். “அவனும் அவனுடைய எனிஷ்டேவும் குற்றமற்றவர்கள் என்று நிரூபிப்பதில் ஆர்வமாக இருக்கிறான்.”

“விசாரிக்கும்போது அவனை சித்ரவதைக்கு உட்படுத்துங்கள்” என்றேன். “அதன்மூலம் நமது காலம்சென்ற எனிஷ்டே வேறு என்னென்ன ரகசியங்களை வைத்துக்கொண்டிருந்தார் என்பது தெரியவரும்.”

“அவனை அழைத்துவர ஆளனுப்பியிருக்கிறோம்” என்றார் சாம்ராஜ்ய காவலர் படை ஆணையாளர். “பிறகு புதிதாய் திருமண மான ஜோடியின் வீட்டை நாங்கள் துப்புரவாக சோதனையிடப் போகிறோம்.”

திடீரென, அவர்கள் இருவரின் முகங்களும் விநோதமாக ஒளி யூட்டப்பட்டு, ஒரு பய நடுக்கமும் பிரமிப்பும் அவர்களை உலுக்க திடுமென்று எழுந்து நின்றனர்.

திரும்பிப் பார்க்காமலேயே வந்திருப்பது இவ்வுலகின் இரட்சகர், மேதகு சுல்தான் அவர்கள் என்பதை அறிந்தேன்.

●

அத்தியாயம் 39

நான், எஸ்தர்

எல்லோரோடும் சேர்ந்து அழுவது எவ்வளவு சுகமாக இருக்கிறது! என்னருமை ஷெகூரேவின் அப்பாவினுடைய சவஊர்வலத்தில் ஆண்கள் எல்லோரும் சென்றுவிட, உற்றார், உறவினர், மனைவிகள் நண்பர்கள் என பெண்கள் அந்த வீட்டில் குழுமி அழுதுகொண்டிருந்தனர். நானும் அந்த கூட்டு துக்கத்தில் சேர்ந்து மார்பில் அடித்துக்கொண்டு அழுதேன். அழகான மணப்பெண்ணோடு ஒன்றாகச் சேர்ந்து, ஒருவர்மீது ஒருவர் சாய்ந்து, முன்னும் பின்னுமாக ஆடிக்கொண்டு அழும் போது, மனம் முற்றிலும் வேறான நிலைக்கு நகர்ந்து என் சொந்த சோகங்களையும் பரிதாபத்திற்குரிய வாழ்க்கையையும் அது கிளறி மேலும் உத்வேகத்துடன் அழுதுகொண்டிருந்தேன். வாரத்திற்கு ஒருமுறை இதுபோல என்னால் அழ முடிந்தால், வயிற்றைக் கழுவுவதற்காக இப்படி நாளெல்லாம் தெருக்களில் அலைவதையும் எல்லோரும் என் பெருத்த உடம்பையும் என் யூதத்தன்மையையும் கிண்டல் செய்வதையும் முற்றிலும் மறந்து சந்தோஷமாக வாயாடும் எஸ்தராக மறுபிறவி எடுத்துவிட முடியும்.

இதைப்போன்ற சடங்கு, விழாக்களில் கலந்து கொள்வது எனக்கு விருப்பமானது. வயிறு நிறைய சாப்பிடலாம், அதே நேரத்தில் அந்தக் கூட்டத்தின் கருப்புஆடு நான்தான் என்பதை யும் மறந்துவிடலாம். விடுமுறை கொண்டாட்டங்களில் பக்லாவாவையும் தைல மிட்டாயையும் மார்ஸிபான் ரொட்டி யையும் பழச்சீவல்களையும் ரசித்து உண்பேன். சுன்னத் விழாக் களின் கறி பிலாஃப்பும் தேனீர் பிஸ்கோத்தும்; தேரோட்ட சதுக்கத்தில் சுல்தான் நடத்தும் விழாவில் தருகின்ற திராட்சை ஷெர்பத்தும் எனக்கு பிரியமானவை. கல்யாண விருந்துகளில் எல்லாவற்றையும் சாப்பிட்டு தீர்த்துவிடுவேன். துஷ்டி கேட்ப வர்கள் கொண்டுவரும் எள், தேன், விதவிதமான ருசிகளில் ஹல்வாக்கள் எல்லாமே எனக்கு உகந்தவைதான்.

அமைதியாக தாழ்வாரத்திற்கு நழுவிச்சென்று, காலணிகளை அணிந்துகொண்டு கீழே சென்றேன். சமையலறைக்கு திரும்புவதற்கு முன் லாயத்திற்கு அடுத்ததாக இருந்த அறையின் பாதி திறந்த கதவின் வழியாக ஏதோ ஒரு வினோதமான சத்தம் கேட்டு சுவாரஸ்ய மாகி, கதவை ஒருக்களித்துப்பார்த்தேன். உள்ளே ஷெவ்கெத்தும் ஓரானும் துக்கம் கேட்க வந்திருந்த பெண்களில் ஒருத்தியின் மகனை கட்டிப்போட்டு, அவன் முகத்தில் அவர்கள் தாத்தாவின் வர்ணக் களிம்புகளை பூசிக்கொண்டிருந்தனர். "தப்பிக்கப் பார்த்தாயோ, இப்படி அடிப்போம்" என்றபடி ஷெவ்கெத் அவனை ஓங்கி அடித்தான்.

"பிள்ளைகளா, ஒழுங்காக, சமாதானமாக விளையாட வேண்டும். ஒருவரையொருவர் அடித்துக்கொள்ளக்கூடாது. சரியா?" என்று மிகமிக மிருதுவான வெல்வெட் குரலில் கொஞ்சிப்பேசினேன்.

"உன் வேலையைப் பார்த்துக்கொண்டு போ!" ஷெவ்கெத் கத்தினான்.

அவர்கள் இம்சித்துக்கொண்டிருந்த பையனின் குட்டித்தங்கை, பொன்நிறக்கேசத்தோடு நடுங்கியபடி நின்றிருந்தாள். எந்த காரணத் திற்காகவோ அவள் மீது எனக்கு கழிவிரக்கமாக இருந்தது. எஸ்தர், உனக்கு இதெல்லாம் முக்கியமல்ல இப்போது!

சமையலறையில் ஹேரியே என்னை சந்தேகத்தோடு உற்றுப் பார்த்தாள்.

"அழுது அழுது தொண்டையெல்லாம் வற்றிவிட்டது ஹேரியே. உனக்குப் புண்ணியமாகப்போகும், கொஞ்சம் தண்ணீர் கொடேன்."

அவள் அமைதியாக கொடுத்தாள். தண்ணீரை குடிக்குமுன் அழுது வீங்கிய அவள் கண்களுக்குள் உற்றுப்பார்த்தேன்.

"எனிஷ்டே எஃபெண்டி, பாவம். ஷெகூரேவுக்கு கல்யாணம் ஆவதற்கு முன்பாகவே அவர் செத்துவிட்டிருந்ததாக எல்லோரும் பேசிக் கொள்கிறார்கள்" என்றேன். "சுருக்குப்பையை மூடுகிற மாதிரி ஜனங்களின் வாயை மூடிவிட முடியுமா? சிலபேர் இந்தச் சாவில் ஏதோ விஷமம் இருப்பதாகக்கூடச் சொல்கிறார்கள்."

அவள் மிகையான நடிப்போடு தலையைக்குனிந்து தன் கால்விரல் களை நோக்கினாள். பின் தலையை உயர்த்தி, என் முகத்தைப்பார்க் காமல், "ஆதாரமில்லாத பழிச்சொற்களிலிருந்து இறைவன் நம்மை காப்பாற்றட்டும்" என்றாள்.

அவளது முதல் செய்கை, நான் என்ன சொன்னேனோ அதை உறுதிப்படுத்துவதாக இருந்தது. மேலும் அவள் வார்த்தைகளின் தொனியைக் கேட்கும்போது, உண்மையை மறைப்பதற்காக வலுக் கட்டாயத்தில் பேசப்பட்டதைப் போலிருந்தது.

“என்னதான் நடக்கிறது?” கிசுகிசுப்பான குரலில் அவளுடைய அந்தரங்கத் தோழியைப்போல கேட்டேன்.

எனிஷ்டே எஃபெண்டியின் மரணத்திற்குப்பிறகு ஷெகூரேவின் மீது அதிகாரம் செலுத்துவதற்கு எந்த நம்பிக்கையும் இல்லையென் பதை ஹேரியே புரிந்துகொண்டிருக்கிறாள். கொஞ்சநேரம் முன்பு எல்லோரையும்விட அதிகமாக அழுதுகொண்டிருந்தவள் அவள் தான்.

“இப்போது நான் எங்கே போவது?” என்றாள்.

செய்திகளை பரப்பும் என் வழக்கத்தின்படி, “ஷெகூரே உன்மீது பெரும் மரியாதை வைத்திருக்கிறாள்” என்றேன். வரிசையாக அடுக்கி யிருந்த ஹல்வா பானைகளின் மூடிகளையும், திராட்சை ஊறல்கள் இருந்த மண்பானைகளையும், ஊறுகாய் ஜாடிகளையும் திறந்து, ஒன்றிற்குள் விரலை விட்டு மாதிரி எடுத்து சுவைத்தும், மற்றதை முகர்ந்தும் பார்த்தேன். ஒவ்வொன்றையும் அனுப்பியிருப்பது யாரென்று கேட்டேன்.

ஹேரியே கடகடவென்று யார், எந்த ஜாடியை கொடுத்தனுப்பி யது என்று ஒப்பித்தாள்: “இது கேய்ஸெரியிலிருந்து காஸிம் எஃபெண்டி கொடுத்தது; இது இரண்டு தெருக்கள் தள்ளி இருக்கும் நுண் ணோவியர்கள் துறை உதவியாளரிடமிருந்து வந்தது; அது பூட்டுத் தச்சன் ஹம்தி கொடுத்தது. இது எதிர்னேவிலிருந்து புது கல்யாணப் பெண்–” இப்போது ஷெகூரே குறுக்கிட்டாள்:

“வசீகரன் எஃபெண்டியின் விதவை கல்பியே, துக்கம் விசாரிக் கவும் வரவில்லை, சொல்லியும் அனுப்பவில்லை, ஹல்வாவும் கொடுத்தனுப்பவில்லை!”

அவள் சமையலறை வாசலிலிருந்து மாடிப்படிக்கு பேசிக் கொண்டே சென்றாள். அவளைப் பின் தொடர்ந்து சென்றேன். என்னிடம் தனியாக பேச விரும்புகிறாள் என்பது தெரிந்திருந்தது.

“வசீகரன் எஃபெண்டிக்கும் என் அப்பாவுக்கும் எந்த மனஸ் தாபமும் இருந்ததில்லை. வசீகரனின் ஈமச்சடங்கின்போது, நாங்கள் ஹல்வா தயாரித்து அவர்களுக்கு அனுப்பி வைத்தோம். இப்போது என்னதான் நடக்கிறது என்று தெரியவேண்டும்.”

ஷெகூரே என்ன சொல்ல வருகிறாள் என்பதை அனுமானித்து, “நான் இப்போதே போய் தெரிந்துகொண்டு வருகிறேன்” என்றேன்.

எங்கள் பேச்சை சுருக்கமாக முடித்துக்கொண்டதால் அவள் என் கன்னங்களில் முத்தமிட்டாள். முற்றத்தின் குளிர் எங்களைத் தாக்க நாங்கள் கட்டியணைத்தபடி அசையாமல் நின்றிருந்தோம். என் அழகான ஷெகூரேவின் கூந்தலைக் கோதிவிட்டேன்.

"எஸ்தர், எனக்கு பயமாக இருக்கிறது" என்றாள்.

"அன்பே, பயப்படாதே. எல்லா கருமேகங்களும் விலகும். இதோ பார், உனக்கும் கடைசியில் கல்யாணம் ஆகியிருக்கிறதே!"

"ஆனால் நான் சரியான முடிவைத்தான் எடுத்திருக்கிறேனா என்று நிச்சயமாகத் தெரியவில்லை" என்றாள். "அதனால்தான் அவரை என்னருகில் வர அனுமதிக்கவேயில்லை. ராத்திரி முழுக்க என் அப்பாவுக்குப் பக்கத்திலேயே இருந்தேன்."

அவள் கண்களை அகலவிரித்து, 'நான் என்ன சொல்கிறேன் என்பது உனக்குப் புரிகிறதா?' என்பதாகப் பார்த்தாள்.

"நீதிபதியின் அபிப்பிராயத்தில் உங்கள் கல்யாணம் செல்லாது என்கிறான் ஹஸன்" என்றேன். "இதை உன்னிடம் கொடுக்கச் சொன்னான்."

"இனிமேல் எதுவும் வேண்டாம்" என்றாலும் நான் கொடுத்த அச்சிறிய குறிப்புச்சீட்டை வாங்கிக்கொண்டாள். ஆனால் அதில் எழுதியிருந்ததைச் சொல்லவில்லை.

அவள் ஜாக்கிரதையாக இருப்பது சரிதான். நாங்கள் ஒருவரையொருவர் கட்டிக்கொண்டு நிற்கின்ற இந்த இடத்தில் நாங்கள் மட்டும் இருக்கவில்லை. இன்றுகாலை என்ன காரணத்தாலோ விழுந்து உடைந்துவிட்ட கூடத்து சன்னல் கதவை எங்களுக்கு மேலே ஒரு மரத்தச்சன் உட்கார்ந்து சரிசெய்துகொண்டே, எங்களிருவரையும் உள்ளே அழுதுகொண்டிருந்த பெண்களையும் நோட்டம் விட்டுக் கொண்டிருந்தான். பக்கத்து வீட்டுக்காரரின் மகன் "ஹல்வாவை எடுத்து வந்திருக்கிறேன்" என்று கதவைத்தட்ட, கதவைத்திறக்க ஹேரியே ஓடினாள்.

"அவரை நல்லடக்கம் செய்து வெகுநேரம் ஆகிவிட்டிருக்கும்" என்றாள் ஷெகூரே. "என் அப்பாவின் ஆன்மா அவரது உடலிலிருந்து முற்றிலுமாக விலகி சொர்க்கத்திற்கு எழும்பிச்செல்வதை என்னால் இப்போது உணர முடிகிறது."

என் பிடியிலிருந்து விலகி, பிரகாசமான வானத்தை ஒரு நீளமான பிரார்த்தனையோடு வெறிக்கத் தொடங்கினாள்.

திடீரென நான் ஷெகூரேவிடமிருந்து பந்தங்களை அறுத்துக் கொண்டு வெகு தொலைவில் நின்றிருப்பதைப் போலிருந்தது. அவள் வெறித்துக் கொண்டிருக்கும் மேகமாக இப்போது நான் மாறிவிட்டால் ஆச்சரியப்பட்டிருக்கமாட்டேன். அவளது பிரார்த்தனையை முடித்ததும், அழகான ஷெகூரே என் இரு கன்னங்களிலும் அன்போடு முத்தமிட்டாள்.

"எஸ்தர்" என்று என்னை மெதுவாக அழைத்தாள். "என் தந்தையைக் கொன்ற கொலைகாரன் சுதந்திரமாக உலவிக்கொண்டிருக்கும்வரை எனக்கோ, என் குழந்தைகளுக்கோ இந்த உலகத்தில் நிம்மதி கிடையாது."

அவளுடைய புதிய கணவனின் பெயரை அவள் குறிப்பிடாத தற்காக மகிழ்ந்தேன்.

"வசீகரன் எஃபெண்டியின் வீட்டுக்குப்போ. அவர் விதவையோடு சகஜமாகப்பேசி, எதற்காக அவர்கள் ஹல்வா எதையும் நமக்கு கொடுத்தனுப்பவில்லை என்று விசாரி. கேட்டுத் தெரிந்துகொண்டு உடனே எனக்குத் தகவல் தெரிவி."

"ஹஸனுக்கு ஏதாவது பதில் தரப்போகிறாயா?" என்றேன்.

கேட்டுவிட்டு எனக்கு சங்கடமாக இருந்தது. இந்தக் கேள்வியைக் கேட்டதால் அல்ல; கேட்கும்போது அவள் கண்களை என்னால் பார்க்கமுடியாததால். என் சங்கடத்தை மறைக்க, அந்த வழியே வந்த ஹேரியேவை நிறுத்தி அவள் எடுத்துச்சென்ற பானையின் மூடியைத்திறந்து பார்த்தேன். "ஓ . . . பிஸ்தா பருப்பு போட்டுச்செய்த ரவை ஹல்வா" என்றபடி ஒரு விள்ளல் எடுத்து சுவைத்துப் பார்த்தேன். "ஆரஞ்சுப் பழரசம் கூட சேர்த்திருக்கிறார்கள்."

எல்லாம் நல்லவிதமாகவே நடப்பதைப்போல ஷெகூரே இனிமையாக புன்னகைத்தது என்னை சந்தோஷப்படுத்தியது.

என் மூட்டையை தூக்கிக்கொண்டு வெளியேறினேன். இரண்டு அடிகள் கூட எடுத்து வைத்திருக்க மாட்டேன், தெருக்கோடியில் கருப்பு வருவது தெரிந்தது. அவனுடைய மாமனாரின் நல்லடக்கம் முடிந்து வருகிறான். அவனது பொலிவுமிக்க முகத்திலிருந்தே இந்தப் புதுப்புருஷன் மனநிறைவோடு இருக்கிறானென்பது தெரிந்தது. அவன் உற்சாகத்தை கெடுக்கக்கூடாதென்பதற்காக தெருவிலிருந்து விலகி, காய்கறி வரிசையில் நுழைந்து, புகழ்பெற்ற யூத மருத்துவர் மோஷே ஹமோனின் காதலியின் சகோதரன் வாழ்ந்து தூக்கிலிடப்பட்ட வீட்டின் தோட்டத்தினூடாக நடந்தேன். மரணத்தின் ஞாபகங்கள் கவிந்திருக்கும் இந்தத் தோட்டத்தின் வழியாக நடந்து செல்லும் போது, இந்தச் சொத்தை வாங்க யாராவது கிடைப்பார்களா என்பதைத் தேடும் பொறுப்பு என்னிடம் தரப்பட்டிருப்பதே மறந்து, ஒரு மகத்தான துயரம் என்னுள் இறங்கும்.

மரணத்தின் இருப்பு வசீகரன் எஃபெண்டியின் வீட்டிலும் இருந்தது. ஆனாலும் அது எந்தவிதமான சோகத்தையும் என்னில் எழுப்பவில்லை. ஆயிரக்கணக்கான வீடுகளுக்குப் போய்வருகிற, அங்கே நூற்றுக்கணக்கான விதவைகளை சந்திக்கிற எஸ்தர் நான். இளம் வயதிலேயே கணவனை இழந்துவிட்ட பெண்கள் தோல்வியும் துக்கமுமாகவோ அல்லது கோபமும் எதிர்ப்புமாகவோதான் இருப்பர்

(ஷெகூரே இந்த எல்லா அவலங்களையும் அனுபவித்தாள்). கல்பியே கோபத்தின் விஷத்தை அருந்தியிருக்கிறாள். இது, என் வேலையை துரிதப்படுத்துமென்று சீக்கிரமே எனக்குப் புரிந்தது.

கடும்சோதனைகளை தம் வாழ்க்கையில் சந்தித்த, அகந்தை குணம்கொண்ட எல்லா பெண்களைப்போலவும் கல்பியே, தன்னை சந்திக்கவருபவர்கள் எல்லோருமே அவளது துயரங்களையும் வேதனை களையும் கண்டு ரசிக்கவும் ரகசியமாக ஆனந்தப்படவுமே வருகின்ற னர் என்று மிகச்சரியாகவே சந்தேகப்பட்டு வந்தாள். வந்தவர்களிடம் முகம் கொடுத்து பேசுவதில்லை, நேரடியாக எந்த விஷயத்திற்காக வந்திருக்கிறார்கள் என்று அலங்கார சொற்ஜோடனை எதுவுமே இல்லாமல் கேட்டுவிடுவாள். கொஞ்சம் ஆறுதலாக தூங்கலாம் என்றிருந்த நேரத்தில் எதற்காக இந்த பிற்பகல் வேளையில் எஸ்தர், கல்பியேவை சந்திக்க வந்திருக்கிறாள்? சீனாவிலிருந்து வந்திருக்கும் புத்தம்புது பட்டுத்துணிகளிலும் பர்மாவிலிருந்து வந்திருக்கும் கைக் குட்டைகளிலும் அவளுக்கு ஆர்வமில்லை என்று நன்றாகவே தெரியு மாதலால் என் துணிமூட்டையை தொடக்கூட இல்லை. நேரடியாக விஷயத்திற்கு வந்து ஷெகூரே கண்ணீர்மல்க விசனப்படுவதைச் சொன்னேன்: "உன்னைப்போலவே துக்கத்தில்தான் ஷெகூரேவும் இருக்கிறாள். எந்தவிதத்திலோ உன்னை அவள் காயப்படுத்தியிருக்கக் கூடுமோ என்று அவள் வேதனைப்படுகிறாள்."

கல்பியே கர்வத்தோடு, தான் ஒன்றும் ஷெகூரேவின் சௌக்கி யத்தைப்பற்றிக் கேட்கவில்லையே என்றாள். துஷ்டி கேட்கவும் அவள் போகவில்லை, அவளுக்கு கொடுத்தனுப்ப ஹல்வா தயாரிக்க வும் இல்லை. அவளது சுயகௌரவத்திற்குப்பின்னால் அவளால் மறைக்க முடியாத ஒரு சந்தோஷம் எட்டிப்பார்த்தது: அவளது வன்மத்தை உறுதிப்படுத்துகின்ற சந்தோஷம். இந்தப்புள்ளியிலிருந்து தான் சாமர்த்தியசாலியான உங்கள் எஸ்தர், கல்பியேவின் கோபத் திற்கான காரணங்களையும் அதற்கான சந்தர்ப்பங்களையும் கண்டு பிடிக்கத் தொடங்கினாள்.

எனிஷ்டே எஃபெண்டி உருவாக்கிக்கொண்டிருந்த சித்திரச்சுவடி யால்தான் அவள் அதிருப்தியுற்றிருந்ததாக ஒப்புக்கொள்ள கல்பியே வுக்கு அதிகநேரம் பிடிக்கவில்லை. அவளது கணவன், அவன் ஆன்மா சாந்தியடையட்டும், சில கூடுதல் வெள்ளிக்காசுகளுக்காக மட்டும் அந்தப் புத்தகத் தயாரிப்பில் சேர்ந்து கொள்ளவில்லை; திட்டம் சுல்தான் அவர்களால் அங்கீகரிக்கப்பட்டது என்று எனிஷ்டே எஃபெண்டி அவரை நம்பவைத்ததால்தான்.

எனிஷ்டே எஃபெண்டி, காலமான தன் கணவனுக்கு மெருகிடக் கொடுத்த சித்திரங்கள் வெறும் அலங்கரித்த பக்கங்கள் என்பதிலிருந்து முழு வீச்சுகொண்ட பேரோவியங்களாக, பிராங்கிய தெய்வநிந்தனை, நாத்திகம், முரண்சமயக் கருத்துக்கூறுகளைக் கொண்ட ஓவியங்களாக

மெதுவாக உருமாறத் தொடங்கியபோது அவள் கணவன் நிம்மதியிழந்து, எது சரி எது தவறு என்ற பகுத்துணர்வை இழக்கத் தொடங்கினான். வசீகரன் எஃபெண்டியைவிட அதிக விவேகமும் உலக ஞானமும் கொண்டவள் என்பதால் இந்த ஐயங்களையெல்லாம் ஒரே நேரத்தில் அல்லாமல் படிப்படியாக அவளுக்கு அதிகரித்தது. அப்பாவியான வசீகரன் எஃபெண்டிக்கு இதில் அப்பட்டமான அவச்செயல் எதுவும் இருப்பதாகத் தெரியாததால் அவளது சந்தேகங்களையெல்லாம் அர்த்தமற்றவையென்று ஒதுக்கி வந்தான். மேலும் எர்ஸூரும்மின் நுஸ்ரத் ஹோஜாவின் சமயபோதனைகளைக் கேட்பது அவனுக்கு சுகமானதாக இருந்துவந்தது. அவரது போதனைக் கூட்டங்கள் ஒன்றைக்கூட அவன் தவறவிட்டதில்லை. தினம் ஐந்துவேளைத் தொழுகைகளில் ஒன்றைத் தவறவிட்டாலும் அவன் நிம்மதியிழந்து போவான். ஓவியக்கூடத்தில் உள்ள சில போக்கிரிகள் இவனது ஆழ்ந்த நம்பிக்கையை கிண்டல் செய்யும்போதெல்லாம், அவர்களது அநாகரிகப் பேச்சுகள் அவனது திறமையையும் கலைத்திறனையும் கண்ட பொறாமையால்தான் என்று மிக நன்றாகவே புரிந்துகொண்டான்.

கல்பியேவின் பளபளக்கும் கண்ணில் ஒரு கண்ணீர் முத்து பெரிதாக சேகரமாகி உருண்டு கன்னத்தில் வழிந்தது. அந்தக்கணமே நல்லிதயம் கொண்ட உங்கள் எஸ்தர், கல்பியேவுக்கு அவள் சமீபத்தில் இழந்துவிட்ட கணவனைவிடச் சிறந்தவனாக ஒரு கணவனை தேடித் தருவது என்று முடிவெடுத்துவிட்டாள்.

“இந்தப் பிரச்சனைகளையெல்லாம் காலம் சென்ற என் கணவன் என்னோடு அதிகம் பகிர்ந்துகொண்டதேயில்லை” கல்பியே ஜாக்கிரதையாகப் பேசினாள். “என் ஞாபகத்தில் இருப்பவற்றின் அடிப்படையில் சொல்லப்போனால் அவரது அந்தக் கடைசி இரவில் எனிஷ்டே எஃபெண்டியின் வீட்டுக்கு எந்தச் சித்திரங்களுக்காகச் சென்றாரோ, அவற்றால்தான் எல்லாமே நிகழ்ந்திருக்கிறது என்று முடிவுக்கு வருவேன்.”

இது ஒருவகையான மன்னிப்புக் கோரல். பதிலுக்கு, அவளது விதியும் ஷெகூரேவின் விதியும் அவர்களுடைய எதிரிகளைப்போலவே ஒன்றாகத்தான் இருக்கின்றன என்று சொன்னேன். எனிஷ்டே எஃபெண்டியைக் கொன்றது அதே “கயவன்”தான் என்றேன். வீட்டின் ஒரு மூலையிலிருந்து என்னை வெறித்துக்கொண்டிருந்த தகப்பனில்லாத இரண்டு அநாதரவான சிறுவர்கள் இந்த இரு பெண்களுக்குமிடையேயுள்ள மேலும் ஓர் ஒற்றுமையை ஞாபகப்படுத்தினர். ஆனால் எனது கல்யாண ஜோடி சேர்ப்பு தருக்கம், ஷெகூரேவின் நிலைமை இவளுடையதைவிட மேலும் அழகானது, செறிவானது, மர்மமானது என்று நினைவூட்டியது. நான் நினைப்பதை கல்பியேவிடம் தெளிவாக எடுத்துரைத்தேன்.

"ஷெகூரே, உனக்கு எந்த விதத்திலாவது தீங்கிழைத்திருந்தால் மன்னிக்கவேண்டும் என்று கேட்டுக்கொண்டாள்" என்றேன். "அவள் உன்னை ஒரு சகோதரியாகவும் ஒரேவிதமான விதியில் சிக்கித்துன் புறும் பெண்ணாகவும் நேசிப்பதாகக் கூறச்சொன்னாள். இதைப்பற்றி யோசித்து அவளுக்கு உதவச்சொன்னாள். காலம் சென்ற வசீகரன் எஃபெண்டி அந்தக்கடைசி இரவில் இங்கிருந்து கிளம்பியபோது, எனிஷ்டே எஃபெண்டியைத்தவிர வேறு யாரையாவது சந்திப்பதாகச் சொன்னாரா? வேறு யாரையாவது அவர் சந்தித்திருக்கக்கூடுமென்று நீ நினைக்கிறாயா?"

"அவர் உடம்பில் இது கிடந்தது" என்றாள்.

ஒரு பிரம்புப்பெட்டியின் மூடியைத்திறந்து, பூத்தையல் ஊசி களுக்கும் துண்டுத்துணிகளுக்கும் ஒரு மிகப்பெரிய வாதுமைக் கொட்டைக்கும் நடுவிலிருந்த ஒரு மடித்த காகிதத்தை வெளியில் எடுத்துக்காட்டினாள்.

அந்தக் கசங்கிய மோட்டா காகிதத்தை வாங்கிப்பார்த்தபோது, அதில் விதவிதமான வடிவங்கள் மையால் வரையப்பட்டிருந்தன. கிணற்றுநீர் அந்த மைக்கோடுகளை கலைத்து மொத்தையாக்கியிருந்தது. இந்த வடிவங்கள் எதைக் குறிக்கின்றன என்று யோசித்துக்கொண் டிருக்கும்போது, என் மனதில் பட்டதை கல்பியேவின் குரல் ஒலித்தது.

"குதிரைகள்" என்றாள். "ஆனால் காலம்சென்ற வசீகரன் எஃபெண்டி மெருகிடும் பணியை மட்டுமே செய்துவந்தார். அவர் எப்போதுமே குதிரைகளை வரைந்ததில்லை. குதிரை சித்திரத்தை வரையச் சொல்லி ஒருவரும் அவரைக் கேட்டிருக்கவும் போவதில்லை."

வயதான உங்கள் எஸ்தர் அந்தக் குதிரைகளை பார்த்துக்கொண் டிருந்தாள். வேகமாக வரையப்பட்ட உருவரைத் தீற்றல்கள். ஆனால் அவற்றிலிருந்து அவளால் எதையும் புரிந்துகொள்ள இயலவில்லை.

"இந்தத் துண்டுக்காகிதத்தை நான் ஷெகூரேவிடம் எடுத்துச் சென்றால் அவள் பெரிதும் மகிழ்வாள்" என்றேன்.

"இந்த மாதிரிப்படங்களை ஷெகூரே பார்க்க விரும்பினால், அவள் இங்கே வந்து பார்த்துவிட்டு வேண்டுமானால் எடுத்துச் செல்லட்டும்" என்றாள் கல்பியே சிறிதளவும் இறுமாப்பின்றி.

●

அத்தியாயம் 40

நான் கருப்பு என்று அழைக்கப்படுகிறேன்

என்னைப்போன்ற சோக ஆத்மாக்கள் எப்போதும் நிரந்தரத்தனிமையில் உழன்றுகொண்டிருப்பதற்கு காதல், வேதனை, சந்தோஷம், துயரம் என எல்லாமே சமாதானங்கள் தான் என்பதை இதற்குள் நீங்கள் புரிந்துகொண்டிருப்பீர்கள். எங்களுக்கெல்லாம் வாழ்க்கை மகத்தான சந்தோஷத்தையும் தருவதில்லை, மகத்தான துயரத்தையும் தருவதில்லை. இப்படிப் பட்ட உணர்வுகளால் பீடிக்கப்பட்ட மற்ற ஆத்மாக்களோடு எங்களால் சம்மந்தப்பட முடியாது என்று சொல்லவில்லை; நாங்கள் அவர்களுக்காக இரக்கம் கொள்ளவே செய்கிறோம். எங்களால் ஆழ்ந்தறிய முடியாதது என்னவென்றால், அத்தகைய தருணங்களில் எங்களின் ஆன்மாக்கள் புதைந்துகொள்கிற அந்த விநோதமான மன உலைவைத்தான். இந்த அமைதியான கலக்கம், எங்கள் அறிவினை மங்கச்செய்து, இதயங்களை தளர்ச்சியுறவைத்து, உண்மையான சந்தோஷத்தையும் துக்கத்தை யும் நாங்கள் அனுபவிப்பதற்காக ஒதுக்கியிருந்த இடத்தை பறித்துக்கொள்கிறது.

அவளுடைய அப்பாவை நல்லடக்கம் செய்துவிட்டேன், இறைவனுக்கு நன்றி. இடுகாட்டிலிருந்து வேகமாக வீட்டுக்கு வந்தேன், என் இரங்கலைத் தெரிவிப்பதாக என் மனைவி ஷெகூரேவை அணைத்துக்கொண்டேன். திடீரென அவளுக்கு கண்ணீர் வெடிக்க, அவள் குழந்தைகளை இழுத்துக்கொண்டு மெத்தையில் விழுந்து கேவிக்கேவி அழுதாள். குழந்தைகள் என்னை வெறுப்புடன் பார்த்துக்கொண்டிருந்தன. எனக்கு என்ன செய்வதென்று தெரியாமலிருந்தது. அவளது துக்கம் என் வெற்றியோடு ஒன்றியது. ஒரே கல்லில் மூன்று மாங்காய் களை அடிப்பதைப்போல, என் இளமைக்கால கனவுப் பெண்ணையும் மணந்துகொண்டு, என்னை அவமானப்படுத்திய

அவள் அப்பாவிடமிருந்து என்னை விடுவித்துக்கொண்டு, இந்த வீட்டின் தலைவனாகவும் ஆகியிருக்கிறேன். இப்படியிருக்க, என் கண்ணீரின் நேர்மையை யார்தான் நம்புவார்? ஆனால் என்னை நம்புங்கள், அது அப்படி அல்ல. நான் உண்மையில் துக்கப்படவே விரும்பினேன், ஆனால் முடியவில்லை. எனிஷ்டே எப்போதுமே எனக்கு என் உண்மையான அப்பாவைவிட ஒருபடி மேலானவராகவே இருந்தார். ஆனால் எனிஷ்டேவின் இறுதி மேனியலம்பல் சடங்கை நடத்திய அசடன் தனது பிதற்றலை நிறுத்தவே நிறுத்தாததால், என் எனிஷ்டே ஏதோ மர்மமான முறையில் இறந்திருக்கிறார் என்ற வதந்தி ஈமச்சடங்கிற்கு வந்திருப்பவர்களிடையே பரவியதை மசூதி யின் முற்றத்தில் நின்றுகொண்டிருக்கும்போதே என்னால் உணர முடிந்தது. என்னால் அழுவதற்கு இயலாததை எதிர்மறையாக யாரும் புரிந்துகொள்ள நான் விரும்பவில்லை. "கல்நெஞ்சன்" என்று முத்திரை குத்தப்பட்டுவிடுவது எவ்வளவு பயமளிக்கக்கூடியதென்பதை உங் களுக்கு நான் சொல்லத் தேவையில்லை.

கூட்டத்தில் இரக்கமுள்ள எந்த மாமியாவது இருந்தால் "பாவம், அவன் உள்ளுக்குள்ளே அழுகிறான்" என்று சான்றளித்து என்னை அந்தக்கூட்டத்திலிருந்து ஒதுக்கிவிடாமல் தடுத்திருப்பாள் என்று உங்களுக்குத் தெரியும்தானே. உண்மையில் நான் உள்ளுக்குள்ளே அழுதேன். அண்டை வீட்டார்களும் தூரத்து உறவினர்களும் குவிந் திருந்த இடத்திலிருந்து நகர்ந்து – அப்பா, நினைத்த நேரத்தில் இவர் களுக்கு எப்படி வெள்ளமாக கண்ணீரைக் கொட்ட முடிகிறதோ, திகைப்பூட்டும் திறமைதான் – ஒரு மூலைக்குச் சென்று ஒளிய முற் பட்டேன். இந்த வீட்டின் தலைவன் நான். எல்லாப் பொறுப்புகளை யும் எப்படியாவது எடுத்துக்கொள்ள வேண்டும் என்று யோசித்துக் கொண்டிருக்கும்போது திடீரென்று கதவு தட்டப்பட்டது. ஒரு கணம் திகிலடைந்தேன். ஹஸனோ? அவனாகவே இருந்தாலும்கூட இந்த ஒப்பாரி கூடத்திலிருந்து நான் பிய்த்துக்கொண்டு போக வேண்டும்.

வந்தது அரசவை சேவகன். என்னை அரண்மனைக்கு கூட்டி வரும்படி உத்தரவு. நான் திகைத்தேன்.

முற்றத்தைக் கடக்கும்போது, தரையில் சேறுபடிந்த ஒரு வெள்ளிக் காசு கிடப்பதைப் பார்த்தேன். அரண்மனைக்குப்போக பயப்பட்டேனா? ஆம். ஆனால் வெளியே காற்றாட, இந்தக் குளிரில் குதிரைகளுக்கும் நாய்களுக்கும் மரங்களுக்கும் மனிதர்களுக்கும் நடுவில் நடப்பதில் சந்தோஷமும் பட்டேன். மரண தண்டனை அளிக்கப் போகின்ற வனின் முன்னால் நிற்பதற்குமுன், இந்த உலகத்தின் குரூரத்தை மறக்கடிக்கிறாற்போல ஏதாவது இனிமையாகப் பேசுவானோ என்ற நம்பிக்கையில் அந்தச் சேவகனிடம் பேச்சுக்கொடுத்தேன். சிறைக்கிடங்கு காவலனான அவனோடு வாழ்க்கையின் அழகு,

குளத்தில் மிதக்கும் வாத்துகள், விசித்திரமான தோற்றத்தில் இருக்கும் வானத்து மேகங்கள், அது, இதுவென்று வேடிக்கையாக ஏதாவது பேச முயற்சி செய்தால், அவன் சிடுமூஞ்சி கல்லுளி மங்கனாக இருந்தான். ஹஜியா ஸோஃபியாவை கடக்கும்போது, தூரத்தில் மெலிந்த சைப்ரஸ் மரங்கள் மூட்டமான வானப்பின்னணியில் நளினமாக அலைந்து கொண்டிருக்க, இவ்வளவு வருட காத்திருப் புக்குப்பின் ஷெகூரேவை மணம்புரிந்த அன்றே மரணதண்டனை யில் இறந்துபோகிற பயங்கரத்தைவிட வேறொன்று என் ரோமக் கால்களை சிலிர்த்தெழச் செய்தது. ஷெகூரேவுடன் ஒரே ஒரு நாளாவது இன்பமாக சம்போகிக்காமல் அரண்மனை வதையாளர் கள் கையில் இறந்துபோகிற கொடூரம்தான் அது.

சித்திரவதையாளர்களும் மரண தண்டனையளிப்பவர்களும் தமது வேலைகளை நிறைவேற்றிக்கொண்டிருக்கும் பயங்கரமான மத்திய வாசல் கோபுரத்தை நோக்கி நாங்கள் நடக்கவில்லை. மரத்தச்சர் கடைகளை நோக்கி நடந்தோம். தானியக்களஞ்சியங் களுக்கு நடுவே போய்க்கொண்டிருந்தபோது, விடைத்த நாசித்து வாரங்களுடன் செக்கர் நிறக் குதிரை ஒன்றின் கால்களுக்கிடையே சேற்றுத்தரையில் பூனை ஒன்று தன்னைத்தானே நக்கி சுத்தமாக்கிக் கொண்டே திரும்பியது, ஆனால் எங்களைப் பார்க்கவில்லை: நம்மைப் போலவே அதற்குமுண்டான கவலையிலும் சள்ளையிலும் அந்தப் பூனையும் மூழ்கியிருந்ததுபோல.

தானியக்களஞ்சியத்திற்குப் பின்னால், அவர்களது பச்சை, ஊதா சீருடையிலிருந்து பதவியையும் துறையையும் என்னால் கணிக்க முடியாத இரண்டுபேர் வந்து, சேவகனை அனுப்பிவிட்டு ஒரு சிறிய வீட்டின் இருட்டறைக்குள் என்னைத்தள்ளி பூட்டினர். புதிதாக இழைக்கப்பட்ட மரச்சாமான்களின் நெடியிலிருந்து புதிதாக கட்டப் பட்ட இடம் என்பதை அறிந்தேன். ஒரு மனிதனை சித்திரவதை செய்வதற்குமுன், ஓர் இருட்டறையில் அடைத்துவைப்பது பயத்தை அதிகரிக்கச் செய்யும் உபாயம்தான். உள்ளங்காலில் பிரம்படியோடு தான் ஆரம்பிப்பார்களென்று நினைக்கிறேன். என் தோலை உரித் தெடுக்காமலிருக்க என்ன பொய்களைச் சொல்லலாமென்று யோசித் தேன். பக்கத்து அறையிலிருந்த கும்பல் ஒரேயடியாகத்தான் இரைச்ச லெழுப்பிக் கொண்டிருந்தனர்.

சித்திரவதைக்கூடத்தின் விளிம்பில் காத்துக்கொண்டிருக்கும் ஒருவனுக்கு எப்படி இம்மாதிரியான கிண்டலும் குதூகலமுமான தொனியும் வரும் என்று நிச்சயமாக உங்களுக்கு புரியமுடியாதிருக் கலாம். ஆனால் என்னை கடவுளின் அதிருஷ்ட சேவகர்களில் ஒருவன் என்று கருதுவதாகச் சொல்லியிருக்கிறேனில்லையா? இரண்டு வருட இருண்ட காலத்திற்குப்பிறகு அதிருஷ்டப் பறவைகள், கடந்த இரண்டு நாட்களில் என்மேல் வந்தமர்ந்தது போதிய சாட்சி இல்லை

யென்றால் முற்றத்து வாசலுக்கு வெளியே நான் கண்டெடுத்த வெள்ளிக்காசு நிச்சயமாக ஓர் அறிகுறி.

சித்திரவதைக்காக காத்திருக்கும்போது, அந்த வெள்ளிக்காசு எனக்கு பெரும் நிம்மதியளித்தது. அது என்னைக் காப்பாற்றும் என்று பூரண நம்பிக்கை பிறந்தது. அதை உள்ளங்கையில் வைத்துக் கொண்டேன், அழுத்தித் தேய்த்துக்கொண்டேன், அல்லாஹ் எனக்கு நல்லதிருஷ்ட அடையாளமாக வழங்கியிருக்கும் இதனை திரும்பத் திரும்ப முத்தமிட்டேன். ஆனால் அந்த இருட்டறையிலிருந்து என்னை கூட்டிச்சென்று அடுத்த அறையில் சாம்ராஜ்ஜிய காவல்துறை ஆணை யருக்கும் அவரது வழுக்கைத்தலை குரோவேசிய வதை வீரர்களுக் கும் எதிரில் நிற்கவைத்த நேரத்தில், அந்த வெள்ளிக்காசு பிரயோசன மில்லாதது என்று அறிந்து கொண்டேன். எனக்குள்ளிருந்து கேட்ட இரக்கமற்ற குரல் மிகச்சரியாகச் சொன்னது. என் சட்டைப்பையில் உள்ள காசு கடவுளிடமிருந்து வந்ததல்ல. இரண்டு நாட்களுக்கு முன்னால் ஷெகூரேவின்மேல் நான் சொரிந்து, சிறுவர்கள் கண் டெடுக்காமல் விட்டதுதான். எனவே, வதையாளர்களின் கைகளில் அகப்பட்டுள்ள எனக்கு புகலிடம் எதுவுமில்லை.

என் கண்களிலிருந்து கண்ணீர் வழிய ஆரம்பித்ததைக்கூட நான் கவனிக்கவில்லை. கெஞ்ச விரும்பினேன், ஆனால் கனவில் போல, என் வாயிலிருந்து எந்த சத்தமும் வெளிவரவேயில்லை. உயிர் என்கிற விஷயத்தை நொடிப்பொழுதில் போக்கிவிட முடியும் என்பதை போர்களிலிருந்தும் மரணங்களிலிருந்தும் (தூரத்திலிருந்து நான் கண்ணுற்ற) சித்திரவதைகளிலிருந்தும் அறிந்திருந்தேன், ஆனால் அதனை இவ்வளவு கிட்டத்தில் அனுபவித்ததில்லை. இப்போது இவர்கள் என் உடைகளை அவிழ்ப்பதைப்போலவே, இந்த உலகத்தி லிருந்தும் என்னை அவிழ்த்து எறியப்போகின்றனர்.

அவர்கள் முதலில் என் அரையங்கியையும் சட்டையையும் கழற்றினர். சித்திரவதையாளர்களில் ஒருவன் என்னை வீழ்த்தி, என் தோள்களின் மேலே அவன் முட்டிகளை ஊன்றிக்கொண்டு மேலே உட்கார்ந்து கொண்டான். மற்றவன் என் தலைக்கு மேல் ஓர் இரும்புக்கூண்டை வைத்து, உணவை தயாரிக்கும் பெண்ணின் நளினம்போல, அதன் திருகாணிகளை மெதுவாகத் திருகினான். இல்லை, இதைப்பார்த்தால் ஒரு கூண்டைப்போல இல்லை. பட்டறைப் பிடிப்புக் குறடுபோல இருந்தது. திருகாணிகளை அவன் முடிக்க, அது என் தலையை படிப்படியாக அழுத்தி நெரித்தது.

அடிவயிற்றிலிருந்து அலறினேன். கெஞ்சினேன், புத்தி பிறழ்ந்து, வாய்க்குழறி கதறினேன்.

தற்காலிகமாக நிறுத்திவிட்டு என்னிடம் கேட்டனர்: "எனிஷ்டே எஃபெண்டியைக் கொன்றது நீதானே?"

நான் ஆழமாக மூச்சிழுத்துக்கொண்டேன். "இல்லை."

அவர்கள் அந்த குறடை மீண்டும் இறுக்கினர். வலி தாங்கமுடியாத எல்லையைக் கடந்தது.

மீண்டும் கேட்டனர்.

"இல்லை."

"அப்படியானால் யார் கொன்றது?"

"எனக்குத் தெரியாது."

'நான்தான் கொன்றேன்' என்று சொல்லிவிடலாமா என யோசித்தேன். உலகம் என் தலையைச்சுற்றி உற்சாகமாகச் சுழன்றது. ஸ்தம்பித் திருந்தேன். வலிக்கு மரத்துப்போய்விடுவேனா என்று என்னை நானே கேட்டுக் கொண்டேன். என் சித்திரவதையாளர்களும் நானும் ஒரு கணம் பேசாமல் காத்திருந்தோம். வலி எதையும் நான் உணர வில்லை. பயந்துதான் போயிருந்தேன்.

என் பையில் இருக்கும் வெள்ளிக்காசின் அதிருஷ்டத்தால் என்னை அவர்கள் கொல்லப்போவதில்லை என்று நான் முடிவெடுத்த போது, அவர்கள் திடீரென என்னை விடுவித்தனர். அந்த வினோத மான கிடுக்கி குறடை கழற்றி எடுத்தனர். என் தலையை கொஞ்சமாகத் தான் காயப்படுத்தியிருந்தது. என்னை தரையோடு தரையாக அழுத்து வைத்திருந்தவன் மன்னிப்பு ஏதும் கேட்காமல் எழுந்து கொண்டான். என் அரையங்கியையும் சட்டையையும் போட்டுக்கொண்டேன்.

ஒரு மிக நீண்ட மௌனம் கடந்தது.

அறையின் மறுகோடியில் தலைமை மெருகோவியர் குருநாதர் ஒஸ்மான் எஃபெண்டி இருப்பதைப் பார்த்தேன். அவரிடம் சென்று அவர் கரங்களில் முத்தமிட்டேன்.

"கவலைப்படாதே குழந்தாய், அவர்கள் உன்னை சோதனைதான் செய்கின்றனர்" என்றார் என்னிடம்.

எனக்கு உடனே எனிஷ்டே, அவர் ஆன்மா சாந்தியடையட்டும், அவர்களின் இடத்தில் ஒரு புதிய தந்தையை கண்டடைந்துவிட்ட தாகத் தோன்றியது.

"நமது சுல்தான் அவர்கள் இந்த நேரத்தில் உன்னை சித்திர வதைப்படுத்த வேண்டாமென்று உத்தரவிட்டிருக்கிறார்" என்றார் ஆணையாளர். "அவரது நுண்ணோவியர்களையும் அவரது சித்திரப் பிரதிகளை உருவாக்கிக் கொண்டிருக்கும் விசுவாச ஊழியர்களையும் கொன்றுகொண்டிருக்கும் அந்த அயோக்கியனைக் கண்டுபிடிக்க தலைமை மெருகோவியர், குருநாதர் ஒஸ்மான் அவர்களுக்கு உன்னால் உதவியாக இருக்கமுடியுமென்று அவர் கருதுகிறார். நுண்ணோவியர்

களை விசாரணை செய்து, அவர்கள் உருவாக்கிய சித்திர ஏடுகளை கூர்ந்தாய்ந்து, அந்தக் கொலைகாரப் படுபாவியை கண்டுபிடிப்ப தற்கு உனக்கு மூன்று நாட்கள் அவகாசம் தரப்படுகிறது. மாமன்னர் அவர்கள், தனது நுண்ணோவியர்களைப் பற்றியும் சித்திரச்சுவடிகளைப் பற்றியும் விஷமிகள் பரப்பிவரும் வதந்திகளைக்கேட்டு பெரிதும் திகைப்படைந்திருக்கிறார். சுல்தான் அவர்களின் ஆணைப்படி, இந்த அயோக்கியனைக் கண்டுபிடிக்க தலைமைக்கருவூலர் ஹஸிம் ஆகா அவர்களும் நானும் உங்களுக்கு உதவுவோம். உங்களில் ஒருவர், எனிஷ்டே எஃபெண்டிக்கு மிக நெருக்கமாக இருந்தவர், அவரது வியாக்கியானங்களை கூடஇருந்து கேட்டவர், அவரை இரவு நேரங்களில் வந்து சந்திக்கும் நுண்ணோவியர்களையும், அந்த நூலுக்கான அடிப்படை கதை விவரத்தையும் அறிந்திருப்பவர். மற்றவர் ஒரு மாபெரும் கலைஞர். ஓவியக்கூடத்தில் உள்ள எல்லா நுண்ணோவியர்களையும் தன் உள்ளங்கை ரேகைகளைப்போல அறிந்திருப்பவர். மூன்று நாட்களுக்குள் அந்தப்பன்றியை, அவன் திருடிச்சென்ற அந்த ஓவியத்தோடு – அந்த ஓவியத்தைப் பற்றித்தான் அத்தனை வதந்திகளும் உலவி வருகின்றன – நீ கொண்டு வந்து நிறுத்தாவிட்டால், என்னருமைக் குழந்தாய் கருப்பு எஃபெண்டியே, உன்னைத்தான் முதலில் பிடித்துவைத்து சித்திரவதைசெய்து விசாரிக்க வேண்டுமென்பதுதான் நீதிமானாகிய நமது சுல்தான் அவர்களின் ஆணை. அதற்குப்பிறகு எல்லா நுண்ணோவியக்கலைஞர்களும் ஒருவர்பின் ஒருவராக இதே பாணியில் விசாரிக்கப்படுவார்கள். அதில் சந்தேகமே வேண்டாம்.”

தலைமைக்கருவூலர் ஹஸிம் ஆகா இந்தப்பணியை உத்தரவிட் டவர், தலைமை மெருகோவியர் குருநாதர் ஒஸ்மான் எஃபெண்டி கருவூலகத்திலிருந்து நிதியையும் பொருட்களையும் பெற்றுக்கொண் டவர். பல வருடங்கள் ஒன்றாகப் பணியாற்றிய இந்த இரண்டு வயதான நண்பர்களுக்கிடையே எந்த ரகசிய சமிக்ஞைகளோ, ஜாடைகளோ தென்பட்டதாக எனக்குத் தெரியவில்லை.

“நமது சுல்தான் அவர்களின் காவற்கூடங்கள், படைவகுப்பணிகள், துறைப்பிரிவுகள் ஆகியவற்றில் எப்போது ஒரு குற்றம் நிகழ்ந்தாலும், அப்பிரிவில் உள்ளவர்களில் ஒருவரை கண்டுபிடித்து கைது செய்யும் வரை அந்தக்குழுவில் உள்ள அனைவரும் குற்றவாளிகள் என்று கருதப்படுவதை அனைவரும் அறிவர். தமக்கு மத்தியில் உள்ள கொலையாளியை அடையாளம் காட்டாத பிரிவினர், சட்டப் பதிவேடுகளில் ‘கொலைகாரப் பிரிவினர்’ என்றே குறிப்பிடப்படு வார்கள், அதன் அதிகாரி அல்லது தலைவர் உட்பட. பின்பு சட்டப்படி அனைவரும் தண்டிக்கவும்படுவர்” என்றார் ஆணை யாளர். “எனவே, நமது தலைமை மெருகோவியர் குருநாதர் ஒஸ்மான் உன்னிப்பாக மேற்பார்வையிட்டு, ஒவ்வொரு சித்திரங்களையும் தனது கூர்மையான பார்வையால் ஆராய்ந்து, அப்பாவி நுண்

ணோவியர்கள் தங்களுக்குள் ஒருவருக்கொருவர் வெட்டி மடிந்து கொள்ள காரணமாயிருக்கும் சைத்தானின் சேட்டையை, சூழ்ச்சியை, விஷமத்தனத்தை, எது தூண்டிவிட்டது என்பதையெல்லாம் புலப் படுத்தி, குற்றவாளியை உலகத்தின் ரட்சகராம் நமது சுல்தான் அவர்களின் நிலைமாறா நியாயத்தீர்ப்புக்கு ஒப்படைத்து, அவரது சங்கத்தினரின் நற்பெயரை துலங்கச்செய்வார். எங்களைப் பொறுத்த வரை, குருநாதர் ஒஸ்மான் கோருகின்ற அனைத்தும் அவருக்கு வழங்கப்பட உத்தரவிட்டிருக்கிறோம். இதே நேரத்தில், நமது நுண் ணோவியக் கலைஞர்கள் தமது வீடுகளில் ரகசியமாகத் தீட்டிவந்த எல்லா சித்திர ஏடுகளையும் எனது வீரர்கள் பறிமுதல் செய்துகொண் டிருக்கின்றனர்."

●

அத்தியாயம் 41

இது, குருநாதர் ஒஸ்மானாகிய நான்

மாட்சிமை தங்கிய பேரரசின் காவல்துறை ஆணையாளரும் தலைமைக் கருவூலரும் நமது சுல்தான் அவர்களின் ஆணைகளை வலியுறுத்திக் கூறிவிட்டு, எங்களிருவரையும் தனியாக விட்டு வெளியேறினர். கருப்பு பயத்தாலும் அழுகையாலும் பாசாங்குச் சித்ரவதையாலும் சோர்ந்து போயிருந்தான். சின்னப்பையன் போல வாயை மூடிக்கொண்டிருந்தான். போகப் போக அவனை எனக்குப் பிடித்துப்போகும் என்று தோன்றியது. அவனது அமைதியை நான் குலைக்கவில்லை.

என்னுடைய எழுத்தோவியர்கள், நுண்ணோவியக் கலைஞர்களின் வீடுகளிலிருந்து ஆணையாளரின் வீரர்கள் பறிமுதல் செய்து வந்த ஏடுகளை ஆய்வுசெய்யவும் எவ்வெவற்றை வரைந்தது யாரென்று கண்டுபிடிக்கவும் எனக்கு மூன்று நாட்கள் இருக்கின்றன. எனிஷ்டே எஃபெண்டியின் நூலுக்காக தயாரிக்கப்பட்ட ஓவியங்கள் முதன்முதலில் என் கண்ணில்பட்டபோது எந்தளவுக்கு நான் அருவருப்படைந்தேன் என்பதையும் தலைமை கருவூலர் ஹஸிம் ஆகாவிடம் அவற்றை ஒப்படைத்துவிட்டு கருப்பு எப்படி தன்னை சந்தேக வலையிலிருந்து விடுவித்துக்கொள்ள முயன்றான் என்பதையும் நீங்கள் அனைவரும் அறிவீர்கள். தன் வாழ்க்கையை கலைக்காகவே அர்ப்பணித்திருக்கிற என்னைப்போன்ற நுண்ணோவியனிடம் இப்படிப்பட்ட முரட்டுத்தனமான வெறுப்பையும் அருவருப்பையும் எழுப்புமளவுக்கு அந்த ஓவிய ஏடுகளில் ஏதோ நிச்சயம் இருக்க வேண்டும்; மோசமான கலைப்படைப்பு என்பது மட்டுமே அத்தகைய எதிர்வினையைத் தூண்டாது. இருட்டிய பிறகு ரகசியமாக தன்னிடம் வரும் நுண்ணோவியர்களை வைத்து, செத்துப்போன அந்த முட்டாள் வரைந்த ஒன்பது ஓவிய ஏடுகளையும் புதிதாகப் புறப்பட்ட ஆர்வத்தோடு திரும்ப எடுத்து ஆராயத் தொடங்கினேன்.

ஒவ்வொரு பக்கத்தின் ஓரங்களையும் அலங்காரமாக மெருகிட்டிருந்த அப்பரிதாபத்திற்குரிய வசீகரனின் ஓரச்சட்ட வேலைப்பாடுகளுக்கும் பொற்பூச்சுகளுக்கும் உள்ளே, ஒரு வெற்று ஏட்டின் மத்தியில் ஒரு மரத்தின் ஓவியம் வரையப்பட்டிருந்ததைப் பார்த்தேன். அந்த மரம் எந்தக் கதையோடு, எந்த காட்சியோடு தொடர்புடையது என்று மனக்கண்ணுக்குள் அலசிப்பார்த்தேன். என்னுடைய ஓவியச் சீடர்களிடம் மரம் ஒன்றை வரையச்சொன்னால், என் அன்புக்குரிய வண்ணத்துப் பூச்சியும் அறிவார்ந்த நாரையும் சாமர்த்தியமிக்க ஆலிவ்வும் இந்த மரத்தை எந்தக் கதையில் வருகிறதென்று கற்பனை செய்து, அதன்மூலம் பெற்ற நம்பிக்கையோடு அச்சித்திரத்தை வரையத் தொடங்கியிருப்பர். அப்படி வரையப்பட்ட சித்திரத்தை பிறகு நான் பார்க்கும்போது, அதன் கிளைகளையும் இலைகளையும் வைத்து, ஓவியன் எந்தக் கதையை மனதில் வைத்துக்கொண்டு வரைந்திருக்கிறான் என்பதை அறுதியிட்டு சொல்லியிருப்பேன். ஆனால் இது ஓர் அவப்பேறான தனிமரம். அதற்குப்பின்னால் தொடுவான விளிம்பு மிக உயரத்தில், ஷிராஸ்ஸின் பண்டைய ஓவியர்களின் பாணிக்கு உடன்பாடாக, அம்மரத்தின் தனியொதுங்கலை, நிராதரவை அடிக்கோடிடுவதைப்போல அமைக்கப்பட்டிருந்தது. தொடுவானக்கோட்டை உயர்த்தியதால் ஏற்பட்ட இடத்தில் எதுவுமேயின்றி வெற்றாக இருந்தது. வெனீஸியக் கலைஞர்களின் பாணியில் ஒரு மரத்தை எளிமையாக சித்தரிக்கும் ஆசை, இங்கே உலகத்தை மேலிருந்து நோக்குகின்ற பாரசீக முறையோடு ஒன்றுசேர்ந்து கொண்டிருக்கிறது. விளைவு, வெனீஸிய ஓவியமாகவோ, பாரசீக ஓவியமாகவோ இல்லாமல் இரண்டும் கெட்டானாக ஓர் அசட்டு ஓவியம். உலகத்தின் விளிம்பில் நின்றிருக்கும் ஒரு மரம் இப்படித்தான் காட்சிதரும். இருவேறு வித்தியாசமான பாணிகளை ஒன்றிணைக்கும் முயற்சியில் என்னுடைய நுண்ணோவியர்களும் செத்துப்போன அந்த மந்தபுத்திக் கோமாளியும் எந்தவொரு கலையுணர்வும் இல்லாத, திறமையற்ற ஒரு படைப்பை உருவாக்கியிருக்கின்றனர். இருவேறு உலகப்பார்வைகள் இடம்பெற்றுள்ள சித்திரம் என்பதால் அல்ல, கலைமேன்மையே இல்லாத ஓர் அபத்த முயற்சியாக இருப்பதாலேயே இந்த ஓவியத்தைப் பார்க்கும்போது எனக்கு இப்படி ஓர் ஆத்திரம் எழுகின்றது.

மற்ற ஓவியங்களான, பரிபூரண கனவுப்புரவியையும் தலையைக் குனிந்தபடி நிற்கும் பெண்ணையும் பார்க்கும்போதும் இதைப்போலவே உணர்ந்தேன். வரைவதற்கு எடுத்துக்கொண்டிருந்த கருப்பொருட்களின் தேர்வும் – அது திரிந்தலையும் துறவிகள் இருவராக இருந்தாலும் சரி, சாத்தானாக இருந்தாலும் சரி – என்னை எரிச்சலூட்டியது. நமது சுல்தான் அவர்களின் சித்திரச் சுவடியில் இந்த மட்டமான சித்திரங்களை பெரும் அசூயையோடுதான் என்னுடைய அருமையான ஓவியர்கள் புகுத்தியிருப்பார்கள் என்பது மட்டும் நிச்சயம். இந்த நூல் முடிக்கப்படுவதற்கு முன்பாகவே எனிஷ்டேவின் உயிரைப்

பறித்துக்கொண்ட மேன்மைதங்கிய அல்லாஹ்வின் தீர்ப்பை எண்ணி மீண்டும் வியந்தேன். இந்தச் சுவடியை நிறைவுசெய்ய எனக்கு எந்தவிதமான விருப்பமும் இல்லை என்பதை சொல்லவேண்டிய அவசியமில்லை.

மேற்கோணத்திலிருந்து வரையப்பட்டிருக்கும், என் கூடப்பிறந்த ஜென்மத்தைப்போல என் மூக்கிற்கடியிலிருந்து என்னை முறைத்துப் பார்த்துக் கொண்டிருக்கிற இந்த நாயைப்பார்த்தால் யாருக்குத்தான் எரிச்சல் வராது? ஒரு புறத்தில் பார்த்தால் அந்த நாயின் தோரணையில் இருந்த எளிமையும், பக்கவாட்டில் அச்சுறுத்தும்படி பார்க்கும் அதன் பார்வையில், சாய்த்துக்கொண்டிருந்த அதன் தலையில், அதன் பற்களின் வெண்மையில் தெரிந்த வன்மையில், சுருக்கமாக அதை வரைந்த நுண்ணோவியனின் அற்புதமான திறமையில் நான் திகைப்படைந்து போயிருந்தேன். (இந்தச் சித்திரத்தை யார் வரைந்திருக்கக் கூடுமென்று சரியாகக் கணித்துவிடும் விளிம்பிற்கு வந்திருந்தேன்). மறுபுறம் பார்த்தால் ஓர் அரைகுறை ஞானத்தின் அபத்தமான தருக்கத்தால் இப்படிப்பட்டதொரு திறமை வீணடிக்கப்பட்டிருக்கும் விதத்தை என்னால் மன்னிக்கவே முடியவில்லை. ஐரோப்பியர்களை போலி செய்கின்ற விருப்பமோ அல்லது இந்தச் சித்திரச்சுவடியை நமது சுல்தான் அவர்கள் டோகேவிற்கு பரிசாக அளிக்கப்போவதால், வெனீஸியர்களுக்கு பரிச்சயமான பாணியில் வரையப்பட்டிருக்கிறது என்ற சமாதானமோ, இந்தச் சித்திரங்களில் காணப்படும் பாசாங்குப் பசப்பை விளக்கப் போதுமானதாக இல்லை.

ஆரவாரமான ஓவியம் ஒன்றில் தீட்டப்பட்டிருந்த உக்கிரமான சிவப்பைப் பார்த்து எனக்கு திகிலாக இருந்தது. அந்த ஓவியத்தின் ஒவ்வொரு மூலையிலும் என்னுடைய ஓவியக்கலைஞர்கள் பதித்திருந்த கைவண்ணத்தை, அவர்களின் முத்திரையை உடனடியாக என்னால் அடையாளம் காணமுடிந்தது. என்னால் இனம் காணமுடியாத ஓவியன் ஒருவனின் தூரிகை, மறைபொருளான ஒரு தருக்கத்தால் ஆதிக்கம் செலுத்தப்பட்டு அந்த ஓவியத்தில் ஒரு விநோதமான சிவப்பை தீற்றியிருக்க, அவ்வோவியத்தில் சித்தரித்திருந்த மொத்த உலகமும் இந்த வண்ணத்தால் ததும்பிக்கொண்டிருந்தது. இந்த நெரிசலான சித்திரத்தின்மீது குனிந்து நெடுநேரம் ஆய்ந்துவிட்டு, கருப்பை அழைத்து என் நுண்ணோவியர்களில் யார் யார், எந்தெந்த இடங்களை வரைந்திருக்கின்றனர் – பிளேன் மரத்தை நாரை; கப்பல் களையும் வீடுகளையும் ஆலிவ்; பருந்தையும் மலர்களையும் வண்ணத்துப்பூச்சி – என்று சுட்டிக்காட்டி விளக்கினேன்.

“நீங்களே ஓர் உன்னதமான நுண்ணோவியர்; புத்தக – கலைப் பிரிவின் தலைவராக பல வருடங்களாக இருந்து வருகிறீர்கள். உங்களுக்குக் கீழே பணியாற்றிவரும் ஒவ்வொருவரின் ஓவியத்திறமையும் அவர்கள் வரைகிற வரிகளின் ஒழுங்கமைதியையும் அவர்களின்

தூரிகைத் திண்மையையும் வித்தியாசப்படுத்திக் காட்ட முடியும்” என்றான் கருப்பு. “ஆனால் என் எனிஷ்டேவைப் போன்ற ஒரு மாறுபட்ட சிந்தனையாளர் இந்த ஓவியர்களை புதிய, இதுவரை யாரும் முயற்சிக்காத பாணியில் வரைவதற்கு உட்படுத்தினால், அப்படி உருவாகும் சித்திரங்களை யார் யார் வரைந்தது என்று எப்படி உங்களால் உறுதியாகக் கணிக்க முடியும்?”

நான் அவனுக்கு ஒரு குட்டிக்கதை மூலம் இதற்கு பதிலளிக்க முடிவு செய்தேன்: “முன்பொரு காலத்தில் இஸ்ஃபஹானை ஒரு ஷா ஆண்டுவந்தான்; அவன் புத்தகக்கலை ரசிகன். அவனது கோட்டையில் தனியாக வசித்து வந்தான். அவன் ஒரு வலிமை வாய்ந்த, புத்திசாலியான, ஆனால் இரக்கமற்ற ஷாவாக இருந்தான். அவனுக்கு இரண்டே இரண்டு விஷயங்களில்தான் அக்கறை இருந்தது: அவன் தயாரிக்க உத்தரவிட்டிருந்த சித்திரச்சுவடியும் அவனுடைய மகளும். அவன் தன் மகளின்மேல் வைத்திருந்த அபரிமிதமான அன்பை அவனது எதிரிகள் மகளின்மீது அவன் காதல் வயப்பட்டிருப்பதாக கூறிவந்ததற்காக அவர்களை குறைகூறமுடியாது. பக்கத்து நாட்டு இளவரசர்களும் ஷாக்களும் தமது தூதர்களின் மூலம் அவளை மணம் செய்துகொள்ள விருப்பம் தெரிவித்தாலே அவர்கள் மீது படையெடுத்து செல்கிற அளவுக்கு அவன் பொறாமை பிடித்திருந்தான். அவனுடைய மகளுக்கும் பொருத்தமான கணவன் கிடைக்காததால் அவளை ஓர் அறைக்குள்ளேயே பூட்டிவைத்திருந்தான். அந்த அறைக்குள் செல்ல நாற்பது கதவுகளைத்திறந்து செல்லவேண்டும். இஸ்ஃபஹானில் நிலவி வந்த பொதுவான நம்பிக்கையையொட்டி, அவனுடைய மகளின் அழகு மற்றவர் கண்பட்டால் மங்கிப்போய் விடும் என்று அவனும் நம்பி வந்தான். அவனது ஆணையின்படி தயாரிக்கப்பட்ட ‘ஹுஸ்ரேவும் ஷிரினும்’ சித்திரச்சுவடி ஒருநாள் வெளியானபோது, ஹெராத் பாணியில் சித்தரிக்கப்பட்டிருந்த அதன் சித்திரங்கள் ஒன்றில் இடம்பெற்றிருந்த வெளிறிய முகம்கொண்ட அழகி அந்தப் பொறாமைபிடித்த ஷாவின் மகள்தான் என்றொரு வதந்தி இஸ்ஃபஹானில் பரவத் தொடங்கியது! அந்த வதந்தி அவன் செவிகளை எட்டுவதற்கு முன்பாகவே, இக்குறிப்பிட்ட ஓவியத்தின் மேல் ஐயமுற்று, அச்சுவடியின் பக்கங்களை நடுங்கும் கைகளால் திறந்து பார்க்க, அவனுடைய மகளின் அழகு உண்மையிலேயே அந்தப்பக்கத்தில் வடித்தெடுக்கப்பட்டிருப்பது கண்ணீர் மல்கத் தொடங்கிய அவன் கண்களில் விழுந்தது. ஆனால் இந்தக்கதை சொல்வது என்னவென்றால், நாற்பது கதவுகள் பூட்டி சிறை வைக்கப்பட்டிருந்த ஷாவின் மகள் ஒருநாளிரவு வெளியே வந்து, ஓவியன் முன்வந்து நின்று தன்னழகைக் காட்டியதாகப் பொருள் அல்ல என்பதுதான். உண்மையில் அச்சித்திரத்தில் இருப்பது ஷாவின் மகளே அல்ல. அறைக்குள் அடைபட்டு சலித்திருந்த அவளின் அழகு ஓர் ஆவியைப்போல அந்த அறையிலிருந்து தப்பி வெளியேறி,

ஒவ்வொரு கண்ணாடியிலும் பட்டுப் பிரதிபலித்து, கதவுகளுக்குக் கீழே ஊர்ந்து, சாவித்துவாரங்களின் ஊடே ஒளிக்கற்றையைப்போல, புகைச்சுருளைப்போல புகுந்து வெளியே வந்து, அந்த இரவில் கண் விழித்து ஓவியம் வரைந்துகொண்டிருந்த ஓர் இளம் ஓவியனின் கண்களைத் தீண்டியது. திறமைவாய்ந்த அவ்வோவியன், தான் பாதி வரைந்துகொண்டிருந்த ஓவியத்திற்கு மத்தியில் தன் கண்களில் கற்பனைபோல புகுந்துவிட்ட அவ்வழகைக் கண்டு பொறுத்திருக்க முடியாமல் அதனை அப்படியே சித்திரமாகத் தீட்டிவிட்டான். அந்த ஓவியத்தில் இடம்பெற்றிருந்த காட்சி, ஊருக்கு வெளியே ஹுஸ்ரேவின் சித்திரம் ஒன்றைப்பார்த்து ஷிரின் மையலுற்று மயங்குகின்ற காட்சி."

"என் அன்பிற்குரிய ஆசானே, ஐயா, இது மிக ஆச்சரியமானதோர் ஒற்றுமை" என்றான் கருப்பு. "'ஹுஸ்ரேவும் ஷிரினும்' கதையில் எனக்கு மிகவும் பிடித்த காட்சி அதுதான்."

"இவையெல்லாம் கட்டுக்கதைகள் அல்ல, உண்மையில் நிகழ்ந்த சம்பவங்கள்" என்றேன். "இதைக் கவனி: ஷாவின் அழகான மகளை ஷிரினாக அந்த ஓவியன் தீட்டவில்லை. புல்லாங்குழல் இசைத்துக் கொண்டோ அல்லது மேஜையை சரிசெய்து கொண்டோ இருந்த ஒரு பரத்தைப் பெண்ணாகத்தான் வரைந்திருந்தான். அது ஏனென்றால் அந்தச் சமயத்தில் அவன் வரைந்து கொண்டிருந்த உருவம் அதுதான். இதனால் விளைந்தது என்னவென்றால் அந்தப் பரத்தையின் அசாதாரணமான அழகிற்கு முன்னால் ஷிரினின் அழகு மங்கிப்போய், அந்த ஓவியத்தின் சமநிலையே குலைந்துவிட்டது. ஓவியத்தில் தன் மகளைக்கண்டபின், அந்த அற்புதமான ஓவியன் யாரென்று அறிய ஷா விரும்பினான். ஷாவின் கோபத்தை அறிந்ததனால் அந்த சாமர்த்தியசாலியான நுண்ணோவியன் அந்தப் பரத்தையையும் ஷிரினையும் தன்னுடைய பாணியில் வரையாமல் யாரென்று கண்டு பிடிக்க முடியாதபடிக்கு ஒரு புதுவிதத்தில் தீட்டிவிட்டான். வேறு சில நுண்ணோவியர்களின் தூரிகைகளும் அந்த ஓவியத்தில் இடம் பெற்றுவிட்டன."

"அவருடைய மகளை வரைந்துவிட்ட நுண்ணோவியன் யாரென் பதை ஷா எப்படிக் கண்டுபிடித்தார்?"

"செவிகளிலிருந்து"

"யாருடைய செவிகளிலிருந்து? மகளின் செவியிலிருந்தா அல்லது அவள் சித்திரத்திலிருந்தா?"

"உண்மையில், இரண்டிலிருந்தும் அல்ல. அவனுடைய உள்ளுணர்வு சொன்னதைக்கேட்டு, அவன் அரசவையின் எல்லா நுண்ணோவியர் களும் வரைந்த புத்தகங்கள், ஏடுகள், சித்திரங்கள் அனைத்தையும் வரவழைத்து அவற்றில் வரையப்பட்டிருந்த காதுகளை கூர்ந்தாய்வு செய்துபார்த்தான். அவன் பல வருடங்களாக அறிந்திருந்த ஒன்றை

ஒரு புதிய வெளிச்சத்தில் கண்டான்: திறமை அதிகமோ, குறைவோ, ஒவ்வொரு நுண்ணோவியனும் தமது ஓவியங்களில் காதுகளை தமக்கே யுரிய ஒரு பாணியில்தான் வரைகின்றான். அவன் வரைகின்ற முகம் ஒரு சுல்தானோ, ஒரு குழந்தையோ, ஒரு போர்வீரனோ அல்லது – இறைவன் மன்னிக்கட்டும் – நமது மேன்மைதங்கிய இறைத்தூதர் அவர்களின் பாதி திரையிட்ட முகமோ அல்லது –இறைவன் மீண்டும் மன்னிக்கட்டும் – பிசாசின் முகமோ, எதுவாக இருந்தாலும் ஒவ்வொரு நுண்ணோவியனும், அந்த ஒவ்வொரு சித்திரத்திலும் காதுகளை ஒரேவிதமாகத்தான் எப்போதும் வரைகிறான், அது ஏதோ ஒரு ரகசிய கையெழுத்தைப்போல."

"ஏன் ?"

"கலைஞர்கள் ஒரு முகத்தை வரையும்போது, அதன் உன்னத மான அழகை எட்டிப்பிடிப்பதிலும் வடிவங்கள் குறித்த பழைய கோட்பாடுகளை கடைப்பிடிப்பதிலும் முகபாவத்திலும் அவ்வோவியம் நிஜமான ஒருவரை ஒத்திருக்க வேண்டுமா என்பதிலும் மட்டுமே கவனத்தை செலுத்துகின்றனர். ஆனால் செவிகளை வரையவேண்டிய நேரம் வரும்போது அவர்கள் மற்றவர்களிடமிருந்து களவாடுவதோ, ஒரு மாதிரியை பின்பற்றுவதோ அல்லது ஓர் உண்மையாக செவியை ஒப்பிட்டு வரைவதோ கிடையாது. பற்பல வருடங்களாக, அவர்கள் எதையும் யோசிக்காமல், எதனை அடையவும் முனையாமல், அவர்கள் எதைத்தான் வரைகிறோம் என்பதை கவனிக்கும் பிரக்ஞைகூட இல்லாமல் வரையும்போது, அவர்களின் நினைவுகள் மட்டுமே அவர்களது தூரிகைகளை வழி நடத்துகின்றன."

"ஆனால் பண்டைய மகத்தான ஓவியர்கள்கூட தமது உன்னத மான படைப்புகளை, நிஜமான குதிரைகளை, மரங்களை, மனிதர் களைப் பார்க்காமல் நினைவிலிருந்தேதான் வரைந்தனர் இல்லையா?"

"உண்மைதான்" என்றேன். "ஆனால் அந்த நினைவுகள் வருடக் கணக்கான சிந்தனையாலும் அவற்றின் பிரதிபலிப்பாலும் பெறப் பட்டவை. வரையப்பட்ட குதிரைகளையும் நிஜமான குதிரைகளையும் ஏராளமாகப் பார்த்திருப்பதால் ரத்தமும் சதையுமாக ஒரு குதிரையை எதிரே வைத்துக் கொண்டு வரைந்தால், அது அவர்களின் நினைவுகளில் பதித்து வைத்திருக்கும் பரிபூரணமான புரவியின் பிம்பத்தை சிதைத்து விடும் என்று அவர்கள் அறிந்திருந்தனர். பல்லாயிரக்கணக்கான முறை ஒரு நுண்ணோவியக் கலைஞன் வரைந்த ஒரு குதிரை, இறுதி யில் குதிரை பற்றிய கடவுளின் பார்வைக்கு அருகில் நெருங்கி வந்துவிடுகிறது; இதனை அனுபவத்தின்மூலம் கலைஞன் தன் ஆன்மா வின் ஆழத்தில் உணர்கிறான். நினைவிலிருந்து எடுத்து மிக விரைவாகக் கையால் வரையப்படுகின்ற குதிரை, செயற்றிறத்தோடும் பேராற்ற லோடும் நுழைபுலத்தோடும் ஆக்கப்படுகின்றது. இது அல்லாஹுவின் புரவியை நெருங்குகின்ற ஒரு புரவி. ஆயினும், எந்தவொரு ஞானத்தை

யும் கையில் திரட்டிக் கொள்வதற்குமுன் வரையப்பட்ட, அந்தக் கரம் என்ன செய்கின்றதென்பதை சீர்தூக்கிப் பார்ப்பதற்குமுன் வரையப்பட்ட அல்லது ஷாவின் மகளுக்கு செவி எப்படியிருக்கிற தென்பதை கவனிப்பதற்குமுன் வரையப்பட்ட ஒரு செவி நிச்சயம் பிழையாகத்தானிருக்கும். அடிப்படையிலேயே, அது ஒரு பிழையாக அல்லது பூரணக்குறைவாக இருப்பதினால், நுண்ணோவியனுக்கு நுண்ணோவியன் மாறுபட்டே தீரும். அதாவது, இது ஒரு கையெழுத்தைப் போலாகிவிடுகிறது."

திடீரென்று சலசலப்பு ஏற்பட்டது. காவற்படைத்தலைவரின் வீரர்கள் நுண்ணோவியர்கள், எழுத்தோவியர்களின் வீடுகளிலிருந்து பறிமுதல் செய்துவந்த ஏடுகளை பழைய ஓவியக்கூடத்திற்குள் கொண்டு சென்றனர்.

"தவிரவும், செவிகள் என்பவை உண்மையில் மனிதப்பிழை" என்றேன். கருப்பு புன்னகைப்பான் என்று எதிர்பார்த்தேன். "பார்த்த வுடனேயே தனித்து தெரிகிற, எல்லோருக்கும் பொதுவான ஒன்று: அவலட்சணத்தின் பரிபூரணமான வெளிப்பாடு."

"செவிகளை வரைந்ததை வைத்து அடையாளம் கண்டுபிடிக்கப் பட்ட நுண்ணோவியனுக்கு என்ன நிகழ்ந்தது?"

"அவன் கண்கள் குருடாக்கப்பட்டன" என்பதைச் சொல்லி கருப்புவை மேலும் பயமுறுத்த விரும்பாமல், "அவன் ஷாவின் மகளைத் திருமணம் செய்துகொண்டான். நுண்ணோவியர்களை அடையாளம் கண்டுபிடிக்கும் இந்த முறைக்கு 'பரத்தையர் முறை' என்று பெயர். இது புத்தகக்கலை பயிலரங்குகளுக்கு நிதியுதவி செய்கின்ற கான்களும் ஷாக்களும் சுல்தான்களும் பல வருடங்களாக பயன்படுத்தி வருகின்ற ஒன்றுதான். ஆனாலும் இது ரகசியமாகவே வைக்கப்பட்டு வருகிறது. நுண்ணோவியர்களில் எவராவது ஒருவர் தடைவிதிக்கப் பட்ட உருவம் ஒன்றையோ அல்லது ஏதோ ஒரு பொல்லாங்கை உள்ளடக்கியிருக்கும் ஒரு வடிவத்தையோ வரைந்துவிட்டு, பின்னர் தாம் வரையவில்லையென்று மறுத்தால், யார் அதற்கு காரண மென்பதை அவர்களால் உடனே கண்டுபிடித்துவிட முடியும் – உண்மையான கலைஞர்களுக்கு தடைவிதிக்கப்பட்டவற்றை வரைவதில்தான் இச்சையே உண்டு! சில நேரங்களில் அவர்களின் கைகள் தாமாகவே தவறுகளைச் செய்கின்றன. இத்தகைய வரம்பு மீறல்களை வெளிக்கொண்டுவர, ஓவியத்தின் மையத்திலிருந்து செவிகள், கைகள், புற்கள், இலைகள், ஏன் குதிரைகளின் பிடரி, கால்கள், குளம்புகள் போன்ற அற்பமான, அலட்சியமாக வரையப் பட்ட, திரும்பத்திரும்ப வரும் விவரணங்களை நீக்கிவிட்டு கூர்ந்தாராய வேண்டும். ஆனால் ஜாக்கிரதை! அந்த ஓவியனுக்கே இந்த நுட்பமான விவரணங்கள் தனது ரகசியக் கையெழுத்தாக மாறியிருக்கிறது என்பது தெரிந்திருந்தால் இந்த வித்தை பலிக்காது! மீசைகள் பிரயோசன

மில்லை, ஏனென்றால் பல ஓவியர்களுக்கு சுலபமாக, யோசிக்காமல் வரைகின்ற இவை ஒருவித அடையாளக் கையெழுத்தாக கண்டுபிடிக்கப் படும் என்பது தெரிந்திருக்கிறது. ஆனால் புருவங்களைப் பொறுத்த வரை வாய்ப்பிருக்கிறது: யாரும் அதன்மேல் அதிகம் கவனம் செலுத்துவதில்லை. சரி, இப்போது வா. காலம்சென்ற எனிஷ்டேவின் ஓவியங்களில் எந்தெந்த இளம் ஓவியர்களின் தூரிகைகளும் பேனாக் களும் தடம் பதித்திருக்கின்றன என்பதைப் பார்ப்போம்."

இப்படியாக, இருவேறு சித்திரச் சுவடிகளின் ஏடுகளை – இரகசியமாக உருவாக்கப்படும் ஒன்று, வெளிப்படையாக தயாரிக்கப் படும் ஒன்று – அருகருகே வைத்தோம். இரண்டு நூல்களும் இருவேறு கதைகளைச் சொல்பவை, இருவேறு பொருட்களைக் கொண்டிருப்பவை, இரண்டு மாறுபட்ட பாணியில் சித்தரிக்கப்பட்டிருப்பவை. ஒன்று, காலமான எனிஷ்டேவின் நூல்; மற்றது, நமது இளவரசர் அவர்களின் சுன்னத் திருவிழாவை சித்தரிக்கும் எனது கட்டுப்பாட்டின் கீழ்வரும் 'திருவிழா மலர்'. நான் எங்கெங்கெல்லாம் பூதக்கண்ணாடியை திருப்புகிறேனோ, கருப்பும் உற்றுப்பார்த்துக் கொண்டிருந்தான்.

1. 'திருவிழா மல'ரின் ஏடுகளில் முதலில் நாங்கள் சோதித்தது, மென்மயிர்த்தோல் வணிகர் குழு ஒன்று சிவப்பு கஃப்தானும் ஊதா இடைக்கச்சையும் அணிந்தபடி ஊர்வலமாகச் செல்ல, அக்குழுவின் தலைவர் தன் மடியில் வாயைப்பிளந்தபடி வைத்திருந்த ஒரு பதப்படுத்தப்பட்ட நரியின் உடலை வைத்திருந்த காட்சியை. இத்திருவிழாவிற்கென்றே விசேஷ மாக அமைக்கப்பட்டிருந்த இருக்கையில் அமர்ந்திருந்த நமது சுல்தான் அவர்களுக்கு முன் அந்த ஊர்வலம் கடந்து செல்கிறது. அந்தச் சித்திரத்திலிருந்த நரியின் பற்களையும் எனிஷ்டேவின் புத்தகத்திலிருந்த சாமர்கண்ட் சாத்தானின் பற்களையும் ஒப்பிட்டுப்பார்க்கும்போது, தனித்துவமாகத் தெரிகின்ற இவ்விரு படங்களையும் வரைந்திருப்பது ஆலிவ்தான் என்பது தெள்ளெனத்தெரிகிறது.

2. திருவிழாக்காலத்தின் ஒரு குதூகலமான நாளில், வட்டரங் கிற்கு எதிரே அமைக்கப்பட்டிருந்த நமது சுல்தான் அவர் களின் இருக்கைக்குக் கீழே கிழிந்த உடைகளோடு எல்லைப் புற இஸ்லாமியப் புனிதப்போர் வீரர்களான காஸிகள் நின்றிருந்தனர். அவர்களில் ஒருவன் வேண்டுகோள் ஒன்றை விடுக்கிறான்: மேன்மைதங்கிய சுல்தான் அவர்களே, உங்களின் தீரமிக்க வீரர்களாகிய நாங்கள் நமது மதத்தின் பெயரால் மிலேச்சர்களோடு போரிட்டபோது அவர்களால் சிறைபிடிக்கப்பட்டோம். எங்களில் பலரை அவர்களிடம் பிணைக்கைதிகளாக விட்டுவைத்துவிட்டுத்தான் நாங்கள் விடுதலை பெற்றுவரமுடிந்தது; அதாவது எங்களை அவர்கள்

விடுவித்ததே பிணையத்தொகை சம்பாதிக்கத்தான். ஆனால் நாங்கள் இஸ்தான்புல்லுக்குத் திரும்பி வந்தபிறகுதான் எல்லாமே எவ்வளவு அதிகமாக விலையேறிப்போயிருக்கிறது என்பது தெரியவந்தது. காஃபிர்களின் கைதிகளாக துன்புற்றுக் கொண்டிருக்கும் எங்கள் சோதரர்களைக் காப்பாற்றப் போதுமான பணத்தை எங்களால் சேகரிக்க முடியவில்லை. உங்கள் கருணையை எதிர்நோக்கி நின்றிருக்கிறோம். அவர்களை மீட்க தயவுசெய்து தங்கத்தையோ அல்லது அடிமைகளையோ தந்துதவுங்கள், பிரபு!" இந்தப் படத்தில் நமது சுல்தான் அவர்களையும் அனாதரவான காஸிகளையும் வட்டரங்கில் அமர்ந்திருக்கும் பாரசீக, தத்தாரிய தூதுவர்களையும் ஓரக்கண்ணால் பார்த்தபடி ஓரத்தில் நின்றிருக்கும் ஒரு நாயின் கால் நகங்களையும், எனிஷ்டேவின் புத்தகத்தில் தங்கநாணயத்தின் சாகசங்களை சித்தரிக்கும் காட்சியில் ஓர் ஓரத்தில் வரையப்பட்டிருக்கும் நாயின் கால்நகங்களையும் ஒன்றுபோலவே வரைந்திருப்பவன் நாரைதான்.

3. முட்டைகளை வைத்து அம்மானை ஆடிக்கொண்டு, சுல்தான் அவர்களின்முன் குட்டிக்கரணம் போட்டுக்கொண்டிருந்த செப்பிடுவித்தைக்காரர்களுக்கு மத்தியில், சிவப்பு கம்பளத்தில் ஓர் ஓரமாக அமர்ந்து தம்புரா வாசித்துக் கொண்டிருந்த ஊதாச்சட்டை வழுக்கைத்தலையன் அந்த வாத்தியக்கருவியை பிடித்திருந்த விதம், எனிஷ்டேவின் புத்தகத்தில் ஒரு பெரிய பித்தளைத்தட்டை பெண்ணொருத்தி 'சிவப்பு' சித்திரத்தில் பிடித்திருந்த விதத்தோடு அச்சாகப் பொருந்தியிருந்தது: சந்தேகமில்லாமல் ஆலிவ்வின் கைவண்ணம்.

4. சமையலர் குழு ஒன்று அவர்களது வண்டியில் ஒரு பெரிய வாணலியில் வேகவைத்த முட்டைகோஸும் இறைச்சியும் வெங்காயமும் மசாலா சேர்த்து சமைத்துக்கொண்டே சுல்தான் அவர்களைக் கடந்து செல்கிறது. வண்டியோடு சென்றுகொண்டிருந்த தலைமை சமையல்காரர்கள் இளஞ் சிவப்பு நிறமான தரையில் இருக்கும் நீலநிறக் கற்களின் மேல் தமது குழம்புப்பானைகளை இறக்கி வைத்திருக்கின்றனர்; இந்தக்கற்களை வரைந்திருக்கும் அதே ஓவியன்தான் எனிஷ்டே 'மரணம்' என்று தலைப்பிட்டிருக்கும் சித்திரத்தில் கருநீலத் தரையில் செந்நிறக்கற்களையும் மேலே மிதக்கின்ற பாதி பேயுருக் கொண்ட ஜந்துகளையும் வரைந்திருப்பவன்: வண்ணத்துப்பூச்சியின் கைவண்ணம் என்பது நிச்சயம்.

5. பாரசீகத்தின் ஷா, ஆட்டமன்களுக்கெதிராக மறுபடியும் படையோடு கிளம்பியிருப்பதாக தத்தாரிய ஒற்றர்கள் தகவல்

கொண்டுவர, ஆட்டமன்கள் கொதிப்படைந்து, இவ்வளவு நாட்களாக பாரசீக நாட்டுத்தூதர் இவ்வுலகின் இரட்சகரான நமது சுல்தான் அவர்களிடம் ஷா அவருடைய நண்பர்தா னென்றும், அவர்மீது சகோதர பாசம் கொண்டிருப்பதாகவும் பசப்பு வார்த்தைகள் பேசி ஏமாற்றி வந்திருக்கிறார் என்பதை யுணர்ந்த எரிச்சலில் திருவிழா மேடையருகே அமைக்கப்பட் டிருந்த அவரது விருந்தினர் உப்பரிகையை தரையோடு தரையாக இடித்துத் தள்ளிக்கொண்டிருக்கின்றனர். இந்தச் சீற்றத்துக்கும் கலவரத்துக்கும் மத்தியில், வட்டரங்கில் எழுந்த புழுதிப்படலத்தைத் தணிப்பதற்காக தண்ணீர் சேவகர்கள் விரைய, பாரசீகத்தூதரை தாக்கத் தயாராகிவிட்ட கும்பலை சாந்தப்படுத்த தோற்பைகளில் ஆளிவிதை எண்ணெயை நிரப்பிக்கொண்டு ஒரு பிரிவினர் அவர்கள்மேல் தெளிக்கின் றனர். தண்ணீர் சேவகர்களின் உயர்த்திய கால்களையும் ஆளிவிதை எண்ணெய் மூட்டையை தூக்கிக்கொண்டுவருகிற ஆட்களையும் வரைந்த ஓவியன்தான் சிவப்பை சித்தரிக்கும் எனிஷ்டேவின் புத்தக ஓவியத்தில் படையெடுத்து முன்னேறி வருகின்ற போர்வீரர்களின் உயர்த்திய கால்களையும் வரைந்தவன்: இதுவும் வண்ணத்துப்பூச்சியின் கைவண்ணம்.

இந்தக் கடைசி கண்டுபிடிப்பைச் செய்தது நான் அல்ல. பூதக் கண்ணாடியை வலமிருந்து இடமாக, இந்த ஓவியத்திலிருந்து அந்த ஓவியத்திற்கு மாற்றி மாற்றி நகர்த்தி ஆராய்ந்து கொண்டிருந்த போது, சித்ரவதை பற்றிய பயத்தாலும், தனக்காக வீட்டில் காத்துக் கொண்டிருக்கும் இளம்மனைவியை இனி பார்ப்போமோ என்ற சந்தேகத்தாலும் பீடிக்கப்பட்டு கண்களைக்கூட இமைக்காமல் அகல விரித்து, உற்று உற்றுப்பார்த்துக்கொண்டிருந்த கருப்புதான் இதைக் கண்டுபிடித்துச்சொன்னான். "பரத்தையர் முறை"யை உபயோகப் படுத்தி, எனிஷ்டே விட்டுச்சென்றிருந்த ஒன்பது ஓவியங்களில் எந்த ஓவியத்தை எங்கள் நுண்ணோவியர்களில் யார் வரைந்தது என்று பிரித்து வைத்து, பின் அந்தத் தரவுகளை பொருத்திப்பார்த்து முடிவுக்கு வர எங்களுக்கு பிற்பகல் முழுதும் செலவாயிற்று.

கருப்பின் காலம்சென்ற எனிஷ்டே எந்தவொரு சித்திர ஏட்டினை யும் குறிப்பிட்ட ஓவியன் ஒருவனிடம் ஒப்படைத்திருக்கவில்லை; என்னுடைய நுண்ணோவியக்கலைஞர்கள் மூவருமே – பெரும்பான்மை யான சித்திரங்களில் கூட்டாக – வரைந்திருக்கின்றனர். இதனால் இச்சித்திரங்கள் அடிக்கடி ஒரு வீட்டிலிருந்து இன்னொரு வீட்டிற்கு எடுத்துச் செல்லப்பட்டிருக்கவேண்டும். நான் அடையாளம் கண்டு கொண்ட கைவண்ணங்களைத்தவிர, ஐந்தாவதாக ஓர் ஓவியனின் தேர்ச்சியில்லாத தூரிகைத்தீற்றல்களையும் கவனித்தேன். இந்த அவமானகரமான கொலைகாரனின் அசட்டுக்கிறுக்கல்களைக்கண்டு எனக்கு கடுப்பு அதிகரிக்க, நல்லவேளையாக கருப்பு குறுக்கிட்டு,

என் பெயர் சிவப்பு

அந்த கைவண்ணங்கள் அவனுடைய எனிஷ்டேவினுடையது என்பதைக் கண்டுபிடித்துச் சொன்னதால், தப்பான திக்கில் எங்கள் ஆராய்ச்சி சென்றுவிடாமல் தப்பித்தது. எனிஷ்டேவின் புத்தகத்திற்கும் எங்களது 'திருவிழாமல'ருக்கும் ஒரேவிதமான பொற்பூச்சு செய்திருந்த வசீகரன் எஃபெண்டிகூட (அவனை நினைக்கும்போது என் இதயம் உடைகின்றது) அபூர்வமாக சிலமுறை தனது தூரிகையால் சுவர்கள், இலைகள், மேகங்கள் என்று தீட்டியிருக்கிறான் என்பதை அறிந்து கொண்டேன். அவனைத் தவிர்த்துவிட்டுப்பார்த்தால் என்னருமை நுண்ணோவியர்கள் மூவர் மட்டுமே இந்த ஓவியங்கள் அனைத்தையும் தீட்டியிருக்கின்றனர் என்பது தெளிவாகிறது. ஆலிவ், வண்ணத்துப்பூச்சி, நாரை ஆகிய இம்மூன்று அபாரமான ஓவியமேதைகளை அவர்களின் பயிற்சி மாணவப்பருவத்திலிருந்து கவனித்து, பயிற்சியளித்து வந்திருக்கிறேன்.

அவர்களின் திறமைகளையும் வல்லமைகளையும் மனவியல்பு களையும் வைத்து துப்பு கண்டுபிடிக்க விவாதிக்கும்போது, என் சொந்த வாழ்க்கையையும் விவாதிக்க நேர்வது தவிர்க்கமுடியாததாகி விடுகின்றது:

ஆலிவ்வின் குணாம்சங்கள்

அவன் இயற்பெயர் வெலிஜான். நான் அவனுக்கு வைத்திருந்ததைத் தவிர வேறு ஏதாவது செல்லப்பெயர் அவனுக்கு இருந்திருந்தால் அது எனக்குத்தெரியாது. அவன் ஓவியங்களில் கையெழுத்திட்டு எப்போதும் நான் பார்த்ததில்லை. பயிற்சி மாணவனாக இருந்தபோது, செவ்வாய்க்கிழமை காலைகளில் என்னை அழைத்துச்செல்ல வீட்டுக்கு வருவான். தற்பெருமை அதிகம் அவனுக்கு. அவனது ஓவியங்களுக்கு கையெழுத்திடவேண்டிய நிலைக்கு அவன் தாழ்ந்துபோனால், அந்தக் கையெழுத்து தெளிவாக, சுலபத்தில் புரிகிறாற்போலத்தான் இருக்கும். அதனை ஓவியத்திற்குள் எங்கேயும் ஒளித்துவைக்க மாட்டான். அல்லாஹ் அவனுக்கு திறமையை மிகுதியாகவே வழங்கியிருக்கிறார். பொற்பூச்சிலிருந்து வரைகோடிடுவதுவரை எதைவேண்டுமானாலும் மிக எளிதாக, அற்புதமாகச் செய்வான். அவன் எதைச் செய்தாலும் நேர்த்தியாக இருக்கும். விருட்சங்கள், விலங்குகள், மனித முகங்கள் ஆகியவற்றை அவனைப்போல அற்புதமாக வரைபவர்கள் ஓவியக் கூடத்தில் வேறுயாரும் கிடையாது. வெலிஜானுக்கு பத்து வயதாக இருக்கும்போதுதான் அவனுடைய அப்பா அவனை இஸ்தான்புல்லிற்கு அழைத்துவந்து, பாரசீக ஷாவின் தாப்ரீஸ் ஓவியக்கூடத்தில் முகங்களை வரைவதில் பிரத்தியேக தேர்ச்சியுற்றிருந்த ஸியாவுஷ்ஷிடம் பயில்வ தற்கு சேர்த்து விட்டார். ஒரு நீண்ட ஓவியப்பரம்பரையில் வந்தவன் அவன். அவனுடைய மூதாதையர்களின் வம்சம் மங்கோலியர் வரை செல்லும். ஸாமர்கண்ட், புகாரா, ஹெராத் போன்ற இடங்களில் 150 வருடங்களுக்கு முன் குடியேறிய ஆரம்பகால ஓவியக்கலைஞர் களைப்போல மங்கோலிய – சீன பாதிப்பில் அவனும் சீனர்களைப்

போலவே மதிமுகம் கொண்ட இளம் காதலர்களை வரைந்தான். அவனது பயிற்சிக் காலத்திலும் சரி, தேர்ச்சியுற்று கலைஞனாக உருவெடுத்த பின்பும் சரி, இந்தப் பிடிவாதம் பிடித்த ஓவியனை வேறு பாணிகளுக்குத் திருப்ப என்னால் இயன்றதேயில்லை. அவனது ஆன்மாவுக்குள் ஆழமாகப்பதிந்துவிட்டிருந்த மங்கோலிய, சீன, ஹெராத் கலைஞர்களின் பாணிகளையும் உருமாதிரிகளையும் தாண்டி வரமாட்டானா அல்லது அவற்றை முழுசாக மறந்துபோகமாட்டானா வென்று நான் எவ்வளவு விரும்பியிருப்பேன்! அவனிடம் இதைச் சொன்னபோது, ஓவியக்கூடத்திலிருந்து ஓவியக்கூடமாக, நாடு விட்டு நாடாக போய்க்கொண்டிருந்த பல நுண்ணோவியர்களைப்போல, அவன் வாஸ்தவத்தில் எப்போதோ கற்றிருந்த இந்தப் புராதன பாணி களை மறந்துபோய்விட்டதாகக் கூறினான். பல நுண்ணோவியர்களின் விழுமங்கள், தமது ஞாபகத்தில் பிணைத்து வைத்திருக்கும் வடிவங்களின் அற்புத உருமாதிரிகளில்தான் நிலைகொள்கின்றன வென்பதால், வெலிஜான் உண்மையிலேயே அவற்றை மறந்திருந்தா னென்றால் இதைவிட மகத்தான சித்திரக்காரனாக அவன் ஆகியிருப் பான். இருந்தாலும் அவனது குருநாதர்களின் போதனைகளை ஆன்மா வின் ஆழத்திற்குள் ஒப்புக்கொள்ளாத இரண்டு பாவங்களைப்போல புதைத்து வைத்துக் கொள்வதில் இரண்டு லாபங்கள் இருந்தன:

1. அவனைப்போன்ற அபாரத் திறமை கொண்டிருந்த ஒரு நுண்ணோவியனுக்கு புராதன வடிவங்களை விடாப்பிடியாக பற்றிக்கொண்டிருப்பதில் தவிர்க்க முடியாமல் ஒரு குற்ற வுணர்வும், அந்நியமாதலின் பதற்றமும் ஏற்பட்டு அவனது திறமைகளை உலுக்கியெடுத்து முதிர்ச்சிபெற வைக்கும்.

2. இக்கட்டான தருணங்களில், அவன் மறந்துவிட்டதாக கூறுபவற்றை அவனால் நினைவுக்கு கொண்டுவந்துவிட முடியும். இப்படியாக எந்தவொரு புதிய பொருளையும் வரலாற்றையும் அல்லது காட்சியையும் புராதன ஹெராத் மாதிரிகளில் ஒன்றை ஆதாரமாகக்கொண்டு முடித்துவிட முடியும். அவனது கூர்மையான விழிகளினால், புராதன வடிவங்களிலிருந்தும் ஷா தாமஸ்ப்பின் பண்டைய ஓவிய மேதைகளிடமிருந்தும் கற்றுக்கொண்டவற்றை எப்படி இணக்க மாக ஒத்திசைவிப்பது என்பதை அவன் அறிந்திருந்தான். ஹராத்தின் ஓவியமும் இஸ்தான்புல்லின் அலங்காரமும் ஆலிவ்விடம் சந்தோஷமாக ஒன்றுகலந்திருந்தன.

என்னுடைய நுண்ணோவியர்கள் எல்லோருடைய வீடுகளுக்கும் போவதைப்போல, ஒருமுறை நான் அவனது வீட்டிற்கும் அறிவிக்காமல் சென்றேன். எனது ஓவிய அறையைப்போலவும் வேறு பல நுண்ணோவி யர்களின் பணிக்கூடத்தையும் போலில்லாமல் அவனது அறையில் வண்ணக்குழம்புகளும் தூரிகைகளும் பளபளப்பேற்றும் கிளிஞ்சல்

களும் அவனது மடக்கு மேஜையும் இதர சாதனங்களும் குப்பையைக் கொட்டி வைத்திருப்பதைப்போல கன்னாபின்னாவென்று சிதறி யிருந்தன. அதைப்பார்க்க எனக்குத்தான் பெரும் ஆச்சரியமாக, புதிராக இருந்ததேயொழிய அதனால் அவன் எவ்வித சங்கடத்துக்கும் ஆளாகாதிருந்தான். கூடுதலாக சில வெள்ளிக்காசுகளை ஈட்டுவதற்காக வெளிவேலை எதையும் அவன் ஏற்றுக்கொண்டதில்லை. இந்த உண்மை களை கருப்பிடம் நான் எடுத்துரைத்தபோது, காலம்சென்ற அவனது எனிஷ்டேவினால் பெரிதும் பாராட்டப்பட்ட ஃபிராங்கிய கலைஞர் களின் பாணிகளின்மேல் அதிக ஆர்வம் காட்டியவனும் அவற்றை எளிதாகக் கையாண்டவனும் ஆலிவ்தான் என்று கருப்பு சொன்னான். இதை ஒரு பாராட்டு என்று நினைத்துக்கொண்டு அந்த செத்துப்போன முட்டாள்தான் சொல்லியிருப்பான். வெளிப்பார்வைக்கு தெரிகிற அளவுக்கு உண்மையிலேயே ஆலிவ், ஹெராத் பாணிகளில் ஆழமாக கட்டுண்டிருக்கிறானா என்று என்னால் உறுதியாகச் சொல்லமுடிய வில்லை. இந்தப் பாணியின் ஆதிக்கம் இவனுக்கு பாரம்பரியமாக, அவனுடைய அப்பாவின் குருநாதர் ஸியாவுஷ், ஸியாவுஷ்ஷின் குருநாதர் முஸாஃபெர் தொடங்கி பிஹ்ஸாத் காலம் வரை நீண்டிருக்கக் கூடியது. ஆனால் ஆலிவ்விற்கு வேறுசில ரகசியச் சார்புகள் இருக்குமோ என்று எப்போதுமே யோசித்து வந்திருக்கிறேன். என்னுடைய நுண்ணோவியர்களிலேயே (எனக்கு நானே சொல்லிக்கொண்டேன்) அவன்தான் மிக அமைதியான, மிகவும் நுண்ணுணர்வுகொண்ட ஒருவன். அதே நேரத்தில் மிகவும் குற்றபுத்தி கொண்டவனும் துரோக எண்ணம் உடையவனும்கூட. இருப்பவர்களிலேயே வழிவிலகிச் செல்லக்கூடியவனும் அவன்தான். காவல்தலைவரின் சித்ரவதைக் கூடத்தை நினைக்கும்போது முதலில் மனதிற்கு வருபவனும் அவன் தான். (அவனை சித்ரவதை செய்ய வேண்டுமென்றும் சித்ரவதை செய்யக்கூடாதென்றும் ஒரே நேரத்தில் தோன்றியது). ஜின்னுக்கு இருப்பதைப்போன்ற கண்கள் அவனுக்கு. அனைத்தையும் உள்வாங்கிக் கொள்ளக்கூடியவன், எனது பலவீனங்கள் உட்பட எல்லாவற்றையும் கவனத்தில் எடுத்துக் கொள்வான்; இருந்தாலும் எந்தச் சூழ்நிலைக்கும் தன்னை பொருத்திக்கொள்கிற ஒரு நாடு கடத்தப்பட்டவனின் பொறுமை யோடு, தவறுகளைச் சுட்டிக்காட்ட அரிதாகவே தன் வாயைத் திறப்பான். சூதுவாது நிறைந்தவன்தான், ஆனால் என் அபிப்பிராயத்தில் கொலைகாரனல்ல. (இதை கருப்பிடம் நான் சொல்லவில்லை). ஆலிவ்விற்கு எதிலும் நம்பிக்கை கிடையாது. பணத்தின்மேல் அவனுக்கு நம்பிக்கை கிடையாது, ஆனால் பதற்றத்தோடு பதுக்கி மட்டும் வைப்பான். பொதுவாக நம்பப்படுவதற்கு மாறாக எல்லா கொலைகாரர் களும் ஏதாவது ஒரு விஷயத்தில் தீவிர நம்பிக்கை கொண்டவர்களாகத் தான் இருக்கின்றனர், அவநம்பிக்கைவாதிகளாக இருப்பதில்லை. சித்திர விளக்கப்பிரதி ஓவியத்திற்குக் கொண்டுசெல்கிறது, ஓவியம் – இறைவன் பொறுத்தருளட்டும் – அல்லாஹ்வை சவாலுக்கு அழைக்கக் கொண்டுசெல்கிறது. இது எல்லோருக்கும் தெரியும். எனவே, அவனது

அவநம்பிக்கையை வைத்து மதிப்பிடும்போது ஆலிவ் ஓர் அசலான கலைஞன். இருந்தபோதிலும் அவனுக்கு கடவுள் அளித்த திறமைகள் வண்ணத்துப்பூச்சியைவிடவும், ஏன், நாரையைவிடவும்கூட குறைவு தான். ஆலிவ் என் மகனாக இருக்கக்கூடாதாவென்று நான் ஏங்குவேன். இதைச் சொல்லும்போது, கருப்பிற்கு பொறாமையைத் தூண்டவேண்டு மென்று விரும்பினேன். ஆனால் அவன் தனது கரிய விழிகளை அகலவிரித்து குழந்தையைப்போல குறுகுறுவென்று பார்த்துக் கொண்டி ருந்தான். கருப்பு மையில் ஆலிவ் வரைவது அற்புதமாக இருக்கும் என்றேன். மேலும், அவன் வெள்ளேடுகளில் ஒட்டும்போதும் போர் வீரர்கள், வேட்டைக்காட்சிகள், சீனர்களின் பாதிப்பில் நாரைகளும் கொக்குகளும் நிறைந்த நிலப்பரப்புகள், மரங்களுக்கடியில் நின்று கொண்டு பாடல்கள் ஒப்பிக்கும், புல்லாங்குழல் வாசிக்கும் சிறுவர்கள் போன்றவற்றை வரையும்போதும் புராணக்காதலர்களின் துயரத்தையும் கத்தியை உயர்த்தியபடி பாய்ந்துவருகின்ற ஷாவின் வெறியையும் தன்னைத்தாக்க வருகின்ற டிராகனுக்கு எதிரே நிற்கின்ற நாயகனின் முகத்தில் படரும் பயத்தையும் அவன் தத்ரூபமாக சித்தரிக்கும்போதும் ஆலிவ் ஓர் அபூர்வ ஓவியனாகத் தெரிவான் என்றேன்.

“ஒருவேளை எனிஷ்டே, ஆலிவ்வை நமது சுல்தான் அவர்களின் முகத்தையும் அமர்ந்திருக்கும் தோரணையையும் ஐரோப்பிய பாணியில் நுட்பமாக அந்தக் கடைசி ஓவியத்தில் வரைய விரும்பியிருக்கலாம்” என்றான் கருப்பு.

என்னைக் குழப்ப முயல்கிறானா?

“அப்படியானால், ஆலிவ் எனிஷ்டேவைக் கொன்ற பிறகு அவனுக்கு ஏற்கனவே பரிச்சயமாயிருந்த அந்தக் கடைசி ஓவியத்தை அவன் எதற்காக எடுத்துக்கொண்டு ஓடவேண்டும்?” என்றேன். “அந்தப்படத்தைப் பார்ப்பதற்காகத்தான் அவன் எனிஷ்டேவை கொன்றிருப்பானா?”

இருவரும் இந்தக்கேள்விகளை சிறிதுநேரம் சிந்தித்திருந்தோம்.

“ஏனென்றால் அந்த ஓவியத்தில் ஏதோ குறை இருக்கிறது” என்றான் கருப்பு. “அல்லது அவன் வரைந்த ஏதோவொன்றுக்காக அவன் வருத்தப்படுகிறான், அது குறித்து பயப்படுகிறான். அல்லது இப்படிக்கூட இருக்கலாம்...” அவன் கொஞ்ச நேரம் யோசித்தான். “எனிஷ்டேவை கொன்றுவிட்டதால் அந்த ஓவியத்தை மேலும் சிதைப்பதற்காக, ஞாபகச்சின்னமாக வைத்துக்கொள்வதற்காக அவன் எடுத்துச்சென்றிருக்கலாம் அல்லது எந்த காரணத்துக்காகவுமில்லாம லிருக்கலாம். என்ன இருந்தாலும் ஆலிவ் ஒரு மாபெரும் ஓவியன். ஓர் அழகான ஓவியத்தின்மேல் அவனுக்கு இயல்பாகவே ஒரு மரியாதை இருந்திருக்கும்.”

"எந்தெந்த விதங்களில் ஆலிவ் ஒரு மாபெரும் ஓவியன் என்பதை நாம் ஏற்கனவே விவாதித்துவிட்டோம்" என்றேன் கோபத்துடன். "ஆனால் எனிஷ்டேவின் எந்த ஓவியமும் அழகானவையல்ல."

கருப்பு துணிச்சலோடு "அந்தக் கடைசி ஓவியத்தை நாம் இன்னமும் பார்க்கவில்லை" என்றான்.

வண்ணத்துப்பூச்சியின் குணாம்சங்கள்

வெடிமருந்து தொழிற்சாலை வட்டாரத்தைச்சேர்ந்த ஹஸன் செலெபி என்று அவன் அறியப்பட்டான் ஆனால் அவன் எப்போதுமே எனக்கு 'வண்ணத்துப்பூச்சி'தான். இந்தச் செல்லப்பெயர் அவன் சிறுவனாகவும் இளைஞனாகவும் இருந்தபோது இருந்த அழகைத் தான் எப்போதும் நினைவூட்டுகிறது: அவனை ஒருமுறை பார்த்தவர் களுக்கு திரும்ப இரண்டாவது முறை பார்க்கத்தூண்டும்படி பேரழகனாக இருந்தான். எவ்வளவு அழகனாக இருந்தானோ அந்தளவுக்கு அவன் திறமைசாலியாக இருந்தது என்னை எப்போதுமே திகைப்படைய வைக்கும். வண்ணங்களை பயன்படுத்துவதில் அவன் ஒரு மேதை, அதுதான் அவனது மகத்தான பலமும்கூட. ஆத்மார்த்தமாக ஓவியம் தீட்டுவான். வண்ணங்களைத் தீட்டுவதில் அவன் சந்தோஷம் கொப்பளிக்கும். ஆனால் அவன் அலைபாயும் இயல்பினன், குறிக்கோ ளற்றவன், திட்டமுடிவற்ற தயக்கவாதி என்பதையும் கருப்பிடம் கூறி எச்சரித்தேன். நியாயமாகவும் சரியாகவும் சொல்லவேண்டுமென்ற கவலையில் மேலும் கூறினேன்: இதயத்திலிருந்து வரைகின்ற ஓர் அசலான நுண்ணோவியன் அவன். அலங்கரிப்புக்கலை என்பது அறிவுக்கு இரைபோடுவதாக, நமக்குள் இருக்கும் மிருகத்திடம் சம்பாஷிப்பதாக அல்லது சுல்தான் அவர்களின் பெருமைக்கு வலு சேர்ப்பதாக இல்லாமல் இந்தக்கலை, வெறும் கண்களுக்கு விருந்தாக மட்டுமே இருப்பதற்கானது என்று கொண்டால் வண்ணத்துப்பூச்சி ஓர் உண்மையான நுண்ணோவியன்தான் என்று சொல்லிவிடலாம். நாற்பது வருடங்களுக்கு முன்பிருந்த காஸ்வின் கலைஞர்களிடம் பாடம் கற்றுக் கொண்டவனைப்போல அகன்ற, நயமான, கவர்ச்சி கரமான வளைவுகளை உருவாக்குகிறான்; அவனது பிரகாசமான, சுத்தமான வண்ணங்களை தன்னம்பிக்கையோடு தீட்டுகிறான். அவனது ஓவியங்களின் வரிசையமைப்பில் ஒரு படிமானமுடைய சுற்றோட்டம் எப்போதும் ஒளிந்திருக்கும். ஆனால் அவனுக்குப் பயிற்சியளித்தது நான்தான், எப்போதோ செத்துப்போய்விட்ட அந்த காஸ்வின் கலைஞர்களல்ல. ஒருவேளை இந்தக் காரணத்துக்காகத்தான் அவனை என் மகனைப்போல, இல்லை, மகனைவிட அதிகமாக நேசிக்கிறேன் – ஆனால் அவனைப்பார்த்து பிரமித்ததில்லை. என்னிடம் பயின்ற எல்லா பயிற்சியாளர்களைப்போல அவனது பால்யகாலத்திலும் வாலிபப் பருவத்திலும் அவனை தூரிகை கைப்பிடிகளாலும் வரிக் கட்டைகளாலும் ஏன் கம்பாலும்கூட தாராளமாக அடித்திருக்கிறேன்,

ஆனால் அதற்காக அவன்மீது மரியாதை இல்லை என்று அர்த்தம் கிடையாது. நாரையைக்கூட நான் அடிக்கடி வரிக்கட்டைகளால் அடித்திருந்தாலும் அவன்மீதும் எனக்கு மரியாதை உண்டு. சாதாரண மாக வெளியிலிருந்து பார்ப்பவர்கள் நினைப்பதைப்போல ஆசிரியர் மாணவனை அடித்தால், அது அவனிடமிருக்கும் திறமைக்கான ஜின்களையும் பிசாசையும் விரட்டிவிடுவதில்லை, அவற்றை தற்காலிக மாக அடக்கித்தான் வைக்கிறது. அடிக்கின்ற அடி, நல்ல அடியாகவும், தேவையான ஒன்றாகவும் இருந்தால் ஜின்களும் பிசாசும் பிற்பாடு மேலெழுந்து வந்து அந்த வளரும் நுண்ணோவியனின் படைப்பாற்றலைத் தூண்டிவிடும். வண்ணத்துப் பூச்சிக்கு நான் வழங்கிய அடிகளைப் பொறுத்தவரை, அவை அவனை ஒரு நிறைவான, பணிவான ஓவியனாக உருவாக்கியிருக்கின்றன.

கருப்பிடம் அவனைப் புகழ்ந்து பேசவேண்டிய அவசியத்தை அப்போது நான் உணர்ந்தேன்; "பேரின்பத்தைத் தரக்கூடிய ஓவியம் என்பது வண்ணங்களைப் புரிந்துகொண்டு, அதைச்சரியாகப் பயன் படுத்துகின்ற, இறைவன் கொடுத்த திறமையின் ஊடாக மட்டுமே உருவாகச் சாத்தியம் என்று அப்புகழ்பெற்ற கவிஞன் தனது மஸ்நவியில் உரைப்பதின் வலுவான ஆதாரம் வண்ணத்துப் பூச்சியின் கலைத்திறன். இதை நான் புரிந்துகொண்டபோது, வண்ணத்துப் பூச்சியின் குறை என்ன என்பதையும் புரிந்துகொண்டேன்: தற்காலிக நம்பிக்கை இழப்பை 'ஆன்மாவின் இருண்ட இரவு' என்று ஜாமி தன் கவிதை யில் குறிப்பிடுவதை அவன் அறிந்திருக்கவில்லை. சொர்க்கத்தின் மகத்தான சந்தோஷச்சூழலில் ஓவியன் ஒருவன் வரைவதைப்போல அவன் ஒரு பேரின்ப ஓவியத்தைத் தன்னால் உருவாக்கமுடியுமென்ற நம்பிக்கையோடு தனது வேலையை பற்றுறுதியோடும் மனநிறை வோடும் செய்யப்புகுகிறான். அதைச் செய்தும் முடிக்கிறான். நமது படைகள் டோப்பியோ கோட்டையை முற்றுகையிடுவதும் நமது சுல்தான் அவர்களின் பாதங்களை ஹங்கேரிய நாட்டுத் தூதுவர் முத்தமிடுவதும் நமது இறைத்தூதர் அவர்கள் ஏழு சொர்க்கங்களின் மீதேறிச் செல்வதும் அடிப்படையிலேயே சந்தோஷம் மிகுந்த காட்சிகள் தாம். ஆனால் இவை வண்ணத்துப் பூச்சியின் கைவண்ணத்தில் உருவாக்கப்படும்போது, அச்சித்திரங்கள் ஆனந்தப்பரவசத்தில் சிறகடித்து அவ்வோவிய ஏட்டிலிருந்து எழும்பிப் பறப்பவையாகி விடுகின்றன. எனது ஓவியம் ஒன்றில், மரணத்தின் இருண்மையோ அல்லது ஓர் அரசாங்க அமர்வின் தீவிரத்தன்மையோ கனமாக அமிழ்ந்திருந்தால், அவ்வோவியத்தை வண்ணத்துப்பூச்சியிடம் கொடுத்து 'உனக்கு எப்படி இருந்தால் பொருத்தமென்று தோன்றுகிறதோ, அப்படி இதற்கு வண்ணம் தீட்டிவிடு' என்பேன். அதன்பிறகு, சவக்குழியை நிரப்ப குவித்து வைத்திருந்த மண்ணைத்தூவி மங்கலாக்கி வைத்திருந்ததைப் போலிருந்த அச்சித்திரத்தின் உடைகளும் இலைகளும் கொடிகளும் கடலும் தென்றல் காற்றில் சிலிர்க்கத் தொடங்கிவிடும். சில நேரங்களில்,

இந்த வண்ணத்துப்பூச்சி வரைகின்ற விதத்தில்தான் இந்த உலகத்தை அல்லாஹ் காண விரும்புகின்றாரோ, வாழ்க்கையே ஒரு கொண்டாட்ட மாகத்தான் இருக்கவேண்டுமென்று அவர் விரும்புகின்றாரோ என்றெல் லாம் எனக்குத்தோன்றும். அவன் தீட்டுகின்ற உலகத்தில் நிறங்கள் ஒத்திசைவாக இணைந்து ஒன்றுடன் ஒன்று மகத்தான கஸல்களை இசைத்துக் கொள்கின்றன, காலம் நின்று போகின்றது, பிசாசு எப்போதும் தலைகாட்டுவதே இல்லை.”

வண்ணத்துப்பூச்சியைப் பற்றிய மதிப்புரை இத்தோடு முடிந்து விட்டது என்று அவனே நினைத்திருக்கமாட்டான். யாரோ அவனிடம் மிகச்சரியாக – நல்ல நோக்கத்தில்தான் – எடுத்துச்சொல்லியிருக்க வேண்டும். அவனது ஓவியங்கள் ஒரு விடுமுறையைப்போல சந்தோஷ மளிப்பவை, ஆனால் அவற்றில் ஆழம் இல்லை. சிறு வயது இளவரசர் களுக்கும் மரணத்தின் விளிம்பில் முதுமைத் தளர்ச்சியுற்ற அந்தப் புரத்துக் கிழவிகளுக்கும் அவனது ஓவியங்கள் சந்தோஷமளிப்பவை களாக இருந்தன. இவ்வுலகில் தீமைகளோடு போராடிக்கொண்டிருக்க கட்டாயப்படுத்தப்பட்டிருக்கும் மனிதர்களுக்கு அவை உவப்பான தாக இல்லை. இந்த விமரிசனங்களெல்லாம் வண்ணத்துப்பூச்சிக்கும் நன்றாகவே தெரிந்திருந்தது. பாவம், அதனால் அவனைவிட வெகுவாகத் திறமையில் குறைந்த, ஆனால் அரக்கர்களாலும் ஜின்களாலும் பீடிக்கப்பட்டிருந்த சராசரி நுண்ணோவியர்களைக்கண்டு சில நேரங்களில் பொறாமை கொள்கிறான். பிசாசுத்தன்மையென்றும், ஜின்களின் கைவண்ணமென்றும் தவறுதலாக அவன் நம்பிக்கொண் டிருந்தவை பெரும்பாலும் நேரடியான துன்மார்க்கமும் பொறாமையுமேயாகும்.

அவன் என்னை கடுப்புக்குள்ளாக்குவதற்கு முக்கிய காரணம், அவன் ஓவியம் தீட்டுகையில் அந்த அற்புத உலகத்தில் தன்னை இழப்பதில்லை, அதன் பேரின்பத்திற்கு முன்னால் சரணடைந்து கொள்வதில்லை; பதிலாக, அவனது ஓவியங்கள் மற்றவர்களுக்கு களிப்பு ஏற்படுத்தும் என்று அவன் ஊகித்து வைத்திருக்கும் தரத்திலேயே தன் ஓவியத்தின் உயரத்தை நிறுத்திக் கொள்கிறான். அவன் என்னை கடுப்பேற்றுவதற்கு இன்னொரு காரணம், அவன் ஈட்டக்கூடிய பணத்தைப்பற்றியே யோசித்துக் கொண்டிருப்பது. வாழ்க்கையின் இன்னொரு முரண்நகை இது. அவனைவிட மிகமிகக் குறைவான திறமைகொண்டுள்ள பல கலைஞர்கள் வண்ணத்துப்பூச்சியைவிட அதிகமாகத் தமது கலைக்கு முன்பாக சரணடைந்து, தம்மை ஒப்புக் கொடுத்துவிடுகின்றனர்.

அவனது பலவீனங்களை சரிக்கட்டுவதற்காக, வண்ணத்துப்பூச்சிக்கு தான் கலைக்காக தன்னையே தியாகம் செய்திருப்பதாக காட்டிக் கொள்வதில் ஆர்வம் உண்டு. நகங்களின் மீதும் அரிசிகளின் மீதும் வெறும் கண்ணிற்குப்புலப்படாத படங்களை வரைகின்ற மரமண்டை

நுண்ணோவியர்களைப்போல அவனும் நுட்பமான, நொய்மையான கைவேலைப்பாடுகளை தன் ஓவியங்களில் புகுத்துவான். அல்லாஹ் அவனுக்கு வழங்கியிருக்கும் அபரிமிதமான திறமையைக்கண்டு கூச்சப் பட்டுத்தான், பல ஓவியர்களை இளம் வயதிலேயே குருடாக்கிவிட்ட இந்த லட்சியத்திற்கு ஆட்பட்டுவிட்டானா என்று ஒருமுறை அவனிடம் கேட்டிருக்கிறேன். மடத்தனமான நுண்ணோவியர்கள்தாம் பணக்கார முட்டாள் புரவலர்களிடம் பேரையும் ஆதாயத்தையும் சம்பாதிக்க ஒரேயொரு அரிசிமணியின்மேல் மரம் ஒன்றை வரைந்து அதன் ஒவ்வொரு இலையையும் வரைந்து காட்டுவார்கள்.

தனக்காக அல்லாமல் மற்றவர்களைத் திருப்திப்படுத்தும் விதத்தில் வரைகின்ற, மற்றவர்களை சந்தோஷப்படுத்த, அடக்கமுடியாத ஆர்வத்தைக் கொண்டிருக்கின்ற வண்ணத்துப்பூச்சி, மற்ற எவரையும் விட புகழுக்கு அடிமையானவனாக இருந்தான். அதனால்தான் தலைமை ஓவியர் பதவிக்கு வருவதற்கு அந்த சஞ்சலம் பிடித்த பட்டாம்பூச்சிக்கு அவ்வளவு நாட்டம். இந்த விஷயத்தைத் தொடங்கியதே கருப்புதான்.

“ஆமாம். நான் இறந்தபிறகு எனது பதவியை கைப்பற்ற அவன் திட்டமிட்டுக் கொண்டிருக்கிறான் என்பது எனக்குத் தெரியும்” என்றேன்.

“இந்தப் பதவிவெறி தன் சகோதர நுண்ணோவியரைக் கொல்லும் அளவுக்கு கொண்டு சென்றிருக்குமென்று நினைக்கிறீர்களா?”

“இருக்கலாம். அவன் ஒரு மகத்தான ஓவியன், ஆனால் அதை அவன் உணர்ந்ததில்லை. ஓவியம் தீட்டும்போது அவனால் உலகத் தொடர்புகளை விட்டு விலகி இருக்கமுடிவதில்லை.”

இதைச் சொல்லும்போது, உண்மையில் எனக்கேகூட, வண்ணத்துப் பூச்சிதான் எனக்குப்பிறகு தலைமையேற்கவேண்டுமென்று விருப்பம் இருப்பதை சொல்லியே ஆகவேண்டும். ஆலிவ்வை என்னால் நம்ப முடியாது, நாரையோ இறுதியில் வெனீஸிய பாணிக்கு அவனுக்கே தெரியாமல் அடிமையாகிவிடுவான். பாராட்டுகளைப் பெறுவதில் வண்ணத்துப்பூச்சிக்கு இருக்கும் போதை, ஓவியக்கூடத்தையும் சுல்தான் அவர்களையும் ஒருசேர கையாளுவதற்கு உதவியாக இருக்கும். (ஆனாலும் அவன்கூட ஓர் உயிரைக் கொல்லுவான் என்ற யோசனையே என்னை வதைக்கிறது). வண்ணத்துப்பூச்சியின் கூருணர்வுத் திறனும் அவனது சொந்த வண்ணத்தட்டின் மீதிருக்கும் நம்பிக்கையும் மட்டுமே யதார்த்தத்தின் புனைவுருவை சித்தரிக்காமல் யதார்த்தத்தையே அப்பட்டமாக, அதன் எல்லா நுணுக்க விவரங்களோடும், கார்டினல்கள், பாலங்கள், துடுப்புப் படகுகள், மெழுகுவர்த்திகள், தேவாலயங்கள், தொழுவங்கள், எருதுகள், வண்டிச்சக்கரங்கள் என எல்லாமே அல்லாஹ்விற்கு சம முக்கியத்துவம் கொண்டவை என்பதுபோல

அவற்றின் கீழ்விழும் நிழல்களோடு படம் வரைந்து பார்வையாளனை ஏமாற்றுகிற வெனீஸியக் கலையின் ஆதிக்கத்தைத் தடுத்து நிற்கும்.

"மற்றவர்கள் வீட்டுக்கு அறிவிக்காமல் போய் பார்த்ததுபோல அவன் வீட்டிற்கும் எப்போதாவது சென்றிருக்கிறீர்களா?"

"வண்ணத்துப்பூச்சியின் ஓவியங்களைப் பார்க்கிற எவருக்கும் நேசத்தின் மதிப்பையும் இதயபூர்வமான மகிழ்ச்சி, துயரத்தின் அர்த்தத்தையும் அவன் உய்த்துணர்ந்திருக்கிறான் என்பது உடனடியாகப் புரியும். ஆனால் வண்ணங்களின்மேல் பிரேமை கொண்ட எல்லாரையும் போல அவனும் சுலபத்தில் உணர்ச்சிவசப்படுகிற, மனம்மாறுகிற இயல்பினன். இறைவன் அவனுக்கு வழங்கியிருக்கும் மிதமிஞ்சிய திறமை, வண்ணங்களின்மேல் அவனுக்கிருக்கும் கூருணர்வு காரண மாக பெரும் பிரமிப்போடு சிறுவயதிலிருந்தே அவனை உன்னிப்பாக கவனித்து வந்திருக்கிறேன். அவனைப்பற்றிய அனைத்து விபரங்களும் எனக்குத் தெரியும். இதுபோன்ற சந்தர்ப்பங்களில் வழக்கமாக மற்ற நுண்ணோவியர்களுக்கு பொறாமை உண்டாகி குரு – சிஷ்ய உறவு சீரழிந்துவிடும். காதல் விஷயங்களில் அடுத்தவர் என்ன சொல்வார்களோ என்று அவன் பயப்பட்டதேயில்லை. சமீபத்தில் அவனது பகுதியைச் சேர்ந்த பழவியாபாரியின் அழகான மகளை திருமணம் செய்துகொண்டதி லிருந்து அவனைப்போய் பார்க்கும் விருப்பமோ சந்தர்ப்பமோ ஏற்படவில்லை."

"எர்ஸூரும்மின் ஹோஜாவின் சீடர்களோடு அவனுக்குத் தொடர்பிருப்பதாக வதந்தி இருக்கிறது" என்றான் கருப்பு. "யுத்தங் களையும் ஆயுதங்களையும் ரத்தம் பெருக்கெடுத்தோடும் காட்சிகளையும் சமையல்காரர்கள், மந்திரவாதிகள், துறவிகள், நடனச்சிறுவர்கள், கபாப் சமைப்பவர்கள், பூட்டு பழுதுபார்ப்பவர்கள் என ஒருவர் விடாமல் எல்லோரும் ஊர்வலமாகச் செல்கின்ற திருவிழாக்களையும் ஓவியங்களாகத் தீட்டுகின்ற நமது சித்திரச்சுவடிகளையும் மதவிரோதம் என்று அறிவித்து, குறிப்பிட்ட சில ஓவியங்களையும் அவர்கள் தடை செய்யப்போவதாகவும் நம்மை பழங்காலப் பாரசீக கலைஞர்களின் பாணியில் மட்டும் வரைவதற்கு கட்டுப்படுத்தப்போவதாகவும் இதன் காரணமாக வண்ணத்துப்பூச்சிக்குத்தான் பெரும் ஆதாயம் கிடைக்கப் போகிறதென்றும் பேச்சு அடிபடுகிறது."

"தாமெர்லேன் காலத்திய அற்புதமான ஓவியங்களுக்கு நாம் தேர்ச்சியோடும் வெற்றிகரமாகவும் திரும்பச்சென்றாலும், அந்த வாழ்க்கைக்கும் தொழில்முறைக்கும் அப்படியே திரும்பினாலும் – என் காலத்திற்குப் பிறகு புத்திக்கூர்மைமிக்க நாரை அதைச் செய்வான் – கடைசியில் அவையெல்லாம் மறந்துபோகப் போகின்றன" என்றேன் இரக்கமில்லாமல். "ஏனென்றால் இனி எல்லோருமே ஐரோப்பியர்களைப்போல ஓவியம் வரையத்தான் விரும்பப் போகின்றனர்."

இந்தச் சாப வார்த்தைகளை நான் உண்மையிலேயே நம்பினேனா?

"என் எனிஷ்டேவும் அப்படித்தான் நம்பினார்" என்று கருப்பு அமரிக்கையாக ஒப்புக்கொண்டான். "ஆனாலும் அது அவருக்கு நம்பிக்கையளிப்பதாக இருந்தது."

நாரையின் குணாம்சங்கள்

தன் பெயரை 'பாவ ஓவியன் முஸ்தபா செலிபி' என்று அவன் கையெழுத்திடுவதை பார்த்திருக்கிறேன். அவனுக்கென்று ஒரு பாணி இருக்கிறதா அல்லது இருக்கவேண்டுமா, அது கையெழுத்திடப்பட்டு அடையாளப்படுத்த வேண்டுமா அல்லது பண்டைய கலைஞர்களைப் போல அநாமதேயமாக இருக்கவேண்டுமா அல்லது அதற்குப் பணிவான நடத்தை இருக்கவேண்டுமா, வேண்டாமா, என்றெல்லாம் கவலைப்படாமல் ஒரு புன்னகையோடு, அலட்சியமாக அலையடிக் கின்ற எழுத்துகளில் தன்பெயரை கையெழுத்திடுவான்.

நான் அவனுக்கு அமைத்துக் கொடுத்த பாதையில் துணிச்சலோடு முன்னேறி, அவனுக்கு முன்னால் இதுவரை யாருக்கும் இயன்றிராத படிக்கு ஓவியத்தாளில் தன்னை ஒப்புக்கொடுத்திருந்தான். கண்ணாடித் துருத்திகள் குழல்களைத் திருப்பித்திருப்பி அடுப்பில் காட்டி கண்ணாடியை உருக்கி ஊதி, ஊதி, நீலப்பானைகளும் பச்சை ஜாடி களும் செய்யப்படுவது; செருப்பு தைப்பவர்கள் தோலையும் ஊசிகளை யும் மர அச்சுகளையும் பிசகாத கவனத்தோடு கையாண்டு விதவிதமான காலணிகளைச் செய்வது; விடுமுறை திருவிழாவில் ரங்கராட்டிணம் அழகான வில்லாக சுழன்று சுற்றுவது; எண்ணெய் செக்கில் அரைபடும் விதைகளிலிருந்து கசியும் எண்ணெய்; எதிரிகளை நோக்கி சுடப்படும் நமது பீரங்கிகள்; நமது துப்பாக்கிகளின் திருகாணிகளும் குழல்களும் என அவன் எல்லாவற்றையும் என்னைப்போலவே உற்றுக் கவனித்து ஓவியங்களாகத் தீட்டுவான். தாமெர்லேன் காலத்திய பண்டைய ஓவியர்களோ அல்லது தாப்ரீஸ், காஸ்வின்னின் புகழ்பெற்ற சித்திரக் காரர்களோ இத்தகைய விஷயங்களை வரைந்து, தமது தரத்தை தாழ்த்திக்கொண்டதில்லை என்றெல்லாம் அவன் பிறரைப்போலப் பேசி, அசூயை கொண்டிருந்ததில்லை. 'வெற்றி மலர்' தொகுப்பிற்கு யுத்தக்காட்சிகளை நேரடியாக பார்த்து வரைவதற்காக போருக்குச் சென்று பத்திரமாக உயிரோடு திரும்பி வந்த முதல் முஸ்லிம் நுண் ணோவியன் அவன்தான். ஓவியம் வரைவதற்காகவே எதிரிகளின் கோட்டைகளையும், பீரங்கிகள், படைகள், ரத்தக்காயம்பட்டிருக்கும் குதிரைகள், உயிருக்குப்போராடும் காயமுற்ற போர்வீரர்கள், சடலங்கள் ஆகியவற்றையும் ஆர்வத்தோடு முதலில் ஆராய்ந்தவனும் அவன்தான்.

அவன் வரைந்திருக்கிற பாணியைவிடவும் அவன் எடுத்துக்கொண் டிருக்கும் கருப்பொருளை வைத்தும், அவனது கருப்பொருளை விடவும் ஓவியங்களில் இடம்பெற்றிருக்கும் நுட்பமான விவரங்களுக்கு

அவன் அளிக்கும் முக்கியத்துவத்தை வைத்தும் அவனது ஓவியங்களை நான் அடையாளம் கண்டுகொள்வேன். ஓவியப்பணி சம்மந்தப்பட்ட எல்லா வேலைகளையும் அவனே பார்த்துக்கொள்வான். ஏடுகளைத் தொகுத்து, வரிசைப்படுத்தி, முக்கியமற்ற விவரங்களுக்குக்கூட நுட்பமாக வண்ணம்தீட்டி, ஆரம்பம் முதல் கடைசிவரை அவன் ஒருவனே கவனித்துச் செய்துகொள்வான். அவனை நம்பி வேலையை ஒப்படைத்து விட்டு நிம்மதியாக இருக்கலாம். இந்த விதத்தில் எனக்குப்பிறகு தலைமை ஓவியராக வருவதற்கு அவனுக்குத் தகுதி இருக்கிறது. ஆனால் அவனுக்கு பேராசையும் தற்செருக்கும் அதிகமாக உண்டு. மற்ற நுண்ணோவியர்கள் மீது அதிகாரம் செலுத்த முடியாதபடிக்கு அவனிடம் விட்டுக்கொடுத்து பணிந்துபோகிற குணம் இருப்பதால் அத்தனை பேரை அவனால் கட்டுப்படுத்த முடியாமல், கடைசியில் எல்லோரையும் இழக்க வேண்டிவரும். வாஸ்தவத்தில் அவனிடம் மொத்தமாக பொறுப்பை விட்டுவிட்டால் அவனுடைய நம்பமுடியாத கடும் உழைப்பு மோகத்தில் ஓவியக்கூடத்தில் உள்ள எல்லா ஓவியங்களையும் அவன் ஒருவனே வரைந்து தள்ளிவிடுவான். அப்படிப்பட்ட பேருழைப்பில் தன்மனதை அவன் செலுத்திவிட்டால் அவன் வெற்றி பெற்றே தீருவான். அவனுக்குத் தொழில் தெரியும். சுயமோகமும் உண்டு. எவ்வளவு அற்புதமான மனிதன்!

ஒருமுறை அறிவிக்காமல் அவன் இடத்திற்குச் சென்றிருந்தபோது அவன் வேலை செய்துகொண்டிருந்தான். மடக்கு மேஜைகளிலும் சாய்வு மேஜைகளிலும் மெத்தைகளிலும் அவன் வேலைசெய்து கொண்டிருந்த ஏடுகள் குவிந்திருந்தன: நமது சுல்தானின் நூலுக்கான சித்திரங்கள், எனக்கான ஓவியங்கள், எங்களை கேவலப்படுத்துவதில் ஆர்வமாக இருக்கும் ஐரோப்பிய பயணிகளுக்காக அவன் தயாரித்துக் கொண்டிருந்த உடையலங்காரப் புத்தகங்கள், தன்னைப்பற்றி உயர்வாக நினைத்துக்கொண்டிருக்கும் பாஷா ஒருவருக்காக அவன் வரைந்து கொண்டிருந்த மும்மடிப்பு ஓவியம், வெள்ளேடுகளில் ஒட்டுவதற்காக இருந்த உருவச்சித்திரங்கள், தன் சொந்த விருப்பத்திற்காக வரைந்த ஏடுகள், ஆபாச உடலுறவு ஓவியம் ஒன்றும் கூட இருந்தது. மலர் விட்டு மலர் தாவும் தேனீயைப்போல, ஒல்லியும் உயரமுமாக இருந்த நாரை, கிராமீயப்பாடல்களைப் பாடிக்கொண்டு, வண்ணங்களைக் கலந்து கொண்டிருந்த உதவியாளனின் கன்னத்தைக் கிள்ளிவிட்டு, அவன் வரைந்து கொண்டிருந்த படத்தில் வேடிக்கையாக ஒரு தீற்றல் தீட்டி, ஒரு நமட்டுச் சிரிப்போடு என்னிடம் காட்டிவிட்டு ஓவியம் விட்டு ஓவியமாக தாண்டிக் கொண்டிருந்தான். நான் உள்ளே நுழைந்தபோது, மற்ற நுண்ணோவியர்கள் மரியாதைக்காக செய்து கொண்டிருந்த வேலையை நிறுத்திவிட்டு எழுந்திருப்பதைப்போல, அவன் வேலையை நிறுத்தவில்லை. பதிலாக, கடவுள் அவனுக்களித்திருக்கும் திறமையையும் சாதுர்யத்தையும் என்னிடம் பறை சாற்றுவதைப் போல, மாறி மாறி ஓவியங்களில் வேலை செய்து காட்டிக்கொண்டிருந்

தான். (ஒரே நேரத்தில் ஏழெட்டு நுண்ணோவியர்கள் செய்கின்ற வேலையை அவனால் செய்யமுடியும்). என்னுடைய மூன்று நுண்ணோவியர்களில் ஒருத்தன்தான் அந்தக் கொடூரமான கொலைகாரன் என்று நினைக்கும்போது, அது நாரையாக இருக்கக்கூடாதா என்று ரகசியமாக கடவுளிடம் வேண்டினேன். அவனது மாணவப்பருவத்தில், வெள்ளிக்கிழமை காலை நேரங்களில் என் வீட்டு வாசலில் அவன் வந்துநிற்கும்போது, வண்ணத்துப்பூச்சியைப் பார்த்தவுடன் என் உள்ளத்தில் எழுகின்ற கிளர்ச்சியைப்போல எனக்கு இவனைப் பார்த்தால் உண்டானதில்லை என்பதை சொல்லவேண்டியிருக்கிறது.

ஒவ்வொரு சில்லறை விஷயத்திற்கும், அது தெளிவாக புலப்பட வேண்டுமென்பதைத்தவிர வேறெந்த பாரபட்சமும் இல்லாமல் அவன் தருகின்ற சமமான முக்கியத்துவம், அழகியல் அணுகுமுறை ஆகியவை வெனீஸிய கலைஞர்களை ஒத்திருக்கும். ஆனால் அவர்களைப் போலில்லாமல் பேராசைமிக்க என்னுடைய நாரை, தனது ஓவியங்களில் மனிதர்களின் முகங்களை தனி மனிதர்களுக்குரியதாகவோ, அல்லது தனிப்பட்டதாகவோ எப்போதும் அவன் பார்த்ததுமில்லை வரைந்ததுமில்லை. மற்றவர்களையெல்லாம் அவன் வெளிப்படையாகவோ அல்லது ரகசியமாகவோ இளக்காரமாகவே கருதி வந்ததால், முகங்களை அவன் முக்கியத்துவம் வாய்ந்ததாக எடுத்துக்கொள்ளவில்லையென்று நான் நினைக்கிறேன். நிச்சயமாக, நமது சுல்தான் அவர்களின் முகத்தை வரைய அவனிடம் எனிஷ்டே பொறுப்பைத் தந்திருக்கமாட்டார் என்பது மட்டும் நிச்சயம்.

ஒரு மிக முக்கியத்துவம் வாய்ந்த பொருளை அவன் சித்தரிக்கும் போதுகூட, அந்த நிகழ்ச்சிக்கு சற்று தூரத்தில் எங்கேயோ ஒரு சந்தேகத்திற்கிடமான நாயையோ அல்லது அந்த நிகழ்ச்சியின் செல்வச் செழிப்பையும் பகட்டையும் சிறுமைப்படுத்துகிறார்போல நின்றிருக்கும் ஒரு வெட்கக்கேடான பிச்சைக்காரனையோ அவன் வரையாமலிருக்க முடிந்ததில்லை. அவன் வரைகின்ற எந்தவொரு சித்திரத்தையும் அதன் கருப்பொருளையும் தன்னையும்கூட கிண்டல் செய்துகொள்ளும் அளவுக்கு போதுமான தன்னம்பிக்கை அவனிடம் இருந்தது.

“வசீகரன் எஃபெண்டியின் கொலை, பொறாமை காரணமாக ஜோசப்பின் சகோதரர்கள் அவரை கிணற்றில் தள்ளிவிட்டதை ஒத்திருக்கிறது” என்றான் கருப்பு. “ஹுஸ்ரேவின் மனைவி ஷிரினின் மீது மனதைப் பறிகொடுத்த ஹுஸ்ரேவின் மகனாலேயே அவன் எதிர்பாராமல் கொல்லப்படுவதை ஒத்ததாக இருக்கிறது என் எனிஷ்டேவின் மரணம். போர்க்காட்சிகளையும் ரத்தக்களறியான மரணக்காட்சிகளையும் வரைவதில் நாரைக்கு பெரும் ஆர்வம் உண்டு என்று எல்லோருமே சொல்கிறார்கள்.”

“ஓர் ஓவியன், அவன் வரைகின்ற படங்களின் கருப்பொருளை ஒத்திருப்பதாக யாராவது நினைப்பதாக இருந்தால், அவன்

என்னையோ, என் நுண்ணோவியக் கலைஞர்களையோ புரிந்துகொள்ள வில்லை என்று அர்த்தம். நம்மை வெளிப்படுத்துவது கருப்பொருள் அல்ல, அது மற்றவர்கள் நம்மை வரையச்சொல்லி உத்தரவிட்டிருப்பது – அவை எப்போதுமே ஒன்றாகத்தான் இருக்கப்போகிறது – ஒளிந் திருக்கும் நுண்ணுணர்வுகளை அக்கருப்பொருளை வரையும்போது ஓவியத்தில் சேர்க்கின்றோமே, அதுதான் நம்மை வெளிப்படுத்துவது: ஓவியத்திற்கு உள்ளேயே ஒளிர்வதுபோலத் தோன்றுகிறதே, ஓர் ஒளி; உருவங்கள், புரவிகள், விருட்சங்கள் ஆகியவற்றின் இயைபுகளில் ஒருவருக்குத் தெரிகின்ற ஒரு தெளிவான தயக்கம் அல்லது கோபம்; வானத்தை நோக்கி உயர்ந்திருக்கும் சைப்ரஸ் மரத்திலிருந்து வெளிப்படு கின்ற இச்சையும் துக்கமும்; கண்களை குருடாக்கும் முனைப்போடு சுவர் தகடுகளுக்கு ஒப்பனாலங்காரம் செய்யும்போது, ஓவியம் வரைவதில் நாம் காட்டுகின்ற பக்திபூர்வமான சரணாகதியும் பொறுமையும்... ஆம், இவைதான் நமது ஒளிந்திருக்கும் தடயங்கள். வரிசையாக ஒரே போன்றிருக்கும் அந்தக் குதிரைகள் அல்ல. ஒரு குதிரையின் கோபத்தையும் வேகத்தையும் ஓர் ஓவியன் காட்டும்போது, அவனது சொந்தக் கோபத்தையும் வேகத்தையும் அவன் வரைவதில்லை; ஒரு பரிபூரணமான புரவியை வரைய முயற்சிக்கும்போது, அவன் இந்த உலகத்தின் செழுமையின்மீதும் அதனைப் படைத்திருப்பவர் மீதும் அவனுக்கிருக்கும் அன்பை, வாழ்க்கையின் மீதிருக்கும் காதலின் வண்ணங்களில் அவன் வெளிப்படுத்துகிறான் – அவ்வளவுதான், வேறெதுவுமில்லை."

●

அத்தியாயம் 42

நான் கருப்பு என்று அழைக்கப்படுகிறேன்

பல்வேறு வகையான சித்திரப்பிரதி ஏடுகள் எனக்கும் மகத்தான குருநாதர் ஒஸ்மான் அவர்களுக்கும் முன்னால் இறைந்திருந்தன – புத்தகமாகத் தைக்கத்தயாராக இருந்த சித்திர எழுத்துப்பிரதிகள், இன்னமும் வண்ணம் தீட்டப்படாதவை அல்லது என்ன காரணத்திற்காகவோ முடிக்கப்படாமல் இருந்தவை – நுண்ணோவியக் கலைஞர்களையும் என் எனிஷ்டேவின் புத்தகத்தின் ஏடுகளையும் பிற்பகல் முழுக்க அலசி, மதிப்பிட்டு, எங்களது கணிப்புகளை குறித்து வைத்திருந்தோம். காவல்துறை ஆணையரின் மரியாதைமிக்க, ஆனால் முரட்டுத்தனமான வீரர்கள் நுண்ணோவியர்கள், எழுத்தோவியர்களின் வீடுகளை சோதனையிட்டு, அவர்கள் வரைந்து வைத்திருந்தவை எல்லாவற்றையும் எங்களிடம் கொண்டுவந்து சேர்த்து விட்டார்களென்றே நினைத்தபோது (அவற்றில் சில எங்களது இரண்டு நூல்களுக்கும் சம்மந்தமில்லாதவைகளாக, சில கூடுதல் நாணயங்களுக்காக அரண்மனைக்கு வெளியேயிருந்து சில வேலைகளை ரகசியமாக வாங்கிச் செய்தவைகளாக இருந்தன. இவற்றில் எழுத்தோவியர்களும் அடக்கம்), தடதடவென்று ஒரு வீரன் உள்ளே நுழைந்து குருநாதரை அணுகி, அவனது இடைக்கச்சையிலிருந்து ஒரு காகிதத்தை எடுத்துக் கொடுத்தான்.

முதலில் அதைப்பற்றி அக்கறை எடுத்துக்கொள்ளவில்லை. தன் மகனை பயிற்சிமாணவனாக சேர்த்துக்கொள்ள பல்வேறு துறைத்தலைவர்களுக்கும் குழுத்தலைவர்களுக்கும் ஏதோ ஒரு தகப்பன் கொடுத்திருக்கும் சிபாரிசுக் கடிதமாக இருக்குமென்று நினைத்தேன். அறைக்குள் ஊடுருவி வந்த சோகையான வெளிச்சத்திலிருந்து காலைச்சூரியன் மறைந்துவிட்டான் என்பதைச் சொல்ல முடிந்தது. என் கண்களுக்கு ஓய்வளிப்பதற்காக ஷிராஸ்ஸின் பழங்கால கலைஞர்கள் நுண்ணோவியர்

களுக்கு சிபாரிசு செய்திருந்த பயிற்சியை செய்யத் தொடங்கினேன், அதாவது பார்வையை எதன்மீதும் குவிக்காமல் வெற்றாக தூரப் பார்வை பார்ப்பது. இப்படிச்செய்தால் அகாலமாக நேரும் பார்வைக் குருடை தவிர்க்கலாமாம். அப்போதுதான் குருநாதர் கையில் வைத்திருந்த காகிதத்தைப் பார்த்தேன். அதன் இனிமையான நிறமும் இதயத்தை ஸ்தம்பிக்கவைக்கும் அதன் மடிப்புகளும் எனக்குள் நம்ப முடியாத கிளர்ச்சியை உண்டாக்கின. ஷெகூரே எனக்கு எஸ்தர் மூலமாக கொடுத்தனுப்பிய கடிதங்கள் இதேபோலத்தான் இருக்கும். "என்ன ஓர் ஒற்றுமை!" என்று மடத்தனமாக நான் சொல்வதற்குமுன், ஷெகூரேவின் முதல் கடிதத்தில் இருந்ததைப்போலவே இதனோடும் ஒரு கெட்டித்தாளில் வரைந்த ஓவியம் ஒன்று இணைக்கப்பட்டிருப்பது கண்ணில்பட்டது!

குருநாதர் ஒஸ்மான் ஓவியத்தை தன்னிடமே வைத்துக் கொண்டு கடிதத்தை என்னிடம் நீட்டியபோதுதான் அது ஷெகூரேவிடமிருந்து தான் வந்திருக்கிறது என்பதை உணர்ந்தேன்:

> *என்னருமை கணவர் கருப்பிற்கு, காலம்சென்ற வசீகரன் எஃபெண்டியின் விதவை கல்பியேவிடம் நலம் விசாரித்து வருவதற்காக எஸ்தரை அனுப்பினேன். அங்கே கல்பியே எஸ்தரிடம் காட்டிய இந்தச்சித்திரத்தை உங்களுக்கு அனுப்பி வைக்கிறேன். பின்னர் கல்பியேவின் வீட்டுக்குச் சென்று என்னால் இயன்றவரை பேசி, இந்தப்படத்தை என்னிடம் தருவது அவளுடைய நன்மைக்காகத்தான் என்று சமாதானம் செய்து வாங்கி வந்தேன். வசீகரன் எஃபெண்டியின் உடலை கிணற்றிலிருந்து வெளியே எடுத்தபோது இந்தக் காகிதம் அவரது உடம்பில் இருந்ததாம். கல்பியே அவளது கணவரிடம், அவர் ஆன்மா சாந்தியடையட்டும், யாருமே குதிரைகளை வரையச் சொல்லியிருக்கவில்லையென்று சத்தியம் செய்கிறாள். அப்படியானால், யார் வரையச் செய்திருப்பார்? ஆணையாளரின் ஆட்கள் வீட்டைச் சோதனையிட்டனர். விசாரணைக்கு இந்த விஷயம் முக்கியமாக உபயோகப்படுமென்பதால் இந்தக் கடிதத்தோடு அனுப்புகிறேன். குழந்தைகள் உங்கள் கரங்களை மரியாதையுடன் முத்தமிடுகின்றனர்.*
>
> உங்கள் மனைவி ஷெகூரே

இந்த அழகான கடிதத்தின் கடைசி மூன்று வார்த்தைகளை தோட்டத்தில் பூத்திருக்கும் மூன்று அற்புதமான சிவப்பு ரோஜாக்களைப் பார்ப்பதைப்போல திரும்பத்திரும்ப பார்த்துக்கொண்டேயிருந்தேன். கையில் பூதக்கண்ணாடியோடு குருநாதர் ஒஸ்மான் ஆராய்ந்துகொண்டிருந்த அந்த ஓவியத்தாளின்மீது நானும் குனிந்து பார்த்தேன். கைவாகு பழகுவதற்காக பழங்காலத்தில் ஓவியர்கள் ஒரே தீற்றலில் வரைந்து பயிற்சி எடுப்பதைப்போல வரையப்பட்ட

இந்த குதிரை ஓவியத்தில் மசி கலைந்து அங்கங்கே ஈஷிக்கொண்டிருந்ததுதான் உடனடியாக கண்ணில்பட்டது.

எதுவும் பேசாமல் ஷெகூரேவின் குறிப்பைப் படித்த குருநாதர் ஒஸ்மான் ஒரேயொரு கேள்வியை மட்டும் உச்சரித்தார்: "இதை வரைந்தது யார்?" பின் அவரே தனக்கு பதிலளித்துக்கொண்டார், "காலம் சென்ற எனிஷ்டேவின் குதிரையை வரைந்த அதே நுண்ணோவியன்தான்."

அவ்வளவு நிச்சயமாகச் சொல்லமுடியுமா? சித்திரச் சுவடிக்காக அந்தக் குதிரையை வரைந்ததே யாரென்று உறுதியாக எங்களுக்குத் தெரியவில்லை. அந்த ஒன்பது ஓவிய ஏடுகளிலிருந்து குதிரை ஓவியத்தை வெளியே எடுத்து அதை ஆராயத் தொடங்கினோம்.

அது, வைத்த கண் வாங்காமல் பார்க்க வைக்கிற பேரழகு பொருந்திய, எளிமையான, செஸ்நட் குதிரை. இப்படிக்கூறும்போது நான் உண்மையைத்தான் சொல்கிறேனா? இந்தக் குதிரையின் படத்தை என் எனிஷ்டேவோடு சேர்ந்து வெகுநேரம் பார்த்திருக்கிறேன், பின்னர் இச்சித்திரங்களோடு தனியாக இருந்தபோதும் பார்த்திருக்கிறேன், ஆனால் அப்போதெல்லாம் விசேஷமாக எதுவும் பட்டதில்லை. அது ஓர் அழகான, ஆனால் சாதாரண குதிரை: எந்தளவுக்கு சாதாரணம் என்றால் அதை வரைந்தது யார் என்பதையே எங்களால் அறுதியிட முடியவில்லை. அதை தவிட்டு நிறம் என்றுகூட சொல்லமுடியாது, ஏறக்குறைய வைக்கோல் நிறத்தில், முதுகில் லேசாக சிவப்பும் இருந்தது. இந்தக்குதிரையை வேறு பல புத்தகங்களிலும் சித்திரங்களிலும் அடிக்கடி பார்த்திருக்கிறேன். எந்த விசேஷ கவனிப்பையும் செலுத்தாமல் மனப்பாடமாக நுண்ணோவியன் வரைந்தது என்பது உடனே புலப்பட்டது.

அந்தக் குதிரையை இப்படியாக பார்த்துக்கொண்டேயிருந்தபோது அதில் ஒரு ரகசியம் பொதிந்திருப்பதை நாங்கள் கண்டோம். இப்போது ஒரு வெப்ப அலைபோல அக்குதிரையிலிருந்து ஓர் அழகு என் கண்முன் எழும்புவதையும் வாழ்க்கையின்மேல் பிடிப்பையும் உலகத்தை கற்றுத் தெளிந்து அரவணைத்துக்கொள்ளும் ஆர்வத்தையும் ஊட்டுகிற ஒரு சக்தி அதற்குள் இருப்பதையும் என்னால் உணர முடிந்தது. "அல்லாஹ்வின் கண்ணோட்டத்தில் ஒரு குதிரை எப்படியிருக்குமோ, அப்படியாக ஒரு மந்திரக் கைவண்ணத்தோடு வரைந்திருக்கின்ற இந்த நுண்ணோவியன் யார்?" என்று என்னை நானே கேட்டுக்கொண்டேன், அவன் ஒரு கொடூரமான கொலைகாரன் என்பதை திடீரென மறந்துபோய்விட்டதைப்போல. நிஜமான குதிரை போலவே அக்குதிரை என் முன்னே நின்றிருந்தது, ஆனால் மனதில் எங்கோ ஒரு மூலையில் இது ஒரு சித்திரம்தான் என்றும் தோன்றிக்கொண்டிருந்தது. இந்த இருவேறு எண்ணங்களுக்கிடையே சிக்கி அவஸ்தையுற்றிருப்பது சுகமானதாக, என்னில் ஒரு முழுமையை, பரிபூரணத்தை எழுப்புவதாக இருந்தது.

கொஞ்ச நேரத்திற்கு, பயிற்சிக்காக வரைந்து பழகிய, மசி கலைந்த குதிரைகளை, என் எனிஷ்டேவின் புத்தகத்திற்காக வரைந்த குதிரையோடு ஒப்பிட்டுப்பார்த்தோம். இறுதியில், அவற்றை வரைந்திருப்பது ஒரே நுண்ணோவியனின் கைதான் என்று அறுதி செய்தோம். அழகும் வலிமையும் பொருந்திய அந்த பொலிகுதிரைகளின் பெருமிதமிக்க தோரணை, பாய்ச்சலைவிட அமைதியைத்தான் குறித்துக்காட்டியது. எனிஷ்டேவின் புத்தகத்திலிருந்த குதிரையக் கண்டு பிரமித்திருந்தேன்.

“கண்களைக் கவர்கிற புரவி இது. இதைப் பார்க்கும்போது, உடனே ஒரு காகிதத்தை எடுத்து அப்படியே நகலெடுக்க வேண்டும் போல, அணுவணுவாக ஒவ்வொரு விஷயத்தையும் வரைந்து கொள்ள வேண்டும்போல ஆர்வமேற்படுகிறது” என்றேன்.

“ஓர் ஓவியனுக்கு நீ அளிக்கும் மிகப்பெரிய பாராட்டு என்பது, அவனுடைய படைப்பு உன் ஆர்வத்தைத் தூண்டி சித்திரம் வரைய வைக்கிறது என்பதை அவனிடம் சொல்வதுதான்” என்றார் குருநாதர் ஓஸ்மான். “சரி, இப்போது அவனது திறமையை கொஞ்சம் மறந்துவிட்டு இந்தக் கொடூரன் யாரென்று அடையாளம் காண முயற்சிக்கலாம். எனிஷ்டே எஃபெண்டி, அவர் ஆன்மா சாந்தியடையட்டும், எப்போதாவது இந்தப்படம் சம்மந்தப்பட்ட கதை எதுவென்பதை குறிப்பிட்டிருக்கிறாரா?”

“இல்லை. இக்குதிரை நம்முடைய பராக்கிரமம் மிக்க சுல்தான் அவர்களின் ராஜ்ஜியத்தில் இருக்கும் குதிரைகளில் ஒன்று என்று சொல்லியிருக்கிறார். இது ஒரு பேரழகு மிக்க புரவி: ஆட்டமன் ஜாதிக்குதிரை. நமது சுல்தான் அவர்களின் செல்வத்தையும் அவரது ஆளுகைக்குக் கீழ்வரும் பிரதேசங்களையும் வெனீஸிய டோகேவிற்கு பறைசாற்றும் ஓர் அடையாளம். அதே நேரத்தில், எல்லாவற்றையும் வெனீஸிய கலைஞர்கள் சித்தரிக்கின்ற பாணியிலேயே இந்தக் குதிரையும் இறைவனின் கண்ணோட்டத்தில் உருவான குதிரையாக இல்லாமல் உயிருள்ள குதிரையைப்போலவே, இஸ்தான்புல்லில் உள்ள ஒரு குறிப்பிட்ட தொழுவத்தில், விசேஷமாக போஷித்து வளர்க்கப்பட்ட ஒரு குதிரையைப்போலவே இருந்தாக வேண்டும். அதைப்பார்த்துவிட்டு வெனீஸிய டோகே, ‘ஆட்டமன்னின் நுண்ணோவியர்கள், நாம் பார்ப்பதைப்போலவே இவ்வுலகத்தைக் காணத் தொடங்கிவிட்டதைப்போல, ஆட்டமன்களும் நம்மை ஒத்திருக்கத் தொடங்கிவிட்டார்கள்’ என்றுணர்ந்து நமது சுல்தான் அவர்களின் அதிகாரத்தையும் நட்பையும் ஏற்றுக்கொள்வர். ஒரு குதிரையை வேறுவிதமாக நீங்கள் வரையத்தொடங்கினால், உலகத்தை வேறுவிதமாக பார்க்கத் தொடங்கிவிடுவீர்கள். இவ்வளவு வித்தியாசங்கள் இருந்தும், இந்தக் குதிரை பழங்கால ஓவியர்களின் பாணியிலேயே தீட்டப்பட்டிருந்தது.”

குதிரையைப்பற்றி தொடர்ந்து நாங்கள் பேசப்பேச அது, மேலும் மேலும் அழகானதாகவும் அரிதானதாகவும் என் கண்களில் ஆகிக் கொண்டிருந்தது. அதன் வாய் சற்றே திறந்திருந்தது. பற்களுக்கிடையில் நாக்கு கொஞ்சம் தெரிந்தது. அதன் கண்கள் பிரகாசமாக இருந்தன. வலுவான அழகிய கால்கள். ஓர் ஓவியம் புகழ்பெற்றதாக ஆவது, அதன் இயல்பினாலா அல்லது அதைப்பற்றி பேசப்படுவதாலா? குருநாதர் ஒஸ்மான் தனது உருப்பெருக்காடியை அந்த விலங்கின்மேல் மெதுவாக நகர்த்திக்கொண்டிருந்தார்.

அப்பாவித்தனமான ஆர்வத்தோடு, "இப்புரவி உணர்த்துவது என்ன?" என்று கேட்டேன். "எதனால் இப்புரவி இருந்துவருகிறது? இந்தப்புரவி எதற்காக? இந்தப்புரவியில் என்ன இருக்கிறது? ஏன் இந்தப்புரவி என்னைக் கவர்ந்திழுக்கிறது?"

"சுல்தான்களாலும் ஷாக்களாலும் பாஷாக்களாலும் ஆணையிடப் பட்டு உருவாக்கப்படும் சித்திரங்களும் நூல்களும் அவர்களின் அதிகாரத்தை பறைசாற்றுபவை. இத்தகைய ஓவியங்களில் பயன்படுத்தப் படும் அளப்பரிய பொற்பூச்சுகளும் ஆடம்பர அலங்காரங்களும் பெரும் செலவில் ஈடுபடுத்தப்படும் கலைஞர்களின் உழைப்பும் அவர்களின் பார்வை நுட்பமும் ஆட்சிசெய்பவனின் செல்வத்திற்கான சாட்சிகள். ஓர் ஓவியத்தின் அழகு என்பது புறக்கணித்துவிடத்தகாத வொன்றாகும். ஏனென்றால், ஓவியத்தின் உருவாக்கத்தில் பயன்படுத்தி யுள்ள தங்கத்தைப்போல நுண்ணோவியனின் திறமையும் அரிதானது, விலைமதிப்பற்றது என்பதை நிரூபிக்கும் சான்று அதுதான். மற்றவர்கள் ஒரு குதிரையின் ஓவியத்தை அழகானதென்று கருதுவதற்குக் காரணம் அது ஒரு குதிரையை ஒத்திருப்பதோ, கடவுளின் கண்ணோட்டத்தின் படியான ஒரு குதிரை, அல்லது முழுதும் கற்பனைமயமான ஒரு குதிரை என்பதாகவோ இருக்கலாம். உண்மைபோன்ற தோற்றத்தின் விளைவு திறமைக்கான அடையாளம். நம்மைப்பொறுத்தவரை ஓவியத் தில் உள்ள அழகு என்பது நுண்ணயத்திலும் அதில் பொதிந்துள்ள அளப்பரிய கருத்துகளிலும் தொடங்குகிறது. ஆனால் இந்தக்குதிரை தன்னை மட்டுமல்ல, ஒரு கொலைகாரனின் கரத்தையும் அந்தப் பிசாசின் தடத்தையும் வெளிப்படுத்துகிறது என்பதை அறியும்போது, அது ஓவியத்தின் பொருளை அதிகமாக்குகிறது. அதன் பிறகு அக்குதிரை யின் பிம்பம் அல்ல, அந்தக் குதிரைதான் அழகு என்பது புலனாகிறது; அதாவது, குதிரையின் ஓவியத்தை ஓவியமாகப் பார்க்காமல் ஓர் உண்மையான குதிரையாகவே பார்ப்பது.

"இந்த ஓவியத்தை ஒரு குதிரையைப்பார்ப்பதைப்போலவே நீங்கள் பார்த்தால், உங்கள் கண்ணுக்குத் தெரிவது என்ன?"

"இந்தக்குதிரையின் அளவை வைத்துப் பார்க்கும்போது இது ஒன்றும் மட்டக்குதிரை அல்லவென்று சொல்லமுடிகிறது. ஆனால் அதன் கழுத்தின் நீளத்தையும் வளைவையும் பார்க்கையில், ஒரு

நல்ல பந்தயக்குதிரையாக இருக்கும் என்பதும் அதன் தட்டையான முதுகு நீண்ட பயணங்களுக்கு ஏற்றதாக இருக்குமென்பதும் சொல்ல முடிகிறது. இதன் மெல்லிய கால்களை வைத்து இது ஒரு சுறுசுறுப்பான, புத்திசாலி அராபியக்குதிரை என்று நாம் ஊகிக்கக்கூடும், ஆனால் இதன் நீளமான, மிகப்பெரிய உடலமைப்பு அராபிய இனத்தைச் சேர்ந்ததாக இருக்கமுடியாது என்பதை உணர்த்துகிறது. இதன் கால் களின் நளினம், புக்காரன் அறிஞர் ஃபத்லான் சிறப்பார்ந்த புரவிகளைப் பற்றி அவரது 'புரவியியல் நூ'லில் குறிப்பிட்டிருப்பதை நினைவூட்டு கிறது. திறமை வாய்ந்த ஒரு குதிரை எதிரே ஆறு பெருக்கெடுத்தோடு வதைக் கண்டால், திகைப்புற்று நிற்காமல், மிரளாமல், ஓட்டத்தை நிறுத்தாமல் சுலபமாக தாண்டிக் குதித்துச் சென்றுவிடும் என்று எழுதியிருப்பார். 'புரவியியல் நூ'லை நமது அரசவை விலங்கியல் மருத்துவர் ஃபியூஸி அற்புதமாக மொழிபெயர்த்திருக்கிறார்; தேர்ந் தெடுத்த குதிரைகளைப்பற்றி வர்ணிக்கின்ற ஒவ்வொரு வார்த்தையும் எனக்கு மனப்பாடம். நமக்கெதிரே இருக்கின்ற செஸ்நட் குதிரைக்கு அந்த ஒவ்வொரு வார்த்தையும் மிகச்சரியாகப் பொருந்துமென்று சொல்வேன்: ஒரு நல்ல குதிரைக்கு கவர்ச்சியான முகமும் கஸல்மானின் விழிகளும் இருக்கவேண்டும்; அதன் செவிகள் கோரைப் புல்லைப்போல் நேராக, நல்ல இடைவெளி விட்டு இருக்கவேண்டும்; ஒரு நல்ல குதிரைக்கு சிறிய பற்களும் வட்டமான நுதலும் மெல்லிய புருவங்களும் வேண்டும்; அது உயரமானதாக, நீண்ட பிடரியுடையதாக, மெலிந்த இடை, சிறிய நாசி, சிறிய தோள்கள், அகன்ற தட்டையான முதுகு கொண்டதாக இருக்கவேண்டும்; அதன் தொடைகள் முழுமை யானதாக, நீண்ட கழுத்துடையதாக, அகன்ற மார்புடையதாக, அகன்ற பி[illegible]மும், திரட்சியான கெண்டைச்சதைகளும் கொண்டதாக விளங்க வேண்டும். சாவதானமாக, நிதான நடையிட்டுச் செல்லும்போது, அது இரு புறங்களிலும் நின்றிருப்பவர்களை வணங்கியபடி செல்வதைப் போல தோற்றமளிக்கும்படி பெருமிதமும் கம்பீரப்பொலிவும் கொண்ட தாக இருக்கவேண்டும்."

ஓவியத்தில் இருந்த குதிரையைப்பார்த்தபடி, "அது நிச்சயம் நமது செஸ்நட் குதிரையேதான். அப்படியே பொருந்துகிறது" என்றேன்.

குருநாதர் ஒஸ்மான் அதே நமட்டுச்சிரிப்போடு, "நமது குதிரையை கண்டுபிடித்துவிட்டோம்" என்றார், "ஆனால் துரதிருஷ்டவசமாக இது அந்த நுண்ணோவியனை அடையாளம் காண்பதற்கு நமக்கு உதவிசெய்வதாக இல்லையே! ஏனென்றால், சரியான மனநிலையில் இருக்கின்ற எந்த நுண்ணோவியனும் ஓர் உண்மையான குதிரையை மாதிரியாக வைத்து குதிரை ஓவியத்தை வரையமாட்டான். உண்மை யில், என்னுடைய நுண்ணோவியர்கள் ஒரு குதிரையை நினைவகத்தி லிருந்து ஒரே தீற்றலில் வரைந்து முடிப்பர். இதற்கு சாட்சியாக, அவர்களில் பெரும்பாலோர் குதிரையை வரையத் தொடங்கும் போது, அதன் குளம்புகளில் ஒன்றின் முனையிலிருந்து ஆரம்பிப்பார்கள்."

நான் பாமரத்தனமாக, "குதிரை தரையில் அழுத்தமாக ஊன்றி நிற்கிறது என்பதைக் காட்டுவதற்காகத்தான் அப்படிச் செய்யப் படுகிறது, இல்லையா?" என்று கேட்டேன்.

"'புரவிகளின் சித்திரம்' நூலில் காஸ்வின்னின் ஜெமாலுதீன் எழுதியிருப்பதைப்போல, ஒருவன் தனது நினைவகத்தில் குதிரையை முழுமையாக சுமந்து கொண்டிருந்தால்தான் அவனால் குளம்பி லிருந்து தொடங்கி ஒரு குதிரையின் சித்திரத்தை கச்சிதமாக வரைந்து முடிக்க முடியும். அபரிமிதமாக யோசித்து, ஞாபகத்திற்குக் கொண்டு வந்து ஒரு குதிரையை வரைவதற்கு அல்லது அதைவிட கேலிக்குரியதாக, ஒரு நிஜமான குதிரையை திரும்பத்திரும்பப் பார்த்து வரைவதற்கு, ஒருவன் தலையிலிருந்து கழுத்துக்கு, பின்னர் கழுத்திலிருந்து உடம்புக்கு என்று நகர்ந்து போகவேண்டும். சில வெனீஸிய ஓவியர்கள் வீதியில் அலையும் வண்டிக்குதிரைகளை அவ்வாறாக சோதனை முறையில் வரைந்து, துணி தைப்பவர்களுக்கும் இறைச்சிக் கடைக்காரர்களுக்கும் விற்கிறார்கள் என்று கேள்விப்பட்டேன். அத்தகைய ஓவியங்கள் இப்பூவுலகின் பொருளைக் குறிப்பதாகவோ, அல்லது இறைவன் படைப்பின் அழகை எடுத்துரைப்பதாகவோ இருப்பதில்லை. ஓர் உண்மையான ஓவியம் என்னும்போது, ஒரு குறிப்பிட்ட கணத்தில் கண்கள் எதைப்பார்க்கின்றதோ, அது ஓவியமாக வரையப்படுவ தில்லை. பதிலாக வரையும் கரம் எதை நினைவில் வைத்திருக்கிறதோ, எதை வரையப் பழகியிருக்கிறதோ அதுதான் வரையப்படுகிறது என்பதை மிகச்சாதாரண ஓவியர்கள்கூட அறிந்து வைத்திருக்க வேண்டும் என்பதில் உறுதியாக இருக்கிறேன். வரையும் காகிதத்தின் முன்னால் ஓவியன் எப்போதும் தனியாகத்தான் இருக்கிறான். இந்தக் காரணத்திற்காக மட்டுமே அவன் எப்போதும் ஞாபகத்தையே சார்ந்திருக்கிறான். ஒரு திறமைவாய்ந்த கரத்தால் வேகமாக, நினைவகத்திலிருந்து எடுத்து வரையப்பட்டிருக்கும் இந்தக் குதிரையில் புதைந்திருக்கும் நுண்ணோவியனின் கையெழுத்தை வெளிக்கொண்டுவர இப்போது நமக்கு 'பரத்தையர் முறை'யைத் தவிர வேறெதுவும் மிச்சமிருக்கவில்லை. இங்கே கவனமாகப்பார்."

மாட்டுத்தோலில் வரையப்பட்ட ஒரு புராதன வரைபடத்தில் புதையல் இருக்குமிடத்தைத் தேடுவதுபோல அந்த அற்புதமான குதிரை சித்திரத்தின்மேல் உருப்பெருக்காடியை அவர் மிக மெதுவாக நகர்த்திக் கொண்டிருந்தார்.

புத்திசாலித்தனமாக எதையாவது சடுதியில் கண்டுபிடித்து குருவிடம் காட்டி பாராட்டை பெற்றுக்கொள்ளமுயலும் சீடனைப் போல, "ஆம், இக்குதிரையின் சேணப்போர்வையில் உள்ள நிறங்களை யும் பூவேலைப்பாடுகளையும் மற்ற ஓவியங்களில் இருப்பனவற்றோடு ஒப்பிட்டுப் பார்க்கலாம்" என்றேன்.

"இத்தகைய அலங்காரங்களைத் தீட்டுவதற்காக என்னுடைய மகத்தான நுண்ணோவியக்கலைஞர்கள் தமது தூரிகைகளின் தரத்தை எந்நாளும் தாழ்த்திக்கொள்ளமாட்டார்கள். ஓவியங்களில் உள்ள உடைகள், விரிப்புகள், போர்வைகள் போன்றவற்றை பயிற்சி மாணவர்கள் வரைவர். ஒருவேளை, காலம்சென்ற வசீகரன் எஃபெண்டி அவற்றைச் செய்திருக்கலாம். அதை விடு."

"ஒருவேளை செவிகளில் ஏதேனும் தெரியுமோ?" என்றேன் படபடப்புடன். "குதிரைகளின் செவிகளில்..."

"இல்லை. தாமெர்லேன் காலத்திலிருந்து இந்தச் செவிகளின் வடிவம் மாறவேயில்லை. கோரைப்புற்களைப்போல. அது நமக்கு நன்றாகவே தெரியும்."

"சரி, அப்படியென்றால் அதன் பிடரிப்பின்னல்களும் அதன் ரோமக்கற்றைகளை இழை இழையாக வரையப்பட்டிருக்கும் விதங்களும்?" என்று கேட்க முற்பட்டு, மௌனமானேன். இந்த குரு – சிஷ்ய விளையாட்டு எனக்கு ஒத்துவராது. நான் ஒரு சீடன் என்றால், எனக்கான ஸ்தானத்தை நான் அறிந்திருக்க வேண்டும்.

"இங்கே பார்" என்று கொள்ளை நோய்க்கட்டியை சக மருத்துவரிடம் சுட்டிக்காட்டும் அறுவைசிகிச்சை நிபுணரைப்போல எரிச்சலோடு, ஆனால் எச்சரிக்கையோடு குருநாதர் ஒஸ்மான் காண்பித்தார். "உனக்குத் தெரிகிறதா?"

உருப்பெருக்காடியை குதிரையின் தலையிலிருந்து நகர்த்தி, சித்திரத்திலிருந்து மெதுவாக வெளியே எடுத்தார். நான் குனிந்து அந்த உருப்பெருக்காடி பெரிதாக்கிக் காட்டுவது என்னவென்பதை பார்க்க முயற்சித்தேன்.

அக்குதிரையின் மூக்கு வித்தியாசமாக இருந்தது: அதன் நாசித்துவாரங்கள்.

"இதைப் பார்த்தாயா?" என்றார் குருநாதர் ஒஸ்மான்.

நான் பார்ப்பதை உறுதி செய்துகொள்ள, உருப்பெருக்காடிக்குப் பின்னால் முகத்தை நகர்த்திக்கொண்டேன். குருநாதர் ஒஸ்மானும் அதேபோல நகர, கன்னத்தோடு கன்னம் ஒட்டிக்கொண்டோம். இப்போது உருப்பெருக்காடி படத்திலிருந்து நல்ல தூரத்திலேயே இருந்தது. குருநாதரின் உலர்ந்த தாடி ரோமங்களும் அவர் கன்னத்தின் குளிர்ச்சியும் என்னை ஒருகணம் திடுக்கிட வைத்தன.

அமைதி. எங்கள் சோர்வுற்ற கண்களுக்கு சற்று தூரத்தில் அந்தப் படத்திற்குள்ளே ஏதோவோர் அற்புதம் நிகழ்ந்து கொண்டிருப்பதைப் போல, அதனை நாங்கள் மரியாதையோடும் பிரமிப்போடும் பார்த்துக் கொண்டிருப்பதாகத் தோன்றியது.

கொஞ்சநேரம் கழிந்ததும், “இந்த நாசியில் என்ன விசேஷம்?” என்று கிசுகிசுத்தேன்.

தன் கண்களை படத்திலிருந்து விலக்காமல், “இவன் நாசியை விநோதமாக வரைந்திருக்கிறான்” என்றார்.

“ஒருவேளை அவன் கை அசங்கிவிட்டதோ? அல்லது இது ஒரு பிழைதானா?”

அந்த நாசியின் விநோதமான, தனித்துவமான வடிவத்தை இன்னமும் உற்றுக்கவனித்தபடி இருந்தோம்.

“சீனநாட்டின் மகத்தான கலைஞர்களிலிருந்து ஒருவர்விடாமல் எல்லோரும் பேசிக்கொண்டிருக்கிற, வெனீசிய பாணி என்பது இதுதானா?” என்று கிண்டலாகக் கேட்டார் குருநாதர் ஒஸ்மான்.

காலம்சென்ற என் எனிஷ்டேவை கிண்டல் செய்கிறாரென்று அடக்கமுடியாத கோபம் எழுந்தது. “தேர்ச்சிக்குறைவாலோ, திறமைக் குறைவாலோ ஏற்படாமல், நுண்ணோவியனின் ஆன்மாவின் ஆழத்தி லிருந்து உண்டான எந்தவொரு பிழையையும், பிழையென்று கருதக் கூடாது, அது ஒரு ‘பாணி’யென்றுதான் கருதவேண்டும் என்று என் எனிஷ்டே, அவர் ஆன்மா சாந்தியடையட்டும், கூறுவதுண்டு” என்றேன்.

அந்தப்பிழை ஏற்பட்டது நுண்ணோவியனின் கரத்தினாலோ அல்லது அந்தக்குதிரையினாலோ, எதுவாக இருந்தாலும், இந்த நாசியைத்தவிர என் எனிஷ்டேவைக் கொன்ற அந்தப்படுபாவியின் அடையாளத்தைக் கண்டுபிடிக்கக்கூடிய வேறெந்த துப்பும் கிடைக்கவில்லை. நாசித்துவாரங்களை மட்டும் தேர்ந்தெடுத்து, இறந்து போன வசீகரன் எஃபெண்டியின் உடம்பில் காணப்பட்ட பக்கத்தில் வரையப்பட்டிருந்த, தண்ணீரில் கலங்கி கரைந்திருந்த குதிரைகளின் நாசிகளோடு ஒப்பிட்டுப்பார்ப்பது எங்களுக்கு பெரும் சிரமமாக இருந்தது.

குருநாதர் ஒஸ்மானின் அன்புக்குரிய நுண்ணோவியர்கள் சமீப வருடங்களில் பல்வேறு புத்தகங்களில் வரைந்துகொடுத்திருந்த குதிரைகளின் படங்களை, அவற்றின் வித்தியாசமான நாசித்துவாரங் களைத்தேடி கண்டுபிடிக்கும் முயற்சியில் வெகுநேரம் செலவழித்தோம். இன்னமும் நிறைவடைந்திடாத ‘திருவிழா மல’ரில் மட்டும் நமது சுல்தான் எதிரே குதிரைகளோடு பல்வேறு சமூகத்தினரும் சங்கத்தினரும் செல்கின்ற படங்களே 250 இருந்தன. குறிப்பிட்ட சில சித்திர நூல் களும் சுவடிகளும் புதிதாக உருவாக்கி முடித்திருந்த தொகுப்புகளும் சேகரித்து வைக்கப்பட்டிருந்த புத்தக – கலைப்பொருட்கள் விற்பனை யகங்களுக்கும் சுல்தான் அவர்களின் அந்தரங்க அறைகளுக்கும் அந்தப்புரத்திற்கும் ஆட்கள் அனுப்பப்பட்டனர். அரண்மனை கருவூலத் தில் ரகசியமாக பூட்டி வைக்கப்பட்டு, ஒளித்து வைக்கப்பட்டிருந்த

நூல்களையும் கொண்டுவர வீரர்கள் சென்றனர். இவையனைத்தும் நமது சுல்தான் அவர்களின் விசேஷ அனுமதி மூலமே செய்யப்பட்டது.

இளவரசர் ஒருவரின் குடியிருப்பில் கண்டெடுக்கப்பட்ட ‘வெற்றி மலர்’ என்ற தொகை நூலின் இரட்டைப் பக்கச் சித்திரம் ஒன்றில் இடம்பெற்றிருந்த, ஸெகெத்வார் முற்றுகையின்போது, இறந்துபோன மகத்தான சுல்தான் சுலைமான் அவர்களின் சவ ஊர்வலக்காட்சிகளில் எங்கள் கவனம் குவிந்தது. அச்சித்திரத்தில் இடம்பெற்றிருந்த வெண்ணிறக் கலப்பு கொண்டிருந்த செஸ்நட் குதிரையையும் சவ வண்டியை இழுத்துச் சென்று கொண்டிருந்த மான்விழி கொண்ட சாம்பல் நிறத்தினதையும் அற்புதமான வேலைப்பாடுகள் கொண்ட சேணப் போர்வைகளையும் தங்கப்பூவேலை கொண்ட சேணங்களையும் அணிந்திருக்கும் இதர சோகமயமான குதிரைகளையும் கூர்ந்து ஆராய்ந்தோம். இக்குதிரைகளை வண்ணத்துப்பூச்சியும் ஆலிவ்வும் நாரையும் வரைந்திருக்கின்றனர். மிகப்பெரிய சக்கரங்கள் கொண்ட சவ வண்டியை இழுத்துச் சென்றுகொண்டிருக்கும் குதிரைகளானாலும் சரி, அல்லது சிவப்புத்துணி போர்த்தப்பட்ட தமது எஜமானின் உடலை கண்ணீர் மல்கப் பார்த்தபடி அசையாமல் நின்றிருப்பவை யானாலும் சரி, எல்லா குதிரைகளும் பழங்கால ஹெராத் ஓவியர்களிடமிருந்து கடன் வாங்கப்பட்ட, முன்னங்காலில் ஒன்றை மட்டும் பெருமிதத்தோடு நீட்டிக்கொண்டு, மற்றதை நிலத்தில் அழுத்தமாக ஊன்றி நிற்கும் நளினமான தோரணையிலேயே நின்றிருந்தன. எல்லாக் குதிரைகளுக்கும் கழுத்து நீண்டுவளைந்து, வால்கள் அலைபுரள, பிடரிகள் நேர்த்தியாக கத்தரித்து சீவப்பட்டு காணப்பட்டன, ஆனால் எவற்றின் நாசியும் நாங்கள் தேடிக்கொண்டிருந்த விசேஷ அமைப்பை கொண்டிருக்கவில்லை. இந்தக் குதிரைகளில்லாமல், சவ ஊர்வலத்தில் படைத்தலைவர்களையும் கற்றறிவாளர்களையும் ஹோஜாக்களையும் சுமந்துவந்து, காலம்சென்ற சுல்தான் சுலைமான் அவர்களுக்கு இறுதி மரியாதை செலுத்த சுற்றியுள்ள குன்றுகளின் உச்சியில் விறைப்பாக நின்றுகொண்டிருக்கும் நூற்றுக்கணக்கான குதிரைகளிலும் இந்த விசேஷ அமைப்பு காணக்கிடைக்கவில்லை.

இந்தச் சவ ஊர்வலத்தின் துயரத்தில் ஒரு பகுதி எங்களையும் தொற்றிக்கொண்டது. குருநாதர் ஒஸ்மானும் அவருடைய நுண்ணோவியர்களும் கடுமையாக உழைத்து உருவாக்கிய இந்த அற்புதமான சித்திரச்சுவடியின்மேல் அந்தப்புரத்துப்பெண்கள் இளவரசர்களோடு விளையாடும் விளையாட்டுகளுக்காக கோடுகள் கிழித்து, கிறுக்கி, சித்திரத்தின் பற்பல இடங்களில் எதையெதையோ குறித்துவைத்து நாசமாக்கியிருந்தனர். நமது சுல்தான் அவர்களின் பாட்டனார் கீழே நின்று வேட்டையாடிய மரத்திற்குப் பக்கத்தில், ஒரு மோசமான கையெழுத்தில் “என் மேன்மைதங்கிய எஃபெண்டி, நான் உங்களை காதலிக்கிறேன், இந்த மரத்தைப்போல பொறுமையாக உங்களுக்காக காத்திருக்கிறேன்” என்று எழுதப்பட்டிருந்தது. எனவே, அபாரமான

ஓவியங்கள் கொண்ட நூல்களென்று நான் ஏற்கனவே கேள்விப் பட்டு வியந்திருந்த இந்தப் பழஞ்சிறப்புவாய்ந்த நூல்களை, எங்கள் இதயத்தில் தோல்வியும் துயரமும் நிரம்பி வழிய புரட்டினோம். இவற்றில் எதனையும் இதற்குமுன் நான் கண்டதில்லை.

'தேர்ச்சித்திறமிக்க ஓவியங்கள்' நூலின் இரண்டாவது பகுதியில் நுண்ணோவியக்கலைஞர்கள் மூவரின் தூரிகைகளும் இடம்பெற்றி ருந்தன. வெடிமுழங்கும் பீரங்கிகளுக்கும் காலாட்படையினருக்கும் பின்னால் செஸ்நட்டுகள், சாம்பல், நீலம் என எல்லா நிறங்களிலும், உடல் முழுக்க கவசமணிந்து, முனை அகன்ற கொடுவாட்களை சுழற்றிக் கொண்டிருக்கும் வீரர்களைச் சுமந்துகொண்டு, இளஞ்சிவப்பு நிற மேட்டுப்பகுதிகளை ஒழுங்கான வரிசையில் தாவிப் பாய்ந்து கொண்டிருக்க, அவற்றில் எந்தக் குதிரைக்கும் நாசியமைப்பு நாங்கள் தேடிக்கொண்டிருந்ததைப்போலில்லை. கொஞ்சநேரம் கழிந்தபின், தற்போது நாங்கள் இருக்கின்ற அணிவகுப்பு மைதானமும் அரசவை வெளிவாசலும் வரையப்பட்டிருக்கும் பக்கத்தை அதே புத்தகத்தில் ஆராய்ந்து கொண்டிருந்தபோது, "பிழை என்றால் அப்படிப்பட்ட ஒரு பிழைதான் என்ன!" என்றார் குருநாதர் ஒஸ்மான். காவலர்களும் கட்டியர்களும் திவான் மாநிலங்களவைச் செயலர்களும் சவாரி செய்துகொண்டிருந்த பல்வேறு நிறக் குதிரைகளிலும் நாங்கள் தேடிக் கொண்டிருந்த நாசி அடையாளம் தென்படவில்லை. இந்தப் படத்தில் மருத்துவமனை வலதுபுறத்தில், சுல்தான் அவர்களின் அரசவைக் கூடத்திற்குப் பக்கத்தில் வரையப்பட்டிருந்தது. இவ்வோவியத்தில் பிரம்மாண்டத்தைக் காட்டுவதற்காக முற்றத்து மரங்களை அளவில் சிறியதாகச் சுருக்கி, சட்டத்திற்குள் அடங்கும்படி நுணுக்கி நுணுக்கி வரைந்திருந்தனர். துல்க்காதிரீது அரசன்மீது போர் தொடுத்த சமயத்தில், நமது சுல்தான் அவர்களின் முப்பாட்டனார், கடுகடுப்பான சுல்தான் சலீம் அவர்கள் குஸ்குன் நதியோரத்தில் ராஜாங்கக் கூடாரம் அமைத்து, செவ்வால் வேட்டைநாய்களையும் மான்கூட்டங்களையும் வேட்டை யாடுவதையும் பீதியுற்ற முயற்கூட்டங்களையும், பூக்கள்போல உடலெங் கும் மலர்ந்திருக்கும் புள்ளிகளோடு சிறுத்தை ஒன்று ரத்தவெள்ளத்தில் விழுந்து கிடப்பதையும் மற்றொரு சித்திரத்தில் கண்டு பிரமித்தோம். சுல்தான் அவர்களின் வெண்ணிறப்பூச்சு கொண்ட செஸ்நட் குதிரை யிலோ, வல்லூறுகள் மேலே அமர்ந்திருக்கும் வீழ்த்தப்பட்ட குதிரை களிலோ அந்த நாசி அடையாளம் இல்லவே இல்லை.

கடந்த நான்கைந்து வருடங்களில் ஆலிவ், வண்ணத்துப்பூச்சி, நாரையின் தூரிகைகளிலிருந்து வெளிப்பட்ட நூற்றுக்கணக்கான புரவிகளை அந்தி சாயும்வரை அலசி ஆராய்ந்துகொண்டிருந்தோம்: க்ரைமியன் கான் மெஹ்மெத் கிராயின் அழகிய செவிகள் கொண்ட செஸ்நட் பலோமினோ; கருப்பும் பொன்நிறமுமான குதிரைகள்; யுத்தத்தின்போது ஒரு குன்றுக்குப் பின்னாலிருந்துகூட தலையும் கழுத்தும் தெரியக்கூடிய இளஞ்சிவப்பும் சாம்பல் நிறமுமுடைய

குதிரைகள்;ஹல்குல் – வாத் கோட்டையை ஸ்பானிய மிலேச்சர்களிட மிருந்து துனீசியாவில் மீட்டெடுத்த ஹெய்தர் பாஷாவின் குதிரைகளும் ஸ்பானியர்களின் செந்நிற செஸ்நட்டும், தப்பித்து ஓடும்போது தலை குப்புற தடுக்கிவிழுந்த பிஸ்தாசியோ – பச்சை நிறக் குதிரைகள்; குருநாதர் ஒஸ்மான், “இதை நான் சரியாக கவனித்திருக்கவில்லை. இப்படியொரு அலட்சியமான ஓவியத்தை யார் வரைந்திருப்பார் என்று யோசிக்கிறேன்” என்று சொல்லவைத்த ஒரு கருங்குதிரை; மரத்தடியில் அமர்ந்து குழலூதிக்கொண்டிருக்கும் ஓர் அரசவைச் சேவகனை நோக்கி பணிவாக தலையைத் திருப்பியிருக்கும் ஒரு செந்நிறக்குதிரை; நிலவொளியில் ஷிரின் நீராடிக்கொண்டிருக்க, அவளுக்காக காத்துக்கொண்டிருக்கும் அவளைப்போலவே நாணமும் நளினமும் கொண்ட அவளது புரவி, ஷெப்தீஸ்; ஈட்டிப்போரில் பயன்படுத்தப்படும் துடிப்பான புரவிகள்; குருநாதர் ஒஸ்மானை, “என் இளமைக் காலத்தில் இதனை வெகுவாக நேசித்திருக்கிறேன், இப்போது சோர்ந்து போயிருக்கிறேன்” என்று எதனாலோ குறிப்பிட வைத்த புயலைப்போன்ற ஒரு குதிரையும் அதன் அழகான ஆண் துணையும்; இறைத்தூதர் எலீஜாவை புறச்சமயர்களிடமிருந்து காப்பாற்று வதற்காக அல்லாஹ் அனுப்பிவைத்த வெயில் – நிற, பறக்கும் தங்கக் குதிரை (இதன் சிறகுகளை தவறுதலாக எலீஜாவிற்கு வரையப்பட்டி ருந்தது); மகத்தான சுல்தான் சுலைமான் அவர்களின் சிறிய தலையும் பெரிய உடலும்கொண்ட சாம்பல்நிற உயர்சாதிக்குதிரை (இது சோகமாக அழகிய இளம் ராஜகுமாரனை வெறித்துக்கொண்டிருந்தது); வெறிகொண்ட குதிரைகள்; நாலுகால் பாய்ச்சலில் குதிரைகள்; சோர்வுற்ற குதிரைகள்; அழகிய குதிரைகள்; யாருமே கவனித்திராத குதிரைகள்; இந்தப் பக்கங்களைவிட்டு எப்போதும் நீங்காத குதிரைகள்; பொன்மெருகிட்ட சட்டங்களைத் தாண்டிக்குதிக்கும் குதிரைகள்.

இவை எந்தவொன்றிலும் நாங்கள் தேடிக்கொண்டிருந்த அடை யாளம் இருக்கவில்லை.

இருந்தபோதிலும், அயர்ச்சியையும் சோகத்தையும் மீறி எங்கள் முகத்தில் ஒரு ஸ்திரமான உற்சாக பாவத்தை எங்களால் வைத்துக் கொண்டிருக்க முடிந்தது: ஓரிருமுறை குதிரையை மறந்துவிட்டு, அச்சித்திரங்களின் அழகில், அவற்றின் வண்ணங்களில் எங்கள் மனதைப் பறிகொடுத்து கணநேரம் அக்கலைப்படைப்புகளிடம் சரணாகதியடைந்தோம். குருநாதர் ஒஸ்மான் எப்போதுமே அச் சித்திரங்களை – அவற்றில் பெரும்பாலானவை அவரே தீட்டியவை, மேற்பார்வையிட்டது அல்லது அலங்கரிக்கப்பட்டதாக இருந்தன – வியப்பாக பார்க்காமல் கடந்தகால ஞாபகத்தூண்டலில் எழுந்த ஆர்வத்திலேயே பார்த்துவந்தார். “இவையெல்லாம் காஸிம் பாஷா மாகாணத்தைச் சேர்ந்த காஸிம் வரைந்தவை!” என்று நமது சுல்தானின் பாட்டனார் சுல்தான் சுலைமானின் சிவப்பு நிற போர்க்கூடாரத்தின் அடியில் வரையப்பட்டிருந்த சின்னஞ்சிறு ஊதாப்பூக்களைச் சுட்டிக்

காட்டிச் சொன்னார். "அவனை ஒன்றும் ஓவிய மேதையென்று சொல்லிவிடமுடியாது, ஆனால் நாற்பது வருடங்களாக ஓவியங்களில் உள்ள வெற்றிடங்களை இந்த ஐந்திதழ் ஒற்றைப்பூக்களை இரண்டு வருடங்களுக்கு முன் எதிர்பாராமல் அவன் இறந்துபோகும்வரை நிரப்பிவந்திருக்கிறான். வேறு எவரையும்விட நன்றாக வரையக் கூடியவன் என்பதால் இந்தச்சிறிய பூவின் படங்களை வரைவதற்கு எப்போதும் அவனிடம்தான் பொறுப்பை ஒப்படைப்பேன்." அவர் ஒரு கணம் மௌனமாகி, பின் "ரொம்பப் பரிதாபம், பரிதாபம்!" என்றார். இந்த வார்த்தைகள் ஒரு யுகமுடிவை அடையாளம் காட்டு வதை உணர்ந்தேன்.

இருட்டு எங்களை ஏறக்குறைய மூழ்கடித்துவிட்டபோது, திடீரென அறையில் வெளிச்சம் வெள்ளமாகப் புகுந்தது. வெளியே சலசலப்பு திடுமென அதிகரித்தது. முரசறைவதுபோல அடிக்கத்தொடங்கிய என் இதயம் சட்டென்று நிலைமையைப் புரிந்துகொண்டது: பூவுலகை ஆள்பவரான, மேன்மைதங்கிய நமது சுல்தான் அவர்கள் திடீரென உள்ளே நுழைந்தார். நான் துள்ளியெழுந்து அவரது காலில் விழுந்தேன். அவரது அங்கியின் ஓரத்தை முத்தமிட்டேன். என் தலை சுழன்றது. அவரது கண்களை நேராக என்னால் பார்க்கமுடியவில்லை.

அவர் நுழைந்ததுமே தலைமை மெருகோவியர் குருநாதர் ஒஸ்மா னுடன் பேசத்தொடங்கிவிட்டிருந்தார். சற்று நேரத்திற்குமுன் தோளோடு தோள் உரசிக்கொண்டு படங்களைப் பார்த்துக்கொண்டிருந்த ஒருவ ரோடு மாமன்னர் அளவளாவிக்கொண்டிருப்பதைப் பார்ப்பது எனக்குள் பயம்கலந்த பெருமிதத்தை நிரப்பியது. நம்பவே முடியவில்லை. சற்று நேரத்திற்குமுன் நான் உட்கார்ந்திருந்த இடத்தில் மேதகு சுல்தான் அவர்கள் இப்போது அமர்ந்திருக்கிறார். குருநாதர் விளக்கு வதை நான் எப்படி கவனமாக செவிசாய்த்துக் கொண்டிருந்தேனோ அதேபோல அவரும் கேட்டுக்கொண்டிருக்கிறார். தலைமைக் கருவூலர் பக்கத்தில் நின்றிருந்தார். என்னால் அடையாளம் கண்டுகொள்ள முடியாத வேறுசில அலுவலர்களும் அவரருகே பயபக்தியுடன் நின்று கொண்டு பிரித்து வைக்கப்பட்டிருந்த புத்தகங்களின் பக்கங்களை உற்று கவனித்தபடியிருந்தனர். என் தைரியம் மொத்தத்தையும் வர வழைத்துக்கொண்டு, இப்பூவுலகின் ஈடிணையற்ற மாமன்னரின் முகத்தையும் கண்களையும் ஓரக்கண்களால் நிறுத்தி நிதானமாக பார்த்துக்கொண்டிருந்தேன். எப்பேர்ப்பட்ட பேரழகர்! எவ்வளவு கம்பீரம், மிடுக்கு! என் இதயம் தன் படபடப்பை குறைத்துக்கொண்டது. அதே நேரத்தில் எங்கள் கண்கள் சந்தித்தன.

"எந்த அளவுக்கு உன் எனிஷ்டேவை நான் நேசித்திருப்பேன், தெரியுமா? அவர் ஆன்மா சாந்தியடையட்டும்" என்றார். ஆம், அவர் என்னிடம்தான் பேசிக்கொண்டிருக்கிறார். என் படபடப்பில் அவர் பேசிய வாக்கியங்கள் சிலவற்றை காதிலேயே வாங்கவில்லை.

"... எனக்கு பேரிழப்பு. இருந்தாலும் அவர் உருவாக்கியிருக்கும் இந்த ஓவியங்கள் ஒவ்வொன்றும் அதிஅற்புதப்படைப்புகளாக இருப்பது ஆறுதலையளிக்கிறது. வெனீசிய ஜவுர் இவற்றைப் பார்க்கும்போது என் ஞானத்தையும் பராக்கிரமத்தையும் கண்டு பிரமித்துப்போவான். நீங்கள் இந்தக்குதிரையின் நாசிஅமைப்பை வைத்து அந்தக் கொலைகார நுண்ணோவியன் யாரென்பதை உறுதிசெய்யுங்கள். இல்லாவிட்டால், அது எவ்வளவுதான் இரக்கமற்ற செயலாக இருந்தாலும், நுண்ணோவியக் கலைஞர்கள் அனைவரையும் சித்ரவதைக்குள்ளாக்குவது அவசியமாகப் போய்விடும்."

"இவ்வுலகின் இரட்சகர், மீமுதல்வர், மேதகு சுல்தான் அவர்களே" என்று விளித்தார் குருநாதர் ஒஸ்மான். "என் நுண்ணோவியர்கள் எல்லோரையும், எந்தக் கதையையும் மனதில் வைத்துக்கொள்ளாமல் ஒரு வெற்றுக் காகிதத்தில் ஒரு குதிரையின் சித்திரத்தை வரைய வைத்தோமென்றால், ஒருவேளை இந்தத் தூரிகை தடுமாற்றத்திற்கு காரணமானவனை நம்மால் கண்டுபிடிக்க முடியலாம்."

"அதாவது, இது உண்மையிலேயே ஒரு நாசியமைப்பாக இல்லாமல், தூரிகையின் தடுமாற்றமாக மட்டும் இருக்கும் பட்சத்தில்" என்றார் நமது சுல்தான் விவேகத்துடன்.

"எங்கள் சுல்தானே, இன்றிரவே மாமன்னர் ஓர் அவசர ஆணையில் போட்டி ஒன்றை அறிவித்தாரென்றால், தங்களின் நுண்ணோவியர்களை காவலன் ஒருவன் சந்தித்து, இந்தப் போட்டிக்காக ஒரு வெற்றுத் தாளில் குதிரையின் சித்திரம் ஒன்றை வேகமாக வரைந்து தரும்படி கேட்டுக்கொண்டால் ..."

சுல்தான் அவர்கள் ராஜாங்க காவல்படைத் தலைவரைத் திரும்பிப்பார்த்த பார்வையில், "இதைக் கேட்டீரா?" என்ற பாவம் தெரிந்தது. பின்னர், "கவிஞர் நிஸாமியின் 'போட்டிக் கதை'களில் எந்தக்கதை எனக்கு மிகவும் பிடித்தமானதென்று தெரியுமா?" என்று கேட்டார்.

சிலர் "எங்களுக்குத் தெரியும்" என்றனர். வேறுசிலர் "எந்த ஒன்று?" என்றனர். என்னைப்போன்ற சிலர் மௌனமாக இருந்தனர்.

"கவிஞர்களுக்கிடையே நடக்கும் போட்டியைப்பற்றிய கதையோ, கண்ணாடியோடு சீன, மேற்கத்தைய ஓவியர்கள் நடத்தும் போட்டியைப் பற்றிய கதையோ எனக்கு விருப்பமானதல்ல" என்றார் பேரழகு சுல்தான். "சாகும்வரை போட்டியிட்ட மருத்துவர்களைப்பற்றிய கதைதான் இருப்பவற்றிலேயே எனக்கு மிகவும் பிடித்தமானது."

இப்படி சொல்லிமுடித்ததுமே சடுதியில் எழுந்து மாலைநேரத் தொழுகைக்காக கண்ணிமைக்கும் பொழுதில் வெளியேறினார்.

பின்னர், சாயங்காலத் தொழுகை அழைப்பு தூரத்தில் ஒலிக்க, பாதி இருட்டில், அரண்மனை வாசல்களைத்தாண்டி என் வசிப்பிடத் திற்கு ஓட்டமும் நடையுமாக, ஷெகூரேவையும் பையன்களையும் எங்கள் வீட்டையும் மகிழ்ச்சியோடு கற்பனைசெய்துகொண்டு செல்லும் போது மருத்துவர்களிடையே நடக்கும் போட்டி பற்றிய கதை பயங்கர மாக நினைவில் மோதியது:

இரண்டு மருத்துவர்கள் அவர்களுடைய சுல்தான் முன்னிலை யில் போட்டிக்குத் தயாராக இருந்தனர். இளஞ்சிவப்பு நிறத்திலேயே எப்போதும் வரையப்படுகிற அவர்களில் ஒரு மருத்துவன், ஒரு யானையையே கொல்லக்கூடிய அளவுக்கு பயங்கரமான விஷத்தை ஒரு பச்சை நிற மாத்திரையாகச் செய்து பச்சை நிற கஃப்தான் அணிந்த எதிரி மருத்துவனிடம் கொடுத்தான். அவன் அந்த விஷ மாத்திரையை அமைதியாக வாங்கி, வாயிலிட்டு விழுங்கிவிட்டு, அவ்விஷத்தை முறிக்கக்கூடிய ஒரு கருநீல விஷமுறிவு மாத்திரையை அப்போதே செய்து விழுங்கிவிட்டான். அதன்பின் அவன் அமைதியாக சிரித்த சிரிப்பிலிருந்தே அவனுக்கு ஒன்றும் நிகழவில்லை என்பது தெரிந்துவிட்டது. அடுத்ததாக அவனது முறை வந்தபோது, வேண்டு மென்றே நிதானமாக தோட்டத்திற்குச் சென்று ஓர் இளஞ்சிவப்பு மலரைப் பறித்து தன் உதட்டருகே வைத்து யார் காதிலும் விழாத படிக்கு ஏதோ ஒரு மர்மமான செய்யுளை அதன் இதழ்களில் உச்சரித்தான். பின், மட்டுமீறிய அகங்காரத்துடன் அவனது எதிரியிடம் அம்மலரை நீட்டினான். ரகசியமாக கிசுகிசுக்கப்பட்ட செய்யுளால் பெரிதும் திகைப்புக்குள்ளாகியிருந்த அந்த இளஞ்சிவப்பு நிற மருத்துவன் அம்மலரை வாங்கி நாசிக்கருகே கொண்டு சென்று முகர்ந்து பார்த்த போது, அதன் வழக்கமான வாசனையைத்தவிர வேறெதுவும் இல்லாத போதும், அளவுகடந்த பயத்தில் மாரடைப்பு ஏற்பட்டு அவன் செத்து விழுந்தான்.

●

அத்தியாயம் 43

நான் "ஆலிவ்" என்று அழைக்கப்படுகிறேன்

மாலைநேரத் தொழுகைக்கு சற்று முன்பு கதவு தட்டப்பட, அதிகம் அலட்டிக் கொள்ளாமல் கதவைத் திறந்தேன். வந்திருந்தது அரண்மனையிலிருந்து காவல்துறை ஆணையரின் வீரர்களில் ஒருவன். சுத்தமாக, அழகாக, சிரித்த முகத்தோடு இருந்த துடிப்பான இளைஞன். கையில் காகிதமும் ஒரு வரை பலகையும் வைத்திருந்ததுபோக ஓர் எண்ணெய் விளக்கையும் பிடித்திருந்தான். அது ஒளியூட்டுவதற்கு பதிலாக அவன் முகத்தில் நிழலைத்தான் போர்த்தியிருந்தது. வந்த விஷயத்தை வேகமாக விளக்கினான்: நமது சுல்தான் அவர்கள் நுண்ணோவியக் கலைஞர்களில் யார் ஒருவர் குறுகிய நேரத்தில் மிகச்சிறந்த குதிரை சித்திரத்தை வரைவார்களென்று ஒரு போட்டி வைத்திருக்கிறார். தரையில் அமர்ந்து, பலகையில் வரைதாளைப் பொருத்தி மடிமேல் வைத்துக்கோண்டு, அப்பக்கத்தில் சட்டமிடப்பட்டிருக்கும் பகுதிக்குள் உலகத்தின் மிக அழகான குதிரையை விரைவாக வரைய கேட்டுக்கொள்ளப்பட்டேன்.

வந்தவனை உள்ளே அழைத்தேன். ஓடிச்சென்று மையையும் பூனையின் செவியிலிருந்து வெட்டியெடுத்த ரோமத்தில் தயாரித்த அருமையான தூரிகைகளையும் எடுத்து வந்தேன். தரையில் அமர்ந்தேன். திடீர் பயத்தில் உறைந்தேன்! இந்தப் போட்டியே ஏதோவொரு சூழ்ச்சி ஏற்பாடாக இருக்குமோ? இதில் தலையைக் கொடுத்தால் கடைசியில் என் உயிரைத்தான் விலைகொடுக்க வேண்டியிருக்குமோ? இருக்கலாம்! ஆனால் ஹெராத்தின் முற்கால ஓவியர்களின் அதிஅற்புத ஓவியங்கள் எல்லாமே மரணத்திற்கும் பேரழகிற்கும் இடையே நூலிழைகளில் தீட்டப்பட்டு வந்தவைதானே?

வரைவதற்கான வேட்கை என்னில் நிரம்பி நின்றாலும், பழங்கால ஓவியர்களை அடியொற்றி அப்படியே வரைவதற்கு எனக்கு பயமாகத்தான் இருந்தது. என்னை கட்டுப்படுத்திக் கொண்டேன்.

என் ஆன்மாவிலிருந்து சஞ்சலங்கள் மறைவதற்காக வெற்றுத்தாளை பார்த்தபடி காத்திருந்தேன். நான் வரையத் தயாராகியிருக்கும் புரவியின் மீதுதான் என் கவனம் மொத்தத்தையும் குவித்திருக்க வேண்டும்; எனது பலத்தையும் எனது ஒருமுகச் சிந்தனையையும் திரட்டி வைத்திருக்க வேண்டும்.

இதுவரை நான் வரைந்திருந்த, பார்த்திருந்த குதிரைகள் எல்லாமும் என் கண்ணெதிரே பாய்ந்தோடத் தொடங்கின. இருப்பினும் அவற்றில் ஒன்றே ஒன்றுதான் எல்லாவற்றையும்விட குறையே இல்லாத ஒன்று. இதற்கு முன் எவராலும் வரையமுடிந்திராத இந்தக் குதிரையைத் தான் இப்போது வரையப் போகிறேன். தீர்மானத்தோடு, அதனை என் மனதின் விழியில் படம்பிடித்து வைத்தேன். திடீரென என்னை நானே மறந்து போய்விட்டதைப்போல, இங்கே நான் உட்கார்ந் திருப்பதை மறந்துவிட்டதைப்போல, நான் வரையத் தயாராகி விட்டிருப்பதைக்கூட மறந்துவிட்டிருப்பதைப்போல, உலகம் மங்கி மறைந்தது. என் கை தன்னிச்சையாக தூரிகையை மைக்கூட்டில் தோய்த்து, மிகச் சரியான அளவை வெளியிலெடுத்தது. என் அற்புதக் கரமே, என் கற்பனையில் முகிழ்த்த அதியற்புத புரவியை இவ்வுலகிற்கு இப்போது கொண்டு வா! புரவியும் நானும் ஒன்றுடன் ஒன்று கலந்துவிட்டோம். இப்போது கூட்டாக பிரசன்னமாகத் தயாராகி விட்டோம்.

என் உள்ளுணர்வின் வழிகாட்டல்படி அந்த சட்டமிடப்பட்ட வெற்றுத்தாளுக்குள் பொருத்தமான இடத்தைத் தேடினேன். குதிரை அங்கே நின்றிருப்பதாக கற்பனை செய்தேன். திடீரென்று:

நான் எதையும் யோசிப்பதற்கு முன்பே எனது கரம் தன் சொந்த இச்சையின்படி புறப்பட்டு —எவ்வளவு அழகாக நகர்கிறது பாருங்கள்—குளம்பிலிருந்து வேகமாக வளைந்து, அந்த அழகான மெலிந்த பின்னங்காலை உருவாக்கிவிட்டு மேலே நகர்ந்தது. அதே விதமான தீர்மானத்தோடு அது கால்முட்டியோடு வளைந்து கடந்து அடிமார்புக்கு விரைவாக எழுந்தபோது நான் குதூகலித்தேன்! அங்கிருந்து திரும்பி அது வெற்றிகரமாக மென்மேலும் பெயர்ந்து சென்றுகொண்டிருந்தது: இந்த விலங்கின் மார்பு எவ்வளவு அழகாக இருக்கிறது! என் மனக்கண்ணில் இருக்கும் குதிரையைப்போலவே மார்பு குறுகி கழுத்தாக உருவாகியது. தூரிகையை தாளிலிருந்து எடுக்காமல் கன்னத்திலிருந்து கீழிறங்கி அதன் வலுவான வாயை வந்தடைந்தபோது, ஒருகணம் யோசித்து வாயை சற்றே திறந்து வைத்தேன். அதன் வாய்க்குள் நுழைந்து —என்னருமை புரவியே, இப்படித்தான் இருக்கவேண்டும்; கொஞ்சம் வாயை அகலமாகத்திற,

என் பெயர் சிவப்பு

பார்க்கலாம் – அதன் நாவை வெளியே கொண்டுவந்தேன். நாசியை மெதுவாக உருவாக்கினேன் – எந்தவிதத் தயக்கத்திற்கும் இடமில்லாமல்! நிதானமாக சாய்த்து மொத்தப் படத்தையும் ஒரு கணம் பார்த்தேன்.

நான் கற்பனை செய்திருந்ததைப் போலவே என் சித்திரத்தின் கோடுகளை வரைந்திருப்பதைக் கண்டபோது, நான் என்ன வரைந்து கொண்டிருக்கிறேன் என்பதையே முற்றிலுமாக மறந்து போனேன். செவிகளையும் அந்தக் கண்கவர் கழுத்தின் அற்புதமான வளைவையும் என் கை மட்டும் தானாகவே வரைந்தது. நினைவகத்தின் பின்புறத்திலிருந்து நான் வரைந்து கொண்டிருக்க, என் கை தானாகவே நின்று தூரிகையை மைக்கூட்டிற்குள் அவ்வப்போது தோய்த்து எடுத்து வந்தது. பிட்டத்தையும் ஆற்றலோடு துருத்தியிருக்கும் பின்பாகத்தையும் வரையும்போது பெரிதும் திருப்தியுற்றிருந்தேன்; ஓவியத்தில் முற்றிலுமாக மூழ்கியிருந்தேன் நான். சந்தோஷத்தோடு வால்பகுதியைத் தொடங்க, வரைந்து கொண்டிருக்கும் குதிரைக்குப் பக்கத்திலேயே நான் நின்றுகொண்டிருப்பதைப் போலிருந்தது. இது ஒரு போர்க் குதிரை, பந்தயக்குதிரை. வாலில் ஒரு முடிச்சை உண்டாக்கி, புரண்டு திரும்பச் செய்துவிட்டு, பொங்கிப் பிரவாகமாக மேலே நகர்ந்தேன்; வாலடியையும் பிட்டங்களையும் வரையும்போது என் பிட்டங்களிலும் ஓர் இனிமையான குளிர்ச்சியை உணர்ந்தேன். இந்த உணர்ச்சியில் லயித்துக்கொண்டே சந்தோஷத்துடன் பிட்டத்தின் அற்புதமான மென்மையை, வலது காலுக்குச் சற்றே பின்னாலிருக்கும் இடது பின்னங்காலை, அதன்பின் குளம்புகளை வரைந்து முடித்தேன். நான் மனத்தில் பாவித்து வைத்திருந்ததைப்போலவே இடது முன்னங் காலின் வசீகரமான தோரணையை அச்சாக என் கரம் வரைந்திருப்பதைக் கண்டு பிரமித்துப் போனேன்.

தாளிலிருந்து என் கையை உயர்த்தி, அதன் உக்கிரமான, துயரம் கவிழ்ந்த கண்களை வேகமாக வரைந்தேன். ஆனால் ஒரு கணத் தயக்கத்துக்குப்பின் நாசித்துவாரங்களையும் சேணப்போர்வையையும் உருவாக்கினேன். விரல்களால் கோதிவிடுவதைப்போல, பிடரி முடிக் கற்றைகளை இழை இழையாக கோடிட்டேன். அந்த மிருகத்திற்கு அங்கவடியைப் பொருத்தி, அதன் நெற்றியில் ஒரு வெண்ணிறத் தீற்றலை சேர்த்துவிட்டு, அவ்விலங்கின் முழு பரிமாணத்தையும் சரியாக, உரிய அளவில், முழுமையாகச் சித்தரிக்க வேண்டுமென்பதற்காக விரைகளையும் ஆண்குறியையும் பொருத்தமாக வரைந்து நிறைவு செய்தேன்.

ஒரு மகத்தான புரவியை நான் வரையும்போது, அந்த மகத்தான புரவியாகவே நான் ஆகிப்போகிறேன்.

●

அத்தியாயம் 44

நான் "வண்ணத்துப்பூச்சி" என்று அழைக்கப்படுகிறேன்

அது மாலைநேரத் தொழுகைக்கான நேரம்தானென்று நினைக்கிறேன். எவனோ வாசலில் நின்றிருந்தான். சுல்தான் அவர்கள் போட்டி ஒன்றை அறிவித்திருப்பதாகச் சொன்னான். தங்கள் சித்தப்படியே ஆகட்டும், என் அன்பிற்குரிய சுல்தான் அவர்களே; ஆனால் என்னைவிட அழகாக ஒரு புரவியை வேறு யாரால் வரைந்துவிட முடியும்?

ஆனால் அந்தப்படத்தை வண்ணத்தில் இல்லாமல், கருப்பு–வெள்ளை பாணியில் வரையவேண்டும் என்று அறிந்தபோது நான் தயங்கினேன். ஏன் வண்ணங்கள் கூடாது? வண்ணங்களைத் தேர்ந்தெடுப்பதிலும் அவற்றைத் தீட்டுவதிலும் நான்தான் இருப்பவர்களிலேயே தலைசிறந்தவன் என்பதாலா? அரண்மனையிலிருந்து வந்திருந்த அந்த அகன்ற மார்பும், இளஞ்சிவப்பு இதழ்களும் கொண்டிருந்த அழகான இளைஞனிடமிருந்து மேலும் தகவல்களைப் பெற முயன்றபோது, இந்தப் போட்டிக்குப் பின்னால் இருப்பவர் குருநாதர் ஒஸ்மான்தான் என்பதை அறிந்துகொள்ள முடிந்தது. குருநாதர் ஒஸ்மான் எனது திறமைகளை நன்கறிவார் என்பதில் ஒரு சந்தேகமுமில்லை. ஓவியர்கள் அனைவரிலும் என்னைத்தான் அவருக்கு மிகவும் பிடிக்கும்.

எனவே, என்னெதிரே விரிக்கப்பட்டிருந்த வெற்றுத் தாளை உற்றுப்பார்க்கையில், சுல்தான் குருநாதர் ஒஸ்மான் ஆகிய இருவரையும் பரவசப்படுத்தக்கூடிய ஒரு குதிரையின் தோரணையும், தோற்றமும் என் கண்ணெதிரே உயிர்பெற்றன. இந்தக் குதிரை குருநாதர் ஒஸ்மான் பத்து வருடங்களுக்கு முன் உருவாக்கியிருந்த குதிரைகளைப்போல துடிப்போடு, ஆனால் வீறமைவானதாக இருக்க வேண்டும். நமது சுல்தான் அவர்களை எப்போதும் கவர்ந்திருப்பதைப்போல பின்னங்கால்களை ஊன்றி எழும்பி நிற்பதாக இருக்க வேண்டும். இப்படி

இருந்தால்தான் அவர்கள் இருவருமே குதிரையின் அழகில் கருத் தொற்றுமை கொள்வார்கள். எவ்வளவு தங்க நாணயங்கள் பரிசாகத் தரப்போகிறார்கள்? இந்தச் சித்திரத்தை மீர் முஸாவீர் எப்படி வரைந்திருப்பார்? பிஹ்ஸாத் எப்படி வரைந்திருப்பார்?

அந்த விலங்கு திடீரென பெரும்வேகத்தோடு என் சிந்தனைக்குள் புகுந்ததில், அது என்னவென்பதை நான் புரிந்துகொள்வதற்கு முன்பாகவே எனது மோசமான குறும்புக்கை தூரிகையை பாய்ந் தெடுத்து, எவரொருவரின் கற்பனைக்கும் அப்பாற்பட்ட ஓர் அதிசயப் புரவியின் சித்திரத்தை, அதன் உயர்த்திய இடது முன்னங்காலிலிருந்து வரைய ஆரம்பித்தது. அந்தக் காலை உடம்போடு கண்ணிமைக்கும் நேரத்தில் இணைத்தபிறகு, இரண்டு வளைவுகளை வேகமாக, சந்தோஷத் தோடு, நம்பிக்கையோடு வரைந்தேன். அவற்றை நீங்கள் பார்த்திருந்தால் இந்தக் கலைஞன் ஒரு சித்திரக்காரனல்ல, இவன் ஓர் எழுத்தோவியன் என்று சொல்லியிருப்பீர்கள். வேறு யாருக்கோ சொந்தமானதுபோல என் கை இயங்கிக்கொண்டிருப்பதை மலைப்போடு பார்த்துக்கொண் டிருந்தேன். இந்த அற்புதமான வளைவுகள் குதிரையின் அகன்ற வயிறாகவும் திண்மையான மார்பாகவும் அன்னம் போன்ற கழுத்தாகவும் உருவாயின. இத்தோடு விட்டுவிட்டாலே இச்சித்திரம் முழுமையானதென்று கருதப்படக்கூடும். ஓ, நான் கைக்கொண் டிருக்கும் திறமை எப்பேர்ப்பட்டதாக இருக்கிறது! இதற்கிடையே என் கை, இந்த வலுவான, சந்தோஷம் கொப்பளிக்கும் குதிரையின் நாசியையும் திறந்த வாயையும் வரைந்துவிட்டு, புத்திக்கூர்மைமிக்க நெற்றியையும் செவிகளையும் உருவாக்கியிருப்பதை கவனித்தேன். அடுத்து, மீண்டும் ஓர் அழகிய வளைவை, ஏதோ ஓர் எழுத்தை வடிப்பதைப்போல குதூகலத்துடன் வரைந்தேன். அம்மா, எவ்வளவு அழகாக வந்திருக்கிறது! எனக்கு சிரிப்பு வெடித்துக்கொண்டு வரும் போலிருந்தது. எனது பாய்ச்சல் குதிரையின் கழுத்திலிருந்து சேணத்திற்கு ஒரு பரிபூர்ண வளைவை சரேலென்று இழுத்தேன். எனது புரவியை நான் பெருமிதத்துடன் ரசித்துக்கொண்டிருக்கும் போது, எனது கரம் தன்பாட்டுக்கு சேணத்தை அலங்கரித்துக் கொண்டிருந்தது. இந்தக் குதிரை என்னுடையதைப் போலல்லாமல் ஒரு முரட்டுத்திமிர் பிடித்த கட்டுமஸ்தான குதிரையாக உருவாகிக் கொண்டிருந்தது. இக்குதிரையைப் பார்த்து எல்லோரும் ஸ்தம்பித்து விடப் போகிறார்கள். பரிசை நான் வாங்கும்போது, நமது சுல்தான் அவர்கள் கூறப்போகும் இனிய வாழ்த்துரைகளை கற்பனை செய்து பார்த்தேன். அவர் தங்கக்காசு முடிப்பு ஒன்றை எனக்குப் பரிசளிப்பார். அவற்றை வீட்டிற்குக் கொண்டுபோய் எப்படி எண்ணிப்பார்ப்பேன் என்பதை நினைக்கும்போது மறுபடியும் அடக்கமுடியாமல் சிரிப்பு வந்தது. அதேநேரத்தில், ஓரக்கண்ணால் நான் கவனித்துக்கொண் டிருந்த என் வரையும் கரம், சேணத்தின் அலங்காரத்தை முடித்துவிட்டு, ஏதோ ஒரு நகைச்சுவைத் துணுக்கை சொல்லிவிட்டதைப்போல

சிரித்துக்கொண்டே குதிரையின் பிருஷ்டபாகத்தை நான் ஆரம்பிப்ப தற்கு முன், தூரிகையை மைக்கூட்டில் தோய்த்தெடுத்தது. வாலின் விளிம்பெல்லையை சுறுசுறுப்பாக முடித்தேன். இதன் பின்பாகத்தை எவ்வளவு மென்மையாக, எவ்வளவு கவர்ச்சியான வளைவாக உருவாக்கியிருக்கிறேன்! நான் பலாத்காரம் செய்யப்போகும் ஓர் அழகிய சிறுவனின் பிருஷ்டத்தை உள்ளங்கையால் ஏந்துவதைப் போல, நான் வரைந்திருப்பதையும் பற்றவேண்டும் போலிருந்தது. நான் புன்னகைத்துக் கொண்டேயிருக்க, என் புத்திசாலித் தூரிகை பின்னங்கால்களை முடித்துவிட்டு நின்றது: இந்த உலகம் இதுவரை பார்த்ததிலேயே மிகச்சிறப்பான பாயும் குதிரை இதுதான். அவர்கள் என் குதிரையைப் பார்த்து எப்படியெல்லாம் ரசிப்பார்கள், எப்படி என்னை தலைசிறந்த நுண்ணோவியனாக அறிவிப்பார்கள், தலைமை ஓவியர் பதவிக்கு உடனடியாக எப்படி அவர்கள் அறிவிக்கப்போகி றார்கள் என்றெல்லாம் நினைத்து நினைத்து எனக்கு சந்தோஷம் நிரம்பி வழிந்தது. அப்புறம் அந்த மடையர்கள் வேறு என்னவெல்லாம் சொல்வார்கள் என்று யோசித்தேன்: "எவ்வளவு வேகமாகவும் சந்தோஷ மாகவும் இதை வரைந்துவிட்டான்!" என்பார்கள். இந்த ஒரு காரணத்திற் காகவே எனது அற்புதமான சித்திரத்தை அவர்கள் அலட்சியப்படுத்தி விடுவார்களோ என்று கவலைப்பட்டேன். எனவே, இந்தச் சித்திரத்திற் காக சிரத்தையோடு, சிரமப்பட்டு, நுட்பங்களை சேர்த்திருக்கிறேன் என்பதைக் காட்டுவதற்காகவே பிடரியையும் நாசித்துவாரங்களையும் பற்களையும் வாலின் முடிக்கற்றைகளையும் சேணப்போர்வையையும் உன்னிப்பாக வரைந்தேன். இந்தக் கோணத்திலிருந்து, அதாவது பக்கவாட்டு பின்புறத்திலிருந்து பார்க்கும்போது குதிரையின் விரைகள் தெரிந்தாக வேண்டும். ஆனால் பெண்களை அது அநாவசியமாக சஞ்சலப்படுத்துமென்பதால் வரையாமல் விட்டுவைத்தேன். பெருமிதத் தோடு என் புரவியை நோக்கினேன்: புயலைப்போல பெரும்பலத்தோடு, அளப்பரிய சக்தியோடு முன்னால் பாய்கின்ற ஓர் அற்புதப்புரவி! ஏதோ ஒரு சூறாவளிக் காற்று கிளம்பியெழுந்து, சுவடி வரி ஒன்றின் எழுத்துகளைப்போல தூரிகையால் நீள்வட்ட வளைகோடுகளைத் தீட்டியதைப்போல! இருந்தும் இக்குதிரை ஸ்திரமான தோரணையில் நின்றிருப்பதைப் பார்த்து இதை வரைந்த மகோன்னதக் கலைஞனை ஒரு பிஹ்ஸாத் அல்லது ஒரு மீர் முஸாவீரைப் புகழ்வதைப்போல அவர்கள் புகழப்போகின்றனர். அதன்பின் நானும்கூட அவர்களைப் போலத்தான் சரித்திரத்தில் இடம்பிடிக்கப் போகின்றேன்.

ஒரு மகத்தான குதிரையை நான் வரையும்போது, அக் குதிரையை வரைகின்ற பழங்கால அற்புத ஓவிய மேதையாக நான் ஆகிவிடுகின்றேன்.

●

அத்தியாயம் 45

நான் "நாரை" என்று அழைக்கப்படுகிறேன்

மாலைநேரத் தொழுகைக்குப் பிறகு காபி இல்லத்திற்குச் செல்லலாமென்றிருந்தேன், ஆனால் வாசலில் யாரோ வந்திருப்ப தாகச் சொன்னார்கள். நல்ல செய்தியாக இருக்கவேண்டுமென்று வேண்டிக்கொண்டே சென்று பார்த்தபோது அரண்மனையி லிருந்து ஒரு தூதுவன். அவன் சுல்தானின் போட்டியை விவரித் தான். நல்லது, உலகின் மிக அழகான குதிரை. சரி, ஒவ்வொன் றிற்கும் எவ்வளவு கொடுப்பார்களென்று சொல். உடனடியாக ஐந்தோ ஆறோ வரைந்து தருகிறேன்.

இப்படி எதுவும் சொல்லாமல் என்னைக் கட்டுப்படுத்திக் கொண்டு வாசலில் காத்துக்கொண்டிருந்த அந்த இளைஞனை உள்ளே அழைத்தேன். ஒரு கணம் யோசித்தேன்: உலகத்திலேயே மிக அழகான குதிரை என்று இல்லவே இல்லை, அதை வரைவதற்கு என்னால் போர்க்குதிரைகளையும் மாபெரும் மங்கோலியக் குதிரைகளையும் அராபிய ஜாதிக்குதிரைகளை யும் ரத்தத்தில் குளித்து வலியில் துடித்தபடி தொடர்ந்து போரிடுகின்ற குதிரைகளையும் கட்டுமானப் பணியிடங்களுக்கு வண்டி நிறைய சுமைகளை ஏற்றிச் செல்லும் அதிருஷ்டம் கெட்ட பொதிகுதிரைகளையும் வரையமுடியும், ஆனால் அவற்றில் எதனையும் உலகத்தின் மிக அழகான குதிரை யென்று யாரும் சொல்லமாட்டார்கள். நமது சுல்தான் அவர்கள் "உலகத்தின் மிக அழகான குதிரை" என்று குறிப்பிடுவது, எல்லாவித பழங்கால விதிமுறைகளுக்கும் முன்மாதிரிகளுக்கும் தோற்ற நிலைகளுக்கும் உடன்பட்டு, பாரசீகத்தில் ஆயிரக் கணக்கானமுறை வரையப்பட்ட மிக அழகான குதிரைகளைத் தான் என்பது எனக்குத் தெரிந்தது. ஆனால் எதற்காக?

தங்க முடிப்பை நான் வெல்லக்கூடாது என்று நினைப்பவர் கள் இருக்கின்றனர் என்பது வெளிப்படை. சாதாரணமாக

நான் வரைகின்ற குதிரை ஒன்றை அவர்கள் வரையச்சொல்லி யிருந்தால், வேறு யார் வரைந்த சித்திரமும் என்னுடையதிற்கு முன்னால் போட்டியிட முடியாது என்பது எல்லோருக்கும் தெரிந்த விஷயம்தான். நமது சுல்தான் அவர்களை யார் இப்படி ஏமாற்றி யிருப்பார்கள்? பொறாமை பீடித்த இந்த நுண்ணோவியர்களெல்லோரும் கிளப்பி விடுகின்ற வதந்திகளை மீறி நமது மாமன்னருக்கு தனது நுண்ணோவியர்களிலேயே மிகவும் திறமை வாய்ந்தவன் நான்தான் என்பது நன்றாகவே தெரியும். எனது ஓவியங்கள் எல்லாவற்றையுமே அவர் வெகுவாக ரசித்துப் பாராட்டியிருக்கிறார்.

சட்டென்று வெடித்த கோபத்தில், இந்த வெறுப்பூட்டும் சந்தேகங் கள் எல்லாவற்றிலிருந்தும் மீண்டெழ விரும்புவதைப்போல என் கை துடிப்போடு உயர்ந்து, ஒரே முச்சில் ஓர் உண்மையான குதிரையை அதன் குளம்பின் முனையிலிருந்து வரையத் தொடங்கி முடித்தது. இப்படிப்பட்ட ஒரு குதிரையை உங்களால் தெருவிலும் அல்லது போர்க் களத்திலும்கூட பார்க்க முடியும். சோர்வாக இருந்தாலும் தளர்வுறாமல் . . . அடுத்ததாக, அதே கோபம் இன்னமும் அடங்காமல் ஒரு ஸ்பாஹி குதிரைவீரனின் போர்க்குதிரை ஒன்றை முன்னதைவிடச் சிறப்பாக வரைந்து தள்ளினேன். புத்தகக் கலைக் கூடத்தில் உள்ள எந்தவொரு நுண்ணோவியனாலும் இத்தகைய அழகான விலங்குகளை வரைந்திருக்க முடியாது. என் நினைவிலிருந்து இன்னொரு குதிரையை எடுத்து வரையமுற்பட்டபோது அந்த அரண்மனைத் தூதுவன், “ஒன்று மட்டும் போதுமானது” என்றான்.

அந்தத்தாளை கவர்ந்துகொண்டு அவன் கிளம்ப யத்தனிக்க, அவனை தடுத்து நிறுத்தினேன். இந்தக் குதிரைகளுக்காக அந்த அயோக்கியர்கள் தங்கக்காசு முடிப்பை எனக்கு வழங்கமாட்டார் களென்று எனக்கு சர்வநிச்சயமாகத் தெரியும்.

எனக்கு விருப்பமான விதத்தில் வரைந்தால் அவர்கள் பொன் முடிப்பு தரமாட்டார்கள்! தங்கத்தை நான் வெல்லவில்லையென்றால் என் பெயர் என்றென்றைக்குமாக கறைபட்டுப் போய்விடும். யோசிப் பதை நிறுத்தினேன். “கொஞ்சம் பொறு” என்று அந்தப் பையனிடம் கூறிவிட்டு, உள்ளேசென்று பளபளவென்று மின்னுகின்ற இரண்டு போலி வெனீஸிய தங்கக்காசுகளைக் கொண்டுவந்து அவனிடம் நீட்டினேன். அவனுக்கு பயத்தில் விழிகள் விரிந்தன. “சிங்கத்தைப் போல தைரியசாலி அல்லவா நீ!” என்றேன்.

யார் கண்ணிலும் படாமல் ஒளித்து வைத்திருந்த சுவடிகளில் ஒன்றை வெளியில் எடுத்தேன். இவ்வளவு வருடங்களாக நான் பார்த்த மிக அழகான சித்திரங்களையெல்லாம் ரகசியமாக பிரதி யெடுத்து இங்கேதான் வைத்திருக்கிறேன். கருவூலத்தில் பூட்டிவைக்கப் பட்டுள்ள தொகுப்புகளின் பக்கங்களில் உள்ள மிகச்சிறந்த மரங்கள், டிராகன்கள், பறவைகள், வேட்டைக்காரர்கள், போர்வீரர்கள் படங் களை பத்து தங்கக் காசுகள் கொடுத்தால் பிரதியெடுத்துத் தருவானே

அந்த குள்ளர்களின் தலைவன் ஜாஃபர், அந்த அயோக்கியன் செய்வதைப் போன்ற நகலெடுத்தல்கள் அல்ல நான் செய்வது. எனது சித்திரச்சுவடி அற்புதமானது. அது, தாங்கள் வாழ்கின்ற உலகத்தை படங்கள் மூலமாகவும் அலங்கரிப்புகள் மூலமாகவும் காண விரும்புகிறவர்களுக்கானதல்ல. பழங்கால புராணிகத்தை மீள் பார்வை பார்க்க விரும்புகிறவர்களுக்கானது.

பக்கங்களைப் புரட்டி படங்களை அந்தத் தூதுவனிடம் காட்டும் போது மிகச்சிறந்த குதிரையின் படத்தை தேர்ந்தெடுத்தேன். அச் சித்திரத்தின் கோடுகளின் மீது ஓர் ஊசியை வைத்து குத்தி வரிசையாக துளைகளிட்டேன். அடுத்ததாக அந்தத் துளையிட்ட படத்தாளுக்குக் கீழே ஒரு சுத்தமான வெள்ளைக்காகிதத்தை வைத்தேன். கரித்தூளை எடுத்து மேலே தாராளமாகத் தூவி, துளைகளுக்குள்ளே போகும்படி நன்றாக குலுக்கினேன். துளைத்தாளை தூக்கினேன். கரித்துகள்கள் புள்ளி புள்ளியாக ஒரு அழகான குதிரையின் மொத்த வடிவத்தையும் அடியிலிருந்த தாளில் பெயர்த்துவைத்திருந்தது. பார்ப்பதற்கு பேரானந்தமாயிருந்தது.

எனது பேனாவை எடுத்தேன். எனக்குள் திடீரென்று ஊற்றெடுத்த ஓர் அகத்தூண்டலில் அந்தப் புள்ளிகளை வேகமான தீர்மானமான தீற்றல்களில் அழகாக இணைத்தேன். குதிரையின் வயிற்றையும் நளின மான கழுத்தையும் நாசியையும் பிட்டத்தையும் வரைகையில், அந்தக் குதிரையை இனிமையாக எனக்குள்ளே உணர்ந்தேன். “இதோ” என்றேன். “உலகத்தின் மிக அழகான குதிரை. அந்த முட்டாள்களில் ஒருவனால்கூட இதனை வரையமுடியாது.”

அரண்மனையிலிருந்து வந்த இந்தப் பையனும் இதை நம்பியாக வேண்டும், அப்போதுதான் இந்தச் சித்திரத்தை எவ்விதமாகத் தூண்டப் பட்டு வரைந்தேன் என்பதை நமது சுல்தான் அவர்களிடம் சொல்ல மாட்டான். அவனுக்கு மேலும் மூன்று போலி தங்கக்காசுகளைக் கொடுத்தேன். நான் தங்கம் வென்றால் அவனுக்கு இன்னும்கூடத் தருவதாக குறிப்புணர்த்தினேன். இவ்வளவு நேரமாக ஓரக்கண்ணில் என் மனைவியை வாயைப்பிளந்தபடி பார்த்துக்கொண்டிருந்த இந்தப் பயல் இன்னொரு முறை அவள் கண்ணில் படமாட்டாளா என்று ஏங்கிக்கொண்டிருந்ததாகப்பட்டது. ஒரு நல்ல நுண்ணோவியனை அவன் வரைகின்ற குதிரையை வைத்துச் சொல்லிவிடலாம் என்று பலரும் நினைக்கிறார்கள்; ஆனால் தலைசிறந்த நுண்ணோவியனாக ஒருவன் திகழ்வதற்கு, மிகச்சிறப்பாக குதிரையை வரைந்தால் மட்டும் போதாது. நமது சுல்தான் அவர்களையும் அவரைச்சுற்றி குழுமியிருக்கும் அவரது துதிபாடிகளையும் நீங்கள்தான் தலைசிறந்த நுண்ணோவியன் என்று நீங்கள் நம்பவைக்க வேண்டும்.

ஒரு மகத்தான குதிரையை நான் வரையும்போது, நான் நானாகவே தான் இருக்கிறேன், வேறெதுவுமில்லை.

●

அத்தியாயம் 46

நான் "கொலைகாரன்" என்று அழைக்கப்படுவேன்

நான் ஒரு குதிரையை வரைந்த விதத்திலிருந்து நான் யாரென்பதை உங்களால் கண்டுபிடிக்க முடிந்ததா?

என்னை ஒரு குதிரையின் படத்தை வரையச் சொன்னவுடனேயே இது வெறும் போட்டியல்லவென்பது எனக்குத் தெரிந்துவிட்டது. அவர்கள் என் சித்திரத்தின் மூலமாக என்னைப் பிடிக்க விரும்புகிறார்கள். ஒரு முரட்டுத்தாளில் நான் வரைந்திருந்த குதிரை கோட்டோவியங்கள் வசீகரன் எஃபெண்டியின் உடம்போடு கண்டுபிடிக்கப்பட்டது எனக்கு நன்றாகவே தெரியும். ஆனால் நான் வரைந்த குதிரைகளின் மூலமாக என்னை அவர்கள் கண்டுபிடிப்பதற்கு என்னிடம் எந்தப் பிழையோ, பாணியோ இல்லை. இதில் எனக்கு எவ்வளவுதான் நிச்சயம் இருந்தாலும் குதிரையை வரையும்போது, நான் திகிலடைந்துதான் போயிருந்தேன். எனிஷ்டேவிற்காக குதிரையை வரையும்போது, இப்போது என்னை காட்டிக் கொடுக்கிறார்போல எதையாவது செய்துவிட்டிருப்பேனோ? இம்முறை ஒரு புதிய குதிரையை நான் உருவாக்கவேண்டும். நான் முற்றிலும் மாறுபட்ட விஷயங்களை யோசித்தேன். என்னை "கட்டுப்படுத்தி"க் கொண்டு வேறொருவனாக ஆனேன்.

ஆனால் நான் யார்? ஒரு பயிலரங்கத்தின் பாணியையோ அல்லது தன்னுள் ஆழத்தில் புதைந்திருக்கும் புரவியை வெற்றிகரமாக ஒருநாள் சித்தரிக்க முடிந்துவிட்ட கலைஞன் ஒருவனையோ ஒத்திருப்பதற்காக என்னால் உருவாக்க முடிகின்ற பேருன்னத ஓவியப்படைப்புகளை படைக்காமல் அடக்கி வைத்திருக்கும் ஓர் ஓவியனா நான்?

திடீரென பயத்தோடு, அந்த வெற்றிகரமான நுண்ணோவியனின் இருப்பை எனக்குள்ளே உணர்ந்தேன். இது, இன்னொரு

ஆத்மாவால் நான் கவனிக்கப்பட்டு வருவதைப் போலிருந்தது. சுருக்க மாகச் சொன்னால் வெட்கத்தில் நான் கூசிப்போயிருந்தேன்.

வீட்டுக்குள்ளே என்னால் அடைந்துகிடக்க முடியாதென்று தோன்றியதும் வெளியே பூட்டிக்கொண்டு இருண்ட தெருக்களினூடே விரைவாக நடந்தேன். 'மகான்களின் வாழ்க்கை' நூலில் ஷேக் ஒஸ்மான் பாபா எழுதியிருப்பதைப்போல, ஓர் உண்மையான நாடோடித் துறவிக்கு தனக்குள் இருக்கும் பிசாசிடமிருந்து தப்பித்துக்கொள்ள அவன் வாழ்க்கை முழுவதும் எந்த இடத்திலும் வெகுகாலம் தங்கிவிடா மல் அலைந்துகொண்டே இருக்கவேண்டும். ஊர்விட்டு ஊராக அறுபத்தேழு வருடங்கள்அவர் அலைந்த பிறகு, களைப்படைந்து பிசாசிடம் சரணடைந்துவிட்டார் அவர். இந்த வயதில்தான் நுண்ணோவியக் கலைஞர்கள் பார்வைக்குருடு அல்லது அல்லாஹூ வின் இருட்டை எய்துவார்கள். இந்த வயதில்தான் ஒவ்வொரு பாணியையும் பின்பற்றுவதிலிருந்து விடுதலையுற்று, தன்முயற்சி யில்லாமல் ஒரு பாணியை கண்டடைவார்கள்.

பயாஸித்தின் கோழி அங்காடி வழியாகவும் அடிமை அங்காடி யின் காலியான சதுக்கத்தின் வழியாகவும் இனிய மணம்வீசும் கஞ்சி, களி கடைகளின் இடையிலும் எதையோ தேடித்திரிவது போல அலைந்து திரிந்தேன். முடி திருத்தகங்கள், இஸ்திரி கடை களின் மூடிய கதவுகளைக் கடந்தேன். சில்லரையை எண்ணிக்கொண் டிருந்த ஒரு ரொட்டிக் கடை கிழவன் என்னை ஆச்சரியமாகப் பார்த்தான். ஊறுகாய், கருவாட்டு மீன் வாசனையடிக்கும் ஒரு மளிகைக்கடையைத் தாண்டிச் சென்றேன். வண்ணங்களை மட்டுமே என் கண்கள் உள்வாங்குமென்பதால், நான் இப்போது உள்ளே நுழைந்திருக்கும் மூலிகை, களிம்பு மருந்துக் கடையில் எண்ணெய் விளக்கு வெளிச்சத்தில் எதையோ எடைபோட்டுக் கொண்டிருப்பதை ஆர்வமாக, காதலியை உற்றுப்பார்த்து ரசிப்பதைப்போல, பார்த்துக்கொண்டிருந்தேன். காபி, இஞ்சி, குங்குமப்பூ, இலவங்கம் மூட்டைமூட்டையாக அடுக்கிவைக்கப்பட்டிருந்தன. குங்கிலியப் பிசின் வண்ணமயமான குவளைகளில் இருந்தன. சோம்பு வாசனை வீசும் வாசல் முகப்பில் பழுப்பு, கருப்பு சீரகங்கள் குவித்துவைக்கப் பட்டிருந்தன. சில நேரங்களில் எல்லாவற்றையும் எடுத்து வாயில் போட்டுக்கொள்ள வேண்டும் போலிருக்கும். சில நேரங்களில் படைக்கப் பட்டிருக்கும் எல்லாவற்றையும் ஒரே பக்கத்தில் வரைந்து நிரப்பிவிட வேண்டுமென்று தோன்றும்.

'ஒடுக்கப்பட்டவர்களின் கஞ்சித்தொட்டி' என்று நான் பெயர் வைத்திருக்கும் அந்த உணவகத்திற்குள் நுழைந்தேன். சென்றவாரத்தில் மட்டுமே இரண்டுமுறை இங்கு வந்து சாப்பிட்டிருக்கிறேன். 'பஞ்சப் பராரிகள் உணவகம்' என்றால் இன்னும் பொருத்தமாக இருக்கும். இங்கே வருபவர்களுக்கு இந்த இடம் நள்ளிரவு வரை திறந்திருக்கும்

என்பது தெரியும். குதிரைத் திருடர்கள் போலவும் தூக்குத் தண்டனையிலிருந்து தப்பித்தவர்கள் போலவும் தோற்றமளித்த சில கந்தலாடைப் பரதேசிகள் துயரத்திலும் அவநம்பிக்கையிலும் விரக்தியுற்று கஞ்சா அடித்தவர்கள்போல தொலைதூர சொர்க்கங்களில் பார்வையை நிலைகுத்தி அமர்ந்திருந்தனர். இரண்டு பிச்சைக்காரர்கள் அடிப்படையான சாப்பாட்டு அறை நாகரிகங்களை கஷ்டப்பட்டு கடைப்பிடித்து சாப்பிட்டுக்கொண்டிருந்தனர். இந்தக் கும்பலிலிருந்து விலகி ஒரு நாகரிக இளைஞன் ஒரு மூலையில் உட்கார்ந்திருந்தான். அலெப்போ நகரத்தைச் சேர்ந்த சமையல்காரனுக்கு வணக்கம் தெரிவித்தேன். கிண்ணத்தில் மாமிசம் சேர்த்த முட்டைகோசுப் பொரியலை நிரப்பிக் கொண்டு அதன்மேல் கெட்டித்தயிரையும் கைநிறைய சிவப்பு மிளகு வற்றலையும் போட்டுக் கொண்டு அந்த இளைஞனுக்கு பக்கத்தில் வந்தமர்ந்தேன்.

ஒவ்வொரு ராத்திரியும் ஒரு சோகம் என்னை ஆட்கொள்கிறது, ஒரு துயரம் என்மேல் கவிகிறது. ஓ, என் சகோதரர்களே, என்னருமைச் சகோதரர்களே, நாம் நஞ்சூட்டப்படுகிறோம், நாம் அழுகிப்போய்க் கொண்டிருக்கிறோம், இறந்து போய்க்கொண்டிருக்கிறோம், வாழும் போது அயர்ச்சியில் நம்மை நாமே தளர்த்திக்கொள்கிறோம், கழுத்து வரை துயரத்தில் நம்மை அமிழ்த்திக் கொள்கிறோம் . . . சில ராத்திரிகளில், அவன் கிணற்றிலிருந்து எழுந்து வந்து என்னைத் துரத்துவது போல கனவு காண்கிறேன், ஆனால் அவனை பூமிக்குள் ஆழமாகப் புதைத்துவிட்டிருப்பது பின்னர் ஞாபகத்திற்கு வரும். கல்லறையிலிருந்து அவன் எழுந்து வரச் சாத்தியமில்லை.

என் பக்கத்தில் அவனது கஞ்சிக்கலயத்திற்குள் மூக்கை நுழைத்துக் கொண்டு உலகத்தையே மறந்திருப்பதாக நான் நினைத்திருந்த இளைஞன் ஒருவழியாக என்னிடம் பேச்சை ஆரம்பித்தான். இது அல்லாஹ்விடமிருந்து கிடைத்த ஒரு சமிக்ஞையோ? “ஆம்” என்று பதிலளித்தேன், “முட்டைக்கோசோடு சேர்த்து இறைச்சியை நன்றாக மசித்திருக்கின்றனர், எனக்குப் பிடித்திருக்கிறது.” அவனைப்பற்றி விசாரித்தேன்: அவன் சமீபத்தில்தான் ஒரு அற்பமான இருபது – காசு கல்லூரியிலிருந்து பட்டம் பெற்று அரீஃபி பாஷாவின் ஆதரவில் எழுத்தர் வேலையில் சேர்ந்திருக்கிறான். இந்த நட்ட நடு ராத்திரியில் அவன் எதற்காக பாஷாவின் பண்ணையிலோ, மசூதியிலோ அல்லது பெண்டாட்டியின் அணைப்பில் அவனது வீட்டிலோ இருக்காமல், கல்யாணமாகாத கயவர்கள் கூடுகின்ற இந்தத் தெருவோர சாப்பாட்டுக் கடையில் உட்கார்ந்திருக்கிறான் என்பதைக் கேட்கவில்லை. ஆனால் அவன் நான் யாரென்றும் எங்கிருந்து வந்திருப்பதாகவும் கேட்டான். ஒரு கணம் யோசித்தேன்.

“என் பெயர் பிஹ்ஸாத். நான் ஹெராத்திலிருந்தும் தாப்ரீஸிலிருந்தும் வந்திருக்கிறேன். மிக அற்புதமான ஓவியங்களை, மகத்தான

கலைப்படைப்புகளை நான் தீட்டியிருக்கிறேன். பாரசீகத்திலும் அரேபியாவிலும், கலை ஓவியங்கள் படைக்கப்படும் ஒவ்வொரு முஸ்லீம் சுவடி கலைக்கூடங்களிலும் பலநூறு வருடங்களாக, "இவரது ஓவியங்கள் தத்ரூபமாக, பிஹ்ஸாத்தின் படைப்புகளைப் போலவே இருக்கின்றன" என்று என்னைப்பற்றி கூறிவந்திருக்கிறார்கள்."

ஆனால் விஷயம் இதுவல்ல. மனது காண்பதையல்ல, கண்கள் காண்பவற்றையே என் ஓவியங்கள் சித்தரிக்கின்றன. ஆனால் ஓவியம் என்பது கண்களுக்கு அளிக்கப்படுகின்ற ஒரு விருந்து என்பதை நீங்கள் நன்றாகவே அறிவீர்கள், இல்லையா? இவ்விரு கருத்துகளையும் இணைத்தால் எனது உலகம் இவ்வாறு வெளிப்படும்:

அலிஃப் : மனம் எதைக் காண்கிறதோ, ஓவியம் அதற்கு உயிர்கொடுத்து கண்களுக்கு விருந்தாக்குகிறது.

லாம் : கண்கள் உலகத்தில் எதைக் காண்கிறதோ, அது மனதில் பதிகின்ற அளவுக்கு ஓவியத்தில் பதிவாகின்றது.

மிம் : ஆகையால், மனது ஏற்கனவே அறிந்திருப்பதை கண்கள் நமது உலகத்தில் கண்டுபிடிப்பதே அழகு எனப்படுகிறது.

என் ஆன்மாவின் ஆழத்திலிருந்து மின்னல்வேகத் தூண்டுதலால் நான் வருவித்த இந்த தர்க்கத்தை ஒரு மட்டமான கல்லூரியின் பட்டதாரி புரிந்து கொள்வானா? வாய்ப்பே இல்லை, ஏன்? ஊருக்கு ஒதுக்குப்புறமாக இருக்கும் ஒரு மதப்பள்ளியில் ஒரு நாளைக்கு இருபது காசுகள் என்று – அந்தக் காசுக்கு இன்று இருபது ரொட்டித் துண்டுகள் வாங்கலாம் –மூன்று வருடங்கள் மதபோதனை செய்கின்ற ஒரு ஹோஜாவின் காலடியில் உட்கார்ந்திருந்தாலும், பிஹ்ஸாத் யாரென்று உங்களுக்குத் தெரிந்துவிடப் போவதில்லை. அந்த இருபது காசு ஹோஜா எஃபெண்டிக்கும் பிஹ்ஸாத் என்பது யார் என்பது தெரிந்திருக்காது என்பது வெளிப்படை. சரி போகட்டும், விளக்கு கிறேன். நான் சொன்னேன்:

"எல்லாவற்றையும் நான் வரைந்திருக்கிறேன், ஒன்றுவிடாமல் எல்லாவற்றையும்: நமது இறைத்தூதர் தன்னுடைய நான்கு காலிப்பு களோடு பச்சைநிற தொழுகை மாடத்திற்கெதிரே மசூதியில் அமர்ந் திருப்பது; இன்னொரு புத்தகத்தில் அப்போஸ்தலரும் இறைத்தூதரும் விண்ணேறிச் சென்ற இரவில் ஏழு சொர்க்கங்களுக்குச் செல்லுதல்; சீனாவுக்குச் செல்லும் வழியில், கடலைத் துழாவி புயற்சீற்றத்தை உண்டாக்கிக் கொண்டிருந்த அரக்கனை விரட்டியடிக்க அலெக்ஸாண்டர் கடலோர ஆலயத்தின் மேளத்தை முழக்குதல்; அந்தப்புரத்துப் பெண்கள் நிர்வாணமாக குளத்தில் குளித்துக் கொண்

டிருப்பதை ஒளிந்துகொண்டு பார்த்தபடி, புல்லாங்குழலிசையை கேட்டுக்கொண்டு சுயமைதுனம் செய்துகொண்டிருக்கும் ஒரு சுல்தான்; தனது குருவின் வித்தைகள் அனைத்தையும் கற்றுக்கொண்டு அவரோடு சுல்தானின் முன்னிலையில் கர்வத்தோடு மல்யுத்தம் செய்யும் ஓர் இளம் வீரனை அவர், இதுவரை கற்றுத் தந்திராத ஒரு கடைசி வித்தையைக் கொண்டு வீழ்த்துவது; லைலாவும் மெஜ்னுவும் குழந்தைப் பருவத்தில் நயநுணுக்கமாக அலங்கரிக்கப்பட்ட சுவர்கள் கொண்ட வகுப்பறையில் புனித குர் – ஆனை ஓதும்போது காதல்வயப்படுதல்; ஒவ்வொரு கல்லாக கட்டியெழுப்பப்படும் அரண்மனைகள்; குற்ற மிழைத்தவர்களை சித்திரவதை செய்து தண்டித்தல்; பறக்கும் கழுகுகள்; விளையாடும் முயல்கள்; நன்றிகெட்ட புலிகள்; புறாக்கள் வந்தமர்ந் திருக்கும் சைப்ரஸ், பிளேன் மரங்கள்; மரணம்; போட்டியிடும் புலவர்கள்; வெற்றியைக் கொண்டாடும் விருந்துகள்; எதிரிலிருக்கும் கஞ்சியைத் தவிர வேறெதனையும் பார்க்கமுடியாத உன்னைப் போன்றவர்கள்."

அந்த ஒடுக்கமான எழுத்தனுக்கு இப்போது பயம் போய்விட் டிருந்தது. நான் பேசுவது சுவாரஸ்யமாகக் கூடத் தெரிந்து புன்னகைத்துக் கொண்டிருந்தான்.

"உன்னுடைய ஹோஜா எஃபெண்டி இதை உனக்கு கற்றுத் தந்திருக்க வேண்டும், அப்போது இந்தக் கதை உனக்குத் தெரிந்திருக்கும். ஸாதி இயற்றிய 'தோட்டம்' நூலில் எனக்குப் பிடித்த கதை ஒன்று உண்டு. வேட்டைக்குச் செல்லும்போது வழிதவறி, உடன்வந்தவர்களிட மிருந்து பிரிந்து மலைப்பிரதேசங்களில் அலைந்து கொண்டிருப்பானே, டேரியஸ் என்ற அரசன் – அந்தக்கதை. அப்போது ஆட்டுத்தாடியோடு பயங்கர உருவம்கொண்ட ஒரு மனிதன் அவன் முன்னால் திடீரென வருகிறான். பீதியுற்ற அரசன், குதிரையின் முதுகில் மாட்டிவைத்திருந்த தனது வில்லை எடுத்து அம்பைப் பொருத்தி பதட்டத்துடன் குறிபார்க் கிறான். உடனே அம்மனிதன், "பேரரசே, என்னை அம்பெய்து மாய்த்துவிடாதீர்கள். என்னை தங்களுக்கு அடையாளம் தெரிய வில்லையா? தங்களின் நூற்றுக்கணக்கான குதிரைகளையும் குதிரைக் குட்டிகளையும் பராமரித்து வந்த உங்களின் பணிவான வேலைக்காரன் இல்லையா நான்? எத்தனை முறை நாம் பார்த்திருக்கிறோம்? உங்களுடைய நூறு குதிரைகளையும் அவற்றின் நிறத்தை வைத்து மட்டுமல்ல, குணம், தோரணையை வைத்தே என்னால் அடையாளம் காட்ட முடியுமே? தங்களின் அதிகாரத்தின்கீழ், தங்கள் காலடியில் சேவகம் புரிந்துவந்த ஊழியர்களைக் கூட, அடிக்கடி பார்த்துவந்த என்னைப் போன்றவர்களைக்கூட நீங்கள் கவனித்து வந்ததில்லையா?" என்று இறைஞ்சிக் கேட்கிறான்.

இந்தக் காட்சியை நான் வர்ணிக்கும்போது, கற்பனைக்கெட்டாத வண்ணங்களில் மலர்கள் பூத்துக்குலுங்கும் அற்புதமான பசும் புல்

வெளியில் அந்தக் குதிரைக்காரன் கருப்புக் குதிரைகளையும் செஸ்நட் குதிரைகளையும் வெண்குதிரைகளையும் ஆத்மார்த்தமான அக்கறை யோடு கவனித்து பராமரித்து வந்ததை அவ்வளவு குதூகலத்தோடு நான் காட்சிப்படுத்தியதை வாசிக்கும் மந்தமான வாசகர்களுக்குக்கூட ஸாதியின் கதையின் நீதி புரிந்துவிடும். அன்பு, அக்கறை, ஆர்வம், இரக்கம் இவற்றின் மூலம்தான் இந்த உலகத்தின் அழகும் மர்மமும் வெளிப்படுகின்றன; சந்தோஷத்தில் துள்ளிக்கொண்டிருக்கும் குதிரை களுக்கும் குட்டிகளுக்கும் இடையே அந்த சொர்க்கத்தில் நீங்கள் வாழ்வதற்கு விரும்பினால், உங்கள் கண்களை அகலத்திறந்து அதன் நிறங்களையும் நுணுக்கங்களையும் முரண்பாடுகளையும் உன்னிப்பாக கவனியுங்கள்.

இந்த இருபது காசு ஹோஜாவின் வாரிசு என் பேச்சில் சுவாரஸ்ய மும் திகிலும் ஒரேசமயத்தில் அடைந்து, தனது கரண்டியை கீழே போட்டுவிட்டு ஓடிவிட யத்தனித்தான். அந்த வாய்ப்பை அவனுக் களிக்காமல் பிடித்துவைத்து தொடர்ந்து பேசினேன்:

"அந்த அரசனையும் குதிரைக்காரனையும் குதிரைகளையும் அந்தச் சித்திரத்தில் இப்படித்தான் மேதைகளுக்கெல்லாம் மேதையான பிஹ்ஸாத் வரைந்திருக்கிறார்" என்றேன். "நூறு வருடங்களாக நுண் ணோவியர்களும் அந்தக் குதிரைகளை நகலெடுப்பதை நிறுத்தவில்லை. பிஹ்ஸாத்தின் கற்பனையிலிருந்தும் இதயத்திலிருந்தும் எழுந்த ஒவ்வொரு புரவியும் வடிவக்கூறுகளுக்கு ஒரு மாதிரியாக அமைந்து விட்டன. நான் உட்பட நூற்றுக்கணக்கான நுண்ணோவியர்களுக்கு அந்தக் குதிரைகளை எமது நினைவிலிருந்து எடுத்து வரையமுடியும். குதிரையின் சித்திரம் எதையாவது, எப்போதாவது நீ பார்த்திருக்கிறாயா?"

"காலம்சென்ற என் ஹோஜாவுக்கு மெத்தப்படித்த மகத்தான ஆசிரியர் ஒருவர் பரிசளித்திருந்த ஒரு கவர்ச்சியான புத்தகத்தில் பறக்கும் குதிரையின் படத்தை ஒருமுறை பார்த்திருக்கிறேன்."

எனக்கு முன்னால் மூன்று சாத்தியக்கூறுகள் இருந்தன. 'வினோத பிராணிகள்' புத்தகத்தில் இருக்கின்றனவற்றையெல்லாம் உண்மை யென்று நினைத்துக் கொண்டிருக்கும் இந்தக் கோமாளியையும் இவனது ஆசிரியரின் தலையையும் பிடித்து கஞ்சித் தொட்டிக்குள் அழுத்தி சாகடிப்பது. இரண்டாவது, அவன் வாழ்க்கையில் பார்த்த ஒரே குதிரையின் சித்திரத்தை – அது எவ்வளவு மோசமாக படி யெடுக்கப்பட்ட சித்திரமோ, யாரறிவார்? – அவன் புல்லரிப்போடு வர்ணிப்பதை கேட்டுக்கொண்டிருப்பது. மூன்றாவது சாத்தியத்தை தேர்ந்தெடுத்து, கரண்டியை மேஜைமேல் வைத்துவிட்டு அந்த உணவுச் சாலையிலிருந்து வெளியேறினேன். கொஞ்சநேரம் நடந்து சென்றபின் அந்தப் பாழடைந்த துறவிகள் மடத்தை அடைந்தேன். அமைதி திரும்பியது. எதையும் செய்யாமல் அந்த நிசப்தத்தை செவிமடுத்தபடி அமர்ந்திருந்தேன்.

பின், ஒளித்துவைத்திருந்த இடத்திலிருந்து முகம்பார்க்கும் கண்ணாடியை எடுத்து, தாழ்வான எழுதுமேஜையின்மேல் நிறுத்தி வைத்தேன். அடுத்தாக இரட்டை சித்திரத்தாளையும் வரைபலகையும் என் மடிமேல் வைத்துக் கொண்டேன். நான் உட்கார்ந்திருந்த இடத்திலிருந்து கண்ணாடியில் முகம் தெரிகிறார்போல அமைத்துக்கொண்டு, கரித்துண்டால் என் உருவப்படத்தை வரைய முயற்சித்தேன். பொறுமையாக வெகுநேரம் வரைந்தேன். வரைந்து முடித்ததும் கண்ணாடியில் தெரிந்த என் முகத்தை ஒத்ததாக நான் வரைந்திருப்பது இல்லையென்பதைக் கண்டதும் என் கண்களில் கண்ணீர் நிரம்பியது. எனிஷ்டே உருகி உருகி வர்ணிக்கின்ற வெனீஸிய ஓவியர்கள் மட்டும் எப்படி அவ்வளவு நன்றாக வரைகின்றார்கள்? அவர்களில் ஒருவனைப்போல என்னை நானே கற்பனை செய்துகொண்டேன். அப்படிப்பட்ட மனநிலையில் வரைந்தால் ஒருவேளை என் சுயஉருவப்படத்தை திருப்திகரமாக வரைய முடியலாம் என்று நம்பிக்கை.

பின்னர் ஐரோப்பிய ஓவியர்களையும் எனிஷ்டேவையும் சபித்துக்கொண்டே, வரைந்ததை அழித்துவிட்டு மீண்டும் ஒருமுறை கண்ணாடியில் பார்த்தபடி புதிதாக வரையத் தொடங்கினேன்.

கடைசியில் தெருவிற்கு மீண்டும் வந்துவிட்டிருந்தேன். அலைந்து அலைந்து, இந்த வெறுப்பூட்டும் காபி இல்லத்திற்கு எதிரே நின்றிருப்பதை உணர்ந்தேன். எப்படி இங்கே வந்து சேர்ந்தேன் என்று புரியவில்லை. வறுமையில் வாடும் சாதாரண நுண்ணோவியர்களும் எழுத்தோவியர்களும் கூடுகின்ற இந்த இடத்திற்கு வந்து அவர்களோடு ஒன்றாகக் கலந்திருப்பதாவென்று சங்கடத்தில் வியர்வை நெற்றியில் அரும்பியது.

அவர்கள் என்னை கவனித்துவிட்டு, பக்கத்தில் இருப்பவனின் முழங்கையில் இடித்து ஜாடையில் உஷார்படுத்திக்கொள்வதும் பேசுவதை சிரிப்பதை நிறுத்தாமல் சகஜமாக இருப்பதைப்போல பாவனை செய்வதும் அப்பட்டமாகத் தெரிந்தது. ஒரு மூலைக்குச் சென்றமர்ந்து, நானும் இயல்பாக தோற்றமளிக்க முயற்சித்தேன். அதே நேரத்தில் குருநாதர் ஒஸ்மான் அவர்களின் பயிற்சி மாணவர்களாக ஒருகாலத்தில் என்னோடு பணிபுரிந்திருந்த அந்தச் சகோதர ஓவியர்களை சுற்றுமுற்றும் பார்த்தேன். இந்த ஒவ்வொருவரிடமும் இன்று மாலை குதிரை படத்தை போட்டுத்தரச் சொல்லி கேட்டிருப்பார்கள். இவர்களும் அந்த முட்டாள்கள் ஏற்பாடு செய்திருக்கும் போட்டிக்காக வெகு சிரத்தையாக வரைந்து கொடுத்திருப்பார்கள்.

கதை சொல்லி இன்னமும் தன் நிகழ்ச்சியை ஆரம்பித்திருக்கவில்லை. சித்திரம்கூட மாட்டப்பட்டிருக்கவில்லை. காபி இல்லத்தின் கூட்டத்தோடு கலந்துகொள்ள கட்டாயப்படுத்தப்பட்டேன்.

சரி, அப்படியே இருக்கட்டும். உங்களிடம் வெளிப்படையாகப் பேசுகிறேன்: எல்லோரையும்போல நானும் நகைச்சுவை துணுக்குகளையும் ஆபாசக் கதைகளையும் சொன்னேன். உடன் இருந்தவர்களின்

கன்னங்களில் மிகையான தோரணையோடு முத்தமிட்டேன். இரட்டை அர்த்தப் பேச்சுகள், குத்தல்கள், சிலேடைகள், பிறகு இளம் உதவி ஓவியர்கள் எப்படி பணியாற்றிக் கொண்டிருக்கிறார்கள் என்று விசாரிப்பு, அதன்பின் எல்லோரையும்போல எங்கள் பொது எதிரி களைப் பற்றி இரக்கமின்றி புறம்பேசுதல் என்று நன்றாக என்னை சகஜப்படுத்திக்கொண்டு, வீண் ரகளை செய்தபடி அங்கிருப்பவர்களின் கழுத்தில்கூட முத்தமிட்டேன். இவ்வளவு அமளிதுமளிக்கு மத்தியிலும் என் ஆன்மாவின் ஒரு பகுதி அமைதியாக, நிச்சலமாக இருப்பதை அறியும்போதுதான் தாங்கமுடியாத சித்திரவதையாக இருந்தது.

இருந்தாலும், கொஞ்சநேரத்தில் உருவகமான மொழியைக் கொண்டு எனது ஆண்குறியையும் நாங்கள் அதிகமாக பேசிக்கொண் டிருந்தவர்களுடையதையும் பல்வேறு உவமைகளைக் கொண்டு ஒப்பிட்டு வர்ணித்துக் கொண்டிருந்தேன். தூரிகைகள், கோரைப் புற்கள், காபி இல்லத்தின் தூண்கள், புல்லாங்குழல்கள், படிக்கட்டுக் கம்பங்கள், கதவு கைப்பிடிகள், வெங்காயத்தாட்கள், ஸ்தூபிகள், குழம்பு வெண்டைக்காய்கள், பைன்மரங்கள், பின் இரண்டுமுறை உலகத்தோடுகூட ஒப்பிட்டு முடிந்தபிறகு, பேச்சில் அதிகமும் அடி பட்டுக் கொண்டிருந்த அழகான சிறுவர்கள் பிருஷ்டங்களை, ஆரஞ்சுப் பழங்களுக்கும் அத்திப் பழங்களுக்கும் சிறு வைக்கோற்போரைப் போன்ற பணியாரங்களுக்கும் தலையணைகளுக்கும் குட்டியான எறும்புப் புற்றுகளுக்கும் ஒப்பிட்டுக் கொண்டிருந்தேன். இதற்கிடையே என் வயதொத்த, மிகவும் செருக்குமிக்க எழுத்தோவியர்கள் – கற்றுக் குட்டித்தனமாகவும் தன்னம்பிக்கையில்லாமலும் என்றுகூடச் சொல்வேன் – தமது அங்கங்களை கப்பலின் பாய்மரத்தோடும் துறைமுக கொடிக்கம்பத்தோடும் ஒப்பிட்டுக் கொண்டிருந்தனர். மேலும் தொடர்ந்து, இப்போதெல்லாம் விறைத்து எழும்புவதை நிறுத்திவிட்ட கிழட்டு நுண்ணோவியர்களின் குறிகளைப் பற்றி; புதிதாகச் சேர்ந்திருக் கும் சில பயிற்சி மாணவர்களின் செர்ரி நிற உதடுகளைப் பற்றி; எப்படி சில எழுத்தோவியக் கலைஞர்கள் (என்னைப்போலவே) தமது பணத்தை ஒரு குறிப்பிட்ட ரகசிய இடத்தில் ("மிகவும் அசிங்க மான ஒரு பொந்துக்குள்ளே") ஒளித்து வைக்கிறார்கள் என்பதைப்பற்றி; நான் அருந்திக் கொண்டிருக்கும் ஒயினில் எப்படி ரோஜா இதழ் களுக்குப்பதில் ஓப்பியத்தை சேர்த்துவிட்டிருக்கக்கூடும் என்பதைப்பற்றி; தாப்ரீஸ், ஷிராஸ்ஸின் கடைசி ஓவிய மேதைகளைப் பற்றி, அலெப்போ வில் காபியையும் ஒயினையும் கலப்பதைப்பற்றி, அங்கே காணப்படும் எழுத்தோவியர்கள், அழகிய இளம்சிறுவர்கள் ஆகியோரைப் பற்றி யெல்லாம் உள்ளர்த்தமும், ஜாடைமாடையாகவும் கீழ்வெட்டுப்பேச்சு பேசிக்கொண்டிருந்தேன்.

சில நேரங்களில் எனக்குள்ளிருக்கும் இரண்டு ஆன்மாக்களில் ஒன்று, இறுதியில் மற்றதை பின்தங்கச் செய்துவிட்டு வெற்றிவாகை சூடுவது போலவும் கடைசியில் அந்த அமைதியான அன்பற்ற

எனது அம்சத்தைக் கடைசியில் நான் மறந்துவிட்டதைப் போலவும் தோன்றுகிறது. இத்தகைய தருணங்களில் எனது சிறுவயதில் என் உற்றார் உறவினர்களோடு விடுமுறை கொண்டாட்டங்களில் நானாக நானிருந்த காலங்களை நினைவுகூர்வேன். இவ்வளவு அரட்டை களுக்கும் நகைப்பிற்கும் முத்தங்களுக்கும் அரவணைப்புகளுக்கும் மத்தியில் எனக்குள் இன்னமும் மிச்சமிருந்த நிசப்தம், இந்தக் கூட்டத் திற்கு நடுவில் என்னைத் தனியாக ஒதுக்கி சித்திரவதை செய்து கொண்டிருக்கிறது.

எப்போதுமே என்னை குற்றம் சாட்டிக்கொண்டு, கூட்டத்தின் மத்தியிலிருந்து என்னை ஒதுக்கிவைத்துவிடும் இந்த இரக்கமற்ற ஊமை ஆன்மாவை எனக்கு சீதனமாக வழங்கியிருப்பது யார்? இது நிச்சயமாக ஆன்மா அல்ல, ஒரு ஜின்தான். அல்லது சாத்தானோ? ஆனால் எனக்குள்ளிருந்த மௌனம் மெதுவாக விலகியது. சாத்தான் தூண்டிவிட்ட வன்மத்தால் அல்ல, ஒருவனின் ஆன்மாவிற்குள் செலுத்தப்பட்ட மிகப்புனிதமானதும் எளிமையானதுமான கதை களினால் இது சாத்தியமாயிற்று. ஒயினின் ஆதிக்கத்தில் இரண்டு கதைகளை, அவை எனக்கு அமைதியை வழங்குமென்ற நம்பிக்கையில் அவர்களுக்குக் கூறினேன். ஓர் உயரமான, வெளுத்த, ஆனால் இளஞ் சிவப்பு நிறம் சேர்ந்த ஓர் எழுத்தோவியனின் பயிற்சி மாணவன் தனது பச்சைநிற விழிகளை என்மேல் பதித்து, ஆழ்ந்த கவனத்துடன் நான் சொல்வதைக் கேட்டுக்கொண்டிருந்தான்.

தன் ஆன்மாவின் தனிமையை ஆற்றுப்படுத்த நுண்ணோவியன் கூறிய ‘குருட்டுத்தன்மையும் பாணியும்’ பற்றிய இரண்டு கதைகள்

ஆலிஃப்

பலரும் நினைப்பதைப் போல நிஜகுதிரைகளைப் பார்த்து குதிரை ஓவியங்களை வரைவது ஒன்றும் ஐரோப்பிய ஓவியர்களின் கண்டுபிடிப்பு அல்ல. இந்த முறையை முதன்முதலில் செயல்படுத்தியது மாபெரும் ஓவியமேதையான காஸ்வினின் ஜெமாலுதீன். வெள்ளை யாட்டு வம்சத்தின் கான், நெட்டை ஹஸன் காஸ்வினை வெற்றி கொண்ட பிறகு, அரசவை ஓவியரான ஜெமாலுதீன் வெற்றிபெற்ற கானின் புத்தகக்கலைக்கூடத்தில் வெறுமனே சேர்ந்து பணியாற்ற விரும்பாமல், அவர் படையெடுத்துச் செல்லும்போது, தானும் கூடவே வந்து உண்மையான போர்க்காட்சிகளை நேரடியாகப் பார்த்து கான் அவர்களின் ‘சரித்திரம்’ நூலை நுட்பமாக அலங்கரிக்க விரும்பு வதாகக் கூறினார். எனவே, அறுபத்திரெண்டு வருடங்களாக எந்தவொரு நிஜமான போர்க்காட்சியையும் பார்த்திராமல் குதிரைகள், குதிரைப் படையின் வீரதீரச் சாகசங்கள், உக்கிரமான யுத்தக்காட்சிகள் என்று

வரைந்து வந்திருந்த அம்மகத்தான முதுபெரும் ஓவியர், முதன்முறை யாக யுத்தக்களத்திற்குச் சென்றார். ஆனால் போர்க்குதிரைகள் இடிமுழங்குவதுபோல் தடதடத்துப் பாய்ந்துவந்து முரட்டுத்தனமாக மோதுகின்ற காட்சிகளை அவர் தன் கண்ணால் பார்ப்பதற்கு முன்பாகவே, எதிரிப்படையின் பீரங்கித் தாக்குதலில் அவரது கைகளை யும் கண்பார்வையையும் இழந்துவிட்டார். அசலான கலைமேதைகள் எல்லோரைப்போலவும் அம்முதிய ஓவியரும் அல்லாஹுவின் அருட் கொடையாக பார்வை பறிபோவதை எதிர்பார்த்துத்தான் வந்திருந்தார். தனது கைகளை இழந்ததைக்கூட பேரிழப்பாக அவர் கருதவில்லை. நுண்ணோவியனின் நினைவகம் என்பது சிலர் நினைப்பதைப்போல அவன் கையில் அமைந்திருக்கவில்லை. அவன் அறிவிலும் இதயத்திலும் தான் பொதிந்திருக்கிறது; மேலும் அவர் இப்போது குருடாகிவிட்டதால், அல்லாஹ் காணுமாறு உத்தரவிட்டுள்ள உண்மையான சித்திரங்களை யும் காட்சிகளையும் ஆதாரமான பரிபூரண புரவிகளையும் தன்னால் பார்க்கமுடிவதாகத் தெரிவித்தார். இவ்வற்புதங்களை கலாரசிகர் களோடு பகிர்ந்து கொள்வதற்காக உயரமான, வெளுத்த தோலும் இளஞ்சிவப்பு சாயலும் பச்சைநிறக் கண்களும் கொண்ட எழுத்தோவிய பயிற்சி மாணவன் ஒருவனை துணைக்கமர்த்தி, இறைவன் அவருக் களித்த இருண்மையில் அவருக்குப் பிரசன்னமான அற்புதமான புரவிகளை, தன்னால் ஒரு தூரிகையை கையில் பிடித்து வரைய முடிந்தால் எப்படி வரைவாரோ, அதை அப்படியே அவர் வாயால் விவரிக்க அம்மாணவன் அதைச் சற்றும் வழுவாமல் வரைந்து முடிப்பான். குருநாதரின் மரணத்திற்குப் பின், அந்த 303 குதிரைகளின் ஓவியத்தை அவற்றின் இடதுமுன்காலில் தொடங்கி எப்படி வரைவது என்று அவர் கட்டுறுத்திக் கூறிய வரைமுறை விளக்கங்களை அந்த அழகிய எழுத்தோவிய பயிற்சி மாணவன் 'புரவிகளைத் தீட்டிக் காட்டல்', 'புரவிகளின் பாய்ச்சல்', 'புரவிகளை நேசித்தல்' என மூன்று நூல்களாகத் தொகுத்தான். இந்நூல்களும் வெள்ளையாட்டு வம்சத்தினர் ஆண்ட பிரதேசங்களில் சிறிது காலத்திற்குப் பிரபலமாக விளங்கி, பரவலாக வாசிக்கப்பட்டும் வந்தது. இவை, பல்விதமான புதிய பதிப்புகளிலும் நகல்களிலும் வெளிவந்து, சித்திரக்காரர்களாலும் பயிற்சி மாணவர்களாலும் ஓவியப்பயிற்சி நூல்களில் பயன்படுத்தப் பட்டு வந்திருந்தாலும் நெட்டை ஹஸனின் வெள்ளையாட்டு தேசம் நிர்மூலமாக்கப்பட்டு, ஹெராத் பாணி ஓவியங்கள் பாரசீகம் முழுவதை யும் ஆக்கிரமிக்கத் தொடங்கிய பின்பு ஜெமாலுதீனும் அவரது வரைமுறை விளக்கங்களும் மறக்கடிக்கப்பட்டன. இம்மூன்று நூல்களை யும் ஹெராத்தின் கெமாலுதீன் ரைஸா 'குருடனின் குதிரைகள்' என்ற தனது நூலில் கடுமையாக விமரிசனம் செய்து, இந்நூல்கள் நெருப்பிலிட்டு எரிக்கப்படவேண்டுமென்று எழுதியிருப்பதன் நியாயம், அடுத்து நடந்தேறிய நிகழ்வுகளில் வெளிப்பட்டன. கெமாலுதீன் ரைஸா கூறியது என்னவென்றால், காஸ்வினின் ஜெமாலுதீன் தனது மூன்று நூல்களிலும் வர்ணிக்கின்ற குதிரைகளில் ஒன்றுகூட இறை

வனின் மனப்பார்வையில் உருவான குதிரையாக இருந்திருக்க முடியாது என்பதுதான். அவ்வளவு குறைந்த நேரம் பார்த்திருந்தாலும்கூட, நிஜமான போர்க்களக் காட்சிகளை நேரில்கண்டு, அவற்றை அம்முதிய ஓவியரின் வர்ணனையில் வரையப்பட்டிருப்பதால் அவற்றில் ஒன்று கூட 'களங்கமற்றதாக' இல்லை. வெள்ளையாட்டு வம்சத்தின் நெட்டை ஹஸனின் பொக்கிஷச் செல்வங்கள் அவனை முறியடித்த சுல்தான் மெஹ்மத்தால் சூறையாடப்பட்டு இஸ்தான்புல்லிற்கு கொண்டுசெல்லப் பட்டு விட்டதால், இந்த *303* குதிரை கதைகளில் குறிப்பிட்ட சில சித்திரங்கள் இஸ்தான்புல்லிலிருந்து வெளியாகும் மற்ற சில சித்திரப் பிரதிகளிலும் அவ்வப்போது இடம்பெறுவதில் ஆச்சரியம் இல்லை. மேலும் அவற்றில் வரையச் சொல்லியிருந்ததைப் போலவே சில புரவிகளும் வரையப்படுவதுண்டு.

லாம்

ஹெராத்திலும் ஷிராஸ்ஸிலும் வயதுமுதிர்ந்த நுண்ணோவியர் ஒருவர் வாழ்நாள் முழுக்க உழைத்த அளவுகடந்த உழைப்பால் தன் வாழ்நாளின் இறுதியில் கண்பார்வையை இழக்கும்போது, அது அம்முதிய கலைஞனின் பேருழைப்பின் அடையாளமாக மட்டும் கருதப்படுவதில்லை. மேலும் அம்மகத்தான கலைஞனின் பணியையும் திறமையையும் இறைவன் அங்கீகரித்திருப்பதாக பாராட்டப்படும். வயதாகியும் கண்பார்வையை இழக்காமலிருக்கும் ஓவியர்களை ஹெராத்தில் சந்தேகத்தோடு கருதப்படுகின்ற ஒரு காலமும் இருந்தது. இந்நிலைமையால் அவர்களில் சிலர் வயதான காலத்தில் தமது கண்களைத் தாமே குருடாக்கிக் கொள்கிற சம்பவங்களும் நிறையவே நிகழ்ந்துள்ளன. தம் நாட்டை வெற்றிகொண்ட வேறோர் அரசனுக்குக் கீழே பணியாற்றுவதையும் தனது பாணியை மாற்றிக்கொண்டு செயலாற்ற வேண்டியிருப்பதையும் தவிர்ப்பதற்காக இப்படி தன்னைத் தானே குருடாக்கிக் கொள்கிற ஓவியர்களை மக்கள் வெகுகாலம் நினைவில்கொண்டு பெருமதிப்போடு போற்றிக் கொண்டிருப்பதுண்டு. இத்தகைய காலகட்டத்தில்தான் மீரான் ஷாவின் பரம்பரையில் வந்த தாமெர்லேனின் பேரன் அபு செய்யது, தாஷ்கென்ட்டையும் சாமர்கண்டையும் வெற்றிகொண்ட பிறகு தனது ஓவியக்கூடத்தில் மேலும் ஒரு திருப்பத்தை அறிமுகம் செய்துவைத்தான்: அதாகப்பட்டது என்னவென்றால், உண்மையான குருட்டுத்தனத்தைவிட, குருடாக பாவித்து செயலாற்றுவதற்கு அதிகம் மதிப்புத் தருவது. அபு செய்யதுவை இப்படியான கருத்துக்கு உடன்படச் செய்திருந்த கருப்பு வெலி என்ற வயதான கலைஞன், ஒரு குருட்டு நுண்ணோவியனால் இருட்டிற்குள் இறைவனின் மனப்பார்வையில் உள்ள குதிரைகளைக் காண முடியும்; ஆனால் உண்மையான திறமை என்பது உலகத்தை ஒரு குருடனைப்போலவே அவதானிக்க முடிந்த ஒரு பார்வையுள்ள நுண்ணோவியனிடம்தான் உறைந்திருக்கிறது என்று நிரூபித்திருந்தான். தனது அறுபத்தியேழாம் வயதில் இக்கருத்தை நிரூபிப்பதற்காக தனது

கண்களை அகல விரித்து ஒரு பக்கத்தின்மேல் நிலைகுத்திக் கொண்டு, வரைதாளை திரும்பிக்கூடப் பார்க்காமல் அதன்மேல் தூரிகையின் இழையிலிருந்து தன்னிச்சையாக வெளிவரும் ஒரு குதிரையின் சித்திரத்தை தீட்டிக்காட்டினான். இந்த கலைநிகழ்ச்சியின் இறுதியில் கருப்பு வெலியின் தத்துவத்தை உறுதிசெய்யும்படியாக செவிட்டு இசைக்கலைஞர்கள் குழல்வாசிப்பதும் ஊமைக் கதைசொல்லிகள் நிகழ்ச்சியும் அரங்கேறின. அதன்பின் கருப்பு வெலி வரைந்திருந்த அற்புதமான குதிரையின் ஓவியத்தை அவர் வரைந்த மற்ற குதிரை ஓவியங்களோடு விரிவாக ஒப்புநோக்கப்பட்டது: மீரான் ஷா பெரிதும் ஏமாற்றமும் எரிச்சலும் அடையும் விதத்தில் அவற்றிற்கிடையே எந்த வித்தியாசமும் காணப்படவில்லை. அதன்பிறகு அம்மகத்தான கலைஞன், "திறமையுள்ள ஒரு நுண்ணோவியன் கண்களைத் திறந்திருந் தாலும் மூடியிருந்தாலும், புரவிகளை ஒரேவிதமாகத்தான் எப்போதும் பார்ப்பான். அதாவது, அவற்றை அல்லாஹ் மனப்பார்வையில் உணர்ந் திருந்த விதத்தில்" என்று அறிவித்தான். மகத்தான கலைஞர்களிடையே குருடர்களுக்கும் பார்வையுள்ளவர்களுக்கும் எந்த வித்தியாசமும் இருப்பதில்லை. கை எப்போதுமே ஒரே புரவியைத்தான் வரைகின்றது; ஏனென்றால் "பாணி" என்று சொல்லப்படுகிற பிராங்கிய புதுமை என்ற ஒன்று இல்லவே இல்லை. அம்மகத்தான கலைஞன் கருப்பு வெலி உருவாக்கிய குதிரைகள் அதன்பிறகு 110 வருடங்களுக்கு முஸ்லிம் நுண்ணோவியர்களால் நகலெடுக்கப்பட்டு வந்தன. கருப்பு வெலியைப் பொறுத்தவரை, அபு செய்யது தோற்கடிக்கப்பட்டு அவரது கலைக்கூடம் கலைக்கப்பட்டதும், அவன் சாமர்கண்டிலிருந்து காஸ்வின்னிற்குச் சென்றான். அங்கே இரண்டு வருடங்களுக்குப் பிறகு, புனித குர்ஆனின் "குருடரும் பார்வையுள்ளவரும் சமமானவ ரல்லர்" என்ற வாசகத்தை மறுத்து நடந்துகொண்ட திமிர்பிடித்த நடவடிக்கைகளால் சிறைவைக்கப்பட்டான். இதற்காக அவன் முதலில் குருடாக்கப்பட்டான். அதன்பின் இளம் நிஜாம் ஷாவின் வீரர்களால் கொல்லப்பட்டான்.

கவர்ச்சியான விழிகளோடு இருந்த எழுத்தோவிய மாணவனிடம் மாபெரும் கலைஞனான பிஹ்ஸாத் எவ்வாறு தன்னைத்தானே குருடாக்கிக் கொண்டார், எப்படி ஹெராத்தைவிட்டு எப்போதுமே செல்ல விரும்பியதில்லை, தாப்ரீஸிற்கு வலுக்கட்டாயமாக அவர் கொண்டுசெல்லப்பட்டதும் எதனால் அவர் மறுபடியும் ஓவியம் தீட்டவேயில்லை, எப்படி ஒரு நுண்ணோவியனின் பாணி என்பது அவன் பணியாற்றிய கலைக்கூடத்தின் பாணியாகவே இருந்துவருகிறது என்பதையெல்லாம் விளக்கும்படியாகவும் குருநாதர் ஓஸ்மானிட மிருந்து நான் கேட்டறிந்த வேறு சில கதைகளை உள்ளடக்கியதாகவும் ஒரு மூன்றாவது கதையை ஆரம்பிக்கத் தயாராக இருந்தேன். ஆனால் காபி இல்லத்தின் கதை சொல்லியின் குறுக்கீட்டில் என் கவனம் கலைந்தது. இன்றிரவு அவன் சாத்தானின் கதையைத்தான் சொல்லப் போகிறான் என்பது எனக்கு எப்படி தெரிந்தது?

"சாத்தான்தான் முதன்முதலில் 'நான்' என்பதை உச்சரித்தான்!" என்று கூறுவதற்கு ஆசையாக இருந்தது. சாத்தான்தான் பாணி என்பதை கடைப்பிடித்தவன். சாத்தான்தான் கிழக்கை மேற்கிலிருந்து பிரித்தவன்.

என் கண்களை மூடிக்கொண்டு, கதைசொல்லியின் முரட்டு வரைதாளில் சாத்தானின் உருவத்தை என் இதயம் வழிகாட்டியபடி வரைந்து முடித்தேன். வரைந்து கொண்டிருக்கும்போது, கதைசொல்லியும் அவனுடைய உதவியாளனும் மற்ற ஓவியர்களும் ஆர்வத்தோடு இருந்த பார்வையாளர்களும் கிளுகிளுத்துச் சிரித்து என்னைத் தொடர்ந்து வரைய ஊக்கமளித்தனர்.

எனக்கென்று தனியாக பாணி என்ற ஒன்று இருக்கிறதா அல்லது நான் அருந்திய மதுரசத்தின் விளைவா என்று தயவுசெய்து கூறுங்களேன்.

●

அத்தியாயம் 47

நான், சாத்தான்

ஆலிவ் எண்ணெயில் செம்மிளகு தாளிக்கும் மணம், விடியற்காலையில் அமைதியான கடலில் பெய்யும் மழை, திறந்த சன்னலில் எதிர்பாராமல் தெரியும் பெண்ணின் உருவம், நிசப்தங்கள், சிந்தனை, பொறுமை – இவையெல்லாம் எனக்குப் பிடித்தமானவை. எனக்கு என்மீது நம்பிக்கை உண்டு. என்னைப் பற்றி கூறப்படுபவை குறித்து பெரும்பாலும் நான் அக்கறை எடுத்துக் கொள்வதில்லை. இருந்தாலும் குறிப்பிட்ட சில வதந்திகள், பொய்கள், வம்புகளைப் பற்றி என் நுண்ணோவிய, எழுத்தோவிய சகோதரர்களுக்கு தெளிவுபடுத்திட வேண்டும் என்பதற்காக இந்த காபி இல்லத்திற்கு வந்திருக்கிறேன்.

இதையெல்லாம் சொல்வது நான் என்ற காரணத்தால் நீங்களெல்லோரும் நான் சொல்வதற்கு நேரெதிரானதைத்தான் நம்புவதற்கு தயாராக இருப்பீர்கள் என்று எனக்குத் தெரியும். ஆனால் நான் சொல்வதற்கு நேரெதிரானவை எல்லாமே உண்மைகளாக இருப்பதில்லையென்பதையும் நீங்கள் அறிந்திருப்பீர்கள். என்னை நீங்கள் நம்பாவிட்டாலும்கூட, என் வார்த்தைகளை கேட்பதற்கு ஆர்வம் கொண்டிருக்கும் அளவுக்கு நீங்கள் கூர்ந்த அறிவு கொண்டிருப்பவர்கள்தாம். உங்களுக்கு என்பெயர் என்னவென்பது நன்றாகவேத் தெரியும். புனித குர்ஆனில் என் பெயர் ஐம்பத்திரெண்டு முறை குறிப்பிடப் பட்டிருக்கிறது. அடிக்கடி குறிப்பிடப்படுபவர்களில் நானும் ஒருவன்.

சரி, இப்போது இறைவனின் நூலான புனித குர்ஆனிலிருந்து தொடங்குகிறேன். என்னைப்பற்றி அந்நூலில் இருப்பவை எல்லாமே உண்மைகள்தாம். இதைச்சொல்லும்போது, அதிக பட்சமான பணிவோடுதான் கூறிக்கொள்கிறேன். இதில் 'பாணி' என்கிற விவகாரமும் இருக்கிறது. புனித குர்ஆனில் நான் வெகுவாக அவமானப்படுத்தப்பட்டிருப்பது எப்போதுமே எனக்கு

பெரும் வலியைத் தருகின்ற விஷயம். ஆனால் இந்த வேதனை என் வாழ்க்கையின் ஒரு பகுதியாகிவிட்டது. இப்படித்தான் ஆகிவிடுகிறது, என்ன செய்ய?

இறைவன் மனிதனை தேவதைகளான எங்கள் கண்ணுக்கு முன்னால்தான் படைத்தார் என்பது உண்மையே. அதன் பின்னர் அவர் எங்களை அவரது படைப்பிற்கு முன்னால் மண்டியிட்டு தொழ உத்தரவிட்டார். ஆம். 'சிகரங்கள்' அத்தியாயத்தில் எழுதப் பட்டிருப்பதைப் போலவேதான் அது நிகழ்ந்தது. மற்ற தேவதைகள் அனைவரும் மனிதனின் முன்னால் மண்டியிட்டபோது நான் மறுத்தேன். ஆதாம் என்கிற மனிதன் களிமண்ணிலிருந்துதான் படைக்கப்பட்டிருக்கிறான், ஆனால் நான் நெருப்பிலிருந்து படைக்கப் பட்டிருக்கிறேன். நெருப்புதான் எல்லாவற்றையும்விட உயர்வானது என்பதை நீங்களனைவரும் அறிவீர்கள் என்று அவர்களிடம் அப்போது கூறினேன். ஆகவே, மனிதனின் முன் நான் மண்டியிடவில்லை. இறைவன் எனது நடத்தையை "கர்வம்" பிடித்தது என்று கருதினார்.

"இந்த சொர்க்கத்திலிருந்து இறங்கிப் போய்விடு. உன்னைப் போன்ற பெருமையடித்துக்கொள்ளும் கர்விகளுக்கு இங்கே இடம் இல்லை" என்றார்.

"இறந்தவர்கள் எழுப்பப்படும் தீர்ப்புதினம் வரைக்கும் நான் ஜீவித்திருக்க அனுமதி தாருங்கள்" என்று கேட்டுக்கொண்டேன்.

அவர் தனது அனுமதியை வழங்கினார். நான் அவரிடம் இந்தக் காலகட்டம் முழுவதிலும் எனது தண்டனைக்குக் காரணமான ஆதாமின் வழித்தோன்றல்களை எனது வழிக்கு வசியம் செய்து கொண்டேயிருப்பேன் என்பதைக் கூறினேன். அவரும் அவ்வாறு நான் களங்கப்படுத்திய மனிதர்களை நரகத்திற்கு அவர் அனுப்பிக் கொண்டே இருப்பார் என்றார். நாங்கள் இருவருமே எங்கள் வார்த்தை களை காப்பாற்றிக்கொண்டே வருகிறோம் என்பதை உங்களுக்குச் சொல்லவேண்டியதில்லை. இந்த விஷயத்தைப்பற்றி இன்னும் சொல்வதற்கு என்னிடம் எதுவுமில்லை.

அந்தச் சமயத்தில் எல்லாம் வல்ல இறைவனும் நானும் ஓர் ஒப்பந்தம் செய்ததாகச் சிலர் சொல்வர். எல்லாம் வல்லவரின் படைப்புகளான மனிதர்களின் நம்பிக்கைகளை தகர்க்கும்படியாக அவர்களை சோதனைக்குட்படுத்தி நான் கடவுளுக்கு உதவுவதாக அவர்கள் கூறுவர். தீர்க்கமான பகுத்துணர்வு கொண்ட நல்லவர்கள் திசைமாறிச் செல்வதில்லை. ஆனால் தீயவர்கள் தமது உடல் இச்சை களுக்கு இணங்கி, பாவத்தில் ஈடுபட்டு நரகத்தின் பள்ளத்தில் வீழ் கின்றனர். எனவே நான், புரிகின்ற பணி மிகவும் இன்றியமையாதது: எல்லா மனிதர்களும் சொர்க்கத்துக்குப் போய்விட்டால் யாரும் எதற்கும் பயப்படமாட்டார்கள். உலகமும் அதன் அரசாங்கங்களும் ஒழுக்கத்தை மட்டும் வைத்து செயலாற்றமுடியாது. நமது உலகத்திற்கு

ஒழுக்கம் எவ்வளவு அவசியமோ, தீமையும் அவ்வளவு அவசியம். புண்ணியத்தின் அளவுக்கு பாவமும் அவசியம். அல்லாஹுவின் உலகியல் முறைமை தோன்றியதற்கு எனக்குத்தான் நன்றி கூறவேண்டு மென்றாலும் – அவர் அளித்த அனுமதியும் முக்கியக் குறைவானதல்ல (பின் எதற்காக என்னை தீர்ப்புதினம் வரைக்கும் ஜீவித்திருக்க அனுமதித்தார்?) – எனக்கு “தீயசக்தி” என்று முத்திரை குத்தி எனக்குரிய நியாயமான மதிப்பை வழங்காதிருப்பதுதான் என் உள்ளார்ந்த வேதனை. ரோம சிக்கெடுப்பாளரான மறைஞானி மன்ஸூர், புகழ் பெற்ற இமாம் கஜாலியின் தம்பி அஹ்மெத் கஜாலி போன்றோர் இவ்வகையான தர்க்கவாதத்தை முன்னெடுத்துச்சென்று, நான் ஏற்படுத்திய பாவங்களெல்லாம் உண்மையில் இறைவனின் அனுமதி, விருப்பத்தின்படியே மேற்கொள்ளப்பட்டதென்றால் இறைவன் இவ்வாறு நிகழ்வதைத்தான் விரும்புகிறார் என்றாகிறது என்று தமது எழுத்துகளில் குறிப்பிடுகிறார். மேலும் அவர்கள் கருத்துப்படி, நன்மை யென்றும் தீமையென்றும் உலகில் தனித்தனியாக ஏதுமில்லை, ஏனெனில் எல்லாமே இறைவனிடமிருந்தே எழுகின்றன என்கின்றனர். அதன்படி நானும்கூட இறைவனின் ஒரு பகுதிதான்.

இத்தகைய புத்திகெட்ட மனிதர்களில் சிலர், அவர்களது புத்தகங் களோடு சேர்த்து எரிக்கப்பட்டது சாலப்பொருத்தமே. உண்மையில் நன்மையும் தீமையும் உலகில் இருக்கின்றன. இவ்விரண்டுக்குமிடையே ஒரு கோட்டை கிழிக்கும் கடமை நம் ஒவ்வொருவருக்கும் இருக்கின்றது. நான் அல்லாஹ் அல்ல – இறைவன் மன்னிக்கட்டும் – இத்தகைய அபத்தக்கருத்துகளை இந்த மந்தபுத்தியாளர்களின் தலைக்குள் புகுத்தியது நானல்ல; அவர்களாகவேதான் இத்தகைய உளறல்களை உதிர்த்திருக்கின்றனர்.

இது, எனது இரண்டாவது புகாருக்கு கொண்டுவருகிறது: உலகத்தின் எல்லா தீமைகளுக்கும் பாவங்களுக்கும் மூலகாரணம் நானல்ல. மனிதர்களில் பலரும் தமது கண்மூடித்தனமான வேட்கை, காமம், மனத்திண்மையின்மை, சுயமைத்தனம் ஆகியவற்றாலும் பெரும்பாலும் அவர்களது இயல்பான மூடத்தனத்தாலும் என்னிட மிருந்து எவ்விதத் தூண்டுதலும் ஏமாற்றுதலும் மருட்சியூட்டலும் இல்லாமலேயே பாவம் புரிகின்றனர். எந்தவொரு தீவினைக்கும் நான் பொறுப்பல்ல என்று கூறுவதைப்போல, புனித குர்ஆனின் கருத்துக்கு முரணாக, எல்லா பாவங்களுக்கும் மூலகாரணமே நான் தான் என்று கூறுவதும் அபத்தமானதே. வாடிக்கையாளர்களை சாமர்த்தியமாக ஏமாற்றி அழுகிய பழங்களை தலையில் கட்டுகிற ஒவ்வொரு பழக்காரனையும் பொய் சொல்கிற ஒவ்வொரு குழந்தையை யும் இச்சகம் பேசும் ஒவ்வொரு முகத்துதியாளனையும் ஆபாச பகற்கனவுகள் காணும் ஒவ்வொரு கிழவனையும் சுயமைதுனம் செய்கிற ஒவ்வொரு சிறுவனையும் தூண்டிவிடுவது நான் அல்ல. வாயு பிரிவதிலும் சுயமைதுனம் செய்வதிலும் எந்தப்பாவமும்

இருப்பதாக எல்லாம் வல்லவரேகூட கருதமாட்டார். உங்களை மோசமான பாவகாரியங்கள் செய்ய வைப்பதற்காக நான் கடுமையாக உழைக்கிறேன் என்பதென்னவோ உண்மைதான். ஆனால் சில ஹோஜாக்கள் கொட்டாவி விடுவதும் தும்முவதும் குசு விடுவதும்கூட எனது கைங்கரியங்கள் என்று பிரச்சாரம் செய்கிறார்கள். இதிலிருந்து அவர்கள் என்னை லவலேசமும் புரிந்துகொள்ளவில்லை என்பதே தெரிகிறது.

'அவர்கள் உன்னைப் புரிந்துகொள்ளவே வேண்டாம், அப்போது தான் அவர்கள் எல்லோரையும் சுலபமாக ஏய்த்துக்கொண்டிருக்கலாம்' என்று நீங்கள் ஆலோசனை கூறலாம். உண்மைதான். ஆனால் ஒன்றை உங்களுக்கு ஞாபகப்படுத்துகிறேன். எனக்கென்று ஒரு கௌரவம் இருக்கிறது. அதனால்தான் எல்லாம் வல்லவரோடு எனக்குப் பிரச்சனையே வந்தது. மனம்போனபடி என் உருவத்தை, வடிவத்தை என்னால் மாற்றிக்கொள்ள முடியுமென்றால், எண்ணற்ற நூல்களில் பல்லாயிரக்கணக்கானமுறை நான் காமக்கிளர்ச்சியூட்டும் அழகான பெண்களின் உருவத்தில் வந்து பக்தர்களை மயக்கி தீவினைக்குத் தூண்டியதாக குறிப்பிடப்பட்டிருந்தாலும், இங்கே என்னெதிரே குழுமியிருக்கும் நுண்ணோவியச் சகோதரர்களே, நீங்கள் என்னை வரையும்போது, எப்போதும் என்னை அருவருப்பாக, தலையில் கொம்புகளோடு, நீண்ட வால் ஒன்றை வைத்துக்கொண்டு முகமெங்கும் துருத்திக் கொண்டிருக்கும் மருக்களோடு கோரமான ஜந்துவாகவே எதற்காக சித்தரிக்கிறீர்கள் என்று விளக்க முடியுமா?

இருக்கட்டும், நாம் இப்போது பிரதான விஷயத்திற்கு வருகிறோம்: உருவக ஓவியம். இஸ்தான்புல்லில் ஒரு மதபோதகர் தெருமுனைக் கூட்டம் ஒன்றில் வெறியூட்டும்படி உரையாற்றி ஒரு கும்பலையே உசுப்பேற்றி விட்டார். பிற்பாடு அவர் உங்களைத் தொந்தரவு செய்யக் கூடாதென்பதற்காக அவர் பெயரை உங்களுக்குச் சொல்லப்போவ தில்லை. பின்வருபவையெல்லாம் கடவுளின் வாக்கியத்திற்கு முரணானவையென்று அவர் கூறுகிறார்: தொழுகைக்கான அழைப்பை ஒரு பாடலைப்போல பாடுவது; துறவியர் மடத்தில் கூட்டமாகக் கூடி ஒருவர் மடிமீது ஒருவர் உட்கார்ந்துகொண்டு வாத்தியக் கருவி களோடு சேர்ந்து கட்டுப்பாடின்றி உச்சாடனம் செய்வது; காபி அருந்துவது. இந்த மதபோதகர் மீதும் அவருடைய சீடர்களின் மீதும் பயம் கொண்டிருக்கிற நமது நுண்ணோவியர்களில் சிலர் பிராங்கிய பாணியில் வரையப்படும் இந்த ஓவியங்களுக்குப் பின்னால் காரணகர்த்தாவாக இருப்பது நான்தான் என்று பேசுவதையும் நான் கேட்டிருக்கிறேன். பல நூற்றாண்டுகளாக என்மீது எண்ணற்ற பழிகள் போடப்பட்டு வந்திருக்கின்றன, ஆனால் இந்தளவுக்கு உண்மைக்கு மாறானது வேறெதுவுமில்லை.

முதலிலிருந்து ஆரம்பிப்போம். தடைசெய்யப்பட்ட கனியை உண்ணும்படி ஏவாளை நான் தூண்டியதைத்தான் எல்லோரும்

சொல்லிக்கொண்டிருக்கிறார்கள், இந்த விஷயமே எப்படி ஆரம்பித்தது என்பதை மறந்துவிட்டு. எல்லாம் வல்லவர்முன் நான் தற்பெருமை பொங்க அவமதிப்பாக நடந்துகொண்டதுகூட இல்லை. வேறு எதற்கும் முன்பு, அவர் எங்கள் முன் மனிதனை நிறுத்தி அவனுக்கு நாங்கள் மண்டியிடவேண்டுமென்று எதிர்பார்த்தாரே, அதில்தான் ஆரம்பித்தது. மற்ற தேவதைகள் எல்லோரும் அவர் சொல்லுக்கு கீழ்ப்படிந்தபோது நான் தீர்மானமாக மறுத்தது மிகவும் பொருத்தமான, நியாயமான விஷயமே. நீங்களே சொல்லுங்கள், நெருப்பிலிருந்து என்னை உருவாக்கிய அவரே வெறும் களிமண்ணிலிருந்து உருவாக்கிய மனிதனின் முன்னால் என்னை தலைவணங்கச் சொல்வது பொருத்தம்தானா? ஓ, என்னருமை சகோதரர்களே, உங்கள் மனசாட்சியின் உண்மையைச் சொல்லுங்கள். சரி, விடுங்கள், நீங்கள் எதை நினைத்து பயப்படுகிறீர்களென்று எனக்குத் தெரியும். இங்கே பேசுவது எதுவும் நமக்குள் மட்டும் இருக்காமல் வெளியே பரவும்; அவர் காதில் இது விழும். ஒருநாள் அதற்கு உங்களை பதில்சொல்ல வைப்பார். நல்லது, உங்களுக்கு எதற்காகவோ இப்படிப்பட்ட மனசாட்சியைத் தந்துவைத்திருக்கிறார்; நீங்கள் பயப்படுவது நியாயமே என்பதை ஒப்புக்கொள்கிறேன்: நான் உங்களிடம் கேட்ட கேள்வியையும் இந்த களிமண் x நெருப்பு விவாதத்தையும் மறந்துவிடுகிறேன். ஆனால் நான் மறக்கவே மறக்காத விஷயம் ஒன்றிருக்கிறது. ஆம், நான் எப்போதுமே பெருமிதம் கொள்கின்ற ஒரு விஷயம்: மனிதனின் முன்னால் நான் எப்போதுமே மண்டியிட்டதில்லை.

ஆனால் இதையேதான் இப்புதிய ஐரோப்பிய ஓவியர்கள் இப்போது செய்துகொண்டிருக்கிறார்கள். நமது ஓவியங்களின் ஒவ்வொரு அம்சத்தையும், வெகுநுட்பமாக, மிகத் தத்ரூபமாக, கண்களின் நிறம், சருமத்தின் நிறம், வளைவான உதடுகள், நெற்றிச்சுருக்கங்கள், வளையங்கள், கனவான்கள், பாதிரிமார்கள், பணக்கார வணிகர்கள், பெண்களின் அருவருப்பான காதுரோமங்கள், பெண்களின் மார்பகங் களுக்கு இடையே விழுகின்ற அழகான நிழல்களைக்கூட வரைவதோடு அவர்கள் திருப்தியடைவதில்லை. இந்த ஓவியர்கள் தாம் வரையும் உருவங்களை வரைதாளின் நட்ட நடுவில் அமைத்து, ஏதோ மனிதன் என்பவனை வணங்குதற்குரியவன் போலவும் இந்த உருவப்படங்களை கடவுள் சிலைகள்போல மதித்து மண்டியிட்டு வணங்கவேண்டும் போலவும் வரைகின்றனர். இவ்வாறாக ஒவ்வொரு நுட்பமான விவரணங்களோடு, அவன் நிழல்களைக்கூட சேர்த்து, வரையுமளவுக்கு மனிதன் என்பவன் அவ்வளவு முக்கியமானவனா? ஒரு தெருவில் இருக்கின்ற வீடுகள், மனிதனின் போலியான புலப்பதிவில், தூரம் செல்லச் செல்ல அளவில் குறைவதுபோல தோற்றமளிக்கின்றன வென்றால், அதைப்போலவே ஓவியத்திலும் சித்தரிக்கும்போது, உலகத்தின் மையத்தில் இருக்கின்ற அல்லாஹ்வின் ஸ்தானத்தை மனிதன் அடாவடியாக கைப்பற்றுகிறான் என்றுதானே பொருள்?

ஓரான் பாமுக் 463

சரி, எங்கும் நிறைந்திருப்பவரும், எல்லாம் வல்லவருமான அல்லாஹ் விற்கு என்னைவிட அதிகமாகத் தெரியும். ஆனால் இத்தகைய ஓவியங் களுக்கு நான்தான் காரணம் என்பதைப் போன்ற அபத்தம் வேறில்லை. மனிதனுக்கு முன்னால் மண்டியிடமாட்டேன் என்று மறுத்ததனால் சொல்லொணா வேதனையையும் தனிப்படுத்தி ஒதுக்கிவைத்த புறக் கணிப்பையும் அனுபவித்திருக்கிறேன்; இறைவனின் அரவணைப்பி லிருந்து வீழ்ந்துவிட்டதால், சாபங்களுக்கு இலக்காகியிருக்கிறேன். இதைவிட, சில முல்லாக்களும் மதபோதகர்களும் சிறுவர்கள் தமக்குத் தாமே மைதுன விளையாட்டு விளையாடிக் கொள்வதற்கும் மனிதர்கள் குசு விடுவதற்கும் நான்தான் காரணம் என்று குற்றம் சுமத்துவதில் கூட ஏதோ நியாயமிருப்பதாக நினைத்துக் கொள்ளலாம்.

இந்த விஷயத்தைப் பற்றி கடைசியாக ஒரேயொரு கருத்தை சொல்லிக்கொள்கிறேன். ஆனால் என் வார்த்தைகள், தற்புகழ்ச்சிக்கும் தேகசுகத்தின் வேட்கைகளுக்கும் பணத்தின் மீதான மோகத்திற்கும் இதர இச்சைகளுக்கும் அடிமையாகியிருக்கும் மனிதர்களுக்கானவை யல்ல! எல்லையற்ற ஞானத்தைக் கொண்டிருக்கும் இறைவன் மட்டுமே என்னைப் புரிந்து கொள்வார்: தேவதைகளை மனிதனின் முன்னால் மண்டியிடவைத்ததன் மூலம் மனிதனுக்கு கர்வத்தை புகுத்தியதே நீங்கள்தான் இல்லையா? இப்போது உங்களுடைய தேவதைகளை மரியாதை செலுத்தச் சொன்னதினால், மனிதர்கள் தம்மைத்தாமே உயர்வானவர்களாக நினைத்துக் கொண்டு, தம்மைத்தாமே வழிபட்டுக்கொண்டு, உலகத்தின் மையத்தில், நடுநாயகமாக தம்மை நிறுத்திக் கொள்கின்றனர். உங்களுடைய விசுவாசமிக்க ஊழியர்கள்கூட தம் உருவங்களை பிராங்கிய பாணியில் வரைந்துகொள்ள துடிக்கின்ற னர். இத்தகைய சுயமோகம் என்பது இறுதியில் உங்களை முற்றிலு மாக மறந்துபோவதில்தான் முடியப்போகிறது என்று எனக்குத் தெள்ளெனத் தெரிகிறது, ஆனால் இதற்கும் நான்தான் பழிசுமக்கப் போகிறேன்.

இதையெல்லாம் நான் பெரிதாக எடுத்துக் கொள்வதில்லை என்பதை எப்படி உங்களுக்கு நான் உணரவைப்பேன்? இரக்கமற்ற கல்லடிகளையும் சாபங்களையும் புறக்கணிப்புகளையும் கண்டனங் களையும் பலநூறாண்டுகளாக தாங்கிவந்த போதிலும் இன்னமும் என் கால்களிரண்டையும் ஆழமாக ஊன்றி திடமாக நின்றுகொண் டிருக்கிறேனே, இதை வைத்துத்தான். கொஞ்சம்கூட சலிப்படையாமல் என்னை பழித்துக்கொண்டேயிருக்கும் என் கோபக்கார, மேலோட்ட மான புத்திகொண்ட எதிரிகளுக்கு ஒன்று தெரியவேண்டும். மனிதர் களுக்கு அதிகபட்சம் அறுபது, எழுபது ஆண்டுக்காலம் மட்டுமே ஆயுளாக வழங்கிய எல்லாம் வல்லவர், என்னை தீர்ப்புதினம் வரை ஜீவித்திருக்க அருள்புரிந்திருக்கிறார். மனிதர்கள் இத்தகைய குறுகிய ஆயுளை நீட்டித்துக்கொள்ள என்னிடம் ஆலோசனை கேட்ப தாக இருந்தால், காபி அருந்தச் சொல்லி அறிவுரைப்பேன். ஆனால்

அதைச் சொல்வது சாத்தான் என்பதால், அதற்கு நேரெதிரான காரியத்தைத்தான் செய்யவேண்டுமென்று சிலர் கருதி, காபியை மறுப்பார்கள் என்பது எனக்குத் தெரியும். அல்லது ஒருபடி மேலே சென்று, தலைகீழாக நின்று காபியை தமது குதத்தில்கூட அவர்கள் ஊற்றிக்கொள்ளலாம்.

சிரிக்காதீர்கள். உள்ளடக்கம் இதுவல்ல. சிந்தனையின் வடிவம் தான் முக்கியம். ஒரு நுண்ணோவியன் எதை வரைகிறான் என்பதல்ல, அவனது பாணிதான் முக்கியம். ஆனால் இவ்விஷயங்கள் சூட்சும மாக இருக்க வேண்டும். ஒரு காதல் கதையைச் சொல்லி முடிக்கலாம் என்றிருந்தேன், ஆனால் மிகவும் நேரமாகிவிட்டது. எனக்காக இன்றிரவு தேனினும் இனியதாக குரல் கொடுத்த கதைசொல்லி, நாளை மறுநாள், புதன்கிழமை இரவு ஒரு பெண்ணின் சித்திரத்தை மாட்டிவைத்து, இந்தக் காதல் கதையை உங்களுக்குச் சொல்வதாக வாக்களிக்கிறார்.

●

அத்தியாயம் 48

நான், ஷெகூரே

என்னவென்றே புரிந்துகொள்ள முடியாதபடிக்கு அப்பா ஏதேதோ சொல்லிக்கொண்டிருப்பதுபோல கனவு. திடுக்கிட்டு விழித்துக் கொண்டேன். இரண்டு பக்கத்திலும் ஷெவ்கெத்தும் ஓரானும் என்னை இறுக்கமாக கட்டிக்கொண்டு படுத்திருக்க அவர்களின் கதகதப்பில் எனக்கு வியர்த்திருந்தது. ஷெவ்கெத் என் வயிற்றின்மீது கையைப் போட்டிருந்தான். ஓரான் என் மார்பின்மேல் முகத்தை இனிமையாக புதைத்திருந்தான். எப்படியோ அவர்களை எழுப்பாமல் கட்டிலிலிருந்து எழுந்து அறையைவிட்டு வெளியே வந்தேன்.

அகன்ற கூடத்தைக் கடந்து கருப்பின் அறைக்கதவை சத்தமின்றித் திறந்தேன். என் கையிலிருந்த மெழுகுவர்த்தியின் வெளிச்சத்தில் அவனைப் பார்க்க முடியவில்லை. சில்லென்ற இருட்டறையில் போர்த்திவைத்த பிணத்தைப்போல, ஓரத்தில் அவன் படுத்திருந்த வெண்மெத்தை தெரிந்தது. மெழுகுவர்த்தி வெளிச்சம் அந்தப் படுக்கையை எட்டமுடியாததைப் போலிருந்தது.

என் கையை மேலும் அருகில் கொண்டு வந்தபோது, மெழுகுவர்த்தியின் சிவந்த ஆரஞ்சு வெளிச்சம் கருப்பின் அயர்ந்த, சவரம் செய்யப்பட்டிருக்காத முகத்தையும் வெற்று மார்பையும் வருடியது. அவனருகில் நகர்ந்தேன். ஓரானைப் போலவே உடம்பை சுருட்டிக்கொண்டு தலையணையை கட்டிக் கொண்டு படுத்திருந்தான். உறங்கும் கன்னியைப் போன்ற பாவம் முகத்தில் தெரிந்தது.

“இவன் என்னுடைய கணவன்” எனக்குள் சொல்லிக் கொண்டேன். அவன் வெகுதூரத்தில், மிகவும் அந்நியனாக இருப்பதைப்போல ஒரு கணம் தோன்றி எனக்குள் துயரம் நிரம்பியது. என்னிடம் மட்டும் ஒரு பிச்சுவாக்கத்தி இருந்திருந் தால் அவனைக் குத்திக் கொன்றிருப்பேன் – இல்லை, உண்மை

யாகவே அப்படியெதையும் செய்ய நினைக்கவில்லை. சிறுவர்களுக்குத் தோன்றுகிற குருட்டு யோசனை போல அவனை மட்டும் நான் குத்திக் கொன்றுவிட்டால் எப்படியிருக்கும் என்கிற மாதிரி ஓர் அசட்டுப் பிறழ்வு. என்னைப் பற்றிய நினைவுகளிலேயே இத்தனை வருடங்களாக வாழ்ந்து வந்திருப்பதாக அவன் சொல்வதைக்கூட நான் நம்பவில்லை. சூதுவாது தெரியாத குழந்தையைப் போல கள்ளம் கபடமின்றி வைத்துக்கொள்ளும் அவன் முகத்தைக்கூட நான் நம்புவதாகச் சொல்லமுடியாது.

கால் விரல்களால் அவன் தோளை நிமிண்டி அவனை எழுப்பினேன். கண் விழித்ததும் என்னைப் பார்த்து உற்சாகமோ படபடப்போ அடையாமல் மலங்கமலங்க ஒரு கணம் விழித்தது நான் எதிர்பார்த்த மாதிரியே இருந்தது. அவன் சுதாரிப்பதற்குள், "என் கனவில் அப்பா வந்தார். பயங்கரமான ஒரு விஷயத்தைச் சொன்னார்: நீதான் அவரைக் கொன்றாயாம்..." என்றேன்.

"என்னது இது? உன் அப்பா கொலைசெய்யப்பட்டபோது நாமிருவரும் ஒன்றாகத்தானே இருந்தோம்?"

"அது தெரியும். ஆனால் என் அப்பா வீட்டில் தனியாக இருக்கிறார் என்பது உனக்குத் தெரியும்."

"எனக்குத் தெரியாது. குழந்தைகளை ஹேரியேவோடு நீதான் அனுப்பிவைத்தாய். ஹேரியேவுக்கும் ஒருவேளை எஸ்தருக்கும் மட்டும் தான் தெரிந்திருக்கும். வேறு யார்யாருக்கெல்லாம் தெரிந்திருக்கும் என்பது என்னைவிட உனக்குத்தான் தெரியும்."

"சிலநேரங்களில் எனக்குள்ளே ஒரு குரல் எதற்காக எல்லாமே இப்படி கெட்டதாகவே நடந்திருக்கிறது, எங்கள் துரதிருஷ்டத்தின் ரகசியம் என்னவென்று சொல்லத்தொடங்குவதுபோல உணர்கிறேன். அந்தக்குரல் பேசட்டுமென்று என் வாயைத் திறந்தால் கனவில் வருவதைப்போல சத்தமே எழுவதில்லை. என் இளம்வயதில் நான் பார்த்த பரிசுத்தமான, அப்பாவி கருப்பு அல்ல நீ இப்போது"

"அந்த அப்பாவி கருப்பை விரட்டிவிட்டது நீயும் உன் அப்பாவும் தான்"

"என் அப்பாவை பழிதீர்த்துக் கொள்வதற்காகத்தான் என்னை நீ கல்யாணம் செய்துகொண்டிருக்கிறாயென்றால், நீ நினைத்ததை சாதித்துக்கொண்டாய் என்றுதான் அர்த்தம். ஒருவேளை இதனால் தான் பிள்ளைகளுக்கு உன்னைக் கண்டாலே பிடிக்கவில்லையோ என்னவோ..."

அவன் வருத்தமின்றி, "தெரியும்" என்றான். "படுக்கப்போவதற்கு முன் நீ கொஞ்சநேரம் கீழே போயிருந்தாய் இல்லையா, அப்போது அவர்கள் என் காதில் விழவேண்டுமென்றே சத்தமாக, 'கருப்பு கருப்பு, குசுவிட்ட செருப்பு' என்று கத்திக்கொண்டிருந்தார்கள்."

அவன் சொன்னதைக் கேட்டதுமே, "போய் அடித்திருக்க வேண்டியதுதானே" என்றேன். அவன் அடித்திருக்க வேண்டுமென்று அரைமனதில் தோன்றினாலும், உடனே அவசரமாக "அப்படி ஏதாவது அவர்களின் மேல் நீ கையை நீட்டினால், உன்னைக் கொன்றேவிடுவேன்" என்றேன்.

"சரி படுக்கையில் படு" என்றான். "இல்லாவிட்டால் குளிரில் விறைத்துவிடுவாய்."

"உன்னோடு சேர்ந்து கட்டிலில் படுக்கவே மாட்டேனென்று தோன்றுகிறது. நாமிருவரும் கல்யாணம் செய்துகொண்டது தப்பாக இருக்கலாம். நமது திருமணம் சட்டப்படி செல்லாது என்கிறார்கள். நான் தூங்கப் போவதற்கு முன் ஹஸனின் காலடிச்சத்தம் கேட்டது, தெரியுமா? என் காலம் சென்ற கணவனின் வீட்டில் இருந்தபோது வருடக்கணக்காக ஹஸனின் காலடிச்சத்தத்தை கேட்டுவந்திருக்கிறேன். குழந்தைகளுக்கு அவனைப் பிடிக்கும். கொடூரமானவன் அவன். இரக்கமே கிடையாது. சிவப்பு வாள் ஒன்று அவன் வைத்திருக்கிறான். எதற்கும் நீ ஜாக்கிரதையாக இரு."

அவன் கண்ணில் தெரிந்த சலிப்பையும் திடமான உறுதியையும் பார்த்தால் அவனை என்னால் பயமுறுத்த முடியாது என்று தெரிந்தது.

"நம்மிருவரில் உனக்குத்தான் நம்பிக்கையும் அதிகம், சோகமும் அதிகம்" என்றேன். "கஷ்டப்படக்கூடாது, குழந்தைகளைக் காப்பாற்ற வேண்டும் என்பதற்காகத்தான் நான் போராடிக் கொண்டிருக்கிறேன். ஆனால் நீ உன்னை நிரூபித்துக் கொள்வதற்காகத்தான் உறுதியாக முயன்று கொண்டிருக்கிறாய். இதற்குக் காரணம் நீ என்னை காதலிப்பது அல்ல."

அவன் உடனே எந்தளவுக்கு என்னை அவன் காதலிக்கிறான், தனிமையான சத்திரங்களிலும் வறண்ட மலைகளின்மீதும் பனி பொழியும் இரவுகளின்போதும் எப்படி அவன் என்னை மட்டுமே சிந்தித்துக் கொண்டிருந்தான் என்றெல்லாம் விளக்கமாக பேசத் தொடங்கினான். அவன் மட்டும் இதையெல்லாம் சொல்லாதிருந் திருந்தால் என் குழந்தைகளை எழுப்பி, என் முன்னாள் கணவனின் வீட்டுக்குக் கூட்டிக்கொண்டு போய்விட்டிருப்பேன். எனக்கு நாக்கு துறுதுறுத்தால் இப்படிச் சொல்லிவிட்டேன்:

"சிலநேரங்களில் என் முன்னாள் கணவர் எந்தநேரத்திலும் திரும்பி வந்துவிடப்போகிறார் என்று தோன்றுகிறது. உன்னோடு இருக்கும்போது நடுராத்திரியில் பிடிக்கப்பட்டுவிடுவேனோ அல்லது என் குழந்தைகளால் பிடிக்கப்பட்டுவிடுவேனோ என்றெல்லாம் பயப்படுவதாக அர்த்தமில்லை. என் பயமெல்லாம் நாம் ஒருவரை யொருவர் தழுவும்போது அவர் வந்து கதவைத் தட்டிவிடுவாரோ என்றுதான்."

முற்றத்து வாசலுக்கு வெளியே பூனைகள் சண்டையிட்டு ஊளை யிடும் சத்தம் கேட்டது. அதைத்தொடர்ந்து நீண்ட மௌனம். நான் அழப்போகிறேன் என்று நினைத்தேன். கையிலிருந்த மெழுகுவர்த்தியை மேஜையின்மீது வைக்கவும் முடியவில்லை அல்லது திரும்பி என் அறைக்கு குழந்தைகளோடு இருக்கச் செல்லவும் முடியவில்லை. என் அப்பாவின் மரணத்தில் கருப்பிற்கு எந்தவிதத்திலும் சம்மந்த மில்லையென்று பூரணமாக எனக்கு நம்பிக்கை வரும்வரை இந்த அறையைவிட்டு போகக்கூடாதென்று எனக்கு நானே சொல்லிக் கொண்டேன்.

"எங்களை ஒரு பொருட்டாக நீ நினைப்பதில்லை" என்றேன் கருப்பிடம். "என்னைத் திருமணம் செய்துகொண்டதிலிருந்தே உனக்கு செருக்கு அதிகமாகிவிட்டது. என் கணவர் காணாமற்போய்விட்டார் என்பதால் எங்களைக் கண்டால் உனக்கு ஏளனமாக இருந்தது. இப்போது என் அப்பாவும் கொல்லப்பட்டுவிட்டதால் உனக்கு இளக்காரம் அதிகமாகிவிட்டது."

"என் மதிப்பிற்குரிய ஷெகூரே அவர்களே" என்று அவன் ஜாக்கிரதையாக ஆரம்பித்தான். அவன் இந்த விதத்தில் பேசத் தொடங்கியது என்னை சந்தோஷப்படுத்தியது. "இதில் எதுவுமே உண்மையில்லையென்று உனக்கே நன்றாகத் தெரியும். உனக்காக நான் எதுவேண்டுமானாலும் செய்வேன்."

"அப்படியானால் படுக்கையைவிட்டு எழுந்துநின்று என்னோடு சேர்ந்து காத்திரு"

நான் காத்துக்கொண்டிருப்பதாக நான் ஏன் சொன்னேன்?

அவன் சங்கடத்தோடு படுக்கையையும் இரவு அங்கியையும் சுட்டிக்காட்டி, "என்னால் முடியாது" என்றான்.

அவன் சொன்னது சரிதான், ஆனால் நான் கேட்டுக்கொண்டபடி நடக்காதது என்னை எரிச்சலூட்டியது.

"என் அப்பா கொல்லப்படுவதற்கு முன்னால், பாலைக் கவிழ்த்து விட்ட பூனையைப்போல இந்த வீட்டுக்குள் பதுங்கிப்பதுங்கி நடந்து வருவாய்" என்றேன். "இப்போது என்னை நீ 'என் மரியாதைக்குரிய ஷெகூரே அவர்களே' என்னும்போது அது வெற்றாகத் தெரிகிறது — எங்களுக்கு அது உறைக்கவேண்டும் என்பதற்காகவே சொல்வதைப் போல"

என் உடம்பு நடுங்கிக் கொண்டிருந்தது. கோபத்தால் அல்ல, உறைபனிக்காற்று என் கால்களை, முதுகை, கழுத்தை செயலிழக்க வைத்திருந்ததால்.

"மனைவியாக லட்சணமாக படுக்கைக்கு வா" என்றான்.

“என் அப்பாவைக் கொன்ற பாதகன் எப்படி கண்டுபிடிக்கப்படப் போகிறான்?” என்றேன். “அவனைக் கண்டுபிடிக்க கொஞ்சகாலம் ஆகுமென்றால் உன்னோடு இந்த வீட்டில் நான் தங்கியிருப்பது எனக்கு சரியல்ல.”

“நீயும் எஸ்தரும் கொடுத்த தடயங்களினால், குருநாதர் ஒஸ்மான் அவர்கள் குதிரைகள்மீது அவரது எல்லா கவனைத்தையும் செலுத்தி யிருக்கிறார்.”

“குருநாதர் ஒஸ்மான் என் அப்பாவின் பரம வைரி, அவர் ஆன்மா சாந்தியடையட்டும். இப்போது அவரைக் கொன்றது யாரென்பதைக் கண்டுபிடிக்க நீ குருநாதர் ஒஸ்மானை நம்பியிருப்பதை பாவம். என் அப்பா மேலிருந்து பார்த்துக் கொண்டுதான் இருப்பார். இது அவருக்கு எப்பேர்ப்பட்ட வேதனையைத் தந்துகொண்டிருக்கும் தெரியுமா?”

அவன் திடுமென படுக்கையிலிருந்து துள்ளியெழுந்து என்னிடம் வந்தான். என்னால் நகரக்கூட முடியவில்லை. ஆனால் நான் எதிர்பார்த்ததற்கு மாறாக என் மெழுகுவர்த்தியை அவன் கையால் அணைத்துவிட்டு பேசாமல் நின்றான். நாங்கள் கும்மிருட்டில் இருந்தோம்.

“உன் அப்பாவால் இப்போது நம்மை பார்க்கமுடியாது” என்று கிசுகிசுத்தான். “நாமிருவரும் தனியாக இருக்கிறோம். ஷெகூரே, நீ இப்போது சொல்: எனக்கு நம்பிக்கையளித்ததே நீதான். பனிரெண்டு வருடங்களுக்குப்பின் நான் திரும்பி வந்தபோது, என்னை உன்னால் காதலிக்கமுடியும், உன் இதயத்தில் எனக்காக ஓர் இடம் ஒதுக்கமுடியும் என்றெல்லாம் சமிக்ஞை தந்ததும் நீதான். பின் நாம் மணந்து கொண்டோம். அப்போதிலிருந்து என்னிடமிருந்து விலகி ஓடிக் கொண்டே இருக்கிறாய்.”

“உன்னை மணந்துகொள்ள வேண்டிய கட்டாயம் எனக்கு இருந்தது” நான் கிசுகிசுத்தேன்.

கவிஞர் ஃபியூஸுலி ஒருமுறை குறிப்பிட்டதைப்போல, என் வார்த்தைகள் அவன் தசைக்குள் ஆணியைப்போல இரக்கமில்லாமல் இறங்கிக் கொண்டிருக்கின்றனவென்பதை அந்த இருட்டில் உணர்ந்தேன்.

“நான் உன்னை காதலிக்க முடிந்திருந்தால், நான் சிறுமியாக இருந்தபோதே உன்னைக் காதலித்திருப்பேன்” மறுபடியும் கிசுகிசுத்தேன்.

“இருட்டின் அழகு தேவதையே, நான் சொல்வதை கவனி” என்றான். “உன் வீட்டிற்கு அடிக்கடி வந்துபோய்க்கொண்டிருந்த எல்லா நுண்ணோவியர்களையும் நீ கவனித்து வந்திருப்பாய். அவர் களைப் பற்றியும் நீ தெரிந்துவைத்திருப்பாய். உன் அபிப்பிராயத்தில் அவர்களில் யார் கொலைகாரனாக இருக்கமுடியுமென்று நினைக் கிறாய்?”

அவனால் இன்னமும் எரிச்சலடையாமல் நல்ல மனநிலையை தக்கவைத்துக் கொண்டிருக்க முடிவது எனக்கு சந்தோஷமாக இருந்தது. என்ன இருந்தாலும் இவன் என் கணவன்.

"குளிரில் விறைத்துப் போயிருக்கிறேன்" என்றேன்.

இதைச் சொன்னபோது எனக்கு எதுவும் ஞாபகத்திலில்லை. நாங்கள் முத்தமிட்டுக் கொள்ளத் தொடங்கினோம். ஒரு கையில் மெழுகுவர்த்தியை வைத்துக்கொண்டே இருட்டில் அவனை ஆரத் தழுவிக்கொண்டு அவனுடைய மெத்தென்ற நாவினை என் வாய்க்குள் ஏற்றுக்கொண்டேன். என் கண்ணீரும் என் கூந்தலும் என் இரவு அங்கியும் என் உடல் நடுக்கமும் அவனது உடலும்கூட வியப்பில் நிறைந்திருந்தன. அவனது சூடான கன்னத்தில் என் நாசியைத் தேய்த்து கதகதப்பாக்கிக் கொள்வதுகூட இன்பமாக இருந்தது. ஆனால் கோழையாகிய இந்த ஷெகூரே தன்னை கட்டுப்படுத்திக் கொண்டாள். அவனை முத்தமிட்டுக் கொண்டிருக்கும்போது என்னை நான் இழக்கவுமில்லை, மெழுகுவர்த்தியை கீழே தவறவிடவுமில்லை. பதிலாக என்னை மேலிருந்து கவனித்தபடியிருக்கும் என் அப்பாவையும் என் முன்னாள் கணவரையும் படுக்கையில் அயர்ந்து தூங்கிக் கொண்டிருக்கும் என் குழந்தைகளையும் நினைத்தேன்.

"யாரோ வீட்டிற்குள் இருக்கிறார்கள்" என்று கத்தினேன். கருப்பை பிடித்துத்தள்ளிவிட்டு கூடத்திற்குச் சென்றேன்.

•

அத்தியாயம் 49

நான் கருப்பு என்று அழைக்கப்படுகிறேன்

அதிகாலையின் இருட்டுப் போர்வையில் யார் கண்ணி லும் படாமல், சத்தமின்றி, குற்றவுணர்வு கொண்ட ஒரு விருந்தாளியைப்போல வெளியே வந்து சேறுமண்டிய சந்துகளி னூடாக சோர்வில்லாமல் நடந்து சென்றேன். பயாஸித்தில் என் மேனியலம்பலை முற்றத்தில் வைத்து நிறைவேற்றிக் கொண்டு மசூதிக்குள் சென்று தொழுகை செய்தேன். உள்ளே இமாம் எஃபெண்டியையும் ஒரு கிழவரையும் தவிர வேறுயாரு மில்லை. தூங்கிக்கொண்டே தொழுகைசெய்யும் திறமை அந்தக் கிழவருக்கு நீண்டகால பயிற்சியின் விளைவாக வந்திருக்கவேண்டும். நமது பாதித்தூக்கத்தின் சொப்பனங்களிலும் துயரமான நினைவுகளிலும் சில நேரங்களில் அல்லாஹ்வின் பார்வை நம்மீது விழத்தொடங்கி விட்டதாகத் தோன்றி, சுல்தானின் திருக்கரங்களில் நமது கோரிக்கை மனுவை ஒரு வழியாக கொடுக்க முடிந்தபின் நம்பிக்கையோடு நல்லது நடக்க காத்திருப்பதைப்போல பிரார்த்தனை செய்யத் தொடங்கு வோம் அல்லவா, அதேபோன்ற நெகிழ்ச்சியோடு, உள்ளமுருக அல்லாஹ்விடம் எனக்கு அன்பான மனிதர்கள் கொண்ட ஒரு மனநிறைவான இல்லத்தை அருளுமாறு இறைஞ்சித் தொழுதேன்.

குருநாதர் ஒஸ்மான் அவர்களின் வீட்டை அடைந்தபோது, என் நெஞ்சிலிருந்த காலமான என் எனிஷ்டேவின் இடத்தை அவர் ஒரு வாரத்திற்குள் கைப்பற்றிக் கொண்டு எண்ணம் பூராவும் அவரே வியாபித்திருப்பதை உணர்ந்தேன். முரண்பாடுகள் நிறைந்தவர்தான்; ரொம்பவும் நெருங்க முடியாமல் தூரத்திலேயே தன்னை வைத்துக் கொள்பவர்தான், ஆனாலும் கைப்பிரதி ஓவியங்களில் அவருக்கிருந்த நம்பிக்கை ஆழமானதாக இருந்தது. நுண்ணோவியம் பயில வந்த மாணவர்

களிடையே பலவருடங்களாக பீதியையும் பெருமதிப்பையும் அன்பையும் எழுப்பிவந்த ஒரு முதுபெரும் ஆசிரியர் என்பதைவிட அவரைப் பார்ப்பதற்கு மெய்ஞானத்தைத் தேடி அலையும் ஒரு துறவியைப் போலத்தான் இருந்தது.

குருநாதரின் இல்லத்திலிருந்து அரண்மனைக்குச் செல்லும்போது – அவர் குதிரையின் மீது லேசாக கூன்முதுகிட்டு அமர்ந்திருக்க, நானும் அவரைப்போலவே முன்னால் கூனிட்டு கால்நடையாகச் சென்றேன் – பழங்கதைகளோடு சேர்ந்து வருகின்ற திராபையான சித்திரங்களில் வரையப்பட்டிருக்கும் வயதான துறவியும் சிஷ்யனும் எங்கள் ஞாபகத்தில் வந்திருக்கும்.

அரண்மனையில் சாம்ராஜ்யக் காவல்துறையின் ஆணையரும் அவரது வீரர்களும் எங்களைவிட ஆர்வமாகவும் தயாராகவும் காத்துக் கொண்டு நிற்பதைக் கண்டோம். அந்த மூன்று நுண்ணோவியக் கலைஞர்களும் வரைந்திருக்கும் குதிரைகளை இன்று காலை நாங்கள் வந்து பார்த்ததுமே, அந்தப் படுபாதகக் கொலைகாரன் யாரென்பதை கண்டுபிடித்துவிட முடியுமென்று நமது சுல்தான் அவர்கள் உறுதியாக நம்பிக்கொண்டிருந்தார். அதனாலேயே அப்படிக் கண்டுபிடிக்கப்பட்ட குற்றவாளியை விசாரணைக்கு உட்படுத்தாமலேயே நேரடியாக சித்திரவதைக் கூடத்திற்கு இழுத்துச் சென்றுவிடவும் உத்தரவிட்டிருந் தார். எல்லோருடைய பார்வையிலும் படுவோம் என்பதற்காகவே கழுவேற்ற சதுக்கத்திற்கு நாங்கள் அழைத்துச் செல்லப்படாமல் சுல்தானின் அந்தரங்கச் சோலைவனத்திற்குள் அமைந்திருந்த ஓர் ஒதுக்கமான குடிலுக்கு கொண்டுசெல்லப்பட்டோம். அதிபயங்கரக் குற்றவாளிகளை விசாரிக்கவும் சித்திரவதைக்கவும் தூக்கிலிடவும் ஒதுக்கிவைக்கப்பட்டிருக்கும் இடமாம் அது.

காவல்துறை ஆணையரின் ஆளென்று சொல்லமுடியாதபடிக்கு மிகவும் பணிவாகவும் அழகாகவும் இருந்த ஓர் இளைஞன், வரை மேஜையின் மீது மூன்று சித்திரத்தாட்களை அதிகாரத்தோடு வைத்து விட்டு விலகினான்.

குருநாதர் ஒஸ்மான் தனது உருப்பெருக்காடியை வெளியே எடுக்க, என் இதயம் படபடக்கத் தொடங்கியது. வயல்வெளியின் மீது ஒயிலாக மிதந்தபடி வட்டமடிக்கும் கழுகைப்போல, கண்ணாடி வில்லைக்கு ஒரு குறிப்பிட்ட தூரத்தில் தன் ஒரு கண்ணை வைத்துக் கொண்டு, அற்புதமான அம்மூன்று குதிரை சித்திரங்களின் மீதும் பார்வையை ஓட்டினார். தன் இரையைப் பார்த்துவிட்ட கழுகைப் போல அக்குதிரைகளின் நாசித்துவாரங்கள் மீது தன் பார்வையை நிதானித்து அணுகி, நுணுகி ஆராய்ந்தார்.

யுகமாகக் கழிந்த கொஞ்சநேரத்திற்குப் பின், "அது இங்கே இல்லை" என்றார்.

“எது இங்கே இல்லை?” என்றார் ஆணையாளர்.

இம்மகத்தான கலைஞர் குதிரைகளின் பிடரியிலிருந்து குளம்பு வரை ஒவ்வோர் அங்கமாக, நிதானமாக, கூர்ந்தாய்வு செய்யப் போகிறார் என்று நினைத்திருந்தேன்.

“அந்த மோசக்கார ஓவியன் ஒரு சின்ன தடயத்தைக்கூட விட்டுவைக்கவில்லை” என்றார் குருநாதர் ஒஸ்மான். “இந்தப் படங்களை வைத்து அந்த செஸ்நட் குதிரையை வரைந்தது யாரென்பதை நம்மால் அறுதிசெய்யமுடியாது.”

அவர் கீழே வைத்த உருப்பெருக்காடியை நான் கையில் எடுத்து குதிரைகளின் நாசித்துவாரங்களைப் பார்த்தேன்: குருநாதர் சொல்வது சரிதான்; என் எனிஷ்டேவின் சித்திரப்பிரதிக்காக வரையப்பட்டிருந்த செஸ்நட் குதிரையின் விசேஷமான நாசித்துவாரங்களை ஒத்திருப்பதாக இம்மூன்று குதிரைகள் எதிலுமே இல்லை. சித்திரவதையாளர்கள் தமது கைகளில் எதற்கு உபயோகப்படுமென்று என்னால் ஊகிக்க முடியாத ஏதோ ஒரு சாதனத்தை வைத்துக்கொண்டு வெளியே நின்றிருப்பதில் என் கவனம் நகர்ந்தது. பாதி திறந்த கதவு வழியாக அவர்களைப் பார்த்துக் கொண்டிருக்கும்போதே, யாரோ ஒருவன் ஏதோவொரு ஜின்னினால் பீடிக்கப்பட்டதைப்போல தடக்கென்று பின்னுக்கு நகர்ந்து மல்பெர்ரி மரம் ஒன்றிற்குப் பின்னால் ஒளிந்தான்.

அதேநேரத்தில், சாம்பல் நிறக் காலைவேளையை விண்ணுலக ஒளி ஒன்று பிரகாசிக்க வைப்பதுபோல, இவ்வுலகின் ஆதார நாயகனாம் மேதகு சுல்தான் அவர்கள் அறைக்குள் பிரவேசித்தார்.

குருநாதர் ஒஸ்மான் அவரிடம், அந்தச் சித்திரங்களை வைத்து தன்னால் எதையும் கண்டுபிடிக்க இயலவில்லை என்று ஒப்புக்கொண்டார். இருந்தபோதிலும், இந்த அற்புதமான ஓவியங்களில் உள்ள குதிரைகளின்பால் சுல்தான் அவர்களின் கவனத்தை இழுக்கமட்டும் அவர் தவறவில்லை: அவற்றில் ஒன்று எழும்பி நிற்கும் விதத்தை, அடுத்ததின் ஒய்யாரமான தோரணையை, மூன்றாவதில் பண்டைய நூல்களில் காணப்படுவதைப் போன்ற பெருமிதமும் திமிரும் கலந்த சாயலை அவர் சுட்டிக்காட்டினார். அந்தப் படங்களை எந்தெந்த நுண்ணோவியன் வரைந்திருப்பானென்று அவர் ஊகிப்பதை எடுத்துச் சொன்னார். ஓவியர்களின் வீடுகளுக்குச் சென்றிருந்த அச்சேவகச் சிறுவன் குருநாதர் ஒஸ்மான் கூறியதை உறுதிசெய்தான்.

“பேரரசே, என்னுடைய ஓவியர்களை என் உள்ளங்கை ரேகைகளைப்போல நான் தெரிந்து வைத்திருப்பதைக் கண்டு வியப்படைய வேண்டாம்” என்றார் குருநாதர். “என்னை திகைப்படையச் செய்வது என்னவென்றால், அவ்வளவு துல்லியமாக நான் அறிந்து வைத்திருக்கும் இவ்வோவியர்களில் ஒருவன் எப்படி முழுக்க முழுக்க பரிச்சயமில்லாத ஓர் அடையாளத்தை செய்திருப்பான் என்பதுதான். நுண்ணோவியக்

கலைஞன் ஒருவனின் பிழைக்குக்கூட தோற்றுவாய் என்ற ஒன்று உண்டு."

"அப்படியானால் நீர் சொல்ல வருவது?" என்றார் சுல்தான்.

"இவ்வுலகின் இரட்சகரே, செல்வச்செழிப்பில் ஈடிணையற்ற மேதகு சுல்தான் அவர்களே, எனது தாழ்மையான அபிப்பிராயத்தை தங்களுக்கு உரைக்கின்றேன்: இந்த செஸ்நட் புரவியின் நாசித் துவாரத்தில் பொதிந்திருக்கிற இந்த ரகசிய இடுகுறி, அந்த ஓவியன் தெரியாமல் இழைத்த, அர்த்தமற்ற, அபத்தமான பிழை அல்ல. இதன் வேர்கள் பன்னெடுங்காலத்திற்கு முன்பிருந்த மற்ற ஓவியங் களுக்கு, மற்ற பாணிகளுக்கு, மற்ற வரைநுட்பங்களுக்கு, ஒருவேளை மற்ற குதிரைகளுக்குக்கூடச் செல்லக்கூடும். எனவே, தங்களின் நிலவறைகளிலும் இரும்புப்பெட்டிகளிலும் மைய கருவூலத்திலும் பூட்டப்பட்ட பூட்டுகளுக்குப் பின்னால் பாதுகாத்து வைக்கப்பட் டிருக்கும் பல நூறாண்டுப் பழமைவாய்ந்த சுவடிகளை நாங்கள் எடுத்து ஆராய்ந்து பார்க்க, தாங்கள் அனுமதி அளித்தீர்களென்றால் நாம் இப்போது பிழை என்று கருதிக்கொண்டிருக்கும் வரை நுட்பத்தின் தடயத்தை அடையாளம் காணமுடியும்; அதன்பின் அம்மூன்று நுண்ணோவியர்களில் யாருடைய தூரிகை அதை வரைந்தது என்பதை நாம் கண்டறியலாம்."

சுல்தான் வியப்போடு, "எமது கருவூலத்திற்குள் நுழைந்து பார்க்கவா விரும்புகிறீர்?" என்றார்.

"அதுதான் என் விருப்பம்" என்றார் குருநாதர்.

இந்தக் கோரிக்கை, அந்தப்புரத்திற்குள் நுழைய அனுமதி கேட்ப தற்கு ஒப்பானது. சுல்தான் அவர்களின் அந்தரங்க சொர்க்கத்தின் முற்றத்தில் அமைந்திருக்கும் இரண்டு மிக அழகிய பகுதிகள் அந்தப் புரமும் கருவூலமும் என்பதை அறிவேன். சுல்தான் அவர்களின் இதயத்தில் இடம்பெற்றிருக்கும் மிகவும் அபிமானமான இரண்டு இடங்களும் அவைதான்.

சுல்தான் அவர்களின் அழகிய முகத்திலிருந்து என்ன நடக்கப் போகிறது என்பதை ஊகிக்க என்னால் இப்போது பயமின்றி பார்க்க முடிந்தது. ஆனால் அவர் திடீரென்று கிளம்பிச் சென்றார். ஆத்திரமுற்று விட்டாரா, புண்படுத்தப்பட்டுவிட்டாரா? குருநாதரின் அவமதிப்பிற்காக நாங்கள் எல்லோருமே அல்லது எல்லா நுண்ணோவியர்களுமே தண்டிக்கப்படப் போகின்றோமா?

என் முன்னாலிருந்த மூன்று குதிரைகளையும் பார்க்கையில், ஷெகூரேவை மறுபடியும் பார்ப்பதற்கு முன்பாக, அவளோடு படுக்கையை பகிர்ந்து கொள்வதற்கு முன்பாகவே நான் கொல்லப்படப் போகிறேன் என்று தோன்றியது. அவற்றின் அழகான அம்சங்களின் உடனடித்தன்மையை மீறி இப்போது இந்த அற்புதப் புரவிகள்

வேறேதோ தொலைதூர உலகிலிருந்து உதித்துவந்ததைப் போலத் தோன்றின.

இந்த பயங்கரமான நிசப்தத்தின்போது, அரண்மனையின் மையப் பகுதிக்கு குழந்தையாக அழைத்துச் செல்லப்பட்டு, அங்கேயே வளர்க்கப் பட்டு வாழ்வதென்பது சுல்தான் அவர்களுக்கு சேவை புரியவும் இயன்றால் அவருக்காக உயிரைக் கொடுப்பதும் என்று சொல்லப்படும் போது, நுண்ணோவியனாக இருப்பதென்பது இறைவனுக்குச் சேவை புரிவதும் அவரது அழகின் பொருட்டு தம்முயிரைத் தருவதுமேயாகு மென்று தோன்றியது.

வெகுநேரம் கழித்து தலைமைக் கருவூலரின் ஊழியர்கள் எங்களை மையவாசலை நோக்கி அழைத்துச் செல்லும்போது என் மனதில் மரணம் வியாபித்திருந்தது. மரணத்தின் மௌனம். எண்ணற்ற பாஷாக் களின் மரண தண்டனை நிறைவேற்றப்பட்ட வாயிலைத் தாண்டிச் செல்லும்போது, அங்கிருந்த வாயிலோர்கள் எங்களைப் பார்க்கவே பார்க்காதது போலிருந்தனர். எங்களை மேலும் உள்ளே, சுல்தான் அவர்களின் ரகசிய உலகத்திற்குள், எந்தீருன்னின் ரகசிய குடி யிருப்புக்குள் எங்களை அழைத்துச்செல்வதை அறிந்தபோது, நேற்று சொர்க்கத்தைப்போல எனக்குக் காட்சியளித்த திவான் சதுக்கமும் கோபுரமும் மயில்களும் இப்போது சற்றும் கவரக்கூடியனவாகத் தோன்றவில்லை.

தலைமை அமைச்சர்களுக்குக்கூட அனுமதியில்லாத வாயில் களை நாங்கள் கடந்து சென்றோம். தேவதைக் கதைக்குள் நுழைந்த சிறுவனைப்போல, எதிரே முகத்திற்கு நேராக வருகிற அதிசயங்களையும் தாக்க வருகின்ற விநோத ஜந்துகளையும் தவிர்ப்பதற்காக கண்களை தரையில் தாழ்த்தி நடந்து சென்றேன். சுல்தான் அவர்கள் விருந்தினர் களை சந்திக்கும் அறையைக்கூட நிமிர்ந்து பார்க்கவில்லை. ஆனால் என் பார்வை ஒரு சாதாரண பிளேன் மரத்திற்கு பக்கத்திலிருந்த அந்தப்புரத்தின் சுவர்களின் மீது ஒரு கணம் படர்ந்து, பளபளக்கும் நீலப்பட்டில் கஃப்தான் அணிந்த ஓர் உயரமான மனிதனைக் கண்டு சரிந்தது. நெடிதுயர்ந்த ஸ்தூபிகளுக்கிடையே நடந்தோம். இறுதியில் மற்ற வாசல்களைவிடப் பெரியதாக, பிரம்மாண்டமாக, தொங்கூசிப் பாறை தோரணையில் நுட்பமான வேலைப்பாடுகள் கொண்ட நுழைவாயிலின் எதிரே நின்றோம். அதன் படிக்கட்டுகளில் கருவூலக அதிகாரிகள் பளபளக்கும் கஃப்தான்களில் நின்றிருக்க, ஒருவர் மட்டுமே கதவைத் திறக்கக் குனிந்தார்.

எங்கள் கண்களை நேராகப்பார்த்து தலைமை கருவூலர், "நீங்கள் உண்மையிலேயே அதிருஷ்டத்தால் ஆசீர்வதிக்கப்பட்டவர்கள். மேதகு சுல்தான் அவர்கள் எந்தீருன்னின் கருவூலத்திற்குள் செல்வதற்கு உங்களுக்கு அனுமதி அளித்துள்ளார். அங்கே, இதுவரை யாருமே பார்த்திராத நூல்களை நீங்கள்ஆய்வுசெய்வீர்கள்; அபாரமான

சித்திரங்களையும் தங்கத்தாட்களையும் புரட்டிப்பார்ப்பீர்கள்; வேட்டைக்காரர்களைப்போல, உங்கள் இரையின் மோப்பத்தடத்தை பின்தொடர்ந்து அக்கொலையாளியை கண்டுபிடிப்பீர்கள். குருநாதர் ஒஸ்மானுக்கு மூன்று நாட்கள் அவகாசம் தரப்பட்டுள்ளது என்பதை என்னுடைய சுல்தான் அவர்கள் தங்களுக்கு நினைவுபடுத்த ஆணை யிட்டுள்ளார்; அவற்றில் ஒருநாள் முடிந்துவிட்டது – அதாவது வியாழக் கிழமை மதியத்திற்குள் நுண்ணோவியர்களின் மத்தியில் உள்ள குற்றவாளியை நீங்கள் கண்டறிந்து கூறாவிட்டால், இவ்விஷயம் சாம்ராஜ்ஜியத்தின் காவல்துறை ஆணையர் வசம் ஒப்படைக்கப்படும். அதன்பின் சித்திரவதை மூலம் இப்பிரச்சினை தீர்க்கப்படும்."

முதலில் கொண்டிப்பூட்டின் மேலே சுற்றப்பட்டிருந்த துணியைக் கழற்றினர். அனுமதியின்றி யாரும் பூட்டைத்திறக்கக்கூடாது என்பதற் கான இலச்சினை உடைக்கப்படாமல் உள்ளதாவென்பதை கருவூலத் தின் வாயிற்காவலரும் இரண்டு அதிகாரிகளும் சோதித்து, தலை யசைத்து அனுமதித்தனர். இலச்சினை உடைக்கப்பட்டு சாவியை நுழைத்து திருகியதும் பூட்டு பெரும்சத்தத்துடன் திறந்தபோது சூழ்ந் திருந்த அமைதி திடுக்கிட்டு குலைந்தது. குருநாதர் ஒஸ்மானின் முகம் திடீரென்று வெளுத்தது. நுணுக்கமான வேலைப்பாடுகள் பதிந்திருந்த அந்தக் கனத்த பெரும் கதவுகளில் ஒன்று திறந்தபோது அவர் முகத்தில் புராதன நாட்களின் மிச்சம்போல ஓர் இருண்ட பிரகாசம் மோதியது.

"பொருள் இருப்புப் பதிவேடுகளை பராமரிக்கும் தலைமை எழுத்தர்களும் செயலாளர்களும் தேவையில்லாமல் நுழைவதை என் சுல்தான் அவர்கள் விரும்புவதில்லை" என்றார் தலைமைக் கருவூலர். "அரசவை நூலகர் காலமானபின்பு அவரது பொறுப்பி லிருந்த நூல்களை கவனிக்க வேறு யாரும் பொருத்தமானவராகக் கிடைக்கவில்லை. இந்த காரணத்தால்தான் ஜஸ்மி ஆகாவை உங்களுக்கு துணையாக வருவதற்கு என் சுல்தான் அவர்கள் உத்தரவிட்டுள்ளார்."

ஜஸ்மி ஆகா ஒரு சித்திரக்குள்ளன். பிரகாசமாக பளபளக்கும் கண்களோடு பார்ப்பதற்கு குறைந்தபட்சம் எழுபது வயதினன்போல தோற்றமளித்தான். கப்பற்பாயைப்போல காணப்பட்ட அவனது தலைப்பாகை அவனைவிட விசித்திரமாக இருந்தது.

"ஜஸ்மி கருவூலத்தின் உட்பகுதிகள் அவனது வீட்டைப்போல பரிச்சயம். புத்தகங்கள் இருக்குமிடங்களும் மற்ற விஷயங்களும் வேறு எவரையும்விட இவனுக்கு நன்றாகத் தெரியும்."

அந்தக் கிழட்டுக்குள்ளன் இதில் பெருமைப்படுவதாக காட்டிக் கொள்ளவில்லை. வெள்ளிக்கால்கள் பொருத்தப்பட்ட கணப்பு கலத்தையும் ராஜமுத்து பதித்த கைப்பிடி கொண்ட படுக்கையறை பாத்திரத்தையும் எண்ணெய் விளக்கையும் அரண்மனைச் சேவகர்கள்

பிடித்துக்கொண்டிருந்த மெழுகுவர்த்தித் தாங்கிகளையும் ஓரக் கண்ணால் பார்த்துக்கொண்டிருந்தான்.

தலைமைக் கருவூலர் எங்களிடம் திரும்பி, கதவு இப்போது வெளியே மறுபடியும் பூட்டப்படுமென்றும் எழுபது வருடப் பழமை வாய்ந்த சுல்தான் சலீம் இலச்சினை பதிக்கப்படுமென்றும் கூறினார். பொழுது சாய்ந்ததும் மாலைநேரத் தொழுகைக்குப்பின் இலச்சினை மறுபடியும் உடைக்கப்படும். இது. கருவூல அதிகாரிகள் மேற்பார்வையில் நடக்கும். எல்லாவற்றிலும் முக்கியமாக, எங்கள் உடைகளுக்குள்ளோ, பைகளிலோ அல்லது இடைக்கச்சைக்குள்ளோ கருவூலத்தின் எந்தப் பொருளும் "தவறுதலாக" போய்விடக்கூடாதென்பதில் நாங்கள் கவனமாக இருக்கவேண்டும். வெளியே செல்லும்போது எங்களது உள்ளாடைகள் வரை சோதனை செய்யப்படும்.

இருபுறங்களிலும் நின்றிருக்கும் அதிகாரிகளுக்கு நடுவே நடந்து உள்ளே சென்றோம். எங்களுக்குப் பின்னால் கதவு சாத்தப்பட்டதும் இருட்டு எங்களைப் போர்த்தியது. பூஞ்சக்காளான், தூசு, ஈரச்சொத சொதப்பு என எல்லா வாசனையும் ஒன்றாகக் கலந்து என் நாசித் தடத்தை நிரப்பியது. எல்லா இடங்களிலும் என்னென்னவோ பொருட் கள் இறைந்து, பெட்டகங்களும் தலைக்கவசங்களும் குழப்பமாக சிதறிக்கிடந்தன. ஏதோ பெரிதாகப் போர் நடந்த இடம்போல எனக்குத் தோன்றியது.

இரண்டாவது மாடியின் மரப்பலகணியின் வேலிகளின் ஊடாக வும் உயரத்தில் பதிந்த படிக்கட்டுகளின் கைப்பிடிச் சுவரின் வழியாகவும் உச்சியிலிருந்த மிகப்பெரிய ஜன்னல்களின் கனத்த கம்பிகளின் நடுவே பாய்ந்த வெளிச்சம் விநோதமாக உருமாறி மொத்த இடத்திற்கும் ஒரு பழக்கமில்லாத பிரகாசத்தைக் கொடுத்திருந்தது. கண்கள் இதற்கு தகவமைத்துக் கொண்ட பிறகு, இந்த அறை சிவப்பாக, வெல்வெட் துணி நிறத்தில், சுவர்களில் மாட்டப்பட்டிருக்கும் படுதாக்களும் விரிப்புகளுமாக இருப்பது தெரிந்தது. இவ்வளவு செல்வங்களையும் திரட்டுவதற்கு எத்தனை யுத்தங்கள் போராடப்பட்டு, ரத்தம் சிந்தப்பட்டு, நகரங்களும் கருவூலங்களும் சூறையாடப்பட்டிருக்க வேண்டுமென்று என் சிந்தனையில் ஓடியது.

"பயந்துவிட்டீர்களா?" என் உணர்வுகளுக்கு குரல் வடிவம் தருவதுபோல அக்கிழட்டுக்குள்ளன் கேட்டான். "முதல்முறை வரும் போது எல்லோருமே பயந்துவிடுவார்கள். இரவு நேரங்களில் இங்கே இருக்கும் பொருட்களின் ஆவிகள் ஒன்றோடு ஒன்று கிசுகிசுக்கும்."

நம்பவே முடியாத இந்தப் பொருட்குவியலுக்கிடையே இருக்கும் மௌனம்தான் பயமுறுத்துவதாக இருந்தது. எங்களுக்குப் பின்னால் வெளியே கதவில் பூட்டை மாட்டி, பூட்டி இலச்சினை பதிக்கின்ற கடகடவொலி கேட்க, அசையாமல் சுற்றுமுற்றும் திகைப்போடு கண்களைச் சுழற்றினோம்.

கத்திகள், யானைத் தந்தங்கள், கஃப்தான்கள், வெள்ளியாலான மெழுகுவர்த்தித் தாங்கிகள், ஒண்பட்டு பதாகைகளைப் பார்த்தேன். ராஜமுத்து பதித்த பெட்டிகள், இரும்புப்பெட்டிகள், சீன ஜாடிகள், அட்டிகைகள், கழுத்து நீண்ட யாழிசைக் கருவிகள், கேடயம், பட்டு மெத்தைகள், உலக உருண்டை மாதிரிகள், காலனிகள், கம்பளிவிரிப்பு கள், காண்டாமிருகத்தின் கொம்புகள், அலங்கார வர்ணம் தீட்டிய நெருப்புக்கோழி முட்டைகள், துப்பாக்கிகள், அம்புகள், தண்டா யுதங்கள், இழுப்பறை பெட்டிகளைப் பார்த்தேன். மரப்பலகை மேல்மாடி யிலிருந்து மடிப்பு மடிப்பாக தரைவிரிப்புகளும் துணிகளும் ஒண்பட்டுத் துணிகளும் மாடிப்படி கைப்பிடிகளிலிருந்தும் உட்பொதிந்த சுவர் அறைக்குள்ளிருந்தும் மாடங்களிலிருந்தும் அருவிபோல கீழே வழிந்து கொண்டிருக்கின்றன. இதுவரை நான் கண்டிராத ஒரு வினோதமான வெளிச்சம் துணிகளின் மீதும், பெட்டிகள், சுல்தான்களின் கஃப்தான்கள், கத்திகள், மிகப்பெரிய இளஞ்சிவப்பு நிற மெழுகு வர்த்திகள், தலைப்பாகைகள், முத்துகள் பின்னிய தலையணைகள், தங்கச்சரிகையிட்ட சேணங்கள், கைப்பிடிகளில் வைரம் பதித்த கொடுவாட்கள், மாணிக்கம் பதித்த தண்டாயுதங்கள், பஞ்சு பொதித்த தலைப்பாகைகள், தலைப்பாகை சிறகுகள், வினோதமான கடிகாரங்கள், ஜாடிகள், உடைவாள்கள், குதிரைகள் மற்றும் யானைகளின் தந்தச் சிலைகள், வைரம் பதித்த மூடிகள்கொண்ட புகை குடிப்புக் குழல்கள், முத்துகள் பதித்த இழுப்பறைகள், குதிரைக் கொண்டைகள், தொழுகை மணிமாலைகள், மாணிக்கமும் நீலக்கற்களும் பாவித்த தலைக்கவசங்கள் மீதும் பிரகாசித்துக் கொண்டிருந்த இவ்வொளி, பாதி இருட்டிய அறைகுள் மிதக்கும் புழுதிகளை, மசூதிக் கூரையின் உச்சிச்சாளரத்தின் வழியே இறங்கும் கோடைவெயில்போல ஜொலிக்கவைத்துக் கொண் டிருந்தது – ஆனால் இது சூரிய வெளிச்சம் அல்ல. இந்த விசித்திரமான ஒளியில் காற்று தீண்டக்கூடியதாய் மாறியிருந்தது. எல்லாப் பொருட் களும் ஒரே பொருளால் ஆனவைபோலத் தோன்றின. அறையிலிருந்த மௌனத்தை இன்னும் கொஞ்ச நேரத்திற்கு அச்சத்தோடு அனுபவித்த பிறகு, அந்தக் குளிர்ச்சியான அறையில் எல்லாப் பொருட்களையும் ஒரு ரகசிய செந்நிறத்திற்கு மாற்றி வைத்திருந்தது அறையில் நிரம்பியிருந்த புழுதிதான் என்று புரிந்தது. பார்வைக்கு சரிவரப் புலனாகாத இந்த வினோதப் பொருட்களின்மீது பார்வை நகர, இரண்டாவது மூன்றாவது முறையாக உற்றுப்பார்க்கும்போதுகூட ஒன்றிலிருந்து மற்றது வேறுபட்டுத் தெரியாமல் குழம்பி மேலும் அச்சுறுத்துவனவாகத் தெரிந்தன. இழுப்பறை என்று முதலில் நான் எண்ணிய ஒன்று, ஒரு மடக்கு மேஜைதான் என்று பிற்பாடு முடிவு செய்ய, அதற்குப்பின் அது வேறு ஏதோவொரு விசித்திரமான ஃபிராங்கிய சாதனம் என்று தெரிந்தது. கஃப்தான்களுக்கும் தலைப் பாகை சிறகுகளுக்குமிடையில் ராஜமுத்துப் பதித்த இழுப்பறைகளைத் திறந்து வைத்திருந்த மேஜை என்று நினைத்திருந்தது உண்மையில்

மஸ்கோவித் ஜார் மன்னன் பரிசளித்த ஓர் அபூர்வமான பலகணி என்பதைக் கண்டேன்.

சுவரோடு சேர்த்து இருந்த கணப்பில் ஜஸ்மி ஆகா நெருப்பை மூட்டினான்.

“புத்தகங்கள் எங்கே வைக்கப்பட்டிருக்கின்றன?” குருநாதர் ஒஸ்மான் கிசுகிசுத்தார்.

“எந்தப் புத்தகங்கள்?” என்று கேட்டான் குள்ளன். “அரேபியாவிலிருந்து வந்தவையா, சொர்க்கவாசியான மேதகு சுல்தான் சலிம் அவர்கள் தாப்ரீஸிலிருந்து மீட்டெடுத்துவந்த க்யூஃபிக் குர்ஆன்களா மரண தண்டனைக்குட்படுத்தப்பட்ட பாஷாக்களின் பொக்கிஷங்களிலிருந்து கைப்பற்றி வந்த புத்தகங்களா, நமது சுல்தான் அவர்களின் பாட்டனாருக்கு வெனீஸிய தூதுவர் பரிசளித்த நூல்களா அல்லது வெற்றிவீரர் சுல்தான் மெஹ்மெத் காலத்திய கிறித்தவ நூல்களா?”

“சொர்க்கவாசி மேதகு சுல்தான் சலிம் அவர்களுக்கு இருபத்தி ஐந்து வருடங்களுக்கு முன் ஷா தாமஸ்ப் அனுப்பிவைத்த புத்தகங்கள்” என்றார் குருநாதர் ஒஸ்மான்.

அந்தக்குள்ளன் எங்களை ஒரு பெரிய மர அலமாரிக்கு அருகே அழைத்துவந்தான். குருநாதர் ஒஸ்மான் பொறுமையின்றி கதவைத் திறந்து அடுக்கப்பட்டிருந்த கனத்த நூல்களை வேகமாக ஆராய்ந்தார். ஒன்றை வெளியே எடுத்துத் திறந்து உள்ளடக்கத்தைப் படித்துவிட்டு பக்கங்களைப் புரட்டினார். பெரும் சிரத்தையோடு வரையப்பட்டிருந்த, சற்றே சாய்வான விழிகளைக் கொண்ட கான்களின் படங்களை இருவரும் பிரமிப்போடு பார்த்துக் கொண்டிருந்தோம்.

“கெங்கிஸ் கான், சகாதை கான், துளுவி கான், சீனஅரசகர் குப்ளாய் கான்” குருநாதர் ஒஸ்மான் படித்து முடித்ததும் புத்தகத்தை மூடிவைத்துவிட்டு வேறொன்றை எடுத்தார்.

நம்பவேமுடியாத அழகோடு இருந்த ஒரு சித்திரத்தைப் பார்த்தோம். காதல் அளித்த பலத்தில் ஃபெர்ஹாத், தன் காதலி ஷிரினையும் அவளது குதிரையையும் தன் தோள்மீது தூக்கிவைத்திருக்கும் காட்சி அது. காதலர்களின் உணர்ச்சியையும் வேதனையையும் வெளிக்காட்டுவதற்காக, மலையிலிருக்கும் பாறைகளையும் மேகங்களையும் ஃபெர்ஹாதின் செயலுக்கு சாட்சியாக நின்றிருக்கும் மூன்று அழகிய சைப்ரஸ் விருட்சங்களையும் சோகத்தில் தோய்ந்து நடுங்கும் கையால் வரையப்பட்டிருந்தது. குருநாதர் ஒஸ்மானுக்கும் எனக்கும் அந்த வேதனையைத் தூண்டும் தூரிகையின் நடுநடுங்கும் தீற்றல்களில், பின்னணியில் உதிருகின்ற இலைகளின் சோகத்தில் மனம் நெகிழ்ந்து கண்ணீர் தளும்பியது. மனதைத் தொடுகின்ற இக்காட்சி – மாபெரும் ஓவிய மேதைகள் எப்படி வரைவார்களோ அதேபோல – ஃபெர்ஹாதின்

உடல் வலிமையை எடுத்துரைப்பதைப் போலன்றி உலகம் முழுமைக்கும் அவனது காதலின் வலி எப்படி உணரப்படுகிறது என்பதைக் காட்டுவதற் காகவே அமைந்திருந்தது.

“எண்பது வருடங்களுக்கு முன் உருவாக்கப்பட்ட பிஹ்ஸாத்தின் நகல்” என்று கூறியபடி குருநாதர் ஒஸ்மான் புத்தகத்தை மூடிவைத்து விட்டு வேறொன்றைத் திறந்தார்.

அது *கேலிலேவும் திம்னேவும்* கதையில் ஒரு பூனைக்கும் ஒரு சுண்டெலிக்கும் வலுக்கட்டாயமாக நேர்ந்த நட்பை காட்டுகின்ற ஒரு காட்சி. வயல் ஒன்றில் திரிந்து கொண்டிருந்த அந்த சுண்டெலி ஒரு கீரிப்பிள்ளைக்கும் பருந்திற்கும் இடையே சிக்கிக் கொள்கிறது. அவற்றிடமிருந்து அது தப்பியோடும்போது, வேட்டைக்காரன் ஒருவன் விரித்து வைத்திருந்த வலையில் சிக்கிக்கொண்டிருக்கும் ஒரு காட்டுப் பூனையைப் பார்க்கிறது. பூனையும் சுண்டெலியும் ஓர் ஒப்பந்தத்திற்கு வருகின்றன: அதன்படி பூனைக்குப் பின்னால் சுண்டெலி ஒளிந்து கொள்ள, கீரியையும் பருந்தையும் அந்தக் காட்டுப்பூனை பயங்கரமாகச் சீறி விரட்டுகிறது. இதற்கு பதிலுதவியாக, பூனை சிக்கிக்கொண்டிருந்த வலையை அந்தச் சுண்டெலி கடித்து அதனை விடுவிக்கிறது. இக் காட்சியை வரைந்த ஓவியனின் நுட்ப உணர்வை நான் புரிந்து கொள்வதற்கு முன் குருநாதர் புத்தகத்தை மூடி மற்றவையோடு சேர்த்துவைத்துவிட்டு, கைக்கு கிடைத்த வேறொரு புத்தகத்தை எடுத்துத் திறந்தார்.

இது ஒரு மர்மமான பெண்ணும் ஓர் ஆணும் இருக்கின்ற இனிமையான படம்: அந்தப் பெண் தனது கையை அழகாக விரித்தபடி, மற்றொரு கையால் ஒரு பச்சைப்பெட்டியின்மேல் தூக்கி வைத்திருக்கும் காலின் முட்டியை பிடித்துக்கொண்டு ஏதோ அவனிடம் கேட்கிறாள். அவன் அவள்பக்கம் திரும்பி நின்றுகொண்டு உன்னிப்பாகக் கேட்டுக் கொண்டிருக்கிறான். அந்தச் சித்திரத்தை பேராவலோடு, அந்த நெருக்கத்தை, காதலை, நட்பை பொறாமையோடு பார்த்தபடி இருந்தேன்.

அந்தப்புத்தகத்தை கீழே வைத்துவிட்டு வேறொரு புத்தகத்தைத் திறந்து ஒரு பக்கத்தை விரித்தார். பரமவைரிகளான பாரசீக, துரேனிய ராணுவங்களின் குதிரைப்படையினர், கவசம், தலைக்கவசங்கள், முழந்தாள் காப்புகள், வில்களும் அம்பறாத்தூணிகளும் அம்புகள் என உடல்முழுக்க ஆயுதந்தரித்து அவர்களின் மகத்தான புரவிகளின் மேல் கம்பீரமாக அமர்ந்திருக்கின்றனர். போரைத் துவக்குவதற்கு முன் அவர்கள் ஒருவரையொருவர் எதிர்நோக்கி, ஒழுங்கான வரிசை யில், ஈட்டிகளை உயர்த்திப்பிடித்தபடி, முன்னணியில் தயாராக இருக்கும் அவர்களது படைத்தலைவர்களின் சமிக்ஞைக்காகப் பொறுமையுடன் காத்திருக்கின்றனர். இந்தச் சித்திரம் இன்றைய தினம் வரையப்பட்டதா அல்லது நூறு வருடங்களுக்கு முன்பு

வரையப்பட்டதா; இது போரைச்சித்தரிக்கிறதா, காதலைச் சித்தரிக்கிறதா; பரிபூரண நம்பிக்கையோடு ஓவியன் உண்மையில் வரைந்து வெளிப் படுத்துவது தனது மனத்திட்பத்தோடு செய்கின்ற ஒரு யுத்தமும் ஓவியத்தின் மீதியிருக்கும் அவனது காதலுமேயாகும் என்று எனக்கு நானே சொல்லிக்கொண்டேன். நுண்ணோவியன் உண்மையில் தனது பொறுமையைத்தான் ஓவியமாகத் தீட்டுகிறான் என்று கூறமுற்பட்ட போது குருநாதர் ஒஸ்மான், "அது இங்கேயும் இல்லை" என்று அந்த கனமான புத்தகத்தை மூடினார்.

ஒரு சித்திரச்சுவடியின் பக்கங்களில் நெடிதுயர்ந்த மலைத்தொடர் களோடு பின்னிப் பிணைந்திருக்கும் மேகச்சுருள்கள் தொடர்ந்து முடிவேயின்றி ஒரு நிலப்பரப்போவியத்தில் சித்தரிக்கப்பட்டிருந்ததும் இருந்தது. ஓவியம் வரைவதென்பது இந்த உலகத்தைப் பார்த்துக் கொண்டே, இது வேறோர் மறுஉலகமாக வரைவதாக இருப்பது எப்படியென்று சிந்தித்தேன். குருநாதர் ஒஸ்மான் இந்தச் சீன ஓவியம் எப்படி புக்காராவிலிருந்து ஹெராத்துக்கும் ஹெராத்திலிருந்து தாப்ரீஸுக்கும் கடைசியில் தாப்ரீஸிலிருந்து நமது சுல்தான் அவர் களின் அரண்மனைக்கும் ஒரு புத்தகத்திலிருந்து இன்னொரு புத்தகத் திற்கு என சேர்த்து தைக்கப்பட்டு, பிரித்தெடுக்கப்பட்டு, பின்னர் சீனாவிலிருந்து இஸ்தான்புல்லுக்கு வந்த பயணத்தின் இறுதியில் மற்ற ஓவியங்களோடு சேர்த்து தைக்கப்பட்டிருக்கக்கூடுமென்று விளக்கினார்.

ஒன்றைவிட அடுத்தது அதிகம் பயமுறுத்துவதாக, மேலும் தேர்ச்சியுடன் தீட்டப்பட்டதாக பற்பல போரும் மரணமும் குறித்த சித்திரங்களைக் கண்டோம்: ஷா மாஸேந்தரனோடு இருக்கும் ருஸ்தம்; அஃப்ராசியாபின் படையோடு மோதும் ருஸ்தம்; போர்க்கவசம் பூண்டு அடையாளம் தெரியாதபடி உருமாறியிருக்கும் போர்வீரனாக ருஸ்தம் . . . வேறொரு சித்திரத் தொகுப்பில் கைகால்கள் வெட்டப் பட்ட பிரேதங்கள், ரத்தத்தில் தோய்ந்த உடைவாட்கள், மரணபயம் கண்களில் தோய்ந்திருக்க சோகத்தோடிருக்கும் போர்வீரர்கள், கோரைப் புற்களை வெட்டுவதைப்போல் எதிரிகளை வெட்டிச்சாய்க்கும் போர் வீரர்கள் என எங்களால் ஊகிக்கமுடியாத ஏதோவொரு யுத்தக்கதையின் காட்சிகளில் இரக்கமில்லாமல் ஒருவரையொருவர் கொன்றுகொண் டிருந்தனர். நிலவொளியில் குளித்துக் கொண்டிருக்கும் ஷிரினை ஒளிந்திருந்து ஹுஸ்ரேவ் பார்ப்பதையும் நீண்டநாள் பிரிவுக்குப்பின் லைலாவும் மெஜ்னுவும் ஒருவரையொருவர் விழுங்கிவிடுவதைப்போல பார்த்துக் கொண்டிருப்பதையும் சாலமனும் அப்ஸலும் மொத்த உலகத்திலிருந்தும் தப்பியோடி ஓர் அமைதியான தீவில், பறவைக் கூட்டங்களும் விருட்சங்களும் புஷ்பங்களும் மண்டிய இடத்தில் வந்தடைவதையும் பல்லாயிரமாவது முறையாக குருநாதர் ஒஸ்மான் கூர்ந்து கவனித்தபடியிருந்தார். அதே நேரத்தில், ஒரு மோசமான ஓவியத்தின் ஒரு மூலையில், ஓவியனின் கவனக்குறைவாலோ அல்லது

வர்ணங்களின் பரிவர்த்தனையாலோ ஏற்பட்ட சில புதுமைகளை, சில தவறுகளை, வித்தியாசமான விளைவுகளையெல்லாம் என் கவனத்திற்குக் கொண்டுவர அந்த மகத்தான கலைஞனால் முடிந்தது. ஹுஸ்ரேவும் ஷிரினும் சேடிப்பெண்கள் இசைக்கும் இனிமையான பாடல்களைக் கேட்டு ரசித்துக்கொண்டிருக்கிறார்கள். ஆனால் இதை வரைந்த ஓவியன் எப்படிப்பட்ட முசுடு, சிடுமூஞ்சியாக இருந்திருக்க வேண்டும், பார். அந்த மரக்கிளையின் மீது ஒரு கெட்ட சகுனத்தைப் போல எதற்காக அந்த ஆந்தையை வரைந்திருக்கிறான்?; ஜோசப்பின் அழகை நேரில் கண்ட மயக்கத்தில் ஆரஞ்சுப்பழங்களை உரித்துக்கொண்டிருக்கும் எகிப்தியப் பெண்கள் தமது விரல்களை வெட்டிக்கொள்கிற ஓவியத்தில், அப்பெண்களுக்கு மத்தியில், பெண் உடையைத்தரித்த அந்த அழகான சிறுவனின் படத்தை சேர்த்தது யார்?; இஸ்ஃபெண்டியாரின் கண்களை அம்பினால் குருடாக்கும் ஓவியத்தை வரைந்த நுண்ணோவியனுக்கு, பிற்பாடு தானும் குருடாக்கப்படப் போகிறோம் என்பது தெரிந்திருக்குமா?

நமது மேன்மைமிகு இறைத்தூதரின் விண்ணேற்றத்தின்போது உடன் செல்லும் தேவதைகள்; சனி தேவனை உருவகிக்கும் வகையில் கரிய சருமமும் ஆறு கைகளும் நீண்ட வெண்தாடியும் கொண்ட ஒரு கிழவன்; ராஜமுத்துக்கள் பதித்த தொட்டிலில் ருஸ்தம், அவனுடைய தாயும் செவிலியர்களும் அன்போடு நோக்க, ஆழ்ந்துறங்கும் காட்சி போன்ற சித்திரங்களைக் கண்டோம். அடுத்ததாக நாங்கள் பார்த்த ஓவியங்களில் அலெக்ஸாண்டரின் கைகளில் டேரியஸ் வேதனையோடு சாகும் காட்சி; பெஹ்ரம் குர், தனது ரஷிய இளவரசியோடு படுக்கையறைக்குச் செல்லல்; ஒரு கரிய புரவியின் மீதமர்ந்து – அந்தக் குதிரையின் நாசித்துவாரங்களில் வித்தியாசம் தெரியவில்லை – ஸியாவுஷ் நெருப்பைத் தாண்டிச் செல்லல்; தன் சொந்த மகனாலேயே கொல்லப்பட்ட ஹுஸ்ரேவின் பரிதாபகரமான சவஊர்வலம் ஆகியன வந்தன. சித்திரச்சுவடிகளை குருநாதர் ஒஸ்மான் வேகமாக எடுத்து, பிரித்துப் பார்த்துவிட்டு வைக்கும்போது, சில நேரங்களில் ஓவியனை அடையாளம் கண்டு எனக்கு சுட்டிக்காட்டுவார் அல்லது ஓவியனின் கையொப்பம் ஒரு பாழடைந்த கட்டிடத்தில் வளர்ந்திருக்கும் பூக்களுக்கு மத்தியிலோ, ஓர் இருண்ட கிணற்றுக்குள் ஒளிந்திருக்கும் ஒரு ஜின்னுக்குப் பக்கத்திலோ இடப்பட்டிருப்பதை குறிப்பிட்டுக் காட்டுவார். கையொப்பங்களையும் உள்ளடக்கங்களையும் ஒப்பிட்டுப் பார்த்து யார், எவ்வெவற்றை, எதிலிருந்து எடுத்திருக்கின்றனர் என்பதைக் கண்டுபிடிப்பார். சில புத்தகங்களை ஒவ்வொரு படமாக விரிவாக புரட்டிப் பார்ப்பார். பக்கங்களைப் புரட்டும் சரசரப்பொலியைத்தவிர வேறு சத்தங்களில்லாத நீண்ட மௌனங்கள் கடந்துபோகும். திடீரென குருநாதர் ஒஸ்மான், “ஆஹா!” என்று குரலெழுப்புவார். அவரை கிளர்ச்சியடைய வைத்தது எதுவெனப் புரியாமல் அமைதி காப்பேன். சில நேரங்களில் எதிரிலிருக்கும் நூலின் பக்க அமைப்போ, மரங்களின்

வரிசையோ, குதிரைப்படையினரின் அணிவகுப்போ இதற்குமுன் நாங்கள் பார்த்த வேறொரு புத்தகத்தில், இதற்கு சம்மந்தமில்லாத வேறொரு காட்சியில் முற்றிலும் மாறுபட்ட கதைகளில் இடம் பெற்றிருப்பதை ஞாபகப்படுத்துவார். சுமார் இருநூறு வருடங்களுக்கு முன் தாமெர்லேனின் மகன் ஷா ரிஸாவின் காலத்தில் வெளிவந்த நிஸாமியின் 'ஐந்தொகுதி' பதிப்பில் உள்ள ஒரு படத்தை, தாப்ரீஸில் எழுபது அல்லது எண்பது வருடங்களுக்கு முன்னால் வரையப்பட்டிருப்பதாக அவர் கூறும் ஒரு படத்தோடு ஒப்பிட்டு விளக்கிவிட்டு, ஒருவரோடொருவரின் ஓவியங்களை மற்றவர் பார்க்காமலேயே, ஒரே படத்தை இரண்டு நுண்ணோவியர்கள் வரைவதிலிருந்து நாம் அறிந்து கொள்ளும் செய்தி என்னவென்று என்னிடம் கேட்டார். அவரே அதற்கான பதிலையும் சொன்னார்:

"ஓவியம் தீட்டுவது என்பது நினைவுகூர்வதற்காக."

அந்தத் தொன்மையான சித்திரச்சுவடியை திறந்து மூடிக் கொண்டிருந்த குருநாதர் ஒஸ்மான், அற்புதமான கலைப்படைப்பு களைப் பார்க்கும்போது (இதைப்போல யாராலும் ஓவியம் தீட்ட முடியவில்லையேவென்ற ஏக்கத்தில்) துயரத்தோடு முகத்தை கைகளில் பொத்திக்கொள்வதும் மோசமாக வரையப்பட்ட ஓவியங்களைப் பார்க்கையில் (எல்லா நுண்ணோவியர்களும் உடன்பிறப்புக்க ளென்பதால்) சந்தோஷத்தில் குதூகலித்துச் சிரிப்பதுமாக இருந்தார். மரங்கள், தேவதைகள், வெயிற்காப்புக்குடைகள், புலிகள், கூடாரங்கள், டிராகன்கள், சோகமான இளவரசர்கள் ஆகியவற்றின் பழமை வாய்ந்த சித்திரங்களை அந்த ஓவியன் நினைவு கூர்ந்திருப்பதை எனக்கு சுட்டிக்காட்டினார். இதில் அவர் குறிப்புணர்த்துவது இதுதான்: இவ்வுலகத்தை அதன் எல்லாச் சிறப்பியல்புகளை, அழகுகளை, அல்லாஹ் மேலிருந்து பார்த்து ரசித்திருந்தார். அவர் கண்டவற்றின் அழகின்மீது நம்பிக்கை வைத்து, அவர் படைத்தவற்றை அவரது ஊழியர்களான நமக்கு சொத்தாக வழங்கியிருக்கிறார். சித்திரக்காரர் களுக்கும் இவ்வுலகை, அதனழகை ரசிக்கும் கலாபுருஷர்களுக்கும் உள்ள கடமை என்னவென்றால் அல்லாஹ் நமக்காக விட்டுச் சென்றிருக்கும், அல்லாஹ் பார்த்து ரசித்திருந்த மகத்துவம் பொருந்திய பேரழகை நினைவில் கொண்டிருப்பதுதான். ஒவ்வொரு தலைமுறை யிலும் உள்ள மாபெரும் கலைஞர்கள், தம் பார்வை பறிபோகும்வரை வாழ்நாளெல்லாம் கடும் உழைப்பை செலவழித்து பாடுபட்டதெல்லாம் அல்லாஹ் நம்மை பார்ப்பதற்கு ஆணையிட்டிருந்த அபூர்வமான கனவை அடையவும் அதை பதியச்செய்யவும்தான். அவர்களுடைய படைப்புகள் மனிதகுலம் தனது பொற்கால ஞாபகங்களை அதன் தொடக்கத்திலிருந்து நினைவு கூர்வதை ஒத்திருந்தன. துரதிருஷ்ட வசமாக, மகத்தான கலைஞர்களுக்குக்கூட சோர்ந்துபோன முதியவர் களையும் கடும் உழைப்பால் கண்ணொளி இழந்த நுண்ணோவியர்களை

என் பெயர் சிவப்பு

யும் போல அந்த மகத்தான தரிசனத்தின் அங்கொன்றும் இங்கொன்று மான பகுதிகளை மட்டுமே நினைவுகூர முடிகிறது. பன்னூறாண்டுகள் இடையே பிரிந்திருந்தாலும் ஒருவரின் படைப்புகளை மற்றவர் பார்க்காமலிருந்தாலும் பண்டைய கலைஞர்களுக்கு வேறொரு கால கட்டத்தைச் சேர்ந்த இன்னொரு மகத்தான கலைஞன் வரைந்ததைப் போலவே ஒரு மரத்தை, ஒரு பறவையை, பொது குளிலறையில் குளிக்கும் ஒரு இளவரசனின் தோரணையை, சன்னலருகே நிற்கும் ஒரு சோகமான இளம்பெண்ணை ஓர் இழை பிசாமல் வரைய முடிகிற அபூர்வமான ஞானம் இதுதான்.

வெகுநேரம் கழிந்தபின், கருவூலத்தின் சிவப்பு விளக்கு மங்கி, நமது சுல்தான் அவர்களின் பாட்டனாருக்கு ஷா தாமஸ்ப் அளித்த அன்பளிப்பு புத்தகங்கள் அலமாரியில் வேறெதுவுமில்லை என்று தெரிந்தபிறகு குருநாதர் ஒஸ்மான் அதே தருக்க வாதத்திற்கு மீண்டும் வந்தார்:

“சில நேரங்களில், பறவை ஒன்றின் சிறகு, மரத்தில் ஓர் இலை ஒட்டிக்கொண்டிருக்கும் விதம், இறவாரங்களின் வளைவுகள், ஒரு மேகம் மிதக்கின்ற விதம் அல்லது ஒரு பெண்ணின் சிரிப்பு, இவை யெல்லாம் குருநாதரிடமிருந்து சிஷ்யனுக்குச் சென்று, பலதலைமுறை களுக்குக் காட்டப்பட்டு, கற்பிக்கப்பட்டு, மனனப்படுத்தப்பட்டு, பல நூற்றாண்டுகளுக்கு பாதுகாக்கப்பட்டு வருகின்றன. இவ்விவரங் களை குருநாதரிடமிருந்து கற்றுக்கொள்ளும் நுண்ணோவியன், இது தான் பரிபூரணமான வடிவம் என்று நம்புகிறான்; தெய்வீக குர்ஆனைப் போல இதுவும் நிலையானது என்று தீர்மானிக்கிறான்; குர்ஆனை மனனம் செய்வதைப்போலவே இதன் ஒவ்வொரு சின்னஞ்சிறு விபரங்களையும் தன் நினைவில் அழியா ஓவியங்களாக பதித்துக் கொள்கிறான். இருப்பினும், எப்போதும் மறவாதிருப்பது என்றால், ஓவியன் இந்த விபரங்களை எப்போதும் தன் ஓவியங்களில் பயன் படுத்துவான் என்று பொருளல்ல. தன் கண்ணொளியை தீர்க்கும்வரை அவன் பணியாற்றும் கலைக்கூடத்தின் மரபு, அவனருகே உள்ள குருநாதரின் பழக்கங்கள் மற்றும் அவரது வண்ணத்தேர்வுகள் அல்லது அவனது சுல்தானின் விருப்பங்கள் போன்ற அம்சங்கள் அவனை அந்த விவரங்களை, நுட்பங்களை, தனது ஓவியங்களில் பயன்படுத்துவதி லிருந்து தடுக்கும். ஒரு பறவையின் சிறகையோ அல்லது பெண் ஒருத்தி சிரிக்கும் விதத்தையோ –”

“அல்லது ஒரு குதிரையின் நாசித்துவாரங்களையோ –”

“அல்லது ஒரு குதிரையின் நாசித்துவாரங்களையோ” என்றார் குருநாதர் இறுக்கமான முகத்தோடு. “அவனது ஆன்மாவின் ஆழத்தில் பதிந்திருக்கும் கூறுகளைப்போல வரையாமல், அப்போது பணியாற்றும்

கலைக்கூடத்தின் மரபுக்கேற்ப, அங்கிருக்கும் மற்றவர்களைப்போலவே அவனும் பணியாற்றுவான். நான் கூறுவது புரிகிறதா?"

நாங்கள் ஏற்கனவே புரட்டிப் பார்த்துவிட்ட நிஸாமியின் 'ஹுஸ்ரேவும் ஷிரினும்' நூலின் பற்பல பதிப்புகளில் ஒன்றைத் தேர்ந்தெடுத்து, அதில் அரியணையில் ஷிரின் அமர்ந்திருக்கும் படம் இருந்த பக்கத்தில், அரண்மனை சுவரில் பதிக்கப்பட்டிருந்த இரண்டு கற்பலகைகளில் பொறிக்கப்பட்டிருந்த வாசகங்களை குருநாதர் ஒஸ்மான் உரக்கப்படித்தார்: *வெற்றிவாகை சூடிய தாமெர்லேன் கானின் மகன், நம்முடைய மேதகு சுல்தான், நியாயவாதி கான் அவர்களுக்கு மேன்மைமிகு அல்லாஹ் அதிகாரத்தை வழங்கி, அவரது சாம்ராஜ்ஜியத்தையும் அவர் ஆளுகைக்குட்பட்ட மாநிலங்களையும் காத்து, அவர் என்றென்றும் மனநிறைவோடும்* (இடதுபுற கற்பலகையில் இப்படியாக இருந்தது) *செல்வச்செழிப்போடும் சிறந்துவிளங்க அருள் புரியட்டும்* (வலதுபுற கற்பலகையில் இப்படியாக இருந்தது).

பின்னர் நான் கேட்டேன், "அவனது நினைவுகளில் பதிந்திருக்கும் அதேவிதத்தில் ஒரு குதிரையின் நாசித்துவாரங்களை நுண்ணோவியன் வரைந்திருக்கும் ஓவியங்கள் நமக்கு எங்கே கிடைக்கும்?"

"ஷா தாமஸ்ப் அன்பளிப்பாக வழங்கிய புகழ்பெற்ற நூலாகிய 'பேரரசர்கள் நிகண்டு'வை நாம் கண்டுபிடிக்கவேண்டும்." என்றார் குருநாதர் ஒஸ்மான். "நுண்ணோவியங்கள் தீட்டப்படும்போது அல்லாஹுவின் கைவண்ணமும் இடம்பெற்றிருந்த அப்பொற்கால தினங்களுக்கு நாம் திரும்பச் செல்லவேண்டும். நாம் சோதித்துப்பார்க்க ஏராளமான புத்தகங்கள் இன்னும் இருக்கின்றன."

அப்போதுதான் எனக்குத் தோன்றியது. குருநாதர் ஒஸ்மான் அவர்களுக்கு வினோதமான நாசித்துவாரங்களோடு வரையப்பட்ட குதிரை ஓவியங்களைக் கண்டுபிடிப்பதைவிட, இந்தக் கருவூலத்தில் பலநூறு வருடங்களாக யார்கண்ணிலும் படாமல் தூங்கிக் கொண்டிருக்கும் அபாரமான ஓவியங்கள் அனைத்தையும் எடுத்து ஆராய்ந்து பார்ப்பதில்தான் ஆர்வம் இருக்கிறதோவென்று பட்டது. ஷெகூரேவோடு என்னை சேர்த்துவைக்கக்கூடிய அந்தத் தடயங்களை கண்டுபிடிக்க பதற்றமும் பொறுமையின்மையும் எனக்குள் அதிகரித்தது. இந்த உறை பனிக் குளிரில் இந்த கருவூலத்திற்குள்ளே எவ்வளவு முடியுமோ அவ்வளவு நேரத்தைச் செலவழிப்பதற்காக குருநாதர் உட்கார்ந்து விடுவாரோ என்று நினைக்க கலவரமாக இருந்தது.

அந்தக் கிழட்டுக் குள்ளன் மற்ற அலமாரிகளையும் திறந்து திறந்து உள்ளிருக்கும் சித்திரச்சுவடிகளை எடுத்து அடுக்கிக் கொண்டிருக்க, ஒன்றுபோலவே காணப்பட்ட இந்தச் சித்திரங்களில் தாங்க முடியாத சலிப்பு ஏற்பட்டு, இன்னொருமுறை கோட்டை சன்னலுக்குக் கீழே ஹுஸ்ரேவ் ஷிரினை சந்திப்பதைப் பார்க்கவே எரிச்சலாக

இருந்தது; குருநாதரை விட்டு விலகி – ஹுஸ்ரேவின் குதிரையின் நாசித்துவாரங்களை ஏறெடுத்தும் பார்க்காமல் – கணப்பருகே சென்று கதகதப்பாக்கிக் கொள்வேன் அல்லது அங்கே பக்கத்து அறையில் குவித்து வைத்திருந்த வஸ்திரங்கள், தங்க நகைகள், ஆயுதங்கள், போர்க்கவசங்கள் குவியலுக்கு மத்தியில் வாயடைத்து பயபக்தியோடு சுற்றிவருவேன். அவ்வப்போது குருநாதரிடமிருந்து உற்சாகக் கீறிச்சிடல் களோ, அபரிமிதமாக கைகளை ஆட்டி என்னை பதற்றத்தோடு கூப்பிடும் சத்தமோ கேட்கும். ஏதோ ஒரு புதிய மகத்தான ஓவியத்தையோ அல்லது விநோதமான நாசி அமைப்போடு உள்ள குதிரையையோ கண்டுபிடித்துவிட்டாரென்று ஓடுவேன். வெற்றிவீரர் சுல்தான் மெஹ்மெத் காலத்தைய உஷாக் தரைவிரிப்பில் அமர்ந்து நடுங்கும் கைகளால் மற்றுமோர் அபூர்வமான ஓவியத்தை எடுத்துக்காட்டுவார். நோவாவின் படகுக்குள்ளே சாத்தான் திருட்டுத்தனமாக ஏறிக்கொள் வதைப் போல, இதுவரை நான் பார்த்திராத ஒரு படமாக அது இருக்கும்.

தாமெர்லேன் காலத்திலிருந்து மாவீரர் சுல்தான் சுலைமான் காலம்வரை அரியணையிலமர்ந்து பல்வேறு சாம்ராஜ்ஜியங்களை, பேரரசுகளை ஆண்டுவந்த நூற்றுக்கணக்கான ஷாக்கள், அரசர்கள், சுல்தான்கள், கான்கள் சந்தோஷமாக மான்களையும் சிங்கங்களையும் முயல்களையும் வேட்டையாடும் படங்களைக் கண்டோம். ஒட்டகம் ஒன்றின் பின்னங்கால்களோடு சேர்த்துக் கட்டப்பட்டிருந்த விறகுக் கட்டைகளின் மீது ஏறி நின்றுகொண்டு அந்தப் பரிதாபமான விலங்கை சித்ரவதை செய்து கொண்டிருந்த ஒரு வெட்கங்கெட்ட மனிதனைப் பார்த்து பிசாசுகூட வெட்கி, சங்கடத்தில் கூனிக்குறுகி, தன் விரல் நகங்களை கடித்துக் கொண்டிருக்கும் சித்திரத்தைப் பார்த்தோம். பாக்தாத் வழியாக வந்திருந்த ஒரு அராபியப் புத்தகத்தில் கற்பனையான ஒரு பறவையின் கால்களை பற்றிக்கொண்டு ஒரு வணிகன் கடலைத் தாண்டுவதைப் பார்த்தோம். அடுத்த தொகுப்பை எடுக்கும்போதே அதன் முதல் பக்கம் தானாகத் திறந்து எனக்கும் ஷெகூரேவுக்கும் மிகவும் அபிமான காட்சி படமாக விரிந்தது – கிளையில் மாட்டப்பட் டிருந்த ஹுஸ்ரேவின் படத்தைப் பார்த்து ஷிரின் காதல்கொள்ளும் காட்சி. அடுத்ததாக, நாங்கள் பார்த்த சித்திரத்தில் கடிகாரம் ஒன்றின் சிக்கலான உட்பாகத்தையும் பற்சக்கரங்களையும் உலோக உருண்டை களையும் பறவைகளையும் யானை முதுகிலிருந்த அராபிய சிலைகளை யும் கண்டபோதுதான் நேரம் பற்றி பிரக்ஞையே வந்தது.

இந்தவிதமாகப் புத்தகம் புத்தகமாக, ஒரு சித்திரத்திலிருந்து இன்னொரு சித்திரமென்று ஆராய்ந்து கொண்டிருந்ததில் எவ்வளவு நேரத்தைக் கழித்திருக்கிறோம் என்பதே எங்களுக்குத் தெரியவில்லை. ஓவியங்களில், கதைகளில் நாங்கள் கண்ட சாஸ்வதமான உறைந்துபோன பொற்காலம், இந்தக் கருவூலகத்தின் ஈரமும் பாசியும் படிந்த காலத் தோடு ஒன்றுகலந்துவிட்டதைப் போலிருந்தது. பற்பல நூற்றாண்டுகளாக

கண்ணொளியை தியாகம் செய்து, எண்ணற்ற ஷாக்கள், கான்கள், சுல்தான்களின் கலைக்கூடங்களில் உருவாக்கிய இவ்வோவிய ஏடுகள் உயிர்பெற்று, இந்த அறைகளில் கொட்டிக்கிடக்கும் தலைக்கவசங்கள், கொடுவாட்கள், வைரக்கைப்பிடி கொண்ட உடைவாட்கள், போர்க் கவசங்கள், சீனாவிலிருந்து வந்த பீங்கான் கோப்பைகள், புழுதி படிந்த புல்லாங்குழல்கள், முத்துக்கள் தைத்த மெத்தைகள், கிலிம்களோடு சேர்ந்து எங்களை முற்றுகையிடப் போவதைப்போலத் தோன்றியது.

“பலநூறு ஆண்டுகளாக பல்லாயிரக்கணக்கான ஓவியர்கள் கள்ளத்தனமாகவும் படிப்படியாகவும் ஒரே சித்திரங்களைத் திரும்பத் திரும்ப மறுஉருவாக்கம் செய்து வந்திருப்பதன் மூலம், அவர்களின் உலகம் படிப்படியாக வேறோர் உலகமாக உருமாறுவதை வெகுதந்திர மாக சித்தரித்து வந்திருக்கின்றனர் என்பது இப்போது எனக்குப் புரிகிறது.”

இம்மகத்தான கலைஞர் என்ன சொல்ல வருகிறார் என்பதை முழுமையாக என்னால் புரிந்துகொள்ள முடியவில்லை என்று முதல் ஆளாக நான் ஒப்புக்கொள்வேன். ஆனால் கடந்த இருநூறு வருடங் களாக புக்காராவிலிருந்து ஹெராத் வரை, தாப்ரீஸிலிருந்து பாக்தாத்திற் கும், பின் அங்கிருந்து இஸ்தான்புல்லுக்கும் வந்தடைந்திருந்த ஆயிரக் கணக்கான சித்திரங்களை நுணுகி நுணுகி ஆராய்ந்திருந்த என் குருநாதர் குதிரைகளின் நாசித்துவார தடயங்களைத் தேடும் முயற்சி யில் வெகுவாக தாண்டிக் கடந்து சென்றுவிட்டிருந்தார். இந்த நாடு களில், இத்தனை வருடங்களாக ஓவியம் தீட்டிவந்த எல்லா கலைஞர் களின் அகத்தூண்டலுக்காகவும் அவர்களின் வித்தைக்காகவும் அவர் களின் பொறுமைக்காகவும் ஒரு துயரார்ந்த சரமகவி பாடலை நாங்கள் அரங்கேற்றி வந்திருக்கிறோம்.

இந்தக் காரணத்திற்காக, மாலைநேரத் தொழுகை நேரத்தில் கருவூலத்தின் கதவுகள் திறக்கப்பட்டபோது, குருநாதர் ஒஸ்மான் என்னிடம் தனக்கு இந்த இடத்தைவிட்டுக் கிளம்புவதில் விருப்பமில்லை யென்று அறிவித்தார். மேலும் இங்கேயே தங்கியிருந்து எண்ணெய் விளக்கொளியிலும் மெழுகுவர்த்தி வெளிச்சத்திலும் இந்த ஓவியங்களை காலைவரை ஆராய்ந்தால்தான் நமது சுல்தான் அவர்களின் கட்டளை யைத் தன்னால் நிறைவேற்ற முடியும் என்றார். அதைக்கேட்டவுட னேயே என் வாயிலிருந்து வந்த முதல் பதிலிலேயே, அப்படி இருக்கும் பட்சத்தில் அவரோடும் அந்தக் குள்ளனோடும் நானும் கூட இருப்பேன் என்பது வந்துவிட்டது.

ஆனாலும் கதவு திறக்கப்பட்டு, குருநாதர் அங்கே காத்திருந்த அதிகாரிகளிடம் எங்களது முடிவைத் தெரிவித்து, தலைமைக் கருவூலரின் அனுமதியைக் கோரியபோது, நான் எடுத்த முடிவுக்காக வருந்தினேன். ஷெகூரேவிற்காகவும் எங்கள் வீட்டுக்காகவும் மனம் ஏங்கியது. அவள் எப்படித்தான் தனியாக, குழந்தைகளோடு இரவைக்

கழிப்பாளோ, இப்போது பழுதடைந்து சீராக்கப்பட்டிருந்த சன்னல் கதவுகளை எப்படித்தான் தாளிட்டு பத்திரமாக இருக்கப்போகிறாளோ என்றெல்லாம் கவலையாக இருந்தது.

கருவூலத்தின் பாதி திறந்த வாயிற்கதவு வழியாக வெளியே துடிப்போடு இருந்த வாழ்க்கையை, வாசல்வழியில் வரிசையிட்டு நின்றிருக்கும் ஈரமான மரங்களை – இப்போது இலேசாக மூடுபனி கவிந்திருக்கிறது – சுல்தான் அவர்களின் இருப்பிடத்தில் அமைதியை கலைத்துவிடக் கூடாதென்று இரண்டு சேவகர்கள் சைகையில் பேசிக் கொள்வதை ஏக்கத்தோடு பார்த்திருந்தேன். சங்கடமும் குற்றவுணர்வும் என்னை இந்த இடத்தில் உறைந்துபோக வைத்திருந்தன.

●

அத்தியாயம் 50

நாங்கள் இரண்டு துறவிகள்

எங்கள் இருவரின் படம், கருவூலத்தின் ஏதோ ஒரு மூலையில், நம்முடைய மேதகு சுல்தான் அவர்களின் மூதாதையர் காலத்திலிருந்து சேகரித்து குவித்து வைக்கப்பட்டுள்ள சீனா, சாமர்கண்ட், ஹெராத் ஆகிய இடங்களிலிருந்து எடுத்துவரப்பட்டு ஒன்றாகத் தொகுக்கப்பட்டுள்ள ஒரு சித்திர நிகண்டுவில், நூற்றுக்கணக்கான தேசத்து செல்வங்களுக்கு மத்தியில் ஒளித்து வைக்கப்பட்டிருப்பதாக நுண்ணோவியர்களுக்கு மத்தியில் உலவுகின்ற வதந்தியை சித்திரக்குள்ளன் ஜஸ்மி ஆகாதான் பெரும்பாலும் பரப்பிவிட்டிருக்க வேண்டும். இப்போது எங்களுடைய கதையை எங்களுடைய பாணியில் – இறைவன் அருள் எங்களோடு இருக்கட்டும் – சொல்லப்புகுந்தால், இந்த அருமையான காபி இல்லத்தில் குழுமியிருக்கும் உங்களில் யாரும் தவறாக எடுத்துக்கொள்ள மாட்டீர்களென்று நாங்கள் நம்புகிறோம்.

நாங்கள் இறந்துபோய் நூற்றிப்பத்து வருடங்களும் இனி மீட்கப்படமுடியாத நமது பாரசீக – ஆதரவான துறவிமடங்களும் சமய முரண்பாடான கூடாரங்களும் பிசாசின் கூடுகளும் மூடப்பட்டு நாற்பது வருடங்களும் ஆனபின்பு, இங்கே நாங்கள் உங்கள் முன் இருக்கிறோம். இது எப்படி நிகழ்ந்தது? சொல்கிறேன்: நாங்கள் வெனீஸிய பாணியில் வரையப்பட்டிருக்கிறோம்! இந்தச் சித்திரத்தின் மூலம் தெரியவருவதைப்போல துறவிகளான நாங்களிருவரும் நமது சுல்தான் அவர்களின் சாம்ராஜ்ஜியத்தில் ஊர் ஊராக திரிந்து கொண்டிருந்தபோது ஒருநாள் நடந்தது இது.

எங்கள் கால்களில் செருப்பில்லை, தலைகள் மழிக்கப்பட்டிருந்தன, அரைகுறையாக உடுத்தியிருந்தோம். மான்தோலை சுற்றிக்கொண்டு இடுப்பில் பட்டியை இறுக்கிக் கட்டிக்கொண்டு, கையில் ஊன்றுகோலும் கழுத்தில் மாட்டித் தொங்கும் பிச்சைப்

பாத்திரமுமாக போய்க் கொண்டிருந்தோம். விறகு வெட்டும் கோடாலியை ஒருவரும் இறைவன் எங்களுக்கு உணவாக எதை வழங்குகின்றானோ, அதை எடுத்துண்ணுவதற்கு ஒரு கரண்டியை மற்றவரும் வைத்திருந்தோம்.

அந்த நேரத்தில், சத்திரம் ஒன்றின் எதிரே நீரூற்று ஒன்றின் பக்கத்தில் நின்றுகொண்டு என் நண்பன், இல்லை, இல்லை என் உயிருக்குயிரான, இல்லை இல்லை, என் சகோதரனும் நானும் எங்களுடைய வழக்கமான விவாதத்தில் ஈடுபட்டிருந்தோம்: எங்களுக்கு அளிக்கப்பட்ட உணவை பிச்சைப் பாத்திரத்திலிருந்து கரண்டியில் முதலில் எடுத்து சாப்பிடுவது யார் என்று எங்களுக்குள்ளே வழக்கம் போல சர்ச்சை. "நீ முதலில் எடுத்துக் கொள்" "இல்லையில்லை, நீதான் முதலில் எடுத்துக் கொள்ளவேண்டும்" என்று இருவரும் சத்தமாக சண்டை போட்டுக் கொண்டிருந்தபோது, ஒரு பிரெஞ்சு யாத்ரீகன் – பார்க்க வினோதமாக இருந்தான் – எங்களை தடுத்து நிறுத்தி, ஆளுக்கு ஒரு வெனீஸிய வெள்ளிக்காசை கொடுத்துவிட்டு எங்கள் படத்தை வரையத் தொடங்கினான்.

அவன் ஒரு வெளிநாட்டவன். பிரெஞ்சுக்காரன், விசித்திரமான வன். நாங்களென்னவோ சுல்தானின் கூடாரம்போல, எங்களை வரைதாளின் நடுவில் வைத்து, அரைநிர்வாணக் கோலத்தில் வரைந்தான். என் தோழனிடம் அப்போது எனக்கு உதித்த ஓர் எண்ணத்தைப் பகிர்ந்து கொண்டேன்: எங்களைப் பார்ப்பதற்கு பஞ்சப்பராரியான காலெந்தெரி பிச்சைக்காரத் துறவிகளைப்போல தெரியவேண்டுமானால், எங்கள் கருவிழிகளை மேலே செருகி குருடர் களைப்போல கண்ணின் வெள்ளைப்பகுதி மட்டும் தெரிவதைப்போல வைத்துக் காட்டினால்தான் பொருத்தமாக இருக்கும் என்று சொன்ன தோடு இல்லாமல் அப்படியே எங்கள் கண்களையும் உருட்டி 'குருட்டுத் தனமாக' பார்வையை மேல்குத்தி காட்டினோம். இந்த உலகத்தை துறவிகள் தமது தலைக்குள்ளேதான் பார்க்கிறார்கள், வெளி உலகத்தை அல்ல என்பதை குறித்துதான் இது. எங்கள் தலைக்குள்ளேயும் கஞ்சா நிறைந்திருப்பதால், எங்கள் மனங்களின் நிலப்பரப்புகள் இந்த பிராங்கிய ஓவியன் பார்ப்பதைவிட அதிக சந்தோஷமானதாக இருந்தன.

இதற்கிடையே வெளியே நிலைமை மேலும் மோசமாகியது; ஒரு ஹோஜா எஃபெண்டியின் இரைச்சல் எங்கள் காதல் விழுந்தது.

நாங்கள் சொல்வதை தவறாகப் புரிந்து கொள்ளக்கூடாது. இப்போது மதிப்பிற்குரிய "ஹோஜா எஃபெண்டி"யின் பெயரைக் குறிப்பிட்டோம். ஆனால் சென்றவாரம் இந்த அருமையான காபி இல்லத்தில் தவறாகப் புரிந்துகொண்டு பெரும் பூசல் உண்டாகிவிட்டது: நாங்கள் குறிப்பிடுகின்ற மதிப்புமிக்க "ஹோஜா எஃபெண்டி", எர்ஸுரும்மைச் சேர்ந்த திருச்சபைக்குரு மேதகு நுஸ்ரஸ் ஹோஜா அல்ல; ஹுஸ்ரத் ஹோஜா என்ற அந்த நீசனும் அல்ல; மரத்தின்மேல்

பிசாசோடு சேர்ந்து உட்கார்ந்திருந்த ஸிவாஸைச் சேர்ந்த ஹோஜாவும் அல்ல. சொல்லப்படும் எல்லாவற்றையும் எதிர்மறையாகவே அர்த்தப்படுத்திக்கொள்கிற சிலர், மேதகு ஹோஜா எஃபெண்டியைப் பற்றி இன்னொருமுறை இங்கே தவறாகப் பேசினால், இந்தக் கதை சொல்லியின் நாக்கைத் துண்டித்து, இந்த காபி இல்லத்தை பெயர்த்தெடுத்து அவர் தலைமேலே போட்டு விடுவோமென்று பயமுறுத்தியிருக்கிறார்கள்.

நூற்றிஇருபது வருடங்களுக்கு முன் காபி கிடையாதென்பதால், நாம் இப்போது ஆரம்பித்த கதையில் வருகிற மதிப்புமிக்க ஹோஜாவுக்கு கோபவெறி தலைக்கேறிவிட்டது.

“ஏ, பிராங்கிய மிலேச்சனே! இவர்கள் இருவரையும் எதற்காக வரைந்து கொண்டிருக்கிறாய்?” என்று கத்திக் கொண்டிருந்தார். “இந்தக் கேவலமான காலெந்தெரி துறவிகள் கையில் அகப்பட்டதை களவாடிக் கொண்டு, பிச்சையெடுத்துக் கொண்டு திரிகிறவர்கள். கஞ்சா புகைப்பார்கள், மது அருந்துவார்கள், ஒருவரையொருவர் புணர்ந்து கொள்வார்கள், அவர்களைப் பார்க்கும்போதே தெரியும், கவனித்துப்பார். தொழுகை நடத்துவதைப் பற்றியோ, பிரார்த்தனை வாசகங்களை எப்படி உச்சரிப்பதென்றோ தெரியாது. வீடு, குடும்பம் என்று ஒன்றும் கிடையாது. இந்த உலகம் கழித்த எச்சங்கள் இவர்கள். இந்த அற்புதமான தேசத்தில் எவ்வளவோ பேரழகு பொருந்திய விஷயங்கள் இருக்கும்போது எதற்காக இந்த அவமானச் சின்னங்களை வரைந்து கொண்டிருக்கிறாய்? எங்களை அவமானப்படுத்தவா?”

“கிடையவே கிடையாது. உங்கள் தேசத்தின் மோசமான பக்கத்தின் சித்திரங்கள் நல்ல விலைக்குப் போகின்றன. அதனால்தான்” என்றான் அந்த மிலேச்சன். துறவிகள் எங்களிருவருக்கும் அவன் சொன்னதைக் கேட்டு வாயடைத்துப்போனது.

“பணம் கூடுதலாக கிடைக்குமென்றால், பிசாசைக்கூட புனிதனாகக் காட்டிவிடுவாயோ?” ஒரு பெரிய விவாதத்தை ஆரம்பிக்கும் முனைப்போடு ஹோஜா எஃபெண்டி கேட்டார். ஆனால், இந்த ஓவியத்திலிருந்தே அந்த வெனீஸியக்கலைஞன் எவ்வளவு உன்னதமான கலைஞன் என்பது உங்களுக்குத் தெரிந்திருக்கும், அவன் ஹோஜாவின் வெட்டிப்பேச்சுக்கு செவிசாய்க்காமல், அவன் வரைந்து கொண்டிருந்த ஓவியத்தின்மீதும் அது ஈட்டித்தரப்போகும் பணத்தின் மீதுமே முழுக் கவனத்தையும் செலுத்திக் கொண்டிருந்தான்.

எங்களை வரைந்து முடிந்தபின், அவனது குதிரையின் சேணத்துக்குப் பின்னிருந்த தோல்பையில் அதை நுழைத்துவிட்டு, புரவி மீதேறி தனது மிலேச்ச நகருக்குச் சென்றான். சிறிது காலத்தி லேயே, டானுபே நதிக்கரையோரத்திலிருந்த அந்நகரை ஆட்டமன் படைகள் வெற்றிகொண்டு சூறையாடின. நாங்கள் இப்படியாக

இஸ்தான்புல்லுக்கும் அரசாங்க கஜானாவிற்கும் வந்து சேர்ந்தோம். அங்கிருந்து நாங்கள் திரும்பத்திரும்ப நகலெடுக்கப்பட்டு, ஒரு ரகசிய புத்தகத்திலிருந்து இன்னொன்றிற்கு என மாறிச்சென்று, இறுதியில் காபியை ஒரு புத்துணர்வூட்டும் சக்தியைத் தூண்டும் அமுதமாகப் பருகுகின்ற இந்த உற்சாகமான காபி இல்லத்திற்கு வந்து சேர்ந்தேன். இனி:

ஓவியம், மரணம், இவ்வுலகத்தில் நமக்கான இடம் போன்றவை குறித்து ஒரு சுருக்கமான ஆய்வு

நாம் இப்போது குறிப்பிட்ட கோன்யாவைச் சேர்ந்த ஹோஜா எஃபெண்டி தனது சமயச் சொற்பொழிவுகள் ஒன்றில் கீழ்க்கண்டவாறு குறிப்பிட்டிருக்கிறார். இவையெல்லாம் பதிவுசெய்யப்பட்டு ஒரு தடிமனான தொகுப்பில் சேர்க்கப்பட்டிருக்கிறது: காலெந்தெரி துறவிகள் என்பவர்கள் இவ்வுலகத்தின் தேவையற்ற கழிவு எச்சங்கள். ஏனென்றால் மனிதர்களை நான்கு பிரிவுகளாக பிரிந்த கீழ்க்கண்ட வகைகள் எதன்கீழும் அவர்கள் அடங்கமாட்டார்கள்: 1) கனவான்கள் 2) வணிகர் 3) உழவர் 4) கலைஞர். இவர்கள் மீமிகையானவர்கள்.

மேலும் அவர் கூறும்போது சொன்னதாவது: இந்த இருவரும் எப்போதும் ஜோடியாக திரிந்துகொண்டு இருப்பார்கள். ஒரேயொரு கரண்டியை வைத்துக்கொண்டு மற்றவன்தான் முதலில் சாப்பிட வேண்டுமென்று சண்டையிட்டுக் கொள்வார்கள்.

இந்தக் கேவலப் பிறவிகள் இப்படிச் சண்டை போடுவதன் உண்மையான காரணமே வேறு. அவர்களில் யார் ஒருவர் முதலில் மற்றவரை புணர்வது என்பதற்கான சங்கேதக் குறிப்புதான் இது. இதையறியாமல் பார்ப்பவர்கள் சிரிப்பாக சிரிக்கின்றனர். மேதகு (தயவுசெய்து பெயர் மாறாட்டமாக எடுத்துக்கொள்ளாதீர்) ஹோஜா அவர்கள் எங்களுடைய ரகசியத்தை பட்டவர்த்தனமாக்கியிருக்கிறார். ஏனென்றால் எங்களோடும் அழகான இளம் சிறுவர்களோடும் பயிற்சி மாணவர்களோடும் நுண்ணோவியர்களோடும் சேர்ந்து அவரும் இதே வழியில் பயணிக்கிற சக யாத்ரீகர்தான்."

உண்மையான ரகசியம்

இருப்பினும் உண்மையான ரகசியம் இதுதான்: அந்த பிராங்கிய மிலேச்சன் எங்கள் உருவத்தை வரையும்போது, அவன் எங்களை மிக இனிமையாக உற்றுப்பார்த்துக்கொண்டு, எல்லா விவரங்களையும் மிகவும் கவனத்தோடு பார்த்துக்கொண்டு வரைந்ததில் அவனை எங்களுக்கு மிகவும் பிடித்துப்போய்விட்டது. எங்களை வரைவதை சந்தோஷமாக அனுபவித்தோம். ஆனால் அவன் புரிந்த தவறு என்னவென்றால், உலகத்தை அவனது ஊனக்கண்ணால் பார்த்து, பார்த்ததை அப்படியே வரைந்ததுதான். இவ்வாறாக அவன் எங்களை

குருடர்கள் என்பதுபோலவே வரைந்திருக்கிறான், ஆனால் நாங்கள் நன்றாகப் பார்க்கக்கூடியவர்கள். இருந்தாலும் வருத்தமில்லை. இப்போது நாங்கள் மனநிறைவோடுதான் இருக்கிறோம். ஹோஜா, நாங்கள் நரகத்தில் இருப்பதாகக் கூறுகிறார். சிலரைப் பொறுத்தவரை நாங்கள் பிணமாகி அழுகிக் கொண்டிருக்கிறோம். இங்கே கூடியிருக்கும் அறிவார்ந்த நுண்ணோவியர்களான உங்களைப் பொறுத்தவரை நாங்கள் ஒரு சித்திரம். சித்திரமாக இருப்பதனாலேயே நாங்கள் உங்கள் முன்னே இங்கே உயிரோடு இருப்பதைப்போல நின்றிருக்கிறோம். மதிப்புமிக்க ஹோஜா அவர்களோடு பூசல் ஏற்பட்டதற்குப்பிறகு, கோன்யாவிலிருந்து ஸிவாஸிற்கு மூன்று இரவுகள், எட்டு கிராமங்கள் வழியாக, பிச்சை கேட்டுக்கொண்டே நடந்து வந்து கொண்டிருந்தோம். ஒருநாளிரவு அப்படிப்பட்ட குளிர், பனிப்பொழிவு. துறவிகளாகிய நாங்கள் இருவரும் குளிர் தாங்காமல் ஒருவரையொருவர் இறுக்கமாகக் கட்டிக்கொண்டே தூக்கத்தில் ஆழ்ந்தோம். அப்படியே குளிரில் விறைத்து இறந்தும் போனோம். இறந்துபோவதற்கு சற்றுமுன்பு எனக்கொரு கனவு: ஆயிரமாயிரம் வருடங்களுக்குப் பின்பு சொர்க்கத்திற்குள் நுழைகின்ற ஓர் ஓவியத்தில் இருப்பது வேறுயாருமல்ல: நான்தான்.

●

அத்தியாயம் 51

இது, குருநாதர் ஒஸ்மானாகிய நான்

அப்துல்லா கான் காலத்திய கதை ஒன்றை புக்காராவில் சொல்வார்கள். இந்த உஸ்பெக் கான் ஒரு சந்தேகம்பிடித்த அரசன். ஒரே ஓவியத்தை ஒன்றுக்கும் மேற்பட்ட ஓவியர்களின் தூரிகைகள் தீட்டுவதை அவன் ஆட்சேபித்ததில்லையானா லும், வேறொருவரின் ஓவியங்களை ஓவியர்கள் நகலெடுப்பதை அவன் எதிர்த்து வந்தான். ஒருவரைப் பார்த்து இன்னொருவர் வெட்கமில்லாமல் நகலெடுத்து வரும்போது, ஓவியத்தில் உள்ள பிழைக்கு எந்த ஓவியன் பொறுப்பு என்று கண்டுபிடிக்க முடியாததுதான் இதற்குக் காரணம். அதைவிட முக்கியமாக, ஒரு குறிப்பிட்ட காலத்திற்குப்பின் இருட்டுக்குள் இறைவனின் நினைவுகளைத் தேடிக் கண்டடைய தம்மை வருத்திக்கொள் வதற்குப் பதிலாக, அற்பத்திருடர்களான நுண்ணோவியர்கள் தமக்குப் பக்கத்தில் இருப்பவனை எட்டிப்பார்த்து அவன் எதை வரைந்திருக்கிறானோ அதையே தானும் சோம்பேறித் தனமாக வரைந்து விடுவது வழக்கமாகிவிட்டது. இந்தக் காரணத் திற்காக உஸ்பெக் கான், தெற்கே ஷிராஸ்ஸிலிருந்தும் கிழக்கே சாமர்கண்டிலிருந்தும் இரண்டு மிகச்சிறந்த ஓவியர்களை மகிழ்ச்சியோடு வரவேற்று தனது அரண்மனையில் சேர்த்துக் கொண்டான். அவர்களிருவரும் போரிலிருந்தும் கொடுமைக் கார ஷாக்களிடமிருந்தும் தப்பியோடி வந்தவர்கள். இருப் பினும் இந்த இரு புகழ்பெற்ற ஓவியர்களுக்கும் ஒருவரின் ஓவியத்தை மற்றவர் பார்க்கக்கூடாதென்று தடைவிதித்து கூடுமானவரை தூரமாக இருக்கும்படி இருவருக்கும் அரண் மனையின் வெவ்வேறு கோடியில் தனியறைகள் அமைத்துக் கொடுத்தான். இவ்வாறாக சரியாக முப்பத்தேழு வருடங்கள் நான்கு மாதங்கள் அப்துல்லா கான் அவர்கள் ஒவ்வொருவரிட மும் மற்றவர் வரைந்துகொண்டிருக்கும் ஓவியத்தின் பெருமை களை ஒரு பழங்கதையைப்போல விஸ்தாரமாக சிலாகித்து விட்டு, அவர்கள் இருவரின் ஓவியங்களும் எந்தெந்த விதங்களில்

மற்றதிலிருந்து வேறுபட்டிருக்கிறது, எந்தெந்த விதங்களில் ஒன்று போலவே காணப்படுகிறது என்றெல்லாம் பிரஸ்தாபிப்பான். அவர்களிருவருக்கும் மற்றவரின் ஓவியங்களைப் பார்க்கவேண்டுமே என்ற ஏக்கம் இதனால் வளர்ந்துகொண்டேயிருந்தது. உஸ்பெக் கானின் வாழ்க்கை ஆமை நடை நடந்து ஒருவழியாக முடிவுக்கு வந்ததும் அந்த இரு கலைஞர்களும் ஒருவர் மற்றவரின் அறைக்கு ஓவியங்களைப் பார்க்க ஓடோடிச் சென்றனர். பின்னர் ஒரு மெத்தையின் இரண்டு விளிம்புகளிலும் அவர்கள் அமர்ந்தபடி, தம் மடியில் ஒருவர் மற்றவரின் ஓவிய நூல்களை வைத்து புரட்டிப்பார்க்கும் போது இருவருக்குமே பெருத்த ஏமாற்றமாக இருந்தது. அப்துல்லா கான் அற்புதமாக வர்ணித்திருந்த ஓவியங்களெல்லாம் அவர்கள் எதிர்பார்த்திருந்ததற்கு மாறாக, சமீபகாலங்களில் அவர்கள் பார்க்க நேருகிற ஓவியங்களைப்போல மிகச்சாதாரணமாக, வெளிறிப்போய், மங்கலாக, கவர்ச்சியற்று இருந்தன. அந்த இரண்டு முதுபெரும் ஓவியர்களுக்கும் இந்த மங்கலுக்குக் காரணம் கண்பார்வை குறைந்து வருவதுதானென்பது தெரியவில்லை. அவர்களிருவருக்கும் அதன் பின்னர் முழுதாக கண்பார்வை போனபின்பும் கூட, அச்சித்திரங்கள் வெளிறிப்போய் மங்கலாகத்தான் இருந்ததாகவும் கான் அவர்களிடம் மிகையாக புகழ்ந்து பொய்சொல்லியிருக்கிறான் என்றும் திடமாக நம்பியபடி 'கனவுகள் ஓவியங்களைவிட அழகாயிருப்பவை' என்று நினைத்துக்கொண்டே இறந்தும் போயினர்.

அந்தச் சில்லென்ற கருவூலக அறையில் நள்ளிரவில் நான் நாற்பது வருடங்களாக காண்பதற்கு கனவுகண்டு கொண்டிருந்த சித்திரங்களை குளிரில் விறைத்த விரல்களால் புரட்டிப் பார்த்துக் கொண்டிருந்தபோது, இந்த இரக்கமற்ற புக்காரா கதையில் வருகிற ஓவியர்களைவிட நான் அதிருஷ்டசாலிதான் எனத்தோன்றியது. கண்கள் குருடாகி மரித்து மறுமைக்குச் செல்வதற்கு முன் நான் பிறந்ததிலிருந்து கேள்விப்பட்டு வருகிற புத்தகங்களையே இப்போது நான் கையாண்டுகொண்டிருக்கிறேன் என்பதை உணர்கையில், என் இதழ்கள் தன்னையுமறியாமல் 'இறைவா, மிக்க நன்றி, மிக்க நன்றி இறைவா!' என்று முணுமுணுத்தன. சில நேரங்களில் நான் கேள்விப்பட்டிருந்ததைவிடவும் உண்மையான சித்திரங்கள் அபாரமானவையாக இருக்கும்போது நான் மெய்மறந்தேன்.

உதாரணமாக, எண்பது வருடங்களுக்கு முன்னர் ஷா இஸ்மாயில் நதியைக்கடந்து, உஸ்பெக்குகளிடமிருந்து ஹெராத்தையும் கொரோஸான் முழுவதையும் மீட்டெடுத்து அவனுடைய சகோதரன் ஸாம் மீர்ஸாவை ஹெராத்தின் ஆளுநராக நியமித்தான். இந்த சந்தோஷமான வெற்றியைக் கொண்டாட அவனுடைய சகோதரனும் எமிர் ஹுஸ்ரேவ் தில்லி அரண்மனையில் நேரில் கண்டவற்றை 'நட்சத்திரங்களின் கூட்டணி' என்ற பெயரில் இயற்றியிருந்த ஒரு நூலின் சித்திர வடிவத்தைத் தயாரிக்க உத்தரவிட்டான். ஹுஸ்ரேவின்

மூலநூலில் இருந்த ஓவியம் ஒன்றில் நதிக்கரையோரமாக இரண்டு அரசர்கள் சந்தித்துக்கொள்ளும் காட்சி சித்தரிக்கப்பட்டிருக்கிறது. இவர்களின் முகங்கள் தில்லியின் சுல்தான் கெய்க்குபாத்தையும் அவருடைய தந்தையும் வங்காளத்தின் அரசருமான பூக்ரா கானையும் ஒத்ததாக இருந்தன; ஆனால் ஸாம் மீர்ஸா தயாரித்த நூலில் அம் முகங்கள் ஷா இஸ்மாயிலையும் ஸாம் மீர்ஸாவையும் ஒத்திருந்தன. இச்சுவடியைப் பார்க்கையில், நான் எந்தக் கதையைக் கூறினாலும் அது சுல்தான் அவர்களின் கூடாரத்தில் தோற்றமளிக்கும் என்று நிச்சயமாகத் தெரிந்திருந்தது. இவ்வற்புதமான ஏட்டினைக் காண் கிற சந்தர்ப்பத்தை எனக்களித்ததற்காக இறைவனுக்கு வந்தனம் தெரிவித்தேன்.

இதே காலகட்டத்தைச் சேர்ந்த மாபெரும் கலைஞர்களில் ஒருவரான ஷேக் முகம்மதுவின் சித்திரம் ஒன்றிருந்தது. இதில் வரையப்பட்டிருப்பவன் சுல்தானின் எளிய சேவகர்களில் ஒருவன். சுல்தான் மீது அவனுக்கு பெரும் பிரமிப்பும் மரியாதையும் தூய்மை யான அன்பும் எந்தளவுக்கு இருந்ததென்றால் சுல்தான் போலோ விளையாடும்போது அவர் அடிக்கின்ற பந்து தன்னை நோக்கி வரும்போது, அதை சேகரித்து அவரிடம் தன்னால் தரமுடியுமா வென்று ஏக்கம் கொண்டிருக்கிறான். நெடுநேரம் பொறுமையாக காத்திருந்தபின்பு பந்து அவனை நோக்கி வரவே செய்கிறது! அதை கைப்பற்றி சுல்தானிடம் அவன் தருகின்ற காட்சிதான் படமாக்கப் பட்டிருந்தது. இந்தக் கதையும் அந்த எளியவனுக்கு தன்னுடைய எஜமானரின்மேல் இருக்கும் அன்பும் பிரமிப்பும் அடக்கமும் ஓராயிரம் முறை என்னிடம் விளக்கப்பட்டிருந்தாலும் உண்மையான இந்தச் சித்திரத்தில் அந்த அழகான இளம் ஊழியன் அவன் எஜ மானரிடம் வைத்திருந்த பக்தி, ஆழமாக, நுட்பமாக, அபாரமாக வடிக்கப்பட்டிருந்தது. அவன் விரல் நுனியில் பந்தைப் பிடித்துக் கொண்டு சுல்தான் அவர்களை நோக்கி கையை நீட்டுகிறான், பேரரசரின் முகத்தை நேராகப் பார்க்குமளவுக்கு அவனுக்குத் துணிச்சல் இல்லை. இந்தச் சித்திரத்தைப் பார்க்கும்போது, ஒரு மகத்தான எஜமானரிடம் பணியாளனாக இருப்பதைவிட பெரிய சந்தோஷம் இவ்வுலகத்தில் இல்லையென்று எனக்குத் தோன்றியது. அழகும் அறிவும் கொண்ட ஓர் இளம் மாணவனுக்கு குருநாதராக இருப்பது இத்தகைய அடிமைத்தனத்தோடு கலந்த பணிவடக்கம் தருகிற சந்தோஷத்திற்கு சற்றும் குறைந்ததல்ல. இந்த உண்மையை அறிந்திராதவர்களுக்காக நான் வருந்தினேன்.

பக்கங்களை வேகமாக, அதே சமயத்தில் உன்னிப்பாக ஆயிரக் கணக்கான பறவைகள், குதிரைகள், போர்வீரர்கள், காதலர்கள், ஒட்டகங்கள், மரங்கள், மேகங்கள் போன்றவற்றை கவனித்தபடியே புரட்ட, அந்தக் கருவூலத்தின் குள்ளன் சந்தோஷமாக, முற்காலத்தைய ஷா ஒருவன் தனது பொக்கிஷச் செல்வங்களை பெருமையாக

எடுத்துக்காட்டுவதைப்போல, சலிப்பேயின்றி தடிமனான தொகுப்புகளை ஒன்று மாற்றி ஒன்று என அலமாரிகளிலிருந்து எடுத்து என்முன் அடுக்கிக் கொண்டிருந்தான். ஆச்சரியமான பெருநூல்களும் சாதாரண நூல்களும் ஒழுங்கின்றிக் கிடந்த தொகைநூல்களும் அடைத்து வைக்கப்பட்டிருந்த ஓர் இரும்பு அலமாரியின் இருவேறு மூலைகளில் இரண்டு அசாதாரமான தொகுப்புகள் – ஒன்று ஷிராஸ் பாணியில் பர்கண்டி அட்டையில் தைக்கப்பட்டது, மற்றது சீனபாணியில் கரிய அரக்கு பூசி ஹெராத்தில் தைக்கப்பட்டது – கிடைத்தன. முதலில் பார்த்தபோது இரண்டு நூல்களின் பக்கங்களும் ஒன்று போலவேத் தோன்றி, நகலெடுக்கப்பட்டவையோ என்று நினைத்தேன். இவற்றில் எது அசல், எது நகல் என்று புரியாமல் உள்ளடக்கக் குறிப்புகளில் எழுத்தோவியர்களின் பெயர்களையும் ஒளித்துவைக்கப்பட்டிருந்த கையொப்பங்களையும் ஆராய்ந்து கொண்டிருந்தபோது திடுக்கிடும்படி அந்த உண்மை வெளியானது. நிஸாமியின் இந்த இரண்டு நூல்களும் தாப்ரீஸைச் சேர்ந்த பெரும்கலைஞர் ஷேக் அலி, கறுப்பாட்டு வம்சத்தின் கானாகிய ஜிஹான் ஷாவிற்கு ஒன்றும் மற்றதை வெள்ளையாட்டின் கான் நெட்டை ஹஸனுக்காகவும் உருவாக்கியவை. முதல் தொகுப்பை உருவாக்கி முடித்ததும், இதைப் போல இன்னொரு நகல் உருவாக்கிடக் கூடாதென்பதற்காக கறுப்பாட்டின் ஷா அவரது கண்களை குருடாக்கிவிட்டதற்குப்பின், அம்மகத்தான கலைஞர் வெள்ளையாட்டின் கானிடம் அடைக்கலம் புகுந்து, முன்னதைவிட உயர்வானதாக ஒரு நூலை தனது நினைவிலிருந்து எடுத்து வரைந்ததுதான் இரண்டாவது தொகுப்பு. ‘இந்த இரண்டாவது நூலை புரட்டிப் பார்க்கும்போது, குருடனாக அவர் வரைந்த சித்திரங்கள் முதலாமதைவிட எளிமை வாய்ந்ததாக, தூய்மையானதாக காணப்பட்டன. முதல் தொகுப்பில் பயன்படுத்தப்பட்ட வண்ணங்கள் அதிகப் பிரகாசத்தோடும் உயிர்ப்போடும் இருந்தாலும் குருடனின் நினைவுகள் வாழ்க்கையின் இரக்கமற்ற எளிமையை வெளிப்படுத்துவதோடு வாழ்க்கையின் திடத்தையும் மழுங்கடித்து விடுகிறது.

அனைத்தையும் காண்கின்ற, அனைத்தையும் அறிந்திருக்கின்ற அல்லாஹுவே ஒப்புக்கொண்ட பெரும் கலைஞனாகிய எனக்கே ஒருநாள் நான் குருடாகப்போகின்றேன் என்பது தெரியும் ஆனால் இப்போது நான் விரும்பியது இதைத்தானா? அபூர்வமான பொக்கிஷங்கள் சுற்றிலும் இறைந்திருக்கும் இந்தக் கருவூலத்தின் இருட்டில் அவரது இருப்பு மிகமிக அருகிலேயே உணரப்படுவதால், மரண தண்டனை விதிக்கப்பட்டவன் தலைகொய்யப்படுவதற்கு முன் கடைசியாக உலகத்தை பார்க்கவிரும்புவதைப்போல, அல்லாஹுவிடம் இறைஞ்சினேன்: “இந்த எல்லா ஓவியங்களையும் பார்ப்பதற்கு என்னை அனுமதிப்பீராக; அவை என்னுள் நிரம்பித் தங்கியிருக்க அருள்புரிவீராக.”

ஆய்ந்தறிய முடியாத இறைவனின் ஞான வலிமையில் நான் பக்கங்களைப் புரட்டிச்செல்லும்போது, அவ்வப்போது குருட்டுத் தன்மை பற்றிய பழங்கதைகளும் குறிப்புகளும் தட்டுப்பட்டுக் கொண்டேயிருந்தன. பிளேன் மரக்கிளையில் மாட்டியிருந்த ஹூஸ்ரேவின் படத்தைப் பார்த்து ஷிரின் காதல்வயப்படும் அந்தப் புகழ் பெற்ற காட்சியை வரையும்போது, ஷிராஸ்ஸைச் சேர்ந்த ஷேக் அலி ரிஸா அம்மரத்தின் எல்லா இலைகளையும் தெளிவாக ஒவ்வொன்றாக வரைந்து வானம் முழுக்க நிரப்பிவிட்டார். இவ்வோவியத்தைப் பார்த்துவிட்டு, இதன் மையப்பொருள் பிளேன்மரம் கிடையாதே என்று ஒரு முட்டாள் அவரிடம் சொன்னபோது ஷேக் அலி, உண்மையான மையப்பொருள் அந்த அழகான பெண்ணின் காதல் கூட கிடையாது, ஓவியனின் கலைவேட்கைதான் என்று பதில் அளித்தார். தான் பெருமிதத்தோடு சொன்னதை நிரூபிக்கும் வகையில் அதே பிளேன் மரத்தை அதன் எல்லா இலைகளோடும் அரிசி மணி ஒன்றில் வரைவதற்கு முற்பட்டார். ஷிரினின் தோழிகளின் பாதங்களுக்கடியில் ஒளித்து வைக்கப்பட்டிருந்த கையொப்பம் என்னை ஏமாற்றவில்லையென்றால், அம்மகத்தான ஓவியன் வரைந்த மரத்தை இப்போது நான் பார்த்துக் கொண்டிருக்கிறேன். அரிசி மணியின்மேல் வரைந்த மரத்தையல்ல, காகிதத்தின் மீது வரைந்ததைச் சொல்கிறேன். அரிசி மணியில் வரையத் தொடங்கியது பாதிதான் முடிக்கப்பட்டது. வரையத் தொடங்கி ஏழு வருடங்கள், மூன்று மாதங்கள் ஆனபிற்பாடு அவர் தன் பார்வையை இழந்தார். இன்னோர் ஏட்டில் ருஸ்தம், அலெக்ஸாண்டரை தனது கூரான அம்பினால் குருடாக்குகின்ற காட்சி, இந்திய பாணியை அறிந்த ஓர் ஓவியனால் மிகவும் உயிர்ப்போடும் ஆழமான வண்ணங்களோடும் வரையப்பட்டிருந்தது. ஓர் உண்மையான நுண்ணோவியனின் வயதற்ற துயரமும் ரகசிய ஆசையுமான குருட்டுத்தன்மை, பார்வையாளனுக்கு ஒரு சந்தோஷக் கொண்டாட்டத்திற்கு முன்குறிப்பைப் போலிருந்தது.

இந்த ஓவியங்களையும் சித்திரத் தொகுப்புகளையும் பல வருடங்களாகக் கேள்விப்பட்டு வந்த ஓவியங்களைப் பார்க்கும் ஆர்வத்தை விடவும், விரைவிலேயே பார்வை குறைந்து எதையும் பார்க்கமுடியாமல் குருடனாகப் போகின்ற தறுவாயில் இருக்கும் ஒரு கிழவனின் தவிப்போடுதான் என் கண்கள் மேய்ந்து கொண்டிருந்தன. மெழுகு வர்த்தி ஒளி அந்த அறையின் புழுதியில் கலந்து, சுற்றிலும் தொங்க விடப்பட்டிருக்கும் படுதா துணிகளின் ஊடாக வெளிவந்து ஒரு வினோதமான செஞ்சிவப்பு நிறத்தில் கருவூலத்தின் சில்லிட்ட அறையை நிரப்பியிருக்க, நான் திடீர்திடீரென ஆச்சரியக் குரலெழுப்பிக் கத்திக் கொண்டிருந்தேன். கருப்பும் குள்ளனும் ஓடிவந்து என்னெதிரேயிருக்கும் மகத்தான ஓவியங்களைப் பார்ப்பார்கள். என்னைக் கட்டுப்படுத்திக்கொள்ள முடியாமல் விவரிக்கத் தொடங்குவேன்.

ஓரான் பாமுக்

“இந்தச் சிவப்பு வண்ணம், தாப்ரீஸைச் சேர்ந்த பேரோவியன் மீர்ஸா பாபா இமாமிற்குச் சொந்தமானது. இதனை உருவாக்கும் ரகசியத்தை யாருக்குமே சொல்லாமல் கல்லறைக்குள் புதைந்து விட்டார். இந்த வண்ணத்தை அவர் தரைவிரிப்பின் விளிம்பிற்கும் பாரசீக ஷாவின் தலைப்பாகைக்கும் அவர் பயன்படுத்தியிருக்கிறார். இங்கே பார், இந்தப் பக்கத்தில் இருக்கும் சிங்கத்தின் வயிற்றிலும் இந்த அழகான சிறுவனின் கஃப்தானிலும் அது இருக்கிறது. இந்த அற்புதமான சிவப்பை அல்லாஹ் தனது படைப்புகளின் குருதி பெருக்கெடுத்தோடும்போது வெளிப்படுத்துவதைத்தவிர வேறெப் போதும் நேரடியாகக் காட்டுவதில்லை. எனவே, வெறும் கண்களுக்கு மனிதன் செய்த துணிகளிலும் பெரும் ஓவியர்களின் சித்திரங்களிலும் மட்டும் புலப்படுகின்ற இந்த உன்னதமான செந்நிறத்தின் ரகசியத்தை இறைவன் பாறைகளுக்கடியில் ஜீவித்திருக்கும் அபூர்வமான பூச்சி களுக்கு மட்டும் ஒப்படைத்துவிட்டிருக்கிறார்” என்று கூறிவிட்டு, “அதை இப்போது நமக்கும் புலப்படுத்திய அவருக்கு நாம் நன்றி செலுத்துவோம்” என்றேன்.

நேரம் கடந்து சென்றது. மேலும் ஓர் ஆகச்சிறந்த கலைப் படைப்பைக் கண்டு, “இதைப்பாருங்கள்” என்று அழைத்தேன். இந்த ஓவியம், காதலையும் நட்பையும் வசந்தத்தையும், மகிழ்ச்சியையும் கூறுகின்ற எந்தவொரு கஸல் தொகுப்பிலும் இடம்பெற்றிருக்கக்கூடும். வசந்த பருவத்தின் விருட்சங்கள் விதவிதமான வர்ணங்களில் பூத் திருப்பதையும் சொர்க்கத்தை நினைவூட்டும் ஒரு நந்தவனத்தில் நெடிதுயர்ந்திருக்கும் சைப்ரஸ்களையும் அந்தத் தோட்டத்தில் பழ ரசத்தை அருந்தியபடி கவிதை வாசிக்கும் காதலர்களின் உற்சாகத்தை யும் பார்த்து ரசித்திருந்தோம். பாசிபடிந்து, புழுதி மண்டிய இந்த சில்லிட்ட கருவூலக அறையில் இருக்கின்ற எங்களுக்கே அந்த வசந்தகால புஷ்பங்களின் நறுமணமும் அந்த உற்சாகக் காதலர் களின் சருமங்களிலிருந்து வீசும் மென்வாசனையும் எட்டுவதாகத் தோன்றியது.” இதைக் கவனியுங்கள்: இந்தக் காதலர்களின் முழங்கை களையும் துணியால் மறைக்கப்படாத அவர்களின் அழகிய பாதங் களையும் அவர்கள் இருக்கும் நளினமான தோரணையையும் அவர் களைச் சுற்றிலும் பதற்றமின்றி குதூகலத்துடன் பறந்துகொண்டிருக்கும் பறவைகளையும் அவ்வளவு அக்கறையோடு அழகாகத் தீட்டியிருக்கும் அதே ஓவியன், பின்னணியில் சைப்ரஸ்களை எவ்வளவு அருவருப் பான வடிவத்தில் வரைந்திருக்கிறான் என்பதைப் பாருங்கள்!” என்றேன். “இதை வரைந்தது புக்காராவைச் சேர்ந்த லுத்ஃபி என்ற ஓவியன். அவனுடைய முன்கோபத்தாலும் யாருக்கும் கீழ்படியாத முரட்டுத் தனத்தாலும் அவனுடைய எந்த ஓவியத்தையும் அவனால் முழுமை யாக வரைந்து முடிக்க இயன்றதில்லை. அவன் பணியாற்றிய ஒவ்வொரு ஷா, கான்களிடமும் அவர்களுக்கு ஓவியத்தைப்பற்றி எதுவுமே தெரியவில்லையென்று சண்டையிட்டுக் கொண்டு அவர்களை

விட்டு வெளியே வந்துவிடுவான். ஒரே நகரத்தில் தொடர்ந்து சில நாட்கள் அவனால் தங்கியிருக்க முடிந்ததேயில்லை. இந்த அற்புத மான ஓவியன் ஒரு ஷாவின் அரண்மனையிலிருந்து வேறொன்றிற்கு, நகரம் விட்டு நகரமாக, போகும் இடத்திலெல்லாம் சண்டையிட்டுக் கொண்டு, அவன் திறமைக்குத் தகுதியான அரசனைக் கண்டுபிடிக்கவே முடியாமல் அலைந்து கொண்டிருந்தான். இறுதியில் வெறும் வறண்ட மலையுச்சிகள் சிலவற்றை தன் ஆளுகைக்குட்பட்ட பிரதேசமாக வைத்திருந்த அற்பமான குறுநில மன்னன் ஒருவனின் கலைக் கூடத்தை வந்தடைந்தான். 'இந்த கானின் சாம்ராஜ்ஜியம் வேண்டு மானால் சிறியதாக இருக்கலாம், ஆனால் இவன் ஓவியம் அறிந்தவன்' என்று அறிவித்துக்கொண்டு அவனது கடைசி இருபத்தி ஐந்து வருடங்களை அங்கேயே கழித்து முடித்தான். அந்த அற்பமான குறுநிலப் பிரபு உண்மையில் ஒரு குருடன் என்பதை அவன் கடைசி வரை அறிந்திருந்தானா என்பது இன்றுகூட விவாதத்திற்குரிய பொரு ளாகவும் நகைப்பிற்குரிய விஷயமாகவும் இருந்து வருகிறது."

நள்ளிரவாகிவிட்டிருந்தது. "இந்தப் பக்கத்தைப் பார்த்தீர்களா?" என்றேன். இருவரும் மெழுகுவர்த்திகளை உயர்த்திப் பிடித்தபடி என்னருகே விரைந்து வந்தனர். "தாமெர்லேனின் பேரப்பிள்ளைகள் காலத்திலிருந்து இன்றுவரை, இத்தொகுப்பு பத்து உரிமையாளர் களைக் கண்டுவிட்டு, ஹெராத் வழியாக இங்கு வந்துசேர நூற்றி ஐம்பது வருடங்களாகியிருக்கிறது." எனது உருப்பெருக்காடியை வைத்துக் கொண்டு நாங்கள் மூவரும் கையொப்பங்களையும் சமர்ப்பணங் களையும் சரித்திரத் தகவல்களையும் – ஒருவரையொருவர் நெரித்துக் கொன்றுகொண்ட – சுல்தான்களின் பெயர்களையும் உள்ளடக்கப் பக்கத்தின் ஒவ்வொரு மூலையிலும், ஒன்றோடு ஒன்றாக சேர்த்தும், ஒன்றிற்கிடையிலும், ஒன்றுக்கு மேல் ஒன்றாகவும் எழுதியிருந்தவற்றை வாசித்தோம்: "இந்த நூல் இறைவனின் உதவியைக் கொண்டு, ஹெராத்தைச் சேர்ந்த முஸாபா அவர்களின் புதல்வர் எழுத் தோவியர் சுல்தான் வேலி அவர்களின் கரத்தால் ஹெஜிரா 849ம் ஆண்டில் இவ்வுலகின் பேரரசர் பேசுங்கூர் அவர்களின் சகோதரர், வெற்றிவீரர் முகமது ஜூகி அவர்களின் மனைவியார் இஸ்மெத் – உத் – துனியா அவர்களுக்காக ஹெராத்தில் உருவாக்கி முடிக்கப் பட்டது." மேலும் படிக்கும்போது, இத்தொகைநூல் வெள்ளையாட்டு சுல்தான் ஹலீல், பின் அங்கிருந்து அவருடைய புதல்வர் யாகூப் பெய்யிற்கு, பின் அங்கிருந்து வடக்கே உஸ்பெக் சுல்தான்களுக்குச் சென்று, அங்கே ஒவ்வொருவரும் கொஞ்ச நாட்களுக்கு அந்நூலை வைத்திருந்து, ஒன்றிரண்டு படங்களை சேர்த்து அல்லது நீக்கியிருக் கின்றனர் என்பதெல்லாம் தெரிந்தது. நூலின் முதல் உரிமையாளரிட மிருந்து தொடங்கி ஒவ்வொருவரும் தமது அழகான மனைவிகளின் முகங்களை படங்களில் சேர்த்தும் உள்ளடக்கப் பக்கத்தில் தமது பெயர்களை இடைச்செருகல் செய்தும் பின் ஹெராத்தை வெற்றி

கொண்ட ஸாம் மீர்ஸாவிடம் வந்து சேர்ந்தபோது, அவன் தனது அண்ணன் ஷா இஸ்மாயில் பெயருக்கு தனியாக ஓர் அர்ப்பணக் குறிப்பு சேர்த்தெழுதியிருக்கிறான். அவன் இதனை தாப்ரீஸிற்கு கொண்டுவந்து பரிசாக அன்பளிக்கும்போது இன்னுமோர் அர்ப்பணக் குறிப்பைச் சேர்த்து கொடுத்திருக்கிறான். சொர்க்கவாசியான சிடு சிடுப்பு சுல்தான் சலீம் சால்திரானில் ஷா இஸ்மாயிலைத் தோற் கடித்து தாப்ரீஸிலுள்ள ஏழு சொர்க்க அரண்மனையை சூறை யாடியபோது, இப்புத்தகம் இஸ்தான்புல்லில் இந்த கருவூலத்திற்கு வெற்றிகொண்ட சுல்தானின் வீரர்களால் பாலைவனம், மலைகள், ஆறுகளைத் தாண்டிக் கொண்டு வரப்பட்டது.

ஒரு முதுபெரும் கலைஞனின் ஆர்வத்திலும் ஈடுபாட்டிலும் எந்த அளவுக்கு கருப்பும் இந்தக் குள்ளனும் பங்கெடுத்துக் கொள் கின்றனர்? ஒவ்வொரு புதிய தொகுப்பு நூலையும் திறந்து பக்கங் களை புரட்டும்போது நூற்றுக்கணக்கான சிறு, பெரு நகரங்களிலிருந் தும் வந்திருக்கும் ஆயிரக்கணக்கான ஓவியர்கள் அனுபவித்திருக்கக் கூடிய அளப்பரிய துன்பங்களை எண்ணி வருந்தினேன். ஒவ்வொரு வருக்கும் ஒவ்வொருவிதமான மனநிலை இருந்திருக்கும். ஒவ்வொரு வரும் ஏதோ ஓர் இரக்கமற்ற ஷா, கான் அல்லது குறுநில மன்னனின் ஆதரவில் ஓவியம் தீட்டி வந்திருப்பர். ஒவ்வொருவரும் தன்னாலான உழைப்பையும் திறமையையும் செலவழித்து கடைசியில் கண்ணொளி இழந்து மரித்துப் போயிருப்பர். பயிற்சி மாணவனாக இருந்த காலத் தில் நாங்கள் வாங்கிய அடிகளின் வலியை இப்போது உணர்ந்தேன். கன்னங்கள் செக்கச்செவேலென்று மாறும்வரை வரைகோல்களால் விழுந்த அடிகள், மழிக்கப்பட்ட தலைகளில் பளிங்கு மெருகிடும் கல்லை வைத்து குட்டிய குட்டுகள் எல்லாம் இப்போது கையில் வைத்திருக்கும் விதவிதமான சித்திரவதை முறைகள், கருவிகள் பற்றிய ஒரு காட்டுமிராண்டித்தனமான புத்தகத்தை புரட்டும்போது ஞாபகத்திற்கு வந்தன. இந்தமாதிரியான ஒரு தரங்கெட்ட நூலுக்கு ஆட்டமன் கருவூலத்தில் என்ன வேலை என்று வியந்தேன். நீதிபதி ஒருவரின் முன்னிலையில் அல்லாஹ்வின் நீதியை உலகத்தில் நிலைநாட்டுவதற்காக சித்திரவதை முறைகளை பயன்படுத்துவதாக இங்கே வருகின்ற மிலேச்ச யாத்திரீகர்கள் நினைக்கமாட்டார்கள். நமது கொடூரமான வக்கிரப் புத்தியை எடுத்துக்காட்டும்படி, சில மானங்கெட்ட நுண்ணோவியர்களிடம் இத்தகைய படங்களை வரைந்து கொண்டு சில தங்கக்காசுகளுக்காக சக மிலேச்ச மதவாதி களிடம் விற்று பிழைப்பு நடத்துவார்கள். உள்ளங்காலில் பிரம்பால் அடிப்பது, கம்பால் அடிப்பது, சிலுவையேற்றுவது, கழுத்திலோ அல்லது காலிலோ தூக்கிலிட்டு மாட்டுவது, கொக்கியில் மாட்டி ஊஞ்சலாட்டுவது, கழுவேற்றுவது, பீரங்கியில் வைத்து சுடுவது, ஆணியடிப்பது, கழுத்தை நெரிப்பது, தொண்டையை அறுப்பது, பசித்திருக்கும் நாய்களை மேலே ஏவிவிடுவது, சாட்டையால் அடிப்பது,

அந்தரத்தில் கட்டித் தொங்கவிடுவது, கட்டையை வைத்து அழுத்துவது, குளிர்ந்த நீரில் மூழ்கவைப்பது, ரோமங்களைப் பிடுங்குவது, விரல்களை ஒடிப்பது, தோலை உரிப்பது, மூக்கை அறுப்பது, கண்களைப் பிடுங்குவது என அருவருப்பான சித்திரவதை படங்களை உறுத்தலில்லாமல் வரைந்திருக்கும் இந்த நுண்ணோவியனின் வக்கிரமான சந்தோஷத்தைக் கண்டு எனக்கு சங்கடமாக இருந்தது. ஒரு கோட்டை சரியாக வரையமுடியாத ஆசிரியர் தன் மனத்திருப்திக்காக இரக்கமே இல்லாமல் உள்ளங்கால்களிலும் உடம்பு முழுக்கவும் பிரம்பால் எங்களை அடித்த அடிகளை எங்கள் பயிற்சிக்காலம் முழுவதும் அனுபவித்து வந்திருக்கிறோம். எங்களுக்குள்ளிருக்கும் பிசாசு அழிய வேண்டும், அது அழிந்து அகத்தூண்டலை எழுப்பும் ஜின்னாக மறுபிறப்பு எடுக்க வேண்டுமென்பதற்காகத்தான் கம்பு, வரைகோல்களால் அடிக்கும் அடிகள் என்று சொல்லப்பட்டது. இப்படி அடி வாங்கிய எங்களால்தான் பிரம்படிகளையும் சித்திரவதைகளையும் அளவற்ற சந்தோஷத்தோடு வரையமுடியும், எங்களால்தான் ஒரு குழந்தையின் காற்றாடிக்கு வர்ணமடிப்பதைப் போன்ற குதூகலத்தோடு இந்த வதைக்கருவிகளுக்கு வண்ணம் தீட்ட முடியும்.

நூற்றுக்கணக்கான வருடங்களாக எங்கள் உலகத்தை நாங்கள் உருவாக்கும் ஓவியங்களின் வழியாக பார்த்துக் கொண்டிருக்கும் மனிதர்களால் எதையும் புரிந்துகொள்ள முடியாது. நுட்பமாக பார்ப்பதற்கு அவர்களுக்கு ஆசை இருக்கும், ஆனால் பொறுமை இருக்காது. இப்போது இந்தக் கருவூலத்தில் நடுங்கவைக்கும் குளிரில் ஓவியங்களை ஆராய்ந்துகொண்டிருக்கும்போது நான் உணர்கிற சங்கடத்தையும் சந்தோஷத்தையும் ஆழமான வலியையும் அவர்களும் உணரலாம் – ஆனால அவர்களால் உண்மையாகத் தெரிந்துகொள்ளவே முடியாது. குளிரில் விறைத்திருந்த என் முதிய விரல்களால் பக்கங்களைப் புரட்டும்போது, ராஜமுத்து கைப்பிடியில் பதித்த என் உருப்பெருக்காடியும் என் இடதுகண்ணும், பூமியின்மேல் பறந்தபடி கீழே தெரியும் காட்சிகளைக் கண்டு சிறிது ஆச்சரியமும் அதேநேரத்தில், புதிய விஷயங்களைப் பார்த்து வியப்பும் அடைந்தபடி சுற்றிச்சுற்றி வரும் நாரையைப்போல சித்திரங்களின்மேல் வருடிச்சென்று கொண்டிருந்தன. வருடக்கணக்காக, யார் பார்வையிலும் படாமல் பூட்டிவைக்கப்பட்டிருந்த இச்சித்திரங்களிலிருந்து எந்த ஓவியன் யாரிடமிருந்து எதைக் கற்றுக்கொண்டான், நாம் இப்போது 'பாணி' என்று அழைக்கின்ற விஷயம் முதலில் எந்த கலைக்கூடத்திலிருந்து, எந்த ஷாவின் ஆதரவிலிருந்து தொடங்கியது, எந்த புகழ்பெற்ற ஓவியர் யாருக்காக பணியாற்றி வந்தார் என்பதெல்லாம் எனக்குத் தெரியவருகிறது. உதாரணமாக, சீன ஆதிக்கத்தினால் ஹெராத்திலிருந்து பாரசீகம் முழுமைக்கும் பரவியிருந்த சுருள்சுருளான சீன மேகங்கள், காஸ்வினிலும் பயன்படுத்தப்பட்டிருக்கிறதென்பது தெரியவந்தது. எப்போதாவது அயர்ச்சியில் 'ஆஹா' எனக் குரல் எழுப்புவேன், ஆனால்

ஒரு வேதனை எனக்குள் ஆழத்தில் எட்டிப்பார்த்துக் கொண்டிருந்தது, ஒரு துயரம், ஒரு வேதனை; அவமானப்படுத்தப்பட்ட, வேதனைக்குள்ளாக்கப்பட்ட, அழகான, மதி போன்ற முகமும் மான் போன்ற விழிகளும் மெலிந்த உடலும் கொண்ட ஓவியர்கள், ஆசிரியர்களால் அடித்துத் துவைக்கப்பட்ட இளம் சிறார்கள், தமது கலைக்காக இவ்வளவு கொடுமைகளையும் அனுபவித்துவிட்டு, இருந்தும் உற்சாகத்தோடும் நம்பிக்கையோடும், தமது சக ஓவியர்களிடையேயும், ஆசிரியர் அவர்களோடும் நல்லிணக்கத்தையும் அன்பையும் நட்பையும் பகிர்ந்து கொண்டு, தீராக்காதலோடு வாழ்நாளெல்லாம் ஓவியம் வரைந்து வரைந்து, பார்வை குருடாகி, தன் அடையாளமும் அனாமதேயமாகி, வருடங்கள் நீண்டுச்சென்று மறைந்துபோன இக்கலைஞர்களுக்காக நான் அடைகின்ற அந்த துயரத்தையும் வேதனையையும் உங்களோடு முற்றிலுமாக பகிர்ந்து கொள்ளவே முடியாது.

இப்படிப்பட்ட சோகத்தோடுதான் இந்த நுட்பமான, அபாரமான கலைஉலகத்திற்குள் நுழைந்தேன். நமது சுல்தான் அவர்களின் போர்வெற்றிகளையும் அவற்றின் கொண்டாட்டங்களையும் வருடக்கணக்காக வரைந்து வந்தபோது இவற்றையெல்லாம் என் ஆத்மா நினைத்தே பார்த்ததில்லை. சித்திரத்தொகைநூல் ஒன்றில் சிவந்த இதழ்களும் மெலிந்த இடையும் கொண்ட ஒரு பாரசீகச் சிறுவன் இப்போது இந்தக் கணத்தில் இந்தப் புத்தகத்தை நான் வைத்திருப்பதைப்போலவே தன் மடியில் ஒரு புத்தகத்தை வைத்துக்கொண்டிருக்கும் சித்திரத்தைக் கண்டேன். பொன்னுக்கும் அதிகாரத்திற்கும் பலவீனப்பட்டுப்போன ஷாக்கள் எப்போதுமே மறந்துவிடுவது என்னவென்பது எனக்கு நினைவுக்கு வந்தது: உலகத்தின் அழகு அல்லாஹ்விற்கு சொந்தமானது. இன்னொரு ஓவியச் செருகேட்டில் இஸ்ஃபஹானிலிருந்து வந்த ஓர் இளம் ஓவியன் வரைந்த ஓவியத்தை என் கண்களில் நீர் துளிர்க்கக் கண்டேன். இரண்டு அற்புதமான இளம் காதலர்கள். அவர்களிடையே இருக்கும் காதலைக் காணும்போது, என் ஓவிய மாணவர்களுக்கு ஓவியக்கலையின் மீதிருக்கும் காதல் நினைவுக்கு வந்தது. அந்தக் காதலன் சின்னஞ்சிறு பாதங்களும் சருகு போன்று மெல்லிய சருமமும் பெண்ணைப் போன்ற சாயலும் கொண்டிருந்த ஒரு பலவீனமான இளைஞன். அவனது மெல்லிய முழங்கையைப் பார்க்கையில் அதனை மெத்தென்று முத்தமிட்டுவிட்டு உடனே செத்துப்போய்விடலாமா என்று தோன்றவைக்கிறது. செர்ரி இதழ்களும் வாதுமை விழிகளும் குருத்து போன்ற தேகமும் பொத்தான் போன்ற நாசியும் கொண்ட அப்பேரழகுப் பெண், அழகான மூன்று மலர்களை அதிசயத்தோடு பார்ப்பதைப்போல அந்தக் காதலன் தன் முழங்கையில் அவள்மீது வைத்திருக்கும் காதலுக்கு அடையாளமாக பொறித்து வைத்திருக்கும் தீச்சூட்டு முத்திரையை கண்கொட்டாமல் பார்த்திருக்கிறான்.

வினோதமாக, என் இதயம் வேகமாக தடதடக்கத் தொடங்கியது. அறுபது வருடங்களுக்கு முன்னர், என் ஆரம்ப பயிற்சி நாட்களின்போது, பளிங்குத்தோல் ஆண்களும் மெலிந்த சின்ன மார்பகங்களைக் கொண்ட பெண்களும் சேர்ந்திருக்கும் தாப்ரீஸின் பாணியில் கருப்பு மசியில் வரையப்பட்ட சற்று ஆபாசமான படங்களைப் பார்த்தபோது ஏற்பட்டதைப் போலவே இப்போதும் என் நெற்றியில் வியர்வை மணிகள் அரும்பின. எனக்குத் திருமணமாகி, முதுநிலை ஓவியர் என்ற அந்தஸ்தை நோக்கி அடியெடுத்து வைக்கத் தொடங்கிய காலத்தில் என்னிடம் மாணவனாக சேர்ப்பதற்கு அழைத்து வரப்பட்ட ஓர் அழகிய தேவதை முகமும் வாதுமை விழிகளும் ரோஜாநிறச் சருமமும் கொண்டிருந்த இளைஞனைப் பார்த்தபோது, எனக்குள் ஓவியம் தீட்டவேண்டும்போல எழுந்த பேருணர்ச்சியையும் ஆழமான மனவெழுச்சியையும் ஞாபகப்படுத்திப் பார்த்தேன். ஓவியம் என்பது துயரத்தையும் வருத்தத்தையும் பற்றியதல்ல; எனக்குள் தோன்றிய அந்த மனவெழுச்சி சார்பானது என்று ஒருகணம் தோன்றியது. இந்த மனவெழுச்சிதான் ஓவியக் கலைஞனின் திறமையை இறைவன் மீதிருக்கும் காதலாக உருமாற்றுகிறது; பின் இறைவன் காணுகின்ற உலகத்தின் மீதான காதலாக மாறுகிறது; இந்தப் பேருணர்ச்சி, இத்தனை வருடங்களாக என் முதுகு கூனிட்டுப் போகும்வரை, வரைபலகையின் மீது நான் செலவழித்த உழைப்பையும் அதனால் விளைந்த பேரின்பத்தையும் என் வித்தையைக் கற்றுக் கொள்ளும்போது பொறுத்துக்கொண்ட பிரம்படிகளையும் ஓவியம் வரைந்தே என் விழிகளைத் தியாகம் செய்யத் துணிந்துவிட்ட என் அர்ப்பணவுணர்வையும் ஓவியம் வரைகையில் நானடைந்த வேதனைகளையும் மற்றவர்களுக்கு நான் வழங்கிய வேதனைகளையும் இப்போது நினைவூட்டுகிறது. தடைசெய்யப்பட்ட ஏதன்மீதோ என் பார்வையை ஓட்டுவதைப்போல இவ்வற்புதமான சித்திரத்தையே வெகுநேரம் அமைதியாகப் பார்த்திருந்தேன். ஒரு கண்ணீர்த்துளி என் விழிகளிலிருந்து நழுவி கன்னங்களில் விழுந்து என் தாடிக்குள் புகுந்தது.

என்னை நோக்கி ஒரு மெழுகுவர்த்திச்சுடர் மெதுவாக மிதந்து வருவதைப் பார்த்ததும், கையிலிருந்த ஓவியச் செருகு ஏட்டை தூர வைத்துவிட்டு, குள்ளன் சற்றுமுன் வைத்துவிட்டுச்சென்ற புத்தகங்களில் கைக்குக் கிடைத்த ஒன்றை எடுத்துப் பிரித்தேன். இது ஷாக்களுக்காக விசேஷமாக தயாரிக்கப்பட்ட தொகைநூல்: பசுமையான வனம் ஒன்றில் இரண்டு மான்கள் காதலோடு மயங்கி நின்றிருக்க, தூரத்தில் பொறாமையோடு இரண்டு நரிகள் பார்த்துக் கொண்டிருக்கின்றனர். பக்கத்தைப் புரட்டினேன்: செஸ்நட் குதிரைகளும் கருஞ்சிவப்பு குதிரைகளும். ஓ, எவ்வளவு அற்புதமான கண்கவர் புரவிகள்! இவ்வளவு உன்னதமான குதிரைகளை ஹெராத்தின் ஓவியமேதைகளில் ஒரே ஒருவரால்தான் வரைந்திருக்கமுடியும்! பக்கத்தைப் புரட்டினேன்: தன்னம்பிக்கையான தோரணையோடு

அமர்ந்திருந்த ஓர் அரசாங்க அதிகாரி அந்த எழுபது வருடப் பழமைவாய்ந்த சித்திரத்திலிருந்து என்னை வரவேற்றார். அந்த முகத்தை வைத்து அது யாரென்று என்னால் கணிக்கமுடியவில்லை. பார்ப்பதற்கு யார் வேண்டுமானாலும் இருக்கலாம்போல முகம். ஆனால் அந்த ஓவியத்தின் அமைப்பு, அமர்ந்திருக்கும் அம்மனிதனின் தாடியில் மின்னுகின்ற பல்வேறு வண்ணக்கலவைகள், இவை வேறு எதனையோ சுட்டின. என் இதயம் வேகமாகத் துடித்தது. ஒரு மாமேதையின் கைவண்ணத்தை உடனடியாக உணர்ந்தேன். என் அறிவு சொல்வதற்கு முன் இதயம் உணர்ந்துவிட்டது. அவர் ஒருவருக்குத்தான் இத்தகைய அபாரமான கைவண்ணம் சாத்தியமாகும். பிஹ்ஸாத்தின் படைப்பு இது! ஓவியத்திலிருந்து எழுந்த வெளிச்சம் என் முகத்தின்மேல் பரவுவதைப் போலிருந்தது.

மாமேதை பிஹ்ஸாத்தின் ஓவியங்களை இதற்கு முன்னரும் சிலவேளை பார்த்திருக்கிறேன்; அவர் வரைந்த ஓவியங்களை மட்டும் தனித்து இல்லாமல் வேறுசில ஓவியர்களின் படைப்புகளோடு சேர்த்துப் பார்த்ததினாலோ அல்லது குறிப்பிட்ட ஓவியம் பிஹ்ஸாத் வரைந்ததுதானா என்று நிச்சமயாகத் தெரிந்திராததினாலோ, இப்போது நானடைகின்ற எழுச்சியை இதற்கு முன் உணர்ந்ததில்லை.

கருவூலக அறையின் கனத்த இருட்டு, பிரகாசமடைவதுபோலத் தோன்றியது. இப்பேரழகை வரைந்த கரம், இதற்குமுன் நான் ரசித்த அந்த மெல்லிய, காதல் அடையாளக்குறி பொறித்த கையோடு என் மனதில் ஒன்று கலந்திருந்தது. என் கண்கள் குருடாவதற்கு முன் இவ்வளவு ஜோதிமயமான அழகை எனக்குக் காட்டியதற்காக இறைவனுக்கு நன்றி தெரிவித்தேன். சீக்கிரத்திலேயே நான் குருடாகப் போகிறேன் என்று எப்படி எனக்குத் தெரியும்? அதென்னவோ நானறியேன்! என்னுடைய இந்த உள்ளுணர்வை, என்னருகே மெழுகுவர்த்தியை பிடித்துக்கொண்டு என் கையில் விரித்திருக்கும் புத்தகத்தை கவனமாகப் பார்த்துக்கொண்டிருக்கும் இந்த கருப்போடு பகிர்ந்து கொள்ளலாமென்று அவனை நோக்கித் திரும்ப, வேறு ஏதோ என் வாயிலிருந்து வந்தது:

"இந்த ஆச்சரியகரமான கைவண்ணத்தைப் பார். பிஹ்ஸாத் வரைந்தது இது."

என் கை தானாக கருப்பின் கையைத் தேடிச்சென்று பற்றிக் கொண்டது, என் இளமையில், என்னிடம் பயிலும் மாணவர்களின் மென்மையான, வெல்வெட் போன்ற கைகளை பிடித்திருப்பதைப் போல. அவர்களையெல்லாம் நான் வெகுவாக நேசித்திருக்கிறேன். இவனுடைய கை வழவழப்பாகவும் உறுதியாகவும் என்னைவிட வெதுவெதுப்பாகவும் இருந்தது. இலேசாகவும் அகலமாகவும் இருந்த அவன் கையின் நரம்போடிய மணிக்கட்டுப்பகுதி எனக்கு கிளர்ச்சியை உண்டாக்கியது. நான் இளைஞனாக இருந்தபோது, மாணவர்களுக்கு

தூரிகையை எப்படிப் பிடிப்பது என்று சொல்லிக் கொடுப்பதற்கு முன் அவர்களுடைய கைகளை என் உள்ளங்கையில் வைத்து பிடித்துக் கொள்வேன். அவர்களை அன்போடு நான் பார்க்கும்போது அவர் களுடைய இனிமையான விழிகள் பயத்தில் மிரண்டிருக்கும். கருப்பை அப்படித்தான் பார்த்தேன். அவன் கண்மணியில் அவன் பிடித்திருந்த மெழுகுவர்த்தியின் ஜோதி பிரதிபலிப்பதை பார்த்துக்கொண்டே, "நுண்ணோவியர்களாகிய நாமெல்லோரும் உடன்பிறப்புகள்" என்றேன். "ஆனால் எல்லாமே ஒரு முடிவுக்கு வந்துகொண்டிருக்கிறது."

"எப்படிச் சொல்கிறீர்கள்?"

கண்பார்வையை இழக்கநேரும் நாளுக்காக ஏங்கிக் கொண் டிருக்கும் ஒரு மகத்தான கலைஞனைப்போல, தன் காலத்தை ஒரு பிரபுவுக்கோ அல்லது ஒரு இளவரசனுக்கோ அர்ப்பணித்துவிட்டு, அவரது கலைக்கூடத்தில் தன் மூதாதையரின் பாணியிலேயே ஆகச் சிறந்த படைப்புகளை உருவாக்கிவிட்டு, எப்போதாவது தன் புரவலன் தனது கடைசி யுத்தத்தில் தோற்றுவிட்டால் புதிய அரசர்கள் படை யெடுத்துவந்து கலைக்கூடத்தை சூறையாடி, தைக்கப்பட்ட ஓவிய நூல்களை பக்கம் பக்கமாக கிழித்தெறிந்து, மிச்சமிருப்பவற்றையும் தான் வெகுகாலமாக நம்பி வந்த விழுமியங்களையும் தன் சொந்த கண்டுபிடிப்புகளைப் போலவும் தன் சொந்த குழந்தைகளைப் போலவும் பாதுகாத்து வந்த பொக்கிஷங்களையும் மலினப்படுத்தி, அழித்தொழித்து விடுவார்களென்ற யதார்த்தத்தை உணர்ந்திருக்கும் ஒரு பேரோவிய னாக, "எல்லாமே ஒரு முடிவுக்கு வந்துகொண்டிருக்கிறது" என்றேன். ஆனால் இதை கருப்பிற்கு வேறுவிதமாக விளக்கவேண்டும்.

"இந்த ஓவியம் மாபெரும் கவிஞர் அப்துல்லா ஹதீஃபியினுடை யது" என்றேன். "ஷா இஸ்மாயில் ஹெராத்தை கைப்பற்றியபோது, எல்லோரும் ஓடிச்சென்று அந்த அரசனின் காலடியில் விழுந்து அடிவருடிகளாக அடைக்கலமாகிவிட்டனர். ஆனால் பெருங்கவி யான ஹதீஃபி மட்டும் தன் வீட்டிலேயே இருந்தார். ஷா இஸ்மாயில் நகரத்திற்கு வெளியேயிருந்த ஹதீஃபியின் வீட்டிற்கு தானே நேரில் சென்று சந்தித்தார். இது ஹதீஃபி என்பதை அறிவோம். பிஹ்ஸாத் வரைந்திருக்கும் முகத்தை வைத்து அல்ல, படத்திற்கு கீழே எழுதி யிருக்கும் குறிப்பை வைத்து, இல்லையா?"

கருப்பு "ஆமாம்" என்பதைப்போல தன் அழகிய விழிகளால் என்னை நோக்கினான். "ஓவியத்தில் உள்ள கவிஞனின் முகத்தைப் பார்க்கும்போது அது வேறுயாருடைய முகமாகவும் இருக்கலாம் என்பது போலத்தான் நாம் பார்க்கிறோம். அப்துல்லா ஹஃதீபி இங்கிருந்தால், இறைவன் அவர் ஆன்மாவை சாந்தியுறச் செய்வா ராக, இந்தப் படத்தில் இருக்கும் முகத்தை வைத்துக்கொண்டு அவரை நம்மால் அடையாளம் காணமுடியுமென்று சொல்லமுடியாது. ஆனாலும் இவ்வோவியத்தை முழுமையாக வைத்துப் பார்க்கையில்

சொல்லிவிடலாம்; ஓவியத்தை வடிவமைத்ததிலேயே ஏதோ இருக்கிறது. ஹதீஃபியின் தோரணையில், வண்ணங்களில், மெருகேற்றல்களில், மாமேதை பிஹ்ஸாத்தின் பிரமிக்கவைக்கும் கைவண்ணத்தில், இந்தப்படத்தில் இருப்பது ஒரு கவிஞர்தான் என்ற செய்தி எங்கேயோ பொதிந்திருக்கிறது. கருத்து என்பது நமது கலை உலகத்தில் வடிவத்தை முந்தியதாயிருக்கிறது. நமது சுல்தான் அவர்கள் உன்னுடைய எனிஷ்டேவிடம் தயாரிக்க கட்டளையிட்டிருந்த புத்தகத்தில் பிராங்கிய, வெனீஸிய கலைஞர்களைப் போலிசெய்து நாம் ஓவியம் தீட்டத் தொடங்கும்போது, கருத்தின் செயற்களம் முடிவுபெறுகிறது, வடிவத்தின் செயற்களம் தொடங்குகிறது. இருந்தபோதிலும், வெனீஸிய முறைகளில் . . .”

“என் எனிஷ்டே, அவர் ஆன்மா நிரந்தர அமைதியில் தங்கட்டும், கொலை செய்யப்பட்டிருக்கிறார்” என்றான் கருப்பு முரட்டுத்தனமாக.

என் கைக்குள் அடைக்கலமாகியிருந்த கருப்பின் கரத்தை வருடிக் கொடுத்தேன். ஒருநாள் மகத்தான ஓவியங்களை சிருஷ்டிக்கப்போகும் ஓர் இளம் மாணவனின் குட்டிக்கையை தட்டிக்கொடுப்பதுபோல தட்டிக்கொடுத்தேன். மௌனமாகவும் மரியாதையோடும் பிஹ்ஸாத்தின் படைப்பைக் கொஞ்சநேரம் பார்த்திருந்தோம். பின்னர், கருப்பு தன் கையை விடுவித்துக்கொண்டான்.

“சென்ற பக்கத்திலிருந்த செஸ்நட் குதிரையின் நாசியை சோதித்துப் பார்க்காமலேயே வேகமாகத் திருப்பிவிட்டோம்” என்றான்.

“அவற்றில் ஒன்றுமில்லை” என்றபடியே அவனே பார்த்துக் கொள்ளட்டுமென்று முன்பக்கத்திற்குத் திருப்பினேன். அந்தக் குதிரைகளின் நாசித்துவாரங்களில் அசாதாரணமாக எதுவும் இருக்கவில்லை.

கருப்பு சின்ன பையனைப்போல, “அந்த வினோதமான நாசி அமைப்புள்ள குதிரையை எப்போது கண்டுபிடிப்போம்?” என்று கேட்டான்.

ஆனால் விடியலை நோக்கி நகர்ந்து கொண்டிருந்த பின்னிரவில் ஷா தாமஸ்ப்பின் ‘பேரரசர்களின் நிகண்டு’ என்ற அப்புகழ்பெற்ற நூலை பல்வேறு வண்ணப் பட்டுத்துணிக் குவியலுக்கு அடியிலிருந்த ஓர் இரும்புப் பெட்டகத்தில் நாங்கள் கண்டுபிடித்து வெளியே எடுத்தபோது, கருப்பு ஒரு சிவப்பு உஷாக் தரைவிரிப்பில் சுருண்டு படுத்து நன்றாகத் தூங்கிக் கொண்டிருந்தான். அழகான வடிவத்திலிருந்த அவன் தலை முத்துக்கள் தைக்கப்பட்ட ஒரு வெல்வெட் தலையணையில் சாய்ந்திருந்தது. இதற்கிடையே அம்மகத்தான பெருநூலின் மீது பற்பல வருடங்கள் கழித்து என் கண்களை பதித்தபோது, அன்றைய தினம் எனக்கு அப்போதுதான் தொடங்கியிருக்கிறது என்பதை உடனே உணர்ந்தேன்.

இருபத்தைந்து வருடங்களுக்கு முன் தொலைவிலிருந்து நான் பார்த்த இச்சரித்திரப்புகழ் பெற்ற புத்தகம் மிகப்பெரியதாகவும் கனமாகவும் இருந்தது. ஐஸ்மி ஆகாவும் நானும் சேர்ந்து தூக்கும் போதும் சிரமமாக இருந்தது. அதன் அட்டையைத் தொட்டுப்பார்த்த போது, தோல் உறைக்கு உள்ளே மரத்தகடு இருப்பதை உணர்ந்தேன். இருபத்தைந்து வருடங்களுக்கு முன் மாவீரர் சுல்தான் சுலைமான் காலமானபோது ஷா தாமஸ்ப் பெரிதும் அகமகிழ்ந்து போனான். தாப்ரீஸை மூன்றுமுறை ஆக்கிரமித்த இந்த சுல்தான் ஒருவழியாக செத்துத் தொலைத்த மகிழ்ச்சியில், சுலைமானின் வாரிசான சுல்தான் சலீமுக்கு மூன்று ஒட்டகங்களில் பரிசுப்பொருட்களை அனுப்பிய தோடல்லாமல் அவனது கருவூலகத்திலிருந்து இரண்டு மிகஅழகான புத்தகங்களான ஒரு பகட்டான குர்ஆனையும் இந்த நூலையும் சேர்த்து வழங்கினான். முதலில் முன்னூறு பேரைக்கொண்ட ஒரு பாரசீக தூதுக்குழு இப்பெருநூலை புதிய சுல்தான் வேட்டையாடி ஓய்வெடுத்துக் கொண்டிருந்த எதிர்னேவிற்கு கொண்டு சென்றது. அதன் பிறகு ஒட்டகங்களும் கோவேறு கழுதைகளும் இதர பரிசுப் பொருட்களைச் சுமந்துவர, இப்பெருநூல் இஸ்தான்புல்லை வந்தடைந் தது. தலைமை ஓவியர் கருப்பு மேமியும் இளம் ஓவியர்களான நாங்கள் மூன்றுபேரும் இந்நூலை கருவூலத்தில் வைத்து பூட்டப்படு வதற்கு முன் பார்ப்பதற்குச் சென்றிருந்தோம். ஹிந்துஸ்தானிலிருந்து கொண்டுவரப்பட்ட யானையையும், ஆப்பிரிக்காவிலிருந்து கொண்டு வரப்பட்ட ஒட்டகச் சிவிங்கியையும் பார்ப்பதற்கு ஓடிய இஸ்தான் புல்வாசிகளைப்போல நாங்கள் அரண்மனைக்கு ஓடினோம். மாமேதை பிஹ்ஸாத் முதுமையுற்று, கண்பார்வையை இழந்து ஹெராத்திலிருந்து தாப்ரீஸிற்குச் சென்றுவிட்டதால் இந்நூலில் அவர் பங்கெடுத்துக் கொள்ளவில்லையென்று குருநாதர் கருப்பு மேமி கூறினார்.

வழக்கமாக ஏழு அல்லது எட்டு ஓவியங்கள் மட்டுமே இடம் பெற்றிருக்கும் சாதாரண நூல்களைப் பார்த்தே பிரமித்துப் போகின்ற எங்களைப் போன்ற ஆட்டமன் நுண்ணோவியர்களுக்கு மாபெரும் ஓவியங்களாக மட்டுமே 250 இருக்கும் இந்தப் பெருநூலை புரட்டிப் பார்ப்பதென்பது பூலோக சொர்க்கம் போன்ற ஓரிடத்தை, அங்கே வசிப்பவர்களெல்லாம் உறங்கிக் கொண்டிருக்கும்போது சுற்றிப் பார்ப்பதைப் போலிருந்தது. சொர்க்கத்தின் பூந்தோட்டம் கணப் பொழுதிற்கு கண்ணில் தோன்றி மறைவதைப்போல நம்பமுடியா பேரழகோடு ஒளிவீசும் வண்ணப்படப் பக்கங்களை பயபக்தியோடு பார்த்திருந்தோம். அடுத்த இருபத்தி ஐந்து வருடங்களுக்கு கருவூலத் திற்குள் வைத்து பூட்டப்பட்ட இந்நூலைப் பற்றித்தான் விவாதித்துக் கொண்டிருந்தோம்.

மாபெரும் அரண்மனைக் கதவை திறப்பதைப்போல 'பேரரசர் களின் நிகண்டு'வின் கனமான அட்டையைத் திறந்தேன். பக்கங்களைப்

புரட்டும்போது எழுந்த இனிமையான சரசரப்பில் பிரமிப்பைவிட எனக்கு துயரவுணர்வே மேலோங்கியது.

1. இஸ்தான்புல்லின் எல்லா நுண்ணோவியக் கலைஞர்களும் இந்நூலின் பக்கங்களிலிருந்து படங்களைத் திருடியிருக்கின்றனர் எனக் கூறப்படும் கதைகளைக் கேட்டிருப்பதால் என்னால் படங்களில் முழுக் கவனத்தையும் செலுத்த இயலவில்லை.

2. ஏதோ ஒரு மூலையில் பிஹ்ஸாத்தின் கையால் வரைந்தது ஏதாவது கண்ணில்படும் என்ற நம்பிக்கையால் ஒவ்வொரு ஐந்து அல்லது ஆறு படங்களுக்குக்கொருமுறை தட்டுப்படுகின்ற ஆகச்சிறந்த அற்புத ஓவியங்களை முழுமனதோடு ஈடுபட்டு என்னால் ரசிக்க முடியவில்லை (எவ்வளவு தீர்மானத்தோடும் எவ்வளவு வீரத்தோடும் தாஹ்முராஸ் தனது தண்டாயுதத்தை அரக்கர்கள், ராட்சசர்களின் தலைகளின்மேல் அடிக்கிறான்! ஆனால் பின்னர், சமாதானமாகி அவர்கள்தாம் அவனுக்கு கிரேக்க மற்றும் இதர மொழிகளை, எழுத்துகளை கற்றுத்தரப் போகின்றனர்).

3. குதிரைகளின் நாசிகளும் கருப்பு மற்றும் குள்ளனின் அருகாமையும் என்னெதிரேயிருக்கும் ஓவியங்களில் என்னை முற்றிலுமாக இழந்துபோவதிலிருந்து தடுத்து நிறுத்தியிருந்தன.

மகத்தான நுண்ணோவியர்கள் அனைவரின் மீதும் கவியும் தெய்வீக அருளைப்போல, என் விழிகளை இருண்மையின் வெல்வெட் திரைகள் மூடிமறப்பதற்கு முன் இந்த உன்னதமான பெருநூலை முற்றிலுமாகக் கண்டு ரசிப்பதற்குத் தனது வரையா வள்ளன்மையால் அல்லாஹ் எனக்கு அருள்புரிந்திருந்தாலும், இச்சித்திரங்களை என் இதயத்தால் நுகர்வதை விடுத்து என் பட்டறிவைக் கொண்டு பார்த்து வருவது ஏமாற்றமாகவே இருந்தது. உறைபனிக் கல்லறைபோல போகப்போக ஆகிவிட்டிருந்த கருவூலகத்தை விடியலின் வெளிச்சம் தீண்டியபோது, இந்த ஈடிணையற்ற நூலின் மொத்தமுள்ள 259 ஓவியங்களையும் பார்த்து முடித்துவிட்டிருந்தேன். இவற்றை என் அறிவைக் கொண்டு பார்த்த காரணத்தால், காரண காரியங்களில் மட்டும் ஆர்வமிருக்கிற ஓர் அராபிய அறிஞரைப்போல இவ்வோவியங்களை வகைப்படுத்த முயற்சிக்கிறேன்:

1. அந்தக் கொலைகார ஈனன் வரைந்திருந்ததைப்போல நாசித்துவாரங்களைக் கொண்ட குதிரையை என்னால் எங்குமே கண்டுபிடிக்க இயலவில்லை: தூரானில் இருக்கும் குதிரைத் திருடர்களை ருஸ்தம் பிடித்தபோது காணப்பட்ட பல்வேறு நிறங்களிலான குதிரைகளில் காணப்படவில்லை; அராபிய சுல்தான், ஃபெரிதுன் ஷாவிற்கு அனுமதி

என் பெயர் சிவப்பு

மறுத்துவிட்டபின், அவனது அசாதாரணமான குதிரைகள் டைக்ரிஸை நீந்திக் கடக்கும் படத்தில் காணப்படவில்லை; கஸார்கள், எகிப்தியர், பெர்பெர்ரியர்கள், அராபியர்கள் உள்ளிட்ட அலெக்ஸாண்டரின் பராக்கிரம மிக்க படைகளின் போர்க்குதிரைகளில் காணப்படவில்லை; இறைவனின் விதிக்கெதிராக கலகம் செய்ததால் தெய்வக் குற்றமாகி மூக்கிலிருந்து தொடர்ந்து ரத்தம்வடிகிற சாபத்திற்குள்ளான ஷா யாஸ்திகிரூது, தன் நோயைத் தீர்க்கும் பச்சை ஏரிக்கரையில் ஒரு தெய்வீகக் குதிரையால் மிதிபட்டு சாகின்ற படத்தில் காணப்படவில்லை; ஆறேழு நுண்ணோவியர்கள் வரைந்திருந்த நூற்றுக்கணக்கான புராணிக, பரிபூரண குதிரைகளில் காணப்படவில்லை. இருப்பினும், கருவூலகத்தில் உள்ள இதர நூல்களை ஆராய்ந்து பார்ப்பதற்கு இன்னும் ஒரு முழுதினத்திற்கு அதிகமாகவே எனக்கிருக்கிறது.

2. கடந்த இருபத்திஐந்து வருடங்களாகத் தொடர்ந்து ஒரு வதந்தி நுண்ணோவியர்களுக்கிடையே உலவி வருகிறது. சுல்தான் அவர்களின் விசேஷ அனுமதியைப் பெற்றுக் கொண்டு ஒரு நுண்ணோவியன், இந்தத் தடைசெய்யப்பட்ட கருவூலகத்திற்குள் நுழைந்து, இந்த அற்புதமான நூலைக் கண்டுபிடித்து, திறந்து, மெழுகுவர்த்தி வெளிச்சத்தில் இதிலுள்ள எழில்மிக்க குதிரைகள், மரங்கள், மேகங்கள், பூக்கள், பறவைகள், பூந்தோட்டங்கள், போர்க்காட்சிகள் போன்ற படங்களை பிற்பாடு பயன்படுத்திக் கொள்வதற்காக தனது கையேட்டில் நகலெடுத்துக் கொண்டான் என்பது அந்த வதந்தி... எப்போதாவது ஓர் ஓவியன் அசாதாரணமாக, பிரமிப்பூட்டும்படி ஓர் ஓவியத்தை வரைந்துவிட்டால், மற்ற கலைஞர்களிடையே பொறாமை உண்டாகி இப்படிப்பட்ட வதந்திகள் கிளம்பும். அந்த ஓவியத்தை கேவலப்படுத்துவதைப்போல, அது தாப்ரீஸிலிருந்து வந்த பாரசீகப் படைப்பு என்று பேசுவார்கள். அப்போது தாப்ரீஸ், ஆட்டமன்னின் ஆளுகைக்குட்பட்டு இல்லை. இத்தகைய அவதூறுகள் என்னை நோக்கி வீசப்படும்போது, நியாயப்படி எனக்கு பெரும் கோபம் உண்டானாலும் ரகசியமாக பெருமையாக இருக்கும்; ஆனால் மற்றவர்களைப்பற்றி கேள்விப்படும்போது, அவை உண்மையென்று நம்புவேன். இருபத்திஐந்து வருடங்களுக்குமுன் இந்த நூலைப்பார்த்த நுண்ணோவியர்கள் எங்கள் நான்கு பேரிடமும் ஏதோ ஒரு வினோதமான வகையில் அதன் பிம்பங்கள் எங்கள் நினைவுகளில் ஊன்றிப் பதிந்துவிட்டன என்பதை இப்போது வருத்தத்துடன் உணர்கிறேன். அப்போது

முதல் அவற்றை நினைவுகூர்ந்து, உருமாற்றி, வடிவத்தை மாற்றி நமது சுல்தான் அவர்களின் புததகங்களில் ஓவியங் களாகத் தீட்டியிருக்கிறோம். இத்தகைய புத்தகங்களை கருவூலகத்தைவிட்டு வெளியே எடுத்துவந்து எங்களுக்குக் காட்டாத மிகையான சந்தேகப் பிராணிகளான சுல்தான் களின் இரக்கமற்ற தன்மையைவிட நமது ஓவிய உலகத் தின் குறுகலான மனப்பான்மைதான் என் ஆன்மாவை பெரிதும் சோர்வுக்குள்ளாக்கியது. ஹெராத்தின் மாபெரும் கலைஞர்களானாலும் சரி அல்லது தாப்ரீஸின் புதிய ஓவியர்களானாலும் சரி, பாரசீக ஓவியர்கள், ஆட்டமன் களாகிய நம்மைவிட மிக அதிகமான, அளவில் ஆகச்சிறந்த, அற்புதமான அசாதாரணமான ஓவியங்களைப் படைத்திருக் கின்றனர்.

திடீரென மின்வெட்டுப்போல, இன்னும் இரண்டு நாட்களில் என்னுடைய நுண்ணோவியர்கள் எல்லோருடனும் என்னையும் சேர்த்து சித்திரவதைக்கு உட்படுத்தினால் எவ்வளவு பொருத்தமாக இருக்குமென்று எனக்குத் தோன்றியது. எனது பேனாக்கத்தியின் கூர்முனையால், என்னெதிரே விரிந்திருந்த சித்திரத்தின் கண்களை இரக்கமின்றி சுரண்டியெடுத்தேன். இந்தப்படம், ஹிந்துஸ்தானின் தூதுவர் கொண்டுவந்திருந்த ஒரு சதுரங்கப்பலகை, காய்களை வெறுமனே பார்த்துவிட்டே அந்தச் சதுரங்க விளையாட்டை கற்றுக் கொண்டு, அந்த ஹிந்து அதிகாரியை அவருடைய விளையாட் டிலேயே தோற்கடித்துவிட்ட ஒரு பாரசீக அறிஞரைப் பற்றியது! ஒரு பாரசீகப்புளுகு! சதுரங்க விளையாட்டு வீரர்கள், ஷா, விளை யாட்டை பார்த்துக் கொண்டிருக்கும் அவருடைய ஆட்கள் என ஒவ்வொருவரின் கண்களையும் சுரண்டியெடுத்தேன். பக்கங்களை முன்னால் திருப்பி இரக்கமில்லாமல் சண்டையிட்டுக் கொண்டிருக்கும் ஷாக்கள், பிரமிக்கவைக்கும் போர்க்கவசங்கள் அணிந்து மாபெரும் படைகளின் அங்கமாக அணிவகுக்கும் போர்வீரர்கள், தரையில் வீழ்ந்திருக்கும் வெட்டுண்ட தலைகள், எல்லோரது கண்களையும் பச்சாதாபமின்றி தோண்டியெடுத்தேன். மூன்று பக்கங்களுக்கு இதையே செய்து முடித்தபின்பு என் பேனாக்கத்தியை மடக்கி என் இடுப்பு வாரில் செருகிக் கொண்டேன்.

என் கைகள் நடுங்கின, ஆனால் அப்படியொன்றும் பயப்பட வில்லை. ஓவியனாகக் கழித்த இந்த ஐம்பது வருடங்களில் அடிக்கடி நான் சந்தித்திருந்த இந்த வினோதமான செய்கையைப் புரிந்த கிறுக்கர் கள் எப்படி உணர்ந்திருப்பார்களோ, அப்படியா நானும் இப்போது உணர்கிறேன்? நான் இந்தப் புத்தகத்தில் குருடாக்கிய கண்களிலிருந்து ரத்தம் பெருக்கெடுத்து பக்கங்களில் வழிவதைவிட வேறெதையும் நான் இப்போது விரும்பவில்லை.

3. இது என் வாழ்க்கையின் இறுதியில் எனக்காகக் காத்திருக்கும் வேதனைக்கும் ஆறுதலுக்கும் என்னை கொண்டுவருகிறது. பாரசீகத்தின் மகாமேதைகளான ஓவியர்களை ஊக்கப்படுத்தி ஷா தாமஸ்ப் உருவாக்கி முடித்த இந்த அபாரமான நூலில் மாமேதை பிஹ்ஸாத்தின் பேனா எந்த இடத்திலும் படவேயில்லை. அவருடைய அற்புதமான கைவண்ணம் எங்குமே காணக்கிடைக்கவில்லை. இது, பிஹ்ஸாத் தனது வாழ்வின் கடைசி வருடங்களில், ஹெராத்திலிருந்து – அது அப்போது அனுகூலமில்லாததாக இருந்தது –தாப்ரீஸிற்கு தப்பியோடியபோது கண்பார்வையற்றிருந்தார் என்பதை உறுதிப்படுத்துகிறது. தன் வாழ்நாள் முழுக்க பணியாற்றிய பண்டைய கலைஞர்களின் பரிபூரணத்தை அவர் அடைந்தபிறகு, வேறெந்தவொரு கலைக் கூடத்திற்காகவும் அல்லது ஷாவிற்காகவும் தனது ஓவியத்தை கறைப்படுத்திக் கொள்வதிலிருந்து தவிர்ப்பதற்காக தன்னைத் தானே அந்த மாபெரும் கலைஞர் குருடாக்கிக் கொண்டிருக்கிறார் என்பதை பெருத்த மகிழ்ச்சியோடு உறுதிசெய்து கொண்டேன்.

அப்போது, கருப்பும் குள்ளனும் அவர்கள் தூக்கிவந்த ஒரு கனமான நூலை என்னெதிரே வைத்துத் திறந்தனர்.

“இல்லை, இது கிடையாது” அவர்கள் மனம் புண்படாமல் சொன்னேன். “இது மங்கோலிய ‘பேரரசர்களின் நிகண்டு’. அலெக்ஸாண்டரின் இரும்புக் குதிரைப்படையின் இரும்புக் குதிரைகள் இரசக் கற்பூரத்தால் நிரப்பப்பட்டு விளக்குகள்போல எரிக்கப்பட்டன. பின் எதிரிகள்மீது அவற்றின் நாசித்துவாரங்களிலிருந்து நெருப்பு அம்புகள் ஏவப்பட்டன.”

ஜ்வாலை பறக்கும் இரும்புப்படை, சீன ஓவியங்களிலிருந்து நகலெடுக்கப்பட்டிருப்பதை பார்த்தோம்.

“ஜஸ்மி ஆகா” என்று அவனை அழைத்தேன். “இந்தப் புத்தகத்தை 25 வருடங்களுக்கு முன் பரிசளித்தபோது, ஷா தாமஸ்ப்பின் பாரசீகத் தூதுவர்கள் இதனோடு சேர்த்தளித்த பரிசுகள் பற்றிய விபரங்கள் ‘சுல்தான் சலீமின் நிகழ்ச்சிக் கோவை’ என்ற தொகுப்பில் பிற்பாடு குறிக்கப்பட்டுள்ளன . . .”

அவன் ‘சுல்தான் சலீமின் நிகழ்ச்சிக்கோவை’யை உடனே தேடிக் கண்டுபிடித்து என் முன்னே வைத்தான். ‘பேரரசர்களின் நிகண்டு’வை மற்ற பரிசுப் பொருட்களோடு சுல்தான் சலீமிற்கு தூதுவர்கள் பரிசளிக்கும் சித்திரம் உயிரோட்டமிக்க வர்ணங்களில் தீட்டப்பட்டு அட்டையிலேயே இடம்பெற்றிருந்தது. மற்ற பரிசுப் பொருட்களின் பட்டியல் இதனோடு சேர்த்தே இணைக்கப்பட்டிருக்க, அவற்றை

ஒவ்வொன்றாக படித்துக்கொண்டே வந்தேன். வெகுகாலத்திற்கு முன் படித்ததுதான், ஆனால் நம்பமுடியாதபடிக்கு விசித்திரமாக அப்போது தோன்றியதால் மறந்துபோய்விட்டிருந்தன:

பார்போற்றும் ஹெராத்தின் பெரும் கலைஞர், நுண்ணோவிய மேதைகளுக்கெல்லாம் மாமேதை பிஹ்ஸாத், தன் மேன்மை மிகு விழிகளை குருடாக்கிக்கொண்ட, நீலப்பச்சைமணிக்கற்களும் ராஜமுத்துக்களும் கைப்பிடியில் பதித்த தங்க இறகு ஊசி.

குள்ளனிடம் 'சுல்தான் சலீமின் நிகழ்ச்சிக்கோவை'யை எங்கிருந்து எடுத்தான் என்று கேட்டேன். கருவூலகத்தின் புழுதி படிந்த இருட்டுக் குள்ளே அலமாரிகளுக்கும் துணிக்குவியல்களுக்கும் தரைவிரிப்பு அடுக்குகளுக்கும் இடையே புகுந்து, மாடிப்படிகளுக்கு கீழே குனிந்து அவன் பின்னால் சென்றேன். எங்கள் நிழல்கள் இப்போது சுருங்கி, இப்போது பெரிதாகி, கேடயங்களையும் யானைத் தந்தங்களையும் புலித்தோல்களையும் தாண்டிப் பரவுவதை கவனித்துக்கொண்டே சென்றேன். அடுத்ததாக இருந்த அறை ஒன்றில் இதேவிதமான வினோதச் சிவப்புத் துணி, வெல்வெட் ஊடாக கசிந்து எங்கும் விரவியிருக்க, ஓர் இரும்பு அலமாரிக்குப் பக்கத்தில், 'பேரரசர்கள் நிகண்டு' எங்கேயிருந்ததோ, அந்த இடத்தில் வேறு சில தடிமனான நூல்கள், தங்கம் வெள்ளியில் ஜரிகையிட்ட துணிவிரிப்புகள், மெருகிடப் படாத சிலோன் கல், மாணிக்கம் பதித்த குறுவாட்கள் ஆகியவற்றிற்கு அடுத்து ஷா தாமஸ்ப் அனுப்பியிருந்த வேறுசில பரிசுப்பொருட்களை யும் பார்த்தேன்: இஸ்ஃபஹானிலிருந்து பட்டுவிரிப்புகள், யானைத் தந்தத்தில் சதுரங்கப்பலகை, அதன்பிறகு வேறு ஏதோவொன்று என் கண்ணைக்கவர, அது ஒரு பேனா பெட்டி. சீன டிராகன்களும் கிளைகளும் வரைந்து ராஜமுத்துக்கள் பதித்த அந்தப் பேழை நிச்சயம் தாமெர்லேன் காலத்தையது. அதைத் திறந்ததுமே லேசாக எரிந்த காகித வாசனையும் பன்னீர் மணமும் வந்தது. உள்ளே அந்த நீலப் பச்சை மணிக்கற்களும் ராஜமுத்தும் பதித்த, தலைப்பாகையில் இறகுக் குஞ்சத்தை குத்திவைப்பதற்கான ஒரு தங்கஊசி. அந்த ஊசியை எடுத்து உள்ளங்கையில் வைத்துக்கொண்டு ஆவியைப்போல என் இடத்திற்கு திரும்பி வந்தேன்.

தனியாக இருந்தேன். மாமேதை பிஹ்ஸாத் தன்னை குருடாக்கிக் கொண்ட அந்த ஊசியை 'பேரரசர்களின் நிகண்டு'வின் பிரித்துவைத் திருந்த பக்கத்தின்மேல் வைத்து வெறித்துப் பார்த்துக்கொண்டிருந்தேன். என் உடம்பை நடுநடுங்க வைத்துக்கொண்டிருந்தது அவர் தன்னை குருடாக்கிக் கொண்ட ஊசியைப் பார்த்து அல்ல; அற்புதங்களை உருவாக்கிய அவர் கையால் தொட்டிருந்த ஒரு பொருளை நேரடி யாகப் பார்ப்பதுதான் எனக்குள் நடுக்கத்தை உண்டாக்கியிருந்தது.

எதற்காக இந்தப் பயங்கரமான ஊசியை ஷா தாமஸ்ப் சுல்தான் சலீமிற்கு பரிசளிக்கும் புத்தகத்தோடு சேர்த்துக் கொடுத்தான்?

பிஹ்ஸாத்தின் மாணவனாக சிறுவயதில் இருந்த இந்த ஷா, இளைஞு னாக இருந்தபோது பல கலைஞர்களுக்கு புரவலனாக இருந்திருக் கிறான். வயதான காலத்தில் முற்றிலுமாக மாறி, கவிஞர்கள், ஓவியர் களை தனது உள்வட்டத்திலிருந்து வெளியேற்றிவிட்டு, மனதை முற்றிலும் இறைநம்பிக்கையிலும் தொழுகையிலும் மட்டுமே செலுத்தி வந்ததால் இருக்குமோ? இந்தக் காரணத்தால்தான் பத்துவருடங்கள் கலைஞர்களின் கடும் உழைப்பில் உருவான இப்புத்தகத்தை பரிசாக அளித்துவிட மனம் வந்ததோ? இந்த ஊசியை அனுப்பியதற்குக் காரணம், அந்த மகத்தான கலைஞன் தானாகவே தன் கண்களைக் குத்திக்கொண்டார் என்பது எல்லோருக்கும் தெரியவேண்டும் என்பதற் காகவா அல்லது இந்தப்புத்தகத்தை ஒருமுறை பார்த்தவர்களுக்கு வேறு எதனையும் இவ்வுலகத்தில் பார்ப்பதற்குத் தோன்றாது என்று அடிபட்டுக்கொண்டிருந்த ஒரு பேச்சை உறுதி செய்வதற்காகவா? எதுவாக இருந்தபோதிலும் இந்தப் புத்தகம் ஒன்றும் மகத்தானதொரு படைப்பு அல்லவென்று ஷாவிற்குத் தோன்றியிருக்கிறது. தனது இளமையில் ஓவியத்திற்காக சிறுபிள்ளைத்தனமாக நேரத்தை செல வழித்து பாவம் புரிந்திருக்கிறேன் என்று வயதான காலத்தில் பல அரசர்களுக்கும் தோன்றுகிறார்போல அவனுக்கும் தோன்றியிருக்கிறது.

தமது கனவுகள் நிறைவேறாமற் போயிருக்கின்றனவென்பதை வயதான காலத்தில் உணர்ந்துகொண்ட பல ஓவியர்கள் வெறுப்போடு சொன்ன கதைகள் என் நினைவுக்கு வந்தன: கறுப்பாட்டு அரசன் ஜிஹான் ஷாவின் படைகள் ஷிராஸ் நகருக்குள் நுழைவதற்குத் தயாராக இருந்தபோது, அந்நகரத்தின் புகழ்பெற்ற தலைமை ஓவியர் இபின் ஹூஸாம் “வேறு எந்தப் பாணியிலும் என்னால் ஓவியம் தீட்ட முடியாது” என்று அறிவித்துவிட்டு தன் உதவியாளனை அழைத்து பழுக்கக்காய்ச்சிய இரும்பால் தன் கண்களை பொசுக்கிக் கொண்டார். சிடுசிடுப்பு சுல்தான் சலீம், ஷா இஸ்மாயிலைத் தோற்கடித்து, தாப்ரீஸை கைப்பற்றி, ஏழுசொர்க்க அரண்மனையை சூறையாடிவிட்டு தன்னோடு இஸ்தான்புல்லுக்குக் கூட்டி வந்த நுண்ணோவியர்களில் ஒருவர், தன்னால் ஆட்டமன் பாணியில் ஓவியம் தீட்டி, தனது தரத்தை தாழ்த்திக்கொள்ள முடியாது என்று சில விஷ மருந்துகளைச் சாப்பிட்டு – வரும்வழியில் உடல்நலமில்லாத தால் சாப்பிட்ட மருந்து அது என்று சிலர் கூறுவது தவறாம் – தன் கண்பார்வையை குருடாக்கிக் கொண்டார் என்றுகூட ஒரு வதந்தி இருக்கிறது. நம்பிக்கை இழந்த நேரத்தில் பிஹ்ஸாத் எவ்வாறு விரக்தி யுற்று தன் கண்களை குருடாக்கிக் கொண்டார் என்பதை என் ஓவிய மாணவர்கள் உதாரணமாக எடுத்துக்கொள்ள வேண்டும் என்பதற்காக நான் சொல்வதுண்டு.

மாற்றுவழியே வேறு எதுவுமில்லையா? அங்குமிங்கும் இருக்கிற புதிய முறைகளை பயன்படுத்தி முறைகேடான இடங்களில் ஒரு நுண்ணோவியக் கலைஞன் ஓவியம் வரைந்துகொண்டிருந்தால்,

ஓரளவிற்காகவது அந்த மொத்த கலைக்கூடத்தையும் பண்டைய கலைஞர்களின் பாணிகளையும் காப்பாற்ற முடியாதா?

அழகாக கூர்மையாக இருந்த அந்த இறகு ஊசியின் மிகக்கூரான முனையில் கருப்பாக ஏதோ ஒரு கறை இருந்தது. அது ரத்தக்கறையா அல்லது வேறு ஏதாவதாவென்று என் சோர்வுற்ற கண்ணுக்குத் தெரியவில்லை. சோகமான ஒரு காதல்காட்சி சித்தரிக்கப்பட்டிருக்கும் ஓர் ஓவியத்தை அதற்குப் பொருத்தமான சோகத்தோடு பார்த்து ரசிப்பதைப் போல என் உருப்பெருக்காடியை அந்த ஊசியின் மேலே பிடித்து நெடுநேரம் பார்த்துக் கொண்டிருந்தேன். பிஹ்ஸாத் அதை எப்படி உபயோகப்படுத்தியிருப்பார் என்று கற்பனை செய்து பார்த்தேன். ஒருவருக்கு பார்வை போவதென்றால் சட்டென்று போய்விடாது என்று கேள்விப்பட்டிருக்கிறேன். வெல்வெட் போன்ற இருட்டு மெதுவாகக் கவியும், சிலருக்கு சில நாட்கள் கழித்து, சிலருக்கு சில மாதங்கள் கழித்து என்று. வயதானவர்களுக்கு இயற்கை யாகவே கண்குருடாகும்.

அடுத்த அறைக்குச் செல்லும்போது அது என் கண்ணில் பட்டது. நின்று பார்த்தேன், ஆம், அதேதான்: திருகலான கைப் பிடியோடு கருங்காலிச் சட்டமிட்ட தந்தக் கண்ணாடி. அதன் நீளத்திற்கு வாசகங்கள் அழகாக பொறிக்கப்பட்டிருந்தன. மீண்டும் உட்கார்ந்து என் கண்களை அக்கண்ணாடியில் உற்றுப்பார்த்தேன். மெழுகுவர்த்தி ஜ்வாலை எவ்வளவு அழகாக என் கண்ணின் மணி களில் நாட்டியமாடுகிறது! இதே கண்கள்தான் என் கை அறுபது வருடங்களாக ஓவியம் தீட்டிவருவதைப் பார்த்து வந்திருக்கின்றன.

“மாமேதை பிஹ்ஸாத் எப்படி செய்திருப்பார்?” என்னை நானே மீண்டும் கேட்டுக்கொண்டேன்.

கண்ணாடியிலிருந்து பார்வையை சற்றும் நகர்த்தாமல், கண் களுக்கு மையெழுதும் ஒரு பெண்ணின் லாவகத்தோடு, என் கை தயக்கமில்லாமல் நகர்ந்து அந்த ஊசியை எடுத்துக்கொண்டது. அலங்கார வண்ணம் தீட்டப்பட தயாராக இருக்கும் நெருப்புக் கோழி முட்டையின் முனையில் துளையிடுவதைப்போல, துணிச்ச லோடு, நிதானமாக, உறுதியாக அந்த ஊசியை என் வலது கண்ணின் மணியின்மீது வைத்து அழுத்தினேன். என் உள்ளுறுப்புகள் சுருங்கின. நான் செய்வதை உணர்ந்ததாலல்ல, நான் செய்வதை நானே பார்த்துக் கொண்டிருந்ததால். ஊசியை என் கண்ணுக்குள் ஒரு விரலின் முக்கால்பங்கு ஆழத்திற்கு உள்ளே செருகி, வெளியே எடுத்தேன்.

அந்தக் கண்ணாடியின் சட்டத்தில் பொறிக்கப்பட்டிருந்த ஈரடி வாசகத்தில், கவிஞன் அந்தக் கண்ணாடியைப் பார்க்கின்றவர்களுக்கு நிரந்தர அழகும் அறிவும் கிடைத்திருக்க வாழ்த்திவிட்டு அந்தக் கண்ணாடியும் நீடித்து நிலைத்திருக்க வேண்டியிருந்தான்.

புன்னகைத்துக்கொண்டே இன்னொரு கண்ணுக்கும் அதையே செய்துகொண்டேன்.

வெகுநேரத்திற்கு நான் நகரவேயில்லை. உலகத்தை வெறித்துப் பார்த்தபடி அமர்ந்திருந்தேன்.

நான் எதிர்பார்த்திருந்ததைப்போல உலகத்தின் வண்ணங்கள் இருண்டு போகவில்லை. அவை ஒன்றிற்குள் ஒன்று மிகமெதுவாகக் கசிந்து, கலந்து கொண்டிருந்தன. இன்னமும் என்னால் ஓரளவுக்கு பார்க்க முடிந்தது.

சூரியனின் சோகையான வெளிச்சம் அந்த சிவப்பு, எருது ரத்தநிறத் துணிப்படுதாவின் மேல் விழுந்தது. வழக்கமான சடங்கின் படி தலைமைக் கருவூலரும் அவருடைய ஆட்களும் முத்திரையை உடைத்து பூட்டையும் கதவையும் திறந்தனர். ஜஸ்மி ஆகா சிறுநீர்க் கலத்தையும் விளக்குகளையும் கணப்பையும் மாற்றிவிட்டு புதிய ரொட்டிகள், உலந்த மல்பெர்ரிகளையும் கொண்டுவந்து வைத்துவிட்டு அவர்களிடம், நாசித் துவாரங்களை, விநோதமாக வரையப்பட்ட குதிரைகளை நமது சுல்தான் அவர்களின் புத்தகங்களில் இன்னமும் தேடிக்கண்டுபிடிக்க முடியாததால் தொடர்ந்து தேடப்போகிறோம் என்று அறிவித்தான். உலகத்தின் மிக அழகான ஓவியங்களை, இறைவனின் உலகத்திற்கான பார்வையை வரித்துக்கொண்டு பார்ப்பதை விட வனப்பார்ந்த அனுபவமாக வேறென்ன இருக்கமுடியும்?

●

அத்தியாயம் 52

நான் கருப்பு என்று அழைக்கப்படுகிறேன்

தலைமைக் கருவூலரும் உயர் அதிகாரிகளும் விஸ்தாரமான முஸ்தீபுகளோடு நுழைவாயிலைத் திறந்தவுடன், கருவூலக அறைகளின் வெல்வெட் சிவப்பு வெளிச்சத்திற்கு பழக்கப்பட்டுப் போயிருந்த என் கண்களுக்கு, என்தீருன்னின் ராஜாங்க அந்தரங்க குடியிருப்புப் பகுதியிலிருந்து பிரகாசமாக வீசும் குளிர்கால விடியல் வெளிச்சம் பயங்கரமாகக் கூசியது. அசையாது ஸ்தம்பித்து நின்றிருந்தேன். குருநாதர் ஒஸ்மானும் அப்படியே நின்றிருந்தார். கொஞ்சம் அசைந்தாலும்கூட பாசியும் புழுதியும் மண்டியிருந்த கருவூலத்தின் காற்றில் மிதந்து கொண்டிருக்கும் நாங்கள் கண்டுபிடித்த தடயங்கள் தப்பித்து ஓடிவிடுமென்று தோன்றியது.

ஏதோ ஒரு விந்தையான பொருளை கண்டுவிட்டதைப் போல சுவாரஸ்யமான வியப்போடு குருநாதர் ஒஸ்மான், எதிரே திறந்தவெளியில் வரிசையாக நின்றிருக்கும் கருவூல அதிகாரிகளின் தலைகளுக்கிடையே பாய்ந்துவருகிற வெளிச்ச வெள்ளத்தை வெறித்தபடி இருந்தார்.

கடந்த இரவு, அவர் ‘பேரரசர்களின் நிகண்டு’வின் பக்கங்களை புரட்டிக்கொண்டிருந்ததை கவனித்தேன். இப்போது அவர் முகத்தில் தெரிகின்ற திகைப்பான முகபாவத்தை, உருப்பெருக்காடியின் மேல் தலையைக் கவிழ்ந்துகொண்டு, முகம் இலேசாக நடுங்க, உதடுகளைக் கோணியபடி ஏதோ ஓர் இனிய ரகசியத்தை வெளிப்படுத்தத் தயாராவதைப்போல அப்புத்தகத்திலுள்ள ஓர் ஓவியத்தைப் பார்த்துக் கொண்டிருந்த போதும் கவனித்தேன்.

நுழைவாசல் மீண்டும் சார்த்தப்பட்டதும் அறை அறையாக பொறுமையின்றி அலைந்தேன்; கருவூலகப் புத்தகங்களிலிருந்து

தேவையான தகவல்களை எடுப்பதற்குப் போதிய கால அவகாசம் இருக்கப்போவதில்லையென்று நினைத்தபோது உடல் நடுங்கியது. குருநாதர் ஒஸ்மான் எதற்காக இங்கே வந்தோமோ அதில் தேவை யான அளவு கவனம் செலுத்தவில்லை என்பதை உணர்ந்தேன், அதை அவரிடமும் சொல்லிவிட்டேன்.

மாணவர்களின் கைகளை அன்போடு வருடிக்கொடுப்பதில் நன்கு பழக்கமாகிவிட்ட ஒரு குருநாதரைப்போல என் கையையும் இனிமையாக அழுத்திக்கொடுத்தார். "நம்மைப்போன்ற மனிதர் களுக்கு உலகத்தை இறைவன் காண்பதைப்போல பார்க்க முயற்சிப் பதையும் அவரது நீதியின்பால் நம்மை சரணாகதி ஆக்கிக்கொள் வதையும் தவிர வேறு வழி கிடையாது" என்றார். "இங்கே, இந்தப் படங்களுக்கும் பொக்கிஷங்களுக்கும் இடையே இந்த இரண்டு விஷயங்களும் குவியத் தொடங்குவதாக எனக்கு தீர்மானமாகத் தோன்றுகிறது: இறைவனின் உலகப்பார்வையை நாம் நெருங்கும் போது, அவரது நீதி நம்மை நெருங்குகிறது. இங்கே பார், மாமேதை பிஹ்ஸாத் தன் கண்களைக் குத்தி குருடாக்கிக் கொண்ட ஊசி இதுதான் . . ."

குருநாதர் ஒஸ்மான் உணர்ச்சியேயற்ற குரலில் அந்த ஊசியின் கதையைக் கூறினார். உருப்பெருக்காடிக்குக் கீழேவைத்து நான் சரியாகப் பார்க்கும்படி காட்டிய அந்தப் பயங்கரமான ஊசியின் மிகக் கூர்மையான முனையில் இளஞ்சிவப்பு நிறத்தில் ஏதோ படலமாக இருந்தது.

"முதுபெரும் கலைஞர்களுக்கு அவர்களின் திறமையை, வர்ணங் களை, வரையும் முறைகளை மாற்றிக் கொள்வதற்கு மனசாட்சி உறுத்தும். கிழக்கத்திய ஷா ஒருவர் உத்தரவிட்டபடி ஒருநாள் உல கத்தைப் பார்த்துவிட்டு, மறுநாள் ஒரு மேற்கத்திய அரசன் விருப்பப்படி வேறுவிதமாக உலகத்தைப் பார்ப்பதென்பது அகௌரவமான விஷயமென்று அவர்கள் கருதினர். ஆனால் இன்றைய ஓவியர்கள் அப்படித்தான் நடந்துகொள்கின்றனர்."

அவரது கண்கள் என்மீதோ அல்லது அவர் முன்னாலிருந்த பக்கங்களின் மீதோ மையம் கொண்டிருக்கவில்லை. தூரத்தில் அடையவே முடியாதபடிக்கு இருக்கும் ஒரு வெண்மையை நோக்கி வெறித்துக்கொண்டிருப்பது போலிருந்தார். அவர் முன்னால் திறந்து வைக்கப்பட்டிருந்த 'பேரரசர்கள் நிகண்டு'வில் பாரசீக, துரேனியப் படைகள் ஆக்ரோஷமாக மோதிக்கொண்டிருந்தன. குதிரைகள் ஒன்றோடொன்று மோதித்தள்ளி சண்டையிட்டுக்கொண்டிருக்க, வெறிபிடித்த வீரர்கள் கத்திகளை உருவி ஒருவரையொருவர் வெட்டிக் கொண்டிருந்தனர். கவசங்களை ஈட்டிகள் குத்தி உடைத்துக்கொண் டிருந்தன; தலைகளும் கைகளும் துண்டிக்கப்பட்டிருந்தன. உடல்கள் இரண்டாக வெட்டித்தள்ளப்பட்டு போர்க்களமெங்கும் அங்கங்கள்

சிதறியிருந்தன. இவையெல்லாமே ஏதோ ஒரு திருவிழா கொண்டாட்டத்தின் சந்தோஷத்திற்கு குதூகல நிறக்கலவையில் வரையப்பட்டிருந்தன.

"பண்டைய காலத்தில், ஒரு தேசத்தை வெற்றிகொண்ட அரசர்கள் அந்நாட்டின் பெரும் ஓவியர்களை தமது நாட்டு பாணிக்கு மாறி, தமது கலாச்சாரத்திற்கேற்றவாறு அவர்களை வரைய வற்புறுத்தினால், அம்மகத்தான ஓவியர்கள் தமது கௌரவத்தைக் காப்பாற்றிக் கொள்வதற்காக, வெகுகாலம் வரைந்துகொண்டேயிருந்தால் வரக்கூடிய குருட்டுத்தனத்தை இப்போதே வரவழைத்துக் கொள்ளும்படி இந்த ஊசியை பயன்படுத்திக்கொள்வார்கள். ஆம், இறைவனின் இருண்மையின் தூய்மை அவர்கள் விழிகளின்மேல் ஒரு தெய்வீகப்பரிசாக கவிவதற்கு முன்னால், அவர்கள் ஏதாவதொரு மகத்தான, ஆகச்சிறந்த ஓவியத்தை மணிக்கணக்காக, ஏன் நாட்கணக்காகக்கூட கண்ணிமைக்காமல் உற்றுப்பார்த்துக் கொண்டேயிருப்பார்கள். தலையைக் குனிவதற்கு பதில் உறுதியான வீரத்தோடு இம்முடிவை அவர்கள் ஏற்றுக்கொண்டதால், அந்த ஓவியத்தின்மீது வீழும் அவர்கள் விழிகளின் ரத்தத்துளிகள் அவர்கள் அனுபவித்த எல்லா தீவினைகளையும் நீக்கிவிடும். அவர்களின் விழிகள் மெதுவாக பஞ்சடைத்து குருட்டுத்தன்மைக்கு அமைதியாக நழுவிச்செல்லும். குருடர்களின் அந்த தெய்வீக இருண்மையை நான் அடைவதற்கு முன், எந்த மகத்தான ஓவியத்தை என் கண்ணெதிரே வைத்து உற்றுப்பார்த்திருப்பேன் என்று உனக்குத் தெரியுமா?"

சிறு வயது ஞாபகம் ஒன்றை நினைவுகூர்வதைப்போல, கண் மணிகள் சுருங்கி விழிவெண்படலம் விரிவடைந்துவிட்ட அவர் கண் களைக் கருவூலத்தின் சுவர்களைத் தாண்டி எதிலோ நிலைநிறுத்தியிருந்தார்.

"ஹெராத்தின் பண்டைய பாணியில் தீட்டப்பட்ட அந்தக் காட்சி ... ஹுஸ்ரேவ் காதல் நெருப்பு அவனுக்குள் கொழுந்துவிட்டெரிய, குதிரையைப் பிடித்துக்கொண்டு நடந்துவந்து ஷிரினின் கோடை இல்லத்துக்கு வெளியே காத்திருப்பானே, அந்த ஓவியத்தைத் தான்!"

அவர் அந்தப்படத்தை ஏதோ ஒரு சோகக்கவிதையை விவரிப்பதைப்போல முற்கால கலைஞர்களின் குருட்டுத்தன்மையை வர்ணித்து சொற்பொழிவாற்றப் போகிறார் என்று பயந்து, "என் மரியாதைக்குரிய குருநாதர் அவர்களே" என்று குறுக்கிட்டேன். "நான் நிரந்தரமாக கண்ணில் வைத்துப்பார்த்துக்கொண்டே இருக்க விழைவது என்னருமைக் காதலியின் மென்மையான முகத்தைத்தான். எங்களுக்குத் திருமணமாகி மூன்று நாட்கள்தான் ஆகின்றன. பனிரெண்டு வருடங்கள் அவளுக்காக நான் ஏங்கிக்கொண்டிருந்திருக்கிறேன். ஹுஸ்ரேவின் படத்தைப் பார்த்துவிட்டு ஷிரின் காதல்வயப்படும் காட்சி

எனக்கு என் காதல் மனைவியைத் தவிர வேறு யாரையும் ஞாபகப் படுத்துவதில்லை.”

குருநாதர் ஒஸ்மானின் முகத்தில் கதம்பமான உணர்ச்சிகள் கடந்து சென்றன. புதிதாக ஒன்றை அறிந்துகொள்கிற ஆர்வத்தைப் போல. ஆனால் அது என் சொந்தக்கதையைப் பற்றியதோ அல்லது அவரெதிரேயிருக்கும் ரணகளமான போர்க்காட்சி பற்றியதோ அல்ல. அவருக்கு நிம்மதியைத் தரக்கூடிய நற்செய்திக்காக காத்திருப்பவர் போலிருந்தார். அவர் என்னைக் கவனிக்கவில்லையென்பது தெரிந்ததும் அந்த ஊசியை சட்டென கவர்ந்துகொண்டு விலகிச் சென்றேன்.

கருவூலத்தின் குளியலறையை ஒட்டியிருந்த மூன்றாவது அறையின் இருட்டான பகுதியில் பிராங்கிய மன்னர்களிடமிருந்தும் பேரரசர்களிடமிருந்தும் பரிசாக வந்த வினோதமான கடிகாரங்கள் நூற்றுக்கணக்கில் குவிந்திருந்தன. கொஞ்சநாள் கழித்து ஓடுவது நின்றுவிடும்தானே, அப்போது இங்கே வந்து போட்டுவிடுவார்கள் போல. இந்த அறைக்குள்ளே வந்து பிஹ்ஸாத் கண்ணைக் குத்திக் கொண்டதாக சொல்லப்படும் அந்த ஊசியை ஆராய்ந்தேன்.

உள்ளே கசிந்து வரும் சிவப்பான பகல்வெளிச்சம் உடைந்துபோன, தூசு படிந்த கடிகாரங்களில் பதித்துவைக்கப்பட்ட வைரக்கற்களிலும் அவற்றின் மேலுறைகளிலும் பட்டு பிரதிபலித்தது. அந்த வெளிச்சத்தில் இலேசாக மின்னிய ஊசியின்மேல் இளஞ்சிவப்பில் ஒரு திரவப்படலம் ஒட்டியிருப்பதைக் கவனித்தேன். மாமேதை பிஹ்ஸாத் இந்தக் கருவியால் தான் உண்மையிலேயே குருடாக்கிக் கொண்டாரா? அதே பயங்கரத்தை குருநாதர் ஒஸ்மானும் செய்துகொண்டிருக்கிறாரா? அங்கிருந்த மிகப்பெரிய கடிகாரங்களில் ஒன்றில் பொருத்தப்பட்டிருந்த குறும்புக்கார மொராக்கன் பொம்மையின் முகத்திலிருநத பாவமும் கடிகார முள்ளும் அதற்கு அடிக்கப்பட்டிருந்த வர்ணமும் “ஆமாம்!” என்று சொல்வதைப் போலிருந்தது. இந்தக் கடிகாரம் வேலைசெய்யும் போது, ஆட்டமன் தலைப்பாகை அணிந்திருக்கும் இந்தப் பொம்மை ஒவ்வொரு மணி அடிக்கும்போதும் வேடிக்கையாக தலையை ஆட்டும் போலிருக்கிறது. சுல்தான் அவர்களையும் அவருடைய அந்தப்புர நாயகிகளையும் சிரிப்பூட்டுவதற்காக ஹாப்ஸ்பர்க் மன்னர் அனுப்பிய பரிசு.

மிகச்சாதாரமான புத்தகங்களும் நிறைய இருந்தன. சிரச்சேதம் செய்யப்பட்ட பாஷாக்களுக்கு சொந்தமாக இருந்தவை கையகப் படுத்தப்பட்டிருப்பதாக குள்ளன் கூறினான். ஏகப்பட்ட பாஷாக்கள் கொல்லப்பட்டிருப்பார்கள் போலிருக்கிறது. இந்த நூல்கள் வரிசை எண்ணிடப்படாமலிருந்தன. ஒரு குரூரமான களிப்போடு குள்ளன் இந்த பாஷாக்கள் கொல்லப்பட்டதன் காரணத்தை விளக்கினான்: சுல்தான் அவர்களின் அதிகாரத்திற்குக் கட்டுப்பட்டு அவருக்குக் கீழே இருக்க வேண்டியவர்கள் என்பதை மறந்து சில பாஷாக்கள்,

தமக்கு சொந்தமாக இருக்கும் செல்வங்களையும் அதிகாரத்தையும் மிகையாக கற்பனை செய்துகொண்டு, தானே ஒரு மாமன்னர் என்பதைப்போல தங்கத்தகடுகள் பதித்து தம் புகழைப் பாடுகின்ற புத்தகங்களைத் தயாரித்துக் கொள்வதுண்டு. இப்படிப்பட்டவர்களின் தலை கொய்யப்படுவதும் அவர்களின் சொத்துகள் பறிமுதல் செய்யப் படுவதும் நியாயம்தானே. இத்தகைய புத்தகங்கள், சித்திர விளக்கப் பிரதிகள், ஓவியத் தொகுப்புகளில்கூட ஹுஸ்ரேவின் படத்தைக் கண்டு ஷிரின் காதல்வயப்படும் சித்திரத்தைக் கண்டால் என் கண்கள் அந்தப்படத்திலேயே நிலைபெற்று வெகுநேரம் நின்றிருக்கும்.

படத்திற்குள் இருந்த படத்தை, அதாவது ஷிரின் நகர்உலா சென்றபோது வழியில் பார்த்த ஹுஸ்ரேவின் படம், எந்த ஓவியத் திலும் நுட்பமாக வரைந்திருக்கவில்லை. அவ்வளவு சிறிய படத்தை நுண்ணோவியர்களால் நுட்பமாக வரைய முடியாது என்பதில்லை. அவர்களில் பலரும் விரல் நகங்களிலும் அரிசி மணிகளிலும் முடிக் கற்றையிலும்கூட வரைகின்ற திறன்படைத்தவர்கள்தாம். அப்படி யிருக்க, ஏன் ஹுஸ்ரேவின் படத்தை – ஷிரின் காதலில் விழுந்த படத்தை – சிரத்தையோடு, பார்த்தால் அடையாளம் கண்டுகொள் வதைபோல ஒழுங்காக வரைந்திருக்கவில்லை? இந்தக் கேள்விகளை யெல்லாம் குருநாதரிடம் பிறகு கேட்டுக்கொள்ளலாம். பிற்பகல், என் அவநம்பிக்கையை மறப்பதற்காகவோ அல்லது என் விரக்தியை விரட்டுவதற்காகவோ ஒழுங்கில்லாமல் கட்டிவைத்திருந்த ஒரு சித்திரத் தொகுதியை எடுத்து அயர்ச்சியோடு புரட்டினேன். துணியில் தீட்டப் பட்டிருந்த ஒரு மணமகள் ஊர்வல ஓவியத்தில் இருந்த குதிரையின் உருவம் என்னைத் தாக்கியது. என் இதயம் ஒரு துடிப்பைத் தவற விட்டது.

மிகையாக அலங்கரித்துக் கொண்டிருந்த ஒரு மணப்பெண்ணை சுமந்து சென்றுகொண்டிருந்த குதிரைக்கு விநோதமான வடிவத்தில் நாசித்துவாரங்கள் இருந்தன. அந்தக் குதிரை படத்திலிருந்து மேலே எழும்பி என்னைப் பார்த்துக் கொண்டிருந்தது. இந்த மாயக்குதிரை என்னிடம் ஏதோ ரகசியத்தைச் சொல்ல ஆயத்தமாக இருப்பதைப் போலிருந்தது. கனவில் நடப்பதைப்போல நான் உரக்கக் கத்த முயற்சித்தேன், ஆனால் குரல் எழவில்லை.

அந்தப் புத்தகத்தை வாரி எடுத்துக்கொண்டு, கீழே இறைந்திருந்த பொருட்களும் அலமாரிகளுக்கும் இடையே கால்வைத்து வேகமாக ஓடி, குருநாதர் ஒஸ்மானுக்கு எதிரே அந்தப் பக்கத்தை விரித்து வைத்தேன்.

அவர் அந்தப்படத்தை குனிந்து பார்த்தார்.

அவர் முகத்தில் எதையும் அடையாளம் கண்டுகொண்டதற்கான சமிக்ஞையே தெரியாததால் எனக்கு பொறுமை இழந்தது. "இந்தக்

குதிரையின் நாசித்துவாரங்கள் என் எனிஷ்டேவின் புத்தகத்தில் இருப்பதைப்போலவே இருக்கின்றன!" என்றேன்.

அவர் தனது உருப்பெருக்காடியை குதிரைக்கு மேலே பிடித்தார். கண்ணை அந்த ஆடிக்கு கொண்டுவந்து படத்திற்கு ஒட்டி வந்தார். அவரது மூக்கு பக்கத்தை ஏறக்குறைய தொட்டது.

அவரது மௌனத்தை என்னால் தாங்கமுடியவில்லை. "என் எனிஷ்டேவின் புத்தகத்தில் உள்ள குதிரையின் பாணியில், முறையில் வரையப்பட்ட குதிரை அல்ல இது என்று உங்களுக்கே தெரியும். ஆனால் நாசி ஒன்றுபோலவே இருக்கிறது. இந்த ஓவியன் சீனர்கள் உலகத்தைப் பார்க்கின்ற கண்ணோட்டத்தில் பார்க்க முயற்சித்திருக் கிறான்" என்றேன். சிறிதுநேர மௌனத்திற்குப் பின், "இது ஒரு மண ஊர்வலம். இது சீன ஓவியங்களை ஒத்திருக்கிறது. ஆனால் இதிலுள்ள மனிதர்கள் சீனர்களல்லர். அவர்கள் நம்மவர்கள்."

குருநாதரின் உருப்பெருக்காடி அந்தப்பக்கத்திலும், அவரது மூக்கு உருப்பெருக்காடியிலும் ஒட்டியிருந்தன. பார்ப்பதற்கு கண்களை மட்டுமல்லாமல், அவரது தலையையும் கழுத்துத் தசையையும் அவரது வயதான முதுகையும் தோள்களையும் மிக்க சிரமத்தோடு பயன்படுத்துவதைப் போலிருந்தது. அமைதி.

வெகுநேரம் கழித்து, "குதிரையின் நாசித்துவாரங்கள் வெட்டி விடப்பட்டிருக்கின்றன" என்றார் மூச்சுவாங்கியபடி.

அவருக்கருகே தலையைக் கொண்டுசென்றேன். கன்னத்தோடு கன்னம் ஒட்டியபடி நாசித்துவாரங்களை நெடுநேரம் பார்த்துக் கொண்டே இருந்தோம். குதிரையின் நாசித்துவாரங்கள் வெட்டப் பட்டிருந்தது மட்டுமல்ல, குருநாதர் ஒஸ்மானுக்கு அவற்றைப் பார்ப் பதிலும் சிரமமிருந்தது.

"உங்கள் கண்ணுக்குத் தெரிகிறதுதானே?"

"கொஞ்சம்தான் தெரிகிறது" என்றார். "இந்தப் படத்தை வர்ணி."

"என்னைக் கேட்டால், இந்தப் படத்திலிருக்கும் மணப்பெண் சோகமாக இருக்கிறாள் என்பேன்" என்றேன் வருத்தத்துடன். "அவள் நாசித் துவாரங்கள் வெட்டிவிடப்பட்ட ஒரு சாம்பல் நிறக் குதிரை யின் மீது அமர்ந்திருக்கிறாள். திருமணம் செய்துகொள்வதற்கு சென்று கொண்டிருக்கிறாள். அவளோடு வரும் தோழிகளும் காவல்படை யினரும் அவளுக்கு அந்நியமானவர்களாக இருக்கின்றனர். அந்தக் காவலர்களின் முகங்கள், அவர்களுடைய கொடூரமான முகபாவனை கள், அச்சுறுத்தும்படியான கருப்பு தாடிகள், பின்னிய புருவங்கள், நீண்டு அடர்ந்த மீசைகள், தடிமனான உருவங்கள், மெலிதான துணியில் உடைகள், மெலிதான காலணிகள், கரடி ரோமத்தில் தலைப்பாகை, போர் – கோடரிகள், குத்தீட்டிகள் இவையெல்லாம்

டிரான்ஸோக்ஸியானாவின் வெள்ளையாட்டு துருக்கியினத்தைச் சேர்ந்தவர்கள் இவர்களென்று காட்டுகிறது. இந்த அழகான மணப் பெண் – இவள் வெகுதூரம் பயணப்பட்டு வந்திருக்கவேண்டும்; எண்ணெய் விளக்குகள், தீப்பந்தங்களோடு, மணப்பெண் தோழி களின் துணையோடு இரவெல்லாம் பயணித்திருக்க வேண்டும் – இவள் ஒரு சீன இளவரசியாகத்தான் இருக்க வேண்டும்."

"அல்லது, மணப்பெண் சீனாவைச் சேர்ந்தவர் என்று நாம் இப்போது நினைப்பதற்குக் காரணம், அவளுடைய அப்பழுக்கற்ற அழகை அழுத்தமாக வெளிப்படுத்த அவளது முகத்தை சீன ஓவியர் களைப்போல வெண்நிறத்தில் தீட்டி, சாய்வான கண்களை வரைந் திருப்பதால்கூட இருக்கலாம்" என்றார் குருநாதர் ஒஸ்மான்.

"அவள் யாராக இருந்தாலும் சரி, இந்த சோகமான அழகிக்காக, பலகாத தூரம் நள்ளிரவில் கொடூரமுகங்கொண்ட அந்நியர்கள் பாதுகாத்துவர, கேள்விப்பட்டிராத ஒரு வினோத தேசத்திற்கு, இதற்குமுன் பார்த்தேயிராத ஒருவனை கணவனாக ஏற்றுக்கொள் வதற்கு வன்பாலை நிலத்தில் பயணப்பட்டு வந்திருக்கிறாளே, இந்தப் பரிதாப ஜீவனுக்காக என் இதயம் வேதனைப்படுகிறது" என்றேன். உடனே, "அவள் ஏறிச்செல்லும் வெட்டுண்ட நாசித்துவாரங்கள் கொண்ட குதிரையை வரைந்த நுண்ணோவியன் யாரென்பதை எப்படி கண்டுபிடிக்கப் போகிறோம்?" என்றும் கேட்டேன்.

"புத்தகத்தின் பக்கங்களைத் திருப்பி என்ன இருக்கிறது என்பதைச் சொல்" என்றார் குருநாதர் ஒஸ்மான்.

குள்ளனும் இப்போது எங்களுடன் வந்து சேர்ந்துகொண்டான். இந்தப் புத்தகத்தைத் தூக்கிக்கொண்டு குருநாதரிடம் நான் ஓடிவந்த போது, அவன் சிறுநீர்க் கலத்தில் உட்கார்ந்து கொண்டிருப்பதைப் பார்த்தேன். இப்போது மூவரும் அந்தப் பக்கத்தை ஒன்றாகப் பார்த்தோம்.

நாம் இப்போது பார்த்த சோகமான மணப்பெண்ணைப் போலவே பிரமிப்பூட்டும் அழகுள்ள சீனப்பெண்கள் ஒரு சோலை வனத்தில் பார்த்துப் பரிச்சயமில்லாத ஒரு புல்லாங்குழலை ஊதிக் கொண்டு இருந்தனர். சீன வீடுகள், நீண்ட பயணம் செல்லும் உம்மணாம்மூஞ்சி வணிகர் கூட்டம், பழைய ஞாபகங்கள்போல விரிந்திருக்கும் அழகான வன்பாலை நிலங்கள், சீனப்பாணியில் வரையப்பட்ட முண்டும் முடிச்சுமான மரங்கள், பூத்துக்குலுங்கும் வசந்த மலர்கள், அவற்றின் கிளைகளில் அமர்ந்து பாடிக்கொண் டிருக்கும் வானம்பாடிகள் என வரிசையாக படங்கள் வந்தன. கொராஸன் பாணியில் இளவரசர்கள் தமது கூடாரங்களில் உட் கார்ந்துகொண்டு கவிதை, மது, மாது வசம் சுகித்திருப்பதைப் பார்த் தோம்; அதன்பின் கண்கவர் தோட்டங்கள், அழகான கனவான்கள்,

அவர்கள் முழங்கைகளில் கம்பீரமாக அமர்ந்திருக்கும் வல்லூறுகள், எழிலார்ந்த குதிரைகளின் மீதேறிச் செல்லும் வேட்டை வீரர்கள். இவை கடந்ததும், திடீரென இந்தப் பக்கங்களில் பிசாசு புகுந்து கொண்டதைப்போல, அடுத்துவந்த சித்திரங்களில் பிசாசின் அம்சங்கள் தெரியத் தொடங்கின. ஒரு துணிச்சல்வாய்ந்த இளவரசன் அவனது ராட்சச ஈட்டியைக் கொண்டு டிராகனைக் கொன்றதாகச் சித்தரிக்கப் பட்ட ஓவியத்தில் அந்த நுண்ணோவியன் ஏதோவொரு கேலியுணர்வை சேர்த்திருக்கிறானோ? தம் மத்தியில் இருக்கும் ஷேக்கிடமிருந்து ஏதோ உதவியும் நிம்மதியும் கிடைக்குமென்று ஆவலோடு எதிர்பார்த் திருக்கும் பரிதாபமிக்க உழவர்களின் ஏழ்மையை இவ்வோவியன் நக்கலாகச் சித்தரித்திருக்கின்றானோ? புணர்ச்சியில் பூட்டிக்கொண் டிருக்கும் நாய்களின் சோகமான, வெற்றுக் கண்களை வரைவதிலும் அந்தப் பரிதாப விலங்குகளைக் கண்டு எள்ளி நகையாடும் பெண் களின் அகலப் பிளந்த வாயில் பிசாசின் சிவப்பு வர்ணத்தை தீட்டு வதிலும் அவனுக்கு ஒரு குரூர மகிழ்ச்சி இருக்கிறதோ? அதன்பின் அந்த நுண்ணோவியனின் பிசாசுகளையே பார்த்தோம்: இந்த அசாதாரண உயிரினங்கள், ஹெராத்தின் பண்டைய கலைஞர்களும் 'பேரரசர்களின் நிகண்டு'வின் கலைஞர்களும் வரைந்த ஜின்கள், அரக்கர்களின் வடிவத்தைத்தான் ஒத்திருந்தன, ஆனால் இவற்றை வரைந்த ஓவியனின் இரக்கமற்ற ஓவியத்தன்மை இவற்றை மேலும் தீக்குறியானதாக, வெறியேறியதாக, மனித உருக்கொண்டவையாக உருவாக்கியிருக்கிறது. மனித அளவிலேயே, ஆனால் ஒழுங்கற்ற வடிவங்களில் தலையில் கொம்புகளோடும் புலிவாலோடும் இருந்த இந்த அச்சுறுத்தும் பிசாசுகளைக் கண்டு எங்களுக்கு சிரிப்புத்தான் வந்தது. பக்கங்களைப் புரட்டினால், முழுநிர்வாணமாக, அடர்ந்த புருவங்களும் வட்டமான முகங்களும் வெளியே பிதுங்கும் கண்களும் கோரைப்பற்களும் கூரிய நகங்களும் கிழவனைப்போல கழுத்துச் சுருக்கம் கண்ட சருமமுமாய் இருந்த இந்த அசிங்கமான பிசாசுகள் ஒன்றோடொன்று கட்டிப்புரண்டு சண்டையிட்டன, ஒரு மிகப்பெரிய குதிரையைப் பிடித்து தமது கடவுளுக்கு பலியிட்டன, தாவின, ஆடின, மரங்களை வெட்டின, அழகான இளவரசிகளை பல்லக்கு களோடு சேர்த்து தூக்கிக்கொண்டு பறந்தன, டிராகன்களை வேட்டை யாடின, பொக்கிஷங்களை நிர்மூலமாக்கின. இந்த ஓவியத்தொகுப்பில் பல்வேறு ஓவியர்களின் தூரிகைகள் தீண்டியிருப்பதை முன்பே குறிப்பிட்டேன். பிசாசுகளை வரைந்த, 'கருப்பு பேனா' என்ற நுண்ணோவியன்தான் மொட்டைத் தலையோடு, கிழிந்த உடை களும், இரும்புச் சங்கிலிகளும் ஊன்றுகோல்களுமாக காலெந்தெரி துறவிகளையும் வரைந்திருக்கிறான். இவற்றின் ஒற்றுமைகளை ஒவ் வொன்றாக எடுத்துச் சொல்லும்படி குருநாதர் ஓஸ்மான் கேட்டுக் கொள்ள, நான் சொல்வதை உன்னிப்பாகக் கேட்டுவந்தார்.

"சுலபமாக மூச்சை இழுத்து விடுவதற்காகவும் அதனால் நெடுந் தூரம் சவாரிசெய்ய ஏதுவாகவும் குதிரைகளின் நாசித்துவாரங்களை

வெட்டிப்பெரிதாக்குவது பல நூற்றாண்டுகளாக நடைபெற்று வரும் மங்கோலிய வழக்கம்" என்று அவர் பிற்பாடு பேசும்போது சொன்னார். "ஹுலாகு கானின் படைகள் குதிரைப்படையின் உதவியோடுதான் அரேபியா முழுவதையும் பாரசீகத்தையும் சீனாவையும் கைப்பற்றியது. அவர்கள் பாக்தாத்தில் நுழைந்து, அந்நாட்டு மக்களை வாளுக்கு இரையாக்கி, எல்லா புத்தகங்களையும் கிழித்து டைக்ரிஸ் நதியில் எறிந்தபோது, புகழ்பெற்ற எழுத்தோவியரும் பின்னாளில் ஓவியராக வும் மாறிய இபின் ஷாகீர் அந்நகரத்திலிருந்தும் நரவேட்டையிலிருந்தும் தப்பியோடினார். எல்லோரும் தெற்கு திசையில் தப்பியோடும்போது இவர் மட்டும் மங்கோலிய குதிரைப்படையினர் வந்த வழியில், வடக்கு திசை நோக்கிச் சென்றார். அந்தக் காலத்தில் யாரும் ஓவியம் வரைவதில்லை. குர்ஆன் ஓவியர்களை விலக்கி வைத்திருந்ததி னால் அவர்களை யாரும் மதித்ததில்லை. நமது மதிப்பிற்குரிய கலைப்பணியின் மகத்தான ரகசியங்களுக்காக புனிதத்துறவி, நுண் ணோவியர்களுக்கெல்லாம் குருநாதரான இபின் ஷாகீருக்கு நாம் கடமைப்பட்டிருக்கிறோம். பள்ளி வாயில் தூபியிலிருந்து உலகத்தைப் பார்க்கும் காட்சிக்கோணமும் தொடுவானக்கோடு புலப்படும்படியோ, புலப்படாமலேயோ வரைவதும் மேகங்களிலிருந்து பூச்சிகள் வரை சீனர்கள் எப்படி உருவகப்படுத்துவார்களோ, அதேமுறையில் சுருள் சுருளாக, உயிரோட்டமும் நம்பிக்கையும் மிளிரும் வண்ணக்கலவை யில் வரைவதும் இபின் ஷாகீரின் உபயங்களே. மங்கோலிய இனத் தின் மையப்பகுதிக்கு வடதிசை நோக்கி அவர் சென்ற வரலாற்றுப் புகழ்பெற்ற வழியெங்கிலும் குதிரைகளின் நாசித்துவாரங்களை ஆராய்ந்தபடி சென்றிருக்கிறார் என்று கேள்விப்பட்டிருக்கிறேன்: ஆனால் பனியிலும் மிக மூர்க்கமான வானிலையிலும் கால்நடையாக ஒரு வருடம் நடந்து அடைந்த சாமர்கண்டில் அவர் வரைந்த எந்தவொரு குதிரையிலும் வெட்டப்பட்ட நாசித்துவாரங்கள் காணப் படவில்லை. அவரைப் பொறுத்தவரை, பரிபூரண கனவுப்புரவி என்பது வாலிப வயதில் அவர் காணநேர்ந்த திடகாத்திரமான பலமிக்க, வெற்றிப்படை குதிரைகளான மங்கோலிய புரவிகள் அல்ல; அவரது சந்தோஷமான இளம்பருவத்தில் அவர் அறிந்திருந்த நளினமான அராபியக் குதிரைகளே. இந்தக் காரணத்தால்தான் எனிஷ்டேவின் புத்தகத்திற்காக உருவாக்கப்பட்ட அந்த வினோத மான நாசியமைப்பைக் கொண்ட குதிரை மங்கோலியக் குதிரையோ அல்லது கொராசானிலும் சாமர்கண்டிலும் மங்கோலியர்கள் பரப்பிய 'நாசிவெட்டல்' பழக்கத்திற்கு ஆளான குதிரையோ அல்லவென்று உறுதியாக நம்பியிருந்தேன்."

அவர் பேசும்போது அவரது மனக்கண்ணில் எந்தெந்த விஷயங்கள் பிரசன்னமாகின்றனவோ, அவற்றை மட்டுமே அவரால் பார்க்க முடியும் என்கிறார்போல ஒருகணம் புத்தகத்தையும் மறுகணம் எங்களையும் இலக்கின்றி மாறிமாறி பார்த்துக் கொண்டிருந்தார்.

“நாசி பிளந்த குதிரைகளையும் சீன ஓவியங்களையும் தவிர இந்த நூலில் காணப்படும் பிசாசுகளும் மங்கோலிய கும்பலால் பாரசீகத்திற்கும் பின் அங்கிருந்து இஸ்தான்புல்லிற்கும் கொண்டுவரப் பட்டவை. இந்தப் பிசாசுகளெல்லாம் பூமியின் அடியிலிருந்து இருண்ட சக்திகளால் தீவினையின் தூதர்களாக மனித உயிர்களையும் மதிப்பு மிக்கவையென்று நாம் போற்றிப் பாதுகாத்து வருபவற்றையும் பிடுங்கிச் செல்வதற்காக அனுப்பப்பட்டவையென்பதையும் இருளும் மரணமு மான பாதாள உலகிற்குள் நம்மைத் தள்ளிவிடுவதுதான் அவற்றின் பிரதான நோக்கம் என்பதையும் நீ கேள்விப்பட்டிருக்கலாம். இந்த பாதாள சாம்ராஜ்ஜியத்தில் உள்ள மேகமோ, மரமோ, பொருளோ, நாயோ அல்லது நூலோ எல்லாவற்றிற்கும் ஆன்மா என்பது உண்டு. அவை பேசவும் செய்யும்.”

“நீங்கள் சொல்வது முற்றிலும் சரி” என்றான் கிழட்டுக் குள்ளன். “நான் சொல்வதற்கு அல்லாஹ்வே சாட்சி. சில ராத்திரி நேரங்களில், இங்கே நான் மட்டும் இருக்கும்போது எந்த நேரமும் தொடர்ந்து ஒலியெழுப்பிக் கொண்டேயிருக்கும் இந்தக் கடிகாரங்களின் ஆன்மாக் களும் சீனத்தட்டுகளும் பளிங்குக் கோப்பைகளும் மட்டுமல்ல, கைத்துப் பாக்கிகள், கத்திகள், கேடயங்கள், ரத்தம் தோய்ந்த தலைகவசங்கள் ஆகியவற்றின் ஆன்மாக்களும் நிம்மதியிழந்து பேரிரைச்சலோடு பிசாசுக் கூச்சலிட்டுக் கொண்டிருக்கும் அப்போது இந்தக் கருவூலமே ஊழிமுடிவுப்போரின் யுத்தக்களமாகிவிடும்.”

“நாம் இப்போது படங்களில் பார்த்த காலெந்தெரி துறவிகள் தான் இந்த நம்பிக்கையை கொராஸானிலிருந்து பாரசீகத்திற்கும், பின் அங்கிருந்து இஸ்தான்புல்லிற்கும் கொண்டுவந்தவர்கள்” என்றார் குருநாதர் ஒஸ்மான். “ஷா இஸ்மாயிலைத் தோற்கடித்தபின்பு சிடுசிடுப்பு சுல்தான் சலீம் ஏழு சொர்க்க அரண்மனையை சூறையாடிக் கொண் டிருந்தபோது, தாமெர்லேன் வம்சத்தைச் சேர்ந்த பெதியூஜ்ஜமான் மிர்ஸா, ஷா இஸ்மாயிலுக்கு துரோகமிழைத்துவிட்டு காலெந்திரி களோடும் அவனுடைய ஆதரவாளாகளோடும் ஆட்டமன்களின் பக்கம் சேர்ந்துவிட்டான். சொர்க்கவாசி, சுல்தான் சலீம் குளிர்காலப் பனியில் இஸ்தான்புல்லிற்கு வெற்றிவீரராகத் திரும்பிய அணிவரிசை யில் ஷா இஸ்மாயிலின் இரண்டு மனைவிமார்களும் இருந்தனர். ஷா இஸ்மாயிலை சுல்தான் சலீம் சால்திரானில் முறியடித்திருந்தார். வெள்ளைவெளேரென்ற நிறமும் சாய்வான கண்களும் கொண்டிருந்த அவ்விரு அழகிய பெண்களோடும் ஏழு சொர்க்க அரண்மனை நூலகத்திலிருந்த அத்தனை நூல்களும் வந்தன. இந்த நூல்கள் தாப்ரீ ஸின் முந்தைய ஆட்சியாளர்களான மங்கோலியர், இன்கானிதியர்கள், ஜெலாயிரிதுகள், கறுப்பாட்டு வம்சத்தினர் ஆகியோரால் உஸ்பெக்கின் ஷாவையும் பாரசீகர்களையும் திமூரிதியர்களையும் தோற்கடித்து கைப்பற்றி வந்த நூல்களாகும். நமது சுல்தான் அவர்களும் தலைமைக் கருவூலரும் என்னை இங்கிருந்து வலுக்கட்டாயமாக வெளியேற்றும்

வரை இந்தப் புத்தகங்களைத்தான் நான் விழியசையாமல் பார்த்துக் கொண்டிருப்பேன்."

இருந்தாலும், அவருடைய கண்கள் இப்போதும் எந்தத் திக்கையும் பார்க்காமல் குருடரைப்போல இலக்கின்றி அலைந்து கொண்டிருந்தன. ராஜமுத்து பதித்த அவரது உருப்பெருக்காடியை பார்ப்பதற்காக அல்லாமல் பழக்கத்திற்காகவே வைத்திருந்தார். நாங்கள் மௌனமானோம். குருநாதர் இவ்வளவு நேரம் பேசியதை ஏதோ சுசப்பான கதையைப்போல கேட்டுக்கொண்டிருந்த குள்ளனிடம் குருநாதர் ஒஸ்மான் ஒரு குறிப்பிட்ட தொகுப்பை, அது கோர்த்துத் தைக்கப்பட்டிருந்த விதத்தை வர்ணித்து, எடுத்து வரச்சொன்னார். அவன் சென்றதும் என் குருநாதரிடம் அப்பாவித்தனமாகக் கேட்டேன்:

"அப்படியானால் என் எனிஷ்டேவின் புத்தகத்தில் இருக்கும் குதிரையின் சித்திரத்திற்கு யார்தான் பொறுப்பு?"

"நாம் விவாதித்துக்கொண்டிருக்கும் இரண்டு குதிரைகளுக்குமே நாசித்துவாரங்கள் வெட்டப்பட்டுள்ளன" என்றார். "அது சாமர்கண்டில் வரையப்பட்டதோ அல்லது நான் கூறியதைப்போல டிரான்ஸோக்ஸியானாவில் வரையப்பட்டதோ, அது முக்கியமல்ல. இந்தத்தொகுப்பில் நீ பார்க்கின்ற ஓவியம் சீனப்பாணியில் வரையப்பட்டுள்ளது. எனிஷ்டேவின் புத்தகத்தில் இருக்கும் அழகான குதிரையைப் பொறுத்தவரை அது ஹெராத்தின் ஓவிய மரபில் வரையப்பட்ட அற்புதப் புரவிகளைப்போல பாரசீக பாணியில் வரையப்பட்டுள்ளது. மிக அழகாக வரையப்பட்ட ஓவியம்தான் அது, சந்தேகமில்லை. அதற்கிணையாக வேறெங்கிலும் பார்க்கமுடியாது! அது ஒரு கலாபூர்வமான புரவி, மங்கோலிய புரவியல்ல."

"ஆனால் அதன் நாசித்துவாரங்கள் ஒரு மங்கோலியக் குதிரையினுடையதைப்போல வெட்டிவிடப்பட்டிருக்கிறதே?" என்று கிசுகிசுத்தேன்.

"இருநூறு வருடங்களுக்கு முன் மங்கோலியர்கள் தோற்றோடி, தாமெர்லேனின் வம்சத்தினர் ஆட்சி தொடங்கியபோது, ஹெராத்தின் முதுபெரும் ஓவியர்களில் ஒருவர் மிகவும் எழிலார்ந்த குதிரை ஒன்றினை வரைந்தார். அதன் நாசித்துவாரங்கள் வெட்டிவிடப்பட்டிருந்தன. நாசித்துவாரங்கள் வெட்டப்பட்டிருந்த ஒரு மங்கோலியக் குதிரையை அவர் பார்த்திருந்ததாலோ அல்லது அப்படிப்பட்ட ஒரு குதிரையை ஏதாவது ஒரு மங்கோலிய ஓவியன் வரைந்திருப்பதை பார்த்ததினாலேயோ அவர் அதை வரைந்திருக்கக்கூடும். குறிப்பிட்ட இந்தப்படம் எந்த புத்தகத்தில், எந்தப் பக்கத்தில் இருக்கிறது, இது யாருக்காக வரையப்பட்டது என்ற விபரங்களெல்லாம் யாருக்கும் உறுதியாகத் தெரியவில்லை. ஆனால் அந்தப் புத்தகமும் படமும் வெகுவாக பாராட்டப்பட்டு ரசிக்கப்பட்டன என்பது மட்டும் உறுதி. அந்தக் குதிரையின் படத்தை அந்தப்புரத்தில் உள்ள சுல்தானின்

அபிமானவருக்கு பெரிதும் பிடித்துப் போயிருக்கலாம்! அதனால் கொஞ்ச காலத்திற்கு அது பிரபலமாக விளங்கியது. இந்த காரணத்திற் காகவே இதர சாதாரண, சராசரி நுண்ணோவியர்களும் பொறாமை யில் முணுமுணுத்துக்கொண்டே இந்தக் குதிரையை கணக்கில்லாமல் நகலெடுத்து குவிக்கத் தொடங்கிவிட்டனர். இப்படியாக வினோத நாசியமைப்பு கொண்ட இக்குதிரை படிப்படியாக ஒரு மாதிரி வடிவமாக அந்தஸ்தை பெற்று அந்தக் கலைக்கூடத்தின் ஓவியர் மனதில் பதிந்துவிட்டது. வருடங்கள் சில கழிந்ததும், இவ்வோவியர் களின் ஆட்சியாளர்கள் போரில் தோற்கடிக்கப்பட்டபோது, வெற்றி பெற்றவரின் அரண்மனைக்குக் கடத்திச் செல்லப்படும் சோகமான அந்தப்புரத்துப் பெண்களைப்போல இந்த ஓவியர்களும் புதிய ஷாக் களிடமும் புதிய இளவரசர்களோடும் அடைக்கலம் புகுந்து புதிய தேசங்களில் புதிய கலைக்கூடங்களில் பணிபுரியத் தொடங்கினர். அங்கேயும், தமது நினைவில் பதிந்திருக்கும் நாசி வெட்டப்பட்ட அழகிய புரவிகளை அவர்களில் சிலர் வரைந்து கொண்டிருந்தனர். ஆனால் மாறுபட்ட பாணிகளில், பல்வேறு குருநாதர்களுக்கு கீழே அந்நியமான கலைக்கூடங்களில் பணியாற்ற நிர்ப்பந்திக்கப்பட்ட பலரும் இந்த வழக்கத்திற்கு மாறான குதிரையின் வடிவத்தை புதிய சூழலில் வரைவதற்கு சந்தர்ப்பமே கிடைக்காமல் இறுதியில் மறந்தே போயினர். இருப்பினும் இந்தக் குதிரையின் பிம்பம் அவர்கள் மனங்களின் ஏதோ ஒரு மூலையில் ஒளிந்துகொண்டுதான் இருந்திருக்க வேண்டும். ஆனால் வெட்டப்பட்ட நாசித்துவாரங்களைக் கொண்ட குதிரைகளை எவ்வித பிரச்சினையுமில்லாமல் வரையமுடிந்த நுண் ணோவியர்கள், அவர்கள் சேர்ந்த புதிய கலைக்கூடங்களில் பயிலும் மாணவர்களுக்கும் இத்தகைய குதிரை வடிவங்களை வரைய உற்சாகப் படுத்தியதோடல்லாமல் 'பண்டைய ஓவியர்கள் இந்த விதத்தில்தான் வரைந்தனர்' என்றும் கற்றுக்கொடுத்தனர். எனவே மங்கோலியர்களும் அவர்களின் திடகாத்திரமான புரவிகளும் பாரசீகத்திலிருந்தும் அரேபியாவிலிருந்தும் விரட்டப்பட்டு பல நூற்றாண்டுகள் கழிந்து, சூறையாடப்பட்ட, சுட்டெரிக்கப்பட்டு பஸ்பமான நகரங்களில் புதிய வாழ்க்கைகள் துளிர்க்கத் தொடங்கிய பின்பும், சில ஓவியர்கள் குதிரைகளின் சித்திரத்தை இந்த விதத்தில், இதுதான் மரபான வடிவம் என்று நம்பிக்கொண்டு வரைந்துகொண்டிருந்தனர். ஆனால் மேற்கண்ட விஷயங்கள் எதையும் அறிந்திராமல், மங்கோலியக் குதிரைப்படையினர், அவர்களின் நாசி வெட்டப்பட்ட குதிரைகள் எதைப்பற்றியும் கேள்விப்பட்டிருக்காத மற்றவர்கள் நமது கலைக்கூடங் களில் குதிரைகளை எப்படி வரைவோமோ, அதே வடிவத்தில், இதுதான் மரபான வடிவம் என்று நம்பிக்கொண்டு வரைந்து கொண் டிருக்கிறார்கள்."

பிரமிப்பிலிருந்து விலகாமல், "என்னருமை குருநாதர் அவர்களே, நாம் எதிர்பார்த்ததைப்போலவே உங்கள் 'பரத்தையர் முறை' உண்மை

யிலேயே விடையை கொடுத்திருக்கிறது. ஒவ்வொரு ஓவியனும் அவனுடைய சுய கையொப்பத்தை சுமந்தே இருக்கிறான் என்று தோன்றுகிறது" என்றேன்.

"ஒவ்வொரு ஓவியனுமல்ல, ஒவ்வொரு ஓவியக்கூடமும்" என்று பெருமிதத்தோடு திருத்தினார். "ஒவ்வொரு ஓவியக்கூடமும் என்று கூறமுடியாது. மகிழ்ச்சியற்ற சில ஓவியக்கூடங்களில், குறிப்பிட்ட சில மகிழ்ச்சியற்ற குடும்பங்களில் போலவே, ஒவ்வொருவரும் ஒவ்வொரு வித்தியாசமான குரலில், வருடக்கணக்காக, மகிழ்ச்சி என்பது இணக்கத்தில் பிறப்பது என்பதையும் இணக்கம் என்பதே மகிழ்ச்சியாக மாறுகிறது என்பதையும் ஒப்புக்கொள்ளாமல் வாதிட்டுக் கொண்டே இருக்கின்றனர். சில ஓவியர்கள் சீனர்களைப்போல வரைய முயற்சிக்கின்றனர், சிலர் துருக்கியர்களைப்போல, சிலர் ஷிராஸ்ஸில் வரைவதைப்போல. மனஒற்றுமையில்லாத கணவன் மனைவியைப்போல வருடக்கணக்காக முடிவேயில்லாமல் சண்டை யிட்டுக்கொண்டு சந்தோஷமாக இணக்கம் காணாமல் இருந்து வருகின்றனர்."

அந்தப் பெருமிதம் அவர் முகத்தை ஆட்கொண்டிருப்பதைக் கவனித்தேன்; இவ்வளவு நேரமாக நான் பார்த்துவந்த சிடுசிடுப்பான, பரிதாபம் கொள்ளத்தக்க கிழவனின் தோற்றம் மாறி, சக்திமிக்க ஒரு பெரும் கலைஞனின் கர்வபாவம் வந்திருந்தது.

"என்னருமை குருநாதர் அவர்களே, கடந்த இருபது வருடங் களாக இங்கே இஸ்தான்புல்லில், உலகின் நான்கு திசையிலிருந்தும் வந்த பல்வேறு ஓவியக்கலைஞர்களை, வெவ்வேறு இனம், குணம், பார்வை கொண்டவர்களை ஒருங்கிணைத்து செயலாற்ற வைத்திருக் கிறீர்கள். அத்தகைய இசைவான, இணக்கமான சூழலில் ஆட்டமன் பாணியை உருவாக்கி, அதை சீராக்கி அறுதியிட்டு வைத்திருக்கிறீர்கள்."

கொஞ்ச நேரத்திற்கு முன் இவரிடம் நான் அடைந்த பிரமிப்பு ஏன் அதற்குள் கலைந்து இப்படி பொய்வேடமிட்டு பசப்பு வார்த்தை களாக வெளிவருகிறது? நம்மை உண்மையிலேயே திகைக்க வைக்கு மளவிற்கு திறமையும் தேர்ச்சியும் கொண்ட ஒரு மனிதரை மனம் விட்டு புகழவேண்டுமானால், அவர் தனது அதிகாரத்தையும் ஆதிக் கத்தையும் கணிசமாக இழந்து கொஞ்சம் பரிதாபத்திற்குரியவராக ஆகியிருக்க வேண்டுமோ?

"சரி, அந்தக் குள்ளன் எங்கே ஒளிந்திருக்கிறான்?" என்றார்.

புகழ்ச்சிக்கும் பாராட்டுக்கும் ஆளான பெரும் அதிகாரம் கொண்ட மனிதர்கள் எப்படிப் பேசுவார்களோ, அந்த விதத்தில் அவர் கேட்டார். பாராட்டிய வார்த்தைகளை திரும்ப அசைபோட்டுக் கொண்டே, பேச்சை மாற்றச் செய்யும் உத்தி.

“பாரசீக தொல்கதைகளிலும் பாணிகளிலும் நீங்கள் மாபெரும் விற்பன்னராக இருந்தபோதிலும் ஆட்டமன்னின் பெருமைக்கும் பலத்திற்கும் தகுதியான ஒரு சிறப்பான ஓவிய உலகத்தை படைத்திருக்கிறீர்கள்” என்றேன் குரலைத்தாழ்த்தி. “ஆட்டமன் வாளின் பலத்தையும் ஆட்டமன் வெற்றியின் நம்பிக்கையளிக்கும் வண்ணங்களையும் பொருட்களின் மீதும் கருவிகளின் மீதும் ஆர்வத்தையும் கவனத்தையும் ஒரு சுகமான வாழ்க்கை முறையின் சுதந்திரத்தையும் கலைக்கு கொண்டுவந்தது நீங்கள்தான். என்னருமை குருநாதர் அவர்களே, பண்டைய ஓவிய மாமேதைகளின் ஆகச்சிறந்த படைப்புகளை தங்களோடு சேர்ந்து தரிசிக்கும் வாய்ப்பு எனக்குக் கிட்டியது நான்பெற்ற பெரும் கௌரவம் . . .”

வெகுநேரத்திற்கு இதேவிதமாக கிசுகிசுத்துக்கொண்டேயிருந்தேன். கருவூலகத்தின் குளிர்ந்த இருட்டுக்கும் சமீபத்தில் நடந்து முடிந்த போர்க்களம்போல தாறுமாறாக இறைந்து கிடக்கும் பொருட்களுக்கும் இடையே எங்கள் உடல்கள் மிகமிக நெருக்கமாக இருந்ததில் என் கிசுகிசுப்பு அந்தரங்கப் பேச்சுபோல கேட்டது.

முகபாவனைகளை கட்டுப்படுத்த முடியாத குருடர்களைப்போல குருநாதர் ஒஸ்மானின் கண்கள் சந்தோஷத்தில் தன்னை மறந்த ஒரு கிழவனின் தோற்றத்தைப் பெற்றிருந்தன. இப்போது மனப்பூர்வமாக, குருடர்கள் மீது உள்ளூர உண்டாகும் ஒவ்வாத்தன்மையோடு குருநாதரை விஸ்தாரமாக புகழ்ந்து கொண்டிருந்தேன்.

அவர் என் கையை தனது சில்லிட்ட விரல்களால் பற்றினார், என் முழங்கையை வருடினார், என் முகத்தைத் தொட்டார். அவரது பலமும் வயதும் அவருடைய விரல்களின் வழியாக எனக்குள் செல்வதைப் போலிருந்தது. எனக்காக வீட்டில் காத்துக்கொண்டிருக்கும் ஷெகூரேவின் ஞாபகம் மீண்டும் வந்தது.

எனது மிகையான புகழ்ச்சியுரையையும் அவரது தற்பாராட்டும் அவரது தன்னிரக்கமும் எங்களை அயர்ச்சியடையச் செய்துவிட்டதைப்போல இதேநிலையில் வெகுநேரம் அசையாமலிருந்தோம். எதிரே புத்தகங்கள் விரித்து வைக்கப்பட்டிருந்தன. எங்களுக்கு எங்கள் மீதே சங்கடமாக இருந்தது.

அவர் மீண்டும், “இந்தக் குள்ளன் எங்கே போய்த் தொலைந்தான்?” என்றார்.

அவன் எங்காவது ஒளிந்துகொண்டு எங்களை கவனித்துக்கொண்டிருப்பான் என்றுதான் தோன்றியது. அவனைத் தேடுவதுபோல வலப்புறமும் இடப்புறமும் தோளை திருப்பினேன். பார்வையை மட்டும் குருநாதரைவிட்டு நகர்த்தவில்லை. இவர் உண்மையிலேயே குருடாகிவிட்டாரா அல்லது வெளிஉலகத்தோடு சேர்த்து தன்னையும் ஏமாற்றிக் கொள்கிறாரா? ஷிராஸைச் சேர்ந்த சில திறமைக்குறைவான,

சராசரி ஓவியர்கள் தமது வயதான காலத்தில் மற்றவர்களிடமிருந்து மரியாதையை சம்பாதிக்கவும் அவர்களுடைய தோல்விகளை மற்றவர் சுட்டிக்காட்டக் கூடாதென்பதற்காகவும் பார்வையை இழந்துவிட்டதாக பாசாங்கு செய்வர் என்று கேள்விப்பட்டிருக்கிறேன்.

"நான் இங்கேயே செத்துப்போக விரும்புகிறேன்" என்றார்.

"மாபெரும் ஓவியரே, என்னருமை குருநாதர் அவர்களே" என்று அவரிடம் குழைந்தேன். "ஓவியத்தின்மீது மதிப்பு இல்லாமல், அது ஈட்டித்தரும் பணத்தின்மீதே குறியாக இருக்கின்ற இந்தக்காலத் தில், நமது முதுபெரும் ஓவியர்களை மதிக்காமல் பிராங்கிய அடிவருடி களை போற்றுகின்ற இந்தக்காலத்தில் நீங்கள் இப்படிக்கூறுவது என் கண்களை கலங்கவைக்கிறது. தங்களுடைய ஓவியச்சீடர்களை அவர்களின் எதிரிகளிடமிருந்து காப்பாற்றுவது உங்கள் கடமை யல்லவா? 'பரத்தையர் முறை'யிலிருந்து நீங்கள் கண்டறிந்த முடிவுதான் என்ன? தயவுசெய்து கூறுங்கள். அந்தக் குதிரையை வரைந்த நுண் ணோவியன் யார்?"

"ஆலிவ்."

அவர் அவ்வளவு இயல்பாக, அலட்டிக்கொள்ளாமல் சொன்ன தில் நான் திடுக்கிடுவதற்கு வாய்ப்பே இல்லாதிருந்தது.

அவர் மௌனமானார்.

"ஆனால் உன் எனிஷ்டேவையோ, வசீகரன் எஃபெண்டியையோ கொன்றது ஆலிவ் அல்லவென்பதும் எனக்கு நிச்சயமாகத் தெரியும்" என்றார் நிதானமாக. "அந்தக் குதிரையை ஆலிவ்தான் வரைந்திருக் கிறான் என்று நான் நம்புவதற்குக் காரணம், பண்டைய ஓவிய மேதைகளுக்கு பெரிதும் கட்டுண்டு விசுவாசமாக இருப்பவன் அவன்தான். ஹெராத்தின் தொல்கதைகளையும் பாணிகளையும் நுட்பமாக அறிந்திருப்பவன். அவனுடைய குரு – சிஷ்ய வம்சாவழி சாமர்கண்டிலிருந்து தொடங்கும். 'அப்படியானால் ஆலிவ் இவ்வளவு வருடங்களாக வரைந்த எந்தக் குதிரையிலும் இத்தகைய நாசித்து வாரங்கள் இல்லையே?' என்று நீ கேட்கமாட்டாயென்று நினைக் கிறேன். உன்னிடம் பலமுறை இதனை விளக்கியிருக்கிறேன். பறவை ஒன்றின் சிறகு, மரத்தில் இலை ஒட்டிக்கொண்டிருக்கும் விதம், இவையெல்லாம் மனிதனின் நினைவுகளில் பல தலைமுறைகளுக்கு பாதுகாப்பாக பதிந்து இருக்கும், குருவிடமிருந்து சீடனுக்குச் செல்லும், இருந்தபோதிலும் ஒரு சிடுசிடுப்பான அல்லது கண்டிப்பான குரு நாதருக்கு கீழே பயிலும்போதோ அல்லது குறிப்பிட்ட ரசனையும் கண்ணோட்டமும் கொண்டிருக்கும் ஒரு கலைக்கூடத்திலோ அல்லது அத்தகைய சுல்தானுக்குக் கீழ் பணியாற்றும்போதோ இந்த புதைக்கப் பட்ட ஞாபகம் ஓவியங்களில் வெளிப்படவே செய்யாது. எனவே, இந்தக் குதிரை, ஆலிவ் அவனுடைய சிறுவயதில் பாரசீக குருநாதர்

களிடமிருந்து நேரடியாகக் கற்றுக்கொண்டது. அது அவனுக்கு மறந்து போகாமலே இருந்து வந்திருக்கிறது. அது எனிஷ்டேவின் புத்தகத் திற்காக வரையும்போது திடீரென்று வெளிப்பட்டிருக்கிறதென்றால் அது அல்லாஹ்வின் திருவிளையாடல் என்பதன்றி வேறல்ல. ஹெராத்தின் பண்டைய ஓவியர்களையெல்லாம் நாம் நமது மாதிரி களாக எடுத்துக் கொண்டிருக்கவில்லையா? துருக்கிய ஓவியர்களுக்கு அழகான பெண் முகம் என்றால், அது சீனர்களைப்போல மதி முகமும் சாய்வான விழிகளும் என்பதைப்போல, மிக நேர்த்தியாக வரையப்பட்ட ஓவியங்களென்றால் அவை ஹெராத்தின் ஆகச் சிறந்த ஓவியங்களென்று நாம் கருதுவதில்லையா? நாமெல்லோருமே அவர்களின் ஆதர்ச ரசிகர்கள்தாம். மகத்தான கலைகள் எல்லா வற்றையும் பேணிக்காப்பது பிஹ்ஸாத்தின் ஹெராத். இந்த ஹெராத் திற்கு உறுதுணையாயிருப்பது மங்கோலிய குதிரைப்படை வீரர்களும் சீனர்களும். ஹெராத்தின் தொல்கதைகளுக்கு பெரிதும் விசுவாசமா யிருக்கிற ஆலிவ் எதற்காக வசீகரன் எஃபெண்டியைக் கொல்ல வேண்டும்? வசீகரன் எஃபெண்டியே இந்தப் பழைய மரபான முறைகளுக்கு ஆலிவ்வைவிட கண்மூடித்தனமாக விசுவாசமாய் இருப்பவன்."

"அப்படியானால் வேறுயார்? பட்டாம்பூச்சியா?"

"நாரை!" என்றார். "அப்படித்தான் என் அடிமனதில் தோன்று கிறது. அவனுடைய பேராசை, வெறியைப்பற்றி எனக்கு நன்றாகவே தெரியும். உன் எனிஷ்டேவின் புத்தகத்திற்காக வசீகரன் எஃபெண்டி முட்டாள்தனமாக, அலங்கோலமாக பிராங்கிய பாணியை பின் பற்றி மெருகோவியம் தீட்ட கட்டாயப்படுத்தப்பட்டபோது அவனுக்கு இச்செயல் எந்தவிதத்திலோ அபாயகரமானது என்று புரிந்திருக்க வேண்டும். மெருகோவியர்கள், ஓவியர்களைவிட இறைவனுக்கு நெருக்கமானவர்கள் என்றாலும் அவர்கள் துரதிருஷ்டவசமாக சலிப்பூட்டுபவர்களாகவும் முட்டாள்களாவும்தான் இருக்கின்றனர். இந்த வசீகரன் என்ற கடைந்தெடுத்த மடையனுக்கு எர்ஸூரும்மி லிருந்து வருகிற முட்டாள்களுக்கெல்லாம் முட்டாளான ஒரு மத போதகனின் சொற்பொழிவின்மீது அளவுகடந்த ஆர்வம். அவன் பேசுவதையெல்லாம் கேள்வி கேட்காமல் நம்புவான். உன்னுடைய எனிஷ்டேவின் அபத்தமான புத்தகம் சுல்தான் அவர்களின் முக்கிய மான திட்டம் என்பதால் அவனுடைய பயங்களும் சந்தேகங்களும் மனதை அரிக்கத் தொடங்கிவிட்டிருக்கிறது. சுல்தான் அவர்களை நம்புவதா அல்லது எர்ஸூரும் மதபோதகரை நம்புவதா? மற்ற நேரமாக இருந்தால் இந்த துரதிருஷ்டம் பிடித்த என் பிள்ளை – அவனை என் கைரேகையைப்போல முழுதாக எனக்குத் தெரியும் – என்னிடம் வந்து அவனுடைய மனக்குழப்பத்தைச் சொல்லியிருப்பான். என்னதான் அவனுக்கு குருவி மூளையென்றாலும், பிராங்கியர்களை கூச்சமில்லாமல் போலி செய்கிற உன் எனிஷ்டேவிற்காக மெரு

கோவியம் தீட்டுவது எனக்கும் எங்கள் ஓவிய சங்கத்திற்கும் துரோகம் இழைக்கும் செயல் என்பது தெரிந்திருக்கிறது. எனவே அவனது நம்பிக்கைக்குரிய வேறொருவனிடம் சென்றிருக்கிறான். நாரை சூதுவாது நிறைந்தவன். பேராசைக்காரன். அவனுடைய அறிவுத்திறனிலும் அறப்பண்பிலும் அவனது ஓவியத்திறமையிலும் வசீகரனுக்கு பெரும் ஈர்ப்பு உண்டு. இந்த அப்பாவி வசீகரன் அவன்மீது வைத்திருக்கும் மதிப்பை நாரை எப்படியெல்லாம் சுரண்டி யிருக்கிறான் என்பதை பலமுறை கண்டிருக்கிறேன். அவர்களுக்குள் என்ன வாக்குவாதம் நடந்ததோ, பாவம், வசீகரன் எஃபெண்டியின் மரணத்தில் வந்து முடிந்திருக்கிறது. செத்துப்போனவன் பலநாட் களுக்கு முன்பாகவே தன் கவலைகளை எர்ஸூருமிகளிடம் சொல்லி யிருப்பான். அவர்களுடைய தோழனின் மரணத்திற்கு உன் எனிஷ்டேே தான் காரணமென்று அவர்கள் நினைத்திருக்கலாம். அதற்கு பழிவாங் கவும் அவர்களுடைய பலத்தைக் காட்டவும் பிராங்கிய அபிமானி யான உன் எனிஷ்டேவை அவர்கள் கொன்றிருப்பார்கள். நடந்த எல்லாவற்றிற்காகவும் நான் ரொம்பவும் வருத்தப்படுவதாக சொல்லமாட்டேன். பல வருடங்களுக்கு முன்பு உன் எனிஷ்டே நமது சுல்தான் அவர்களை வசியப்படுத்தி ஒரு வெனீஸிய ஓவியனை – அவன் பெயர் செபாஸ்டியானோ – வரவழைத்து, மேதகு சுல்தான் அவர்களின் உருவப்படத்தை அவர் ஏதோ மிலேச்ச அரசர் என்பதைப் போல பிராங்கிய பாணியில் வரைய வைத்தார். அத்தோடு திருப்தி யடையாமல், என் கௌரவத்தை மிகமோசமாக குலைக்கும்படி, இந்த அவமானகரமான ஓவியத்தை மாதிரியாக வைத்து என்னை நகலெடுக்க வைத்தார். நமது சுல்தான் அவர்களின் மீதிருக்கும் அச்சத்தால், மிலேச்ச முறைகளை கையாண்டு அந்த அவமானகரமான செயலை செய்துமுடித்தேன். இவ்வாறு என்னை அவர் கட்டாயப் படுத்தி என்னை கேவலப்படுத்தாதிருந்தால் உன் எனிஷ்டேவின் மரணத்திற்காக நானும்கூட துக்கப்பட்டிருப்பேன், அவரைக் கொன்ற அயோக்கியனைக் கண்டுபிடிக்க இப்போது உதவியிருப்பேன். ஆனால் எனது கவலை, அக்கறையெல்லாம் உன் எனிஷ்டேவிற்காக அல்ல, எனது ஓவியக்கூடத்திற்காகத்தான். என்னுடைய அருமைச் சீடர்களை இருபத்திஐந்து வருடங்கள் என் சொந்தப்பிள்ளைகளை விட மேலாக கண்ணும் கருத்துமாக வளர்த்திருக்கிறேன், பயிற்சியளித்திருக்கிறேன். அவர்கள் எனக்கும் நமது கலைமரபு முழுவதற்கும் துரோகமிழைத்து விட்டுச் சென்றதற்கு உன் எனிஷ்டேதான் காரணம். 'நமது சுல்தான் அவர்களின் விருப்பம்' என்று சாக்கிட்டுக்கொண்டு ஐரோப்பிய ஓவியர்களை வெகுமுனைப்பாக நகலெடுக்க வைத்திருப்பதற்கு அவரைத்தான் குற்றம் சாட்டவேண்டும். இந்தப் பழிகேடர்கள் ஒவ்வொருவருக்கும் சித்திரவதைத் தண்டனை அளிக்கப்படவேண்டும்! நுண்ணோவியர் சமூகத்தைச் சேர்ந்த நாம், நமது சுல்தான் நமக்கு வேலைதருகிறார் என்பதற்காக அவர் சொல்வதையெல்லாம் செய் யாமல் நமது திறமைக்கும் கலைக்கும் நியாயம் கற்பிக்கும் வகையில்

செயல்பட்டால் சொர்க்கத்தின் வாசல்வழியே செல்வதற்கு நமக்கு அனுமதி கிடைக்கும். சரி, இப்போது இந்தப் புத்தகத்தை தனியாக இருந்து பயில விரும்புகிறேன்."

கடைசி வாக்கியத்தை குருநாதர் ஒஸ்மான், போரில் தோற்று தலைகொய்யப்படுவதற்குத் தயாராக இருக்கும் ஒரு திக்கற்ற பாஷா வின் கடைசி ஆசையைப் போலச் சொன்னார். ஜஸ்மி ஆகா எடுத்துவந்து அவருக்கு முன்னால் வைத்த புத்தகத்தைத் திறந்து, அதட்டும் குரலில் அவருக்கு வேண்டிய பக்கத்தைத் திறந்து காண்பிக்கு மாறு குள்ளனிடம் உத்தரவிட்டார். இந்த அதிகார தோரணையி லேயே ஓவியக்கூடம் மொத்தத்தையும் அறிந்து தன் ஆளுகைக்குக் கீழே வைத்திருக்கும் தலைமை ஓவியரின் ஸ்திதியை சடுதியில் அடைந்துவிட்டார்.

முத்துக்கள் தைத்த மெத்தைகளும் துருப்பிடித்த துப்பாக்கிகளும் குவிந்திருந்த ஒரு மூலைக்கு நகர்ந்து சென்று அங்கிருந்து குருநாதர் ஒஸ்மானை கவனித்தேன். என் மனதை அரித்துக்கொண்டிருந்த சந்தேகம் உடம்பு முழுக்கப் பரவியது: சுல்தான் அவர்களின் புத்தகம் தயாராவதை இவர் தடுக்க விரும்பியிருந்தார் என்று வைத்துக்கொண் டால், இவரேகூட முதலில் வசீகரன் எஃபெண்டியையும் அதன்பின் என் எனிஷ்டேவையும் கொலைசெய்வதற்கு ஏவிவிட்டிருக்கலாம். இப்படி நடந்திருக்க சாத்தியம்தான். இந்த மனிதரையா கொஞ்ச நேரத்திற்குமுன் சிலாகித்து முகஸ்துதி செய்தேன் என்று என்னை நானே கடிந்து கொண்டேன். அதேநேரத்தில் முன்னாலிருக்கும் ஓவியத்தை முகத்திலுள்ள அத்தனை சுருக்கங்களையும் மேலும் சுருக்கிக்கொண்டு, குருடோ அல்லது பாதிக்குருடோ, கண்களை கிட்டத்தில் வைத்துக்கொண்டு அவ்வளவு சிரத்தையோடு ஆராய்ந்து கொண்டிருக்கும் இம்முதுபெரும் ஓவியர் மீது அளவுகடந்த மரியாதையும் ஏற்பட்டது. மரபார்ந்த பழைய பாணியையும் நுண் ணோவியர்களின் ஓவியக்கூட அதிகார ஆட்சிமுறையையும் தக்க வைத்துக் கொள்வதற்காக, எனிஷ்டேவின் புத்தகத்தை நிர்மூலமாக்க, சுல்தான் அவர்களின் ஒரே அபிமான ஓவியராக தன்னை நிலை நிறுத்திக்கொள்ள, அவருடைய நுண்ணோவியக் கலைஞர்களில் எவர் ஒருவரையும், என்னையும் சேர்த்துத்தான், சாம்ராஜ்யத்தின் காவற்படைத்தலைவரின் சித்ரவதைக் கூடத்திற்கு சந்தோஷமாக இவர் ஒப்புக்கொடுத்துவிடுவார் என்று என் புத்தியில் உறைத்தது. கடந்த இரண்டு நாட்களாக இவர்மீது எனக்கு ஏற்பட்டிருந்த பற்றுதலிலிருந்து எப்படி விடுவித்துக்கொள்வதென்று தீவிரமாக யோசித்தேன்.

என் குழப்பம் நெடுநேரம் நீடித்தது. எனக்குள்ளிருந்து விழித் தெழுந்த பிசாசுகளை சாந்தப்படுத்தவும் என் சஞ்சல ஜின்களை கலைக்கவும் அலமாரியிலிருந்து கைக்கு வந்த ஏதோ ஒரு சித்திரத் தொகுப்பு நூலை எடுத்துப் புரட்டினேன்.

வாயில் விரல்களை வைத்துக்கொண்டு எத்தனை ஆண்களும் பெண்களும் இந்த ஓவியங்களில் இருக்கிறார்கள்! சாமர்கண்டிலிருந்து பாக்தாத் வரை கடந்த இருநூறு வருடங்களாக ஓவியக்கூடங்களில் ஆச்சரிய பாவத்திற்கு வாயில் விரல்களை வைத்துக்கொண்டிருப்பது தான் வரையப்பட்டு வந்திருக்கிறது. எதிரிகளால் சூழப்பட்ட கீஹ்யூஸ் ரேவ், வெள்ளம் புரண்டோடும் ஆக்ஸஸ் ஆற்றை தனது கருப்புப்புரவி யின் உதவியாலும் அல்லாஹ்வின் கருணையாலும் ஒரே தாவலில் தாண்டிவிடுகிறான். அவனை தமது படகுகளில் ஏற்றிச்செல்ல மறுத்த படகோட்டி துரோகிகள் அனைவரும் தமது வாயை விரல்களால் பொத்தியபடி அவனது சாகசத்தை வியக்கின்றனர். ஒட்டியிருந்த வெள்ளிச்சரிகை கிழிந்திருந்த பக்கத்தில் நிலவொளியின் உபயத்தில் ஜொலிக்கும் ஏரியில் ஷிரின் நீராடிக்கொண்டிருக்க, அவள் மேனியின் பேரழகை முதன்முறையாக தரிசிக்கும் ஹூஸ்ரேவ் திகைப்படைந்து வாயின்மேல் விரல்களை பொத்தியிருக்கிறான். அந்தப்புரத்துப் பெண்கள் பாதி திறந்த அரண்மனை கதவுகளுக்குப் பின்னாலும் எட்டமுடியாத உயரத்திலிருக்கும் ஜன்னல்களிலும் திரைச்சீலை களுக்குப் பின்னாலும் ஒளிந்து நின்றுகொண்டு வாய்களில் விரல் களை வைத்து எதைக்கண்டோ ஆச்சரியப்பட்டுக் கொண்டிருந்தனர். பாரசீகப் படையால் தோற்கடிக்கப்பட்டு, முடியிழந்து, போர்க்களத்தி லிருந்து தேஜாவ் தப்பியோடுகிறான். அரண்மனை சாளரத்திலிருந்து அந்தப்புர நாயகிகளில் அவனுக்கு அபிமான அழகிகளுக்கெல்லாம் பேரழகியான எஸ்பினூயி அவனை துயரத்தோடும் அதிர்ச்சியோடும் பார்த்துக்கொண்டு, அவளை எதிரியின் வசம் விட்டுச்செல்ல வேண்டா மென்று கண்களால் இறைஞ்சியபடி வாயை விரல்களால் பொத்திக் கொண்டிருக்கிறாள்.

ஜோசப் தன்னை வன்கலவி செய்துவிட்டதாக ஜூலைஹா சொன்ன பொய்க்குற்றச்சாட்டின் காரணமாக அவனை கைதுசெய்து சிறைக்கு கூட்டிச்செல்வதை அவள் ஜன்னலிலிருந்து பார்த்துக் கொண்டிருக்கிறாள். அவளது அழகான இதழ்களின்மேல் ஒரேயொரு விரல் பதிந்திருப்பது அதிர்ச்சியைக் காட்டாமல் அவளது துர்க் குணத்தையும் காமத்தையும் உணர்த்துவதாகத்தான் இருக்கிறது. சொர்க்கத்தைப்போல தோற்றமளிக்கின்ற ஓர் அழகிய சோலைவனத் தில் காதல் கவிதை ஒன்றிலிருந்து எழுந்து வந்தவர்கள்போல சந்தோஷ மாக, ஆனால் துயரச்சாயல் படிந்த காதலர்கள், காதலிலும் பழரசத் திலும் மெய்மறந்திருப்பதை ஒளிந்திருந்து பார்க்கும் ஒரு வேலைக் காரப் பெண்மணி பொறாமையோடு வாய்மேல் விரல் வைத்திருக் கிறாள்.

என்னதான் சித்திர ஏடுகளிலும் நுண்ணோவியர்கள் எல்லோ ருடைய நினைவுகளிலும் இது ஓர் அடிப்படையான பிம்பமாக பதிந்து போயிருந்தாலும், ஓர் அழகான பெண்ணின் வாயிற்குள்

நீளமான விரல் ஒன்றை நுழைத்து வைத்திருப்பது ஒவ்வொரு தடவை பார்க்கும்போதும் வித்தியாசமான நளின பாவமாகவே தெரிகிறது.

இந்த ஓவியங்களெல்லாம் எந்தளவுக்கு எனக்கு ஆறுதல் அளித் திருக்கின்றன? பொழுது சாய்ந்ததும் குருநாதர் ஒஸ்மானை அணுகி, "என் மதிப்பிற்குரிய ஆசானே, வாசல் திறந்ததும் உங்கள் அனுமதி யோடு கருவூலத்தைவிட்டுச் செல்லலாமென்றிருக்கிறேன்" என்றேன்.

"அது எப்படி?" என்றார், "நமக்கு இன்னும் ஓர் இரவும் ஒரு காலைப்பொழுதும் அவகாசமிருக்கிறது. உலகம் இதற்குமுன் கண் டிராத அற்புதமான, மகத்தான ஓவியங்களை ஒருசேர உன் கண்கள் கண்டிருக்கின்றன! அதுவும் எவ்வளவு வேகமாக இவற்றையெல்லாம் தரிசனம் செய்திருக்கின்றாய்!"

இதைச்சொல்லும்போது கூட அவரெதிரே இருந்த ஏட்டிலிருந்து அவர் முகத்தை திருப்பவில்லை. இருந்தாலும் அவரது கண்மணிகளின் வெளுப்பு, அவர் உண்மையிலேயே படிப்படியாக பார்வையை இழந்துகொண்டு வருகிறார் என்பதை உறுதிப்படுத்தியது.

"குதிரைகளின் நாசித்துவாரங்கள் பற்றிய ரகசியத்தை நாம் தெரிந்துகொண்டோம்!" என்றேன் நம்பிக்கையோடு.

"ஹா!" என்றார். "ஆமாம்! இனி நமது சுல்தான் அவர்கள், தலைமைக் கருவூலர் இவர்கள் பாடு. ஒருவேளை அவர்கள் நம் மெல்லோரையும் மன்னித்தும் விடலாம்."

நாரைதான் கொலைகாரன் என்று இவர் அறிவிப்பாரா? வெளியே செல்வதற்கு என்னை அனுமதிக்க மாட்டாரோ என்ற பயத்தில் அவரிடம் என்னால் கேட்கக்கூட முடியவில்லை. அதைவிட, என் மீதே குற்றம் சுமத்திவிடுவாரோ என்ற பயமும் இருந்தது.

"பிஹ்ஸாத் தன் கண்களைக் குத்தி குருடாக்கிக் கொண்ட ஊசியைக் காணவில்லை" என்றார்.

"குள்ளன் அதை வைக்கவேண்டிய இடத்தில் வைத்து விட்டிருப் பான்" என்றேன். "உங்கள் முன்னால் இருக்கின்ற பக்கம் அற்புதமாக இருக்கிறது!"

அவர் முகம் குழந்தையைப்போல பிரகாசமானது. புன்னகைத்தார். "ஹுஸ்ரேவின் நெஞ்சில் காதல் கனலாக எரிய, நள்ளிரவு நேரத் தில் ஷிரினின் அரண்மனைக்கு எதிரே குதிரையில் அமர்ந்தபடி காத்திருக்கிறான்" என்றார். "ஹெராத்தின் முற்கால ஓவியர்களின் பாணியில் தீட்டப்பட்டது."

அந்தப்படத்தை அவரால் பார்க்க முடிவதைப்போல இப்போது பார்த்துக் கொண்டிருந்தார். ஆனால் உருப்பெருக்காடியைக்கூட கையில் எடுத்திருக்கவில்லை.

“இரவு நேரத்தின் இருட்டில் இந்த மரத்தின் இலைகள் நட்சத் திரங்களைப்போல அதற்குள்ளேயே ஒளியேற்றப்பட்டிருப்பதைப் போல, வசந்தகால பூக்களைப்போல பிரகாசிப்பதையும் அசாத்திய பொறுமையும் பணிவும் கலந்து தீட்டியிருக்கும் சுவரலங்காரங்களையும் மொத்தப் படத்திலும் பொன்முலாமை வெகுநேர்த்தியாக பயன்படுத்தி யிருப்பதையும் பார்த்தாயா? ஆணழகன் ஹுஸ்ரேவின் குதிரை ஒரு பெண்ணைப்போல அவ்வளவு நளினத்தோடு அழகாயிருக்கிறது. அவன் இதயம்கவர்ந்த ஷிரின் மேலேயிருக்கும் ஜன்னலில் கழுத்தைச் சாய்த்தபடி பெருமிதம் மிளிரும் முகத்தோடு காத்திருக்கிறாள். ஓவியத் தின் கூட்டியைபிலிருந்தும் மெல்லிய வண்ணங்களிலிருந்தும் எழுகின்ற பிரகாசத்திற்குள் இந்தக் காதலர்கள் நிரந்தரமாக குடிகொண்டிருப் பார்கள்போல இந்த நுண்ணோவியன் கைவண்ணம் அமைந்திருக் கிறது. அவர்களுடைய முகங்கள் ஒருவரை நோக்கி ஒருவர் லேசாக திரும்பியிருப்பதையும் அவர்களுடைய உடல்கள் நம்மைநோக்கி பாதி திரும்பிய நிலையிலிருப்பதையும் கவனி. இதனால்தான் நாம் நம்மைச்சுற்றி காண்கின்ற உருவங்களை துளிக்கூட பிசகாமல் அப் படியே நகலெடுத்தாற்போல வரைவதற்கு அவர்கள் முயற்சிப்ப தில்லை. மாறாக அவை அல்லாஹுவின் நினைவிலிருந்து எழுந்து வந்தவை என்றுதான் அவர்கள் குறித்துக்காட்டுகின்றனர். இதனால் தான் அந்தப் படத்திற்குள் காலம் அவர்களுக்காக நிலைத்து நின்று விட்டிருக்கிறது. படத்திலிருக்கும் கதையை எவ்வளவு வேகமாகச் சொன்னாலும் அவர்களைப் பொறுத்தவரை அங்கேயே சாஸ்வதமாக, எந்தவிதமான கையசைப்பு, கண்ணசைப்பின்றி ஒழுங்காக, பணிவாக, கூச்சமுள்ள இளம்பெண்ணைப்போல நின்றிருப்பர். அவர்களுக்கு அந்த கருநீல ராத்திரியில் எல்லாமே உறைந்திருக்கின்றன: நட்சத்திரங் களுக்கிடையே இருட்டில் பறந்துசெல்லும் அந்தப் பறவையின் சிறகுகள் காதலர்களின் மோகம்கொண்ட இதயத்தைப்போல துடித்துக் கொண்டிருக்கும் அதே நேரத்தில், இந்த ஒப்பில்லாத் தருணத்தை சாஸ்வதமாக்கி அது வானத்தில் ஆணியடித்து பொருத்தப்பட்டிருப் பதைப்போல நிலையாகவும் நிறுத்தியிருக்கிறது. ஹெராத்தின் முற்கால கலைஞர்கள், இறைவனின் வெல்வெட் இருண்மை தமது கண்களின் மேல் ஒரு போர்வையைப்போல போர்த்திக்கொண்டு வருகிறது என்பதை உணர்ந்தவுடன், இத்தகையதோர் ஓவியத்தை கண்ணிமைக் காமல் நாட்கணக்காக, வாரக்கணக்காக உற்றுப்பார்த்துக் கொண்டே யிருந்தால் அவர்கள் முற்றிலும் குருடாகும்போது அவர்களின் ஆன்மாக்கள் அந்த ஓவியத்தின் சாஸ்வதத்துடன் ஒன்றாகக் கலந்து விடும் என்பதை அறிந்திருந்தனர்.”

மாலைநேரத் தொழுகையின்போது கருவூலத்தின் வாயிற்கதவு வழக்கமான சடங்குகளோடு, வழக்கமான அதிகாரிகளின் மேற் பார்வையில் திறக்கப்பட, குருநாதர் ஒஸ்மான் இன்னமும் அவருக்கு முன்னாலிருந்த பக்கத்தில், வானில் அசைவின்றி மிதந்துகொண்டிருந்த

பறவையை வெறித்தபடி இருந்தார். ஆனால் அவரது கண்மணிகளின் வெளுப்பை பார்க்கும்போது, சிலநேரங்களில் குருடர்கள் அவர்களுக் கெதிரேயிருக்கும் உணவை இலக்கின்றி பார்த்துக் கொண்டிருப்பதைப் போலவே அவரும் அந்தப் பக்கத்தை வெறித்துக் கொண்டிருப்பதைப் போலத் தோன்றியது.

கருவூல அதிகாரிகள் குருநாதர் ஒஸ்மான் உள்ளேயேதான் இருக்கப்போகிறார் என்று தெரிந்துகொண்டதாலும், ஜஸ்மி ஆகா வாசலிலேயே நின்றுகொண்டிருந்ததாலும் என்னை முழுதாக சோதனையிடவில்லை. அரைகுறையாக தடவிப்பார்த்தபோதுகூட என் உள்ளாடைக்குள் ஒளித்து வைத்திருந்த இறகு ஊசியை அவர்கள் கண்டுபிடிக்கவில்லை. அரண்மனை வளாகத்திலிருந்து வெளியே வந்து இஸ்தான்புல் நகர வீதியில் காலெடுத்து வைத்தவுடனேயே ஒரு சந்திற்குள் நுழைந்து, பிஹ்ஸாத் தன் கண்களை குத்திக்கொண்ட அந்த பயங்கரமான ஊசியை அதன் மறைவிடத்திலிருந்து வெளியே எடுத்து இடைக்கச்சையில் செருகிக்கொண்டேன். தெருக்களினூடே தலைதெறிக்க ஓடத்தொடங்கினேன்.

கருவூல அறைகளின் குளிர்ச்சி என் எலும்புகளுக்குள் நுழைந்து மரத்துப்போக வைத்திருந்ததில் நகர வீதிகள்கூட முன் வசந்தகால சீதோஷ்ணத்தில் இருப்பதைப் போலத் தோன்றியது. பழைய வணிகர் சத்திர வீதியில் ஒவ்வொருவராக கடையை சார்த்திக்கொண்டிருந்த மளிகைக்கடைக்காரர், நாவிதர், மூலிகை விற்பவர், காய்கனி கடை, விறகுக்கடைகளைத் தாண்டியதும் என் ஓட்டத்தைக் குறைத்து, எண்ணெய் விளக்கேற்றியிருந்த இரவுநேரக் கடைகளின் தேறல் மிடாக்களையும் துணிபடுதா க்களையும் கேரா ஜாடிகளையும் நிதான மாகப் பார்த்தபடி நடந்தேன்.

என் எனிஷ்டேவின் தெரு (இன்னும்கூட ‘ஷெகூரேவின் தெரு’ என்றோ ‘என் தெரு’ என்றோ என்னால் சொல்ல முடியவில்லை) எனது இரண்டுநாள் இன்மையில் மேலும் அந்நியமானதாக மேலும் தூரமானதாகத் தெரிந்தது. ஆனால் என் ஷெகூரேவுடன் பத்திரமாக மீண்டும் சேரப்போவதையும் – கொலைகாரன் ஏறக்குறைய பிடி பட்டார் போலத்தான் என்பதால் – இன்றிரவு என் அன்பிற்குரி யவளின் படுக்கையறைக்குள் நுழையப்போவதையும் நினைக்கும்போது, மொத்த உலகத்தின்மீதும் வாத்சல்யம் உண்டாகி அந்த மாதுளை மரத்தையும் பழுதுபார்க்கப்பட்ட ஜன்னல் கதவுகளையும் பார்த்து ஆற்றின் மறுகரையில் செல்பவனை அடித்தொண்டையிலிருந்து கத்திக் கூப்பிடும் விவசாயியைப்போல எக்காளக் கூச்சலிடவேண்டும் போலிருந்தது. ஷெகூரேவைப் பார்க்கும்போது என் வாயிலிருந்து வரும் முதல் வார்த்தைகள் “அந்தக் கொலைகாரப் படுபாவி யாரென்று தெரிந்துவிட்டது” என்பதாகத்தான் இருக்க வேண்டும்.

முற்றத்துக் கதவைத் திறந்தேன். அந்தக் கதவு கிறீச்சிட்ட விதத்திலிருந்தா, அந்த சிட்டுக்குருவி கிணற்று வாளியிலிருந்து சாவதானமாக தண்ணீர் குடித்துக் கொண்டிருந்த விதத்திலிருந்தா அல்லது வீட்டிலிருந்த இருட்டிலிருந்தாவென்று தெரியவில்லை, வீட்டில் ஒருத்தரும் இல்லையென்று உடனே எனக்கு உறைத்தது. பனிரெண்டு வருடங்கள் தனியனாக இருந்த ஒருவனின் ஓநாய்த்தனமான முன்னுணர்வு தவறு செய்யாது. இம்மாதிரியான நிராதரவான சந்தர்ப்பங்களில் இப்படித்தான் கையும் ஓடாது, காலும் ஓடாது. ஒன்றைத் திறந்து, மற்றெல்லாவற்றையும் மூடி, அலமாரிகளைத் திறந்து, பானையின் மூடியைக் கூடத் திறந்து . . . இப்படித்தான் அல்லாடிக் கொண்டிருந்தேன். குழப்பத்தில் அலமாரிக்குள் கூட தேடிப்பார்த்தேன்.

இந்த நிசப்தத்தில் எனக்குக் கேட்டுக்கொண்டிருந்த ஒரே சப்தம் படுவேகமாக துடித்துக்கொண்டிருந்த என் இதயம்தான். மூலையில் கிடந்த அலமாரிக்குள் கையைத் துழாவியபோது நான் ஒளித்துவைத்திருந்த என் கத்தி திடீரென தட்டுப்பட்டபோது, தன்னால் செய்ய முடிந்த எல்லாவற்றையும் செய்துமுடித்துவிட்ட கிழவனைப்போல 'அப்பாடா' என்றிருந்தது. பேனாவை வைத்துக்கொணடு நான் பணியாற்றிவந்த வருடங்களில் இந்த தந்தக் கைப்பிடி கொண்ட கத்திதான் எனக்கு உள்ளூர அமைதியையும் பாதுகாப்பையும் தந்து வந்தது. புத்தகங்கள் நமக்கு ஆறுதல் தருபவையென்று தவறாக நினைத்துக் கொள்கிறோம். உண்மையில் அவை நமது துயரங்களை ஆழப்படுத்திவிடுகின்றன.

முற்றத்திற்குத் திரும்பிச் சென்றேன். சிட்டுக்குருவி பறந்துபோய் விட்டிருந்தது. மூழ்கும் கப்பலை துறந்துவிட்டு தப்பிப்பதைப்போல வீட்டைவிட்டு வெளியேறி எந்தநேரமும் வெடிக்கத் தயாராயிருப்பதைப் போன்ற இருட்டின் நிசப்தத்திற்குள் புகுந்தேன்.

என் இதயம் இப்போது சற்று அமைதியுற்று நம்பிக்கை கூடியிருந்தது. அது என்னை ஓடச்சொல்லி உத்தரவிட்டது. அவர்களை கண்டுபிடிக்கச் சொன்னது. நான் ஓடினேன். ஜனசந்தடியான இடங்களிலும் மசூதி மைதானத்திலும் ஓட்டத்தைக் குறைக்க, தெருநாய்கள் என் ஓட்டத்தில் குஷியாகி, ஏதோ ஒரு கேளிக்கையை எதிர்பார்த்து சந்தோஷமாக என் பின்னால் ஓடிவரத் தொடங்கின.

●

அத்தியாயம் 53

நான், எஸ்தர்

மாலை உணவுக்காக காராமணிக் கஞ்சியை கொதிக்க விட்டுக் கொண்டிருந்தபோது நெஸிம், "வாசலில் யாரோ வந்திருக்கிறார்கள்" என்றார். "அடுப்பை பார்த்துக்கொள்ளுங்கள்" என்று கரண்டியை எடுத்து இரண்டுமுறை துழாவி காட்டி விட்டு அவருடைய வயதான கையில் கரண்டியை திணித்து விட்டுச் சென்றேன். இவர்களுக்கெல்லாம் செய்து காட்டி விட்டுத்தான் போக வேண்டும். இல்லாவிட்டால் கையில் கரண்டியை வைத்துக்கொண்டு அடுப்பில் கஞ்சி தீய்வதை மணிக்கணக்காக பார்த்தபடி மணிக்கணக்காக நின்றுகொண் டிருப்பார்கள்.

வாசலில் கருப்பை பார்த்தபோது பாவமாகத்தான் இருந்தது. அவன் முகத்திலிருந்த கலவரத்தைப் பார்த்ததும் அவனிடம் என்ன நடந்தது என்று கேட்கவே பயமாக இருந்தது.

"இதோ கொஞ்ச நேரத்தில் துணியை மாற்றிக்கொண்டு வந்துவிடுகிறேன், இரு."

ரமலான் திருவிழாக்களுக்கும் செல்வந்தர் வீட்டு விருந்து களுக்கும் திருமணங்களுக்கும் என்னை கூப்பிடும்போது அணிந்து செல்லும் இளஞ்சிவப்பு, மஞ்சள் உடையை மாற்றிக்கொண்டு என் ஜோல்னா பையை எடுத்துக்கொண்டேன். "நான் திரும்பி வந்ததும் சாப்பிட்டுக் கொள்கிறேன்" நெஸிமிடம் சொல்லிவிட்டு வெளியே வந்தேன்.

எங்கள் சிறுபான்மை யூதர் பகுதியின் அந்தத் தெருவை கருப்பும் நானும் கடந்தோம். கெட்டிலிலிருந்து நீராவி பீய்ச்சி யடிப்பதைப்போல இந்தத் தெருவின் புகை போக்கிகளிலிருந்து புகை கக்கிக்கொண்டிருந்தது. கருப்பை நோக்கித் திரும்பினேன்.

"ஷெகூரேவின் பழைய புருஷன் வந்துவிட்டான்." கருப்பிட மிருந்து எந்த சத்தமும் வரவில்லை. அந்தப் பகுதியைவிட்டு

வெளியே வரும்வரை அவனால் எதுவும் பேச முடியவில்லை. அவன் முகம் சாம்பல் நிறத்துக்கு மாறியிருந்தது, சாயங்கால நிறத்தை போல.

கொஞ்ச நேரம் சென்றதும், "எங்கே அவர்கள்?" என்று கேட்டான்.

இந்தக் கேள்வியிலிருந்து ஷெகூரேவும் குழந்தைகளும் வீட்டில் இல்லையென்று ஊகித்துக்கொண்டேன். "அவர்களுடைய வீட்டில்" என்றேன். ஷெகூரேவின் முந்தைய வீட்டை இப்படிக் குறிப்பிட்டதால் கருப்பின் இதயம் புண்பட்டிருக்கும் என்பதை உடனே உணர்ந்து, "ஒருவேளை இருக்கலாம்" என்று வாக்கியத்தின் முடிவில் சேர்த்துக் கொண்டேன்.

அவன் என் கண்களை ஆழமாகப் பார்த்துக்கொண்டே, "திரும்பி வந்த அவள் புருஷனை நீ கண்ணால் பார்த்தாயா?" என்று கேட்டான்.

"நான் பார்க்கவில்லை. ஷெகூரே வீட்டை விட்டு போய்விட்டதை யும் பார்க்கவில்லை."

"அப்படியானால் அவர்கள் போய்விட்டார்கள் என்று உனக்கு எப்படித் தெரிந்தது?"

"உன் முகத்திலிருந்து"

"உனக்கு என்னவெல்லாம் தெரியும்? மொத்தத்தையும் சொல்" என்று அதட்டினான்.

கருப்பு ரொம்பவும் நிலைகுலைந்து போயிருக்கிறான். கண்ணை நிரந்தரமாக ஜன்னலிலும் காதை நிரந்தரமாகத் தரையிலும் வைத்துக் கொண்டிருக்கும் எஸ்தர், கனவில் மிதந்து கொண்டிருக்கும் எத்தனையோ நங்கைகளுக்கு துணைவர்களை தேடிப்பிடித்துத் தர வேண்டியிருக்கிற, சந்தோஷமற்ற எத்தனையோ வீடுகளின் கதவுகளை தட்ட வேண்டியிருக்கிற இந்த எஸ்தர், எப்போதுமே "மொத்தத்தையும் சொல்லிவிடமாட்டாள்" என்பது அவனுக்குத் தெரியாது.

"நான் கேள்விப்பட்டது என்னவென்றால், ஷெகூரேவின் முன்னாள் கணவனின் தம்பி ஹசன் உங்கள் வீட்டிற்கு வந்திருந்தான் என்பதுதான்" – நான் 'உங்கள் வீடு' என்று குறிப்பிட்டது அவனுக்கு ஆறுதலாக இருந்திருக்கும் –

"அவன் ஷெவ்கெத்திடம் அவனுடைய அப்பா போரிலிருந்து திரும்பி வருவதாகவும் வீட்டிற்கு மதியம் வந்து சேர்ந்து விடுவானென்றும் தனக்கு தகவல் கிடைத்திருப்பதாகச் சொல்லியிருக்கிறான். அவன் வீட்டிற்கு வரும்போது, ஷெவ்கெத்தின் அம்மாவும் பிள்ளைகளும் அவர்கள் இருக்கவேண்டிய வீட்டில் இருக்காவிட்டால் அவனுக்கு மிகவும் ஏமாற்றமாக இருக்கும் என்றும் சொல்லியிருக்கிறான். ஷெவ்கெத் இதை அவன் அம்மாவிடம் சொல்லியிருக்கிறான்.

அவளால் எந்த முடிவுக்கும் வரமுடியாமல் இருந்திருக்கிறது. மதியத் திற்கு முன் ஷெவ்கெத் வீட்டிலிருந்து தனியாகக் கிளம்பி அவன் மாமா ஹஸனோடும் தாத்தாவோடும் இருப்பதற்கு சென்று விட்டிருக் கிறான்."

"இதையெல்லாம் நீ எங்கிருந்து தெரிந்து கொண்டாய்?"

"கடந்த இரண்டு வருடங்களாக ஷெகூரேவை அவர்களுடைய வீட்டிற்கு கூட்டி வந்துவிட வேண்டுமென்று அவன் போட்ட சதித்திட்டங்களையெல்லாம் ஷெகூரே உன்னிடம் சொல்ல வில்லையா? ஹஸன் என் மூலமாக அவளுக்குக் கடிதங்கள் கூட கொடுத்தனுப்பியிருக்கிறான்."

"அவள் எப்போதாவது பதிலளித்திருக்கிறாளா?"

"இஸ்தான்புல்லில் இருக்கிற எல்லாவிதமான பெண்களையும் நான் அறிவேன்" என்றேன் பெருமையுடன். "ஷெகூரேவைப்போல, அவளது வீட்டுக்கும் அவளுடைய கணவனுக்கும் அவளது கௌரவத் திற்கும் விசுவாசமாக கட்டுப்பட்டு இருப்பவர்கள் ஒருவரும் கிடையாது."

"ஆனால் இப்போது நான்தான் அவள் கணவன்."

அவன் குரலில் எனக்கு எப்போதுமே சோர்வேற்படுத்தும் ஆண் களின் உறுதியின்மை இருந்தது. ஷெகூரே எந்தப் பக்கத்திற்கு ஓடி யிருக்கிறாளோ, அதற்கு மறுபக்கம் தூள்தூளாகியிருக்கிறது.

"ஹஸன் ஒரு குறிப்பு எழுதி ஷெகூரேவிடம் சேர்த்துவிடச் சொன்னான். அதில் எப்படி ஷெவ்கெத் வீட்டுக்கு வந்து அவனது அப்பா திரும்பி வருவதற்காக காத்திருக்கிறான் என்பதையும் எப்படி ஷெகூரே ஒரு முறைகேடான சடங்கின்படி புதிதாக கல்யாணம் முடித்திருக்கிறாள் என்பதையும் எப்படி ஷெவ்கெத்திற்கு இந்தப் போலி கணவனை அவனுடைய புதிய அப்பாவாக ஏற்றுக்கொள்ள கொஞ்சம்கூட இஷ்டமில்லையென்றும் எப்படி அவன் திரும்பி வரவே போவதில்லையென்றும் அக்கடிதத்தில் விளக்கியிருந்தான்."

"அதற்கு ஷெகூரே எப்படி பதிலளித்தாள்?"

"அவள் உனக்காக இரவெல்லாம் அந்தச் சின்னக் குழந்தை ஓரானோடு காத்திருந்தாள்."

"ஹேரியே எங்கே போனாள்?"

"உன் அழகான பெண்டாட்டியை எப்போது தலைகுப்புறக் கவிழ்க்கலாமென்றுதான் இத்தனை வருடங்களாக ஹேரியே காத்துக் கொண்டிருந்தாள். இதனால்தான் உன் எனிஷ்டேவோடு – அவர் ஆன்மா சாந்தியடையட்டும் – அவள் படுத்துக்கொண்டிருந்தாள். ஷெகூரே கொலைகாரர்களுக்கும் பிசாசுகளுக்கும் பயந்து நடுங்கியபடி,

தனியாக ராத்திரியைக் கழித்துக்கொண்டிருக்கிறாள் என்பதை ஹஸன் தெரிந்துகொண்டதும் என்மூலம் இன்னொரு கடிதம் கொடுத்தனுப்பினான்."

"என்ன எழுதியிருந்தான்?"

துரதிருஷ்டம் பிடித்த உங்கள் எஸ்தருக்கு படிக்கவோ எழுதவோ தெரியாது என்பதற்காக கடவுளுக்கு நன்றி சொல்லவேண்டும். எரிச்சலடைந்த எஃபெண்டிகளும் முன்கோபியான தகப்பனார்களும் இந்தக் கேள்வியைக் கேட்கும்போது அவள் இப்படித்தான் பதில் சொல்ல முடியும்: "என்னால் கடிதங்களைப்படிக்கும் அழகிய பெண்களின் முகத்தைத்தான் படிக்கத் தெரியும், கடிதத்தை படிக்கத் தெரியாது."

"ஷெகூரேவின் முகத்தில் என்ன படித்தாய்?"

"அனாதரவு."

வெகுநேரத்திற்கு நாங்கள் பேசவில்லை. ஒரு சிறிய கிரேக்க தேவாலயத்தின் மாட விதானத்தில் ராத்திரியை எதிர்பார்த்தபடி ஆந்தை ஒன்று உட்கார்ந்திருந்தது; மூக்கொழுகும் தெருக் குழந்தைகள் என் உடைகளையும் துணிமூட்டையையும் பார்த்து சிரித்தனர், கல்லறை மைதானத்தையொட்டி கீழிறங்கும் சாலையோரத்தில் வரிசையிட்டிருக்கும் சைப்ரஸ் மரங்கள் இரவை வரவேற்றபடி தலையசைத்துக் கொண்டிருக்க மதிற்சுவரில் ஒரு சொறிநாய் சந்தோஷமாக உடம்பை தேய்த்துக்கொண்டிருந்தது.

கருப்பை நோக்கி, "மெதுவாகப் போ" என்று கத்தினேன். "இந்த மேட்டின் மீது உன்னைப்போல என்னால் ஓடமுடியாது. மூட்டையைச் சுமந்துகொண்டு வருகிறவளை நீ எங்கே கூட்டிப்போகிறாய்?"

"ஹஸன் வீட்டுக்கு என்னை கூட்டிக்கொண்டு போவதற்குமுன், உன்னை சில தாராள மனம் கொண்ட தைரியசாலிகள் வீட்டுக்கு அழைத்துச் செல்கிறேன். அங்கே நீ உன் மூட்டையை விரித்து பூப்போட்ட கைக்குட்டைகள், பட்டுக்கச்சைகள், அவர்களுடைய ரகசிய காதலர்களுக்கு வெள்ளிப்பூவேலை செய்த பணப்பைகள் போன்றவற்றை விற்கலாம்."

அவனுடைய பரிதாபமான நிலையிலும்கூட கருப்பிற்கு நகைச்சுவையுணர்வு மிச்சமிருப்பது நல்ல அறிகுறிதான். ஆனால் அவனுடைய இந்த விளையாட்டுப் பேச்சுக்குப் பின்னேயிருக்கும் தீவிரத்தை நான் கவனிக்காமல் இருக்ககூடாது. "இதோ பார், நீ ஏதாவது கும்பல் சேர்ப்பதாக இருந்தால் ஹஸன் விட்டுக்கே கூட்டிப்போக மாட்டேன். சண்டை சச்சரவென்றால் பயத்திலேயே செத்துவிடுவேன்."

"எப்போதும்போல நீ ஒரு புத்திசாலியான எஸ்தராக இருந்தால் எந்தச் சண்டையும் சச்சரவும் நடக்காது."

அக்ஸாரேவைக் கடந்து, லங்கா தோட்டத்திற்கு நேராகச் செல்கின்ற சாலையில் நுழைந்தோம். சேறும் சகதியுமாக இருந்த தெருவின் கடைசியில், ஒரு காலத்தில் செழிப்பாக இருந்த பகுதியில் இன்னமும் திறந்திருந்த ஒரு முடிதிருத்தகத்திற்குள்ளே கருப்பு சென்றான். எண்ணெய் விளக்கு வெளிச்சத்தில் கடை முதலாளியான பெரிய நாவிதருக்கு அடக்கத்தோடு சவரம் செய்து கொண்டிருந்தான் உதவியாளன். கருப்பு அந்த முதலாளியிடம் தாழ்வான குரலில் பேசுவதைப் பார்த்தேன். கொஞ்ச நேரத்திலேயே அந்த நாவிதரும் அந்த அழகான உதவியாளனும் அவர்களுடைய ஆட்கள் மேலும் இரண்டு பேரும் அக்ஸாரேவில் எங்களோடு சேர்ந்து கொண்டனர். அவர்கள் கத்திகளும் கோடாரிகளும் வைத்திருந்தனர். ஷெஹ்ஸாதெபாஷியின் ஒரு குறுக்குத் தெருவில், இதைப்போன்ற முரட்டு நடவடிக்கைகளில் ஈடுபடுகிறவன் போல தோற்றமளிக்காத இறையியல் மாணவன் ஒருவனும் கையில் கத்தியோடு வந்து சேர்ந்துகொண்டான்.

“ஊருக்கு மத்தியில் இருக்கிற ஒரு வீட்டை பட்டப்பகலில் நீங்களெல்லாம் கதவை உடைத்து சோதனைபோடப் போகிறீர்களா?” என்றேன்.

“இது பட்டப்பகல் அல்ல, இரவு” என்றான் கருப்பு. அவன் குரலில் நகைச்சுவையைவிட உற்சாகம்தான் தென்பட்டது.

“நீங்கள் கும்பல் சேர்ந்திருப்பதாலேயே ரொம்ப நம்பிக்கையோடு இருக்காதீர்கள்” என்றேன். “இதைப்போல கத்தியும் கபடாவுமாக தெருக்களில் அலைவதை ஜானிஸரி காவலர்கள் பார்த்துவிடாமல் இருக்கட்டும்.”

“யாரும் பார்க்கமாட்டார்கள்.”

“நேற்று எர்ஸீரூமிகள் முதலில் ஓர் அருந்தகத்தையும் அதன்பின் ஸைர்காபியிலிருக்கும் ஒரு துறவியர் மடத்தையும் சூறையாடினார்கள். இரண்டு இடங்களிலும் உள்ளே இருந்தவர்களுக்கெல்லாம் செமத்தியான அடி. ஒரு கிழவன் தலையில் கொம்பால் அடித்ததில் அவன் செத்தே போய்விட்டான். இந்த கும்மிருட்டில் நீங்கள் திரிவதைப் பார்க்கிறவர்கள் நீங்களும் அந்த கோஷ்டிதான் என்று நினைத்துக்கொள்வார்கள்.”

“காலமான வசீகரன் எஃபெண்டியின் வீட்டுக்குப்போய் நீ அவனுடைய மனைவியை – கடவுள் அவளை ஆசீர்வதிக்கட்டும் – சந்தித்ததாகக் கேள்விப்பட்டேன். அவள் கணவன் உடலில் இருந்ததாக மை கலைந்த குதிரைப் படங்களை காட்டியதாகவும் அதை ஷெகூரேவிடம் நீ சொன்னதாகவும் கேள்விப்பட்டேன். எர்ஸீரும் மதபோதகரின் அடியாட்களோடு வசீகரன் எஃபெண்டி நிறைய நேரத்தை செலவழித்துக் கொண்டிருந்தது உண்மைதானா?”

“வசீகரன் எஃபெண்டியின் மனைவியைப் போய் நான் பார்த்து பேசினேனென்றால் அதற்குக் காரணம் என்னருமை ஷெகூரேவிற்கு அது உபயோகமாக இருக்குமே என்றுதான். பிளாண்டர்ஸ் நாட்டுக் கப்பலிலிருந்து வந்திறங்கிய புதுவகைத் துணிமணிகளை அவளிடம் காட்டுவதற்காகத்தான் போனேன், உங்களுடைய சட்ட பிரச்சினை, அரசியல் பிரச்சினையில் என் தலையை நுழைத்துக்கொள்வதற் கல்ல. எப்படியும் என் மரமண்டைக்கு அதெல்லாம் புரியாது.”

சார்ஷிகாபிக்கு பின்னால் செல்கின்ற அந்தத் தெருவிற்குள் நாங்கள் நுழைந்ததும் என் இதயம் பயத்தில் துடிப்பது அதிகரித்தது. இலைகளற்ற ஈரமான செஸ்நட், மல்பெர்ரி மரக்கிளைகள் பாதி நிலவின் சோகையான வெளிச்சத்தில் மின்னின. ஜின்களாலும் செத்தபின்பும் ஆவியாய் அலைபவர்களாலும் கிளப்பிவிடப்பட்ட ஊதக்காற்று என் துணிமூட்டையின் சரிகை விளிம்பை அலையவிட்டு மரங்களூடே சீழ்க்கையடித்தபடி எங்கள் கோஷ்டியின் வாசனையை, காத்துக்கொண்டிருக்கும் தெருநாய்களிடம் கொண்டு போய்ச் சேர்த்தது. அவை ஒவ்வொன்றாய் குலைக்கத் தொடங்க, கருப்பிடம் வீட்டை சுட்டிக்காட்டினேன். அதன் இருண்ட கூரையையும் கதவு களையும் மௌனமாக நோட்டமிட்டோம். கருப்பும் அவன் ஆட் களும் வீட்டைச் சுற்றி, காலியான தோட்டத்திலும் முற்றத்து வாசலின் இரண்டு பக்கங்களிலும் பின்னால் அத்திமரத்தின் பக்கத்திலும் நின்றனர்.

“இதே வழியாகப் போனால் தெருமூலையில் ஒரு தர்தாரிய பிச்சைக்காரன் இருப்பான். குருடன், ஆனால் இந்தத் தெருவில் யார் வருவது போவது என்பதெல்லாம் அத்துப்படியாக தெரிந்து வைத்திருப்பான். சுல்தானின் ஆபாசக் குரங்கைப்போல எப்போதும் ஏதாவது சேஷ்டை செய்து கொண்டிருப்பான். அவனை அடித்துக் கேட்க வேண்டாம், எட்டு அல்லது பத்து வெள்ளிக்காசுகளை கொடுத்துவிட்டுக் கேட்டால் அவனுக்குத் தெரிந்த எல்லாவற்றையும் செல்லிவிடுவான்.”

தூரத்திலிருந்து பார்த்துக்கொண்டிருக்கும்போது, கருப்பு அவனுக்கு சில்லறை போட்டுவிட்டு, அந்த பிச்சைக்காரனின் கழுத்தில் கத்தியை வைத்து ஏதோ கேட்பது தெரிந்தது. அடுத்ததாக என்ன நடந்ததென்று சரியாக விளங்கவில்லை. அதுவரை வீட்டை நோட்ட மிட்டுக் கொண்டிருந்ததாக நான் நினைத்துக்கொண்டிருந்த முடி திருத்துநரின் உதவியாளன் அவனது கோடரியின் கைப்பிடியால் அந்த தர்தாரியனை அடிக்கத் தொடங்கியிருந்தான். இது, உடனே நின்றுவிடுமென்று நினைத்தால் அந்த தர்தாரியன் தொடர்ந்து அலறிக்கொண்டேயிருந்தான். ஓடிச்சென்று அந்தப் பிச்சைக்காரனை அவர்கள் கொன்றுவிடுவதற்குள் இழுத்துத் தள்ளினேன்.

“அவன் என் அம்மாவை ஆபாசமாகத் திட்டினான்” என்றான் உதவியாளன்.

“ஹஸன் இன்னும் வீட்டிற்கு வரவில்லை என்கிறான்” என்றான் கருப்பு. “இந்தக் குருடன் சொல்வதை நம்பலாமா?” அவன் அவசரமாக ஒரு குறிப்பு எழுதி என்னிடம் தந்தான். “இதைக் கொண்டு போய் ஹஸனிடம் கொடு, அவன் இல்லாவிட்டால் அவனுடைய அப்பாவிடம் கொடு” என்றான்.

அந்தக் காகிதத்தை வாங்கிக்கொண்டு, “ஷெகூரேவிற்கு எதுவும் எழுதவில்லையா?” என்றேன்.

“அவளுக்கென்று தனியாக ஒரு குறிப்பு எழுதினால் அந்த வீட்டிலுள்ள ஆண்களுக்கு இன்னும் வெறி அதிகமாகிவிடும்” என்றான். “அவள் அப்பாவைக் கொன்றவன் யார் என்பதை நான் கண்டு பிடித்துவிட்டேன் என்பதை மட்டும் சொல்.”

“உண்மையாகவா?”

“நான் சொல்வதைச் செய். அதைமட்டும் சொல்.”

இன்னமும் அழுது புலம்பிக்கொண்டிருந்த தர்தாரியனை அடக்கினேன். “உனக்காக நான் என்ன செய்திருக்கிறேன் என்பதை மறக்காதே” என்றேன், இந்தத் திட்டத்தைப் போட்டதே நான்தான். எனவே, நான் போகக் கூடாது என்பதை உணர்ந்து.

இந்த விஷயத்தில் எதற்காக என் மூக்கை நுழைத்துக் கொண்டேன்? இரண்டு வருடங்களுக்கு முன் எதிர்னே வாயில் பகுதியில் ஒரு துணிவிற்பனைக்காரியை கொலை செய்துவிட்டனர். அவள் செய்த குற்றம், ஒருவனுக்கு திருமணம் செய்து வைப்பதாக அவள் வாக்களித்திருந்த பெண், வேறு ஒருவனை மணம் செய்து கொண்டது. அவளுடைய காதுகளை அவர்கள் முதலில் வெட்டியெறிந்து விட்டு, பின் கொன்றுவிட்டனர். துருக்கியர்கள் காரணமேயில்லாமல் ஒருவனைக் கொல்வார்களென்று என் பாட்டி சொல்வாள். என் அன்பிற்குரிய நெஸிமோடு காராமணிக்கஞ்சி சாப்பிட்டுக்கொண்டு வீட்டில் இருந்திருக்கலாம். என் கால்கள் தயங்கினாலும், அங்கே ஷெகூரே எப்படியிருப்பாள் என்று நினைத்தபடியே வீட்டை நெருங்கினேன். ஆர்வம் என்னைத் தின்று கொண்டிருந்தது.

“துணி, துணி வாங்கலையோ துணி! புத்தம்புது சீனா பட்டுத் துணி! விடுமுறை உடுப்பு! துணி வாங்கலையோ துணி!”

கதவிடுக்கில் கசிந்துகொண்டிருந்த ஆரஞ்சு வெளிச்சத்தில் நிழல் நகர்ந்தது. கதவு திறந்தது. அமைதியே உருவான ஹஸனின் அப்பா என்னை உள்ளே அழைத்தார். பணக்காரர்களின் வீடுகளைப்போல உள்ளே கதகதப்பாக இருந்தது. தாழ்வான உணவு மேஜையில்

அவள் பிள்ளைகளோடு உட்கார்ந்திருந்த ஷெகூரே என்னைப்பார்த்து எழுந்து நின்றாள்.

"ஷெகூரே, உன் கணவன் வந்திருக்கிறான்" என்றேன்.

"எந்தக் கணவன்?"

"புதியவன், அவன் ஆள் அம்புகளோடு இந்த வீட்டைச் சுற்றி யிருக்கிறான். அவர்கள் ஹஸனோடு சண்டையிட தயாராக வந்திருக் கிறார்கள்."

"ஹஸன் இங்கே இல்லை" என்றார் அமைதி வடிவான மாமனார்.

"நல்லதாகப் போயிற்று. இதைப்பாருங்கள்" என்று கருப்பின் குறிப்பை, சுல்தானின் இரக்கமற்ற தீர்ப்பை நிறைவேற்றும் தூதுவன் போல கொடுத்தேன்.

அந்தக் கனவான் கடிதத்தை படிக்க, ஷெகூரே, "எஸ்தர் உள்ளே வந்து கொஞ்சம் காராமணி கஞ்சி சாப்பிட்டுவிட்டுப் போ" என்றாள்.

"காராமணி கஞ்சியே எனக்குப் பிடிக்காது" என்றேன் முதலில். அவள் என்னவோ இந்த வீட்டின் எஜமானிபோல அவள் பேசிய தோரணை எனக்குப் பிடிக்கவில்லை. ஆனால் அவள் என்னுடன் தனியாகப் பேச விரும்புகிறாள் என்பதைப் புரிந்து கொண்டு, கரண்டி ஒன்றை எடுத்துக்கொண்டு அவள் பின்னால் சென்றேன்.

"இந்த ஷெவ்கெத்தால்தான் எல்லாப் பிரச்சினையும் என்று கருப்பிடம் சொல்" அவள் கிசுகிசுத்தாள். "நேற்றிரவு கொலைகாரர் களுக்காக பயந்துகொண்டு ராத்திரி முழுக்க ஓரானோடு தனியாக இருந்தேன். காலைவரை ஓரானுக்கு நடுக்கம் குறையவேயில்லை. என் குழந்தைகள் பிரிக்கப்பட்டிருக்கிறார்கள்! எந்த அம்மாவால் அவள் குழந்தையை விட்டு இருக்கமுடியும்? கருப்பு திரும்பி வராத தால் அவர்கள் என்னிடம், அவரை சுல்தானின் சித்திரவதை யாளர்கள் பேசவைத்துவிட்டதாகவும் என் அப்பாவின் மரணத்திற்கு அவரும் உடந்தை என்பதை ஒப்புக்கொள்ள வைத்துவிட்டதாகவும் கூறினர்."

"உன் அப்பா கொலை செய்யப்பட்டபோது கருப்பு உன்னோடு தானே இருந்தான்?"

அவள் தன் அழகான கரிய விழிகளை அகலமாகத் திறந்தபடி, "எஸ்தர்" என்று இறைஞ்சும் குரலில் அழைத்தாள். "உன்னை கெஞ்சிக் கேட்டுக் கொள்கிறேன், எனக்கு உதவு."

"அப்படியானால் நீ எதற்காக இங்கே வந்தாய் என்பதைச் சொல். புரிந்துகொண்டு உதவ செளகரியமாக இருக்கும்."

“நான் ஏன் இங்கே திரும்பி வந்தேன் என்று எனக்குத் தெரியுமென்று நினைக்கிறாயா?” அவள் கண்களில் கண்ணீர் தளும்பியது. “கருப்பு, ஷெவ்கெத்திடம் சரியாகவே நடந்து கொள்ளவில்லை” என்றாள். “ஹஸன் வந்து என் பிள்ளைகளின் உண்மையான தகப்பன் திரும்ப வந்துவிட்டாரென்று சொன்னபோது, அதை நம்பிவிட்டேன்.”

ஆனால் அவள் கண்களிலிருந்து அவள் பொய் சொல்கிறாள் என்பதை என்னால் சொல்லமுடிந்தது. எனக்கு அது தெரிந்துவிட்டது என்பதும் அவளுக்குத் தெரிந்துவிட்டது. “ஹஸன் என்னை ஏமாற்றியிருக்கிறான்!” அவள் கிசுகிசுத்தாள். அவள் ஹஸனை விரும்புகிறாள் என்பதை நான் உணர்ந்துகொள்ள வேண்டுமென்று அவள் கோடிட்டுக் காட்டுகிறாள். கருப்பை கல்யாணம் செய்து கொண்டதால்தான் அவள் ஹஸனைப் பற்றி மேலும் மேலும் நினைத்துக்கொண்டிருக்கிறாள் என்பதை ஷெகூரே அறிந்திருக்கிறாளா?

கதவு திறந்தது. புதிதாக சுடப்பட்ட ரொட்டிகளை எடுத்துக் கொண்டு ஹேரியே நுழைந்தாள். அவற்றின் மணம் நாக்கில் எச்சிலை ஊறவைத்தது. என்னைப்பார்த்ததுமே அவள் முகம் வெறுப்பை உமிழ்ந்தது. எனிஷ்டே எஃபெண்டி இறந்ததுமே பாவம், அவள் திரும்பவும் விற்கப்படமுடியாத, வேலையைவிட்டு நீக்கப்பட முடியாத பொருளாகி விட்டாள். ஷெகூரேவுக்கு கஷ்டம் கொடுத்துக் கொண்டே இருக்க உருவான மரபுரிமைக் கொடையாகிவிட்டாள். புதிய ரொட்டிகளின் மணம் அறையை நிரப்பியது. குழந்தைகளால் ஷெகூரேவுக்கு நேரிட்ட பிரச்சினையால் உண்மையை என்னால் புரிந்துகொள்ள முடிந்தது. அவர்களுடைய நிஜமான தகப்பனோ, ஹஸனோ அல்லது கருப்போ, ஷெகூரேவின் பிரச்சினை அவள் விரும்பக்கூடிய ஒரு கணவனைக் கண்டுபிடிப்பதல்ல. அவளுடைய சவால், இந்தப் பிள்ளைகளை நேசிக்க ஓர் அன்பான அப்பாவைக் கண்டுபிடிப்பதே. இரண்டு குழந்தைகளுமே பயத்தில் மிரண்டுபோயிருக்கின்றனர். ஷெகூரே, அன்பான கணவன் யாராக இருந்தாலும் அவர்களை நேசிக்கிறவளாகத்தான் இருப்பாள்.

“உனக்கு தேவையானது என்னவென்பதை உன் இதயத்தை வைத்து தேடிக்கொண்டிருக்கிறாய்” என்றேன், பேசுவதை யோசிக்காமல். “நீ உன் அறிவை பயன்படுத்தி முடிவுகளை எடுக்க வேண்டும்.”

“குழந்தைகளைக் கூட்டிக்கொண்டு உடனே கருப்பிடம் செல்வதற்கு நான் தயார்” என்றாள். “ஆனால் எனக்கு சில நிபந்தனைகள் இருக்கின்றன.” அவள் மௌனமானாள். “அவர் ஷெவ்கெத்தையும் ஓரானையும் ஒழுங்காக நடத்த வேண்டும். நான் இங்கே வந்ததற்கான காரணங்களை அவர் துருவித்துருவி கேட்டுக்கொண்டிருக்கக் கூடாது. எல்லாவற்றிற்கும் மேலாக, திருமணம் செய்துகொண்டபோது எங்களுக்குள் ஏற்பட்ட உடன்படிக்கையை மீறக்கூடாது –

நான் எதைக் கூறுகிறேன் என்பது அவருக்குத் தெரியும். நேற்றிரவு கொலைகாரர்கள், திருடர்கள், ஹஸன் என எல்லோரிடமிருந்தும் என்னை தனியாக காப்பாற்றிக்கொள்ள வைத்துவிட்டுப் போய் விட்டார்."

"உன் அப்பாவை கொலை செய்தது யாரென்பதை அவன் இன்னும் கண்டுபிடிக்கவில்லை, ஆனால் கண்டுபிடித்துவிட்டதாக உன்னிடம் சொல்லச் சொன்னான்."

"நான் அவரிடம் போக வேண்டுமா?"

நான் பதில் சொல்வதற்கு முன், அந்தக் கடிதத்தை கொஞ்ச நேரத்துக்கு முன்பே படித்து முடித்துவிட்ட அந்த முன்னாள் மாமனார், "கருப்பு எஃபெண்டியிடம் சொல். என் மகன் இல்லாத வேளையில் என் மருமகளை அனுப்பிவைக்க முடியாது."

"எந்த மகன்?" கெட்டிக்காரத்தனமாக பேச வேண்டுமே என்பதற் காகக் கேட்டேன், ஆனால் மென்மையாக.

"ஹஸன்" என்றார். அவர் ஒரு நாகரீகம் வாய்ந்த நபர் என்பதால் சொல்லும்போதே சங்கடப்பட்டார். "என் முதல் மகன் பாரசீகத்தி லிருந்து வந்து கொண்டிருக்கிறான். சாட்சிகள் இருக்கின்றன."

"ஹஸன் எங்கே?" என்று கேட்டேன். ஷெகூரே கொடுத்த காராமணி கஞ்சியிலிருந்து இரண்டு கரண்டி எடுத்து சாப்பிட்டேன்.

"சுங்க அலுவலகத்திலிருந்து எழுத்தர்கள், சுமைதூக்குவோர் மற்றும் இதர அலுவலர்களை அழைத்துவரச் சென்றிருக்கிறான்" என்றார் குழந்தைத்தனமாக. பொய் பேசத் தெரியாத, நாகரிகம் வாய்ந்த, ஆனால் புத்திக்கூர்மையற்ற நபர் இவர். "நேற்று எர்ஸீரூமிகள் செய்த அட்டகாசத்திற்குப் பிறகு, ஜானிஸரிகள் நிச்சயம் தெருக்களில் ரோந்து வரப்போகிறார்கள்."

"அப்படி யாரையும் நாங்கள் பார்க்கவில்லையே" என்றபடி கதவை நோக்கிச் சென்றேன். "நீங்கள் சொல்ல வேண்டியது அவ்வளவு தானே?"

நான் இந்தக் கேள்வியை மாமனாரை மிரட்டும் தோரணையில் கேட்டாலும் ஷெகூரேவிற்கு தன்னிடம்தான் கேட்கப்பட்டிருக்கிறது என்பது நன்றாகவே தெரிந்திருந்தது. அவளது மூளை உண்மையி லேயே கலங்கித்தான் போயிருக்கிறதா அல்லது எதையாவது மறைத்துக் கொண்டிருக்கிறாளா, உதாரணத்திற்கு ஹஸனும் அவனுடைய ஆட்களும் வந்துவிடுவார்கள் என்று காத்திருக்கிறாளா என்ன? அவளுடைய தீர்மானமற்ற நிலை ஏதோ விதத்தில் எனக்குப் பிடித்த மானதாக இருந்தது.

ஷெவ்கெத் திடீரென எழுந்து, தீர்மானமான குரலில், "எங்களுக்கு கருப்பு வேண்டாம்" என்றான். "இங்கே நீ வருவது இதுவே கடைசி முறையாக இருக்கட்டும், குண்டுப்பெண்ணே."

"அப்படியானால் உன் அழகான அம்மாவுக்கு சரிகைவைத்த மேஜை விரிப்பு, பூவேலை செய்த கைக்குட்டை, உனக்குப் பிடித்தமான சிவப்பு சட்டைத் துணி இவற்றையெல்லாம் யார் கொண்டுவந்து தருவார்கள்?" என்றேன். துணி மூட்டையை அறையின் மத்தியில் வைத்தேன். "நான் திரும்பி வரும்வரை இதைத் திறந்து, வேண்டுமென்பதை எடுத்துப்பாருங்கள், அணிந்து பாருங்கள்."

கிளம்பும்போது எனக்கு கஷ்டமாக இருந்தது. ஷெகூரேவின் கண்கள் இப்படி கலங்கியிருந்து நான் பார்த்ததேயில்லை. வெளியில் குளிர் உக்கிரமாகத் தாக்கியது. என்னை சுதாரித்துக்கொள்வதற்குள் கருப்பு கையில் பெரிய வாளோடு என்னை நிறுத்தினான்.

"ஹஸன் வீட்டில் இல்லை" என்றேன். "ஷெகூரே திரும்பி வந்துவிட்டதைக் கொண்டாட மதுக்குப்பிகள் வாங்கப் போயிருக்கலாம் என்று நினைக்கிறேன். சீக்கிரத்திலேயே அவனும் ஆட்களை சேர்த்துக் கொண்டு வந்துவிடுவான். அப்புறம் நீங்கள் இரண்டு கோஷ்டியினரும் அடித்துக்கொண்டு சாகப்போகிறீர்கள். அவன் ஒரு கிறுக்கன், அதை நீ மறந்துவிடாதே. அவன் ஒரு சிவப்பு அரிவாள் வைத்திருக்கிறான். அதை கையிலெடுத்தால் அவன் என்ன செய்வானென்று சொல்லவே முடியாது."

"ஷெகூரே என்ன சொன்னாள்?"

"மாமனார் முடியவே முடியாதென்றார். என் மருமகளை அனுப்பவே முடியாதென்றார். ஆனால் நீ அவரைப் பற்றிக் கவலைப் பட வேண்டியதில்லை. ஷெகூரேவைப் பற்றிக் கவலைப்படு. உன் மனைவி குழம்பியிருக்கிறாள். அவள் அப்பா கொலை செய்யப்பட்டு, இரண்டுநாள் கழித்து நீயும் ஒரு வார்த்தை சொல்லாமல் காணாமல் போய்விட்டாய். ஹஸன் பயமுறுத்திக்கொண்டே இருக்கிறான். கொலைகாரன் தன்னையும் குழந்தைகளையும் தேடி வருவானோ என்று ராத்திரி முழுக்க தனியாக பயந்துகொண்டிருக்கிறாள். அவளால் இன்னொரு ராத்திரியும் இதுபோல தனியாக இருக்கமுடியாது என்று தோன்றும்போது, உன் அப்பாவின் மரணத்தில் நீயும் உடந்தை யாக இருந்திருக்கிறாய் என்பதை கண்டுபிடித்துவிட்டார்களென்று அவளுக்குச் செய்தி வருகிறது. அவள் என்ன செய்வாள், பாவம், அதனால்தான் அந்த வீட்டுக்குப் போயிருக்கிறாள். ஆனால் அவளது பழைய புருஷன் வரவுமில்லை, ஒன்றுமில்லை. ஷெவ்கெத்தும் அந்த அப்பாவி மாமனாரும் ஹஸனின் பொய்யை நம்பியிருக்கிறார்கள். அவள் உன்னிடம் திரும்பிவர விரும்புகிறாள். ஆனால் அவளுக்கு சில நிபந்தனைகள் இருக்கின்றன."

கருப்பின் கண்களை நேராகப் பார்த்தபடி அவளது நிபந்தனைகளை வரிசையிட்டேன். அதிகாரபூர்வமான அரசாங்கத் தூதுவரிடம் பேச்சுவார்த்தை நடத்துகிற தோரணையில் அவனும் விறைப்பாக ஒப்புக்கொண்டான்.

"எனக்கும் ஒரு நிபந்தனை இருக்கிறது" என்றேன். "வீட்டுக்குள் மறுபடியும் செல்லப்போகிறேன்." மாமனார் உட்காந்திருந்த இடத்துக்குப் பக்கத்திலிருந்த சன்னலை சுட்டிக் காட்டினேன். "கொஞ்ச நேரம் கழித்து அங்கிருந்தும் முன் வாசலிலிருந்தும் தாக்குங்கள். நான் சத்தம் கொடுத்தவுடனேயே தாக்குதலை நிறுத்திவிடவேண்டும். ஹஸன் வந்துவிட்டால் அவனைத் தாக்குவதற்கு தயங்கவேண்டாம்."

என் வார்த்தைகள் ஒரு தூதுவரின் தகுதிக்கு ஏற்றதில்லைதான், ஆனால் உணர்ச்சி வேகத்தில் என்னை நானே மறந்து அடித்துச் செல்லப்படுகிறேன். இந்த முறை "துணிவாங்கலையோ . . ." என்று ஆரம்பித்தவுடனேயே மாமனார் கதவைத் திறந்தார். உள்ளே சென்றேன்.

"இதோ பாருங்கள், ஷெகூரே வெகுகாலத்திற்கு முன்பே விவாகரத்தானவள் என்பதும், குர்ஆனின் நியதிப்படி, சம்பிரதாயமான முறைப்படி மறுமணம் செய்விக்கப்பட்டிருக்கிறாள் என்பதும் இந்தப் பகுதியில் இருப்பவர்கள், நீதிபதி எல்லோருக்கும் தெரியும்" என்றேன். "பல வருடங்களுக்கு முன் செத்துப்போன உங்கள் மகனே திரும்ப உயிரோடு வந்து, இறைத்தூதர் மோஸஸை சொர்க்கத்திலிருந்து துணைக்கு அழைத்துக்கொண்டு இங்கே வந்தாலும், அவன் முறைப்படி ஷெகூரேவிடமிருந்து மணவிலக்கு அளிக்கப்பட்டவன் என்பதால் எந்தப் பலனும் இருக்கப் போவதில்லை. திருமணமான ஒரு பெண்ணை கடத்திக்கொண்டு வந்து அவள் விருப்பத்திற்கு மாறாக நீங்கள் அடைத்து வைத்திருக்கிறீர்கள். நீதிபதிகள் உங்கள் குற்றத்திற்கான தண்டனையை அளிப்பதற்குமுன், கருப்பும் அவன் சகாக்களும் உங்களுக்கான தண்டனையை வழங்கத் தயாராக இருக்கிறார்கள் என்ற விஷயத்தை உங்களிடம் தெரியப்படுத்தச் சொல்லியிருக்கிறான்."

"அவன் நினைப்பது சற்றும் சரியல்ல" என்றார் மென்மையாக. "முதலில், ஷெகூரேவை நாங்கள் கடத்திக்கொண்டே வரவில்லை! இந்தக் குழந்தைகளுக்கு பாட்டனார் நான்தான், எல்லாப்புகழும் இறைவனுக்கே. ஹஸன் அவர்களுடைய சிற்றப்பன். ஷெகூரே தனியாக விடப்பட்டிருந்தபோது, அவளுக்கு இங்கே வருவதைத் தவிர வேறு என்ன மார்க்கம் இருந்திருக்கமுடியும்? அவள் விரும்பினால் குழந்தைகளை அழைத்துக்கொண்டு இப்போதே போய்விடலாம். ஆனால் இதுதான் அவளது முதல்வீடு, இங்கேதான் இரண்டு குழந்தைகளையும் பெற்றெடுத்து சந்தோஷமாக வளர்த்திருக்கிறாள் என்பதை மறந்துவிடவேண்டாம்."

நான் எதையும் யோசிக்காமல், "ஷெகூரே, உனக்கு உன் அப்பா வீட்டிற்கு திரும்புவதில் இஷ்டம்தானே?" என்றேன்.

அவள் அழத்தொடங்கினாள். மாமனாரின் "பெற்றெடுத்து – சந்தோஷமாய் வளர்த்த" சொற்பொழிவில் அவளுக்கு மனம் உருகி விட்டது போல. "எனக்கு அப்பா இல்லை" என்றாள் தேம்பியபடி அல்லது அப்படிச் சொன்னதாகத்தான் என் காதில் விழுந்ததா? அவளுடைய குழந்தைகள் அவள் காலைக் கட்டிக்கொண்டன. மடிமீது ஏறி அணைத்துகொண்டன. அம்மூவரும் ஒரு பெரிய பந்தாகச் சுருண்டு குலுங்கிக் குலுங்கி அழுதனர். ஆனால் இந்த எஸ்தர் ஒன்றும் முட்டாள் இல்லை. ஷெகூரேவின் அழுகை, தானாக எந்த முடிவையும் எடுக்காமல் இரண்டு தரப்பினரையும் சமாதானப் படுத்தும் முயற்சி. ஆனாலும் அவை உண்மையான கண்ணீர்தான், ஏனென்றால் அவை என்னையும் அழவைத்தன. சிறிதுநேரம் கழித்து, அந்த நச்சுப்பாம்பு, ஹேரியேவும் அழுதுகொண்டிருப்பதைப் பார்த்தேன்.

அந்த அறையில் அழாமலிருந்த ஒரே மனிதரான பச்சைக்கண் கொண்ட மாமனாருக்கு திருப்பியளிப்பதைப்போல கருப்பும் அவன் ஆட்களும் தாக்குதலைத் தொடங்கினர். சன்னல் கதவுகளையும் முன்வாசற் கதவையும் உடைத்துவிடுகிறார்போல இடித்தனர். முன் வாசற்கதவை ஏதோ முட்டுக்கட்டையை வைத்து இடிக்கிறார்கள் போல. அந்தச் சத்தம் பீரங்கி வெடிப்பதைப்போல வீட்டிற்குள் அதிர்ந்தது.

கொஞ்சநேரம் அழுததால் தன்னம்பிக்கை அதிகரித்து, மாமனா ரிடம், "நீங்கள் ஓர் அனுபவம் வாய்ந்த, மரியாதைப்பட்ட பெரியவர். நீங்களே கதவைத்திறந்து, அந்த வெறிநாய்களிடம் ஷெகூரே இன்னும் கொஞ்சநேரத்தில் புறப்பட்டுவிடுவாள் என்று சொல்லுங்கள்" என்றேன்.

"பாதுகாப்பே இல்லாத ஒரு பெண்ணை, அவள் உன் மருமகளாக இருந்தால், இந்த நாய்கள் அலைகின்ற தெருவில் தனியாக நீ அனுப்பி விடுவாயா?"

"அவளேதான் போக ஆசைப்படுகிறாளே" என்றேன். அழுகையால் அடைத்துக்கொண்டிருந்த மூக்கை நீல கைக்குட்டையால் சிந்தினேன்.

"அப்படியானால் அவளே கதவைத்திறந்துகொண்டு போகட்டும்" என்றார்.

ஷெகூரேவுக்கும் அவள் குழந்தைகளுக்கும் பக்கத்தில் சென்று உட்கார்ந்தேன். அவர்கள் கதவுகளை ஒவ்வொருமுறை இடிக்கும் போதும், குழந்தைகள் மேலும் அதிகமாக கத்தி அழவும் அதன் தொடர்ச்சியாக ஷெகூரேவும் சேர்ந்து அழவும் நானும் அந்த அழுகையில் சேர்ந்துகொள்வதுமாக கொஞ்சநேரம் சென்றது. வெளியே அச்சுறுத்தும் கூச்சலும் கதவை இடிப்பது வீட்டையே தகர்த்துவிடும் எச்சரிக்கையும் நிலைமையின் அபாயத்தை அடிக்கோடிட்டு காட்டி னாலும், நாங்கள் அழுதுகொண்டிருப்பது நேரத்தைக் கடத்துவதற்குத் தான் என்பது இருவருக்குமே தெரிந்திருந்தது.

ஓரான் பாமுக் ❧ 553 ❧

“என் அழகுப்பெண்ணே, ஷெகூரே” என்று ஆதுரத்துடன் கூப்பிட்டேன். “உன் மாமனார் உனக்கு அனுமதி கொடுத்துவிட்டார். உன் கணவன் கருப்பு உனது எல்லா நிபந்தனைகளையும் ஏற்றுக்கொண்டிருக்கிறான். உனக்காக ஆசையோடு காத்திருக்கிறான். உனக்கு இந்த வீட்டில் இனி என்ன வேலை இருக்கிறது? உன் துணிமணி, சாமான்களை எடுத்துக்கொள். உன் அங்கியை எடுத்து மாட்டு. முகத்திரை அணிந்துகொள். உன் குழந்தைகளை கூட்டிக்கொண்டு கதவைத்திற. உன் வீட்டுக்கே சீக்கிரம் போய்விடலாம்.”

நான் சொன்னது குழந்தைகளின் அழுகையை மேலும் அதிகரித்து, ஷெகூரே அதிர்ச்சியோடு கண்களைத் திறந்து அவர்களைப் பார்க்க வைத்தது.

“எனக்கு ஹஸனை நினைத்தால் பயமாக இருக்கிறது” என்றாள். “அவள் பழிவாங்கினால் பயங்கரமாக இருக்கும். அவன் ஒரு காட்டுமிராண்டி. இங்கே நானாகவேதான் வந்தேன்.”

“இதுவொன்றும் உன் புதிய திருமணத்தை ரத்து செய்துவிடப் போவதில்லை” என்றேன். “உன் துணைக்கு யாருமேயில்லை, நீ பாதுகாப்பான ஏதாவது ஓரிடத்திற்குப் போய்த்தான் ஆகவேண்டும். அதையெல்லாம் உன் கணவன் மன்னித்து ஏற்றுக்கொள்ளத் தயாராக இருக்கிறான். ஹஸனைப் பொறுத்தவரை, இவ்வளவு வருடங்களாக அவனை எப்படி சமாளித்து வந்தோமோ அப்படியே சமாளித்துக் கொள்ளலாம்.” நான் புன்னகைத்தேன்.

“ஆனால், நான் கதவைத் திறக்கமாட்டேன்” என்றாள். “ஏனென்றால் நானே என் சொந்தவிருப்பத்தின்படி அவனிடம் திரும்பிவிட்டதாக ஆகிவிடும்.”

“என்னருமை ஷெகூரே, என்னாலும் கதவைத் திறக்க முடியாது” என்றேன். “எந்த உரிமையும் இல்லாமல் உங்கள் விவகாரத்தில் நான் தலையிட்டதாக ஆகிவிடும். இப்படிப்பட்ட தலையீடல்களை அவர்கள் பயங்கரமாக தண்டிப்பார்கள்.”

அவள் புரிந்துகொண்டாள் என்பது அவள் கண்களிலிருந்து தெரிந்தது. “அப்படியானால் யாருமே கதவைத் திறக்க வேண்டாம்” என்றாள். “கதவை உடைத்துக்கொண்டு வந்து அவர்களே வலுக்கட்டாயமாக நம்மைத் தூக்கிச் செல்லட்டும்.”

ஷெகூரேவிற்குள் அவள் குழந்தைகளுக்கும் இதுதான் உகந்த மாற்று என்பதை உடனடியாக அறிந்துகொண்டேன். எனக்கு பயமாக இருந்தது. “அப்படியானால் ரத்தம் சிந்தப்போகிறது” என்றேன். “இந்த விவகாரத்தில் நீதிபதி தலையிடவில்லையென்றால் ரத்தம் சிந்தப் போகிறது. ரத்தம் சிந்திய பகை பல வருடங்களுக்குத் தொடரும். எந்த ஒரு கௌரவமான மனிதனும் அவன் வீடு உடைக்கப்பட்டு,

உள்ளேயிருக்கும் பெண்ணை கடத்திக்கொண்டு செல்வதை பொறுத்துக்கொண்டு இருக்கமாட்டான்."

இந்த ஷெகூரே எவ்வளவு நெஞ்சழுத்தக்காரி, சாமர்த்தியசாலி என்பதை மீண்டும் உணர்ந்துகொண்டேன். எந்த பதிலையும் சொல் லாமல் அவள் குழந்தைகளை சேர்த்தணைத்துக்கொண்டு முழு மூச்சாக அழுதுகொண்டிருக்கிறாள். எனக்குள்ளிருந்து ஒரு குரல் எல்லாவற்றையும் உதறிவிட்டு என் வழியைப் பார்த்துக்கொண்டு போகும்படி சொன்னது. ஆனால் கதவைத்திறந்து கொண்டு என்னால் போகமுடியாது. ஏற்கனவே உடைபடுகிற நிலையில் இருக்கிறது. உண்மையில், அவர்கள் கதவை உடைத்துக்கொண்டு உள்ளே வந்தால் என்ன நடக்கும், அவர்கள் வராவிட்டால் என்ன நடக்கும் என்று இரண்டு வழிகளிலும் எனக்கு பயமாகவே இருந்தது. கருப்பின் ஆட்கள் என்மீது நம்பிக்கை வைத்து, திரும்பிச் சென்றுவிட்டால் என்ன செய்வது என்று கவலையாக இருந்தது. அப்படி நிகழ்ந்தால் அது மாமனாருக்கு துணிச்சல் உண்டாக்கிவிடும். அவர் ஷெகூரேவிற்கு அருகில் சென்றபோது, அவர் போலிக்கண்ணீர் சிந்தப்போகிறார் என்பது எனக்குத் தெரிந்திருந்தது. ஆனால் அவர் உடம்பு நடுங்கு கின்ற விதத்தைப் பார்த்தால் அது நடிப்பாகத் தெரியவில்லை.

கதவை நோக்கி நகர்ந்து, என் பலமனைத்தையும் திரட்டி, கத்தினேன்: "நிறுத்துங்கள். போதும்!"

வெளியிலிருந்த கலவரமும் உள்ளேயிருந்த அழுகையும் ஒரு இதயத்துடிப்பில் முடிந்தது.

"அம்மா, ஓரானை கதவைத்திறக்க வை" என்றேன் திடீரென்று உண்டான அகத்தூண்டலில். அச்சிறுவனிடம் பேசுவதைப்போலவே இனிமையான குரலில், "அவன் வீட்டுக்குப்போக விரும்புகிறான். யாரும் அதை பிரச்சினையாக்கப் போவதில்லை" என்றேன்.

அவ்வார்த்தைகள் என் வாயைவிட்டு வெளியேறுவதற்குள் ஓரான் அவன் அம்மாவின் தளர்ந்த கைகளிலிருந்து தன்னை விடுவித்துக் கொண்டு, அந்த இடத்திலேயே பல வருடங்கள் வாழ்ந்தவனைப்போல கதவுக்குச்சென்று, தாழ்ப்பாளை விலக்கி, மரக்கட்டையை தூக்கி, பூட்டைத் திறந்துவிட்டு இரண்டு அடிகள் பின்னுக்கு நகர்ந்து நின்று கொண்டான். வெளியிலிருந்த குளிர், கதவு கொட்டாவிவிட்டு திறந்து கொண்டதும் உள்ளே நுழைந்தது. பரிபூர்ண அமைதி. தூரத்தில் ஒரு சோம்பேறி நாயின் குரைப்பு மட்டும் கேட்டது. ஓரான் ஷெகூரே விடம் திரும்பி மடிமீது ஏறிக்கொள்ள, அவள் அவனை முத்தமிட்டாள். ஷெவ்கெத், "ஹஸன் சித்தப்பாவிடம் சொல்லப்போகிறேன்" என்றான்.

ஷெகூரே எழுந்து, அவள் துணிகளை மடித்து மூட்டையாகக் கட்டி கிளம்பத் தயாரானாள். எனக்கு பெரும் நிம்மதியாக இருந்தது. சிரித்துவிடுவேனோ என்று பயமாகவும் இருந்தது. நான் நன்றாக

சப்பணமிட்டு உட்கார்ந்துகொண்டேன். காராமணி கஞ்சி இன்னும் இரண்டு கரண்டிகள் மிச்சமிருக்கிறது.

கருப்பு புத்திசாலி, கதவுக்கு அருகில்கூட அவன் வரவில்லை. ஷெவ்கெத் அவனுடைய முன்னாள் அப்பாவின் அறைக்குள் சென்று கதவை மூடிக்கொண்டான். கருப்பை உதவிக்காக நாங்கள் அழைத்த போதும் அவனோ, அவனுடைய ஆட்களோ வரவில்லை. ஹஸன் சித்தப்பாவின் மாணிக்கக்கல் பதித்த பிச்சுவாவை எடுத்துக்கொள்ள ஷெகூரே அனுமதி தந்ததும் அவன் எங்களோடு வரச்சம்மதித்தான்.

“ஹஸனிடம் ஜாக்கிரதையாக இருங்கள். அவன் சிவப்பு வெட்டரி வாளை கூடவே வைத்திருக்கிறான்” என்றார் மாமனார் நிஜமான கவலையுடன். அவர் குரலில் தோல்வியோ பழிவாங்கும் எண்ணமோ இல்லை. அவருடைய இரண்டு பேரன்களையும் முத்தமிட்டு உச்சி முகர்ந்தார். ஷெகூரேவின் செவியில் ஏதோ கிசுகிசுத்தார்.

ஷெகூரே வாசலைத் தாண்டுவதற்குமுன் திரும்பி, கடைசிமுறையாக அந்த வீட்டின் கதவுகளை, சுவர்களை, அடுப்பங்கரையை வெறித்துப் பார்த்தபோது, அவள் வாழ்க்கையின் மிக இனிமையான, சந்தோஷமான தினங்களை, அவளுடைய முதல் கணவனோடு இந்த இடத்தில்தான் கழித்திருக்கிறாள் என்பது ஞாபகத்தில் வந்தது. ஆனால் இந்த வீடுதான் பரிதாபத்திற்குரிய இரண்டு தனியான ஆண்களின் இருப்பிடமாகவும் இருந்துவருகிறது என்பதையும் இதில் மரணத்தின் வாடை விரவியிருக்கிறது என்பதையும் அவள் சொல்வாளா? வெளியே செல்லும்போது அவளையொட்டியவாறு நான் செல்லவில்லை. அவள் இந்த இடத்திற்கு திரும்பி வந்ததில் எனக்கேற்பட்ட அதிருப்தி இன்னும் விலகவில்லை.

அந்த இரவின் குளிரும் இருட்டும் மட்டும் இரண்டு தந்தையில்லா சிறுவர்களையும் மூன்று பெண்களையும் – ஒரு வேலைக்காரி, ஒரு யூதப்பெண், ஒரு விதவை – ஒன்றாகச் சேர்ந்து நடந்துபோக வைக்கவில்லை; அந்த விநோதமான நிலப்பகுதியும் ஏறக்குறைய கடந்து செல்லவே முடியாத தெருக்களும் ஹஸன் மீதிருக்கும் பயமும்தான். பெரிய பொக்கிஷத்தைச் சுமந்து செல்லும் அணிவகுப்பைப்போல எங்கள் குழுவை கருப்பின் ஆட்கள் சுற்றி வளைத்து, பாதுகாப்பாக சுற்றுமுற்றுமான வழிகளில், சந்துகளில், ஜனநடமாட்டம் இருக்கவே இருக்காத, யாரும் காலடி எடுத்து வைக்காத பாழடைந்த பகுதிகளில், ஊர்க்காவலர்கள், ஜானிஸரிகள், ராக்கொள்ளைக்காரர்கள் அல்லது ஹஸன் பார்வையில் படக்கூடாதென்று கூட்டிச்சென்றனர். சில இடங்களில் முகத்துக்கு நேரே கையை வைத்தால் கூடத் தெரியாத இருட்டில் தட்டுத்தடுமாறி, ஒருவர்மேல் ஒருவர் இடித்துக்கொண்டு, சுவர்களில் முட்டிக்கொண்டு செல்லவேண்டியிருந்தது. ஒருவரையொருவர் இறுக்கமாக பிடித்துக்கொண்டே நடந்தோம். செத்தவர் ஆவிகளும் ஜின்களும் பிசாசுகளும் பூமியைப் பிளந்து கொண்டுவந்து

எங்களைத் தூக்கிச்செல்லப் போகின்றன என்று தோன்றிக்கொண்டே யிருந்தது. சுவர்களுக்கும் மூடிய கதவுகளுக்கும் பின்னால் குறட்டையும் இரவுநேரக்குளிரில் இருமுவதும், தொழுவத்தில் மிருகங்களின் முனகலும் கேட்டன.

இந்த எஸ்தர் மிக ஏழ்மையான, மிக மோசமான பகுதிகளுக்கும் இஸ்தான்புல்லின் எல்லா தெருக்களுக்கும் – அதாவது புலம்பெயர்ந்தவர்களும் பல்வேறு தாழ்ந்த இனத்தவர்களும் கூடுகின்ற சில பகுதிகளைத்தவிர – போயிருக்கிறாள். ஆனால் சுற்றிச் சுழன்று திரும்பித் திரும்பி முடிவேயில்லாத இருட்டுக்குள் சென்றுகொண்டிருக்கும் இந்த அநாமதேயத் தெருக்களில் வழிதெரியாமல் தொலைந்துவிடப் போகிறோமென்று அவ்வப்போது எனக்குத் தோன்றியது. இருந்தாலும் சில தெருமூலைகள் எனக்கு பரிச்சயமானவையாகத் தெரிந்தன. என் துணிமூட்டையைச் சுமந்துகொண்டு பொறுமையாக நடந்து சென்ற முதன்மை தையலர் தெருவின் சுவர்களையும் ரூருல்லா ஹோஜாவுக்கு சொந்தமான தொழுவத்திலிருந்து எழுந்த – எதனாலோ எனக்கு லவங்க வாசனையை ஞபகப்படுத்தும் – சாணநெடியையும் கழைக்கூத்தாடிகள் தெருவின் தீக்கிரையான பகுதிகளையும் குருட்டு ஹாஜி நீரூற்று சதுக்கத்திற்கு இட்டுச்செல்லும் வல்லூறு வளர்ப்போர் விதான வளைவையும் என்னால் அடையாளம் கண்டுகொள்ள முடிந்தது. எனவே, இவர்கள் ஷெகூரேவின் காலமான அப்பாவின் வீட்டைநோக்கி எங்களை கூட்டிச்செல்லவில்லை, வேறெங்கோ மர்மமான இடத்திற்குச் செல்கிறார்களென்பது தெரிந்தது.

ஹஸனுக்கு கோபம் வந்தால் என்ன செய்வானென்று சொல்லவே முடியாது. அதனால்தான் அவனிடமிருந்தும் அந்தக் கொலைகாரனிடமிருந்தும் அவன் குடும்பத்தைக் காப்பாற்றுவதற்காக வேறு ஏதோ இடத்தை கருப்பு கண்டுபிடித்திருக்கிறான் போலிருக்கிறது. அது எந்த இடம் என்று மட்டும் எனக்குத் தெரிந்திருந்தால் இப்போது உங்களிடம் சொல்லியிருப்பேன், ஹஸனிடம் நாளைக் காலை சொல்லியிருப்பேன். ஏதோ வன்மத்தினால் என்று நினைக்கிறீர்கள். ஷெகூரேவிற்கு ஹஸனின் மீது மீண்டும் ஆர்வம் ஏற்படும் என்று நான் உறுதியாக நம்புவதால். ஆனால் கருப்பு புத்திசாலி. முன்னைப்போல அவன் இப்போது என்னை நம்புவதில்லை.

அடிமை அங்காடிக்குப் பின்னால் ஓர் இருட்டுத் தெருவில் சென்றுகொண்டிருந்தபோது தெருக்கோடியில் கூச்சலும் குழப்பமும் ஓலங்களும் வெடித்தன. ஒருவரோடொருவர் மோதிக்கொள்கிற கைகலப்பு ஓசைகள் கேட்டன. ஒரு பெரிய சண்டையாக வலுப்பதற்கான ஓசைகள், கோடாரிகள், கத்திகள், கட்டைகள் மோதுவதும் வலியில் எழுகின்ற ஓலங்களும் எனக்குள் பயத்தீயை மூட்டின.

கருப்பு அவன் வைத்திருந்த பெரிய வாளை அவன் நம்பிக்கைக்குரிய ஒருவனிடம் கொடுத்துவிட்டு, ஷெவ்கெத் வீறிட்டு அழ, அவன்

கையிலிருந்த பிச்சுவாவை பிடுங்கிக்கொண்டான். நாவிதனின் உதவியாளனையும் வேறு இரண்டுபேரையும் பொறுப்பாக்கி ஷெகூரேவையும், ஹேரியேவையும் குழந்தைகளையும் பாதுகாப்பான தூரத்திற்கு கூட்டிச்செல்ல வைத்தான். அந்த இறையியல் மாணவன் என்னிடம் சுருக்கு வழியில் வீட்டுக்குக் கூட்டிச்செல்வதாகச் சொல்லி அழைத்தான். அதாவது நான் மற்றவர்களோடு சேர்ந்து இருக்கக் கூடாதாம். இது என்ன விதியின் விளையாட்டா அல்லது அவர்களை ஒளித்துவைக்கும் இடம் எனக்கு தெரியக்கூடாது என்பதற்கான ஏற்பாடா?

நாங்கள் ஓடிச்சென்று கொண்டிருந்த குறுகலான தெருவின் கடைசியில் ஒரு கடை இருந்தது. அது ஒரு காபி அருந்தகம் என்று தோன்றியது. கத்திச்சண்டை ஆரம்பித்ததைப்போலவே சடுதியில் நின்றும்விட்டது. கும்பலாக அந்தக் கடைக்குள் நுழைபவர்களும் வெளியேறுபவர்களும் புரியாதவகையில் ஊளையிட்டுக் கொண்டிருந்தனர். முதலில் அவர்கள் கொள்ளையடிக்கிறார்களென்று நினைத்தேன், இல்லை, அவர்கள் அந்த காபி இல்லத்தை அழித்துக் கொண்டிருந்தனர். அவர்கள் எல்லா பீங்கான் கோப்பைகளையும் செம்புப் பாத்திரங்களையும் கண்ணாடி குவளைகளையும் குட்டையான மேஜைகளையும் ஜாக்கிரதையாக தீப்பந்த வெளிச்சத்தில் சேகரித்துக் கொண்டுவந்து வெளியே குவித்துவைத்து ஒன்றுவிடாமல் உடைத்து துவம்சம் செய்தனர். அவர்களைத் தடுக்க முயன்ற ஒரு ஆளை கொலைவெறியோடு தாக்க, அவன் அதிருஷ்டவசமாக தப்பியோடினான். முதலில் அவர்கள் காபியைத்தான் எதிர்க்கிறார்களோ என்று தோன்றியது. அதை அருந்துவதால் உண்டாகின்ற தீயவிளைவுகளை, பார்வையையும் வயிற்றையும் சீரழிப்பதை, அது எவ்வாறு அறிவை மந்தப்படுத்துகிறது, மனிதர்களை நம்பிக்கையிழக்கவைக்கிறது, அது எவ்வாறு பிராங்கியர்களின் நஞ்சாக இருக்கிறது என்பதையெல்லாம் விளக்கிவிட்டு, மேன்மைமிகு முகமது அவர்களுக்கு அழகான பெண் வேடமிட்ட சாத்தான் வந்து காபியை வழங்கியபோது அவர் அதனை மறுத்ததையும் நினைவூட்டிப் பேசினர். இவர்கள் புரிவது நீதிவேடமணிந்த போக்கிரித்தனம். வீட்டுக்குப்போய்ச் சேர்ந்தபிறகு நான் கூட நெஸிமை அந்தக் கேடுகெட்ட நச்சு பானத்தை அளவுக்கதிகமாகக் குடிக்காதே என்று திட்டுவேன் போலிருந்தது. அந்தளவுக்கு மூளைச்சலவை செய்யும் வியாக்கியானம், சொற்பொழிவு.

பக்கத்தில் சில வாடகை அறை இல்லங்களும், மலிவான விடுதிகளும் இருந்ததால் உடனடியாகக் கூட்டம் சேர்ந்துவிட்டது. பொழுதுபோகாத சோம்பேறிகள், வீடற்ற மனிதர்கள், நகரத்திற்குள் சட்டவிரோதமாக புகுந்திருக்கும் எதற்கும் லாயக்கற்ற தீனிப்பண்டாரங்கள் என்று சேர்ந்துவிட்ட அந்தக் கும்பலால் காபி எதிர்ப்பாளர்களுக்கு தைரியம் கூடிவிட்டது. அப்போதுதான் எனக்குப் பொறி தட்டியது: இவர்களெல்லாம் எர்ஸுரும்மின் நுஸ்ரத் ஹோஜாவின்

அடியாட்கள். இவர்கள் எல்லா மதுச்சாலைகளையும் விபச்சாரத்தையும் காபியையும் இஸ்தான்புல் நகரிலிருந்து விரட்டியடிக்க புறப்பட்டவர்கள்; மேன்மைமிகு முகமதுவின் நகரிலிருந்து விரட்டியடிக்க புறப்பட்டவர்கள்; மேன்மைமிகு முகமதுவின் பாதையிலிருந்து விலகுபவர்களைக் கடுமையாக தண்டிப்பார்கள்; துறவியர் மடங்களின் மதவிழாக்களில் இறைவணக்க கீதங்கள் என்ற பெயரில் ஆபாசமாக வயிற்றை ஆட்டியபடி நடனமாடுவதை தீவிரமாக எதிர்ப்பவர்கள். பிசாசுகள், புறமதத்தினர், நாத்திகர்கள், ஓவியர்கள் போன்றோருடன் கூட்டு சேர்ந்துகொண்டிருக்கும் மத எதிரிகளுடன்தான் அவர்கள் போராடிக் கொண்டிருக்கிறார்கள். அப்போதுதான் எனக்கு வேறொன்றும் பளிச்சிட்டது: இந்த காபி இல்லத்தின் சுவர்களில்தான் சித்திரங்களை மாட்டித் தொங்கவிட்டு, மதத்திற்கெதிராகவும் எர்ஸுரூம் ஹோஜாவிற்கெதிராகவும் எல்லையற்ற கிண்டலோடு கதைகள் சொல்லப்படுவதுண்டு.

காபி தயாரிப்பாளரின் உதவியாளன் ஒருவன் முகத்தில் ரத்தம் வழிய வெளியே ஓடிவந்தான். அவன் சுருண்டு விழப்போகிறான் என்று நினைத்தேன். ஆனால் நெற்றியிலிருந்து ரத்தத்தை வழித்தெடுத்துவிட்டு கூட்டத்தோடு கலந்து அவர்களின் சூறையாடலை வேடிக்கை பார்க்கத் தொடங்கினான். கூட்டம் பயத்தில் கொஞ்சம் பின்னுக்கு நகர்ந்தது. கருப்பு யாரையோ பார்த்துவிட்டு தயங்குவதைக் கவனித்தேன். இந்த எர்ஸுரூமிகள் கும்பல் சேர்ந்திருப்பதைப் பார்த்துவிட்டு ஜானிஸரிகளோ அல்லது ஆயுதம் தரித்த வேறு ஏதோ ஒரு கோஷ்டியோ வந்துகொண்டிருக்கிறது என்பதை உணர்ந்தேன். தீப்பந்தங்கள் அணைக்கப்பட்டன. கூட்டம் குழப்பத்தில் சின்னாபின்னமாகியது.

கருப்பு என் கையைப் பிடித்து இறையியல் மாணவனிடம் ஒப்படைத்தான். "பின் சந்து வழியாக ஓடுங்கள்" என்றான். "இவன் உன்னை வீட்டில் சேர்த்துவிடுவான்." அந்த மாணவன் வேடிக்கை பார்ப்பதில் ஆர்வமின்றி உடனே தப்பியோடுவதில் கண்ணும் கருத்துமாக இருந்தான். நாங்கள் ஏறக்குறைய ஓடினோம். என் யோசனையெல்லாம் கருப்போடுதான் இருந்தது. காட்சியிலிருந்து எஸ்தர் நீக்கப்பட்டுவிட்டால் அவளால் கதையைத் தொடரமுடியாதே, இப்போது அவளால் முடியுமா?

●

அத்தியாயம் 54

நான் ஒரு பெண்

உங்கள் ஆட்சேபணைகள் எனக்கு ஏற்கெனவே கேட்கிறது: "என்னருமை கதைசொல்லி எஃபெண்டி அவர்களே, நீங்களே எதை வேண்டுமானாலும் யாரை வேண்டுமானாலும் போலியாக நடித்துக் காட்டலாம், ஆனால் பெண்ணை மட்டும் முடியவே முடியாது!" ஆனால் நான் உங்களை மறுக்க வேண்டியிருக்கிறது. ஊர்விட்டு ஊராகச் சென்று திருமணங்களிலும் திருவிழாக்களிலும் காபி இல்லங்களிலும் நள்ளிரவு நேரம் வரை, என் குரல் கம்மி பேசமுடியாமற் போகும்வரை எல்லாவற்றையும் போலிசெய்து நடித்து, கதைசொல்லி வந்திருக்கிறேன், உண்மைதான். எங்களைப் போன்றவர்களுக்கு திருமணம் செய்துகொள்ளக்கூட முடியாது, ஆனால் அதற்காக பெண்களைப் பற்றிய பரிச்சயமே எனக்குக் கிடையாது என்று சொல்வதற்கில்லை.

எனக்கு பெண்களை மிகநன்றாகவே தெரியும்; உண்மையில் நான்கு பேரை தனிப்பட்ட முறையில் தெரியும், அவர்கள் முகங்களைப் பார்த்திருக்கிறேன், பேசியிருக்கிறேன்: 1) என் அம்மா, அவர் ஆன்மா நிரந்தர அமைதியில் ஓய்வெடுக்கட்டும்; 2) என் அன்புள்ள அத்தை; 3) (என்னை எப்போதுமே அடித்துக்கொண்டிருந்த) என் சகோதரனின் மனைவி. நான் அவளை அரிதாகப் பார்த்த சந்தர்ப்பங்களில் ஒருமுறை என்னை "வெளியே போ!" என்று கத்தியிருக்கிறாள். நான் காதல்வயப்பட்ட முதல் பெண்; 4) என் பயணம் ஒன்றின்போது கோன்யாவில் திறந்திருந்த ஜன்னல் ஒன்றில் திடீரென்று நான் பார்த்த ஒரு பெண்மணி. அவளோடு பேசுவதற்கு எப்போதுமே சந்தர்ப்பம் கிடைக்காவிட்டாலும்கூட அவள்மீது வருடக்கணக்காக எனக்கு காமக்கிளர்ச்சி இருந்துகொண்டேயிருந்தது, இப்போதும் கூட இருக்கிறது. ஒருவேளை இப்போது அவள் இறந்துகூட போயிருக்கலாம்.

ஒரு பெண்ணின் திறந்த முகத்தைப் பார்ப்பது, அவளிடம் பேசுவது, அவளது குணாம்சங்களை தரிசிப்பது, இவையெல்லாம் ஆண்களாகிய நமக்குள்ளே காமத்தின் வேதனைகளையும் ஆழ்ந்த ஆன்மீக வலியையும் ஒருசேரத் திறந்துவிடுகின்றன. எனவே, இதற்கு இருக்கும் மாற்று ஏற்பாடுகள் எல்லாவற்றிலும் தலைசிறந்தது என்ன வென்றால், நமது தெய்வீக நூல் அறிவுறுத்துவதுபோல, முறைப்படி திருமணம் செய்துகொள்வதற்குமுன், பெண்களின்மேல், குறிப்பாக அழகான பெண்களின்மேல் பார்வையை பதிக்கவே கூடாது. காம இச்சைகளுக்கு ஒரே பரிகாரம், அழகான சிறுவர்களோடு சகவாசம் வைத்துக்கொள்வது. அது பெண்களின் இடத்தில் ஒரு திருப்திகர மான பதிலி. காலப்போக்கில் இதுவும் ஓர் இனிமையான பழக்கமாக ஆகிவிடுகிறது. ஐரோப்பிய, பிராங்கிய நகரங்களில் பெண்கள் தமது முகங்களை மட்டுமல்ல, பிரகாசமாக மினுமினுக்கும் அவர்களது கூந்தல் (அவர்களுடைய மிக அழகான கழுத்துகளுக்கு அடுத்ததாக, அவர்களது மிகக் கவர்ச்சியான அம்சம் கூந்தல்தான்), அவர்களது கரங்கள், அவர்களது அழகான தொண்டை, நான் கேள்விப்பட்டது உண்மையென்றால் அவர்களுடைய கவர்ச்சிகரமான கால்களின் ஒரு பகுதியைக்கூட வெளிப்படையாகக் காட்டியபடி உடையணிந்து தான் வெளியே செல்வார்களாம். இதன் விளைவாக அந்நகரங்களில் உள்ள ஆண்களெல்லாம் மிகுந்த சிரமத்தோடும் சங்கடத்தோடும் அளவற்ற வலியோடும்தான் நடந்து போகிறார்கள், ஏன் தெரியுமா? அவர்களுடைய முன்பக்கம் எப்போதுமே விறைத்ததாகிவிடுவதால், ஆண் சமூகத்தின் இயக்கமே முடங்கிப்போய் விடுகிறது. எனவேதான் ஒவ்வொரு நாளும் பிராங்கிய மிலேச்சர்கள் தமது கோட்டைகளை ஆட்டமன்களிடம் இழந்துகொண்டே வருகிறார்கள்.

இளம் வயதிலேயே என் ஆன்மீக மகிழ்ச்சிக்கும் திருப்திக்கும் அழகான பெண்களிடமிருந்து தூரவிலகியிருப்பதுதான் மிகச்சிறந்த உபாயம் என்பதை உணர்ந்துவிட்ட பிறகு, இந்த ஜீவராசியைப் பற்றி எனக்கு ஆர்வம் அதிகரித்துக்கொண்டே வந்தது. அச்சமயத்தில், என் அம்மாவையும் என் அத்தையையும் தவிர வேறெந்தப் பெண்ணை யும் நான் பார்த்ததில்லையென்பதால் என் ஆர்வம் இறைநிலைத் தன்மைக்குச் சென்றது. என் தலை ‘ஜிவ்’வென்று மயங்கியது. பெண்கள் எப்படி உணர்வார்கள், எப்படி இருப்பார்கள் என்பதை நான் அறிந்துகொள்ள வேண்டுமானால், அவர்கள் செய்வதையெல்லாம் நானும் செய்து, அவர்கள் உண்பதையெல்லாம் நானும் உண்டு, அவர்கள் பேசுவதையெல்லாம் நானும் பேசி, அவர்கள் நடத்தையை நானும் அப்படியே பின்பற்றினால்தான் முடியும், ஆம், அவர்களைப் போலவே நானும் உடையணிய வேண்டுமென்று முடிவெடுத்தேன். எனவே ஒரு வெள்ளிக்கிழமை, அம்மா, அப்பா, அண்ணன், அத்தை யாவரும் ஃபாரெங்கிலுள்ள என் பாட்டியின் ரோஜாத் தோட் டத்திற்குச் சென்றபோது, எனக்கு உடல்நலமில்லை வீட்டிலேயே இருக்கிறேன் என்றேன்.

"பேசாமல் வா, நீ வந்தால் நாய்களைப்போல, மரங்களைப் போல, குதிரைகளைப்போலெல்லாம் நடித்துக் காட்டுவாய். நன்றாகப் பொழுதுபோகும். இங்கே தனியாக இருந்து என்ன செய்யப்போகிறாய்?" என்றார் என் அம்மா, அவர் ஆன்மா சாந்தியடைக.

"உங்களுடைய உடைகளையெல்லாம் எடுத்து அணிந்துகொண்டு நான் ஒரு பெண்ணாக மாறப்போகிறேன் என்னருமை அம்மாவே" என்பது சாத்தியமில்லாத பதில். எனவே "எனக்கு வயிறு வலிக்கிறது" என்றேன்.

"இப்படி ஒரு கோழையாக இருக்காதே" என்றார் அப்பா. "எழுந்து வா. நீயும் நானும் மல்யுத்தம் செய்யலாம்."

என்னருமை ஓவிய, நுண்ணோவிய சகோதரர்களே, அவர்களெல்லாம் சென்றபிறகு, தற்போது காலமாகிவிட்ட என் அம்மாவின் உடைகளையும் என் அத்தையின் உடைகளையும் எடுத்து நான் அணிந்துகொண்டபோது அன்றையதினம் ஒரு பெண்ணாக இருப்பதன் ரகசியங்களை அறிந்து கொண்டதை உங்களிடம் இப்போது கூறப்போகிறேன். முதலில், வழக்கமாக புத்தகங்களில் நாம் படிப்பதைப் போலவும் மதபோதகர்களிடம் கேட்பதைப் போலவும் நீங்கள் ஒரு பெண்ணாக இருக்கும்போது ஒரு பிசாசைப் போல நீங்கள் உணர்வது இல்லை என்பதைத்தான் ஆணித்தரமாகச் சொல்ல விரும்புகிறேன்.

கிடையவே கிடையாது! என் அம்மாவின் ரோஜா – பூவேலை நெய்த உள்ளாடையை எடுத்து அணிந்தபோது ஒரு சுகமான உணர்ச்சி என்மேல் படர்ந்து அவரைப்போலவே உணரத் தொடங்கினேன். என் அத்தை எப்போதுமே எடுத்து அணிந்திராத இன்பசுங்கொட்டை நிற பட்டுச்சட்டை என் சருமத்தைத் தீண்டியபோது எல்லா குழந்தைகள் மீதும் அடக்கமுடியாத அன்பு என்னுள் சுரந்தது. எல்லோருக்கும் பாலூட்டவும் மொத்த உலகிற்கும் உணவூட்டவும் விரும்பினேன். மார்பகங்கள் இருப்பது எப்படியிருக்கும் என்பதை ஓரளவு புரிந்து கொண்ட பிறகு, காலுறைகள், கந்தல் துணிகள் என்று எது கைக்கு கிடைக்கிறதோ அவற்றையெல்லாம் சுருட்டி என் மார்பின்மீது செருகிக்கொண்டு ஒரு பருத்த மார்புடைய பெண்ணாக இருந்தால் எப்படியிருக்கும் என்ற எனது தீர்க்கமுடியாத சந்தேகத்தைப் புரிந்து கொள்ள முடிகிறதாவென்று பார்த்தேன்: அந்தப் பருத்த நீட்டல்களைப் பார்த்தபோது, ஆம், ஒப்புக்கொள்கிறேன், நான் சாத்தானைப் போல கர்வமாக இருந்தேன். என் அபரிமிதமான மார்புகளின் நிழலை மட்டும் பார்த்தால்கூட, ஆண்கள் பின்னாலேயே துரத்திக் கொண்டு வந்து அவற்றை தம் வாய்களில் கவ்விக்கொள்ளத் துடிப்பார்கள் என்று எனக்குப் புரிந்தது. நான் மிகவும் பலசாலியாக

உணர்ந்தேன், ஆனால் இதுதானா நான் விரும்பியது? நான் குழம்பிப் போனேன்: பலசாலியாகவும் அதே நேரத்தில் பரிதாபத்திற்குரிய ஜீவனாகவும் ஒரே நேரத்தில் இருக்கத்தான் விரும்பினேன்; ஆதாமின் காலத்திலிருந்து இதுவரை இல்லாத அளவுக்கு ஒரு பணக்கார, பலசாலியான, புத்திசாலியான ஆண் என் மீது பைத்தியமாக காதல் கொள்ளவேண்டுமென்று விரும்பினேன்; இருந்தும் அப்படிப் பட்ட ஒரு ஆணின்மீது பயமாகவும் இருந்தது. பற்பல இலைப் பின்னல்கள் பூவேலை செய்திருந்த விரிப்புகளுக்குப் பக்கத்தில் அவரது திருமண சீர்வரிசை பெட்டகத்தின் அடியில் வெல்வெட் காலுறைகளில் அம்மா ஒளித்து வைத்திருந்த நெளிநெளியான தங்க வளையல்களை என் கைகளில் அணிந்துகொண்டு, பொது குளிய லறைகளில் குளித்து வந்ததும் தன் கன்னங்களில் பிரகாசமாகப் பூசிக்கொள்ளும் ரூஜ்ஜை நானும் பூசிக்கொண்டு, அத்தையின் பச்சை அங்கியையும் அதே நிறத்திலான முகத்திரையையும் என் கூந்தலை அள்ளி முடிந்துகொண்டபின் அணிந்துகொண்டு ராஜமுத்துக்கள் சட்டத்தில் பதித்த கண்ணாடியில் என்னைப் பார்த்தபோது உடல் நடுநடுங்கினேன். என் கண்களையும் இமைகளையும் நான் தொட்டே இருக்காவிட்டாலும் அவை ஒரு பெண்ணுக்குரியவனவாக மாறி யிருந்தன. என் கண்களும் கன்னங்களும் மட்டுமே வெளியில் தெரிந்தன, ஆனால் நான் அசாதாரமான கவர்ச்சியோடு இருக்கும் ஒரு பெண்ணாக இருந்தேன். இது என்னை அளவற்ற மகிழ்ச்சியில் திளைக்க வைத்தது. இவற்றையெல்லாம் நான் கவனித்து உள்வாங்கிக் கொள்ளும் முன்னமே என் ஆண்மை இவற்றினால் உந்தப்பட்டு விறைத்திருந்தது. இது என்னை சோகத்திலாழ்த்தியது.

நான் கையில் ஏந்தியிருந்த கண்ணாடியில் என் அழகான கண்களிலிருந்து ஒரு கண்ணீர்த்துளி துளிர்த்து வழிவதை கவனித் தேன். அப்போது கவிதை ஒன்று வேதனையோடு ஞாபகத்திற்கு வந்தது. இந்தக் கவிதையை எப்போதுமே என்னால் மறக்க முடிந்த தில்லை. அதே நேரத்தில் இறைவனால் தூண்டப்பட்டு அக்கவிதையை ராகத்தோடு ஒரு பாடலைப்போல பாடத்தொடங்கினேன், என் கவலைகளை மறக்கும் விதமாக.

> என் பேதை நெஞ்சம் கிழக்கில் நான் இருக்கையில்
> மேற்கிற்காக ஏங்குகிறது,
> மேற்கில் இருக்கையில் கிழக்கிற்காக ஏங்குகிறது.

> ஆடவனாக இருக்கையில் என் இதர அங்கங்கள்
> பெண்ணாக நானிருக்க ஏங்குகின்றன
> பெண்ணாக இருக்கையில் ஆடவனாக
> நானிருக்க ஏங்குகின்றன.

> எவ்வளவு கடினம் மனிதராய் இருப்பது
> அதைவிடக் கடினம் மனித வாழ்வில் ஜீவிப்பது.

முன்பக்கமும் பின்பக்கமும் எனக்கு நானே
வேடிக்கை காட்டிக்கொள்ளத்தான் விரும்புகிறேன்,
கிழக்கிலும் மேற்கிலும் இரண்டிலும்.

'நமது எர்ஸுரூமி சகோதரர்கள் என் இதயத்திலிருந்து இந்தப் பாட்டு வெளிவருவதை கேட்கமாட்டார்கள் என்று நம்புவோம்' என்று கூறுவதற்கு இருந்தேன், கேட்டால் அவர்கள் கோபப்படுவார்களே என்பதற்காக. ஆனால் நான் எதற்காக பயப்படவேண்டும்? ஒருவேளை அவர்கள் கோபப்படாமல் கூடப் போகலாம். கேளுங்கள், வம்பு பேசுவதற்காக இதை சொல்லவில்லை, ஆனால் நான் கேள்விப்பட்டது என்னவென்றால் அந்தப் புகழ்பெற்ற மதபோதகர் மேன்மைமிகு – ஹஸ்ரத் அல்லவே அல்ல – எஃபெண்டி, அவருக்குத் திருமணமாகியிருந்தாலும் ஓவியர்களாகிய உங்களில் சிலரைப்போல பெண்களுக்குப் பதில் அழகான சிறுவர்களையே விரும்புகிறாராம். நான் கேள்விப்பட்டதைத்தான் சொல்கிறேன். இவை எதைப்பற்றியும் எனக்கு அக்கறையில்லை, ஏனென்றால் அந்த ஆளை நினைத்தாலே எனக்கு வெறுப்பாக இருப்பது ஒருபுறம், மேலும் அந்த ஆளுக்கு வயதும் அதிகமாக ஆகிவிட்டது. பல்லெல்லாம் விழுந்துவிட்டதாம். அவருக்கு கிட்டே சென்ற சிறுவர்களெல்லோரும் அவருடைய வாய் எதைப்போல நாற்றமடிக்கிறது என்று சொன்னார்களென்றால் – இந்த உதாரணத்திற்கு மன்னிக்கவும் – கரடியின் குதம்போல என்றனர்.

சரி, காதில் விழுந்த செய்திகளை இதோடு நிறுத்திக்கொண்டு முக்கியமான விஷயத்திற்கு வருவோம். நான் எவ்வளவு அழகாக இருக்கிறேன் என்பதைப் பார்த்தவுடனேயே, எனக்கு உடைகளைத் துவைக்கவேண்டும் பாத்திரங்களைக் கழுவவேண்டும் தெருக்களில் அடிமையைப்போல ஊர்வலம் செல்லவேண்டுமென்றெல்லாம் தோன்றவில்லை. ஏழ்மை, கண்ணீர், துயரம், ஏமாற்றத்தோடு கண்ணாடியைப் பார்த்தபடியிருப்பது, விரக்தி, கண்ணீர் உகுத்தல் இவையெல்லாம் சோகமான, அவலட்சணமான பெண்களுக்கு. என்னை பீடத்தில் ஏற்றி நிற்கவைக்கின்ற ஒரு கணவனை நான் தேடிக் கண்டடைய வேண்டும். அவன் யாராக இருப்பான்?

எனவேதான், என் தந்தை ஏதேதோ காரணங்களுக்காக எங்கள் வீட்டிற்கு அழைத்திருந்த பாஷாக்களின் மகன்களையும் பெரும்புள்ளிகளையும் சாவித்துவாரங்களின் வழியாக வேவுபார்க்கத் தொடங்கினேன். எனது இக்கட்டு நிலை, நுண்ணோவியர்கள் எல்லோருமே ரகசியமாய் காதலிக்கின்ற, இரண்டு குழந்தைகளுக்குத் தாயான, சின்ன உதடுகள் கொண்டிருக்கும் அந்தப் பேரழகியின் நிலையை ஒத்திருக்கவேண்டுமென்று விரும்பினேன். பேதைப்பெண் ஷெகூரேவின் கதையை உங்களுக்குச் சொல்வதுதான் சரி. ஆனால் கொஞ்சம் பொறுங்கள். இன்றிரவு இந்தக் கதையைச் சொல்ல ஏற்கனவே வாக்களித்திருக்கிறேன்:

பிசாசினால் தூண்டப்பட்டு பெண்ணொருத்தி சொன்ன காதல் கதை

இது உண்மையில் ஓர் எளிமையான கதை. இஸ்தான்புல்லின் மிக ஏழ்மையான புறநகர் பகுதிகளில் ஒன்றான கேமரூஸ்துவில் நடந்த கதை. அப்பகுதியில் வாழ்ந்து வந்த ஒரு முக்கியப்புள்ளி, வாஸிப் பாஷாவின் செயலாளராக இருந்த செலெபி அகமத் என்பவர். திருமணமாகி இரண்டு குழந்தைகளோடு இருந்த அவர் தானுண்டு, தன் வேலையுண்டு என்றிருப்பவர். ஒருநாள் திறந்திருந்த ஜன்னலின் வழியே கருங்கூந்தலும் கரியவிழிகளும் வெள்ளி நிறமும் கொண்ட ஓர் உயரமான, மெலிந்த போஸ்னிய அழகியைப் பார்த்து பேதலித்துப் போய்விடுகிறார். ஆனால் அந்தப்பெண் மணமானவள். செலெபியிடம் அவளுக்கு எவ்வித ஆர்வமும் ஏற்படாமல் அவளுடைய அழகான கணவனிடம் உயிராக இருக்கிறாள். மகிழ்ச்சியைத் தொலைத்த செலெபி, தன் கவலைகளை யாரிடமும் வெளிப்படுத்தாமல், காதல் தாபத்தில் கிரேக்கர் ஒருவரிடமிருந்து வாங்கிய மதுவில் தன்னை யிழந்து எலும்பும் தோலுமாகிறார். ஆயினும் அக்கம்பக்கத்தாரிட மிருந்து அவரது காதலை நீண்ட நாட்களுக்கு மறைத்து வைக்க முடியவில்லை. இதைப்போன்ற காதல் கதைகளென்றாலே யாருக்கும் சுவாரஸ்யமானவைதான், ஆனால் செலெபி அவர்கள் மத்தியில் மதிப்போடும் கௌரவத்தோடும் இருந்து வந்ததால் அவர்கள் வெளிப் படையாக கிண்டலில் இறங்காமல் போகிறபோக்கில் நமட்டுச்சிரிப்பு சிரித்துவிட்டு என்னதான் ஆகிறது பார்க்கலாமென்று கண்டுகொள் ளாமல் சென்றுவருகின்றனர். ஆனால் காதல் மயக்கத்தில் தன்னிலை மறந்துவிட்ட செலெபி ஒவ்வொருநாளும் குடித்துவிட்டு, வெள்ளிப் பதுமையைப் போன்ற அந்தப்பெண் தன் கணவனோடு சந்தோஷமாக வாழ்ந்துவந்த வீட்டின் வாசலிலேயே உட்கார்ந்து குழந்தையைப்போல மணிக்கணக்காக அழுகிறார். கடைசியில் இந்த நிலைமை அக்கம் பக்கத்தாரை சுதாரிக்க வைக்கிறது. ஒவ்வொரு நாளும் அவர் வந்து வேதனையோடு அழுதுகொண்டிருக்கும்போது அவர்களால் அவரை அடிக்கவோ, விரட்டியடிக்கவோ, சமாதானப்படுத்தவோகூட முடியா திருக்கிறது. செலெபி தன்னால் மற்றவர்களுக்கு நேரும் இடைஞ்சலைப் புரிந்துகொண்டு – என்ன இருந்தாலும் அவர் ஒரு கௌரவமிக்க கனவான் அல்லவா – யாருக்கும் தொல்லை தராமல் தனக்குள் ளாகவே அழுவதற்கு கற்றுக்கொள்கிறார். ஆனால் படிப்படியாக அவரது நிராதரவான துக்கம் பல்கிப்பெருகி அக்கம்பக்கத்தாரிடமும் தொற்றிக்கொண்டு எல்லோருடைய துக்கமும் சோகமுமாகிவிடுகிறது. அப்பகுதி மக்கள் தமது நிம்மதியை, மகிழ்ச்சியை மெதுவாக இழந்து வருகின்றனர். சதுக்கத்தில் சோகமாக வழியும் நீரூற்றைப்போல செலெபி துக்கத்தின் ஊற்றுக்கண்ணாகிவிடுகிறார். அவரிடமிருந்து அப்பகுதியிலுள்ள எல்லோருக்கும் ஒரு தொற்றுநோயைப்போல பீடித்த இந்த மனஅழுத்தம், ஒரு சாதாரணமான சோக மனநிலை

என்பதிலிருந்து மெதுவாக மாறி, துரதிருஷ்டம்தான் எல்லோர்மீதும் கவிந்திருக்கிறது என்ற வதந்தியாக மாறுகிறது. பிறகு அதிலிருந்து மேலும் உக்கிரமாகி அழிவு காலம் சமீபித்துவிட்டது என்று எல்லோருக்கும் தோன்ற ஆரம்பிக்கிறது. சிலர் அங்கிருந்து வெளியேறிச் செல்கின்றனர், சிலருக்கு அடுக்கடுக்காக துரதிருஷ்ட சம்பவங்கள் நிகழ்கின்றன, சிலருக்கு வேலைசெய்வதில் ஆர்வமே வற்றிப்போய் பணிக்குச் செல்வதே நின்றுபோகிறது. அப்பகுதிலிருந்த அனைவரும் ஒரு கட்டத்தில் அங்கிருந்து வெளியேறிச்சென்றுவிட, காதலில் கைதுறக்கப்பட்ட செலெபியும் அவருடைய மனைவி மக்களோடு ஒருநாள் அங்கிருந்து வெளியேறிச் சென்றுவிடுகிறார். அங்கே அந்த வெள்ளிப்பதுமை நங்கையும் அவளுடைய கணவனும் மட்டுமே தனியாக இருக்கின்றனர். இந்த துரதிருஷ்டம் எல்லாவற்றிற்கும் மையப்புள்ளியாக இருந்த அவர்களுக்கும் அது தொற்றத்தொடங்கி, அவர்களிடையே இருந்த காதல் தீபத்தின் ஜோதி அணைந்து போகிறது. அவர்களுக்கிடையே இடைவெளி அதிகரிக்கிறது. மீதமிருந்த அவர்கள் வாழ்நாள் முழுவதும் ஒன்றாகவே வாழ்ந்தாலும் அவர்கள் அதன்பின் மகிழ்ச்சியாகவே இருக்கவில்லை.

காதல், பெண்கள் என்கிற இரண்டு புதைகுழிகளை இக்கதை தெளிவாகக் காட்டுகிறது என்பதாலேயே இது எனக்கு மிகவும் பிடித்தமான கதை என்று சொல்ல வாயெடுத்தபோதுதான், நான் இப்போது ஒரு பெண் என்பதே உறைத்தது. எப்படி என் மூளை மழுங்கிப் போயிருக்கிறது பாருங்கள். நான் ஒரு பெண் என்பதால் வேறு ஏதாவதைத்தான் சொல்லப்போகிறேன். சரி, அது இப்படித் தான் இருக்கவேண்டும்:

ஓ, காதல் எவ்வளவு அற்புதமானது!

என்ன இது, கதவை உடைத்துக்கொண்டு வரும் இந்த அந்நியர்கள் யார்?

●

அத்தியாயம் 55

நான் "வண்ணத்துப்பூச்சி" என்று அழைக்கப்படுகிறேன்

அந்தக் கும்பலைப் பார்த்ததுமே எர்ஸுரூமிகள் நுண்ணோவியர்கள் எங்களை வேட்டையாடத் தொடங்கிவிட்டார்கள் என்பதைத் தெரிந்துகொண்டேன்.

அந்தக் கூட்டத்தில் கருப்பும் தாக்குதலை வேடிக்கை பார்த்துக் கொண்டிருந்தான். கையில் ஒரு பிச்சுவா வைத்திருந்ததைப் பார்த்தேன். அவனோடு வினோத தோற்றத்தில் சிலர் இருந்தனர். அந்த துணி விற்கும் எஸ்தர் இருந்தாள். இன்னும் சில பெண்களும் துணிமூட்டைகளோடு இருந்தனர். அந்த போக்கிரிகள் காபி இல்லத்தை சூறையாடி, குரூரமாக உள்ளேயிருப்பவர்களைத் தாக்கிக் கொண்டிருப்பதைப் பார்த்தபோது அங்கிருந்து உடனே ஓடவேண்டும் போலிருந்தது. அவர்களுக்குப் பின்னாலேயே இன்னொரு கும்பல் வருவதையும் பார்த்தேன். அவர்கள் ஜானிஸரி காவலர்களாக இருப்பார்கள் போலிருக்கிறது. எர்ஸுரூமிகள் தீப்பந்தங்களை அணைத்துவிட்டு தப்பியோடினர்.

காபி இல்லத்தின் இருண்ட வாசலில் யாருமில்லை. வேடிக்கை பார்த்துக் கொண்டிருந்தவர்களும் இல்லை. உள்ளே சென்றேன். எல்லாம் அலங்கோலமாகக் கிடந்தன. சுக்குநூறாக்கப்பட்டிருந்த கோப்பைகள், தட்டுகள், கண்ணாடிக் குவளைகள், கிண்ணங்களை மிதித்தபடி மெதுவாக நடந்தேன். சுவற்றின் உச்சியில் ஆணியில் மாட்டியிருந்த ஓர் எண்ணெய் விளக்கு மட்டும் இந்தக் கலவரத்திலும் அணையாமல் கூரையில் படிந்திருந்த கரி அடையாளங்களுக்கு மட்டும் வெளிச்சமிட்டுக் கொண்டிருக்க, கீழே இருட்டில் உடைந்த விசிப்பலகைகளும் மேஜைகளும் அடையாளம் தெரியாத என்னென்னவோ சாமான்களும் களேபகரமாய் இறைந்திருந்தன.

மெத்தைகளையும் திண்டுகளையும் ஒன்றன்மேல் ஒன்றாக அடுக்கி, மேலேறி அந்த விளக்கை கழற்றி எடுத்துக்கொண்டு இறங்கினேன். விளக்கின் வெளிச்ச வட்டத்தில் தரையில் உடல்கள் கிடப்பது தெரிந்தது. முகம் பூராவும் ரத்தமாக இருந்த உடலைவிட்டு நகர்ந்து அடுத்ததிற்குச் சென்றேன். முனகிக்கொண்டிருந்த அவன், விளக்கோடு நான் வருவதைப் பார்த்துவிட்டு குழந்தையைப்போல சத்தமெழுப்பினான்.

யாரோ உள்ளே நுழைந்தனர். அது கருப்புதான் என்று தெரிந்தாலும் முதலில் தூக்கிவாரிப் போட்டது. இருவரும் மூன்றாவது உடலின்மேல் குனிந்து பார்த்தோம். விளக்கை முகத்தின் அருகில் கொண்டுவந்தபோது நாங்கள் சந்தேகப்பட்டது உறுதியானது. அவர்கள் கதைசொல்லியை கொன்றுவிட்டிருக்கின்றனர்.

ஒரு பெண்ணைப்போல ஒப்பனை செய்திருந்த அவன் முகத்தில் ரத்தக்கறை ஏதும் இருக்கவில்லை, ஆனால் அவனது முகவாயும் புருவமும் ரூஜ் – தடவிய வாயும் சிதைக்கப்பட்டிருந்தன. கழுத்தில் காணப்பட்ட காயங்களை வைத்துப் பார்க்கும்போது அவன் குரல்வளை நெரித்துக் கொல்லப்பட்டிருக்கிறான் என்பது தெரிந்தது. அவன் கைகள் தலைக்குப் பின்னால் அசாதாரணமான கோணத்தில் முறுக்கி விடப்பட்டிருந்தன. தாக்க வந்தவர்களில் ஒருவன் கதைசொல்லியின் கைகளை முதுகுக்கு திருப்பி கெட்டியாகப் பிடித்துக் கொள்ள, மற்றவர்கள் அவன் முகத்தில் அடித்து, கழுத்தை நெரித்து கொன்றிருக்கிறார்கள் என்பதை ஊகிப்பது ஒன்றும் சிரமமாக இல்லை. கொல்வதற்கு முன் "மதபோதகர் மேதகு ஹோஜா எஃபெண்டி அவர்களை இழிவுபடுத்திய இவன் நாக்கை துண்டியுங்கள்" என்றிருப் பார்களோ?

"அந்த விளக்கை இங்கே கொண்டு வா" என்றான் கருப்பு. விளக்கின் வெளிச்சம் அடுப்பிற்கடியில் உடைத்து நொறுக்கப்பட்டிருந்த காபி அரவை இயந்திரங்கள், சல்லடைகள், தராசுகள், உடைந்த காபி கோப்பைகள், கொட்டப்பட்டிருந்த காபி தரையில் சேறாகியிருந்ததில் விழுந்து கிடப்பதைக் காட்டியது. ஒவ்வோரிரவும் கதைசொல்லி அவனது சித்திரங்களை மாட்டிவைக்கும் மூலையில் கருப்பு அவனது சாதனங்களை தேடிக் கொண்டிருந்தான். இடைக் கச்சை, மந்திரவாதி கைக்குட்டை, மந்திரக்கோல் போன்றவற்றை ஒதுக்கிவைத்துவிட்டு, விளக்கை என் முகத்திற்கு நேராக உயர்த்திப் பிடித்து, அவன் அந்த சித்திரங்களைப் பற்றி ஆராய்வதாகக் கூறினான்: ஆம், தோழமைக்காக நான் இரண்டு படங்களை வரைந்து கொடுத்தேன். அந்த கதைசொல்லி அவனது சுத்தமாக மொட்டையடிக்கப் பட்ட தலையில் மாட்டிக்கொள்ளும் பாரசீக தலைக்கவிகைத் தொப்பி மட்டும்தான் கிடைத்தது.

என் பெயர் சிவப்பு

யாருமில்லையென்று தெரிந்ததும் பின் கதவு வழியாகச் சென்ற குறுகிய நடையின் வழியே இரவின் இருட்டிற்குள் சென்றோம். இந்தச் சூறையாடலின்போது உள்ளேயிருந்த கூட்டத்தினரும் கலைஞர்களும் இந்தக் கதவின் வழியாகத்தான் தப்பித்துப் போயிருக்கக்கூடும். ஆனால் இங்கேயும் உருட்டிவிடப்பட்டிருந்த பூந்தொட்டிகள், சிந்தியிருந்த காபி பொட்டலங்களைப் பார்க்கும்போது இந்த இடத்திலும் தாக்குதல்கள் நடந்திருக்குமென்று காட்டின.

காபி இல்லம் சூறையாடப்பட்டிருப்பதும் கதைசொல்லி கொலை செய்யப்பட்டிருப்பதும் இரவின் திகிலூட்டும் இருட்டோடு சேர்ந்து என்னையும் கருப்பையும் உடம்போடு உடம்பு ஒட்டிக்கொண்டு போகவைத்தது. எங்களிடையே இருந்த மௌனத்தையும் அதுதான் உண்டாக்கி வைத்திருந்தது. இரண்டு தெருக்களைக் கடந்தோம். கருப்பு விளக்கை என்னிடம் கொடுத்தான். திடீரென அவனது பிச்சுவாவை உருவி என் தொண்டையில் வைத்து அழுத்தினான்.

"இப்போது உன் வீட்டுக்குச் செல்கிறோம்" என்றான். "உன் வீட்டை முழுதாக சோதனை போட்டுப்பார்த்தால்தான் எனக்கு நிம்மதி."

"அது ஏற்கனவே சோதனையிடப்பட்டுவிட்டது"

அவனைக்கண்டு பயப்படுவதற்குப் பதிலாக, அவனை சீண்டிப் பார்க்கவேண்டும் போலத்தான் தோன்றியது. என்னைப் பற்றிய அவமானகரமான வதந்திகளை கருப்பும் நம்புவது அவனும் என்னைக் கண்டு பொறாமைப்படுகிறான் என்பதையல்லவா காட்டுகிறது? அவன் பிச்சுவாவை பிடித்திருந்த விதமே பலவீனமாக இருந்தது.

காபி இல்லத்திலிருந்து நாங்கள் சென்றுகொண்டிருந்த திசைக்கு நேரெதிர் திசையில் என் வீடு இருந்தது. வலமும் இடமுமாகத் திரும்பித்திரும்பி, ஈர வாசனையில் தன்னந்தனியாக நின்றுகொண்டிருந்த மரங்களையும் காலியான தோட்டங்களையும் கடந்து ஒரு சுற்றுப்பாதையில் நடந்து வீட்டை நோக்கிச் சென்றோம். பாதிவழி கடந்தபிறகு கருப்பு நின்றான்.

"இரண்டு நாட்களாக குருநாதர் ஒஸ்மானும் நானும் கருவூலத்தில் இருக்கும் சரித்திரப்புகழ்பெற்ற பெருங்கலைஞர்களின் படைப்புகளை ஆராய்ந்து பார்த்தோம்" என்றான்.

"ஒரு குறிப்பிட்ட வயதைக் கடந்தபிறகு ஓர் ஓவியன் பிஹ்ஸாத்தோடு சேர்ந்து வரைமேஜையில் உட்கார்ந்தாலும், அவன் காண்பது அவன் கண்களை மகிழ்விக்கலாம், அவன் ஆன்மாவிற்கு உற்சாகத்தையும் திருப்தியையும் அளிக்கலாம், ஆனால் அது அவனது திறமையை உயர்த்தப்போவதில்லை. ஏனென்றால் ஒருவன் கைகளால்தான் ஓவியம் வரைகிறான், கண்களால் அல்ல. என்னுடைய இந்த வயதில், குருநாதர் ஒஸ்மான் அவர்களுக்கும் சேர்த்துத்தான் சொல்கிறேன்,

வரைகின்ற கை புதிய விஷயங்களை அவ்வளவு எளிதாக கற்றுக் கொள்ளாது" என்றேன். என் குரல் ஏறக்குறைய கிறீச்சிட்டது.

என் அழகான மனைவி எனக்காக காத்துக்கொண்டிருப்பாள் என்பதாலும், நான் கூட ஒருவனை அழைத்து வருகிறேன் என்று தெரிந்து இந்த அசட்டுப்பயல் கருப்பின் கண்ணில்படாமல் ஒளிந்து கொள்ளவேண்டும் என்பதற்காகவும் குரலை உயர்த்தி பேசிக்கொண்டு வந்தேன். சிறுபிள்ளைத்தனமாக கத்தியைப் பிடித்துக்கொண்டிருக்கும் இந்த முட்டாளின் மீது பயம் என்றெல்லாம் எதுவுமில்லை.

முன்வாசலைத் தாண்டும்போது வீட்டுக்குள் விளக்கு நகர்வது தெரிந்தது. நல்லவேளை இப்போது மறைந்துவிட்டது. சொர்க்கம் போன்ற இந்த வீட்டில்தான் எனது தினங்கள் எல்லாவற்றையும், என் எல்லா நேரங்களையும் அல்லாஹ்வின் நினைவுகளை ஓவியங் களாக என் கண்கள் அயர்ந்து ஓயும்வரை தீட்டிவந்திருக்கிறேன். உலகத்தின் மிக அழகான, மிக அன்பான பெண்ணான என் மனைவி யோடு காதல் புரிந்து களித்திருக்கும் இடமும் இந்த இடம் தான். இங்கே எங்களின் தனிப்பட்ட தனிமையை கெடுக்கும்படி கத்தியைப் பிடித்துக்கொண்டு வந்திருக்கும் இந்த இரக்கமற்ற மிருகத்தை பழி வாங்கத்தான் போகிறேன்.

விளக்கை கீழிறக்கி நான் இப்போது வரைந்துகொண்டிருக்கும் ஓவியத்தை – தண்டனை விதிக்கப்பட்ட கைதிகள் சுல்தான் அவர் களிடம் தமது கடன் சுமைகளை அவரது கருணையுள்ளத்தால் தீர்த்துவைக்கும்படி இறைஞ்சுகின்ற காட்சி – ஆராய்ந்தான். பின், எனது வர்ணக்கலவைகள், வரைமேஜைகள், கத்திகள், தூரிகை இழை வெட்டுப்பலகைகள், தூரிகைகள், எனது எழுதுமேஜையைச் சுற்றி கிடக்கின்ற சாதனங்கள், மீண்டும் எனது வரைதாட்கள், மெருகேற்றும் கற்கள், பேனாக்கத்திகள் எல்லாவற்றின்மீதும் விளக்கை கிட்டே கொண்டுவந்து வெளிச்சம் அடித்து ஆராய்ந்தான். பேனா, காகிதப் பெட்டிகளை திறந்து பார்த்தான். அலமாரிகளைத் திறந்து, பெட்டி களைத் திறந்து, சிவப்பு மெத்தையைத் தூக்கி அடியில், தரைவிரிப்பைப் பிரித்து சோதனை செய்தான். ஒரே இடத்தைத் திரும்பத்திரும்ப ஆராய்ந்தான். முதலில் கத்தியை என் கழுத்தில் வைத்தபோது சொன்னதைப்போல என் வீடு முழுக்க அல்ல, என் பணிக்கூடத்தை மட்டும் சோதனையிடுவதுதான் அவன் நோக்கமாக இருந்தது. நான் மறைக்க விரும்புகின்ற ஒரே பொருள் என் மனைவி – அடுத்த அறையிலிருந்து எங்களை வேவுபார்த்துக் கொண்டிருக்கிறாள் – அது என்னால் முடியாதா?

"என் எனிஷ்டே தயாரித்துக் கொண்டிருந்த ஓவிய மலருக்குச் சொந்தமான கடைசி ஓவியம் ஒன்று உண்டு" என்றான். "அவரைக் கொன்றவன் எவனோ, அவன்தான் அந்த ஓவியத்தை திருடிச் சென்றிருக்கிறான்."

நான் உடனே, "அது மற்ற ஓவியங்களிலிருந்து மாறுபட்டது" என்றேன். "உன் எனிஷ்டே, அவர் ஆன்மா சாந்தியடையட்டும், அந்தப் பக்கத்தின் ஒரு மூலையில் மரம் ஒன்றை என்னை வரையச்சொன்னார். பின்னணியில் ஏதோ ஓரிடத்தில்... அதன்பின், பக்கத்தின் மத்தியில், முன்புலத்தில் யாருடைய படத் தையோ, சுல்தானின் உருவப்படமாகத்தான் இருக்கும், அமைப் பதற்கு இடம் ஒதுக்கப்பட்டிருந்தது. இந்த இடம், மிகப்பெரிதாகத் தான் இருந்தது. படத்திற்காக காத்திருந்தது. ஐரோப்பிய பாணியில் பின்னணியில் இருக்கும் பொருட்கள் சிறிய அளவில் இருக்கவேண்டு மென்பதால், மரத்தை சிறியதாக வரையச் சொன்னார். அந்தப்படம் உருவானபோது, உலகத்தை ஒரு ஜன்னல் வழியாகப் பார்க்கும் காட்சியைப் போலத்தான் ஒரு பிம்பத்தை ஏற்படுத்தியது. ஓர் ஓவியத்தைப் போலவே தோன்றவில்லை. அப்போதுதான், பிராங்கி யர்களின் காட்சிக்கோணங்களின் அடிப்படையில் ஒரு படத்தை வரையும்போது, அதன் எல்லைச்சட்டங்களும் ஓர அலங்காரங்களும் ஒரு ஜன்னல் சட்டத்தின் இடத்தைப் பெற்றுவிடுகின்றன என்பதைப் புரிந்துகொண்டேன்"

"வசீகரன் எஃபெண்டிதான் ஓரச்சட்டங்களையும் அதன் அலங் கார வேலைகளையும் வரைந்தான்."

"நீ கேட்பது அதைத்தானென்றால், அவனைக் கொன்றது நானல்ல என்பதை ஏற்கெனவே உன்னிடம் சொல்லிவிட்டேன்."

"கொலையைச் செய்தவன் எப்போதுமே குற்றத்தை ஒப்புக் கொள்வதில்லை" என்றான். அதன்பின் அந்தக் கலவரத்தின்போது காபி இல்லத்தில் நான் என்ன செய்துகொண்டிருந்தேன் என்று கேட்டான்.

எனது வரைதாட்கள், நான் வரைந்துகொண்டிருக்கும் பக்கங் களோடு என் முகத்திலும் வெளிச்சம் விழுமாறு எண்ணெய் விளக்கை நான் உட்கார்ந்திருந்த மெத்தைக்குப் பக்கத்தில் வைத்தான். இருட்டில் ஒரு நிழலைப்போல அங்குமிங்கும் அறைக்குள் அலைந்துகொண் டிருந்தான்.

அந்த காபி இல்லத்திற்கு எப்போதாவதுதான் நான் செல்வதுண்டு என்றும் இப்போது யதேச்சையாகத்தான் அந்தப் பக்கமாக வந்தேன் என்றும் உங்களிடம் சொன்னதைத்தான் அவனிடமும் சொன்னேன். தவிர, அங்கே சுவற்றில் மாட்டியிருந்த இரண்டு படங்களும் நான் வரைந்ததுதான் என்பதையும் சொன்னேன். மேலும் அந்த காபி இல்ல நடவடிக்கைகளை நான் ஏற்றுக்கொள்ளவில்லை என்றேன். "ஏனென்றால் ஓவியனின் கைத்திறத்திலிருந்தும் கலையின் மீதான அவனது பிரேமையிலிருந்தும் அல்லாஹ்வை ஆரத்தழுவும் அவனது பக்தியிலிருந்தும் தனது பலத்தை பெற்றுக்கொள்ளாமல், வாழ்க்கையின்

தீவினைகளை கண்டிப்பதிலும் தண்டிப்பதிலும் மட்டுமே தனது சக்தியை செலவழித்துக் கொள்ளும்போது, பழித்துரைக்க எர்ஸூரூம் மின் மதபோதகரையோ அல்லது சாத்தானையோகூட நம்பியிருக் காமல் ஓவியக்கலை தன்னைத்தானே கண்டித்தும் தண்டித்தும் கொள்ளும். மேலும் அந்த காபி இல்லத்தவர்கள் எர்ஸூரூமிகளை குறிவைத்து விமரிசிக்காமல் இருந்திருந்தால், இன்றிரவு அது தாக்கப் பட்டும் இருக்காது."

"இப்படிச் சொல்லிக்கொண்டே நீயும் அங்கே போய்க்கொண் டிருந்தாய்" என்றான் அந்த அற்பன்.

"ஆம், அங்கே செல்வது எனக்கு சந்தோஷமாக இருந்தது." நான் எந்தளவுக்கு நேர்மையாக இருக்கிறேனென்று ஆழம் பார்க் கிறானா? "ஒரு விஷயம் எவ்வளவுதான் அவலட்சணமாகவும் மோசமானதாகவும் இருப்பதை அறிந்திருந்தாலும், ஆதாமின் வழித் தோன்றல்களான நமக்கு அதனை சுவைத்து ருசி பார்ப்பதில் தனி சந்தோஷம் இருக்கிறது. அந்த கதைசொல்லி, எவ்விதமான இங்கிதமோ நளினமோ இன்றி அருவருப்பான வகையில் சாத்தானைப் பற்றி, தங்கக்காசைப்பற்றி, நாயைப்பற்றியெல்லாம் மட்டமான படங்களை வைத்து, அவற்றின் குரலில் போலியாக நடித்துச் சொன்ன கதைகளை கேட்பதில் எனக்கு ஒரு ரகசிய ஆசை இருந்தது என்பதை வெட்கத்தோடு ஒப்புக்கொள்கிறேன்."

"அப்படியிருந்தால், அந்த நாத்திகர்கள் கூடாரத்திற்குள் எதற்காக காலெடுத்து வைத்து போகவேண்டும்?"

எனக்குள்ளிருந்து வந்த ஓர் அகக்குரலுக்கு வழிவிட்டேன்: "சில நேரங்களில் என்னை ஒரு சந்தேகப்புழு அரிக்கிறது. குருநாதர் ஓஸ்மான் மட்டுமல்ல, நமது சுல்தான் அவர்களாலும்கூட இந் நாட்டின் ஓவியக்கூடத்திலுள்ள கலைஞர்களிலேயே மிகவும் திறமை வாய்ந்தவன், அற்புதமான வல்லுநன் என்று வெளிப்படையாக நான் பாராட்டு பெற்றுவிட்டதிலிருந்து, மற்றவர்களுக்கு என்மேல் உண்டாகக்கூடிய பொறாமையை எண்ணி நான் மிகவும் பயப்படத் தொடங்கிவிட்டேன். அதனால் அவர்கள் எங்கெங்கெல்லாம் செல் கிறார்களோ, அங்கெல்லாம் நானும் சென்று அவர்களோடு சகஜமாக பழகவும் நட்பு பாராட்டவும் அவர்களைப்போலவே நடந்து காட்ட வும் முயன்றுகொண்டிருந்தேன். எதற்காக? திடீரென்று என்னை பழிதீர்க்கும் வெறியோடு தாக்கிவிடக்கூடாதென்பதற்காக. புரிகிறதா? அவர்கள் என்னை 'எர்ஸூரூமி' என்று முத்திரை குத்த தொடங்கி விட்டதாலேயே, அந்த வதந்தியை பொய்யாக்குவதற்காக இந்த நாத்திகர்கள் கூடாரத்திற்கு வலியச்சென்று அக்கூட்டங்களில் கலந்து கொண்டிருந்தேன்."

"உன் திறமைக்காகவும் தேர்ச்சிக்காகவும் வருத்தப்படுவதைப் போலவே நீ அடிக்கடி நடந்துகொள்வதாக குருநாதர் ஓஸ்மான் சொல்லியிருக்கிறார்."

“என்னைப்பற்றி வேறு என்னவெல்லாம் சொல்லியிருக்கிறார்?”

“கலைக்காக உன் வாழ்க்கையையே மறுத்தொதுக்கியிருக்கிறாய் என்று மற்றவர்களை நம்பவைப்பதற்காக அரிசிமணியிலும் விரல் நகங்களிலும் அபத்தமான, நுணுக்கமான படங்களைத் தீட்டுவாய் என்று சொல்லியிருக்கிறார். அல்லாஹ் உனக்கு அருளியிருக்கும் மகத்தான திறமைகளால் நீ சங்கடப்படுவதாலேயே மற்றவர்களை திருப்திப்படுத்தவும் சந்தோஷப்படுத்தவும் நீ எப்போதும் முயற்சி செய்துகொண்டிருக்கிறாய் என்றார்.”

“குருநாதர் ஓஸ்மான் அவர்கள் பிஹ்ஸாத்திற்கு இணையானவர்” என்றேன் உண்மையாக. “வேறு என்ன?”

“கொஞ்சம்கூடத் தயங்காமல் அவர் உன்னுடைய குறைகளை வரிசைப்படுத்தினார்” என்றான் அந்த கடைகெட்டவன்.

“சரி, அப்படியானால் என் குறைகளைக் கேட்கலாம். சொல்.”

“உன்னிடம் அபாரமான திறமையிருந்தும் கலையின் மீதான காதலால் நீ ஓவியம் தீட்டாமல், மற்றவர்களை திருப்திப்படுத்தி அதில் ஆனந்தம் காண்பதற்காகவே வரைவதாகக் கூறினார். அதாவது நீ ஓவியம் தீட்டும்போது உனக்குப் பெரிதும் ஊக்கமளிப்பதாக இருப்பது, அவ்வோவியத்தை பார்க்கப்போகிறவர்கள் எப்படியெல்லாம் சந்தோஷப்படப் போகிறார்கள் என்பதை கற்பனை செய்து பார்த்துக் கொள்வதுதான்; ஆனால், ஓவியத்தை வரைகின்ற சந்தோஷத்திற் காகவே நீ ஓவியம் வரையவேண்டும் என்பதுதான் அவர் சொன்னது.”

இந்தளவுக்கு என்னைப் பற்றிய அவரது வெளிப்படையான அபிப்ராயத்தை இவனைப் போன்ற ஓர் அற்ப ஜீவியிடம் சொல்லி யிருப்பது என் இதயத்தை சுட்டெரித்தது. இவன் ஒரு கலைஞன் கூட அல்ல. ஓர் அரசாங்க எழுத்தன். ராஜாங்க அதிகாரிகளின் கடிதங்களை எழுதித்தருவதும் வெற்று வார்த்தைகளில் புகழ்ச்சி மாலை சூட்டுவதும் பசப்பு பேச்சு பேசுவதும் தொழிலாகக் கொண்ட ஒருவனை சமமாக மதித்து என்னைப்போன்ற ஒரு மகா கலைஞனைப் பற்றி இவ்வளவு ஆழமாக குருநாதர் விவாதித்திருக்கிறார். கருப்பு தொடர்ந்தான்:

“குருநாதர் ஓஸ்மான் கூறிய மற்றொரு முக்கியமான விஷயம், முற்கால ஓவிய மேதைகளைப் பற்றியது. பல்வேறு மகத்தான சுய – தியாகங்களை மேற்கொண்டு கற்றுத்தேர்ச்சியுற்ற ஓவிய பணிகளை யும் வரைமுறைகளையும் ஒரு புதிய ஷாவின் உத்தரவிற்காகவோ அல்லது ஒரு புதிய இளவரசனின் விருப்பத்திற்காகவோ அல்லது புதிய தலைமுறையினரின் மாறிவரும் ரசனைக்காகவோ அக்காலத்திய ஓவியமேதைகள் கைதுறந்து தமது அசலான பாணிகளையும் வரை முறைகளையும் திசைதிருப்பிக்கொள்ள மாட்டார்கள்; பதிலாக பெரும்வீரத்தோடு தமது கண்களைத் தாங்களே குருடாக்கிக் கொள்

வார்கள். ஆனால் நீயோ, நமது சுல்தான் அவர்களின் விருப்பம் என்று சாக்கு சொல்லிக்கொண்டு என் எனிஷ்டேவின் ஓவிய மலருக்காக ஐரோப்பிய ஓவியர்களை வெட்கமில்லாமல் வெகுஆர்வ மாக போலிசெய்து கொண்டிருந்தாய் என்று கூறினார்."

"நமது மகத்தான தலைமை ஓவியர், குருநாதர் ஒஸ்மான் அவர்கள் மோசமாக எதையும் கூறியதாகத் தெரியவில்லையே" என்றேன். "போகட்டும், நீ என் விருந்தாளி. உனக்காக கொஞ்சம் எலுமிச்சை தேநீர் தயாரித்து வருகிறேனே" என்று உள்ளே சென்றேன்.

மெதுவாக அடுத்த அறைக்குள் நுழைந்தேன். என் அருமை மனைவி துணிவிற்கும் எஸ்தரிடமிருந்து வாங்கிய சீனப்பட்டு அங்கியை கழற்றி என் தலைக்கு மேலே வீசினாள். கிண்டலாக, "நீ என் விருந்தாளி. உனக்காக கொஞ்சம் எலுமிச்சை தேனீர் தயாரித்து வருகிறேனே" என்று நான் சொன்னதைப் போலவே நடித்துவிட்டு என் குறியின் மீது கையை வைத்தாள்.

அவள் எதிர்பார்ப்போடு விரித்து வைத்திருந்த படுக்கைக்குப் பக்கத்திலிருந்த அலமாரியின் அடியில் ரோஜா மணம் கமழும் விரிப்புகளை பிரித்து உள்ளே ஒளித்து வைத்திருந்த எனது அபிமான ஆயுதமான வைடூரிய – கைப்பிடி கொண்ட கத்தியை அதன் உறையி லிருந்து வெளியில் எடுத்தேன். மிகக்கூர்மையான விளிம்பு கொண்டது. அதன்மேல் ஒரு பட்டு கைக்குட்டையை வீசினால் இரண்டு துண்டு களாக வழுக்கிக்கெண்டு விழும். அதன்மேல் ஒரு பொற்தகட்டை வைத்தால் வெட்டப்படும் துண்டுகள் ஏதோ ஒரு வரைகோலை வைத்து கோடித்து வெட்டியதைப்போல இருக்கும்.

முடிந்தவரை அக்கத்தியை எனக்குள் மறைத்துக்கொண்டு என் ஓவிய அறைக்குச் சென்றேன். என்னை தீர விசாரணை செய்துவிட்ட திருப்தியில் அந்த சிவப்பு மெத்தையை கையில் பிச்சுவாவோடு இன்னமும் சுற்றிச்சுற்றி வந்துகொண்டிருந்தான். பாதி முடித்த ஓர் ஓவியத்தை மெத்தையின்மீது வைத்து, "இதைப்பார்" என்றேன். அவன் ஆர்வத்தோடு மண்டியிட்டு படத்தின்மேல் குனிந்தான்.

அவனுக்குப் பின்னால் சென்று ஒரே வீச்சில் என் கத்தியை வெளியே எடுத்து அவனை தரையில் வீழ்த்தி என் மொத்த எடையை யும் அவன்மேல் சுமத்திக்கொண்டு கத்தியை அவன் கழுத்தின்மேல் வைத்தேன். அவனது பிச்சுவா தூர விழுந்தது. தலைமுடியை கொத் தாகப் பிடித்து தரையோடு அழுத்தினேன். அவனுக்கு மெலிந்த உடம்பு. சுலபமாக தலைகுப்புற திருப்பிப்போட முடிந்தது. என் முகவாயையும் இன்னொரு கையையும் வைத்து அவன் தலையை என் கத்தியின் மிகக்கூரான முனைக்கு வெகு அருகில் நிறுத்தி வைத்திருந்தேன். எனது ஒரு கைமுழுக்க அவனது அழுக்குப்பிடித்த தலைமுடியும் இன்னொரு கையில் அவன் கழுத்தை லேசாகத் தொட்டுக்கொண்டிருக்கும்படி எனது கத்தியும் இருந்தன. புத்திசாலித்

தனமாக அவன் இலேசாகக்கூட அசங்காதிருந்தான். கொஞ்சம் திமிறியிருந்தாலும் அவன் கதையை அங்கேயே, அப்போதே முடித் திருப்பேன். அவனது சுருட்டை முடிக்கும் பிடரிக்கும் – வேறு சமய மாக இருந்திருந்தால் அவன் அழுக்குக் கழுத்தில் ஓர் அறை கொடுத் திருப்பேன் – அவனது அசிங்கமான காதுகளுக்கும் அத்தனை நெருக்கமாக என் முகத்தை வைத்துக்கொண்டிருப்பது என்னை மேலும் வெறியேற்றியது. "இந்தக் கணமே உன்னைத் தீர்த்துக் கட்டி விடலாமா என்றிருப்பதை கஷ்டப்பட்டு அடக்கிக்கொண்டிருக்கிறேன்" அவன் காதில் ஏதோ ரகசியம்போல கிசுகிசுத்தேன்.

எந்தவொரு சத்தமும் எழுப்பாமல் கீழ்ப்படிந்த சிறுவனைப்போல அவன் கேட்டுக்கொண்டிருந்தது என்னை சந்தோஷப்படுத்தியது. "இந்தக் கதையை 'பேரரசர்கள் நிகண்டு'வில் கேள்விப்பட்டிருப்பாய்" என கிசுகிசுத்தேன். "ஃபெருதீன் ஷா தனது சொத்தை பாகம் பிரிக்கும் போது, தன்னையுமறியாமல் தவறுதலாக மோசமான நிலப்பகுதி களை முதல் இரண்டு பிள்ளைகளுக்கும் மிகச்சிறந்த நிலத்தை இளைய மகன் இராஜ்ஜிற்கும் அளித்துவிடுகிறான். இராஜ்ஜின்மீது பொறாமை கொண்ட அவன் அண்ணன் துர், தம்பியை பழிவாங்க ஏமாற்றி அழைத்துச்சென்று அவன் கழுத்தை வெட்டுவதற்கு முன் இப்படித் தான் அவன் மேலே ஏறி உட்கார்ந்து கொத்தாக தலைமுடியை பிடித்துக்கொண்டிருப்பான். என் முழு எடையையும் உன்னால் உணரமுடிகிறதா?"

அவன் பதிலளிக்கவில்லை. ஆனால் பலிஆட்டைப்போல விழித்துக்கொண்டிருந்த அவன் கண்கள் நான் பேசுவதை கேட்டுக் கொண்டிருக்கிறான் என்பதை உணர்த்தின. நான் ஊக்கம் பெற்று தொடர்ந்தேன்: "பாரசீக பாணிகளிலும் வரைமுறைகளிலும் மட்டுமே நான் தேர்ந்தவன் அல்ல, சிரச்சேதங்களிலும்தான். ஷா ஸியாவுஷ்ஷின் மரணத்தைச் சித்தரிக்கும் வேறொரு அற்புதமான ஓவியத்தையும் நான் பார்த்திருக்கிறேன்."

குறுக்கே எதுவும் பேசாமல் கேட்டுக்கொண்டிருந்த கருப்பிடம், ஸியாவுஷ் தன்னுடைய சகோதரர்களை பழிவாங்கத் தயாரானது, அவனது அரண்மனை, சேர்த்துவைத்த உடமைகள், சொத்து எல்லா வற்றையும் எரித்தது, அவன் மனைவியிடமிருந்து வருத்தத்தோடு பிரிந்தது, குதிரை மீதேறி போருக்குச் சென்றது, போரில் தோற்றது, தலைமுடியைக் கொத்தாகப்பிடித்து அவனை தரதரவென்று இழுத்து வந்து "இப்போது நீ இருப்பதைப்போலவே" தரையோடு தலையை வைத்து அழுத்தி கழுத்தில் கத்தி வைக்கப்பட்டது, அவனுடைய நண்பர்களுக்கும் எதிரிகளுக்கும் இடையே அவனை அங்கேயே கொன்றுவிடுவதா அல்லது போனால் போகிறதென்று விட்டுவிடுவதா என்று விவாதம் கிளம்பியதை அந்த முறியடிக்கப்பட்ட மன்னன் அவமானத்தோடு கேட்டுக்கொண்டிருந்தது, என அவனிடம் வர்ணித்து

விட்டு, இப்படிக்கேட்டேன்: "உனக்கு அந்த சித்திரம் பிடிக்குமா? ஸியாவுஷ்ஷின் பின்னால் ஜெரூவி வருகிறான், வந்து இப்போது நான் உன்னை வீழ்த்தியிருப்பதைப்போல, அவனைக் கீழே தள்ளி, மேலே உட்கார்ந்து, அவன் கழுத்தின்மேல் வாளைப் பதித்து, அவன் தலைமுடியைக் கொத்தாகப் பிடித்துக்கொண்டு, அவன் கழுத்தை அறுக்கிறான். உன்னுடைய ரத்தமும்கூட செக்கச்செவேலென்று, இன்னும் கொஞ்சநேரத்தில் பொங்கிவழியப்போகிறது; இந்த உலர்ந்த தரையிலிருந்து கருப்புப்புழுதியை கிளப்பப்போகிறது; அப்புறம் ஒரு பூ அங்கே மலரப்போகிறது"

என் பேச்சை நிறுத்தினேன். தூரத்து தெருக்களில் எர்ஸூருமிகள் கூச்சலிட்டபடி ஓடுவது மெலிதாகக்கேட்டது. வெளியே இருக்கும் பயங்கரம் எங்களிருவரையும் மெலும் நெருக்கமாக, ஒருவர்மேல் ஒருவரை நெருங்கவைத்தது.

கருப்பின் முடியை மேலும் இறுக்கினேன். "ஆனால் அந்தப் படங்கள் எல்லாவற்றிலும் ஒருவரையொருவர் அடியோடு வெறுக் கின்ற இரண்டுபேர், நம்மைப்போலவே, ஈருடல் ஒருடலாக கட்டிப் பிடித்து ஆக்ரோஷமாக பொருதிக்கொண்டிருப்பதை நளினமாக வரைவதில் இருக்கின்ற சிரமம் வெளிப்படையாகத் தெரியும். சிரச் சேதம் செய்யப்படுகின்ற அந்த மாயமும் மகத்தானதுமான தருணத் திற்குச் சற்றுமுன்பாக, நம்பிக்கைத் துரோகம், பொறாமை, போராட்டம் ஆகியவை பிரளயமாக அப்படங்களின் முழுமைக்கும் ஊடுருவியிருப்ப தாகத் தெரியும். காஸ்வின்னின் மகத்தான கலைஞர்களுக்குக்கூட, இரண்டு ஆண்மகன்கள் ஒருவர்மேல் ஒருவர் பின்னிப்பிணைந்து சண்டையிட்டுக் கொண்டிருப்பதை வரைவதில் சிரமப்பட்டிருக்கிறார் கள்; அவர்கள் எல்லா விஷயங்களையும் குழப்பிவிடுவார்கள். ஆனால் நீயும் நானும் எப்படியிருக்கிறோம் என்பதை நீயே பார். எவ்வளவு கச்சிதமாக, நளினமாக காட்சியளிக்கிறோம் என்பதைக் கவனி."

"கத்தி என்னைக் கீறுகிறது" அவன் முனகினான்.

"உனது அடக்கமான வார்த்தைகளுக்காக மிகவும் கடமைப்பட் டிருக்கிறேன் என்னருமை மனிதனே, ஆனால் இது அதைப்போல எதையும் செய்யவில்லை. நான் மிகவும் ஜாக்கிரதையாகவே இருக் கிறேன். நமது தோற்றநிலையின் அழகைக் கெடுக்கும்படி எதையும் செய்யமாட்டேன். காதல், மரணம், போர்க்காட்சிகளில் ஒன்றாகப் பிணைந்திருக்கும் உடல்களை பண்டைய ஓவியமேதைகள் சித்தரிப் பதைக் காணும்போது நமக்கு கண்ணீர்தான் வரும். ஆனால் நீயே பார்: என் தலை உனது பின்னங்கழுத்தில் உன் உடம்பின் ஒரு பகுதியைப்போல பதிந்திருக்கிறது. உன் தலைமுடியின் வாசனையை யும் உன் கழுத்தின் மணத்தையும் என்னால் நுகரமுடிகிறது. என் கால்கள் இரண்டும் உன் இருபக்கங்களிலும் ஒத்திசைவாக நீண்டிருக் கின்றன. வெளியிலிருந்து யாராவது நம்மைப்பார்த்தால் ஏதோ

அழகான நான்குகால் பிராணி என்று நம்மை நினைத்துக்கொள்வார்கள். உன் முதுகிலும் பிட்டங்களிலும் என் எடை சமமாக அழுந்தியிருக்கிறதா?" மற்றுமொரு மௌனம். அவன் கழுத்தைத் துண்டாக்கிவிடுமென்பதால் எனது கத்தியை மேல்நோக்கி அழுத்தாதிருந்தேன். "நீ எதையும் சொல்லாவிட்டால் உன் காதைப்பிடித்து கடித்துவிடுவேன்" என்று அந்த காதிலேயே கிசுகிசுத்தேன்.

அவன் கண்களில் அவன் பேசத்தயாராக இருப்பது தெரிந்ததும் அதே கேள்வியை மீண்டும் கேட்டேன்: "என் எடை உன் உடம்பின் மீது சரிசமமாக பரவியிருக்கிறதா?"

"ஆம்."

"அது உனக்குப் பிடித்திருக்கிறதா?" என்றேன். "நாம் அழகாக இருக்கின்றோமா?" என்று கேட்டேன். பண்டைய ஓவியமேதைகளின் மகத்தான சித்திரங்களில் ஒருவரையொருவர் வெட்டி சாய்த்துக் கொள்ளும் சரித்திரப் புகழ்பெற்ற நாயகர்களைப்போல அழகாக இருக்கின்றோமா?"

"எனக்குத் தெரியவில்லை" என்றான். "கண்ணாடியில் நம்மைப் பார்த்தால்தான் தெரியும்."

எங்களுக்கு சற்றுத்தெலைவில் தரையில் வைக்கப்பட்டிருந்த காபி இல்லத்தின் எண்ணெய் விளக்கு வெளிச்சத்தில் எங்களை அடுத்த அறையிலிருந்து என் மனைவி பார்த்துக்கொண்டிருப்பாள் என்று தோன்றியபோது உற்சாகத்தில் கருப்பின் காதை உண்மையிலேயே கடித்துவிடுவேன் என்று நினைத்தேன்.

"கருப்பு எஃபெண்டி அவர்களே, கையில் பிச்சுவாவோடு என் வீட்டுக்குள் புகுந்து, என்னை விசாரணை செய்கிறேன் பேர்வழியென்று என் அமைதியைக் குலைத்திருக்கிறாய்" என்றேன். "இப்போது என் பலத்தை உணர்கிறாயா?"

"ஆம், அதுமட்டுமல்ல, உன்மேல் எந்தத்தவறும் இல்லையென்றும் உணர்கிறேன்."

"சரி, அப்படியானால் உனக்கு இன்னும் என்ன தெரியவேண்டும், கேள்."

"குருநாதர் ஒஸ்மான் உன்னை எப்படி வருடிக்கொடுப்பார் என்று வர்ணி."

"மாணவனாக இருந்தபோது இப்போது இருப்பதைவிட அழகானவனாக, மெலிந்தவனாக இருந்தேன். நான் இப்போது உன்னை தூக்கி வைத்திருப்பதைப்போல அவரும் என்னை அவர்மேல் தூக்கி உட்காரவைத்துக்கொள்வார். என் கைகளை வருடிக்கொடுப்பார். சிலநேரங்களில் அடிப்பார், ஆனாலும் அவரது ஞானம், அவரது

புலமை, ஓவியத்திறமை, சக்தி இவற்றையெல்லாம் கண்டு பிரமித்திருந்த எனக்கு அவர் என்ன செய்தாலும் உவப்பானதாகவே இருந்தது. அவரை மனமார நான் நேசித்ததால் அவர்மீது வெறுப்புகொள்ளவே முடியாதிருந்தது. குருநாதர் ஒஸ்மானை நேசித்தல் என்பது கலையை, வண்ணங்களை, வரைதாட்களை, ஓவியம் வரைதலின் அழகை, தீட்டப்பட்ட அனைத்தையும் நேசிப்பதாக இருந்தது. அதனால் உலகத்தையும் இறைவனையும் நேசிக்க முடிந்தது. குருநாதர் ஒஸ்மான் எனக்கு என் தந்தையைவிட மேலானவர்."

"அவர் அடிக்கடி உன்னை அடிப்பாரா?"

"ஒரு தகப்பனின் ஸ்தானத்தில் நியாயமான விஷயங்களுக்கு என்னை அடிப்பார்; ஒரு குருவாக, தண்டனையிலிருந்து நான் கற்றுக்கொள்ள வேண்டுமென்பதற்காக வலிக்கும்படி அடிப்பார். அந்த வலியின் காரணமாக, என் விரல்நகங்களில் அளவுகோலால் அடிவாங்கும் பயத்தின் காரணமாக பல விஷயங்களை நன்றாகவும் வேகமாவும் கற்றுக்கொண்டேன். அதனால் என் மாணவ தினங்களில் அவர் என் முடியை கொத்தாகப்பிடித்து தலையை சுவற்றில் மோதியதில்லை, நான் வர்ணக்கலவைகளை எப்போதுமே கீழே சிந்தியதில்லை, அவருடைய தங்கக் கரைசலை வீணாக்கியதில்லை, குதிரையின் முன்னங்கால் வளைவு போன்ற நுட்பமான விவரங்களை வேகமாக மனதில் பதியவைத்துக்கொள்வேன், என் தூரிகைகளை தவறாமல் சுத்தப்படுத்துவேன், எதிரில் இருக்கும் ஓவியத்தாளில் என் முழு கவனத்தையும் ஆர்வத்தையும் செலுத்துவேன். என் திறமை, மேதமை எல்லாவற்றிற்கும் நான் பெற்ற அடிகள்தான் காரணமென்று நான் உறுதியாக நம்புவதால் இப்போது என்னுடைய மாணவர்களை எந்தவித குற்றவுணர்ச்சியுமில்லாமல் அடிக்கின்றேன். மாணவனின் ஆர்வத்தை குலைக்காதவண்ணம் ஒரு நியாயமான காரணத்துக்காக கொடுக்கப்படும் அடி, இறுதியில் அவனுக்கு பலனளிக்கத்தான் செய்யும்."

"இருந்தாலும், அழகான முகமும் இனிய கண்களும் தேவதை போன்ற தோற்றமும் கொண்ட ஒரு மாணவனை அடிக்கும் சந்தோஷத்திற்காகவே அடிப்பதைப்போல உன்னையும் குருநாதர் அடித்திருப்பார், இல்லையா?"

"சிலநேரங்களில் மெருகிடும் பளிங்குக்கல்லால் என் காதுக்குப் பின்னால் வேகமான அடித்துவிட்டால் பலநாட்களுக்கு என் காது ஊளையிட்டுக் கொண்டிருக்கும். சிலநேரங்களில் அவர் என் கன்னத்தில் அடிக்கும் அறை பலவாரங்களுக்கு வலித்து அழுதுகொண்டிருப்பேன். அதையெல்லாம் என்னால் எப்போதுமே மறக்கமுடியாவிட்டாலும் என் குருநாதரை இன்னமும் நேசித்துக்கொண்டுதான் இருக்கிறேன்."

“கிடையாது, நீ சொல்வது பொய்” என்றான் கருப்பு. “உனக்கு அவர்மேல் ஆத்திரம். அவர்மீது உனக்கிருந்த வன்மம் உள்ளுக் குள்ளே ஒன்றாகச் சேர்ந்து பெருகிவிட்டதால்தான் என் எனிஷ்டேவின் போலி – பிராங்கிய பாணி ஓவியமலருக்கு படங்கள் வரைந்து கொடுத்தாய்.”

“நீ சொல்வதற்கு நேரெதிரானதுதான் உண்மை. இளம் நுண்ணோவியன் ஒருவன் அவனுடைய குருநாதரிடம் வாங்குகின்ற அடிகள், அவனை குருநாதரோடு மேலும் நெருக்கமாக பிணைத்து, அவர் மறையும்வரை ஆழமான மரியாதையை வைத்திருக்க உதவுகிறது.”

“நீ என்னை செய்ததைப்போல, இராஜ்ஜையும் ஸியாவுஷ்ஷையும் பின்னாலிருந்து வந்து கழுத்தை அறுத்த நம்பிக்கை துரோகத்திற்கு காரணம் சகோதர விரோதம். ‘பேரரசர்களின் நிகண்டு’வில் வருவதைப்போல சகோதர விரோதம் என்பது ஒரு நியாயமில்லாத தகப்பனால் உண்டாவது”

“உண்மை.”

“நுண்ணோவியக் கலைஞர்களாகிய உங்களை ஒரு குடுமிப்பிடி சண்டையில், ஒரு மிகக்கசப்பான போட்டியில் வலிய ஈடுபடுத்திவிட்ட உங்களுடைய நியாயமில்லாத தகப்பன், இப்போது உன் காலை வாரிவிடுவதற்கு ஏற்பாடு செய்துகொண்டிருக்கிறார்” அவன் முனகினான். வலியில் கொஞ்சம் நீளமாகவே ஓலமிட்டான். பின் தொடர்ந்தான்: “ஒரு பலிஆட்டைப்போல ஒரே நொடிப்பொழுதில் என் கழுத்தை வெட்டி, ரத்தம் சிந்த வைத்துவிடலாம், ஆனால் நான் சொல்லப்போவதை கேட்பதற்கு முன்பாகவே நீ என்னை வெட்டிவிட்டால் – நீ அப்படிச்செய்வாய் என்று நான் நினைக்கவில்லை, ஆ. . ., தயவுசெய்து போதும் . . . – நான் என்னதான் சொல்ல வந்தேன் என்று உனக்கு எப்போதுமே தெரியாமல் போய்விடும். தயவுசெய்து கத்தியை கொஞ்சம் தள்ளிப்பிடி.” அப்படியே செய்தேன். “நீ சிறு பிள்ளையாய் இருந்த காலத்திலிருந்தே உன்னுடைய ஒவ்வோர் அடியையும் கவனித்துவந்து, இறைவன் உனக்களித்திருந்த அற்புதமான திறமை ஒரு வசந்தகால மலரைப்போல மாபெரும் கலையாக மலர்வதைப் பார்த்திருக்கிறார். ஆனால் இப்போது அவரே தனது ஓவியக்கூடத்தையும் அதன் பாணியையும் காப்பாற்றுவதற்காக உனக்கெதிராக திரும்பியிருக்கிறார்.”

“வசீகரன் எஃபெண்டி நல்லடக்கம் செய்யப்பட்ட நாளென்று உனக்கு ‘பாணி’ என்று இவர் அழைக்கின்ற அசிங்கமான விஷயத்தைப் பற்றி மூன்று குட்டிக்கதைகளை சொல்லியிருக்கிறேன்.”

கருப்பு ஜாக்கிரதையாக, “அந்தக்கதைகள் ஒரு நுண்ணோவியனின் தனிப்பட்ட பாணியோடு தொடர்பு கொண்டவை” என்றான்.

"குருநாதர் ஒஸ்மான் இந்த ஓவியக்கூடம் மொத்தத்திற்குமான பாணியைப் பாதுகாப்பதுபற்றி கவலைப்படுகிறார்."

வசீகரன் எஃபெண்டியையும் அவனது எனிஷ்டேவையும் கொன்றவர்களை கண்டுபிடிக்க சுல்தான் அதிக கவனம் செலுத்துவது, அதற்காக அவர்களை ராஜாங்க கருவூலத்தைக்கூட சோதனையிட அனுமதித்தது, இந்த சந்தர்ப்பத்தை பயன்படுத்திக்கொண்டு குருநாதர் ஒஸ்மான் அவனது எனிஷ்டேவின் ஓவியமலரை வெளிவராமல் முடக்கவும் அவருக்கு துரோகமிழைத்துவிட்டு ஐரோப்பியர்களை போலிசெய்யும் ஓவியர்களை தண்டிக்கவும் சதிசெய்துகொண்டிருப்பது எல்லாவற்றையும் விளக்கினான். மேலும் கூறும்போது, அந்த பிளவு பட்ட நாசித்துவாரங்களைக்கொண்ட குதிரை, அது வரையப்பட்ட பாணியை வைத்துப்பார்த்தால், ஆலிவ் வரைந்ததுதான் என்று குருநாதர் சந்தேகப்படுவதாகவும் ஆயினும் நாரையின் பேராசை, குற்றவுணர்வு ஆகியவை நிச்சயம் அவனை கொலைக்கூடத்திற்கு கொண்டுசேர்த்துவிடும் என்று தலைமை ஓவியர் என்ற முறையில் அவருக்குத் தோன்றுவதாகவும் சொன்னான். கத்தியைக் கழுத்தில் அழுத்தியிருப்பதால் அவன் உண்மையைப் பேசுகிறான் என்பதைப் புரிந்துகொண்டேன். அவன் பேசுகிறவிதம் ஒரு சிறுவனைப்போல வெகுளித்தனமாக இருப்பதைப் பார்க்க அவனை முத்தமிடவேண்டும் போலிருந்தது. இப்போது நான் கேட்டது எதுவும் எனக்கு கவலையளிப்பதாக இல்லை. போட்டியிலிருந்து நாரையை நீக்கிவிட்டால் குருநாதர் ஒஸ்மானின் மரணத்திற்குப்பின் நான் தலைமை ஓவியராக ஆகிவிடலாம். குருநாதருக்கு இறைவன் நீண்ட ஆயுளை அருளட்டும்.

அவன் சொன்னதுபோல நடந்துவிடுமோ என்று நான் கவலைப்படவில்லை, ஆனால் அப்படி நடக்க சாத்தியம் குறைவு. கருப்பு சொன்னதை வைத்துப்பார்க்கும்போது, குருநாதர் ஒஸ்மான் அவர்கள் நாரையை மட்டுமல்ல என்னையும் பலிகொடுக்கத் தயாராக இருக்கிறார் என்பதை ஊகிக்கமுடிந்தது. இப்பயங்கர சாத்தியக்கூறை எண்ணிப்பார்க்கும்போது, திடீரென அப்பாவை இழந்துவிட்ட குழந்தையைப்போல என் இதயத்தை படபடக்கவைத்து உடனே ஸ்தம்பிக்கவைத்தது. ஒவ்வொருமுறை இது ஞாபகத்தில் கடக்கும் போதும் கருப்பின் கழுத்தை வெட்டும் இச்சையிலிருந்து என்னை அடக்கிக்கொள்ள வேண்டியிருந்தது. இந்த விஷயத்தை கருப்புடனோ அல்லது என்னுடனோகூட விவாதிக்க முயற்சிக்கவில்லை. ஐரோப்பிய ஓவியர்களின் படைப்பைப் பார்த்து அகவெழுச்சியில் சில முட்டாள் தனமான சித்திரங்களை நாங்கள் வரைந்துவிட்டதற்காக ஏன் எங்களை துரோகிகளின் தரத்திற்கு தாழ்த்திக்கொள்ள வேண்டும்? வசீகரன் மரணத்திற்குப்பின்னால் நாரையும் ஆலிவ்வும் இருப்பார்கள் என்று நினைத்தேன். அவர்கள் என்னை சிக்கவைக்க சதித்திட்டங்கள் தீட்டிக்கொண்டிருக்கிறார்களோ என்று தோன்றியது. கருப்பின் கழுத்திலிருந்து கத்தியை எடுத்தேன்.

"நாமிருவரும் ஆலிவ்வின் வீட்டுக்குப்போய் துப்புரவாகச் சோதனை போடுவோம்" என்றேன். "அந்த கடைசி ஓவியம் அவனிடம் இருந்தால், யாரைப்பார்த்து நாம் பயப்படவேண்டும் என்பது தெரிந்து விடும். இல்லாவிட்டால் அவனையும் அழைத்துக்கொண்டு நாரையின் வீட்டுக்குப் போகலாம்."

என்னை நம்பி வரச்சொன்னேன். எங்களிருவருக்கும் சேர்த்து அவனது பிச்சுவாவே போதுமான ஆயுதபலம் என்றேன். வாக்களித் ததைப்போல அவனுக்கு எலுமிச்சை தேநீர் தராததற்கு மன்னிப்பு கேட்டுக்கொண்டேன். தரையிலிருந்து எண்ணெய் விளக்கை எடுக்கும் போது, எங்கள் இருவருக்கும் ஒரேநேரத்தில் நான் அவனைத் தள்ளி அழுத்தியிருந்த மெத்தையின் மீது பார்வை சென்றது. விளக்கோடு அவனை நெருங்கி, அவன் கழுத்தில் உண்டாகியிருந்த மெலிதான வெட்டுக்காயம் நமது நட்புக்கு ஓர் அடையாளமாக இருக்குமென் றேன், அவனுக்கு மிக இலேசாகத்தான் ரத்தம் வந்திருந்தது.

எர்ஸ்ரூமிகளின் சந்தடியும் அவர்களை விரட்டிக்கொண்டு செல்பவர்களின் கூச்சலும் தெருக்களில் இன்னமும் கேட்டுக்கொண் டிருந்தது, ஆனால் எங்களை யாரும் கவனிக்கவில்லை. ஆலிவ்வின் வீட்டுக்குச் சீக்கிரமாகவே வந்துவிட்டோம். முன் கதவை, முற்றத்துக் கதவை, சன்னல் கதவுகளை பொறுமையின்றி தட்டினோம். யாருமே வீட்டில் இல்லை; நாங்கள் எழுப்பிய சத்தத்தில் நிச்சயம் அவன் தூங்கிக்கொண்டிருந்திருக்க முடியாது. எங்கள் இருவரின் மனங்களி லும் ஓடிக்கொண்டிருந்த எண்ணத்திற்கு கருப்பு குரல் கொடுத்தான்; "உள்ளே போகலாமா?"

கருப்பின் பிச்சுவாவின் மழுங்கலான விளிம்பை வைத்து கதவின் உலோக வளையத்தைத் திருகி, கதவுக்கும் வாசல் நிலைக்குமிடையே இடைவெளியில் செருகி இருவரும் பலம்கொண்டவரை அழுத்த, பூட்டை உடைத்துவிட்டோம். வருடக்கணக்காக சேகரமாகியிருந்த புழுதி, தனிமை, ஈரப்பிசுபிசுப்பு எல்லாமும் மொத்தமாக எங்களைத் தாக்கின. விளக்கின் வெளிச்சத்தில் தாறுமாறாகக் கலைந்திருந்த படுக்கை, மெத்தையின்மீது வீசியெறியப்பட்டிருந்த இடைக்கச்சை கள், உள்சட்டைகள், இரண்டு தலைப்பாகைகள், உள்ளாடைகள், நிமேதுல்லா எஃபெண்டி என்ற நாக்ஷிபெண்டியின் பாரசீக அகராதி, மரத்தாலான தலைப்பாகை நிலையடுக்கு, கம்பளி ஆடைகள், ஊசியும் நூலும், ஒரு தாமிரக்கிண்ணம் முழுக்க சீவப்பட்ட ஆப்பிள் தோல்கள், மேலும் சில திண்டுகள், ஒரு வெல்வெட் படுக்கை விரிப்பு, அவனது வர்ணக்குழம்புகள், தூரிகைகள் மற்றும் இதர சாமான்கள் தெரிந்தன. கவனமாக வெட்டி அடுக்கப்பட்ட ஹிந்துஸ்தான் தாட்களை, எழுது தாட்களை, அவனது சிறிய மேஜை மீதிருந்த ஓவியத்தாட்களை ஒவ்வொன்றாகப் பிரித்து சோதிக்க முற்பட்டபோது என்னைவிட ஆர்வமாக கருப்பு செயல்பட்டுக்கொண்டிருந்தான். ஓவியமேதை

ஒருவன் தன்னைவிட திறமைக் குறைவான ஒரு நுண்ணோவியனின் உடமைகளை சோதித்துப்பார்த்தால் துரதிருஷ்டத்தைத்தவிர வேறு எதுவும் கிடைக்காது என்று நன்றாகவே தெரிந்திருந்ததால் என்னை கட்டுப்படுத்திக்கொண்டு கருப்பை செயல்பட அனுமதித்தேன். ஆலிவ், பலரும் நினைப்பதைப்போல திறமைசாலியல்ல. ஆர்வம் மட்டும்தான் உண்டு. தனது திறமைக்குறைவை மூடிமறைப்பதற்காக பழம்பெரும் கலைஞர்களை சிலாகிப்பான். பழம்பெரும் கதைகள் ஒரு கலைஞனின் கற்பனையை தட்டியெழுப்பும், அவ்வளவுதான்; ஓவியத்தை வரைவது ஓவியனின் கைதான்.

கருப்பு கர்மசிரத்தையோடு எல்லா அலமாரிகளையும் பெட்டி களையும் திறந்து துழாவித்துழாவி பார்த்துவிட்டு அழுக்குத்துணி கூடைகளைக்கூட கொட்டி தேடிக்கொண்டிருக்க, எதையும் கையால் தொடாமல் ஆலிவ்வின் உடமைகளைப் பார்வையிட்டேன்; பர்ஸா டவல்கள், அவனது தந்தச் சீப்பு, அழுக்கான குளியல் துண்டு, அவனது பன்னீர் குப்பிகள், இந்திய அச்சுவேலைப்பாட்டுடன் இருந்த ஓர் அபத்தமான இடுப்புத்துண்டு, தலையணை உறைகள், முன்பக்கம் திறந்த கனமான அழுக்கு பெண்ணுடுப்பு ஒன்று, சொட்டையான ஒரு தாமிரத்தட்டு, அழுக்குப்பிடித்த தரைவிரிப்புகள், அவன் சம்பாதித்த காசுக்கு தகுதியில்லாத மலிவான வீட்டுப்பொருட் கள். ஆலிவ், ஒன்று அவன் மிகக் கஞ்சனாக, சம்பாதிக்கும் காசை யெல்லாம் வேறெங்கோ சேமித்து வைத்திருக்கிறான்; அல்லது வேறு எப்படியோ வீண்செலவு செய்து அழித்திருக்கிறான் . . .

“ஒரு கொலைகாரனின் வீடு என்று துல்லியமாகச் சொல்லி விடலாம்” என்றேன் சிறிதுநேரம் கழித்து. “ஒரு தொழுகை விரிப்புகூட கண்ணில்படவில்லை.” ஆனால் நான் யோசித்துக்கொண்டிருந்தது இதுவல்ல. சிந்தனையை ஒருமுகப்படுத்தினேன். “எப்படி மகிழ்ச்சியோ டிருப்பது என்று தெரிந்திருக்காத ஒரு மனிதனின் உடமைகள் இவை . . .” என்றேன். இருந்தும் மனதின் ஒரு மூலையில், துக்கமும் பிசாசை பக்கத்திலேயே வைத்துக்கொண்டிருப்பதுமான ஓர் இயல்பு, எப்படி ஓவியத்திறனைப் பேணிக்காத்து வருகிறது என்று சோகத் தோடு சிந்தித்துக்கொண்டிருந்தேன்.

“திருப்தியோடு வாழ்வதற்கு என்னவேண்டுமென்று தெரிந்திருந் தாலும்கூட ஒரு மனிதனால் சந்தோஷமின்றி இருக்கமுடியும்” என்றான் கருப்பு.

அலமாரி ஒன்றின் அடியிலிருந்து கனமான உறைகளில் மூடி வைத்திருந்த, கெட்டியான சாமர்கண்ட் காகிதத்தில் வரையப்பட்ட ஒரு படவரிசையை என் முன்னே எடுத்துவைத்தான். அந்தச் சித்திரங் களை சோதித்தோம்: பூமிக்கடியிலிருந்து எழுந்துவந்திருக்கும் ஓர் அழகான கொராஸான் சாத்தான், ஒரு மரம், ஒரு அழகான பெண், ஒரு நாய், நானே வரைந்த மரணத்தின் சித்திரம். இந்தப்

படங்களெல்லாம் கொலைசெய்யப்பட்ட கதைசொல்லி ஒவ்வோரிர வும் மாட்டிவைத்து அவமானகரமான கதைகளைச் சொல்லிய படங்கள். கருப்பு கேட்ட கேள்விக்கு பதிலாக நான் வரைந்த மரணத்தின் சித்திரத்தைக் காட்டினேன்.

“இதே படங்கள் என் எனிஷ்டேவின் ஓவிய மலரிலும் இருக் கின்றன” என்றேன்.

“அந்தக் கதைசொல்லி, காபி இல்லத்தின் உரிமையாளன் இரு வருமே ஒவ்வோர் இரவிலும் நுண்ணோவியர்களிடமிருந்து ஓவியங் களை வரைந்துகொள்வதின் முக்கியத்துவத்தை உணர்ந்திருந்தார்கள். இந்த கெட்டியான தாள்களை அந்த கதைசொல்லி எங்களில் ஒருவரிடம் கொடுத்து அவசரமாக ஒரு படத்தை வரையச்சொல்லி, அதன் கதையைப்பற்றி கொஞ்சம் கேட்டுக்கொண்டு, நகைச்சுவை யாக ஏதாவது கேட்டு வாங்கிக்கொண்டு, பின் அவனது சொந்தச் சரக்கை சேர்த்து அன்று மாலை நிகழ்ச்சியைத் தொடங்கிவிடுவான்.”

“என் எனிஷ்டேவின் புத்தகத்திற்காக வரைந்த மரணத்தைப்பற்றிய அதே ஓவியத்தை எதற்காக அவனுக்கும் வரைந்து கொடுத்தாய்?”

“அந்தப்பக்கத்தில் இருந்த ஒரே உருவம் அது. அந்த கதைசொல்லி கேட்டுக்கொண்டதால் வரைந்தேன். ஆனால் எனிஷ்டேவின் புத்தகத் திற்காக வரைந்ததைப்போல சிரத்தையோடு வரையவில்லை. என் கைக்கு அந்த நேரத்தில் எப்படி வரைய வந்ததோ அதன்படி வேகமாக வரைந்து கொடுத்தேன். மற்றவர்களும்கூட வேடிக்கையாக இருக்க வேண்டுமென்பதற்காக, அந்த ரகசிய புத்தகத்திற்காக வரைந்ததைப் போலல்லாமல் அருவருப்பாக, எளிமையாக வரைந்து கொடுத்திருக் கின்றனர்.”

“பிளவுபட்ட நாசித்துவாரங்களோடு அந்த குதிரையை வரைந்தது யார்?” என்று கேட்டான்.

விளக்கை கீழே இறக்கி அந்தக் குதிரையை வியப்போடு பார்த் தோம். இது எனிஷ்டேவின் புத்தகத்திற்காக வரையப்பட்டதை ஒத்திருந்தது, ஆனால் இது வேகமாக, அலட்சியமாக, பாமர ரசனைக்கு ஏற்றாற்போல வரையப்பட்டிருந்தது. ஓவியனுக்கு குறைச்சலான பணத்தைக்கொடுத்து வேகமாக வரையச்சொன்னதைப்போல. அதனால்தானோ என்னவோ இக்குதிரை நிஜமானது போலவே இருந்தது.

“இந்தக் குதிரையை வரைந்தது யார் என்பது நாரைக்குத் தெரியும்” என்றேன். “அவன் ஒரு திமிர்ப்பிடித்த முட்டாள். ஒருநாள் கூட நுண்ணோவியர்களைப் பற்றிய வம்புப்பேச்சுகளைக் கேட்காமல் அவனால் இருக்கமுடியாது. அதனால்தான் காபி இல்லத்திற்கு ஒவ்வோரிரவும் செல்கிறான். ஆம், நிச்சயமாகச் சொல்லலாம். நாரைதான் இந்தக் குதிரையை வரைந்தவன்.”

●

அத்தியாயம் 56

நான் "நாரை" என்று அழைக்கப்படுகிறேன்

வண்ணத்துப்பூச்சியும் கருப்பும் நள்ளிரவில் வந்தனர்; அவர்கள் கொண்டுவந்திருந்த படங்களை எதிரே தரையில் பரப்பி, எந்தெந்தப் படங்களை யாரெல்லாம் வரைந்தது எனக் கேட்டனர். நாங்கள் சிறுவர்களாக இருந்தபோது விளையாடும் "யாருடைய தலைப்பாகை" விளையாட்டு ஞாபகம் வந்தது: ஒரு ஷோஜா, ஒரு குதிரைப்படைவீரன், ஒரு நீதிபதி, ஒரு மரணதண்டனையளிப்பவன், தலைமைக் கருவூலர், ராஜாங்க செயலர் ஆகியோரின் தலைப்பாகைகளை வரைந்துவிட்டு, அவற்றிற்குரிய பெயர்களை எழுதி கவிழ்த்து வைத்திருக்கும் சீட்டுகளை கண்ணை மூடிக்கொண்டு எடுத்து சரியாவென்று பார்க்கும் விளையாட்டு.

அந்த நாயின் படத்தை நான்தான் வரைந்தேன் என்றேன். அதன் கதையை அந்த கதைசொல்லியிடம் நாங்கள் சொல்லியிருந்தோம். என் கழுத்தின்மீது பிச்சுவாவை வைத்திருந்த வண்ணத்துப்பூச்சிதான் மரணத்தை வரைந்திருக்கவேண்டும் என்றேன். அந்தப் படத்தின் மீது விளக்கின் வெளிச்சம் இனிமையாக விளையாடிக்கொண்டிருந்தது. சாத்தானின் படத்தை ஆலிவ்தான் மிகவும் ஆர்வத்தோடு வரைந்து கொடுத்தான் என்பது ஞாபகத்தில் இருக்கிறது. அதன் கதை மொத்தத்தையும் காலமாகிவிட்ட அந்த கதைசொல்லிதான் உருவாக்கியிருந்தான். மரத்தின் படத்தை நான் ஆரம்பிக்க மீதியை அன்றிரவு காபி இல்லத்திற்கு வந்த ஓவியர்கள் எல்லோரும் சேர்ந்து முடித்தனர். அதற்கான கதையையும் நாங்களெல்லோரும் உண்டாக்கினோம். சிவப்பின் கதையும் அப்படித்தான்: ஒரு வரைதாளில் சிவப்பு மசி கொட்டிவிட, அந்த கதைசொல்லி கஞ்சப்பயல் அப்படி சிந்தப்பட்ட சிவப்பு வர்ணத்திலிருந்து ஏதாவது உருவத்தை உண்டாக்கமுடியுமா என்ற எங்களைக்கேட்டான்.

நாங்கள் இன்னம் கொஞ்சம் சிவப்பு மசியை அந்தப்பக்கத்தில் தெளித்து ஒவ்வொருவரும் ஒரு மூலையில் எதையோ சிவப்பில் வரைந்து அந்தப்படத்திற்கான கதையை கதைசொல்லியிடம் கூறி னோம். அவற்றைத் தன் பாணியில் தொகுத்து அவன் ஒரு கதையாகச் சொன்னான். இந்த அற்புதமான குதிரையை ஆலிவ் வரைந்தான். அவனது அபாரமான திறமையை எவ்வளவு பாராட்டினாலும் தகும். சோகமாக இருக்கும் இப்பெண்ணின் படத்தை வண்ணத்துப் பூச்சி வரைந்தானென்று நினைக்கிறேன். இதைச்சொன்னவுடனே வண்ணத்துப்பூச்சி என் கழுத்திலிருந்து பிச்சுவாவை எடுத்துவிட்டு கருப்பிடம், ஆம் அந்தப்பெண்ணை எப்படி வரைந்தேனென்று இப்போது ஞாபகத்தில் வருகிறது என்றான். அங்காடியின் தங்கக் காசை நாங்களெல்லோரும் சேர்ந்து வரைந்தோம். ஆலிவ்வே காலெந் தெரி வம்சத்தைச் சேர்ந்தவன்தான். அவன்தான் இந்த இரண்டு துறவிகளையும் வரைந்தது. காலெந்தெரி பிரிவினர் இளம் சிறுவர் களோடு புணர்ச்சி வைத்துக்கொள்பவர்கள்; பிச்சையெடுப்பார்கள். அவர்களுடைய ஷேக், இவ்ஹாத் – உத் தினி கிர்மானி 250 வருடங் களுக்கு முன் எழுதிய இப்பிரிவினரின் புனித நூலில் அழகான முகங்களில் இறைவனின் உருவத்தை தாம் காண்பதாக செய்யுள் இயற்றியிருக்கிறார்.

என் சகோதர ஓவியனிடம், என் வீடு இருக்கும் அலங்கோலமான நிலைக்காக மன்னிப்பு கேட்டுக்கொண்டேன். எதிர்பாராத நேரத்தில் வந்துவிட்டதால் ஒரு நறுமண காபியோ அல்லது இனிப்பு ஆரஞ்சு கனிகளோகூட தரமுடியாமைக்கு வருந்துவதாகவும் உள் அறையில் என் மனைவி அவர்கள் வந்திருப்பது தெரியாமல் தூங்கிக்கொண் டிருப்பதாகவும் கூறினேன். நான் இதைச் சொன்னதற்கு காரணம் அவர்கள் உள்ளே திடுதிப்பென்று புகுந்துவிட்டாலோ, அவர்கள் தேடிவந்த பொருளை என் அறையிலிருக்கும் சித்திரப்படாம்கள், படுதா துணி அடுக்குகள், இந்தியப்பட்டில் கோடைக்கால உடுப்புகள், மெல்லிய மஸ்லின், பாரசீக அச்சுக்கள், கூடையிலிருந்த டால்மன் அங்கிகள், தகரப்பெட்டிகள், மெத்தை, மேசைவிரிப்பு, தரைவிரிப்பு களுக்கு அடியில், நான் பல்வேறு புத்தகங்களுக்காக தயாரித்துக் கொண்டிருக்கும் ஓவியத் தாள்களுக்கு மத்தியில் தேடத்தொடங்கி விட்டாலோ நான் எரிச்சலுற்று அவர்கள் மீது ரத்தவெறித்தாக்குதல் நடத்திவிடக்கூடாது என்பதற்காகத்தான்.

இருந்தாலும் அவர்களைக் கண்டு பயந்ததைப்போல நடிப்பதில் ஒருவித சந்தோஷம் இருந்தது. ஓர் ஓவியனின் திறமை என்பது, நிகழ்தருணத்தின் அழகை அதன் மிக நுட்பமான விவரம் வரை கவனத்தோடும் தீவிரத்தோடும் உள்வாங்கிக்கொண்டு, அதே நேரத் தில் கண்ணாடி ஒன்றிற்குள் தூரஇடைவெளிக்கும் ஒரு பரிகாசத் தின் சரளத்திற்கும் இடமளித்து பார்ப்பதைப்போல, தன்னை மிகத் தீவிரமாக கருதிக்கொண்டிருக்கும் உலகத்தினிடமிருந்து பின்னகர்ந்து பார்ப்பதில்தான் அடங்கியிருக்கிறது.

அதைப்போலவே, அவர்கள் கேட்டபோது, ஆம் அந்த எர்ஸூரூமி கள் காபி இல்லத்தைத் தாக்கியபோது, ஒவ்வொரு நாளும் மாலை நேரங்களில் அங்கே செல்வதைப்போல நானும் அங்கேதான் இருந்தேன் என்றேன். அப்போது சுமார் நாற்பது பேர் இருந்திருப்போம். என்னைத்தவிர, அங்கே ஆலிவ், உருவோவியன் நாஸர், எழுத்தோவி யன் ஜெமால், இரண்டு உதவி ஓவியர்கள், அவர்களோடு எப்போதும் உடனிருக்கும் இளம் எழுத்தோவியர்கள், ஒப்பற்ற அழகோடு இருக்கும் ஓவியமாணவன் ரஹ்மி, வேறுசில அழகான பயிற்சி மாணவர்கள், ஆறேழு கவிஞர்கள், குடிகாரர்கள், ஹஸிஷ் போதை அடிமைகள், துறவிகள், அந்த இல்ல உரிமையாளனை காக்காய் பிடித்து இந்த குழுவோடு சேர்ந்துகொண்டிருக்கும் சில வேலையற்ற சோம்பேறிகள் ஆகியோரும் இருந்தனர். கலவரம் ஆரம்பித்தவுடனேயே அங்கே எப்படி குழப்பம் வெடித்தது என்று விளக்கினேன். அன்றைய தினத்தின் ஏதோ ஒரு மலினமான பொழுதுபோக்கிற்கு அந்த உரிமையாளன் சேர்த்துவைத்திருந்த அந்தக் கூட்டத்தினருக்கு கலவரக் காரர்களை திருப்பித் தாக்கவோ, அந்த உணவகத்தைப் பாதுகாக் கவோ, பெண்வேடமிட்டிருந்த அந்தப் பரிதாபகரமான கதைசொல் லியைக் காப்பாற்றவோ திறனின்றி பயத்தில் விழுந்தடித்துக்கொண்டு ஓடினர். இந்தக் கலவரத்திற்காக நான் வருத்தப்பட்டேனா? “ஆம்! தன் மொத்த வாழ்க்கையையும் ஓவியத்திற்காகவே அர்ப்பணித்த, ‘நாரை’ என்றழைக்கப்படும் முஸ்தபா என்ற ஓவியனான எனக்கு, ஒவ்வோரிரவும் என் சக ஓவிய சகோதரர்களோடு சேர்ந்து அமர்ந்து, உரையாடி, சிரித்து, கிண்டல்செய்து, பாராட்டி, கவிதை பாடி, இரட்டை அர்த்தப் பேச்சுகள் பேசி மகிழ்ந்திருக்க வேண்டியது அவசியமாக இருக்கிறது” என்று திமிர்பிடித்த, பொறாமையில் கண்கலங்கி நின்றிருக்கும் மந்தபுத்திக்காரன் வண்ணத்துப்பூச்சியின் கண்களுக்குள் ஆழமாகப் பார்த்தபடி கூறினேன். மாணவனாக இருந்தபோதிலிருந்தே ஒரு குழந்தையைப்போல அழகாக இருந்த அவனது கண்கள் உணர்ச்சித்துடிப்போடு மனதைக் கொள்ளை கொள்ள வைப்பதாக இருக்கும்.

அந்தக் கதைசொல்லியைப் பற்றி மீண்டும் அவர்கள் விசாரித்த போது, அவன் ஆன்மா சொர்க்கத்தில் இடம்பெறட்டும், இந்த நகரத்திற்கு அவன் வந்த இரண்டாவது நாள், இங்குமங்கும் சுற்றி யலைந்து கொண்டிருந்தபோது யதேச்சையாகத்தான் காபி இல்லத் தில் இதுபோல நையாண்டித்தொழில் நடத்தி பிழைக்க முடியுமென் பதை கண்டுகொண்டான் என்றேன். நுண்ணோவியர்களில் எவனோ ஒருவன், அநேகமாக அவன் அருந்திய காபியின் விளைவாக இருக்கக் கூடும், வேடிக்கையாக இருக்கட்டும் என்பதற்காக ஒரு படத்தை சுவற்றில் மாட்டிவைத்திருக்கிறான். அதைப்பார்த்த ஆற்றொழுக்க மான பேச்சுத்திறன் கொண்டிருந்த அந்த கதைசொல்லி அந்தப் படத்திலிருந்த நாயாக தன்னை பாவித்துக்கொண்டு தனிமொழியாக

உரையாற்றத் தொடங்கிவிட்டிருக்கிறான். நகைச்சுவையாக அமைந் திருந்த அப்பேச்சு மிகவும் ரசிக்கப்பட, ஒவ்வொருநாளும் அதேபோல ஏதாவது ஒரு படத்தை வரைந்துதரச் சொல்லி நுண்ணோவியர் களிடம் கேட்டு, அவர்கள் படத்தையும் வரைந்து அதற்கான கதையை யும் அவனிடம் கிசுகிசுத்ததை தனது சொந்தச் சரக்கையும் திறமை யாகச் சேர்த்து கதைசொல்லத் தொடங்கிவிட்டான். எர்ஸுரூம்மின் மதபோதகர் கோபத்திற்கு ஆளாகிவிடுவோமோ என்ற பயத்தில் நடுங்கிக்கொண்டிருந்த நுண்ணோவியர்களுக்கு அக்கதைசொல்லி அவரைக் கிண்டலடித்து பேசும் பேச்சு, விமரிசனம் போன்றவை பெரிதும் குஷிப்படுத்த, எதிர்னேவைச் சேர்ந்த அவ்வுணவகத்தின் உரிமையாளன் அதனை ஊக்குவித்தான்.

சகோதரன் ஆலிவ்வின் யாருமற்ற வீட்டை அவர்கள் சோதனை யிட்டபோது கண்டெடுத்த, கதைசொல்லி சுவற்றில் மாட்டிவைக்கும் படங்களின் அர்த்தத்தை அவர்கள் என்னிடம் கேட்டனர். அந்தப் படங்களுக்கெல்லாம் அர்த்தம் தேடவேண்டிய அவசியமில்லை என்றேன். அந்த உணவக உரிமையாளனும் ஆலிவ்வைப்போல ஒரு பிச்சைக்கார, திருட்டு, காட்டுமிராண்டி காலெந்தெரி பரதேசி இனத்தவன். ஹோஜா எஃபெண்டியின் நெருப்புப்பொறி பறக்கும் வெள்ளிக்கிழமை பிரசங்கங்களால் கதிகலங்கிப் போயிருந்த அப்பாவி வசீகரன் எஃபெண்டி இவர்களைப் பற்றி எர்ஸுரூமிகளிடம் புகார் அளித்திருக்கக்கூடும் அல்லது இப்படிக்கூட நடந்திருக்கலாம்: வசீகரன் அவர்களை நிறுத்தச்சொல்லி எச்சரித்திருக்கலாம். ஒரே மாதிரியான குணாம்சத்தைக் கொண்ட ஆலிவ்வும் உணவக உரிமையாளனும் அந்த வெகுளியான மெருகாளனை இரக்கமின்றி கொன்றிருக்கலாம். வசீகரன் கொலைசெய்யப்பட்டதையறிந்த எர்ஸுரூமிகள் அவன் ஏற்கனவே எனிஷ்டேவின் புத்தகத்தைப்பற்றி அவர்களிடம் கூறியிருப் பதால் அவனது கொலைக்கு எனிஷ்டேதான் காரணமாகயிருக்க வேண்டுமென்று அவரையும் கொன்று காபி இல்லத்தையும் சூறை யாடியிருக்கலாம்.

குழந்தைத்தனமான ஊட்டத்துடன் இருந்த வண்ணத்துப்பூச்சி யும் (பிசாசைப்போல தோற்றமளித்த) சிடுசிடுப்பான கருப்பும் என் அறையில் இருந்த பொருட்களை கன்னாபின்னாவென்று கலைத்து சோதனையிடத் தொடங்கினர். நான் இவ்வளவு நேரம் சொன்ன தெல்லாம் இவர்கள் காதில் விழுந்ததா? பளபளவென்று மெரு கேற்றப்பட்ட எனது வால்நட் பெட்டியைத் திறந்து அதிலிருந்த எனது ராணுவ காலணிகள், போர்க்கவசம், போர்வீரனின் இதர சாதனங்களைக் கண்டபோது வண்ணத்துப்பூச்சியின் சிறுபிள்ளைத் தனமான முகத்தில் பொறாமை படர்ந்தது. நான் உடனே, எல்லோ ருக்கும் தெரிந்த எனது மெய்கீர்த்திகளை பெருமிதத்தோடு பிரசங்கம் செய்யத் தொடங்கினேன். போர்க்களத்திற்குச் சென்று, வெற்றிகர மாகத் திரும்பிய முதல் முஸ்லிம் ஓவியன் நான்தான்; போர்க்களக்

காட்சிகளை கவனமாக உள்வாங்கி, அவற்றை தத்ரூபமாக 'தொடர் வரலாறாக' பதிவுசெய்த முதல் கலைஞனும் நான்தான். வெடிக்கும் பீரங்கிகள், எதிரிகளின் கோட்டைச்சுவர்கள், கோபுரங்கள், மிலேச்ச வீரர்களின் சீருடைகள், அவற்றின் விநோத வண்ணங்கள், குவிந் திருக்கும் பிணங்கள், ஆற்றோரத்தில் இறைந்திருக்கும் கொய்யப்பட்ட தலைகள், முழுதாக கவசமணிந்து குதிரைப்படைவீரர்கள் எதிரெதிர் அணிகளாக ஒருவரை நோக்கி ஒருவர் வெறிக்கூச்சலிட்டபடி ஓடி வருவது – இவற்றையெல்லாம் நேருக்குநேராக பார்த்து பதிவுசெய்த ஒரே நுண்ணோவியன் நான்மட்டுமே!

வண்ணத்துப்பூச்சியும் கருப்பும் எனது போர்க்கவசத்தை எப்படி அணிந்துகொள்வது என்று கேட்டபோது, கூச்சப்படாமல் எனது மேற்சட்டையையும் கருப்பு முயல் கம்பளிச் சட்டையையும் கால் சட்டையையும் உள்ளாடைகளையும் கழற்றினேன். அடுப்பின் வெளிச் சத்தில் என்னை பிரமிப்போடு பார்த்துக்கொண்டிருந்ததை ரசித்துக் கொண்ட எனது சுத்தமான நீண்ட உள்அங்கியையும் குளிர்காலத்தில் போர்க்கவசத்திற்குள் அணிய வேண்டிய கெட்டியான சிவப்பு படுதா உடுப்பையும் கம்பளி காலுறைகளையும் மஞ்சள்நிற தோல் காலணிகளையும் அதற்குமேல் தோல் காலுறைகளையும் அணிந்தேன். மார்புக்கவசத்தை பேழையிலிருந்து எடுத்து அணிந்துகொண்டபோது பெருமிதவுணர்வு ததும்பியது. வண்ணத்துப்பூச்சியின் பக்கம் முதுகைத் திருப்பி சேவகனிடம் உத்தரவிடுவதைப்போல கவசத்தின் நாடாவை இறுக்கிக் கட்டி தோள்பட்டை கவசத்தை பொருத்த கட்டளையிட் டேன். முன்னங்கை கவசங்களையும் கையுறைகளையும் ஒட்டக ரோமத்தில் பின்னிய கத்தி உறைகளையும் திருவிழாக்களுக்கு அணிந்து செல்லும் தங்க வேலைப்பாடு தலைக்கவசத்தையும் அணிந்துகொண்டு கர்வத்தோடு, "பழங்கால ஓவியங்களில் காணப்படும் போர்க்காட்சி கள்போல இனி உருவாக்கப்படாது" என்றேன். "இப்போது முதல் ஆட்டமன்களின் ஓவியக்கூடங்களில் தீட்டப்படும் போர்க்காட்சிகள், உண்மையான போர்க்காட்சிகளைப் போல, நான் நேரில் பார்த்து பதிவுசெய்திருப்பதைப்போல, படையணிகளும் குதிரைகளும் கவச வீரர்களும் ரத்தம் தோய்ந்த உடல்களும் அள்ளித்தெளித்த அமளியாகத் தான் இருக்கும்."

பொறாமையால் பீடிக்கப்பட்ட வண்ணத்துப்பூச்சி, "ஓவியன் தன் கண்ணுக்குத் தெரிவதை வரைபவனல்ல; அல்லாஹ் எதைப் பார்க்கின்றாரோ எப்படிப் பார்க்கின்றாரோ அதையே வரைபவன்" என்றான்.

"ஆம், ஆனாலும் நாம் பார்க்கின்ற எல்லாவற்றையும் மேன்மை தங்கிய அல்லாஹ்வும் பார்க்கின்றார்."

"உண்மைதான், நாம் பார்ப்பதையெல்லாம் அல்லாஹ்வும் காண்கிறார், ஆனால் மனிதர்களான நம்முடைய பார்வைக்கோணத்

தில் அல்ல" என்றான் என்னைக் கண்டிப்பதைப்போல. "நமது மானிட உள்ளத்தின் திகைப்பினால் போர்க்களக்காட்சிகள் ஒழுங் கின்றி குழப்பமாக நமக்கு புலப்படுகின்றன. எங்கும் வியாபித்திருக்கும் அல்லாஹ் இரண்டு எதிரெதிர் அணிகள் ஒத்திசைவோடு இயங்கு வதாகத்தான் அவர்களைக் காண்பார்."

அவனுக்குத் தருவதற்கு என்னிடம் சரியான பதில் ஒன்று இருந்தது. 'அல்லாஹ்வின் மேல் நம்பிக்கை வைத்து, அவர் நமக்குப் புலப்படுத்துவதை அப்படியே வரைவதுதான் நமது கடமை; அவர் நம்மிடமிருந்து மறைப்பதை வரைந்துகொண்டிருப்பதல்ல,' என்று சொல்லியிருக்கலாம். சொல்லியிருந்தால் உடனே ஐரோப்பியர்களை வெட்கமின்றி போலிசெய்கின்றவன் என்று என்னைக் குற்றம்சாட்டி யிருப்பான். சொல்லாததற்கு அதுவோ அல்லது எனது கவசத்தை சோதித்துப்பார்ப்பதைப்போல அவன் பிச்சுவாவினால் தலைக்கவசத் தின்மீதும் முதுகிலும் ஓங்கித்தட்டிக் கொண்டிருந்ததோ காரணமல்ல. இப்போதைக்கும் கருப்பையும் இந்த கவர்ச்சிக் கண்ணழகனையும் விரோதித்துக்கொள்ளக் கூடாது. அப்போதுதான் ஆலிவ் என்கிற சதிகாரன் உண்மையிலேயே ஏதாவது வலைவிரித்திருக்கின்றானா என்பதை கண்டுபிடிக்கமுடியும். அதற்கு இவர்கள் உதவி தேவை.

இவ்வளவு நேரம் குடைந்து குடைந்து தேடிக்கொண்டிருந்தது கடைசிவரை அவர்களுக்கு கிடைக்காததும், அவர்கள் எதை எதிர் பார்த்து வந்திருந்தனர் என்பதைத் தெரிவித்தனர். அந்தக் கொலை காரச் சண்டாளன் கடத்திக்கொண்டு போய்விட்டிருந்த ஓர் ஓவியம் ... இதற்காக என் வீடு ஏற்கனவே சோதனையிடப்பட்டுவிட்டது என் பதைச் சொன்னேன். கொலை செய்தவன் எல்லோரும் வந்து கண்டு பிடிக்கக்கூடிய இடத்திலா அந்தப்படத்தை வைத்திருப்பான், என்று கேட்டேன். (நான் ஆலிவ்வைப் பற்றி யோசித்துக்கொண்டிருந்தேன்). ஆனால் அவர்களுக்கு நான் சொன்னது காதில் விழுந்ததா? கருப்பு அந்தப் பிளவுபட்ட நாசித்துவாரங்களோடு வரையப்பட்ட குதிரை படத்தைப் பற்றியும் அதற்காக குருநாதர் ஒஸ்மானையும் அவனையும் மூன்றுநாட்கள் கருவூலகத்தில் சோதனையிட சுல்தான் அவர்கள் அனுமதித்ததைப் பற்றியும் சொன்னான். பிளவுண்ட நாசித்துவாரங் களில் என்ன முக்கியத்துவம் இருக்கிறது என்று அவனிடம் கேட்ட போது, என் கணகளை நேராகப்பார்த்தபடி, அந்தத் தடயத்தை ஆதாரமாக வைத்துத்தான் குருநாதர் ஒஸ்மான், ஆலிவ்வை சந்தேகப் படுவதாகச் சொன்னார். அதைவிட எனது பேராசைக் குணத்தின் காரணமாக என்னைத்தான் அதிகம் சந்தேகப்படுவதாகவும் கூறினான்.

முதலில் அவர்கள் என்னைத்தான் கொலைகாரன் என்று நினைத்து, அதற்கு ஆதாரங்களை சேகரிக்க வந்திருப்பது போலத் தோன்றியது; ஆனால் அதுமட்டும்தான் அவர்களுடைய ஒரே குறிக்கோளாக இருந்திருக்குமென நான் கருதவில்லை. அவர்கள்

தனியாக இருக்க பயந்துகொண்டு, விரக்தியில்தான் என் வீட்டுக் கதவைத் தட்டினார்களென்று நினைக்கிறேன். நான் கதவைத் திறந்தபோது என்னை நோக்கி வண்ணத்துப்பூச்சி ஒரு பிச்சுவாவை நீட்டிக் கொண்டிருந்தானேயொழிய, அது அவன் கையில் அபத்திர மாக உதறிக்கொண்டிருந்ததை கவனித்தேன். அவர்கள் அவ்வளவு கஷ்டப்பட்டு துப்பறிந்த கொலைகாரன் திடீரென்று இருட்டிலிருந்து வெளிப்பட்டு, ஏதோ பழைய நண்பனைப்போல புன்னகைத்துக் கொண்டே அவர்களை நெருங்கி கழுத்தை வெட்டிவிடுவானோ என்ற பயம் இருந்திருக்கக்கூடும். மேலும் குருநாதர் ஒஸ்மானும் தலைமைக் கருவூலரும் கூட்டாக சதிசெய்து அவர்களிருவரையும் சித்தரவதைக்கூடத்திற்குள் தள்ளிவிடுவார்களோ என்ற பயமும் அவர்கள் அடிமனதில் இருப்பது பேசும்போது புலப்பட்டது. அது மட்டுமின்றி தெருக்களில் திரிந்துகொண்டிருந்த எர்ஸூரூமிகளின் அச்சுறுத்தல் வேறு. அவர்களுக்கு நிச்சயமாக எனது நட்பு தேவையாக இருந்திருக்கிறது. ஆனால் குருநாதர் ஒஸ்மான்தான் அதற்கு எதிரிடை யான எண்ணத்தை என்மீது ஏறிபடுத்தியிருக்கிறார். குருநாதர் ஒஸ்மான் தவறாக சந்தேகப்பட்டிருக்கிறார் என்பதை அவர்களுக்குப் புரியவைப்பது இப்போது எனது கடமையாக இருக்கிறது. அவர் களும் உள்மனதில் அதைத்தான் எதிர்பார்ப்பார்கள்.

எங்கள் மகத்தான குருநாதர் தவறாகப் பேசுகிறார் என்றோ, வயதானதால் புத்தி பேதலித்துவிட்டதென்றோ சொன்னால் வண் ணத்துப்பூச்சி நிச்சயம் கோபப்படுவான். அவனுக்கு புனைபெயராக இருக்கும் பூச்சியின் சிறகுகளைப்போலவே துடிக்கின்ற அழகான கண்ணிமைகளைக் கொண்ட பேரழகனான அந்த நுண்ணோவி யனின் கண்களில் எங்கள் குருநாதரின் மீது அவன் வைத்திருக்கும் பிரேமை இன்னமும் மிச்சமிருப்பது தெரிகிறது. எங்கள் மாணவதினங் களில் குருவும் சிஷ்யனுமான இவர்களுக்கிடையேயிருந்த நெருக்கத் தைப்பற்றி பலரும் பொறாமையோடு கேலி பேசுவதுண்டு. ஆனால் அவர்கள் அவற்றையெல்லாம் லட்சியம் செய்யாமல் ஒருவர் கண்களை ஒருவர் நெடுநேரத்திற்கு வாத்ஸல்யத்தோடு பார்த்துக்கொண்டிருப்பர்; எல்லோர் எதிரிலும் ஒருவரையொருவர் தொட்டுத்தடவி கொஞ்சிக் கொள்வார்கள். பின்னர் குருநாதர் ஒஸ்மான் விவஸ்தையில்லாமல், நுண்ணோவிய மாணவர்களிலேயே வண்ணத்துப்பூச்சிக்குத்தான் மிகத்துடிப்பான பேனாவும் மிகவும் முதிர்ச்சி கொண்ட வண்ணத் தூரிகையும் இருக்கிறது என்று அறிவித்தார். இந்த அறிவிப்பு – அது ஓரளவுக்கு உண்மைதான் என்றாலும் – பொறாமைகொண்ட நுண்ணோவியர்களிடையே பெரும் கிண்டலுக்கும் பேனா, தூரிகை, மைக்கூடு, பேனா பேழை போன்றவற்றை ஆபாசமான ஒப்பீடுகளாகப் பயன்படுத்தி இரட்டை அர்த்தப் பேச்சுகள் வெடிப்பதற்கும் காரண மாக அமைந்தது. இதனால்தான் குருநாதர் ஒஸ்மான், தனக்குப்பிறகு ஓவியக்கூடத்தின் தலைமை பதவிக்கு வண்ணத்துப்பூச்சி வருவதைத்

தான் விரும்புகிறார் என்று நான் மட்டுமல்ல, பலரும் நினைத்துக் கொண்டிருக்கின்றனர். அவர் மற்றவர்களிடம் என்னைப் பற்றி பேசும்போது, எனது அடக்கமின்மை, வீண்பதற்றம், மற்றவரோடு இசைவாகச் செல்லாமை, முரட்டுத்தனம் பற்றியெல்லாம் அவசிய மல்லாத நேரத்திலும் பிரஸ்தாபித்துக் கொண்டிருப்பதை கேள்விப்படும் போது அவரது திட்டம் புரியும். ஐரோப்பிய பாணியை நோக்கி சாய்வதில், ஆலிவ் அல்லது வண்ணத்துப்பூச்சியைவிட நான் அதிகமும் ஆர்வமாக இருப்பேன் என்றும் "பழம்பெரும் ஓவியர்கள் நமது கலாச்சாரத்திற்கு ஒவ்வாத இந்த அந்நியமான முறையில் ஓவியம் தீட்டுவதில்லை" என்று சுல்தானின் புதுமை ஆசைகளுக்கு மறுப்பு தெரிவிக்காமல் உடன்பட்டுவிடுவேன் என்றும் அவர் சந்தேகப்படுவது முற்றிலும் நியாயமானதே.

நமது புதுமாப்பிள்ளை அவனுடைய அழகான பெண்டாட்டி ஷெகூரே மெச்சிக்கொள்ள வேண்டுமென்பதற்காக மட்டுமல்ல, அவள் அப்பாவின் இடத்தை தன்னால் நிரப்பமுடியுமென்று காட்டிக் கொள்வதற்காகவும் எல்லாவற்றையும்விட முக்கியமாக நமது சுல்தான் அவர்களை உடனடியாக திருப்திப்படுத்தி எதிர்கால ஆதாயங்களுக்கு அச்சாரம் போடவும் காலமான அவனது எனிஷ்டேவின் ஓவிய மலரை சீக்கிரம் முடிப்பதற்கு முனைப்போடு வேலைசெய்வான். அதனாலேயே அவனோடு கூட்டாக இணைந்து சில விஷயங்களை செய்து முடிக்கவேண்டும்.

ஆகவே முதல்படியாக, அவர்கள் என்னிடமிருந்து சற்றும் எதிர்பாராதபடி பிரசங்கம் செய்யத் தொடங்கினேன். எனிஷ்டே வின் புத்தகம் ஓர் ஆனந்த அற்புதம், உலகத்தில் அதற்கு ஈடுஇணையே கிடையாது என்றேன். இந்த உன்னதமான ஓவியமலர் நமது சுல்தான் அவர்களின் ஆணையின்படியும் காலமான எனிஷ்டே எஃபெண்டி யின் விருப்பப்படியும் நிறைவடைந்ததும் இவ்வுலகமே ஆட்டமன் சுல்தானின் பலத்தையும் செல்வத்தையும் கண்டு பிரமித்துப்போகும். மேலும் அவரது நுண்ணோவியக் கலைஞர்களான நமது திறமை, நேர்த்தி, ஆற்றல் ஆகியவை உலகெங்கும் பரவும். நம்மையும் நமது பலத்தையும் கண்டு அவர்கள் பயப்படுவது மட்டுமல்ல, நாம் எப்படி சிரித்தோம், எப்படி அழுதோம், பிராங்கிய கலைஞர்களிடமிருந்து எப்படி களவாடினோம், கிளர்ச்சியூட்டும் நிறங்களையும் நுட்பமான விவரங்களையும் எப்படி உள்வாங்கிக் கொண்டோம் என்று அவர்கள் திகைக்கப் போகின்றனர். இறுதியில், சுல்தான்களிலேயே மிகவும் புத்திக்கூர்மையானவர்கள் மட்டும் அறிந்திருக்கும் ஒரு ரகசியத்தை அவர்கள் அச்சத்தோடு ஒப்புக்கொள்ளப்போகின்றனர்: நமது இருப்பு நம்முடைய ஓவியங்களின் உலகத்திற்குள்ளும் ஊன்றியிருக்கிறது; அதேநேரத்தில் பழம்பெரும் ஓவியர்களோடு சேர்ந்து வெகுவெகு தூரத்திலும் அமைந்திருக்கிறது.

ஓரான் பாழுக்

வண்ணத்துப்பூச்சி தொடர்ந்து என் கவசத்தின்மேல் அந்த பிச்சுவாவை தட்டிக்கொண்டிருந்தான். முதலில், எனது கவசம் அசலா போலியா என்று கண்டுபிடிப்பதற்காக சிறுவன் ஒருவன் தட்டிப்பார்ப்பதைப்போல தட்டிக்கொண்டிருந்தான். அதன்பின் அதன்பலத்தை சோதிக்க நண்பன் ஒருவன் முயற்சிப்பதைப்போல லேசாக அடித்துப் பார்த்தான். இறுதியில் என்னை காயப்படுத்துவதையே குறிக்கோளாகக் கொண்ட திருத்தமுடியாத பொறாமைக்கார விரோதியைப்போல அவன் கத்தியால் அடிக்கும் வேகம் அதிகரித்துக் கொண்டே சென்றது. உண்மையில், அவனைவிட நான் அதிகத் திறமைவாய்ந்தவன் என்பதை அவன் புரிந்துகொண்டிருக்கிறான். குருநாதர் ஒஸ்மானுக்கும் இது தெரியும் என்று உணர்ந்திருக்கிறான். இறைவன் வழங்கிய திறமையால் வண்ணத்துப்பூச்சி ஓர் உன்னதமான கலைஞன் என்பதை நானறிவேன். அவனது பொறாமை என்னை பெருமிதப்படுத்தியது. அவனைப்போல குருநாதரின் "தூரிகை இழை"யை பிடித்துக்கொண்டு நான் வல்லுனன் ஆகிவிடவில்லை; எனது சொந்தத் தூரிகையின் பலத்தால்தான் நான் உயர்ந்திருக்கிறேன். அவனைவிட நான் மேம்பட்டவன் என்பதை அவன் ஒப்புக்கொள்ளச் செய்து விடுவேன் என்பது நிச்சயம்.

குரலை உயர்த்தி, நமது சுல்தான் அவர்களையும் காலமான எனிஷ்டேவின் அதிஅற்புத புத்தகத்தையும் சிலர் இழிவுபடுத்த முயல்வது எவ்வளவு அவலமான விஷயமென்று விளக்கினேன். குருநாதர் ஒஸ்மான் நம்மெல்லோருக்கும் தந்தையைப் போன்றவர்; எல்லோரையும்விட தகுதியில் மிகமிக உயர்ந்தவர். நாமெல்லோரும் அவரிடமிருந்துதான் எல்லாவற்றையும் கற்றிருக்கிறோம்! நமது சுல்தானின் கருவூலத்தில் தடயங்களைத் தேடிக் கண்டுபிடித்தபின், ஆலிவ்தான் அந்த படுபாதகக் கொலைகளைச் செய்தவன் என்பதை தெரிந்துகொண்டபின்பும் ஏதோ சில காரணங்களுக்காக அதை மறைக்க முயற்சித்திருக்கிறார். இப்போது நிச்சயமாக அவனது வீட்டில் இருக்கமாட்டானென்று உறுதியாகச் சொல்வேன். ஃபாணார் வாயில் அருகேயுள்ள ஒரு பாழடைந்த காலெந்தெரி துறவியர் மடத்தில்தான் அவன் பதுங்கியிருப்பான். இந்தத் துறவியர் மடம் நமது சுல்தான் அவர்களின் பாட்டனாரின் காலத்திலேயே இழுத்து மூடப்பட்டுவிட்ட ஒன்று. அந்தச் சிதிலமான கட்டிடத்திற்குள் எல்லாவிதமான ஒழுக்கக் கேடுகளும் நடந்துகொண்டிருந்தன. பாரசீகர்களுடன் முடிவேயில்லாமல் தொடர்ந்து கொண்டிருந்த யுத்தங்களும் அந்த மடம் மூடப் பட்டதற்கு முக்கிய காரணம். அந்தக் கேடுகெட்ட துறவியர் மடத்தை அவன்தான் தற்போது பாதுகாத்து வருவதாகக்கூட ஆலிவ் ஒரு சமயம் சொல்லிக்கொண்டிருந்தான். நான் சொல்வதை அவர்கள் நம்பாவிட்டால், என் வார்த்தைகளுக்குப் பின்னால் ஏதோ சதி ஒளிந்திருப்பதாக சந்தேகப்பட்டால், பிச்சுவா அவர்கள் கையில்தான் இருக்கிறது. இங்கேயே இப்போதே அதனை என்மேல் அவர்கள் பாய்ச்சலாம்.

என் பெயர் சிவப்பு

வண்ணத்துப்பூச்சி மேலும் இரண்டுதடவை பிச்சுவாவினால் எனது கவசத்தின்மேல் பலமாகக் குத்தினான். பெரும்பாலான கவசங்கள் இவ்வளவு வலுவான குத்தலுக்கு தாங்கியிருக்காது. அவன் விளையாட்டாக செய்துகொண்டிருக்கவில்லை. நான் சொன்னதை முழுதாக நம்பியிருந்த கருப்பின் பக்கம் திரும்பி குழந்தைத்தனமாகக் கத்தினான். நான் பின்னாலிருந்து அணுகி, என் கவசமணிந்த கையை வண்ணத்துப்பூச்சியின் கழுத்தைச்சுற்றி என்பக்கமாக இழுத்தேன். இன்னொரு கையால் பிச்சுவாவை பிடித்திருந்த அவன் கையை முறுக்கினேன். பிச்சுவா கீழே விழுந்தது. எங்கள் இருவரையும் பார்த்தால் போராடுகிறவர்களைப்போல இல்லை; நாங்கள் விளையாடிக்கொண்டும் இருக்கவில்லை. 'பேரரசர்கள் நிகண்டு'வில் இடம்பெற்றுள்ள, அதிகம்பேருக்கு பரிச்சயமில்லாத, இதைப்போன்றதொரு காட்சியை அவனுக்கு ஞாபகப்படுத்தினேன்.

"பாரசீகர்களுக்கும் துரேனியர்களுக்கும் இடையே நடைபெற்ற ஒரு யுத்தத்தில் இரண்டு அணியினரும் பயங்கரமான ஆயுதங்களோடும் கவசங்களோடும் ஹமாரன் மலையடிவாரத்தில் போரிட்டுக்கொண்டிருந்தனர். அந்தப்போரில் யாரென்றே கண்டுகொள்ளமுடியாத ஒரு மர்மமான பாரசீகப் போர்வீரனின் சாகசங்கள் எதிரணியினரை சின்னாபின்னப்படுத்திக் கொண்டிருந்தன. மூன்றாவது நாள் யுத்தத்தின்போது, துரேனியர்கள் தமது நாட்டின் மாவீரனான ஷெங்கில்லை அந்த மர்மவீரன் யாரென்று கண்டுபிடித்து அவனை அழித்தொழிப்பதற்காக அனுப்பினர். போர்க்களத்தில் ஷெங்கில் அவ்வீரனை மறித்து தன்னோடு போரிட்டு ஜெயிக்குமாறு சவால் விடுத்தான். அவனும் சவாலை ஏற்றுக்கொண்டு போரிடத் தொடங்க, இரண்டு அணியினரும் பிற்பகல் வெயிலில் கவசங்களும் ஆயுதங்களும் பளீரிட, மூச்சையடக்கிக்கொண்டு இவ்விரு மாவீரர்களும் உக்கிரமாகப் போரிடுவதை பார்த்துக்கொண்டிருந்தனர். அவ்விருவரின் புரவிகளும் கவசமணிந்துகொண்டு நேருக்குநேராக படுவேகமாக ஓடி வந்து மோதும்போது நெருப்புப்பொறிகள் விசிறின. அச்சண்டை நெடுநேரம் நீடித்தது. துரேனிய வீரன் அம்புகளை சரமாரியாக எய்தினான்; பாரசீகன் அவனது வாளை லாவகமாகச் சுழற்றி புரவியை மிகத்தேர்ச்சியாகக் கையாண்டான். இறுதியில் அந்த விசித்திரப்போராளி, துரேனியனின் குதிரைவாலை சாமர்த்தியமாகச் சுண்டியிழுக்க ஷெங்கில் கீழே விழுந்தான். தப்பியோடிய ஷெங்கில்லை துரத்திப்பிடித்து அவன் கழுத்தை கவசமணிந்த கையால் பின்னாலிருந்து சுற்றி வளைத்து இறுக்கினான். தோல்வியை ஒப்புக்கொண்ட துரேனியன், அம்மர்ம மனிதன் யாராக இருக்கக்கூடுமென்ற ஆர்வத்தில் இவ்வளவு நாட்களாக அவர்கள் அனைவரும் கேட்டுக்கொண்டிருந்த கேள்வியைக் கேட்டான்: "யார் நீ?" அந்த மர்மப்போர்வீரன், "உன்னைப் பொறுத்தவரை என் பெயர் மரணம்" என்றான். நண்பர்களே, அவன் யாரென்று உங்களால் ஊகிக்க முடிகிறதா?"

"மாவீரன் ருஸ்தம்" என்றான் வண்ணத்துப்பூச்சி, ஒரு குழந்தையின் குதூகலத்தோடு.

அவன் கழுத்தில் முத்தமிட்டேன். "நாமெல்லோருமே குருநாதர் ஒஸ்மானுக்கு துரோகமிழைத்திருக்கிறோம்" என்றேன். "அவர் தனது தண்டனையை நமக்களிப்பதற்கு முன், நாம் ஆலிவ்வை கண்டுபிடித்து நமக்கு மத்தியில் இருக்கும் அந்த நச்சுச்செடியை பிடுங்கியெறிந்து, கலைக்கு நிரந்தர எதிரிகளாக இருப்பவர்களிடமிருந்தும், நம்மை வதைக்கூடத்திற்குள் தள்ளுவதற்கு ஆர்வமாக இருப்பவர்களிடமிருந்தும் காத்துக்கொள்ள ஒன்றுபட்டு நிற்கவேண்டும். ஆனால் ஆலிவ்வின் பாழடைந்த துறவியர் மடத்திற்கு நாம் போய்ச்சேரும் போது, அந்த இரக்கமற்ற கொலைகாரன் நம்மில் ஒருவன் இல்லை யென்றுகூட தெரியவரலாம்."

பேதலித்துப்போன வண்ணத்துப்பூச்சியைப் பார்க்கப் பாவமாக இருந்தது, அவனிடமிருந்து எந்த சத்தமும் வெளிவரவில்லை. அவன் எவ்வளவுதான் திறமைசாலியாக, தன்னம்பிக்கை மிக்கவனாக, மேலிடத்து ஆதரவைக் கொண்டிருப்பவனாக இருந்தாலும் அவனும் மற்றெல்லா நுண்ணோவியர்களைப்போல நிலையாமை பயத்தில் தான் இருக்கிறான். இதர ஓவியர்களிடையே பரஸ்பர வெறுப்பும் பொறாமையும் இருந்தாலும்கூட சகஓவியர்களின் அருகாமையும் அது தருகின்ற பாதுகாப்பும் தேவையாக இருக்கிறது. தனித்துவிடப் பட்டிருப்பவனுக்கு நரகத்திற்குள் இடறிவிழுந்துவிடும் பயம் எல்லோ ருக்கும் பொதுவானதுதான்போல.

ஃபாணர் வாயிலுக்குப் போகும் வழியில் எங்களுக்கு மேலே வானத்தில் அமானுஷ்யமாக விரவியிருந்த பசும்மஞ்சள் வெளிச்சம் நிலா வெளிச்சமல்ல. இந்த விநோத ஒளியில் இஸ்தான்புல் நகரத்தின் பழக்கப்பட்ட இரவுத் தோற்றமான சைப்ரஸ் மரங்களும் ஈயநிற தூபிகளும் கற்சுவர்களும் மரவீடுகளும் தீக்கிரையான தெருக்களும் உருமாறி பரிச்சயமற்ற எதிரியின் கோட்டைக்குள் வந்துவிட்டதைப் போல மாயத்தோற்றம் காட்டின. மேட்டுச்சாலையில் ஏறும்போது பயாஸித் மசூதிக்கு அப்பால் எங்கேயோ தீப்பற்றியெரிந்து கொண் டிருந்தது.

கனமாக அழுத்திக்கொண்டிருந்த இருட்டில் எங்களுக்குப் பின்னால் மாவுமூட்டைகளை ஏற்றிக்கொண்டு நகரத்தின் பிரதான வாயிலுக்குச் செல்லும் ஒரு மாட்டுவண்டி ஊர்ந்து வந்தது. இரண்டு வெள்ளிக்காசுகளைத்தந்து ஏறிக்கொண்டோம். படங்களை வைத்துக் கொண்டிருந்ததால் கருப்பு ஜாக்கிரதையாக ஏறி அமர்ந்துகொண்டான். வசதியாக சாய்ந்துகொண்டேன். தூரத்து நெருப்பிலிருந்து எழுந்த தாழ்வான புகைமண்டலம் ஜ்வலித்துக் கொண்டிருந்ததை பார்த்துக் கொண்டிருந்தபோது இரண்டு மழைத்துளிகள் தலைக்கவசத்தின் மீது விழுந்தன.

நெடுநேரப் பயணத்துக்குப்பின், உத்தேசமாக இறங்கி அந்தப் பாழடைந்த துறவியர் மடத்தைத் தேடும்போது தெருவிலிருந்த எல்லா நாய்களையும் எழுப்பிவிட்டிருந்தோம். அந்த வட்டாரமே கைவிடப்பட்ட சூனியப்பிரதேசம் போலத் தெரிந்தது. நாங்கள் எழுப்பிய சந்தடியில் இப்போது ஒருசில விளக்குகள் கல்வீடுகளுக்குள் ஏற்றப்படுவது தெரிந்தாலும் நாங்கள் தட்டிய நான்காவது கதவுதான் திறக்கப்பட்டது. உச்சந்தலையில் வலைத்தொப்பி அணிந்திருந்தவன் செத்துப்போனவர்களின் ஆவிகளோ என்பதுபோல எங்களை மிரட்சியுடன் பார்த்துக்கொண்டு, இப்போது அதிகரிக்கத் தொடங்கிவிட்ட மழையில் வெளியே தலையைக்கூட நீட்டாமல், துறவியர் மடத்திற்கு வழிசொல்லிவிட்டு, பின்குறிப்பாக அங்கே காலெடுத்து வைத்தாலே ஜின்கள், துர்தேவதைகள், பிசாசுகள் பீடித்துக்கொள்ளும் என்றான்.

துறவியர் மடத்துத் தோட்டத்தின் மழையைப் பொருட்படுத்தாது அமைதியாக உறைந்திருந்த சைப்ரஸ் மரங்களும் அழுகும் இலை மட்கிய மணமும் வரவேற்றன. கட்டிடத்தை நெருங்கி அதன் மரச்சுவர் பலகைகளின் இடுக்கில் கண்ணைவைத்துப் பார்த்தேன். பக்கத்திலேயே சின்னதாக ஜன்னல் திறப்பு தெரிய, உள்ளே எண்ணெய் விளக்கு வெளிச்சத்தில் எங்களுக்காக தொழுகை செய்வதைப்போல நடித்துக்கொண்டோ அல்லது உண்மையாகவே தொழுதுகொண்டோ இருந்த ஒரு மனிதனின் பீதியூட்டும் நிழலுருவம் தெரிந்தது.

●

அத்தியாயம் 57

நான் "ஆலிவ்" என்று அழைக்கப்படுகிறேன்

என் தொழுகையைத் துறந்துவிட்டு, குபீரென்று எழுந்து அவர்களுக்காக கதவைத் திறப்பதா அல்லது நான் தொழுது முடிக்கும்வரை மழையிலேயே நின்றுகொண்டிருக்கட்டும் என்று விட்டுவைப்பதா, இதில் எது சரியாக இருக்கும்? அவர்கள் என்னை பார்த்துக்கொண்டிருக்கிறார்கள் என்பதை அறிந்து கொண்டபிறகு என்னால் முழுக்கவனத்தோடு பிரார்த்திக்க முடியாமல் கலைந்த நிலையில் முடித்தேன். கதவைத் திறந்தேன் – வண்ணத்துப்பூச்சி, நாரை, கருப்பு. சந்தோஷமாக கூச்சலிட்டுக் கொண்டு வண்ணத்துப்பூச்சியை ஆரத்தழுவினேன்.

"என்ன கொடுமை! இப்படியெல்லாம் நடக்க என்ன பாவம் செய்தோமோ!" அவன் தோளில் முகத்தை புதைத்து புலம்பினேன். "அவர்களுக்கு நம்மிடமிருந்து என்ன வேண்டுமாம்? எதற்காக அவர்கள் நம்மை கொன்றுகொண்டிருக்கிறார்கள்?"

மந்தையிலிருந்து பிரிக்கப்பட்டதைப் போன்ற ஒரு கிலி யுணர்வு அவர்கள் ஒவ்வொருவரிடமும் இருந்தது. இதற்குமுன் இதைப்போன்ற பாவத்தை ஒவ்வொரு மகத்தான ஓவியனிடமும் ஒவ்வொரு சந்தர்ப்பங்களில் பார்த்திருக்கிறேன். இந்த மடத்தில் கூட அவர்கள் தனித்தனியாக பிரிந்துநிற்க விருப்பமில்லாமல் இருந்தனர்.

"இந்த இடத்தில் நாம் எவ்வளவு நாட்களுக்கு வேண்டுமானாலும் பாதுகாப்பாக இருக்கலாம்."

"நாம் பயப்படவேண்டிய மனிதனே நமக்கு மத்தியில் இருப்பதாகத்தான் தோன்றுகிறது" என்றான் கருப்பு.

"எனக்குக்கூட கவலையாகத்தான் இருக்கிறது" என்றேன். "அதைப்போன்ற வதந்திகளை நானும் கேள்விப்பட்டேன்."

சாம்ராஜ்யத்தின் காவல்துறை அதிகாரிகளிலிருந்து நுண்ணோவியப்பிரிவு கலைஞர்கள் வரை, வசீகரன் எஃபெண்டியையும் காலமான எனிஷ்டேவையும் கொன்றவன் யாரென்ற மர்மம் துலங்கிவிட்டதாக வதந்திகள் பரவிக்கொண்டிருக்கின்றன: அந்த ஓவிய மலரை உருவாக்கிய எங்களில் ஒருவன்தானாம்.

எனிஷ்டேவின் புத்தகத்திற்காக நான் எத்தனை படங்களை வரைந்து கொடுத்தேன் என்று கருப்பு கேட்டான்.

"முதலில் நான் வரைந்தது சாத்தான். அந்தப்படம் வெள்ளை யாட்டு ஓவியக்கூடங்களில் பழம்பெரும் ஓவியர்கள் வரைந்த பாதாள லோக அரக்கர்கள் பாணியில் அமைந்தது. கதைசொல்லியும் நானும் ஒரே ஸூஃபி மார்க்கத்தைச் சேர்ந்தவர்களாகையால் அந்த இரண்டு துறவியர்கள் படத்தை வரைந்தேன். ஆட்டமன்களின் தேசத்தில் இத்தகைய துறவியர்களுக்கென்று விசேஷமான இடம் உண்டு என்று குருநாதர் ஒஸ்மான் அவர்களை இணங்கவைத்து அவரது ஓவியமலரில் அவர்களை இடம்பெறவைத்தேன்."

"அவ்வளவுதானா?" எனக்கேட்டான் கருப்பு.

"ஆம், அவ்வளவுதான்" என்றதும், திருடிய மாணவனைக் கையும் களவுமாகப் பிடித்துவிட்ட ஆசிரியரின் தோரணையோடு அவன் கதவை நோக்கிச் சென்றான். மழையிலிருந்து பாதுகாத்து சுருட்டிவைத்திருந்த சித்திரத்தாட்களை எடுத்துவந்து எங்கள் மூன்று ஓவியர்களுக்கு முன்பாக அடிபட்ட பறவையை தன் குட்டிகளுக்காக கவ்விக்கொண்டு வரும் தாய்ப் பூனையைப்போலக் கொண்டுவந்தான்.

அவன் கையில் வைத்திருந்தபோதே அவற்றை அடையாளம் கண்டுவிட்டேன்: கலவரத்தின்போது காபி இல்லத்திலிருந்து நான் மீட்டெடுத்துவந்த சித்திரங்கள். இவர்கள் எப்படி என் வீட்டிற்குள் நுழைந்து இவற்றை கண்டுபிடித்து எடுத்துவந்தார்கள் என்று கேட்க எனக்கு வாயெழவில்லை. இருந்தாலும், வண்ணத்துப்பூச்சியும் நாரையும் நானும் நிதானமாக கவனித்து, கதைசொல்லிக்காக, அவன் ஆன்மா சாந்தியடையட்டும், நாங்கள் வரைந்து கொடுத்த படங்களை அடையாளம் காட்டினோம். கடைசியில் அந்தக் குதிரை, அற்புதமான ஒரு குதிரை, மட்டும் தலையைக் குனிந்தபடி, மற்ற படங்களிலிருந்து ஒதுங்கி, தனியாக, யாரும் உரிமை கொண்டாடப்படாமல் கிடந்தது. என்னை நம்புங்கள், குதிரையின் சித்திரம் வரையப்பட்டதா என்று கூட எனக்குத் தெரிந்திருக்கவில்லை.

கம்பை கையில் வைத்திருக்கும் ஆசிரியரைப்போல கருப்பு, "இந்தக் குதிரையை வரைந்தது நீ இல்லையா?" என்றான்.

"நான் இல்லை" என்றேன்.

"எனிஷ்டேவின் புத்தகத்தில் இருக்கிறதே, அது?"

“அதையும் நான் வரையவில்லை.”

“அந்தக் குதிரை வரையப்பட்ட பாணியை வைத்து, அதை நீதான் வரைந்தது என்று கண்டுபிடிக்கப்பட்டவிட்டது” என்றான். “மேலும் இந்த முடிவுக்கு வந்தது குருநாதர் ஒஸ்மான் அவர்கள் தான்.”

“‘பாணி’ என்பதே எனக்குக் கிடையாது” என்றேன். “சமீபத்திய ரசனைகளுக்கெதிராக பெருமிதத்தோடு சொல்லவேண்டுமே என்பதற்காக இதைச்சொல்லவில்லை. நான் குற்றமற்றவன் என்று நிரூபிப்பதற்காகவும் சொல்லவில்லை. என்னைப் பொறுத்தவரை, ‘பாணி’ என்ற ஒன்றை வைத்திருப்பது கொலைகாரனாக இருப்பதைவிட மோசமானது.”

“உனக்கென்று ஒரு தனித்துவமான இயல்பு இருக்கிறது. அது உன்னை பழம்பெரும் ஓவியர்களிடமிருந்தும் மற்றவர்களிடமிருந்தும் வேறுபடுத்திக் காட்டுகிறது” என்றான் கருப்பு.

அவனை நோக்கிப் புன்னகைத்தேன். இது தொடர்பான விஷயங்களை அவன் எடுத்துக்காட்டிப் பேசத் தொடங்கினான். இவையெல்லாம் உங்களுக்கு இதற்குள் தெரிந்திருக்கும் என்று நினைக்கிறேன். நமது சுல்தான் அவர்கள் தலைமை கருவூலரோடு கலந்து பேசி, தடயமாக கிடைத்திருக்கும் குதிரை சித்திரங்களின் வினோதமான நாசித்துவாரங்களின் அடிப்படையில் கொலைகாரனை ‘பரத்தையர் முறை’யை வைத்து கண்டுபிடிக்க குருநாதர் ஒஸ்மானிடம் பொறுப்பை ஒப்படைத்தது, ராஜாங்க கருவூலகத்திற்குள் கருப்பையும் சேர்த்து மூன்று நாட்களுக்கு அனுமதித்த ஆச்சரியம், அவர்கள் அந்த அபாரமான பொக்கிஷங்களை சுதந்திரமாக ஆராய்ந்து பார்த்தது எல்லாவற்றையும் உன்னிப்பாகக் கேட்டுக்கொண்டிருந்தேன். நம்மெல்லோருடைய வாழ்க்கையிலும் அபூர்வமான சில தருணங்கள் அமைவதுண்டு. அந்தப்பொழுதில் நாம் வாழும்போதே நமக்கு இந்தக் கணத்தை இனி எப்போதும் மறக்க முடியப்போவதில்லை என்று தோன்றும். துயரத்தோடு மழை கசிந்து கொண்டிருந்தது. மழையால் மனமுடைந்து போனவனைப்போல் வண்ணத்துப்பூச்சி அவனது பிச்சுவாவை சோகத்தோடு இறுக்கினான். நாரை கையில் ஒரு விளக்கை எடுத்துக்கொண்டு துணிச்சலாக துறவியர் மடத்தின் உட்பகுதிக்குச் சென்றான். அவன் அணிந்திருந்த கவசத்தின் முதுகில் ஏதோ மாவு படிந்திருந்தது. சுவர்களில் இந்த நுண்ணோவியக் கலைஞர்களின் நிழல்கள் பிசாசுகளைப்போல அலைந்தன. இவர்களெல்லோரும் என் நேசிப்பிற்குரிய உடன்பிறப்புகள்! இவர்களோடு சேர்ந்து நானும் ஒரு நுண்ணோவியனாக இருப்பதற்கு ஆனந்தப்பட்டேன்.

“பழம்பெரும் மேதைகளின் படைப்புகளை மூன்று நாட்களுக்கு குருநாதர் ஒஸ்மான் அவர்களோடு சேர்ந்து பார்த்துரசித்த உன் அதிருஷ்டத்தை எண்ணிப் பார்த்தாயா?” எனக்கேட்டேன். “அவர்

உன்னை முத்தமிட்டாரா? உன் அழகான முகத்தை வருடிக்கொடுத் தாரா? உன் கையை ஏந்திக்கொண்டாரா? அவரது திறமையையும் அறிவையும் கண்டு நீ மயங்கிப்போனாயா?”

“அங்கிருந்த பழம்பெரும் கலைஞர்களின் மகத்தான படைப்பு களை வைத்து, உன்னிடம் எப்படி ஒரு பாணி இருக்கிறது என்பதை எனக்குக் காட்டினார்” என்றான். “ஓவியத்தில் பொதிந்திருக்கும் ஒரு ‘பாணி’யின் பிழை என்பது ஓவியன் தனது விருப்பாற்றலாகத் தேர்ந்தெடுப்பதல்ல. அதைத் தீர்மானிப்பது அவனது கடந்தகால, மறந்துபோன ஞாபகங்கள்தாம் என்று அவர் கற்றுத்தந்தார். இத்தகைய ரகசியப்பிழைகள், பலவீனங்கள், குறைபாடுகள் ஆகியவை மரபின் வழிவந்த முதுபெரும் கலைஞர்களிடம் மனஸ்தாபத்தை உண்டாக்கி விடுமென்பதற்காக ஒளித்துவைக்கப்பட்ட காலம் ஒன்றுண்டு. ஆனால் இனிவரும் காலங்களில் அவை ‘தனிப்பட்ட குணாம்சங்கள்’ என்றோ ‘பாணி’ என்றோ பாராட்டப்படும் நிலைமை உண்டாகியிருக்கிறது. அதற்குக் காரணம் ஐரோப்பியக் கலைஞர்கள் இவற்றை உலகம் முழுக்க பரப்பியிருக்கின்றனர் என்பதையும் எனக்கு உணர்த்தினார். இனிமுதல், தமது குறைபாடுகளிலும் தவறுகளிலும் பெருமைகாண்கிற முட்டாள்களினால், உலகம் முன்பைவிட அதிக நிறங்களோடும் அதிகமான அபத்தங்களோடும் அதிகமும் பிழைபட்ட இடமாக மாறிவிடும்.”

அவன் இப்போது பேசியதில் முழுநம்பிக்கை வைத்துப் பேசியது, புதிதாக பெருகத்தொடங்கியிருக்கும் முட்டாள் ஜென்மங்களில் அவனும் ஒருவன் என்பதை நிரூபித்தது.

“நமது சுல்தானின் புத்தகங்களுக்காக இவ்வளவு வருடங்கள் வழக்கமான நாசியமைப்போடு நூற்றுக்கணக்கான குதிரைகளை எதற்காக வரைந்துவந்திருக்கிறேன் என்பதை குருநாதர் ஒஸ்மான் அவர்களால் விளக்கமுடிந்ததா?” என்று கேட்டேன்.

“அதற்குக் காரணம் சிறுவயதில் அவர் உங்களெல்லோருக்கும் கொடுத்த அடிஉதைகளும் உங்கள் எல்லோர்மீதும் அவர் காட்டிய பிரியமும்தான். உங்கள் எல்லோருக்கும் தந்தையாகவும் அன்பிற்குரிய ஆசானாகவும் இருந்திருக்கிறார். உங்கள் எல்லோரையும் தன்னோடும் உங்கள் ஒவ்வொருவரையும் மற்றவரோடும் ஒப்பிட்டுப் பார்த்திருந்த தில்லை. உங்கள் ஒவ்வொருவருக்கும் தனித்தனியான பாணி ஒன் றிருக்க வேண்டுமென்று அவர் விரும்பியதில்லை, ஆனால் ராஜாங்க ஓவியக்கூடத்திற்கென்று ஒரு பொதுவான பாணி இருக்கவேண்டு மென்று எதிர்பார்த்தார். அவர் உங்கள் மீது ஏற்படுத்தியிருந்த வலுவான தாக்கத்தால், உங்களுக்குள்ளே என்னென்ன இருக்கின்றன, பழுதுபட்டவை, வழக்கமான வடிவங்களுக்கு வெளியே இருக்கின்ற அம்சங்கள், வேறுவிதமான தோற்றங்கள் போன்றவற்றை மறந்திருக் கிறீர்கள். மற்றவர்களின் புத்தகங்களுக்காக, குருநாதர் ஒஸ்மான்

கண்ணில்படுவதற்கு வாய்ப்பில்லாத பக்கங்களுக்காக வரையநேரும் போது உனக்குள் இவ்வளவு வருடங்களாக புதைந்திருந்த குதிரை வெளிப்படுகிறது."

"என் அம்மா, அவர் ஆன்மா சாந்தியடைக, என் அப்பாவைவிட புத்திக்கூர்மைமிக்கவர்" என்றேன். "ஒருநாள் இரவு வீட்டில் அழுது அடம்பிடித்துக்கொண்டிருந்தேன். பள்ளியில் குருநாதர் ஒஸ்மானின் அடிகள் தாங்கமுடியாமல் இனி ஓவியக்கூடத்திற்குச் செல்லவே போவதில்லை என்று அழுது கொண்டிருந்தேன். அவர் மட்டுமல்லாது வேறுசில கண்டிப்பான முன்கோபிகளான ஆசிரியர்களும் இருந்தனர். அந்தப் பிரிவின் தலைவர் எப்போது பார்த்தாலும் அளவுகோலால் எங்களைப் பின்னியெடுத்துவிடுவார். என்னை சமாதானப்படுத்திய என் அம்மா, இந்த உலகத்தில் இரண்டுவிதமான மனிதர்கள் இருப்பதாகச் சொன்னார்: இளம் வயதில் வாங்கிய அடிகளால் அடக்கப் பட்டு, நசுக்கப்பட்டு வளர்ந்தவர்களுக்கு அந்த அடிகள் எதற்காக வழங்கப்பட்டனவோ அது சரியாக வேலைசெய்து உள்ளிருக்கும் பிசாசுகள் முற்றிலுமாகக் கொன்றழிக்கப்பட்டுவிடுகிறது. இவர்கள் எக்காலத்திலும் அடங்கியொடுங்கி நடப்பவர்களாகவே காலத்தைத் தள்ளுவர். அதிருஷ்டசாலிகளான இரண்டாவது வகையினருக்கு அந்த அடிகள் உள்ளிருக்கும் பிசாசுகளை பயமுறுத்தி அடக்கிவைத் திருக்குமே தவிர ஒரேயடியாக கொன்றழித்துவிடாது. இந்தப் பிரிவினர் அந்த வேதனையான அடிகளை ஒருபோதும் மறந்திராவிட்டாலும் – இதை யாரிடமும் நான் சொல்லக்கூடாது என்று என் அம்மா எச்சரித்திருந்தார் – அந்த அடிகள் எதிர்காலத்தில் அவர்களுக்கு சூழ்ச்சித்திறனை வளர்த்துக் கொள்ளவும், எதிரிகளை இனம்காணவும் அவர்கள் முதுகிற்குப் பின்னால் தீட்டப்படும் சதித்திட்டங்களை மோப்பம் கண்டுகொள்ளவும் முக்கியமாகச் சொல்லப்போனால், மற்றவர்களைவிட சிறப்பாக ஓவியம் தீட்டவும் உதவுகிறது என்றார். ஒரு மரத்தின் கிளைகளை ஒத்திசைவாக என்னால் வரைய முடிய வில்லையென்பதற்காக குருநாதர் ஒஸ்மான் என்னை பலமாக அறைவார். பெருகும் கண்ணீருக்கு மத்தியில் எனக்கெதிரே காடுகள் தளிர்க்கத் தொடங்கும். பக்கங்களின் அடியில் இருக்கின்ற தவறுகளை என்னால் பார்க்கமுடியவில்லை என்பதற்காக என் தலையில் கோபத் தோடு அடிப்பார். உடனே கண்ணாடி ஒன்றை அன்போடு எடுத்து வந்து அந்தப்பக்கத்திற்கு முன்வைத்து அந்தப் படைப்பை நான் முதன்முதலாக பார்ப்பதைப்போல என்னைப் பார்க்க வைப்பார். என் கன்னத்தை பிரியத்தோடு அழுத்திக்கொண்டு தவறுகளை அவர் சுட்டிக்காட்ட, அந்தப்படத்தின் கண்ணாடி பிம்பத்தில் பிழைகள் மாயம்போல வெளிப்படத் தொடங்கும். அந்த அன்பையோ இந்த வித்தையையோ என்னால் ஒருபோதும் மறக்கமுடியாது. எல்லோர் முன்பாகவும் என்னை அளவுகோலால் அடித்துவிட்டார் என்ற அவமானத்தில் ஒரு ராத்திரி முழுக்க அழுதுகொண்டிருந்தேன்.

அடுத்தநாள் காலையில் குருநாதர் என் கைகளை பரிவோடு முத்த மிட்டு தலையை வருடிக்கொடுத்தபோது எனக்கு பெரும் மனவெழுச்சி ஏற்பட்டு, ஒருநாள் அதிஅற்புதமான ஓவியனாக நான் உருவாகத் தான் போகிறேன் என்று உறுதியாகத் தோன்றின்று. இல்லை, அந்தக் குதிரையை வரைந்தது நான் அல்ல."

கருப்பு, "என் எனிஷ்டேவைக் கொன்ற அந்தப் படுபாதகன் திருடிச்சென்ற கடைசி ஓவியத்தை இந்தத் துறவியர் மடத்தில் இப் போது நானும் நாரையும் தேடப்போகிறோம்" என்றான். "அந்தக் கடைசி ஓவியத்தை நீ எப்போதாவது பார்த்திருக்கிறாயா?"

"அந்த ஓவியம் நமது சுல்தான் அவர்களாலோ, பழம்பெரும் ஓவியமேதைகள் உண்டாக்கிய மரபுகளுக்குக் கட்டுப்பட்டிருக்கும் நம்மைப்போன்ற ஓவியர்களாலோ, மதநம்பிக்கை கொண்ட முஸ்லிம் களாலோ ஏற்றுக்கொள்ள முடியாதவொன்று" என்று சொல்லிவிட்டு மௌனமானேன்.

நான் சொன்னது அவன் ஆர்வத்தை மேலும் தூண்டிவிட்டது. அவனும் நாரையும் அந்தக் கட்டிடத்திற்குள்ளிருந்த எல்லாவற்றையும் உருட்டி, புரட்டி தேடத்தொடங்கினர். சிலமுறை அவர்களுக்கு உதவுவதற்காக நானும் சென்றேன். கூரை ஒழுகிக்கொண்டிருந்த ஒரு துறவியர் தனியறைக்கு அவர்கள் சென்றபோது தரையிலிருந்த ஒரு பெரிய பள்ளத்தை சுட்டிக்காட்டி எச்சரித்தேன். இந்த மடத்தின் துறவிகள் பேக்தாஷிகளோடு சேர்ந்து கலைந்து, சிதறிப்போவதற்கு முப்பது வருடங்களுக்கு முன் ஷேக் வசித்துவந்த சிறிய அறைக்கான மிகப்பெரிய சாவியை அவர்களிடம் தந்தேன். அவர்கள் ஆர்வத்தோடு உள்ளே நுழைந்ததும் அந்த அறையின் ஒரு சுவர் மொத்தமுமே இடிந்து அறைக்குள்ளேயே மழை பெய்துகொண்டிருப்பதைப் பார்த்து பேசாமல் வெளியே வந்தனர்.

வண்ணத்துப்பூச்சி அவர்களோடு சேர்ந்திருக்கவில்லையென்பது என்னை சந்தோஷப்படுத்தியது. ஆனால் என்னை சிக்கவைப்பதுபோல ஆதாரம் கிடைத்தால் அவனும் அவர்கள் பக்கம் சேர்ந்துகொள்வான். நாரைக்கும் கருப்பைப்போலவே குருநாதர் எங்களை சித்திரவதை யாளர்களிடம் தள்ளிவிடுவார் என்ற பயம் இருக்கிறது. ஒருவரை யொருவர் விட்டுக்கொடுக்காமல் ஒற்றுமையாக நின்று தலைமைக் கருவூலரை எதிர்கொள்ள வேண்டுமென்று சொன்னான். கருப்பிற்கு அவன் எனிஷ்டேவை கொலைசெய்தவனைக் கண்டுபிடித்து ஷெகூரே விற்கு திருமணப் பரிசளிக்க வேண்டுமென்ற ஆர்வத்தோடு ஆட்டமன் நுண்ணோவியர்களுக்கு சுல்தானின் பணத்தை வாரிக்கொடுத்து ஐரோப்பிய ஓவியர்களின் மார்க்கத்தில் செலுத்தி, பிராங்கியர்களை போலி செய்து (இது தெய்வநிந்தனை மட்டுமல்ல, கேலிக்குரியதும் கூட) அவன் எனிஷ்டேவின் ஓவியமலரை சீக்கிரம் முடித்துத் தரவும் திட்டம் இருக்கிறது. இந்தத் திட்டத்திற்குப் பின்னால் எங்களையும்

குருநாதர் ஒஸ்மானையும்கூட ஒழித்துக்கட்டிவிட்டு தலைமை ஓவிய ராக வரத்துடிக்கும் நாரையின் அபிலாஷையும் இருப்பது எனக்கு உறுதியாகத் தெரிந்தது. (குருநாதர் ஒஸ்மான் தனக்குப் பிறகு வண்ணத்துப்பூச்சிதான் பதவிக்கு வரவேண்டுமென்று விரும்புவதாக எல்லோருமே பேசிக்கொண்டிருப்பதால்) தனது வாய்ப்புகளை அதிகரித்துக்கொள்ள அவன் எதுவேண்டுமானாலும் செய்வான். கணநேரத்திற்கு எனக்கு குழப்பமாக இருந்தது. மழையின் தாளத்திற்கு செவிசாய்த்தபடி ஆழமாக சிந்தித்தேன். பேரரசரும் தலைமை அமைச்சரும் புரவி மீதேறி நகர்வலம் வரும்போது கூட்டத்திலிருந்து பிய்த்துக்கொண்டு அவர்களிடம் மனு கொடுக்க ஓடுபவனைப்போல, திடீரென்று எனக்கேற்பட்ட உந்துதலில் நாரையையும் கருப்பையும் அனுசரித்துத்தான் போகவேண்டுமென்று முடிவெடுத்தேன். ஓர் இருண்ட நடைவழியின் ஊடாக பெரிய புகுமுகத்தைத் தாண்டி, ஒருகாலத்தில் சமையலறையாக இருந்த அச்சமூட்டும் அறை ஒன்றிற்குக் கூட்டிச்சென்றேன். அங்கிருந்த இடிபாடுகளுக்கிடையே ஏதாவது கண்டுபிடிக்க முடிந்தால் தேடிக்கொள்ளச் சொன்னேன். அவர்களால் முடியவில்லை. கைவிடப்பட்டவர்களுக்கும் ஏழைகளுக்கும் உணவு தயாரிக்கப்பட்ட அடுப்புகளும் பாத்திரங்களும் வாணலிகளும், உலைத் துருத்திகளும் இருந்த சுவடுகூட காணப்படவில்லை. சிலந்தி வலைகளும் புழுதியும் சேறும் குப்பையும் நாய், பூனைகளின் கழிவுகளும் மண்டியிருந்த இந்த அசிங்கமான அறையை சுத்தப்படுத்த எந்த முயற்சியையும் நான் எடுத்திருக்கவில்லை. எப்போதும்போல, ஒரு வலுவான காற்று எங்கிருந்தோ கிளம்பி விளக்கை மங்கலாக்கி எங்கள் நிழல்களை அணைத்து ஏற்றியது.

"இவ்வளவுநேரம் தேடுதேடுவென்று தேடினீர்கள், ஆனால் நான் ஒளித்துவைத்திருக்கும் புதையலை உங்களால் கண்டுபிடிக்க முடியவில்லையே?" என்றேன்.

அடுப்படியாக இருக்கின்ற இடத்தின் மேலிருந்த சாம்பல்களை பின்னங்கையை துடைப்பமாக பயன்படுத்தி ஒதுக்கித் தள்ள, ஒரு பழைய அடுப்பு வெளிப்பட்டது. அதன் இரும்புச்சட்டத்தைத் தூக்கும் போது கிறீச்சிட்டது. விளக்கை அந்த அடுப்பின் சிறிய வாயின்மீது காட்டினேன். கருப்பு சுதாரிப்பதற்குள் நாரை முன்னால் பாய்ந்தான். அந்த தோல் பைகளை அடுப்புக்குள்ளிருந்து வெடுக்கென்று அவன் பிடுங்கியெடுத்த விதத்தை எப்போதுமே என்னால் மறக்கமுடியாது. அந்தப் பைகளுக்குள் என்ன இருக்கிறதென்று அங்கேயே அவன் திறந்து பார்த்திருப்பான். ஆனால் நான் விளக்கை எடுத்துக்கொண்டு கூடத்திற்கு வந்துவிட, அங்கே தனியாக இருக்க பயந்துகொண்டு கருப்பும் பின்னாலேயே வந்தான். நாரையும் அவனது நீண்டு மெலிந்த கால்களை எட்டிப் போட்டுக்கொண்டு பின்தொடர்ந்தான்.

அவர்கள் திறந்துபார்த்த முதற்பையில் ஒரு ஜோடி சுத்தமான காலுறைகள், மெல்லிழை கால்சராய்கள், சிவப்பு உள்ளாடை,

மென்மையான உட்சட்டைகள், பட்டுச்சட்டை, சவரக்கத்தி, சீப்பு என்று எனது உடமைகள் மட்டும் இருப்பதைப் பார்த்து கணநேரம் குழம்பி நின்றனர். கருப்பு திறந்த அடுத்த பையிலிருந்து வெனீசிய தங்கக்காசுகள் ஐம்பத்தி மூன்று, சமீப வருடங்களில் ஓவியக்கூடத்தி லிருந்து நான் திருடிவந்த தங்கத்தகடுகள், மற்றவர் கண்ணுக்குப் படாமல் நான் மறைத்து வைத்திருந்த ஓவியப்பயிற்சி ஏடுகள், பக்கங் களுக்கிடையே ஒளித்துவைத்து கடத்திவந்த மேலும் சில பொற் தகடுகள், அநாகரிகமான சித்திரங்கள் – அவற்றில் சில எனக்காக வரைந்துகொண்டவை, சில சேகரித்தவை – என் தாயாரின் நினைவாக வைத்திருந்த ரத்தின மோதிரம், அவரது வெள்ளை முடிக்கற்றை, எனது மிகச்சிறந்த பேனாக்கள் தூரிகைகள் ஆகியவை வெளிவந்தன.

ஒரு முட்டாள்தனமான பெருமிதத்தோடு, "நீங்கள் நினைப்பதைப் போல நான் ஒரு கொலைகாரனாக இருந்தால் அந்தக் கடைசி ஓவியம் எனது ரகசிய கருவூலத்திலிருந்து வெளிப்பட்டிருக்குமே! இந்த விஷயங்களா கிடைக்கும்?" என்றேன்.

"என்ன இதெல்லாம்?" என்று கேட்டான் நாரை.

"அரசாங்கக் காவலர்கள் உங்கள் வீடுகளை சோதனையிட்டதைப் போல என் வீட்டையும் சோதனையிட்டார்கள். அப்போது, என் வாழ்நாள் முழுக்க கஷ்டப்பட்டு சேகரித்துவந்த இரு தங்கத்துண்டு களை அந்த அயோக்கியக் காவலர்கள் வெட்கமேயில்லாமல் திருடிச் சென்றுவிட்டனர். இந்தக் கொலைகாரன் அகப்படாதவரை மீண்டும் நமது வீடுகள் சோதனையிடப்பட்டுக் கொண்டிருக்கும் என்று எனக்குத் தெரியும். அதனால்தான் விலைமதிப்புள்ள என் சேகரிப்பு களை இங்கே ஒளித்துவைத்தேன். கடைசி ஓவியம் என்னிடம் இருந்தால் அது இங்கேதான் இருந்திருக்கும்."

கடைசி வாக்கியம் வாய்தவறி வந்துவிட்டது. தவறுதான், இருந் தாலும் இவர்களுக்கு எங்கே நான் பின்னாலிருந்து பாய்ந்து கழுத்தை நெரித்துவிடுவேனோ என்ற சந்தேகமும் பயமும் இருந்திருக்கும். அந்த சந்தேகம் இதன்மூலம் தீர்ந்திருக்க வாய்ப்பிருக்கிறது. சரி, உங்களுக்கும் என்மீது நம்பிக்கை வந்துவிட்டிருக்கும், இல்லையா?

என்னதான் சமாதானம் சொல்லிக்கொண்டாலும், என் மனம் அமைதியிழந்து அலைபாய்ந்தது. இத்தனை வருடங்களாக அணில் போல பேராசையோடு சேகரித்துவந்த செல்வங்களை என் பால்ய நண்பர்கள் பார்த்துவிட்டார்களே என்பதற்காக அல்ல. எதிர்பாராத நேரத்தில் மூன்றுபேர் வந்து மிரட்டினால் என் அந்தரங்க விஷயங் களையெல்லாம் மிரண்டுபோய் உடைத்துவிடுகிறேன். இந்த பதற்றத்தைத்தான் என்னால் சகிக்க முடியவில்லை. குறிக்கோளில் லாமல் தன் வாழ்க்கையை கழித்துவருகிற ஒருத்தனின் மர்மங்கள் அவ்வளவு எளிதாகத்தான் வெளிப்பட்டுவிடும் போலிருக்கிறது.

கொஞ்சநேரம் கழித்து கருப்பு, "சரி, போகட்டும். குருநாதர் ஒஸ்மான் திடீரென்று நமக்கெதிராகத் திரும்பி, நாம் சித்திரவதைக் குள்ளாக்கப்பட்டால் என்ன பேசவேண்டும் என்பதை கலந்துபேசி முடிவுசெய்து கொள்ளலாம்" என்றான்.

அதைக்கேட்டதும், ஒரு வெறுமையும் விரக்தியும் எங்கள் மீது கவிழ்ந்தது. சோகையான விளக்கு வெளிச்சத்தில் நாரையும் வண்ணத்துப்பூச்சியும் எனது உருவரை ஏட்டைப் பிரித்து அதில் நான் வரைந்திருந்த ஆபாசச் சித்திரங்களை பார்க்கத் தொடங்கினர். அவர்களது செய்கையில் காணப்பட்ட அலட்சிய தோரணை என்னைத் தாக்கியது. அந்த அசட்டைத்தனத்திற்குப் பின்னால் அவர்கள் ஏதோ ஒருவித குரூரமான சந்தோஷத்தில் இருப்பதாகக்கூடப்பட்டது. அவர்கள் எந்தப் படத்தைப் பார்த்துக்கொண்டிருக்கிறார்கள் என்பதைத் தெரிந்துகொள்ள எனக்குள் ஓர் உந்துதல் கிளம்பிற்று. எழுந்து அவர்களுக்குப் பின்னால் சுற்றிக் கொண்டு வந்து அவர்கள் பார்த்துக் கொண்டிருந்த படத்தை நானும் எட்டிப்பார்த்தேன். தொலைதூரத்தில் அசைந்துகொண்டிருக்கும் ஒரு சுகமான நினைவு, ஞாபகத்தில் தளும்பியது. கருப்பும் எங்களோடு சேர்ந்துகொண்டான். நான்கு பேரும் சேர்ந்தாற்போல அந்தச் சித்திரத்தைப் பார்த்துக் கொண்டிருப்பது எனக்கு எதற்காகவோ ஆறுதலாக இருந்தது.

கொஞ்சநேர மௌனத்திற்குப்பின் நாரை, "குருடரும் பார்வை யுடையவரும் எப்போதாவது சமமானவராக இருக்கமுடியுமா?" என்று கேட்டான். நாங்கள் பார்த்துக்கொண்டிருப்பது ஓர் ஆபாசத்தை யென்றாலும் அல்லாஹ் நமக்கு அருளியிருக்கும் பார்வை தருகின்ற சந்தோஷம் மகத்தானது என்று சொல்லவருகிறானா? இப்படிப்பட்ட விஷயங்களைப்பற்றி அவனுக்கு என்ன தெரியும்? நாரை குர்ஆனை ஒருபோதும் வாசித்திருக்கவேமாட்டான். ஹெராத்தின் பழம்பெரும் கலைஞர்கள் இந்த வாசகத்தை அவ்வப்போது உச்சரிப்பார்கள் என்பதை அறிவேன். ஓவியம் வரைவது நமது நம்பிக்கைக்கு எதிரானது என்றும் தீர்ப்பு தினத்தன்று ஓவியர்கள் நரகத்திற்கு அனுப்பப் படுவார்களென்றும் எச்சரிப்பவர்களுக்கு பதிலளிக்கும்விதமாக இந்த வசனத்தை மகத்தான ஓவியர்கள் பயன்படுத்துவார்கள்.

"குருடரும் பார்வையுடையவரும் எப்படி சமமானவரல்ல என்பதை நான் ஓவியமாகத் தீட்ட விரும்புகிறேன்!" வண்ணத்துப் பூச்சியின் வாயிலிருந்து அவனது சொந்த வசனம்போல மேற்சொன்ன வார்த்தைகள் வெளிப்பட்ட இந்த மாயத்தருணத்திற்கு முன்புவரை அவன் புனித வாசகங்களை ஒருமுறைகூட உச்சரித்து நான் கேட்டதில்லை.

கருப்பு அப்பாவித்தனமாக, "குருடர்கள் யார், பார்வையுடையவர்கள் யார்?" என்று கேட்டான்.

என் பெயர் சிவப்பு

“குருடரும் பார்வையுடையவரும் சமமானவரல்ல. ‘வே மா யெஸ்தெவில் அமா வே அல் பஸிரு நன்’ என்பதற்கு அதுதான் அர்த்தம்” என்று வண்ணத்துப்பூச்சி சொல்லிவிட்டுத் தொடர்ந்தான்:

“...இருள்களும் ஒளியும், சமமானது அல்ல.

நிழலும் வெயிலும் சமமானது அல்ல.

உயிருள்ளவையும் இறந்தவையும் சமமானது அல்ல”

வசீகரன் எஃபெண்டி, எனிஷ்டே, இன்றிரவு கொல்லப்பட்ட கதைசொல்லி ஆகியோரின் தலைவிதிகளை நினைத்து ஒருகணம் நடுங்கினேன். என்னைப்போல மற்றவர்களும் பயந்திருந்தார்களா? யாரும் கொஞ்சநேரத்திற்கு அசங்கவில்லை, நாரை இன்னமும் எனது உருவரை ஏட்டை பிரித்துவைத்துக் கொண்டிருந்தான். நாங் களும் பார்த்துக் கொண்டிருந்தோம். நாரை அந்த ஆபாசம் தன் கண்ணிலேயே படாததுபோல பேசினான்.

“தீர்ப்பு தினத்தை ஓவியமாகத் தீட்ட விரும்புகிறேன்” என்றான். “இறந்தவர் உயிரோடு எழுப்பப்படுவதையும் குற்றமிழைத்தவர்களை அப்பாவிகளிடமிருந்து தனியாகப் பிரிப்பதையும் நான் வரைய வேண்டும். நமது நம்பிக்கையின் புனித வாசகத்தை ஏன் நம்மால் சித்தரிக்கமுடியாது?”

எங்கள் மாணவப்பருவத்தில் நாங்களனைவரும் ஓவியக்கூடத்தில் ஒரே அறையில் அமர்ந்து ஒன்றாக வரைந்துகொண்டிருக்கும்போது, வயதான ஓவியர்கள் வெகுநேரம் வரைந்துவிட்டு கண்களுக்கு ஓய்வு தருவதற்காக வரைமேஜையின்மேல் குனிந்திருக்கும் தலையை உயர்த்தி இளைப்பாறிக் கொள்வதைப்போல, நாங்களும் எங்கள் முகங்களை உயர்த்தி தலையை பின்னுக்குத் தள்ளி அந்த நேரத்தில் என்ன தோன்றுகிறதோ அதைப்பற்றி பேசிக்கொண்டிருப்போம். இப்போது எங்களுக்கு முன் உருவரை ஏட்டை பிரித்துவைத்துக்கொண்டு உட்கார்ந்திருப்பதைப் போலவே அப்போதும் ஒருவர் முகத்தை மற்றவர் பார்க்காமல் ஜன்னலுக்கு வெளியே ஏதோ தூரப்புள்ளியில் கண்கள் குவிந்திருக்கும் அமைதியும் மகிழ்ச்சியும் நிறைந்திருந்த எனது மாணவதின ஞாபகமா அல்லது வெகுகாலமாக குர்ஆனை வாசித்திராததால் உண்டான மனஅழுத்தமா அல்லது அன்றிரவு காபிஇல்லத்தில் பார்த்த காட்சிகளின் கொடூரமா, எதுவென்று தெரியவில்லை. பேசுவதற்கு என் முறை வந்தபோது மனம் குழம்பி, பயத்தோடு மனம் படபடக்க, வேறெதுவும் சொல்லத் தோன்றாமல் இதைத்தான் பேசத்தொடங்கினேன்:

“‘அல் பக்கரா’ அத்தியாயத்தின் இறுதியில் இடம்பெறுகிற வாசகங்கள் உங்களுக்கு ஞாபகமிருக்கிறதா? நம்மில் பலரும் அவற்றைத் தான் வரைய வேண்டுமென்று நான் விரும்புகிறேன்: ‘எங்கள் இறைவா! நாங்கள் மறந்துவிட்டாலோ, தவறிழைத்தாலோ நீ எங்களை தண்டிக்

ஓரான் பாமுக் 605

காதிருப்பாயாக. எங்கள் இறைவா! எங்களுக்கு முன்னுள்ளவர்கள்மீது நீ பாரத்தை சுமத்தியது போன்று எங்கள்மீதும் நீ அதனை சுமத்தா திருப்பாயாக. எங்கள் இறைவா! எங்கள் குற்றங்களை மன்னிப்பா யாக. எங்களைப் பொறுத்தருளுவாயாக. எங்கள் மீது கருணை காட்டுவாயாக." என் குரல் உடைந்தது. எதிர்பாராமல் பெருகிய என் கண்ணீரால் சங்கடப்பட்டேன். எங்கள் மாணவ தினங்களில் சகாக்களுக்கெதிரே எங்களைக் காத்துக் கொள்வதற்காகவும் எங்கள் பலவீனங்களை காட்டிக்கொள்ளாமலிருப்பதற்காகவும் எதிராளியை முந்திக்கொண்டு கிண்டல் செய்வது ஞாபகத்திற்கு வந்தது.

எனது கண்ணீர் சீக்கிரத்திலேயே நின்றுபோகுமென்று எதிர்பார்த் தேன், ஆனால் என்னைக் கட்டுப்படுத்திக்கொள்ள முடியவில்லை. தேம்பித்தேம்பி அழுதுகொண்டேயிருந்தேன். அழும்போதும் மற்றவர் களும் பரஸ்பர சகோதரத்துவத்தில், பொதுவான இழப்பில், துயரத்தில் ஆழ்ந்து என் உணர்வுகளை பகிர்ந்துகொண்டிருப்பதை உணரமுடிந்தது. இப்போது முதல் ஐரோப்பிய பாணிதான் நமது சுல்தான் அவர் களின் ஓவியக்கூடத்தை ஆதிக்கம் செலுத்தப்போகிறது, நம் முன்னோர் காலமெல்லாம் அர்ப்பணித்து உருவாக்கிய பாணிகளும் புத்தகங் களும் மெதுவாக மறைந்துபோகப் போகின்றன. ஆம், அனைத்தும் ஒரு முடிவுக்கு வரப்போகிறது. எர்ஸுரூமிகள் நம்மை நெரித்துக் கொல்லாவிட்டால் சுல்தானின் சித்திரவதையாளர்கள் எங்களை முடமாக்கப் போகின்றனர் ... நான் கேவிக்கேவி அழுதுகொண்டிருந்த போது – பின்னணியில் மழையின் சோகமான தாளலயத்தை கேட்ட படியிருந்தேன் – என் உள்ளத்தின் ஒரு பகுதி, இந்த விஷயங்களுக்காக வெல்லாம் நான் அழுதுகொண்டிருக்கவில்லை என்று உணர்த்தியது: இது எந்த அளவுக்கு மற்றவர்களுக்குத் தெரியும்? ஒரே நேரத்தில் அசலாகவும் போலியாகவும் பெருகிக்கொண்டிருந்த என் கண்ணீருக் காக எனக்குள் குற்றவுணர்ச்சி அதிகரித்தது.

வண்ணத்துப்பூச்சி பக்கத்தில்வந்து, என் தோளின்மீது கையை வைத்து அழுத்தி, என் கேசத்தைக் கோதி, கன்னத்தில் முத்தமிட்டு, தேனான வார்த்தைகளால் ஆற்றுப்படுத்தினான். இந்த நட்பார்ந்த செய்கை என்னை மேலும் உண்மையாகவும் குற்றவுணர்ச்சியோடும் அழவைத்தது. அவன் முகத்தை என்னால் பார்க்கமுடியவில்லை. ஆனால் ஏதோ காரணத்திற்காக அவனும் அழுதுகொண்டிருக்கிறான் என்று சும்மாவாவது நினைத்துக்கொண்டேன். நாங்கள் அமர்ந் தோம்.

எங்கள் மூவருக்கும் ஓவியக்கூடப்பயிற்சி எப்படி ஒரே வருடத் தில் தொடங்கியது என்று நினைவுகூர்ந்தோம். அம்மாவிடமிருந்து பிரித்துக் கொண்டுவந்து ஒரு புது வாழ்க்கையை திடீரென்று திணிக் கின்ற விநோதம், அதன் விளங்கமுடியாத பயம், துயரம், முதல் நாளிலேயே எங்களுக்கு விழுந்த அடிகள், தலைமை கருவூலர்

எங்களுக்குத்தந்த முதல் பரிசுகள், வீட்டிற்கு திரும்பிவந்த விடுமுறை நாட்கள், அந்த நாட்களில் நாள் முழுக்க ஓடிக்கொண்டேயிருந்தது ... முதலில் வண்ணத்துப்பூச்சி மட்டும்தான் பேசிக்கொண்டிருந்தான், நான் துயரத்தோடு செவிசாய்த்துக் கொண்டிருந்தேன். அதன் பின்னர் நாரையும் கொஞ்சநேரம் கழித்து கருப்பும் – நாங்கள் ஓவியப்பள்ளி யில் சேர்ந்திருந்த ஆரம்பகாலகட்டத்தில் கருப்புகூட மாணவனாகச் சேர்ந்து கொஞ்சநாள் இருந்தான் – எங்களின் சோகப்பரிவர்த்தனை யில் கலந்துகொண்டனர். நான் அவ்வளவுநேரம் அழுதுகொண்டிருந் ததை ஒரு கட்டத்தில் மறந்து, அவர்களோடு சேர்ந்து சிரிக்கக்கூடச் செய்தேன்.

குளிர்காலங்களில் சீக்கிரமாகவே எழுந்துவிடுவோம். ஓவியக்கூடத் தின் மிகப்பெரிய அறையில் இருந்த அடுப்பை ஏற்றி வெந்நீரால் தரையை அலம்புவோம். எங்களுக்கு அங்கே வயதான ‘குரு’ ஒருவர் இருந்தார் – அவர் ஆன்மா சாந்தியடைக – சிறிதளவும் ஆர்வத்தைத் தூண்டாத ஆசிரியர் அவர். அதீதமான எச்சரிக்கையுணர்வு கொண் டவர். ஒருநாள் முழுக்க ஒரே ஒரு மரத்தின் ஒரே ஒரு இலையை படுநிதானமாக வரைவார். நாங்கள் சலிப்படைந்து அவர் வரை வதைப் பார்க்காமல் சன்னலுக்கு வெளியே பச்சைப் பசேலென்று விரிந்திருக்கும் வசந்தகால மரங்களை வேடிக்கை பார்த்துக் கொண் டிருந்தால் ஒருபோதும் அடிக்கவே மாட்டார். நூறு தடவை வேண்டு மானாலும் “அங்கே பார்க்காதே, இங்கே பார்!” என்று சத்தம் போட்டுக் கொண்டிருப்பார். ஒருமுறை வேலையில் கவனம் செலுத் தாமல் கண்களை அலைபாய விட்டுக்கொண்டிருந்த ஓர் ஒல்லிப் பிச்சான் மாணவனை பள்ளியிலிருந்து நீக்கிவிட்டனர். அவன் புத்தகப் பையை தூக்கிக்கொண்டு அந்த ஓவியக்கூடம் முழுக்க கேட்கும்படி அழுதுகொண்டே வாசலைநோக்கிப் போனது இன்னமும் எங்க ளுக்கு ஞாபகம் இருந்தது. இன்னொருமுறை வெண்கல மைக்கூட்டி லிருந்த கொடிய நச்சுத்தன்மைவாய்ந்த சிவப்பு வர்ணம் கீழே கொட்டி (நல்லவேளையாக அதை நாங்கள் கொட்டவில்லையென்பதால் சந்தோஷமாக வேடிக்கை பார்த்துக்கொண்டிருந்தோம்), மூன்று ஓவியர்கள் மூன்று மாதங்களாக கடுமையாக உழைத்து உருவாக்கிய ஓவியத்தின்மேல் மெதுவாகப் பரவியது. (அந்த ஓவியம்கூட எது வென்று நினைவில் இருக்கிறது. ஷிர்வான் செல்லும் வழியில் கினிக் ஆற்றங்கரையில் பயங்கரப்பசியில் இருந்த ஆட்டமன் படை யினர் எரேஷ்ஷை சூறையாடி வயிற்றை நிரப்பிக்கொண்டிருந்த காட்சி). நாங்கள் மூவரும் ஒருகாலத்தில் கர்கேசிய பெண் ஒருத்தி யின் மீது ஒன்றாகக் காதல்வயப்பட்டு, அவளோடு காதல்புரிந்த அனுபவம் ஞாபகத்தில் வந்தது. மிகவும் நாகரிக்தோடும் நாசூக்காக வும் அந்த நினைவுகளை அசைபோட்டோம். எழுபது வயது பாஷா ஒருவரின் மனைவிகளிலேயே மிக அழகானவள் அவள். அந்த பாஷா அடைந்த வெற்றிகள், அவரது பலம், செல்வம் ஆகியவற்றை

சித்தரிக்கும்விதமாக அவரது வீட்டில், நமது சுல்தான் அவர்களின் வேட்டைவிடுதியில் இருப்பதைப்போலவே கூரை அலங்காரம் தீட்டுவதற்கு நாங்கள் அழைக்கப்பட்டிருந்தபோது ஏற்பட்ட பரிச்சயம் அது. குளிர்கால காலைநேரங்களில் அருந்தக்கொடுக்கும் ஆவி பறக்கும் காராமணிக் கஞ்சி, வரைதாட்களை மெத்தென்று ஆக்கிவிடக்கூடாதென்பதற்காக அறைவாசலில் வைத்து அருந்துவோம். ஓவியப்பயிற்சிக்காக தொலைதூர இடங்களுக்கு அனுப்புவார்கள். ஓவியக்கூட நண்பர்களையும் ஆசிரியர்களையும் பிரிந்துசெல்லும் துயரம் வேறுவிதமானது. வண்ணத்துப்பூச்சிக்கு பதினாறு வயது இருக்கும்போது, ஒருநாள் அவன் ஓவியக்கூடத்தில் அமர்ந்திருந்த அழகான தோற்றம் ஒருகணம் என் நினைவில் வெட்டியது. கோடையின் பிரகாசமான வெளிச்சம் ஜன்னல்வழியே பாய, அவன் ஒரு வழவழப்பான கிளிஞ்சலை வைத்துக்கொண்டு மெருகேற்றும் தாளை பளபளப்பாக தேய்த்துக்கொண்டிருக்கிறான். அவனது தேன் நிறமான முழங்கை சட்டையின்றி மினுமினுத்துக் கொண்டிருக்கிறது. கவனமின்றி மெருகேற்றிக் கொண்டிருந்ததை ஒருகணம் நிறுத்தி, அந்தப் பக்கத்தை உற்றுப்பார்த்து, அதிலிருக்கும் ஒரு பிசிறை சோதிக்கிறான். வெவ்வேறுவிதமான கைவீச்சுகளில் அந்த இடத்தை வழவழப்பாக்கிக் கொண்டிருந்தவன் அவனது வழக்கமான முறைக்குத் திரும்பி முன்னும்பின்னுமாக கையைத் தேய்த்துக்கொண்டே பகற்கனவுகளில் தன்னை இழந்து ஜன்னல் வழியே அனந்தத்தை வெறிக்கிறான். திடீரென சுதாரித்துக்கொண்டு திரும்பிப்பார்க்க, என் கண்களை அவன் கண்கள் சந்திக்கின்றன. அந்தப்பார்வையை எப்போதுமே என்னால் மறக்க முடிந்ததில்லை. நானும் இப்படித் தான் மற்றவர்களைப் பார்ப்பேன். இந்தத் துயரம்தோய்ந்த பார்வைக்கு ஒரேயொரு அர்த்தம்தான் இருக்கிறது. அது என்னவென்று ஓவிய மாணவர்கள் அனைவருக்கும் தெரியும்: நீங்கள் கனவு காணாவிட்டால் காலம் நகர்வதில்லை.

●

அத்தியாயம் 58

நான் "கொலைகாரன்" என்று அழைக்கப்படுவேன்

என்னைப்பற்றி மறந்தே போய்விட்டீர்கள், அல்லவா? இனியும் எனது இருப்பை எதற்காக உங்களிடமிருந்து நான் மறைக்க வேண்டும்? படிப்படியாக பலம் கூடிக்கொண்டே போகிற இந்தக் குரலில் பேசுவது எனக்கு கட்டுப்படுத்த முடியாமல் போய்விட்டது. சிலநேரங்களில் சிரமப்பட்டு என்னை அடக்கிக்கொள்கிறேன், ஆனாலும் என் குரலில் இருக்கும் இறுக்கம் காட்டிக்கொடுத்துவிடுமென்ற பயமும் இருக்கிறது. சில நேரங்களில் கட்டுப்பாடின்றி பேசிவிடுகிறேன். அப்போதுதான் எனது இரண்டாவது பாத்திரத்தின் அடை யாளங்களை என் வாயிலிருந்து வெளிப்பட்ட அந்த கவனக் குறைவான வார்த்தைகளால் நீங்கள் அடையாளம் கண்டுவிடு வீர்கள். என் கைகள் நடுங்கத் தொடங்கும், நெற்றியில் வியர்வை அரும்பும், உடனே எனக்கு நானே எச்சரித்துக்கொள்வேன்: என் உடம்பின் இத்தகைய சின்னஞ்சிறு முனகல்கள் புதிய தடயங்களைக் காட்டிக்கொடுத்துவிடும், ஜாக்கிரதை!

இருந்தாலும் நான் இங்கே மிகவும் திருப்தியாக இருக் கிறேன்! இருபத்தைந்து வருட ஞாபகங்களை அசைபோட்டபடி ஒருவரையொருவர் தேற்றிக்கொண்டிருக்கும்போது எங்களுக் கிடையே விரோதங்கள் இல்லை. ஓவியம் வரைதலில் இருக் கின்ற சந்தோஷங்களை, அழகுகளை பேசிக்கொண்டிருந்தோம். எந்த நேரத்திலும் இந்த உலகம் அழிந்துவிடப் போவதைப்போல, கண்ணீர் தளும்ப, ஒருவரையொருவர் சீராட்டிக்கொண்டு கடந்த நாட்களின் அழகை, அந்தப்புரத்துப் பெண்களின் ஞாபகங்களை சுற்றி அமர்ந்து அளவளாவிக்கொண்டிருந்த விதத்திலேயே ஏதோ இருந்தது.

ஷிராஸ், ஹெராத்தைச் சேர்ந்த பழம்பெரும் ஓவியர்களின் கதைகளைச் சேர்த்து தாமெர்லேனின் மைந்தர்களைப் பற்றிய

‘வரலாறு’ நூலை எழுதிய கிர்மானின் அபு சயத்திடமிருந்து இந்த ஒப்பீட்டை எடுத்துக்கொண்டேன். முப்பது வருடங்களுக்கு முன் கறுப்பாட்டு தேசத்தின் ஜிஹான் ஷா, கோஷ்டிச் சண்டையிட்டுக் கொண்டிருந்த திமூரித்தின் கான்களையும் ஷாக்களையும் வேறுசில குட்டிப்படைகளையும் முறியடித்து அவர்களின் குறுநிலப் பிரதேசங் களை துவம்சம் செய்தபடி கிழக்கு நோக்கி வந்தான். அவனது துருக்கிய வெற்றிப்படை பாரசீகம் முழுவதையும் கடந்து கிழக்கே அஸ்தராபாத்தை அடைந்தது. அங்கே தாமெர்லேனின் மைந்தன் ஷாருக்கின் பேரன் இப்ராஹிம்மை அவன் தோற்கடித்தான். பின், கொர்கானை கைப்பற்றி, அவன் ராணுவத்தை ஹெராத்தின் கோட்டையைக் கைப்பற்ற அனுப்பினான். பாரசீகத்திற்கு மட்டுமல்ல, அரை நூற்றாண்டுக் காலமாக ஹிந்துஸ்தான் முதல் பைஸாண்டியம் வரை உலகத்தில் பாதியை ஆண்டு வந்திருந்த தாமெர்லேன் வம்சத் தினரின் பராக்கிரமத்திற்கு நேர்ந்த இப்பேரழிவு, முற்றுகையிடப் பட்டிருந்த ஹெராத் கோட்டைக்குள்ளிருந்த ஆண்களிடமும் பெண் களிடமும் பெரும் குழப்பத்தையும் பீதியையும் உண்டாக்கியிருந்தது, என்று கிர்மானின் வரலாற்றாசிரியர் அபு சயித் கூறுகிறார். கறுப்பாட் டின் ஜிஹான் ஷா அவன் கைப்பற்றிய கோட்டையிலிருந்த தாமெர் லேன் வம்சத்தினர் ஒவ்வொருவரையும் எப்படி இரக்கமின்றி கொன்றான் என்பதை அபு சயித் ஒரு குரூரமான சந்தோஷத்தோடு வர்ணிக்கிறார்: அவன் தோற்கடித்த ஷாக்கள், இளவரசர்கள் ஆகி யோரின் அந்தப்புரத்துப் பெண்களை பொறுக்கியெடுத்து தனது அந்தப்புரத்தில் சேர்த்துக்கொண்டது யாரும் செய்யாத செய்கையல்ல; ஆனால் அடுத்ததாக அவன் செய்த காரியம் யாரும் செய்யத் துணியாத குரூரம். ஹெராத்தின் நுண்ணோவியர்களை தனித்தனிக் குழுக்களாகப் பிரித்து தனது அரசவை ஓவியர்களுக்குக் கீழே பயிற்சி மாணவர்களாக சேவையாற்ற வேண்டுமென்று உத்தரவிட்டான். முற்றுகையை எதிர்த்து புழைவாய்கள் நிறைந்த அந்தக் கோட்டையின் மதிற்சுவர் கோபுரங்களிலிருந்து எதிரிகளை உள்ளே வரவிடாமல் போராடிக்கொண்டிருந்த ஷாவையும் அவரது வீரர்களையும்விட்டு ‘வரலாறு’ நூலாசிரியரின் கவனம், ஹெராத்தின் ஓவியக்கூடம் நோக்கி நகர்கின்றது. முற்றுகை முடிவுக்கு வந்துகொண்டிருக்கிறது என்பதையுணர்ந்த நுண்ணோவியர்கள் எப்படிப்பட்ட கொடூர விளைவுகள் தமக்கு காத்திருக்கின்றனவோ என்று கலங்கியபடி தமது வரைகோல்கள், தூரிகைகள் சகிதம் சமைந்து அமர்ந்திருக் கின்றனர். அந்த ஓவியர்களின் பெயர்களை அவர் அப்போது வரிசைப்படுத்துகிறார். ஒவ்வொருவரும் எவ்வாறு உலகப்புகழ்பெற்ற உன்னதமான கலைஞர்களாகத் திகழ்கின்றனர் என்றும் அவர்களின் புகழும் சாதனைகளும் எவ்வாறு எந்தக் காலத்திலும் மறக்க முடியா தனவாயிருக்குமென்றும் வர்ணித்துவிட்டு, ஷாவின் அந்தப்புரத்துப் பெண்களைப்போலவே தம்முடைய பெயர்களும் சரித்திரத்திலிருந்து துடைத்தழிக்கப்படப்போகின்றன என்பதையுணர்ந்து ஒருவரை

யொருவர் கட்டித்தழுவிக்கொண்டு அழுகின்றனர். அந்த அழுகையி னூடே தமது புகழ்பெற்ற கலைப்பாரம்பரியங்களை, தாம் அடைந்த கலாபூர்வமான வெற்றிகளை, கடந்தகால சுகானுபாவங்களை விரக்தி யோடு புலம்பிக்கொண்டிருக்கின்றனர். அபு சயித்தின் இந்த வர்ணனை உள்ளத்தை நெகிழச்செய்யும்.

அந்தச் சோகமயமான அந்தப்புரத்துப் பெண்களைப் போலத்தான் நாங்களும். சுல்தான் அவர்களுக்கு வர்ணஅலங்காரம் செய்த பேழை கள், கண்ணாடிகள், தட்டுகள், மெருகேற்றி பூவேலைப்பாடு செய்த நெருப்புக்கோழி முட்டைகள், காகித வேலைப்பாடுகள், ஓரிதழ் ஓவியங்கள், கேளிக்கை படத்தொகுப்புகள், விளையாட்டுச் சீட்டுகள், புத்தகங்கள் போன்றவற்றை தயாரித்துக் கொடுப்பதுண்டு. அவற்றிற்காக சுல்தான் அவர்கள் தனது நாயகிகளுக்கு பரிசளிப்பதைப்போல கம்பளி தைத்த கஃப்தான்கள், பணப்பைகள் என்று எங்களுக்கு வாரிவழங்கிய அனுபவங்களை ஏக்கத்தோடு அசைபோட்டோம். அந்த நாட்களில் இருந்த கடும் உழைப்பாளிகளான, மெய்வருத்தம் பாராத, ஆதாயம் எதையும் எதிர்பார்க்காமல் பணியாற்றும் முது பெரும் ஓவியர்கள் இப்போது எங்கே போனார்கள்? அந்த ஓவியர்கள் தமது வீட்டுக்குள் ஒளிந்துகொண்டு திருட்டுத்தனமாக ஓவியங்கள் வரைந்ததில்லை, தமக்குத் தெரிந்த வித்தைகளை மற்றவர்களிடமிருந்து மறைத்து வைத்திருந்ததில்லை, வேலை நேரத்திற்கு வெளியே தனிப் பட்டு பொருளீட்டப்படுவது கண்டுபிடிக்கப்பட்டுவிடுமோ என்று பயந்ததில்லை, ஆனால் ஓவியக்கூடத்திற்கு ஒருநாளும் வராமல் இருந்ததில்லை. கோட்டை சுவர்கள் எங்கிலும் வெகுநுட்பமான சித்திரங்களை, அருகில் வந்து பார்த்தால் மட்டுமே புலப்படக்கூடிய சைப்ரஸ் இலைகளை, காலியிடங்களை நிரப்பும் ஸ்டெப்பி புற்களின் ஏழிதழ் விரிப்புகளை தம் வாழ்நாளெல்லாம் வரைந்துகொண்டிருந்த, தலைக்கனமில்லாத அனுபவசாலி ஓவியர்கள் இப்போது எங்கே இருக்கிறார்கள்? இறைவன் சிலரிடம்தான் மாபெரும் திறமைகளையும் தேர்ச்சியையும் அருளியிருப்பான்; மற்றவர்களிடம் பொறுமையையும் கர்வமற்ற பக்திபூர்வமான சரணாகதித் தன்மையைத்தான் கொடுத் திருப்பான் என்ற விவேகத்தையும் நியாயவுணர்வையும் இயல்பாகவே ஏற்றுக்கொண்டு, தம்மிலும் திறமைமிக்காரைக் கண்டு எப்போதும் பொறாமைப்படாத திறமைக்குறைவான ஓவியர்கள் இப்போது இருக்கின்றார்களா? தந்தையின் ஸ்தானத்தில் எங்களுக்கு வாய்த்திருந்த இந்த மகத்தான ஆசிரியர்களில் சிலருக்கு இப்போது கூன் விழுந் திருக்கிறது, சிலர் இப்போதும் மாறாத புன்னகையோடுதான் காணப் படுகின்றனர். சிலர் திருமணமாகாத தமது பெண்களுக்காக கவலைப் பட்டுக் கொண்டிருக்கின்றனர். எங்களின் பள்ளிக்கால, ஆரம்ப ஓவியப்பயிற்சி கால கட்டங்களின்போது ஓவியக்கூடத்தில் நிலவிவந்த சூழல், மறந்துபோன விபரங்கள் எங்கள் ஞாபக மீட்டெடுப் புகளில் அப்போது புத்துயிரூட்டப்பட்டுக் கொண்டிருந்தன.

பக்கங்களுக்குக் கோடிடும்போது நாக்கை கன்னத்துக்குள் துருத்திக் கொள்வானே அந்த ஓவியனை உங்களுக்கு ஞாபகமிருக்கிறதா? வலதுபக்கம் கோணலாக கோடுகள் போய்விட்டால் இடது கன்னத்துக் குள் நாக்கைத் துருத்திக்கொண்டு சரிசெய்வான்; இடதுபக்கம் கோணலாகிவிட்டால் வலது கன்னத்திற்கு. நிறச்சாயத்தை ஊற்றும் போது "பொறுமை, பொறுமை, பொறுமை" என்று தனக்குத்தானே முனகிக்கொண்டு, தனக்குள்ளேயே சிரித்துக் கொள்வானே ஒரு குள்ளமான ஒல்லி ஓவியன், அவனை ஞாபகமிருக்கிறதா? அப்புறம், எழுபது வயதான ஒரு மெருகேற்றாளர் கீழ்த்தளத்தில் புத்தகத் தைப்பாளரின் உதவியாளர்களோடு மணிக்கணக்காக பேசிக்கொண்டு, அந்தப் பையன்களிடம் நெற்றியில் சிவப்புமையை இட்டுக்கொண் டால் வயதாவதைத் தடுக்கமுடியும் என்று கதையளந்து கொண் டிருப்பாரே? ஒரு கிறுக்கு ஆசிரியர் இருப்பார். அவர் நகத்திலெல் லாம் சாயத்தை அப்பிக்கொண்டு, போவோர் வருவோரையெல்லாம் நிறுத்தி நிறக்கலவைக்குள் நகத்தை செலுத்தி அதன் திண்மத்தை சோதித்துப்பார்க்கச் சொல்வார். மெருகிடும்போது, உபரியான பொற்துகள்களை பெருக்கி சேகரிக்க பயன்படுத்தும் ரோமமடர்ந்த முயல்காலை வைத்து தன் தாடியை கோதிக்கொள்வாரே ஒரு குண்டான ஓவியர், அவர்களெல்லோரும் இப்போது இருக்கிறார் களா?

முன்பெல்லாம் மெருகேற்றும் பலகை இருக்கும். மாணவர்களிட மிருந்து பிரிக்கமுடியாத சாதனமாக இருந்துவந்த அது இப்போது தூக்கியெறியப்பட்டுவிட்டது. காகிதம் வெட்டும் நீளமான கத்திரிகளை வைத்து மாணவர்கள் கத்திச்சண்டை விளையாடுவார்கள். அவற்றை யெல்லாம் இப்போது உபயோகப்படுத்துகிறார்களா? எழுதுபலகை களில் பழம்பெரும் மேதைகளின் பெயர்கள் அடையாளத்திற்கு பொறிக்கப்பட்டிருக்கும், மாணவர்களிடையே கைமாறிவிடக் கூடா தென்பதற்காக. சீன மசியின் சுகந்தமான மணம், கொதிக்கவைக்கும் போது காபி பாத்திரங்கள் நிசப்தத்தில் உண்டாக்கும் மெலிதான கடகடவொலிகள், கோடையில் எங்கள் பூனைகள் குட்டி ஈன்றால் அதன் மென்மயிரை கழுத்திலிருந்தும் காதுமடல்களிலிருந்தும் சிரைத்து நாங்கள் செய்யும் விதவிதமான தூரிகைகள், எங்களுக்குத் தரப்பட்ட கட்டுக்கட்டான இந்தியக் காகிதத்தில் எழுத்தோவியர்களைப்போல நாங்களும் முயற்சிசெய்து பார்க்கும் துணிச்சலான வடிவமுயற்சிகள் ... இவையெல்லாம் இப்போது எங்கே? பெரிதாக ஏதாவது தவறு செய்துவிட்டால், உலர்ந்துவிட்ட சாயத்தை சுரண்டியெடுப்பதற்கு கோரமான வடிவத்தில் ஓர் இரும்பு பேனாக்கத்தி தலைமை ஓவியர் வசம் இருக்கும். அவரைக் கேட்டுத்தான் அதை வாங்க முடியும். அதனால் நாம் செய்கின்ற தவறுகள் அவர்கள் கவனத்திற்கு வராமல் போகாது. இந்தக் கத்தியும் இந்தச் சடங்குமுறைகளும் இப்போதும் இருக்கின்றனவா?

நுண்ணோவியர்களை அவர்கள் வீட்டில் வைத்து வேலைபார்க்க சுல்தான் அவர்கள் அனுமதித்தது பெரும் தவறு என்பதை அனைவரும் ஒப்புக்கொண்டோம். எண்ணெய் விளக்குகள், மெழுகுவர்த்திகள் வெளிச்சத்தில் கண்கள் சோர வேலைபார்த்தபிறகு, முன்பனிக் கால மாலை நேரங்களில் அரண்மனை சமையல்கூடத்திலிருந்து எங்களுக்காக வரும் அற்புதமான சூடான ஹல்வாவை நினைவு கூர்ந்தோம். மிகவும் வயதான, கவனம் பிசகிய ஆசிரியர் ஒருவர் இருந்தார். கையில் பேனாவையோ காகிதத்தையோகூட அவரால் பிடிக்கமுடியாது. உடம்பெங்கும் நடுங்கிக்கொண்டேயிருக்கும். மாதா மாதம் ஓவியக்கூடத்திற்கு வரும்போது அவருடைய மகள் எங்களுக்காக செய்துகொடுத்தனுப்பும் பொரித்த மாவுருண்டையை ஆசையாகத் தருவார். அவரைப் பற்றிய ஞாபகத்தில் எங்கள் கண்கள் கலங்கின. குருநாதர் ஓஸ்மானுக்கு முன் தலைமை ஓவியராக இருந்த கருப்பு மேமி காலமாகி, அவரது இறுதிச்சடங்கு முடிந்து சிலநாட்கள் கழித்து அவர் அறையை சுத்தப்படுத்தியபோது, மேஜை விளக்கு விரிப்பிற்குக் கீழே இருந்த ஒரு கோப்பில் அவர் வரைந்திருந்த நம்பமுடியாத அற்புத ஓவியஏடுகள் கிடைத்தன, ஞாபகமிருக்கிறதா? ஆம், அவற்றைப் பற்றி வெகுநேரம் பேசிக்கொண்டிருந்தோம்.

எங்களுக்கு மிகவும் பிடித்தமான சித்திர ஏடுகளைப் பற்றி, குருநாதர் மேமியைப்போல அவற்றைப் பார்த்து நகலெடுத்து வைத்திருந்தால், அவ்வப்போது எடுத்துப்பார்த்துக் கொள்வதைப்பற்றி பேசிக்கொண்டிருந்தோம். 'நுண்நயத்திறம்' நூலிற்காக வரையப்பட்ட அரண்மனை ஓவியத்தின் மேற்பகுதியில் வானத்தை பொற்பூச்சு கொடுத்து மெருகேற்றியிருப்பது உலகம் அழியப்போவதை முன்னறிவிப்பு செய்வதாக இருப்பதைப்பற்றி அவர்கள் பேசிக்கொண்டிருந்தனர். பொன்நிறத்தால் அல்ல, கோபுரங்கள், தூபிகள், சைப்ரஸ்களுக்கு மத்தியில் நிறவேற்றுமை காட்டி, அடங்கிய தொனியில் பொன்நிறத்தைப் பூசியிருப்பதுதான் அதற்குக் காரணம்.

ஓர் உயரமான தூபியின் உச்சியிலிருந்து நமது மேன்மைதங்கிய இறைத்தூதர் சொர்க்கத்திற்கு மேலேறும்போது தேவதைகள் குறுக்கிட்டு, அவரை கக்கத்தில் பிடித்துத் தூக்கிச் செல்கையில் அவருக்கேற்பட்ட திகைப்பையும் 'கிச்சுகிச்சு' மூட்டியதால் உண்டான சிரிப்பையும் பற்றி வர்ணித்தனர். ஆழமான நிறங்களைக் கொண்ட அந்த ஓவியத்தை, ஆசீர்வதிக்கப்பட்ட அந்தக் காட்சியைப் பார்க்கின்ற சிறுவர்கள்கூட பக்திகலந்த பிரமிப்பில் முதலில் நடுநடுங்கிப் போவார்கள். பின் தங்களுக்கே 'கிச்சுகிச்சு' மூட்டப்பட்டதைப்போல மரியாதை கலந்து சிரிப்பார்கள். இதற்கு முன்பிருந்த தலைமையமைச்சர் மலைப்பகுதிகளில் ஒளிந்திருந்த தேசவிரோதிகளை அழித்தொழித்ததைச் சிறப்பிக்கும் வகையில் நான் வரைந்த ஓர் ஓவியத்தைப்பற்றி

அவர்களிடம் பிரஸ்தாபித்தேன். தலைமையமைச்சர் கொய்த எதிரிகளின் தலைகளை அழகாக, மரியாதையாக, வரிசையாக அடுக்கி வைத்திருப்பதைப்போல வரைந்திருந்தேன். ஒவ்வொரு தலையையும் ஒரு சாதாரண பிரேதத்தின் தலையைப்போல வரையாமல் தனித்துவமிக்க, தனியானதொரு முகமாக, ஒரு பிராங்கிய உருவப்பட விற்பன்னர் வரைவதைப்போல, சாவதற்கு முன் புருவங்களை நெரித்திருப்பதுபோலவும் கழுத்தில் ரத்தம் தோய்ந்தும் அவர்களது துயரார்ந்த உதடுகள் வாழ்க்கையின் அர்த்தம் பற்றி கேட்பது போல கோணிக்கொண்டும் கடைசிமூச்சை விடுவதற்காக நாசித்து வாரங்கள் விடைத்திருப்பதைப் போலவும் இவ்வுலகத்தை கடைசியாகப் பார்த்துவிட்டு மூடிக்கொள்வதைப் போலவும் வரைந்திருந்தேன். இப்படியாக அந்த ஓவியத்தில் ஒரு பயங்கரமான மர்மத்தின் தொனியை கலந்திருந்தேன்.

அவை நமது மறக்கமுடியாத, அடையமுடியாத நினைவுகள் என்பதைப்போல எங்களுடைய அபிமான காதல் மற்றும் யுத்தக் காட்சிகளையும் அவற்றின் மிக அற்புதமான அதிசயங்களையும் கண்கலங்க வைக்கும் மெல்லுணர்வுகளையும் ஆழமாக விவாதித்தோம். காதலர்கள், நட்சத்திரங்கள் மொய்த்த இரவுகளில் சந்திக்கும் ஏகாந்தமான மறைவடக்கமான பூங்காக்கள் எங்கள் கண்ணெதிரே கடந்து நின்றன: வசந்தகால விருட்சங்கள், கற்பனைக்கெட்டாத புள்ளினங்கள், உறைந்திருக்கும் காலம்... எங்களின் சொந்த துர்க்கனவுகளைப்போலவே ரத்தம் பெருகப்போகும் யுத்தங்கள் உடனே தொடங்கப்போவதைப்போலவும் அபாயம் நெருங்கிவிட்டதைப் போலவும் கற்பனை செய்தோம்; இரண்டாக கிழிக்கப்பட்ட உடல்கள், ரத்தம்தோய்ந்த ஈட்டிகளோடு பாய்ந்துவரும் வீரர்கள், ஒருவரையொருவர் பிச்சுவாக்களில் குத்திக்கொள்ளும் அழகான மனிதர்கள், சிறிதளவே திறக்கப்பட்ட ஜன்னல்களின் வழியாக நடப்பவற்றை வேடிக்கை பார்க்கும் சிறிய வாயும் சிறிய கைகளும் சாய்வான விழிகளும்கொண்ட தலைதாழ்ந்த பெண்கள்... செருக்கும் இறுமாப்பும் கொண்ட அழகான சிறுவர்கள், பேரழகு பொருந்திய ஷாக்கள், கான்கள், சரித்திரத்தில் தொலைந்தழிந்த அவர்களின் அதிகாரம், அரண்மனைகள். அந்த ஷாக்களின் அந்தப்புரங்களில் கூட்டாக தேம்பிக்கொண்டிருந்த பெண்களைப்போல நாங்கள் வாழ்க்கையிலிருந்து நினைவுகளுக்கு நகர்ந்து கொண்டிருந்தோம் அல்லது சரித்திரத்திலிருந்து அவர்களைப்போல பழங்கதைகளுக்கு சென்றுகொண்டிருந்தோமா? மறந்து போகப்படுதலின் பயம் என்பது இறந்துபோதலின் பயத்தைவிட அச்சுறுத்தக்கூடிய ஒன்று. மறந்துபோகப்படுதலின் நிழல்கள் நீளுகின்ற பயங்கர சாம்ராஜ்ஜியத்திற்குள் மென்மேலும் இழுத்துச்செல்லப்படுவதிலிருந்து தப்பிப்பதற்காக, அவரவர்களுக்கு அபிமானமான மரணக்காட்சி எதுவென்று நாங்கள் ஒருவரை யொருவர் கேட்டுக்கொண்டோம்.

நினைவிற்கு வந்த முதல் விஷயம், சாத்தான் தெஹ்ஹாக்கை வசியப்படுத்தி அவன் தந்தையை கொலைசெய்ய வைத்தது. 'பேரரசர்கள் நிகண்டு'வில் இடம்பெற்றிருக்கும் இத்தொல்கதை நிகழ்ந்த கால கட்டம் உலகம் புதிதாக உருவாக்கப்பட்டு எல்லா விஷயங்களும் அடிப்படைகளாகவே, எந்த விளக்கமும் தேவைப்படாததாக இருந்த காலம். உங்களுக்கு பால் வேண்டுமென்றால் எதிரே ஆடு வந்து நிற்கும். கறந்து குடிக்கலாம். "குதிரை" என்று சொன்னால் அது வந்து நிற்கும், ஏறிச்சென்றுவிடலாம். "தீமை" என்று நினைத்தால் சாத்தான் கண்முன் தோன்றி உங்கள் சொந்தத் தந்தையை கொலை செய்வதில் உள்ள அழகை வர்ணித்து உங்களை வசியப்படுத்தும். அராபிய இனத்தைச் சேர்ந்த மெர்தாஸை அவனது மகன் தெஹ்ஹாக் கொல்வது அழகாக இருப்பதற்கு முதல் காரணம், அது கோபத்தால் தூண்டப்படாதது; அடுத்ததாக, அது ஒரு மகத்தான அரண்மனை நந்தவனத்தில் தங்கவிண்மீன்கள் சைப்ரஸ்களையும் வர்ணமயமான வசந்தகால மலர்களையும் மென்மையாக ஒளியூட்டிக் கொண்டிருந்த நேரத்தில் நடந்தது.

அடுத்ததாக நாங்கள் நினைவுகூர்ந்தது, புராதனப்புகழ்பெற்ற மாவீரன் ருஸ்தம் மூன்று நாட்களாக அவன் போரிட்டுவந்த எதிரி ராணுவத்தின் தளபதியான சுஹ்ராப் தன் மகன்தான் என்பதையறியாமல் கொன்றுவிடும் சம்பவம். அந்தப் பையனின் தாயிடம் ருஸ்தம் பல வருடங்களுக்கு முன்பு கொடுத்திருந்த மணிக்கட்டுப்பட்டியைப் பார்த்து தன் மகன்தான் அது என்பதை அடையாளம் கண்டு கொண்டு, அவனை எதிரியென்று நினைத்து மார்பைப் பிளந்து விட்டேனே என்று தன் மார்பில் அறைந்துகொண்டு கதறுவதை சொல்லிக்கொண்டிருந்தபோது ஏதோவொன்று எங்கள் எல்லோரையும் நெகிழ வைத்தது.

அந்த ஏதோவொன்று என்ன?

துறவிமடத்தின் கூரையில் மழை தொடர்ந்து தாளமிட்டுக் கொண்டிருக்க, நான் முன்னும் பின்னுமாக நடைபயின்றேன். திடீரென்று என் வாயிலிருந்து இந்த வார்த்தைகள் வெளிப்பட்டுவிட்டன:

"ஒன்று, நம் தந்தையரான குருநாதர் ஒஸ்மான் நம்மைக் காட்டிக் கொடுத்து கொல்லவேண்டும் அல்லது நாம் அவரைக் காட்டிக் கொடுத்து கொல்லவேண்டும்."

அந்த வாக்கியத்தின் அப்பட்டமான உண்மை அனைவரின் முகங்களிலும் அறைந்தது. பேரதிர்ச்சியில் எல்லோருக்கும் வாயடைத்துப் போயிருந்தது. நான் நடப்பதை நிறுத்தினால், எல்லாமே மறுபடியும் முதலிலிருந்து தொடங்கிவிடுமோ என்று பயமேற்பட்டு என்னை நிதானப்படுத்திக்கொள்ள எனக்குள்ளேயே பேசிக்கொண்டேன்: 'பேச்சை மாற்றுவதற்காக அஃப்ராசியாப், ஸியாவுஷ்ஷைக்

ஓரான் பாமுக் 615

கொல்லும் கதையைச் சொல்.' ஆனால் அந்தத் துரோகம் என்னை பயமுறுத்துமாகையால் பலனளிக்காது. ஹுஸ்ரேவின் மரணத்தைப் பற்றிச் சொல். சரி, அப்படியே ஆகட்டும். ஆனால் எந்த பாடபேதத் தைக் கூறுவது? 'பேரரசர்கள் நிகண்டு'வில் ஃபிர்தூஸி சொல்வதையா அல்லது 'ஹுஸ்ரேவும் ஷிரினும்' – இல் நிஸாமி சொல்வதையா? 'பேரரசர்கள் நிகண்டு'வில் இடம்பெற்றுள்ள கதையின் சோகம், ஹுஸ்ரேவ் தனது படுக்கையறைக்குள் நுழைந்திருக்கும் கொலை காரனின் அடையாளத்தைக் கண்டுகொண்டு கண்ணீர் மல்குவதில் தான் அடங்கியிருக்கிறது! கடைசி முயற்சியாக, தான் தொழுகை புரிய விரும்புவதாகக் கூறி வேலைக்காரச் சிறுவனை தண்ணீர், சோப்பு, சுத்தமான துணிகள், தொழுகை விரிப்பு ஆகியவற்றை கொண்டுவருமாறு ஏவுகிறான். தனது முதலாளி உதவி கோரித்தான் தன்னை அனுப்புகிறார் என்பதை உணராத அந்த அப்பாவிச்சிறுவன், கொண்டுவரச்சொன்ன பொருட்களை எடுத்துவரச் சென்றுவிடு கிறான். ஹுஸ்ரேவோடு தனித்துவிடப்பட்டதும் அந்தக் கொலை காரன் செய்த முதல் காரியம், கதவை உட்பக்கமாக தாழிட்டுக் கொண்டது. 'பேரரசர்கள் நிகண்டு'வின் கடைசியில் வரும் அந்தக் காட்சியில் கொலையைச் செய்ய சதிகாரர்கள் தூண்டிவிடும் மனி தனை ஃபிர்தூஸி வெறுப்போடு வர்ணிக்கிறார்: அவனிடமிருந்து துர்நாற்றம் வீசுவதாக, உடலெங்கும் ரோமம் மண்டியிருப்பதாக, பானை வயிறுடன் தடித்திருப்பதாக.

தொடர்ந்து மேலும் கீழுமாக நடந்துகொண்டேயிருந்தேன். வார்த்தைகள் என் தலையை மொய்த்துக்கொண்டிருந்தன. ஆனால் கனவில்போல என் குரல் எழும்ப மறுத்தது.

அப்போதுதான் அவர்கள் தங்களுக்குள் முணுமுணுத்துக் கொண்டு, விரோதமாக என்னைப் பார்த்துக்கொண்டே ஏதோ தூஷிப்பதை கவனித்தேன்.

அவர்கள் சடுதியில் என் காலை வாரிவிட, நாங்கள் நால்வரும் கொத்தாகத் தரையில் விழுந்தோம். போராட்டமும் சண்டையும் சிறிது நேரத்திற்கே நீடித்தது. தரையோடு சேர்ந்து மல்லாக்க வீழ்த்தப் பட்டிருந்தேன். என் மேலே மூவரும் பரவியிருந்தனர்.

ஒருவன் என் முட்டியின்மேல் உட்கார்ந்து கொண்டான். இன் னொருத்தன் என் வலதுகையின் மேல்.

கருப்பு என் இரண்டு தோள்களின்மீதும் முட்டிகளை ஊன்றிக் கொண்டு அவன் எடையை முழுமையாக என் வயிற்றின்மீதும் மார்பின்மீதும் அழுத்தி உட்கார்ந்து கொண்டான். என்னால் சுத்த மாக அசையமுடியவில்லை. எல்லோருமே ஸ்தம்பித்திருந்தனர். மூச்சு வாங்கிக் கொண்டிருந்தனர். அப்போது என் ஞாபகத்திற்கு வந்தது இதுதான்:

இறந்துவிட்ட என் மாமாவிற்கு ஒரு போக்கிரிப் பிள்ளை இருந்தான். என்னைவிட இரண்டு வயது பெரியவன். பிற்காலத்தில் வணிகர்களின் வண்டிகளை வழிமறித்து கொள்ளையடிக்க முற்பட்டபோது பிடிக்கப்பட்டு சிரச்சேதம் செய்யப்பட்டதாக நினைவு. இந்த பொறாமைக்கார மிருகம், நான் அவனைவிட அதிகம் படித்தவன், அறிவாளி, நாகரிகமானவன் என்பதால் என்னோடு சண்டை வலிக்க ஏதாவது சாக்கு தேடிக்கொண்டே இருப்பான். அல்லது மல்யுத்தம் செய்யலாம் வா என்று அழைப்பான். என்னை இழுத்து கீழே தள்ளி என் தோள்களின் மேல் முட்டிகளை ஊன்றிக்கொண்டு இப்போது கருப்பு என்னை மேலேயிருந்து முறைத்துப்பார்ப்பதைப்போல பார்ப்பான். அதைவிட அசிங்கமாக, அவன் வாயிலிருந்து எச்சிலை நூல்போல என் கண்களின்மேல் விடுவான். அருவருத்து என் தலையை வலமும் இடமுமாக திருப்பிக்கொள்ள அவன் அதீத உற்சாகம் பெற்று எச்சில் வரத்தை மேலும் கூட்டுவான்.

எதையும் மறைக்கக்கூடாது என்று கருப்பு எச்சரித்தான். அந்தக் கடைசி ஓவியம் எங்கே? உண்மையைச் சொல்!

வருத்தத்திலும் கோபத்திலும் எனக்கு மூச்சுத் திணறியது: முதலில் அவர்கள் தங்களுக்குள் பேசிமுடிவெடுத்துக் கொண்டுதான் என்னைப் பார்க்க வந்திருக்கிறார்கள் என்பதை அறியாமல் வீணாக அவர்களிடம் எல்லாவற்றையும் சொல்லியிருக்கிறேன். இரண்டாவது, அவர்களுடைய பொறாமை இந்தளவுக்கு வருமென்று ஊகித்து நான் தலைமறைவாகாமல் போனேன்.

கடைசி ஓவியத்தைக் காட்டாவிட்டால் என் கழுத்தை வெட்டப் போவதாக கருப்பு பயமுறுத்தினான்.

என்னவொரு கேலிக்கூத்து! உண்மை வாயிலிருந்து தப்பித்து விடுமோ என்பதைப்போல உதடுகளை இறுக்கமாக மூடிக்கொண்டேன். என்னில் ஒருபகுதி நான் செய்வதற்கு இனி ஒன்றுமில்லை என்று நினைத்தது. அவர்களுக்குள் ஒப்பந்தம் செய்துகொண்டு என்னை கொலைகாரன் என்று தலைமைக் கருவூலரிடம் ஒப்படைத்துவிட்டால் அவர்கள் தலை தப்பித்துக்கொள்ளும். எனது ஒரே நம்பிக்கை குருநாதர் ஓஸ்மான் மட்டுமே. வேறு ஏதாவதொரு தடயத்தைக் கண்டுபிடித்து வேறு யாரையாவது சந்தேகத்திற்குரியவன் என்று அவர் சொன்னாலும் சொல்லலாம். ஆனால் கருப்பு அவரைப்பற்றிச் சொன்னதை நான் உறுதியாக நம்பமுடியுமா? அவன் இங்கேயே இப்போதே என்னைக் கொன்றுவிட்டு கொலைகாரனை தான் கொன்றுவிட்டதாக சொல்லிக்கொள்ளலாம், அப்படிச் செய்வான் தானே?

அவர்கள் பிச்சுவாவை என் தொண்டையின்மேல் பதித்தனர். இதில் கருப்பிற்கு ஏற்பட்ட சந்தோஷம் எந்தளவுக்கு அவனால்

மறைக்கவே முடியாதிருக்கிறது என்பதை உடனே என்னால் கவனிக்க முடிந்தது. அவர்கள் என் கன்னத்தில் அறைந்தனர். பிச்சுவா என் தோலை வெட்டுகிறதா? அவர்கள் மீண்டும் அறைந்தனர்.

பின்வரும் தர்க்கரீதியில் நான் கடுமையாக யோசித்தேன்: நான் நிதானத்தை இழக்காதிருந்தால் எதுவும் எனக்கு நிகழாது! இந்த எண்ணம் எனக்கு பலத்தைக் கொடுத்தது. எங்கள் பயிற்சி காலத்திலிருந்தே அவர்கள் என்மீது வைத்திருந்த பொறாமையை இனிமேலும் அவர்களால் மறைக்கமுடியாது; தெய்வீக வண்ணங்களில், நடுங்காத கோடுகளால் மிகச்சிறப்பான சித்திரங்களை வரைந்தவன் நான்தான் என்பது நிதர்சனம். அவர்களுடைய மட்டு மீறிய பொறாமைக்காக அவர்களை நான் நேசித்தேன். என் அன்பிற் குரிய சகோதரர்களைப் பார்த்துப் புன்னகைத்தேன் –

அவர்களில் ஒருவன் – இந்த அவமானச் செயலை எனக்குச் செய்தவன் யார் என்பது உங்களுக்குத் தெரியவேண்டாமென்று நினைக்கிறேன் – வெகுநாட்களாக ஆசைப்பட்டு வந்த ஒருத்தியை முத்தமிடுவதைப்போல எனக்கு முத்தமிட்டான். எங்களுக்கு அருகில் கொண்டுவரப்பட்ட விளக்கின் வெளிச்சத்தில் அவர்கள் என் முகத்தை உற்றுப்பார்த்துக் கொண்டிருந்தனர். என் அன்பிற்குரிய சகோதரர்களிடமிருந்து பெற்ற இத்தகைய முத்தத்திற்கு என்னால் பதில் தராமலிருக்க முடியாது. எல்லாவற்றிற்குமான முடிவை நோக்கி நாங்கள் நெருங்கிக் கொண்டிருப்பதாக இருந்தால், சிறப்பான ஓவியங்களைத் தீட்டியவன் நான்தான் என்பது வெளிப்படையாகத் தெரிந்து போகட்டும். நான் வரைந்த தாட்களை எடுத்து நீங்களே பாருங்கள்.

அவனது முத்தத்திற்கு பதில் முத்தம் கொடுத்ததில் அவனை அவமானப்படுத்திவிட்டதைப்போல அவன் என்னை கோபத்தோடு அடிக்கத் தொடங்கினான். மற்றவர்கள் அவனை அடக்கினர். அவர் களிடம் தீர்மானிக்கமுடியாத குழப்பம் நிலவியது. அவர்களுக் கிடையே கைகலப்பு வந்ததில் கருப்பு அதிருப்தியுற்றிருந்தான். அவர் களுடைய வாழ்க்கை இப்போதுமுதல் திசைமாறிப்போவதை உணர்ந்து தான் அவர்களுக்கு கோபமேயொழிய என் மீதல்ல என்பதுபோல மொத்த உலகத்தின்மீதும் பழிதீர்க்க விரும்புகிறார்கள்.

கருப்பு அவனது இடைவாரிலிருந்து ஏதோ ஒரு பொருளை எடுத்தான்: அது கூரான முனைகொண்ட ஓர் ஊசி. சரேலென்று அதை என் முகத்தருகே கொண்டுவந்து என் கண்களைக் குத்தி விடுவதைப்போல நீட்டினான்.

"எண்பது வருடங்களுக்கு முன் ஓவிய மேதைகளுக்கெல்லாம் மேதையான மாபெரும் ஓவியர் பிஹ்ஸாத், ஹெராத் வீழ்த்தப்பட்டு எல்லாமே முடிவுக்கு வருகிறதென்பதை அறிந்துகொண்டபின்,

என் பெயர் சிவப்பு

வேறுயாரும் அவரை வேறுவகையில் ஓவியம் தீட்ட கட்டாயப் படுத்தக் கூடாதென்பதற்காக சுயகௌரவத்தோடு தன் கண்களை அவரே குருடாக்கிக் கொண்டார்" என்றான். "அவரது கண்களுக்குள் இந்த இறகு ஊசியை தீர்மானத்தோடு செருகி வெளியிலெடுத்த சிறிது நேரத்தில் இறைவனின் ஈடிணையற்ற இருண்மை அவரது அன்பிற்குரிய ஊழியரும் அதியற்புதமான கரங்களைக் கொண்ட ஓவியருமான அவர் மீது கவிழ்ந்தது. இந்த ஊசி, நமது சுல்தானின் தந்தைக்கு ஷா தாமஸ்ப் மூலம் ஹெராத்திலிருந்து தாப்ரீஸிற்கு 'பேரரசர்கள் நிகண்டு'வோடு பரிசாக அனுப்பப்பட்டது. குருநாதர் ஒஸ்மானுக்கு முதலில் இந்தப்பொருள் எதற்காக அனுப்பிவைக்கப் பட்டது என்று விளங்கவில்லை. ஆனால் இன்று அந்தக் கொடூரமான பரிசுக்குப் பின்னால் இருந்த கெடுநோக்கையும் பொருத்தமான தர்க்கத்தையும் அவரால் காணமுடிந்தது. நமது சுல்தான் அவர்கள் தனது உருவப்படத்தை ஐரோப்பிய ஓவியர்களின் பாணியில் வரைய உத்தரவிட்டபோது, குருநாதர் ஒஸ்மானுக்கு அவர் தன்னுடைய சொந்தப் பிள்ளைகளைவிட அதிகமாக நேசித்த நீங்களனைவரும் துரோகம் இழைத்துவிட்டு அந்த நீசச்செயலுக்கு உடன்பட்டதை பொறுக்கமாட்டாமல்தான் பிஹ்ஸாத்தைப் போலவே அவரும் நேற்றிரவு இந்த ஊசியால் தன்னிரு கண்களையும் குத்தி குருடாக்கிக் கொண் டார். குருநாதர் ஒஸ்மான் அவருடைய மொத்த வாழ்க்கையையும் தியாகம் செய்து உருவாக்கிய ஓவியக்கூடத்தை அழிப்பதற்கு காரணமாக இருக்கின்ற கேடுகெட்ட மனிதனான உன்னை இப்போது குருடாக்கினால்தான் என்ன?"

"என்னை நீ குருடாக்குகிறாயோ இல்லையோ, நமக்கென்று ஒரு ஸ்தானம் இனி இங்கே கிடைக்கவே கிடைக்காது" என்றேன். "குருநாதர் ஒஸ்மான் உண்மையிலேயே குருடாகிப்போனாலும் அல்லது மறைந்து போனாலும் நமக்குப் பிடித்தமான வகையில் நாம் ஓவியம் தீட்டி, பிராங்கியர்களின் தாக்கத்தில் நமது பிழைகளையும் தனித் தன்மைகளையும் அங்கீகரித்து நமக்கென்று ஒரு பாணியை வரித்துக் கொண்டு, நம்மை நாமே ஒத்திருப்பதாக பாவனை செய்துகொண் டாலும் நாம் நாமாக இருக்கப்போவதில்லை. நிச்சயம் இல்லை. பழம்பெரும் ஓவியர்களைப் போலவே ஓவியம் தீட்டினால்தான் நாம் நாமாக இருக்கமுடியுமென்று ஒப்புக்கொண்டு பழைய பாணி யிலேயே வரைய நாம் ஒப்புக்கொண்டாலும், குருநாதர் ஒஸ்மானுக்கு எதிராகவே திரும்பிவிட்டிருக்கும் நமது சுல்தான், நம்மை நீக்கிவிட்டு மற்றவர் யாரையாவது மாற்றீடு செய்து விடுவார். இனிமேல் யாரும் நம்மை ரசிக்கப்போவதில்லை. பரிதாபத்தைத்தான் நாம் சம்பாதித்துக் கொள்ளப்போகிறோம். காபி இல்லத்தின் மீது நடத்தப்பட்ட தாக்குதல் வெந்த புண்ணில் வேலைப்பாய்ச்சியிருக்கிறது. இந்த சம்பவத்திற்கான பழியில் பாதியளவு மதிப்பிற்குரிய மதபோதகரை அவதூறு செய்து வந்த நுண்ணோவியர்களான நம்மீதுதான் விழுந்திருக்கிறது."

ஓரான் பாமுக்

நமக்குள் சண்டையிட்டுக்கொள்வது நமக்கெதிராகவேதான் கொண்டுபோய்ச் சேர்க்கும் என்று விரிவாக எடுத்துரைத்தாலும் அதற்குப் பலனில்லாமல்தான் இருந்தது. நான் பேசுவதை காது கொடுத்துக் கேட்கும் அபிப்பிராயம் அவர்களுக்கு இல்லை. அவர்கள் பீதியடைந்திருந்தனர். குற்றவுணர்வில் சிக்கிக்கொண்டிருக்கும் அவர்கள் தங்களை காப்பாற்றிக்கொள்ள விடிவதற்குள் சரியாகவோ, தவறாகவோ ஏதோவொரு முடிவை எடுத்தாகவேண்டுமென்ற நிர்ப்பந்தத்தில் இருந்தனர். சித்திரவதைக்கூடத்திற்குக் கொண்டுசெல்லப் படமாட் டோம், எல்லாம் சரியாகி எப்போதும்போல ஓவியக்கூடம் இனிவரும் பல வருடங்களுக்கு தடையில்லாமல் இயங்கப்போகிறது என்றெல்லாம் அவர்களுக்கு நம்பிக்கை இருக்கிறது போலிருக்கிறது.

இருந்தபோதிலும், கருப்பின் பயமுறுத்தல் மற்ற இருவருக்கும் சந்தோஷமளிப்பதாக இல்லை. கொலைசெய்தவன் வேறு யாரோ என்று நிரூபணமாகிவிட்டால், காரணமேயின்றி நான் குருடாக்கப் பட்டதையறிந்து நமது சுல்தான் என்ன செய்வார்? குருநாதர் ஓஸ் மானோடு கருப்பிற்கு இருக்கும் நெருக்கமும் அதே நேரத்தில் அவர்மீது அவனுக்கிருக்கும் அதிருப்தியும் அவர்களுக்கு பயத்தைக் கொடுத்தது. ஊசியால் என் கண்ணைக் குத்தத் தயாராக இருந்தவனை அவர்கள் பிடித்து பின்னால் இழுத்தனர். அவன் குருட்டுத்தனமான வெறியோடு என்னை நோக்கி ஊசியோடு திமிறினான்.

அவன் கையிலிருந்து ஊசியைப் பிடுங்க அவர்கள் முயற்சிப்பதை வைத்து, அவனுக்கெதிராக நாங்களெல்லோரும் சேர்ந்துகொண்ட தாக நினைத்துவிட்டான் போலிருக்கிறது. அங்கே மற்றொரு கை கலப்பு ஏற்பட்டது. என்னால் செய்யமுடிந்ததெல்லாம், இந்த ஊசியைப் பிடுங்கும் போராட்டத்திலிருந்து என் கண்ணை நகர்த்தி வைத்துக் கொண்டு முக்கிமுனகி அவர்கள் பிடியிலிருந்து எழுந்திருக்க முயன்றது தான். அந்த ஊசி அபாயகரமான கிட்டத்தில் என் கண்ணுக்கருகே நீட்டிக்கொண்டிருந்தது.

எல்லாமே சடுதியில் நிகழ்ந்துவிட்டது. முதலில் என்ன நிகழ்ந்த தென்று எனக்கு விளங்கவில்லை. திடீரென்று என் வலதுகண்ணில் ஒரு கூர்மையான, ஆனால் மட்டுப்பட்டதான ஒரு வலி மின்னி மறைந்தது. உடனடியாக என் நெற்றி முழுக்க மரத்துப்போவதைப் போலிருந்தது. பின் எதுவுமே நடக்காததுபோல ஒரு கணம் தோன்றி யது. ஆனாலும் ஒரு பயங்கரம் எனக்குள் ஏற்கனவே வேர்விடத் தொடங்கிவிட்டிருந்தது. அந்த எண்ணெய் விளக்கு பின்னால் நகர்த்தப் பட்டது. எனக்கெதிரேயிருந்த உருவம் அந்த ஊசியை எடுத்து தீர்மானத் தோடு என் இடது கண்ணை நேராகக் குத்துவதை இம்முறை தெளிவாகப் பார்த்தேன். ஒரு சில விநாடிகளுக்கு முன்னால்தான் அவன் கருப்பிடமிருந்து அந்த ஊசியைப் பிடுங்கியிருந்தான். இம்முறை அவன் மிகக்கவனமாகவும் சீராகவும் செயல்பட்டான். அந்த ஊசி

சிரமமேயின்றி என் கண்ணுக்குள் குத்தப்பட்டிருப்பதை அறிந்தபோது இம்மியும் அசையாமல் ஸ்தம்பித்துக்கிடந்தேன். அதே எரியும் உணர்ச்சி இந்தக் கண்ணிலும் பரவியது. நெற்றியிலிருந்து மரத்துப்போன உணர்வு தலைமுழுக்க பரவுவதைப் போலிருந்தது. ஊசி பிடுங்கப் பட்டதும் அந்த உணர்வு அடங்கியது. அவர்கள் அந்த ஊசியையும் என் கண்களையும் மாறி மாறி பார்த்துக் கொண்டிருந்தனர். என்ன நிகழ்ந்ததென்று அவர்களுக்கே நிச்சயமாகத் தெரியாததைப் போலிருந் தது. எனக்கிழைக்கப்பட்ட பெருந்தீங்கை அவர்கள் முழுதாகப் புரிந்துகொண்டபோது குழப்பம் நின்று, என் கைகளின்மீது ஊன்றி யிருந்த எடை தளர்ந்தது.

நான் அலறத் தொடங்கினேன். ஏறக்குறைய ஊளை. வலியினால் அல்ல, எனக்கிழைக்கப்பட்ட அநியாயம் உறைக்கத் தொடங்கிவிட்ட தால் ஏற்பட்ட கலவரவுணர்வால்.

எனது கதறல் என்னை மட்டுமல்லாமல் அவர்களையும் ஓரள வுக்கு நிம்மதிக்குள்ளாக்கியிருப்பதாக முதலில் உணர்ந்தேன். என் குரல் எங்கள் அனைவரையும் ஒருங்கிணைத்திருக்கிறது.

இருந்தும் என் கதறல் தொடர்ந்தபோது அவர்களிடையே இறுக்கமும் அதிகரித்தது. எனக்கு இப்போது எந்த வலியையும் உணரமுடியவில்லை. என் கண்கள் ஊசி ஒன்றினால் குத்தப்பட்டிருக் கின்றன என்பது மட்டும்தான் மனம் முழுக்க வியாபித்திருந்தது.

நான் இன்னும் குருடாகிவிடவில்லை. அவர்கள் என்னைப் பாவமாக பார்த்தபடி நின்றுகொண்டிருப்பது எனக்கு இன்னமும் தெரிந்து கொண்டிருந்தது. அவர்களின் நிழல்கள் இலக்கின்றி மேற் கூரையில் அலைந்துகொண்டிருப்பதும் தெரிந்தது. இது என்னை சந்தோஷப்படுத்தவும் அதே சமயத்தில் எச்சரிக்கவும் செய்தது. “என்னை விடுவியுங்கள்” என்று கதறினேன். “என்னை விடுவியுங்கள். எல்லாவற்றையும் நான் பார்த்தாகவேண்டும், கெஞ்சிக் கேட்கிறேன்.”

“சீக்கிரம் சொல்” என்று கருப்பு அதட்டினான். “அன்றிரவு வசீகரன் எஃபெண்டியை எப்படி மடக்கினாய்? பிறகு உன்னை விடுவிக்கிறோம்.”

“நான் காபி இல்லத்திலிருந்து வீட்டிற்குத் திரும்பிக் கொண்டிருந் தேன். என்னெதிரே வந்த வசீகரன் எஃபெண்டி பரிதாபமாக முகத்தை வைத்துக்கொண்டு வணக்கம் சொன்னான். அவன் படபடப்பாக, கொந்தளிப்பாக காணப்பட்டான். முதலில் அவனைப் பார்க்க பாவமாக இருந்தது . . . சரி, இப்போது என்னை விடுங்கள். அப்புறம் உங்களுக்கு எல்லாவற்றையும் சொல்கிறேன். என் கண்கள் மங்கலாகி வருகின்றன.”

“அவையொன்றும் உடனே மங்கிவிடாது” கருப்பு திடமாகச் சொன்னான். “என்னை நம்பு. குருநாதர் ஒஸ்மான் கண்களைக்

குத்திக்கொண்டு வெகுநேரம் கழித்துத்தான் நாசி பிளந்த குதிரைகளை அடையாளம் காண்பித்தார்."

"வசீகரன் எஃபெண்டி என்னிடம் ஏதோ பேசவேண்டுமென்றும், என் ஒருவனைத்தான் அவன் நம்பியிருப்பதாகவும் பரிதாபமாகச் சொன்னான்."

பரிதாபப்படவேண்டியது அவனல்ல, இப்போது நான்தான்.

"உன் கண்களில் ரத்தம் கட்டிக்கொள்வதற்குள் எங்களுக்கு சொல்லிவிட்டால், காலை விடிந்ததும் இந்த உலகத்தை திருப்தியாக, கடைசியாக ஒருமுறை நீ பார்த்துக் கொள்ளலாம்" என்றான் கருப்பு. "பார்த்தாயா, மழைகூட நின்றுவிட்டது!"

"'காபி இல்லத்திற்கு போகலாம் வா' என்று வசீகரனைக் கூப்பிட்டேன். அவன் அங்கே செல்ல விரும்பவில்லை, பயப்படுகிறான் என்பது எனக்கு உடனே தெரிந்தது. இருபத்தைந்து வருடங்களாக எங்களோடு ஒன்றாக ஓவியம் வரைந்துகொண்டிருந்த வசீகரன் எஃபெண்டி எங்களிடமிருந்து முற்றிலுமாக அந்நியப்பட்டுப் போய்விட்டிருக்கிறான் என்பதை அப்போதுதான் முதன்முதலாக உணர்ந்தேன். கடந்த எட்டு, பத்து வருடங்களாக, அவனுக்குத் திருமணமானபிறகு, அவனை ஓவியக்கூடத்தில் பார்ப்பேனேயொழிய அவன் எந்த வேலையில் ஈடுபட்டிருக்கிறான் என்று எனக்குத் தெரிந்ததே கிடையாது ... அவன் அந்தக் கடைசி ஓவியத்தைப் பார்த்ததாகவும் அதில் மிகக்கொடுமையான பாவம் ஒன்று அடங்கியிருப்பதாகவும் அதனை நம்மால் ஏற்றுக்கொள்ளவே முடியாதென்றும் கூறினான். தொடர்ந்து, அதற்காக நாமெல்லோரும் நரகத்தில் எரியப்போகிறோம் என்றான். அவனையறியாமல் செய்துவிட்ட மதத்துரோகத்திற்காக பதற்றமடைந்து பயத்தால் பீடிக்கப்பட்டவனாக, இடிந்து போனவனாக இருந்தான்."

"அது என்ன மதத்துரோகம்?"

"இதே கேள்வியை அவனிடம் கேட்டபோது, ஆச்சரியத்தில் கண்களை அகலவிரித்து 'உனக்கு அதுகூடத்தெரியாதா?' என்பது போலப்பார்த்தான். அப்போதுதான் நமது நண்பன் நம்மைப்போலவே ரொம்பவும் வயதாகிவிட்டிருக்கிறான் என்று நினைத்தேன். அந்தக் கடைசி ஓவியத்தில் எனிஷ்டே ஆணவத்தோடு இயலுறுத்தோற்றக் காட்சியமைப்பை பயன்படுத்தியிருப்பதாகச் சொன்னான். இந்தப் படத்தில் உள்ள பொருட்கள், அவை அல்லாஹ்வின் மனதில் அவற்றுக்கிருக்கும் முக்கியத்துவத்திற்கேற்ப சித்தரிக்கப்படாமல், வெறும் கண்களுக்கு எப்படித் தோற்றமளிக்குமோ – பிராங்கியர் பாணியில் – அப்படி வரையப்பட்டிருப்பதாகச் சொன்னான். இதுதான் முதலாவது அத்துமீறல். இரண்டாவது, இஸ்லாமின் காலிப்பான நமது சுல்தான் அவர்களையும் ஒரு நாயையும் ஒரே அளவில்

வரைந்திருப்பது. மூன்றாவது, அத்துமீறலும் சாத்தானை அதே அளவில், பிரியத்திற்குரிய தோற்றத்தில் காட்டியிருப்பது. ஆனால் எல்லோரையும் ஆச்சரியப்படுத்திய விஷயம் என்னவென்றால் – பிராங்கிய கண்ணோட்டத்தை நமது ஓவியத்தில் புகுத்தினால் உண்டாகக்கூடிய இயல்பான விளைவுதான் இது – நமது சுல்தான் அவர்களின் படத்தை அவரது நிஜமான அளவுக்கு, முகத்தின் எல்லா அம்சங்களையும் நுட்பமாகப் பதிந்து, வரைந்திருப்பது! உருவ வழிபாட்டாளர்கள் செய்வதைப் போலவே ... அல்லது உருவ வழிபாட்டை தமது ஆதார குணாம்சத்திலிருந்து அகற்றிக்கொள்ள முடியாத கிறித்தவர்கள் தமது தேவாலயச் சுவர்களில் வரைந்து வழிபடுகின்ற 'உருவப்படங்க'ளைப் போலவே. உருவப்படங்கள் வரைவதை உன் எனிஷ்டேவிடமிருந்து கற்றுக்கொண்ட வசீகரன் எஃபெண்டிக்கு இது நன்றாகவே தெரியும். உருவப்படம் வரைதல் என்பது பாவங்களில் மகத்தான பாவம் என்பதையும் அது முஸ்லிம் ஓவியத்தின் வீழ்ச்சிக்குக் காரணமாக அமையுமென்பதையும் அவன் சரியாகவே அறிந்திருந்தான். நமது மதிப்பிற்குரிய மதபோதகர் அவர்களையும் நமது மதத்தையும் காபி இல்லத்தில் அவதூறு செய்வதாக அவன் கூறியதால் அங்கே செல்லாமல், தெருவில் நாங்கள் கடந்துபோகும்போது தான் இதையெல்லாம் அவன் சொல்லிக்கொண்டு வந்தான். என்னிடம் உதவி கேட்பதைப் போல, இவையெல்லாம் சரியான கருத்துதானா, வேறு ஏதேனும் மாற்று இருக்கிறதா, நமக்கு வேறு ஏதாவது புகலிடம் இருக்குமா, உண்மையில் நாமனைவரும் நரகத்தில் எரியத்தான் போகிறோமா என்றெல்லாம் கேட்டுக்கொண்டிருந்தான். திடுதிப்பென்று உணர்ச்சி வசப்பட்டு, மார்பில் அறைந்துகொண்டு அழுதான். நான் இதற்கெல்லாம் மசியாதிருந்தேன். அவன் ஒரு பாசாங்குப் பேர்வழி. வருத்தப்படுகிறார்போல நடிப்பவன்."

"அது உனக்கு எப்படித் தெரியும்?"

"வசீகரன் எஃபெண்டியை சிறுவனாக இருந்த காலத்திலிருந்தே எங்களுக்குத் தெரியும். அவன் மிகவும் கட்டுப்பாடானவன், அமைதியானவன். மிகமிகச் சாதாரணமான பேர்வழி. அவனது மெருகேற்றலைப் போலவே அவனும் வர்ணமற்றவன். என்னெதிரே நின்றிருந்த மனிதன் நாங்கள் அறிந்திருந்த வசீகரனைவிட அதிக மந்தமானவனாக, அதிக அப்பாவியாக, அதிக பக்திமானாக, ஆனால் அவனைவிட மிகவும் மேம்போக்கானவனாகத் தெரிந்தான்"

"அவன் எர்ஸூரூமிகளோடு மிகவும் நெருக்கமாக ஆகிவிட்டிருந்தானென்று கேள்விப்பட்டேன்" என்றான் கருப்பு.

"தன் மனமறியாமல் செய்துவிட்ட ஒரு பாவத்திற்காக எந்த முஸ்லிமும் இப்படி வேதனையும் வருத்தமும் படமாட்டான்" என்றேன். "ஒரு நல்ல முஸ்லிமுக்கு இறைவன் நியாயமானவன், அவனது ஊழியர்களின் உள்நோக்கத்தை அறிந்திருக்கும் கழிமிகை

யற்றவன் என்பது தெரிந்திருக்கும். பட்டாணியளவு மூளைகொண்ட அறிவிலிகள்தான் அறியாமல் பன்றி மாமிசம் சாப்பிட்டுவிட்டால்கூட நரகத்திற்கு போய்விடுவோம் என்று நினைப்பார்கள். எப்படியிருந் தாலும், ஓர் அசல் முஸ்லிம், நரக பயம் என்பது மற்றவர்களை பயமுறுத்தத்தான், தானே பயந்து கொள்வதற்கல்ல என்பதை அறிந் திருப்பான். இதைத்தான் வசீகரன் எஃபெண்டி செய்துகொண்டிருந் தான்; அவன் என்னை பயமுறுத்த விரும்பினான். உன் எனிஷ்டேதான் அவனுக்கு இப்படிச்செய்ய கற்றுத்தந்தது. அப்போதுதான் இதற் கெல்லாம் மூலகாரணம் அவர்தான் என்பது எனக்குத் தெரிந்தது. சரி, இப்போது மனதைத் தொட்டு நேர்மையாகச் சொல்லுங்கள், என சகோதர நுண்ணோவியர்களே, என் கண்களில் ரத்தம் உறையத் தொடங்கிவிட்டதா? என் கண்கள் நிறம் மாறியிருக்கிறதா?"

அவர்கள் விளக்கை என் முகத்தருகே கொண்டுவந்து, அறுவை சிகிச்சை நிபுணர்களுக்குரிய அக்கறையோடும் கவனத்தோடும் உற்றுப் பார்த்தனர்.

"எதுவும் வித்தியாசமாகத் தெரியவில்லை."

என் கண்களுக்குள் பார்த்துக் கொண்டிருக்கும் இம்மூவரின் உருவங்கள்தான் இவ்வுலகில் நான் கடைசியாகப் பார்க்கப்போகும் காட்சியாக இருக்கப்போகிறதா? இந்தக் கணங்களை என் வாழ்வின் கடைசிவரை மறக்கமாட்டேன். என் கஷ்டத்தை மீறி, இனி வருப வற்றில் நம்பிக்கையும் வைத்து இப்படிச் சொன்னேன்:

"உன் எனிஷ்டேதான் வசீகரன் எஃபெண்டியிடம் அவர் ஏதோ தடைசெய்யப்பட்ட திட்டத்தில் ஈடுபட்டிருப்பதாக ஒரு தோற்றத்தை ஏற்படுத்தியிருந்தார். அந்தக் கடைசி ஓவியத்தை மூடிமறைத்து, அதன் குறிப்பிட்ட ஒரு சில பகுதிகளை மட்டும் எங்களுக்கு ஒதுக்கி, ஏதாவது ஒரு படத்தை, அவர் குறிப்பிடுகின்ற அளவில் வரைய வைத்து, அந்த ஓவியத்தின்மேல் இல்லாத ஒரு மர்மத்தை, ரகசியத்தை உண்டுபண்ணியிருந்தார். மதத்துரோகம் என்ற பயத்தை ஏற்படுத்தி யிருந்தது எனிஷ்டேதான். எர்ஸுரூமிகளில் ஒருத்தன்கூட தன் வாழ் நாளில் ஓவியச்சுவடி எதையும் பார்த்திருக்கமாட்டான். நம்மெல் லோரிடமும் பாவகாரியத்தைப் பற்றிய பயத்தையும் கோபவெறியை யும் மூட்டியது எர்ஸுரூமிகள் அல்ல, எனிஷ்டேதான். தெளிவான மனசாட்சியைக் கொண்ட ஒரு கலைஞன் பயப்படுவதற்கு என்ன இருக்கிறது?"

"தெளிவான மனசாட்சியைக் கொண்ட ஒரு கலைஞன் பயப் படுவதற்கு இன்றைக்கு நிறைய விஷயங்கள் இருக்கின்றன" தன் மேட்டிமைத்தனத்தோடு கருப்பு சொன்னான். "அலங்காரங்களைப் பற்றி யாரும் எதுவும் சொல்வதற்கில்லை. சித்திரங்கள்தாம் நமது மதநம்பிக்கையில் தடைசெய்யப்பட்டிருக்கின்றன. பாரசீக ஓவியர்கள்,

ஹெராத்தின் மகத்தான கலைஞர்களின் ஆகச்சிறந்த ஓவியங்கள் எல்லாமே எல்லை வரம்பு அலங்காரத்தின் நீட்சியாகத்தான் கருதப் பட்டுவந்தன. அவை எழுத்துப்பிரதியின் அழகையும் எழுத்தோவி யத்தின் கம்பீரத்தையும் கூட்டுவதற்காகத்தான் பயன்படுகின்றன வென்று அவற்றை யாரும் ஆட்சேபித்ததில்லை. மேலும் நமது ஓவியங் களை யார் பார்க்கிறார்கள்? இருப்பினும், பிராங்கியர்களின் முறை களை பயன்படுத்தும்போது, நமது ஓவியம் அலங்கார அமைப்பிலும் நுட்பமான வேலைப்பாடுகளிலும் கவனம் செலுத்தாமல் நேரடியான சித்தரிப்பில் முக்கியத்துவம் காட்டுகிறது. இதைத்தான் புனித குர்ஆன் தடைசெய்கிறது. நமது இறைத்தூதருக்கு வெறுப்பு உண்டாக்கியது இதுதான். நமது சுல்தான் அவர்களுக்கும் என் எனிஷ்டேவுக்கும் இது நன்றாகவே தெரியும். என் எனிஷ்டேவின் கொலைக்கு இதுதான் காரணம்.”

“உன் எனிஷ்டே கொல்லப்பட்டதற்குக் காரணம் அவர் பயப்பட் டிருந்ததால்தான்” என்றேன். “உன்னைப்போலவே அவரும் தான் உருவாக்கி வருகின்ற அந்த சித்திரம் மதத்திற்கோ அல்லது நமது புனித நூலுக்கோ முரண்பாடானதல்ல என்று வாதிட்டார்... மதத்திற்கு எதிராகச் செயல்படுவதாகக் காட்டுவதற்கு காரணம் தேடிக்கொண்டிருந்த எர்ஸுரூமிகளுக்கு இது ஒரு நல்ல சாக்காக அமைந்துவிட்டது. வசீகரன் எஃபெண்டியும் உன் எனிஷ்டேவும் ஒருவருக்கொருவர் பரிபூரணமாக பொருந்தும் ஜோடி.”

“அவர்கள் இருவரையும் கொன்றது நீதான், அப்படித்தானே?” என்றான் கருப்பு.

ஒரு கணம் அவன் என்னை அடிக்கப்போகிறானோ என்று நினைத்தேன். ஆனால் அதேநேரம், பேரழகுப்பதுமை ஷெகூரேவின் புதிய கணவனுக்கு அவன் எனிஷ்டே கொல்லப்பட்டதில் பெரிய அளவுக்கு எந்த வருத்தமும் கிடையாது என்று எனக்குத் தெரிந்தது. அவன் என்னை அடிக்கமாட்டான், அடித்தாலும் அது இனிமேல் எனக்குப் பெரிதாக எந்த வித்தியாசத்தையும் ஏற்படுத்தப்போவதில்லை.

“உண்மையில் பார்க்கப்போனால் நமது சுல்தான் பிராங்கிய ஓவியர்களின் ஆதிக்கத்தில் ஓர் ஓவியமலரை தயாரிக்க விரும்பியிருந் தாலும் உன் எனிஷ்டேவிற்கு தனது தற்பெருமைக்கு உகந்ததாக, சர்ச்சைக்குரிய ஒரு புத்தகத்தை உருவாக்கி அதிர்ச்சியேற்படுத்துவதில் தான் விருப்பம் இருந்தது. அவரது பயணங்களின்போது பார்த்திருந்த பிராங்கிய ஓவியர்களின் படங்களின்மேல் அவருக்கு அடிமைத்தன மான பற்றுதல் ஏற்பட்டிருந்தது. அந்த ஓவியங்களின் அழகில் மனதைப் பறிகொடுத்து எங்களிடம் நாட்கணக்காக அவற்றின் புகழ்பாடிக் கொண்டிருந்தார் – நீங்களும்கூட அந்த ‘இயலுறுத்தோற்றம்’ ‘உருவப் படங்கள்’ பற்றிய அபத்தங்களை அவர் சிலாகிப்பதைக் கேட்டிருக் கலாம். என்னைக் கேட்டால், நாங்கள் தயாரித்துக் கொண்டிருந்த

ஓவியமலரில் மதத்திற்கு எதிராகவோ, மததூஷணைகளோ எதுவும் இருக்கவில்லை . . . அவருக்கு இது நன்றாகவே தெரியுமாகையால், அவர் ஏதோ அனுமதிக்கப்படாத முறைகேடான புத்தகத்தைத் தயாரித்துக் கொண்டிருப்பதைப்போல பாவனை செய்துகொண்டிருந் தார்; அது அவருக்கு பெரும் திருப்தியளிப்பதாக இருந்தது . . . சுல்தான் அவர்களின் தனிப்பட்ட அனுமதியோடு அத்தகைய அபாயகரமான செயல்களில் ஈடுபட்டிருப்பதைப்போல காட்டிக்கொள்வது அவருக்கு பிராங்கிய ஓவியர்களின் சித்திரங்களைப்போல கிளர்ச்சியூட்டுவதாக இருந்தது. காட்சிப்படுத்தும் நோக்கத்தோடு ஓர் ஓவியத்தை நாங்கள் உருவாக்கியிருந்தால் அது மதத்துவேஷமாகத்தான் இருந்திருக்கும். ஆனால் அந்த ஓவியங்கள் எதிலும் சமயமுரண்பாடுகளோ, நாத் திகமோ, இறைஅவமதிப்போ, இலேசான மதவிரோதமோகூட இருந்ததாக நான் உணரவில்லை. உங்களுக்கு அதைப்போல ஏதாவது தெரிந்ததா ?"

என் கண்கள் ஏறக்குறைய பார்க்கமுடியாதபடிக்கு பலமிழந் திருந்தன. ஆனால் கடவுளுக்கு நன்றி, என் கேள்வி அவர்களிடையே தயக்கத்தை உண்டாக்கியிருப்பதை பார்க்கமுடிகிற அளவுக்கு எனக்குப் பார்வை இருந்தது.

"உங்களால் நிச்சயமாகக் கூறமுடியவில்லை, அப்படித்தானே ?" என்றேன் எகத்தாளத்தோடு. "நாம் உருவாக்கிய ஓவியங்களில் தெய்வ நிந்தனை என்ற கறையோ, தெய்வக்குற்றத்தின் நிழலோ காணப்படு வதாக ரகசியமாக உங்களுக்குத் தோன்றினாலும்கூட, அதனை உங்களால் ஒருபோதும் ஒப்புக்கொண்டு வெளிப்படுத்த முடியாது. ஏனென்றால், அது உங்களை எதிர்த்து குறைகூறும் மதவெறியர்கள், எர்ஸுரூமிகள் ஆகியோரின் வாதத்திற்கு மதிப்பு சேர்ப்பது போலாகி விடும். அதேநேரத்தில், புதிதாய் வீழ்ந்த பனியைப்போல நீங்கள் தூய்மையானவர்கள், அப்பாவிகள் என்று அழுத்தம் திருத்தமாக உங்களால் சாதிக்கவும் முடியாது. ஏனென்றால் அது ரகசியங்கள் பொதிந்த, மர்மமான, தடைவிதிக்கப்பட்ட ஒரு விஷயத்தில் ஈடுபட் டிருப்பதில் உண்டாகும் தலை கனக்கவைக்கும் பெருமிதத்தையும் உன்னதமான சுயபாராட்டுணர்வையும் விட்டுக்கொடுப்பதாகிவிடும். இந்த வகையில் நான் பாசாங்கு செய்துகொண்டிருப்பதை எப்போது நானே உணர்ந்தேன் தெரியுமா? வசீகரன் எஃபெண்டியை இந்தத் துறவிமடத்திற்கு நள்ளிரவு நேரத்தில் கூட்டிவந்த போதுதான்! தெருக்களில் வெகுநேரம் நடந்து, குளிரில் உடம்பே விறைத்துவிட்ட தாகக்கூறி அவனை இங்கே அழைத்து வந்தேன். உண்மையில், அவ னிடம் நான் ஒரு சுதந்திரச் சிந்தனையுள்ள, மரபுமூலப் பின்னெறி வான காலெந்தெரி அல்லது இன்னும் சொல்லப்போனால் நானே ஒரு காலெந்தெரியாக உருவாக விரும்புபவன் என்று காட்டிக் கொள்ள ஆசைப்பட்டிருந்தேன். சிறார்களோடு பாலுறவு கொள்கிற, கஞ்சா புகைக்கிற, நாடோடியாய் அலைகிற, எல்லாவித நெறிபிறழ்ந்த

நடத்தைகளிலும் ஈடுபடுகிற ஒரு துறவியர் மரபின் கடைசிச் சீடன் நான் என்பதை வசீகரன் தெரிந்து கொண்டால், என்மீது அவனுக்கு பயம் வரும், மேலும் மதிப்புகூடும், அதனால் மௌனமாக அடங்கிப் போய்விடுவான் என்று நினைத்திருந்தேன். ஆனால் விதி வேறுவிதமாக மாறி, நினைத்ததற்கு தலைகீழாக நடந்தது. மந்தபுத்திக்காரனான நமது பால்யகால நண்பன் பயப்படுவதற்குப் பதிலாக அருவருப் படைந்தான். உன் எனிஷ்டேவிடமிருந்து அவன் கேள்விப்பட்டிருந்த மததூஷணை பற்றிய குற்றச்சாட்டுகள் உண்மைதான் என்று முடிவு செய்துவிட்டான். எனவே, என்னிடம் முதலில் 'எனக்கு உதவு; நாம் நரகத்திற்குப் போகமாட்டோம் என்று என்னை சமாதானப் படுத்து; அப்போதுதான் இன்றிரவு நிம்மதியாகத் தூங்குவேன்' என்று புலம்பிக் கொண்டிருந்த நமது அன்பிற்குரிய பயிற்சித்தோழன், புதிதாக உண்டான ஒரு பயமுறுத்தும் தொனியில் 'இது பாவத்திலும் தீவினையிலும்தான் முடியப்போகிறது' என்றெல்லாம் அடித்துப் பேசத்தொடங்கிவிட்டான். நாம் இந்தக் கடைசி ஓவியத்தில் இப்படிப் பட்ட அத்துமீறல்களை செய்திருக்கிறோம் என்பதை நமது சுல்தான் அறிந்தால், நம்மை சும்மாவிடமாட்டார் என்று எர்ஸுரூமின் மதபோதகர் ஹோஜா கூறிவருவது எவ்வளவு உண்மை என்று புலம்பினான். அப்படி எந்த நெறிமீறல்களும் இல்லை என்று அவனை சமாதானப்படுத்துவது இயலாத காரியமாகிவிட்டது. மதபோதகரின் மந்தபுத்தி கூட்டத்தினரிடம் அவன் எனிஷ்டேவின் வக்கிரங்களை, மத அவமதிப்புகளை, பிசாசை விரும்பத்தக்கவகையில் தீட்டியிருப் பதை மிகையாக பிரஸ்தாபிக்க, அவர்கள் அந்த அவதூறுகளின் ஒவ்வொரு வார்த்தையையும் அப்படியே நம்பிவிட்டனர். ஓவியர்கள் மட்டுமல்ல, கலைப்பிரிவினர் எல்லோருமே நமது சுல்தான் நமக்குத் தருகின்ற விசேஷமான முக்கியத்துவத்திற்காக நம்மீது பொறாமையை வளர்த்துக் கொண்டிருக்கின்றனர். இது எப்படி நிகழ்ந்தது என்று உங்களுக்கு விளக்கவேண்டியதில்லை. இப்போது அவர்கள் அனை வரும் ஒரே குரலில் 'நுண்ணோவியர்கள் மதத்துரோகத்தில் ஈடுபட் டிருக்கின்றனர்' என்று சந்தோஷமாகக் கூவப்போகின்றனர். மேலும், எனிஷ்டேவிற்கும் வசீகரனுக்கும் இடையேயிருந்த நெருக்கம் இந்த அவதூற்றை உண்மையென்று நிரூபிக்கப்போகிறது. நான் ஏன் 'அவ தூறு' என்கிறேனென்றால் என் சகோதரன் வசீகரன் ஓவியமலரைப் பற்றியும் கடைசி ஓவியத்தைப் பற்றியும் சொன்னவற்றை நான் நம்பியிருக்கவில்லை. அப்படியே இருந்தாலும், காலமான உன் எனிஷ்டேவின் மீது எனக்கு எந்த காழ்ப்புணர்வும் இல்லை. நமது சுல்தான் அவர்கள் குருநாதர் ஒஸ்மானிடமிருந்து எனிஷ்டே எஃபெண்டியிடம் தனது ஆதரவை திசைமாற்றிக்கொண்டது மிகவும் சரியான செயல் என்றே நினைக்கிறேன். அதேயளவு இல்லாவிட் டாலும்கூட, எனிஷ்டே பிராங்கிய ஓவியர்களைப் பற்றியும் அவர் களது கலைத்திறனைப் பற்றியும் சாங்கோபாங்கமாக விளக்கியதைக் கூட நான் நம்பத்தான் செய்கிறேன். பிராங்கிய கலைஞர்களிட

மிருந்து எந்தவொரு அம்சத்தையும் ஆட்டமன் கலைஞர்களாகிய நாம், நமது மனதிற்கேற்றபடி அயல்நாட்டுப்பயணம் ஒன்றில் எவ்வளவு தூரத்திற்கு பார்த்துத் தெரிந்துகொள்ள முடியுமோ அந்தளவுக்கு உள்வாங்கிக் கொள்ளலாம் என்றே நம்புகிறேன். இதனால் பிசாசை பண்டமாற்றம் செய்துகொள்வோமோ என்றோ, நம்மீது அடாத பழி விழுந்துவிடுமோ என்றோ பயப்படத் தேவையில்லை. வாழ்க்கை எளிமையானது. உன் எனிஷ்டே, அவர் ஆன்மா சாந்தியடையட்டும், குருநாதர் ஒஸ்மானுக்கு அடுத்த ஸ்தானத்தில் இருக்கிறார். இந்தப்புதிய வாழ்க்கையில் அவர்தான் எனக்கு புதிய தந்தை."

"அந்த விஷயத்தை இப்போது பேசவேண்டாம்" என்றான் கருப்பு. "முதலில் நீ எப்படி வசீகரனைக் கொன்றாய் என்று சொல்."

"அந்தச் செயலா?" 'கொலை' என்ற வார்த்தையை நான் பயன்படுத்தமுடியாது என்பதை உணர்ந்திருந்தேன். "அந்தச் செயலை நான் புரிந்தது நமக்காக, நம்மைக் காப்பாற்றிக் கொள்வதற்காக மட்டுமல்ல, நமது ஓவியக்கூடம் நாசமாகிப் போகாமல் காப்பாற்றப்படுவதற்காகவும்தான். வசீகரன் எஃபெண்டிக்கு தான் ஒரு வலுவான அச்சுறுத்தலை விடுத்துக்கொண்டிருக்கிறோம் என்பது தெரியும். இந்தக் கயவன் எந்தளவுக்கு வெறுத்தொதுக்கக்கூடியவன் என்பதை எனக்குக்காட்டுமாறு எல்லாம் வல்ல இறைவனிடம் இறைஞ்சிக் கேட்டுக்கொண்டேன். அவனுக்கு பணம் தருவதாக நான் கூறிய போது என் பிரார்த்தனை பலித்தது. அவன் எந்தளவுக்கு ஈனப்பிறவி என்பதை இறைவன் காட்டினார். இந்தத் தங்கக்காசுகள் தெய்வீகத் தூண்டலால் என் ஞாபகத்துக்கு வந்தன. நான் பொய் சொன்னேன். அந்தத் தங்கக்காசுகள் இங்கே இந்த இடத்தில் இல்லை, வேறெங்கோ ஒளித்து வைத்திருக்கிறேன் என்றேன். நாங்கள் வெளியே சென்றோம். அவனை வெறிச்சோடிய தெருக்கள், ஆளரவமற்ற பகுதிகளின் வழியே எங்கே செல்கிறோம் என்று தெரியாமல் கூட்டிச்சென்றேன். நான் என்ன செய்யவேண்டுமென்று எந்தத் திட்டமும் இருக்கவில்லை. சுருக்கமாகச் சொன்னால், நான் பயந்துபோயிருந்தேன். வெகுநேரம் அலைந்தபிறகு, நாங்கள் ஏற்கனவே கடந்துசென்ற ஒரு தெருவிற்குள் மீண்டும் நாங்கள் நுழைந்தபோது, தன் வாழ்க்கை முழுவதையும் வடிவத்திற்கும் செய்ததையே செய்யும் மறுபகர்ப்புக்கும் அர்ப்பணித்திருந்த மெருகாளனான வசீகரன், சந்தேகப்படத் தொடங்கினான். ஆனால் இறைவன் எனக்கு தீக்கிரையான ஒரு வெற்றுநிலத்தையும் அருகிலிருந்த ஒரு பாழடைந்த கிணற்றையும் அடையாளம் காட்டினார்."

இந்தக் கட்டத்தில் என்னால் மேலே தொடரமுடியாது என்று எனக்குத் தெரிந்தது. அதை அவர்களிடம் சொன்னேன். "என்னுடைய இடத்தில் நீங்கள் இருந்திருந்தால், உங்களுடைய சகோதர ஓவியர்களை அழிவிலிருந்து மீட்டெடுக்க இதைத்தான் செய்திருப்பீர்கள்" என்றேன் திடமாக.

அவர்கள் நான் சொன்னதை ஏற்றுக்கொண்டதை கேட்டபோது எனக்கு அழவேண்டும் போலிருந்தது. எனக்குத் தகுதியில்லாத அவர்களது பரிவுணர்ச்சியால்தான் என் இதயம் இளகிவிட்டது என்று சொல்ல வந்தேன், ஆனால் சொல்லவில்லை. அவனைக் கொன்ற பிறகு கிணற்றுக்குள் தூக்கிப்போட்டபோது, அவன் உடல் கிணற்றின் அடித்தரையில் மோதிய சத்தத்தை மீண்டும் கேட்டதால்தான் என்று சொல்ல வந்தேன், ஆனால் சொல்லவில்லை. ஒரு கொலைகாரனாக ஆவதற்கு முன் நான் எவ்வளவு சந்தோஷமாக எல்லோரையும் போலிருந்தேன் என்று சொல்லவந்தேன் ஆனால் சொல்லவில்லை. என் சிறுவயதில் எங்கள் தெருப்பகுதியில் அலைந்துகொண்டிருந்த ஒரு குருட்டுப்பிச்சைக்காரன் என் மனக்கண் முன்னால் தோன்றினான். ஓர் அழுக்கான குவளையை அதைவிட அழுக்கான அவன் உடைக்குள்ளிருந்து எடுத்து, தெருவில் தூரத்திலிருந்து வேடிக்கை பார்த்துக்கொண்டிருக்கும் சிறுவர்கள் எங்களை நோக்கி, "பையன்களா, இந்தக் குருட்டுக்கிழவனுக்கு உங்களில் யார் குழாயிலிருந்து தண்ணீர் பிடித்துத் தரப்போகிறீர்கள்?" என்பான். யாருமே கிட்ட நெருங்கமாட்டோம். "இது புண்ணிய காரியம், பையன்களா! வந்து உதவுங்கள்!" என்பான். அவன் கருவிழிகள் சோகையாக வெளுத்து ஏறக்குறைய வெண்படலத்தின் நிறத்திலேயே இருக்கும்.

அந்தக் குருட்டுக் கிழவனோடு ஒப்பிட்டுக்கொண்டதை நினைத்து உடம்பை உதறிக்கொண்டு, எனிஷ்டே எஃபெண்டியை எப்படி தீர்த்துக் கட்டினேன் என்பதை விளக்கமாக ரசித்துப் பேசாமல் வேகமாகச் சொல்லி முடித்தேன். ரொம்பவும் நேர்மையாகவோ அல்லது ரொம்பவும் பொய்யாகவோ சொல்லவில்லை. சொல்வதற்கு ஒரு சீரான நடை கிடைத்துவிட்டது. சொல்லும் என் இதயத்தையும் அதிகம் உறுத்தாதவகையில், எனிஷ்டேவின் வீட்டுக்கு அவரை கொலை செய்யும் நோக்கத்தோடு போகவில்லை என்று அவர்களை நம்பவைக்கும்படியான ஒரு தொனி பேச்சில் வந்துவிட்டது. அது முன்கூட்டியே திட்டமிட்ட கொலை அல்ல என்பதை அவர்களுக்கு தெளிவாக்க விரும்பினேன். "தவறான உள்நோக்கங்கள் கொண்டிருக்காத ஒருவன் நரகத்திற்கு எப்போதும் செல்வதில்லை" என்று எனக்கு நானே குற்றவிடுதலையளித்துக் கொண்டபோது அவர்களும் அதை ஏற்றுக்கொண்டிருப்பார்கள்.

ஆழ்ந்த சிந்தனையோடு பேசத்தொடங்கினேன்: "அல்லாஹ்வின் தேவதைகளிடம் வசீகரன் எஃபெண்டியை சரண்செய்தபிறகு, இறந்துபோன என்னருமை நண்பன் தனது கடைசிக் கணங்களில் என்னிடம் தெரிவித்தது என் மனதை புழுவைப்போல அரிக்கத் தொடங்கிவிட்டது. என் கைகளை ரத்தக்கறையாக்கிக் கொண்டதற்கு காரணமாயிருந்த இறுதி ஓவியம் என் மனதில் விஸ்வரூபமெடுத்துக் கொண்டிருந்தது. இதைத் தீர்ப்பதற்காக உன் எனிஷ்டேவின் வீட்டிற்குச் சென்றேன். அவர் இப்போதெல்லாம் நம் யாரையுமே

வீட்டுக்கு கூப்பிடுவதில்லை. அந்த ஓவியத்தைப் பற்றி அவரிடம் கேட்டபோது, அதை என்னிடம் காட்டாதது மட்டுமல்ல அதைப் பற்றி அலட்டிக்கொள்வதற்கு எதுவுமில்லை என்பதுபோல நடந்து கொண்டிருந்தார். கொலை செய்யவேண்டிய அளவுக்கு மர்மமாக எந்த ஒரு ஓவியமோ அல்லது வேறு கலைபடைப்புகளோ அங்கே யில்லை என்று நக்கலாகப் பேசினார்! மேலும் என்னை அவர் அவமானப்படுத்துவதிலிருந்து தப்பிக்கவும் அவரை திடுக்கிடவைத்து கவனத்தை நிலைநிறுத்தவும் நானே முந்திக்கொண்டு, வசீகரன் எஃபெண்டியைக் கொன்று கிணற்றில் எறிந்தவன் நான்தான் என்று தெரிவித்தேன். ஆம், அதற்குப்பின் அவர் என்னை விளையாட்டாக எடுத்துக்கொள்வதை நிறுத்திவிட்டார். ஆனால் தொடர்ந்து அவமானப் படுத்திக்கொண்டுதான் இருந்தார். தன் மகனை அவமானப்படுத்து பவர் எப்படி ஒரு தந்தையாக இருக்கமுடியும்? மகத்தான குருநாதர் ஒஸ்மான்கூட நம்மை எரிச்சல்படுத்துவார், அடிப்பார்; ஆனால் ஒருமுறைகூட அவமானப்படுத்தியதில்லை. அப்படிப்பட்ட பெருமக னாருக்கு நாம் துரோகம் இழைத்திருக்கிறோம், என்னருமை சகோ தரர்களே!"

என் சகோதரர்களைப் பார்த்து புன்னகைத்தேன். அவர்களின் மொத்த கவனமும் என் கண்களின்மீது பதிந்திருந்தன. மரணப்படுக்கை யில் பேசுபவனைக் கேட்பதைப்போல என்னைக் கேட்டுக்கொண்டிருந் தனர். மரணத்தருவாயில் இருப்பவனைப்போலவே எனக்கும் அவர் களின் உருவங்கள் வேகமாக மங்கியபடியே மேலும் மேலும் தூரமாக விலகிச்சென்று கொண்டிருந்தன.

"உன் எனிஷ்டேவை நான் கொன்றதற்கு இரண்டு காரணங்கள். முதல் காரணம், அவர் நமது மகத்தான குருநாதர் ஒஸ்மான் அவர் களை அந்த வெனீஸிய ஓவியன் ஸெபாஸ்டினோவைப் பார்த்து நகலெடுக்க வெட்கமில்லாமல் கட்டாயப்படுத்தியது. இரண்டாவது, ஒரு பலவீனமான தருணத்தில் என் தரத்தைத் தாழ்த்திக்கொண்டு அவரிடம் எனக்கென்று தனியாக பாணி என்ற ஒன்று இருக்கிறதா என்பதை கேட்டுவிட்டது."

"அதற்கு அவர் என்ன சொன்னார்?"

"எனக்கென்று ஒரு பாணி இருப்பதுபோலத்தான் சொன்னார். அவரிடமிருந்து அந்த வார்த்தை வருவதால் அதை அவமரியாதையாக எடுத்துக்கொள்ள முடியாது. இது ஒருவிதத்தில் பாராட்டுதானா என்றுகூட வெட்கம்கெட்டு யோசித்துக்கொண்டிருந்தது ஞாபகம் வருகிறது. பாணி என்பதை வேரற்றதன்மை, அகௌரவம் என்று கருதிவந்திருக்கிறேன். ஆனால் சந்தேகம் என்னைத் தின்று கொண் டிருந்தது. எனக்கு இந்தப்பாணி என்பதே வேண்டாம். ஆனால் பிசாசு என்னை கவர்ந்திழுத்துக்கொண்டிருந்தது. எனக்கும் ஆர்வமாக இருந்தது."

கருப்பு சாமர்த்தியமாக, “எல்லோருமே பாணி ஒன்று வேண்டு மென்று விரும்புகிறார்கள்” என்றான். “நமது சுல்தான் அவர்களைப் போலவே தமது உருவப்படத்தை வரைந்துகொள்ளும் விருப்பம் எல்லோருக்குமே இருக்கிறது.”

“இந்த வியாதியை கட்டுப்படுத்திக்கொள்ள முடியாதா?” என்று கேட்டேன். “இந்தக் கொள்ளை நோய் பரவும்போது ஐரோப்பியர் களின் ஆதிக்கத்திற்கு முன் நம்மில் யாராலும் எதிர்த்து நிற்கமுடியாது.”

நான் பேசுவதை யாரும் கேட்டுக்கொண்டிருக்கவில்லை. கருப்பு ஒரு துருக்கிய தளபதியின் சோகக்கதையை அளந்து கொண்டிருந் தான். ஷா ஒருவருடைய மகளின்மேல் காதல்கொண்ட அந்தத் தளபதி சரியான சந்தர்ப்பத்திற்காக காத்திருக்காமல் அவசரப்பட்டு தன் காதலைச் சொல்லிவிடுகிறானாம். அதற்காக கட்டாய மாறுதலில் அவன் சீனாவிற்கு அனுப்பப்படுகிறானாம். அவன் காதலியின் உருவப்படம் அவனிடம் இல்லாததால் 12 வருடங்களுக்கு அம்முகத்தை கற்பனையில் கனவு கண்டு, கனவு கண்டு, சீன அழகிகளின் முகங் களுக்கு மத்தியில் அவள் முகத்தை மறந்தே போகிறானாம். அவனது இந்தக்காதல் துயரம், அல்லாஹ்வின் தீர்க்கமான சோதனையாக அவனுக்கு உருமாற்றம் கொண்டுவிடுகிறதாம்.

“உன் எனிஷ்டேவின் உபயத்தால் நாம் எல்லோருமே ‘உருவப் படம்’ என்பதற்கான அர்த்தத்தை கற்றுக்கொண்டுவிட்டோம்” என் றேன். “என்றாவது ஒருநாள் நாமும் நமது சொந்த வாழ்க்கைக் கதைகளை அவற்றை எப்படி வாழ்கிறோமோ அப்படியே சொல்லத் தொடங்குவோம் என்று நம்பலாம்.”

“எல்லா கட்டுக்கதைகளும் எல்லோருடைய கதைகள்தான்” என்றான் கருப்பு.

“எல்லா சித்திரங்களும் இறைவனின் சித்திரங்கள்தான்” என்று ஹெராத்தின் கவிஞன் ஹதீஃபியின் கவிதையை நிறைவுசெய்தேன். “ஐரோப்பியர்களின் முறைகள் பரவும்போது, மற்றவர்களின் கதை களை தமது கதைகள் போலவே சொல்வது ஒரு விசேஷத்திறமை என்று எல்லோரும் கருதுவார்கள்.”

“இது சாத்தானின் திருவிளையாடல்தானே தவிர, வேறில்லை.”

“என்னை விடுவியுங்கள்” நான் கத்தினேன். “உலகத்தை கடைசி முறையாக பார்த்துக்கொள்கிறேன்.”

அவர்கள் நடுநடுங்கிப் போயினர். எனக்குள் ஒரு புதிய நம்பிக்கை எழுந்தது.

“கடைசி ஓவியத்தை எடுத்துக்காட்டுவாயா?” கருப்பு கேட்டான்.

கருப்பை நான் பார்த்த பார்வையில், நான் நிச்சயம் காட்டுவேன் என்பது புரிந்து என்னை விடுவித்தான். என் இதயம் வேகமாகத் துடிக்கத் தொடங்கியது.

நான் மறைக்க முயன்றுகொண்டிருக்கும் என் அடையாளத்தை வெகுநேரத்திற்கு முன்பாகவே நீங்கள் கண்டுபிடித்துவிட்டிருப்பீர்கள் என்பது தெரியும். இருப்பினும், ஹெராத்தின் பழம்பெரும் ஓவியர்கள் தமது அடையாளத்தை ஒளித்து வைப்பதற்காக இல்லாவிட்டாலும், கொள்கையின் காரணமாகவும் தமது குருநாதர்களின்மேல் இருக்கும் மதிப்பின் காரணமாகவும் தமது கையொப்பத்தை ஓவியங்களில் ஒளித்துவைப்பதைப்போல நானும் நடந்துகொண்டிருப்பதற்காக ஆச்சரியப்படாதீர்கள். கையில் எண்ணெய் விளக்கோடு, துறவிமடத்தின் கும்மிருட்டு அறைகளினூடாக என் வெளிறிய நிழலுக்கு வழிவிட்டபடி துடிப்போடு நடந்துசென்றேன். இருண்மையின் திரை என் விழிகளின்மேல் விழத்தொடங்கிவிட்டதா அல்லது இந்த அறைகளும் நடைவழிகளும் உண்மையாகவே இவ்வளவு இருட்டாகத்தான் இருக்கின்றனவா? என் கண்கள் முழுக்குருடாகப்போவதற்கு இன்னும் எத்தனை நாட்கள், வாரங்கள், எவ்வளவு நேரம் இருக்கிறது? என் நிழலும் நானும் சமையலறையின் பிசாசுகளுக்கு மத்தியில் நின்றோம். அந்த அறையின் சுத்தமான மூலையில் இருந்த புழுதிபடிந்த நிலைப் பெட்டியிலிருந்து காகித அடுக்குகளைத் தூக்கிக்கொண்டு வேகமாகத் திரும்பி வந்தேன். முன்னெச்சரிக்கையாக கருப்பும் பின்தொடர்ந்து வந்திருந்தான். ஆனால் அவனது பிச்சுவாவை எடுக்காமல் மறந்து வந்திருப்பதை கவனித்தேன். அந்தப் பிச்சுவாவை எடுத்து எனக்கு பார்வை முழுசாகப் போவதற்கு முன் அவன் கண்களைக் குத்தி குருடாக்கிவிடலாமா?

"நான் குருடாகிப்போவதற்குமுன் இதனை மீண்டும் ஒருமுறை பார்ப்பதற்காக சந்தோஷப்படுகிறேன்" என்றேன் பெருமையாக. "நீங்களெல்லோரும் இதைப்பார்க்கவேண்டும். இங்கே பாருங்கள்"

எண்ணெய் விளக்கின் வெளிச்சத்தினடியில், எனிஷ்டேவை கொலைசெய்த அன்று அவர் வீட்டிலிருந்து எடுத்துவந்த அந்த இறுதிஓவியத்தை அவர்களுக்குக் காட்டினேன். அந்த ஈரிதழ் ஓவிய விரிப்பை ஆர்வத்தோடும் பயந்து ஒடுங்கிய பாவனையோடும் உற்றுக் கவனிப்பதை பார்த்துக்கொண்டே, அவர்களைச் சுற்றிவந்து சேர்ந்து கொண்டேன். ஓவியத்தைப் பார்க்கும்போது எனக்கு மெலிதான நடுக்கம் பரவியது. என் கிழிபட்ட கண்களாலோ அல்லது திடீரென்ற ஆனந்தப்பரவசத்தாலோ காய்ச்சல் கண்டிருப்பதைப் போலுணர்ந் தேன்.

கடந்த ஓராண்டாக அந்த இரட்டை ஏடுகளின் பல்வேறு பகுதிகளில் சிறியதும் பெரியதுமாக மரம், குதிரை, சாத்தான், மரணம், நாய், பெண் என்று எங்களால் வரையப்பட்டிருந்த தனித்தனியான சித்திரங்கள் எனிஷ்டேவின் மடத்தனமான புதுவித இணைப்பாக்கத்தில் அமைக்கப்பட்டிருந்தன. காலமான வசீகரன் எஃபெண்டி உருவாக்கியிருந்த மெருகலங்காரங்களும் எல்லை வரம்பு வேலைப் பாடுகளும் அச்சித்திரத்தை ஒரு புத்தகத்தைத் திறந்து பார்ப்பதைப்

போலில்லாமல் சன்னல் வழியே உலகத்தை பார்ப்பதைப் போலாக்கி யிருந்தது. இந்த உலகத்தின் மையத்தில், நமது சுல்தான் அவர்களின் படம் இருக்கவேண்டிய இடத்தில் எனது சொந்த உருவப்படம் அமைந்திருந்தது. அதைக்கொஞ்சநேரம் பெருமையோடு பார்த்திருந் தேன். எனக்குக் கொஞ்சம் அதிருப்தியாகத்தான் இருந்தது. கண்ணா டியைப் பார்த்து நாட்கணக்காக வரைந்து வரைந்து, அழித்து, மீண்டும் வரைந்து உருவாக்கிய உருவப்படத்தில் என்னுடைய முகச்சாயலை ஓரளவுக்குமேல் என்னால் கொண்டுவந்திருக்க முடியவில்லை. இருந் தாலும் அந்தப்படம் உலகத்தின் மையத்தில் அமைந்திருப்பதால் கட்டுக்கடங்காத மகிழ்ச்சியை அது உண்டாக்கினாலும், காரணம் கூறமுடியாத ஏதோவோர் அமானுஷ்ய விளைவினால் உண்மையாக நானிருப்பதைவிட அழுத்தம் மிகுந்தவனாக, சிக்கலானவனாக, மர்மமானவனாக அது என்னைக் காட்டியது. எனது ஓவிய சகாக்கள் எனது புளகாங்கிதத்தை புரிந்துகொண்டு, ஏற்றுக்கொண்டு, பகிர்ந்துகொள்ள வேண்டும் என்பது மட்டும்தான் எனது ஒரே ஆசை. ஒரு சுல்தானைப்போல, ஒரு மாமன்னனைப்போல, அனைத் திற்கும் மையமாக நான் இருக்கிறேன். அதே நேரத்தில் நான் நானாகவும் இருக்கிறேன். இந்தச்சூழ்நிலை எனது சங்கடத்தை அதிகரித்துக்கொண்டே, என் பெருமிதத்தையும் கூட்டியது. இறுதியில் இவ்விரு உணர்ச்சிகளும் ஒன்றையொன்று சமனப்படுத்திக்கொள்ள, நான் இலகுவாகி அந்த ஓவியத்தின் மெய்மறக்கும் சந்தோஷத்தில் மூழ்கினேன். இந்த சந்தோஷம் முழுமையடைய வேண்டுமென்றால், பிராங்கிய ஓவியர்கள் வரைவதைப்போல என் முகத்தின் எல்லா சுருக்கங்களும் நிறவேறுபாடுகளும் நிழல்களும் மச்சங்களும் கொப்புளங் களும் என் மீசையின் ஒவ்வொரு இழைகளும் தத்ரூபமாக வரையப் பட்டு, என் உடைகளின் மடிப்பு, அவற்றின் நிறங்கள், நிழல்கள் வரை நுட்பமாக, பரிபூரணமாக அந்த உருவப்படத்தில் பெயர்க்கப் பட்டிருக்கவேண்டும்.

என் பழைய நண்பர்களின் முகங்களில் பயம், திகைப்பு, நம்மெல் லோரையும் மென்றுவிழுங்கும் தன்மைகொண்ட பொறாமை எல்லாம் கலந்திருந்தது. தப்பிக்கவியலாதபடி பாவச்சுழலில் சிக்கியிருக்கும் ஒரு மனிதனின்மீது அவர்களுக்கிருக்கும் வெறுப்பையும் கோபத்தையும் விட பொறாமைதான் அதிகமாகத் தெரிந்தது.

“இங்கே நான் தங்கும் இரவுநேரங்களில் எண்ணெய் விளக்கின் வெளிச்சத்தில் இந்த ஓவியத்தை வெறித்துக்கொண்டிருக்கும்போது முதன்முறையாக கடவுள் என்னை கைவிட்டுவிட்டார், எனது இந்தத் தனிமையில் சாத்தான் மட்டும்தான் எனக்கு நட்பாக இருக்கமுடியும் என்றெல்லாம் எனக்குத் தோன்றியது” என்றேன். இந்த உலகத்தின் மையத்தில் உண்மையிலேயே நான் இருப்பதாக இருந்தாலும் – ஒவ்வொருமுறை இவ்வோவியத்தை பார்க்கும்போதும் அப்படி நினைத்துக்கொள்ளத்தான் விரும்புகிறேன் – அந்த ஓவியத்தில் ஆக்கிர

மித்திருக்கும் சிவப்பின் ஆகர்ஷத்தை மீறி, என்னைச் சுற்றியமைந்திருக்கும் நான் மிகவும் நேசிக்கின்ற பொருட்களையும் மீறி, என் பிரியத்திற்குரிய துறவியர்களையும் ஷெகூரேவின் சாயலில் இருக்கும் பெண்ணையும் மீறி நான் தனியனாகத்தான் இருந்து வருகிறேன். எனக்கென்று ஒரு குணாம்சமும் தனித்தன்மையும் கிடைப்பதில் எனக்கு அச்சமில்லை. என்னை மற்றவர்கள் பணிந்து வணங்குவதிலும் எனக்கு பயமில்லை. உண்மையில் அதற்காகத்தான் நான் ஏங்குகிறேன்."

"உனக்குக் கொஞ்சம்கூட உறுத்தலாகவே இல்லையா?" வெள்ளிக்கிழமை தொழுகையிலிருந்து அப்போதுதான் வெளியே வந்தவனைப் போல நாரை கேட்டான்.

"ஒரு பிசாசைப்போல நான் உணர்வதற்குக் காரணம், இரண்டு பேரை நான் கொன்றிருப்பதால் அல்ல, என் உருவப்படத்தை இந்தவகையில் நானே உருவாக்கியிருப்பதால்தான். இந்தப்படத்தை உருவாக்குவதற்காகத்தான் அவர்களைத் தீர்த்துக்கட்டினேனோ என்று கூட சந்தேகப்படுகிறேன். ஆனால் நான் இப்போது உணரும் தனிமை என்னை பயமுறுத்துகிறது. பிராங்கிய ஓவியர்களின் அபாரமான தரத்தை எட்டமுடியாத நிலையில் அவர்களைப் போலி செய்வது நுண்ணோவியனை மேலும் அடிமையாக்கிவிடுகிறது. இந்தப் பொறியிலிருந்து தப்பிக்க இப்போது துடித்துக்கொண்டிருக்கிறேன். உங்கள் எல்லோருக்குமே இப்போது தெரிந்துவிட்டது: மொத்தத்தில் ஓவியக்கூடம் எப்போதும்போல நீடித்திருக்கவேண்டுமென்பதற்காக அவ்விருவரையும் நான் கொன்றேன்; அல்லாஹ் இதனை நிச்சயம் அறிவார்."

"ஆனால் இதன்மூலம் எங்களுக்கு அதைவிடப் பெரிய பிரச்சினைகள் வருமே?" என்றான் என் அன்பிற்குரிய வண்ணத்துப்பூச்சி.

ஓவியத்தை இன்னமும் சுவாரஸ்யமாகப் பார்த்துகொண்டிருந்த அந்த முட்டாள் கருப்பின் மணிக்கட்டை திடுதிப்பென்று பாய்ந்து பிடித்தேன். என் சக்தி முழுவதையும் செலுத்தி அவன் சதைக்குள் என் விரல் நகங்களை ஊன்றி ஆத்திரத்தோடு முறுக்கினேன். கையில் இலேசாகப் பிடித்திருந்த பிச்சுவா கீழே விழுந்தது. அதைப்பாய்ந்து எடுத்துக்கொண்டேன்.

"உன் பிரச்சினைகளிலிருந்து தப்பித்துக் கொள்வதற்காக என்னை நீ சித்திரவதைக்கூடத்திற்கு தள்ளிவிடமுடியாது" என்றேன். அவன் கண்ணை நோண்டிவிடுவதைப்போல பிச்சுவாவின் கூர்முனையை கருப்பின் முகத்தருகே கொண்டுசென்றேன். "அந்த இறகு ஊசியைக் கொடு!"

அவனது மறுகையால் ஊசியை எடுத்துக் கொடுத்தான். அதை என் இடுப்புவாரில் செருகிக்கொண்டேன். அவனது ஆட்டுமுழியில் என் பார்வையைக் குவித்தேன்.

"வேறு வழியில்லாமல் பேரழகுப்பெண் ஷெகூரே உன்னை மணந்துகொண்டிருக்கிறாள்; அவளுக்காக பரிதாபப்படுகிறேன்" என்றேன். "உங்கள் எல்லோரையும் அழிவிலிருந்து காப்பாற்றுவதற்காக வசீகரன் எஃபெண்டியை நான் கொல்லாதிருந்தால் அவள் என்னைத்தான் மணந்துகொண்டு சந்தோஷமாக இருந்திருப்பாள். அவளுடைய தந்தையார் எங்களுக்குச் சொன்ன ஐரோப்பியர்களின் கதைகளையும் திறமைகளையும் முழுமையாகப் புரிந்துகொண்டவன் நான் மட்டும்தான். எனவே, நான் சொல்லவருவதை கடைசிவரை கவனமாகக் கேள்: நம்மைப் போன்ற நுண்ணோவியக் கலைஞர்கள் கௌரவத்தோடும் திறமைக்கான மதிப்போடும் வாழ்வதற்கு இந்த இஸ்தான்புல்லில் இனிமேல் எந்த இடமும் கிடையாது. ஆம், இது எனக்கு நன்றாகப் புரிந்துவிட்டது. பிராங்கிய கலைஞர்களைப் போலி செய்வதற்கு நாம் கட்டாயப்படுத்தப்பட்டால், எர்ஸுரூமிகளைப் போன்றவர்களும் வசீகரன் எஃபெண்டியைப் போன்றவர்களும் இல்லாவிட்டால்கூட நமக்குள் நியாயமாக ஒளிந்திருக்கும் கோழைத் தனம் நம்மை முடக்கிப்போட்டு நம்மால் அந்த மார்க்கத்தில் செயல் படவைக்காமல் போய்விடும். பிசாசின் வசியத்தில் வீழ்ந்து நமது கலாச்சாரப் பரிச்சயமற்ற வழியில் ஓர் அந்நிய பாணியையும் ஐரோப்பிய அம்சத்தையும் அடைவதற்காக பலனில்லாமல் முயற்சித்துக்கொண்டிருந்தால் அப்போதும் நாம் தோல்வியைத்தான் தழுவுவோம் – எனக்கு எவ்வளவுதான் கலைத்தேர்ச்சியும் ஞானமும் இருந்தாலும்கூட என் சுயஉருவப்படத்தை வரைவதில் தோல்வி கண்டிருப்பதைப்போல. என் முகச்சாயலுக்கு சிறிதளவும் அருகில் வராதபடி நான் வரைந்திருக்கும் இந்த முதிர்ச்சியற்ற சித்திரம், நாம் ஆரம்பம் முதல் அறிந்திருக்கிற, ஆனால் இதுவரை ஒப்புக்கொண்டிராத ஒரு விஷயத்தை எனக்கு புலப்படுத்தியிருக்கிறது: பிராங்கியர்களின் தேர்ச்சியை நாம் அடைவதற்கு இன்னும் பல நூற்றாண்டுகள் தேவைப்படும். எனிஷ்டே எஃபெண்டியின் ஓவியமலர் முடிக்கப்பட்டு அவர்களுக்கு அனுப்பப்பட்டால், வெனீஸிய கலைஞர்கள் அதைப் பார்த்து ஏளனமாக நகைத்திருப்பார்கள். அவர்களின் கிண்டல் வெனீஸிய குடியரசுத்தலைவர் டோகேவை எட்டியிருக்கும், அவ்வளவுதான். ஆட்டமன்கள் ஆட்டமன்களாக இருப்பதைத் துறந்துவிட்டார்கள் என்று அவர்கள் நக்கலடித்திருப்பார்கள். பிறகு, அவர்களுக்கு நம்மீது இருந்த பயமும் போய்விடும். பண்டைய மேதைகள் பயணித்து வந்த நமது பாரம்பரிய மார்க்கத்திலேயே நாம் தொடர்வதாக இருந்தால் எவ்வளவு அற்புதமாக இருக்கும்! ஆனால் இதில் யாருக்கும் – நமது மேதகு சுல்தான் அவர்களுக்கோ அல்லது கருப்பு எஃபெண்டியைப் போன்றவர்களுக்கோ – விருப்பம் இல்லை. நமது கருப்பிற்கு அவனுடைய அந்தக் காலத்திய ஷெகூரேவின் உருவப் படம் இல்லாத கவலை. இதுதான் உங்கள் விதியாக இருக்குமென்றால், நன்றாக சப்பணமிட்டு உட்கார்ந்து ஐரோப்பியர்களை இன்னும் பலநூறு வருடங்களுக்கு நகலெடுத்துக்கொண்டே இருங்கள்!

போலி செய்யப்பட்ட ஓவியங்களுக்கு பெருமையாக கையொப்பம் இடுங்கள். ஹெராத்தின் பழம்பெரும் ஓவியர்கள் இறைவன் இவ்வுலகைப் பார்ப்பதைப்போல ஓவியத்தில் சித்தரிக்க முயன்றனர். தமது தனித்தன்மையை மறைத்துவைப்பதற்காக அவர்கள் கையொப்பமிடுவதேயில்லை. ஆனால் உங்களுடைய தனித்தன்மையின்மையை மறைப்பதற்காக உங்கள் பெயர்களை கையொப்பமிடும் இழிநிலைக்கு வந்திருக்கிறீர்கள். ஆனால் இதற்கு ஒரு மாற்று இருக்கிறது. உங்கள் ஒவ்வொருவருக்கும் அழைப்பு நிச்சயம் வந்திருக்கும். நீங்கள் என்னிடமிருந்து மறைக்கிறீர்கள்: ஹிந்துஸ்தானின் சுல்தான் அக்பர் அவரது அரண்மனைக்கு உலகத்திலுள்ள உன்னதமான கலைஞர்கள் அனைவரையும் வரவழைக்க செல்வத்தை வாரியிறைத்துக் கொண்டிருக்கிறார். இஸ்லாமின் ஆயிரமாவது ஆண்டுக்காக உருவாக்கப்படும் ஓவியமலர் இங்கே இஸ்தான்புல்லில் தயாரிக்கப்படாது, ஆக்ராவின் ஓவியக்கூடங்களில்தான் உருவாக்கப்படப் போகிறது, பார்த்துக்கொண்டேயிருங்கள்."

"கலைஞன் ஒருவன் உன்னைப்போல உயர்ந்தவனாக, வல்லமை மிக்கவனாக ஆவதற்கு அவன் முதலில் கொலைகாரன் ஆகவேண்டுமோ?" என்றான் நாரை நக்கலாக.

நானும் விட்டுக்கொடுக்காமல், "இல்லை, மிக உன்னதமான திறமையும் தேர்ச்சியும் கொண்டிருந்தாலே போதும்" என்றேன்.

சேவல் ஒன்று பெருமிதத்தோடு இரண்டுமுறை தூரத்தில் கூவியது. எனது மூட்டையையும் தங்கக்காசுகளையும் வடிவக்குறிப்பேடுகளையும் சேகரித்துக்கொண்டு, எனது சித்திரத்தாட்களை கோப்பில் கட்டிக்கொண்டேன். கருப்பின் தொண்டையில் நான் வைத்திருந்த பிச்சுவாவினால் அங்கிருந்தவர்களை ஒவ்வொருவராக எப்படிக் கொல்லலாம் என்று யோசித்தேன். ஆனால் என் சகோதர நுண்ணோவியர்கள்மீது எனக்கு எந்த விரோதமும் இல்லை. இறகு ஊசியால் என் கண்களைக் குத்திய நாரையின் மீதுகூட எனக்கு எந்த வருத்தமும் இல்லை.

எழுந்துநின்ற வண்ணத்துப்பூச்சியைப் பார்த்து கத்தினேன். அவன் பயந்து உட்கார்ந்துகொண்டான். மடத்திலிருந்து பத்திரமாக தப்பித்துவிட முடியுமென்ற நம்பிக்கையோடு கதவை நோக்கி நகர்ந்தேன். வாசலைத் தாண்டும்போது, ஏற்கனவே திட்டமிட்டிருந்த அந்தச் சிறப்புவாய்ந்த வாசகத்தை பொறுமையின்றி உச்சரித்தேன்:

"இஸ்தான்புல்லிலிருந்து நான் தப்பிச்செல்வது, மங்கோலிய ஆக்கிரமிப்பின்போது இபின் ஷகீர் பாக்தாத்திலிருந்து தப்பிச்செல்வதை ஒத்ததாய் இருக்கப்போகிறது."

பொறாமையே உருக்கொண்ட நாரை, "அப்படியானால் நீ கிழக்கு நோக்கிச் செல்லாமல் மேற்கை நோக்கித்தான் செல்லவேண்டும்" என்றான்.

காலம்சென்ற எனிஷ்டேவைப் போலவே நானும் அரபியில், "கிழக்கும் மேற்கும் அல்லாஹுவிற்கே உரியன" என்றேன்.

"ஆனால் கிழக்கு கிழக்குதான், மேற்கு மேற்குதான்" என்றான் கருப்பு.

"கலைஞன் ஒருவன் எந்தவிதமான அவமதிப்பான தற்பெருமைக்கும் ஆளாகக்கூடாது" என்றான் வண்ணத்துப்பூச்சி. "அவனுக்கு சரியென்றுபடுகின்ற விதத்தில் ஓவியம் தீட்டவேண்டுமேயொழிய கிழக்கு, மேற்கு என்று குழப்பிக்கொள்ளக்கூடாது."

"ரொம்பவும் சரி" என்றேன் என் அன்பிற்குரிய வண்ணத்துப்பூச்சியிடம். "என் முத்தங்களை ஏற்றுக்கொள்"

அவனை நோக்கி இரண்டடி கூட எடுத்துவைத்திருக்க மாட்டேன், கருப்பு என்மீது பாய்ந்துவிட்டான். எனது ஒருகையில் துணிகளும் தங்கக்காசுகளும் உள்ள மூட்டையும் இன்னொரு கையினடியில் சித்திரங்களின் கோப்பும் இருந்தன. எனது உடமைகளை பாதுகாத்துக் கொள்ளும் முனைப்பில் என்னை காத்துக்கொள்ளத் தவறிவிட்டேன். பிச்சுவாவைப் பிடித்திருந்த கையின் முழங்கையை அவன் பிடித்து இழுப்பதை என்னால் தவிர்க்க முடியவில்லை. ஆனால் அவனுக்கும் அதிருஷ்டம் துணையிருக்கவில்லை. ஒரு தாழ்வான பணிமேஜையில் அவன் கால்கள் சற்றே தடுக்கின. கணநேரத்திற்கு அவன் சமநிலை குலைந்தான். என் கையை முழுதாகப் பிடித்து தன் கட்டுப்பாட்டுக்குள் கொண்டுவருவதற்கு பதில் தளர்ந்து தடுமாறினான். என் முழுபலத்தையும் கொண்டு அவனை எட்டி உதைத்து அவன் விரல்களைக் கடித்தேன். என்னை விடுவித்துக்கொண்டேன். அவன் உயிருக்கு பயந்து ஓலமிட்டான். அதே கையை என் காலால் நன்றாக மிதித்து அவனுக்கு நரக வேதனையைக் கொடுத்தேன். பிச்சுவாவை மற்ற இருவரையும் நோக்கி ஆட்டி, கத்தினேன்:

"கிட்டே வராதீர்கள்!"

அவர்கள் இருந்த இடத்திலேயே சரிந்து உட்கார்ந்தனர். தொல் கதை ஒன்றில் கெய்காவூஸ் செய்வதைப்போல பிச்சுவாவின் முனையை கருப்பின் நாசித்துவாரம் ஒன்றிற்குள் செருகினேன். ரத்தம் வரத் தொடங்கியவுடன் அவனது அலைபாயும் கண்களிலிருந்து நீர் சுரந்தது.

"இப்போது சொல். நான் குருடாயிருக்க வேண்டுமா?"

"சிலருக்கு கண்களில் ரத்தம் கட்டும், சிலருக்கு ரத்தம் கட்டுவதில்லையென்று பழங்கதைகள் கூறுகின்றன. உனது கலைத்திறத்தால் அல்லாஹ் மகிழ்ச்சியுற்றிருந்தால் அவரது மகத்தான இருண்மையை உன்மேல் கவித்து அவரது பொறுப்பில் உன்னை ஏற்றுக்கொள்வார். அப்போது இந்த நீசத்தனமான உலகத்தை நீ காணமாட்டாய். அவர் காணும் அற்புதக்காட்சி வரிசைகள்தாம் உனக்குத் தெரியும்.

அவர் உன்மேல் அதிருப்தியுற்றிருந்தால் இப்போது உலகத்தை நீ பார்ப்பதைப் போலவே தொடர்ந்து பார்த்துக் கொண்டிருப்பாய்."

"ஹிந்துஸ்தானில் உண்மையான கலைப்பயணத்தைத் தொடர்வேன்" என்றேன். "அல்லாஹ் என்னை சீர்தூக்கிப் பார்க்கப்போகின்ற சித்திரத்தை நான் இன்னும் வரையவில்லை"

"பிராங்கிய முறைகளை முற்றிலுமாகத் தவிர்த்து செயல்படலாம் என்ற வீண்பிரமையில் ஆழ்ந்திருக்காதே. அப்கர் கான் அவருடைய எல்லா ஓவியர்களையும் அவர்களது படைப்புகளில் கையொப்பமிட ஊக்குவிக்கிறார் என்பது உனக்குத் தெரியுமா? போர்ச்சுகல்லின் ஜெஸுவிட் பாதிரிகள் வெகுகாலத்திற்கு முன்பே ஐரோப்பிய ஓவியங்களையும் அதன் பாணிகளையும் அங்கே அறிமுகப்படுத்தி விட்டனர். அவர்கள் இப்போது எல்லா இடங்களிலும் பரவியிருக்கின்றனர்."

"தூய்மையாக இருக்க விரும்புகிற ஒரு கலைஞனுக்கு எப்போதுமே வேலை கிடைக்கும், தங்குவதற்கு இடம் கிடைக்கும்" என்றேன்.

"ஆமாம், கண் குருடாகிப்போனபின் இல்லாத ஊர்களுக்கெல்லாம் போகப்போகிறாய்!" என்றான் நாரை.

"எதற்காக தூய்மையானவனாக இருக்க விரும்புகிறாய்?" என்றான் கருப்பு. "எங்களோடு இங்கேயே தங்கிவிடு."

"உங்கள் மீதிக்காலம் முழுவதும் தனித்துவமான பாணிக்காக பிராங்கியர்களோடு போட்டிபோட்டுக் கொண்டிருப்பதைத்தவிர வேறு எதுவும் நீங்கள் செய்யமாட்டீர்கள்" என்றேன். "பிராங்கியர்களோடு போட்டி போடுவதன் காரணமாகவே உங்களால் தனித்துவமான பாணியை அடையமுடியப் போவதில்லை என்கிறேன்."

கருப்பு இகழ்ச்சி ததும்ப, "வேறு எதுவும் செய்வதற்கில்லை" என்றான்.

அவனுக்கு அழகுத்தேவதை ஷெகூரே மட்டும்தான் சந்தோஷத்திற்கான ஊற்று, கலை வேட்கையல்ல. ரத்தம்படிந்த பிச்சுவாவை கருப்பின் ரத்தம் வழியும் மூக்கிலிருந்து எடுத்து, மரணதண்டனை விதிக்கப்பட்டவனின் தலையை வெட்டத் தயாராக இருப்பவனைப் போல அவன் தலைக்கு மேலே உயர்த்திப் பிடித்தேன்.

ஏற்கனவே வெளிப்படையாகத் தெரிந்த ஒன்றை அறிவிப்பதைப் போல, "நான் விரும்பினால் இந்தக் கணமே உன் தலையை வெட்டிச் சாய்த்துவிடமுடியும்" என்றேன். "ஆனால் ஷெகூரேவின் குழந்தைகளுக்காகவும் அவளது சந்தோஷத்திற்காகவும் உன்னைக் கொல்லாமல் விடுகிறேன். அவளிடம் நல்லபடியாக நடந்துகொள். முரட்டுத்தனமாகவோ அறிவுகெட்டத்தனமாகவோ நடந்துகொள்ளாதே. எனக்கு சத்தியம் செய்து கொடு!"

“சத்தியம்” என்றான்.

“சரி, ஷெகூரேவை உனக்கு வழங்குகிறேன்” என்றேன்.

ஆனாலும் என் கை தன்னிச்சையாக, என் வார்த்தைகளுக்கு மதிப்பு தராமல் கருப்பின் மேல் பலம் கொண்டவரைக்கும் வேகமாகக் குத்தியது.

கடைசி கணத்தில் கருப்பு நகர்ந்துவிட்டதாலும் என் வீச்சின் திசையை மாற்றிவிட்டதாலும் பிச்சுவா அவன் கழுத்திற்கு பதில் தோளைத் தாக்கியது. என் ஒத்துழைப்பின்றி என் கை மட்டும் தானாக மேற்கொண்ட இச்செயல் என்னை கதிகலங்க வைத்திருந்தது. பிச்சுவாவை எடுத்து கருப்பின் சதைக்குள் செருகியவுடன் அப் பகுதியில் சுத்தமான சிவப்பு பூத்தது. நான் செய்த காரியம் எனக்கு ஒரேநேரத்தில் பயத்தையும் அவமானத்தையும் உண்டாக்கியது. கப்பலில் இருக்கும்போது, ஒருவேளை அரபிக்கடலில், நான் குரு டாகிப்போக நேர்ந்தால் அப்போது என் சகோதர நுண்ணோவியர்கள் யார்மீதும் பழிதீர்த்துக்கொள்ள முடியாமல் போய்விடும்.

அடுத்தது தன்னுடைய முறைதான் என்பதையுணர்ந்து, நாரை பயத்துடன் உள்ளே இருட்டறைகளுக்குள் ஓடினான். விளக்கைத் தூக்கிப் பிடித்துக்கொண்டு பின்னால் துரத்திக்கொண்டு ஓடினேன். ஆனால் உடனே பயமாகவும் இருந்ததால் திரும்பினேன். விடைபெறும் போது, கடைசியாக வண்ணத்துப்பூச்சிக்கு முத்தம் தரவேண்டுமென்று விரும்பினேன். ரத்தத்திரை எங்களுக்கிடையே விழுந்துவிட்டதால் திருப்தியாக அவனை முத்தமிடமுடியவில்லை. ஆனால் என் கண் களில் கண்ணீர் வழிவதை அவன் கவனித்தான்.

கருப்பின் முனகல் மட்டும் குறுக்கிட்டுக் கொண்டிருந்த மரண நிசப்தத்தில் துறவிமடத்தைவிட்டு வெளியே வந்தேன். ஈரமும் சகதியு மாக இருந்த தோட்டத்தைக் கடந்து இருட்டுத் தெருக்களில் ஏறக் குறைய ஓடினேன். அக்பர்கானின் கலைக்கூடத்திற்கு என்னைக் கொண்டு செல்லப்போகும் கப்பல் காலைத் தொழுகைக்குப்பிறகு புறப்படப் போகிறது. பெருந்துறைமுகத்திலிருந்து அந்த நேரத்தில் கடைசி துடுப்புப்படகு அக்கப்பலை நோக்கிக் கிளம்பும்போது அதில் நானிருப்பேன். நான் ஓடும்போது கண்ணீர் அடக்கமுடியாமல் வழிந்தது.

திருடனைப்போல் அக்ஸாரேவைக் கடந்தபோது, தொடுவானத் தில் முதல் வெளிச்சக்கீற்று மங்கலாகப் புலப்பட்டது. கிளைத்தெருக் களும் குறுகலான சந்துகளும் சுவர்களும் தாண்டி, என் கண்ணில் பட்ட முதல் தண்ணீர் குழாய்க்கு எதிரில் இருந்த இந்தக் கல்வீட்டை மறக்கவே மாட்டேன். இருபத்தைந்து வருடங்களுக்கு முன் இஸ்தான் புல்லுக்கு வந்துசேர்ந்த முதல்நாளின் இரவை இந்த வீட்டில்தான் கழித்தேன். அன்றிரவு என் தூரத்து உறவுக்காரப் பெண்மணி எனக்காக

அன்போடு விரித்துவைத்த படுக்கையை பதினோரு வயதான நான் தூக்கத்தில் ஈரப்படுத்திவிட்டேன். அவமானம் தாங்காமல், இதோ திறந்திருக்கும் கதவு வழியாகத் தெரிகிறதே, இந்தக் கிணற்றில்தான் குதித்து தற்கொலை செய்துகொள்ளலாம் என்றிருந்தேன். பயாஸித்தை அடைந்தபோது (என் உடைந்துபோன கடிகாரத்தை சீராக்கித் தருகின்ற) கடிகாரம் பழுதுபார்ப்பவர் கடையும் (பூவேலை அலங் காரம் செய்து மேட்டுக்குடியினரிடம் ரகசியமாக விற்பதற்காக காலி கண்ணாடி விளக்குகளும் ஷெர்பத் கோப்பைகளும் நான் வாங்குகின்ற) கண்ணாடிப்பொருட்கள் கடையும் (குறைந்த கட்டணத் திலும் காலியாகவும் இருப்பதால் அடிக்கடி நான் செல்லும்) பொதுக்குளிய லறையும், எனக்கும் என் கண்ணீர் மல்கிய கண்களுக்கும் முன்னால் மரியாதையோடு நின்றிருந்தன.

சூறையாடப்பட்டு தீக்கிரையாகியிருந்த காபி இல்லத்தின் அருகில் ஒருவரும் காணப்படவில்லை. அழகுப்பெண் ஷெகூரேவும் இந்தக் கணத்தில் மரணத்தில் வாசலில் இருக்கக்கூடிய கருப்பும் வசிக்கும் வீட்டிற்குப் பக்கத்திலும் யாரும் இல்லை. அவர்கள் சந்தோஷமாக வாழவேண்டுமென்பதைத்தவிர வேறு எண்ணம் எனக்கில்லை. என் கைகளில் முதன்முறையாக ரத்தக்கறை படிந்த பிறகு, இந்தத் தெருக்களில் நான் அலைந்துகொண்டிருந்த நாட்களின்போது இஸ் தான்புல் நகரத்தின் எல்லா நாய்களும் நிழல்பரப்பும் மரங்களும் மூடிய சன்னல்களும் கருப்பு புகைபோக்கிகளும் பிசாசுகளும் விடியற் காலை எழுந்து காலைநேரத் தொழுகைக்காக மசூதிக்குச் செல்லும் மகிழ்ச்சியற்ற கடும் உழைப்பாளிகளும் என்னைப் பார்க்கும் பார்வை யில் ஆழமான வெறுப்பு, பகைமைதான் தெரியும். ஆனால் என் குற்றங்களை ஒப்புக்கொண்டு, எனக்குப் பரிச்சயமாகியிருந்த ஒரே நகரத்தைவிட்டு ஓடிப்போக முடிவெடுத்தபின் அவர்கள் அனைவருமே என்னை நட்போடுதான் பார்க்கிறார்கள்.

பயாஸித் மசூதியைத் தாண்டியதும் பொற்கொம்பை ஒரு நிலக் கூம்பில் நின்றுகொண்டு பார்த்தேன். தொடுவானம் பிரகாசமடைந்து கொண்டிருந்தாலும் தண்ணீர் இன்னமும் கருப்பாகத்தான் இருந்தது. கண்ணுக்குப் புலப்படாத அலைகளில் மெதுவாக அசைந்தபடியிருந்த இரண்டு மீனவப் படகுகளும் பாய்விரித்த சரக்கு கப்பல்களும் தரைதட்டிப்போயிருந்த ஒரு சிதிலமான பெரும்கப்பலும் என்னை போகாதே என்று வற்புறுத்தின. கண்களிலிருந்து வழியும் கண்ணீர் அந்த ஊசியால் உண்டானதா? ஹிந்துஸ்தானில் எனது அபாரமான திறமையைக் கொண்டு நான் உருவாக்கப்போகும் அற்புதப் படைப்பு களைப் பற்றியும் வாழப்போகும் ஆனந்த வாழ்க்கையைப் பற்றியும் கனவு காணச்சொல்லி எனக்கு நானே வற்புறுத்திக் கொண்டேன்!

சாலையிலிருந்து விலகி சேறும் சகதியுமான இரண்டு தோட்டங் களைத் தாண்டி ஓடி, அடர்ந்த மரங்களுக்கிடையில் ஒளிந்திருந்த ஒரு பழைய கல்வீட்டின் அடியில் ஒதுங்கினேன். மாணவனாக

இருந்த காலங்களில் ஒவ்வொரு செவ்வாய்க் கிழமையும், இந்த வீட்டில் அப்போது குடியிருந்த குருநாதர் ஒஸ்மானை அழைத்துச் செல்ல வருவேன். அவர் முன்னால் நடக்க, இரண்டடி பின்னால் தள்ளி, அவரது பை, ஓவியக்கட்டு, பேனாபெட்டி, எழுதுபலகைகளைச் சுமந்துகொண்டு ஓவியக்கூடத்திற்குச் செல்வேன். இந்த இடத்தில் எதுவுமே மாறியிருக்கவில்லை. தோட்டத்திலும் தெருவோரத்திலு மிருக்கும் பிளேன் மரங்கள் மிகப்பெரிதாக வளர்ந்து முன்பொரு காலத்தில் சுல்தான் சுலைமான் கம்பீரமாக, அதிகாரமும் செல்வமும் கொழிக்க வாழ்ந்த நாட்களை ஞாபகப்படுத்திக் கொண்டிருந்தன.

துறைமுகத்திற்குச் செல்லும் சாலையை நெருங்கியதும் பிசாசின் கவர்ச்சி என்னை கவர்ந்திழுத்தது. கால்நூற்றாண்டுக் காலத்தை நான் கழித்திருந்த ஓவியக்கூடத்தின் பிரம்மாண்டமான முகப்பு வளைவுகளை கடைசியாக ஒருமுறை பார்ப்பதற்கு மனம் துடித்தது. குருநாதர் ஒஸ்மானின் பின்னால் அடக்கவொடுக்கமாக பின் தொடர்ந்து சென்ற அதே பாதையில் நடையைத் திருப்பினேன். வில்லாளர் தெருவில் வசந்தகாலத்தில எலுமிச்சம் வாசனை மயக்க மூட்டும். இந்த ரொட்டிக்கடையில்தான் குருநாதர் மாமிசஅடை வாங்குவார். மேட்டுத்தெருவோரங்களில் வரிசையாக பிச்சைக்காரர் கள், புளிப்புக்கனி மரங்கள், செஸ்நட் மரங்கள். இப்போது கதவு சார்த்தியிருக்கும் புது அங்காடித் தெருவில் இருந்த நாவிதன், குருநாதர் கடந்துபோகும்போது தினமும் வணக்கம் தெரிவிப்பான். இந்தக் காலி மைதானத்தில் கோடைக்காலங்களில் கழைக்கூத்தாடிகளின் கூடாரங்கள் முளைக்கும். இதே இடத்திலேயே சிலர் ஒத்திகை பார்த்துக்கொண்டிருப்பார்கள். பிறகு நாற்றமடிக்கும் பிரம்மச்சாரிகள் விடுதிகளுக்கெதிரிலும் பைஸாண்டைனின் பாசி பிடித்த வாயிலுக் கடியிலும் இப்ராஹிம் பாஷா மாளிகைக்கு முன்பாகவும் நான் நூற்றுக்கணக்கான முறை வரைந்திருக்கும் மூன்று பாம்புகள் ஒன்றோ டொன்று பின்னிய கம்பத்திற்கு முன்பாகவும் கூத்தாடுவார்கள். இந்தக் கம்பத்தைப்போலவே அடுத்து நிற்கின்ற இந்த பிளேன் மரத்தையும் வெவ்வேறு விதமாக வரைந்து பார்த்திருக்கிறேன். தேரோட்டப் பந்தயச் சதுக்கத்திற்குள் நுழைந்து, காலைநேரங்களில் உற்சாக வெறியோடு கத்துகின்ற சிட்டுக்குருவிகளும் கருப்புவெள்ளை புறாக்களும் அமர்கிற செஸ்நட், மல்பெரி மரங்களுக்கடியில் நின்றேன்.

ஓவியக்கூடத்தின் திண்மையான கதவுகள் இறுக்கமாக சார்த்தி யிருந்தன. வாசலிலோ, மேலே உப்பரிகையிலோ யாரும் காணப்பட வில்லை. மாணவப்பருவத்தில் வேலையில் சலிப்புற்று வெளியே மரங்களை வேடிக்கை பார்க்கின்ற சின்னஞ்சிறு சன்னல்கள் மூடப் பட்டிருந்தன. அவற்றை நிமிர்ந்து கொஞ்சநேரம்தான் பார்த்திருப் பேன். யாரோ என்னை கூப்பிட்டார்கள்.

சாதாரண கூப்பிடல் அல்ல அது. அவனது கிறீச்சிட்ட கூக்குரல் என் செவிகளை கொத்திக்கிழித்தது. என் கையிலிருந்த மாணிக்கம்

பதித்த பிச்சுவா அவனுடையது என்று கத்தினான். அவனுடைய அண்ணன் மகன் ஷெவ்கெத்தும் ஷெகூரேவும் அவன் வீட்டிலிருந்து திருட்டுத்தனமாக எடுத்துவந்தது அது என்றான். அன்றிரவு அவன் வீட்டிலிருந்து ஷெகூரேவை கடத்திச்சென்ற கருப்பு கோஷ்டியைச் சேர்ந்தவன்தான் நான் என்பதற்கு இதுதான் சாட்சியாம். கருப்பின் ஓவிய நண்பர்கள் எப்படியும் இந்த ஓவியக்கூடத்திற்குத்தான் திரும்பி வருவார்கள் என்று இந்த திமிர்ப்பிடித்த, கோபத்தில் கிறீச்சிட்டுக் கொண்டிருக்கும் இளைஞனுக்குத் தெரியுமாம். அவர்களுக்காகத் தான் காத்திருக்கிறானாம். அவன் கையில் பிடித்திருந்த நீளமான வாள் ஒரு விநோதமான சிவப்புப் பளபளப்பில் பிரகாசமாக மின் னியது. அவன் தீர்க்கவேண்டிய கணக்குகள் ஏராளமாக இருக்கின்றன என்றான். காரணம் எதுவாக இருந்தாலும் அதை முதலில் என்னிடம் தீர்த்துக்கொள்ளப் போகிறானாம். அவன் தவறாக நினைத்துக்கொண் டிருக்கிறான் என்று சொல்ல நினைத்தேன். ஆனால் அவன் முகத்தில் தெரிந்த அசாதாரணமான கோபம் என் வாயை அடைத்தது. அவன் முகபாவத்திலிருந்து அவன் என்மேல் கொலைவெறியோடு பாயப்போகிறான் என்பதை உணர்ந்தேன். “உன்னை கெஞ்சிக்கேட் கிறேன், நிறுத்து!” என்று சொல்லியிருப்பேன்.

ஆனால் அதற்குள் அவன் செயல்பட்டான்.

எனது பிச்சுவாவை உயர்த்தக்கூட முடியவில்லை. துணிமூட் டையை வைத்திருந்த என் கையை இலேசாகத் தூக்கினேன்.

என் துணிமூட்டை கீழே விழுந்தது. ஒரு சுலபமான வீச்சில், வேகம் குறையாமல் அந்த வாள் என் கையை வெட்டிக்கொண்டு வந்து, கழுத்தை சுத்தமாகத் துண்டாக்கி தலையை கழற்றித் தள்ளியது.

என் பரிதாபமான உடம்பு விநோதமாக இரண்டு அடிகள் எடுத்துவைத்து, குழப்பமாகத் தள்ளாடுவதிலிருந்தும் என் வலது கை முட்டாள்தனமாகப் பிச்சுவாவைக் காற்றில் வீசுவதிலிருந்தும் தனித்துவிடப்பட்ட என் உடல் துவண்டுவிழ, என் கழுத்திலிருந்து நீரூற்றுபோல ரத்தம் பொங்கிவருவதிலிருந்தும் நான் சிரச்சேதம் செய்யப்பட்டிருக்கிறேன் என்பதை உணர்ந்தேன். என் பரிதாபத்திற்குரிய கால்கள் இன்னும் நடந்துகொண்டிருப்பதைப் போல அபத்தமாக மடங்கி நீண்டன. செத்துக்கொண்டிருக்கும் குதிரையின் கால்களைப் போல பலனில்லாமல் உதைத்துக் கொண்டன.

என் தலை விழுந்திருந்த சேற்றுப்பகுதியிலிருந்து என்னைக் கொலை செய்தவனோ, என் துணி மூட்டையோ தெரியவில்லை. அந்த மூட்டைக்குள்தான் தங்கக்காசுகளும் ஓவியங்களும் இருக்கின்றன. இப்போதுகூட அவற்றை இறுக்கமாக என்னோடு சேர்த்துப் பிடித்துக் கொள்ள வேண்டும்போல இச்சையாக இருந்தது. அவை எனக்குப் பின்னால், கடலுக்கும் பெருந்துறைமுகத்துக்கும் செல்லும் மேட்டுச்

சாலைப் பக்கம் விழுந்திருந்தன. அவற்றை என்னால் அடைய முடியாது, இனி என் தலை எப்போதுமே அவற்றையோ, இந்த உலகத்தையோ திரும்பிப் பார்க்க முடியாது. அவற்றைப்பற்றி மறந்து, என் சிந்தனைகள் என்னைத் தூக்கிக்கொண்டுபோக அனுமதித்தேன்.

என் தலை கொய்யப்படுவதற்கு முந்தைய கணத்தில் என் மனதில் இருந்த நினைப்பு இதுதான்: கப்பல் துறைமுகத்திலிருந்து புறப்பட்டுவிடும். இந்த எண்ணத்தோடு என்னை சீக்கிரம் கிளம்பும் படி ஓர் உத்தரவும் என் மனதில் வெட்டியது. இந்த உத்தரவு என் அம்மா நான் குழந்தையாக இருந்தபோது சொன்ன "சீக்கிரம்" போலவே இருந்தது. அம்மா, என் கழுத்து வலிக்கிறது. எதையும் அசைக்க முடியவில்லை.

இதைத்தான் மரணம் என்கிறார்களா?

ஆனால் நான் இன்னும் சாகவில்லை என்று எனக்குத் தெரிந்தது. குத்தப்பட்ட என் கண்ணின் மணிகள் அசைவற்றிருந்தன. ஆனாலும் திறந்திருந்த கண்களின் வழியே என்னால் நன்றாகவே பார்க்க முடிந்தது.

தரையிலிருந்து பார்ப்பவை என் எண்ணங்களை நிரப்பின: மெதுவாக மேடேறிச்செல்லும் சாலை, சுவர், வாயில் வளைவு, ஓவியக்கூடத்தின் கூரை, வானம் . . . அந்தச் சித்திரம் இப்படித்தான் சென்று தேய்ந்து முடிந்தது.

இந்த கவனிப்புத்தருணம் தொடர்ந்து கொண்டேயிருப்பதைப் போல இருந்தது. பார்ப்பது என்பது பல்வகை நினைவுகளாக மாறி விட்டதை உணர்ந்தேன். ஓர் அழகான ஓவியத்தை மணிக்கணக்காக உற்றுப்பார்த்துக் கொண்டிருந்தால் எனக்கு என்ன தோன்றும் என்பது ஞாபகம் வந்தது: வெகுநேரம் பார்த்துக்கொண்டேயிருந்தால் உங்கள் மனம் ஓவியத்தின் காலத்திற்குள் நுழைந்துவிடுகிறது.

எல்லா நேரமும் இப்போது இந்த நேரமாகிவிட்டது.

என் நினைவுகள் மங்கிக்கொண்டே வர, என் சேறுபடிந்த தலை இந்த சோகமான மேட்டுச்சாலையை, கற்சுவரை, அருகிலிருந்தும் என்னால் எட்டமுடியாத மல்பெரி, செஸ்நட் மரங்களை வருடக் கணக்காக வெறித்துக் கொண்டேயிருக்க, நான் இங்கே கிடப்பதை யாருமே கவனிக்கப்போவதில்லை என்று நினைத்தேன்.

இந்த முடிவேயில்லாத காத்திருத்தல் திடீரென்று கசப்பாக, மனச் சோர்வூட்டும் விதமாக விஸ்வரூபமெடுத்தது. இந்தக் காலத்தின் பிடியிலிருந்து பிய்த்துச் செல்வதைத்தவிர வேறெதுவும் எனக்கு வேண்டாமென்று தோன்றியது.

●

அத்தியாயம் 59

நான், ஷெகூரே

கருப்பு எங்களை ஒளித்து வைத்திருந்த ஒரு தூரத்து உறவினர் வீட்டில் தூக்கமில்லாமல் இரவைக் கழித்தேன். ஹேரியே, குழந்தைகளோடு நானும் ஒண்டிக்கொண்டு அந்தப் படுக்கையில் படுத்துக்கொண்டிருந்தபோது, குறட்டைக்கும் இருமல்களுக்கும் நடுவே அவ்வப்போது கண்ணயர்ந்து கொண் டிருந்தேன். என் அமைதியற்ற கனவுகளில் விசித்திரமான ஜந்துக்கள் வந்தன. பெண்களுக்கு கை கால்கள் வெட்டப்பட்டு, தொடர்பில்லாமல் மீண்டும் ஒட்டிக்கொண்டன. அவர்கள் நிற்காமல் என்னைத் துரத்தி, தொடர்ந்து எழுப்பிக்கொண்டே யிருந்தனர். விடியும் நேரத்தில் குளிர் எழுப்பியது. ஷெவ்கெத்தை யும் ஓரானையும் இறுகக் கட்டிக்கொண்டு அவர்கள் தலையில் முத்தமிட்டு, அல்லாஹ்விடம் இனிமையான கனவுகளைத் தர வேண்டிக்கொண்டேன், காலமான என் அப்பாவின் வீட்டுக் கூரைக்குக்கீழே நிச்சலனமாக நான் தூங்கிய ஆனந்த தினங்களின் கனவுகளைப்போல.

இருந்தாலும் தூங்கமுடியவில்லை. காலை தொழுகைக்குப் பின், அந்தச் சிறிய இருட்டு அறையின் சன்னல் திறப்புகளின் ஊடாக தெருவைப் பார்த்தபோது, என் சந்தோஷக் கனவுகளில் நான் எப்போதும் காண்பதைப் போன்ற உருவம் அந்த வீட்டை நோக்கி வருவதைப் பார்த்தேன். ஆவியுருவைப் போலியிருந்த ஒரு மனிதன், கடுமையான சண்டையினாலும் காயங்களாலும் சோர்ந்து, கையில் கத்தியைப்போல ஒரு கட்டையை வைத்துக் கொண்டு பரிச்சயமான நடையில் என்னை நோக்கி வந்து கொண்டிருந்தான். என் கனவுகளில் அந்த மனிதனை ஆரத் தழுவும்போது விழிப்பு வந்துவிடும், கண்ணீர் பெருகும். தெருவில் பார்த்த மனிதன் கருப்பு என்பது தெரிந்தபோது கனவுகளில் எப்போதுமே என் தொண்டையிலிருந்து வெளியே வந்திராத கூக்குரல் இப்போது வெளிப்பட்டது.

ஓடிப்போய் கதவைத் திறந்தேன்.

சண்டையினால் அவன் முகம் வீங்கி, ஊதாவாக கன்றிப்போயிருந்தது. அவன் மூக்கு ரத்த விளாரியாக இருந்தது. அவன் தோளிலிருந்து கழுத்துவரை பெரிதாக வெட்டுக்காயம். ரத்தத்தில் அவன் சட்டை செக்கச்செவேலென்று மாறியிருந்தது. என் கனவுகளில் வரும் கணவனைப்போலவே கருப்பும் கடைசியில் வெற்றிகரமாக வீடு திரும்பிவிட்டதால் என்னைப் பார்த்து அயர்ச்சியோடு புன்னகைத்தான்.

"உள்ளே வாருங்கள்" என்றேன்.

"குழந்தைகளைக் கூப்பிடு" என்றான். "நாம் வீட்டுக்குப் போகிறோம்."

"வீட்டுக்குப் போகும்படி உங்கள் நிலைமை இல்லை."

"இனியும் அவனை நினைத்து பயப்படத்தேவையில்லை" என்றான். "அந்தப் பாரசீகன், வெலிஜன் எஃபெண்டிதான் கொலை காரன்."

"ஆலிவ் ..." என்றேன். "அந்த அயோக்கியப் படுபாவியை கொன்றுவிட்டீர்களா?"

"பெருந்துறைமுகத்திலிருந்து புறப்பட்ட கப்பலில் ஏறி இந்தியாவுக்குத் தப்பிச் சென்றுவிட்டான்" என்றான். அவனது கடமையை சரிவர நிறைவேற்றவில்லையென்ற குற்றவுணர்வில் அவன் கண்கள் என்னைத் தவிர்த்தன.

"நம் வீட்டிற்கு உங்களால் நடந்து வரமுடியுமா?" என்றேன். "உங்களுக்கு ஒரு குதிரை ஏற்பாடு செய்து தரச்சொல்லி அவர்களை கேட்கட்டுமா?"

வீட்டுக்குப் போய்ச் சேருவதற்குள் அவன் செத்துவிடுவான் என்று நினைத்தேன். பாவமாக இருந்தது. தனியாக அவன் செத்துப் போவதற்காக அல்ல, உண்மையான சந்தோஷம் எதையுமே அவன் அனுபவித்திராததால், இந்த விநோத வீட்டில் இருக்க விரும்பவில்லை என்பது அவன் கண்ணின் துயரத்திலிருந்தும் உறுதியிலிருந்தும் தெரிந்தது. இந்த கோரமான தோற்றத்தை யாரும் பார்த்துவிடுவதற்கு முன் எங்கள் வீட்டுக்குள் சென்றுவிட வேண்டுமென்ற தவிப்பு அவனிடம் இருந்தது. கஷ்டப்பட்டு அவனை குதிரை ஒன்றின் மீது அந்த வீட்டினர் ஏற்றினர்.

துணிமூட்டைகளை பிடித்தபடி தடுமாறிக்கொண்டு திரும்பச் செல்லும்போது குழந்தைகள் கருப்பின் முகத்தைப் பார்க்கவே பயப்பட்டனர். மெதுவாக குதிரை நடைபோட்டுச் செல்ல, அந்த நிலையிலும் கருப்பு குழந்தைகளிடம் அவர்கள் தாத்தாவைக் கொன்ற அந்தக் கொலைகாரப் படுபாவியை எப்படிக் கண்டுபிடித்தான், அவனோடு எப்படி கத்திச்சண்டை போட்டான் என்றெல்லாம் விவரித்துக்கொண்டு வந்தான். குழந்தைகளுக்கு அவன்மீது கொஞ்சம்

மதிப்பு ஏற்பட்டிருப்பதைக் கண்டேன். அல்லாஹ்விடம் பிரார்த்தித்தேன்: “தயவு செய்து இவனைச் சாகவிடாதீர்கள்!”

வீட்டுக்கு வந்ததும் ஓரான், “வீட்டுக்கு வந்தாச்சு!” என்று கத்தியபடி குதித்தான். அவன் சந்தோஷத்தைப் பார்த்தபோது, மரண தேவதை அஸ்ரேல் எங்களைக் கண்டு பரிதாபப்பட்டு கருப்பிற்கு ஆயுளைத் தந்து விடுமென்று உள்ளுணர்வு சொன்னது. ஆனால் என் அனுபவத்தில் மேன்மைதங்கிய அல்லாஹ் ஒருவரின் உயிரை எப்போது வாங்கிக் கொள்வார் என்று யாராலுமே கணிக்க முடிந்ததில்லை. எனவே, மிகையான நம்பிக்கை எதுவும் என்னிடம் இல்லை.

கருப்பை குதிரையிலிருந்து பத்திரமாக இறக்கினோம். மாடிக்கு கைத்தாங்கலாக அழைத்து வந்து நீலக்கதவு கொண்ட அப்பாவின் அறையில் கட்டிலில் படுக்கவைத்தோம். ஹேரியே தண்ணீர் கொதிக்க வைத்து மேலே எடுத்து வந்தாள். ஹேரியேவும் நானும் அவனது உடைகளைக் களைந்தோம். கத்திரியால் ரத்தத்தில் தோய்ந்த சட்டையும் இடைவாரையும் கத்தரித்து எடுத்தோம். ஹேரியேவை அனுப்பிவிட்டு காலணிகளையும் உள்ளாடைகளையும் கழற்றினேன். சன்னலைத் திறந்தவுடன் தோட்டத்தில் மரக்கிளைகளில் விளையாடிக் கொண்டிருந்த மென்மையான மாரிக்கால வெயில் அறைக்குள் நிரம்பி, நீர்க்குவளை, பாத்திரங்கள், கோந்து பெட்டிகள், மைக்கூடுகள், கண்ணாடித் துண்டுகள், பேனாக்கத்திகள் மீது பட்டுப்பிரதிபலித்து கருப்பின் வெளுத்துப்போன சருமத்திலும் புளிப்பு திராட்சை நிறத்திலிருந்த காயத்திலும் ஜொலித்தது.

வெந்நீரில் துணிப்பந்தை தோய்த்து சோப்பில் தேய்த்தேன். மதிப்புமிக்க பழங்கால தரைவிரிப்பை சுத்தப்படுத்துவதைப்போல கருப்பின் உடம்பை என் குழந்தைகளை குளிப்பாட்டும் அக்கறையோடு துடைத்தேன். அவன் முகத்திலிருந்த வீக்கங்களை அழுத்தாமல், மூக்கிலிருந்த ரத்தக்காயத்தை ரணமாக்கிவிடாமல் சுத்தப்படுத்திவிட்டு அவன் தோளிலிருந்த பயங்கரமான வெட்டுக்காயத்தின் மேல் மருத்துவர்போல ஒற்றியெடுத்தேன். என் பிள்ளைகள் குழந்தைகளாக இருக்கும்போது, அவர்களைக் குளிப்பாட்டுகையில் கொஞ்சுகிற மாதிரியே ராகத்தோடு பேசிக்கொண்டே அவனுக்கு சிசுருட்சை செய்தேன். அவன் மார்பிலும் கைகளிலும்கூட வெட்டுக் காயங்கள் இருந்தன. அவன் இடது கைவிரல்களை கடித்ததால் ஊதாவாக இருந்தது. அவன் உடம்பைத் துடைக்க பயன்படுத்திய கந்தல் துணிகள் எல்லாமே ரத்தமாகிவிட்டிருந்தன. அவன் ஆணுறுப்பை வெகு நேரத்திற்கு வெறித்துக்கொண்டிருந்தேன். கீழே முற்றத்திலிருந்து குழந்தைகள் விளையாடும் சத்தம் வந்தது. எதற்காக சில கவிஞர்கள் இதனை ‘எழுதுகோல்’ என்று வர்ணிக்கிறார்கள்?

எஸ்தர் உற்சாகக் குரலெழுப்பியபடி சமையலறைக்குள் நுழைகிற சத்தம் கேட்டது. ஏதாவது செய்தி இருந்தால் அவள் குரலில்

காணப்படும் ஒரு மர்மமான பாவம் இப்போது இருந்தது. அவளை வரவேற்கக் கீழே சென்றேன்.

வழக்கத்திற்கு மாறாக பார்த்தவுடன் கட்டியணைக்கவோ முத்த மிடவோ செய்யாமல் படப்படப்போடு பேசத் தொடங்கினாள்: ஆலிவ்வின் தலை வெட்டப்பட்டு ஓவியக் கூடத்திற்கெதிரே கிடந்தது; அவன் செய்த சில கொலைகளுக்கு ஆதாரங்களாக இருக்கும் படங் களும் மூட்டையும்கூட கிடைத்துவிட்டன. அவன் ஹிந்துஸ்தானுக்கு தப்பியோடுவதற்கு இருந்தான். அதற்குமுன் கடைசியாக ஒரு தடவை ஓவியக்கூடத்தை பார்த்துவிட்டுப் போகலாமென்று வந்திருக்கிறான்.

அப்போது நடந்த பயங்கரத்தைப் பார்த்ததற்கு சாட்சிகள் இருக்கின்றனர்: ஹஸன், ஆலிவ் வருவதைப் பார்த்து அவனது செந்நிற வாளை உருவிக்கொண்டு வந்து ஒரேவீச்சில் அவன் தலையை சீவித் தள்ளியிருக்கிறான்.

அவள் வர்ணிக்கும்போது, என் அன்புக்குரிய துரதிருஷ்டசாலி அப்பா இப்போது எங்கே இருப்பார் என்று சிந்தித்தேன். கொலை காரனுக்கு உரிய தண்டனை கிடைத்துவிட்டது என்று அறிந்ததும் என் மனம் சற்று நிதானப்பட்டது. பழிதீர்த்த உணர்வு நிம்மதியையும் நியாயம் கிடைத்த ஆசுவாசத்தையும் அளித்தது. அந்தக்கணத்தில் இப்போது உயிருடன் இல்லாத என் அப்பாவிற்கு இந்த உணர்வை அனுபவிக்கமுடியுமா என்று யோசித்தேன். இந்த உலகமே எண்ணற்ற அறைகள் கொண்ட ஓர் அரண்மனையைப் போலவும் அதன் கதவுகள் ஒன்றிற்குள் ஒன்று திறந்துகொண்டே போவதைப்போலவும் எனக்குத் தோன்றியது. நமது நினைவுகளையும் கற்பனைகளையும் உபயோகித்துக் கொண்டு ஓர் அறையிலிருந்து மற்றோர் அறைக்கு சென்றுகொண்டிருக்கிறோம்; ஆனால் நம்மில் பெரும்பாலோர் யோசிக்கச் சோம்பல்பட்டுக்கொண்டு எப்போதுமே ஒரே அறையி லேயே அடைந்து கிடக்கிறோம்.

"அழாதே அன்பே" என்றாள் எஸ்தர். "கடைசியில் எல்லாம் நல்லவிதமாகவே முடிந்திருக்கிறது.

அவளுக்கு நான்கு பொற்காசுகளை எடுத்துக் கொடுத்தேன். அவற்றை வாங்கி ஒவ்வொன்றாக வாயில் வைத்துக் கடித்துப் பார்த்தாள்.

குறும்பாக புன்னகைத்துக்கொண்டே, "என்ன செய்வது? எங்கே பார்த்தாலும் வெனீஸியர்களின் கள்ள நாணயங்கள்தான் சுற்றிக் கொண்டிருக்கின்றன" என்றாள்.

அவள் சென்றதும் ஹேரியேவிடம் குழந்தைகளை மாடிக்கு வராமல் பார்த்துக்கொள்ளச் சொன்னேன். கருப்பு படுத்திருந்த அறைக்குச் சென்று கதவை உட்புறமாகத் தாளிட்டேன். கட்டிலில் ஏறி கருப்பின் அம்மணமான உடம்புக்குப் பக்கத்தில் படுத்து ஆவலோடு

ஆரத்தழுவிக்கொண்டேன். ஆசையைவிட ஆர்வத்தில், பயத்தைவிட அக்கறையில், தூக்கலிடப்பட்ட யூதனின் வீட்டில், என் அப்பா கொலைசெய்யப்பட்ட அன்றிரவு, கருப்பு என்னை என்ன செய்யச் சொன்னானோ அதை இப்போது செய்தேன்.

பாரசீகக் கவிஞர்கள் இத்தனை நூற்றாண்டுகளாக எந்த காரணத்திற்காக இந்த ஆணின் சாதனத்தை ஓர் எழுதுகோலுக்கும் பெண்களான எங்கள் வாய்களை மைக்கூடுகளுக்கும் ஒப்பிட்டு வந்திருக்கின்றனர் என்பதை முற்றிலுமாகப் புரிந்துகொண்டேனா என்று சொல்ல முடியவில்லை. யார் ஆரம்பித்தது என்று தெரியாத இந்த ஒப்பீடுகளை திரும்பத்திரும்ப எடுத்துக்காட்டி வந்ததில் இதற்குப் பின்னாலிருக்கும் தாத்பரியம் புரியாமல் போய்விட்டது. வாயின் சின்ன அளவா? மைக்கூட்டிற்குள்ளிருக்கும் ரகசிய மௌனமா? இறைவனே ஓர் ஓவியன் என்பதாலா? காதல் என்பது என்னைப் போல மூளையைக் குடாய்ந்து தன்னை பாதுகாத்துக்கொள்ளும் பெண்களின் தருக்க நியாயத்தால் புரிந்துகொள்ளப்பட வேண்டியதல்ல; அதன் தருக்க முரணிலிருந்துதான் அறியப்படவேண்டியது.

ஆகவே, உங்களிடம் ரகசியம் ஒன்றைச் சொல்கிறேன்: மரண வாடை அடித்துக்கொண்டிருந்த அந்த அறையில் இருந்த என்னை அப்போது பரவசப்படுத்திக் கொண்டிருந்தது என் வாயிலிருந்த அந்தப் பொருள் அல்ல. என் இதழ்களுக்கிடையே மொத்த உலகமும் துடித்துக்கொண்டிருக்க அங்கே நான் சாய்ந்திருக்கும்போது, கீழே முற்றத்தில் கத்திக்கொண்டு, உதைத்துக்கொண்டு சந்தோஷமாக என் பிள்ளைகள் விளையாடும் சந்தோஷக் கூச்சலால்தான் பரவசமடைந்திருந்தேன்.

என் வாய் இப்படியாக ஆக்கிரமித்திருக்க, கருப்பு என்னை முற்றிலும் வேறுவிதமாக பார்த்துக்கொண்டிருப்பதை என் கண்கள் கண்டன. என் முகத்தையும் வாயையும் அவனால் இனி மறக்கவே முடியாது என்றான். என் அப்பாவின் சில பழைய புத்தகங்களைப் போல அவன் தோலிலும் மக்கின காகித வாடை அடித்தது. கருவூலப் புழுதி அவன் தலைமுடியில் அப்பியிருந்தது. என் வசமிழந்து அவன் காயங்களை அழுத்திவிட, அவன் குழந்தையைப்போல முனகினான். அவன் மரணத்திலிருந்து தூர தூர விலகிச் சென்றுகொண்டிருந்த போது அவன்மீது மேலும் அதிகம் பிரியமாக இருக்கப்போகிறேன் என்று உணர்ந்தேன். காற்றில் அதன் பாய்கள் விரித்து புடைத்தெழும்ப ஒரு வீறார்ந்த கப்பல் தன் வேகத்தை அதிகரிப்பதைப்போல, எங்கள் காதல் இயக்கம் மெதுவாக வேகம் பிடித்து பரிச்சயமாகாத சமுத்திரங்களுக்குள் எங்களைக் கூட்டிக்கொண்டு தைரியமாகப் புகுந்தது.

மரணப்படுக்கையில் இருக்கும்போதுகூட இந்தக் கடல்களில் அவன் நாவாயை செலுத்தும் லாவகத்திலிருந்து, இதைப்போல கொந்தளிக்கும் கடல்களில் பற்பல முறை அநாகரிக பரத்தையர்

களோடு பயணித்திருக்கிறான் என்பதை என்னால் சொல்ல முடிந்தது. நான் முத்தமிட்ட முழங்கை என்னுடையதா அல்லது அவனுடையதா என்றோ, நான் வாயில் வைத்து உறிஞ்சியது என் சொந்த விரலா அல்லது ஒரு முழு வாழ்க்கையா என்றோ குழம்பிக்கொண்டிருந்த போது, அவன் பாதி திறந்த கண்களால் காயங்களாலும் சுக மயக் கத்தாலும் சொக்கி, உலகம் அவனை எங்கே கொண்டு செல்கிறது என்று கிறக்கத்தோடு பார்த்தான். என் முகத்தை இரு கைகளாலும் மென்மையாக ஏந்தி என் முகத்தை திகைப்போடு, நம்பமுடியாமல் – ஒரு கணம் ஓவியம் ஒன்றை பார்ப்பதைப்போலவும் மறுகணம் ஏதோ ஒரு மிஞ்சேரிய விலைமகளைப் பார்ப்பதைப் போலவும் – பார்த்துக் கொண்டிருந்தான்.

இன்பத்தின் உச்சத்தில், பாரசீக – துரேணியப் படைகள் மோதும் காலத்தால் அழியாத பழம்பெரும் ஓவியங்களில் ஒரே வீச்சில் துண்டாக்கும் காவியப் புருஷர்களைப்போல உன்மத்தக் கூச்சலிட் டான். அவன் கத்தல் அக்கம் பக்கமெங்கும் கேட்கும்போல பயமாக இருந்தது. உன்னதமான அகவெழுச்சி ஒன்றின் தருணத்தில் அல்லாஹ் வின் நேரடியான வழிகாட்டலில் எழுதுகோலைக் கையாண்டு கொண் டிருக்கும் ஓர் அசலான நுண்ணோவியன், அந்நேரத்திலும் வடிவப் பிரக்ஞையையும் பக்க அமைப்பு கவனத்தையும் இழக்காதிருப்பதைப் போல, கருப்பு தனது உச்சகட்டக் கிளர்ச்சியிலும் இவ்வுலகத்தில் எங்களுக்கான இடத்தை தன் மனதின் ஒரு மூலையிலிருந்து இயக்கிக் கொண்டிருந்தான்.

“என் காயங்களுக்கு மருந்து பூசிக்கொண்டிருந்ததாக அவர்களிடம் நீ சொல்லணும்” அவன் மூச்சிறைத்தபடி சொன்னான்.

இந்த வார்த்தைகள் எங்கள் காதலின் நிறத்தை மட்டும் அமைவிப்ப தாக இருக்கவில்லை; அது வாழ்வுக்கும் – மரணத்துக்கும் தடையுறுத் தலுக்கும் – சொர்க்கத்துக்கும் அவநம்பிக்கைக்கும் – அவமானத்துக்கும் இடையே தடைக்கல்லாக மாறிவிட்டிருந்தது. இந்த வார்த்தைகள் எங்கள் காதலுக்கான சமாதானமாகவும் பிற்பாடு அமைந்துவிட்டன. அடுத்த இருபத்தி ஆறு ஆண்டுகளுக்கு என்னருமைக் கணவன் கருப்பு ஒருநாள் காலை மாரடைப்பினால் கிணற்றடியில் மயங்கி விழுந்து காலமாகும்வரை, ஒவ்வொரு மதியப்பொழுதிலும் சன்னல் அடைப்புச் சட்டங்களுக்கிடையே சூரியவெளிச்சம் ஊடுருவி அறையை நிரப்பிக்கொண்டிருக்கும்போது, ஆரம்பத்தில் சில வருடங்களுக்கு வெளியே ஷெவ்கெத்தும் ஓரானும் விளையாடும் சத்தங்களுக்கிடையே, “காயங்களுக்கு மருந்து பூசிக் கொள்வதாக”வே எப்போதும் குறிப் பிட்டுக்கொண்டு காதல்புரிந்து வந்தோம். பொறாமைக்கார சிறுவர் களான என் புதல்வர்கள் ராத்திரியில் என் பக்கத்தில்தான் படுத்துக் கொள்வோமென்று அடம்பிடித்து, அதனால் அவர்களுடைய முரட்டுத்தனமான, எரிச்சல்கார அப்பாவிடமிருந்து அடிவாங்காமல்

இருக்கவேண்டுமென்பதற்காக அது நான் கண்டுபிடித்த உபாயம். அடுத்து பல வருடங்களுக்கு இரவுகளில் என் மகன்கள் என் பக்கத்தில்தான் படுத்துத் தூங்கிக் கொண்டிருந்தனர். வாழ்க்கை பூராவும் விரக்தியிலும் தோல்வியிலும் அடிபட்டுப் போயிருந்த ஓர் உம்மணாம் மூஞ்சி புருஷனுக்குப் பக்கத்தில் படுத்துத் தூங்குவதைவிட, நாம் பெற்றெடுத்த குழந்தைகளை கட்டிக்கொண்டு தூங்குவது எவ்வளவோ சுகமானது என்று எல்லா அறிவுள்ள பெண்களும் அறிவார்கள்.

நாங்கள், அதாவது என் குழந்தைகளும் நானும் சந்தோஷமாகத் தான் இருந்தோம். ஆனால் கருப்பால்தான் இருக்கமுடியவில்லை. இதற்கு முக்கியகாரணம் அவன் தோளிலிருந்து கழுத்துவரை வெட்டப் பட்டிருந்த காயம் முற்றிலுமாக எப்போதுமே குணமாகவில்லை. இதனால் மற்றவர்கள் என் அன்புக் கணவனை 'முடவன்' என்றுகூட சொல்லக் கேட்டிருக்கிறேன். ஆனால் இது தோற்றத்தில்தான் பிரச் சினையாக இருந்ததேயொழிய எந்த வேலையைச் செய்வதற்கும் அவனுக்கு இடைஞ்சலாக இருக்கவில்லை. தூரத்திலிருந்து என் கணவனைப் பார்க்கின்ற பெண்கள் 'அழகன்' என்றுகூட சிலசமயம் சொல்வதைக் கேட்டிருக்கிறேன். கருப்பின் வலது தோள்பட்டை, இடது பக்கத்தைவிட சற்று கீழிறங்கி, கழுத்து சற்றே கோணிக்கொண் டிருந்தது. என்னைப்போன்ற பெண்கள் இப்படி தனது தரத்திற்கு மட்டமான ஒரு புருஷனைத்தான் கல்யாணம் செய்து கொள்ள முடியுமென்றும் வம்புபேசுகிறவர்களை கேட்டிருக்கிறேன். கருப்பின் காயம், அவனுக்கு எந்தளவுக்கு மனக்குறைக்கு காரணமாக இருந்ததோ, எங்களுடைய பரஸ்பர சந்தோஷத்திற்கும் அதுதான் ரகசிய மூலா தாரமாவும் இருந்திருக்கிறது.

இப்படி எத்தனை வம்பு வதந்திகள் இருந்தாலும், இவற்றில் உண்மையின் அம்சமும் கொஞ்சமாவது இருந்திருக்கவேண்டும். எஸ்தர் எப்போதும் சொல்வாளே, அதைப்போல இஸ்தான்புல் நகர வீதிகளில் அசாதாரண அழகு பொருந்திய புரவி ஒன்றின்மீது அமர்ந்து, அடிமைகளும் சேடிப்பெண்களும் சேவகர்களும் புடைசூழ பவனி வருவதற்கு எனக்கு வாய்த்திருக்கவில்லையென்றாலும், எனக்கு கணவனாக இருப்பவன் தைரியசாலியாக, துடிப்போடு தலையை உயர்த்தி, நெஞ்சை நிமிர்த்தி உலகத்தை வெற்றி கொண்டவன்போல கம்பீர நடை போடுபவனாக இருக்கவேண்டுமென்று அவ்வப்போது ஏங்கியிருக்கிறேன்.

எந்த காரணத்திற்காகவோ கருப்பு எப்போதும் துயரத்தில் ஆழ்ந்திருப்பவனாகவே இருந்து வந்தான். அவனது சோகத்திற்கும் தோள்பட்டைக் காயத்திற்கும் சம்மந்தமில்லையென்று எனக்குத்தெரி யும். துக்கத்தின் ஜின் அவனது ஆன்மாவின் ஒரு ரகசிய மூலையில் எப்போதுமே ஆக்கிரமித்திருந்தது. எங்களின் புணர்ச்சி நேர உச்சங் களில்கூட அவனது மனநிலை குதூகலச்சாயலை அடைந்ததாக நான் உணர்ந்ததில்லை. அந்த ஜின்னை ஆற்றுப்படுத்துவதற்காக,

சமயங்களில் அவன் மதுரசம் அருந்துவான், சிலநேரங்களில் கலைகளில் ஆர்வம்கொண்டு ஓவிய நூல்களை வெறித்துக்கொண்டு அமர்ந்திருப்பான். சிலமுறை ராத்திரி பகலாக நுண்ணோவியர்களுடன் சேர்ந்துகொண்டு அழகான சிறுவர்களை துரத்தியிருக்கிறான். ஓவியர்கள், எழுத்தோவியர்கள், கவிஞர்கள் கூட்டத்தில் உட்கார்ந்து கொண்டு காமக் கேளிக்கைப் பேச்சு, இரட்டை அர்த்த அரட்டைகள், உருவகங்கள், வஞ்சப் புகழ்ச்சி விளையாட்டுகள் என்று கூத்தடித்த காலங்களும் இருந்தன. பின்பு எல்லாவற்றையும் துறந்து, கூன்முதுகு சுலைமான் பாஷாவிடம் செயலாளராகச் சேர்ந்து அரசாங்க குமாஸ்தா வேலை பார்த்து வந்தான். நான்கு வருடங்கள் கழித்து சுல்தான் அவர்கள் காலமான பின், சுல்தான் மெஹ்மெத் அரியணையேறி எல்லாவிதமான கலையாக்கங்களுக்கும் தடை விதித்துவிட்ட பின்பு, ஓவியங்களிலும் சித்திரங்களிலும் கருப்பிற்கு இருந்த வெளிப்படையான ஈடுபாடு ஒரு ரகசிய நாட்டமாக மாறி நான்கு சுவர்களுக்குள் முடங்கிப்போனது. சில நேரங்களில் என் அப்பா எங்களுக்கு விட்டுச் சென்றிருந்த புத்தகங்களில் ஒன்றைத்திறந்து, ஹெராத்தில் தாமெர்லேனின் புதல்வர்கள் காலத்தில் உருவாக்கப்பட்ட காலத்தால் அழியாத சித்திரங்களை – ஆம், ஹுஸ்ரேவின் உருவப்படத்தைப் பார்த்து ஷிரின் அவன்மேல் காதல் வயப்படும் கருப்பிற்கு அபிமான சித்திரம்– குற்றவுணர்வோடு, சோகத்தோடு, இன்னமும் அரண்மனை வட்டத்தில் திறமைத் தேடலுக்கான ஒரு சந்தோஷமான போட்டியின் பகுதியைப் போலல்லாமல், வெகுகாலத்திற்கு முன்பாகவே ஞாபகத்திலிருந்து அழிக்கப்பட்டுவிட்ட ஓர் இனிய ரகசியத்தைப் பார்ப்பதைப்போல வெறித்துக்கொண்டிருப்பான்.

சுல்தான் அவர்களின் ஆட்சியின் மூன்றாவது ஆண்டில் இங்கிலாந்து மகாராணி சுல்தான் அவர்களுக்கு ஓர் அபூர்வமான கடிகாரத்தை பரிசாக அனுப்பி வைத்தார். அந்தக் கடிகாரத்தில் சங்கீத வாத்தியங்கள் இணைக்கப்பட்டிருந்தன. அது மணி ஒலித்து நேரம் சொன்னது. ஆங்கிலேயர் குழு ஒன்று இஸ்தான்புல்லுக்கு வந்து அந்த பிரம்மாண்டமான கடிகாரத்தை வாரக்கணக்காக பாடுபட்டு, அவர்கள் நாட்டிலிருந்து கொண்டு வந்திருந்த பல்வேறு பகுதிகள், பற்சக்கரங்கள், படங்கள், பொம்மைகள், சிலைகள் போன்றவற்றைப் பொருத்தி இணைத்து உருவாக்கினர். பொற்கொம்பிற்கெதிரே அரசர் குலத்தோட்டத்தின் ஒரு மேடான பகுதியில் அதை நிறுவினர். பொற்கொம்பின் சரிவில் சாரிசாரியாக மக்கள் கூடிநின்று அந்த அற்புதத்தைக்கண்டு வியந்து, பிரமித்து, திகைத்து, அதன் ஆளுயர பொம்மைகள் இறைவனின் சேவகர்களைப் போலல்லாமல் அவருடைய படைப்புகளைப்போலவே இயந்திர கதியில் ஒழுங்கான இயக்கத்தில் ஒன்றையொன்று சுற்றி வந்து, நடனமாடி, அழகான ராகத்தை ஒலிக்கச்செய்து, மணியடிப்பதைப்போன்ற ஓசையுடன் இஸ்தான்புல் முழுக்க கேட்கும்படி நேரத்தை அறிவிப்பதை வாய்பிளந்தபடி பார்த்துகொண்டிருந்தனர்.

அந்தக் கடிகாரம் இஸ்தான்புல்லின் பாமரர்களிடையேயும் மந்தபுத்தி கும்பலாளர்களிடையேயும் அளவற்ற வியப்பை ஏற்படுத்தி, அதைப் பற்றியே பிரமிப்போடு எப்போதும் பேசித்திரிந்துகொண்டிருப்பது வைதீகர்களுக்கும் சுல்தான் அவர்களுக்கும் பெரிய அசௌகரியத்தை உண்டாக்கியிருப்பதாகவும் இந்தக் கடிகாரம் மிலேச்சர்களின் பலத்திற்கு அடையாளமாகத் தெரிவதாகவும் கருப்பும் எஸ்தரும் பலமுறை என்னிடம் கூறிவந்திருக்கின்றனர். இப்படிப்பட்ட வதந்திகள் கட்டுக்கடங்காமல் வந்துகொண்டிருந்தபோது, அடுத்து வந்த அரசர் சுல்தான் அகமது, அல்லாஹுவின் தூண்டுதலால் நள்ளிரவில் விழிப்பு கலைந்து தனது தண்டாயுதத்தை எடுத்துக்கொண்டு அந்தப் புரத்திலிருந்து கீழிறங்கி அரசர்குலத் தோட்டத்திற்கு வந்து அங்கிருந்த கடிகாரத்தையும் அதன் பொம்மைகளையும் அடித்து சுக்கு நூறாக நொறுக்கித் தள்ளினார். எங்களுக்கு செய்திகளையும் வதந்திகளையும் கொண்டுவந்தவர்கள் எப்படி நமது சுல்தான் அவர்கள் உறங்கிக்கொண்டிருக்கும்போது நமது மேன்மைமிகு இறைத்தூதரின் புனிதமுகம் தெய்வீக ஒளியில் ஜொலித்தபடி தோன்றியதைக் கண்டார் என்பதையும் இறைவனின் திருத்தூதர் அவரை எவ்வாறு எச்சரித்தார் என்பதையும் விளக்கினர்: நமது சுல்தான் அவர்கள் தனது குடிமக்களை படங்களைக் கண்டும் மனிதகுலத்தை போலி செய்து அல்லாஹுவின் படைப்புகளோடு போட்டிபோடுகின்ற உருவங்களைக் கண்டும் வியந்து போற்றிக்கொண்டிருக்க அனுமதித்துக் கொண்டிருந்தால், பேரரசர் தனது தெய்வீகக் கடமையிலிருந்து வழுவுகிறார் என்றுதான் அர்த்தம். நமது சுல்தான் அவர்கள் உறக்கத்திலிருந்து கலைவதற்கு முன்பாகவே எழுந்து தனது தண்டாயுதத்தை கையில் எடுத்துக்கொண்டார் என்று அவர்கள் கூறினர். ஏறக்குறைய இப்படியேதான் நமது சுல்தான் அவர்களும் தனது நம்பிக்கைக்குரிய வரலாற்றாசிரியரிடம் அச்சம்பவத்தை தெரிவித்திருக்கிறார். ‘சரித்திரங்களின் சாராம்சம்’ என்று பெயரிடப்பட்ட அந்த நூலை தயாரித்த எழுத்தோவியர்களுக்கு தங்க முடிப்புகள் வழங்கிப் பாராட்டினார். ஆயினும் அந்நூலில் நுண்ணோவியர்களின் சித்திரங்களை மட்டும் சேர்க்கவில்லை.

இவ்வாறாக, பாரசீகத்திலிருந்து பெற்ற தூண்டுதலால் இஸ்தான்புல்லில் ஒரு நூற்றாண்டு காலத்திற்கு மலர்ந்து செழித்திருந்த ஓவிய, சித்திர ரசனையென்ற சிவப்பு ரோஜா வாடி உதிரும்நிலை ஏற்பட்டது. ஹெராத்தின் பழம்பெரும் ஓவியர்களின் பாணிகளுக்கும் பிராங்கிய ஓவியர்களின் பாணிகளுக்கும் இடையே ஏற்பட்ட வேறுபாடுகளும் அதன் விளைவாக ஓவியர்களுக்கிடையே நிகழ்ந்த சச்சரவுகளும் முடிவற்ற ஊசலாட்டங்களும் தீர்க்கப்படவேயில்லை. ஓவியம் தீட்டுதல் என்பதே துறக்கப்பட்டுவிட்டது. ஓவியர்கள் கிழக்கத்தையர் போலவும் வரையவில்லை, மேற்கத்தையர் போலவும் வரையவில்லை. நுண்ணோவியர்கள் கோபப்படவும் செய்யாமல், எதிர்த்து கலகமும்

செய்யாமல், நோய்க்கு இரையாகும் கிழவர்கள்போல கோழைத் தனமாக சோகத்தோடு பொறுத்துக்கொண்டு நிலைமையை ஏற்றுக் கொண்டனர். அவர்கள் கனவு கண்டுவந்த ஹெராத், தாப்ரீஸ் நகரங்களின் மகத்தான ஓவியர்களைப்பற்றியோ, அவர்கள் கையாள விரும்பிய புதுமையான பாணிகளைக்கொண்டிருந்த பிராங்கிய ஓவியர்களைப்பற்றியோ அறிந்துகொள்வதில் இருந்த நாட்டம், பொறாமைக்கும் வெறுப்புக்கும் இடையே முடிவெடுக்க இயலாம லிருந்த நிலைமை ஆகியவை ஓவியர்களிடமிருந்து முற்றிலுமாக மறைந்துவிட்டன. மாலைநேரம் வந்ததும் வீடுகளின் கதவுகள் சார்த்தப் பட்டு நகரம் இருளில் மூழ்குவதைப்போல ஓவியம் என்பதும் கண் ணெதிரிலேயே மறைந்துபோன விஷயமாகிவிட்டது. ஒரு காலத்தில் நமது உலகத்தை வேறுவிதமாக பார்த்து வந்திருக்கிறோம் என்பதே இரக்கமில்லாமல் மறந்துபோகப்பட்டது.

என் தந்தையின் ஓவியமலர் முடிக்கப்படவேயில்லை. ஹஸன் கிழித்தெறிந்த ஓவியங்களில் முழுமையாக முடிக்கப்பட்டவை தரையி லிருந்து பொறுக்கியெடுக்கப்பட்டு கருவூலத்திற்குக் கொண்டு செல்லப் பட்டன. அங்கிருந்த நூலகர் மிகவும் திறமைவாய்ந்தவர், சுலபத்தில் திருப்தியடையாதவர். அவற்றை வேறுசில தொடர்பில்லாத கருவூலக ஓவியங்களோடு சேர்த்துத் தைத்து தனித்தனி தொகை நூல்களாக கட்டிவைத்துவிட்டார். ஹஸன் இஸ்தான்புல்லிலிருந்து தப்பி ஓடி விட்டான். அவனைப்பற்றி அப்புறம் கேள்விப்படவேயில்லை. ஷெவ் கெத்தும் ஓரானும் அவர்கள் பாட்டனாரைக் கொன்றவனை தீர்த்துக் கட்டியது அவர்கள் சித்தப்பா ஹஸன்தான், கருப்பு அல்ல என்பதை எப்போதுமே மறக்கவில்லை.

கண்கள் குருடானபின் இருண்டு வருடங்கள் கழித்து இறந்து போன குருநாதர் ஒஸ்மானின் இடத்தில் தலைமை ஓவியராக நாரை அமர்த்தப்பட்டான். காலஞ்சென்ற என் தந்தையின் திறமையில் பெரும் மதிப்பு வைத்திருந்த வண்ணத்துப்பூச்சி, தனது மிச்ச வாழ் நாளை தரைவிரிப்புகளுக்கும் துணிகளுக்கும் கூடாரங்களுக்கும் அலங்கார வேலைப்பாடுகள் வரைவதில் கழித்தான். ஓவியக்கூடத் தின் இளம் ஓவிய பயிற்சியாளர்களும் அத்தகைய பணியில் ஈடு பட்டனர். ஓவியம் வரைதல் கைவிடப்பட்டிருப்பதை ஒரு பெரிய நஷ்டமாக யாருமே எடுத்துக் கொள்ளவில்லை. ஒருவேளை எவரொரு வருக்கும் தமது முகம் வரைதாளில் நியாயம் கற்பிக்கவில்லை என்பது தெரிந்துவிட்டதால் இருக்கலாம்.

என் வாழ்நாள் முழுக்கவும் இரண்டே இரண்டு ஓவியங்கள் தான் வரைந்து கொள்ள வேண்டுமென்று ரகசியமாக ஆசைப்பட்டு வந்திருக்கிறேன். அவற்றை யாரிடமும் ஒரு போதும் சொன்னது மில்லை:

1. எனது சொந்த உருவப்படம். சுல்தானின் நுண்ணோவியர்கள் எவ்வளவுதான் முயன்றாலும் தோல்விதான் அடைவார்கள் என்று எனக்குத் தெரியும். எனது அழகை அவர்களால் பார்க்க முடிந்தாலும் அவர்களில் யாருக்கும் ஒரு பெண்ணின் முகத்தில் சீனப்பெண்களுக்கு இருப்பதைப்போல கண்களையும் உதடுகளையும் வரைந்திருக்காவிட்டால் அந்தப் படமும் முகமும் அழகாக இருக்குமென்ற நம்பிக்கை வராது. ஹெராத்தின் பழம்பெரும் ஓவியர்களைப்போல வரைந்துவிட்டால், அதைப் பார்ப்பவர்கள் அந்த சீன அழகியின் முகத்திற்குப் பின்னால் என் முகத்தை ஒருவேளை அடையாளம் கண்டுகொள்ளக்கூடும். ஆனால் பிந்தைய தலைமுறையினர், என் கண்கள் உண்மையில் சாய்வானவையல்லவென்று உணர்ந்துகொண்டாலும் என் முகம் எப்படி இருந்திருக்குமென்று அவர்களால் ஒரு போதும் தீர்மானிக்கவே முடியாது. என் பிள்ளைகளோடு இன்று சுகமாக வாழ்ந்து வரும் இந்த முதிய வயதில் எனது இளம்பிராய உருவப்படம் ஒன்று மட்டும் என்னிடம் இருந்திருந்தால் எவ்வளவு சந்தோஷமாக இருப்பேன்!

2. பேரின்பத்தின் ஓவியம். ரான்னின் கவிஞன் பிளாண்ட் நஸிம் அவனது பாடல்கள் ஒன்றில் குறிப்பிட்டிருப்பான். இந்த ஓவியத்தை எப்படி உருவாக்க வேண்டுமென்று தெள்ளத் தெளிவாகச் சொல்வேன். இரண்டு குழந்தைகளோடு இருக்கும் ஒரு தாயின் படத்தை கற்பனை செய்துகொள்ளுங்கள். அவள் கையில் ஏந்திக்கொண்டு புன்னகையோடு பாலூட்டிக் கொண்டிருக்கும் சின்னக்குழந்தை அவளது பருத்த மார்பகத்தை புன்னகைத்துக் கொண்டே சுவைத்துக்கொண்டிருக்கிறது. மெலிதான பொறாமையோடு காணப்படுகிற மூத்த மகனின் கண்களும் தாயின் கண்களும் ஒன்றோடொன்று பிணைந்திருக்கவேண்டும். அந்தப் படத்தில் இருக்கும் தாயாக நான் இருக்கவேண்டும். வானத்தில் இருக்கும் பறவையை அது பறந்து கொண்டிருக்கும்படியும் அதேநேரத்தில் காலத்தை நிறுத்திவைக்கும் ஆற்றல் கொண்ட ஹெராத்தின் பழம்பெரும் ஓவியர்களின் பாணியில் அது சந்தோஷமாக, சாசுவதமாக அங்கேயே தொற்றிக்கொண்டிருப்பதைப்போலவும் வேண்டும். இது சுலபமான காரியமல்ல என்பது எனக்குத் தெரியும்.

என் மகன் ஓரான் எல்லா விஷயங்களையும் தர்க்கரீதியாக அணுகும் மூடன். அவன், காலத்தை நிறுத்திவைக்கும் ஹெராத்தின் ஓவிய மேதைகளால் ஒருபோதும் என்னை தத்ரூபமாக வரையமுடியாது என்கிறான். அதே நேரத்தில் இதைப்போன்ற 'தாயும் சேயும்'

உருவப்படங்களை வழக்கமாக வரைந்து தள்ளிக்கொண்டிருக்கும் பிராங்கிய கலைஞர்களால் காலத்தை நிறுத்த முடியாது என்றும் ஞாபகப்படுத்துகிறான். எனது பேரின்பத்தின் ஓவியத்தை எந்தக் காலத்திலும் வரையமுடியாது என்று பல வருடங்களாக ஆணித் தரமாக கூறிவருகிறான்.

ஒருவேளை அவன் சொல்வது உண்மையாக இருக்கலாம். உண்மையில் பேரின்பத்தின் ஓவியங்களில் வாழ்க்கையின் சந்தோஷங் களைப்போல புன்னகைகளை நாம் தேடிக்கொண்டிருப்பதில்லை. ஓவியர்களுக்கு இது தெரியும். ஆனால் இதைத்தான் அவர்களால் சித்தரிக்க முடியாமற்போகிறது. அதனால்தான் வாழ்க்கையின் சந்தோஷத்திற்குப் பதிலாக, காண்பதின் சந்தோஷத்தை அவர்கள் மாற்றீடு செய்கின்றனர்.

சித்தரிப்புக்கு அப்பாற்பட்ட இந்தக் கதையை அவன் எழுதுவான் என்ற நம்பிக்கையில் என் மகன் ஓரானிடம் எல்லாவற்றையும் சொல்லியிருக்கிறேன். ஹஸனும் கருப்பும் எனக்கு அனுப்பிய கடிதங் களையும் வசீகரன் எஃபெண்டியின் உடம்போடு கிடந்த மசிகலைந்த கரட்டு குதிரை சித்திரங்களையும் அவனிடம் தயக்கமில்லாமல் தந்திருக்கிறேன். எல்லாவற்றையும்விட முக்கியமாக ஒன்றை உங்க ளிடம் கூறிக்கொள்கிறேன். இந்தக் கதையில், உண்மையில் இருந்ததை விட கருப்பை அதிக கவனக்குறைவானவனாகவோ, உண்மையில் இருந்ததைவிட எங்கள் வாழ்க்கையை அதிகம் துன்பமயமானதாக இருந்ததென்றோ, ஷெவ்கெத்தை மோசமானவன் என்றோ, நான் உண்மையில் இருந்ததைவிட அதிக கவர்ச்சியோடு இருந்ததாகவோ, ஓரான் சித்தரித்திருந்தால் அவரை நம்பாதீர்கள். கதை இனிமை யாகவும் சுவாரஸ்யமாகவும் இருக்கவேண்டுமென்பதற்காக இல்லாத பொய்களையெல்லாம் சேர்த்துச்சொல்வதற்கு ஓரான் தயங்கவே மாட்டான்.

•

காலவரிசைமுறையில் சரித்திர நிகழ்வுகள்

கி.மு. 336 – 330	:	பாரசீகத்தை **டேரியஸ்** ஆண்டு வந்தார். ஆக்கிமெனிதிய வம்சத்தின் கடைசி அரசன். மாவீரன் அலெக்ஸாண்டரிடம் தோற்று தனது ராஜ்ஜியத்தை இழந்தார்.
கி.மு. 336 – 323	:	**மாவீரன் அலெக்ஸாண்டர்** தனது சாம்ராஜ்ஜியத்தை நிறுவினார். பாரசீகத்தை வெற்றிகொண்ட பிறகு இந்தியாவின்மீது படையெடுத்தார். ஒரு வெற்றி நாயகனாகவும் பேரரசராகவும் இவரது சாதனைகள் இன்றளவும் இஸ்லாமிய உலகம் முழுவதிலும் வியந்து போற்றப்பட்டு வருகிறது.
622	:	**ஹிஜிரா**. இறைத்தூதர் முகமது மெக்காவிலிருந்து மதினாவுக்குச் சென்றது. முஸ்லீம் ஆண்டின் தொடக்கம்.
1010	:	**ஃபிர்தூஸியின் பேரரசர்கள் நிகண்டு**: பாரசீகக்கவி ஃபிர்தூஸி (காலம் சற்றேறக் குறைய 935 – 1020) அவரது 'பேரரசர்கள் நிகண்டு'வை காஸ்னியின் சுல்தான் மஹ்மதுவுக்கு அளித்தார். பாரசீகத் தொன்மங்களையும் வரலாற்றையும் அலெக்ஸாண்டரின் படையெடுப்பையும் மாவீரன் ருஸ்தம்மின் கதைகளையும் பாரசீகத்துக்கும் துரானுக்குமிடையே எழுந்த

போர்களையும் வர்ணிக்கும் இந்நூல் 14ம் நூற்றாண்டிலிருந்து நுண்ணோவியர்களை வசீகரித்து வந்திருக்கிறது.

1206 – 1227	:	மங்கோலிய அரசன் செங்கிஸ் கானின் ஆட்சிக்காலம். இவர் பாரசீகம், ருஷ்யா, சீனா ஆகிய நாடுகளை கைப்பற்றி மங்கோலியாவிலிருந்து ஐரோப்பா வரை தனது சாம்ராஜ்ஜியத்தை விரிவு செய்தார்.
சற்றேறக்குறைய *1141 – 1209*	:	பாரசீகக்கவி **நிஸாமி**யின் காலம். நுண்ணோவியர்களை வெகுவாகக் கவர்ந்து பலநூறு ஓவியங்கள் உருவாகக் காரணமாயிருந்த 'மர்மக் கருவூலம்' 'ஹூஸ்ரேவும் ஷிரினும்' 'லைலா மெஜ்னுன்' 'ஏழு அழகிகள்' 'மாவீரன் அலெக்ஸாந்தர்' என்ற கதைகளை உள்ளடக்கிய 'ஐங்கதை'களை இயற்றியவர்.
1258	:	பாக்தாத்தின் வீழ்ச்சி. செங்கிஸ்கானின் பேரன் ஹூலாகு (ஆட்சிக்காலம் 1251–1265) பாக்தாத்தை வெற்றிகொண்டார்.
1300 – 1922	:	**ஆட்டமன் சாம்ராஜ்ஜியம்**. ஸன்னி முஸ்லீம் வம்சத்தினர் தென்கிழக்கு ஐரோப்பா, மத்தியகிழக்கு, வட ஆப்பிரிக்கப் பகுதிகளை ஆண்டு வந்தனர். ஒரு கட்டத்தில் இவர்களது சாம்ராஜ்ஜிய எல்லை வியன்னாவையும் பாரசீகத்தையும் எட்டியது.
1370 – 1405	:	துருக்கிய அரசர் **தாமெர்லேனின்** ஆட்சி. பாரசீகத்தில் கருப்பு ஆடுகள் எனப்படும் பிளாக்ஷீப் வம்சத்தினர் ஆண்டுவந்த பிரதேசங்களைக் கைப்பற்றி மங்கோலியாவிலிருந்து மத்தியதரைக் கடல் வரை ருஷ்யா, இந்தியா, ஆப்கானிஸ்தான், இரான், இராக் (ஆட்டமன் சுல்தான் முதலாம் பயாஸித்தை 1402ல் தோற்கடித்தார்) அனதோலியா ஆகிய நாடுகளின் சில பகுதிகள் உட்பட இவரது ராஜ்ஜியத்தில் அடங்கியிருந்தன.
1370 – 1526	:	**தைமூரிய வம்சம்**. தாமெர்லேன் உருவாக்கிய இவ்வம்சம் பாரசீகம், மத்திய ஆசியா, டிரான்ஸோக்ஸியானா ஆகிய பகுதிகளை

உள்ளடக்கியிருந்தது. கலைகளும் கல்வியும் செழித்து விளங்கின. ஷிராஸ், தாப்ரீஸ், ஹெராத் ஆகிய நகரங்களில் நுண்ணோவியப் பள்ளிகள் தொடங்கப்பட்டு தைமூர்களின் ஆட்சியில் சிறந்து விளங்கின. பதினைந்தாம் நூற்றாண்டின் தொடக்கத்தில் மாபெரும் ஓவியர் பிஹ்ஸாத், இஸ்லாமிய உலகின் ஓவியக்கலைக்கு மையமாக ஹெராத் நகரை உருவாக்கியிருந்தார்.

1375 – 1467	: துருக்கியப் பழங்குடி அமைப்பான **'பிளாக் ஷீப்'** என்ற கருப்பு ஆடுகள் வம்சத்தினர் இராக், கிழக்கு அனதோலியா, இரான் ஆகிய நாடுகளின் ஒருசில பகுதிகளை ஆண்டு வந்தது. இவ்வம்சத்தினரின் கடைசி அரசரான ஜிஹான் ஷா (1438 – 1467) ஒயிட்ஷீப் என்ற வெள்ளையாட்டு வம்சத்தின் நெட்டை ஹஸனால் 1467ல் தோற்கடிக்கப் பட்டார்.
1378 – 1502	: **'ஒயிட்ஷீப்'** என்ற வெள்ளையாட்டு வம்சத்தினரும் துருக்கியப் பழங்குடியினரே. வடக்கு இராக், அஜர்பைஜான், கிழக்கு அனதோலியா ஆகிய நாடுகளை இவர்கள் ஆண்டுவந்தனர். வெள்ளையாட்டு அரசர் நெட்டை ஹஸன் (ஆட்சி: 1452 – 78) ஆட்டமன்கள் கிழக்கு நோக்கி பரவுவதை தடுக்க முடியாமல் தோற்றுப்போனார். ஆனால் இவர் பிளாக்ஷீப்பின் ஜிஹான் ஷாவை 1467லும் தைமூரிய அபு சையித்தை 1468லும் தோற்கடித்து பாக்தாத், ஹெராத், பாரசீக வளைகுடாவரை தனது ஆட்சி எல்லையை விரிவுபடுத்தியிருந்தார்.
1453	: ஆட்டமன் சுல்தான் **மெஹ்மத்** இஸ்தான்புல்லை கைப்பற்றினார். பைஸாண்டைன் பேரரசின் முடிவு. சுல்தான் மெஹ்மத் பின்னர் தனது உருவப்படத்தை பெலினியின் மூலம் வரைந்துகொண்டார்.
1501 – 1736	: **ஸஃபாவித் பேரரசு** பாரசீகத்தை ஆண்டு வந்தது. ஷியா இஸ்லாமை தேசியமதமாக அறிவித்தது ஒற்றுமைக்கு அடிகோலியது. தலைநகரமாக முதலில் தாப்ரீஸ் விளங்கியது.

பின்னர் இஸ்ஃபஹானுக்கு மாற்றப்பட்டது. இப்பேரரசின் முதல் அரசர் ஷா இஸ்மாயில் (ஆட்சி 1501 – 24) அஜர் பைஜானிலும் இராக்கிலும் வெள்ளையாடுகளின் ஆதிக்கத்தை ஒடுக்கி, தனது கட்டுப்பாட்டுக்குள் கொண்டுவந்தார். முதலாம் ஷா தாமஸ்ப்பின் காலத்தில் (1524 – 76) பாரசீகம் வெகுவாக பலமிழந்தது.

1512 : மாபெரும் நுண்ணோவியர் பிஹ்ஸாத் ஹெராத்திலிருந்து தாப்ரீஸிற்கு புலம் பெயர்ந்தார்.

1514 : ஆட்டமன் சுல்தான் சலீம் ஸஃபாவித் படையினரை சால்திரானில் தோற்கடித்த பின் தாப்ரீஸிலிருந்த **ஏழு சுவர்க்கங்களின் அரண்மனையை** இடித்துத்தள்ளினார். அங்கிருந்த பாரசீக நுண்ணோவியர்களின் ஓவியங்களையும் நூல்களையும் இஸ்தான்புல்லுக்கு கொண்டுவந்தார்.

1520 – 66 : **மாமன்னர் சுலைமானும் ஆட்டமன் கலாச்சாரத்தின் பொற்காலமும்**. ஒட்டாமன் சுல்தான் சுலைமானின் ஆட்சிக்காலம். கிழக்கிலும் மேற்கிலும் குறிப்பிடத்தகுந்த வெற்றிகள். வியன்னா (1529), பாக்தாத் (1535) இவரது முற்றுகைகளின் பலனால் வீழ்ந்தன.

1556 – 1605 : தாமெர்லேன், தெங்கிஸ் கான் ஆகியோரின் மரபில் வந்த **அக்பர்** ஹிந்துஸ்தானின் பேரரசராக விளங்கினார். ஆக்ராவில் நுண்ணோவியர்களுக்கான பயிற்சிக்கூடத்தை நிறுவினார்.

1566 – 74 : சுல்தான் சலீம் *II* ஆட்சி. ஆஸ்திரியா, பாரசீகம் ஆகிய நாடுகளுடன் அமைதி உடன்படிக்கை.

1571 : **லெபான்டோ யுத்தம்**. ஒருங்கிணைந்த கிறிஸ்தவப் படைகளுக்கும் ஆட்டமன்களுக்கும் நிகழ்ந்த நான்கு மணிநேர கடல் யுத்தம். ஆட்டமன்கள் சைப்ரஸ்ஸை ஆக்கிரமித்திருந்த (1570) காரணத்தால் நிகழ்ந்த யுத்தம். ஆட்டமன்கள் தோற்கடிக்

கப்பட்டாலும் வெனிஸ், சைப்ரஸ்ஸை 1573ல் ஆட்டமன்களிடம் சரண் செய்தது. இந்த யுத்தம் ஐரோப்பியர்களிடம் பெரும் பாதிப்பை உண்டாக்கி டிட்டியன், டின்டோரெட்டோ, வெரோனீஸ் போன்ற வர்கள் தமது புகழ்பெற்ற ஓவியங்களைத் தீட்டுவதற்கான கருவாகவும் அமைந்தது.

1574 – 95 : **சுல்தான் மூரத்** *III* அவர்களின் ஆட்சி. (நம் நாவல் இவரது ஆட்சிக்காலத்தில்தான் நிகழ்கிறது) 1578 – 90 காலங்களில் இவரது ஆட்சியில் பல்வேறுமுறை ஆட்டமன் – ஸஃபாவித் போர்கள் நடைபெற்றன. நுண்ணோவியங்களிலும் ஓவியச்சுவடிகளிலும் பெரும் ஆர்வம் கொண்டிருந்த ஆட்டமன் அரசர் இவரே. 'கைவண்ண மலர்' 'திருவிழா மலர்' 'வெற்றி மலர்' ஆகிய ஓவியச் சுவடிகள் இஸ்தான்புல்லில் இவரது ஆக்ஞையின் பேரில் உருவாயின. நுண்ணோவியர் ஒஸ்மான் (குருநாதர் ஒஸ்மான்) போன்ற புகழ்பெற்ற நுண்ணோவியர்களும் அவரது சீடர்களும் இந்நூல்களை உருவாக்கினர்.

1576 : **ஷா தாமஸ்ப் ஆட்டமன்களிடம் மேற்கொண்ட அமைதி ஒப்பந்தம்**. மாமன்னர் சுலைமானின் மறைவிற்குப்பின் வந்த ஆட்டமன் சுல்தான் சலீம் *II* உடன் ஸஃபாவித்தின் ஷா தாஸ்ப் அமைதி உடன்படிக்கை மேற்கொண்டார். பல பத்தாண்டுகளாக நிலவிவந்த பகைமை முடிவுக்கு வந்தது. எதிர்னேவிற்கு அனுப்பிவைக்கப்பட்ட வெகுமதிகளில் 'பேரரசர்கள் நிகண்டு'வின் ஒரு பிரதியும் இருந்தது. இருபத்தைந்து வருடங்களாக தயாரிக்கப்பட்ட இந்நூல் பின்னர் தோப்காபி அரண்மனையின் கருவூலத்திற்கு கொண்டு செல்லப்பட்டது.

1583 : பாரசீக நுண்ணோவியன் **வெலிஜன் (ஆலிவ்)** இஸ்தான்புல்லுக்கு வந்துசேர்ந்த பத்தாண்டுகளுக்குப் பிறகு ஆட்டமன் அரண்மனையில் பணிபுரிய அனுமதிக்கப்படுகிறான்.

1587 – 1629	: தனது தகப்பனார் முகமது கோடாபாந் தேஹ்ஹை பதவியிறக்கம் செய்துவிட்டு அரியணையில் அமர்ந்த **ஷா அப்பாஸ் I**ன் ஆட்சி தொடங்குகிறது. ஷா அப்பாஸ் காஸ்வின்னிலிருந்து தலைநகரை இஸ்ஃபஹானுக்கு மாற்றியதன் மூலம் பாரசீகத்தில் இருந்த துருக்கிய ஆதிக்கத்தை குறைத்தார். 1590ல் ஆட்டமன்களுடன் அமைதி உடன்படிக்கை மேற்கொண்டார்.
1591	: **கருப்பு மற்றும் ஆட்டமன் அரசவை ஓவியர்களின் கதை.** ஹிஜிராவின் ஆயிரமாவது ஆண்டுத் தொடக்கத்திற்கு (நிலா வருடக் கணக்குப்படி) ஒரு வருடம் முன்னதாக கீழை நாடுகளிலிருந்த கருப்பு இஸ்தான்புல்லுக்கு வருகிறான். இந்நாவலின் சம்பவங்கள் ஆரம்பிக்கின்றன.
1603 – 17	: **ஆட்டமன் சுல்தான் அஹமது I**ன் ஆட்சி. முதலாம் எலிசபெத் மகாராணி பரிசாக அளித்த மாபெரும் கடிகாரத்தை உடைத்து நொறுக்கியவர்.

மொழிபெயர்ப்பாளர் பின்னுரை

ஒரு மாபெரும் நுண்ணோவியப் பெருஞ்சுவடி. அதன் ஒவ்வொரு பக்கங்களிலும் நுட்பமாக, வெகு நுட்பமாக வரையப்பட்டிருக்கும் மகத்தான சித்திரங்கள். உற்றுப்பார்க்கப் பார்க்க, சித்திரங்களுக்குள் மேலும் மேலும் விரிந்துகொண்டே சென்றுகொண்டிருக்கும் பற்பலச் சித்திரங்கள். ஒவ்வொரு சித்திரமும் ஒவ்வொரு குரலில் ஒவ்வொரு கதையைச் சொல்லிக் கொண்டிருக்கின்றன: இப்படிப்பட்ட ஒரு மாயச்சித்திரச் சுவடியைப் பார்க்கும் அனுபவம்தான் *My Name is Red* நாவலை வாசிக்குபோது ஏற்பட்டது.

இந்த நாவலும் நுண்ணோவியங்களைப் பற்றியதுதான். ஓவிய உலகத்தைப்பற்றி விரிவாகப் பேசிய படைப்புகள் தமிழில் வந்ததில்லை (விட்டல்ராவின் 'காலவெளி'யைத்தவிர). 16ம் நூற்றாண்டின் ஆட்டமன் சாம்ராஜ்ஜியத்தில் செழித்திருந்த பாரசீக நுண்ணோவிய மரபு; அவ்வோவியங்களின் கலைப் பார்வையோடு பிரிக்கமுடியாதபடிக்கு கலந்திருக்கும் மதக் கூறுகள்; ஒரு புதிய கலைப்பாணியின்பால் கலைஞர்கள் கவர்ந்திழுக்கப்படும்போது அவர்களுக்கு நேருகின்ற வளர்ச்சிகள், வீழ்ச்சிகள், ஆன்மீகச் சிக்கல்கள் போன்றவற்றை ஆழமாகவும் விரிவாகவும் கூர்ந்தாய்வு செய்யும் இந்நாவல் தமிழ் வாசகப் பரப்பில் அழுத்தமான விவாதங்களைப் பதிவு செய்யும் என்றே நம்புகிறேன்.

படைப்பாளியின் குரலைத் தமிழ்ப் பிரதியில் நூறு சத வீதம் பிரதிபலிப்பதற்காக என் மொழியின் எல்லா சாத்தியப் பாடுகளையும் முயன்றுபார்ப்பதில் இருக்கின்ற சாகச உணர்வை இந்நாவலை மொழிபெயர்த்து முடித்த கடந்த பதினான்கு மாத காலம் நெடுகிலும் அனுபவித்து வந்தேன். நாவலுக்குள் பொதிந்திருக்கும் உட்பிரதியை மொழிபெயர்ப்பில் கொண்டு வருகிற சவாலில் எந்தளவுக்கு வெற்றிபெற்றிருக்கிறேன் என்பதை வாசகர்கள்தான் தீர்மானிக்கவேண்டும்.

ஆறு வருடங்களுக்குமுன் இந்நாவலை எனக்கு அறிமுகப்படுத்தி, தமிழில் மொழிபெயர்த்தாக வேண்டிய நாவல் என்று எனக்குள் ஆர்வத்தைத் தூண்டிய என் நண்பர் எழுத்தாளர் திரு எஸ். ராம கிருஷ்ணனை இப்போது நன்றியுடன் நினைவு கூர்கிறேன். அப்போது முதல் ‘காலச்சுவடு’ கண்ணன் அவர்களிடம் இந்நாவலுக்கான மொழிபெயர்ப்பு உரிமையை பெற்றுத்தரும்படி நச்சரித்து வந்திருக் கிறேன். அவரது முயற்சியின் பலனாக ஒரு நட்சத்திர எழுத்தாளரிட மிருந்து சமகாலத்திலேயே முறையாக அனுமதிபெற்று தமிழில் வெளியாகும் நாவலாக இது அமைகிறது. அவருக்கும், குர்ஆனின் பல்வேறு தமிழ்ப் பதிப்புகளைத்தந்து, அவ்வப்போது என் சந்தேகங் களுக்கும் விளக்கமளித்து உதவிய திரு. களந்தை பீர் முகம்மது அவர்களுக்கும் என் வேண்டுகோளை உவப்புடன் ஏற்று மொழி பெயர்ப்புப் பிரதியை மேலாய்வு செய்து திருத்தங்கள் செய்துதவிய நண்பர் கவிஞர் திரு. சுகுமாரன் அவர்களுக்கும் குறுகிய கால அவகாசத்தில் மிகக்கடுமையாக உழைத்து இப்புத்தகம் இப்போது வெளிவர சாத்தியமாக்கியிருக்கும் காலச்சுவடு அலுவலகப் பணி யாளர்கள் ஐ. மஞ்சு, பா. கலா, ஷாலினி ஆகியோருக்கும் மெய்ப்புத் திருத்துவதில் உதவிய கவிஞர். ஸ்ரீசங்கருக்கும் என் இதயப்பூர்வமான நன்றிகள் உரித்தாகின்றன.

பாமுக்கின் மற்ற நாவல்களும் தமிழில் மொழிபெயர்க்கப்படு வதற்கு இது ஓர் ஆரம்பமாக இருக்கவேண்டும். இன்ஷா அல்லாஹ்!

ஜி. குப்புசாமி